PHẬT HỌC TỪ ĐIỂN

ĐOÀN TRUNG CÒN

PHẬT HỌC TỪ ĐIỂN

佛學辭典

QUYỂN NHÌ

HẰNG-HÀ 恆河.— Ganga (*scr*) Gange (*fr.*)

Tên con sông lớn nhứt và có danh nhứt ở Ấn-Độ. Cũng viết: Hằng-già 恆伽, Căng - già 殑伽. Dịch - nghĩa: Thiên - đường ai 天堂來, từ trên cảnh Tiên mà chảy xuống. Sông ấy phát nguyên tại Tuyết-sơn (*Himalaya*), chảy xuống phần vôi số sông ngánh, trải qua rất nhiều thành thị. Sông **Hằng-hà** dài đến 3.100 ki-lô - mết, đổ ra Ấn-Độ dương, tại vịnh Bengale Lưu-vực **Hằng-hà** là nơi phát tích của Phật-giáo, của nhiều nền tôn - giáo và triết-học.

HẰNG-HÀ SA 恆河沙 Grains de sable du Gange (*fr.*)

Cát sông Hằng. Tiếng thí-dụ về số rất nhiều như số cát sông Hằng vậy. Kêu tắt: **Hằng-sa**. Cũng có chỗ, như *Kinh Dược-Sư ưu-ly quang Như-lai*, gọi là *Căng-già sa* 殑伽沙.

Trong số các con sông trong cõi Nam Diêm-phù-đề, chỉ có sông Hằng-hà là cát nhiều nhứt. Cho nên chỉ số nhiều khó đếm thì Phật thường nói là *Hằng-hà-sa, Hằng-hà sa-số.*

Lại nữa, chính Phật sanh trưởng trong miền lưu-vực sông Hằng.Sau khi thành Đạo, trong bốn mươi chín năm, Ngài thường đi giáo-hóa trong vùng sông Hằng. Cho nên Ngài dùng cát sông Hằng mà thí dụ cho người ta dễ nhận thức

Vả lại, sông Hằng là con sông có danh tiếng nhứt ở Ấn-Độ, các nhà tu ngoại-đạo coi nó như một vị Thánh-thần, nên nói tới cát sông Hằng thì ai cũng biết.

Hằng hà sa là một con số rất lớn cũng như những số: A-tăng kỳ, Na-do tha, Bất-khả tư nghị. Như một *Hằng-hà sa* là một lần cát sông Hằng. Một ngàn Hằng-hà sa bằng một Bất-khả tư-nghị.

Trong **Dược-Sư lưu-ly quang Như lai kinh** có chép : Từ đây đi về phương Đông, trải qua mười *Hằng-hà sa* (*Căng - già-sa*) Phật-độ, có một thế-giới tên là Tịnh-lưu-ly. Đức Phật ở cõi ấy tên là Dược-sư lưu-ly Quang Như-lai.

HẰNG-SA 恆沙 Grains de Sable du Gange (*fr.*)

Cát sông Hằng, là chữ *Hằng-hà-sa* nói tắt.

Chữ *Hằng-sa* thường dùng trong văn Kệ.

HẬU-BÁO 後報.

Quả-báo thân sau, nghĩa là cái nghiệp thiện, ác tạo ra ở đời nầy, chờ thân sau sanh ra được cái quả-báo vậy. Đời trước có làm việc thiện hay ác, thì đời sau gặp quả-báo lành hoặc dữ trả lại vậy : tức là *tiền căn hậu báo* vậy.

HẬU-BIÊN THÂN 後邊身.

Cái thân kế bên cái thân sau cùng. Bồ-tát thọ **Hậu-biên thân**, ở tại cung Trời Đâu-suất, là cảnh tốt hơn hết trong các cảnh Tiên ở Dục-giái. Về sau, mãn *Hậu-biên thân*, Bồ-tát giáng sanh, làm người và tu thành Phật, đó là *Hậu-thân Bồ-tát hay Tối-hậu thân.*

Như đức Di-Lặc Bồ-tát, hiện nay còn thọ *Hậu-biên thân*, ngự ở cảnh Đâu-suất. Về sau, ngài sẽ giáng sanh và thành Phật.

HẬU ĐẮC TRÍ 後得智.

Cái trí được về sau. Cái trí chơn-chánh sâu kín phù hợp với Chơn-như.

HẬU HỮU 後有.

Cái có về về sau. Cái quả-báo vị-lai, cái tâm-thân đời sau, đều kêu là **Hậu hữu**.

HẬU HỮU BỒ-TÁT 後有菩薩.

Cũng viết : *Hậu-thân Bồ tát, Tối-hậu thân.* Cái thân Sanh-tử sau cùng. Bồ-tát thọ cái thân Sanh tử sau cùng, với cái thân đó, ngài thành Phật Như-lai. Như Tất-đạt-Đa thái-tử vậy.

HẬU-NGHIÊM-KINH 厚嚴經.

Ghanavyuha sûtra (*scr.*).— Kôgonkyô (*jap.*)

Một bộ kinh Đại-thừa. Một bộ kinh của Pháp-tướng Tông.

HẬU-THÂN 後身.

Thân sau ; là cái thân, sau khi chết, lại đầu thai sanh ra vậy. Tức là *đời sau* của một người. **Hậu-thân** đối với *tiền-thân.*

HẬU-THÂN BỒ-TÁT 後身菩薩.

Bực Bồ-tát còn sanh ra làm người một lần nữa thì thành Phật. Như đức Phật Thích-Ca, trước khi nhập Niết-bàn, có thọ-ký cho Di-Lặc Bồ-tát, mách rằng chừng sanh ra đời sau, Di-Lặc sẽ thành Phật kế tiếp ngài. Vậy đức Di-Lặc là **Hậu-thân Bồ-tát**.

Cũng viết: *Thập-trụ Bồ-tát* (Bồ-tát ở Trụ-vị thứ mười).

Niết bàn kinh, quyền 34:

Cái Phật-tánh của Phật Như-lai có bảy đức: 1.) Thường, 2.) Lạc, 3.) Ngã, 4.) Tịnh, 5.) Chơn, 6.) Thật, 7.) Thiện...

Cái Phật-tánh của *Hậu thân Bồ-tát* có sáu đức: 1.) Thường, 2.) Tịnh, 3.) Chơn, 4.) Thật, 5.) Thiện, 6.) Thiểu kiến (*cái Phật-tánh ấy, Bồ-tát thấy được một phần; chớ chẳng thấy trọn vẹn như đức Phật.*)

HỆ 繫.

Grantha (*scr.*).— Gantha (*p.*).— Ke (*jap.*). - Attache (*fr.*).

Trói buộc, khó mà gở cho ra. Như: **Hệ**-phược, *hệ*-lụy. *Hệ* tức là phiền-não, vì phiền-não (*tham-dục, sân-nhuế, ngu-si*) có tánh-cách trói buộc thân-tâm, chướng-ngại chơn-tánh.— Nhà tu hành dùng Thiền-định, Trí-huệ mà thoát khỏi và diệt-trừ phiền-não những trói buộc mình, kêu là ly *hệ*.— Hệ cũng có nghĩa tốt như *hệ* niệm, *hệ* niệm tư-duy, tức buộc cái tư tưởng đề suy xét.

HỆ-LỤY 繫累. Bó buộc rất chặt-chẽ.

Như tình thương vợ, mến con, sự bận bịu nhà cửa, ruộng vườn là những mối **hệ-lụy** buộc lấy chơn người, khiến họ khó lìa bỏ mà xuất-gia học Đạo.

HỆ NIỆM 繫念. Buộc cái tư tưởng lại một chỗ. Tức là khiến cho tâm-trí thường thường nghĩ về một mục đích, chẳng xao lảng. Như: **Hệ niệm** đức Phật A-Di-Đà đề cầu vãng sanh về cõi Tịnh-độ.

HỆ-NIỆM TƯ-DUY 繫念思惟. Buộc cái trí-tưởng vào một chỗ đặng mà suy xét. **Hệ niệm tư-duy** là pháp thứ ba.

nhơn-duyên thứ ba giúp người tu hành mau đắc Niết-bàn. Có tất cả bốn pháp, bốn nhơn-duyên liên-tiếp nhau: 1.) Thân-cận thiện-hữu, 2.) Chuyên tâm thính Pháp, 3.) *Hệ niệm tư-duy*, 4.) Như Pháp tu hành.

Trong những lúc đi, đứng, nằm, ngồi, lúc nào cũng suy xét để diệt tà-pháp, đắc chánh-pháp, đó kêu là *Hệ niệm tư-duy*. Cho đến ngồi Kiết-già một chỗ từ giờ nầy qua giờ kia, trong khi ấy mình niệm Phật hoặc suy xét Diệu-lý, cũng kêu là *Hệ niệm tư-duy*.

Nghe thuyết pháp rồi, đọc tụng Kinh điển rồi bỏ qua, thì chẳng có thể diệt trừ phiền-não. Đó tỷ như người bệnh được ông thầy chỉ cho biết thuốc, nhưng chẳng uống, cho nên chẳng hết bệnh. Nghe rồi, đọc rồi, mà *Hệ niệm tư-duy* thì mới trừ được phiền-não. Đó tỷ như người bệnh nhờ dùng thuốc cho nên hết bệnh.

Hệ niệm tư-duy cũng viết: *Hệ tâm tư duy.*

HỆ-PHƯỢC 繫縛. Trói buộc, dây trói buộc. Đối với: *Giải-thoát, Thoát-ly.*

Các phiền-não **hệ-phược** thân tâm của chúng-sanh, tức trói buộc thân-thể và tâm-trí họ trong cuộc khổ-não, luân-hồi.

HIỀN 賢. Bhadra (*scr.*).— Sage (*fr.*)

Người tu-học các điều lành, người có tài, có đức, có hạnh.— Vui mừng, tốt lành.

Bực **Hiền** chưa bằng bực *Thánh*, vì còn tu-tập, còn đoạn trừ phiền-não, mê-hoặc.

Hiền-giả 賢者. Người hiền. Bực tu-hành theo thiện-đạo, nhưng chưa đoạn hoặc, chưa chứng lý.

Hiền-sĩ 賢士. Tiếng gọi bực Bồ-tát tại gia.

Hiền-Thánh, Hiền-Thánh tăng: 賢聖, 賢聖僧. Bực Hiền và bực Thánh. **Hiền** là ba hạng tu: *Thập trụ, Thập hạnh, Thập hồi-hướng.*

Thánh là bốn hạng: Tu-đà-hoàn, Tư-đà-hàm, A-na-hàm, A-la-hán. **Tăng** là nhà sư xuất-gia; nhứt là nhiều nhà sư ở tu một chỗ, gọi là *Tăng.*

Hiền-thiện 賢善. Bực hiền làm các điều thiện.

HIỀN-HỘ (*Bồ-tát*) 賢護 (菩薩). Bhadrâpala (*scr.*)

Một vị Bồ-tát tại-gia hồi đời Phật Thích-Ca.

Xem : *Bạt-đà-bà-la.*

HIỀN-KIẾP 賢劫. Bhadra-Kalpa (*scr.*)

Kỳ-kiếp tên *Hiền*. Kỳ-kiếp lớn hiện-tại. Trong Kỳ-kiếp nầy, có rất nhiều vị Thánh, Hiền ra đời, vì vậy nên kêu là **Hiền-kiếp**. Đối với kiếp đã qua là *Trang-nghiêm kiếp*. Và kiếp sẽ tới là *Tinh-tú kiếp*. *Hiền-kiếp* cũng kêu là *Thiện-kiếp*.

Trong Kỳ-kiếp hiện-tại nầy (*Hiền-kiếp*), có ra đời 1.000 đức Phật; trong số ấy, đã ra đời bốn đức Phật rồi: 1. Ca-la ca-tôn-Đại (*Krakucchanda*), 2. Câu-na-hàm-mâu-Ni (*Canakamouni*), 3. Ca-Diếp (*Kaçyapa*), 4. Thích - Ca - Mâu - Ni (*Çakyamouni*). Rồi đây, đức Phật Di-Lặc (*Maitreya*) sẽ ra đời.

1. Đức Phật Ca-la-ca-tôn-Đại hay Câu - lưu - Tôn ra đời hồi thuở con người ta hưởng thọ 40 ngàn tuổi (*có chỗ nói: 60 ngàn tuổi*).

2. Đức Phật Câu-na-hàm Mâu-Ni ra đời hồi thuở con người ta hưởng thọ 30 ngàn tuổi (*có chỗ nói : 40 ngàn tuổi*).

3. Đức Phật Ca-Diếp ra đời hồi thuở con người ta hưởng thọ 20 ngàn tuổi.

4. Đức Phật Thích-Ca Mâu-Ni, Thầy của chúng-ta ra đời nhằm lúc con người sống đời 100 tuổi.

5. Đức Phật Di-Lặc sẽ ra đời vào lúc con người ta sống đời 80 ngàn tuổi.

Đó là năm đức Phật đầu trong *Hiền-kiếp* này.

Trong quyền « **Quán Di - Lặc Thượng - Sanh Đâu - Suất Thiên Kinh** » có chép : Nay ở cõi nầy, có một ngàn vị Bồ-tát ; vị Bồ-tát thành Phật trước nhứt tên là Câu-lưu-Tôn (*Ca-la-ca-tôn-Đại*) ; và vị sẽ thành Phật sau rốt là ngài Lâu-Chí.

Trong « **Đại-bi-kinh** », Phật có phán rằng : Nầy A-Nan, tại sao kêu là *Hiền-kiếp* ? Nầy A-Nan, trong Tam thiên Đại-Thiên thế-giái nầy, hồi Kỳ-kiếp sắp thành, toàn cả đều là nước. Thuở ấy, ngài Tịnh-cư Thiên dùng thiên-nhãn mà trông xuống, chỉ thấy toàn là Đại-thủy. Ngài lại thấy một ngàn tòa sen, mỗi tòa sen có cả ngàn bèn, tòa sen màu vàng ròng, ánh hào-quang cũng màu vàng, chói sáng khắp nơi, mùi hương xông lên thơm phức. Thật lấy làm ưa mến, vui sướng. Thấy vậy, ngài Tịnh-cư-Thiên lấy làm hoan-hỷ, nhảy nhót, bèn khen rằng : « *Kỳ thay ! Kỳ thay ! Thật chưa từng có ! Như vậy chắc ở cõi nầy sẽ có một ngàn đức Phật ra đời.* » Vì nhơn-duyên ấy, nên gọi kiếp nầy là *Hiền-kiếp*.

Địa-Tạng-Kinh : Nếu có kẻ ác-nhơn cùng ác-thần, ác-qui thấy có thiện nam-tử, thiện nữ-nhơn qui kính, cúng-dường tán-thán, chiêm-lễ hình-tượng ngài Địa-Tạng Bồ-tát, bèn sanh lòng bậy chê bai, giễm pha là việc không có công-đức và lợi-ích ; hoặc nhăn răng cười, hoặc quay mặt chê, hoặc khuyên người cùng chê, hoặc một người chê, hoặc nhiều người chê, cho chí trong một niệm đem lòng chê bai ; những người như vậy, mãi cho tới khi một ngàn đức Phật trong *Hiền-kiếp* nầy diệt độ rồi, vì cái tội-báo chê bai, hãy còn bị đọa ở Địa-ngục A-tỳ, chịu tội rất nặng.

HIỀN-THỦ 賢首.

Tổ thứ ba của tông Hoa-Nghiêm ở Trung-quốc. Ngài nối chí tổ thứ nhứt : *Đỗ-Thuận* và tổ thứ nhì : *Trí-Nghiễm* mà phổ truyền nghĩa-lý Kinh Hoa-Nghiêm. Vì công ngài rất lớn trong cuộc tuyên-dương lý Hoa Nghiêm, cho nên người ta cũng gọi Hoa-Nghiêm tông là *Hiền-thủ-tông*.

Ngài ở tại kinh-đô Trường an, nhằm đời nhà Đường mà hoằng hóa Đạo lý. Sau khi ngài tịch, Võ-tắc-Thiên hoàng-hậu (684-705) có truy phong thụy-hiệu cho ngài là *Hiền-Thủ Bồ-tát*.

HIỆN 現.

Lộ hình ra ; — Tỏ bày ra một cách rõ rệt ; — Có trước mắt, bên tai. Rõ-ràng đương thời.— Đối với *ẩn*.

HIỆN-BÁO 現報. Quả-báo ngay trong đời nầy. Cái nghiệp thiện, ác mình đã tạo tác trong đời hiện-tại, nghiệp ấy chiêu cảm cái quả sướng, khổ ngay cho cái thân hiện thời của mình, chớ chẳng đợi tới đời sau.

HIỆN-CHỨNG 現證. Chứng quả trong đời hiện-tại. Nói về những vị tu-hành tinh-tấn tu Giái-Định-Huệ được chứng diệu-quả, đắc Đạo ngay trong đời nầy.

HIỆN-KHỞI QUANG 現起光. Ánh quang-minh hiện ra, khởi ra. Một thứ trong hai thứ hào-quang: 1.) Thường-quang, 2.) Hiện-khởi quang.

Thường-quang: Ánh quang-minh lúc nào cũng có chiếu ra, từ trước tới sau đều một cách thế. Phàm, Thánh đều trông thấy ánh quang-minh ấy.

Hiện-khởi quang: Ánh quang minh phóng ra tùy thời, tùy cơ, không có nhứt định.

Đức Phật có đủ hai thứ quang-minh ấy. Chính cái ánh quang-minh mà Phật phóng ra từ nơi chòm lông vòng tròn ở khoảng giữa hai bên lông mày của Ngài là *Hiện-khởi quang*. Trong những dịp thuyết kinh Đại-thừa, Ngài phóng ánh quang-minh ấy chiếu hằng vạn, vô số các cõi thế.

HIỆN NHỨT THIẾT SẮC THÂN TAM-MUỘI 現一切色身三昧. Phép đại-định hiện ra tất cả các sắc-tướng, thân-hình. Ấy là một phép Tam-muội của bực Đại Bồ-tát. Người vào phép Tam-muội ấy thì hóa hiện ra sắc-tướng, thân-hình nào cũng được, như vậy đặng tùy tiện độ chúng-sanh, và tùy theo cơ-duyên, nguyện-vọng của họ. Cũng viết: *Phổ hiện sắc thân tam-muội.*

HIỆN NHỨT THIẾT THẾ-GIAN 現一切世間. (*Phạn*: *Sahvabouddha-sàmdarçana*):

Tên một cõi thế-giới hồi đời quá-khứ, cách nay vô-lượng, vô-biên kiếp. Ấy là Phật-quốc của đức Như-lai Vân-Lôi Âm-Vương (*Phạn*: *Mèghadundubhisvaràdja*).

HIỆN - QUÁN 現 觀. **Hiện**: Hiện tiền, hiện ra trước mặt. **Quán**: Quán-tưởng. Điều mà mình quán-tưởng hiển hiện ra trước mặt, tỏ rõ, phân-minh. Giả như quán-tưởng đức Phật A-Di-Đà thì thấy Ngài hiện ra rõ ràng, dầu nhắm mắt hay mở mắt cũng thấy rõ.

HIỆN - TẠI 現 在.— Présent (*fr.*) Lúc bây giờ, ở vào thời nầy. Đối với *quá-khứ* là đã qua và *vị-lai* là sẽ tới.

Như đức *Phật hiện-tại* mà chúng - ta tôn là Bổn-sư. chính là đức Thích-Ca. Đức Phật quá-khứ trước Phật Thích-Ca là ngài Ca-Diếp. Đức Phật vị-lai sẽ kế tiếp đức Phật Thích-Ca là ngài Di-Lặc.

Lại như *Kiếp hiện-tại* của chúng ta là Hiền-kiếp. (*Mỗi kiếp có cả trăm vạn năm*). Kiếp quá-khứ vừa rồi là Trang - Nghiêm kiếp. Và kiếp vị-lai sắp tới là Tinh-Tú kiếp.

Trong kiếp hiện - tại, Hiền - kiếp, có một ngàn đức Phật ra đời. Mà đã ra đời bốn đức Phật rồi : Ca - la ca tôn đại, Câu-na-hàm-mâu ni, Ca-Diếp, Thích-Ca Mâu-Ni (*đức Phật của chúng - ta*).

HIỆN-TIỀN ĐỊA 現 前 地. Địa-vị hiện-tiền. Một trong *Thập địa* của Bồ-tát, Hiện - tiền địa là địa vị thứ sáu. Bồ tát tu hành chứng tới địa vị nầy thì cái Chơn - như tịnh-tánh hiển-hiện ra, cái Trí-huệ tối thắng hiển hiện ra.

HIỆN - THÂN 現 身. Cái thân sanh ra trong đời nầy. Lại có nghĩa: Hiện ra cái thân của Phật hoặc của Bồ-tát v. v... mà độ thế. Như các ngài **hiện thân** Phật, *hiện thân* Bồ-tát, Duyên-giác, Thinh - văn, chư Thiên, chư Thần, nhơn - loại, thị hiện tu hành, đắc đạo, đem Đạo-lý mà truyền-bá cho chúng-sanh.

HIỆN - THẾ 現 世. Đời nay, đời sống hiện-tại của người. Cũng nói : hiện-thân, hiện-sanh.

Đối với *tiền-thế* (đời trước), *hậu-thế, đương lai thế* (đời sau).

HIỂN DƯƠNG THÁNH-GIÁO LUẬN 顯 揚 聖 教 論.

Một bộ luận Đại-thừa. Kêu tắt: **Hiển-dương luận.** Bộ kinh

hai mươi hai quyển, do Vô-Trứ (*Asangha*) Bồ-tát soạn bằng tiếng Phạn hồi thế-kỷ thứ năm, Huyền Trang dịch ra chữ Hán hồi thế-kỷ thứ bảy. Một bộ trong các bộ Luận của *Pháp-tướng tông*.

HIỂN GIÁO 顯教. Exotérisme (*fr.*)

Trái lại là *Mật-giáo*. Đối với Mật-giáo, **Hiển-giáo** là Bất-liễu nghĩa, còn Mật-giáo có tánh-cách liễu-nghĩa.

Hiền - giáo là đạo lý truyền - bá một cách thông thường, mà người ta từng gặp trên cửa miệng của các nhà đạo và trong các kinh-điển của Phật-Thánh rao truyền.

Còn *Mật-giáo* là giáo-lý tâm-truyền, *bí-truyền* giữa tôn-sư và đệ-tử, giữa Phật và Thánh-chúng.

Tuy nhiên, *Hiền-giáo* là trình-độ dưới để dùng đó mà bước lên Mật-giáo.

HIỂN-LIỄU NGHĨA 顯了義. Sens exotérique (*fr.*)

Nghĩa thông thường bề ngoài. Xem : *Ẩn-mật-nghĩa*.

HIẾP-SĨ 脇士.

Vị Hiếp sĩ. Lại kêu là *Hiếp-thị* 脇侍. *Hiệp-trì* 挾持, là vị Bồ-tát đứng hầu ở hai bên cạnh sườn Phật. *Sĩ* 士 là *Đại-sĩ* 大士, tiếng dịch chữ Bồ - tát, *Hiếp* 脇 là cạnh sườn, vì các vị Bồ-tát ấy thường theo hầu hai bên cạnh sườn Phật, tán trợ Phật giáo-hóa chúng - sanh, như Quan-Âm, Thế-Chí làm Hiếp-sĩ đức Phật A - di - Đà ; Nhựt - Quang, Nguyệt - Quang làm Hiếp-sĩ đức Phật Dược-Sư ; Phổ-Hiền, Văn-Thù làm Hiếp-sĩ đức Phật Thích-Ca...

Mỗi đức Phật Trung - tôn có hai vị **Hiếp - sĩ**. Phật và hai vị *Hiếp-sĩ* hiệp thành Tam-Tôn vậy.

HIẾP-TÔN-GIẢ 脇尊者 Parçva (*scr.*)

Hiếp : Hai bên hông. Vì ngài không nằm cho hai bên hông chí đất, không đụng giường.

Tổ-sư thứ mười trong hàng 28 Tổ sư tiếp nhau nắm giữ đạo Phật ở Ấn-độ. Ngài sanh ra tại xứ Càn-đà-la (Gandhara). Tích chép rằng vì nghiệp-lực nên ngài nằm trong thai bà mẹ trên sáu mươi năm. Đến chừng ngài sanh ra thì râu và lông mày đều bạc. Ngài chán ngũ dục (sắc, thinh, hương, vị, . xúc), không thích ở nơi gia đình, bèn tầm đến tôn-giả Phật-đà-mật-đa, Tổ thứ chín, lạy và cầu thọ pháp xuất gia. Ngài rất tinh-tấn dững-mãnh, không nằm chí giường mà ngủ, hai bên hông không hề đụng giường nệm, cho nên người đương thời gọi ngài là *Hiếp Tỳ-kheo.*

Hiếp tôn-giả trước là nhà thông-thái đạo Bà-la-môn, đến tám mươi tuổi mới mặc áo Tỳ-kheo và làm Tổ-sư thứ mười trong đạo Phật.

Hiếp tôn-giả truyền Pháp cho Phú-na-dạ-xa (Punyagaça) làm Tổ thứ mười một.

HIỆP CHƯỞNG 合掌 Andjali (*scr.*) — Mains jointes (*fr.*)

Chấp tay, nghĩa là chấp hai bàn tay tả, hữu lại, mà khiến cho tâm của mình biểu lộ ra cái phép kính lễ chuyên nhứt vậy. Đó là một cách kính lễ của người Ấn-Độ, của người theo tôn-giáo hoặc của người kính trọng nhà đạo-đức.

HIỆP TRẢO 合爪 Andjali (*scr.*).— Ongles joints (*fr.*)

Chấp móng tay. Nghĩa là chấp móng mười đầu ngón trong hai bàn tay tả, hữu lại đặng làm lễ kính. Đồng nghĩa : *Hiệp chưởng.*

HÌNH 形

Tức *hình-tượng, hình-trạng* (Pháp : Forme, apparence), cái mà người ta trông thấy. — Tức *hình-sắc, hình-thể* (Pháp : Corps.) Như nói : ảnh tùy *hình* (bóng nương theo *hình*, *hình* ngay thì bóng thẳng, *hình* cong thì bóng vạy.).—Dung-sắc cũng kêu là *hình* (Pháp : physionomie) — Hiền hiện ra (Pháp : apparaître, apparition) Như trong sách Đại-học (Nho-giáo) có nói : Thử vị ư trung, *hình* ư ngoại (Đó mới gọi là tâm-ý ở trong làm sao thì *hiện* ra ngoài làm vậy).— *Hình* lại có nghĩa : địa thế,(Pháp : Situation.)

Hình-hạ 形下 : Vật chi thuộc về hữu-hình thì kêu là *hình hạ, hình nhi hạ.* Đối với : *hình thượng, hình nhi thượng.* Danh-từ triết-học ít dùng trong Kinh-điển Phật (xem : *Hình-nhi-hạ : Hình nhi hạ học.*)

Hình-mạo dục 形貌欲 Ưa thích mặt mày minh mẩy của kẻ khác, nói về sự ưa thích giữa nam nữ. Những kẻ phàm-phu, đối với người khác phái mà mình thích, như kẻ nam đối với người nữ thường có ba chỗ ưa thích :

1°) *hình-mạo dục* (ưa thích . mặt mày mình mẩy, hình sắc đẹp đẽ.

2°) tư-thái dục (ưa thích dung-nghi cốt-cách).

3°) tế-xúc dục (ưa thích sự đụng chạm mịn màng).

Nhà đạo đức nếu quán tưởng bộ xương khô của cái hình-thể, cũng quán-tưởng những sự nhơ nhớp, tan rã của mọi vật nơi thân, liền dứt ba mối dục, ba chỗ ưa thích ấy.

Hình nhi hạ 形而下 : Danh-từ Nho-giáo, danh-từ triết-học. Vật chi thuộc về hữu hình, kêu là *hình nhi hạ*.

Trong Kinh Dịch (Nho-giáo) có nói : *Hình-nhi hạ* giả, vị chi khí (Từ cái hình-chất trở xuống, kêu là khí.)

Về triết-học, những lẽ hữu-hình, còn thấp, thì kêu là *hình nhi hạ*.

Môn học, cỡ học còn kém thấp về *hình nhi hạ* thì kêu là *Hình nhi hạ học*. Cũng như trong kinh-điển Phật nói : *Hiển-giáo* (Exotérisme). Đối với : *Hình nhi thượng học*.

Hình nhi thượng 形而上 : Danh từ Nho-giáo, danh từ triết-học. Vật chi thuộc về vô-hình, siêu-hình, kêu là *hình nhi thượng*.

Trong kinh Dịch có nói : *Hình nhi thượng* giả, vị chi Đạo (Từ cái) hình chất trở lên, kêu là Đạo.)

Về triết-học, những lẽ vô-hình, cao-siêu, thoát ra ngoài hình-chất, thì kêu là *hình nhi thượng*.

Môn học, cỡ học sâu xa của nhà triết-học tôn-giáo, sự nghiên cứu thần-bí về lẽ Thượng-đế, Qui-thần, Linh-thần, Đạo huyền bí, thì kêu là *Hình nhi thượng học* (Pháp : Métaphysique). Cũng như trong kinh-điển Phật nói : *Mật-giáo* (Ésotérisme).

Hình sắc 形色 : Tiếng gọi chung hình-thể và sắc-tướng của người và của vật,(Pháp : physique, Forme). Cũng như nói : *Sắc-thân*.

Hình thượng 形上: Tức là *Hình nhi thượng* đã giải ở trên.

HY HỮU 希有 Rare (*fr.*)

Ít có. Phàm những sự vật gì rất ít, nói là *Hy hữu*. Như : Phật ra đời là một sự *hy hữu* ; Phật thuyết kinh đại-thừa là một sự *hy hữu* (Hy hữu chi sự).

Hy hữu đồng nghĩa với *vị tằng hữu* (chưa từng có). Như : Những pháp mà đức Phật thành-tựu đều là những *vị tằng hữu pháp.*

HỶ 喜 Prîti (*scr*).— Pîti (p.).— Joie (*fr.*)

Tức là : hoan - hỷ, hỷ-lạc. Vui mừng, sung sướng, vì nghe được việc vừa ý, gặp được việc tốt lành. Đồng-nghĩa : *Khả, lạc.* Đối nghĩa : *Ưu, sầu.*

Hỷ là một đức trong *Tứ vô lượng* : Từ, Bi, *Hỷ*, Xả. Ấy là vui mừng mà thấy người ta được thành việc, vui mừng mà thấy người ta được phước đức, lợi-ích ; vui mừng mà thấy người ta tu hành, trì Lục độ, vui mừng mà biết có Phật, Thánh ra đời

Trong *Niết - bàn Kinh*, Phật có phân biệt *Hỷ* với *Lạc*. *Hỷ* là sự vui cỡ thấp, *Lạc* là sự vui cỡ cao. Tỷ như Bồ-tát, trong khi ngưng làm quấy thì kêu là *Hỷ* ; trong khi tâm tịnh trì Giới, thì kêu là *Lạc*. Bồ-tát, trong khi quán - tưởng Sinh - tử, kêu là *Hỷ* ; trong khi trông thấy Đại Niết-bàn, kêu là *Lạc*.

HỶ - KIẾN (*Kiếp*) 喜 見 (劫).— Priyadarçana (*scr*).

Tên một kiếp quá-khứ. Hồi **Hỷ Kiến Kiếp**, có Phật Vân-Lôi-Âm-Vương (*Mêghadundubhisvararâdja*) ra đời, cách nay vô-lượng, vô-biên kiếp.

HỶ-KIẾN THÀNH 喜 見 城.— Indra-Prîti (*scr.*) :

Đền-đài dinh-thự của đức Đế-Thích ở nơi cung trời Đạo-ly, trên đảnh núi Tu-di, về cõi Tiên Dục-giái. Kêu theo Phạn : *Nhơn-đà-la Bạt-đế* (Indra-Prîti).

HỶ-KIẾN (*Thiên*) 喜 見 (天) : Từng trời *Tam thập tam thiên* nơi ấy đức Đế-Thích ngự, có đền-đài dinh-thự kêu là *Hỷ-kiến thành.*

HỶ - NHẪN 喜 忍 : Đức Nhẫn vui. Theo tông Tịnh-độ, niệm danh-hiệu đức Phật A-Di-Đà thì được ba đức Nhẫn : 1.) Hỷ-Nhẫn, 2.) Ngộ-Nhẫn, 3.) Tín-Nhẫn.

1.) **Hỷ-Nhẫn** : Nhờ thấy Phật A-Di-Đà mà sanh lòng hoan-hỷ, trì chí trong sự tu niệm.

2.) **Ngộ-Nhẫn** : Chuyên-trì niệm Phật mà ngộ được Chơn-lý, nên đắc đức Nhẫn.

3.) **Tín-Nhẫn** : Nhờ tin nơi sức cứu-độ, tiếp dẫn của Phật A-Di-Đà nên được cái tâm Nhẫn.

HỶ-TÚC (*Thiên*) 喜 足 (天).— Tushita (*scr.*) :

Cảnh trời vui vẻ, no đủ. Cũng kêu : *Tri-túc thiên, Diệu-túc thiên, Thượng-túc thiên*. Kêu theo Phạn : ***Đâu-suất thiên*** (Tushita). Ấy là cảnh Cực-lạc ở cõi Dục-giới. Hiện nay, đức Di-Lặc (Maitreya) làm chúa-tể cảnh trời ấy. *Di-Lặc hạ sanh thành Phật kinh*:

Đại Trượng-phu Từ-Thị,
Từ ư **Hỷ-túc thiên,**
Lai thác bỉ Phu-nhơn
Tác hậu thân sanh xứ.
(Đại Trượng-phu Từ-Thị ta,
Bấy giờ từ Hỷ-túc là cõi Thiên,
Mượn bà gởi thức tự-nhiên,
Đặng sau sanh xuống dưới miền Nhơn-gian).

HỶ-THỌ 喜 受. Sensation de joie (*fr.*)

Sự thọ-cảm vui. Sáu căn của người ta chạm với sáu trần, liền sanh ra thọ-cảm. Tất cả có năm thọ-cảm, *ngũ thọ* :

1.) Ưu-thọ (*sự thọ-cảm buồn*).

2.) **Hỷ-Thọ** (*sự thọ-cảm vui-sướng*).

3.) Khổ-thọ (*sự thọ-cảm khổ*).

4.) Lạc-thọ (*sự thọ-cảm khoái-lạc*).

5.) Xả-thọ (*sự thọ-cảm an-nhiên, không nghịch, không thuận, không vui sướng, không buồn khổ.*)

HỶ XẢ 喜 捨 Joie et Sacrifice (*fr.*)

1.) Lòng vui vẻ, lòng thí xả. Hai đức sau trong *Tứ vô lượng*.

Hỷ là vui vẻ đối với phước, lợi của chúng-sanh, đối với sự thành công của chúng-sanh về tài-vật, nhứt là về Đạo Lý.

Xả là bỏ đi, thí đi. Như tha thứ cho người ta nếu họ xúc phạm đến mình, hoặc đem những món mà mình có, như tài, vật, thân-mạng mà cung-cấp cho chúng-sanh.

2.) **Hỷ** xả cũng có nghĩa : vui lòng mà bố thí, Pháp : Joie, (Plaisir) de sacrifier. Đồng-nghĩa : Tịnh-xả, Tịnh-thí.

HỶ-MÃ LẠP-NHÃ 喜馬拉雅.

Núi *Hỷ-mã-lạp-nhã* ở phía Bắc Ấn-Độ, tiếp giáp với Tây-Tạng, có tên như vậy, vì nó cao quá, có tuyết phủ hằng năm, không bao giờ tan.

Tiếng Phạn *Hima* : Tuyết, *Âlaya* : Chứa, bao trùm. Vì vậy nên người Tàu cũng gọi là *Tuyết-sơn*.

Thành Ca-tỳ-la-vệ, nơi đức Phật giáng sanh, ở gần bên dãy núi *Hỷ-mã lạp-nhã*. Người ta cũng dùng danh từ *Tu - di sơn* mà gọi núi *Hỷ-mã-lạp-nhã*.

HỶ-MÃ-LẠP-SƠN 喜馬拉山. Him alaya (*scr.*)

Dãy núi cao nhứt trong thế-giới, ở phìa Bắc Ấn-độ, tiếp giáp với Tây-Tạng. Cũng kêu : *Tuyết-lãnh sơn, Tuyết sơn, Hỷ-mã-lạp-nhã.*

HOA-BÁO 華報.

Tiếng tỷ-dụ để gọi sự báo-ứng tạm thời, phát hiện ra trong đời nầy, sau việc làm thiện hoặc ác.

Tỷ như một người kia trồng cây. Cây lớn lên thì sanh **hoa** (*bông*), kế sanh *quả, thật* (trái, hột). Cũng như thế, một người làm thiện hoặc ác, sau việc làm thì hiện ra cái **Hoa-báo** ngay ở đời nầy, rồi đời sau người ấy sẽ nhận cái *Quả-báo* hay *Thật-báo* hoặc *Chánh-báo*.

Như có một kẻ phạm tội giết cha hoặc hại thầy. Sau việc ác ấy, hắn lấy làm bứt rứt, hối xót. Nhơn đó, hắn phát bệnh trầm trọng, chẳng thầy nào trị được. Đó là *Hoa-báo*. Sau khi hắn chết, hắn bị đọa nơi Địa - ngục, Ngạ - quỉ, Súc - sanh, hoặc sanh lại làm kẻ hèn hạ. Đó là *Quả-báo, Thật-báo* hay *Chánh-báo*.

Lại như có một người tu giái Bất sát, thì ngay ở đời nầy, được thảnh-thơi, trường-thọ. Đó là *Hoa báo.* Đến khi mãn phần thì nhập Niết-bàn, về Tịnh-độ hoặc sanh lên cõi chư Thiên, hưởng mọi Khoái-lạc. Đó là *Quả-báo, Thật-báo, Chánh-báo.*

HOA-ĐỨC 花 德. Padmaçri (*scr.*)

HOA: Hoa sen. **Đức**: Đức-tánh. Đức tánh của hoa sen. Một vị Đại Bồ-tát du hành. Ngài thường hiện đến nghe đức Phật Thích-Ca giảng kinh Đại-Thừa. Trong hội Pháp-Hoa, nhơn khi Diệu-Âm Bồ-Tát từ thế-giái Tịnh-quang trang-nghiêm hiện lại cõi Ta-bà nầy mà cúng dường Phật, thì *Hoa Đức Bồ-tát* có bạch hỏi Phật về căn cội tu hành của Diệu-Âm và phép thiền-định Tam-muội mà Diệu-Âm dùng để độ thế.

Phật mới giảng với *Hoa-Đức rằng*: *Bồ-tát* Diệu-Âm từ thuở xưa, hồi Phật Vân-Lôi Âm-Vương ra đời, có cúng dường kỹ nhạc cho Phật Vân-Lôi Âm-Vương và có làm ra 84.000 cái bát bằng thất-bảo mà cúng cho Phật ấy. Còn về Phép-thiền của Diệu-Âm thì Phật dạy rằng Bồ-tát Diệu-Âm dùng phép Tam-muội « Hiện nhứt thiết sắc thân » mà giáo-hóa chúng-sanh.

Hoa-Đức Bồ-tát là hậu-thân của vua Diệu-Trang nghiêm (*Çubhavyûha*) cách nay vô-lượng vô-biên kiếp, hồi Phật Vân-Lôi Âm Túc-Vương-Hoa-Trí (*Djaladhara-gardjitaghôchasusvara-nakchatrarâdja samkusumitâbhidjna*)—ra đời.

Về sau, *Hoa-Đức Bồ-tát* sẽ thành Phật, hiệu là Ta-la thọ-vương (*Câlêndrarâdja*).

HOA-NGHIỆM KINH 華 嚴 經.

Avatamsaka sûtra (*scr.*)— Kégon Kyo (*jap.*)— Hoa-yen King (*ch.*)

Kinh nầy vốn chữ Phạn, do đức Long-Thọ (*Nagarjuna*) soạn lối thế-kỷ thứ hai dương-lịch. Ông Bouddhabhadra (*Phật Đà-bạt-đà la, tàu dịch nghĩa : Giác Hiền*), một nhà sư Ấn-Độ dịch ra chữ Hán, dịch xong lối năm 418. Ấy là bộ kinh căn-bổn của tông Hoa-Nghiêm ở Tàu và ở Nhựt.

Về sau, vào thế kỷ thứ bảy, ngài Đỗ-Thuận, một nhà sư Tàu có công truyền-bá kinh ấy, làm thành phái Hoa-nghiêm tông.

Đại ý của **Hoa-nghiêm kinh**, tức học-thuyết Hoa-nghiêm tông là như vầy : Phật với chúng-sanh đều đồng một gốc, một tánh : cái Chơn-như. Song Phật có đầy đủ cái Chơn-như, hoàn-toàn là cái Chơn-như, nên ngài Giác-ngộ : ấy như mặt nước êm-lặng. Còn nơi chúng-sanh thì cái Chơn-như còn bị án, nên họ còn mê-lầm. Ấy như mặt nước xao-động. Song cũng đều là nước. Bao giờ lời lành của Phật, tư-tưởng của Phật cũng dội ra các nơi, bao giờ ánh-sáng của Phật cũng tỏa ra khắp nơi để soi tỏ chúng-sanh. Vạn vật ở cõi thế đều ăn chịu và tiếp ứng cho nhau tất cả. — *Hoa Nghiêm Kinh* cũng kêu trọn chữ là *Đại Phương quảng Phật Hoa-Nghiêm Kinh.* Trong bài Phú Hoa-nghiêm cảm-ứng có chép rằng ai nghe được bảy chữ ấy thì chẳng đọa Địa-Ngục, Ngạ-quỉ, Súc-sanh và ác-thần ác-quỉ....

Giáo-lý *Hoa-Nghiêm Kinh* là giáo-lý viên đốn. Ai thọ-trì *Hoa-Nghiêm Kinh* thì liền vào cảnh-giái của Phật, rất mau thành Phật. —

Trong quyển « **Tây-Vực Ký** » có chép : Có một vị Phạm-tăng, tay chuyền *Kinh Hoa-Nghiêm*, nước rửa tay nhỏ trên mình con kiến, con kiến ấy liền đặng sanh lên cõi Trời.

HOA-NGHIÊM TAM-MUỘI 華嚴三昧

Phép đại-định Hoa-Nghiêm. Cũng kêu : *Phật Hoa-Nghiêm tam-muội.* Bực tu thiền nhập phép định Hoa-Nghiêm thì thống nhiếp tất cả Pháp-giới, tất cả pháp-môn của Phật đều gom vào nơi mình, đạt được cái Chơn Pháp-giái vô-tận duyên khởi của chư Phật.

Như trong khi diễn *Vô lượng thọ kinh,* Phật có khen chư Bồ-tát dự nghe, phán rằng : Các ngài thành tựu đủ hết vô-lượng Tổng-trì (*Đà-la-ni*), trăm ngàn Tam-muội. Các căn và trí-huệ đầy đủ, rộng khắp tịch-định, vô sâu tới Pháp-tạng của Bồ-tát, được *Hoa-nghiêm Tam-muội* của Phật.

HOA-NGHIÊM-TÔNG 華嚴宗. Hoa-yen-tsoung (*ch.*). — Kégonshu (*jap.*)

Một tông-phái đạo Phật Đại-thừa ở Viễn-Đông. Tông nầy lấy quyển Hoa-nghiêm-kinh làm kinh căn-bồn. Từ thế-kỷ đầu d.l, đã có Bồ tát - Mã - Minh (Açvaghosha) nghiên - cứu quyền kinh ấy bằng chữ Phạn. Đến thế - kỷ thứ hai, Bồ - tát Long - Thọ (Nagarjuna) cũng có nghiên cứu quyền kinh ấy.

Qua thế - kỷ thứ năm, ông Giác - Hiền (Buddhabhadra), người Ấn - độ, dịch bộ Hoa - Nghiêm ra chữ Hán, vào năm 418.

Kế đó, Đỗ - Thuận, người Tàu, có công truyền bá kinh Hoa - Nghiêm nhiều hơn hết, nên người ta gọi ngài là Giáo tổ Hoa - nghiêm Tông.

Học - thuyết của *Tông Hoa - Nghiêm* là như vầy : Bao giờ tư tưởng và lời lành của Phật cũng sáng chiếu và dội ra các nơi trong mọi vật, cho đến trong hột cát nhỏ rứt. Vạn vật ở thế đều ăn chịu và tiếp ứng cho nhau, đồng soi sáng cho nhau. Phật với chúng - sanh đồng một tánh, cái « Chơn - như ». Phật quyết đưa về cõi Giác tất cả loài người. Bao giờ còn một mạng phải vớt thì lòng Phật chưa yên. *Tông Hoa - Nghiêm* truyền qua Nhựt năm 736 d.l. bởi Đại - sư Đô - Sen.

Những bực sáng suốt trong phái *Hoa - Nghiêm Tông* thấu rằng cõi đời là chẳng thật, song thấy rằng cái chẳng thật cùng cái thật, bổn - tánh vẫn như nhau, cho nên đắc được cái yên tĩnh tự nhiên, hơn những kẻ phàm - phu tục - tử.

Trước thế kỷ thứ mười , *tông Hoa - Nghiêm* rất thạnh hành. Mà từ thế kỷ thứ mười trở về sau, người ta theo chủ - nghĩa của Tịnh - độ tông rất nhiều, nên *Hoa - nghiêm tông* kém sức phổ - độ hơn trước.

HOA QUANG (*Như-Lai*) 花 光 Padmaprabha (*scr.*)

Một đức Phật vị-lai, tối hậu thân của Xá-ly-Phất. Đức Phật Thích-Ca có thọ-ký cho Xá-ly-Phất, Ngài phán rằng sau nầy, Xá-ly-Phất sẽ thành Phật, hiệu là *Hoa-Quang Như-Lai*, cõi thế của Phật nầy tên là *Ly-Cấu* (*Viradja*) và Kỷ Kiếp là Đại-*Bảo trang-nghiêm* (*Mahâratnapratimandita*). Kỷ kiếp của Phật Hoa-Quang gọi là Đại Bảo Trang-nghiêm là vì trong kỷ kiếp ấy, trên cõi Ly-Cấu, chư Bồ-tát đều lấy tên là Đại-bảo (*Phạn : Mahâ ratna, Pháp : Grands joyaux*). Chư Bồ-tát nầy đông vô số.

Đời sống của Phật Hoa-Quang là mười hai Tiểu-kiếp, không kể lúc Ngài còn làm Vương-tử, chưa thành Phật. Nhơn dân trong cõi của Ngài sống đến tám Tiểu Kiếp .

Khi gần tịch, Phật Hoa-Quang sẽ thọ-ký cho Bồ-tát Kiên-Mãn (*Dhritiparipũrna*), phán rằng Bồ-tát Kiên-Mãn sẽ thành Phật tiếp theo Ngài,. hiệu là Hoa-Túc-An-Hành (*Padmavricha Chabhavi-Krâmin*). Sau khi Phật Hoa-Quang tịch, Chánh-pháp sẽ còn trụ ở thế trong 32 Tiểu-kiếp, Tượng-Pháp lại trụ trong 32 Tiểu-kiếp nữa.

HOA THỊ *(quốc)* 華氏(國) Pâtaliputra, (*scr.*)

Một kinh-thành Ấn-độ. Âm theo Tàu: Ba-trá-ly-Phất thành 波吒利弗城.

Hoa-thị là một thành phố lớn trong cõi Ấn-độ, vừa cất lên hồi Phật Thích-Ca sắp nhập Niết-bàn, năm 479 trước Dương lịch. Lối 200 năm sau khi Phật tịch, tức năm 273 trước Dương-lịch, vua A-Dục lên ngôi tại thành *Hoa-thị*, Kinh-đô ấy lại là nơi vua A-Dục mở hội kết-tập kỳ ba để duyệt lại Tam-tạng kinh, bảo-tồn Chánh-pháp và truyền bá đạo Phật ra các nước ngoài.

Về sau, *Hoa-thị* là quê-hương của tổ-sư thứ 11, Phú-na dạ-xa (*Punyagaça*).

HOA-TÚC AN-HÀNH 華宿安行 Padmavrichabhavi-krâmin (*scr.*)

Một đức Phật vị-lai.

Đức Phật Thích-Ca có thọ ký cho Bồ-tát Kiên-Mãn (*Dhritiparipũrna*), ngài phán rằng Bồ-tát Kiên-Mãn sẽ thành Phật-hiệu là Hoa-túc an-hành (*Padmavrichabhavikrâmin*). Phật Hoa-Túc, An-Hành sẽ ra đời kế tiếp Phật Hoa-Quang (*Padmaprabha*).

HÓA 化

Giáo-hóa, dạy dỗ người ta, khiến họ đổi dữ ra lành, đổi tà thành chánh, Pháp: Enseigner, Instruire.— Lại có nghĩa: Dùng sức thần-thông mà biến hiện ra vật nầy vật khác, thân nầy thân khác, cảnh nầy cảnh khác: như biến cái món nầy khiến nó hóa thành món khác, biến cái thể này làm cho nó thành ra cái thể khác, biến cái cõi nầy làm cho nó hóa ra cái cõi khác. Tức là thay đổi (*Pháp: transformation*).

Lắm khi, chẳng đợi có phép thần thông, mà tự nhiên hoặc vì nhơn-duyên mà thay hình đổi trạng, cũng kêu là *hóa*.—

Hóa cũng có nghĩa : tạo-tác (*création*). Như Phật, Bồ-tát dùng sức oai-linh mà tạo ra cảnh, vật.— Cũng có nghĩa : tịch, chết (*Pháp* : *Mourir*) — Cầu người ta bố-thí cũng kêu là *Hóa*. Như : mộ hóa, hóa duyên, hóa trai, *Pháp* : *Mendier, Ouvrir une souscription*).

Hóa-cảnh 化境. Cảnh đất nơi ấy Phật giáo-hóa. Trong các thế-giái ở khắp mười phương, chỗ nào cũng là *hóa-cảnh* của đức Như-lai ; ở đâu có chúng-sanh là có sự giáo - hóa của Phật.

Hóa-chủ 化主 Có hai nghĩa :

1.) Chủ giáo-hóa. Tiếng tôn xưng đức Phật, vì ngài là bực chủ - tể trong cuộc giáo-hóa chúng-sanh. Trong các trang Hiền, Thánh đứng ra hoằng hóa Đạo Pháp, ngài là bực trên trước.

2.) Chủ cuộc khuyến hóa. Tiếng gọi bực tín-đồ có lòng sốt sắng đứng ra cổ động việc bố-thí, cúng dường Tam Bảo.

Hóa chuyển 化轉 : Giáo-hóa và xây chuyền. Đem đạo-lý mà dạy người, khiến họ dồi dữ ra lành. — Cũng có nghĩa : Chuyển mê thành ngộ ;— chuyển phàm thành Thánh..

Hóa-công 化功 : Công-đức giáo-hóa : trì chí, tận tụy mà giáo-hóa chúng - sanh, khai hóa cho họ, khiến họ mộ việc từ thiện và tinh-tấn tu-hành.

Hóa-duyên 化緣 : Đi quyên tiền khiến cho người ta kết duyên lành với Phật. Cũng kêu : Mộ hóa. Như có cuộc cất chùa, tạo tượng, mở hội tu, mà có ông sư bà sư đi chỗ nầy chỗ kia mà khuyến hóa, như vậy kêu là *hóa duyên*.

Hóa-đàn 化壇 : Cảnh đàn-tràng để thiêu người thác. Cũng kêu : Niết-bàn đường. Trong giáo-hội, như có sư nào tịch, thì người ta thường đem thi hài đến cảnh *hóa đàn*, các sư bến tụng kinh và thiêu xác cho thành tro.

Hóa độ (*thổ*) 化土 : Quốc - độ nơi ấy Phật hóa hiện ra. Như Ta - bà thế - giái là *Hóa độ* của Phật Thích-Ca, Cực - lạc thế - giái là *Hóa độ* của Phật A - Di - Đà. *Hóa - độ* có cõi uế, có cõi tịnh, mỗi đức Phật tùy Nguyện-lực của mình mà hiện thân nơi cõi trược-ác hoặc cõi thanh-tịnh đặng giáo-hóa chúng-sanh.

Hóa độ 化度 : Giáo-hóa, tế-độ chúng-sanh. *Hóa* là dùng việc lành mà cảm-hóa, đem điều lành mà giáo-hóa. *Độ* là cứu độ, đưa chúng-sanh từ bến mê tới bờ giác, đưa họ từ chỗ khổ nảo qua nơi an-lạc.

Truyền pháp chánh tông ký : Đức Như-lai trong lúc trụ thế 49 năm, dùng chánh-pháp mà *hóa độ* chúng-sanh chẳng biết bao nhiêu mà kể số.

Hóa hành (*hạnh*) : 化行 : Hóa-giáo (*Khoa giáo-hóa*) và và Hạnh-giáo (*Khoa giái-hạnh*). Cũng kêu : Hóa-chế. *Hóa-giáo* là giáo-pháp để phổ hóa cho người xuất-gia và tại-gia.

Hạnh-giáo hay Chế-giáo là giáo-pháp lập riêng cho tỳ-kheo để giữ gìn giái-luật xuất gia.

Như trong Tam Tạng, Kinh và Luận thì giải thuyết về *Hóa-giáo* ; còn Luật thì chỉ dạy về về *Hạnh-giáo*. Ai tu học cả Tam-Tạng, bực Tam Tạng Pháp-sư thì thông cả Hóa-giáo và Hạnh-giáo, tức là *Hóa-Hạnh*.

Bực thầy đi giáo-hóa cho đời, giảng dạy cho họ biết Lý-nhơn-quả, việc chánh việc tà cùng các nghĩa-lý đạo-đức, tức là truyền bá *Hóa-giáo*. Còn nhà sư chỉ dạy giái-luật cho người ta tu trì, truyền pháp-môn tu thiền cho đệ-tử, tức là bực truyền *Hạnh-giáo*. Đức Phật truyền dạy đủ hai môn *Hóa, Hạnh*.

Hóa-lạc thiên 化樂天.— Nirmànarati (*scr.*) : Cảnh trời Hóa lạc, chư thiên (*tiên*) ở cảnh Hóa-lạc. Âm theo Phạn : Tu-niết mật-đà (*Nirmànarati*). Ấy là cảnh trời thứ năm trong cõi Lục dục thiên. Các hàng Tiên ở cõi Dục-giái (*Kàmadhatu*) phân nhau ở trong sáu cảnh trời (*Lục dục thiên*) :

1. Tứ thiên vương thiên (*Càturmahàràjakayika*)
2. Đạo-lý thiên (*Tràyastrimsa*)
3. Dạ-ma thiên (*Yàma*)
4. Đâu-suất thiên (*Tusita*)

5. *Hóa lạc thiên* (*Nirmànarati*)

6. Tha hóa tự-tại thiên (*Paranirmitavasavartin*).

Ở cảnh *Hóa-lạc thiên*, chư Tiên tự hóa ra năm món thỏa thích về sắc, thinh, hương, vị, xúc mà hưởng lấy, cho đó là vui thú.

HÓA PHẬT 化佛 : Vị Hóa-Phật: Phật và Bồ-Tát dùng sức thần-thông mà hóa ra hình Phật. **Hóa-Phật** đối với *Chơn-Phật*.

Như : *Hóa-Phật* của đức Thích-Ca, *Hóa-Phật* của đức A-Di-Đà.

Mỗi đức Phật thiệt (*Chơn-Phật*) có thể hóa hiện ra cả ngàn cả muôn vị *Hóa-Phật*, mỗi vị đều y hệt với đức Phật thiệt, cũng có đủ 32 tướng chánh, 80 tướng phụ, nước da vàng hực, có đủ hào quang và đủ biện-tài thuyết-pháp, đủ các phép thần-thông.— Từ nơi cõi Cực-lạc, đức Phật A-Di-Đà phái những vị *Hóa-Phật* của ngài đi khắp Mười phương mà tiếp dẫn chúng-sanh về Cõi của ngài. — Lại những vị Bồ-tát lớn, như ngài Quan-Thế-Âm, ngài Diệu-Âm, đều có thể hiện ra làm *Hóa-Phật* đặng tùy tiện độ chúng-sanh.

HÓA - SANH 化生 .— Aupapâduka (*scr.*)— Naissance par transformation spontanée (*fr.*) :

Chuyển hóa mà sanh ra, chớ chẳng vào trong thai bào như con người ở cõi nầy. **Hóa-sanh** là một loại, một cách trong *Tứ sanh*. Những loài *hóa-sanh* bực thấp thì như bướm, rầy, cùng các hạng địa-ngục, ngạ-qui, bực cao thì như chúng sanh ra đời hồi Sơ-kiếp cùng các hạng Thần, Tiên (*Dục-giới, Sắc-giới, Vô-sắc giới*). *Hóa-sanh* vào cảnh-giái nào thì liền có đủ căn-tánh, thân-tướng của chúng-sanh trong cảnh-giái đó. Như *hóa-sanh* vào hàng Tiên (*Thiên*) thì thân hình đẹp đẽ, sáng suốt, muốn hưởng chi cũng có, muốn đi đâu cũng được, có thiên-nhãn, thiên-nhĩ và phép thần-thông biến - hóa.— Còn như những chúng-sanh tu tập các thiện-căn, làm các công-đức, cầu vãng sanh về cõi Cực-lạc của Phật A-Di-Đà, khi thác liền *hóa-sanh* đến Cõi ấy, được thân-tướng trang-nghiêm, được thấy Phật, được nghe thuyết-pháp, được vãng lai với Thánh-chúng, được đi chầu chư Phật ở các thế-giái khác.

HÓA - THÂN 化身. Thân biến-hóa. Phật, Bồ-tát, La-hán, Thánh-chúng có thể biến hóa ra thân thể khác ở chỗ nầy, chỗ kia mà độ chúng-sanh.

Địa-Tạng Kinh, Phẩm đệ nhị : Khi ấy, các vị **Hóa-thân** của Địa-Tạng Bồ-tát ở các thế-giái đều gom lại một hình...

HÒA-CA-LA-NA (*Kinh*) 和迦羅那 (經). Vyakarana (*scr.*)

Chữ Phạn, dịch nghĩa : *Thọ-ký.* Cũng viết : *Tỳ-già-la-na.* Một trong 12 thể thuyết-pháp của Phật, *Thập nhị bộ kinh.* Trong khi thuyết kinh-luật, Phật có mách trước với vị thính-giả nào đó, bảo vị ấy nhớ rằng tới đời nào đó, vị ấy sẽ thành Phật, hiệu là . . . Tỷ như đức Phật có phán rằng : « Nầy A-Dật Đa ! về đời sau, đến thuở vua Hướng-Khư trị vì, ông sẽ giáng thế và thành Phật, hiệu là Di-Lặc... »

Thể kinh như vậy, kêu là **Hòa-ca-la-na kinh** (*Thọ-ký kinh*).

HÒA - HIỆP TĂNG 和合僧 Samgha (*scr*).

Do chữ *Tăng-già* tiếng Phạn, dịch ra *Hòa-hiệp. Hòa-hiệp tăng* là nói chung cả tiếng Hán và tiếng Phạn vậy. Tỳ - kheo từ ba người trở lên nhóm ở một chỗ, đồng trì giới, đồng hành đạo, kêu là *Hòa - hiệp - tăng.*

Cũng như : Tăng - già, Giáo - hội, Tăng - già - lam.

Có hòa - hiệp-tăng thì nên ăn ở theo phép *Lục hòa.*

HÒA-MẶC 和墨 Ho-mei (*ch.*)

Vua Hòa-Mặc ở Ấn-độ nguyên là tín-đồ của một tôn-giáo hay tế mạng sống của chúng-sanh.

Vua gặp được đức Phật Thích-Ca. Vua qui-y Tam Bảo. Và được Phật hóa-độ, vua không còn đem mạng sanh-linh mà cúng tế nữa.

HÒA-NAM 和南. Vandana (*scr.*)

Hòa-nam là chữ Phạn, dịch nghĩa : lễ bái, đỉnh lễ, năm thể trong thân đều đụng sát đất mà tỏ dấu tôn kính. Như : *Hòa-nam* Thánh-chúng, *Hòa-nam* chư Phật, *Hòa-nam* thượng sớ.

Trong khi lễ-bái, tam nghiệp (*thân-nghiệp, khẩu-nghiệp,*

ý-nghiệp), trở nên thanh - tịnh. Và khi lễ bái, nhà đạo được hai điều - lợi ích nầy : một là khiến cho tâm mình nhập tâm Phật, hai là cầu cho tâm Phật nhập tâm mình ; hai tâm nhập lẫn với nhau thì Đạo được cảm-ứng, giao thông.

HÒA TU KIẾT (*Long vương*) 和修吉 (龍王) Vâsuki (*scr.*)

Một vị vua loài rồng, cung điện ở dưới biển.

Hồi Phật Thích-Ca sắp diễn Kinh Diệu-pháp-liên-hoa, Hòa-tu-Kiết Long-Vương với bảy Long-Vương khác, mỗi ngài đều có dắc theo rất nhiều quyến - thuộc, hiện đến núi Kỳ - xà - quật mà nghe Phật thuyết pháp. (Xem : *Long - vương*.)

HÒA - THƯỢNG 和尚 Upadhyaya (*scr.*).— Bonze en chef (*fr.*)

Tiếng phạn, có nghĩa : *Sanh lực*, lại có nghĩa : *Thân giáo - sư*. *Sanh lực* : Có đạo - lực khiến cho đệ - tử sanh trí - huệ. *Thân giáo - sư* : Bực tôn - sư thân - cận với đệ - tử.

Tiếng gọi tôn xưng nhà sư.— *Hòa-thượng* nghĩa chánh là bực sư lãnh phần dạy dỗ những vị sư mới xuất - gia, dạy cho biết trì giái, nhập định và tu huệ. Đọc theo Phạn : *Ô-ba-đà-da* (*Upaddhyaya*), cũng đọc : *Ưu - bà - đà - da*.

Theo trong Tứ phần - luật, *Hòa - thượng* là nhà sư đỡ đầu cho Sa-Di và Tỳ - Kheo mới xuất - gia, vì hai bực nầy muốn nhập đạo, phải có nhờ ba ông thầy dìu dắc cho : *Hòa-thượng*, Giáo - thọ (*A - xà - lê*) và Kiết - ma.

Mà phận sự vị *Hòa-thượng* là trọng hơn hết, vì chính *Hòa-thượng* giới-thiệu cho đệ-tử nhập đạo và bảo lãnh cho vị đệ-tử ấy trọn đời tu học.

Theo trong Phạm-võng Kinh (Bồ-tát giái kinh), *Hòa-thượng* là một trong hai vị sư truyền giái. Về Bồ-tát-giái, có hai vị sư : một là *Hòa-thượng*, thầy đỡ đầu ; hai là A-xà-lê, thầy Giáo-thọ.

Ở xứ ta, thường ở mấy cảnh chùa lớn, có một vị sư đứng đầu, làm chức *Hòa-thượng*. Sau khi được truyền giái, nhà sư được làm Tỳ-kheo, dự được năm kỳ Trường Hương (nhập hạ) trong ban thất chứng (bảy vị chứng-minh sư truyền giái Tỳ-kheo) thì lên chức *Giáo thọ*, kế *Kiết-ma*. Dự đủ mười lần Trường Hương, đến lúc khai Trường Kỳ thì có thể thọ lễ phong chức *Hòa-thượng*. Vậy *Hòa-thượng* là chức-vị cao hơn hết trong hàng Tăng-lữ ở Nam-Việt.

Hòa - thượng lại là tiếng có tánh-cách tôn trọng mà người ta dùng để gọi vị sư trụ-trì một ngói chùa (*mặc dầu vị ấy chẳng có dịp được phong chức Hòa-thượng*). Người ta cũng dùng tiếng *Hòa-thượng* để xưng những vị tu-hành có tuổi tác, đầu tròn áo vuông, có cốt-cách và đạo-hạnh.

HỎA 火 Tejas (*scr*).— Ka (*jap*).— Feu (*fr.*)

Lửa. Một chất trong *Tứ đại, Ngũ đại*. Đọc theo Phạn : *Thọ-đề* 樹提. Tejas.

Cũng có nghĩa : lòng nóng giận, lòng phiền-não, các mối mê-dục tùng theo tham, sân, si. Các mối nầy đốt thiêu những công-đức thiện căn của người ta, nên gọi là *hỏa*.

Trong một cuộc thuyết pháp để độ ba anh em Ca - Diếp với một ngàn đệ-tử của ba ông ấy, Phật có phán rằng : Cả thế-giái đều cháy đỏ như *lửa* rồi. Con mắt thì đỏ tợ *lửa*, những vật con mắt thấy đều là *lửa*, cả thảy những vật mà người ta nhận thấy ở trên thế gian đều là *lửa*. Tại sao vậy ? Là vì người ta không tắt được *lửa tham, lửa sân* và *lửa si*. Những ngọn *lửa* ấy làm chóa con mắt, vì vậy mà các ngươi vẫn còn quanh lộn trong những cuộc sanh, già, chết và khổ... Nầy chư Tỳ-kheo ! Cả thế-giái đều cháy thành *lửa* rồi. Nếu nghe ta giảng mà hiểu, thì đối với các ngươi, *lửa* sẽ tắt ngay. Con mắt các ngươi không còn bị *lửa* chóa và các ngươi sẽ ngó vạn vật bị cháy mà không còn vui vẻ như hôm nay, vì các ngươi sẽ không còn quyến-ái như hôm nay đây...

HỎA CẨU 火狗 : Chó lửa. Thứ chó ở Địa-ngục, miệng phun ra lửa mà bức bách, làm hại kẻ bị đọa.

HỎA-CHÂU 火珠 : Hột bảo-châu gắn phía trên chùa-tháp,

ánh sáng chói ra xa. Nhiều cảnh tháp bên Ấn-độ đều có gắn hột *hỏa-châu*, những hôm trời có trăng, chiếu ra rất đẹp.

HỎA DIỆM TAM-MUỘI 火燄三昧. Phép đại-định tung lửa ra. Cũng kêu : *Hỏa sanh Tam-muội, Hỏa quang Tam-muội*. Đức Phật từng nhập phép Tam-muội nầy, từ trong thân Ngài xuất ra thứ lửa mạnh, hàng phục giống rồng độc.

Lại chư vị La-hán, khi đến lúc nhập diệt thì vào phép *Hỏa diệm Tam-muội*, tự mình hóa lửa thiêu lấy thân mình, chớ chẳng cần đến lửa thường.

HỎA-ĐỨC TINH-QUÂN 火德星君 : Tên vị Thần lửa. Trong điện thờ của phái Thiền-lâm, về hướng Nam Trung-hoa, có thờ vị *Hỏa-đức Tinh-quân*. Mỗi tháng, nhằm ngày mồng 4 và 18, nhà chùa thường tụng Kinh cúng vị Thần ấy. Người ta tin rằng thờ vị *Hỏa-đức Tinh-quân* thì ngài phò-hộ cho khỏi hỏa-tai.

HỎA-GIÁO 火教 : Culte du Feu (*fr.*) : Đạo thờ Thần lửa (*Hỏa-thần, Phạn : Agni*). Đạo nầy thạnh ở Ba-tư (*Perse*) và ở Ấn-độ (*Inde*). Người ta sùng bái ngọn lửa (*Génie du feu, Hỏa-yêu*) và cúng vái vị thần chúa-tể là Yêu-thần (*Phạn : Ahura Mazda*). Đạo nầy có truyền qua nước Tàu, gọi là Yêu-đạo. (*Xem :* **Yêu-đạo**).

HỎA KHANH : 火坑 : Hầm lửa. Tức là chốn địa-ngục, nơi ấy chúng-sanh phạm tội thấy mình sa xuống hầm lửa đốt tứ tung. Trong Diệu-pháp liên-hoa kinh, phẩm *Phổ - môn* có chép :

Hán-văn : Giả sử hưng hại ý,
Thôi lạc đại *Hỏa-khanh ;*
Niệm bỉ Quan - Âm lực,
Hỏa - khanh biến thành trì.

Dịch nghĩa : Có ai hung ác với mình,
Bỏ vào *hầm lửa*, quyết tình giết đi,

Quan - Âm, hãy niệm tức thì,
Bấy giờ hố lửa biến đi ao lành.

HỎA-LUÂN 火 輪 : Vòng lửa. Cũng kêu : *Triền hỏa luân.* Khi người ta cầm một ngọn lửa mà quây tròn cho thiệt mau, thì thấy nó thành ra một vòng lửa (**hỏa-luân**). Mắt tuy thấy cái hình vòng lửa ấy, mà thật thể thì không có vòng lửa. Cũng tỷ như những *pháp hữu - vi* liên tiếp nhau mãi mãi không hề ngừng nên người ta thấy lộ ra cúc thứ hình-sắc. Tuy là thấy vô-số hình-sắc, chớ thật thể thì rốt cuộc là không. Vậy thì thế-giái, cuộc đời với những chuyện xảy ra từ quá khứ, hiện tại đến vị-lai vốn không có thật, đều do sự tương-tục của pháp hữu-vi, cũng như hình vòng lửa do nơi ngọn lửa quây tròn mà thành.

HỎA PHẦN ĐỊA-NGỤC 火 焚 地 獄 : Địa ngục lửa đốt cháy. Một cảnh Địa - ngục nơi ấy những tội - nhơn bị đọa thấy mình bị lửa đốt một cách khốc liệt, không ngừng. Vì sự hành-phạt ấy cho nên gọi cảnh ấy là *Hỏa phần địa-ngục.*

HỎA TAI 火 災 : Nạn lửa. Vì lửa lớn có thể đốt cháy mọi vật và đốt cháy chúng-sanh, nên kêu là *Hỏa - tai.* Một tai nạn trong *Tam tai* (*Hỏa-tai, Thủy tai, Phong-tai*).

Hỏa - tai thường thì hại một khu vực, một Địa phương. *Hỏa-tai* lớn trong kỳ Mạt-Kiếp (*Hoại - kiếp*), hay là *Kiếp hỏa* thì đốt chết chúng - sanh từ mặt đất nầy lên tới cảnh Trời Sơ - thiền, trừ ra cảnh Trời Nhị Thiền thì sức lửa lên chẳng tới.

HỎA - TÁNG 火 葬.

Sự mai-táng bằng lửa. Ấy là thiêu xác rồi lấy tro tàn đem về chùa mà thờ ; tro tàn của Phật kêu là *xá - ly* thì đem thờ trong *Bảo - tháp.* Bên Ấn - độ, có bốn cách mai táng người thác :

1o *Thủy táng* : Đem xác người chết mà bỏ xuống sông xuống rạch cho cá ăn.

2o/ *Hỏa táng* : Lấy củi mà thiêu cho ra tro.

3o/ *Thổ táng* : Mai táng trên đồi, bên bờ cho thây mau rã.

4o/ *Lâm táng* : Đem bỏ thây trong rừng lạnh đặng cho cầm thú ăn.

HỎA-TỤ 火聚 : Chỗ lửa nhóm họp. Lời ví dụ để chỉ cái *thân* của người ta. Cái nhơn - thân đáng chán, đáng sợ ấy nó tích tập mọi thứ lửa phiền-não, nên kêu là *Hỏa - tụ.*

Lại cũng là lời ví dụ để chỉ sự *sân-nhuế.* Lòng nóng giận giống như lửa, nếu để nó nhóm họp lại thì nó đốt tâm và thân, nên kêu là *Hỏa-tụ.*

HỎA - THẦN : 火神. Agni (*scr.*).— Génie du Feu (*fr*) : Thần lửa. Vị Thần của đạo Hỏa-giáo. Bên Ấn-độ, có phái thờ vị *Hỏa - thần,* lúc nào họ cũng có để nơi bàn thờ một ngọn lửa.

Nhiều Đệ-tử của Phật, như nhóm ông Ưu-lâu-tần-loa Ca-Diếp, trước khi thọ pháp Phật, đều là những vị tu hành thờ *Hỏa-thần*.

Trong kinh Avadâna - Çataka (*Soạn tập bá duyên kinh*) bài 36, Phật có phán « Vị *Hỏa - thần* ở với những gia - đình biết thờ trọng, cung kính và nuôi dưỡng cha mẹ cho tử-tế. Tại sao vậy ? Là vì, đối với con nhà thiện-tín, cha với mẹ tức là hai vị Thần rồi. » (*Xem* **Yêu - đạo**).

HỎA - TRẠCH, 火宅.

Maison embraseé (*fr.*) : Nhà cháy đỏ. Phật thí dụ cảnh *nhà cháy* với cảnh *Tam giái,* nơi đây các ngọn lửa phiền não : tham dục, sân hận, si mê đương thiêu đốt chúng - sanh. Vậy Phật là bực cha lành, dùng phương-tiện khéo đưa các con ra khỏi cảnh *Hỏa-trạch,* hầu được an-lạc, thảnh thơi. Phương-tiện ấy là ba cỗ xe : Thinh-văn-thừa, Duyên - Giác - Thừa, Bồ - tát thừa hay là Đại-thừa. Ai tu xuất-gia, muốn thành La - hán, tức là ra khỏi cảnh *nhà cháy* bằng thừa Thinh-Văn. Ai tu xuất-gia, muốn thành Duyên-Giác (*Bích-chi Phật*), tức là ra khỏi cảnh *nhà cháy* bằng thừa Duyên-giác. Ai tu hạnh Bồ - tát, dõng mãnh mà độ đời, tức là ra khỏi cảnh *nhà cháy* bằng Đại-Thừa, Phật-Thừa.

Trong **Địa-Tạng Kinh**, phẩm 13, đức Phật có phán với Địa-Tạng Bồ-tát : Ông nên nhớ rằng, hiện nay ở nơi cung trời Đao-ly, giữa hội chư Phật, chư Bồ-tát, ta đem những chúng-sanh trong hàng nhơn, thiên chưa ra khỏi cảnh Tam-giái, còn ở trong cảnh *nhà cháy* (*hỏa-trạch*) mà phó-chức cho ông. Vậy ông đừng để cho những chúng - sanh ấy sa đọa vào nẻo ác-lụy...

HỎA - TRẠCH TĂNG 火宅僧 : Thầy tu ở trong nhà cháy. Tiếng nói riêng để chỉ hạng Tăng - già có vợ, còn quanh quần theo gia-thế, tức là còn ở trong cảnh *nhà cháy*, còn bị các phiền-khổ thiêu-hủy.

HỎA-XA 火車 : Xe cháy đỏ. Lửa cháy đỏ rực từ trong xe phát ra, xe ấy chở kẻ tội phạm đến Địa - ngục. *Hỏa - xa* tức là một cách hành - phạt kẻ đã phạm tội trên dương gian vậy.

HỎA-XÀ 火蛇 : Rắn phun lửa. Loài rắn độc ở Địa-ngục, miệng hả ra phun lửa mà bức bách, hảm hại kẻ đã phạm tội ác ở dương gian.

HOẠI-SẮC 壞色 Kasaya (*scr.*)

Tiếng phạn : *Cà-sa* (*kasaya*).

Hoại - sắc là thứ áo mà màu vải đã bị làm cho hư hoại, mất giá, mất cái màu chánh của nó. Phải làm cho màu chánh hư hoại bằng cách nhuộm đặng cho mất giá-trị về buôn bán. Rồi thì vị Tỳ kheo mới mặc được. Cũng kêu : *Hoại nạp, pháp-y, phước điền y.*

Bồ - tát giái kinh, điều 40 : Ưng giáo thân sở trước cà-sa. giai sử *hoại-sắc*, dữ Đạo tương ứng. Giai nhiễm sử thành, hoàng, xích, hắc, tử sắc. Nhứt thiết nhiễm y nãi chí ngoạ-cụ, tận dĩ *hoại sắc*. Thân sở trước y, nhứt thiết nhiễm sắc. (*Về áo cà-sa mà nhà sư mặc, nên bảo làm cho* **màu sắc trở nên hủy hoại**, *như vậy đặng ứng hạp với Đạo. Đều nhuộm cho ra các màu xanh, vàng, đỏ, đen, tía. Hết thảy áo nhuộm cho chí đồ nằm, đều dùng* **màu hủy hoại** *cả. Áo vận nơi mình, đều phải nhuộm hết.*

HOẠI NẠP 壞衲 Kasaya (*scr.*)

Hoại : làm cho hư hỏng, mất màu, mất giá trị về sự bán chác.

Nạp : Đâu lại từng miếng, chấp lại với nhau.

Hoại nạp là pháp-y, áo *cà-sa* của chư Tỳ-kheo, của các tu-sĩ đạo Phật. Cũng gọi : Phước-điền y.

HOAN-HỶ 歡喜.. Joie (*fr.*)

Hoan : vui vẻ ; tỏ ý, tỏ cách vui vẻ.

Hỷ : mừng, thỏa dạ, sung sướng vì gặp việc tốt lành.

Hoan-hỷ tức là thân-tâm vui khoái vì gặp cảnh vừa ý, thuận tình, hoặc vì được nghe đều thích chí. Đối với : *Sầu-não.*

Như trong Tam-Tạng Kinh, mỗi khi đức Phật thuyết xong một thời Kinh, tất cả những vị dự nghe đều tỏ lòng *hoan-hỷ mà thọ trì*, tỏ ý *hoan-hỷ mà phụng hành*, rồi mới đảnh lễ và lui bước.

A-Di-Đà Kinh : Phật thuyết thử Kinh dĩ, Xá-ly-Phất cập chư Tỳ-kheo... *hoan-hỷ* tín thọ, tác lễ nhi khứ.

Vu-lan-bồn Kinh : Thời, Mục-Liên Tỳ-kheo, Tứ bối Đệ-tử, *hoan-hỷ* phụng hành.

HOAN-HỶ ĐỊA 歡喜地. Địa-vị vui vẻ, sung sướng. Địa-vị đầu trong *Thập-địa* của Bồ-tát. Bồ-tát lần lượt chứng đủ mười địa-vị, rồi thì thành Phật. Bồ-tát trải qua một Đại A-tăng-kỳ

Kiếp tu hành, trước hết đoạn được một phần hoặc, chứng được một phần lý, ấy là ở vào *Hoan-hỷ địa*. Còn phải tu-hành thêm trong hai Đại A-tăng-kỳ kiếp thì thành Phật.

Quán Vô-lượng-thọ Kinh : Bồ-tát tuy mới vào *Hoan-hỷ địa*, nhưng nếu phát tâm Đạo Vô-thượng, cầu sanh qua cõi Tịnh-độ của Phật A-Di-Đà, thì dự hàng Thượng-phẩm hạ sanh trong *Cửu phẩm vãng sanh.*

Xem : *Thập-Địa.*

HOAN - HỶ HỘI 歡喜會. Cuộc hội vui-vẻ. Lễ *Vu-lan-bồn*, nhằm ngày chư Tăng Thập phương ra khỏi kỳ « an cư hạ tọa », hội họp nhau làm phép tự-tứ, có chư Ưu-bà-tắc, Ưu-bà-di cúng dường cầu phước cho cha mẹ quá vãng.

HOAN HỶ NHỰT 歡喜日. Ngày vui vẻ. Ấy là ngày rằm tháng bảy, nhằm lễ Vu-lan-bồn, ngày mãn kỳ an cư ba tháng của chư Tăng Thập phương, tức là ngày cuối năm tu hành của chư Tăng vậy.

HOAN-HỶ QUANG PHẬT 歡喜光佛. Tức là Phật *A-Di-Đà*. Ngài phóng hào quang ra, hào quang chiếu tới đâu thì chúng-sanh ở đó lấy làm vui sướng, nhẹ nhàng, thơ thới, phấn chấn trên đường tu-học và giải thoát.

HOAN-HỶ QUỐC 歡喜國. Cõi vui sướng, khoái-lạc. Cõi Tịnh-độ của đức A-Súc Phật. Cũng gọi : *Diệu-hỷ quốc, Thiện-khoái quốc.* Cõi ấy ném về phía Đông đối với cõi Ta-bà của chúng ta.

HOAN-HỶ THIÊN 歡喜天. Vị thiên-thần vui vẻ, gia hộ cho người ta được vui sướng, an-ổn. Cũng kêu là *Đại - thánh hoan-hỷ thiên.*

Hóa-thân của Quan-Âm Bồ-tát. Hoan-hỷ thiên là một vị nữ-thiên đứng ra che chở cho những người hiền lương mang tai họa, ủng hộ cho những người có tâm tu niệm khỏi những sự độc hại.

Đối với *Đại-hoang-thần*, thần phá hoại cho tan hoang, là trưởng-tử của ngài Đại Tự-tại thiên. Đại-hoang thần là thần nam. Trong nhiều ngôi chùa ở miền Bắc nước Tàu và ở Tây-tạng, người ta có thờ hai vị thần nam và nữ day đầu lại, ôm với nhau, ấy là ngài *Hoan-hỷ thiên* trấn giữ sức phá hoại của ngài Đại-hoang thần vậy.

HOAN-HỶ VIÊN 歡喜園 : Cảnh vườn vui sướng, hoan-lạc. Cảnh vườn cây của đức Đế - Thích, ở nẻm về hướng Bắc ngoài mặt thành Hỷ - Kiến. Chư thiên bước vào vườn ấy thì thấy trong bụng mình lấy làm vui - sướng, hoan-lạc. Cũng gọi : *Hoan-hỷ uyển, Hoan-lạc viên, Hỷ lâm uyển.*

HOÀN 還 *Revenir, De nouveau (fr.)*

Trở lại, trở về, Làm trở lại một việc gì.

HOÀN DIỆT 還滅 Trở về cõi Tịch-diệt, Niết-bàn. Đối-nghĩa: *Lưu chuyển.* Tạo ra nghiệp, chịu lấy quả-báo sanh-tử, luân-hồi, ấy là lưu chuyển. Còn tu học Đạo-lý, chứng quả Niết-bàn, ấy là *hoàn diệt.*

HOÀN NGUYÊN 還源 Trở về nguồn-cội. Dời đổi cảnh mê mà vào cảnh chứng ngộ.

HOÀN SANH 還生 Sanh trở lại. Ở cảnh Niết-bàn, ở cõi Tịnh-độ Cực-lạc, ở cảnh Tiên cao mà sanh trở lại làm người, Y theo ý-nghĩa Đại-thừa, những bực chứng quả La-hán, Duyên-giác, vì cái dư-nghiệp chưa trừ tuyệt, nên trải qua m số kiếp, sẽ sanh trở lại giữa loài người. Những bực ấy sẽ tâm Đại-thừa Bồ-đề mà tu cho thành Phật .— Những ai sanh qua cõi Cực-lạc của Phật A-Di-Đà, có thể ở đó mà các sự vui - sướng, vừa tu trì cho đến thành Phật. C muốn **hoàn sanh** nơi nhơn-gian, thì được sức ủng h A-Di-Đà, sanh vào nhà tôn quí với căn-cơ trọn

Kiếp tu hành, trước hết đoạn được một phần hoặc, chứng được một phần lý, ấy là ở vào *Hoan-hỷ địa*. Còn phải tu-hành thêm trong hai Đại A-tăng-kỳ kiếp thì thành Phật.

Quán Vô-lượng-thọ Kinh : Bồ-tát tuy mới vào *Hoan-hỷ địa*, nhưng nếu phát tâm Đạo Vô-thượng, cầu sanh qua cõi Tịnh-độ của Phật A-Di-Đà, thì dự hàng Thượng-phẩm hạ sanh trong *Cửu phẩm vãng sanh*.

Xem : *Thập-Địa*.

HOAN - HỶ HỘI 歡喜會. Cuộc hội vui-vẻ. Lễ *Vu-lan-bồn*, nhằm ngày chư Tăng Thập phương ra khỏi kỳ «an cư hạ tọa», hội họp nhau làm phép tự-tứ, có chư Ưu-bà-tắc, Ưu-bà-di cúng dường cầu phước cho cha mẹ quá vãng.

HOAN HỶ NHỰT 歡喜日. Ngày vui vẻ. Ấy là ngày rằm tháng bảy, nhằm lễ Vu-lan-bồn, ngày mãn kỳ an cư ba tháng của chư Tăng Thập phương, tức là ngày cuối năm tu hành của chư Tăng vậy.

HOAN-HỶ QUANG PHẬT 歡喜光佛. Tức là Phật *A-Di-Đà*. Ngài phóng hào quang ra, hào quang chiếu tới đâu thì chúng-sanh ở đó lấy làm vui sướng, nhẹ nhàng, thơ thới, phấn chấn trên đường tu-học và giải thoát.

HOAN-HỶ QUỐC 歡喜國. Cõi vui sướng, khoái-lạc. Cõi Tịnh-độ của đức A-Súc Phật. Cũng gọi : *Diệu-hỷ quốc, Thiện-khoái quốc*. Cõi ấy ném về phía Động đối với cõi Ta-bà của chúng ta.

HOAN-HỶ THIÊN 歡喜天. Vị thiên-thần vui vẻ, gia hộ cho người ta được vui sướng, an-ổn. Cũng kêu là *Đại - thánh hoan-hỷ thiên*.

Hóa-thân của Quan-Âm Bồ-tát. Hoan-hỷ thiên là một vị nữ-thiên đứng ra che chở cho những người hiền lương mang tai họa, ủng hộ cho những người có tâm tu niệm khỏi những sự độc hại.

Đối với *Đại-hoang-thần*, thần phá hoại cho tan hoang, là trưởng-tử của ngài Đại Tự-tại thiên. Đại-hoang thần là thần nam. Trong nhiều ngôi chùa ở miền Bắc nước Tàu và ở Tây-tạng, người ta có thờ hai vị thần nam và nữ day đầu lại, ôm với nhau, ấy là ngài *Hoan-hỷ thiên* trấn giữ sức phá hoại của ngài Đại-hoang thần vậy.

HOAN-HỶ VIÊN 歡喜園 : Cảnh vườn vui sướng, hoan-lạc. Cảnh vườn cây của đức Đế - Thích, ở néơm về hướng Bắc ngoài mặt thành Hỷ - Kiến. Chư thiên bước vào vườn ấy thì thấy trong bụng mình lấy làm vui - sướng, hoan-lạc. Cũng gọi : *Hoan-hỷ uyển, Hoan-lạc viên, Hỷ lâm uyển.*

HOÀN 還 *Revenir, De nouveau (fr.)*

Trở lại, trở về, Làm trở lại một việc gì.

HOÀN DIỆT 還滅 Trở về cõi Tịch-diệt, Niết-bàn. Đối-nghĩa : *Lưu chuyển.* Tạo ra nghiệp, chịu lấy quả-báo sanh-tử, luân-hồi, ấy là lưu chuyển. Còn tu học Đạo-lý, chứng quả Niết-bàn, ấy là *hoàn diệt.*

HOÀN NGUYÊN 還源 Trở về nguồn-cội. Dời đổi cảnh mê mà vào cảnh chứng ngộ.

HOÀN SANH 還生 Sanh trở lại. Ở cảnh Niết-bàn, ở cõi Tịnh-độ Cực-lạc, ở cảnh Tiên cao mà sanh trở lại làm người, Y theo ý-nghĩa Đại-thừa, những bực chứng quả La-hán, Duyên-giác, vì cái dư-nghiệp chưa trừ tuyệt, nên trải qua một số kiếp, sẽ sanh trở lại giữa loài người. Những bực ấy sẽ phát tâm Đại-thừa Bồ-đề mà tu cho thành Phật .— Những ai được sanh qua cõi Cực-lạc của Phật A-Di-Đà, có thể ở đó mà hưởng các sự vui - sướng, vừa tu trì cho đến thành Phật. Còn như muốn **hoàn sanh** nơi nhơn-gian, thì được sức ủng hộ của Phật A-Di-Đà, sanh vào nhà tôn quí với căn-cơ trọn đủ, tốt lành.

Bực đắc quả thứ ba, A-na-hàm, chẳng còn trở lại làm người. Khi thác thì sanh lên cảnh Tiên cao, ở đó mà đắc quả A-la-hán. Vì vậy nên gọi là **Bất hoàn, Bất hoàn sanh.**

HOÀN TỤC 還俗 Trở lại thế-tục. Những vị tu xuất gia, nếu tự xét mình giữ giái hạnh không nổi, có thể xin phép ban tăng-già cho mình **hoàn-tục**, trả lại giái cụ-túc mà mình đã lãnh. Rồi ra ngoài làm ăn, làm người tại gia cư-sĩ. Như vậy là trở lại cõi luân-hồi.

HOÀNG-GIÁO (HUỲNH-GIÁO) 黃教 *Gelougs-pas* (*tib.*).— *Secte des Bonnets Jaunes* (*fr.*)

Phái thầy tu Lạt-ma giáo mặc áo vàng và **đội mũ vàng.**

Ấy là phái chánh-thức ở miền Tây-tạng, Mông-cổ và các xứ miền Tây đối với nước Tàu. Phái tu hành theo đạo Phật cải cách, sáng lập bởi ngài Tông-Cáp-ba (*Tsong-Khapa*), sanh ra hồi thế-kỷ thứ 14 d.l. ở Tây-tạng.

Trước thế-kỷ thứ 14, ở Tây-tạng, người ta tu Phật không có hệ thống, Phật-giáo xen lẫn với tà-giáo, thầy tu đạo Phật lẫn lộn với các thầy bùa, chú, phù-thủy. Hạng sau nầy thường mặc áo đỏ, đội mũ đỏ. Ấy là **Hồng-giáo**, phái cố cựu trong nước.

Ngài Tông-Cáp-Ba sắp đặt lại các nghi-thức tu Phật, bày ra phái đạo Phật chánh-thống, các thầy tu phải mặc áo vàng, đội mũ vàng để phân biệt với phái Hồng-giáo.

Chánh-phủ Tây-tạng, Mông-cổ công nhận Hoàng-giáo là đạo Phật chánh-thống, là phái thầy tu có nghi-thức với những ngôi chùa nguy nga, tráng lệ mà cả vừa chánh-phủ vừa quốc-dân đều ủng hộ.

HOÀNG-MÔN (HUỲNH-MÔN) 黃門 *Eunuque, Hermaprodite* (*fr.*).

1.) Quan thị. Những vị quan hoạn (*eunuques*), tức là những người chẳng có nam-căn, hoặc đã thiến cái nam-căn. Những người ấy mặc áo vàng mà chầu chực nơi cửa cung cấm nhà vua, nên kêu là **Hoàng-môn.**

2.) Kinh Phật thường gọi **Hoàng - môn** là những kẻ sanh ra mà cái nam-căn rất nhỏ, chẳng dùng được trong việc nối dòng; hoặc tự họ thiến cái nam-căn của mình đi. Pháp: *Eunuques*.

Hoàng-môn lại là những kẻ bán nam bán nữ (*Pháp: Hermaprodites*). Những kẻ ấy hoặc có cả nam-căn và nữ-căn; hoặc có lúc dùng cái nam-căn, có lúc chỉ dùng cái nữ-căn thôi.

Hoàng-môn cũng kêu là: *Bất-nam* (*Xem: Ngũ chủng bất nam.*)

Trong Luật, cấm nhận kẻ *Hoàng-môn* vào hàng Sa-di hoặc Tỳ-kheo; nhưng những kẻ ấy có thể thọ trì Bồ-tát giái Xuất-gia hoặc Tại-gia.

Đức Phật vì lòng Từ-bi, vì sức Thệ-nguyện lớn, đã từng sanh ra làm kẻ *Hoàng-môn*: chẳng có căn, có cả hai căn, hoặc căn chẳng nhứt định. Đó là ngài muốn độ cho chúng-sanh được giải thoát: chớ ngài chẳng có cái Nghiệp-quả xấu đọa ngài làm thân *Hoàng-môn*.

HOẠT ĐỊA-NGỤC 活地獄. Sanjiva (*scr.*).

Cũng viết: *Đẳng-hoạt Địa-ngục, Tưởng Địa-ngục*. Cảnh Địa-ngục đầu trong Tám cảnh Địa-ngục nóng (**Bát nhiệt Địa-ngục**).

Ở *Hoạt Địa-ngục*, những chúng-sanh vẫn tưởng rằng họ còn sống ở Dương-thế, họ đánh đập nhau, cấu xé cho đến rách da rách thịt. Chết rồi, sống lại, họ vẫn đánh đập nhau, cấu xé nhau.

Niết-bàn Kinh quyển 19: Ở trong cảnh *Hoạt Địa-ngục*, người ta đã chết rồi, mà nghe tiếng *sống* (**hoạt**), tức thì sống trở lại.

(*Xem*: **Đẳng-hoạt Địa-ngục, Bát nhiệt Địa-ngục.**)

HOẠT-PHẬT 活佛 *Bouddha-vivant* (*fr.*).

Phật sống. Tiếng xưng vị thủ-lãnh đạo Phật Lạt-ma giáo ở Tây-tạng, mà người ta cũng gọi là *Đạt-lại Lạt-ma* (*Dalaï-lama*). Cũng là tiếng xưng tặng vị sư thủ-lãnh Lạt-ma giáo ở Mông-

Cồ.— Lại nữa, tiếng *Hoạt-Phật* cũng dùng để gọi mấy vị sư Thượng-tọa ở các ngôi Chùa lớn đạo Phật Lạt-ma giáo bên Tây-tạng và Mông-cồ, là vì mấy vị nầy sau khi tịch thì sanh ra trở lại trong nước ; rồi người ta đi tìm mà thỉnh về làm Thượng-tọa ở ngôi Chùa mà các ngài đã cai quản trong đời trước.

(*Xem :* **Đạt-lại Lạt-ma**.).

HOẶC 惑 Erreur, Illusion (*fr.*)

Lầm lạc, lừa dối, nghi ngờ, mê tối, chẳng hiểu. *Hoặc* cũng đồng nghĩa với *phiền-não, lậu, cấu. kết, sử.*— Hoặc có ba mối (*tam hoặc*), có mười mối (*Thập hoặc*).

TAM HOẶC 三 惑 1. *Kiến tư hoặc* (*Lầm vì theo ý kiến và sự suy nghĩ tà - khúc*). *Kiến* là kiến thức của cái ý. *Tư* là sự suy xét. Do lục căn đối với lục trần, bèn sanh ra ham muốn, tham trước, nên cái kiến thức và cái suy xét đều lầm lạc. Cũng kêu là *thông hoặc,* vì là sự mê lầm chung với nhau cả trong ba thừa Thinh-Văn, Duyên-giác, Bồ-tát. Các nhà tu học ba thừa đều phải gắng công đoạn trừ mối mê hoặc ấy.

2. *Trần sa hoặc* (*Lầm nhiều như bụi cát*). Tức là các mối kiến - tư của chúng - sanh nhiều như bụi cát.

3. *Vô-minh hoặc* (*Lầm vô-minh*). Đối với hết thảy các pháp, không thông hiểu, vì nặng nghiệp - chướng, căn - bồn phiền-não ăn sâu.

THẬP HOẶC 十 惑 : Cũng viết : *Thập sử.*

1. Tham dục, 2. sân nhuế, 3. vô - minh (*ngu si*), 4. mạn, 5. nghi, 6. Thân kiến (*ngã kiến*), 7. Biên kiến, 8. Tà kiến, 9. Kiến thủ kiến, 10. Giái thủ kiến.

Trong mười mối hoặc ấy, năm mối đầu là về hạng *độn-căn,* năm mối sau là về hạng *lợi - căn,* hạng có tu học, song còn chấp trước. Năm mối đầu kêu là *Sự hoặc,* năm mối sau kêu là *Lý hoặc.*

HOẶC CHƯỚNG 惑障 : Sự che lấp của điều lầm. Lầm-lạc là chướng - ngại. Những mối lầm-lạc của tham-dục, sân-nhuế, ngu-si ngăn trở, che lấp chúng-sanh, không để cho họ thấy chánh-đạo, không để cho họ tin, mộ Chánh - pháp, Tam Bảo.

HOẶC NGHIỆP 惑業 : Nghiệp lầm-lạc. Về các nghiệp - tạo ra bởi tham, sân, si chiêu cảm cho nên chúng-sanh phải luân chuyển mãi trong *Tam giái, Lục đạo,* những chịu đau khổ. Dẫu cho có vui sướng thì cũng chỉ là cái vui sướng ở trong cái nghiệp lầm mà thôi.

HOẶC NHIỄM 惑染 : Những lầm - lạc nhuốm dơ. Những phiền - não : tham, sân, si làm dơ, đục cái Chơn - tánh, thân - tâm người ta đều ô - trược, không nhận - thức những lý thanh - tịnh.

HOẶC NHƠN 惑人 ; Tức là mê - nhơn. Kẻ phàm - phu mê đắm, sai lạc, theo với tà - kiến, tham - ái.

HOẶC TRƯỚC 惑著 : Vướng, mắc vì lầm lạc. Tâm của kẻ mê - hoặc đối với cảnh thì sanh ra chấp trước, chẳng có thể thoát ra khỏi lục trần (*Sắc, Thinh, Hương, Vị, Xúc, Pháp*).

HOẰNG NHẪN (*Đại-sư*) 弘忍 (大師) Kônin (*jap.*)

Tổ đời thứ năm ở Đông - độ, hồi thế - kỷ thứ bảy dương - lịch. Ngài sanh ra tại huyện Hoàng-mai, tỉnh Kỳ-châu (*Trung-Hoa*), con của bà họ Châu. Nối ngôi Tổ tại núi Phá - đầu, do ngài Đạo - Tín truyền.

Truyện có chép rằng : Có một vị đạo-nhơn già tên là Tài-Tùng đến cầu Đạo nơi ngài Tứ-tổ, Đạo-Tín Thiền - sư. Tổ dạy rằng : « Nhà ngươi già rồi, nếu ta truyền Pháp cho ngươi, thì ngươi làm lợi ích cho người ta chẳng được lâu. Như ngươi đầu thai trở lại, ta sẽ *nhẫn* mà đợi. » Tài-Tùng ưng thuận và ra đi, thấy người con gái họ Châu đương giặt áo dưới khe. Bèn nói với thiếu - nữ rằng : « Cho tôi ngủ nhờ một đêm. » Rồi gởi bào thai ở nàng ấy. Cha mẹ nàng thấy con mình vô cớ mà có chửa, bèn đuổi đi. Nàng *nhẫn* nhịn đối với nạn khổ nhục, đúng kỳ sanh ra một trai. Người thuở ấy kêu đứa trẻ là thằng nhỏ không họ. Mẹ con đi ăn xin mà nuôi nhau. Đến bảy tuổi, trẻ ấy nhơn đi qua đường, gặp Tứ - tổ. Ngài kêu : Nầy thằng nhỏ không họ (Vô tánh nhi) !

— Tôi có họ chớ.

— Ngươi họ gì ?

— Tôi họ Phật (Ngã Phật Tánh).

Tổ bỗng nhớ đến lời hẹn xưa của ngài với ông đạo Tài-Tùng, bèn nói với người mẹ, xin đứa trẻ đem về nuôi. Ngài lại đặt tên cho : vì Tổ *nhẫn* chết mà đợi, vì mẹ *nhẫn* nạn mà sanh, cho nên đặt tên là *Hoằng - Nhẫn*. —

Tổ thế phát cho *Hoằng-Nhẫn*, giao cho đồ - chúng dạy học, và về sau truyền y bát với Chánh - pháp cho đặng làm Tổ đời thứ năm.

Đến năm 661, đời Đường Cao - Tông, Ngũ-tổ *Hoằng - Nhẫn* truyền y bát và Chánh-pháp cho Huệ - Năng đặng làm Lục - Tổ. Cuộc truyền *y bát* của Thiền - tông đến đây là dứt. Huệ-Năng được Pháp, liền ra đi. Ba năm sau (663), Ngũ-tổ tịch.

Sau khi Ngũ-tổ *Hoằng-Nhẫn* tịch, đến đời Đường Đại-Tông (763 - 779), triều đình sắc thụy phong cho ngài là *Mãn Thiền-Sư* và sắc phong tòa Tháp của ngài là *Pháp-vũ Tháp.*

HOẰNG-PHÁP ĐẠI-SƯ 弘 法 大 師 *Kôbô daishi (jap.)*

Nhà sáng lập Chơn - ngôn tông bên Nhựt (774-835). Ngài là con nhà sang trọng. Người ta thuật rằng ngài ngồi kiết - già và chấp hai tay mà ra khỏi lòng mẹ. Ngài thích tu học thuật bí-mật, đã từng hàng ma, phục quỉ và luyện những vòng phép.

Lúc nhỏ, ngài đã có học qua Khổng-giáo, Lão-giáo. Song hai đạo ấy không cung phụng đủ sự thỏa thích cho ngài. Ngài học qua Thiên-thai tông, kế Chơn-ngôn tông Năm 804, ngài sang Tàu mà thọ lãnh chơn-truyền của phái Chơn-ngôn tông. Khi trở về nước, được nhà vua khuyến khích, ngài lập ra tông Chơn-ngôn và ngôi chùa lớn Kongôbuji tại cảnh núi Cao-dã san (*Kôyasan*).

Hoằng-Pháp đại-sư truyền bá đạo lý rất có hiệu quả. Ngài có rất nhiều đệ-tử tu học và được nhập hào-quang của đức Đại-Nhựt Phật, tức là đức Phật chung của phái Chơn-ngôn tông (*Mật-tông*). Phái-đồ tông Chơn-ngôn khéo dùng những chơn-ngôn (*thần-chú*) và pháp-ấn, biết tham-thiền cho thấu luật Tam mật

(*Thân, Ngữ, Ý,*) cho nên đắc đạo và có phép linh.

HỌC 學

Học-tập và tu hành ba món Giái, Định, Huệ. *Học* là nhơn-vị. Chứng thành quả thì kêu là *vô học*.

HỌC NHƠN 學人 người học đạo, người tu hành.

HỌC PHÁP NỮ 學法女 Tiếng gọi hàng *Thức-xoa-ma-na-ni*.

(*Bực Sa-di-ni đã học xong luật Sa-di-ni, sắp nhập hàng Tỳ-kheo-ni, được học pháp-giáo luật-nghi để lên bực Tỳ-kheo-ni*)

HỌC PHÁP QUÁN ĐỈNH 學法灌頂 Bực được thọ lễ quán đỉnh (*rảy nước lên đầu*) đặng nhập hàng đệ-tử. Đối với *Truyền pháp quán đỉnh* là bực được truyền pháp để lên địa-vị sư.

HỌC, VÔ-HỌC 學無學 Tức là hữu học (*đương học*), Vô-học (*Hết học*). Người đương nghiên-cứu chơn-lý để đoạn các mối hư vọng, mê hoặc, kêu là *học* (*hữu học*). Người nghiên-cứu xong chơn-lý : các mối vọng, hoặc đã bị diệt sạch, kêu là *Vô-học*, vì không còn tu học nữa. Theo Tiểu - thừa, ba quả Tu-đà-huờn, Tư-đà-hàm, A - na - hàm là *Học*. Người dứt phiền - não, đắc quả thứ tư, quả A-la-hán, kêu là *Vô học*.

Theo Đại - thừa, mười địa-vị của Bồ-tát là *Học*. Đắc quả Phật mới kêu là *Vô học*.

HỒ QUỊ : 胡跪.

Phép quì của người rợ Hồ. *Hồ* là tiếng người Trung-hoa thuở xưa dùng để gọi các dân tộc ở miền Tây, ngoài ranh nước Trung-hoa. Như khi ngài Đạt-ma Tổ-sư từ Ấn-độ vào Trung-hoa, thì người Trung-hoa gọi là *Hồ-tử* (*Thầy Hồ*). *Quị* là quì. Trong đó có ba lối : quì gối tả, quì thay đổi, quì dài. Quì gối tả là gối hữu sát xuống đất, ngón chơn dựng vào đất ; bắp đùi tả để chỗ không, dựng gối tả, chơn tả đạp xuống đất, ấy là nêu ra cái ý kính sợ nơm-nớp, trong Kinh kêu là gối hữu sát xuống đất (*Hữu tất trước địa*) vậy. Đó là chánh-nghi.

Hồ-quị tức là cách quì lễ Phật.

Hồ quị hiệp chưởng: Quì đề gối mặt sát đất, hai tay chấp lại đưa ra phía trước. Đó là phép tôn-kính của đệ-tử sắp bạch Phật.

HỘ: 護. Pàla (*scr.*) Protéger, Protection (*fr.*)

Ủng hộ, giúp đỡ, che chở. Các nhà có nhiệt-tâm đối với Pháp Phật, thường đứng ra bênh vực Pháp Phật, tầm cách bảo tồn cái Pháp đề giúp cho chúng-sanh. Những vị ấy *hộ-niệm* bực tu trì cho tinh-tấn, an tâm vững chí; *hộ pháp* đặng cho không ai hủy hoại, làm ngăn trở cái Pháp; *hộ trì*, ủng-hộ và duy-trì Tam-Bảo, giúp đỡ nền thiện pháp và trì Kinh; *hộ vệ* hay *vệ hộ*, giữ cho không ai phá hại bực tu-hành có công đức.

Người tu Đại-thừa nên *hộ*, *thủ-hộ* Bồ-đề tâm, cái lòng Giác-ngộ ở nơi mình.

Đại niết-bàn kinh: quyền 33: Trong Chánh-pháp của Phật, có hai hạng *hộ*: nội-hộ và ngoại-hộ.

Nội-hộ là hàng tu trì Cấm-giái, tức là Thầy hay Bạn tốt.

Ngoại-hộ là tộc-thân quyến-thuộc.

HỘ-MINH (Bồ-tát): 護明 (菩薩). Prabhapàla (*scr.*)

Một đức Bồ-tát, tiền-thân của Phật Thích-Ca. Đức Thiện-Huệ Bồ-tát thuở xưa, khi mạng chung, sanh lên cảnh Trời *Đâu-suất-đà* 兜率陀 (*Tushita*), làm đức *Bồ-tát Hộ-Minh*, làm chúa các vị Thiên Thần. Ngài ngự nơi đó mà giáo-hóa chư Tiên và chư Bồ-tát. Có khi ngài hiện ra pháp-thân đi đến các quốc-độ mà giáo-hóa chúng-sanh. Khi đến thời kỳ kiếp vận, ngài giáng sanh xuống thành Ca-tỳ-la-vệ (*Kapilavastou*), vào nhà vua Tịnh-Phạn (*Scuddhodhana*), làm thái-tử Tất-đạt-Đa và tu thành *Phật Thích Ca*.

Trong thời kỳ *Hiền-kiếp này*, hồi thuở người ta sống được hai muôn tuổi, lúc ấy đức Phật Ca-Diếp (*Kaçyapa*) ra đời. Ngài *Hộ-Minh Bồ-tát* có du hành đến chầu Phật Ca-Diếp, được Phật Ca-Diếp thọ-ký, phán rằng: « Ông sẽ thành Phật tiếp theo. Ta, danh hiệu là Thích Ca Mâu-Ni Phật ».

Và hiện nay, ngài Di-Lặc thay thế đức *Hộ-Minh Bồ-tát*, đương ngự nơi cung Đâu-suất-đà mà giáo-hóa chư Bồ-tát, chư thiên, chư thần. Ngài cũng hóa thân mà dạy đạo cho chúng-sanh.

HỘ-NIỆM 護 念 Protection (*fr.*).

Hộ : giúp đỡ, giữ gìn, che chở. *Niệm*: tưởng nhớ. Chính là giúp đỡ và tưởng nhớ. Như Phật và Bồ-tát hộ niệm các kinh và các nhà tu hành chơn-chánh.

Đối với người chưa tin Phật-Pháp, thì đem giáo lý mà giảng cho họ phát khởi lòng tin, nhớ tới sự lành. Đối với người mới phát tâm, thì tùy tiện giáo hóa cho họ tinh - tấn tu hành.

Đối với người tu lâu thì trợ giúp cho họ bước lên đường bất thối.

Đối với kẻ bịnh-hoạn, thì cầu nguyện cho họ tránh khỏi sự đau đớn, tai ách.

Đối với kẻ lâm chung, thì cầu nguyện cho linh - hồn họ minh-mẫn, biết niệm nhớ Phật, Pháp đặng khỏi sa đọa vào ác-đạo.

Trong các kinh Phật thường có ghi rằng : Ai thường đọc tụng tôn kinh, ắt được chư Phật, chư Bồ-tát, chư Tiên và Thần-quỉ *hộ niệm*, giữ gìn, che chở cho đặng dễ bề tu học.

Trong quyển *A-Di-Đà-Kinh*, đức Phật có phán với ông Xá-lỵ-Phất rằng : Như có thiện nam-tử, thiện nữ-nhơn nào nghe được Kinh nầy mà thọ trì, và cũng nghe luôn danh hiệu chư Phật, thì các bực thiện nam-tử, thiện nữ-nhơn ấy đều được tất cả chư Phật *hộ niệm*, đều chẳng thối bước đối với quả Phật.

HỘ-PHÁP : 護 法. Pâladharma, Dharmapâla (*scr.*).— Protéger la Doctrine, Protecteur de la Loi (*fr.*).— Hou-fa (*ch.*)

Hộ : Giúp đỡ, che chở, giữ gìn. **Pháp** : Đạo-lý của Phật.

1.) *Hộ-pháp* tức là hộ trì nền thiện-pháp mà mình đã đắc và lưu bố ra cho đời.

2.) *Hộ-pháp* thường có nghĩa : Dùng các phương - tiện tùy theo sức mình mà ủng-hộ nền Chánh-pháp của Phật và cung cấp che chở cho những nhà tu trì có công-hạnh, có trí-huệ, đặng mấy vị ấy dễ bề truyền bá Đạo-lý cho đời vậy.

Như trong *Niết-bàn Kinh,* Phật có phán rằng : « Thuở xưa, ta nhờ nhơn-duyên *hộ Pháp* mà nay đặng thành-tựu cái thân kim-cang nầy, thường trụ, chẳng hoại. Nầy thiện nam-tử, kẻ *hộ trì Chánh - pháp* chẳng thọ Ngũ giới, chẳng tu oai-nghi, nên cầm gươm đao, cung tên, mâu sóc mà *thủ-hộ* bực Tỳ-kheo trì Giái-hạnh trong sạch.»

Những bực tu trì muốn mau thành Phật, đều phải tu phép Hộ pháp. Những bực Bồ-tát thường hành Lục Độ, đều có lòng *hộ Pháp,* như các ngài : Địa-Tạng, Quan-Âm, Văn - Thù, Phổ-Hiền. Chư Phật Thế-tôn hiện trụ thế hoặc đã nhập Niết - bàn, như các vị : Di-Đà, Thích-Ca, Đa-Bảo, đều có lòng *hộ Pháp,* thường tiếp ứng cho các thiện-nam tín-nữ.

Lại có những vị Thiên, Thần, Long đã có thệ nguyện trước mặt chư Phật mà hộ trợ Tam Bảo, những vị nầy kêu là *Hộ-Pháp-thần,* như Tứ thiên vương, Kiên-lao địa-thần v.v.

Ở các chùa, vị *Hộ-Pháp Hộ-pháp-thần* xem ra rất bạo tợn, ngài mặc đồ nhà tướng, cầm chày kim-cang, dường như chực bổ vào kẻ khinh Phật, ngạo Tăng, báng Pháp : ấy là ngài Vi-Đà, một vị thiên đại tướng quân của Tứ thiên-vương.

Lại trong **Niết-bàn kinh** có nói : Như ai trước đã làm những nghiệp bất-thiện, cho đến phạm Tứ trọng tội, Ngũ nghịch tội, nhưng rồi ăn-ăn sửa đổi, quyết lòng *hộ Pháp.* Người ấy nhờ *hộ Pháp* mà trở nên thửa ruộng phước tốt nhứt ở thế-gian -(*thế-gian vô-thượng phước-điền*). Người *hộ pháp* ấy có vô-lượng Quả-báo tốt.

Hộ - Pháp lại là tên dịch nghĩa của ngài *Đàm-ma-ba-la* (*Dharmapâla*), một vị Bồ - tát hồi thế-kỷ thứ sáu ở Thiên-trước. Ngài là soạn giả bộ «Thành-duy-thức luận». Ngài tịch năm 560. Ngài *Hộ-Pháp* truyền đạo cho Giái-Hiền (*Silabhadra*) Luận-sư, Thượng - tọa chùa Na-lan-Đà. Và ngài Giái-Hiền truyền đạo cho Huyền-Trang, nhà cao-tăng Trung-quốc viếng Thiên-trước hồi thế-kỷ thứ bảy. Ngài *Hộ-Pháp* tịch năm 32 tuổi tại chùa Đại-Bồ-đề nước Ma-Kiệt-đà. Hôm ngài lâm-chung, trên không có tiếng hô lên rằng : « Đó là một đức Phật trong một ngàn đức Phật ở Hiền-Kiếp nầy.»

HỘ-THẾ 護世

Thủ-hộ thế-gian, có phận sự thủ-hộ và cai trị thế gian, nhứt là ủng-hộ những người tu hành ở cõi nầy.

HỘ-THẾ GIẢ 護世者. Chức hiệu của bốn vị Thần có phận sự ủng hộ thế gian, giữ gìn trật tự trong bốn Phương. (*Xem* : **Tứ thiên vương.**)

HỘ-THẾ TỨ VƯƠNG 護世四王 : Bốn vị vua Hộ thế, Cũng viết : *Hộ-thế Tứ thiên vương*. Bốn vị ấy ở lưng chừng theo bốn phía núi Tu-di, có phận sự ủng-hộ cõi thế gian nầy. (*Xem* : **Tứ thiên vương.**)

HÔI HÀ ĐỊA-NGỤC 灰河地獄

Địa-ngục Hôi-hà (*Sông tro*). Đó là lần địa-ngục thứ 11 trong 16 Du-tăng địa-ngục. *Hôi-hà* là sông tro, nghĩa là sông có lửa, đốt cháy mọi vật thành tro. Chúng-sanh có tội bị đọa vô ngục ấy, phải chịu nghiệp-cảm như vậy.

HỐI 悔

Ksama, Ksamayati (*scr.*).— Se repentir (*fr.*)

Giận, buồn vì mình đã làm quấy, quyết ăn năn sửa đổi, tức *hối-cải*. Ăn năn đều lầm lỗi của mình, quyết chẳng phạm lỗi ấy nữa, tức *hối-quá*. *Hối* là chữ Việt-hán, đồng nghĩa với chữ Phạn là *Sám* (*Ksama, Ksamayati*), thường viết là *Sám-hối*, tức là tỏ lời ăn năn chừa lỗi với Phật, với Tăng.

Tứ thập nhị chương Kinh : Người ta có điều lỗi mà chẳng tự *hối*, chẳng mau bỏ sở tâm của mình, thì tội sẽ lại cho thân, như nước chảy ra biển, lần lần thành ra sâu rộng. Còn như người ta có lỗi, tự biết là quấy, cải ác làm thiện, thì tội tự nhiên tiêu diệt, dường như người bệnh được đổ mồ-hôi, lần lần nhẹ bớt vậy.

Niết-bàn Kinh : Ở đời, có hai hạng người khó gặp, dường như hoa Ưu-đàm : một là hạng người chẳng làm chuyện dữ, hai là hạng người có tội mà có thể *hối* cải.

HỐI-PHÁP 悔法 .— Ksamayati (*scr.*) Tức là *Sám-hối pháp*, Sự xưng-tội và tỏ lòng ăn năn chừa cải, đối trước Giáo-hội chư Tăng và đối trước tượng Phật.

(Xem : *Sám-hối pháp.*)

Lại có ba phép *hối* cải, *Tam chủng hối - pháp :*

1o) *Tác pháp sám* : Làm phép sám - hối theo nghi - thức; đối trước tượng Phật, tỏ lời ăn năn sự lỗi lầm của mình.

2o) *Thủ tướng sám* : Định tâm tưởng chắc rằng Phật xoa đầu mình, nhận xả tội cho mình.

3o) *Vô - sanh sám* : Ngồi thiền, quán tưởng lẽ Vô-sanh, dứt các phiền-não, dứt màn Vô-minh che lấp Trung-Đạo.

HỒI - HƯỚNG 回向

Hồi - hướng : *Hồi* là xoay lại, *Hướng* là quay qua. Xoay lại cái công-đức của mình tu, có ý muốn quay qua nơi kia, kêu là *Hồi-hướng*. Như *hồi - hướng* phát nguyện, *hồi - hướng* Cực - lạc, tức là *xây chuyền* các công - đức của mình tu đặng hướng cầu nguyện vãng sanh về cõi Tịnh - độ, về cõi Cực - lạc của đức Phật A - Di - Đà.

Xoay lại công-đức thiện-căn của mình, và trông ra ơn cho người khác, đó là *Chúng-sanh hồi-hướng* (*Xoay lại công-đức, quay qua chúng - sanh. Công-đức mà mình thâu hoạch được, đem những công-đức ấy hiến dâng cho chúng - sanh, chớ tự mình không thọ hưởng*).

Xoay lại công-đức thiện-căn của mình, và trông cho tự mình và những kẻ khác đều thành Phật - quả, đó là *Phật - đạo hồi - hướng* (*Xây lại công-đức, day qua cầu thành Phật-đạo*).

(*Xem : Vãng, hoàn nhị hồi hướng, Thập hồi hướng*).

HỒI QUANG PHẢN CHIẾU 回光返照

Xoay ánh - sáng soi trở vào mình. Đó là lời kinh « Thiền - lục », nghĩa là ngó lại cái căn phận của mình, thấy nó đồng với Phật. Lại thông dụng với nghĩa « Hoàn tướng hồi hướng 還相回向 » của môn Tịnh-độ.

HỒI TÂM 回心

Xoay lại tấm lòng, nghĩa là xoay chuyền tấm lòng của mình

trở lại, do đường tà vô nơi định, bỏ chỗ quấy mà theo chỗ phải. Như : *Hồi tâm hướng đại, Hồi tâm hướng thiện.*

HỒI TÂM HƯỚNG ĐẠI 回心向大

Xoay lại tấm lòng, quay qua Đạo cả. Lại kêu là *Hồi tiểu hướng đại* 回小向大 (*Xoay lại chỗ nhỏ, quay qua nơi lớn*), nghĩa là cái người chẳng định tánh, xoay chuyển cái căn tánh Tiểu-thừa Thinh-văn, Duyên-giác, quay về Phật-đạo Đại-thừa. Như Xá-ly-Phất, Mục-Kiện-Liên là người Tiểu-thừa, đều do hội Kinh Pháp-Hoa, xoay lại tấm lòng, quay qua Đạo cả, vào địa-vị Bồ-tát.

HÔN THÀNH 昏城

Cảnh thành-trì hôn-muội. Kẻ phàm-phu hôn-muội (*Pháp : Hébété, Stupide*) vẫn kiên-cố thủ lấy cái thành-trì hôn-muội (*hôn-thành*) của mình, họ khư khư ở trong cảnh mê-tối lầm lạc.

HÔN - THỨC 昏識 Hébétement ; Esprit hébété, stupide (*fr.*)

Tâm-thức hôn-muội, mê-ám chẳng tỉnh, chẳng sáng. Tiếng chê kẻ phàm - phu vô - tri.

HÔN TRẦM 昏沈 Thîna (*p*).— Hébétement (*fr.*).—Konjin (*jap.*)

Mê man không tỉnh, tức : *Hôn - mê trầm - trệ*, mê muội chìm đắm.

Nói về kẻ thân tâm thô-lỗ, nặng nề mà vẫn chịu vậy, cho là bản-tính của mình, chớ không muốn tấn - hóa, không chịu mở rộng trí khôn, không chịu thấy xa hiểu rộng.

HỒN 魂 Âme, Esprit (*fr.*).

Tinh thần của người và của các giống có cảm-giác. Linh-tánh của người. - Ý thức, ý niệm. Như về Tiểu-thừa, thức thứ sáu, *Ý thức* tức là *hồn*. Còn về Đại-thừa, thức thứ tám, *A-lại - da thức* tức là *hồn*.

Hồn đối với *phách* (*thân thể*), hai món hợp thành người, tức là tâm và thân.

Nhà tu học môn Du - già có thể nhập định mà *xuất hồn*,

cho cái *hồn* đến các cảnh xa.—

Một học-thuyết Ấn-Độ có giải rằng : Có năm phần h p lại làm cái hồn. Năm phần ấy là : *atman* (*souffle vital*), *manas* (*esprit grossier*), *mahat* (*intellect*), *Bouddhi* (*intelligence*), *Vijñanâ* (*conscience*).

HỒN PHÁCH 魂 魄 : Cũng nói : *tâm-thần*. *Hồn* tức là tâm-thức, có sở dụng tinh-anh, linh diệu, mà không có hình ảnh. Còn *phách* là hình-thể, chỗ để cho hồn nương dựa.

HỒN - THẦN 魂 神 : Cũng kêu là *tâm-thức, thần-thức, linh-hồn*. Hồn-thần đối với nhục-thể, thể - phách.

Khi người ta thác, cái *hồn-thần* tách ra khỏi cái thể-phách, lúc ấy nếu họ có thiện-căn, thì cái *hồn-thần* đi về cảnh Tiên, hưởng các sự sung sướng ; nếu họ từng làm ác, thì cái hồn-thần đọa-lạc xuống miền tăm-tối nơi âm-ty mà chịu các sự báo-ứng khổ-não.

Địa-tạng Kinh : Mẹ của cô gái Bà la - môn tiền - thân ngài Địa-Tạng Bồ-tát, vì tin sự tà-vạy, khinh khi Tam Bảo, nên khi thác, *hồn-thần* đọa tại Địa-ngục Vô-gián. Nhưng, nhờ cô gái cầm vườn bán đất, bán nhà mà làm các sự bố-thí, cúng dường trước tượng Phật, nên *hồn-thần* của mẹ thoát khỏi các sự trừng trị nơi Địa - ngục và được lên cõi Thượng - thiên, hưởng các khoái - lạc.

HỒNG 紅 .Rouge (*fr.*)

Đỏ, màu đỏ. Như : Hồng - giáo, Hồng-liên địa - ngục, Hồng - quang-tự, Hồng-tao.

HỒNG GIÁO 紅 教 .— Secte des Bonnets rouges (*fr.*) :

Phái thầy tu cổ cựu ở Tây - Tạng, dùng áo mão màu đỏ Giáo-chủ được phép cưới vợ, huyết mạch nối nhau, lưu hành ở miền Nam Tây - Tạng.— Đối với *Hoàng - giáo*, phái thầy tu áo vàng mão vàng, được chánh-phủ ủng hộ và nhơn-dân kính hơn

Nhưng phái *Hồng-giáo* thì tu hành huyền-bí hơn, chuyên về các môn bí mật, họ ở tu nơi những non cao rừng rậm, riêng trong cảnh tịnh-thất của họ. Họ không có liên quan với nhà chùa như phái Hoàng-giáo.

Ở Tây-Tạng, Hồng-giáo có nhiều chi-phái, mỗi chi-phái sở trường một vài pháp-môn tu luyện.

HỒNG-LIÊN ĐỊA-NGỤC 紅蓮地獄 Pâdma-naraka (*scr.*) : tên một cảnh Địa-ngục. Ấy là Địa-ngục thứ bảy trong tám Địa-ngục lạnh. Đọa ở *Hồng-liên địa-ngục*, chúng-sanh cảm thấy mình lạnh quá, cho đến thân-thể gãy, rách, nứt nẻ ra đỏ lòm, trông như hoa sen đỏ. Cũng viết : Hồng-liên na-lạc-ca, Bát-đặc-ma, Bát-đặc-ma na-lạc-ca (*Padma-naraka*).

(*Xem* : **Bát hàn địa-ngục**).

HỒNG-QUANG-TỰ 紅光寺. Honganji (*jap.*) : Ngôi chùa lớn nhứt của phái Chơn-tông (Tịnh-độ) bên Nhật, cất từ thế-kỷ 13 dương-lịch tại thành Kinh-đô (Kyôto). Ngôi chùa *Hồng-Quang-tự* và phái Chơn-tông ngày nay có thế-lực lớn nhứt, phái nầy do ngài Chơn-Loan Thượng-nhơn (Shinran-Shônin) 1173-1262 sáng-lập. *Hồng-Quang-tự* là chỗ trung-tâm của tín-đồ Chơn-tông từ năm 1.272. Vừa là nơi chiêm-ngưỡng của tín-đồ, vừa là nơi hội họp về văn-chương, triết-học, quốc-chánh, vừa là cơ-sở từ-thiện bố-thí cho dân nghèo, bảo trợ phụ-nữ, nhi-đồng. Trong thời-kỳ Phong-kiến, nhứt là trong khoảng thế-kỷ 15, 16, *Hồng-Quang-tự* chiêu tập tín-đồ để chống cự các vị sứ-quân cường-quyền.

HỒNG-TAO 紅糟 : Cháo hồng-tao, tức là cháo ngũ-vị. Ngày mồng tám tháng chạp (12) âm-lịch là ngày Phật thành Đạo, người ta ăn cháo ấy. Tục kêu là *Lạp bát chúc* (cháo ngày 8 tháng chạp). Đó là để kỷ-niệm đức Phật. Khi đức Thích-Ca sắp thành Phật, Ngài ăn món cháo do thôn-nữ Tu-xà-Đa (Soujâta) hiến dâng, cháo ấy là sữa nấu với bột và mật ong, đựng trong cái bát bằng vàng. Ăn xong, Ngài đến ngồi nơi cội cây Bồ-đề và Khoát-nhiên đại-ngộ.

HỒNG 洪 (鴻) Grand (*fr.*)

Lớn, to lớn để đời. Tiếng tôn xưng Phật.

HỒNG-DANH 洪名 : Danh-tiếng to lớn, tên tuổi oai-hùng mà mọi người đều kính, xưng niệm thì được vô-lượng phước đức. Tức là danh hiệu của Phật.

Đồng-nghĩa : *Phật-danh, Phật-hiệu.*

HỒNG-DANH BẢO-SÁM 洪名寶懺 : Bài Kinh mà người ta thường tụng tối 14 và tối 30 tháng âm-lịch, nếu tháng thiếu thì tụng tối 29. Bài Kinh ấy có hai phần : phần đầu là 89 Hồng-danh (*Hiệu Phật*) ; phần sau là để tụng sám-hối. Tức là tụng danh-hiệu Phật và tụng sám-hối.

HỒNG-PHƯỚC 洪福 Đại-phước (*Phước-đức to lớn*) Ấy là phước lớn do đời trước mình từng làm lành. Nhờ vậy mà ngay đời nầy, tránh được các tai-nạn.

HUÂN-LỤC 薰陸

Một thứ hương bên Ấn-Độ. Ấy là chất nhựa cây, mùi rất thơm, giá rất quí.

Diệu-pháp Liên-hoa Kinh, Dược - Vương bổn - sự phẩm : Bồ-tát Nhứt-thiết-chúng-sanh-hỷ-Kiến nghĩ rằng : «Tuy ta đã dùng Thần-lực mà cúng-dường Phật với Kinh Pháp-Hoa, song chẳng bằng ta đem thân ta mà cúng-dường..» Người bèn ăn vào các thứ hương : chiên-đàn, *huân-lục,* đâu-lâu-bà, Tất-lực-ca, trầm-thủy, giao-hương...

HUỆ (*Tuệ*) 慧 Prajnâ.— Vibhâshana.— Djnâ (*scr.*)— Sagesse, Science (*fr.*)

Người Nam-Việt thường đọc Huệ, người Bắc-Việt thường đọc *Tuệ.* Ấy là cái đức-dụng sáng-suốt, thông hiểu sự và lý, dứt điều lầm-lạc và mê-muội, có lòng quyết-định, diệt hết sở nghi. Thường kêu : *Trí-huệ.* Đối-nghĩa : *Ngu, Ngu-si. Trí, Huệ* là hai chữ đồng nghĩa, nhưng có khác chút ít : người ta dùng chữ *Trí* mà nói về thế-gian, về sự tướng hữu-vi. Còn chữ *Huệ* thì người ta chỉ dùng để nói về việc xuất thế-gian, việc đạo-đức, về lý Không, Vô-vi mà thôi.

Huệ cũng kêu theo Phạn : *Bát-nhã* (Prajnâ), *Tỳ-bà-xá-na* (Vibhâshana), *Xà-na* (Djnâ). (Xem : *Tam Huệ*).

Huệ có nhiều cỡ. Những ai năng đọc tụng Kinh-điển, nghe thầy giảng giải đạo-lý, ăn ở tinh-sạch, bỏ những vui - sướng theo thế thường, vừa suy-xét, tham-thiền, thì đã thấy *huệ* phát hiện ra nơi mình rồi. Cao hơn nữa, có những cỡ *huệ* của La-hán, Duyên-giác, Bồ-tát. Và hoàn-toàn là cái *Huệ* của Phật, to lớn và sáng suốt hơn *Huệ* của các nhà đắc Đạo. Cái *Huệ* của Phật, viết theo Phạn : *Tát-bà-nhã* (Sarvajna), cũng kêu : *Nhứt thiết trí*. là cái Trí-*huệ* biết hết tất cả mọi sự mọi vật, hữu-vi, vô-vi, quá-khứ, hiện-tại, vị-lai.

Theo « Du-già » quyển 83, cái *Huệ* của Phật có nhiều đức-tánh, tức là Phật có nhiều thứ *Huệ* khác nhau :

Quảng-đại Huệ (*Huệ rộng-rãi to lớn*), cũng kêu *Đại-Huệ*.

Thanh-tịnh Huệ (*Huệ trong sạch do nhiều đời tu tịnh-hạnh*).

Thành-biện Huệ (*Huệ đã dứt sạch phiền-não*).

Viên-mãn Huệ (*Huệ tròn-trịa đầy-đủ, đến chỗ rốt ráo*).

Tiệp Huệ (*Huệ thấu đạt rất lẹ*).

Tốc Huệ (*Huệ tấn tốc, không bị ngăn ngại*).

Lợi Huệ (*Huệ đã có đủ mọi vật, đã từng trải hết*).

Xuất Huệ (*Huệ rời khỏi các pháp thế-gian*).

Thậm thâm Huệ (*Huệ sâu thẳm-thẳm, hiểu rõ lẽ sâu xa, bí mật*)...

Huệ là một sự học trong *Tam học*. Ba sự tu học : Giới, Định, Huệ đều quan-thiệp với nhau. Có tu Giới mới sanh Định, nhờ Định mới phát *Huệ*. Phát *Huệ* rồi thì dứt mê-hoặc, đắc Chơn-lý. *Huệ* là một nền hạnh lớn, hạnh thứ sáu trong *Lục độ*. Bồ-tát cần phải trải qua các đời tu đủ Lục độ : Bố-thí, Trì Giới, Nhẫn-nhục, Tinh-tấn, Thiền-định, Trí *Huệ*. Lục độ đầy đủ thì đưa Bồ-tát lên quả-vị Phật.

Huệ là một môn trong *Nhị môn* mà Bồ-tát cần phải tu hành : Phước-môn và *Huệ*-môn. Bồ-tát chẳng những phải tu phước là đem lòng từ mà tế thế độ sanh, lại phải tu *Huệ* là đọc tụng Kinh điển và tham-thiền, thì mới mau thành Phật. Ấy kêu là Phước *Huệ* song tu.

Có Tam *Huệ*, tức là ba cách phát *huệ* :

1.) **Văn huệ** : Nhờ nghe Kinh, đọc Kinh mà phát *huệ*; nhờ nghe Thầy, bạn chỉ dạy mà phát *huệ*.

2) **Tư huệ** : Nhờ suy xét mà phát *huệ*.

3.) **Tu huệ** : Nhờ tu thiền-định mà phát *huệ*.

HUỆ ẢO (*huyễn*) 慧幻 : Trí-huệ là ảo-hóa. Tất cả các pháp khi có, khi không, khi vầy, khi khác, như trò ảo-hóa. Cái Thánh-trí của đức Như-lai cũng là ảo-hóa, cho nên kêu là *Huệ ảo*.

HUỆ - ẤN 慧印. — Djnâmûdra (*scr.*) — Le Sceau de la Science (*fr.*) : Con dấu của Trí-huệ.

Cũng viết : *Trí-ấn*. *Ấn* là quyết-định chẳng dời đổi. Cái Trí-huệ của đức Như-lai dung-hợp với cái thật - tướng của Pháp, đã dung hợp rồi thì không dời đổi, tỷ như người ta đóng con dấu vào tờ hợp-đồng, cho nên kêu là *Huệ-ấn*. Những nhà tu hành phát huệ, có cái *huệ-ấn* nơi oai-nghi, kẻ hữu-duyên trông vào thì biết ngay.

Huệ-ấn hay Trí-ấn lại là một trong những phép Tam-muội của Bồ-tát *Diệu-Âm* (Gadgadasvara).

HUỆ BA - LA - MẬT - ĐA 慧波羅蜜多.— Prajnâparamita (*scr.*) — La Sagesse, Vertu cardinale (*fr.*) : Nền đại-đức đại-hạnh Trí-huệ. Chữ Hán hiệp với chữ Phạn. Kêu trọn chữ theo Phạn : *Bát-nhã ba-la-mật-đa*. Kêu theo Hán : *Huệ-độ*, *Trí-độ*. Muốn thành Phật, phải thi-hành cho đủ *Lục độ*. Trong Lục độ ấy, Huệ-độ hay *Huệ Ba-la-mật-đa* là nền hạnh cao rốt.

Theo « **Du-già** » quyền 75, *Huệ Ba-la-mật-đa* có năm cách thông-đạt trong sạch (**Huệ Ba-la-mật-đa** *hữu ngũ thanh-tịnh*) :

1.) Thông-đạt chư tướng thanh-tịnh (*Thông-đạt các tướng trong sạch*).

2.) Thông-đạt duyên khởi thanh-tịnh (*Thông-đạt các duyên cớ khởi ra một cách trong sạch*).

3.) Thông-đạt giáo đạo thanh-tịnh (*Thông-đạt cách giáo-hóa, dìu dắt một cách trong sạch*).

4.) Thông-đạt sĩ dụng thanh-tịnh (*Thông-đạt cách dùng được trong sạch*)

5.) Thông-đạt chứng đắc thanh-tịnh (*Thông đạt sự chứng lý đắc quả một cách trong sạch*).

HUỆ BẢO (*bửu*) 慧 寶 : Món quí-báu (*bảo-châu*) Trí-huệ. Trong các vật quí, bảo-châu Ma-ni là quí nhứt, có công-dụng muốn chi được nấy, trừ nhiễm-cấu và chiếu sáng. Trong các pháp-môn (**Tam học, Nhị môn, Lục độ**), trong *Ngũ căn*, Trí-huệ là phần quí báu nhứt : bực tu Thinh-văn thừa có *Huệ* thì thành La-hán, dứt tuyệt mê lầm ; bực tu Bồ-tát thừa, Phật-thừa có *Huệ* thì thành Phật, biết hết tất cả. Vì vậy nên gọi là *Huệ-bảo*. Như *Phật-địa Kinh luận nói : Huệ-bảo* thành-tựu.

HUỆ-CĂN 慧 根 : Căn-bồn Trí-huệ. *Căn* tức là căn-bồn, căn-tánh, tinh-chất. *Căn* là phần gốc, nó có thể giữ gìn, chẳng để cho thất lạc, và nó có thể làm cho sanh lớn thêm. *Huệ-căn*, căn-bồn Trí-huệ có thể duy-trì cái Trí-huệ mà mình sẵn có và làm cho cái Trí-huệ ấy nảy nở thêm. Cái *Huệ-căn* đã tăng-trưởng có thể phá tan các mối mê lầm trong Tam giới, làm cho người ta sáng suốt, đắc Đạo. Cái *Huệ* hoàn thành nhờ hai món dung-hợp : *Huệ-căn* và *Huệ-lực*.

HUỆ-CỰ 慧 炬.— Djnânolka (*scr.*).— Le Flambeau de la Science (*fr.*) : Đuốc huệ. Cũng như ngọn đuốc đốt lên để soi sáng cho người, giúp cho người tránh khỏi những nơi nguy hiểm ; cũng như thế, cái trí-huệ chói ra thì phá cảnh mê tối của vô-minh, mình thấy lối hiểm mà tránh, cho nên kêu là *Huệ-cự*.

Nhơn đó, giáo-pháp do chư Phật thuyết ra để phá mê cho chúng-sanh, để soi đường tỏ lối cho họ đến Niết-bàn, giáo-pháp ấy sau khi Phật tịch thì ghi chép vào Kinh-điển, giáo-pháp của Phật cũng kêu là *Huệ-cự*.

Trong **Niết-bàn Kinh**, Phật phán với Lưu-Ly Quang Bồ-tát : Đối với Phật-tánh, nhà ngươi còn chưa minh liễu. Vậy ta có cái *Huệ-cự* (*Đuốc huệ*) có thể soi sáng cho.

Huệ-cự lại là tên một phép trong nhiều phép thiền-định Tam-muội của Bồ-tát *Diệu-Âm*.

HUỆ-CHIẾU 慧 照.— La clarté de la Sagesse (*fr.*) Sự soi sáng của Trí-huệ.

Cũng như mặt trời, mặt trăng cùng đèn, đuốc chiếu tới đâu thì mình thấy rõ tới đó ; cũng như thế, ở đâu có các pháp thì mình dùng cái diệu-huệ mà soi sáng, xét nét, nhờ vậy mà minh thấy rõ lý và sự.

HUỆ-ĐĂNG 慧 燈 La lampe de la Science (*fr.*) Đèn huệ. Tiếng thí-dụ.

Cũng như người ta dùng đèn đốt lên để trừ tối và soi sáng, nhà đạo đức dùng trí-huệ mà trừ si ám, chiếu liễu sự lý, cho nên kêu là *huệ-đăng*.

Nhơn chỗ so sánh ấy, người ta cũng gọi sự thuyết-pháp Kinh điển của Phật có công hiệu khai tâm chỉ đạo, là *Huệ-đăng*.

Huệ-Đăng lại là tên một vị vua hồi đời quá-khứ. Vua ưa bố-thí, xả máu thịt mình mà cứu mạng cho người.

HUỆ - ĐIỂM 慧 點. – La marque de la Sagesse (*fr.*) Điềm trí-huệ. Ý nói người mau-mắn sáng-láng, có căn-cơ trí-huệ. Cũng có nghĩa : Người tu học thanh-tịnh, có cái điềm-chứng trí - huệ phát hiện.

HUỆ-ĐIỂN 慧 典. Livres bouddhiques (*fr.*) Kinh-điển trí-huệ, tiếng xưng Kinh-điển đạo Phật. Ai thường đọc Kinh Phật, sách Phật thì trí huệ mở thông, dứt lòng tham-lam, hờn-giận, mê-muội, cho nên gọi Kinh Phật là *Huệ điển*, cao siêu hơn Kinh-điển các đạo và sách truyện thế-tục.

HUỆ-ĐỘ 慧 度.— Prajnâ-paramitas (*scr.*) - La Sagesse, Vertu cardinale (*fr.*) : Độ trí huệ. *Độ* nghĩa là đại-đức đại-hạnh có thể đưa nhà tu học đến bờ bên Kia, bờ Giác. *Huệ-độ* là một trong *Lục độ*. Cũng kêu : *Trí-độ, Huệ Ba-la-mật-đa, Bát-nhã Ba-la-mật-đa.*

Trong **Tam-tạng Pháp-số** có chép : *Huệ - độ* có ba thứ (*Huệ-độ* tam hạnh) :

1.) **Sanh cứu vô phân-biệt huệ** : Cái trí-huệ không phân-biệt nó xét đến chỗ cứu-cánh của chúng-sanh. Ấy là cái pháp tục-đế chiếu - liễu một cách bình đẳng, thấy ra không có tướng sanh, tướng diệt.

2.) **Pháp cứu vô phân-biệt huệ** : Cái trí-huệ không phân-biệt, nó xét đến chỗ cứu-cánh của các pháp. Ấy là cái pháp chơn-đế chiếu liễu một cách bình-đẳng, ngộ ra cái tánh vốn không.

3.) **Cu cứu vô phân-biệt huệ** : Cái trí-huệ không phân-biệt, nó xét đến chỗ cứu-cánh của chúng-sanh và các của phấp. Ấy là cái Trung-đạo hoàn-toàn chiếu liễu, vượt qua hai cảnh không (*sanh không, pháp không*), nhận ra rằng tất cả đều bình đẳng.

HUỆ-GIÁC 慧 覺 : L'Éveil (*L'Illumination*) de la Sagesse (*fr.*) Sự giác-ngộ của cái Trí-huệ. Ấy là nói cái Trí-huệ của Phật giác-ngộ cho ngài, mà cũng vừa giác-ngộ cho kẻ khác nữa. Cái *Huệ-giác* có hai đức-tánh : tự giác và giác tha.

HUỆ-GIẢI 慧 解 : La Compréhension de la Sagesse (*fr.*) Sự hiểu biết của cái Trí-huệ. Nhà đạo-đức dùng cái trí-huệ mà xét nét, thì hiểu rõ các pháp. Chỗ hiểu biết rõ ràng, minh-bạch, chắc chắn ấy kêu là *Huệ-giải.*

HUỆ GIẢI-THOÁT 慧 解 脫 : La Délivrance de la Sagesse (*fr.*) Cái trí - huệ giải thoát khỏi các phiền - não. Nếu chỉ tu cái *Huệ giải thoát* mà thôi, thì nhà đạo có thể thoát khỏi phiền-não chướng-ngại mà đắc quả La-hán. Phải tu công-đức, từ-bi bố-thí, làm các phương tiện cứu độ chúng-sanh, rồi mới đắc quả hoàn toàn là quả Phật.

HUỆ-HẢI 慧 海 : L' Océan de la Sagesse (*fr.*)

Biển trí-huệ. Tiếng dùng để xưng cái Trí-huệ của Phật, Bồ-tát. Cái Trí-huệ của các ngài sâu, rộng như Biển cả, cho nên kêu là *Huệ-hải.* Cũng kêu : *Trí-hải, Trí-huệ hải.*

HUỆ-HẠNH 慧 行 : Pratiques de la Sagesse (*fr.*) Hạnh trí-huệ. Ấy là tu hành những nết về trí-huệ để thông đạt diệu-lý, chứng đắc diệu-quả. Như : thọ trì, đọc tụng, tham cứu kinh luận ; hỏi lý, xét đạo ; tham-thiền nhập định.

HUỆ HỎA 慧 火 : Le Feu de la Sagesse (*fr.*) Lửa trí-huệ. Tiếng thí dụ. Cũng như đèn, lửa soi sáng cho người, cái trí-huệ nó phá màn vô-minh, làm cho tâm-tánh trở nên sáng sủa. Lại cũng như ngọn lửa hay đốt cháy, cái trí-huệ đốt tiêu các phiền-não dơ dáy. Cho nên kêu là *Huệ-hỏa.* Cũng kêu : *Trí-hỏa.*

HUỆ-HỌC 慧 學 : L'Étude de la Sagesse, de la Métaphysique (*fr.*) Việc tu học trí-huệ, — môn học trí-huệ.

1.) **Huệ-học** là một việc tu học trong *Tam học :* Giới-học, Định-học, *Huệ-học.* Tức là tinh-tấn mà tu tập, học hành về trí-huệ đặng cho thông-đạt Chơn-lý, đoạn diệt các mê-hoặc hầu chứng-ngộ Diệu-lý. Như chuyên tâm đọc tụng và nghiên-cứu kinh-điển, suy xét những lý nhiệm-mầu ẩn trong Kinh, tham-thiền cho đắc huệ, dứt mê, ấy là *Huệ-học*.

2.) **Huệ-học** lại là môn học trí-huệ có ghi chép đầy đủ ở *A-tỳ-đạt-ma tạng* (*Abhidharma Pitaka*), cũng kêu là *Luận-tạng* là một trong *Tam Tạng* (*Tripitaka*). Những vị giỏi về *Huệ-học*, là những vị đã thường đọc các bài luận trong A - tỳ - đạt - ma tạng. Vị sư sở trường về *Huệ-học* thường được xưng là *Luận-sư*.

HUỆ-KHẢ (ĐẠI-SƯ) 慧 可 (大 師).— Eka (*jap.*)

Đệ nhị Tổ Thiền-tông ở Đông-Độ. *Huệ-Khả* là đệ-tử của Bồ-đề-đạt-ma (*Boddhidharma*), Tổ đời 28 ở Tây-Thiên và Sơ-Tổ ở Đông-Độ. *Huệ-Khả* vốn người Bắc-ngụy, thành Lạc-Dương, họ Cơ, trước lấy hiệu là Thần-Quang. Sau ngài được Pháp của Bồ-đề-đạt-ma ở chùa Thiếu-lâm tại núi Tung, bèn đổi hiệu là *Huệ-Khả*.

Trong «**Phật-tổ lịch-đại-thông tải**» có chép: Có vị tăng tên Thần-Quang, vì thần-nhơn phát khởi, đến kiếm ngài Bồ-đề-đạt-ma. Tổ-sư mắc tọa thiền nhập định nên không nhìn tới. Nhằm lúc trời đổ tuyết rất nhiều, Thần-Quang đứng giữa trời, tuyết phủ đến khỏi đầu gối. Ra khỏi cơn định, Sư mới hỏi rằng:

— Ngươi đứng đã lâu giữa tuyết, vậy chớ muốn cầu sự chi?

— Tôi xin ngài rủ lòng đại-từ, khai cửa Cam-lộ, quảng độ chúng-sanh.

— Đạo Vô-thượng và mầu-nhiệm của chư Phật, dẫu cho đến bao nhiêu kiếp cũng khó gặp được. Những kẻ tiểu đức, tiểu trí, khinh tâm, mạn tâm, há mong được Chơn-thừa sao? Chỉ luống công vô-ích thôi!

Thần-Quang nghe khuyên giải, lấy làm vui-vẻ, nhiệt-thành, bèn lấy dao bén mà chặt cánh tay trái của mình và để trước mặt Tổ. Bèn bạch nữa rằng:

— Cái Pháp-ấn của chư Phật, tôi có thể được chăng?

— Pháp-ấn của chư Phật chẳng phải do người ta được.

— Tâm tôi chưa an-ninh, xin sư làm cho nó an-ninh.

— Hãy đem cái tâm của ngươi tới đây, rồi ta sẽ làm cho an-ninh.

— Tôi tìm cái tâm không được.

— Thôi ta cũng làm cho ngươi an-tâm đi vậy.

Đến năm Đại-đồng nguyên-niên triều Lương Võ-đế (529), vào tháng chạp, Sư sắp tịch, bèn kêu *Huệ-Khả* lại dặn rằng: «Đức Thế-tôn đã đem cái Chánh-pháp nhãn-tạng mà truyền lại cho ngài Ca-Diếp. Truyền nối nhau mãi cho đến ta. Nay ta phó lại cho ngươi, ngươi khá hộ trì. Ta lại ban cho ngươi cà-sa và bình bát để làm đồ Pháp-tín.»

Theo quyền « **Phật-tổ chánh-tông đạo-ảnh** », khi đắc Pháp rồi, Tổ *Huệ-Khả* bèn khai mở cảnh huyền-phong (*gió mầu-nhiệm*), truyền y và bát cho ngài Tăng-Xán. Đến 107 tuổi, ngài tịch tại Quản-thành,

Vua Đức-Tông (780-804) nhà Đường có thụy phong cho ngài hiệu Đại-tổ Thiền-sư.

HUỆ-KIẾM 慧 劍 Le Sabre de la Sagesse (*fr.*) Gươm trí-huệ. Lời thí-dụ. Cũng như người ta dùng gươm bén mà đánh phá giặc nghịch, nhà đạo dùng cái trí-huệ thông lợi của mình mà chặt đứt mọi phiền não, trần-duyên ; cho nên kêu là *Huệ-kiếm*. Cũng kêu : *Huệ-đao, Trí-huệ kiếm*.

Duy-ma-cật Kinh : Dĩ trí *huệ kiếm* phá phiền não tặc.

Quan-Âm-thị-kính : Nầy *gươm trí-huệ* mài đây.

Bao nhiêu phiền não cắt ngay cho rồi.

HUỆ-KIẾN 慧 見 La Vue de la Sagesse (*fr.*).— Sở kiến, chỗ quan sát của cái trí-huệ. Ý-kiến trí-huệ. Ấy là cái Ý kiến chơn-chánh, sáng-láng của người đắc trí-huệ thâm diệu, quán đạt các pháp. Cái ý kiến trong sạch của nhà đắc Đạo thoát ra khỏi mười ý kiến phiền-não nầy : Tham-kiến, sân-kiến, si-kiến, mạn-kiến, nghi-kiến, ngã-kiến, biên-kiến, tà-kiến, kiến thủ kiến, giới thủ kiến.

HUỆ KÍNH 慧 鏡 Le Miroir de la Sagesse (*fr.*) Tấm gương trí-huệ. Lời thí-dụ. Cũng như người ta ngó vào gương thì thấy mặt mình và mọi vật sau lưng, nhà đạo-đức trong sạch ngó vào trí-huệ, dùng trí-huệ làm gương soi để thấy rõ mọi pháp từ lý cho tới sự, từ hữu-vi đến vô-vi, nên kêu là *Huệ-kính.*

HUỆ-LUẬN 慧 論 : Những đều luận biện chơn chánh, cao siêu, khiến người nghe được tỉnh-ngộ, Pháp : Théories de Sagesse, de Métaphysique. —

Sách luận rành mạch, trưng ra cái Trung-đạo của Phật, khiến người-ta lìa bỏ những ý-kiến thiên tà, Pháp : Traité de Sagesse, de Métaphysique.

HUỆ-LỰC 慧 力 La Force de la Sagesse (*fr.*) Sức Trí-huệ. Một *lực* (*sức*) trong *ngũ lực* của hàng Thánh-giả. Cái trí-huệ hợp thành bởi hai món : *huệ-căn* và *huệ-lực.* Hễ cái *Huệ-căn* tăng trưởng, thì có cái sức mạnh, tức là *Huệ-lực.* Do theo sức mạnh ấy, y theo sức mạnh ấy, trụ tại sức mạnh ấy, nhà đạo có thể đập nát, phá vỡ các tríu-mến, phiền-lao mà chứng được diệu-lý, diệu-quả.

HUỆ-LƯU 慧 流 Le Courant de la Sagesse (*fr.*) Dòng nước trí-huệ. Lời thí-dụ.

Cũng như dòng nước lưu thông thì tẩy sạch những món ô-uế, rong rêu và lôi cuốn mọi thứ rác rến, chướng-ngại ra ngoài sông to, biển cả ; cái trí-huệ của nhà tu hành đắc Đạo có thể tẩy các thứ nhiễm ô và tống đi mọi điều phiền não. Vì chỗ so sánh ấy nên kêu là *Huệ-lưu.*

HUỆ-MẠNG (*mệnh*) 慧 命 Sagesse-Vie (*fr.*) : Trí-huệ là đời sống (*thọ-mạng*), đời trí-huệ. Cái Pháp-thân dùng trí-huệ làm thọ-mạng. Nếu cái thọ-mạng trí-huệ ương-yếu, tổn hại thì cái thể của Pháp-thân ắt chết mất. Vậy thì trí-huệ là đời sống của Pháp-thân, nên kêu là *Huệ-mạng.*

Lại *Huệ-mạng* là tiếng dùng để gọi hàng Tỳ-kheo. Ấy là hạng người nghe nhiều, biết rộng, ý thức mạnh mẽ, lấy trí-huệ làm đời sống của mình, tức là hạng sống bằng đời trí-huệ.

Lại nữa, *Huệ-mạng* cũng kêu là *Huệ-thọ, Cụ-thọ.* Như Phật gọi : *Huệ-mạng Tu-bồ-Đề* tức là vị Tỳ-kheo Tu-bồ-Đề sống đầy đủ cái đời Trí-huệ, Thành Đại La-hán.

Huệ-mạng cũng là tiếng mà bực Thượng-tọa dùng đề gọi bực Hạ-tọa ; còn bực Hạ-tọa gọi bực Thượng-tọa là *Tôn-giả.*

HUỆ - MINH 慧 明 Sagesse et Intelligence (*fr*) : Trí-huệ và thông-minh. L'Illumination de la Sagesse (*fr.*) : Sự sáng-suốt, sự giác-ngộ của cái trí-huệ. *Huệ, Minh* hai chữ ấy nghĩa tương-tợ với nhau, dùng chung đề biểu dương sự sáng suốt của trí - huệ : *huệ* : thông hiểu sự lý, dứt lầm lạc; *minh* : giác-ngộ, dứt mê muội, tham-lam. *Huệ-minh* tức là cái *vô - lậu - minh* của hàng Thánh - giả vậy.

HUỆ-MÔN 慧 門 Doctrine de la Sagesse, Spécialités métaphysiques. (fr.) Cửa trí - huệ, tức Pháp - môn trí - huệ, Sở trường về tu Huệ, về học Luận. *Huệ-môn* là pháp - môn dạy về Trí - huệ, cũng như *Định-môn, Thiền-môn* là khoa - giáo dạy về Thiền - định. Khoa-giáo sở trường về A-tỳ-đạt-ma tạng (Luận-tạng) cũng kêu là *Huệ-môn.*

Huệ - môn lại là một môn tu học trong *Nhị-môn* của Bồ-tát, môn nầy làm lợi ích cho mình. Cũng kêu là : *Trí - môn, Trí-huệ môn.* Đối với môn làm lợi-ích cho kẻ khác là *Bi môn, Phước-môn* hay *Phước-đức môn.*

HUỆ-MỤC 慧 目 Œil (Vue) de la Sagesse (*fr.*). Mắt trí-huệ. Con mắt của Phật nhìn thấy mọi việc trong các đời đã qua, trong các đời sẽ tới, và mọi vật trong đời hiện - tại dầu ở xa xôi và ở nơi tối tăm, nên kêu là *huệ-mục.*

Hoa - nghiêm Kinh : Phục nguyện hoằng từ thí *đại huệ mục.* (Cúi lạy nguyện ngài đem lòng từ rộng lớn thí *mắt đại huệ*)

Huệ mục cũng kêu : *Huệ nhãn.* Đồng-nghĩa : *Đạo-nhãn.*

HUỆ NGHĨA 慧 義 Sens subtils de la Sagesse (fr.) Nghĩa lý trí-huệ. Nhà đạo đắc huệ thì có kiến thức trí - huệ. Do kiến-thức trí huệ ấy, sanh ra những nghĩa lý sâu xa, mầu nhiệm, kêu là *Huệ-nghĩa.* Những oai nghi, cốt-cách, sắc-tướng, ngôn-ngữ của bực thanh - tịnh đều hàm-súc *huệ - nghĩa.* Thường thì *Huệ - nghĩa* (Pháp : Signification métaphysique) ở trong *Huệ-luận.*

HUỆ-NGHIỆP 慧 業 : Chữ *huệ-nghiệp* có hai nghĩa quan thiệp với nhau :

1.— Những việc tốt lành có tánh cách giải-thoát, minh-mẫn. Như bực thông-đạt lý Không thì chuyên làm những *huệ-nghiệp*, Pháp : œuvres de Sagesse.

2.— Do những việc lành, những nết tu hành về trí-huệ trong các đời trước, đời nầy mình được một cái sức mạnh nó làm cho mình hưởng trí-huệ và tu thêm trí-huệ. Tức là Nhơn-quả (Karma) trí-huệ. Như nói : Muốn đắc Đạo, phải cần *Huệ-nghiệp*, Pháp : Karma de Sagesse.

HUỆ-NHÃN 慧 眼 Œil (yeux) de la Sagesse (fr.) Mắt huệ, sự thấy bằng trí-huệ. *Huệ-nhãn* là một thứ nhãn-mục trong *Ngũ nhãn* của đức Như-Lai : Nhục-nhãn, Thiên-nhãn, *Huệ-nhãn*, Pháp-nhãn, Phật-nhãn.

Những bực đắc đạo như La-hán, Duyên-giác, Bồ-tát, Phật đều có *Huệ-nhãn* : các ngài dùng trí-huệ mà chiếu thấy cái Chơn-không vô-tướng của mọi pháp. Bực đắc *Huệ-nhãn*, dẫu chẳng có mắt thịt (nhục-nhãn), cũng thấy các pháp tướng mà mình cần thấy.

Huệ-nhãn cũng kêu là *Huệ-nhãn thanh-tịnh* (mắt huệ trong sạch) : Những hàng Thánh-giả hằng quan sát và tu hành hai tướng nầy : ngoài thì xa những *sắc-trần*, chẳng để chúng nhiễm ô mình; trong thì tránh *nhãn-thức*, chẳng để cho cảm-động mà dính dơ. Nhờ biết kềm giữ *nhãn-thức* mà nhãn-căn trở nên trong sạch, phát thần thông, trí-huệ, hóa thành *Huệ-nhãn thanh-tịnh*. *Huệ-nhãn*, *Huệ-nhãn thanh-tịnh* cũng kêu là *Đạo-nhãn*, *Thiên-nhãn thông*.

Trong «**Pháp bảo đàn kinh**», Ấn-tông Pháp-sư có bạch với Lục-tổ Huệ-Năng rằng : «Vị Hóa-thân Bồ-tát ở đây, kẻ phàm-phu mình trần (sắc thân) mắt thịt (nhục nhãn) nầy nguyện Ngài mở *Huệ-nhãn* ra cho.»

HUỆ-NHẪN 慧 忍 : Đức nhẫn-nhục do nơi trí-huệ. Ấy là sự vui chịu với nghịch-cảnh nhờ tâm trí sáng suốt, phát huệ. *Huệ-nhẫn* là một mối lòng trong *Thập-nhẫn*

HUỆ - NHỰT 慧 日 : Soleil de Sagesse (fr.) Mặt trời Huệ Tiếng thí - dụ để gọi cái Trí-huệ của Phật, Bồ-tát. Cũng như mặt trời chiếu dẹp sự tối tăm ở thế-gian, cái Trí-huệ của Phật, Bồ-tát chiếu khắp Pháp - giái, phá tan sự mê - muội, lầm - lạc của chúng - sanh, nên kêu là *Huệ - nhựt*

Vô - lượng - thọ kinh :

Huệ - nhựt lãng thế gian,
Tiêu trừ sanh - tử vân.
(*Mặt trời Huệ* chiếu thế-gian,
Tiêu trừ đám mây luân-hồi.)

Huệ-Nhựt hay *Thích Huệ-Nhựt* là danh-hiệu một vị cao-tăng nhà Đường, rất có công trong cuộc hoằng Pháp, vì ngài có qua Thiên-trước mà học Đạo. Ngài đi Tây - vực sau hai ngài Huyền-Trang và Nghĩa - Tín. Đi bằng đường biển, theo bờ biển Đông-Dương mà ghé miền Nam Ấn - Độ. Chừng về, ngài đi đường bộ, trải qua 19 năm, vào năm thứ bảy triều Khai - nguyên đời vua Huyền-tông (nhằm 719 d.l.) về tới Trường-An. Được vua ban Pháp-hiệu là Từ - Mẫn Tam tạng Sanh Pháp-sư. Ngài có soạn bộ « **Vãng sanh Tịnh-độ tập** » truyền ra đời.

HUỆ - NHỰT ĐẠI-THÁNH-TÔN 慧 日 大 聖 尊 : Tiếng tôn xưng đức Phật. Cái trí-huệ của Phật tỷ như mặt trời, nó soi xuống cõi thế gian ô-trược, u-ám, làm cho sáng suốt, trong sạch, kêu là *Huệ-nhựt*, Lại Phật là bực Đại-Thánh, được thần tiên và loài người tôn trọng nhứt, nên xứng là *Đại Thánh-Tôn*.

Pháp-hoa Kinh : *Huệ-nhựt Đại-Thánh Tôn.* Cửu nãi thuyết thị Pháp.

(*Đã lâu lắm rồi, đến nay đức* **Huệ-nhựt Đại-Thánh-Tôn** *mới thuyết diễn Pháp này*).

HUỆ-QUANG 慧 光 Lumière de la Sagesse (*fr.*) Hào-quang, ánh-sáng của trí-huệ. Cái trí-huệ do ba việc nầy mà thành : 1.) Văn (*nghe Kinh lý*), 2.) Tư (*suy xét lẽ Kinh*), 3.) Tu (*thiền - định*). Cái trí-huệ đầy đủ, trong sạch thì nó sáng ngời. Như Phật,

Bồ-tát có thể túa *huệ-quang* khắp cả, những chúng-sanh được *Huệ-quang* của Phật chiếu tới thì rất sung sướng nhu - nhuyễn, dẫu bị khổ trong Tam đồ cũng được giải thoát ngay. *Huệ-quang* cũng kêu: *Trí-huệ quang*.

Huệ-Quang lại là danh hiệu một nhà Cao-tăng đời Bắc-Tề (*cuối thế-kỷ thứ năm* d.l.). Ấy là một bực đại-gia về Luật-tông. Ngài lại còn dịch bộ *Thập-địa luận* ở thành Lạc-Dương. Nhơn đó, đời xưng ngài là Tỵ-tổ (*vị tổ đầu tiên*) của phái Địa-luận tông. Môn-hạ đệ-tử của ngài rất đông.

HUỆ-SỐ 慧數 Les nombreuses dispositions de l'âme, de la Sagesse (*fr.*) Những sở tâm, những mối lòng của trí-huệ. Tuy rằng chỉ có một tâm-vương là trí-huệ, nhưng có rất nhiều tâm-sở pháp tùng theo. Bao nhiêu những mối lòng phụ thuộc theo cái tâm-vương trí-huệ, kêu là *Huệ-số*. Ấy là những *tâm-sở pháp* hay *số pháp* của trí-huệ vậy.

HUỆ-TÀI 慧財 : Les biens de la Sagesse, Sagesse-Bien (*fr.*) Của-cải Trí-huệ, Trí - huệ tức là của - cải. Tiền bạc châu báu là tài-vật của người tại thế, còn Trí-huệ là tài - vật của hàng xuất thế. Có Trí - huệ, nhà tu học được sự phú quí tối cao, có thể chiêu dẫn cái Diệu-quả, tùy theo cái *Huệ-tài* mà chuyển biến một cách tự-tại. Cũng như nói : *Huệ-bảo*.

Như bực Tỳ - kheo hiểu và thi hành *Tứ diệu đế* : Khổ, Tập, Diệt, Đạo, tất nhiên được *Huệ-tài*.

HUỆ-TẠNG 慧藏 : Recueil de la Sagesse (*fr.*) Kinh - tạng giảng luận về Trí-huệ. Trong *Tam - Tạng* (*Tripitaka*) là ba tạng kinh-điển của đạo Phật, *A - tỳ - đạt - ma tạng* (*Abhidharma - Pitaka*) hay *Luận-tạng* thì giải thuyết rành mạch và đầy đủ về *Huệ-học*, cho nên gọi là *Huệ - tạng*.

HUỆ-TÂM 慧心 : Cœur de Sagesse (*fr.*) Tâm trí-huệ. Tâm thể sáng lạn, trong sạch, thông lợi, thấu rõ lẽ Không của mọi vật, chẳng chấp trước, chẳng vướng phiền não ; quán đạt lý và sự.

HUỆ-THÂN 慧身 : Corps de Sagesse (*fr.*) Thể trí - huệ. Một phần trong *Ngũ-phần Pháp-thân*. Cũng kêu : *Huệ-Pháp-thân*. Cái Pháp-thân của Phật và của các nhà thành Đạo hiệp lại bởi năm phần : 1.) Giới Pháp-thân, 2.) Định Pháp-thân, 3.) Huệ Pháp-thân, 4.) Giải-thoát Pháp-thân, 5.) Giải-thoát tri-kiến Pháp-thân.

Cái *Huệ-thân* được thành-tựu là nhờ nhà đạo đã tu xong cái đức *vô-lậu huệ*.

HUỆ-THỦY 慧水 : Eau de Sagesse (*fr.*) Nước trí-huệ. Lời thí-dụ. Cũng như người ta dùng nước mà rửa sạch những bợn dơ, người ta dùng trí-huệ mà tẩy hết mọi trần-cấu, ô-nhiễm, cho nên kêu là *Huệ-thủy*. Cũng như nói : *Huệ-lưu* (*dòng nước trí-huệ*). *Huệ-thủy* cũng kêu là *Trí-huệ thủy*.

HUỆ-TRƯỢNG 慧杖 : Bâton de Sagesse (*fr.*) Gậy trí-huệ Lời thí-dụ. Cũng như người khách lữ-hành có gậy tùy thân, dùng để phòng ngừa hang lỗ, thú dữ, nhà đạo-đức lúc nào cũng có sẵn trí-huệ nơi mình, dùng để phòng ngừa và đuổi xa phiền não, ác-ma, thiên-ma. Cho nên kêu là *Huệ-trượng*.

HUỆ-UYỂN ÂM-NGHĨA 慧苑音義 : Tức là bộ « Đại-phương quảng Phật Hoa-nghiêm âm nghĩa ». Nhưng người ta thường gọi là « *Huệ-Uyển âm nghĩa* », là vì bộ Kinh ấy soạn bởi ngài Huệ-Uyển ở chùa Tịnh-Pháp tự 靜法寺. Bộ kinh ấy có hai quyển.

HUỆ-VĂN (*thiền-sư*) 慧文禪師 : Nhà cao-tăng người Tàu, đệ nhứt Tổ *Thiên-thai tông*, ở miền Bắc-Tề, khoảng thế kỷ thứ năm. Ngài bố giáo ở miền Bắc. Về Thiên-thai tông, Tổ-sư sáng-lập là *Trí-Khải Đại-sư* hồi thế kỷ thứ sáu, đắc Pháp-hoa Tam-muội tại núi Thiên-thai. Nhưng Trí-Khải thọ giáo ở ngài Huệ-Tư tại núi Nam-Nhạc ; mà Huệ-Tư là đệ tử của *Huệ-Văn*. Vì vậy nên người ta tôn *Huệ-Văn* là đệ-nhứt Tổ Thiên-thai tông. Ngài *Huệ-Văn* được giác-ngộ về học-thuyết Trung-đạo Chơn-không ở những bộ Luận của *Long-Thọ Bồ-tát*. Ngài khéo dung hòa học-thuyết ấy với giáo-lý *Nhứt Thừa* trong bộ Diệu-pháp liên-hoa Kinh : Tất cả chúng-sanh đều có Phật-tánh và sẽ thành Phật.

HUỆ-VÂN 慧雲 : Nuage de Sagesse (*fr.*). Cụm mây trí huệ. Lời thí-dụ. Cái Trí-huệ của đức Như-Lai bủa khắp và che mát cho tất cả chúng-sanh, cũng như cụm mây lớn, cho nên kêu là *Huệ-Vân.*

Ngoài ra sự độ chúng-sanh bằng Trí - huệ, che mát bằng *Huệ-vân*, chư Phật và chư Bồ - tát cũng độ bằng Từ - bi, phổ nhuận bằng *Từ - vân*. Vậy Phật và Bồ-tát dùng cả Từ - bi và Trí-huệ để độ thế.

HUỆ-VIỄN 慧遠 : Đại-sư người Trung - Quốc. Có hai vị đồng tên :

Một vị họ Giả đời Hậu-Tấn (thế-kỷ thứ mười), xuất - gia hồi 21 tuổi, tinh thông lý Đại-thừa, chuyên tu trì Tịnh-nghiệp, có soạn bộ **Pháp-tánh luận**, hưởng thọ 83 tuổi.

Một vị nữa họ Lý đời Tùy Đường (*thế - kỷ thứ bảy*), xuất-gia hồi 13 tuổi, có soạn bộ **Đại-thừa Kinh nghĩa**. Hưởng thọ 70 tuổi. Người ta cũng gọi ngài là *Viễn-Công*. Vì ngài có công lớn trong cuộc truyền - bá Pháp-môn Tịnh-độ ở Tàu, nên người ta gọi ngài là Giáo tổ *Tịnh - độ tông* ở Trung - Quốc vậy. Ngài niệm Phật đắc phép « **Niệm Phật tam - muội** », được Phật Di-Đà thọ-ký. Và ngài có được Phật Di-Đà cho biết trước rằng Phật sẽ đến rước ngài về cõi Tịnh-độ lúc ngài lâm chung.

HUỆ-NĂNG 慧能 Eno (*jap.*)

Tổ thứ sáu Thiền - tông do đức Bồ-đề-đạt-ma (Boddhidharma) sáng - lập ở Tàu. Thầy của ngài là Hoằng-Nhẫn, Tổ thứ năm.

Theo « **Pháp bảo đàn Kinh** », *Huệ* có nghĩa : Đem Pháp Phật bố-thí cho chúng-sanh ; *Năng* : làm nổi Phật-sự.

Huệ-Năng sanh ra ngày 8 tháng 2 năm Mậu-tuất đời Đường vua Thái-tông (*Tây-lịch 638*). Đến 24 tuổi, nghe Kinh ngộ Đạo và được Ngũ-Tổ truyền y bát cho (*661*). Mười sáu năm sau (*676*), sư hội diện với Ấn-tông Pháp-sư và được truyền giới cụ-túc. Qua năm sau, đại-sư đến trụ-trì tại chùa Bảo-Lâm, có hàng tứ chúng hộ vệ theo. Ở ngôi chùa ấy, tuyên dương Phật-giáo. Ngài tịch năm 713.

Kể chung theo số các vị Tổ-sư, ngài là Tổ đời thứ 33 ; còn kể theo Đông-độ, ngài là Tổ đời thứ sáu. Từ trước tới ngài Huệ-Năng, có lệ truyền y bát cho đệ-tử để làm đồ Pháp-tín,

Sau đời Huệ-Năng, không còn lệ ấy nữa.

Huệ-Năng rất có tài biện luận, người ta có sao lục những lời giảng luận của ngài mà làm thành quyển «Pháp-Bảo-đàn kinh».

Sau khi ngài tịch, vua Đường Hiến-tông (*806-820*) có thụy phong cho ngài là Đại-giám thiền-sư, và sắc phong cảnh tháp của ngài là Linh-Chiếu tháp.

HUYỀN 玄.

1.) Màu đen, đen đen không trơn láng, Pháp : Noirâtre.

2.) Nghĩa lý sâu xa, kín nhẹm, mầu-nhiệm, vượt ra ngoài sự luận-biện thường, Pháp : Profond, Mystique.

3.) Thanh-tịnh êm lặng, Pháp : Calme, Paisible.

Huyền là tiếng thường dùng để chỉ đức-tánh sâu kín, mầu-nhiệm, thanh tịnh của đạo Phật, đạo Lão, Pháp : Profond, Subtil, Mystique, Mystérieux.

HUYỀN-CĂN 玄根 : Căn-tánh huyền diệu của người có thể bước vào cửa huyền, căn tánh chứa sẵn Đạo mầu.

HUYỀN-CƠ 玄機 : Máy huyền-vi, lúc bí-yếu. **Qui nguyên trực chỉ** : Thường thấy những kẻ tham thiền đời nay, chẳng xét liễu-nghĩa của đức Như-Lai, chẳng biết *huyền-cơ* của ngài Đạt-Ma, bụng trống lòng cao, quen làm điên bậy...

HUYỀN CHỈ 玄旨 : Ý-thú huyền diệu, nghĩa lý sâu kín. Như nói : Tịnh-thất đàm *huyền-chỉ*.

HUYỀN-DIỆU : 玄妙 : Sâu kín và hay-lạ, sâu kín và tinh-thông, sâu kín và mầu-nhiệm. Tiếng tôn xưng đức cả, sự cảm ứng của Phật, Thánh, Tiên.

HUYỀN-ĐÀM 玄談 : Cuộc đàm-luận huyền-bí, sự giảng-giải lẽ huyền-vi. Trong khi giảng Kinh, đem những chỗ bí ẩn, sâu kín trong câu văn mà chỉ ra, đó là *huyền-đàm*. Cuộc đàm-luận giữa những nhà tu hành huyền bí, cũng kêu là *huyền-đàm*. Đồng nghĩa : *huyền-nghĩa*. Nói chung, những cuộc bàn luận về Kinh Phật, Kinh Lão đều kêu là *huyền-đàm*.

HUYỀN-ĐẠO 玄道 : Đạo huyền diệu. Tiếng xưng đạo

Phật.

Vi-sơn cảnh-sách : Giáo-lý vị thường thố hoài, *huyền-đạo* vô nhơn khế-ngộ. (*Nếu chưa từng học giáo-lý mà đặt vào tâm trí, thì* huyền-đạo *không nhơn đâu mà khế-ngộ*).

HUYỀN-ĐẠO 玄道 : Sự hướng dẫn về nẻo huyền diệu.

HUYỀN-HỌC 玄學 : Đạo học huyền-diệu. Người ta thường gọi sự học Phật-pháp là *Huyền-học*.

HUYỀN-LÃM 玄覽 : Xem xét những lý sâu kín, đọc các Kinh Phật, thấy nghĩa-lý bí mật.

HUYỀN-LỘ 玄路 : Con đường huyền diệu. Tức là Chơn-lý.

HUYỀN-MÔN 玄門 : Cửa huyền. Pháp-môn huyền diệu. Tiếng xưng đạo Phật, đạo Lão. Đồng nghĩa : *Huyền-tông*.

HUYỀN-NGHĨA 玄義 : Nghĩa lý u-huyền, nghĩa lý thâm-diệu. Thiên-thai tông giải thích các Kinh, đề tựa là *huyền-nghĩa*. Như : Pháp-hoa Kinh *huyền-nghĩa*, Kim-quang-minh Kinh *huyền-nghĩa* v.v.

HUYỀN-NGỘ 玄悟 : Chứng-ngộ lẽ huyền diệu. Cũng như nói : *thâm-ngộ*.

Lăng - nghiêm Kinh : *Huyền-ngộ* tinh-lý, đắc đại tùy thuận.

HUYỀN-NGUYỆT 玄月 : Chơn-lý huyền-diệu như mặt trăng, nên kêu là *huyền-nguyệt*. — Về nho học, tháng chín âm - lịch gọi là *huyền-nguyệt*.

HUYỀN-QUAN 玄關 : Cánh cửa huyền. Tức là : Ra vào huyền-chỉ của đạo Phật. Đồng nghĩa - *Huyền-môn, huyền-tông*.

HUYỀN-QUĨ 玄軌 : Nghi-thức, phép-tắc đạo huyền-bí.

HUYỀN-TÂM 玄心 : Tâm-thức huyền diệu.

HUYỀN-TỊCH 玄籍 Điển-tịch, kinh-sách huyền-diệu. Tiếng thường dùng để gọi Kinh Phật.

HUYỀN-TÔNG 玄宗 : Tông-chỉ, tông-phái huyền - diệu. Tiếng dùng để gọi Kinh Phật, Đạo Phật.

HUYỀN-TRANG 玄奘, — Hiuan-tsang (*ch.*)

Một đại-sư người Tàu hồi thế-kỷ thứ bảy dương-lịch,

có qua Ấn-Độ học tiếng Phạn, thỉnh-kinh, khảo-cứu Phật-học với các học-thuyết Ấn-độ. Ngài đi năm 629 và về năm 645, tất cả 17 năm.

Ngài vốn người họ Trần, sanh năm 602, tại Lạc-dương thuộc tỉnh Hà-Nam bây giờ. Lúc ấy, nhằm cuối đời nhà Tùy. Trước đã học qua văn chương Khổng-giáo khá rộng, song chí hướng ngài mộ sự Giải-thoát nên đến năm mười ba tuổi thì xuất gia vào chùa.

Năm 20 tuổi, ngài thọ giới cụ-túc, trở nên một bực Sa-môn có đủ oai-nghi. Lúc bấy giờ, nước Tàu trải qua cơn loạn lạc lớn, ngài phải ẩn dật nơi am mây mới có thể tu trì.

Đến năm 629, tuổi vừa 28, ngài cất mình ra đi.

Bấy giờ nhà Đường mới vừa thành lập, vua Thái-tông chưa chinh phục các nước miền Tây nên chẳng có sắc-điệp tiến cử ngài.

Phải trải qua nhiều cuộc hiểm nguy trên đường sá tưởng ngài phải bỏ mình, nhưng nhờ sức Phật chở che, ngài qua khỏi các tai nạn và được các vị vua Tây-vực tiếp rước và vùa giúp rất tận tình. Ngài tu học ở các ngôi Đại-tự bên Ấn-Độ, nhứt là tại ngôi chùa Na-lan-đà (*Nalandâ*), nơi ấy nhà sư-trưởng, Giới Hiền luận-sư truyền pháp *Duy-thức* cho ngài. Thỉnh đủ kinh sách, tu học thành tài, ngài trở về, được vua Thái tông trọng đãi lắm. Vua có cất ngôi chùa Đại từ ân và thỉnh ngài về đó làm Thượng-tọa. Thỉnh thoảng, ngài đến thăm viếng vua, còn bao nhiêu thì giờ thì ngài cống-hiến vào sự diễn dịch Kinh sách và truyền pháp-giới cho đệ-tử. Phụng theo ý vua, ngài có soạn xong bộ *Tây-du ký* dâng lên vua Thái-tông và được vua ngự phê một cách rỡ ràng. Vua còn ngự chế vào nhiều bộ Kinh của ngài. Ngài dịch rất nhiều Kinh, nhưng bộ *Duy-thức luận* là đặc sắc hơn hết. Nhờ bộ Duy-thức luận, về sau người ta tôn ngài là Giáo-tổ dịch giả của Pháp-tướng tông.

Qua năm 664, được 63 tuổi, ngài vừa dịch xong bộ *Bát-nhã Ba-la-mật* thì nghe trong mình yếu. Kế ít hôm sau, ngài tịch, nhằm đời vua Cao-tông. Vua có đến đưa đám ngài, ban ra sắc lịnh rằng cuộc an-táng ngài là một cuộc «quốc-táng». Vua Cao-tông có xây tháp thờ ngài trong vòng chùa Đại-từ ân.

HUYỀN-ỨNG 玄 應 : Sự cảm-ứng lẽ u-huyền, sự thông-cảm với Phật, Thánh.

Cũng như nói : *Minh-ứng* 冥 應

HUYỄN 幻 Mâyâ (*scr.*).— Illusion (*fr.*)

Thường đọc : ảo.

Giả, lời thí - dụ về pháp không, như nhà huyễn- thuật làm ra hình giả mà coi như thiệt, nghĩa là không có thể thiệt mà có thể biến - hóa ra cho thấy vậy.

(*Xem* : **Ảo**.)

HUNG-NÔ 匈 奴 Les Huns (*fr.*)

Một dân-tộc phía Bắc Trung-Hoa, vào đời Tần đời Hán, tức là trong khoảng thế-kỷ thứ ba Tây-lịch , chiếm lãnh miền Nội và Ngoại Mông-cổ, kế tràn lan ra đi chinh phục nhiều nước Châu Á và Châu Âu

Tràn vào miền đông Châu Âu vào năm 375, người Hung - nô đánh đuổi người Goths, qua sông Danube, tàn phá Châu Âu trong khoảng năm chục năm. Kế đó, có một vị chúa của họ là Attila kéo họ trải qua miền Germanie, cho chí con sông Marne của nước Gaule tức là nước Pháp bây giờ. Người La-mã chiếm xứ Gaule hiệp sức với người Francs mà chống cự họ rất kịch liệt trong năm 451, làm cho sức lan tràn của họ phải dừng lại. Họ trở về đóng ở Germanie. Năm 453, chúa của họ, Attila chết. Toàn bộ nền văn minh Châu Âu mới thoát khỏi tay tàn phá của họ.

Không lấn thêm ở Châu Âu nữa, họ rút về Châu Á, chiếm Ấn-Độ, tàn sát dân chúng và các chùa Phật trong khoảng năm mươi năm. Người Hung-nô chiếm Ấn-Độ và lập quốc được hai đời vua : Toramàna và con của người là Mihirakula.

Toramàna lấy theo tước vị Ấn-Độ, xưng mình là Hoàng-đế thống-nhiếp (*Mahàràjàdhiràja*) và có truyền lịnh đúc tiền đồng cho dân xài. Dưới trào của người còn dễ chịu. Đến đời con của người

Mihirakula tàn phá một cách gớm ghê. Người đập bể cái bát của đức Phật thờ trong một ngôi chùa. Người toan cốt cây Bồ-đề. Người truyền lịnh cho người ta sát hại thầy tu đạo Phật. Và người đốt phá cả ngàn nhà chùa.

Người đóng đô ở thành Xá-kiệt-la (*cakala*) trong xứ Đại Tần (*Penjab*), chỗ mà vua Di-lan-đà (*Ménandre*) đóng đô khi xưa. Bấy giờ các nhà vua trong cõi Ấn-Độ, cho đến các miền lân-bang như nước Hy-lạp (*Grèce*) đều kinh sợ Mihirakula vô cùng.

May thay, Mihirakula chết thì dân-tộc Hung-nô bị đuổi ra khỏi Ấn Độ.

HUNG - TỰ 胸字

Chữ ở ngực. Đó là một tướng trong 32 tướng của Phật, tức là chữ Vạn (卍) trên ngực vậy.

HƯ 虛

Không thật ; như : *hư-cuống, hư-vọng*.— Không có hình chất cảnh trống không, khoảng không gian trống lỗng ; như : *Hư-không, hư-vô*.— Khoảng bao trùm mặt đất. — Hang trống, sâu.— Suy, nhược; như : *Hư-hao, hư-hoại*.— Không có gì hết, tất cả đều không ; như *Hư-vô* của phái Hư-vô chủ-nghĩa.

HƯ-CUỐNG NGỮ 虛誑語.— Musâvado (*p*.) Mensonge (*fr*.) Lời nói không thật, dối gạt. Cũng kêu : *Vọng-ngữ*. Tội thứ tư trong *Thập ác*. Tức là vì lòng xấu, lòng dữ nên nói ra lời có ý dối gạt người ta. Trái với *Chơn-thật ngữ, thật-ngữ*.

Hư-cuống ngữ, cũng viết tắt : *Hư - cuống*. Đồng nghĩa : *Hư-vọng*.

HƯ-KHÔNG 虛空 .— Akasa (*scr*.).— Espace, Néant (*fr*) : Cõi Hư-không bao quát, vô cùng, vô-tận. Âm theo Phạn : A-ca xoa (Akasa), Pháp : Espace. — Chất, khí hư-không, Pháp : l' Élément Air, Éther.— Sự trống không, chẳng thật, Pháp :Néant. *Hư* : không thật, không có hình chất ; *Không* : Trống không, chẳng có chi ngăn trở. Cõi *Hư - không* bao quát tất cả các thế-giới, bao quát vạn vật, vô-cùng, vô-tận và vạn vật đều do nơi *Hư không* mà ra. Các thế-giái với các tinh-tú đều xoay vần trong *Hư-không*, trong chỗ trống lỏng, không bờ, không bến, mênh mông, bát ngát.

Hư-không gồm cả ba ý nghĩa dưới đây :

1.) Bất kỳ chỗ nào, dẫu là cảnh có Sắc, hay cảnh Không Sắc, đều có *Hư-không*.

2.) Thể-lượng của *Hư không* rộng lớn vô-cùng, nó bao trùm tất cả Mười phương và Tam thế (*Quá-khứ, Hiện tại, Vị-lai*), tức là nó bao quát tất cả Không gian và Thời gian.

3.) Nó vô cùng, vô-tận, vạn vật còn chuyển biến trong bốn tướng Sanh, Trụ, Dị, Diệt ; chớ *Hư-không* thì trường tồn.

HƯ-KHÔNG CƯ 虛 空 居 : Chỗ cư ngụ là chốn Hư-không. Một từng trong Dục-giới. Những chúng-sanh đi đi lại lại, sanh sanh hóa hóa trong Hư-không, chớ chẳng cư ngụ trên mặt đất hoặc ở trong đất. Chỗ cư ngụ nơi Hư-không, kêu là *Hư-không cư*. Còn các chúng-sanh cư ngụ trên mặt đất hoặc ở trong đất, thì chỗ cư-ngụ ấy kêu là *Địa-cư*.

HƯ-KHÔNG GIỚI 虛 空 界 : Cõi Hư-không, cảnh-giới Hư-không. Con mắt trông ra thấy toàn là sự trống không bao la, vô-tận ; ấy là *Hư-không giới* ; kêu tắt : *Hư-không*. Cũng kêu : *Đại-Không*.

HƯ-KHÔNG PHÁP-THÂN 虛 空 法 身 : Một trong năm thứ Pháp-thân (*Ngũ chủng Pháp thân*) : 1.) Pháp-tánh sanh Thân, 2.) Công-đức Pháp-thân, 3.) Biến-hóa Pháp-thân, 4.) *Hư-không Pháp-thân*, 5.) Thật-tướng Pháp-thân.

Cái Pháp thân của Như-lai tỷ như cõi Hư-không. Cái Pháp-thân ấy dung thông Ba đời (*Quá-khứ, Hiện-tại, Vị-lai*) một cách vô-ngại, và nó bao quát Mười phương các thế-giới. Nó lại tròn trịa, sáng lạn, rời khỏi các sự nhiễm ô. Cho nên kêu là *Hư-không Pháp thân*.

HƯ-KHÔNG TAM-MUỘI 虛 空 三 昧

Akasa - samâdhi (*scr.*) : Phép Tam - muội (*Đại-định*) tên là Hư-Không. Một phép tu Thiền-định chung cho cả Ba thừa (*Thinh-văn thừa, Duyên-giác thừa, Bồ-tát thừa*), nhưng chỗ chứng đắc lớn nhỏ có khác nhau, tùy theo mỗi thừa.

Niết - bàn Kinh, quyển 40 : Khi Phật thuyết pháp để độ ông Tu-bạt-đà-la, nhứt là thuyết những lẽ : Thật-tướng, Pháp giới, Tất cánh Trí, Đệ nhứt nghĩa Đế, Đệ nhứt nghĩa Không thì có bốn vạn năm ngàn Bồ-tát đắc phép *Hư-không Tam-muội*. Phép *Hư-không Tam-muội* ấy cũng kêu là Quảng-đại Tam-muội ; lại cũng kêu là Trí-ấn Tam-muội.

HƯ-KHÔNG TẠNG BỒ-TÁT 虛空藏菩薩.— Một vị Đại Bồ-tát du hành, có hiện đến ủng hộ Phật Thích-Ca trong những khi Phật thuyết Kinh Đại-thừa. Theo *Thủ Lăng Nghiêm Kinh*, thuở xưa, hồi Phật Định-Quang ra đời, đức Thích-Ca và *Hư-Không Tạng* đồng học đạo nơi Phật Định-Quang và đồng đắc cái thân Vô-biên, cái thân ấy làm một với cõi Hư-không vô-tận.

Hư-Không Tạng Bồ-Tát sở trường về phép Tam-ma địa «Hư-không vô-biên», chính ngài đắc đạo nhờ quán tưởng phép ấy. Ngài hằng đem phép ấy mà chỉ dạy cho các nhà tu Phật.

HƯ-KHÔNG THIÊN 虛空天: Thiên-thần ở chốn Hư-Không. Một loại trong Ngũ loại Thiên : 1.) Thượng giái Thiên, 2.) *Hư-không Thiên*, 3.) Địa-cư Thiên, 4.) Du Hư-không Thiên, 5.) Địa-hạ Thiên. *Hư-không Thiên* là các vị Tiên ở trong bốn từng Trời (Dạ-ma Thiên, Đâu suất Thiên, Hóa lạc Thiên, Tha hóa tự-tại Thiên). Bốn từng Trời ấy ở trong sáu từng của cõi Dục giái. Các vị Tiên ấy rời khỏi miền Tu-di sơn, cư trụ chốn Hư-không, cho nên kêu là *Hư không Thiên*.

HƯ-KHÔNG XỨ 虛空處.— Akàsànantyàyatana (*scr.*) : Tức là từng trời *Không vô-biên xứ*. Viết tắt : *Không-xứ*.

(Xem : *Không vô-biên xứ*.)

HƯ-KHÔNG XỨ ĐỊNH 虛空處定 Akàsanantyàyatana-Samâdhi (*scr.*) : Phép Thiền-định, Bậc Thiền-định của người nhập cảnh Trời Không vô-biên xứ. Cũng viết : *Không vô-biên xứ Định*. Viết tắt : *Không-xứ Định*.

(Xem : *Không vô-biên xứ Định*.)

HƯ-VỌNG 虛妄 : Mensonger, Mensonge, Trompeur, Tromperie (*fr.*) *Hư*, trái với *thật* ; *vọng*, trái với *chơn*. Tức là giả trá, dối gạt người. nói láo (*Vọng - ngữ*) với người. (Xem : *Vọng-ngữ*.)

Niết-bàn kinh : Tỷ như có những chúng-sanh giả dối, gạt

gầm người ta. Vì Nhơn-duyên ấy, họ đọa vào Địa-ngục, Súc-sanh, Ngạ-quỉ. Như những cách dối gạt ấy, kêu là *Hư-vọng*, đều là những pháp khổ.—

HƯ-VỌNG PHÁP 虛妄法 : Những pháp giả, chẳng thật. Như những pháp về ngũ dục : sắc, thinh, hương, vị, xúc, tuy là đem lại sự sướng cho chúng-sanh, nhưng chẳng qua là tạm thời mà thôi, rất mau tiêu tan, lại còn kéo tiếp theo các sự khổ, cho nên kêu là *Hư vọng pháp*.

HƯ-VÔ 虛無 Le Néant (*fr.*) Trống-lỗng không-không. Cũng như : *Hư-không*. *Hư-vô* là thuyết sở trường của Lão-giáo. Cảnh *Hư-vô* tức là cõi *Đạo* của phái Lão-giáo. Người thành Đạo thì nhập cảnh *Hư-vô*. Đối với bực Chơn-nhơn, Tánh hiệp với Đạo, tuy là có mà như không có, tuy là thật mà như không thật, nên kêu là *Hư-vô*.

Phật-giáo cũng có dùng chữ *Hư vô* (*Hư-không*), ấy là cảnh-giới mầu-nhiệm, mà chẳng mấy ai thấu đạt cho cùng ; cảnh-giới ấy không có hình chất, nhưng từ trong ấy sanh ra mọi pháp có hình-chất ; không không, nhưng từ trong ấy hiện ra vô-số những cái có. Đó là *Hư-vô* của phái Phật-giáo Đại-thừa. Như nói *Hư-vô* (*Hư không*) tức là Như-lai.

Trái với *Hư-vô* của phái Hư-vô chủ nghĩa (*Nihilisme*), phái nầy chỉ nhận hiểu rằng *hư-vô* là không có gì hết (*Néant*).

HƯ VÔ-THÂN 虛無身 : Tiếng dùng để xưng *Phật thân*. Cái thân thể chơn-thật của Phật thì dung-thông, tự-tại, rời khỏi tất cả mọi sự trói buộc, ngăn-ngại ; như ánh sáng, như chất hư-không (*Pháp* : *Vélément Azur*), ở đâu cũng có, biến khắp cả, nên kêu là *Hư-vô thân*. Cũng kêu : *Hư-không Pháp-thân*.

HƯƠNG 香 Odeur, Parfum, Encens (*fr.*)

Chất ngửi vào mũi ; mùi phát ra từ nơi hình sắc của mỗi vật của mỗi chúng sanh, Pháp : Odeur. Mùi thơm của người vật, Pháp : Parfum. Chất thơm để cúng dường chư Phật, tượng Phật, tháp miếu, Pháp : Encens.

Quan-Âm Thị Kính : *Hương xông, phát giới ngùi ngùi.*

Thông rung trống kệ, trúc hồi mõ kinh.

Người ta thường cúng dường chư Phật bằng ba 3 thứ *hương*: 1. mạt hương (*hương bột*), 2. thiêu hương (*hương đốt*), 3. đồ hương (*hương bôi lên cây nhang*).

Ngoài những *hương* thông thường, có những *hương* danh tiếng và quí báu mà người ta đem cúng dường : chiên - đàn hương, trầm-hương, đâu-lâu-bà hương, tất-lực ca hương ,v.v.

Đó là về thể-dụng. Ngoài ra, nếu người tu hành đem *tâm-hương* mình mà cúng Phật thì công-đức rất lớn. *Tâm-hương* của nhà tu trì tất cả có năm phần : 1. giới hương (*do nơi sự giữ giới mà thơm*), 2. định hương (*do nơi sự thiền - định mà thơm*), 3 huệ hương (*do nơi trí huệ mà thơm*), 4. giải thoát hương (*do nơi sự dứt phiền-não mà thơm*), giải thoát tri - kiến hương (*do nơi sự tự biết mình thành đạo mà thơm*). — Trong Thế giới, từ các vật nhỏ mọn, vô-tình, cho đến các chúng - sanh là vật hữu-tình, mọi vật đều có một thứ *mùi* (*hương*) riêng từ trong hình sắc đưa ra. Các nhà học đạo cao thâm, chẳng cần nhìn, mà chỉ ngửi *cái mùi* thoáng qua cũng biết là vật gì, vật ấy ở vào cảnh - giới nào, ô-trược hoặc thanh-bai.

Theo quyển *Vô lượng-Thọ Kinh*, ngài Pháp-Tạng Tỳ-kheo có phát 48 điều nguyện. điều thứ 32 có chép rằng : Nếu tôi được làm Phật thì từ dưới đất trở lên cho tới chốn hư không cung-điện, lầu-quán, ao hồ, hoa cây, hết thảy muôn vật ở trong, cõi nước, đều dùng vô-lượng của báu góp lại và trăm ngàn các thứ *hương* mà hiệp cộng thành ra, sửa soạn cho thiệt lạ lùng mầu nhiệm, hơn hết cả các cõi trời và cõi người. Hơi *hương* của các vật ấy xông ra khắp các thế-giái mười phương ; hễ chư Bồ-tát nghe hơi ấy đều tu Phật hạnh. Nếu chẳng như vậy, tôi xin chẳng giữ lấy ngôi Chánh - giác.

HƯƠNG-CHÚ 香 炷 Bâtonnet d'encens, Bâtonnet odoriférant (*fr.*) : Cây hương, cây nhang. Thứ hương thơm đốt để cúng Phật, cúng Thần, ở giữa có cây cộng làm tim. Mỗi khi đốt cúng vái, người ta thường đốt ba cây.

HƯƠNG DỤC 香 欲

Lòng ham muốn mùi thơm. Một trong năm lòng ham muốn về : sắc, thanh, *hương*, vị, xúc. Ấy là lòng muốn thường của phàm - tình, cho nên kêu là *Dục*. Xem : *Ngũ dục*.

HƯƠNG ĐIỆN 香 殿 : Đền hương. Tiếng thanh-nhã dùng đề gọi điện thờ Phật.

HƯƠNG-HOA 香 華

Hương và hoa. Đó đều là đồ cúng Phật, là hai món trong các món cúng dường vậy. Trong kinh Phật, phàm chữ *Hoa* 花 đều dùng chữ *Hoa* 華 nầy.

HƯƠNG-NGHIÊM ĐỒNG-TỬ 香 嚴 童 子

Trang đồng-tử tên là Hương-Nghiêm. Thiếu-niên từ mười chín tuổi trở xuống, kêu là : *Đồng-tử*.

Hương-Nghiêm Đồng-tử là một đệ-tử xuất-gia của Phật. Được Phật dạy nên quán các tướng hữu-vi, Hương-Nghiêm khởi sự lẳng-lặng suy xét. Nhơn thấy chư Tỳ - kheo đốt hương trầm-thủy, hơi bay ngào-ngạt vào mũi, Đồng-tử bèn quán tưởng mùi thơm: nó không phải là cây, không phải là không, không phải khói, không phải lửa, nó đến không dính vào đâu, nó đi cũng không biết đi đâu. Nhơn đó, Đồng-tử đắc quả La-hán. Phật bèn ấn cho Đồng-tử danh hiệu là *Hương-Nghiêm*.

HƯƠNG QUANG (*Phật*) 香 光 (佛) Gandaprabhasa (Bouddha) (*scr.*)

Một đức Phật Như-lai, quốc-độ của ngài ở về phương-Thượng đối với Ta - bà thế-giới nầy.

Hồi đức Phật Thích Ca giảng Kinh A-Di-Đà, Phật *Hương-Quang* và vô số chư Phật ở phương Thượng có tỏ lời khen tặng và khuyên chúng-sanh nên tin Kinh A-Di-Đà là Kinh được chư Phật hộ-niệm.

HƯƠNG-SÁT 香 刹 Chùa Hương, Chùa Phật (*Phật-tự*)

HƯƠNG SƠN 香 山

1.) *Hương-sơn* là núi cao nhứt ở trung-tâm Nam Diêm-phù-đề (*cõi Châu Á*), tức là vùng Hỷ-mã-lạp sơn. Trong núi ấy, có ngọn suối kêu là A-na-bà-đạp đa, nước suối có đủ tám vị (*bát vị*). Ai uống nước ấy thì hết đói khát và dứt mọi bệnh khổ.

Niết-bàn Kinh gọi là *Hương-sơn*.

Câu-xá luận gọi là *Hương-túy sơn*.

Truyện sách chữ Hán gọi là Côn-lôn-sơn.

2) Núi «*Hương-Sơn*» là cảnh núi linh ở Bắc-Việt, trong núi ấy có chùa Hương Tích thờ Phật-bà Quan-Âm.

HƯƠNG TẬP 香 集 Một nước Phật. Ngài Hư-Không Tạng Bồ-tát trụ tại nước Hương-Tập.

HƯƠNG TƯỢNG 香 象 Con voi còn tơ, đương sức lớn, phát ra mùi thơm. *Hương tượng* đối với *Đại tượng-vương*. *Hương-tượng* là tiếng tỷ-dụ để gọi hàng Thinh-văn, Duyên-giác. Còn *Đại tượng-vương* là tiếng tỷ-dụ để gọi Phật.

Niết-bàn Kinh, quyển 23 : Tỷ như dòng sông cả kia chảy mạnh như ngựa chạy, nó có thể lôi cuốn con *hương-tượng*. Phiền-não cũng như dòng sông cả chảy mạnh ấy, có sức lôi cuốn bực tu chứng Duyên-giác. Vì vậy cho nên bực Bồ-tát quán tưởng sâu sắc rằng phiền-não cũng như dòng sông chảy mạnh.

HƯƠNG-TƯỢNG BỒ-TÁT 香 象 菩 薩

Một đức Bồ-tát tên là *Hương-Tượng*. Ngài *Hương-Tượng Bồ-tát* thuyết pháp hướng Bắc núi Hương tụ sơn.

HƯƠNG-THANG 香 湯 : Nước nóng có chất thơm. Phép tắm rửa thân thể của phái Mật-giáo là dùng *Hương-thang*. Thứ

Hương-thang này có đến 32 vị thuốc thơm hòa-hiệp mà thành.

HƯƠNG-THẦN 香 神 Gandharvas (*scr.*)

Vị thần Hương, chỉ thích mùi hương, ngửi không cũng đủ no. Lại có tên là *Hương-Âm-thần*, tức là thần *Càn-thát-bà* vậy Ấy là một chúng trong bát bộ chúng.

(*Xem* : **Càn-thát bá, Bát bộ chúng**).

HƯƠNG-THẤT 香 室 Maison de culte (*fr.*)

Nhà hương. Chỗ thờ Phật.

Ban sơ, *Hương - thất* là cảnh nhà nơi ấy đức Phật cư ngụ. Về sau, *Hương thất* là điện thờ Phật.

HƯƠNG-THƯỢNG (*Phật*) 香 上 (佛) Gandottama (*Bouddha*) (*scr.*)

Một đức Phật Như-lai, quốc-độ của ngài ở về phương Thượng đối với cõi Ta-bà.

Hồi đức Phật Thích Ca giảng Kinh A-Di-Đà, Phật Hương-Thượng và vô số chư Phật ở phương Thượng có tỏ lời khen tặng và khuyên chúng-sanh nên tin Kinh A-Di-Đà.

HƯƠNG-TRẦN 香 塵

Hương : Mùi thơm, Hơi bay ra từ thể - chất của người hoặc của vật. *Trần* : cảnh thấm dơ (*nhiễm ô*), món làm dơ dáy.

Những món : sắc, thinh, hương, vị, xúc và pháp làm dơ tình - thức người ta, bám vào làm lu mờ chơn - tánh, cho nên nói là *Trần*. *Hương trần* là một thứ trong *lục trần* (*sắc, thinh, hương, vị, xúc, pháp*). Tức là hơi thơm nó nhiễm vào căn mũi, liền có cái cảm động khoái trá. Như hương của đờn bà con gái, mùi thơm của dầu, phấn, hoa

Nhà tu học, đối với mùi thơm tho, không nên vui, thích; đối với mùi hôi thúi, không thấy khổ, rầu ; giữ mình tự-nhiên. Như vậy là diệt cái *hương-trần*.

HƯƠNG-TRÙ 香 廚 Cuisine de pagode (*fr.*)

Nhà bếp, chỗ nấu ăn của nhà chùa, của Tăng-chúng. Tiếng gọi có tánh cách tôn-kính.

HƯỚNG-KHƯ 餉佉 Cũng viết : *Nhương Khư*. Vị Thánh-chúa ở kinh-thành Diệu - tràng - tướng, hồi thuở đức Di-Lặc sẽ giáng sanh và thành Phật. (*Xem : Nhương-Khư.*)

HỮU 有 Bhava (*scr.*).— Existence (*fr.*)

Có, trái với *Vô* (*Không*). Nói về quả-báo của chúng-sanh, hễ có nhơn thì có quả, nên kêu là *Hữu*.

Nói về các pháp, từ sắc cho đến tâm, hễ do nhơn - duyên mà sanh ra, thì kêu là *Hữu* (*Có*) ; nhưng vì các pháp đều chẳng có tự-tánh, cho nên kêu là *Vô* (*Không*). *Hữu* là nhơn-duyên thứ mười trong *Thập nhị nhơn-duyên*. Vì có cái *Hữu* (*Existence*) nên có cái Sanh (*Naissance*) ; diệt được cái Hữu thì diệt được cái Sanh, kế diệt được cái Lão Tử, Khổ-não.

Hữu (*Có*) là sở kiến của người chưa hiểu Đạo, còn chấp cái Bổn ngã, chưa thấy vạn vật là giả hiệp, biến đổi, vô-thường. *Hữu* là Cõi Có, cõi Hữu-tình. Như *Tam Hữu* là Ba cõi Sanh-tử : Dục-giái, Sắc giái, Vô-sắc giái. Lại, *Cửu Hữu* : Chín cõi Có ; tức là *Tam Hữu*, nhưng nói rộng ra : 1. Dục - giái. 2. Sơ thiền thiên. 3. Nhị thiền thiên. 4. Tam thiền thiên. 5. Tứ-thiền thiên với Tịnh phạm địa. (2 đến 5 là Sắc-giái.). 6. Không vô-biên xứ. 7. Thức vô biên xứ. 8. Vô sở hữu xứ. 9. Phi tưởng phi phi tưởng xứ(*6 đến 9 là Vô-sắc giái.*) Lại, *Nhị thập ngũ, hữu* 25 Cảnh có.

Hữu là Khoa-giáo đề dạy người mới học đạo. *Vô* (*Không*) là khoa-giáo đề dạy người tỉnh-ngộ. Cả hai khoa đều không chứa đủ thật-nghĩa. Đến khoa giáo Trung đạo đề dạy bực thuần thục mới chứa đủ Pháp-tánh, Thật-nghĩa. *Hữu* là sự chấp có của những người chưa tu hành hoặc mới bước chơn vào Đạo, họ còn giữ chặt cái Bổn ngã, còn mê tríu sự vật. Muốn thoát khỏi các khổ-não gây ra bởi sự chấp Có ấy, người ta phải tham xét cho đắc lẽ *Vô*, bấy giờ người ta thấy ra mọi pháp hữu-vi là giả dối, người ta dứt tríu mến. Nhưng tấn lên một bực nữa, người ta đạt tới mức Trung-đạo, nhận thấy lẽ *Hữu*, *Hữu ngã* là Phật-tánh trường-tồn, Như-lai, Niết-bàn, nhưng mà người ta không cố chấ

Còn về lẽ *Vô* thì người ta không nói tới. Như trong **Niết-bàn Kinh** có chép: Nếu nói rằng *Có* (**Hữu**), thì cái trí chẳng nên nhiễm *Có*. Nhược bằng nói *Không* (**Vô**), thì té ra nói láo.

Hữu lại có nghĩa: *Hữu-tình, Chúng sanh.* Như: *Tam hữu, Cửu hữu* ở trên, cùng là *Vạn hữu (Số đông, tất cả chúng-sanh)*. Như: *Vạn Hữu qui nhứt Tánh*: Tất cả chúng-sanh đều theo về một Tánh, tức là Phật-tánh. Đồng nghĩa với câu: Nhứt thiết chúng-sanh giai hữu Phật-tánh (*Tất cả chúng-sanh đều có sẵn cái Phật-tánh, tất cả đều sẽ thành Phật*).

HỮU-BỘ (*tông*) 有 部 (宗) Sarvastivâda, Sarvastivâdin (*scr.*)

Hữu-bộ, Hữu-bộ tông là tiếng tắt để gọi *Nhứt thiết hữu bộ*. Âm theo Phạn: *Tát-bà-đa* (bộ), *Tát-bà-đa-sa* (bộ).

Ấy là một tông phái cố cựu (*Tiểu-thừa*) ở Ấn-Độ, giáo-tổ là ngài La-hầu-La, con của đức Phật.

(*Xem: Nhứt thiết hữu bộ, Tát-bà-đa-bộ.*)

HỮU DUYÊN 有 緣

Có duyên. Trái với: Vô duyên. Gặp gỡ nhau mà hòa hiệp nhau, kêu là *hữu duyên*, cũng kêu: *hữu nhơn hữu duyên.*

Như kẻ *hữu duyên* hễ thấy Phật, thấy Chùa, thấy Tăng, thấy Kinh thì vui thích tôn kính, trọng mộ, cho nên được lợi ích về đạo-đức. Còn kẻ *vô duyên*, dẫu có gặp thì cũng như không, không mến, không thích, không kính, không gần, cho nên mất phần lợi ích, phước đức.

Tục ngữ: *Hữu duyên* thiên lý năng tương ngộ,
Vô duyên đối diện bất tương phùng.

(**Có duyên** *ngàn dặm cũng gần,*
Không duyên dầu gặp mấy lần cũng xa).

Câu ấy tuy nói về thế-tục, mà về đạo-đức thì cảnh thế cũng như vậy.

« **Qui-nguyên trực chỉ**: Phật chỉ độ được người *hữu-duyên*, chẳng độ được kẻ vô duyên; chỉ độ y, chẳng độ được người tin được kẻ chẳng tin.

HỮU-DƯ NGHĨA 有 餘 義 Sens incomplet, Sens relatif (*fr.*)

Nghĩa lý còn có thể bổ khuyết, chưa trọn vẹn. Cũng viết: Bất liễu nghĩa. Đối với: *Vô-dư nghĩa* (*Liễu-nghĩa*). Lại như về triết học, người-ta nói: *Đối đích nghĩa*. *Vô-dư nghĩa* cũng như về triết học, người ta nói: *Tuyệt đích nghĩa.*

Niết-bàn kinh: Ca-Diếp Bồ-tát hỏi Phật: « Tất cả trong các Khế-Kinh, dạy *hữu dư nghĩa* hay là dạy *vô-dư nghĩa* ? »

Phật đáp: « Trong các Kinh mà ta thuyết, đều chứa cả *hữu dư nghĩa* và *vô-dư nghĩa* ».

Phật biết tất cả các pháp, biết đủ hết, nhưng vì tùy sức của người nghe, ngài chẳng giải hết. Đối với những người thế-tục, như vua, vợ vua, cung phi, thái-tử, vương-tử, quần-thần là hạng người còn mê trìu, thì ngài giảng dạy lần lần cho họ tu tập, ngài khai ngộ lần lần cho họ đủ sức theo. Lại đối với những vị Tỳ-kheo, Tỳ-kheo-ni, Ưu-bà-tắc, Ưu-bà-di mới tu, chưa thuần-thục, ngài cũng mở trí lần hồi cho họ. Đó là *hữu dư nghĩa*.

HỮU-DƯ NIẾT-BÀN 有 餘 涅 槃

Niết-bàn còn dư hữu lậu. Nghĩa là cái nghiệp lầm lộn trong nguyên-nhơn sanh-tử dầu hết, mà còn dư lại cái khổ quá của cái thân nương vào hữu-lậu vậy.

Hữu-dư Niết-bàn là cảnh-huống của nhà tu học đắc Niết-bàn, mà *thân* vẫn còn ở tại thế đặng giáo-hóa chúng-sanh. Chừng tịch, người mới nhập Niết-bàn trọn vẹn, *Vô-dư Niết-bàn.*

Cho nên La-hán, Duyên-giác, Phật, đắc *Hữu-dư Niết-bàn*, tuy dứt tuyệt các phiền-não, trìu-mến, không tạo ra các mối khổ nữa, thế mà còn chịu cái *dư-nghiệp*, tức là quả-báo còn thừa lại. Các ngài cũng còn chịu những nghiệp chung trong đất nước, nghiệp chung giữa loài người (*cộng-nghiệp*).

HỮU-ĐỈNH 有頂

Cảnh trời Hữu đỉnh (*có chót đầu, cao nhứt*), là nơi Tịnh Phạm - địa trong cõi Sắc - giới, vốn tên là Sắc Cứu - *cánh thiên*, là vị đầu trên hết trong thế - giái, cho nên kêu tên vậy. Lại cảnh trời Phi-tưởng Phi phi-tưởng nơi thứ tư trong Vô-sắc giới cũng kêu là *Hữu-đỉnh*.

HỮU-GIÁO 有教 Khoa-giáo dạy lẽ Có, Tông - phái thừa nhận có các pháp. Cũng gọi : *Hữu-tông*. Đối nghĩa : *Không-giáo* (*khoa-giáo dạy lẽ Không*), *Trung-đạo giáo* (*khoa-giáo dạy lẽ Trung-đạo : chẳng phải có chẳng phải không*). Trong đạo Phật, phái Tiểu-thừa Câu-xá tông và phái Đại thừa Pháp - tướng tông, hai phái ấy là *Hữu-giáo*.

HỮU HÌNH VÔ-HÌNH 有形無形

Chúng-sanh có hình-chất và chúng-sanh không có hình chất. Chúng-sanh phân nhau ở trong ba Cõi : Dục-giới, Sắc-giới, Vô-sắc giới.

Hữu-hình là những chúng - sanh ở cõi Dục - giới và ở cõi Sắc - giới, còn mang hình-thể.

Vô-hình là những chúng-sanh ở cõi Vô-sắc giới, không có hình - thể, chỉ có tư tưởng, tâm-linh mà thôi.

Hữu hình vô hình cũng gọi là : Hữu sắc vô sắc.

HỮU-HỌC 有學 Có học, còn phải học. Trong bốn quả của Thánh-giả Tiểu-thừa, ba quả trước kêu là *hữu-học*; quả thứ tư, quả La-hán kêu là *Vô học*. Nghĩa là : người đắc ba quả trước, còn cần phải học đạo tu hành vậy. Trong bốn quả, ba quả Tu-dà-hoàn, Tư-đà-hàm, A-na-hàm đều là quả vị của bậc *Hữu-học* ; quả - A la-hán mới là quả-vị của bậc *Vô-học*, nghĩa là người không cần phải học nữa.

HỮU-KẾT 有結

Có kết, có trói buộc. *Có* (**Hữu**) nghĩa là có cái quả-báo sanh, tử, với lấy những điều phiền - não của sự quả - báo nó kết lại vậy. Những điều phiền - não của tánh tham, sân, si trói buộc người ta, khiến họ trụ tại trong vòng sanh - tử, cho nên kêu là *Kết*.

HỮU-KIẾN 有 見 Ý kiến có. Cái-ý-kiến sái quấy của kẻ câu chấp, chắc quyết rằng có thân tâm, có chúng-sanh, có vạn - vật. Cũng gọi : *Thường-kiến*.

HỮU KHÔNG 有 空

Có, Không. Nhận thấy hình sắc muôn tượng, nhân thấy các pháp mà cho là có, ấy là *Hữu*. Trông thấy là có, mà nhận cho là không có cái thật-tướng, chỉ là giả-hiệp do tứ đại hoặc do nhơn-duyên hòa-hiệp mà thôi, ấy là *Không*.

Người thấu Đạo nhận rằng cái *Hữu* với cái *Không* vốn chẳng hai (*Hữu Không bất nhị*). Là vì, hễ cái chi có tướng (*hữu tướng*) thì có sẵn cái tánh Không. Trong cái tánh Không ấy, vẫn có cái Hữu tướng. Vậy thì *Hữu* với *Không* chẳng khác chi nhau, chỉ là một mà thôi.

Về cái lý Hữu Không, có bốn trình độ : Hữu, Không, diệc Hữu diệc Không (*cũng có cũng không*), phi Hữu phi Không (*Chẳng phải Có chẳng phải Không*).

(*Xem : Tứ cú phân biệt.*)

HỮU LẬU 有 漏

Có lậu. Cũng viết : Lậu. *Lậu* tức là phiền não, mê-dục. Lục căn đối với lục trần còn lậu tiết, còn rỉ ra, còn cảm xúc, còn lưu thông, nên kêu là *lậu*. *Hữu-lậu* tức còn lưu-chuyển trong vòng phiền-não : tham, sân, si, còn vấn-vương trong Tam giới, Lục đạo. Đối với *Vô lậu* là dứt lậu, dứt phiền não trìu-mến, có tánh-cách giải thoát, Niết-bàn.

Hữu lậu lại có nghĩa : Phiền não (*lầm lỗi*) của chúng-sanh (*của chư Thiên*) ở ba cõi Dục-giới, Sắc-giới và Vô-sắc giới : thân tâm đối với ngoại-duyên, bèn làm sái, tính quấy. Ấy là một trong *Tam lậu*.

HỮU LẬU ĐẠO 有漏道 : Đạo lý hữu lậu, còn phiền-não, tríu-mến. Ấy là cách hành đạo hoặc pháp-môn cầu lấy quả-báo làm người và làm Tiên trong Tam giới. Đối với *Vô lậu đạo* là cách hành đạo hoặc pháp-môn đưa lên cõi Giải-thoát, đưa lên quả-vị Niết-bàn của Phật, Thánh.

HỮU LẬU ĐOẠN 有漏断 : Đoạn tuyệt phiền-não theo Hữu lậu đạo. Ấy là cách tu hành của hàng phàm-phu chớ chẳng phải phương-pháp *Vô lậu đoạn* của hàng Thánh-giả. Tức là cách tu tập lần hồi, sự trau giồi nết hạnh để dự địa-vị Thiên-thần và nhơn-loại.

HỮU LẬU NHƠN 有漏因 : Nhơn-duyên hữu lậu. Cái nhơn ấy chiêu cảm cái quả-báo trong Tam giới. *Hữu lậu nhơn* có ác và có thiện ; ác là Ngũ nghịch, Thập ác ; thiện là Ngũ giới, Thập thiện. Nhơn ác chiêu cảm các quả : Địa-ngục, Ngạ-quỉ, Súc-sanh. Nhơn thiện chiêu cảm các quả Nhơn, Thiên, Thần.

Đối với *Vô lậu nhơn*, là sự thi-hành Bát chánh đạo để đắc Vô-lậu quả tức là Thánh-quả.

HỮU LẬU QUẢ 有漏果 : Quả-báo hữu lậu. Do hữu lậu nhơn, sanh ra *hữu lậu quả*. *Hữu lậu quả* có sướng, có khổ ; sướng là ở ba cõi : Nhơn, Thiên, Thần ; khổ là ở ba cõi : Địa-ngục, Ngạ-quỉ, Súc-sanh. Đối với *Vô lậu quả* là sự chứng đắc của các nhà hành đạo theo Thinh-văn thừa, Duyên-giác thừa hoặc Phật-thừa.

HỮU LẬU THIỀN 有漏禪 : Sự thiền-định hữu lậu. Ấy là nói sự quán tưởng của các nhà tu hành chưa giải-thoát, chưa đắc Đạo. Đối với : *Vô-lậu thiền* là sự thiền-định thoát khổ, dứt lầm của chư La-hán, chư Duyên-giác, chư Phật.

HỮU LẬU THIỆN PHÁP 有漏善法

Pháp lành hữu lậu. Tuy tu hành theo pháp lành, nhưng lòng chưa dứt phiền-não, tríu mến. Những pháp lành ấy đưa hành-giả lên cõi Tiên, hoặc đưa lại làm người thong dong mà hưởng phước. Như : ngũ giới, bát giới, thập thiện.

Tuy khá hơn *Hữu lậu ác pháp* là ngũ nghịch, thập ác, đưa con người xuống ba cảnh Địa-ngục, Ngạ-quỉ, Súc-sanh mà chịu khổ, chớ *Hữu lậu thiện-pháp* chẳng bằng *Vô lậu pháp* là những pháp-môn đưa người lên cõi Giải-thoát, Niết-bàn.

HỮU LẬU TRÍ 有漏智 : Trí hữu lậu. Cái trí-huệ của nhà tu hành đoạn trừ phiền-não theo hữu lậu đạo. Đối với *Vô lậu trí*, *Vô lậu huệ* là cái trí-huệ lìa khỏi các phiền não, cái trí-huệ của các hàng La-hán, Duyên-giác, Phật.

HỮU SỞ ĐẮC 有所得

Có chỗ đắc. Có lòng chấp trước, có lòng phân biệt, tự nhận rằng mình đắc pháp tới cỡ nào đó, hoặc đắc đạo tới cỡ nào đó. Đối nghĩa : *Vô sở đắc*. Tâm *Vô sở đắc* mới là tâm Phật. Tâm *hữu sở đắc* là tâm chúng-sanh, còn tự-cao, còn phân-biệt.

Kim-cang Kinh : Như-lai tích tại Nhiên-Đăng Phật sở, ư Pháp, hữu sở đắc phủ ?

— Phất giả, Thế-tôn ! Như-lai tại Nhiên-Đăng Phật sở, ư Pháp, thật vô sở đắc.

(Thuở xưa, hồi ở nơi Phật Nhiên-Đăng, Như-lai có chỗ đắc Pháp chăng ?

Bạch đức Thế-tôn ! Không. Hồi ở nơi Phật Nhiên-Đăng, thật đức Như-lai không có chỗ đắc Pháp.)

HỮU TÌNH 有情 Satva (*scr.*).— Êtres animés (*fr.*)

Giống có tình. Viết theo Phạn : Tát-đỏa (*Satva*). Tên cũ là *Chúng-sanh* 衆生, tên mới dịch là *Hữu-tình*, nghĩa là có tình-thức hay có tình-ái, là tiếng kêu chung các loài động vật trong Ba cõi *(Tam giới)*, Tứ sanh *(Bốn giống sanh)*.

HỮU TƯỚNG 有相

Có tướng. Có cái tướng tạo-tác, có cái tướng hư-giả, kêu là *Hữu tướng*. Đối với *Vô tướng* 無相 (*không có tướng*).

HỮU TƯỚNG NGHIỆP 有相業 Việc làm có tướng. Phép tu của Tịnh-độ tông. Người tu Tịnh-độ tông hằng niệm Phật A-Di-Đà để cầu sanh về cõi Tịnh-độ, nên người tu các phái khác gọi phép tu Tịnh-độ là *Hữu tướng nghiệp*, tức là việc tu hành có tướng.

HỮU-TƯỚNG TÔNG 有 相 宗

Tông có tướng. Một tên khác của Pháp-tướng tông.

(*Xem : Pháp-tướng tông*).

HỮU TƯỞNG 有 想

Có tư-tưởng. Đối với : *Vô-tưởng*. Đối với giống hữu-tình trong cảnh trời Vô-tưởng, đó là giống hữu-tình có tư-tưởng vậy.

Các loại chúng-sanh trong *Tam giới* phân ra như vầy : *Noãn-sanh (từ trong trứng mà sanh ra), Thai-sanh (từ trong thai bào mà sanh ra), Thấp-sanh (từ chỗ ướt át mà sanh ra và sống), Hóa-sanh (loài tự biến hóa mà sanh ra), Hữu sắc (loài có hình sắc), Vô sắc (loài không có hình - chất, nhưng có tứ uẩn : thọ, tưởng, hành, thức), Hữu - tưởng (loài có tư-tưởng), Vô - tưởng (loài không tư - tưởng)*. Phi hữu tưởng phi vô tưởng *(loài không phải có tưởng mà không phải không có tưởng, chư thiên ở cảnh Vô-sắc giới)*.

HỮU TƯỞNG THIÊN 有 想 天

Cảnh trời Hữu-tưởng. Nội trong các cảnh, trời, trừ ra cảnh trời Vô tưởng và cảnh trời Phi-tưởng-Phi-phi-tưởng, ngoài ra là các cảnh trời Hữu-tưởng hết thảy.

HỮU-THỨC 有 識 Satva (*scr.*).— Êtres animés (*fr.*)

Giống hữu-thức. Tức là giống hữu-tình, là chúng-sanh có tình-thức. Đồng-nghĩa : *Hữu-tình, Chúng-sanh.*

HỮU-VI 有 為 Samskrta (*scr.*). — Agir (*fr.*)

Có tạo tác, có nhơn-duyên tạo-tác, cố ý tạo tác, chớ không chiều theo cái Tự-nhiên. Trái với *Vô-vi*. Những chi có tâm, có sắc thì thuộc về *Hữu-vi*. Cái *Hữu-vi* thì có tánh *bất-thường, vô-thường,* chớ nó không có cái tánh *thường*, cái Chơn-tánh, cái tánh Niết-bàn. Như cố ý mà thuyết-pháp cho hay, sắp đặt trước bài thuyết-pháp của mình đặng cho người nghe khen tặng, đó là *Hữu-vi*. Còn đột nhiên tùy cơ, tùy dịp mà hóa độ một cách bình-đẳng, ấy là *Vô-vi.*

Bố-thí mà trông phước về sau, ấy là *Hữu-vi.* Còn bố-thí một cách an nhiên, không hề tưởng đến quả-báo sẽ tới, ấy là *Vô-vi.*

Hữu-vi tức là *Hữu-lậu,* còn phiền-não, tríu-mến. Còn *Vô-vi tức là Vô-lậu,* tự-nhiên không phiền-não.

Những *Hữu-vi pháp* là : 1.) sắc pháp, 2.) phi sắc pháp.

1.) Sắc pháp là : Địa (*chất đất*), Thủy (*chất nước*), Hỏa (*chất lửa*), Phong (*chất gió*).

2.) Phi sắc pháp là : Tâm (*ý thức.*) và Tâm số pháp (*bao nhiêu những pháp của tâm*).

Những *Hữu-vi tướng* là : 1.) Sanh, 2.) Trụ, 3.) Dị, 4.) Diệt.

Kim - cang kinh : Nhứt thiết *Hữu-vi pháp.*

Như mộng, huyễn, bào, ảnh,
Như lộ, diệc như điển,
Ưng tác như thị quán,

Dịch văn nôm : *Bao nhiêu những* **pháp nhận nhìn**

Vì như mộng, ảo, bọt, hình đó chi,
Cũng như hơi nước bay đi,
Cũng như chớp nháng trong khi mưa [illegible],
Thảy đều như vậy khác nào,
Các nhà học đạo xét vào cho minh.

Viên-giác kinh, quyển hạ : Hỡi chư thiện nam-tử ! chúng-sanh đời mạt-thế không hiểu bốn tướng (*sanh, trụ, dị, diệt*), tuy trải qua nhiều Kiếp cần khổ tu Đạo, nhưng chỉ là *Hữu-vi* thôi. Cho nên rốt cuộc không thành tất cả Thánh-quả.

Niết-bàn kinh, quyển 20 : Ta (*Phật*) vì tất cả những chúng-sanh *Hữu-vi* mà trụ thế trong vô lượng Kiếp, chớ ta chẳng vì những chúng-sanh *Vô-vi* mà ở lại mãi mãi nơi cõi đời !

Tông-kinh : *Hữu-vi* tuy giả, nhưng nếu bỏ nó đi thì Phật đạo khó thành. *Vô-vi* tuy chơn, nhưng nếu chấp lấy nó thì Huệ-tánh không sáng.

HỮU-VI KHÔNG 有 為 空 Hữu-vi là Không. Các pháp

hữu-vi đều do nhơn-duyên tạm hiệp mà thành. Chúng nó không có tự-tánh, cho nên người ta gọi các pháp hữu-vi là không, tức không thật, không bền, chỉ tạm có mà thôi. *Hữu-vi không* là một trong 18 cái Không. Xem : *Thập bát Không.*

HỮU-VÔ 有 無

Có, Không. *Hữu* : Nhận cho là có hẳn, như có người, có vật, có thiên-đường, có địa-ngục, v.v... khư khư chấp lấy cái có (*hữu*). *Vô* : Nhận cho là không hẳn, sự vật chẳng tồn tại, chỉ là giả-hiệp thôi.

Trước là chẳng hiểu đạo lý, nên nhận cho là *Hữu* (*Có*). Sau, vừa mới hiểu đạo, bèn nhận tất cả là *Vô* (*Không*).

Hai trình-độ ấy đều là ý kiến sái (*tà-kiến*), ý kiến một bên (*biên - kiến*).

Phải vượt đến mức Trung-đạo : nơi đây chẳng có hai bực ý kiến đó, tức là chẳng phải hữu, chẳng phải vô (*phi hữu phi vô*)..

Y

Y (*Ý*) 衣 Habit, Vêtement, Se vêtir (*fr.*)

Áo, y-phục mặc che thân.— Còn mặc áo thì đọc là *Ý*, Pháp : Se vêtir. Bộ áo cà-sa ba cái (*Tam y*) của ông thầy tu ; cũng kêu : *phước-điền y, đức-y.* (*Xem : cà-sa*).

Y, *y-phục* là một trong *Tứ-sự cúng-dường* 1.) *y, y - phục* 2.) *ẩm thực,* 3.) *phòng thất, giường chiếu,* 4.) *thuốc thang*) mà nhà sư thọ lấy nơi người thí-chủ cư-sĩ.

Niết-Bàn Kinh, quyển 22 : Bồ-tát Ma-ha-tát đương lúc cần *áo* (*y*) thì được thọ lấy. Nhưng chẳng vì tấm thân, mà vì Đạo-lý. Người chẳng tăng-trưởng lòng kiêu-mạn, thường giữ lòng khiêm-nhượng ; chẳng vì sự nghiêm-sức, mà vì sự hổ thẹn lõa-lồ, và để tránh lạnh, nắng, gió dữ, mưa to, ác - trùng, như : muỗi, mòng, ruồi, rệp, rít, bò-cạp.

Y BÁT 衣 鉢 Bộ áo ba cái và bình đựng cơm. Ấy là hai tư-vật rất trọng yếu của ông thầy tu. Một ông thầy tu khi thọ giới xuất-gia, điều-kiện trước nhứt là phải có đủ hai món *y bát*. Nhà sư đi đâu cũng phải giữ luôn luôn *y bát* theo mình : *y* để tỏ rằng mình là nhà giữ luật tu hành xuất - gia, *bát* để lãnh đồ của bá-tánh cúng dường. Thiền-tông gọi *y bát* là Đạo, Pháp : Thầy truyền Pháp cho đệ - tử gọi là *truyền y bát*. Là vì bắt từ đức Phật Thích-Ca truyền dẫn cho tới đức Bồ-đề-đạt-ma là Tổ đời 28 ở Tây-Thiên, rồi khi đức Bồ-đề-đạt-ma qua Đông-Độ làm Sơ-tổ cho đến ngài Huệ-Năng là Lục-tổ, mỗi khi truyền Pháp thì có trao *y bát* làm tín-hiệu.—

Lại tiền bạc, áo quần, vật dụng của thầy tăng cũng kêu chung là *y bát*.

Y-CẮT 衣械 : Cái đãy hình chữ nhựt mà các hàng nam, nữ mang theo trên vai để đựng đồ.— Lại cũng là cái đãy có chơn, hay là cái hộp để dựng hoa, đem đi dâng cúng.

A-Di-Đà kinh : Ở cõi Phật A - Di - Đà, ngày đêm sáu thời, hằng có những hoa tiên Mạn - đà - la đổ xuống như mưa. Trời vừa rựng sáng, Chúng-sanh ở cõi ấy đi lượm hoa để vào *y-cắt* và đem đi cúng dường cả chục vạn ức đức Phật ở Mười phương.

Y-CHÂU 衣珠 Hột châu báu trong áo, tức là *Phật - tánh*. Trong kinh Diệu-Pháp Liên - Hoa, có nói : Một người kia có hột bảo-châu kết trong áo. Nhưng người quên lửng hột *y - châu* ấy đi, chẳng dùng nó mà đổi ra nhà cửa, vườn tược, tiền bạc, đành chịu nghèo cùng. Cũng như thế, chúng - sanh đều có *Phật - tánh* nơi mình, nhưng họ không tự biết, đành chịu các sự khổ-não trong chốn luân - hồi. Tới chừng gặp thiện trí-thức nhắc lại, người nghèo cùng ấy bèn dùng *y - châu* mà đổi vật dụng của cải, trở nên giàu sang. Cũng như thế, nhờ Phật tỉnh ngộ cho, chúng - sanh nhớ lại cái Phật - tánh sẵn có nơi mình. Nhờ đó, họ trở nên giác - ngộ, thành Phật.

Y-THỌ 衣樹 : Cây sanh ra áo quí báu, mầu nhiệm. Cây nầy mọc ở cung trời Đao-lợi; nơi Hỷ-kiến thành của đức Đế-Thích.

Y 依 Obéir, se conformer (*fr.*)

Nương theo, Dựa theo ; Tùng theo. Tức là nương dựa

theo điều chánh, lý phải, tùng theo bực có phước-đức trí-huệ. Như *qui y* Tam Bảo (*Phật, Pháp, Tăng*) là theo về và tin cậy nơi sức hộ trợ của Tam Bảo. (*Xem : Qui y.*)

Y-BÁO 依報 : Quả-báo tùng theo quả-báo chánh. Cũng viết : *y-quả*. Mỗi mạng chúng-sanh đều chịu lấy hai thứ quả-báo : chánh báo và *y-báo*. *Chánh-báo* là cái thân-tâm của mình ; do những duyên-nghiệp từ trước nên mình sanh ra với cái thân làm người, làm Tiên, làm Phật, làm thần, làm quỉ, làm súc-sanh. Như làm người thì có đủ thân thể, tay chơn, mắt mũi v.v... Làm Phật thì có đủ 32 tướng chánh, 80 tướng tốt phụ. Đó là *chánh-báo*.

Còn *y-báo* là quả-báo tùng theo cái quả-bảo chánh, tức là những vật nương theo thân-mạng của mình. Như nhà cửa, của cải, làng xóm, đất nước của mình.

Như *y-báo* của Phật-Thích-Ca là toàn cõi Thế-giái Ta-bà với mọi vật trên cõi ấy. Còn *y-báo* của Phật Di-Đà là Cực-lạc thế-giái với mọi thứ trân-bảo. Tức *y-báo* là sự-vật ngoài cái thân vậy.

Y-CHÁNH 依正 : Y-báo và chánh-báo. *Chánh-báo* là kết-quả của những việc đời trước tạo ra cái thân đời nay. *Y-báo* là thứ quả-báo tùng theo cái thân. (*Đã giải ở trên*).

Con người ta tuy chịu lấy hai thứ quả-báo : thân trong và vật ngoài, nhưng nếu khéo quan sát chỗ đại-cương, thì hai thứ quả-báo ấy vẫn như nhau vậy. Đó kêu là *y chánh bất nhị môn*.

Theo «Pháp-hoa huyền-nghĩa», có mười thứ mới trông thì có khác, mà xét kỷ thì như nhau (*thập bất nhị môn*) : 1.) Sắc tâm bất nhị môn, 2.) Nội ngoại bất nhị môn, 3.) Tu tánh bất nhị môn, 4.) Nhơn quả bất nhị môn, 5.) Nhiễm tịnh bất nhị môn, 6.) *Y chánh bất nhị môn*, 7.) Tự tha bất nhị môn, 8.) Tam nghiệp (*Thân, khẩu, ý*) bất nhị môn, 9.) Quyền thật bất nhị môn, 10.) Thọ nhuận bất nhị môn.

Y-CHỈ 依止 : *Y* là nương dựa ; *chỉ* là ở yên. *Y-chỉ* là chỗ (*bực*) có phước-đức, có trí-huệ, có thế-lực đề cho người-ta nương dựa mà chẳng lìa. Kêu trọn : *Y-chỉ xứ*.

Như vị Tỳ-kheo tiền-bối đứng làm giám-đốc cho một vị Tỳ-kheo mới vào đạo, kêu là *Y-chỉ A-xà-lê* (*chỗ nương dựa là bực thầy Tỳ-kheo có tuổi-tác và đức-hạnh*).

Như Phật là bực chứng được cái Chơn-như biến khắp cả, rất đáng là chỗ nương dựa chẳng rời của tất cả chúng-sanh, nên gọi ngài là *Y-chỉ thậm thâm* (*chỗ nương-dựa thăm thẳm*).

Y-ĐỊA 依地 : Địa vị để cho người ta nương dựa. Nương dựa trên địa-vị tu thiền-định. Thiền-định tỷ như cuộc đất, căn-bản của hành-giả. Nương trên cảnh thiền-định ấy, gọi là **Y**-*địa*. Đối nghĩa : *Y-thân* 依身 : nương dựa theo thân-tâm, theo *lục căn* của mình.

Y-QUẢ 依果. Quả-báo phụ-thuộc, nương theo cái Chánh-quả. Cũng viết : *Y-báo*. Chúng-sanh có hai thứ quả-báo :

Chánh-quả hay Chánh-báo là cái tâm-thân mà mình thọ lấy do hạnh-nghiệp tạo-tác các đời trước.

Y-quả hay y-báo là những vật báo-đáp cho mình ở ngoài cái tâm-thân mình, như nhà cửa, vợ con, đồ ăn, vật uống, quốc-thổ nơi mình sanh sống.

Y TỨ PHÁP 依四法. Nương theo bốn phép. Kêu tắt : *Tứ pháp, tứ y.*

Theo lời Phật dạy, chư Tỳ-kheo phải *nương theo bốn phép* : 1.) Y Pháp, bất y nhơn, 2.) Y Nghĩa, bất y ngữ ; 3.) Y Trí, bất y thức ; 4.) Y Liễu-nghĩa Kinh, bất y bất liễu-nghĩa Kinh.

1.) Y Pháp, bất y nhơn. — *Y pháp* là nương theo : Như-lai, Pháp-tánh, Kinh Đại Niết-bàn và các pháp Đại-thừa của Phật. *Bất y nhơn* là chẳng nương theo người, chẳng nghe theo hàng Thinh-văn nói sái, như nói rằng Phật, Như-lai là vô-thường, là biến đổi. Tuy vậy, như có Người nào hộ trì Phập-pháp, hiểu rõ Mật-tạng của Như-lai, đạt lý Thường trụ bất biến, thì mình phải nương theo Người đó.

2.) Y Nghĩa, bất y ngữ. — *Y nghĩa*, nương theo nghĩa, tức là nọi theo sự giác-liễu cái Lý đầy đủ không dư không thiếu, cái Lý Tam Bảo (*Phật, Pháp, Tăng*) là thường trụ. *Bất y ngữ*, chẳng nương theo lời nói, tức là chẳng nương theo những luận-thuyết thiên tà, những lời dối trá, bợ đỡ của kẻ cầu danh cầu lợi, nói ngược ý Kinh.

3.) Y Trí, bất y thức.— *Y Trí*, nương theo Trí-huệ, nương theo cái chơn Trí hiểu rằng : Như-lai tức là Pháp-thân, tất cả chúng-sanh đều có Phật-tánh. *Bất y thức*, chẳng nương theo chỗ tri-thức, chẳng nương theo cái ý-thức của hạng tu học Tiểu-thừa, hạng nầy chẳng hiểu công-đức vô-lượng của Như-lai, họ chỉ hiểu rằng thân Phật chỉ là thân ngũ uẩn kết hiệp, cái thân tướng hữu-vi mà thôi.

4.) Y Liễu-nghĩa Kinh, bất y bất liễu-nghĩa Kinh.— *Y Liễu-nghĩa Kinh*, là nương theo Kinh-điển chứa ý-nghĩa đầy đủ, bao quát, như các Kinh Đại-thừa Bồ-tát. *Bất y bất liễu - nghĩa Kinh*, là chẳng nương theo những Kinh-điển mà lý nghĩa chẳng đầy đủ, chẳng bao quát, như những Kinh-điển của Tiểu-thừa Thinh-văn và các thơ-truyện của ngoại-đạo. Lại *Liễu nghĩa* là liễu đạt tất cả các nghĩa-lý Đại-thừa, tất cả các Kinh-điển Đại-thừa.

Y-THÂN 依身. Nương theo thân-thể, chỗ nương dựa là thân-thể. Thân-thể là chỗ nương dựa của chúng-sanh. Lại *Lục căn* (*nhãn, nhĩ, tỷ, thiệt, thân, ý*) trong thân cũng là chỗ nương dựa của chúng-sanh, cũng gọi là *Y-thân*. Đối nghĩa : *Y-địa* 依地 : nương theo địa-vị tu thiền-định, thiền-định là chỗ nương dựa của nhà tu.

Y THÔNG 依通. Nương vào sức thần-thông. Nương dựa vào sức linh của bùa, ngải, chú, ấn mà hiện ra phép lạ. Nương vào sức Thần - thông (*Thần - túc thông*) là một phép trong *Ngũ thông* mà biến-hóa phi-thường.

Y - ĐẾ - MỤC - ĐA - GIÀ (*Kinh*) 伊帝目多伽 (經) Itivrtaka (*scr.*)

Chữ Phạn, dịch nghĩa : *Bổn - sự*. Những việc làm của Phật trong các đời đã qua của Phật, do Phật thuật lại, kêu là *Y-đế mục-đa-già* (*Itivrtaka*), *Bổn - sự*. Còn những đời trước của Phật, do Phật thuật lại, kêu là *Xà-đà-già* (*Jàtaka*), *Bổn-sanh*.

Y-đế-mục-đa-già kinh là một thể thuyết - pháp trong mười hai thể thuyết-pháp của Phật, một bộ trong *Thập nhị bộ kinh*.

Y-LAN 伊蘭

Cây y-lan, hoa y-lan. Cũng viết : *Y-la* 伊羅, *Yên-la-na* 煙羅那.

Cây *Y-lan* là một thứ cây mà hoa thì màu đẹp đẽ, nhưng mùi rất hôi thúi, mùi hôi thúi ấy bay lan đến bốn chục dặm.

Ai ăn nhằm thứ hoa ấy thì phát điên mà chết. Trong các thứ cây, cây *y-lan* thì thúi nhứt, còn cây *chiên-đàn* thì thơm nhứt, cho nên các Kinh luận thường sánh *y-lan* với *Phiền-não*, *chiên-đàn* với *Bồ-đề*.

Niết-Bàn Kinh : Lửa cây *chiên-đàn* và lửa cây *y-lan*, hai thứ lửa đều cháy như nhau, hình-tướng như nhau, chẳng khác gì. Cát-nhựt (*ngày lành*) và hung-nhựt (*ngày dữ*) cũng như vậy : những kẻ đến chỗ Phật ngự, dầu nhằm cát-nhựt, dầu nhằm hung-nhựt, thảy đều được tội lỗi tiêu diệt.

Y-LIÊN-THIỀN (*Hà*) 伊連禪 (河) Nairãnjanâ (*scr.*)

Song Y-liên-thiền bên Ấn-Độ. Hồi đức Thích-Ca thành Đạo, ngài đến mé sông *Y-liên-thiền* mà độ Ca-Diếp huynh trưởng và hai em. Ba người ấy đem một ngàn đệ-tử của mình mà qui y Phật, thảy đều đắc quả A-la-hán. (*Xem* : *Ni-liên-thiền.*)

Ý 意 Città, Sannâ, Mati (*scr*).— Notion, esprit, sens interne (*fr*)

Ý (*Citta*) : ý tưởng hiện lại nơi mình, như ý tham, ý sân, ý si v.v.

Ý (*Sannâ*) : ý tưởng, sự nhận cho là trắng, đen, dài, ngắn, đàn-ông, đàn-bà.

Ý (*Mati*) : ý muốn, ý định. Như Vô-Tận-ý (*Akchayamati*), Thiện ý (*Sumati*), Pháp-ý (*Dharma-mati*).

Sự suy xét, độ lượng về sự, vật, sự liệu-định. Lòng nhớ tưởng việc nầy sanh ra lòng nhớ tưởng việc khác, cũng gọi là *ý*.

Ý tức là : tâm, thức, ý kiến.

Ý tưởng việc ác kêu là ý ác. Ý tưởng việc lành kêu là ý thiện. Nhà tu học nên kềm chế cái ý, đừng cho nó nghĩ đến sự quấy, ác.

Tứ thập nhị chương kinh, chương 28 :

Phải cẩn thận, chớ tin *cái ý* của ngươi, vì cái *ý* của ngươi chưa đáng tin. Phải cẩn thận, chớ gần sắc đẹp. Gần sắc liền sanh họa. Được quả A-la-hán rồi, chừng đó mới có thể tin *cái ý* của ngươi.

Ý AN-LẠC 意安樂 Tâm-ý, lòng dạ yên-ổn vui-vẻ. Muốn cho tâm-ý được an lạc, nên tu hành bốn pháp : 1.) không ganh ghét dua bợ, 2.) không khinh lờn mắng mỏ 3.) không ỷ mình tu đại-hạnh mà chê trách kẻ tu tiểu-hạnh, 4.) không tranh đua. Đó là Tứ an-lạc hạnh trong *Tứ an-lạc hạnh* của bực trì Giáo-lý Pháp-Hoa.

Ý-CĂN 意根 Căn ý. Một căn trong Lục căn : Nhãn-căn, Nhĩ-căn, Tỷ-căn, Thiệt-căn, Thân-căn, *Ý-căn*. – *Ý-căn* đối diện với pháp-trần, liền nảy sanh cái *ý-thức*.

Ý-ĐỊA 意地 Đất ý. Cũng gọi : *Tâm-địa*. Cái-ý, thức thứ sáu nó nắm giữ, phân phối các việc hành-động của cái thân ; chính nó lại là cảnh giái - phát sanh muôn việc, cho nên kêu là *ý-địa*.

Ý-HỌC 意學 Sự học về tâm-ý, tức là *Thiền-học*. Thiền-tông (*Phật tâm tông*) lấy cái tâm-ý làm trọng. Trong ba nghiệp : Thân, Khẩu, Ý, cái nghiệp Ý là trọng hệ hơn hết, cho nên Thiền-tông chuyên dạy về *ý-học*.

Ý LỰC 意力 Sức của ý. Sức nhớ tưởng và cầu quả Chánh-giác, Sức lực của cái ý quyết thành Đạo. Ý-lực tức là *Tâm-lực*.

Ý LẠC 意樂 Ý vui. Cái Ý muốn đã được đầy đủ, nên thỏa dạ, vui vẻ. Làm được việc lành, nên trong ý thấy hân-hoan.

Ý MÃ 意馬 Cái ý của người ta tỷ như con ngựa. Như con ngựa không cương bôn tẩu các nơi, cái ý của người không tu hành không hề ngừng lại một chỗ, nó tưởng nhớ việc này, nó mơ ước cảnh nọ. Tâm chạy theo cảnh.

Ý NGHIỆP 意業 Nghiệp ý. Một nghiệp trong *Tam nghiệp* : Thân-nghiệp, Khẩu-nghiệp, *Ý-nghiệp*, có-thiện, có ác. Cái ý của người-ta vừa tưởng thì đủ thành nghiệp, kêu là : ý-nghiệp. Cái nghiệp ấy còn tiềm-tàng, chưa phát lộ.

Cái *Ý-nghiệp* cùng hưởng ứng với cái thân-nghiệp và cái khẩu-nghiệp, thì thành ra cái nghiệp trọn-vẹn, sẽ có quả-báo chẳng sai. Các nhà tu học rất dè-dặt đối với cái *ý-nghiệp*, chẳng dám để cho cái ý tưởng đến sự luyến ái, hoặc sự giận hờn, e gây thành *tội-nghiệp*.

Ý NIỆM VÃNG SANH 意念往生. Lấy ý mà niệm Phật cũng được vãng sanh. Ấy là nói người lâm chung, miệng chẳng niệm được danh hiệu của Phật A-Di-Đà, bèn dùng ý thế cho miệng mà niệm, cũng được sanh qua Cực-lạc thế-giới.— Ý-niệm vãng sanh là một cách thế trong *Tứ chủng vãng sanh*.

Ý SANH THÂN 意生身. Cũng viết : *Ý thành thân* 意成身. Cái ý sanh ra, tạo thành cái thân. Nhà tu học chứng được ngôi-vị Bồ-tát từ bực Sơ-địa sấp lên, vì cái ý muốn tế-độ chúng-sanh, nên hễ muốn sanh vào đâu thì liền được thọ sanh. Ấy là nhờ Sức mạnh của cái Ý mà thành ra cái thân vậy.

Ý TAM 意三. Ba tội phạm, ba điều ác của tâm-ý. Trong *Thập ác*, mười tội phạm, mười điều dữ của người-ta, có ba tội của cái ý : Tham, Sân, Si, kêu tắt là *Ý tam*. Do ba tội ấy, tức do Tham, Sân, Si, phát sanh bốn tội của miệng (*khẩu*) và ba tội của thân, hiệp thành mười tội, *Thập-ác*.

Ý THÀNH THIÊN 意成天. Cái ý tạo thành vị Thiên-nhơn. Tiếng gọi hàng Thiên-nhơn. Hàng chư thiên ở hai cõi Sắc-giái và Vô-sắc giái không còn ăn, uống. Nhưng nhờ có sức suy-nghĩ của tâm-ý, các vị ấy được sanh-hoạt, tồn tại.

Ý THÚ 意趣. Chỗ quay về của tâm-ý. Như cái ý quay về đường lành hay đường ác, quay về Tiểu-thừa hoặc Đại-thừa, quay về chỗ vô-vi hay hữu-vi. Cũng như : Chí-hướng, Thú-hướng.

Ý THỨC 意識. Sự cảm biết của cái Ý. Một thức trong *Lục thức*. Cái ý-thức có nảy sanh là do cái ý-căn chạm với pháp-trần. Cái ý-thức có thiện, có ác.— Hễ tâm-thức bỏ những pháp tà vạy, ác lụy, tưởng nhớ những pháp lành, ấy là ý thức lành.

Ý VIÊN 意猿. Tâm-ý tỷ như con vượn. Cũng như con vượn ít khi ngồi yên một chỗ, nó chuyền từ nhánh nầy qua nhánh kia, cái ý con người cũng như thế. Nó tưởng việc nầy, nhớ việc kia, không trụ một chỗ. *Ý viên, ý mã* tức là tâm-ý tán loạn, phân vân, vọng động.

Ý XA 意車. Cái ý tỷ như chiếc xe đương chạy. Nó hoạt-động mãi, hết tính đường nầy đến xét nẻo kia. Ấy là tâm-ý của hạng phàm-phu chẳng tự-chủ.

Ỷ-NGỮ 綺語 Sambhâppalâpo (*fr.*).— Parole lascive (*fr.*)

Những lời bóng bẩy, nhơ nhớp, bất chánh có tánh-cách khiêu dâm. Lúc sau nầy, người-ta dịch ra là : *tạp-uế ngữ*. Cũng viết : *Vô-nghĩa ngữ*. Tội phạm thứ năm trong *Thập ác*, thuộc về khẩu (*miệng*).

Kinh *Đại-thừa nghĩa chương* : Dùng lời tà-vạy, bất chánh mà thêu dệt để nâng nhắc mình lên, ấy là *ỷ-ngữ*.

Câu-xá luận : Do tâm nhiễm trược mà phát ra những lời nói, ấy là *tạp-uế ngữ* (*ỷ-ngữ*).

YẾM (YỂM) 厭

Chán, không ưa thích ; có đủ mà chẳng muốn nữa ; lánh xa ; ở ẩn ; giấu. Đối-nghĩa : *Lạc, Hỷ*.

YẾM LY 厭離. Chán lìa. Chán ghét mà bỏ người ta hoặc của cải, sự-nghiệp.

YẾM LY THỰC TƯỞNG 厭離食想 : Tư tưởng chán lìa sự ăn uống. Một phép tưởng trong *Thập tưởng*. Người ta, vì ham ăn, gây nên ba tội bằng thân, ngữ, ý. Khi được thì cùng nhiều người ăn ; đến khi chịu khổ-quả thì chỉ một mình

mình mắc lấy mà thôi !

Những chúng-sanh vì tánh ham ăn, mà thân tâm phải chịu khổ. Người ta, vì bổ dưỡng cái thân, bèn chọn lựa các thức ăn-uống. Bực Trí-giả đã xả thân hành đạo, coi là vô-ngã, há nên ham ăn uống sao ? Chẳng những đối với món ăn bằng *miệng*, mà đối với những *xúc-động, tư-tưởng ý thức* làm cho mình no sướng, mình cũng chán chê tất cả. (*Xem : Tứ thực.*)

Mình nên tưởng rằng đồ ăn là vật bất-tịnh. Dầu là món ăn ngon hay dở, mình chỉ tưởng là món thuốc để trị bị ung-sang mà thôi.

Người đạo Phật, xuất-gia hay tại-gia, đều nên tu *Yếm ly thực tưởng*. Phép ấy có giảng rõ trong «**Niết-bàn Kinh**», quyển 38.

YẾM - NHƠN 厭人 Misanthrope (*fr.*) Chán người. Chán ngán vợ con, tôi tớ, bạn tác, chán ngán người đời, vì thấy rằng phần đông đều giả trá, hung dữ ; bèn lìa bỏ mọi người mà đi ở ẩn.

YẾM - NHƠN CHỦ - NGHĨA 厭人主義.— Misanthropie (*fr.*).— Danh từ Triết-học. Chủ-nghĩa của phái chán người, ghét xã-hội. Người trong phái nầy ở ẩn mà tu thân, chẳng giao-thiệp với ai, vì ngán thói đời đen bạc, phỉnh phờ, độc dữ. — Người ta cũng ghép vào *Yếm-nhơn chủ - nghĩa*, những kẻ âu sầu, quạu quọ, tránh mọi sự giao - thiệp. Đối-nghĩa : *Bác - ái chủ-nghĩa, Pháp : Philanthropie.*

YẾM THẾ 厭世.— Pessimiste (*fr.*) : Chán đời. Chán ngán thế - gian nên muốn ra khỏi chốn ấy. Người học Phật lúc ban đầu, nên có lòng *yếm - thế,* rời khỏi cuộc đời đầy vui sướng thường tình, rời khỏi cuộc đời đầy mọi sự tranh-đấu, xảo quyệt. Kế rời luôn cuộc Luân-hồi trong Tam Giới, đầy mọi sự khổ-não.

YẾM-THẾ CHỦ NGHĨA 厭世主義.— Pessimisme (*fr.*) - Danh từ Triết-học. Cũng viết : *Bi-quan chủ-nghĩa.* Một thứ chủ-nghĩa, học-thuyết cho rằng thế-gian đầy sự tranh-đấu, tàn-ác, khổ trược, thấy mà chán nản, chẳng muốn sống. Thúc-bổn-Hoa (Scho:

penhauer), nhà triết-học Đức hồi thế-kỷ 18-19, có danh nhứt về *Yếm-thế chủ-nghĩa*. Đối-nghĩa : *Lạc-thiên chủ-nghĩa* hay *Lạc-quan chủ-nghĩa Pháp : Optimisme.*

YẾN-TỊCH 宴寂

Yên lặng. Im-lìm mà nhập tịch, tức là nghĩa đấng Thánh-giả thác đi vậy.

YẾN-TỌA 宴坐

Ngồi yên. Ngồi lặng thinh ở dưới cây, nghĩa là ngồi thiền-định vậy.

YẾT-MA 羯磨 Karmadana (*scr.*)

Một vị sư trong hàng Tam sư ở trong một ban Tăng-già. Cũng đọc : *Kiết-ma* (*Xem* : **Kiết-ma**.)

YÊU-ĐẠO 祆 (妖) 道 Mazdéisme

Một tôn-giáo ở Ấn-Độ. Tôn - giáo nầy có trước Phật - giáo. Tín-đồ thờ chúa - tể của họ là Yêu-thần (*Ahura-Mazda*), cai quản tất cả Võ-trụ. Trong nhà của mọi người đều trinh trọng thờ lửa, không khi nào họ dám để cho tắt lửa, lửa ấy là Hỏa-yêu (*Génie du feu*). Người ta nhập -đạo hồi mười lăm tuổi. Tín - đồ phải khéo bảo-tồn tánh mạng, tránh sự tự-tử, lo làm ruộng nương và làm các điều lành về thân, ngữ, ý. Người ta công nhận rằng linh-hồn sống đời đời.

Những kẻ thiện, khi thác, sanh lên cõi trời của chúa - tể Ahura-Mazda, còn kẻ ác thì bị đọa ở địa-ngục drùjò-demàna. Có một cái cầu tên là Chinvad-pûl đưa lên cõi trời, ai không lành thì té cầu mà rơi xuống địa-ngục. Kẻ tín - đồ có cầu. nguyện thì niệm vái Yêu-thần (*Ahura-Mazda*), ngài ban cho đắc kỳ sở nguyện và ngài đuổi tà ma cho.

Ông Ca - Diếp (*Kacyapa*) trước khi tu theo Phật, vốn là tín-đồ của phái Yêu-đạo.

YÊU-THẦN 祆 (妖) 神 Ahura-Mazda

Vị thần chúa tể của *Yêu-đạo.* (*Xem* : **Yêu-đạo**).

YỆU-THÔNG 妖通 Thuật biến hóa của loài yêu quái,

tà-mỵ. Loài ma-quỉ, tà-mỵ, như chồn già, cây cối sống lâu, đều có thuật dùng thân, miệng, ý mà biến ra phép lạ, ẩn hiện không lường. Nhưng vì là tà-thuật, nên gọi là *Yêu-thông*. Đối với : *Đạo-thông* là thuật biến-hóa của Bồ-tát, *Thần-thông* là thuật biến-hóa của La-hán.

K

KÊ-ĐẦU 雞頭 Ketu (*scr.*).

Một người Bà-la môn hồi đời Phật Thích-Ca. Người không tiền, song vì lòng mộ Phật, nên đi vay mà đãi Phật với chư Tỳ-kheo.

KÊ TÚC SƠN 雞足山 Gradhakuta (*scr.*)

Núi hình giò gà. Cảnh núi ở trong nước Ma-kiệt-đề gần thành Vương-xá. Cũng kêu: Lang- tích sơn (*cảnh núi có dấu chân chó sói*), Tôn-túc sơn (*Cảnh núi linh hình bàn* chân). Sơ-tổ Ca-Diếp, sau khi truyền y bát cho Nhị-tổ A-Nan, bèn vào non *Kê-túc* mà tịch diệt. Người ta truyền rằng ngài ngồi thiền-định trong núi ấy mà chờ Phật Di-Lặc giáng sanh.

KỆ 偈 Gàtha(*scr.*) Strophe (*fr.*)

Đọc trọn theo Phạn : *Kệ-đà* (*Gàtha*). Cũng đọc Già-tha, *Già-đà*. Dịch : *Tụng, Phúng tụng*.

Kệ là những bài thi-ca, thường hiệp lại bởi bốn câu (*Tứ cú*) tức bốn hàng, để ca tụng công-đức Phật, Bồ-tát, để gom đại ý của một thời Kinh, của một cuộc thuyết pháp, hoặc để trưng ra cái lòng cảm mến, lòng tin tưởng Tam Bảo.—

Kệ lại là những bài trường-thi, hiệp lại là cả trăm câu, để *trùng tuyên*, giải thêm cho rộng nghĩa một bài thuyết-pháp. Như những *Kệ* trong **Diệu-pháp Liên-hoa Kinh**.

Những chữ trong mỗi câu *kệ* tức mỗi hàng kệ, thì từ ba chữ cho tới tám chữ; trong mỗi bài *kệ*, ai muốn làm câu mấy chữ tùy ý. (Xem : *Tứ cú kệ*.)

KỆ TÁN 偈讚 Bài kệ tán. Dùng văn kệ tức văn thi theo Phật-giáo mà khen ngợi tài đức của người khác, bài văn kệ ấy kêu là *kệ tán*.

KỆ-TỤNG 偈 頌 Bài kệ-tụng. *Kệ* (*Kệ-đà, Gàtha*) là tiếng Phạn. *Tụng* là tiếng dịch nghĩa. Hai tiếng Phạn và Hán cùng một nghĩa, ghép với nhau dùng cho dễ hiểu. Cũng như *sám-hối*. *Sám* là chữ Phạn, *Hối* là chữ dịch nghĩa.

KẾT (*Kiết*) 結 Samyojana (*scr.*)— Entraves, Unir, Joindre (*fr.*)

Thắt buộc lại. Mối thắt buộc, dây trói buộc, *Phiền-não*. Các phiền-não thắt buộc thân-tâm hành-giả vào Luân-hồi, vào khổ-lụy. Đối-nghĩa : Giải, Giải-thoát, Pháp : Libération, Se libérer. - Tụ họp lại làm việc, như : *Kết-tập pháp* (*Pháp : Concile*). Có năm mối Kết (**Ngũ Kết**) :

1.) *Tham Kết* : sự tham trước là dây trói buộc vào đường Sanh-tử (*Luân-hồi*).

2.) *Nhuế Kết* : sự hờn giận vì trái tình, vì nghịch ý là dây trói-buộc (*phiền-não*).

3.) *Mạn Kết* : sự ỷ mình, khi người là dây trói-buộc (*phiền-não*).

4.) *Tật Kết* : sự ganh ghét những kẻ thạnh-mãn, vinh-hoa là dây trói-buộc (*phiền-não*).

5.) *Kiên* (*Khan*) *Kết* : Sự keo xẻn tài vật, chẳng ưa bố-thí là dây trói-buộc (*phiền-não*).

Năm mối ấy kết thành quả khổ cho những ai chẳng biết thoát ly.

Chúng-sanh trong Tam giới, Lục đạo, đều bị khổ về các mối *Kết phược* Các mối ấy, ta có thể phân ra hai bực : Hạ và Thượng. Hạ là về các chúng-sanh ở miền *Dục-giới*. Thượng là về các chúng-sanh ở hai miền trên : *Sắc giới* và *Vô-sắc giới*.

Về bực Hạ (*Dục-giới*), có năm mối Kết, **Ngũ hạ phần Kết** : 1.) *Tham Kết*, 2.) *Sân* (*Nhuế*) *Kết*, 3.) *Thân kiến Kết* (*sự phiền-não thấy riêng về mình*, 4.) *Giới thủ kiến Kết* (*sự phiền-não giữ lấy tà giới phi lý*), 5.) *Nghi Kết* (*Hồ nghi chánh-lý*). Chúng-sanh ở Dục-giới bị năm mối Kết ấy làm khổ não, nên chẳng thoát-ly khỏi cảnh Hạ là Dục-giới

Về bực Thượng, (*Sắc-giới và Vô-sắc giới*), có năm mối Kết, **Ngũ thượng phần Kết :**

1.) *Sắc ái Kết* (sự phiền-não tham trước năm mối dục vi-diệu) (*Sắc, Thinh, Hương, Vị, Xúc*) trong miền Sắc-giới. Cũng viết : *Sắc-tham*.

2.) *Vô-sắc ái Kết* (sự phiền-não tham trước cảnh vui thiền-định trong miền Vô-sắc giái) Cũng viết : *Vô-sắc tham*.

3.) *Trạo Kết* (sự phiền-não của chúng-sanh trong hai miền ấy; tâm niệm xao-động mà thối mất thiền-định).

4.) *Mạn Kết* (sự phiền-não do lòng tự cao của chúng-sanh trong hai miền ấy cho mình là trồi hơn kẻ khác).

5.) *Vô-minh Kết* (sự phiền-não mê tối đối với Đạo-lý).

Năm mối ấy kết thành sự khổ, thắt buộc chúng-sanh trong hai miền Sắc-giái và Vô-sắc giới, chẳng để cho họ giải - thoát hoàn toàn.

Lại có chín mối Kết (**Cửu Kết**) trói-buộc lòng người : 1.) Ái Kết, 2.) Nhuế Kết, 3.) Mạn Kết, 4.) Si Kết, 5.) Nghi Kết, 6.) Kiến Kết (*Thân Kiến*) 7.) Thủ Kiến Kết (Giới thủ Kiến Kết,) 8.) Kiên (*Khan*) Kết, 9.) Tật Kết (*tật đố*).

KẾT DUYÊN 結 緣. Buộc lấy phước duyên với Phật, với Pháp. Tạo lấy nhơn-duyên phước đức bằng sự cúng dường, lễ bái, nghe giảng đạo lý. Nhờ vậy, qua đời sau sẽ gặp Phật, dễ tu hành đến đắc Đạo.

KẾT (*Kiết*) **GIÀ PHU TỌA** 結 跏 趺 坐.

Ngồi xếp bằng. Cách ngồi thông thường của các nhà tu hành, của chư vị thượng-tọa, của chư Phật, chư Thánh. Nhứt là cách ngồi trong khi thiền-định.

Kiết già phu tọa đại lược có hai thứ : kiết tường và hàng ma.

Hàng ma tọa là : Trước đem mấy ngón chân mặt mà ép vào bắp vế trái, kế đem mấy ngón chân trái mà ép vào bắp vế mặt, còn bàn tay trái thì lật ngửa để lên bàn tay mặt.

Kiết tường tọa là : Trước đem mấy ngón chân trái mà ép vào bắp vế mặt, kế đem mấy ngón chân mặt mà ép vào bắp vế trái, hai bàn chân đề trở lên trên hai bắp vế.

Đức Như-lai hồi thành Đạo nơi cội cây Bồ-đề, ngài ngồi *Kiết già phu tọa* kiểu Kiết tường, thân thể yên ổn, còn tay thì bắt ấn hàng ma.

KẾT HÀ 結河. Sông thắt buộc (*phiền não*). Các phiền-não làm chìm đắm con người cũng như dòng sông. Chúng-sanh sa mê cứ chơi vơi dưới sông ấy mãi, chẳng biết ngày nào được ra khỏi.

KẾT HẠ 結夏 Viết trọn *Kết hạ an-cư*. Về mùa hạ, trời mưa rất thường, các sư chẳng tiện đi xa, bèn đoàn kết với nhau lại một ngôi Chùa mà tu tập. Thời-kỳ Kết hạ (*thường từ 16 tháng 4 đến rằm tháng 7 âm-lịch*) kể là một năm tu.

KẾT HỎA 結火 : Phiền-não là Lửa (*Lửa phiền-não*). Phiền-não tỷ như lửa cháy đỏ, nên kêu là *Kết-hỏa.*

Niết-bàn Kinh quyển 31 : Chư *Kết Hỏa* diệt, cố danh Diệt-độ (*Vì các thứ lửa Phiền-não đã tắt hẳn, nên kêu là Diệt-độ, Niết-bàn*).

KẾT HỘ 結護 : Kết là kết thành ấn. Nhà tu hành tay bắt ấn, miệng tụng chơn-ngôn đặng thủ-hộ lấy mình nơi đạo-trường, dẹp trừ ma-chướng.

KẾT KINH 結經. Đối với *khai kinh* 開經. Mỗi thời Kinh của Phật thuyết đều có ba phần : phần khởi đầu : *Khai Kinh*, phần chánh-thức : *Chánh-tông, Chánh-Kinh* và phần kết-thúc : *Kết Kinh.*

Như phần *kết Kinh* trong Diệu-pháp Liên-hoa Kinh là phẩm Phổ-Hiền Bồ-tát. Chính phẩm ấy kết-thúc trọn đủ ý-nghĩa của toàn bộ Kinh. Ý-nghĩa ấy như vầy : Ai tu hạnh Pháp-hoa thì sẽ thành Phật. Và ngay ở đời này, được chư Phật ủng-hộ, được các hàng chúng-sanh : thần, quỉ, người, Tiên cung kính như cung kính Phật.

KẾT NGHIỆP 結業. Cái nghiệp kết thành, buộc lại. *Kết* : phiền não, mê-hoặc. Vì mê-hoặc cho nên khởi ra việc lành hoặc việc ác bằng thân thể, lời nói hoặc ý-thức. Liên kết nên nghiệp, nghiệp ấy sẽ báo ứng về sau.

KẾT-PHƯỢC 結縛 *Kết* : phiền-não ; *phược* : buộc - trói bằng dây. Các mối phiền-não buộc-trói thân-tâm người ta rất chặt chịa, chẳng để cho họ thoát-ly. *Kết-phược* tức là *phiền-não.*

KẾT SỬ 結使. *Kết* : Mối thắt buộc ; *Sử* : mối sai khiến. Kết sử : tiếng dùng để gọi các phiền-não, chúng-nó trói lấy và sai khiến chúng-sanh. *Kết* tức là thắt lại, buộc lại thành quả khổ. *Sử* tức là sai khiến, đeo đuổi, thôi thúc làm cho khổ não. *Kết* có *cửu kết. Sử*, có *Thập-sử.*

KẾT TẶC 結賊 *Kết* : thắt buộc, tức là phiền-não. *Tặc* : bọn cướp, giặc cướp. Phiền - não tỷ như bọn giặc cướp, chúng nó làm hại trí-huệ, hủy hoại thiện-căn.

Niết-Bàn Kinh, quyển 31 : Hoại *Kết tặc* cố, cố danh An - ổn (*Vì phá hoại xong* giặc cướp Phiền - não, *nên kêu là An-ổn.*)

KẾT-TẬP PHÁP 結集法 .— Samgiti (*scr.*).— Concile (*fr.*). Viết tắt : Kết-tập. Cuộc nhóm họp lớn lao và chánh-thức của Giáo-hội để soạn và dượt Kinh - điển nhà Phật, tức là bộ *Tam-tạng kinh.* Cuộc *Kết-tập pháp kỳ đầu* là tám tháng sau khi Phật tịch, chư Tăng nhóm gần thành Vương-xá (*Rajagriha*) trong một động đá ; ngài A-Nan thuyết Kinh, ngài Ưu - ba - Ly đọc Luật. ngài Ca-Diếp tụng Luận. Giáo-hội chép ba Tạng Kinh trên lá buông mà truyền bá ra.

Cuộc *Kết - tập pháp kỳ nhì* là lối một trăm năm sau khi Phật tịch, 700 vị Tăng La hán nhóm tại thành Tỳ-xá-Ly (*Vaiçâli*).

Cuộc *Kết - tập pháp kỳ ba* vào lối 200 năm sau Phật tịch, nhằm thế - kỷ thứ ba trước Dương - lịch, 1.000 vị La - hán nhóm họp tại Kinh-đô vua A-Dục, thành Hoa-thị (*Pâtalipoutra*). Do cuộc *Kết - tập pháp* này, đạo Phật được truyền bá ra các nước ngoài cõi Ấn-Độ.

Cuộc *Kết - tập - pháp* kỳ tư vào thế-kỷ thứ hai, lối năm 150 Dương-lịch, ở gần thành Tra-lan-đức-cáp (*Jâlandhara*), dưới sự ủng-hộ của vua Ca-nhị-sắc-ca (*Kanishka*). Đức Phật - đà - mật - đà

(*Bouddhamitra*) Tổ thứ chín có chiêu tập 500 vị cao-tăng, làm Thượng-tọa hội *Kết-tập* ấy, có Tổ thứ mười Hiếp-tôn-giả ((*Parç-va*) tiếp sức một cách đắc lực. Cuộc *Kết - tập pháp* kỳ tư là duyệt lại và công-nhận các Kinh, vì lúc ấy đạo Phật ở Ấn-Độ đã chia ra 18 phái rồi.

KIÊN (*Khan*) 慳 Avarice, Avare (*fr.*)

Keo-lận, bỏn-sẻn, không ưa bố-thí và thấy ai bố-thí thì đem lòng ghét. Thường đọc : *khan.*

KIÊN-KẾT 慳 結 Bỏn-sẻn thắt buộc. Lòng bỏn-sẻn tức là phiền-não thắt buộc chúng sanh. Ấy là một trong *Cửu-kết.*

KIÊN-TÂM 慳 心 Lòng bỏn - sẻn. Một mối sai lạc, che án cái tâm, khiến người ta không làm việc bố thí.

KIÊN-THAM 慳 貪 Bỏn-sẻn và tham lam. Keo tiếc và bo bo dành dụm của cải, càng được càng tham.

Muốn dẹp lòng *kiên - tham* (**khan - tham**), cần phải tu hạnh *Bố - thí.*

KIÊN-HẮC CHIÊN-ĐÀN 堅 黑 栴 檀 (*Santal*) Kalânusâ - -rin (*scr.*)

Thứ chiên-đàn rất quí. Lại có thứ Hải-thử-ngạn chiên-đàn (*Santal Uragasâra*) cũng quí như vậy. Theo Kinh Pháp-Hoa phẩm 23, một phần nhỏ nhít là sáu thù (*1 thù bằng nửa lượng*), của hai thứ chiên - đàn nầy giá trị bằng trọn cõi thế-giới Ta - bà nầy.

Thế mà đức Bồ-tát Nhứt-Thiết-Chúng-Sanh-Hỷ-kiến (*tiền-thân của đức Dược-Vương Bồ-tát*) hóa ra trên không trung đầy những mạt chiên - đàn ấy mà đổ thành mưa để cúng dường Phật Nhựt-Nguyệt-Tịnh-Minh-Đức.

KIÊN-HUỆ 堅 慧 Sthiramati (*scr.*).— Kiên-Hoei (*ch.*)

Một đức Bồ-tát.

KIẾN 見 Droti (*scr.*).— Ditthi (*p.*).— Opinion, Croyance, vue (*fr.*)

1o) **Động từ** (***verbe***), **nghĩa là : Thấy.** - **Như : Kiến sắc ;**

thấy hình-sắc. Pháp : Voir.

2o) Danh-từ (*nom*), nghĩa là : ý kiến, chỗ thấy bằng trí-thức ; kiến-thức, sự xét thấy, suy tìm, quyết-định, lựa chọn sự và lý. Như : Chánh-kiến, Tà-kiến. Pháp : Croyance, Vue.

Niết-Bàn Kinh, quyển 30 : Phật phán : có hình - sắc, có ánh-sáng, có tâm-thức, có con mắt, có bốn thứ đó hòa-hiệp, mới gọi là *kiến* (*Thấy*).

Về *kiến* (*Ý-kiến*), có tà-kiến và chánh-kiến.

Tà-kiến là : *Ngũ kiến, Thập kiến, Lục thập, Nhị kiến.*

Chánh-kiến (*Samyak-droti*) là một nẻo trong *Bát - chánh - đạo*

(*Xem* : **Nhị kiến**).

KIẾN ÁI 見 愛 Ý kiến và tình ái (*triu mến*). Hết thảy những điều mê lầm về **lý** trong những ngã-kiến, tà-kiến, kêu là *kiến*. Hết thảy những điều mê lầm về **sự** trong những tánh tham dục, sân-nhuế, kêu là *ái*. *Kiến* là hết thảy những kiến hoặc (xem : *Nhị hoặc*). *Ái* là hết thảy những tư hoặc (xem : *Tư hoặc*). Trong điều mê lầm về sự, lấy *ái* làm gốc mọi sự khổ.

KIẾN ĐẠO 見 道

Thấy Đạo. Dùng con mắt chơn chánh, ý-kiến thành-thật mà nhận thấy rằng : đời là khổ não, dơ dáy ; Đạo là sung sướng, trong sạch.

Kiến Đạo là cỡ ban sơ, địa vị ban sơ trong bốn địa vị : 1.) *Kiến Đạo*, 2.) Tu Đạo, 3.) Vô-học Đạo, 4.) Phật Đạo.

Do tỉnh ngộ mà *Kiến Đạo* ; do *Kiến Đạo* mà Tu Đạo, do Tu Đạo mà được Vô-học Đạo, tức là quả La-hán hoặc quả Duyên-giác ; do Vô-học Đạo mà được Phật-Đạo, tức là quả-vị Phật Như-lai.

KIẾN ĐỊA 見 地 : Địa-vị nhìn thấy. Địa-vị thứ tư trong *Tam thừa Thập Địa*. Xem : *Thập Địa*.

KIẾN HOẶC 見 惑

Sự lầm của ý kiến. Ý-kiến tham trước, mê chấp, lạc lầm. Cái *ý* là căn thứ sáu trong *Lục-căn*, đối với *pháp* là trần thứ sáu trong *Lục trần*. Cái ý ấy tính lường trái lẽ, khởi ra các ý kiến tà. Như những sở kiến của phàm-phu và ngoại-đạo chấp thường, vô-thường, hữu, vô. *Kiến-hoặc* là một trong *Nhị hoặc* (*Kiến-hoặc, Tư-hoặc*).

KIẾN-NHỨT-THIẾT-NGHĨA (*Phật*) 見一切義 (佛) Sarvarthadaria (*Bouddha*) (*scr.*)

Một đức Phật Như-lai, quốc-độ của ngài ở về phương Thượng đối với cõi Ta-bà nầy.

Hồi đức Phật Thích-Ca giảng Kinh A-Di-Đà, đức Phật Kiến nhứt-thiết-nghĩa và vô số chư Phật ở phương Thượng có tỏ lời khen tặng và khuyên chúng-sanh nên tin Kinh A-Di-Đà là kinh được chư Phật hộ-niệm.

KIẾN-PHÁP 見法

Sự vật mà mình thấy. Ấy là một trong *Nhị pháp* : *Kiến-pháp*, Văn-pháp.

Tất cả các sự vật mà mình thấy biết, kêu chung là *Kiến-pháp*. *Kiến-pháp* lại phân ra làm hai pháp : *Nội-pháp* (*nội-vật*) và ngoại-pháp (*ngoại-vật*).

Nội-pháp (*nội-vật*) là thân thể của mình của người, của chúng-sanh, tức là các vật hữu-tình.

Ngoại-pháp (*ngoại-vật*) là thể-chất của các vật phi-tình, như cây cỏ, đá, đất, nhà cửa v.v.

Bực Sơ phát tâm Bồ-tát, trước quán-tưởng rằng Nội-pháp là Vô-thường, kế quán-tưởng rằng Ngoại-pháp là Vô-thường. Đó là quán-tưởng *Kiến-pháp* Vô-thường. Kế đó, quán tưởng *Văn pháp* Vô-thường.

(*Xem* : **Văn-pháp**.)

KIẾN TÁNH 見性

Thấy Tánh. Tiếng nói thường của nhà Thiền, nghĩa là thấy rõ cái Tánh Phật trong tâm mình. Cũng viết : *Kiến Phật-Tánh*.

Kiến Tánh cũng là : Thấy cái Tánh tự nhiên của mình, cái Tánh ấy từ vô-thủy đến nay vẫn là trong sạch. Chư tổ Thiền-tông thường có lệ nầy : hễ thấy trong hàng Đệ-tử, người nào làm một bài kệ có ý xuất sắc về sự *kiến tánh*, liền ban cho Áo và Bát để nối ngôi Tổ, hoặc truyền Pháp để kế vị cho mình. Như Ngũ Tổ Hoằng-Nhẫn, nhơn bài kệ của Huệ-Năng chỉnh ý bài Kệ của Thần-Tú, bèn truyền Áo và Bát cho Huệ-Năng đặng về sau làm Lục Tổ.

Pháp-bảo đàn Kinh, Hành-do phẩm : Đại-sư (*Ngũ Tổ*) thường khuyên người xuất-gia và tại-gia chỉ nên trì Kim-cang Kinh, thì tự mình *Kiến tánh* và mau thành Phật.

Kiến-Tánh lại có nghĩa : Tánh thấy. Sự thấy.

Như trong **Thủ-lăng Nghiêm Kinh**, quyển nhì, có nói : *Kiến-tánh* cụ tứ chủng duyên : nhơn không, nhơn minh, nhơn tâm, nhơn nhãn (*Cái tánh thấy phải có đủ bốn thứ duyên : do chỗ trống không, do ánh-sáng, do tâm-thức, do con mắt.*)

KIẾN TƯ HOẶC 見思惑

Kiến hoặc và *Tư hoặc*. *Kiến hoặc* là sự lầm của ý-kiến. Đối với pháp-trần, ý-căn tính lường trái lẽ, khởi ra các ý kiến tà vạy, lầm lạc, hoặc chấp có, hoặc chấp không, hoặc kể thường, hoặc kể vô thường. *Tư hoặc* là sự lầm của lòng nghĩ. Năm căn : Nhãn, Nhĩ, Tỷ, Thiệt, Thân, đối với Năm trần : Sắc, Thinh, Hương, Vị, Xúc, sanh lòng tham ái, nhiễm trước, mê mà chẳng tỉnh.

Kiến Tư hoặc là tiếng nói chung để chỉ các sự lầm lạc, các mối phiền-não của lục căn đối với lục trần.

Kiến Tư hoặc cũng kêu là *Thông hoặc*, sự lầm lạc thông-đồng trong Ba Thừa. Là vì người tu theo Thinh-văn thừa, Duyên-giác thừa hay Bồ-tát thừa thảy đều lo trừ diệt *Kiến Tư Hoặc*, sáu mối lầm của Lục căn vậy.

KIẾN THỦ 見取

Lấy theo ý kiến của mình. Nghĩa là ôm lấy cái ý kiến phi lý về những thân-kiến (*cố chấp cái tà-kiến thiệt ngã ở trong mình*), biên kiến (*lệch về cái ý kiến xấu một bên*).

Lại là tiếng *Kiến thủ kiến* nói tắt. Xem : *Kiến thủ kiến.*

KIẾN THỦ KIẾN 見取見 Cái ý kiến lấy theo ý kiến

của mình. Một ý kiến trong *ngũ kiến*, nghĩa là ôm chặt lấy các tà-kiến và tự nhận ý kiến mình là đúng hơn hết, sở đắc của mình là cao hơn hết. Ấy là cái gốc tranh-đấu. Ấy là ý kiến lầm-lạc của người chẳng biết phục thiện, chẳng biết lường sức.

Xem : *Ngũ Kiến*.

KIẾN TRÍ HUỆ 見智慧. Ý kiến, Trí-thức, Huệ. Ba cỡ tâm-trí từ thấp đến cao mà Phật phân-biệt để thuyết pháp.

Trước hết, Ngài chỉ ra những ý-kiến (*sở kiến*). Kế đó, ngài chỉ lên cái trí-thức. Sau rốt, ngài chỉ tới cái Huệ giải-thoát.

KIẾN TRƯỢC 見濁 Sự dơ-dáy của kiến thức, ý kiến ô-trược. Đó là một phần trong *Ngũ trược*. Lúc chánh-pháp đã diệt mất, vào thời tượng-pháp và mạt-pháp, thì tà-kiến càng thêm thạnh, con người và chúng-sanh phần đông đều có ý-kiến xấu-xa, ác-độc. Xem : *Ngũ trược*.

KIẾN VĂN GIÁC TRI 見聞覺知. Thấy, nghe, hay, biết. Đó là nói chung các mối nạp thọ của sáu căn :

1.) Căn mắt (*nhãn căn*) thì thấy (**kiến**).

2.) Căn tai (*nhĩ căn*) thì nghe (**văn**.)

3.), 4.), 5.) Căn mũi, căn lưỡi, căn thân (*tỷ-căn, thiệt-căn, thân-căn thì hay*) (**giác**.)

6.) Căn ý (*ý căn*) thì biết (**tri**).

Pháp bảo đàn Kinh : phẩm bốn, *Định Huệ* : Sáu căn tuy có thấy, nghe, hay, biết (**kiến, văn, giác, tri**), nhưng nếu chẳng nhiễm với muôn cảnh thì Chơn-tánh thường tự-tại.

KIỀN BẤT-NAM 犍不男. Tiếng gọi người đã tự thiến cái nam-căn. Người ấy không đủ tư cách thọ giới Tỳ-kheo của đạo Phật, không phải là trang nam-tử đủ sức tu Giới Định Huệ, cho nên gọi là *bất-nam*.

Đó là một thứ người trong năm thứ người bất-nam. Xem : *Ngũ chủng bất-nam. Kiền bất-nam*, cũng gọi : *Kiền hoàng-môn, Hoàng-môn*. Xem : *Hoàng-môn*.

KIỀN-ĐÀ (*Kiện-đà*) 犍陀. Qui tà ác, mặt vàng và sắc vàng

Tuy vậy, cũng có một số biết tu-trì, ủng hộ Phật-Pháp, thường hiện lại mà nghe Phật thuyết Pháp, nghe Pháp-sư giảng Kinh.

KIỀN-ĐÀ-LA 犍陀羅. Gandharvas (*scr.*) Cũng viết : *Càn-thát-bà, Kiện-thát-bà.* Chúng-sanh loài thần, có tài đặt đề các bài nhạc. Dịch nghĩa : *Hương thần,* vì thân thể của họ rất thơm tho.

(*Xem thêm* : **Càn-thát-bà.**)

KIỀN-ĐỘ 犍度. Chapitre (*fr.*) Cũng viết : *Càn-độ* 乾度 : Tiếng Phạn, dịch nghĩa : Thiên, Chương của Kinh luận, Pháp : Chapitre. Như bộ Tứ phần luật có hai mươi *Kiền-độ,* tức hai mươi chương. Xem : *nhị thập Kiền-độ.*

KIỆN-DŨNG TỌA 健勇坐. Cách ngồi mạnh-mẽ dạn-dĩ của nhà tham-thiền, tức là *Kết-già phu tọa.* Xem : *Kết-già phu tọa.*

KIỆN-ĐÀ-RA 健馱邏. Gandhâra (*scr.*). Một nước miền Tây-Bắc Ấn-Độ. Cũng viết : *Càn-đà-la.* Trong «Tây-du ký», ngài Huyền-Trang viết *Kiện-đà-ra.* (*Xem* : **Càn-đà-la.**)

Sau Huyền Trang, vào đầu thế-kỷ thứ tám, Thích Huệ-Nhựt theo đường bộ mà về Trung-Hoa, có ghé lại nước *Kiện-đà-ra.* Ở phía Đông-Bắc thành vua, có một hòn núi, trên núi có tượng đức Quan-Âm. Tục truyền rằng ai đến đó mà chiêm-ngưỡng một cách chí thành, sẽ thấy đức Quan-Âm hiện ra. Ngài Huệ-Nhựt đến đó, làm lễ và tuyệt thực. Đến ngày thứ bảy, trời chưa sáng, thấy đức Quan-Âm hiện ra nơi không-trung, thân-sắc như vàng ròng, ngồi trên tòa sen báu, buông tay hữu xuống xoa đầu Huệ-Nhựt và phán dạy Huệ-Nhựt nên đem pháp-môn Tịnh-độ mà truyền cho đời, khiến họ niệm Phật Di-Đà để vãng sanh, vì tu pháp-môn ấy hơn tất cả mọi hạnh.

KIỆN-NAM 健南 hay 健男 : Chữ Phạn, dịch nghĩa : Kiên hậu, Bền vững dày dặn. Tiếng gọi cái thai ở trong bụng mẹ được 47 ngày, bấy giờ cái đoàn-nhục (*hình tròn bằng thịt*) đã trở nên bền vững dày dặn.

KIỆN-THÁT-BÀ 健闥婆 Gandharvas (*scr.*)

Cũng viết : *Càn-thát-bà, Kiền-đà-la.* Loài thần có tài đặt đề nhạc-âm. Dịch nghĩa : *Hương-thần,* vì thân thể rất thơm tho.

(*Xem* : *Càn-thát-bà.*)

KIẾP 劫 Kalpa (*scr.*). - Période cosmique (*fr.*)

Viết trọn chữ theo Phạn : *Kiếp-ba* 劫 波 (*Kalpa*). Dịch nghĩa : Đại-thời, — Bá vạn niên.

Kiếp là thời-kỳ rất dài, thật khó lấy số năm tháng, ngày mà kể. *Kiếp* có ba thứ : Tiểu-Kiếp, Trung-Kiếp, Đại-Kiếp.

TIỂU-KIẾP 小 劫 Lấy đời sống của người ta mười tuổi mà khởi sự, cứ qua một trăm năm thì đời sống thêm một tuổi, cho đến lúc đời sống người ta được 84.000 năm, đó là *Tăng Kiếp* chí cực. Rồi lấy đời sống của người ta 84.000 tuổi mà tính, cứ qua một trăm năm thì đời sống bớt một tuổi, cho đến lúc đời sống người ta chỉ còn mười tuổi, đó là *Giảm Kiếp* chí cực. Một kỳ Tăng Kiếp và một kỳ Giảm Kiếp như vậy, cọng thành một ngàn sáu trăm tám mươi vạn (*16.800.000*) năm, *tức* là trọn một Tiểu-Kiếp.

TRUNG-KIẾP 中 劫 :

Lần lượt đủ hai mươi Tiểu-Kiếp, cọng là ba vạn ba ngàn sáu trăm vạn năm (*16.800.000x20 = 336.000.000*), tức là trọn một Trung-Kiếp.

ĐẠI-KIẾP 大 劫 Trải qua một Trung Kiếp thứ nhứt, kêu là *Thành-Kiếp*. Trải qua một Trung-Kiếp thứ nhì, kêu là *Trụ-Kiếp*. Trải qua một Trung-Kiếp thứ ba, kêu là *Hoại Kiếp*. Trải qua một Trung-Kiếp thứ tư, kêu là *Không-Kiếp*. Hiệp bốn kỳ Trung-Kiếp ấy cọng là mười ba vạn bốn ngàn bốn trăm vạn năm (*336.000.000x4 = 1.344.000 000*), tức là trọn một. Đại-Kiếp.

Phàm các thế-giái trong Thập Phương Tam Thế đều trải qua bốn Kỳ Thành, Trụ, Hoại, Không ấy.

Cho nên người ta có thể nói rằng một *Đại-Kiếp* tức là một đời sống của một cõi thế-giái.

Trong Kinh, có chỗ thí-dụ nầy để chỉ sự lâu dài của một *Kiếp* : Ví như có một hòn đá vuông vức 40 dặm. Cứ một trăm năm, đem chiếc áo Tiên chỉ nặng ba thù mà phất vào hòn đá một lần. Lần hồi như vậy, chừng nào hòn đá mòn và tiêu hết, đó là một *Kiếp*. Vì chỗ so sánh ấy, người ta gọi là *Kiếp thạch*

(*Đá Kiếp*).

Lại có chỗ thí dụ nầy nữa : Ví như có một cái thành lớn, bề cao và bốn mặt đều được 40 dặm. Người ta bỏ đầy hột cải vào trong thành ấy. Ví như có một người nào trường-thọ, cứ qua một trăm năm thì lấy ra một hột cải. Như vậy, chừng nào lấy hết hột cải trong thành thì vừa trọn một *Kiếp*. Vì so sánh ấy, người ta gọi là *Giải* chỗ *thành Kiếp* (*Kiếp như những hột cải trong thành mà người ta lần lượt lấy ra*).—

Bởi dùng thông thường quá nên chữ *Kiếp* có nghĩa trại ra, thành ra nhiều người dùng tiếng *Kiếp* mà gọi đời người.

KIẾP-BA 劫 簸 (波). — Kalpa (*scr.*).— Période cosmique (*fr.*) : Dịch nghĩa là *Đại-thời*. Tiếng Phạn, thường kêu tắt là *Kiếp*.

KIẾP-BA THỌ 劫 波 樹 : Cũng kêu là *Kiếp-thọ*. Tên một thứ cây mọc trong vườn « Hỷ-lâm viên » ở cung trời Đế-Thích. Cây ấy ứng theo thời mà hiện ra mọi vật cần dùng.

KIẾP-HẢI 劫 海 : Biển Kiếp. Số Kiếp rất nhiều, tỷ như nước dưới Biển cả, cho nên kêu là *Kiếp-hải*.

KIẾP-HỎA 劫 火 : Lửa Kiếp. Vào lúc *Hoại-Kiếp*, có nạn lửa đốt thiêu thế-giái một cách ghê gớm, lớn lao, nên k u là *Kiếp-hỏa*. Nạn lửa là một tai nạn lớn trong *tam tai* : Thuỷ-tai Hỏa-tai, Phong-tai.

Kiếp-hỏa có thể đốt cháy mọi vật và giết thác chúng-sanh từ mặt đất nầy lên tới cảnh Trời Sơ-thiền. trừ ra cảnh Nhị-thiền thì sức lửa chẳng tới.

KIẾP PHONG 劫 風 : Tai nạn gió bão trong lúc một Kiếp lớn sắp dứt. Một tai nạn lớn trong *tam tai*.

Sức tàn phá của *Kiếp-phong* còn ghê gớm hơn *Kiếp-hỏa* và *Kiếp-thủy*. Vì *Kiếp-hỏa* thì hại từ mặt đất cho tới cảnh Sơ-thiền; *Kiếp-thủy* thì hoại tới cảnh Tiên Nhị-thiền ; còn *Kiếp-phong* thì tàn phá, giết hại luôn tới cảnh trời Tam-thiền.

KIẾP-SƠ 劫 初 : Hồi Kỳ Kiếp mới vừa thành, lúc ban

sơ của một *Thành-Kiếp*. Tức là lúc thế-giới nầy mới vừa tạo thành vậy.

Niết-Bàn-Kinh, quyển 33 : Hồi thuở *Kiếp sơ*, chúng-sanh (*Kể cả nhơn-loại*) đều biến hóa mà sanh ra (*chớ chẳng có sanh ra từ nơi thai-bào của mẹ*). Tuy rằng họ có Phiền-não, nhưng bệnh Phiền-não chưa phát ra, cho nên đức Như-lai chẳng có xuất hiện ở thế gian. Vả lại, vào thuở *kiếp* sơ, thân và tâm của chúng-sanh chẳng phải là pháp-khí cho nên đức Như-lai chẳng có xuất hiện ở thế-gian.

KIẾP TAI 劫災 : Tai nạn trong kiếp. Về lúc Hoại-kiếp, thường xảy ra nhiều tai nạn lớn lao phá hại thế-giới, như lửa cháy, gió bão, nước lụt. Các tai nạn ấy, kêu chung là *kiếp tai*.

KIẾP THIÊU 劫燒 : Những nạn lửa cháy lan trong kiếp. Tức là những cuộc đại hỏa-tai trong kỳ Hoại-kiếp.

KIẾP THỌ 劫樹 : Cây kỳ kiếp. Tức là cây *kiếp ba thọ* trên cảnh Tiên Đế-thích, ứng theo thời-kỳ mà hiện ra mọi vật cần dùng.

KIẾP - THỦY 劫水 : Nạn nước trong kiếp. Về lúc Hoại-kiếp, có những nạn lụt lớn phá hoại thế-giới. Nạn lụt là một thứ nạn lớn trong *Tam tai*: Thủy tai, hỏa tai, phong-tai. *Kiếp thủy* làm cho trôi giạt chìm đắm tất cả, cho tới cảnh Tiên Nhị-thiền. trừ cảnh Tam-thiền thì sức nước tràn ngập chẳng tới.

KIẾP TRƯỢC 劫濁 : Những sự ác trược trong kiếp. Một thứ trong *ngũ trược* : 1. *kiếp trược*, 2. kiến-trước 3. phiền-não trược, 4. chúng-sanh-trược, 5. mạng-trược. Trong một cõi ác-thế, như cõi Ta-bà của chúng ta, có đủ *Ngũ trược*, mà trong Ngũ trược thì *kiếp-trược* đứng đầu, nó chứa đủ bốn thứ trược sau. Trong thời-kỳ *giảm-kiếp* các mối ác-trược khởi lên, tàn hại chúng-sanh : về thuở đời người giảm còn ba chục tuổi, tai-nạn đói kém khởi lên, về thuở đời người giảm còn hai chục tuổi, tai nạn tật-bịnh khởi lên, về thuở đời người giảm còn mười tuổi, tai nạn đao-binh khởi lên Chúng-sanh trên thế - giới không ai chẳng bị hại bởi các tai nạn ấy, nên kêu là *kiếp trược.*

KIẾP-TÂN-NA 劫賓那 Kapphina (*scr.*)

Một vị Thinh-văn, đại-đệ-tử của Phật Thích-Ca, đắc quả A-la-hán. Vì tôn xưng ngài, người ta cũng gọi ngài là *Ma-ha Kiếp-tân-Na* (*như trong quyển A-Di-Đà kinh có nói*).

Kiếp-tân-Na là một vị trong hàng 1.250 vị đại Tỳ - kheo thường hầu theo Phật trong khi Phật du hóa đến các nước, và có nghe Phật thuyết nhiều kinh Đại-thừa.

Theo **Soạn tập bá duyên kinh** (*Avadâna-çataka*), *Kiếp-tân Na* là thái-tử con một vị vua miền Nam Thiên-Trước, tên là Kiếp-ba (*Kalpa*). Vua cha thăng hà, Thái-tử nối ngôi. Khi đến thành Xá-vệ, vào vườn Kỳ-thọ Cấp-cô-độc mà viếng Phật, *Kiếp-tân-Na* thấy Phật hiện ra nhiều Phép Thần-không và nghe Phật thuyết-pháp rất hùng-biện về Thập nhị nhơn-duyên. *Kiếp-tân-Na* tỉnh ngộ rằng đời là giả, khổ, bèn bỏ ngôi vua, xuất gia đầu Phật và đắc quả La-hán một cách mau chóng, dễ dàng. Nhắc lại tiền-thân của *Kiếp-tân-Na,* đức Phật có phán : Hồi Phật Tỳ-bà-Thi ra đời, *Kiếp-tân-Na* là một người thương-khách đi Biển cả mà tầm châu báu. Thương-khách ấy có cung cấp cơm nước cho Phật Tỳ-bà Thi và giáo-hội chư Thinh-văn của ngài trong ba tháng. Và *Kiếp-tân -Na* có cất một ngôi Tinh-xá mà cúng cho chư Tỳ-kheo Tứ phương.

Về sau, *Kiếp-tân-Na* sanh ra làm vua Bờ-ra-ma-đát-ta (*Brahmadatta*) ở ngôi tại thành Ba-la-nại (*Bénarès*). Vua có phụng sự, săn sóc một đức Phật Bích-chi tật bệnh trong ba tháng. Chừng Phật Bích-chi ấy nhập Niết-bàn, vua có cất Tháp mà thờ ngài.

Nhờ những nhơn quả ấy mà *Kiếp-tân-Na* sanh-ra trong đời Phật Thích-Ca, được làm con vua, thân hình đẹp đẽ, oai thế vang lừng, và tu đắc Đạo một cách mau chóng, dễ dàng.

Vậy thì tuy là một vị Thinh văn La-hán, chớ *Kiếp-tân-Na* hẳn là một bực Bồ-tát giáng thế để ủng-hộ Phật trong cuộc hoằng Pháp.

Trong hội Pháp-Hoa, tức là nhơn khi thuyết kinh Diệu-

Pháp Liên Hoa, đức Phật có thọ-ký quả Phật chung cho *Kiếp-tân-Na* và năm trăm vị La hán. Ngài mách rằng năm trăm vị La-hán ấy lần lượt sẽ thành Phật, đồng một danh hiệu là Phổ-Minh (*Samantaprabbâsa*) Như-lai.

KIẾT-BÀN-TRÀ 吉槃荼 Kumbhànda (scr.) : Cũng viết : *Cưu-bàn-trà*. Loài qui dữ-tợn và có sức lực lớn. Xem : *Cưu-bàn-trà*.

KIẾT-GIÁ 吉蔗

Cũng kêu : *Kiết-già* 吉遮. Một loại qui thần ác. Qui thần nầy hay nhập vào thây người chết, dùng thây ấy mà hành động theo sở dục của mình.

KIẾT-HÀ (**Cát-hà**) 吉河 Con sông lành, con sông giúp hạnh-phúc cho người ta. Tức là *Hằng-hà* 恆河, Pháp : Gange. Người ngoại-đạo Ấn-Độ gọi sông *Hằng* , là *Kiết - hà*. Họ tin rằng ai xuống tắm rửa dưới sông Hằng hà thì tiêu diệt được tội lỗi. Họ cũng tin rằng những nhà tu hành xuống tắm dưới sông ấy thì mau đắc quả Thánh. Vì vậy nên người ngoại - đạo và đa số người Ấn-Độ gọi con sông ấy là *Kiết-hà*.

KIẾT 結 Cũng đọc *Kết*. (*Xem* : **kết**).

KIẾT-MA (*Yết-ma*) 羯磨 Karmadana (*scr.*)

Viết trọn chữ : Kiết-ma-đà-na (*Karumandana*).

Một chức-vị của nhà sư xuất - gia trong phái Đại - thừa, dưới chức Hòa-thượng. Trong hàng Tỳ-kheo Trưởng-lão, Hòa - thượng lo dìu dắt đệ-tử ; *Kiết-ma* lo pháp và sự ; Giáo-thọ lo phần dạy dỗ. Đó là *Tam sư*. Chữ *Kiết-ma* có nghĩa : Tác pháp biện sự ; vì chư pháp, chư sự đều do vị *Kiết - ma* mà thành - tựu ; *Kiết-ma*, Kiết-ma-đà-na cũng kêu : *Duy - na-Sư* *Kiết-ma* có đủ bốn pháp :

1. *Pháp* : Biết lúc nào nên cử hành pháp nào.

2. *Sự* : Thông rõ luật-nghi và trông nom việc sám-hối các tội phạm của chư tăng.

3. *Nhơn* (*Người*) : Họp cho thành giáo - hội Tỳ - kheo 20 người, 10 người, 5 người hoặc 4 người.

4 Giới : Trông nom việc kết giới theo nghi pháp.

KIẾT-MA ĐÀ-NA 羯磨陀那. — Karmadana (*scr.*) : Tức là sư *Kiết-ma*, một vị trong *Tam sư*, có giải ở trên.

KIẾT-TƯỜNG 吉祥 *Svastika* (*scr.*). — *Augures propices* (*fr.*)

Kiết (*cát*) : tốt, trái với hung.

Tường : điều lành, điềm lành.

Kiết-tường : Điềm tốt lành, sự tốt lành.

Tên người phát cỏ. Sau sáu năm khổ-hạnh, đức Bồ-tát đến mé rạch Ni-liên (*Nairãnjanã*) mà tắm. Tắm xong, ngài ăn món sữa nấu với bột do một tín-nữ dâng cúng. Kế, ngài đi lại cây Bồ-đề. Ngài gặp một người phát cỏ tên *Kiết-Tường* (*Svastika*) dâng cho ngài tám bó cỏ mịn. Ngài trải cỏ thành bảo-tọa và ngồi day mặt về hướng Đông mà tham-thiền cho đến thành Phật, lấy hiệu là Thích-Ca Mâu-Ni.

Chữ *vạn* 卍, Phạn-ngữ *Svastika*, cũng gọi là *Kiết-tường*. Chữ ấy tiêu-biểu cho các sự lành. Nơi ngực Phật, có hình chữ ấy. Trên vách phía trước nhiều ngôi chùa tháp, thường có khắc chữ ấy. Chỗ nào mà gặp chữ *Kiết-tường*, *Vạn-tự*, tức là gặp điều tốt lành, phước-đức vậy.

Ngồi kiểu kiết-già mà tham-thiền cũng kêu là *Kiết-tường* (*tọa*,) tức là cách ngồi thiền của đức Bồ-tát cho đến khi thành Phật. Xem: *Kết-già phu tọa*.

Kiết - tường (*Thiên*) lại là tên vị nữ Thiên-thần đem các sự phước-lạc mà ban bố cho chúng-sanh. Ấy là một vị Thiên-thần gốc trong Bà-la môn giáo, mà Phật-giáo cũng công nhận.

Trong kinh chữ Hán, trước ngài Huyền-Trang, người ta dịch là *Công-đức Thiên* ; từ ngài Huyền-Trang về sau, người ta dịch là *Kiết-tường Thiên*. Về vị nữ Thiên-thần ấy, cha tên là Đức-xoa-Ca, mẹ tên là Quỉ-tử-mẫu, anh là Tỳ-sa-môn Thiên-vương. (Cũng có kinh chép rằng bà là hậu-phi của ngài Tỳ-sa môn Thiên-vương.) Vị *Kiết-Tường Thiên* nương theo phước-đức của chúng-sanh mà tác thành những điều thiện-lợi, vui sướng cho họ. Trái với em gái bà là *Hắc-ám Thiên* là vị nữ Thiên-thần đem tai họa, suy tồn, hư hao cho chúng-sanh. Xem : *Hắc-ám Thiên*.

KIỆT-XÀ (*quốc*) 竭闍 (國) Magadha (*scr.*)

Nước Kiệt-xà. Viết tắt. Tức là : Ma-Kiệt-đà, Ma-Kiệt-đề, Ma-Yết-đà, Ma-già-đà.

(Xem : *Ma-Kiệt-đề*)

KIÊU KHANH 憍坑 La fosse de l'orgueil (*fr.*) : Hang sâu của lòng kiêu - mạn, của tánh tự cao. Tiếng tỷ-dụ để gọi sự nguy hiểm của lòng kiêu-mạn . Lòng ấy tỷ như cái hang sâu, kẻ tự-cao lọt xuống đó mà chịu khổ nguy, chịu chết mất.

KIÊU-MẠN 憍慢 Manô (*p.*) — Orgueil, orgueilleux (*fr.*) .

Tự cao, ngạo, xấc, khinh khi. Một mối phiền-não, một điều thắt buộc con người vào vòng Luân-hồi khổ-não.

Một phần trong *Ngũ thượng phần kết.*

Phật di giáo kinh : Tỳ - kheo các ngươi! Nên xoa lấy đầu mình (*vì là đầu trọc*), hãy bỏ những đồ- sửa soạn làm tốt đi, mặc áo bằng màu tồi tệ, ôm bình-bát, nương việc xin ăn mà nuôi sống lấy mình. Tự thấy mình như vậy, nếu khởi ra lòng **kiêu-mạn**, thì mau nên dập tắt nó đi. Nuôi lớn lòng **kiêu-mạn**, kẻ bạch-y thế-tục còn chẳng nên thay, huống chi là người xuất gia nhập đạo vì cầu sự giải thoát nên hạ thân mình mà đi xin ăn ?

Tỳ ni mẫu luận : Sở dĩ thế phát (*cạo tóc*) là để trừ bỏ tấm lòng *kiêu-mạn tự thị* vậy.

Trí - độ luận : Cạo đầu, mặc áo nhuộm, ôm bát khất thực, đó là cái phép để phá lòng *kiêu-mạn.*

Niết - bàn kinh , quyển 31 : Có nhiều duyên-cớ làm cho nhà tu-hành sanh lòng *kiêu-mạn* :

1o/ Hoặc vì thọ hưởng sự vui sướng.

2o/ Hoặc vì thuyết pháp.

3o/ Hoặc vì tinh-cần trong việc tu học.

4o/ Hoặc vì hiểu nghĩa lý, có tài vấn đáp.

5o/ Hoặc vì gần-gũi với bạn xấu.

6o/ Hoặc vì bố-thí vật đáng giá.

7o/ Hoặc vì có công làm những việc phước-thiện thế gian.

8o/ Hoặc vì mình là nhà sang cả, được người ta cung kính.

Trong khi còn vướng lòng **kiêu-mạn**, khoan tu Trí-huệ, hãy tu Thiền-định trước đã.

(Xem : *Mạn*.)

KIỀU (*Kiêu*) **ĐÀM-DI** 憍 曇 彌 Gotamide (*scr.*)

Cũng viết : *Ma-ha Kiều-đàm-Di* (*Mahà Gotamide*). Một tên khác của bà *Ma-ha Ba-xà - ba-đề*, di-mẫu của Phật, một vị Tỳ-kheo-ni nhập đạo trước nhứt.

(Xem : *Ma-ha Ba-xà - ba-đề*.)

KIỀU-PHẠM-BA-ĐỀ 憍 (橋) 梵 波 提 Gavâmpati (*scr.*)

Một vị Đại Thinh-văn, Đại A-la-hán, Đại Đệ-tử của Phật Thích-ca. Ông thường dự nghe nhiều cuộc Thuyết-pháp lớn của Phật.

Cũng viết : *Kiều-Phạm-Bát-đề* , *Ca-Phạm-Ba-Đề*, *Già-Bà-Bạt-Đề* Dịch nghĩa : *Ngưu-vương* (*Vua đoàn bò*), *Ngưu-chủ* (*Chúa đoàn bò*), *Ngưu-tướng* (*hình tướng như bò*), *Ngưu-thi* (*Giọng nói như bò*). Liên tiếp trong năm trăm đời, ông từng sanh ra làm bò chúa. Đến đời Phật, ông đầu thai làm người, nhưng còn cái nghiệp xưa roi lại, hình-tướng giống như bò, giọng nói như bò chúa kêu gọi đoàn bò, cho nên cha mẹ đặt tên là *Kiều Phạm-Ba-Đề*.

Trước khi xuất-gia, hồi còn ở thành Ba-la-nại (*Bénarès*), ông là một thiếu-niên con nhà Trưởng-giả, từng chơi thân với bốn người bạn là : Tỳ-ma-la (*Vimala*), Tu-bà-hầu (*Soubâhou*), Phú-lan-na-ca (*Pournajit*) Da-Xá (*Yasa*).

Khi nghe bạn mình Da-Xá chán đời mà xuất gia đầu Phật, (*Kiều Phạm-Ba-Đề* và ba người bạn nữa đều rủ nhau vào vườn Lộc gần thành Ba-la-nại, cố ý can gián Da-Xá và định đem Da-Xá trở về. Song đến nơi, nghe Phật thuyết pháp, ông và ba người bạn thảy đều hoan-hỷ, kính mộ, thọ pháp Tỳ-kheo, đắc quả A-la-hán.

Trong cả ngàn vị Tỳ-Kheo-La-hán của Phật, *Kiều-Phạm-Ba-Đề* từng được Phật khen là *Giải Luật đệ nhứt*.

KIỀU-PHẠM-BÁT-ĐỀ 憍 梵 鉢 提 .— Gavâmpati (*scr.*).— Tức là *Kiều-Phạm-Ba-Đề* đã giải ở trên.

KIỀU (*Kiêu*)-**TÁT-LA** 憍 薩 羅 Kosala (*scr.*).

Một nước lớn ở cõi Ấn-Độ hồi Phật Thích-ca ra đời, Kinh-đô là thành Xá-vệ (*Sravasti*). Cũng viết : *Câu-tát-la* 拘薩羅.

(*Xem :* Xá-vệ).

KIỀU (*Kiêu*) **THI-CA** 憍尸迦 Kauçika (*scr.*)

Một vị vua Chuyển-luân trị vì thuở xưa , hồi Phật Thế-Tự-Tại-Vương ra đời. Vua *Kiều-thi-Ca* đến nghe Pháp nơi Phật Thế-Tự-Tại-Vương, giác-ngộ, bèn theo Phật mà xuất-gia, lấy hiệu là *Pháp-Tạng* Tỳ-kheo. Ngài Pháp-Tạng bèn phát ra trước mặt Phật 48 điều Đại-nguyện thanh-tịnh độ chúng-sanh. Ngài tu thành Phật, hiệu là *A-Di-Đà*. Ngài lập ra cõi Tịnh-độ kêu là Cực-lạc thế-giái, tiếp dẫn các chúng-sanh niệm danh hiệu A-Di-Đà.

Cổ âm vương kinh : *Kiều-thi-Ca* là cháu nội ngài-Thanh-Thái quốc-vương. Cha là Nguyệt-Thượng Chuyển-luân vương ở nước Diệu-hỷ. Mẹ ngài là bà Thù-Thắng Diệu-Nhan. Ngài là con thứ hai, anh cả là Nguyệt-Minh, em là Đế-Chúng.

KIỀU-THI-CA 憍尸迦.— Kauçika (*scr.*) : Danh-hiệu của đức *Đế-Thích*, Thiên-chủ Ba mươi ba cảnh trời. *Đế-Thích, Thích Đế-hoàn-Nhân, Thích-ca Đế-hoàn Nhân-đà-la* (Çakra Dêvas Indra) là danh-hiệu chung, tước-vị của ngài. Còn tên riêng của ngài là *Kiều thi Ca*. Khi ở trước mặt đức Đế-Thích mà nói chuyện, thì đức Phật, những vị Tiên-nhơn, hoặc cận-thần của đức Đế-thích, kêu ngài là *Kiều-Thi Ca*.

Niết - Bàn kinh , quyển 19, quan đánh xe (ngự-thần) của đức Đế-Thích tâu rằng : « *Kiều-thi-Ca* ! có Phật Thế-tôn là Thích-Ca-Mâu-Ni, hiện ở tại đại-thành Vương-xá. Nếu vua tới đó, chỉ cần bẩm trình và hỏi thăm Phật, chẳng đợi nghe thuyết pháp, cũng đủ làm cho những suy-tướng của vua phải tiêu diệt »

Lại trong quyển ấy, Phật có phán với Đế-Thích rằng : «*Kiều-thi-Ca !* Lòng khan-tham, tật - đố là dây trói buộc chư Thiên và Nhơn-loại.»

KIỀU-TRẦN-NA 憍陳那 Kaundinya (*scr.*)

Kêu trọn chữ : A-nhã Kiều-Trần-Na (*Ajnâ Kaudinya*). Cũng viết : *Kiều-Trần-Như*. Vị đệ-tử xuất-gia trước nhứt của Phật Thích-ca.

(*Xem* : **Kiều-Trần-Như**).

KIỀU-TRẦN-NHƯ 憍陳如 (憍陳如) Kaundinya (*scr.*)

Cũng kêu tôn là : *A-nhã Kiều-Trần-Như* 阿若憍陳如 (*Ajná Kaundinya*) Vị Thịnh - Văn , Đại đệ-tử, La-hán trước nhứt của đức Phật Thích-Ca.

Kiều-Trần-Như (*dịch nghĩa* : **Hỏa-khí**), trước là đệ-tử của Uất-đầu-lam-Phất (*Udraka-Ramaputra*) một nhà chơn-tu khổ-hạnh có rất nhiều đệ-tử. Đức Thích-Ca bấy giờ chưa thành Phật, có đến ở với ông Uất-đầu-lam-Phất. Xét ra, đạo ông ta chẳng giải cứu cho chúng-sanh, Ngài ra đi. Ông *Kiều-Trần-Như* với bốn người bạn học là Át-Bệ (*Asvajit*), Thập-lực-ca-Diếp (*Dasabala-Kaçyapa*), Ma-nam-câu-ly (*Mahânâman-Kulika*) , Bạt-đề (*Bhadrika*) đồng bỏ thầy mà theo đức Thích-Ca, cùng tu khổ-hạnh.

Đến khi thấy đức Thích-Ca đổi chương-trình, ngài ăn uống, tắm rửa, thì mấy ông ấy lại bỏ đức Thích-Ca, kéo về tu tại rừng Lộc-dã, gần thành Ba-la-nại (*Bénarès*). Sau khi thành Phật, đức Thích-Ca đi xuống Vườn Lộc mà độ năm ông ấy do ông *Kiều-Trần-Như* cầm đầu. Ngài thuyết pháp, đánh đổ hai lối cực-đoan , quá hành khổ và quá vui chơi, ngài khuyên theo trung-đạo. Ngài giảng thêm về Tứ-diệu-đế với Bát-chánh đạo. Ông *Kiều-Trần-Như* với bốn ông kia tỉnh ngộ, bèn qui-y Phật và đắc quả La-hán.

Vì ông *Kiều-Trần-Như* đắc quả trước hơn bốn ông kia, lại là bực dẫn đầu bốn ông kia, nên Phật gọi ông là *A-nhã*, hai chữ nầy đứng trước tên thật của ông, có nghĩa : *Dĩ-tri* (*Đà biết*), *Liễu bổn tế* (*Hiểu rõ chỗ gốc*). **Kinh Vô-lượng-Thọ** gọi ông A-nhã Kiều-Trần-Như là *Tôn-giả Liễu-bổn-tế*.

Trong những cuộc thuyết pháp về tiền-thân của Ngài, có một khi đức Thích-Tôn nhắc lại rằng : Có một thuở trước, Ngài làm vị Đại-Tiên tu hạnh nhẫn-nhục trong núi ; còn ông *A-Nhã Kiều-Trần-Như* làm vị vua tên Ca-ly. Vua ấy, trong cơn nóng giận, đành nhẫn tâm chặt đứt thân thể tay chơn của vị Đại-Tiên. Thế mà vị Đại-Tiên không hề giận, lại còn nguyện độ cho nữa.

Trong hội Pháp-Hoa, đức Phật có thọ-ký quả Phật cho -

ông *Kiều-Trần-Như*, phán rằng về sau, ông sẽ thành Phật, hiệu là Phổ-Minh (*Samantaprabhâsa*) Như-lai.

KIM-CANG (*Cương*) 金 剛 Vajra (*scr.*). — Foudre, Diamant (*fr.*)

Có hai nghĩa :

1./ Đọc theo Phạn: *Phạt-chiết-la* 伐 折 羅 (*Vajra*), tức là điền-chấn, lưỡi tầm sét, Pháp: Foudre. Như nói: Kim-cang Bát-nhã Ba-la-mật, Kim-cang lực-sĩ.

2./ Bảo-châu kiên-cố, ánh-triệt, tức là chất hột thủy-xoàn , Pháp: Diamant. Như nói : Kim-cang châu : hễ là kim-cang, thì dao búa chém chẳng hư.

Người Tây-thiên hiểu chữ *kim-cang* theo nghĩa điền-chấn (*foudre*); người Đông-độ thường hiểu theo nghĩa hột xoàn (*Diamant*).

Kim-cang gồm bốn ý nghĩa nầy :

a) Kiên cố, không sức nào phá nổi.

b) Quí-báu khó kiếm.

c) Có công-dụng tiện-lợi và sức tự-tại, lại có sức phá hoại các vật.

d) Có hình-chất trong-sạch, ánh-triệt.

Niết-Bàn-kinh : Tỷ như *kim-cang* (*thủy-xoàn*), không vật nào phá-hoại được nó, mà nó có thể phá-hoại tất cả mọi vật, chỉ trừ ra hai món nầy mà thôi : mu rùa và sừng con dê trắng. — Tất cả những vật mà loài kim-sí điểu nuốt vào bụng, như rồng, cá, vàng, bạc cùng các châu báu, thảy đều tiêu-hóa hết ; chỉ trừ chất *kim-cang* (*thủy-xoàng*) thì chẳng hề tiêu.

KIM-CANG BÁT-NHÃ BA-LA MẬT ĐA-KINH 金 剛 般 若 波 羅 密 多 經 Vajra-prajna-paramita-Sûtra (*scr.*). — Kêu tắt : *Kim-cang Kinh.*

Kim-cang : Chất sáng suốt, lẹ làng, cứng rắn như lưỡi tầm sét hoặc như thủy-xoàn , có sức phá hủy mọi vật.

Bát-nhã : Trí-huệ.

Ba-la - mật-đa : Đến Bờ bên kia, Độ.

Kinh có sức phá hoại các phiền não một cách cấp tốc và đưa đến bờ Chánh-giác mà thành Phật, Như-lai.

Kinh nầy vốn chữ Phạn, ngài Cưu-ma - la-thập (*Kumara-jiva*) người xứ Dao-Tần (*Koutcha*) qua Tàu dịch ra chữ Hán hồi đầu thế - kỷ thứ năm dương lịch. Ấy là bổn kinh do ngài Tu-Bồ-đề khải thỉnh Phật để Phật giảng thuyết lý Chơn-Không, lý Vô-tướng, tức là Pháp-thân, lý Kim-cang Tam-muội.

Đắc lý *Kim-cang Kinh* thì thành Phật, chớ chẳng cần có đủ 32 tướng chánh với 80 tướng phụ.

KIM-CANG BẤT HOẠI THÂN 金剛不壞身 Cái mình Kim-cang chẳng nát. Tức là mình của Phật cứng chắc, bền bỉ như chất Kim-cang vậy. Kêu tắt : *Kim-cang-thân.*

KIM-CANG CÚ 金剛句 Câu Kim-cang. Câu xưng tụng *Thập hiệu*, Mười Danh-hiệu của Phật. Lại những câu kệ, những câu ca ngợi, phúng-vịnh xưng tán công-đức của Phật, cũng kêu là *Kim -cang cú.*

KIM-CANG CHỬ 金剛杵 Vajra (*scr.*) Arme (*fr.*) : Chày Kim-cang, tức đồ binh khí bên Ấn-Độ. Phạn : Phạt-chiết-la 伐折羅, Vajra. Phái Mật-tông (*Chơn-ngôn tông*) dùng món *Kim-cang chử* để tiêu-biểu cho cái trí cứng-bén, chặt phiền-não, đánh ác-ma. Món binh-khí ấy làm bằng chất kim, bằng đá hoặc bằng cây.

KIM-CANG ĐÀI 金剛臺 Cái đài, cái tòa bằng chất Kim-cang. Đài là khoảng mặt bằng ở trên cao, người ta đứng trên đó mà trông xuống. Như hoa sen ở cõi Tịnh-độ, có cái tòa đài bằng Kim-cang, kêu là *Kim-cang đài.*

Cũng là tiếng dùng để gọi tòa đài để chịu lấy cốt Phật nơi điện thờ.

KIM-CANG ĐẢNH KINH 金剛頂經 Vajrasekharatantra rajasùtra (*scr.*).— Kongôchôkyô (*Jap.*)

Một bộ Kinh chánh của phái Chơn-ngôn tông, (*cũng kêu : Du-già tông. Mật-tông*). Trong Chơn-ngôn tông, *Đại Nhựt Kinh* (*Mahâvairocanabhisambodhi-sùtra*) là kinh căn-bổn thứ nhứt, kế đó là *Kim-cang đảnh kinh.* Ngoài ra, còn nhiều Kinh Kim-cang khác cũng giải về lý Chơn-ngôn, Mật-giáo.

KIM-CANG-ĐỊNH 金 剛 定 Vajrâ-Samâdhi (*scr.*)

Phép thiền-định tên là Kim-cang. Cũng viết: *Kim-cang Tam-muội, Kim-cang dụ Định* (*Phép thiền-định tỷ như chất kim-cang*) Người tu hành phép thiền-định ấy, người đắc phép thiền-định ấy, được cái Trí-huệ chắc và bén như chất kim-cang, có thể chặt đứt các phiền-não vi-tế, các ý-kiến tà vạy, thiên lệch, nên kêu là *Kim-cang định.* Lại cũng kêu là *Kim-cang diệt Định*; vì là phép định diệt tất cả phiền-não.

(*Xem* : **Kim-cang Tam-muội**).

KIM-CANG ĐỊNH-SƠN 金 剛 定 山 Phép Định *Kim-cang* là phép thiền-định vượt lên như hòn núi cao, cho nên kêu là *Kim-cang Định-sơn.*

Niết-bàn-kinh, quyển 24 : Tỷ như có một hòn núi cao, ai lên tới đảnh; trông ra các phương, thấy tất cả một cách tỏ rõ. *Kim-cang Định sơn* cũng như thế, Bồ-tát bước lên núi ấy, trông xa các pháp, thấy tỏ rõ tất cả.

KIM-CANG HUỆ (TUỆ) 金 剛 慧 Trí-huệ Kim-cang. Cái Lý thấu đạt Thật-tướng, cái Trí phá vỡ hết các tướng, các chấp-trước, kêu là *Kim-cang Huệ.*

Cũng là tiếng gọi cái Trí-huệ của Phật, cái Trí ấy thoát ly các sự câu chấp, chặt đứt các phiền-não.

KIM-CANG KINH 金 剛 經 Vajra-Prajna-Paramita-Sûtra (*scr.*)

Kinh có công-dụng, có sức tự-tại và có sức phá bể như chất *kim-cang.* Kêu trọn chữ : *Kim-cang Bát-nhã Ba-la-mật-đa Kinh.*

(*Xem* : **Kim-cang Bát-nhã Ba-la-mật-đa Kinh.**)

★

KIM-CANG KHẨU 金 剛 口 Bouche de diamant (*fr.*). Miệng kim-cang. Tiếng tôn-xưng để gọi cái miệng của đức Như-lai. Miệng lưỡi của Phật quí báu nhứt, tỷ như chất kim-cang (*hột thủy-xoàng*), nói ra lời quí đẹp nhứt, chắc thật hơn hết như kim-cang, nên kêu là *Kim-cang khẩu*.

KIM-CANG LỰC-SĨ 金 剛 力 士 Vajrapâni (*scr.*).— Viên Kim-cang Lực-sĩ. Tức là *Kim-cang thần* (Xem: *Kim-cang mật-tích.*)

KIM CANG MẬT-TÍCH 金 剛 密 迹 Vajrapâni (scr.).— Vị thần Kim-cang Mật-tích. Lại kêu những tên: *Mật-tích Kim-cang, Mật-tích Lực-sĩ, Kim-cang Lực-sĩ, Kim-cang-Thủ, Chấp-Kim-cang,* đều là những tên kêu chung vị Tniên thầncầm cái chày(chử) Kim-cang, hiện oai-thế lớn ủng-hộ Phật-pháp. Đức-Đại-Nhựt Như-lai dùng chúng Kim-cang ấy làm nội quyến thuộc và các vị Bồ-tát : Phổ-Hiền, Văn-Thù làm ngoại quyến-thuộc. Ấy cũng như đức Thích-Ca dùng chúng Thinh-văn cỡ Xá-ly-Phất làm nội quyến - thuộc, còn các Bồ-Tát khác làm ngoại quyến-thuộc vậy. *Mật-tích* là nghĩa : thường chầu đức Phật, nhớ hộ trì sự-tích bí-mật của Phật. Lại là nghĩa : biết ba dấu bí-mật để lại của Phật (Tam mật) : thân-mật, khẩu-mật, lý-mật).

KIM-CANG PHONG LẦU CÁC NHỨT THIẾT DU-GIÀ DU-CHỈ KINH. 金 剛 峯 樓 閣 一 切 瑜 伽 瑜 祇 經 Vajra-sekhara-vimana-sarvayoga-yogi-sûtra (*scr.*)

Kinh về Mật-tông (*Chơn-ngôn tông, cũng kêu là Du-chỉ-tông*) dịch bởi Kim - cang - Trí (*Vajrabodhi*), một nhà sư Ấn-độ sang Tàu, hồi thế - kỷ thứ tám Dương-lịch.

KIM-CANG-SÁT 金 剛 刹

Vùng đất Kim-cang. Tiếng kêu riêng để gọi cảnh chùa. Tức là Kim-cang tịnh-sát 金 剛 淨 刹 ,nghĩa là cõi đất thanh-tịnh ,vững chắc như chất Kim-cang vậy. *Kim-cang* là ví-dụ về công-đức của cảnh chùa, *Sát* là tiếng Phạn, dịch là *Thổ* (*cõi đất*).

(Xem : Tự)

KIM-CANG-SƠN (san) 金 剛 山 Chứ Kim - cang. Lại kêu là *Kim - cang vi - sơn* hay là *Kim - cang luân* *sơn,* nghĩa là vòng quanh núi *Thiết-vi* trên thế-giới vậy. Cũng là tiếng dùng để gọi núi *Tu-di.*

KIM-CANG TAM-MUỘI 金剛三昧 Vajra-Samâdhi (*scr.*)

Cũng viết : *Kim-cang Định.* Một phép thiền-định của Phật, Bồ-tát, tên là *Kim-cang.* Phép thiền-định ấy có những công-dụng như chất *kim-cang,* nên kêu là *Kim-cang Tam-muội.*

Bồ-tát nhờ tu phép *Kim-cang Tam-muội,* nhờ đắc phép *Kim-cang Tam-muội,* có sức phá tan tất cả các pháp, thấy rằng tất cả các pháp đều là vô-thường, xao-động, là nhơn-duyên sanh ra sợ sệt, bệnh khổ, trộm cướp. Các pháp ấy đều là diệt hoại, không phải chơn-thật, chỉ là cảnh-giái của Ma mà thôi. Mình không nên nhìn thấy tướng trạng của chúng-nó. Tuy là có chúng-sanh, nhưng Bồ-tát an-trụ phép *Kim-cang Tam-muội,* chẳng thấy chúng-sanh là thật. Tuy vì chúng-sanh mà tu Lục độ, chớ người chẳng nhìn thấy một chúng-sanh nào !

Như chất kim-cang đối chọi với các chất, thảy đều hư nát, nhưng tự mình không bị chất nào phá hoại. *Kim-cang Tam-muội* cũng như thế, có thể làm cho các pháp đều hư nát, nhưng chính mình không bị pháp nào phá hoại nổi.

Như đối với các bảo-vật, kim-cang là quí hơn hết. Bồ-tát được *Kim-cang Tam-muội* cũng như thế, đối với các phép Tam-muội, nó là quí hơn hết ; thảy đều qui thuộc theo nó.

Như chất Kim-cang có công-dụng tiện lợi và sức tự-tại, lại có sức phá hoại các vật. *Kim-cang Tam-muội* cũng như thế. Chính nó diệt các mối oán-thù của chúng-sanh : cac phiền-não. Pháp nào khó tồi phục hơn hết, chính nó hồi phục. Ai tu *Kim-cang Tam-muội,* tất nhiên đã tu hết các phép tam-muội.

Như chất kim-cang thì trong sạch và chiếu sáng. *Kim-cang Tam-muội* cũng như thế. Người tu phép ấy, chiếu thấy mọi pháp, dường như người ở ngã tư đường thấy khắp mọi chúng-sanh, dường như người đứng trên đỉnh núi thấy mọi vật ở xa. Người thấy ra vô-lượng thế-giới. Sức sáng của *Kim-cang Tam-muội* dường như ngọn lửa, thiêu diệt các phiền-não.

Người đắc *Kim-cang Tam-muội* có thể biến ra vô-lượng thân hình ở khắp các cõi Mười phương, cũng như Phật. Người có thể dùng một thứ tiếng nói mà thuyết pháp, khiến cho vô-lượng chúng-sanh trong các cõi Mười phương đều nghe và đều hiểu.

Người không hề cố chấp một tướng nào, dầu tướng ấy thuộc về sắc, thinh, hương, vị, xúc, hay pháp. Vì đối với người đắc *Kim-cang Tam-muội*, tướng tức là vô-tướng: tất cả các pháp vốn là vô-tướng.

Trong nhiều Kinh Phật, có dạy tu phép *Kim-cang Tam-muội*. Nhưng muốn dễ tu phép ấy, nên thọ trì: Kim-cang kinh (*Kim-cang Bát-nhã Ba-la-mật-kinh*), Bồ khuyết tâm kinh (*Ma-ha Bát-nhã Ba-la-mật-đa tâm kinh*), nhứt là Niết-bàn kinh quyển 24.

Niết-Bàn kinh, quyển 30: *Kim-cang Tam-muội* phá hoại tất cả các trụ. *Kim-cang Tam-muội* tức là Như-lai.

KIM-CANG-TÁT-TRỤY 金剛薩埵 Vajrasatva (*scr.*).

Một đức Bồ-tát. Ngài được đức Đại-Nhựt-Phật mà đức Thích-Ca thay mặt, làm phép quán đảnh và truyền chơn-lý của Mật. tông tức Chơn-ngôn tông. Về sau, ngài truyền giáo lại cho Long-Thọ (*Nagarjuna*).

Bên Thiên-Trước, *Kim-cang Tát-trụy* là đệ nhị tổ Chơn-ngôn tông. Vị đệ nhứt tổ là Đại-Nhựt Như-lai.

KIM-CANG TÂM 金剛心 Cœur de Diamant (*fr.*)

Tấm lòng kim-cang. Nghĩa là tấm lòng quảng-đại của Bồ-tát, kiên-cố chẳng bị phá-hoại được, cứng như chất kim-cang vậy.

KIM-CANG TỌA 金剛座 Vajrasena (*scr.*). – Trône de diamant (*fr.*).

Toà Kim-cang. Đó là nơi tòa ngồi của đức Phật thuở thành Đẳng Chánh-giác, tại dưới cây Bồ-đề nơi thành Phật-đà-Già-da trong nước Ma-Yết-đà. Vì tôn-kính, người ta cũng gọi cái bệ hình tòa sen chịu lấy cốt Phật là **kim-cang tọa**.

☆

KIM-CANG TỬ 金剛子 Hạt (*Hột*) Kim-cang. Hột của một thứ cây bên Ấn-Độ, hột có văn như hột đào, cỡ như hột trái anh-đào. Hột ấy màu đỏ, rất bền chắc, dùng làm sồ-châu, tức làm xâu chuỗi đề niệm Phật.

KIM-CANG THÂN 金 剛 身 Corp de Diamant, Corps de Bouddha (*fr.*)

Thân Kim-cang. Tức là thân của Phật, nghĩa là cái thân-thề cứng chắc, bền bỉ như chất kim-cang, chẳng khi nào nát vậy. Cũng kêu: *kiên-thân* (*thân kiên cố*), *chơn-thân* (*Thân chơn-thật*), *Phật-thân* (*cái thân thiệt của Phật*). Đối với: *Bất kiên thân, Hoại-thân* là cái thân hư-nát của kẻ phàm.

Niết-Bàn kinh, quyền 14: Khi nghe xong bài kệ bốn câu do một La-sát đọc, nhà sư khổ hạnh bèn xả thân đề đáp ơn Pháp-sư. Nhơn đó, nhà sư khổ-hạnh (*Tiền-thân Phật-Thích-Ca*) nói rằng: «Tỷ như có người kia thí cho kẻ khác món đồ bằng sành, liền được món đồ bằng thất bảo. Tôi đây cũng thế, bỏ cái thân không bền chắc nầy, liền được *Kim-cang thân*.»

KIM-CANG-THẦN 金 剛 神 Vajrapâni (*scr.*)

Vị thần Kim-cang. Kêu trọn: *Chấp Kim-cang thần.* Lại kêu: *Kim-cang thủ* hay: *Kim-cang lực-sĩ*, là vị thần-kỳ tay cầm cây dùi kim-cang, hộ vệ Phật-pháp, lực-sĩ hầu ở hai bên sơn-môn (*nhà chùa*),

☆

KIM-CANG THỂ 金 剛 體: Vóc kim-cang. Cái hình-vóc đầy đủ, bền bỉ, chẳng hoại. Thân-thề của Phật kiên-cố như chất kim-cang, nên gọi là *kim-cang thể*. Cũng viết: *Kim-cang thân.*

KIM-CANG-THỦ 金 剛 手 Vajrapâni (*scr.*)

Một vị đại Bồ-tát đủ đầy phước-đức và Trí-huệ. Người ta cũng gọi ngài là *Kim-cang lực-sĩ*, hoặc *Bí-mật-chủ* (*le maître des formules*). Bởi nơi tay ngài có cầm cái chày bằng Kim-cang, nên gọi ngài là *Kim-cang-thủ*. Người ta cũng gọi ngài là: *Chấp Kim-cang, Kim-cang thần.*

Một hôm đức *Kim-cang-Thủ* có bạch với Phật rằng: «Tôi xin cầu Ngài, vì lòng từ bi, ngự đến nơi đồng cát của tôi, vào trong nhà tầm thường của tôi, dùng một bữa cơm rau. Rồi ngài sẽ thuyết pháp độ chư Thần chư Quỉ ở dưới quyền tôi để cho chúng nó bớt sân-hận và bớt tàn-bạo.»

KIM-CANG THỦY 金 剛 水 Nước Kim-cang. Trong khi hành-giả thọ phép *quán đỉnh* để nhập môn, thì hành-giả có uống nước thơm (*hương thủy*). Nước thơm mà hành-giả uống đó, kêu là *Kim-cang thủy*. Tức là *Thệ-thủy* 誓 水, nước thề

KIM-CANG THỪA (*Thặng*) 金 剛 乘 : Cỗ xe Kim-cang, tức Chơn-ngôn giáo, giáo-pháp Chơn-ngôn. Cũng như người ta gọi giáo-pháp. Thinh-văn là *Thinh-văn thừa*. Giáo-pháp Chơn-ngôn (*Mật-giáo*) là một giáo-pháp cứng bén, nên gọi là *Kim-cang thừa*.

KIM-CANG TRÍ 金 剛 智 Vajraboddhi (*scr.*) Âm theo Phạn : Bạt-nhựt la-bồ-đề 跋 日 羅 菩 提. Một vị Sa-môn đại-đức người Ấn-độ, dòng Bà-la-môn. Ngài là một nhà sư thông kim bác cổ, hiểu tường-tận các kinh đạo Phật và các đạo khác, đã từng nổi danh ở Thiên-Trước. Ngài sang Tàu năm 719, ngụ tại kinh-thành Trường-An, có dắt theo đệ-tử là Bất-không-kim-cang (Amoghavajra , A-mục-khứ-bạt-la). Ngài được hoàng-đế Trung-nguyên tiếp đãi rất trọng hậu và có nhờ ngài dịch Kinh. Ngài dịch bộ Kim-cang phong lầu các nhứt thiết du-già du-chỉ kinh (Vajra-sekhara-vimana-sarva yoga yogi-sûtra). Ngài là đệ nhứt Tổ tức Giáo-tổ sáng lập Chơn-ngôn-tông, cũng kêu Du-già-tông, Mật-tông ở Tàu.

Kim-cang Trí cũng có nghĩa : Trí Bồ-đề của Phật. vì cái Trí ấy kiên cố và sắc sảo như chất kim-cang.

KIM-KHẨU 金 口

Miệng vàng. Tiếng tôn xưng miệng lưỡi của Phật. vì lời ngài nói ra có đủ vẻ từ, bi, hoà, lạc, ngài dùng lời nói quí báu đúng Chơn-lý mà độ chúng-sanh.

Kim-khẩu là tiếng thí-dụ để chỉ lời nói quí trọng như vàng. Như *Kim-khẩu* ngọc âm (*tiếng Việt : lời vàng tiếng ngọc*).

Miệng Phật, lời Phật cũng như thế. Lại nữa, thân tướng của Như-lai vàng hực như vàng y, cho nên người ta cũng xưng miệng lưỡi của

Phật nói ra pháp quí, là *Kim-Khẩu*. Vả lại, miệng lưỡi của Phật tỷ như chất Kim-cang, (*Ngọc-thủy xoàng*) quí báu vô-giá và chẳng hư-hoại. Cho nên *Kim-Khẩu* tức là *Kim-cang Khẩu vậy*.

KIM-LUÂN BẢO 金 輪 寶

Kêu tắt : *Kim luân, Luân bảo*. Cỗ xe bánh bằng vàng ròng, rất quí báu của vua *Chuyển-luân Thánh-vương*. Ngài ngự trên cỗ xe ấy mà đi hàng phục và tuần-du khắp bốn châu trong Thiên-hạ. Ấy là một vật quí-báu trong *Thất bảo* của vị *Chuyển-luân Thánh-vương*. (*Xem : Luân bảo*.)

KIM-NGÔN 金 言 Lời vàng. Tiếng tôn xưng lời nói, điều răn dạy của đức Thế-tôn, đáng quí trọng như vàng.

KIM-NHƠN (NHÂN) 金 人 Người màu-sắc như vàng ròng, tức là *Phật*. Tượng cốt Phật bằng chất kim, cũng kêu : *Kim-nhơn*.

KIM-SÁT 金 刹 Tháp vàng, Chùa vàng. Tiếng tôn-trọng để gọi ngôi tháp, ngôi chùa.

KIM-SƠN (SAN) 金 山 Hòn núi vàng, Thân-tướng của Phật. Thân-tướng của Như-lai vàng hực và sáng chói, oai-nghiêm như một hòn núi vàng, nên gọi là *Kim-sơn*.

Do đó, người ta cũng gọi đức Như-lai là *Kim-sơn vương* 金 山 王, tòa núi cao trổi hơn hết trong các tòa núi vàng.

KIM-SÍ ĐIỂU 金 翅 鳥 Garuda (*scr.*)

Cũng kêu theo Phạn : *Ca-lâu-la* (*Garuda*). Loài thần hình chim (*thần-điểu*) có cánh vàng. Cũng kêu là *Diệu-sí điểu*, vì có cặp cánh rất đẹp.

Loài *Kim-sí điểu* (*Ca-lâu-la*) có hai hạng : 1.) Hạng độc ác, hại phá các thú, chim, cá, nhứt là ưa sát hại loài rồng (*long.*). 2.) Hạng tu hành, mộ nghe Chánh-pháp, ủng hộ những nhà chơn-tu Đại-thừa. Hạng nầy là một bộ trong *Bát bộ chúng* thường hiện đến nghe Phật thuyết Kinh Đại-thừa.

Pháp-hoa văn-cú : Loài *Kim-sí điểu* có cặp cánh màu vàng ròng, ở trên những cây đại-thọ trong bốn Đại-châu. Loài rồng và chư long-vương rất ghê sợ loài *kim-sí-điểu*. Cặp cánh của thần chim ấy khi xòe ra mà bay đi, thì choán ba trăm ba mươi sáu vạn dặm.

Niết - Bàn kinh : Tỷ như loài *Kim - sí điều*, hễ ăn vào các vật. như : rồng, cá, vàng, bạc và các loại châu báu, thì các vật ấy tiêu hóa hết. Chỉ trừ có chất kim-cang (*thủy-xoàng*) thì chúng chẳng làm tiêu nổi...

KIM-SÍ-ĐIỂU VƯƠNG 金翅鳥王 : Vua loài Kim-sí điều. Trong một đoàn Kim-sí điều, một mạng nào trồi thẳng hơn hết thì được gọi là *Kim-sí điều vương*. Cũng gọi âm theo Phạn : *Ca-lâu-la vương*.

Hồi Phật giảng *Diệu-Pháp Liên-hoa kinh*, có bốn vị *Kim-sí-điều vượng* (*Ca-lâu-la vương*) dự nghe, mỗi vị dắt theo rất nhiều quyến-thuộc trong loài Kim-sí điều.

Trong **Niết-bàn kinh**, quyển 38, có câu : Từ xưa tới nay, chưa ai nghe thấy rằng bực *Kim-sí điều vượng* lại đi tranh-đấu chống chim quạ ! (*Tức như bực đại-nhơn chẳng thèm hại kẻ tiểu-nhơn*).

Kim-sí điều vương cũng là tiếng dùng xưng tặng đức Phật. Vì tỷ-dụ, người ta xưng Phật là : *Kim-sí điều vương*, Ngưu-vương, Tượng-vương.

KIM - TẠNG 金藏 Kho vàng, kho chứả trữ vàng ròng, Pháp : Trésor. Lời tỷ-dụ để chỉ cái *Phật-tánh*, Pháp : Nature de Bouddha, mà chúng-sanh đều có sẵn nơi mình.

KIM-TIÊN 金仙

Tiếng tôn-xưng Phật. *Tiên* hay *Tiên - nhơn* là bực tu núi đắc nhiều phép thần-thông, như *Ngũ thông*, có thể kéo dài đời sống của mình. Phật là một vị *Đại - Tiên*, thân sắc ngài như vàng ròng, cho nên người ta gọi ngài là *Kim-Tiên*.

KIM-TÚC NHƯ-LAI 金粟如來

Một vị cổ Phật. Danh hiệu tiền-thân của Duy-mu-Cư-sĩ. Cư-sĩ ấy là một vị cổ Phật, mượn thân cư-sĩ giáng sanh đồng thời với Phật Thích-Ca để ủng hộ Phật-Pháp.

KIM-THÂN 金身 Thân-thể màu sắc như vàng ròng. Tức : thân - thể của Phật.

KIM-THỦY 金水 Nước vàng, tức Nước Trí-huệ. Phái Chơn-ngôn tông (Mật-tông) gọi nước mà người hành-giả uống khi phát nguyện thọ-trì pháp - môn là *kim-thủy,* tức Trí-thủy. Cũng gọi : *Kim-cang thủy,* Thệ-thủy, Tịnh-thủy.

KIM-XU 金軀 cũng đọc : *Kim-khu.* Thể-vóc màu vàng ròng. Tức thân-thể của Phật, *Kim-thân, Phật-thân.*

KINH 經 Sûtras (*scr.*).

Những bài giảng giải về đạo-lý do đức Phật thuyết ra và chư đệ-tử góp nhặt lại đóng thành bổn : Như A-Di-Đà Kinh, Kim-cang Kinh, Diệu-pháp Liên-hoa Kinh v.v..

Đọc theo chữ Phạn là *Tu-đa-la* (Sûtras). Tàu dịch là *Khế kinh,* tức là *Hiệp kinh,* vì *kinh* do Phật thuyết hiệp với các căn-cơ, dung hòa với các cỡ trí của các hạng chúng-sanh. *Kinh* của Phật có trọn đủ năm nghĩa :

1.— *Xuất sanh* : Tất cả nghĩa-lý đều do nơi Kinh mà xuất hiện ra.

2.— *Tuyền dũng* : Nghĩa-lý thâm-thúy và lưu thông như nước suối thường chảy.

3. — *Hiển thị* : Nghĩa-lý nhiệm mầu đều do nơi Kinh chỉ bảo cho thấy rõ.

4.— *Thằng mặc* : Nghĩa lý trong kinh làm chừng - mực cho chúng-sanh tu học, cũng tỷ như thợ mộc nhờ giây mực mà đẽo gỗ cho ngay.

5.— *Kết man* : Nghĩa-lý tóm thâu, đơm kết như dây hoa.

Kinh là một tạng trong *Tam Tạng,* là một bộ trong *Thập nhị bộ kinh.* Lại là tiếng gọi chung các Kinh-Luật-Luận của đạo Phật.

KINH ĐIỂN 經典 Kinh chép ra và giữ lại, Kinh sách. Kinh vốn Phật thuyết ra, ông A-Nan kết tập. Trước Phật truyền bằng miệng, sau người ta chép trên lá bối mà giữ gìn nơi Chùa để cho người-ta coi mà tu học. Đến sau nữa, người ta mới phiên dịch ra các thứ tiếng và in thành kinh-sách truyền bá khắp hoàn-cầu.

KINH GIỚI 經 戒 Kinh-nghĩa và Giới-hạnh. Lại có nghĩa : Giải-pháp giải thích trong Kinh. Lại có nghĩa : Giải tức là Kinh thường-trụ của người muôn thuở.

KINH GIÁO 經 教 Sự giáo-huấn trong Kinh-điển, Giáo-lý trong Kinh-điền. Quan-Âm thị Kính : Chờ khi *kinh-giáo* vừa rồi

Lạy sư mới bạch khúc nôi tỏ tường.

KINH LUẬT 經 律 Kinh và Luật, ấy là hai tạng trong *Tam Tạng Kinh* để dạy đạo-lý ; *Luật* để ngăn chế những việc quấy, ác. Hai Tạng ấy đều do Phật thuyết, ông A-Nan có công kết-tập. tạng Kinh, ông Ưu-ba-Ly ra sức sưu tập tạng Luật.

Trong Tam Tạng *Kinh*, *Luật* là phần lớn, còn Luận là phần nhỏ. Cho nên «*Kinh Luật*» là tiếng dùng để chỉ chung *Kinh, Luật, Luận* tức là các *Kinh-điền* đạo Phật,

Niết-bàn Kinh : Những ai tùy thuận *Kinh Luật* của Ma, những kẻ ấy là quyến-thuộc nhà Ma. Những ai tùy thuận *Kinh Luật* của Phật, những người ấy tức là Bồ-tát vậy.

KINH LUẬT LUẬN 經 律 論 Sûtras, Vinaya, Abhidharma (*scr.*). — Livres de Doctrine, Livres de Discipline, Livres de Méta-physique (*fr.*) : Ấy là *Tam Tạng*, ba bộ Kinh của Phật-giáo. Xem : *Tam Tạng*.

KINH-PHÁP 經 法 Kinh-nghĩa giáo-pháp do đức Phật thuyết truyền. Đó là pháp thường-hằng để cho chúng-sanh đời hậu-lai tu tập.

KINH-SƯ 經 師 : Vị Pháp-sư đọc tụng các kinh-điền Phật-giáo. Có ba thứ sư :

1. *Kinh-sư* : Thầy chuyên nghiên cứu và truyền bá giáo-lý của tạng Kinh.

2. *Luật-sư* : Thầy chuyên nghiên cứu và truyền-bá giáo-điều của tạng Luật.

3. *Luận-sư* : Thầy chuyên nghiên cứu và truyền bá luận-thuyết của tạng Luận.

KINH-TẠNG 經 藏 Sûtra-Pıtaka (*scr.*). — Recueil des Livres de Doctrine (*fr.*)

Tạng Kinh. *Tạng* (*tàng*) : Chứa, bao hàm tất cả. *Kinh* : Những bài thuyết giáo của Phật chép lại thành Kinh-điển. Tất cả các bài thuyết-pháp về giáo-lý của Phật, đóng thành sách, hợp chung lại một bộ loại, kêu là *Kinh-tạng*. Cũng có nghĩa : Kho chứa kinh-điển nhà Phật.

Tám tháng sau khi đức Phật-tổ Thích-Ca Mâu-Ni nhập Niết-bàn, chư Đại-đức, tất cả là 500 vị La-hán nhóm hội Kết-tập tại thành Vương-xá (Rajagriha) dưới quyền Chủ-tọa của Sơ-tổ Ca-Diếp. Các ngài có lo dọn ba tạng : Kinh, Luật và Luận. Trong ba tạng ấy, *Kinh-tạng* thì to lớn hơn hết, do A-Nan lặp lại các bài thuyết-giáo của đức Phật. Tất cả là 250 chương, mỗi chương là một chuyện tích, một hồi kinh. *Kinh-tạng* có năm bộ (*Nikâyas*), bộ nhiều bộ ít, gom hết những bài thuyết-pháp về đạo-nghĩa, luân-lý, triết-lý từ khi Phật mới chuyển Pháp-luân tại thành Ba-la-nại cho đến lúc Ngài nhập Niết-bàn nơi vườn cây Sa-la tại xứ Cồ-xi--la. Bao nhiêu những thời kinh đều thuật lại rất gọn. Khi khởi sự một hồi kinh, thường có mấy chữ nầy : *Như thị ngã văn* (*Tôi có nghe như vầy*...). Ông A-Nan nhắc lại hoàn cảnh lúc Phật thuyết pháp. Rồi đến khi dứt mỗi hồi Kinh, ông A-Nan có nói như vầy : «Ấy đức Thế-tôn nói như vậy. Cả thảy các hàng trong Đại-chúng đều vui mừng và kính trọng đức Thế-tôn.»

Trong Kinh-tạng, khi thì Phật giải đáp cho một nhà vua, một cư-sĩ, hay một nhà sư về đạo-đức, về luân-lý hoặc về nền-nếp ở Tinh-xá. Khi thì Phật khéo dùng lời mà hỏi đệ-tử hoặc người thiện-tín, làm cho họ vừa luận đáp vừa thấu rõ câu họ đã đem hỏi Phật. Có khi Phật dạy trọn một vấn-đề triết-lý, một mình giải cho mọi người nghe. Cũng có khi Phật dùng một chuyện tích, một bài ví-dụ đặng làm cho ai nấy đều đạt lý.

Trong *Kinh-tạng*, có hai phần nầy rất dễ hiểu : phần tiền-thân của Phật (Jâtakas) và phần tiền-thân của chư Đệ-tử (Avadânas).

Phần tiền-thân của Phật chép đủ 550 đời trước của đức

Phật, khi làm thú, khi làm thần, khi làm người, lúc nào ngài cũng treo gương từ bi cứu thế.

Phần tiền-thân của chư Đệ-tử thuật lại những đời trước của chư Tỳ-kheo đã từng được Phật độ: những ai trước đã thanh lành, thì nay được sung sướng; những ai trước đã trược ác, thì nay bị khổ thân.

Ông A-Nan lo dọn *Kinh-tạng*, ông Ưu-ba-ly dọn *Luật-tạng*, còn Chủ-tọa Sơ-tổ Ca-Diếp thì dọn *Luận-tạng*.

Tam Tạng dọn xong trong bảy tháng, hội *Kết-tập* mới bế-mạc.

KINH-TÔNG 經 宗 Tông-phái trì Kinh. Đạo Phật có nhiều tông-phái. Những tông-phái (*Pháp : Sectes*) chuyên thọ trì đọc tụng Kinh-điển, kêu chung là *Kinh-tông*. Như Hoa-Nghiêm tông, Thiên-thai tông, kêu là *Kinh-tông*. Phái thọ trì, nghiên cứu những sách về Giới-luật của Luật-tạng, kêu là Luật-tông. Những phái sở trường về Luận, học những sách Luận, như Thành-thật tông, Tam Luận tông, kêu chung là Luận-tông.

KINH-ĐÔ 京 都 Kyôto (*jap.*)

Một thành - phố lớn ở Nhựt - Bổn. Tại Kinh - đô có rất nhiều chùa về phái *Chơn-tông* (*Shin-shu*), và là những chùa lớn hơn hết. *Kinh-đô* là kinh-thành của nhà vua Nhựt từ năm 794 đến năm 1868.

Về hướng Đông-Bắc thành Kinh-đô, có ngôi chùa lớn hiệu Enryakuji của phái Thiên-Thai mà ngài Truyền - giáo đại-sư dựng lên năm 788, trên núi Tỷ-vệ (*Hiei*).

Về hướng Nam thành Kinh-đô, có ngôi chùa Tịnh-độ hiệu Byôdô-in cất xong năm 1.053. Tại Kinh-đô, cũng, có ngôi chùa Honganji của phái Chơn-tông (*Tịnh-độ*), phái nầy do Chơn-Loan thượng-nhơn (1173-1262) sáng - lập lối năm 1224. Hồi thế-kỷ thứ 15, chùa Honganji là một tòa dinh-thự mà các sư là những chiến-sĩ Và những nhà tu hành phái Chơn-tông từng phen tỏ ra là những nhà chí-sĩ yêu-mến và bảo vệ quê-hương.

KINH-HÀNH 經 行 Promenade (*fr.*)

Kinh : đi thẳng suốt. *Hành* : đi. Đi dạo mát.

Lấy một chỗ đất nào đó làm chỗ nhứt định, rồi đi vòng tròn theo trong đó, hoặc là đi lại, đi qua, ấy kêu là *kinh-hành.*

Nhà sư tu thiền-định, thường khi hay buồn ngủ. Muốn tránh cái nạn ngủ gục, thì nên *kinh-hành,* đi bách bộ nơi khoảng đất chỗ mình tham - thiền.

Lại nữa, nhà sư ăn vừa xong, nếu nhập định liền thì chẳng tiêu cơm, lại e sanh ra bệnh, tật, cho nên sau khi ăn ngọ, thì *kinh-hành..*

Vậy thì, đối với nhà sư, kinh-*hành* là một phép trừ buồn ngủ và để trưởng dưỡng thân-thể.

A-Di-Đà Kinh : Trời vừa rựng sáng, chúng - sanh ở cõi Cực-lạc đi lượm hoa, để vào dĩa và đem đi cúng dường cả chục vạn ức đức Phật ở mười phương. Đến giờ ăn, những chúng-sanh ấy trở về, dùng cơm rồi *kinh-hành.*

Thích - thị yếu lãm : *Kinh - hành* có năm điều lợi : 1.) Vận động cho tráng - kiện ; 2.) Có sức lực ; 3.) Chẳng bệnh-hoạn ; 4.) Tiêu cơm ; 5.) Ý chí kiên cố.

Có năm chỗ nên *kinh-hành* : 1.) Chỗ thanh - nhàn u - nhã; 2.) Phía trước cửa ; 3.) Trước giảng - đường ; 4.) Nơi phía dưới tháp ; 5.) Dưới từng lầu.

KÍNH 敬 Respecter, Vénérer (*fr.*)

Cung-kính. *Cung* là dùng dáng mạo mà tôn trọng. *Kinh* là đem lòng dạ mà tôn trọng. Như : *Kính* Phật, *Kính* lễ Tam Bảo. Kính phụ. mẫu.

Thận trọng lấy lời nói, giữ gìn cử chỉ, dè dặt trong công việc làm. Như : Chấp sự *kính.*

Đem tặng ai món gì với lòng cung kính của mình, cũng nói là *kính.*

Kính tức là trọng mộ, tôn nhượng, kiêng nể, sợ sệt bực trên trước của mình, bực ấy có quyền-thế, phước-đức, trí-huệ hơn mình, có thể giúp cho mình được bề sung-sướng về vật-chất và về tinh-thần, có thể làm gương mẫu cho mình trên đường Giải-thoát.

KÍNH ĐIỀN 敬田 : Ruộng cung kính. Tức là Tam Bảo : Phật,

Pháp, Tăng. Cung kính cúng dường Tam Bảo, ắt được vô-lượng phước-đức, cũng như gieo lúa trên đất thì sẽ được nhiều lúa thóc mà ăn. Vậy nên gọi *Tam Bảo là Kính-điền*. Đồng-nghĩa : *công-đức điền, phước-điền.*

KÍNH LỄ 敬 禮 : Cung kính mà lễ bái. Như : *Kính-lễ* Thập phương chư Phật. Cách *kính-lễ* Phật hiện tiền là khể thủ tiếp túc, tức là cúi đầu sát đất và cho đầu của mình chí bàn chơn của Phật. (**Câu-xá luận** *quyển nhứt, trương nhứt*).

Còn cách *kính lễ* Phật trên bàn thờ thì hai tay chắp lại, ngó ngay mặt Phật, rồi thụp lạy dài trước Phật.

KỲ-BÀ 耆 婆

Một người dòng Bà-la-môn ở thành Vương-xá, làm quan lương-y tại trào vua, từ đời vua Tần-bà - Sa-la đến đời vua A-xà-Thế, tức đồng thời với Phật Thích-Ca.

Kỳ-Bà là quan đại-thần trung chánh. Hồi thái-tử A-xà - Thế cầm ngục vua Tần-bà-sa-La, nhốt và bỏ đói vua cha cho chết đặng soán ngôi, lúc ấy vợ vua là bà Vi-đề-Hy lén đem đồ ăn và nước uống cho vua. Thái-tử A-xà-Thế rất giận, cầm gươm toan giết mẹ. Lúc ấy, có hai vị quan đại-thần là Nguyệt-Quang và *Kỳ-Bà* đỡ gươm vua, dùng lời phải mà can vua. Vì vậy, vua chẳng phạm tội giết mẹ.

Kế đó, vua Tần-bà-sa-La thác, A-xà-Thế lên ngôi. Nhưng vì tội giết cha, liền sanh ra rầu buồn mà mang bệnh, ung-thư choán khắp thân thể, đau nhức vô-cùng. Lúc ấy, chẳng có vị lương-y nào trị được. Nhơn đó, *Kỳ-Bà* khuyên vua A-xà-Thế nên cầu cứu nơi Phật, vì Phật là Vô-thượng Y-vương, trị cả tâm và thân.

Vua A-xà-Thế muốn gặp Phật lắm, nhưng vì đương bịnh nặng, không thể dời chơn. Phật thấy biết, liền nhập phép Nguyệt-ái Tam-muội, làm cho hào-quang chiếu tới thân-thể vua A-xà-Thế. Liền đó, vua hết bệnh. Kế đó, vua ngự giá đến lễ Phật và cúng dường. Phật bèn thuyết pháp độ vua.

KỲ-BÀ KỲ-BÀ 耆 婆 耆 婆 Jivajiva (*scr.*) Chữ Phạn, dịch nghĩa : Mạng-mạng, Cộng-mạng, Sanh - sanh (*điểu*). Giống chim một thân, hai đầu, ở Tuyết-sơn bên Ấn-độ. (*Xem* : **Mạng - mạng**.)

KỲ-DẠ (*Kinh*) 衹夜 (經) Geya (*scr.*)

Chữ âm theo Phạn, dịch nghĩa : *Ứng-tụng, Trùng - tụng.* Một thể thuyết-pháp trong 12 thể thuyết - pháp của Phật, *Thập nhị bộ kinh.*

Sau khi Phật giảng xong một vấn-đề hoặc một bài *Khế-kinh*, giảng bằng tản - văn (*Pháp : Prose*), Phật thấy có nhiều người chưa hiểu trọn, ngài bèn lặp lại bằng thể văn kệ (*Vers*) đặng cho người ta nghe không chán và hiểu trọn vẹn. Vả lại, trong khi Phật thuyết pháp, có những người đến sau, họ chưa nghe được bài giảng, Phật bèn vì những người đến trễ ấy, thuyết lại bằng kệ. Như vậy, những thính-giả đã nghe, nghe trở lại không chán ; mà những thính - giả mới nghe, cũng đắc nhập Phật-lý. Thể thuyết-pháp lặp lại bằng Kệ kêu là *Kỳ-dạ*, dịch là *Trùng-tụng.* Lại nhằm vấn - đề cao-siêu, nên dùng lối thi-ca mà diễn lại, vã lại nên diễn bằng lối ấy cho những kẻ đến sau, nên dịch là *Ứng-tụng.*

Niết-bàn kinh, quyển 15 : Sao kêu là *Kỳ-dạ kinh* ? Như Phật phán với chư Tỳ - kheo rằng : « Thuở xưa, ta với các ngươi, vì ngu - si, không có Trí-huệ, nên chẳng thấy rõ Bốn Chơn-lý. Vì vậy nên chúng ta lưu đi chuyển lại, ở lâu trong chốn Sanh - tử, chìm nổi trong Biển Đại-khổ. Bốn Chơn-lý ấy là gì ? Tức là Khổ, Tập, Diệt, Đạo... » Phật thuyết bài Khế-kinh ấy vừa xong. Lúc ấy có những chúng - sanh lợi-căn, vì muốn nghe Pháp, vừa bước vào chỗ Phật giảng. Họ hỏi những người ngồi từ trước rằng : « Hôm nay Phật giảng việc chi vậy ? » Lúc ấy, Phật biết như thế, ngài bèn nương theo bài Kinh đã giảng dùng kệ tụng rằng :

« *Ngã tích dữ nhữ đẳng, Bất kiến Tứ Chơn-đế,*
« *Thị cố cửu lưu chuyển, Sanh-tử Đại khổ - hải.*
« *Nhược năng kiến Tứ đế, Tắc đắc đoạn Sanh-tử.*
« *Sanh - hữu ký dĩ tận, Cánh bất thọ chư hữu.* »

Như vậy kêu là *Kỳ-dạ kinh.*

KỲ-ĐÀ 衹陀 Jetrjeta (*scr.*)

Vị hoàng-tử ở thành Xá-vệ(Sravasti) hồi đức Phật Thích-Ca ra đời.

Ông là con của vua Ba-tư-Nặc (Prasenajit). Tên ông có nghĩa là *Chiến-thắng*. Vua Ba-tư-Nặc đặt cho ông tên đó, vì lúc ông mới sanh ra, vua đánh giặc đâu thì thắng đó. Ông có cảnh vườn đẹp hơn hết trong thanh Xá-vệ. Người Trưởng-giả Cấp-cô-Độc mua cảnh vườn của ông mà cúng cho Giáo-hội Tỳ-kheo, trên trước là đức Phật. Người trải vàng khắp mặt đất theo lời giao kết với ông hoàng. Khi trải gần xong, ông hoàng đến, lấy làm hoan - hỷ. Ông không tính thẻo đất còn dư, và luôn dịp ông cúng tất cả cây cối trong vườn cho Giáo-hội. Ông cũng có phụ vào trong cuộc sáng - lập Tinh-xá ở thành Xá-vệ. Bởi vậy về sau, nhắc đến cảnh vườn ấy, người-ta nói cảnh vườn của ông Cấp-cô-độc mà cây cối thì của ông Kỳ-Đà. (Nhứt thời, Phật tại Xá-vệ quốc, *Kỳ-thọ, Cấp cô-độc viên...*)

KỲ-ĐÀ TINH-XÁ 祇陀精舍 Jetrjeta vihâra (*scr.*) : Cảnh Tinh-xá trong vườn hoa của hoàng-tử Kỳ-Đà. Tức là *Kỳ-hoàn tinh-xá* ở tại thành Xá-vệ : ông Cấp-cô Độc mua cảnh vườn hoa ấy, cất thành Tinh-xá và cúng tất cả cho Giáo-hội trên trước là Phật.

Cũng viết : *Kỳ-đà lâm, Thệ-đa lâm.*

(Xem : *Kỳ-hoàn tinh-xá, Kỳ-thọ Cấp-cô-Độc viên*).

KỲ-HOÀN TINH-XÁ 祇洹精舍 Jetavana-vihâra (*scr.*)

Ngôi tinh-xá ở trong vườn Kỳ-thọ Cấp-cô-Độc, gần thành Xá-vệ (*Sravasti*), nước Câu-tát-la (*Koçala*). Ngôi tinh-xá nầy lớn nhứt ở Ấn-độ, có đủ các phòng liêu : nhà giảng, nhà ăn, tăng-phòng. Nơi ấy, Phật và 1.250 vị đệ-tử của ngài có thể an-trụ. Ngôi tinh-xá ấy do ông Trưởng-giả Cấp-cô-độc mua cảnh vườn hoa của Thái-tử Kỳ-đà mà cất nên.

(Xem : *Kỳ-thọ Cấp-cô-độc viên, Tinh-xá.*)

KỲ-THỌ CẤP-CÔ-ĐỘC VIÊN 祇樹給孤獨園 Jetavana (*scr.*)

Cảnh vườn vốn của ông hoàng Kỳ-đà (*Jeta*). Ông cúng những cây-cối trong vườn ấy cho Giáo-hội, nên kêu là *Kỳ-thọ*. Còn ông trưởng giả Cấp-cô-Độc (*Anathcpindika*) mua đất trong vườn ấy mà cúng cho Giáo-hội, nên kêu là *Cấp-cô-Độc viên*. Cũng kêu : *Kỳ-viên.*

Cảnh vườn nầy ở gần thành Xá-vệ (*Sravasti*) nước Câu-tát-la (*Kôsala*), miền trung Ấn-Độ. Sau khi mua nó, ông trưởng-giả Cấp-cô-Độc có cất thành ngôi Tịnh-xá rất trang-nghiêm, có đủ chỗ thuyết-pháp, liêu đề nghỉ, phòng ăn v.v. mà cúng cho Giáo-hội Tăng-già, trên trước là đức Phật Thích-Ca.

Trong đời giáo-độ của đức Phật, ngài thường ở nơi *Kỳ-thọ Cấp-cô-độc viên* mà thuyết pháp, chỉ nẻo lành cho các hạng người và các hạng Thần, Tiên.

Sự tích ông Cấp-cô-Độc mua cảnh vườn Kỳ-đà của Đại Trưởng-giả Kỳ-Đà mà cúng làm Tinh-xá cho Phật và Tỳ-kheo Tăng, sự tích ấy có chép rõ trong Đại Niết-bàn Kinh, quyển 30.

KỲ-VIÊN 祇 園 Jetavana (*scr.*)

Vườn cây của ông hoàng-tử Kỳ-đà (Jeta) ở gần thành Xá-vệ (*Srâvasti*), tức là cảnh Tinh-xả *Kỳ-thọ Cấp-cô-độc-viên.*

Phật thường ngự nơi đây mà thuyết pháp độ thế. *Xem* : **Kỳ-thọ Cấp-cô-độc viên.**

KỲ-XÀ-QUẬT (*Sơn*) 耆 闍 崛 (山) Grudhakuta (*scr.*).— Mont des vautours (*fr.*)

Tiếng Phạn *khuất-khuất sá-bá-đà*, có nghĩa là *Thứu-sơn* (*Núi con ó*). Cảnh núi ấy ở gần thành Vương-xá (*Râjagriha*). Trong **Trí-độ Luận** có chép : Cảnh núi ấy trên đỉnh giống hình con ó (*thứu*), người ở thành Vương-xá thấy giống như vậy nên truyền nhau mà gọi : *Thứu-đầu sơn*, nhơn đó mà thành tên.— Lại nữa, về phía Nam thành Vương-xá, trong rừng Thi-đà, có rất nhiều thây chết người ta đem bỏ ở đó, bầy ó thường bay đến đó mà ăn thịt, ăn rồi bay về đảnh núi, vì vậy mà người-ta đặt tên là *Thứu-đầu sơn.*

Cũng kêu là *Linh-thứu sơn, Linh-sơn* vì Phật thường trụ tại núi ấy mà thuyết pháp, thuyết Kinh Đại-thừa, nhứt là Kinh *Diệu-pháp Liên-hoa.*

Trước khi thành Đạo, đức Thích-Ca có đến ở núi *Kỳ-xà-Quật*. Vua trong nước ngự tại thành Vương-xá là Tần-bà-sa-la có đến ra mắt, lễ bái ngài và cầu Ngài chứng thành Đạo thì trở lại độ vua.

Trong quyển *Tây-vực ký* phẩm thứ chín có chép : Đức Như-lai hồi trụ thế, trong khoảng năm mươi tuổi trở về sau, thường ở tại núi *Kỳ-xà-Quật*, rộng thuyết Diệu-pháp cho các hạng chúng-sanh.

Trong *Niết-bàn Kinh*, quyền 42, có chép: Hồi Phật nhập Niết-Bàn tại rừng cây Ta-la, gần thành Câu-thi-na, lúc ấy ông Đại Ca-Diếp với năm trăm đệ-tử của ông đương ở tại núi *Kỳ-xà-quật*. Núi ấy cách xa thành Câu-thi-na là năm chục do-tuần. Ông Ca-Diếp đương cơn nhập Định, thình linh lòng dạ lấy làm kinh khủng, mình mẩy run rẩy. Ông biết Như-lai đã nhập Niết-bàn. Ông liền dắt các đệ-tử đến thành Câu-thi-na mà làm lễ trà-tỳ đức Phật.

KHÁCH-TRẦN 客塵

Tiếng tỷ-dụ đề gọi *Phiền-não*. *Khách* đối với *Chủ*, nghĩa là: người ở xa đến, tạm trụ. *Phiền-não* cũng như thế; người ta đối cảnh mà sanh Phiền-não, tức Phiền-não từ ngoài vào và ở tạm nơi mình. *Trần*, tức là *trần-cấu*, bụi dơ. *Phiền-não* bám vào ta, làm dơ dáy thân tâm ta, như bụi dơ. *Trần* cũng có nghĩa: vật dao động; tỷ như bụi bặm thì dao động. Còn chơn-tâm, chơn-tánh thì không không, vắng lặng, yên ổn tự-nhiên. Phiền-não thì dao động.

Lăng Nghiêm Kinh, quyển nhứt: Kiều-Trần-Na bạch Phật rằng: «Nay tôi là bực Trưởng-lão ở trong Đại-chúng, riêng nhờ hiểu nghĩa và giác-ngộ hai chữ *khách trần* mà thành đạo đắc quả.

Bạch Thế-tôn! tỷ như người hành khách vào nghỉ nơi quán, hoặc ở đêm tại đó, hay ăn uống tại đó. Ăn, ngủ rồi thì mang gói lên đường, không thong thả mà ở yên. Còn thực người chủ quán thì ở đó chớ chẳng đi đâu. Lấy đó mà xét: chẳng trụ kêu là *khách*; trụ yên thì kêu là chủ. Như vậy, *khách* nghĩa là chẳng trụ.

Lại như buổi sáng, mặt trời dần lên, ánh-sáng rọi vào những chỗ kẽ hở, làm thấy rõ bụi bặm trong hư-không: tánh-chất của bụi-bặm thì dao động; còn hư-không thì yên lặng. Lấy đó mà xét: lắng-trong và yên-lặng, kêu là Không, dao động kêu là *trần*. Như vậy, *trần* nghĩa là dao động.

Lương Võ-đế văn: Ttừ xong *Khách trần*, bèn trở về với Tự-tánh.

KHÁCH TRẦN PHIỀN-NÃO 客塵煩惱 : Phiền-não tức là khách trần. Phiền-não chẳng phải là vật sẵn có từ lâu ở nơi mình ; chỉ vì mình lầm lạc mà ngỡ rằng *khách* là *chủ* mà thôi. Chính cái Tâm trong sạch mà mình sẵn có, mới là chủ. Vậy nên gọi Phiền-não là *Khách*. Lại nữa, Phiền-não bám vào mình, như bụi đóng dơ ; cho nên gọi Phiền-não là *Trần*.

Duy-Ma kinh, phẩm Vấn tật : Bồ-tát đoạn trừ *Khách trần Phiền-não*

Niết-bàn kinh, quyển 31 : Bực Bồ-tát Ma-ha-tát, nhờ tu hai pháp Định và Huệ, nên chẳng bị *khách trần Phiền-não* làm ô uế, chẳng lầm theo các lối tà-kiến dị-đoan.

Thủ-Lăng nghiêm kinh, quyền nhứt : Tất cả chúng-sanh chẳng được thành đạo Bồ-đề cũng chẳng đắc quả A-la-hán là tại họ lạc lầm theo *Khách trần phiền-não*.

KHAI 開

1. Mở. Trái với *bế* (*đóng*). Như : *Khai môn* (*mở cửa*).— 2. Mở đầu cho một câu chuyện, cho một ý tứ. Tức *Khai phát*.— 3. Lộ ra, hiện ra, nở ra sau khi bế tắc một thời-gian. Như : *Hoa khai*.— 4. Làm cho lưu thông. Như : *khai thông*.— 5. Khởi đầu, lúc đầu. Như : *Khai-xuân* (*đầu mùa xuân*), *Khai tuế* (*đầu năm*).— 6. Lìa, bỏ. Như : *khai trừ*.— 7. Thả ra : Như : *Khai phóng, khai thích*.— 8. Bắt đầu đi. Như : *Khai xa, khai thuyền*.

KHAI-BẠCH 開白 : Một nghi-thức trong Phật-giáo. Phàm Đại-chúng họp lại để làm Pháp-sự, như đọc Kinh, tụng Luật, lúc bắt đầu làm Pháp-sự thì vị Thượng-tọa hoặc người thay mặt nói ra lời *Khai-bạch*, cho biết mục-đích cuộc hội họp. Đến chừng làm xong Pháp-sự, trước khi giải-tán thì vị Thượng-tọa, người thay mặt cùng tất cả Đại-chúng đọc bài *Kết nguyện*.

KHAI - ĐẠO GIẢ 開道者 : Người mở đạo. Như, đức Phật Thích-tôn là nhà mở đạo và chỉ dạy đạo-lý cho người ta biết mà tu-hành, nên ngài tự xưng là *Khai đạo giả*.

KHAI - ĐỘ 開度 : Mở đạo và tế-độ chúng-sanh. Đó là hành-vi của bực *khai đạo giả* và của những vị *khai-tổ*.

KHAI - GIÀ 開遮 : Tiếng dùng trong giới tu luật. *Khai* nghĩa là hứa cho ; *Già* nghĩa là Giái-cấm. *Khai-già* tức là sự hứa truyền Giái, cuộc sắp đặt trao Giái của vị Luật - sư cho Giái-tử.

KHAI GIÁC 開覺 Mở thông cái tánh giác-ngộ, cái Phật-tánh. Cái tánh *Giác* (*Bồ-đề : Bodhi*) sẵn có ở mọi người, nhưng nó bị bế-tắc bởi các phiền-não, mê-dục. Nhờ nghe Phật thuyết Pháp, nghe Thầy giảng lý, hoặc nhờ đọc Kinh - điển, người ta bèn tỉnh ngộ mà thấy cái Phật-tánh nơi mình, đó là *Khai giác.* Cũng như nói : *Phá mê.*

KHAI.GIẢI 開解 Tức là lòng mở ý hiểu (*tâm khai ý giải*). Đem hết sức chú ý mà nghe Thầy giảng luận, rồi thấu đáo nghĩa - lý một cách thâm-thúy, đó là *khai-giải.*

Cũng có nghĩa : Mở ra và gỡ ra. Như nói : *Khai giải sầu ưu.* Nhà học đạo Đại-thừa đối với bằng - hữu, tri-thức, thân - thích trong những cơn tang-khó, hoạn - nạn, nên khéo *khai - giải* cho họ bớt rầu, dứt lo và tùy tiện mà trợ giúp cho họ.

KHAI-HÓA 開化 : Đem nền văn-minh, triết-học, đạo-lý mà mở mang dân - trí của một nước, khiến họ tấn - hóa.

Dạy cho người ta *Khai mông hóa ác,* tực là khai trừ các điều mê hoặc, tối tăm và cải-hóa nết ác mà biến - chuyển làm thiện. Như Phật *khai-hóa* cho chúng-sanh, độ họ lên hàng Bồ-tát và tiến tới quả Phật.

KHAI-NGỘ 開悟 : Mở mang tâm-trí và tỉnh-ngộ, đạo lý. Ấy là hai trình độ của nhà học đạo, tu hành : trước thì *khai* tâm, sau thì tỉnh *ngộ.* Cũng kêu : *Khai thị ngộ nhập.*

Tứ thập nhị chương kinh : Lại như có những vị Tỳ-kheo nào bạch lên những sở nghi của mình, cầu Phật chỉ cho biết việc tấn thối, thì đức Thế-tôn phán dạy, khiến cho tất cả đều *khai-ngộ.*

KHAI PHÁP 開 法 : Mở pháp. Tức là bắt đầu mở-mang nền giáo-pháp. Như Phật Thích-Ca *Khai pháp* gần thành Ba-la-nại (*Bénarès*), trong Vườn Lộc.

KHAI QUANG 開 光 : Khai mắt cho tượng Phật. Khi vẽ xong một tượng Phật, khi tạo xong một cốt Phật, trước khi thờ phụng, người-ta làm lễ, niệm Kinh, đọc Chú và điểm vào cặp mắt Phật, ấy là lễ *Khai quang*. Cũng kêu: *Khai quang điểm nhãn*.

KHAI QUYỀN HIỂN THẬT 開 權 顯 實 : Mở ra pháp-môn tạm thời (*Phương-tiện*) để rồi hiển-hiện pháp-môn chơn-thật. Đó là giáo-lý Phật thnyết trong *Diệu-pháp liên-hoa Kinh*. Theo Kinh ấy, Phật lần lượt giảng dạy bạ Thừa : Thinh-văn thừa độ người thành La-hán, Duyên - giác thừa độ người thành Duyên-giác, Bồ-tát thừa độ người thành Bồ-tát. Đó là *Khai quyền*.

Sau rốt, Phật dạy Nhứt-Thừa, Phật-thừa, độ cho tất cả các nhà tu-hành trong ba Thừa đồng lên quả Phật. Như vậy là *Hiển thật*. Là vì chỉ có Nhứt-thừa giáo là chơn-thật mà thôi, còn các thừa khác vẫn là tạm thời.

KHAI-SĨ 開 士 : Bực sĩ-phu được khai ngộ và khai ngộ cho người-ta. Tiếng tôn xưng bực Bồ-tát, vì Bồ-tát dùng pháp chánh mà mở mang và dắc dẫn người đời. Như trong Thủ-Lăng-Nghiêm Kinh có nói : Ông Bạt-đà-bà-la và các bạn là mười sáu vị *Khai-sĩ* đứng dậy khỏi chỗ ngồi, đảnh lễ Phật và bạch rằng...

Tiếng gọi hàng Sa-môn (*Tỳ-kheo*) có đức.

Và người-ta cũng gọi bực *Hòa-thượng* là *Khai-sĩ*.

KHAI-SƠN 開 山 : Tức là *Khai sơn lập tự* (mở núi cất chùa). Những chùa Phật thường cất ở trên núi ; muốn lập chùa thì phải khai thông núi rừng ; cho nên nói *Khai sơn* nghĩa là *cất chùa*.

Nhơn đó, hậu-thế gọi vị sư đứng ra sáng-lập ngôi chùa là *Khai-sơn Tổ-sư*. Và người ta cũng xưng vị Sư sáng-lập một tông-phái là *Khai-sơn Tổ-sư*.

KHAI TAM HIỂN NHỨT 開 三 顯 一 : Mở ra ba Thừa để rồi hiển hiện Nhứt - Thừa. Tức là *Khai quyền hiển thật*.

Theo Diệu-pháp liên-hoa Kinh là bộ kinh chánh gốc của Thiên-thai tông, trong đời thuyết pháp độ thế của Phật, ban đầu ngài lần lượt khai ra ba thừa : Thinh-văn thừa, Duyên-giác thừa, Bồ-tát thừa. Sau rốt, thấy các hàng đệ-tử đều thuần-thục, ngài bèn gom giáo-lý ba Thừa mà hiển minh giáo-lý Nhứt thừa, truyền trao quả Phật cho tất cả các hàng tu Phật.

KHAI-TỔ 開 祖 : Vị Tồ-sư mở ra một tông phái.

KHAI THỊ NGỘ NHẬP 開 示 悟 入 : Mở ra, chỉ bảo, tỉnh ngộ, đắc nhập. Đó là bốn tướng liên-tiếp nhau, bốn thời-kỳ giáo-hóa của Phật đối với chúng-sanh. Làm cho người-ta được *Khai, thị, ngộ, nhập* cái Tri-kiến Phật, đó là mối hoài-bảo trọn đời của đức Phật, đó là mục-đích sự xuất hiện của Phật. *Khai* là mở ra cái Tri-kiến Phật. *Thị* là chỉ bảo cái Tri-kiến Phật. *Ngộ* là tỉnh-ngộ cái Tri-kiến Phật. *Nhập* là đắc nhập cái Tri-kiến Phật.

Khai là mở ra cái Như-lai tạng, thấy lý thật-tướng. *Thị* là mê-hoặc và chướng-ngại đã trừ, cái thể Tri-kiến hiển hiện ra, cái thể ấy có đủ muôn đức, nó hiển hiện, bày tỏ một cách rành rẽ. *Ngộ* là chướng trừ, thể hiển, sự và lý đều dung thông. *Nhập* là sự lý đã dung thông, tự mình trở nên tự tại, vô ngại, đi vào biển Nhứt thiết chủng trí của Phật.

KHAM NHẪN ĐỊA 堪 忍 地

Địa-vị nhẫn nhịn được, chịu đựng nổi.

Một địa-vị tu chứng của Bồ-tát. Địa-vị ban sơ trong Mười Địa-vị (*Thập Địa*) của Bồ-tát. Cũng viết *Hoan-hỷ Địa*.

Niết-Bàn Kinh, quyển 12 : Bồ-tát Ma-ha-tát trụ ở Địa-vị ấy rồi, ắt có thể kham nhẫn đối với Tham-dục, Sân-nhuế, Mê-si ; cũng có thể kham nhẫn đối với lạnh, nóng, đói, khát, muỗi, mòng, chí, rận, gió bạo tợn, sự đụng chạm dữ, mọi thứ bệnh dịch, miệng dữ chưởi mắng, đánh đập hành hạ, khổ não thân tâm. Người nhẫn được với tất cả. Vì vậy nên gọi là trụ ở *Kham-nhẫn Địa*.

(*Xem : Nhẫn.*)

KHAM-NHẪN (THẾ-GIỚI) 堪忍世界 Saha (scr.)

Tức là Ta-bà (*Saha*) thế-giái. *Ta-bà* là chữ Phạn, dịch nghĩa : *Kham nhẫn.* Ở cõi Ta-bà, chúng-sanh phải nhẫn chịu mọi sự hung dữ, xấu xa, ô trược.

Kham-nhẫn thế-giái lại có nghĩa : cảnh-thế giáo-hóa của chư Bồ-tát. Trong khi giáo-hóa, các ngài có thể nhẫn chịu mọi sự lao nhọc, mệt mỏi, vì vậy nên gọi cuộc giáo-hóa của hàng Bồ tát là *Kham-nhẫn thế-giái.*

KHAN 慳 Avarice, Avare : Keo lận, Bỏn sẻn, Không ưa bố-thí. Xem : *Kiên.*

KHANG-TĂNG-KHẢI 康僧鎧 Samghavarman (scr.).— Sa-môn Ấn-độ sang Tàu, dịch Kinh tại Lạc-dương trong khoảng thế-kỷ thứ hai thứ ba dương lịch, đời Tam-quốc. Ngài có dịch Vô-Lượng-Thọ Kinh (Amitabhavyuha sûtra), một bộ Kinh đại-khái của Tịnh-độ tông. Vì phái Tịnh-độ tông có ba bộ Kinh đại-khái : Vô-Lượng-Thọ Kinh, Quán Vô - Lượng - Thọ Kinh và A-Di-Đà Kinh. Mà bộ Vô-Lượng-Thọ Kinh do ngài Khang-tăng-khải dịch thì ra đời trước nhứt và to lớn hơn hết.

KHÁNH-HỶ (TÔN-GIẢ) 慶喜 (尊者) Ananda (*scr.*).— Toute joie (*fr.*)

Khánh-Hỷ Tôn-giả tức *A-nan-Đà* Tôn-giả viết theo nghĩa. Đại đệ - tử, thị - giả của Phật Thích-Ca Mâu-Ni, Tổ thứ hai trong hai mươi tám đời Tổ-sư Tây-thiên. (*Xem : A-nan-Đà.*)

KHẮC-THẬP MỄ-NHĨ 克什米爾 Cachemire (*Kashmir*).

Viết theo Pháp : Cachemire, viết theo Anh : Kashmir. Một nước ở miền Bắc Ấn-độ, nổi danh về nghề làm khăn choàng. Kinh-đô kêu là Cachemire, cũng kêu là Srinagar.

Thiên-Thân (*Vasubandhu*) tổ-sư đời 21 Tây-thiên hồi thế-kỷ thứ năm dương-lịch, có lên xứ Khắc-thập-mễ-nhĩ, thọ giáo nơi nhà thông-thái Tiểu-thừa tên là Tăng-Hiền (*Samghabhadra*).

KHẨN-NA-LA (*Cần-na-la*) 緊那羅 Kinnaras (scr.)

Dịch nghĩa : Nửa giống người, nửa giống thần. Người không phải người. Một hạng chúng-sanh có tài tấu nhạc, thường tấu nhạc Pháp; tấu những bài nhạc về đạo-lý.

Khẩn-na-la là một bộ trong Tám bộ chúng-sanh, *Thiên long bát bộ* thường hầu theo nghe Pháp một cách cung-kính mỗi khi Phật giảng Kinh Đại-thừa.

Hồi đức Phật Thích-Ca giảng Kinh Diệu-Pháp Liên-Hoa, có bốn vị vua *Khẩn-na-la* đến chầu nghe Pháp, có dắc theo cả trăm ngàn quyến-thuộc trong loài *Khẩn-na-la*. Bốn vị vua ấy là : Pháp, (*Dharmadhara*) Khẩn-na-la vương, Diệu-pháp (*Sudharma*) Khẩn-na-la vương, Đại-Pháp (*Mahâdharma*) Khẩn-na-la vương, Trì Pháp (*Drûma*) Khẩn-na-la vương.

KHẤT-SĨ 乞 士 Bhiksu (*scr.*).— Moine mendiant (*fr.*)

Thầy sãi ăn xin. *Tỳ-kheo* dứt hết thảy nghề nghiệp sanh-nhai, xin ăn ở người ta, đặng nuôi sắc-thân, đó kêu là *thầy sãi ăn xin*. Phạn : Bật-sô, Bị-sô, Tỳ-kheo, Bhiksu. Xin ăn gồm hai nghĩa :

1o/ Đối với người đời, xin ăn để nuôi cái thân-xác, vì thầy tu không còn lo việc sanh-nhai.

2o/ Đối với Phật, xin cái Pháp, cái Đạo để nuôi lấy Huệ-mạng.

KHẤT THỰC 乞 食 Mendier la nourriture (*fr.*).— Kotsujiki (*jap.*)

Xin ăn. Đối-nghĩa : *Thí thực*. Thầy *Tỳ-kheo* nên sống bằng cách *xin ăn*, như vậy mới giữ cho thân tâm được thanh tịnh. Ấy là hành *Chánh-mạng*. Nếu làm ra mà ăn, bất kỳ làm nghề gì, cũng phạm *tà-mạng* hết.

Môn *khất-thực* do Phật truyền cho chư đệ-tử xuất-gia thi-hành là một môn thị-hiện nền Trung-đạo, tức là tránh xa hai nẻo thái quá :

1o) *Tránh xa sung sướng thái quá* : nhờ ăn đồ người ta cúng dường để trong bình bát mà tránh dùng đũa ngọc, chén ngà, bàn cao, ghế đẹp với đồ ăn mỹ-vị, khỏi sa vào cuộc vui sướng mê sa.

2.) *Tránh xa khổ-hạnh thái quá* : nhờ có cái bát đựng đồ ăn vừa đủ dùng nên được tiện-nghi, chớ chẳng như bọn khổ-hạnh ngoại-đạo đi lượm trái cây mà ăn, dãi nắng, dầm mưa, thân thể lỏa lồ mà bị chúng chê cười.—

Theo **Kinh An-lạc**, sự khất-thực của Phật đem lại mười lợi-ích cho chúng-sanh:

1.) *Dứt khổ*: Nhờ Phật đi khất thực, gặp những kẻ tật-bệnh khổ-não như mù, què, câm, điếc, thì ngài dùng sức thần mà trị cho lành mạnh, hết khổ.

2.) *Đặng vui*: Thấy Phật ra đi khất thực, chúng-sanh lấy làm kính mến, nhờ vậy mà họ được vui-sướng, phước-hậu.

3.) *Dứt kiêu-ngạo*: Chính mình là bực tôn quí mà ra đi khất thực, Phật làm cho chúng-sanh tôn trọng, dứt lòng kiêu-ngạo.

4.) *Nguyện đầy bát*: Trong khi Phật đi trì bình, nhà giàu thì cúng đầy bát chớ không hơn nữa, mà năm ba nhà nghèo thì cũng dâng đầy bát. Vậy nhà giàu chẳng thí hơn, mà nhà nghèo chẳng thí kém.

5.) *Cúng thí phân phát*: Phật và chư Tăng khất thực đem về, phân ra làm bốn phần: *a.*) Chia sớt cho người đồng tu và cúng thí cho quỉ-thần. *b*) Thí cho người nghèo khổ, tật bệnh và kẻ ăn xin. *c.*) Thí cho loài súc-sanh ở dưới nước và ở trên đất liền. *d*) Phần thứ tư là về mình thọ dụng.

6.) *Những chúng-sanh bị ngăn ngại thì đặng gặp Phật*: Có nhiều kẻ tật bệnh, già cả, hoặc đờn bà con nít chẳng có dịp đến tinh-xá, nhơn thấy Phật đi khất thực mà đặng gặp Phật và đặng khai tỏ thiện-tâm.

7.) *Năng trì bát*: Cái bát của Phật cầm đi khất thực là do chư Thiên vì tôn kính mà cúng dường.

8.) *Làm nghi-thức cho chúng-sanh*: Mỗi ngày Phật đi khất thực là để cho chư Tỳ-kheo các đời sau làm theo như Phật.

9.) *Dứt sự chê bai*: Chính Phật còn ra đi khất thực, sự ấy làm cho ngoại-đạo và kẻ thế đem lòng kính trọng, chớ chẳng dám chê.

10.) *Trừ sự tham ái*: Phương-pháp khất thực của Phật khiến cho các nhà tu-hành noi theo, tránh khỏi sự thâu trữ vật-thực và tiền của, diệt lòng tham.—

Niết-Bàn Kinh, quyển 38: Như vị Tỳ-kheo khi sắp đi *khất thực*, trước nên nguyện rằng: «Nguyện cho các vị Khất-giả (*Tỳ-kheo*) thảy đều được no đủ ! Và nguyện cho các vị thí-thực thảy đều được phước vô-lượng. Như nay tôi được món ăn, là dùng để điều-trị cái thân độc hại nầy, để tu tập thiện-pháp, lợi-ích cho thí-chủ.».—

Nhà sư trong khi *khất thực*, cần giữ tâm cho quân-bình : theo thứ tự nhà cửa mà xin ăn, chớ chẳng riêng xin ở nhà giàu, cũng chẳng riêng xin ở nhà nghèo. Có lần Phật quở ông Ca-Diếp bỏ nhà giàu mà xin nhà nghèo, quở ông Tu-bồ-Đề bỏ nhà nghèo mà xin nhà giàu. Vì trước đó, ông Ca-Diếp nghĩ rằng: Nhà nghèo là nhà ít phước, nên đến đó xin đặng họ nhờ cúng-dường mà gieo ruộng phước về sau. Còn ông Tu bồ-Đề thì trước đó đã nghĩ rằng : Nếu xin nhà nghèo thì họ chẳng có mà cúng dường, họ buồn tủi mà tội nghiệp cho họ.

KHẨU 口 Bouche, Parole (*fr.*)

Cái miệng, tức là cái khí-quan của chúng - sanh dùng để ăn uống và nói năng.

Nhơn cái miệng phát ra lời nói, cho nên người ta dùng chữ *khẩu* để chỉ lời nói, như : *khẩu-nghiệp, ác-khẩu.*

Khẩu cũng có nghĩa : Người, như : bát *khẩu* chi gia (*một nhà tám người.*)

Khẩu lại có nghĩa : Quan-ải, hải-cảng.

Khẩu cũng có nghĩa : Tiếng nói riêng, lời nói bí-mật trong quân-đội, đảng phái, như : *khẩu-hiệu, khẩu-lệnh.*

KHẨU HÒA 口 和 : Miệng nói lời hòa-nhã, cung kính ở trong nhóm tu hành, nói lời ôn - hòa, không cãi lẫy. Đó là một phép trong *Lục hòa* của nhà sư ở trong Chúng.—

Khẩu hòa lại có nghĩa : dị khẩu đồng âm (*nhiều người nhiều miệng, mà lời nói ăn-rập như nhau*).

KHẨU-LUÂN 口 輪 : Tiếng xưng tặng lời thuyết-pháp, tài biện-thuyết của Phật. Lời thuyết pháp của Phật tỷ như bánh xe lướt tới, đưa người ta đến mục đích là : Giải - thoát, dứt phiền não. Lại như bánh xe lăn tới đâu thì cán bẹp những vật trên đường, lời thuyết - pháp của Phật cũng như thế, cán bẹp Phiền-não. Cho nên, Pháp mà Phật thuyết, kêu là *Pháp*·

luân. Và những cuộc thuyết-pháp ban đầu của Phật Thích-Ca tại Ba-la-nại, kêu là *Sơ chuyển Pháp-Luân.*

KHẨU-NGHIỆP 口 業 : Hạnh-nghiệp bằng miệng, bằng lời nói. Một thứ trong *Tam nghiệp* : Thân-nghiệp, *Khẩu - nghiệp*, Ý - nghiệp. Có hai thứ : ác và thiện.

Từ các đời trước cho tới đời nầy, miệng mình từng nói ra những tội lỗi, sự ấy có một sức mạnh chiêu cảm quả - báo xấu, khiến cho mình đau khổ, hoạn nạn, đó kêu là *Khẩu ác-nghiệp.*

Trái lại, là *khẩu thiện-nghiệp.*

Khẩu ác-nghiệp là bốn tội : a) vọng - ngữ (*nói láo*), b) ỷ - ngữ (*nói trây*) hay : Vô - nghĩa ngữ (*lời nói vô - ích*), c) Lưỡng thiệt (*nói đâm thọc làm cho người ta xa nhau*), d) ác - khẩu (*chửi mắng*).

Khẩu thiện-nghiệp là bốn đức : a) thật-ngữ, b) chánh - ngữ, c) hòa-hiệp ngữ, d) nhu thuận ngữ.

KHẨU-NGHIỆP CÚNG-DƯỜNG 口 業 供 養 : Sự cúng-dường chư Phật, Bồ-tát bằng Khẩu-nghiệp. Trong các sự cúng-dường, *Tam nghiệp cúng-dường* là quí nhứt : Thân-nghiệp cúng - dường, *Khẩu-nghiệp cúng-dường*, Ý-nghiệp cúng-dường.

Về *Khẩu - nghiệp cúng - dường*, là đem bốn đức của Khẩu - nghiệp, tự miệng mình phát ra những lời xưng - tán công - đức của Phật, Bồ-tát, Tam Bảo.

KHẨU-NHẪN 口 忍 : Chịu đựng những nghịch - cảnh mà chẳng tỏ lời than trách. Một đức trong *Tam nhẫn* : Thân-nhẫn, *Khẩu-nhẫn, Ý-nhẫn*. Lại đối với bốn thứ tội về khẩu-nghiệp của kẻ khác : vọng-ngữ, ỷ-ngữ, lưỡng thiệt, ác-khẩu, mình chịu nồi mà chẳng đáp trả lại, mình chẳng dùng miệng lưỡi mà phạm những việc mà họ đã phạm.

KHẨU TỨ 口 四 : Lời nói vắn tắt để gọi bốn thứ tội lỗi thuộc về khẩu - nghiệp : 1. vọng - ngữ, 2. ỷ ngữ, 3. lưỡng thiệt, 4. ác - khẩu. Đó là bốn tội trong thập ác.

KHẨU XƯNG TAM - MUỘI 口 稱 三 昧 : Phép niệm Phật ra tiếng, cho đến chú ý trọn vào đó, chẳng thiết việc chi khác.

Quen xưng danh Phật cho đến thành Tam-muội (Nhứt tâm bất loạn) dầu đi, đứng, nằm, ngồi, tiếp khách, làm lụng, lúc, nào cũng chẳng quên xưng danh Phật. Nhơn đó mà được vô - lượng phước, trí.

Đối với : *Niệm Phật Tam-muội* là phép nhớ Phật trong tâm, xưng danh Phật bằng sự tưởng nhớ nơi lòng mà thành nhứt tâm bất loạn.

KHẾ KINH 契經 *Sūtras* (*scr.*) *Kêu tắt : kinh .*

Cũng đọc theo phạn : *Tu - đa - la.* Bao nhiêu những *khế - kinh,* mà đức Phật thuyết, ông A - Nan nhớ hết, và mỗi khi nghe thì tin chịu, chớ không hề nghi hoặc. Nhờ vậy, chừng Phật tịch. giáo - hội cử A-Nan lên Pháp-toà mà diễn giảng lại các khế - kinh

Khế - kinh nghĩa là Hiệp-kinh, kinh hiệp với căn-cơ, trí - thức của các hạng chúng-sanh, dầu hạng cao, hạng vừa hay hạng thấp, hạng đã tu lâu hay hạng mới tu tập, ai nghe kinh, coi kinh cũng đều được lợi ích tất cả.

Bao nhiêu những *khế-kinh* do ông A-Nan giảng thuật, hiệp lại làm thành *Kinh - tạng,* một bộ trong *Tam Tạng* (Tripitaka). Tất cả những bài *Khế-Kinh* lại hiệp thành một thể trong 12 thể thuyết pháp của Phật, *Thập nhị bộ kinh.* (xem *Tu-đa-la.*)

KHẾ - PHẠM 契範 Tiếng gọi kinh - điển Phật-giáo. Khế Hiệp, *Phạm* : Phép - tắc. Kinh - điển nhà Phật có đủ khuôn mẫu, phép tắc để khế - hiệp lý - trí của chúng - sanh, khế-hiệp căn - cơ của chúng - sanh, có đủ phép - tắc để chuyển mê khai ngộ, nên kêu là *Khế - phạm.*

KHÍ 器 Đồ dùng. — Đồ đựng — Căn tánh, tài năng. Căn-tánh, tài năng của người ta tỷ như đồ dùng, đồ đựng, nên kêu là *khí.*

KHÍ-GIỚI 器界 : Cũng viết : *Khí thế-giái, Khí thế - gian.* Tức là thế-giái các vật dụng, tiếng gọi các vật vô tình trong thế - gian. Cũng có nghĩa : Quốc-thổ (*Quốc-độ*).

KHÍ - GIỚI THUYẾT 器界說 Đồ vật cảnh giái thuyết pháp. Đức Như - lai dùng Thần - lực không thể nghĩ bàn của ngài, khiến cho cỏ cây, quốc-độ có năng-lực thuyết pháp giảng Kinh Như những cây cối ở cõi Cực-lạc diễn thuyết Diệu pháp. *Khí.giới thuyết* là một trong *Ngũ loại thuyết pháp.*

KHÍ THẾ-GIAN 器世間 : Cũng viết : *Khí thế-giới, Khí-giới*. Các vật vô-tình trong thế-giái, như cây cối, đất, đá, cỏ, hoa, kêu chung là *khí thế-gian*. Tức là *Quốc-độ*. Đối-nghĩa : *Chúng-sanh thế-giới* là cảnh-giới hiệp bởi các vật hữu-tình bởi các chúng-sanh.

KHỈ 起 Xem : *Khởi*.

KHIẾT - KHÍ - LA 喫棄羅

Tiếng Phạn, dịch nghĩa : *Tích-trượng*, cây gậy có tra những vòng thiếc của nhà sư đạo Phật. Xem : *Tích-trượng*.

KHOÁT - NHIÊN ĐẠI - NGỘ 豁然大悟 La grande Illumination (*fr.*) Tỉnh rõ thông suốt tất cả.

Đức Thích-Ca, sau sáu năm khổ-hạnh, bèn ăn uống và tắm rửa, ngài đến ngồi dưới cây Bồ-đề để trầm tư mặc tưởng. Bỗng ngài tự nhiên thấy rõ tất cả vừa người vừa mình, từ quá-khứ, hiện-tại đến vị-lai, thấu nhơn-duyên, quả-báo, các cuộc luân-hồi, thấu các cảnh-giái ở trong võ-trụ. Sau cơn *khoát nhiên đại-ngộ* ấy, ngài thành đấng Toàn-giác, Phật Như-lai.

KHỔ 苦 Duhkha (*scr.*).— Douleur (*fr.*)

Khó chịu nổi ; hoạn-nạn, bệnh tật, suy nhược , những sự ưu não, bức bách thân-tâm. Đọc theo Phạn : Đậu-khư (*Duh-kha*).

Đạo Phật dạy rằng : chúng-sanh hằng chịu khổ, chịu *bốn cái khổ* sanh, già, bịnh, chết bởi chưng vô-minh mê muội, tham lam, luyến ái, ham muốn. Muốn dứt *khổ*, hãy dứt cái ham muốn, tức là thi hành bốn cái Diệu-đế của Phật, diệt mười hai cái Nhơn-duyên dính líu với nhau mà tạo ra các nỗi khổ.

Khổ đối với *Lạc* (*sướng*).

Khổ là Chơn-lý đầu tiên trong bốn Chơn-lý mà Phật thuyết lần đầu : 1. *Khổ* (*duhkha*), 2. tập (*trisnâ*), 3. diệt (*moksa*) 4. Đạo, tức là đạo bát chánh (*mârga*).

Bốn Chơn lý ấy, *Tứ diệu - đế,* Tứ thánh-đế là giáo - pháp diệt mọi *khổ-não.*

Con người ta nếu chưa tu-hành cho đắc Đạo thì còn *khổ. Khổ* có ba mối, sáu mối, tám mối.

Tam khổ (*Tam chủng khổ*) :

1. *Khổ - khổ* : Khổ là khổ. Con người ta vì ham làm sự khổ, nên hằng ngày hết bị sự khổ nầy đến bị sự khổ khác, nào là đao, trượng, tên đạn, nào là đói khát, nào là tật bệnh, cái khổ nầy kéo thêm cái khổ khác mãi, tấm thân phải ưu não mãi.

2. *Hoại khổ*: Khổ vì hư hoại. Những nhơn - vật mình ưa thích thì lần lần hư hoại đi, nhơn đó mình cảm thấy khổ. Tức là hết vui sướng đến khổ-não.

3. *Hành khổ*: Trong lòng khởi nỗi khổ. Vì nhận ra vạn vật ở cõi thế là vô - thường, cứ chuyển dời biến đổi mãi, vì vậy mà tâm sanh khổ-não.

Lục khổ : Trong « *Du - Già* » quyển 44, có biên sáu mối khổ :

1. *Nhơn khổ* : Cái cớ tạo ra sự ác, gây cảnh ác..

2. *Quả khổ* : Cái kết-quả khổ-não đưa đến.

3. *Cầu tài vị khổ* : Cái nỗi khổ vì xu hướng theo tiền của, danh vị, chức phận.

4. *Cần thủ-hộ khổ* : Sự khổ - cực vì lo bảo giữ các vật mà mình có.

5. *Vô yểm túc khổ* : Sự khổ về lòng tham, có món nầy cầu món khác, không biết chán.

6. *Biến hoại khổ* : Khổ não, lo rầu vì các sự hư hoại nơi thân thể, vợ con, nhà cửa, tài vật, danh vị của mình.

Bát khổ: Ai ai cũng phải chịu tám mối khổ nầy :

1. *Sanh khổ* : Hồi còn trong bụng mẹ đến lúc sanh ra và trong thời kỳ ấu trĩ, mình khổ và làm cho cha mẹ khổ.

2. *Lão khổ* : Già cả lụm cụm, mắt lờ, tai điếc, chơn mỏi gối dùn là khổ.

3. *Bệnh khổ* : Đau yếu, tàn tật là khổ.

4. *Tử khổ* : Lúc sắp chết thì trợn trọc, ngộp hơi rất khổ; khi chết làm cho quyến - thuộc bi khổ.

5. *Tăng hiềm hội khổ* : Ở gần với kẻ thù nghịch là khổ.

6. *Ái biệt ly khổ* : Xa với kẻ thương yêu, đem lòng mong nhớ hằng ngày là khổ.

7. *Cầu bất đắc khổ* : Lòng tham muốn, hằng ước ao mà chẳng được toại ý là khổ. Như đói lạnh thì cầu cho có ăn có mặc; no đủ, lại cầu giàu sang.

8. *Ngũ âm (uẩn) xí thạnh khổ* : Năm món hiệp lại làm người (*sắc, thọ, tưởng , hành, thức*) nếu không điều hòa với nhau, có món nào quá lắm cũng khổ. Như *hình-thể* (*sắc*) mà phải tốn công săn sóc lắm cũng khổ; *cảm-động* (*thọ*) cho mệt trí cũng khổ; *tư-tưởng* (*tưởng*) mơ ước quá lắm cũng khổ; *nhọc nhằn tâm-trí* tính mưu liệu kế (*hành*) quá lắm cũng khổ; *cố ý mà nhớ, mà biết* (*thức*) cho lắm cũng khổ.—

Đó là tám nỗi *khổ* thông thường ở nhơn-gian.

(*Xem* : **Nhị khổ**)

Khổ có hai đường: thanh và trược. Sự *khổ* ô trược tức là *khổ* thông thường ví lòng tham mến, mong cầu, khổ về vật - dục. Như tam khổ, bát khổ.

Sự *khổ* thanh cao là *khổ hạnh*, vì chí nguyện quyết thành đạo nên tinh - tấn mà tu hành, chẳng sá kể những sự khó khăn, khổ não, nguy hại đến thân mạng. Như nói: *lục niên khổ hạnh* ; Đức Thích - tôn bỏ cung điện, ngôi báu, vợ đẹp, con thơ mà vào rừng, ngồi thiền định nơi gốc cây, cần cù *khổ* nhọc trong sáu năm.—

Khổ là một độ trong bốn độ (*Tứ* Ba-la-mật) : *Khổ*, Không, Vô - thường, Vô ngã. Ai quán tưởng bốn phép ấy, tu cho nhập diệu bốn lý ấy thì được giải - thoát, siêu thoát khỏi vòng luân hồi khổ-não.

Trong «quyển *Quán Di-Lặc thượng sanh Đâu - Suất thiên Kinh*» có chép: Trên cảnh Đâu - suất thiên, có những vị Thiên-nữ sắc đẹp không ai bằng, tay cầm những món nhạc mà tấu.

Trong tiếng nhạc có diễn - thuyết những độ (Ba - la mật) *Khổ* Không, Vô-thường Vô ngã.

KHỔ BỔN 苦 本 Mối khổ cội rễ. Lòng Ái luyến, lòng Tham dục là *khổ bổn,* mối khổ cội rễ, do đó sanh ra các khổ.

KHỔ ĐẠO 苦 道 Đường khổ, Đạo khổ, đó là một đạo trong ba đạo. *Đạo* là nghĩa thông được. *Hoặc* (*phiền - não*), *Nghiệp, Khổ,* ba đạo ấy thông suốt lộn nhau : Do *hoặc,* khởi ra *nghiệp.* Do *nhiệp,* cảm thành *khổ.* Do *khổ,* lại khởi ra hoặc (*phiền-não*). Cho nên nói là *khổ đạo,* tức là Đường khổ, quả-báo khổ - não sanh-tử trong Tam giái vậy.

KHỔ - ĐẾ 苦 諦 Duhkha - aryasatya (scr.) (*Vérité sur la Douleur* (*fr.*) Chơn-lý sự khổ. Đó là một chơn - lý trong bốn chơn - lý (*Tứ đế* : Khổ, Tập, Diệt, Đạo vậy. Những quả-báo của sự sanh - tử trong Tam giái, hết thảy đều là sự đau khổ, mà không có tánh an-lạc. Lý ấy quyết định là chơn - thật, cho nên kêu là *Khổ - đế.*

Ấy là sự nhận ra rằng đời sống của chúng-sanh trong *Lục đạo* toàn là Khổ, bao nhiêu mối khổ đều tùng theo tám mối khổ lớn (*Bát khổ*). Sự nhận như vậy là phải, là hạp chơn - lý tức là *khổ -đế.*

KHỔ - HÀ 苦 河 Fleuve de douleurs (*fr.*) Sông khổ. Tỷ như con sông cái rất sâu, sự khổ cũng như vậy, nên kêu là *khổ - hà.*

KHỔ HẢI 苦 海 Océan de douleurs. (*fr.*)

Biển khổ . Sự khổ bao la như biển, nên kêu là *khổ hải* (*Biển khổ*). Vì thấy chúng-sanh bị các sự bệnh hoạn, tai nạn, già cả, khổ não mãi mãi vô cùng ở cuộc thế, nên đức Phật sánh cõi thế đau khổ với biển, kêu là *khổ hải.* Chúng - sanh chết đi sống lại mà chịu khổ mãi ở nơi *Trầm-luân khổ-hải.* Rồi Phật so sánh đạo - lý của ngài như chiếc thuyền, nhờ chiếc thuyền ấy mà chúng-sanh qua khỏi *Khổ - hải* (*Biển khổ*), đến Bờ giác là Niết-bàn.

Lại Phật cũng tự cho mình là bực *Đại thiền-sư,* đứng ra độ cho chúng - sanh qua khỏi *Khổ-hải* luân-hồi.

Trong quyền **Thiên-thủ dà-la-ni Kinh** có chép : **Nam-mô**

Đại-bi Quan-thế-Âm, nguyện cho tôi sớm được siêu thoát nơi *Khổ-hải.*

Niết-Bàn Kinh, quyển hai :

Kim kiến Phật Niết - bàn,
Ngã đẳng một **khổ - hải**;
Ưu sầu hoài bi não,
Dụ như độc thất mẫu.

Dịch nghĩa : *Nay thấy Phật Niết-bàn,*
Chúng tôi sa **biển-khổ** ;
Rầu lo cùng bi não,
Như bò con mất mẹ.

KHỔ - HẠNH 苦 行 Ascétisme, Austérités (*fr.*)

Thân và tâm mình vui chịu khốn khó, mà người chẳng chẳng chẳng chịu nổi, như vậy đặng mau chứng-ngộ, giải thoát. *Thầy tu khổ -hạnh* (*ascète*) thì đầu chẳng đội mũ, chơn không mang giày, mình chẳng mặc áo, không ăn đồ nấu, nhịn đói ngày nầy qua ngày kia, ngồi nơi cội cây mà tham thiền chẳng quản mưa, nắng, sương, tuyết, rắn, rít, muỗi, mòng. Các lối tu *khổ hạnh* nói chẳng xiết.

Đức Thích - Ca vì thấy đời phải chịu các nỗi khổ, như : sanh, lão, bệnh, tử, tăng hiềm hội, ái biệt ly, cầu bất đắc, ngũ âm xí thạnh, ngài muốn tự mình giải - thoát để rồi giải - thoát cho đời, nên lìa bỏ ngôi vua, lên non Tuyết - lãnh, hằng ngày ăn một vài hột gạo hoặc hột mè đỡ đói, chịu *khổ - hạnh* sáu năm trường mới thành Chánh-giác. Đời thường gọi đó là: Lục niên *khổ hạnh.*

Niết-Bàn kinh : Đời có những vị Đại - sĩ, vì chúng - sanh cho nên chẳng tham tiếc thân mình, vì muốn lợi ích cho chúng-sanh, nên tu vô - lượng *khổ - hạnh.* Những *khổ - hạnh* của Bồ - tát bất thối, có chép rõ ở Đại Niết-bàn kinh, quyển 32.

KHỔ - HẠNH GIẢ 苦 行 者 Ascète (*fr*):

Thầy tu khổ - hạnh. Những vị tu-hành nguyện trì đủ các hạnh *Đầu - đà* (Dhudanga); những thầy tu trì cấm - giái, ở trong núi, trong rừng, đói ăn hoa quả, khát uống nước suối, hằng ngồi trong động đá mà tham thiền nhập định.

KHỔ KHỔ 苦苦 Khổ càng khổ, khổ là khổ. Đó là một mối khổ trong ba mối khổ. (*Xem* : Tam khổ).

Do cái duyên khổ kia nó bức bách mà sanh ra não, kêu là *Khổ khổ*. Những duyên : dao, gậy, tật bệnh, đói khát v.v., sanh ra sự não ở trong, nói đó là khổ, từ cái khổ nầy sanh ra cái khổ khác cho nên nói là *khổ khổ*.— Lại có nghĩa : tâm thân giống hữu-tình vốn thuở nay là khổ, lại thêm những cái khổ về dao, gậy v.v., cho nên kêu là *Khổ-khổ*.

KHỔ, KHÔNG, VÔ-THƯỜNG, VÔ-NGÃ 苦, 空, 無常, 無我.

Bốn tướng của quả-báo hữu-lậu mà tất cả chúng-sanh đều phải chịu.

Khổ : Tam khổ, Tứ khổ, Bát khổ.

Không : Các tướng nam, nữ vốn là chẳng thật.

Vô-thường : Không thường, không trường tồn, nay có mai không. Cũng gọi : Phi-thường.

Vô-ngã : Không có cái bổn-ngã. Cũng gọi : Phi-ngã.

KHỔ LOẠI TRÍ 苦類智 Cái trí chứng đắc Khổ - loại. Nhà đạo chứng và đắc Tứ loại trí : Khổ-loại trí, Tập-loại trí, Diệt loại trí, Đạo-loại trí ở hai cõi trên : Sắc-giái và Vô - sắc giái. Trước đó, nhà đạo đã chứng và đắc Tứ pháp trí : Khổ-pháp trí, Tập-pháp trí, Diệt-pháp trí, Đạo-pháp trí ở cõi Dục - giái. Tứ-pháp trí và Tứ loại trí hiệp thành *Bát trí*.

KHỔ LUÂN 苦輪

Vòng khổ, Bánh xe khổ. Cái quả khổ sanh-tử như cái vòng xoay tròn, như cái bánh xe lăn mãi chẳng ngừng vậy.

Chúng-sanh lăn-lộn ở trong Tam giái, Lục đạo, chịu các sự khổ - não, tỷ như mắc kẹt trong vòng, dính vào bánh xe. Cái vòng ấy cứ quây mãi, cái bánh xe ấy cứ lăn tròn mãi, mà chúng-sanh chẳng biết lúc nào ra khỏi !

Qui-nguyên trực chỉ, quyển ba : Cần phải tu trì Tịnh - nghiệp, nguyện ra khỏi *Khổ-luân*.

KHỔ-NHƠN 苦因 Nghiệp-nhơn do đó sanh ra khổ não,

tai họa, bệnh tật. Do một việc ác đã phạm, đó là nhơn-duyên gây nên khổ. Đối với *khổ-quả* là cái quả-báo thọ khổ.

KHỔ-PHÁP TRÍ 苦 法 智. Cái trí chứng đắc khổ-pháp. Một trí trong *Bát trí*. Hành-giả chứng và đắc Khổ-pháp, Tập-pháp, Diệt-pháp, Đạo-pháp ở Dục-giái. Đó là chứng đắc Tứ-pháp trí. Tấn lên nữa, còn phải chứng đắc Khổ-loại, Tập-loại, Diệt-loại, Đạo-loại ở Sắc-giái và Vô-sắc giái. Đó là chứng đắc Tứ loại trí. Tứ pháp trí và Tứ loại trí gồm lại, kêu là *Bát trí*.

KHỔ-PHƯỢC 苦 縛 Dây khổ, sự trói buộc của khổ não. Sự khổ-não trói buộc thân tâm của người ta cũng như sợi dây, chẳng để cho thong-dong, tự-tại, nên kêu là *khổ-phược*. Cũng như nói : *Khổ-võng* : Lưới khổ.

KHỔ-QUẢ 苦 果 Quả Khổ. Cái quả báo khổ não mà tâm thân phải chịu do ác-nghiệp sanh ra. Nói tóm lại, các quả báo sanh tử đều là khổ. Nếu phân biệt ra thì sanh ở trên trời, *thiên thượng* là quả vui, lạc quả 樂 果, sanh ở dưới đất (*địa hạ*, - *địa ngục*) là quả khổ, sanh ở cõi người thì vui, khổ xen lẫn nhau.

KHỔ-TÂN 苦 津 Bến khổ. Lời tỷ dụ để gọi cảnh khổ-não sâu xa, như bến sông, vực nước.

KHỔ, TẬP 苦 集 Khổ và tập, đó là hai cái chơn-lý trong tứ diệu-đế (*Xem* :**Tứ diệu-đế**.)

Khổ tức là cái kết-quả của nghiệp phiền-não, nghĩa là cái nỗi đau khổ của sự sanh-tử, tức là cái quả-báo của hết thảy mọi sự sanh-tử vậy.

Tập là nguyên-nhơn đúc kết nên khổ, tức lòng ham muốn, lòng luyến ái.

KHỔ, TẬP, DIỆT, ĐẠO, 苦 集 滅 道 Khổ, tập, diệt đạo, túc là *Tứ đế* 四 諦 (*bốn chơn lý*) vậy. *Khổ* là khổ-báo luân-hồi trong Tam giái. *Tập* là cái nguyên-nhơn kết tập sự khổ tức lòng ham muốn. Diệt là dứt khổ, lìa khỏi cái khổ sanh tử, ấy là cái quả của sự giác - ngộ. *Đạo* là con đường noi theo để dứt khổ, tức *Bát* chánh Đạo. (*Xem* : *Tứ diệu - đế.*)

KHỔ - TẾ 苦 際 Miền khổ não, khu vực khổ-não, giới-hạn khổ - não.

KHỔ-THỌ 苦 受 Duhkha védana (scr.) Sensation de douleur (*fr.*) Cái thọ - cảm khổ. Nhơn *lục căn* trong chạm với *lục trần* ngoài, chạm phải cảnh chẳng thuận tình, nên sanh ra cái thọ cảm buồn, rầu; sợ sệt, rối loạn, kêu là *khổ - thọ.*

Khổ - thọ tức là *Tam khổ* : Khổ-khổ. Hoại - khổ, Hành - khổ. Đối với : *Lạc - thọ.*

Niết - bàn kinh, quyển '22: Nếu mình chẳng chịu nổi những mối khổ, thì đối với chỗ *khổ - thọ,* lòng mình liền sanh ra giận-hờn quạu quọ; và đối với chỗ *lạc - thọ,* lòng mình sanh ra tham trước.

KHỔ - TƯỞNG 苦 想 Duhkha-Samjnâ (*scr.*). - Perception,Pensée de douleur (*fr.*)

Sự nhận ra là khổ, cái tư tưởng khổ - não. Nhơn chạm phải nghịch cảnh, thì có cái *khổ - thọ.* Nhơn cái *khổ - thọ,* thọ cảm khổ, nên sanh ra sự nhận - thức là khổ, có cái tư-tưởng khổ, kêu là *khổ-tưởng.* Đối với : *Lạc-tưởng. Khổ-tưởng* lại có nghĩa : cái tư-tưởng cho rằng các pháp hữu-vi đều là khổ, chứa sự khổ. Một trong *Thập Tưởng.* Một phép tu của người muốn đắc Niết-bàn. (*Xem Đại Bát Niết-bàn Kinh, quyển 38.*)

KHỔ - UẨN 苦 蘊 Tích tụ sự khổ. Chỉ về cái thân người ta mà nói : thân người ta do năm món tích tụ (*Ngũ uẩn*) mà thành, chẳng có thể thoát khỏi ba sự khổ (*Tam khổ*) tám sự khổ (*Bát khổ*), cho nên kêu là *Khổ-uẩn.*

KHỔ-VÕNG 苦 網 Lưới khổ. Sự khổ tỷ như tấm lưới, nó vây phủ người ta, chẳng cho thoát ra.

KHỔ-VỰC 苦 域 Lãnh vực khổ - não, Cõi khổ nguy, Thế-giái đau khổ. Tiếng dùng để gọi cõi Ta-bà thế-giới, vì cõi nầy choán đầy những sự đau khổ.

KHÔNG 空 Cunyata (*scr.*), Akâsa (*scr.*).— Néant, Vide, Espace (*fr.*). Trống không, không có thật. Không có cảnh, không có thể. Đối với các chúng-sanh, đối với các pháp, tức đối với các sự vật trong Tam giái, mình nhận là chẳng phải thật, như vậy tức là *Không*. Đồng - nghĩa : *Vô*. Đối - nghĩa : *Hữu* (*Có*).— *Không* cũng có nghĩa : *Hư-Không* (*Phạn : Akâsa*), chốn Không - gian vô - tận- (*Pháp* : *Espace*), ở đâu cũng có ; ấy là cõi lớn, chất lớn thứ năm trong *Lục đại*.

Đại Trí - độ luận, phần thứ năm : Có người nói rằng : nếu nhìn xét ra, thấy rằng trong Ngũ âm (*Ngũ uẩn*) không có ta, không phải là của ta, như vậy kêu là *Không*.

Đại Trí-độ luận, phần thứ 20 : Tất cả các pháp đều do nhơn-duyên mà sanh ra, tức là không có tự-tánh. Đã không có tự-tánh, tức là *Không*. Hễ mình nhận ra không, thì các sở kiến đều tiêu diệt.

Đại Trí-độ luận, phần thứ 46 : Nầy Tu-Bồ-Đề ! Bồ - tát Ma-ha-tát, ấy là : 1. Nội không (*Trong không*), 2. Ngoại không (*Ngoài không*), 3. Nội ngoại không (*Trong và Ngoài đều không*), 4. Không không, 5. Đại không, 6. Đệ nhứt nghĩa không, 7. Hữu vi không, 8. Vô-vi không, 9. Tất cánh không (*Rốt - ráo không*), 10. Vô thỉ không, 11. Tán không (*Tan rã là không*), 12. Tánh không, 13. Tự-tướng không, 14. Chư pháp không, 15. Bất khả đắc không, 16. Vô pháp không, 17. Hữu pháp không, 18. Vô pháp Hữu pháp không (*Vô pháp và có pháp đều không*).

(*Tức là bực Đại Bồ-tát phải đắc 18 lẽ Không*).

(*Xem* : **Thập bát không.**).

Đại Bát Niết-bàn kinh, quyển 40 : Hoặc có người giảng thuyết các lẽ : 1. Nội không, 2. Ngoại không, 3. Nội Ngoại không, 4. Hữu-vi không, 5. Vô - vi không, 6. Vô thỉ không, 7. Tánh không, 8 Viễn ly không, 9. Tán không, 10. Tự - tướng không, 11. Vô tướng không, 12. Âm không, 13. Nhập không, 14. Giái không, 15. Thiện không, 16. Bất thiện không, 17. Vô-ký không, 18. Bồ-đề không, 19. Đạo không, 20. Niết-bàn không, 21. Hành không, 22. Đắc không, 23. Đệ nhứt nghĩa không, 24. Không không. 25. Đại không.

(*Như vậy là 25 lẽ Không.*)

Vô-Lượng-Thọ kinh : Chư Bồ-tát ở cõi Cực-lạc của đức Phật A-Di-Đà quán niệm thấy Tam giái đều như nhau : trống *không*, chẳng có gì hết.

KHÔNG CƯ THIÊN 空 居 天 Antariksavàsina (*scr.*) Khoảng Không gian khỏi mặt đất, nơi ấy có chúng-sanh cư ngụ. Chúng - sanh trong *Tam giới* phân nhau cư ngụ như thế nầy :

Khoảng nơi mặt đất và trong đất là Địa-cư (*Phạn* : *Bhauma*, *Pháp* : *Région terrestre et souterraine*).

Khoảng không-gian khỏi mặt đất, kêu là *Hư-không cư* hay *không-cư thiên* (*Phạn* : *Antariksavàsina*, *Pháp* : *Région aérienne*)

Trên nữa là Tứ-thiên vương thiên, lần lên cho chí cảnh cao nhứt là Phi tưởng phi phi tưởng xứ.

(*Xem bảng sơ-đồ nơi chữ* **Tam giới**.).

Lại nữa, *Không-cư thiên* hay *Hư-không-cư* là khoảng cư - ngụ của chư Thiên, chư Thần trong ba cõi Dục-giái, Sắc-giái và Vô-sắc giới. Còn *Địa-cư* là khoảng cư-ngụ của chúng - sanh sống trên mặt đất và trong đất.

KHÔNG ĐẠI 空 大 Chất lớn Hư-không. *Không, Hư-không* Phạn : Akâsa, Pháp : Le Vide, L'Espace. *Đại*, Chất lớn , Phạn : Mahâbhûta, Pháp : Élément. *Không* hay *Hư-Không* là một chất lớn trong võ-trụ, nó bao bọc vạn vật và nó cũng ở trong vạn vật. Nó là một chất trong năm chất lớn. Xem : *Ngũ Đại*.

KHÔNG - ĐỊNH 空 定 Phép đại định về lẽ *Không*. Cũng viết : *Không Tam-muội* . Phép *Không-định*, nói chẳng cùng. Các hàng đắc Đạo từ Thinh-văn La-hán, Duyên-giác, Bồ-tát cho đến Phật Thế-tôn đều nhập *Không-định* và đắc *Không-định*, nhưng chỗ đắc rất khác nhau.

Như nhập diệu lẽ Không, Vô-ngã, Vô ngã - sở, nhứt thiết đều Không, đã là *Không-định*. Cho đến đạt *Thập-bát Không* cũng là *Không-định*.

Niết-bàn kinh, quyển 40 : Phật phán : Nầy Thiện nam-tử!

Khi thái-tử Lưu-Ly giết những người trong dòng họ Thích, phá hoại thành Ca-tỳ-la-vệ, thì A-Nan lấy làm sầu não, kêu khóc lớn tiếng. A-Nan đến chỗ ta ngự và nói rằng: «Như-lai và tôi đều sanh ra nơi thành ấy, đều là dòng họ Thích. Tại sao Như-lai vẫn nhan sắc sáng rỡ như *thường*, còn tôi thì tiều tụy?». Ta đáp rằng: « A-Nan, vì ta đã tu lẽ *Không-định*, cho nên chẳng như ngươi. »

(*Xem*: **Không Tam-muội**.)

KHÔNG, GIẢ, TRUNG 空 假 中 Không-không, Giả tạm, Trung-đạo. Thiên-thai tông có lập ra *Tam-đế*, ba Chơn-lý: Không, Giả, Trung để cho người ta biết và xét, *Tam-quán*, ba lẽ quán tưởng: Không, Giả, Trung để cho người ta suy-xét và tu-hành.

Không: Quan sát cái Tâm chẳng ở trong, chẳng ở ngoài, chẳng ở khoảng giữa. Tức là không, không có thật.

Giả: Quan sát thấy cái tâm có đủ tất cả các pháp, các pháp đều do tâm mà có. Tức là giả tạm, không bền, vô-thường.

Trung: Quan sát thấy cái tâm chẳng phải Không-không, cũng chẳng phải giả tạm, vừa là không vừa là giả. Tức là Trung, Trung-đạo.

Không tức là *Chơn-đế*, *Giả* tức là *Tục-đế*, *Trung* tức là *Trung-đế*.

KHÔNG-GIỚI (*Giới*) 空 界.— Akâsa (*scr.*).— Espace (*fr.*): Cõi Không, Cõi Hư-không vô-biên, bao trùm vạn vật. Một trong Sáu Cõi. (*Xem*: **Lục giái.**)

KHÔNG GIẢI-THOÁT MÔN 空 解 脫 門

Cửa «Không Giải-thoát». Đó là một cửa trong ba cửa Giải-thoát (*Không, Vô-tướng, Vô-tác*). Nghĩa là quán tưởng hết thảy các pháp, đều do nhơn-duyên hoà-hiệp mà sanh ra, tự tánh vốn không, không có mình (ngã), cái của mình, không có chúng sanh, không có sự vật. Nếu thông đạt như vậy, thì đối với các pháp, mình được tự-tại, cho nên kêu là *Không Giải-thoát môn*. Xem: *Tam Giải-thoát môn*.

KHÔNG GIÁO 空 教 Khoa giáo dạy về lẽ Không. Pháp - tướng tông lập ra khoa - giáo ba thời - kỳ. Đức Thế - tôn thuyết pháp về thời - kỳ ban đầu, như hết thảy các khoa giáo tiểu - thừa, kêu là *Hữu - giáo* (khoa giáo về lẽ có). Ngài thuyết pháp về thời - kỳ thứ nhì, như các bộ kinh Bát - nhã, kêu là *Không giáo*. Ngài thuyết pháp về thời - kỳ thứ ba, như các kinh Hoa - nghiêm, Pháp - Hoa, kêu là *Trung - đạo giáo* (khoa giáo Đạo trung) *Không - giáo* là phép dạy cho rõ cái lý nầy: các Pháp đều là không. Hữu - giáo và *Không - giáo* đều chưa tỏ hết cái Pháp - tánh, cái Thật-nghĩa. Đến Trung - đạo giáo mới là liễu nghĩa.

KHÔNG-HẠNH 空 行 Hạnh tu phép Không. Phép Không nầy có lớn, có nhỏ, có sâu, có cạn, tức là có *Không - hạnh* của Đại-thừa, *Không-hạnh* của Tiểu-thừa. Tu *Không - hạnh* để thành Thinh-văn, La-hán là tu *Không-hạnh* Tiểu-thừa. Tu *Không-hạnh* để thành Bồ- tát, Phật là tu *Không - hạnh* Đại-thừa, tự mình tu hạnh rộng lớn về Diệu-Không, Chơn-Không để làm lợi - ích và an-lạc cho chúng-sanh.

KHÔNG-HOA 空 華 Hoa (*Bông*) trong không - gian. Nơi không-gian, chẳng có chi hết. Nhưng người có bệnh con mắt, nhìn thấy trong đó có hoa, đó kêu là *Không-hoa*. Cũng như thế, những tướng, những- nhơn-vật trong thế-gian đều là giả, không có cái thật-thể. Nhưng kẻ có tâm mê-vọng, kể cho những tướng ấy là thật, là trường-tồn. Những tướng không thật ấy, tức là *Không-hoa*.

KHÔNG-HUỆ (*tuệ*) 空 慧 Huệ không, Trí không. Cái trí-huệ quán chiếu và chứng đắc lẽ Không.

Niết - bàn kinh *quyển nhứt*: Lúc ấy, lại có những bà Câu-đà- la nữ Thiện-Hiền tỳ-kheo ni, Ưu - ba - nan - đà tỳ-kheo ni, Hải-Ý tỳ-kheo ni v. v. ,thảy đều là A - la - hán . . . Các bà dường như Rồng chúa, có oai - đức lớn, thành tựu *không - huệ*.

KHÔNG HỮU 空 有 Non-existence, Existence (*fr.*) Không và Có. Ngăn đuổi, phủ nhận, kêu là *Không*. Kiến lập, thừa nhận, kêu là *Hữu* (Có). Trên phương - diện luận - lý, chính là hai môn phản đối nhau. *Không*, cũng gọi là *Vô*. Xem *Hữu Vô*.

Kẻ chấp *Không* thì nhận cho rằng : Người ta và chúng - sanh đều không có cái thật - ngã, chỉ là *ngũ uẩn* tạm hiệp mà thôi. Sự vật đều không có cái thật-pháp, chỉ là nhơn - duyên tạm hiệp mà thôi.

Kẻ chấp *Hữu* thì nhận cho chúng-sanh là thật ngã, sự vật là thật-pháp. Họ khư-khư chấp nhơn, chấp quả, chấp sự, chấp pháp, chấp Thiên-đường, chấp Địa-ngục, chấp diệu-thể Niết-bàn.

Cả hai mối chấp ấy đều không đúng, đều là tà-kiến, thiên-kiến. Phải đạt tới mức *Trung đạo*, phi không phi hữu, mới là Chơn-lý của Phật.

KHÔNG-KIẾN 空 見 Nihilisme (*fr.*) : Ý-kiến, kiến-thức của kẻ chấp Không.

1o) Ý-kiến tà - vạy, nguy hại của kẻ vô - thần không thừa nhận Tội phước, Nhơn-quả, Luân-hồi, Thiên đường, Địa-ngục. Ý-kiến nầy rất tai hại cho xã-hội.

2o) Ý-kiến của kẻ đương tu tập lẽ Không, nhìn nhận rằng chúng sanh và các pháp đều không có thật, chỉ là giả tạm mà thôi. Đó là trình-độ của người bi-quan, chưa biết dung - hòa, chưa đạt tới mức Trung.

KHÔNG-KINH 空 經 Kinh-điển giải thích nghĩa Không. Tiếng gọi các Kinh trong bộ Bát-nhã. Đại-ý những kinh Bát-nhã là trưng ra lẽ Không, giác-ngộ cho những người chấp trước những tướng giả tạm, không thật, nên kêu là *Không-Kinh*.

KHÔNG-KHÔNG 空 空 Không - Không. Một trong *Thập nhứt Không*, trong *Thập bát Không*. Tất cả pháp là Không ; Không và không ; cũng là Không, Trống không.

Đại Bát Niết - bàn kinh, quyển 16: Bồ tát Ma - ha - tát quán *Không-Không* như thế nào ? *Không-Không* ấy mới là chỗ lầm lạc của Thinh-văn và Bích - chi - Phật. Thiện nam - tử! là có là không, đó kêu là *Không Không*. Thiện - nam - tử ! cho đến Bồ tát *Thập trụ*, Mười

Trụ-vị, đối với lẽ ấy, chỉ thông đạt một phần nhỏ nhít, dường như vi - trần, huống chi những người khác. Thiện nam - tử! *không không* như vậy chẳng giống với chỗ đắc *không không* Tam-muội của Thinh - văn. Đó kêu là Bồ - tát quán *không không.*

KHÔNG - KHÔNG TỊCH - TỊCH 空 空 寂 寂

Trống - không lặng - lẽ. Tất cả những vật hữu-hình và vô-hình trong võ-trụ, tất cả những giống hữu-tình và vô-tình trong thế-gian vốn có cái thật - thể, cái bản - chất trống - không và lặng - lẽ hoàn-toàn. Tuy có cái hiện - tượng khởi diệt, sanh tử, nhưng cái tánh vốn là *không - không tịch - tịch.* Cũng viết : *không - tịch.*

KHÔNG - LÝ 空 理 Théorie du Vide, de la Non-existence (*fr.*) : Lý không, lẽ không. Chơn-lý của người quán - tưởng và hiền-minh lẽ không. *Không - lý* tức là Nhị không : 1.) Sanh không : các chúng - sanh vốn chẳng có thật, chỉ là Ngũ uẩn tạm hiệp mà thôi. 2.) Pháp không : các sự vật trên thế gian vốn chẳng có thật, chỉ do nhiều nhơn - duyên tạm thời kết hiệp mà thôi.

Xem : *Nhị không.*

KHÔNG -LUÂN 空 輪 1.) Miền Hư - không, chất hư-không. Không-gian là miền tròn - trịa đầy đủ, không - khí trong không - gian có tánh - cách lưu chuyền, luân - chuyền, nên kêu là *không - luân.* Theo Câu-xá tông, thế - giái lập thành bởi bốn miền, bốn chất lớn, từ dưới kể lên là : Không-luân (Hư - không luân), Phong - luân, Thủy luân, Kim-cang luân. 2.) Chất lớn là Hư-không. Cũng viết : *Không - Đại* 空 大 Một chất lớn trong năm chất lớn hiệp thành thế - giái. Xem : *Ngũ Đại.*

KHÔNG - MA 空 魔 Nihiliste pervers (*fr.*) : Kẻ tà-my chấp không. *Không - ma* là tiếng chê trách kẻ tà ngụy chấp không : Không nhơn-quả, không luân - hồi, không Thiên - đường, không Địa-ngục, không Niết - bàn.

KHÔNG MÔN 空 門

Cửa không. Đó là pháp-môn phá cái ý kiến có thường, làm cái tướng không của những : ngã -không, pháp-không, hữu -vi không, vô-vi không vậy.—

Lại là một cửa trong *tứ môn*: 1. Hữu môn 2. *Không môn* 3. Diệc hữu diệc không môn. 4. Phi hữu phi không môn.

Lại là tiếng kêu chung để gọi Phật-giáo, *chùa-chiền*, *Pháp*: *Bouddhisme, pagode*, vì Phật-giáo *và chùa-chiền* chủ về Không-pháp, lấy Niết-bàn làm cửa, cho nên kêu là *Không-môn*.

Mát mẽ cửa không *trăng gió sẵn*,

Dầu chưa nên Phật, cũng nên Tiên. (*Bài Kỵ-nữ đi tu.*)

Không-môn cũng là tiếng dùng để gọi người tu hạnh xuất-gia, Tỳ-kheo và Tỳ-kheo-ni, vì hạng nầy tu pháp Không và không giữ gìn của cải.

KHÔNG-NHÀN 空閑 Aranyaka (*scr.*). – Solitude (*fr.*) Chữ Phạn : A-lan-nhã, Aranyaka. Dịch nghĩa : *không-nhàn*. Chỗ vắng-không nhàn-tĩnh. Chỗ cách xa xóm làng từ 300 bước cho chí 600 bước, cho được vắng không, nhàn-tĩnh, thích hợp với chuyện tu-hành của ông Tỳ-kheo, đó là *Không-nhàn*. Nơi vắng vẻ, không có dân cư, xa xóm-làng thành-thị.

KHÔNG-NHẪN 空忍 Đức Nhẫn Không. Một đức Nhẫn trong *Thập Nhẫn*. Nhà đạo quán xét những quả-báo khổ-não trong *Tam giới* đều không có cái thật-thể, chỉ là giả tạm, là không không mà thôi. Nhơn đó, hành-giả hoạch đắc cái đức *Không-Nhẫn*. Nhờ đắc *Không-Nhẫn*, người ta chịu nổi, vui thuận đối với những khổ-não, hoạn-nạn xảy đến cho mình.

Xem : *Thập Nhẫn*.

KHÔNG-PHÁP 空法 Phép Không. Pháp là không. Pháp-môn giảng giải lẽ Không, Pháp-giáo tỏ bày nghĩa Không của các pháp. Đó là phép quán tưởng nghĩa Không của những lẽ : ngã-không, pháp-không, hữu-vi không, vô-vi không vậy.

Lại Niết-bàn của Tiểu-thừa, cũng kêu là *Không-pháp*.

Thủ-Lăng-Nghiêm kinh, quyển năm : Ông Ma-ha Ca-Diếp bạch Phật : «... Ngã dĩ *Không-pháp* thành A-la-hán. » (*Tôi nhờ tu* phép Không *mà đắc thành A-la-hán.*)

KHÔNG-QUÁN 空觀 La méditation de l'inexistence, du

Néant (*fr.*) : Quán tưởng lẽ không thật, lẽ giả tạm, Tưởng cho cái Có là Không. Đối với kẻ chấp Có, Phật dạy tu phép *Không - quán*. Đối với kẻ chấp Không, kẻ vô-thần bất - tín, Phật dạy tu phép Hữu-quán. Sau rốt, Phật dạy phép Trung-đạo quán, dung-hòa cả Không-quán và Hữu-quán để vào Trung-đạo : Chẳng phải Có chẳng phải Không, Vừa Có vừa Không.—

Tu lẽ *Không-quán* cho sâu xa, thì phép quán ấy trở thành Tam-muội. Xem : *Không Tam-muội.*

KHÔNG-SANH (*SINH*) 空 生 Biệt hiệu của ông *Tu-bồ-Đề* (*Subhūti*). Ông là một Đại Đệ-tử của Phật Thích - Ca, tu đắc quả A - la - hán. Ông được Phật khen là Giải Không đệ nhứt, nghĩa là : Trong các Đệ-tử La-hán của Phật, Tu-bồ-Đề là người hiểu rõ lẽ Không hơn hết. Nhơn đó, ông được gọi là *Không-Sanh,* Người phát sanh lý Chơn-Không.

KHÔNG , SẮC 空 , 色 Sans-forme, Forme (*fr.*) Không và Sắc. Không hình-chất kêu là *Không*. Có hình-chất, kêu là *Sắc*. Trong *Bồ-Khuyết Tâm Kinh* có chép : « Cái *Sắc* không khác với cái *Không*; cái *Không* không khác với cái *Sắc*; Sắc tức là Không, Không tức là *Sắc*.) Đó là một phép dạy về Trung-đạo để dự hàng Thánh-giả. Còn nếu ai chấp Sắc, chấp Không, phân biệt Có với Không, tức là phàm-phu.

Quan-âm thị Kính : Trước sau nông nổi gót đầu,
Rằng : « Câu *Không, Sắc* dễ hầu dám sai.
Như còn chút dạ trần ai,
Thời xin có đức Như-lai trên đầu. »

KHÔNG TAM - MUỘI 空 三 昧 Cũng viết : *Không-định* : Phép tam-muội Không. Ấy là một phép tu đại - khái của người Đạo Phật, từ Tiểu - thừa cho tới Đại - thừa, phép tu chung cho những ai muốn được Giải-thoát. Quán tưởng lẽ Không, thấy rằng ngũ uẩn không có ta (ngã), không có cái của ta, đó kêu la *Không* Tam - muội. Biết hết thảy tướng thiệt của các pháp mà cho rằng rốt cuộc đều là *Không*, đó cũng kêu là *Không Tam-*

muội, tức là một phép trong ba phép Tam-muội vậy. Ba phép phép Tam-muội là : KhôngTam-muội, Vô-tướng Tam-muội, Vô nguyện Tam-muội. Lại tất cả 18 phép *không*, 18 cảnh không (*Thập bát không*) mà Bồ-tát quán - tưởng cho thông đạt, cũng kêu là *Không Tam - muội*.

Đối với *Nhị thập ngũ hữu*, 25 cảnh chúng - sanh trong Tam giái, mình thấy rằng không có một cảnh nào là thật ; sự nhìn thấy, sự xét thấy vững chắc như vậy, kêu là *Không Tam - muội*.

Niết - bàn kinh, quyển 26 : Bồ - tát đối với các chúng - sanh, không giận ghét, cũng không ưa thích. Tại sao vậy ? Là vì đã khéo tu tập phép *Không Tam - muội*. Như Bồ - tát đã tu *Không Tam - muội*, thì còn thấy ai nữa mà giận, mà vui ?

Chư Phật và chư Bồ-tát nhờ tu tập Phép *Không Tam - muội*, nên đối cảnh tàn tạ, chết mất, chẳng sanh lòng sầu não.

Khi mình quán tưởng tánh và tướng của các hạnh (*chư hạnh*), tức là quán tưởng lẽ biến đổi, lẽ vô thường của các pháp hữu - vi, thì mình có thể đắc trọn *Không Tam - muội*. Đó là lời giảng của ngài Văn - Thù với ông Thuần - Đà.

KHÔNG - TÁNH (TÍNH) 空 性 Cái Tánh Không. Tiếng gọi cái *Chơn-như*. Cái Tánh của nhà đắc ngộ lẽ Không, lìa khỏi sự chấp ngã, chấp có mình, có người và lìa khỏi sự chấp pháp, chấp có mọi sự mọi vật. Nhờ đắc cái *Không-Tánh*, người ta hết khổ - não, được an - nhiên.

KHÔNG - TẾ 空 際 Cõi Không, Miền Không - tịch. Tiếng dùng để gọi *Niết - bàn* (Phạn : Nirvana), nơi Không - không tịch-tịch, nơi yên - lặng hoàn - toàn của nhà tu Phật đắc Đạo.

KHÔNG TỊCH 空 寂 1.) Trống - không vắng - lặng. Không có các tướng, kêu là *Không*. Không có khởi diệt, không có sanh tử, vắng-lặng tự - nhiên, kêu là *Tịch*.

2.) Dầu cho có tướng, dầu cho có khởi và có diệt, nhưng tự mình chẳng thấy tướng, chẳng thấy chỗ khởi và chỗ diệt của các pháp, như vậy cũng là *Không tịch*. Do pháp Không Tam-muội, nhà đạo đối với các pháp chẳng phải không, thấy và khiến chúng nó thành ra *Không tịch*. Tỷ như với chất muối, người - ta làm cho vật chẳng mặn trở nên mặn. Cũng như thế, nhà đạo nhờ tu lẽ Không mà thấy rằng các pháp đều có tánh *Không tịch.*

Niết-bàn Kinh: Ngã dĩ tu học nhứt thiết chư pháp, bồn-tánh *Không tịch*... (*Phật phán với chư Tỳ-kheo rằng : Ta đã tu học tất các pháp, thảy đều có cái bồn-tánh* **trống-không vắng lặng**).

KHÔNG-TÔNG 空宗 Secte du Nihilisme (fr.) Tông phái chuyên tu trì lẽ Không. Như người ta gọi Tiểu-thừa *Thành-thật tông*, Đại-thừa *Tam luận tông* là *Không-tông.*

KHÔNG-TỤ 空聚 Tức là *Không tụ-lạc* : xóm nhà trống không, chẳng có người ở và chẳng có vật-thực, của cải. Tiếng tỷ-dụ để gọi *Lục căn* tức là cái thân trống không, Lục trần không thể vào đó mà vơ vét.

Trong **Niết-Bàn kinh** quyển 23, Phật có dạy : Bồ-tát nên quán tưởng Lục căn như *Không-tụ*, và Lục trần như *Lục tặc.* Bọn *Lục tặc* tức bọn cướp sáu đứa, khi vào *Không-tụ*, xóm nhà trống không, thì chẳng có chi mà vơ vét. Cũng như thế, *Lục trần* khi xáp vào *Lục căn* trống không, thì chẳng cướp giựt chi được, chẳng làm khổ-não mình.

Vì tưởng như vậy, tỷ như vậy, cho nên Phật gọi Lục căn là *Không-tụ* và Lục trần là Lục tặc.

KHÔNG-TƯỚNG 空相 Tướng Không, Không có tướng. Các tướng vốn không, chẳng phải thật. Cũng viết : *Vô-tướng, Không tánh tướng, Không vô tướng.* Nghĩa là : các pháp (*chúng-sanh và mọi sự vật*) đều là không, chẳng có tướng-trạng bền vững. Lại nữa, cái thể-tướng Chơn-không, cũng kêu là *Không-tướng.*

Cái *Không-tướng* tỷ như đáy sông đại-hà ; chỉ có Phật đụng tới đáy, thấu triệt cái *Không-tướng* mà thôi ; các hàng Thinh-văn và Duyên-giác thấu triệt chẳng tới. Vì Phật tỷ như Đại-tượng vương, còn hàng Thinh-văn và Duyên-giác tỷ như hương-tượng (*con voi còn nhỏ*).

Như ai tu lẽ *Không-tướng* thì có thể ra ngoài 25 cảnh có

trong Tam giải ; còn như chẳng tu *Không vô-tướng* thì bị dòng nước sông phiền-não lôi cuốn.

KHÔNG-TƯỞNG 空 想 Cái tư-tưởng không, cái tư-tưởng cho là không. Như tưởng rằng thân mình, thân người và thân chúng-sanh chẳng qua là *Tứ đại, Ngũ uẩn, Lục căn* tạm hiệp mà thôi, chẳng có trường tồn, chẳng phải thật. Lại tưởng rằng các pháp tức là mọi sự-vật chỉ là nhơn-duyên hòa hiệp mà thôi, chỉ là vô-thường, giả dối, chẳng phải thật. Có cái *Không-tưởng*; bền vững như vậy, tức là đắc phép *Không Tam-muội.*

Niết-bàn kinh, quyển 23 : Bồ-tát quán Lục nội nhập tức Lục căn, thường sanh cái *Không-tưởng*, nhơn sanh cái Không tưởng, cho nên chẳng luân-hồi trong vòng sanh-tử mà chịu khổ-não.

KHÔNG THỦY GIÁO 空 始 教 Giáo lý về lẽ Không để dạy những người từ Tiểu-thừa mới bước vào Đại-thừa. Bực giáo-lý thứ nhì trong năm bực Giáo-lý do Hoa-nghiêm tông phán định. Tức là những pháp Không dạy trong các Kinh Bát-nhã và trong ba cuốn luận của Tam luận tông. Xem : *Ngũ giáo.*

KHÔNG VÔ-BIÊN XỨ 空 無 邊 處 Akàsànantyàyatana (*scr.*) Chỗ trống-không chẳng có bờ cõi. Cảnh trời thứ nhứt nơi *Vô-sắc giải* : chán cái thân có hình sắc, nghĩ tới nơi trống - không chẳng có bờ cõi, làm cái kiến-giải về chỗ không có bờ cõi cho đời mình sanh, kêu là *Không-vô-biên xứ* tức là Vô-sắc giải. Kêu tắt : *Không-xứ.* Xem : *Vô-sắc giải.*

KHÔNG VÔ-BIÊN XỨ ĐỊNH 空 無 邊 處 定 Akàsànantyàyatana - Samâdhi (*scr.*) Ngồi thiền nhập định vào chỗ trống không chẳng có bờ cõi. Nhờ phép thiền - định ấy, nhà tu hành có thể sanh vào chỗ trống-không chẳng có bờ-cõi nơi *Vô-sắc giải* vậy.

Khi vào phép *Không vô - biên xứ định*, cái thần - thức của nhà Đạo đã vượt qua khỏi cõi Tiên Dục-giải và cõi Tiên Sắc-giải, vào tới cõi Tiên Vô-sắc giải. Cõi Tiên Vô-sắc giải nầy có bốn cảnh Tiên từ thấp lên cao là : *Không vô-biên xứ*, Thức vô-biên xứ,

Vô sở hữu xứ, Phi tưởng phi phi tưởng xứ. Như vậy, vào *Không Vô-biên xứ định*, cái tâm thức của nhà Đạo vượt tới cảnh Tiên, cảnh Trời *Không Vô-biên xứ* của Vô-sắc giái.

KHÔNG VÔ-NGÃ 空 無 我 Trống - không, không có mình. Xác - thật rằng trong *ngũ uẩn*, không có một tướng nầy hay một tướng khác, kêu là *Không*. Cái chỗ không có mình, không có ta, kêu là *Vô-ngã*.

Lại cái chỗ không có cái của mình, kêu là *Không*; không có ý-kiến chấp mình kêu là *Vô-ngã*.

Lại *Không* và *Vô-ngã* tuy khác tên mà đồng nghĩa.

Không, Vô-ngã là cái bổn-tánh của các pháp.

Vô - lượng - thọ - Kinh : Thông-đạt chư pháp tánh : Nhứt thiết *Không, Vô-ngã*.

(*Thông suốt cái tánh của các pháp : tất cả đều là Không, không có cái ta*).

KHÔNG, VÔ-TƯỚNG, VÔ NGUYỆN TAM-MUỘI 空, 無 相, 無 願 三 昧 Cũng kêu : *Không, Vô-tướng, Vô-tác*. Phép đại-định về lý Không, Không sắc-tướng, không nguyện-cầu tạo-tác. Vì thiền-định về ba cái lý Không ấy, nên cũng gọi là *Tam Tam-muội, Tam Tam-ma-địa, Tam định, Tam đẳng trì, Tam Không, Tam giải-thoát môn*.

Không : Quán-tưởng tất cả các pháp đều do nhơn-duyên hòa-hiệp mà sanh ra, tự-tánh vốn không. Không có cái *ta*, không có *cái gì là của ta*. Ấy là *Không Tam-muội*.

Vô-tướng : Đã quán tưởng thấy các pháp đều không, kế quán tưởng không thấy tướng nam, tướng nữ, không còn phân-biệt tướng nữa. Ấy là *Vô-tướng Tam-muội*.

Vô nguyện : Đã biết rõ các pháp đều không tướng, thì ở trong Tam giải, có chi đâu mà cầu, mà nguyện ! Ấy là *Vô-nguyện Tam-muội*.

Đã không có chi mà cầu, mà nguyện, thì đâu còn cố ý tạo ra Nghiệp Sanh-tử. Ai khéo nhập định vào ba phép Tam-muội *Không, Vô-tướng, Vô-nguyện*, thì có thể đắc Đạo, nhập Niết-bàn. Đối với bực đắc Đạo, Tam Tam-muội được gọi là *Tam Giải-thoát môn*.—

Ba phép Tam-muội ấy rất bao la, thâm diệu. Bực hữu-lậu, chưa đắc Đạo, thẳm định cũng được. Cho đến các bực Thinh-văn, La-hán, Duyên-Giác, Bồ-tát đều thiền-định vào ba phép ấy được hết. Tức là ba phép định chung cho cả Tiểu-thừa và Đại-thừa.

Vô lượng-Thọ kinh: Bồ-tát trụ vào *pháp «Không, Vô tướng, Vô nguyện»*, bèn không cố ý tạo tác,không khởi ra nhơn-duyên, xem các pháp đều như ảo-hóa. **Niết-bàn kinh**, quyển 37 : Thánh-đạo tức là : *Không, Vô-tướng, Vô-nguyện.* Ai tu Đạo ấy rồi, có thể diệt hết tất cả Quả-báo Phiền-não.

KHÔNG-VƯƠNG 空 王 Vua của đạo-lý «Không». Tiếng dùng để xưng Phật. Phật từng thuyết lẽ Không, tự ngài chứng đắc lẽ Chơn-không. Đạo của ngài, kêu là *Không-pháp.* Còn Phật, thì kêu là *Không-vương.* *«Qui-nguyên trực-chỉ»* quyển ba :

Thế hữu tài-nhơn văn tiễm tuyệt,
Khả lân bất ngộ *Không - vương thuyết.*
(Đời có người tài, văn rất tuyệt,
Thương vì chẳng gặp *Không- vương thuyết.*)

KHÔNG-XỨ 空 處 Nơi không. Cõi Vô - sắc không có hình, không có sắc, cho nên kêu là *Không-xứ.* Có bốn nơi khác nhau, kêu là *Tứ không xứ, Tứ không thiên.* Lại kêu là *Tứ Vô - sắc xứ (bốn nơi không có sắc)* tức là *Vô-sắc giới.* Bốn nơi *Không xứ* là : Không vô-biên xứ, Thức vô-biên xứ, Vô sở hữu xứ, Phi tưởng phi phi tưởng xứ.

Không - xứ trên là tiếng gọi chung Tứ Không-xứ, Tứ Không-thiên (Phạn : Caturûpabrahmaloka), tức là cõi *Vô-sắc giới* (Arùpadhàtu).

Không-xứ cũng là tiếng nói tắt: *Không vô-biên-xứ*(Akàsànantyàyata--na),cảnh thứ nhứt (từ dưới kể lên) trong Tứ không thiên.

Như trong *Niết-Bàn Kinh* có chép ; Vị Bồ-tát nào đắc phép Vô-ngại Tam-muội,thì đoạn tuyệt cảnh trời *Không-xứ*,không mắc vướng vào đó.

Không-xứ cũng là *Không nhàn xứ*,chỗ vắng-lặng nhàn-tĩnh,chỗ tu hành của nhà sư tịnh-hạnh.

KHÔNG - XỨ ĐỊNH 空 處 定 Akàsànàtyàyantana-Samâdhi (*scr.*) Phép Định đạt tới cảnh Không - xứ. Đó là một trong bốn Vô - sắc định. Chán với sắc, duyên với không mà nhập định. Cái tâm định ứng — với cảnh Hư-không vô-biên, vào tới cảnh Trời Hư - không vô-biên, kêu là *Không-xứ định*. Tức là : *Không vô biên xứ định*, kêu tắt là *không - xứ định*.

KHỞI DIỆT 起 滅 Khởi và diệt. Sự vật sanh ra hay là diệt đi vậy. Nhơn-duyên hòa-hiệp thì sanh khởi ; nhơn-duyên ly tán thì diệt-tạ. Sự vật sanh ra và dứt mất, gọi là *Khởi diệt*. Người-ta, chúng-sanh sanh sống và chết mất, gọi là *Sanh tử*, *Sanh diệt*.

KHỞI-TÍN LUẬN 起 信 論 Một bộ kinh-luận rất có danh về Phật-học. Kêu trọn : *Đại-thừa Khởi-tín luận*. Trước-tác bởi Mã-Minh (Asvaghosa) Bồ-tát, Tổ-sư đời thứ mười hai, thế-kỷ đầu Dương-lịch. Lúc bấy giờ, nền Phật-giáo Đại-thừa vừa phát khởi ; với bộ *Khởi-tín luận*, ngài Mã-Minh truyền-bá rất đắc lực giáo-pháp Đại-thừa. Bộ *Khởi-tín luận* văn-chương rất lưu-loát, rất có năng-lực làm cho người ta khởi lòng chánh-tín đối với lý-khuyết cao rốt của Đại-thừa. Bộ *Khởi-tín luận* dịch ra chữ Hán hai lượt : lượt đầu, nhằm đời nhà Lương, ngài Chơn-Đế dịch một quyển ; lượt thứ hai, nhằm đời nhà Đường, ngài Thật-xoa-nan-đà dịch hai quyền.

KHỞI-TÍN NHỊ MÔN 起 信 二 門 Hai pháp-môn của Khởi-tín luận. Sách *Khởi - tín luận* có thuyết - minh hai môn, giải thích hai thứ tâm - trạng của chúng - sanh :

1.) Tâm Chơn - như môn,

2.) Tâm Sanh - diệt môn.

Tâm Chơn-như môn hay Chơn - như môn là pháp - môn dạy về cái Bổn - thể của tâm chúng - sanh, nghĩa là chúng - sanh vốn có nơi mình cái Chơn - như, cái Phật - tánh.

Tâm Sanh - diệt môn hay Sanh - diệt môn là pháp - môn dạy những hiện - tượng trong tâm của chúng - sanh, có sanh ra, có dứt mất, chẳng lâu bền.

KHỞI TỬ - NHƠN CHÚ 起 死 人 咒, cũng viết **KHỞI THI QUỈ** 起 尸 鬼 Chú - pháp làm cho thây ma đứng dậy và cử động . Bên Tây - tạng và Ấn - Độ ,có những nhà sư học cách làm cho thây người chết cử - động như kẻ sống . Khi họ đọc chú ấy , thì thây chết đứng dậy và chịu sự sai , khiến của họ. Tỷ như họ bảo đi giết ai, thì thấy ma ấy thi hành liền.

KHUẤT-KHUẤT SÁ-BÁ ĐÀ 屈屈吒播陀 Gradhakuta, Gridhrakûta (scr.) Núi Khuất-khuất Sá-bá-đà. Chữ phạn, dịch ra Hán là *Kê-túc sơn*, nghĩa là núi Chơn gà. Vì nó mọc chót vót lên ba đèo, hình như cẳng gà vậy Núi ấy tại phía Đông cây Bồ-đề dư trăm dặm. Ca-Diếp tôn-giả nhập định tại đó. Chính nơi núi ấy, đức Phật lập hội Pháp-Hoa, diễn Kinh Diệu-pháp liên-hoa. Cũng đọc : *Kỳ-xà quật*. Và cũng dịch : *Thứu đầu sơn, Thứu-sơn, Linh-thứu sơn, Linh-sơn.* (*Xem : Kỳ-xà-quật sơn*)

KHUY-CƠ 窺基

Một vị cao-tăng người Trung-hoa, đời nhà Đường, thế-kỷ thứ bảy, đệ-tử của Huyền Trang. Ngài Khuy-Cơ trụ trì tại chùa Từ-ân ở Trường-an, cho nên người ta cũng gọi ngài là *Từ-ân Đại-sư.*

Ngài nối chí Huyền Trang mà truyền bá những kinh-điển về Trung-đạo và Du-già. Nhứt là ngài có công lớn đối với sự truyền-bá Pháp-tướng tông, vì vậy cho nên người ta gọi Pháp-tướng tông là *Từ-ân tông.*

Khuy-Cơ có một đệ-tử là Tuệ-Chiều (Huệ-Chiều) cũng có công lớn trong việc tuyên truyền Pháp-tướng tông.

KHUYẾN 勸 Encourager, Conseiller (*fr.*) Khuyên lơn. Dùng lời nói ôn nhu mà làm cho người ta nghe theo, khen ngợi người ta, nóng chí họ làm việc lành. Như : *Khuyến thiện, khuyến tu.*

Khuyến đối với *Giới* 誡. *Khuyến* là dùng lời dịu ngọt mà chỉ dạy điều lành, khiến cho người ta làm theo. *Giới* là lấy điều răn dạy, khiến cho người ta chừa bỏ việc ác. Trong đời hóa đạo của Phật Thích-Ca, ngài tùy tiện dùng hai môn ấy mà độ chúng-sanh. Hai môn ấy kêu là : *Khuyến-môn* và *Giới-môn.*

Giới-môn tức là : chư ác mạc tác. *Khuyến-môn* tức là : chúng thiện phụng hành. Lại tạng Kinh được kêu là *Khuyến-môn* Tạng Luật được kêu là *Giới-môn.*

KHUYẾN CHUYỂN 勸轉 : Sự chuyền Pháp-luân bằng

cách khuyên lơn. Hồi mới thành Đạo, xuống tại Vườn Lộc gần thành Ba-la-nại mà thuyết Pháp lần đầu(chuyển Pháp-luân), đức Phật Thích-Ca giảng Tứ diệu-đế bằng ba lượt liên tiếp: *Thị* (chỉ ra), *Khuyến* (khuyên), *Chứng* (tu chứng). Ba cách ấy, kêu là Tam chuyển Pháp-luân.

1.) *Thị chuyển*: Ớ chư Tỳ-kheo! Đây là Khổ, đây là Tập, đây là Diệt, đây là Đạo .... Ngài thuyết pháp chỉ ra bốn đế, cho nên kêu là *Thị chuyển*.

2.) *Khuyến chuyển*: Ớ chư Tỳ-kheo! Khổ nên biết, Tập nên trừ, Diệt nên chứng, Đạo nên tu ... Ngài khuyên thi hành bốn đế, nên kêu là *Khuyến chuyển*.

3.) *Chứng chuyển*: Ớ chư Tỳ-kheo! Khổ ta đã biết, Tập ta đã trừ, Diệt ta đã chứng, Đạo ta đã tu ... Ngài nói ra cách tu chứng Tứ diệu-đế của ngài, cho nên kêu là *Chứng chuyển*.

KHUYẾN DUYÊN 勸 緣 : Khuyên gọi người hữu duyên. Cũng nói: *Khuyến hóa*. Ấy là tầm đến những nhà từ tâm, có thiện-cảm với Tam Bảo mà khuyên họ hỷ cúng vào cuộc cất chùa, tạo tượng, in kinh v. v.

KHUYẾN HÓA 勸 化 : Khuyến thiện và giáo hóa. Có hai nghĩa:

1.) Đi tới tiền bạc, vật-thực để cất chùa, mở hội tu, lên cốt Phật, ấn tống Kinh v. v.

2.) Khuyên dạy người ta bỏ tà mà theo chánh, dạy dỗ người ta trở nên hiền lành. Như nói: Bồ-tát khéo dùng phương-tiện, tùy theo tình ý của chúng-sanh mà *Khuyến-hóa* họ.

KHUYẾN-LẶC 勸 勒 Kwanroku (*jap.*) Nhà sư Cao-ly hồi thế-kỷ thứ sáu, thứ bảy dương-lịch. Chính ông truyền đạo Phật qua Nhựt hồi trào nữ-vương Duy-cổ Thiên-hoàng (593-628). Trong khi truyền đạo Phật, ông cũng có truyền cách dùng lịch Tàu qua bên Nhựt, ấy là vào năm 608.

KHƯ-LA-KHIÊN-ĐÀ A-TU-LA VƯƠNG 佉 羅 騫 馱 阿 修 羅 王 Suraskandha (*scr.*), Roi des Asuras (*fr. scr.*) Một vị vua trong loài thần A-tu-la (*scr*: *Asuras*). Hồi đức Phật Thích-Ca sắp diễn Kinh Diệu-pháp liên-hoa tại núi Kỳ-xà-quật, *Khư - la - khiên đà A-tu-la vương* với ba vị vua khác trong loài thần A-tu-la, mỗi vị đều có dắt theo rất nhiều quyến - thuộc A - tu - la, hiện lại mà dự nghe Phật thuyết pháp.

(Xem : *A - tu - la*).

KHƯ - LÊ 佉 梨 Tiếng Phạn, dịch nghĩa : Hộc. Đồ đong lường xưa của Ấn - Độ, bằng ~~một~~ hộc = mười đấu của Trung-hoa.

L

LA - DUYỆT (*quốc*) 羅 閱 (國) Rajagriha (*scr.*). — Demeure royale (*fr.*) Tức : La - duyệt thành, kinh - đô nước Ma-Kiệt - đà (*Magadha*). Cũng kêu theo nghĩa : *Vương-xá thành* (Xem : *Vương - xá thành*.)

LA - HÁN 羅 漢 Arhat (*scr.*) Kêu tắt chữ *A - la - hán*. Nhà tu Phật xuất - gia, dứt tuyệt các phiền - não ở trong lòng. (xem : *A - la - hán*).

LA-HẦU A-TU-LA VƯƠNG 羅睺阿修羅王 Râhu (*scr.*), Roi des Asuras (*scr.*) Một vị vua trong loài thần A-tu-la (*Asuras*), tên là *La-hầu* (*Râhu*).

• Hồi Phật Thích-Ca sắp diễn kinh **Diệu-pháp-liên-hoa**, *La-hầu A-tu-la vương* với ba vị vua khác trong loài thần A-tu-la, mỗi vị đều có dắt theo rất nhiều quyến - thuộc A-tu-la, hiện đến núi Kỳ-xà-quật mà nghe Phật thuyết-pháp.

Trong **Niết-bàn Kinh**, quyền 24, có lời Phật phán : Như trong các loại chúng-sanh thân thể to lớn, thì *La-hầu A-la-tu vương* là trồi hơn hết. Pháp chẳng phóng - dật cũng như thế ; trong các thiện-pháp, pháp ấy là cao trồi hơn hết.

LA-HẦU - LA (*Ra-hầu-La*) 羅睺羅 Râhula (*scr.*) Con trai của đức Cồ-Đàm (Gotama) hồi ngài chưa thành Phật. Thái - tử Thích-Ca cưới vợ là công-chúa Da-du-đà-la (*Yasodhara*).

Bà sanh một trai, ngài đặt tên con là *La-hầu-la* (*Râhula*), có nghĩa là phú chướng (*che án và trói buộc*). Ngài ngụ ý rằng chính vì có con nên ngài khó rời bỏ mà xuất gia, và biết bao kẻ cũng thường bị vợ, con ràng buộc, nên không bước lên đường Giải-thoát được!

Chừng đức Thích-Ca đắc Đạo cả mà trở về thành Ca-tỳ-la-vệ (*Capilavastou*), bà công-chúa cho *La-hầu-La* xuất gia trì giới, tuy chàng còn nhỏ tuổi. *La-hầu-La* nhập đạo và tu đắc quả A-la-hán. Ông thường dự nghe Phật thuyết pháp.

Trong **Kinh Niết-Bàn**, Phật thường dạy rằng : Ta coi tất cả chúng-sanh cũng như con một của ta là *La-hầu-la.*

Kinh Nhơn-duyên : Trong Mười Đệ-tử lớn của Phật *La - hầu - La* có *Mật - hạnh* bực nhứt.

Trong *hội Pháp-Hoa,* đức Phật có thọ-ký cho *La-hầu-La,* bảo rằng về sau *La-hầu-la* sẽ thành Phật, hiệu là *Đạo-Thất-Bảo-Hoa Như-lai* (*Saptaratnapadmavikrâmin*) : Bước đi trên hoa sen Thất bảo. Cũng trong *hội Pháp-Hoa,* đức Thế-tôn có giảng rằng : Nhờ *La-hầu-La* có *Nguyện từ trước,* nên được sanh ra làm con của Bồ-tát Vương-tử, và đến khi Bồ-tát thành Phật, *La-hầu-la* lại ra đi làm con Phật. Chẳng những ở một đời nầy, mà về sau, trong vô-số Phật tới, *La - hầu - La* sẽ được làm con trưởng - nam của chư Phật đặng thọ lãnh Pháp Phật, mãi cho đến khi tự mình thành Phật Đạo-Thất-Bảo-Hoa.

LA-HẦU-LA-ĐA 羅睺羅多 Bâhulata (*scr.*) Tổ thứ 16 trong hàng 28 vị Tổ-sư nối nhau nắm giữ đạo Phật ở Ấn-Độ.

Theo quyển «Phật-tổ lịch đại thông tải», ngài là người xứ Ca-tỳ-la. Ngài du hành, hóa độ đến thành Thất-la, sông Kim-thủy. Ngài nói với đại - chúng rằng : Ở bên xứ kia, có bực Thánh tên là Tăng-già-nan-đề. Đức Phật có phán tiên - tri rằng ông ấy sẽ ở ngôi Tổ thứ 17.

Ngài bèn khiến học-chúng đưa thuyền cho ngài lên nguồn sông. Đến nơi, ngài thấy Tăng-già-nan-đề an toạ nhập định. Đủ 21 ngày, ông nầy mới ra khỏi cơn thiền. Hai ngài bèn biện luận về nghĩa-lý của sự định. Tâm ý của Nan-đề trở nên khoát-nhiên, Tổ bèn truyền phó cho Pháp-nhãn.

LA-SÁT 羅刹 Rãkchasas (*scr.*) Loài hung-thần ác-quỉ. Dịch nghĩa : *Bạo ác, Khả-úy* (*đáng ghê sợ*). Loài này hình tướng và mặt mày rất ghê gớm, thích ăn thịt người. Cảnh - giới của chúng ở giữa biển cả và cũng ở rải rác khắp nơi trên đất liền.

Giống đực kêu là La - sát - bà (*Râkchasas*), kêu tắt : *La - sát.* Giống cái kêu là : La-sát-tư (*Râkchosis*), *La-sát nữ*.

Hồi đức Phật Thích-Ca ra đời, tại xứ Na-càn-ha-la (*Nagarahâra*), có năm con quỉ *La-sát* cái thường biến ra loài rồng mà phá hại người. Nhơn dân đến thỉnh cầu Phật hàng phục. Đức Phật giáo độ, làm cho bọn *La-sát* nữ ấy qui-y và trở nên hiền lành.

Trong **Diệu-pháp-liên-hoa Kinh,** phẩm Phổ-môn, có nói rằng :

Giả như trong cõi Tam thiên đại thiên nầy choán đầy bọn quỉ Dạ-xoa (*Yakchas*) và *La-sát* (*Râkchasas*), có ai kêu tới tên Quan thế-Âm Bồ-tát, liền được tránh khỏi bọn quỉ ấy ; bọn hung ác tàn bạo nầy chẳng thấy được mình.

Gặp khi **La-sát** *ám-mê,*
Độc long, thần dữ ham bề phá nguy,
Quan-Âm niệm vái thường khi,
Hung thần, ác quỉ làm gì được đâu...

Nhưng vậy, cũng có những quỉ *La-sát* có Bồ-đề-tâm : tuy mang lốt quỉ, chớ không còn có lòng quỉ, thường chở-che hộ - trợ những bực tu hành. Như trong hội Pháp-Hoa, có mấy bà *La-sát* : Lam-bà (*Lambâ*), Tỳ-lam-bà (*Pralambâ*), Khúc-xỉ (*Mâlâ - kutadanti*), Hoa-xỉ (*Puchpadanti*), Hắc-xỉ (*Matutatchandî*), Đa-Phát (*Kêçinî*), Vô-yềm-túc (*Atchalâ*), Trì-anh-lạc (*Mâlâdhari*), Cao-đế (*Kunti*), Đoạt nhứt thiết chúng-sanh tinh-khí (*Sarvasattvândjôhârî*), Ha-ly-đế (*Hâriti*) đều đến trước Phật, nguyện ủng - hộ những vị trì kinh Diệu-Pháp liên-hoa. Và mấy bà có truyền ra mấy câu thần-chú. Hễ nhà trì Kinh đọc mấy câu thần-chú dưới đây, thì khỏi ai phá hại được, dầu là người, thần, yêu quỉ :

1. Y-đề-lý (*Ydhêley*). 2. *Y-đề-dận* (*Ydhêley*). 3. Y-đề-lý (*Ydhê-*

lcy). 4 A-đề-lý (*Adhêley*). 5. Y-đề-lý (*Ydhêley*). 6. Nê-lý (*Niley*). 7. Nê-lý (*Niley*). 8 Nê-lý (*Niley*). 9. Nê - lý (*Niley*). 10 Nê - lý (*Niley*). 11. Lầu-hê (*Lauhê*). 12. Lầu-hê (*Lauhê*). 13. Lầu-hê (*Lauhê*), 14 Lầu-hê (*Lauhê*). 15 Lầu-hê (*Lauhê*). 16. Đa - hệ (*Dhahê*). 17. Đa-hê (*Dhahê*). 18 Đâu-hê (*Dhahê*). 19. Nâu - hê (*Dhahê*). 20. Đa-hê (*Dhahê*).

LA-SÁT QUỐC 羅刹國 Cõi nước của quỉ La-sát, quỉ ăn thịt người. Cõi nước của chúng ở trong Biển cả.

LA-SÁT-TƯ 羅刹私 Ràkchasis (*scr.*) Cũng viết : La-sát nữ. Qui La-sát đờn-bà, ăn thịt người. (*Xem* : *La-sát*).

LA-THẬP (*Pháp sư*) 羅什 (法師) Kumârajiva (*scr.*) Tức là ngài *Cưu-ma-la-thập,* một vị Sa-môn người Tây-vực qua Trung-hoa hồi thế-kỷ thứ năm, rất có công trong việc dịch Kinh chữ Phạn ra chữ Hán. (*Xem* : **Cưu-ma-la-thập**)

LA-TRAI 羅齋 *La* : chữ Phạn *Bát-đa-la,* Patra, kêu tắt : *La,* dịch nghĩa : Cái bát mà nhà sư dùng đựng cơm khi đi khất thực. *Trai* : chữ Hán, cơm chay, đồ ăn chay. *La trai* : Tiếng của Thiền-lâm, nghĩa là : Giơ bát ra để thọ lãnh cơm chay.

LA-VÂN 羅云 Tức là *La-hầu-La* (*Râhula,* dịch nghĩa : *Phú chướng,* che án và trói buộc. Con trai của đức Thích-Ca. Xem : *La-hầu-La.*

LẠC (*Nhạo*) 樂 Plaisir, Béatitude ; Réjouissant, Bienheureux; Désirer (*fr.*) Khoái - lạc, an - lạc. Vui sướng, thỏa thích, an-nhàn. Đối với : *Khổ.* Nếu là danh từ (*nom*) và tĩnh-từ (*adjectif*), thì đọc *lạc* (*vui sướng*); nếu là động-từ (*verbe*), thì đọc *nhạo* (*ưa thích, vui thích, ham mộ*).

Ở hạng phàm - phu, trong cái *lạc* có xen cái khổ, vì cái *lạc* ấy có chứa sự tham-trước, dục vọng. Tỷ như sắc đẹp, tiếng tốt, mùi thơm, vị ngọt, áo quần, tiền bạc là những món *lạc* (vui). Nhưng nếu người ta ham mế, thì phải khổ. Những món vui, những sự vui như thế, kêu là *thế - gian lạc.*

Ở bực mộ đạo, hàng Thánh - giả, thì cái *lạc* rất trong sạch, ngoài vòng tham lam, khổ não. Tỷ như bố-thí cúng-dường, trì Giái, xem Kinh, tu thiền đem lại sự vui sướng thanh bạch, thuần túy. Đó kêu là *xuất thế-gian lạc*. Chính cái *lạc* nầy là cái vui vẻ an-nhiên và tịch-tỉnh, tức nó là *Niết-bàn*, là một đức trong *Tứ đức Ba-la-mật* (Thường, *Lạc*, Ngã, Tịnh). Cho nên cõi Tịnh-độ hoàn toàn vui sướng của Phật A-Di-Đà, kêu là Thế-giái Cực-*lạc*.

Lạc có ba cảnh : 1.) Thiên-lạc, 2.) Thiền-lạc, 3.) Niết-bàn lạc. (Xem : *Tam lạc*.)

Niết-bàn kinh : *Lạc* có hai thứ: *Lạc* của phàm-phu và *Lạc* của chư Phật. *Lạc* của phàm-phu là vô-thường, bại-hoại, cho nên chẳng có *lạc*, chẳng phải vui. Còn *lạc* của chư Phật là Thường-lạc, chẳng có biến đổi, cho nên kêu là *Đại-lạc*. (*Xem : Đại-lạc*).

LẠC-BANG 樂邦.— Sukhavati (*scr.*) : Cõi nước an-lạc. Tức là thế-giái Cực-lạc ở phương Tây của đức Phật A-Di-Đà. (*Xem : Cực-lạc quốc*).

LẠC-BIẾN-HÓA THIÊN 樂變化天 Nirmànarati (*scr.*) : Cảnh Tiên *Lạc biến-hóa*, người Tiên (*Thiên*) ở cảnh trời *Lạc-biến-hóa*. Cũng viết : *Hóa lạc-thiên, Hóa tự lạc thiên, Diệu-lạc hóa thiên*. Cảnh tiên thứ năm trong sáu cảnh trong cõi *Dục-giái* chư Thiên. Ở cảnh nầy, mỗi vị Tiên tự mình dùng sức thần-thông tự-tại biến hóa ra các cuộc vui sướng để hưởng. Xem : *Hóa lạc thiên*.

LẠC-NHƠN (*nhân*) 樂因 Những nguyên-nhơn vui, những món gây nên sự yên vui, khoái lạc, sung sướng cho người đời. Tức là sắc đẹp của phụ nữ, rượu nồng, thịt béo, cơm ngon, nước uống khi khát, lửa hơ cơn lạnh, áo quần, trang sức, xe cộ, vàng bạc, châu báu, nhà cửa, kho lẫm, ruộng vườn. Chính những món ấy là *lạc-nhơn*.

Nhưng mà những món ấy cũng đem lại sự khổ cho người đời, nếu họ tham lam, mê muội. Như nữ-nhơn thì làm cho nam-tử ưu sầu bi khấp, cho tới dứt mạng. Hoặc vì rượu nồng, thịt béo, lúa ruộng v.v. mà người đời hại nhau, giết nhau. Cho nên *lạc-nhơn* tức là *khổ-nhơn* vậy.

LẠC-PHÁP BỒ-TÁT 樂法菩薩 Đức Lạc-Pháp Bồ-tát, một tiền-thân của Phật Thích-Ca. Xem : *Nhạo-Pháp Bồ-tát.*

LẠC-QUẢ 樂果 : Quả an-lạc. Tức là cái diệu-thể của Niết-bàn : rời tất cả những cuộc sanh-tử. Được *lạc-quả* tức là đắc Bồ-đề vậy.

LẠC-TƯỞNG 樂想 : Sự nhận-thức vui (*Perception de plaisir*) ; cái tư-tưởng vui (*Pensée de plaisir*). Đối với : *Khổ-tưởng*. Như nói : Những kẻ phàm-phu, tham-trước, điên-đảo, ở trong một đám khổ, thế mà sanh bậy, sanh càn cái *lạc-tưởng.*

LẠC-THIÊN 樂天.— Optimiste (*fr.*) : Triết-học danh-từ. Cũng viết : *Lạc-quan.* Đối nghĩa : Bi-quan. Yên vui đạo trời, trông ra người ta và vạn vật đều tốt lành.

LẠC-THIÊN CHỦ-NGHĨA 樂天主義 Optimisme (*fr.*)

Triết-học danh-từ. Cũng viết : Lạc-quan chủ-nghĩa. Đối nghĩa: Bi-quan chủ-nghĩa, Yếm-thế chủ-nghĩa. (*Pessimisme*). Chủ-nghĩa của phái vui sống yêu đời.

LẠC-THỌ 樂受 : Sự cảm thọ vui, sự thọ hưởng vui sướng. Lãnh thọ cái cảnh thuận-tình mà thân-tâm có bề thích, khoái. Đối với : *Khổ-thọ.* Do *Lạc-xúc* mà sanh ra *Lạc-thọ. Lạc-thọ* là một trong *Tam thọ* : 1.) Khổ-thọ, 2.) *Lạc-thọ,* 3.) Bất khổ bất lạc thọ. (*Xem* : **Tam thọ**).

Lạc-thọ của phàm-phu có dính liền với khổ-thọ, nên khác với *lạc-thọ* của Thánh-triết.

LẠC-THỔ (*độ*) 樂土.— Sukhavati (*scr.*) Cõi đất yên vui, tức là cõi Tịnh-độ Cực-lạc.

Cũng có nghĩa : Cảnh yên vui của nhà tu hành dứt khổ.

« **Qui-nguyên trực chỉ** » : Tận trì trai-giái, tề niệm Di-Đà, đồng xuất khổ-luân, cộng đăng *Lạc-thổ.* (*Thảy đều ăn chay giữ giái, niệm Phật Di-Đà, thoát khỏi vòng khổ, lên tới* **Cõi vui, Cực-lạc quốc.**)

LẠC THUYẾT 樂說 : Vui sướng mà nói Đạo-lý, thuyết pháp chẳng biết chán. Một món trong *Tứ vô ngại trí* của Bồ-tát. Lại có nghĩa : Tùy theo sự ưa thích của chúng-sanh mà thuyết. Cũng đọc : Nhạo thuyết.

LẠC THUYẾT BIỆN-TÀI 樂說辯才 Có tài thuyết-pháp và thuyết-pháp một cách ưa thích, người nghe cũng lấy làm ưa thích. Một đức-tánh trong *Tứ vô ngại trí* của Bồ-tát. Cũng đọc : Nhạo thuyết biện-tài.

LẠC THUYẾT VÔ NGẠI TRÍ 樂說無礙智 Cũng viết : Lạc thuyết vô ngại biện : Có tài trí thuyết pháp ; trong khi thuyết pháp, làm cho các thính-giả đều vui thích và tự mình chẳng bị một sự ngăn ngại nào. Một trong *Tứ vô ngại trí* của Bồ-tát. Cũng đọc : Nhạo thuyết vô ngại trí.

LẠC TRƯỚC 樂著 : Chấp trước sự vui, mắc vào vòng vui sướng, mà quên đường tu học. Ấy là nói sự vui ở cõi người và ở cõi Tiên.

LẠC-XÚC 樂觸 : Đụng chạm với sự vui sướng, cảm xúc với sự khoái-lạc. Trước hết là *Lạc* (vui sướng), kế là *Nhơn-duyên*; có Nhơn-duyên là có *Lạc-xúc* ; do *Lạc-xúc*, sanh ra *Lạc-thọ*.

LAM PHONG 藍風 Tempête violente (*fr.*)

Tức : **Tỳ-lam-Phong** 毘藍風 (毘嵐風) dịch nghĩa : Bạo-phong, Gió-dữ, Bão tố bạo liệt.

LAM-TỲ-NI (*viên*) 藍(嵐)毘尼(園) Lumbini (*scr.*)

Cũng viết : *Lam-tỳ-viên, Lâm vi-ni-viên.* Cảnh vườn ngự-uyển, ở về quê vợ của vua Tịnh-Phạn. Bà hoàng-hậu Ma-Da sanh thái-tử Thích-Ca trong vườn ấy. Vườn *Lam-tỳ-ni* thuộc về nước Câu-ly (*Koli*), ở về phía đông thành Ca-tỳ-la-vệ (*Kapilavastou*), cách xa chừng bốn chục dặm.

Bà hoàng-hậu Ma-Da biết mình gần đến kỳ sanh sản, nên trở về quê nhà mà an-dưỡng. Nhơn buổi sáng, mặt trời vừa mọc, bà ngự ra chơi vườn *Lam-tỳ-ni*. Bà đến dưới một cây vô-ưu (*asoka*), thì thái-tử ra đời, từ nơi nách bên mặt của bà.

Ấy là ngày mồng tám tháng hai theo lịch Ấn-Độ, mà theo lịch Tàu thì *mồng tám tháng tư*.

Nơi vườn *Lam-tỳ-ni*, chỗ Phật giáng-sanh, vua A-Dục có trồng một cái trụ đá khắc chữ làm kỷ-niệm. Chỗ ấy hiện nay thuộc về xứ Nê-bạc-Nhĩ (*Népal*).

Đến chừng Phật thành Đạo, ngài có dắt Tăng-đồ và tín-đồ vào vườn *Lam-tỳ-ni* mà thuyết Pháp. Vườn ấy trở nên một cảnh Tịnh-xá của Giáo-hội Già-lam.

LAM-VŨ 藍宇 Couvent, Pagode (*fr.*)

Lam : *Tăng-già-lam* viết tắt. Dịch nghĩa : chúng viên, cảnh vườn tịnh của chư Tăng.

Vũ : Đường vũ, ngôi nhà.

Lam-vũ : Ngôi nhà trong vườn thanh-tịnh của chư-Tăng, tức là Phật-tự : chùa Phật, điện thờ Phật.

LÃO 老 Vieillesse, vieillard (*fr.*) Tuổi già, sự già, cảnh già, người già. *Lão* là một sự khổ trong *Tứ khổ* : sanh, *lão*, bệnh, tử. Cái *lão khổ* (*già khổ*) là một duyên cớ khiến cho thái-tử Tất-đạt-Đa tỉnh ngộ mà đi tu. Một buổi sáng kia, nhơn ngự du ra phía cửa đông, từ trên xe, thái-tử trông xuống thấy một *người già* đi lụm cụm, tay nương gậy, lưng đã khòm, chơn lại run, răng đều rụng. Người nhăn nhó, xấu xa, tóc bạc phơ, chỉ còn da bọc xương, cặp mắt hết thần, đi đứng té lên té xuống.

Người ấy bị sức phá hoại của *cảnh già*. Mà khi xưa thì cũng tốt trai, mạnh mẽ, những vui chơi thỏa thích đủ đều.

Thái-tử rất lấy làm cảm động. Ngài cho xe trở về, mắt và trí chỉ thấy *cảnh già* cả khổ não mà thôi.

LÃO KHỔ 老苦 : Một nỗi khổ trong *Tứ khổ*, *Bát khổ* của chúng-sanh ở thế-gian. Ấy là sự khổ não vì cảnh già yếu suy nhược.

LÃO-NẠP 老衲 : Ông sư già. *Lão* : già. *Nạp* : Nạp-y, áo bá-nạp mà Tăng chúng thường mặc. *Lão-nạp* tức là : ông già mặc áo nhà sư.

LÃO TẶC 老賊 : Cái già là phường đạo-tặc ; là vì nó cướp đoạt vẻ xuân-xanh tráng-kiện của người ta.

Niết-bàn kinh : Tỷ như có một người giàu to, có nhiều của-cải trân-bảo : như vàng, bạc, lưu-ly, san-hô, hồ-phách, xa-cừ, mã-não. Như có một bọn oán-tặc, vào nhà người, cướp giựt vơ vét hết của-cải của người. Nầy Thiện nam-tử ! cái thanh-niên tráng-sắc của người-ta cũng như vậy, nó hằng bị cái *Lão tặc* cướp đoạt nó đi.

LÃO TÚC 老 宿 : Tức là *Lão thành túc đức*. Tiếng xưng người già-cả có đức-hạnh.

LÃO TỬ 老 死.— Jâramarana (*scr.*).— Vieillesse et Mort (*fr*) : Già và chết.

Lão tử là nhơn-duyên thứ 12 trong *Thập nhị nhơn-duyên*. Sau khi diệt được cái *sanh* (*naissance*) là nhơn-duyên thứ 11, người ta diệt tới cái *lão tử* là cái nhơn-duyên cuối cùng. Cái *lão tử* bị diệt rồi, bao nhiêu sự khổ-não trong vòng luân-hồi đều bị diệt hết. Liền đó, nhà tu hành đắc Đạo.

LẠP 臘 Douzième mois, Année, Âge de religion (*fr.*) Lúc cuối năm, vào thời-kỳ người ta tế thần.— Chữ *lạp*, người Nam ta quen đọc : *Chạp*. Tháng chạp, Năm, Tuổi tu. Vị Tỳ-kheo thọ giái xong rồi, an cư được ba tuần (*ba tháng*), tức là được *một lạp*, một tuổi tu ; vì trong thời-kỳ an-cư, vị Tỳ-kheo ở nơi tinh-xá mà tu-học.

Người tại thế thì tính đủ theo các tháng trong năm làm một *lạp*, một tuổi. Còn người xuất-gia tính an-cư được mấy kỳ là hưởng thọ mấy tuổi, như vậy đặng phân biệt chỗ đứng ngồi nơi giáo-hội, nơi các cuộc lễ.

Vì vậy nên người ta gọi chữ lạp (*tuổi tu*) là : *giái-lạp, hạ-lạp, pháp-lạp, tăng-lạp*.

LẠP BÁT 臘 八 Ngày mồng tám tháng chạp âm-lịch là ngày *lạp bát*. *Lạp* : Tháng chạp, *Bát* : Mồng tám. Ấy là ngày Pháp-hội, lễ kỷ-niệm cuộc Thành Đạo của đức Thích-Tôn.

LẠP-TÁT 拉 薩 Lhassa

Kinh-đô nước Tây-Tạng (*Tibet, Thibet*), ở ném về phía trên nước Tây-Tạng (*Tiền-Tạng*).

Tại đó, có điện *Bồ-đà-lạc-ca* (*Potala*) của vua Đạt-lại-lạt-ma

(*Dalai-lama*) là vị Phật sống, hóa-thân của đức Quan-thế-Âm Bồ-tát.

Lạp-tát là Thánh-địa đối với người đạo Phật Lạt-ma giáo. Mỗi năm có hằng triệu tín-đồ trong nước Tây-Tạng và ở các nước gần như Mông-Cổ, Mãn-Châu, Trung-Hoa, Tân Cương, Ấn-Độ đến đó mà viếng các ngôi chùa và làm lễ trước điện Bồ-đà-lạc-ca.

Tại *Lạp-tát* chỉ có người đạo Phật hàng xuất-gia và hàng tại-gia mà thôi, chớ chẳng có người các đạo khác. Ở đó, có rất nhiều đền, chùa nguy nga, tráng lệ. Có bốn ngôi chùa rất giàu của nhà vua, mỗi ngôi thường có năm trăm vị sư ở tu hành; giáo hội của bốn ngôi chùa nầy có điền-địa nải nác khắp nước Tây-Tạng. Lại có ba ngôi chùa có danh tiếng hơn hết là: Séra, Drépung và Ganden. Ở ba ngôi chùa ấy, tăng-đồ hằng ngàn người, mỗi người tùy ý muốn học khoa nào thì học, như: Kinh, Luật, thiên-văn, bói khoa, y-học và các môn huyền-bí.

LẠT-MA 喇 嘛 Lama (*tib.*)

Nhà sư đạo Phật ở Tây-Tạng và Mông-Cổ. Ở Tây-Tạng, thầy tu *Lạt-ma* cầm quyền quốc-chánh, nhà vua và các quan đều là thầy tu. Hạng thầy tu choán một phần tư số dân. Các dinh-thự, các lầu-đài nguy nga rực rỡ đều là của thầy tu. Hạng thầy tu *Lạt-ma* ở Tây-Tạng và Mông-Cổ được dân-chúng trọng đãi một cách đặc-biệt. Chư tu-hành *Lạt-ma* nhiều ông rất có phép thần-thông, làm mưa làm gió lúc nào cũng được, biết việc quá-khứ, hiện-tại, vị-lai... Chính ông vua ở Tây-Tạng, *Đạt-lại lạt-ma* (*Dalai-lama*) mà người ta gọi là Phật sống (*Hoạt-Phật*), ngài có phép làm cho mình thoát khỏi Luật Luân-hồi. Mỗi khi gần tịch, ngài cho biết ngài sẽ giáng sanh vào nhà nào, rồi chư Tín-đồ sẽ đến nhà ấy mà thỉnh ngài về tôn lên ngôi. Nhiều sư *Lạt-ma* có học-lực rất cao, nghiên-cứu các kinh-điển và từng dạy ở các đại-học-đường. Ở các trường đại-học, các giáo-sư đều là các thầy *Lạt-ma*.

LẠT-MA GIÁO 剌嘛教 Lamaisme : Phái đạo Phật riêng ở Tây-Tạng, Mông-Cổ, Mãn-Châu. Đạo Phật ở Ấn-Độ chánh thức truyền lên Tây-Tạng vào thế-kỷ thứ bảy.

Từ đó, đạo Phật ở Tây-Tạng mở mang ra mãi và truyền bá ra các nước gần là Mãn-Châu. Mông-Cổ, Trung-Hoa. Bởi người ta gọi thầy tu là *Lạt-ma*, cho nên người ta xưng nền đạo là *Lạt-ma giáo*. *Lạt-ma giáo* có hai phái : 1.) Phái *Hồng-giáo* (*thầy tu đội mũ đỏ*) là phái cố cựu, chuyên luyện các phép thuật, các môn thần-bí, dung-hòa với tư tưởng bình dân. 2.) Phái *Hoàng-giáo* (*thầy tu đội mũ vàng*) là phái cải-cách do đức Tông-Cáp-Ba (*Tsong-khapa*) dẫn đạo từ thế-kỷ thứ 14. Phái nầy được Chánh-phủ công-nhận là Chánh-Giáo ; thầy tu có nghi-thức đúng đắn hơn, giữ giái-hạnh thanh-tịnh theo Phật-giáo, ở trong những ngôi chùa lớn mà ban tăng-già có đến hằng ngàn người.

Phái Hoàng-giáo tức là *Lạt-ma giáo* chánh-thức có hai vị chúa-tể nắm giữ mối đạo, ủng hộ chúng-sanh : 1.) Ngài *Đạt-lại-Lạt-ma* (*Dalaï-lama*), hóa-thân của đức Quan-thế-Âm, ngự ở điện Bồ-đà-lạc-ca sơn (*Potala*) tại Kinh-thành Lạp-tát (*Lhassa*). 2.) Ngài *Ban-Thiền Lạt-ma* (*Pentchen-lama*) là hóa-thân của đức A-di-Đà, trụ tại ngôi Chùa Trát-thập-luân-bố (*Trashi - Lumpo*) ở thành Shigatsé.

Lạt-ma giáo tức là Đạo Phật Đại-thừa, hiện nay Đại-thừa Phật-giáo có ảnh-hưởng lớn khắp cả hoàn-cầu.

LĂNG-GIÀ (*sơn*) 楞伽(山) Lankâ (*scr.*) Hòn núi tại nước Tăng-già-la hay Tăng-già quốc (*Sinha, Singha*). Nước *Tăng-già*, kêu theo nghĩa : *Sư-tử quốc*, ngày nay kêu là đảo Tích-lan, nước Tích-lan (*Ceylan*). *Lăng-già*, nghĩa là *Bổn-bảo* (*Châu báu vốn ở đó*), cũng có nghĩa : *Bất khả đáo, Nan nhập* (*khó tới, khó vào, vì núi Lăng-già rất hiểm trở*). Phật Thích-Ca có ngự đến cảnh núi *Lăng-già* tại Sư-tử quốc mà thuyết Kinh Đại-Thừa, kêu là : *Lăng-già Kinh*.

LĂNG-GIÀ KINH 楞伽經 Lankâvatâra-sûtra (*scr.*).— Leng-

Kia-King (*ch.*). — Ryôgokyo (*jap.*) Bộ Kinh nầy dịch ra chữ Tàu năm 443, nhằm đời nhà Lưu-Tống. Bộ *Lăng-già Kinh* kêu trọn chữ : *Lăng - già - a - bạt - đa - la bảo kinh* 楞伽阿拔多羅寶經 (*Lankâvatâra-sûtra*). Ấy là một Kinh về Đại-thừa, nghĩa-lý ý - chỉ rất sâu-xa huyền-ảo. Cũng đọc theo nghĩa : *Nghĩa tập vân.*

Nước Tăng-già-la hay Tăng-già quốc, Phạn : Sinha, Singha, dịch nghĩa : Sư-tử quốc.

Về khu - vực Đông-nam nước ấy, có một cảnh núi kêu là Lăng-già (*Lankâ*). Phật ngự đến cảnh núi ấy mà thuyết *Lăng-già Kinh* vậy. Xứ Tăng-già-la tức là Ấn-độ miền Nam, ngày nay gọi là Tích-lan (*Ceylan*).

LĂNG - NGHIÊM KINH 楞嚴經 Sûramgama - sûtra (*scr.*) Tức là *Thủ-Lăng nghiêm Kinh.* Viết trọn chữ : Đại Phật Đỉnh Như - lai mật - nhơn tu chứng liễu - nghĩa chư Bồ-tát vạn hạnh Thủ-lăng-nghiêm Kinh.

(*Xem* : **Thủ-Lăng-Nghiêm**).

LÂM-TẾ 臨濟 Một chi phái trong *Ngũ gia : Lâm-tế,* Vĩ-ngưỡng, Tào-động, Vân-môn, Pháp-nhãn. Thiền-tông do Lục-tổ Huệ-Năng lãnh-đạo, thạnh-hóa về miền Nam, kêu là Nam-tông. Sau đời Huệ-Năng, Nam-tông phân làm *Ngũ gia,* Năm nhà. Trong Ngũ gia ấy, phái *Lâm-tế* là thạnh hành nhứt.

LÂM-VI-NI (*Viên*) 林微尼 (園) Lumbini (*scr.*) Cảnh vườn hoa nơi ấy đức Phật giáng-sanh. **Niết-bàn kinh** : Ở cõi Diêm-phù-đề nầy, nơi *vườn Lâm-vi-ni,* ta thị hiện sanh ra khỏi mình mẹ là bà Ma-Da.

(*Xem* : *Lam-tỳ-ni viên*)

LÂU-CHÍ PHẬT 樓至佛 Đức Phật hiệu là Lâu-Chí. Cũng viết : *Lô-già-Phật.* Dịch nghĩa : Ái-lạc Phật, Đề-khốc Phật. Đức Phật sau cùng trong số một ngàn đức Phật sẽ ra đời trong Hiền-kiếp nầy. Xem : *Hiền-Kiếp.*

LÂU-ĐẬU 樓豆 Anurudha (*scr.*) Tức là *A-Nê-Lâu-Đậu* viết tắt. Một vị Đại đệ-tử, Đại La-hán của đức Phật Thích-Ca, một trong năm vị Đệ-tử xuất-gia trước nhứt của Phật. (Xem : *A-Nậu-Lâu-Đà.*)

LẬU 漏 Écoulement, Passion. *Lậu* : rỉ ra ; tiết lộ ra làm cho dơ dáy. Như trong thân người có *Cửu lậu* (chín chỗ từ nơi ấy chảy ra chất dơ : 2 tai, 2 lỗ mũi, 2 mắt, 1 miệng, 1 chỗ đại tiện, (1 chỗ tiểu-tiện). Sự tiết lộ dơ dáy vì Phiền-não. *Lậu* tức là *Phiền-não.* Thân tâm thấm trược vì phiền-não : tham, sân, si ; sự tiết lộ làm cho thân - tâm dơ dáy vì cảm-xúc do *Lục căn* mến tríu *Lục trần. Lậu* cũng viết : *Hữu lậu.* Đối với : *Vô lậu.* Bực *hữu lậu* còn tríu mến, còn tham dục, tức còn sa đọa vào ba nẻo ác lụy : Địa-ngục, Ngạ-quỉ, Súc-sanh, còn luân chuyển trong vòng Thiên, Nhơn. Trái với *Vô lậu* là bực Giải-thoát, không còn dính trược vì phiền-não.

Những chữ : *Lậu, Phiền-não, Sử, Cấu, Nhiễm, Kết, Hoặc* đều là đồng nghĩa.

« **Niết-bàn kinh** » : *Phiền-não,* kêu là các mối *lậu.* Đức Như-lai dứt hết mãi mãi các *phiền-não.*

(Xem : *Tam lậu.*)

LẬU-GIỚI (*GIỚI*) 漏戒 : Lậu thất giải-luật. Không giữ giải-luật tu-hành, để cho rỉ mất giải-hạnh. Đồng-nghĩa : Phá giái (*giới*).

LẬU-NGHIỆP 漏業 Việc làm, hạnh-nghiệp có phiền não, không có tánh-cách giải-thoát. Như cúng bái, bố thí, làm lành để mong hưởng phước ở cảnh người hay ở cảnh Tiên; kêu là *lậu-nghiệp.* Đối với vô-lậu nghiệp là việc làm không có tánh-cách cầu phước - quả, việc làm của hàng Thánh-giả, cốt để giúp người mà thôi.

LẬU-TẬN 漏盡 Sans écoulement, Sans passion (*fr.*)

Dứt lậu, dứt phiền não. Những bực tu học trong Ba thừa đắc những quả La-hán, Duyên-Giác, Phật thì dứt phiền-não, dứt những sự tiết lậu đã từng nhiễm-trược thân tâm.

Sáu cửa của lục căn không còn tiết lậu vì sự xúc động với lục trần.

Lậu tận cũng kêu là *Vô lậu.*

LẬU-TẬN Ý-GIẢI 漏盡意解 Phiền-não dứt tuyệt, Tâm ý giải thoát. Bực chứng quả A-la-hán thì dứt hết các lậu-tiết (*phiền-não*), còn tâm-ý thì được tự-tại, giải-thoát.

LẬU-TẬN-MINH 漏盡明 Đức thông minh nhờ dứt phiền-não. Bực A-la-hán, nhờ sáu căn chẳng nhiễm với sáu trần, nên tâm trí được Tam minh : 1.) Túc-mạng minh, 2.) Thiên-nhãn minh, 3.) *Lậu-tận minh*. Cũng đọc : *Lậu-tận-trí chứng minh.*

LẬU-TẬN TỲ-KHEO 漏盡比丘 : Bực Tỳ-kheo, Thầy tu đã đoạn diệt tất cả các tiết-lậu làm dơ dáy thân tâm, diệt tất cả các phiền-não. Tức là bực tu hành xuất-gia đắc quả A-la-hán.

Theo quyển **Vô-lượng Thọ-kinh**, Phật A-Di-Đà hồi làm ngài Tỳ-kheo Pháp-Tạng, có phát 48 điều nguyện, điều nguyện thứ 39 có nói rằng : Nếu tôi được làm Phật, mà sự khoái-lạc của trời và người trong nước thọ hưởng chẳng như bực *Lậu-tận Tỳ-kheo,* tôi xin chẳng giữ lấy ngôi Chánh-giác.

LẬU-TẬN THÔNG 漏盡通 Một phép thần-thông của bực A-la-hán. Đọc trọn chữ : *Lậu-tận-trí chứng thông.* Bực A-la-hán được *Lục thông* : 1.) Thiên-nhãn thông, 2.) Thiên-nhĩ thông, 3.) Túc-mạng thông, 4.) Tha-tâm thông, 5.) Thần-túc thông, 6.) *Lậu-tận thông.*

Trong *Lục thông,* phép *Lậu-tận thông* là cao viễn hơn hết. Đắc *Lậu-tận thông* thì dứt hết các mối trìu-mến, dứt các tham-sân-si. Không còn mong mỏi đều gì, không còn chấp, không còn thấy cái thân của mình, không còn kể cái gì là của mình. Tức là hoàn-toàn thoát ra hai mối chấp : pháp-chấp và ngã-chấp.

LẬU-TẬN-TRÍ 漏盡智 : Cái trí của bực dứt phiền-não, tức là của bực A-la-hán.

LẬU-TẬN TRÍ-LỰC 漏盡智力 : Đọc trọn : *Trí-túc-mạng vô-lậu trí lực,* Trí lực vô-lậu biết các đời trước của chúng-sanh. Một sức trí trong *Thập Lực* của Phật. Xem : *Thập-Lực*.

LÊ-XA 棃車 Liçavi (*scr.*) Cũng viết : *Ly-xa, Lực-sĩ.* Kiến họ *Lê-xa* là một kiến họ dòng vua-quan, cai-trị thành *Duy-da-ly* (*Vaisali*) hồi Phật Thích-Ca ra đời.

Phật có thuyết pháp độ những người trong kiến họ đó. Trước khi nhập Niết-bàn, Phật có độ 500 người trong kiến họ *Lê-xa*.

Khi đức Phật ngự đến thành Duy-da-ly (*Tỳ-xá-ly*), ngài giảng về phép Phóng-dật và Chẳng Phóng-dật với 500 người trong kiến họ *Lê-xa*. Nghe Phật mà tỉnh-ngộ, các người ấy liền nguyện bỏ tánh *Phóng-dật* và phát-tâm Vô-thượng Bồ-đề. Trong khi ấy, bọn Lục sư ngoại-đạo bị bỏ rơi, chẳng mấy ai còn cúng dường họ nữa, họ bèn dắc nhau đến thành Ba-la-nại (*Bénarès*).

LỄ 禮 Pûja (*scr.*).— Prosternation, Culte (*fr.*) Sự bày tỏ lòng tôn kính bằng nghi-thức nghiêm-trang, bằng sự cúng dường, bằng cách vái lạy.— Nghi lễ.— Ngày cúng Phật.— Hội cúng.

LỄ-BÁI 禮拜 : Tiếng phạn *Hòa-nam, Bạn-đàm* (*Vandana*). Đem thân-tướng mình cung kính, vái lạy Phật, Tăng.

Pháp-hoa kinh : Hoặc có người *lễ bái*, hoặc lại chỉ chắp tay, cho chí giơ một tay, hoặc lại cúi đầu một chút, lấy đó cúng dường tượng, lần lần thấy vô-lượng Phật, tự thành Đạo Vô-thượng, rộng độ vô-số chúng.

Bồ-tát Giới-Kinh : Phép của người xuất-gia là chẳng quay qua vị quốc-vương mà *lễ-bái*, chẳng quay qua cha mẹ mà *lễ-bái* ; đối với sáu bề thân chẳng kính, đối với qui-thần chẳng lễ.

LỄ-BÁI-ĐƯỜNG 禮拜堂 Temple (*fr.*) hay *Lễ-đường* : Nhà thờ, chỗ nhà đạo-đức, nhà tôn-giáo làm lễ và truyền giáo. Đồng-nghĩa : *Đạo-tràng* (*trường*).

LỄ KÍNH 禮敬 Se prosterner, Vénérer (*fr*). Lễ bái và cung kính. Như : Lễ kính chư Phật Thập phương Tam thế.

LỄ PHẬT 禮佛 Se prosterner devant le Bouddha (*fr.*) Lạy Phật, cúng dường Phật. Hồi Phật còn tại thế, khi người ta lễ bái thì quì mọp, đầu chí chơn Phật. Ấy là *đỉnh lễ*. Hoặc người-ta đi quanh Phật ba vòng, theo tay mặt. Ấy là *hữu nhiễu tam táp*. Còn như *lễ Phật* tại chùa-tháp, tức lễ tượng cốt Phật, thì thân đỉnh lễ, miệng xưng danh hiệu Phật, tâm tưởng có Phật trước mặt mình.

Trong **Nghiệp - báo sai biệt kinh** có chép : Ai *Lễ Phật* một lạy, chẳng những thường được ngôi vị Chuyển-luân vương, lại đặng mười món công-đức : 1. Thân-tướng mỹ miều. 2. Nói ra người ta tin. 3. Xử với chúng không sợ. 4. Được Phật hộ-niệm. 5. Đủ oai-nghi lớn. 6. Ai nấy đều thân-cận, phụ trợ. 7. Chư Thiên cung - kính. 8. Có đủ phước-đức lớn. 9. Khi thác được vãng sanh. 1. Mau chứng Niết-bàn.

LỄ SÁM 禮懺 Confession (*fr*) Lễ bái và sám-hối. Đối trước Tam Bảo, lạy và tỏ lời ăn năn những tội lỗi mình đã phạm từ đời vô-thỉ đến nay, và quyết không tạo tội lỗi nữa. Hoặc khi vừa mới tạo một tội nào, tự mình đến bạch Thầy và đối Phật mà làm lễ và nguyện chẳng phạm tội ấy nữa, cũng kêu là *lễ sám*.

LY 離 Quitter, Se séparer (*fr.*) Lìa ra, rời ra, bỏ đi, dứt đi. *Ly* tức là : *giải-thoát, đoạn, diệt*. Trái với : *Phược* (*trói buộc*) , *trước* (*vướng lấy*). Như : Ly biệt, viễn ly, thoát ly.

Vì các mối mê-dục, luyến - ái buộc trói, nên mới thoát *ly*. Vì tâm-thức liền-lụy với trần-cảnh, trần-cảnh hệ phược với tâm-thức, nên mới viễn *ly*. *Ly* tức là cố sức đoạn trừ các pháp chẳng lành, ra công tu tập các pháp lành.— Đối với tâm thì rời khỏi các mối tình, từ những mối thô trọng cho chí những mối tinh-vi; đối với cảnh thì rời khỏi các tướng từ cõi Dục-giới, cõi Sắc - giới cho tới cõi Vô - sắc giới. Đó mới thật là sự thoát *ly* hoàn toàn của chư Thánh, chư Phật. *Ly* tức là An-lạc, Niết-bàn ; *Phược* tức là khổ-não, luân-hồi.

LY BỐ - ÚY GIẢ 離怖畏者 : Bậc lìa khỏi sự sợ sệt. Tiếng tôn xưng Phật. Vì Phật dứt hết sự tham riêng, đầy đủ Phước, Trí, nên không sợ một nhơn vật nào cả.

Niết-bàn Kinh, quyển 14 : Đại-sĩ ! nửa bài kệ ấy vốn của *Ly Bố-úy giả* quá-khứ đã nói ra, ông nghe được ở xứ nào vậy ?

LY-CÁI 離蓋 : Rời khỏi các thứ che đậy. Tức là rời

khỏi *Ngũ cái*, năm thứ phiền-não che bít cái Chơn-tâm Thật-tánh. Ngũ cái ấy là : 1.) Tham-dục, 2.) Sân-nhuế, 3.) Thụy miên (*biếng nhác, ham ngũ*), 4.) Trạo hối (*xao-động, bối rối nơi tâm, buồn rầu*), 5.) Nghi-pháp (*ngờ vực chánh-pháp*).

LY CẤU 離垢 : Rời khỏi sự nhiễm dơ, Lìa khỏi Phiền-não. *Cấu* tức là *phiền-não*, vì phiền-não làm cho dơ dáy thân-tâm. *Ly cấu* tức là tâm-thức đối với trần-cảnh không sanh ra những tham lam, luyến-ái,— giận hờn,— mê muội, lầm lạc ; chính những thứ ấy nhiễm dơ cái chơn-tánh của ta. *Ly cấu* cũng kêu là : *Vô-cấu*, *Tịnh* (*sạch*), *Thanh-tịnh* (*trong sạch*).

Ly-Cấu lại là danh-hiệu của một vị Cổ Phật đã ra đời cách nay chẳng biết bao nhiêu Kiếp mà kể, ra đời trước đức Phật Thế-Tự-Tại-Vương là đức Phật chứng-minh cho cuộc phát nguyện của ngài Pháp-Tạng Tỳ-kheo, tiền-thân của Phật A-Di-Đà. (**Vô-lượng-thọ Kinh**).—

Ly-Cấu (*Vimala, Tỳ-ma-la*) cũng là tên của một vị Tỳ-kheo La-hán, đệ-tử của đức Thích-tôn. Trước khi xuất-gia, ông là con một vị trưởng-giả ở thành Ba-la-nại (*Bénarès*). Ông thường giao-du với mấy vị thanh-niên nầy : Kiều-phạm-ba-đề (*Gavâmpati*), Tu-bà-hầu (Soubâhou), Phú-lan-na-ca (*Pournajit*). Tất cả đều xuất-gia đầu Phật và đắc quả La-hán. Khi Phật thuyết *Kinh Vô-Lượng-Thọ*, tôn-giả *Ly-Cấu* là một trong những bực Thượng-thủ dự nghe.—

Ly-cấu là địa-vị thứ hai (**Ly-cấu địa**) trong mười địa-vị tu hành của Bồ-tát (**Thập-Địa** *Bồ-tát*). Bồ-tát, sau khi chứng địa-vị đầu tay là *Hoan-hỷ địa*, bèn thăng hàng *Ly-cấu địa*. Ở địa-vị nầy, Bồ-tát có đủ các giái-hạnh thanh-tịnh, rời khỏi sự cấu-nhiễm của phiền-não. Giữ được như vậy, nên kêu là *Ly-cấu địa*.—

Nhà tu học được cái pháp-nhãn thanh-tịnh, trông ra chúng-sanh, vạn vật, chỉ thấy sự trong sạch, chớ chẳng nhiễm dơ ; con mắt ngó lên chỗ trong sạch của nền Đạo, nẻo Niết-bàn, ngó như vậy mà đi tới, kêu là *Ly-cấu nhãn*.

Ly-cấu (*Viradja*) lại là tên cõi thế-giái của đức Phật Hoa-

Quang (*Padmaprabha*), hậu-thân của Xá-ly-Phất (Çarip utra), theo như lời thọ-ký của đức Thích-tôn trong hội Pháp-Hoa, *Ly-cấu thế giái* của Phật Hoa-Quang sẽ là một cõi Tịnh-độ, đất toàn bằng lưu-ly, cõi ấy rất đều, ngộ, lành, đẹp, trong, rộng, sạch, có hàng rào kéo dây bằng vàng và có những hàng cây bằng kim-cang với hoa, trái bằng thất bảo.

LY CHƯ ÁC-THÚ (Tam-muội) 離諸惡趣 (三昧).— Sarvasattvapâpadjahana (*scr.*).— L'abandon du péché par la totalité des créatures (*fr.*) : Một phép đại-định kêu là *Ly chư ác-thú*, nghĩa là phép đại-định mong cho tất cả chúng-sanh đều thoát-ly mọi sự tội lỗi đặng đừng có đọa vào ác-thú : Địa-ngục, Ngạ-quỉ, Súc-sanh.

Trong **Diệu-pháp-Liên-hoa Kinh**, Diệu-Trang-Nghiêm vương bổn-sự phẩm, hoàng-tử Tịnh-Tạng, trong năm ngàn vạn ức Kiếp, đã đắc phép *Ly chự ác-thú tam-muội*. Hoàng-tử Tịnh-Tạng tức là tiền-thân của Dược-Vương Bồ-tát.

LY DỤC 離欲 Rời khỏi lòng ham muốn (*tham dục*), lìa khỏi sự dâm-dục. Về sự, là nói nhà tu hành giữ giái thanh-tịnh, bỏ việc ái ân, dứt tình chồng nghĩa vợ. Ấy là bực xuất-gia giữ *Thập giái* và *Cụ-túc giái*.— Về lý thì nghĩa rất rộng :

Nhà tu-hành không có lòng ham muốn việc trần, hiện-tại chẳng thọ-dụng những việc vui sướng về sắc, thinh, hương, vị xúc; đó là *ly dục*.

Niệm Phật, tu học mà chí ý chẳng mong về cảnh Tiên, chẳng muốn hưởng các sự khoái lạc ở các từng trời trong cõi Dục-giái ; đó cũng là *ly dục*.

Cho đến bực Thánh, bực Phật, thoát ra khỏi tất cả các luyến-ái, không có lòng ham muốn ở một diệu-cảnh nào, dầu là Dục-giái, Sắc-giái hay Vô-sắc-giái, cũng kêu là *ly dục*.

LY DỤC ĐỊA 離欲地 : Địa vị của bực rời bỏ lòng ham muốn. Theo giáo-pháp trong *Tam-Tạng*, *Ly-dục địa* là địa-vị của nhà tu-hành thoát ra khỏi lòng phiền-não, khỏi tình tham luyến cõi Dục-giái, sẽ không luân chuyển trong cõi ấy, dầu làm Tiên hay làm người. Ấy là quả Bất-hoàn (*A-na-hàm, Anagamin*), Bất - lai. Chừng thọ chung, người sẽ sanh lên cõi Sắc-giái, ở đó mà tu hành cho đến thành A-la-hán.—

Lại, *Ly-dục địa* là địa - vị thứ sáu trong mười địa - vị chung của Tam thừa . 1. Càn-huệ địa, 2. Tánh - địa, 3. Nhập nhơn địa, 4. Kiến-địa, 5. Bạc - địa. 6. *Ly - dục địa,* 7. Dĩ biện địa, 8. Chi-Phật địa, 9. Bồ-tát địa, 10. Phật-địa. Xem : *Thập Địa.*

LY DỤC THỐI 離欲退 : Trở lui đối với địa-vị Ly dục. Ấy là nói những bực tu thiền-định, dứt được lòng ham muốn đối với cảnh Dục-giái, sắp dự hàng Thánh - giả Chẳng - thối chuyển, nhưng lại khởi lòng mến tiếc cảnh Dục giái, vì vậy mà thối chuyển, mất địa-vị Ly dục của mình. Những sự chướng-ngại làm cho nhà tu-hành trở lui, tất cả có mười điều (*Xem :* **Thối định**)

Ly dục thối cũng chỉ các hàng Tiên (*Thiên*) trên cõi Sắc-giái, vì mống tâm mến cõi Dục-giái, bèn trở lại làm người.

LY GIA CÁT ÁI 離家割愛 : Rời bỏ nhà cửa, cắt đứt tình yêu. Ấy là nói trang dõng - mãnh tu hạnh xuất-gia : bỏ phú quí vinh-hoa, bỏ đền đài, cắt tình yêu đối với vợ, con, gia-quyến, đến xứ xa lạ, ở nơi hiu-quạnh mà tĩnh-lự. Như đức Thích-tôn bỏ hoàng-cung, bỏ ngôi vua, xẻ tình thương đối với bà vợ là Du-du-đà-La (*Yasodhara*), cắt lòng mến con là La-hầu-La (*Rahoula*), vào núi mà tu luyện, chịu khổ-hạnh trong sáu năm.

LY - GIÁN NGỮ 離間語.— Pisunâvâcâ (*p.*).— Médisance, Calomnie (*fr.*) Lời nói làm cho người nầy người kia chia rẽ nhau, thù nghịch nhau. *Ly-gián ngữ* là một tội trong *Thập ác,* cũng kêu là *Lưỡng thiệt* (*hai lưỡi, đâm thọc*).

Trong *Du-già* quyển 59 có giảng về tội *Ly - gián ngữ* như vầy : Hoặc đem chuyện thiệt ra mà nói xấu người ta, làm cho đôi bên trái nghịch nhau, chia lìa nhau, đó kêu là *ly-gián ngữ*. Hoặc đem chuyện chẳng thiệt, bày đặt mà nói, làm tổn hại người ta, hoặc nói với kẻ bà con, lân cận, hoặc nói với bạn-hữu, hoặc nói với kẻ cung cấp, hầu hạ, đó kêu là *ly-gián ngữ*. Hoặc vì lợi mình, hoặc muốn làm hại người ta, hoặc do kẻ khác sai khiến, hoặc hiện toan phá đức - hạnh người ta, hoặc hiện làm cho người ta sợ sệt, vì cố-ý làm cho đôi bên trái nghịch nhau, chia lìa nhau, như tự mình nói ra lời, hay là khiến kẻ khác nói ra, như vậy đều kêu là tội *ly-gián ngữ*.

LY-HỆ 離繫 : Rời khỏi các sự trói buộc. Tức là rời

khỏi các phiền - não, các mối tình ham muốn, giận hờn, mê si lầm lạc. Ấy là nói nhà tu hành xuất-gia, trước thì lìa bỏ tình thương vợ mến con, tình luyến ái nhà cửa, sau thì thi - hành Tứ diệu - đế mà diệt tận các phiền-não trói buộc tâm thân. *Ly hệ* cũng kêu là *trạch diệt,* tức là đem chơn-lý của trí-huệ mà dứt phiền-não. — Ai tu theo Vô-lậu đạo mà đoạn trừ được các mối chướng ngại, buộc trói; chứng được cái Pháp lành vô-vi, ấy là bực người đắc *Ly hệ quả.*

LY HỆ GIẢ 離 繫 者 Nirgrantha (*scr.*).— Ascètes nus (*fr.*) : Người bỏ hết các sự buộc trói. Cũng kêu : *Ly-hệ ngoại-đạo, Ni-kiền-tử, Ni kiền-đà* (*Nirgrantha*). Ấy là phái tu hành ngoại-đạo bên Ấn-độ, tu xuất-gia, chịu khổ-hạnh, thoát khỏi các sự trói buộc từ thân-thể cho đến tâm-thần. Vì muốn tiêu biểu cho cái lý thuyết *ly hệ* của họ, nên phái-đồ chẳng mặc quần áo, chẳng đội mũ mang giày chi cả. (*Xem* : **Ni-kiền-đà**).

LY KHỔ 離 苦 : Rời khỏi sự khổ-não. Thoát ly các mối khổ gây ra bởi lòng luyến-ái, lòng ham muốn, lòng phiền-não. *Ly khổ* tức là *đắc lạc,* ấy là mục đích của nhà tu học đạo Phật.— Muốn rời khổ, dứt khổ, nên thi-hành Phật - pháp : hoặc hành *Tứ diệu-đế,* hoặc tu *Thập-nhị nhơn-duyên,* hoặc trì *Lục độ.*

Trong *Diệu-pháp liên-hoa Kinh,* phẩm Dược - Thảo, đức Phật có phán rằng : Bực Lưỡng-túc-tôn xuất hiện nơi thế-gian cũng như vầng mây lớn đổ mưa, làm cho sung nhuận tất cả chúng - sanh đương khô héo, làm cho họ *ly khổ* mà được khoái-lạc an-ổn, khoái-lạc ở thế-gian, khoái-lạc ở Niết-bàn.

LÝ NGÔN CHƠN-NHƯ 離 言 眞 如 Cái Chơn - như lìa khỏi ngôn-ngữ. Chơn-như là cái Chơn-thật như-nhiên, cái Phật - tánh, cái Như-lai tánh ở nơi Phật-Thánh, nó cũng ở nơi mỗi chúng-sanh. Có hai thứ Chơn-như :

1.) *Y ngôn Chơn-như* : Tạm nương theo lời nói, danh-từ, nhơn đó cái tướng Chơn-như hiển hiện nơi tâm mình.

2.) *Ly ngôn Chơn-như* : Cái bổn-thể của Chơn-như vốn lìa khỏi sự bàn luận, nói chẳng cùng, xét chẳng tận.

LY-SANH 離 生 Rời khỏi sự sanh. Tức là thoát khỏi vòng sanh-tử, luân-hồi, chẳng còn sanh đi sanh lại trong Tam Giái. Bực hoan-lạc, tự-tại, chẳng còn mắc phải nghiệp-chướng đày đọa như kẻ phàm-phu. Theo Thinh-văn thừa, *Ly-sanh* là bực đắc từ quả Thánh Dự-Lưu *(Tu-đà-huờn, Srotappana).* Theo Bồ-tát thừa, bực đắc từ Sơ-địa (*Hoan-hỷ địa*) trong Bồ-tát Thập địa, có thể gọi là *Ly sanh.*

LY SANH HỶ-LẠC ĐỊA 離生喜樂地 Địa-vị vui vẻ sung sướng rời khỏi vòng sanh-tử. Ấy là địa vị của nhà tu hành đắc phép Sơ-thiền, thần-thức vượt khỏi cõi Dục-giái mà lên đến cõi Sắc-giái, bấy giờ tâm và cảnh thảy đều vui vẻ, sung sướng. Lại, ở cõi trời Sắc-giái, không còn một mảy xấu xa, ô trược, ai nấy đều đồng một tâm-ý vui vẻ, điều hòa, thích chí, an-ổn, khoái lạc, không còn bận vì các nỗi khổ trong vòng sanh-tử, nên kêu là *Ly sanh hỷ-lạc địa.*

LY-TƯỚNG 離相 Rời khỏi tướng. Thoát ly tất cả các tướng-trạng bề trong (*tâm*) và bề ngoài ; đối với lục trần (*sắc, thinh, hương, vị, xúc, pháp*), tự mình chẳng có sanh tâm, chẳng yêu, chẳng ghét, chẳng chán, chẳng mến. Chẳng có lòng phân biệt tướng mình (*ngã tướng*), tướng người (*nhơn tướng*), tướng chúng-sanh (*chúng-sanh tướng*), tướng thọ-mạng (*thọ-giả tướng*). *Ly tướng* cũng kêu là *Ly pháp, Vô-tướng, Phi-tướng.* Đối với *chấp tướng, trước tướng, thủ tướng. Ly tướng* tức là Chơn-thật, Niết-bàn. Còn chấp tướng, trước tướng, thủ tướng tức là hư-vọng, sanh-tử (*luân-hồi*). *Ly tướng* tức là vô-vi. Còn chấp tướng, trước tướng, thủ tướng tức là *hữu vi.* — Bực Bồ-tát chơn-thật tu Lục độ (*Bố-thí, trì-giái, Nhẫn-nhục, Tinh-tấn, Thiền-định, Trí-huệ*) một cách vô-vi, tự mình rời khỏi các tướng.—

Ly tướng là một tướng trong Tam tướng :

1.) Giải thoát tướng, 2.) *Ly tướng,* 3.) Diệt tướng. *Giải-thoát tướng* là tướng không sanh-tử, nhận ra rằng luân-hồi vốn không. *Ly tướng* là tướng không Niết-bàn, cỡ trí nầy chẳng chấp cảnh Niết-bàn với các cuộc sung sướng.

Diệt-tướng là tướng không sanh-tử, không Niết-bàn, cỡ trí Trung-đạo chẳng phải có mà chẳng phải không (Phi hữu phi vô).

LY TRẦN PHỤC 離塵服 : Đồ mặc thoát ly trần-tục. Tiếng tôn xưng áo *Cà-sa* của chư Tăng. Vì mặc áo ấy thì rời khỏi thế-cuộc, chẳng còn nhiễm lục trần (*Sắc, thinh, hương, vị, xúc, pháp*). như kẻ tại thế. *Ly trần phục* cũng kêu là : *Vô cấu y* (*áo chẳng dính bụi, chẳng nhiễm trần*).

LY-BÀ-ĐA 離婆多 Rêvata (*scr.*) Một vị Thinh-văn, Đại La-hán, Đệ-tử của đức Phật Thích-Ca.

Tên ông dịch nghĩa : *Tinh-tú.* Trước khi sanh ông ra, cha mẹ có cầu đảo với các ngôi tinh-tú. Được linh-ứng ; nên khi sanh ông ra thì đặt tên là *Ly-bà-Đa* (*Rêvata, Tinh-tú*).

Ông là một trong số 1.250 vị Tỳ-kheo thường hầu theo Phật

khi Phật du hóa đến các nước trong cõi Ấn-Độ. Ông có nghe Phật thuyết nhiều kinh Đại-Thừa.

Trong hội Pháp-Hoa, *Ly-bà-Đa* và năm trăm La-hán được Phật thọ-ký chung : Phật mách rằng Ly-bà-Đa và tất cả năm trăm vị lần lượt đều sẽ thành Phật, đồng một danh-hiệu là Phổ-Minh (*Samantaprabhâsa*) Như-lai.

LY-XA 離車 Licavi (*scr.*) Cũng viết : *Lê-xa, Lực-sĩ.* Cánh họ có thế-lực nhứt ở thành Tỳ-da-ly (*Vaisali*) hồi thuở đức Thích-tôn trụ thế, tỷ như cánh họ Thích-Ca ở thành Ca-tỹ-la-vệ.

LÝ 理 Vérité, Raison (*fr.*) Lẽ phải không biến đổi, không sai chạy. Tức là : chánh-lý, chơn-lý. Cái lẽ để suy luận, Pháp : Théorie. Như : Lý-luận, Lý-thuyết. Đối nghĩa : Sự, Thực-hành, Pháp : Fait, Pratique.

Như những lý nầy : *Phật tức tâm, tâm tức Phật.— Phàm sở hữu tướng, giai thị hư-vọng. Nhược kiến chư tướng phi tướng, tức kiến Như-lai* (*Hễ vật chi có tướng, đều là hư-vọng cả. Nếu nhận ra các tướng đều không phải tướng, tức là thấy rõ Như-lai.— Phiền-não tức Tam-bồ-đề* (*Chánh-giác*), *Luân-hồi tức Niết-bàn.* v.v...

Lý đối với *sự ;* vì *lý* là tâm, tánh ; còn *sự* là thể, tướng.

Tuy nhiên, *lý* và *sự* đều chi phối cho nhau, cho nên có thể nói *lý tức là sự, sự tức là lý.* Hai món đều dung-thông với nhau. *Lý* nhờ có sự hiển-minh ra, còn sự tỏ rõ đều đủ thì thành *lý.*

Như, Phật có *lý* có *sự. Lý* là Chánh-giác, Chơn-như, hoàn-toàn về Trí và Phước. Còn *sự* là cái thân 32 tướng chánh và 80 tướng phụ. Chính cái thân hoàn-toàn hiển-minh cho nên Chánh-giác, Chơn-như. Và nhơn thấy cái thân hoàn-toàn ấy, người ta mới nhận là bực Chánh-giác, Giác-ngộ đầy đủ.— Vậy nên nhà tu hành phải dung-hòa cả *lý* và *sự*, đừng chấp *lý* bỏ sự, mà cũng đừng chấp *sự* bỏ *lý.*

LÝ-CHƯỚNG 理 障 Che lấp cái lý. Cái tâm của chúng-sanh vốn sẵn có cái Bổn-giác, nó vốn sẵn thanh - tịnh trạm - nhiên. Nhưng vì bị nhiễm bậy cái Vô-minh, cái chánh - tri kiến bị ngăn trở, bị che lấp, rồi cái tâm ấy chẳng đạt được cái *Lý Chơn - như*.

Đối - nghĩa : *Sự-chướng* : Chúng - sanh bị Vô - minh che lấp, ngăn bít, cho nên luân - hồi mãi mãi, cái Vô - minh ấy chẳng để cho họ thoát khỏi vòng Sanh-tử khổ-não. Xem : *Nhị chướng*.

LÝ HOẶC 理 惑 Lầm lạc, mê muội về lý-tưởng. Có năm mối về lý hoặc : 1.) *Thân - kiến* hay *là Ngã-kiến* : cái ý-kiến lầm lạc vì chấp có cái thân. 2.) *Biên-kiến* : Ý kiến lầm lạc thiên lệch về một bên. 3.) *Tà - kiến* : Ý kiến tà khúc, chẳng tin nhơn - quả, trái với chánh - pháp. 4.) *Kiến-thủ kiến* : Ý kiến sai lạc khư khư giữ lấy những mối sai lạc của mình, mà cho là trổi-thắng. 5.) *Giới - cấm thủ kiến* : Ý kiến sai lạc hay chấp nệ những giới - cấm, không biết phép phương tiện hóa độ.

Lý hoặc là sự lầm lạc của hàng học đạo chấp nệ lý-tưởng của mình một cách sai quấy mà không hay.

Đối với *sự hoặc* là lầm-lạc về sự tướng. Sự hoặc cũng có năm mối : 1.) tham-dục, 2.) sân-nhuế, 3.) ngu-si, 4.) kiêu-mạn 5.) Nghi (*dụ dự không quyết-định, không tin Tam Bảo*). Sự hoặc là các mối lầm của hạng phàm-phu, ác trược, bất tín.

Lý hoặc là mối lầm của hạng *lợi - căn*. Sự hoặc là mối lầm của hạng độn - căn. *Lý hoặc* lại có nghĩa : Vì cái căn - bổn Vô - minh nó che án, làm cho cái lý Trung - đạo chẳng hiển phát ra được.

LÝ-LUẬN 理 論 Về văn - chương đời, *Lý - Luận* nghĩa là nghị-luận căn-cứ theo lý - tưởng ; cái tri-thức còn trong vòng suy-diễn, chưa đem ra thực hành, Pháp : Théorie.

Về văn-chương Phật-giáo, *Lý-Luận* nghĩa là luận-biện về Lý-tánh, về Phật - tánh, về Chơn - lý. Trái với *Sự - luận* là luận - biện về sự-việc và về tướng-trạng khác nhau.

LÝ-NHẬP 理 入 Sự thấu nhập cái Lý-tánh. Tin tưởng sâu

xa bền vững rằng Thánh và Phàm cùng tất cả chúng-sanh đều có sẵn cái Phật-lý, cái Lý-tánh, cái Chơn-như, cái Phật-tánh, cái Như-lai tạng nơi mình. Sự nhập diệu về Lý ấy, kêu là *Lý-nhập*. Do sự đắc nhập ấy, bèn chí quyết tu hành tinh-tấn, đó là *Hạnh-nhập*. Xem *Nhị nhập*.

LÝ PHÁP-THÂN 理法身 Pháp-thân phần Lý. Đức Phật có ba thân: Pháp-thân, Báo-thân, Ứng-thân (*Ứng-hóa thân*).

Pháp-thân của Phật có hai phần: Lý Pháp-thân, Trí Pháp-thân.

Lý Pháp-thân là cái phần Pháp-thân nhờ chứng được Lý-thể mà thành.

Trí Pháp-thân là cái phần Pháp-thân nhờ chứng được Trí-huệ mà thành.

LÝ PHẬT 理佛 Phật Lý. Đức Phật về phần Lý. Trong Tam thân: Pháp-thân, Báo-thân, Ứng-thân, ba thân của Phật, cái Pháp-thân là *Lý Phật*. Còn Báo-thân và Ứng-thân là *Sự Phật*. Vậy Lý Phật là Pháp-thân, Pháp-thể, Phật-tánh, Pháp-tánh, Chơn-như. Lý Phật cũng là *Lý tức Phật*.

LÝ-QUÁN 理觀 Quán-tưởng về lý. Suy nghiệm, xét nét, thiền-định về đạo-lý, về cái thật-tánh của các pháp. Đối với *sự-quán* là phép quán tưởng, suy nghiệm về sự tướng, về nhơn-duyên phát hiện của sự vật. Các tông phái đạo Phật đều có dạy về hai phép quán-tưởng ấy. Xem: *Nhị quán*.

LÝ TẠI TUYỆT NGÔN 理在絕言 Chơn-lý ở chỗ dứt lời nói. Đạo-lý là huyền-vi, siêu-việt, nghị-luận không cùng, không có thể đem lời nói mà giải cho trọn vẹn. Cũng không thể dùng văn-tự mà tỏ cho xiết. Chỉ có cách lặng thinh mà thầm xét thì có thể chứng ngộ phân-minh. *Lý tại tuyệt ngôn* là lối hành đạo của các vị thiền-sư vậy.

LÝ-TÁNH (*Tính*) 理性 Nature, Essence *(fr.)* Lý không thay đổi. Cái chơn lý từ đầu tới cuối vẫn không biến cải. Lý-tánh cũng nói là *Lý-thể*.

LÝ TỨC PHẬT 理即佛 Lý tức là Phật. *Tất cả chúng-sanh đều có Phật-tánh.* Cái Phật-tánh ấy, ai cũng có, cho đến ba bực Địa-ngục, Ngạ - qui, Súc - sanh cũng đều có đủ. Song vì cái vô - minh, cái tham-sân-si che khuất, nên tạm thời cái Phật-tánh bị ẩn-một đó thôi. Cho nên về *lý* thì chúng - sanh tức là Phật. Mà về *sự*, họ hãy còn mang lấy thân - tướng của chúng - sanh.

Lại cái lý nầy : *Tâm tức Phật.* Tức là tâm - tánh chúng-sanh cũng đồng với tâm - tánh của Phật, không có chi là khác. Ấy là *Lý tức Phật* vậy. Xem : *Lục tức Phật.*

LÝ THIỀN 理禪 Thiền - định về lý. Thiền - định vô - lậu, quán - tưởng những lý tưởng dứt phiền-não. Cũng kêu là *lý quán.* Đối với *sự thiền, sự quán* là phép quán-tưởng về sự - tướng, phép thiền - định hữu - lậu, còn nương vào sắc - tướng.

LÝ TRÍ 理智 Lý và Trí. *Lý* là đạo - lý mà mình quán-tưởng. *Trí* là trí-huệ mà mình dùng để quán-tưởng. Lý và Trí âm thầm hòa hiệp với nhau mà thành ra sự Giác - ngộ. Lý và Trí là một sự song - tu của Bồ - tát. Hai mối nương chịu cho nhau : nhờ lý mà phát sanh trí - huệ ; nhờ trí-huệ mà hiển-minh, bày tỏ Chánh - lý, Chơn - lý, Đạo lý. Như trong *Hoa - nghiêm Tam Thánh,* đức Phật Thích - Ca Trung - tôn tiêu biểu cho sự Giác-ngộ hoàn-toàn, ngài Phổ-Hiền chầu bên hữu tiêu biểu cho *Lý*; ngài Văn-Thù chầu bên tả tiêu biểu cho *Trí.* Tức *Lý* và *Trí* hiệp thành Chánh - giác, Phật.

Lý Trí lại có nghĩa : Trí vô-lậu, Trí giải - thoát, dứt phiền - não. Đối *Sự trí* là Trí hữu - lậu, còn mong phước đức, còn ở trong Tam giới, Lục đạo.

LỊCH 歷 Qua, trải qua, như : kinh-lịch, lịch-duyệt (*duyệt-lịch*) ;— công việc mình đã làm rồi, con đường mình đã đi rồi ;— thứ-tự từ trên tới dưới, từ trước tới sau ; — bao quát, gồm cả thảy ; — đi đến xứ nầy xứ kia, vượt qua ; — trải qua thứ - tự thời-gian từ đời nầy sang đời kia, từ năm kia đến tháng nọ, tức đồng với chữ lịch 曆 nầy.

LỊCH DUYÊN ĐỐI CẢNH 歷緣對境 Trải qua sự duyên,

đối với cảnh vật. Tự mình đụng chạm với sự duyên trong những khi đi, đứng, nằm, ngồi; tự mình đối-phó với các cảnh ngoài là sắc, thinh, hương, vị, xúc, pháp. Tức là: Việc động - tác hằng ngày; tùy duyên đưa đến, tùy cảnh gặp gỡ mà đối phó, mà hoạt-động cho hạp lẽ Đạo.

LỊCH ĐẠI 歷代 Générations (*fr.*). Thứ-tự các đời. Như *lịch đại Tổ-sư* (Pháp : *Générations de Patriarches*) là thứ-tự các đời sư tổ trong tôn - giáo, trong tông-phái từ trước tới sau. *Lịch - đại Tổ-sư* chánh-thức trong đạo Phật là 28 đời Tổ từ Ca-Diếp đến Bồ-đề-đạt-ma. Đó là Tây - Thiên Tổ-Sư.

Còn về Đông - độ Tổ - sư thì có 6 đời Tổ-sư Thiền - tông từ Bồ-đề-đạt-ma tới Huệ-Năng. Ngoài ra, mỗi phái đều có *Lịch đại Tổ-sư* của mình, tức là những sư tổ truyền nối nhau từ khi mới lập thành phái-môn.

Mỗi khi dứt tụng Sám-hối, Kinh - Giái, các Chúng tu có tụng câu nầy : Nam-mô *Lịch - đại Tổ - sư* Bồ-tát !

LỊCH SỬ 歷史 .— Histoire (*fr.*) : Thuật những chuyện tích thay đổi, hưng suy của dân tộc, của nước-nhà, của thế-giới, của tôn-giáo, văn-chương, khoa-học.

Như *Lịch-sử Phật - giáo* (*Phật-giáo Lịch-sử*) thì kể từ đức Bổn-sư Thích-Ca Mâu-Ni. Ngoài ra, có *Lịch-sử Phật-giáo* ở mỗi nước, trong ấy thuật tích từ lúc đạo Phật mở ra ở nước ấy, trải qua các thời-đại, các đời vua, các năm.

LIÊN-HÀ-TRẮC 連河側 .Nilaja, Nairanjara (*scr.*)

Cũng kêu là Ni-liên hà, Ni-liên-thiền hà. Một con sông ngánh ở Ấn - Độ, chảy ra đụng sông cái Hằng-hà (Gange).

(Xem : **Ni-liên-thiền hà**).

LIÊN 蓮 Padmâ (*scr.*).— Lotus (*fr.*). Phạn : *Bát - đầu - ma*, Padmâ. Sen, Hoa sen, Cây sen. Tức là *Liên-hoa* viết tắt. Xem : *Liên-hoa.*

LIÊN-BANG 蓮邦 Royaume des Lotus (*fr.*) Nước Hoa sen. Tiếng xưng thế-giái Cực - lạc của Phật A - Di - Đà. Những chúng-sanh ở các cõi, nhờ niệm Phật A-Di-Đà, khi mãn phần, được sanh về cõi Cực-lạc. Khi sanh về cõi ấy, người ta ở trong hoa sen, mỗi người ngồi trên một tòa sen. Vì vậy nên gọi cõi Cực-lạc là *Liên-bang*. Xem : *Cực-lạc quốc.*

LIÊN-CUNG 蓮 宮 Palais du Lotus (*fr.*) Tiếng xưng cõi *Liên-hoa tạng thế - giái.* Ấy là cõi Tịnh - độ của Hóa-thân Phật. Xem : *Liên-hoa tạng thế-giái.*

Liên-cung cũng có nghĩa : Trong lòng hoa sen, Pháp : Intérieur du Lotus. Cũng kêu là *Liên-phòng.* Phía trung-tâm của hoa sen, do tám cánh hoa bao bọc ở ngoài.

LIÊN - ĐÀI 蓮 臺 Piédestal, Socle de Lotus. Đài sen, tòa sen. Cái mặt hình tròn và bằng-phẳng của hoa sen ; Phật, Bồ - tát đứng hay ngồi trên ấy. Cái tòa giống hình đài sen, tại điện thờ, trên ấy có cốt Phật, cốt Bồ-tát. Cũng viết : *Liên-hoa đài.*

LIÊN-HOA 蓮 華 Padmâ (*scr.*).— Lotus (*fr.*) Hoa sen, Cây sen. Kêu tắt : *Liên.* Cũng kêu tắt : *Hoa.* Hoa sen trong sạch nhứt, thơm tho nhứt trong các thứ hoa. Lại có bốn đức-tánh đặc - biệt hơn các thứ hoa :

1. Ở chỗ bùn lầy mà không dính dơ.

2. Hoa cùng quả kết thành một lượt.

3. Loài bướm không đáp xuống mà hút lấy mùi thơm được.

4. Hàng phụ nữ không dùng hoa sen mà trang điểm, mà giắt lên đầu.

Bên Thiên-Trước, có bốn thứ *hoa-sen* :

1. Ưu-bát-la hoa màu xanh.

2. Câu-vật-đầu hoa màu vàng.

3. Ba-đầu-ma hoa màu đỏ.

4. Phân-đà-ly hoa màu trắng.—

Trong ao thất bảo ở cõi Cực - lạc, có đủ bốn thứ *hoa sen* ấy, hoa màu nào thì chiếu ra hào quang màu nấy. Mùi rất thơm dịu và tinh khiết.—

Trong **Tứ thập nhị chương Kinh**, Phật Thích-Ca có dạy rằng : Bực Sa - môn sấn mình vào cõi đời ô trược nầy, phải giữ như *hoa sen* mọc dưới bùn mà chẳng dính dơ. Đối với hàng phụ-nữ, phải có cái tư tưởng đúng đắn nầy : Già thì coi như mẹ, lớn tuổi hơn thì coi như chị ruột, nhỏ tuổi hơn nữa thì coi như con gái của mình. Bởi *hoa sen* là hoa chẳng nhiễm trược, cho nên Phật lấy đó mà làm biểu - hiệu, để hiện tỏ cái Chánh - giác tự - nhiên của ngài : Ngài sanh ở thế gian, cũng như *hoa sen* chẳng dính bùn, tuy sanh dưới bùn.

Tịnh-độ tông cũng lấy *hoa sen* làm chỗ ở : Những người vãng sanh về cõi Cực-lạc của đức Phật A-Di-Đà, đều do nơi *hoa sen* mà sanh ra.

Chư Phật và chư Bồ-tát đều lấy *hoa sen* làm chỗ đứng, ngồi (*Liên-hoa đài, Liên-hoa tọa*), ấy cũng vì lấy cái ý-nghĩa *hoa sen* hàm-tàng thế-giới. từ nơi thế-gian mà ra khỏi thế-gian

Lại nhơn *hoa sen* là hoa trong sạch, chẳng nhiễm trược, người ta lấy tên ấy mà đặt tên áo Cà-sa : *Liên - hoa y*, tức là áo thanh-tịnh, không nhiễm dơ.

LIÊN-HOA Padmâvati (*scr.*) lại là tên bà hoàng hậu vợ vua A-Dục, ngoài một trăm năm sau khi đức Thích - tôn viên tịch. Bà là mẹ của Thái-tử Câu-na-la (Kunala), pháp - hiệu của thái - tử là Pháp-Tăng (*Dharmavivardhana*).

LIÊN-HOA ĐÀI TẠNG THẾ - GIÁI (*Giới*) 蓮華臺藏世界 Cõi thế-giới của Phật Lư-xá-Na. Ấy là một cõi Tịnh-độ, ở về phương Đông đối với cõi Ta - bà của Phật Thích-Ca.

LIÊN-HOA-SANH 蓮華生 Padmâ - Samhhava (*scr.*) Một vị Đại sư người Ấn-Độ, sang truyền giáo bên Tây-Tạng, hồi thế kỷ thứ tám, nhằm đời vua Huyền - tông nhà Đường.

Vua Ngật - túc song - đề - Tán (*Khri - srong Ide - btsan*) ở Tây-tạng có thỉnh từ chùa Na-lan-đà bên Thiên-trước về kinh đô Tây-tạng Đại-sư *Liên-hoa-Sanh* là một nhà sư đắc Đạo, đủ phép Thần-thông. Sư *Liên-hoa-Sanh* có biệt tài hàng phục các hung-thần ác-quỉ.

Đồng ý với Vua, ngài có đứng ra cất ngôi chùa Samyl là cảnh Già-lam đầu tiên ở Tây-Tạng, vào năm 770 Dương-lịch. Ngôi chùa ấy đến nay vẫn còn, cách kinh thành Lhassa (*Lạp - tát*) chừng 50 cây số ngàn, cao bốn ngàn thước khỏi mặt biển.

LIÊN-HOA-TẠNG THẾ-GIỚI 蓮華藏世界 Monde des Lotus (*fr.*). Cõi thế-giới chứa toàn hoa sen. Ấy là cõi Tịnh-độ do báo-thân của chư Phật tạo ra. Cõi ấy toàn là những hoa sen quí báu làm nên. Kêu tắt là *Hoa-tạng thế-giới*. Mỗi đức Phật đều có cảnh Hoa-tạng thế-giới của mình. Như *Hoa-nghiêm kinh* có chỉ rõ Hoa-tạng thế-giới của đức Phật Thích-Ca. *Vô-Lượng Thọ kinh* và *Quán Vô-Lượng Thọ kinh* có nói rõ cõi Hoa-tạng thế-giái của đức Phật A-Di-Đà. *Đại-Nhựt kinh* biên rõ Hoa-tạng thế-giái của đức Phật Đại-Nhựt.

LIÊN HOA TỌA 蓮華坐 Posture du Lotus (*fr.*). : Cách ngồi tham-thiền trông như hình Hoa sen. Cũng gọi : Kiết-tường tọa, Kết-già phu tọa. Xem : *Kết-gia phu-tọa*.

LIÊN - MÔN 蓮門 Secte du Lotus (*fr.*). Môn phái Hoa sen. Cũng gọi : *Liên - tông*. Tức là *Tịnh - độ tông*: Môn phái của những người niệm Phật để cầu sanh về *Liên - bang*, người sanh về đó thì ngồi trên tòa sen mà sanh ra, hưởng mọi sự khoái lạc.

LIÊN NHÃN 蓮眼 Mắt như tàu lá sen xanh cuốn lại một cách đẹp đẽ. Tiếng xưng cặp mắt trong sạch đẹp đẽ của Phật.

LIÊN SÁT 蓮刹 Terre des Lotus (*fr.*). Cõi đất Hoa sen, tức cõi Tịnh-độ ở phương Tây của Phật A-Di-Đà. *Liên* : Liên-hoa. Sát (*Ksha*), tiếng Phạn, nghia là Độ (*Thổ*), cõi Đất. Những trang tu hành khi sanh qua cõi ấy thì nương theo Hoa sen mà sanh ra, mỗi người ngồi trên một Tòa sen. Cũng gọi : *Liên-bang*.

LIÊN-TÔNG 蓮宗 Secte du Lotus (*fr.*) Tông phái Hoa sen. Tức : *Tịnh-độ tông*. Tông phái dạy rằng người niệm Phật A-Di-

Đà, khi mãn phần, sẽ sanh về cõi Tịnh-độ của ngài, ngồi tròng Hoa sen mà sanh ra, chớ chẳng nương theo thai bào của mẹ. *Xem : Tịnh - độ tông.*

LIÊN-TÔNG BẢO-GIÁM 蓮宗寶鑑 Cái gương soi quí báu của phái Liên-tông. Tên bộ sách năm quyển, soạn-giả là Ưu-đàm tông-chủ. Sách dạy ròng phép tu để vãng sanh Tịnh-độ.

LIÊN - THAI 蓮胎 Thai hoa sen. Người niệm Phật, khi mới vãng sanh Tịnh-độ, thì nằm trong Hoa sen, cũng như người ta nằm trong thai-bào của mẹ mà sanh ra. Cái Hoa sen ấy tỷ như thai bào của mẹ, nên gọi là *Liên-thai.*

Liên-tông bảo-giám : Mới vừa xưng Bảo-hiệu, đã gieo giống vào *Liên - thai* ; một khi phát Bồ-đề, liền nêu tên ở Kim-địa.

LIÊN-XÃ 蓮社 tức **BẠCH - LIÊN XÃ** 白蓮社 Groupe des Lotus blancs (*fr.*) : Nhóm Hoa sen trắng. Đoàn thể tu pháp-môn Niệm Phật vãng sanh, sáng lập bởi Giáo-tổ Huệ-Viễn tức Viễn - Công đời Tùy-Đường, thế-kỷ thứ bảy Dương-lịch, tu tại núi Lư - sơn (*Trung - Hoa*). Kêu trọn : Bạch Liên - hoa xã. Nhóm người vào *Liên-xã,* cùng nhau kết bạn tu hành, lập tượng thờ Phật Di - Đà, hằng ngày niệm Phật Di-Đà và cầu nguyện vãng sanh *An - dưỡng quốc* (**Cực-lạc quốc**).

LIỄU BỔN-TẾ 了本際 Ajnâ (*scr.*) *Liễu bổn - tế* hay *Tri bổn-tế* là tiếng dịch chữ Phạn *A-nhã, A - nhã - đa* (*Ajnâ*). Cũng dịch : *Tri* (*Biết*), *Dĩ - tri* (*Đã biết*), *Giải* (*Hiểu*), *Phi vô sở tri* (*Không phải là điều mà mình chẳng biết*). *Liễu bổn-tế* nghĩa là : Biết được những hạnh - nghiệp từ thuở xưa của mình. Cũng viết : *Liễu bổn-tế tri.*—

Liễu bổn-tế là thánh-hiệu, tiếng tôn ông Kiều - trần - Như, vị đệ-tử đứng đầu trong năm vị Tỳ-kheo. Năm vị Tỳ-kheo ấy là năm đệ-tử xuất-gia trước nhứt của Phật Thích-Ca. Như **Vô-lượng-Thọ kinh** gọi ông *A-nhã* Kiều-Trần-Như (**Ajnâ** *Kaundinya*) là *Liễu bổn-tế.* Xem : *A-nhã Kiều-trần-Như.*

LIỄU GIÁO 了教 Ajnâ (*scr.*) Phạn : A-nhã, Ajnâ. Cái

biệt-hiệu *A-nhã* của ông Kiều-Trần-Như là Đại Đệ-tử của Phật, Nghĩa-Tịnh Tam-Tạng hồi thế-kỷ thứ tám dương-lịch dịch là *Liễu-giáo* : đã hiểu rõ các giáo-lý mà Phật giảng. Trước Nghĩa-Tịnh, những vị Pháp-sư khác dịch là : Liễu bổn-tế, Tri bổn-tế. Xem : *Kiều-Trần-Như.*

LIỄU NGHĨA 了 義 Nīta Artha (*scr*). — Nīta attha (*p.*).— Sens prouvé, complet (*fr*). Nghĩa giải rõ, đủ đều, chơn thật ; chứa đủ Pháp-tánh, Thật-nghĩa.

Còn nghĩa không rõ, không đủ, không bao quát, kêu là *Bất liễu nghĩa*, Pháp : Sens incomplet.

Như *Mật-giáo*, giáo-lý ẩn-nhẹm, bí-truyền là *Liễu - nghĩa*. Còn *Hiền-giáo*, giáo-lý hiển hiện, thông thường là *Bất liễu nghĩa*, không đủ nghĩa, không có chứa cái nghĩa chơn-thật.

Như giáo-pháp chỉ về cái Có (*Hữu*), cũng là giáo-pháp chỉ về cái *Không, Vô* đều là *Bất liễu nghĩa.* Còn giáo-pháp chỉ về *Trung-đạo*, về cái *Chơn-không* mới thật là *Liễu-nghĩa.*

Như giáo-pháp của Thinh-văn thừa không đạt tới chỗ Thường-trụ bất biến, lẩn quẩn trong chỗ hữu-vi tướng, kêu là *Bất liễu nghĩa.* Còn giáo-pháp của Bồ-tát thừa, Tối thượng thừa dạy cho đắc quả-vị Như-lai là giáo-pháp *Liễu-nghĩa.*

LIỄU - NGHĨA KINH 了 義 經 Kinh-điển chứa nghĩa-lý đầy đủ, rốt ráo, bao quát. Tức là Kinh điển Đại-thừa chứa đủ cái Tạng sâu-xa bí-mật của Như-lai. Kinh ấy để cho bực Bồ-tát đọc và hành trì đặng đắc cái Đại Trí-huệ của Như-lai.

Còn *Bất liễu nghĩa* kinh là Kinh-điển Tiểu-thừa. Những ai tu học theo Kinh-điển nầy, cao lắm là đến quả Thinh-văn La-hán mà thôi. Vì vậy nên ý nghĩa chẳng sâu xa, chẳng đầy đủ. Nhơn đó, những Kinh sách của ngoại-đạo, của các nhà triết-học cũng đều là *bất liễu nghĩa kinh.*

Trong **Niết-bàn kinh** có dạy : Chư Tỳ-kheo phải y theo *Liễu nghĩa Kinh*, đừngy theo *Bất liễu nghĩa Kinh.* (*Xem : Y tứ pháp*).

LIỄU-NHƠN (*Nhân*) 了 因 Nhơn-duyên chiếu liễu, làm cho

tỏ rõ, giải-quyết. Mỗi sự vật, mỗi cuộc kết-quả đều do hai phần nhơn-duyên : 1.) *Sanh-nhơn* (*cái nhơn chánh sanh ra vật, sanh ra quả*), 2.) *Liễu-nhơn* (*cái nhơn chiếu liễu, làm cho vật được tỏ rõ*), phần *Liễu-nhơn* phụ trợ cho phần *Sanh-nhơn* vậy.

Tỷ như nói về lúa thóc và cây cối, *Sanh-nhơn* là hột giống, vì chính từ nơi hột giống mà sanh ra mầm, chồi, rồi lần lần lớn lên cho tới sanh hột, sanh quả. Còn *Liễu-nhơn* là các món : đất, nước, phân, công săn - sóc. Nếu chẳng có *Liễu nhơn* thì riêng phần cái *Sanh-nhơn* chẳng gây nên quả được.

Lại như nói về cây đèn cháy, do đó mình thấy được tỏ rõ vật nầy vật kia. Dầu trong bình đèn tức là *Sanh-nhơn*. Ánh-sáng của ngọn đèn tức là *Liễu-nhơn*.

LIỄU-NHƠN PHẬT-TÁNH 了因佛性 Cái nhơn-duyên là Trí-huệ soi sáng cái Chơn-như, một trong ba nhơn-duyên tạo thành cái Phật-tánh. *Xem* : *Tam nhơn Phật-tánh*.

LINH - SƠN 靈山 Núi Linh. Cảnh núi linh hình con ó ở gần thành Vương-xá (*Râjagriha*). Đọc theo Phạn : *Kỳ-xà-quật* (*Gradhakuta*), dịch nghĩa : *Linh-thứu sơn, Kê-túc sơn*.

Theo tín-ngưỡng người Ấn-Độ, chư Thiên-Thần thường hiện đến núi ấy, nên người ta gọi là *Linh-sơn*. Và ở tại núi ấy, đức Phật Thích-Ca thuyết diễn bộ kinh linh-diệu nhứt là Diệu-pháp Liên-hoa Kinh, nên người ta gọi là *Linh-sơn*. *Xem* : *Kỳ - xà - quật sơn*.

LINH-THỤY HOA 靈瑞華 Udumbara (*scr.*) *Linh*: linh-diệu. *Thụy* : Điềm lành. Hoa điềm lành linh-diệu. Tức là hoa *Ưu-đàm*, *Ưu-đàm-ba-la, Ưu-đàm-bát hoa* (*Udumbara*), dịch nghĩa : *Linh-thụy hoa, Linh - ứng hoa*. Hoa ấy rất hiếm có ở thế - gian, mấy ngàn năm mới hiện ra. Khi hoa ấy hiện ra, tức là có bực Chuyển luân Thánh-vương (*Kim-luân*) ra đời hoặc có Phật ra đời. Vì hoa ấy cho biết điềm linh-diệu như vậy, nên người ta gọi là *Linh-thụy hoa* (*Udumbara*).

LINH-THỨU (*SƠN*) 靈鷲山 Gradhakuta, Gridhrakûta (*scr.*).—

Pic du Vautour (*fr.*). Cảnh núi hình giống con chim ó (*thứu*). Nhờ có Phật ngự ở đó và thuyết pháp, nên người ta gọi núi ấy là *Linh-thứu sơn*, tức là *Linh-sơn*. Cũng viết theo Phạn : *Kỳ-xà-quật sơn* hoặc *Kê-túc sơn* (*vì cảnh núi ấy cũng giống như chơn con gà trống*).

(*Xem : Kỳ-xà-quật.*)

LOẠN 亂 Lộn - xộn, không có thứ-tự, *việc làm* điên - đảo, quấy bậy ; *ý - tứ* rời rạc, hoang - mang, phóng - túng ; *lời nói* không quyết-định, lộn xộn. Trái với *định*.

Loạn cũng tức là *phiền-não*.

Muốn trừ sự loạn : *loạn tâm, loạn tưởng,— loạn hành,— loạn ngôn*, cần phải tu thiền-định, hay là tụng Kinh, niệm Phật, lễ bái Tam Bảo.

LOẠN-HẠNH (*HÀNH*) 亂 行 Sự hành - động bạo - ngược, phóng - dật, không đúng theo phong-hóa đạo-đức.

LOẠN - TÂM 亂 心 Lòng dạ rối loạn, không bình tĩnh, không trụ tại một chỗ. Đối-nghĩa : Định-tâm.

LOẠN-TƯỞNG 亂 想 Tâm-tưởng lộn-xộn, phóng - dật, suy nghĩ sái quấy. Tiếng gọi chung các phiền-não.

LONG 龍 Nâga (*scr.*).— Dragon (*fr.*) Rồng, loài rồng. Cũng kêu là *Long-thần*. Kêu theo Phạn : *Na-già* (*Nâga*). *Long* là một bộ trong Tám bộ thường hiện đến nghe Phật giảng kinh Đại - Thừa.

(*Xem* . **Thiên long Bát bộ, Bát bộ chúng.**)

Loài rồng có cảnh-giái riêng ở dưới đáy nước, ở đáy biển, hoặc ở trên mặt nước. Họ có vua (*Long-vương*) ngự nơi cung điện xuê-lịch (**Long-cung**), và cũng phân ra quan - chức, dân - dã. Loài rồng thường có phép biến-hóa, thay hình đổi dạng.

Trong tạng Luật, có tích một con *rồng* muốn mau tấn-bộ trên đường tu học, nên hóa ra một người trai tráng, đến Giáo-hội xin thọ Giới xuất-gia. Giáo-hội chưa hay sự hóa hình, nên truyền Giới cho. *Rồng* về tăng - phòng. Nhưng khi ngủ thì hiện trở lại hình *rồng*. Chư Tăng hay đặng, bèn hội-nghị trục-xuất, cho rằng loài *rồng* chưa đủ sức tấn-hóa để thọ giái Tỳ-kheo. Phải sanh lên làm người, có đủ căn cơ tốt mới đặng làm Tỳ-kheo.—

Loài rồng có bốn thứ :

1.) *Thủ thiên-cung long* : Thứ rồng ở cõi trời, giữ gìn cung-điện chư Thiên.

2.) *Hành võ long* : Thứ rồng làm mưa. Có hai loại : Rồng lành (*thiện-long*) thì đổ mưa thuận thời cho người ta nhờ.

Rồng dữ (*ác-long*) làm mưa to lụt lớn, sái thời nghịch tiết, khiến cho người đồ khổ.

3.) *Địa long* : Thứ rồng ở dưới đất sâu, làm hầm, khoét hang, làm cho đất lún mà thành sông, thành hồ, thành biển.

4.) *Phục tạng long* : Thứ rồng giữ-gìn kho-tạng của vua Chuyển-luân Thánh-vương và của các nhà phước-đức lớn. (Xem : **Na-già**).

LONG-CUNG 龍 宮 Palais du Roi des Dragons. Cung-điện nơi ấy vị vua loài rồng (*Long-vương*) ngự trụ, tại đáy sông, đáy hồ, đáy biển hoặc ở trên nước, khỏi mặt nước. Như trong Trường A-hàm Kinh có nói rằng *Long-cung* của Ta-kiệt-la (*Sâ-gara*) Long-vương ở tại đáy Biển Cả. Long-cung của Nan-Đà (*Nanda*) Long-vương và của Bạt-nan Đà (*Upananda*) Long-vương ở tại khoảng giữa núi Tu-di và khoảng giữa núi Khư-đà-la.

Trong Lâu-thán Kinh có nói rằng *Long-cung* của Ta-kiệt-la Long-vương ở tại ao A-nậu-đạt (*Anavatapta*) miền Tuyết-sơn (*Himalaya*).

LONG-CHƯƠNG 龍 章 Livres (*fr.*) Kinh sách. Văn-chương kinh-điển nhà Phật nguyên là chữ Phạn. Những chữ Phạn (*Sanscrit, Pali* : *Bắc-phạn, Nam-phạn*) ấy dường như rồng rắn uốn khúc, quanh co. Vì vậy, người ta gọi kinh sách chữ Phạn là *Long-chương*. Về sau, người ta lại dùng danh từ ấy mà gọi kinh-sách Phật-giáo.

LONG-CHƯỞNG (*CHỦNG*) THƯỢNG-TÔN VƯƠNG PHẬT 龍種上尊王佛 Đức Phật Long-Chưởng Thượng-Tôn-Vương, một vị Phật hồi thuở Quá-khứ. Ngài *Văn-Thù Bồ-tát* thuở xưa đã lên ngôi Phật Như lai, hiệu là *Long-Chưởng Thượng-Tôn-Vương Phật*. Nhưng ngài còn thị hiện làm Bồ-tát, ủng-hộ chư Phật, như ngài đã ủng hộ đức Phật Thích-Ca của chúng-ta. Và ngài cũng thường đem sức Trí-huệ mà ủng-hộ các nhà trì Kinh, tham thiền. Xem : *Văn-Thù Bồ-tát*.

LONG-HOA HỘI 龍華會 *Hội* Long hoa. Hội thuyết-pháp của đức Phật sẽ tới, hiện nay là Bồ-tát Di-Lặc.

Đức Phật Thích-Tôn có cho biết : Di-Lặc Bồ-tát hiện nay ở tại nội-viện nơi từng trời Đâu-suất (*Tushita*). Về sau đây, trải qua 56 ức 7 ngàn vạn năm, ngài sẽ xuất thế ở quốc - độ nầy, tại trong rừng cây trổ hoa. Nơi cội cây Long - hoa, ngài sẽ khai Pháp-hội, phổ-độ nhơn-loại và chư thiên.—

Vậy, chúng-ta nên tinh-tấn mà tu học đặng chừng ngài Di-Lặc giáng thế mở *Long-hoa hội*, may ra chúng-ta sẽ được phước mà dự nghe và ủng-hộ Phật-pháp !

Theo Kinh ông Cưu-ma-la-thập dịch, Pháp - hội của Phật Di-Lặc sẽ nhóm dưới cây hình con Rồng trổ hoa vàng nên kêu là *Long-hoa hội*.

Tại *Long-hoa hội*, Phật Di-Lặc sẽ thuyết pháp ba kỳ độ chúng-sanh.

Kỳ Hội đầu thuyết pháp, có 96 ức người đặng quả A-la-hán, 36 muôn trong Tám bộ Người và Trời phát tâm Vô-thượng Bồ-đề, lại có nhiều chúng đặng bốn Quả trong hai Thừa Thinh-văn và Duyên-giác.

Kỳ Hội thứ nhì thuyết pháp, có 49 ức người đặng quả A-la-hán, 64 ức trong Tám bộ Người và Trời phát tâm Bồ-đề, lại có nhiều chúng đặng bốn Quả trong hai Thừa.

Kỳ Hội thứ ba thuyết pháp, có 92 ức người đặng quả A-la-hán, 34 ức trong Tám bộ Người và Trời phát tâm Bồ-đề, lại có nhiều chúng đặng bốn Quả trong hai Thừa.

Đó kêu là *Long-hoa Tam Hội.*

(*Xem* : *Di-Lặc*).

LONG-HOA THỌ 龍 華 樹 Cây Long-hoa. Cây hình con Rồng, trổ hoa màu vàng. Theo lời tiên-tri của Phật Thích-Ca, Di-Lặc Bồ-tát sẽ giáng sanh ở cõi nầy, sẽ ngồi đại-định nơi cội *Long-hoa thọ* mà thành Phật. Ấy là đức Phật kế tiếp Phật Thích-Ca ở cõi Ta-bà nầy. Cây *Long-hoa thọ* tức là : Đạo-thọ, Bồ-đề thọ đối với Phật Di-Lặc, cũng như cây *Tất-bát-la* (*Pippala*) là Bồ-đề thọ đối với Phật Thích-Ca vậy.

LONG-KHẢM 龍 龕 Tiếng tôn xưng cái quan-quách chứa di thể của trang Hiền-Thánh.

Oai đức của trang Hiền-Thánh tỷ như oai-đức của Rồng (*Long*). Vì vậy nên người ta gọi quan-quách chứa xác của trang Hiền-Thánh là *Long khám.*

LONG-MÃNH (*Tổ-Sư*) 龍 猛 (祖 師) Nagarjunâ (*scr.*)

Đức Bồ-tát, Tổ-sư đời thứ 14, trong hàng 28 đời Tổ-sư Tây-thiên. Người ta thường gọi ngài là *Long-Thọ Bồ-tát.* Tên ngài âm theo Phạn : *Na-già - hạt-thọ-na* (*Nagarjuna*).

(*Xem* : *Long-Thọ Bồ-tát*).

LONG-NỮ 龍 女 Tức : Ta-kiệt-La Long-vương nữ : Con gái vua Long-vương Ta-kiệt-La. Cô gái ấy tám tuổi, được Văn-Thù Bồ tát độ thành. Cô hiện đến núi Kỳ-xà-quật nhằm lúc Phật Thích-Ca giảng Diệu-pháp Liên-hoa Kinh. Cô đi về phương Nam, bỏ nữ-thân, thị hiện nam-thân, đồng thời thị hiện thành Phật Thế-tôn, đủ 32 tướng Chánh với 80 tướng phụ, ở tại thế-giái Ly-cấu, có đủ Bát bộ chúng hầu hạ và dự nghe giảng Kinh Pháp-hoa. Xem : *Đề-bà-đạt-Đa* phẩm 12 trong Diệu-pháp Liên-hoa Kinh.

LONG PHẤN-TẤN TAM-MUỘI 龍 奮 迅 三 昧 Phép Thiền-định tên là Long phấn-tấn. Người vào phép Tam-muội ấy, có sức mau-mắn mạnh-mẽ như sức Rồng (*Long*), phát hiện oai-thế dõng - mãnh.

LONG-TẠNG 龍 藏 Tạng Kinh ở Long-cung. Tại cung điện vị Long-vương, có nhiều Kinh điển quí báu đạo Phật, kêu chung là *Long - tạng*.

LONG-THANG 龍 湯 *Long*: Rồng. *Thang* : Thang-dược. Món phẩn-niệu mà người ta chế, để dành làm thuốc trị bệnh. Cũng gọi : Hoàng-long thang 黃 龍 湯.

LONG-THẦN 龍 神 Vị Thần Rồng. *Thần* là tiếng dùng để gọi hạng quỉ-thần, thiên-thần là hạng chúng-sanh có sức mau lẹ, biến hóa khó lường. Người ta sắp Rồng vào hạng Thần, nên tôn xưng là *Long-thần*.

Cũng là tiếng gọi chung loại Rồng, là một bộ trong *Bát bộ chúng*.

LONG-THỌ (*Bồ - tát*) 龍 樹 (菩 薩) Nagarjuna (*scr.*) Một đức Bồ-tát Tỳ-kheo hồi thế-kỷ thứ hai Dương-lịch, sanh ra lối 160 sau Gia-tô.

Bà mẹ ngài hạ sanh ngài ra nơi cội cây *A-châu-đà-na* (*Arjuna*), nên lấy tên cây ấy mà đặt tên ngài. Về sau, ngài nhờ loài rồng (*long* : *naga*) mà thành Đạo, vì ngài hiện xuống Long-cung mà chép Kinh Hoa-nghiêm, nên tên ngài mới viết là *Long-Thọ* (Long : *Naga* : Thọ, *cây A - châu - đà - na* : *Arjuna*). Tên ngài đọc theo Phạn : *Na-già-hạt-thọ-na* (*Nagarjuna*).

Ngài là Tổ-sư thứ mười bốn trong hai mươi tám vị Tổ-sư nối truyền cái Chánh-Pháp của Phật ở Ấn-độ. Ngài gốc ở xứ Bérar, dòng Bà-la-môn, bỏ Bà-la-môn giáo mà theo Phật-giáo và kế nghiệp cho Tổ-sư Ca-tỳ-ma-la (*Kapimala*). Ngài soạn nhiều quyển kinh rất có giá-trị, như quyển *Na-tiên Tỳ-kheo kinh* giải về Đạo-lý rất rành. Ngài cũng có soạn ra hai bộ luận, kinh cốt-yếu của Tam-luận tông : *Trung-luận* (*Madhyâmika-Çastra*), và *Thập nhị-môn luận* (*Dvâdaça-nikaya*). Ngài thích nhứt về lý Không, tức là cái Chơn-Không, Chơn-lý mực - trung nơi ấy chẳng phải có mà cũng chẳng phải không. Nhà tu học chứng được lý Không thì đắc Niết-bàn.

Ngài lại cũng rất tinh thông về lý mật ấn. Ngài có truyền giáo-lý Mật-tông cho Long-Trí, giáo-lý nầy sau thành giáo-lý của Chơn-ngôn tông là một tông đạo Phật rất thạnh hành ở Viễn-đông, ảnh hưởng đến nay vẫn còn với những linh-phù, pháp-ấn, chơn-ngôn, với những cuộc truyền thọ kín đạo về tâm-linh.

Long-Thọ Bồ-tát là một vị có danh lớn trong Phật-học giới, cho nên có nhiều người xưng ngài là « Phật Thích-Ca chẳng có Ba mươi hai tướng ».

Ngài hưởng thọ lối sáu mươi tuổi, truyền y-bát Tổ-sư cho Ca-na-đề-bà (*Kânadeva*).

LONG - THỌ TỨ GIÁO 龍樹四教 Quatre doctrines (*théories*) de Nagarjuna (*fr.* , *scr.*) Bốn Giáo-lý của Long-Thọ Bồ-tát. Bốn pháp-môn liên-tiếp mà Long-Thọ trưng ra để người ta tu hành. Đắc đủ bốn giáo-lý ấy, tự-nhiên đắc nhập cái Chơn-tánh, Thật-tướng, Như-lai tánh :

1.) Hữu : Có.

2.) Không : Không, Chẳng có.

3.) Diệc Hữu diệc Không : Cũng Có cũng Không.

4.) Phi Hữu phi Không : Chẳng phải Có chẳng phải Không.

LONG - TRÍ 龍智 Nâgabodhi (*scr.*) Đệ-tử của Long-Thọ (*Nâgarjuna*) phái Mật-tông. Ngài ở về thế kỷ thứ hai Dương-lịch. Mật-tông mà ngài được Chơn-truyền cũng kêu là Du-chỉ tông hay Chơn-ngôn tông vì sự hành đạo giống với phái *Du-chỉ* (*Yogisme*) và giống với Mật-giáo (*Tantrisme*) ở Ấn-Độ. Người Mật-tông học các sự bí-mật trong võ-trụ, cách luyện đạo, pháp-ấn, thần-chú. Người trong phái rất tấn về ba cái mật : thân, khẩu, ý. Long-Trí truyền pháp cho đệ-tử là Kim-cang-trí (*Vajrabodhi*) với cái tinh-túy của hai quyển kinh căn-bổn của Mật-tông là : Đại-nhựt Kinh (*Mahavairo-canabhisambodhi*) và Kim-cang Đảnh Kinh (*Vajra-kesekhara*).

LONG-VƯƠNG 龍 王 Nâga-râdja (*scr.*) Vua loài rồng, thường ở trong cung-điện dưới nước, dưới đáy biển, cũng có khi ở trên nước. Có phép thần-thông, trữ nhiều bửu-vật.

Bồ-tát Thiện-Hữu, tiền-thân của Phật Thích-Ca có tầm đến một vị *Long-vương* mà xin hột bửu-châu Như-ý đặng nương sức thần của hột châu mà có những đồ vật bố thí cho chúng-sanh. Ngài Long-Thọ (*Nâgarjuna*), thế-kỷ thứ hai Tây - lịch có hiện xuống Long-cung của một vị *Long-vương* mà chép lại bộ Kinh Hoa-Nghiêm.

Hồi đức Phật Thích-Ca giảng Kinh Diệu-pháp Liên - hoa, tám vị *Long-vương* có dắc theo rất nhiều quyến-thuộc đến hầu hạ Phật và đặng nghe Phật thuyết Kinh Pháp-Hoa. Tám vị *Long-vương* ấy là : Nan-đà (*Nanda*), Bạt-nan-đà (*Upananda*), Ta-già-la (*Sâgara*), Hòa-tu-kiết (*Vâsuki*), Đức-xoa-Ca (*Takchaka*), A-na-bà-đạt-đa (*Aravotapta*), Ma-na-tư (*Manasvin*), Ưu-bát-la (*Utpala*).

LÔ-GIÀ PHẬT 盧 遮 佛 Đức Phật hiệu là Lô-Già. Cũng viết : *Lâu-Chí Phật.* Dịch nghĩa : Ái Lạc Phật, Đề-Khốc Phật. Đức Phật sau cùng trong số một ngàn đức Phật lần lượt sẽ ra đời trong Hiền-Kiếp nầy. *Xem : Hiền-Kiếp.*

LÔ-MIỆN-NI 盧 盼 尼 Rohini (*scr.*). Tên xưa một con sông ở Ấn-Độ, bắt từ trên núi Hỷ - mã (*Himalaya*) mà chảy xuống và chảy ra đụng sông Hằng-hà (*Gange*), ngày nay kêu là *Kohana*. Sông *Lô-miện-ni* chảy ngang kinh-đô Ca-tỳ-la-vệ (*Kapilavastou*) thuộc về xứ Nê - bạc - Nhĩ (*Népal*), là quê - hương của thái - tử Thích-Ca.

LỘ-CA-DA-ĐẾ-CA 路 迦 耶 底 迦 cũng viết : **LỘ - GIÀ - DA - ĐÀ** 路 伽 耶 陀 Tiếng phạn, dịch nghĩa : Thuận - thế. Tiếng đạo Phật Ấn-độ dùng để gọi : hạng tu hành ngoại - đạo thuận theo thế-tục. Họ suy nghĩ, nói năng, hành động theo thế-tục, chẳng có tánh-cách xuất-thế, giải thoát.

LỘ-CA-NA-THA 路 迦 那 他 Lokanàtha (*scr.*) Tiếng Phạn, dịch nghĩa : *Thế-tôn.* Một hiệu trong *Thập hiệu* của Phật. (*Xem : Thế-tôn.*)

LỘ - CA - PHẠI 路迦憊 Lokavit (*scr.*) Tiếng phạn, dịch nghĩa : *Thế-gian giải*. Một hiệu trong *Thập hiệu* của Phật. Ấy là bực hiểu rõ tất cả thế-gian, thấy biết hết các chúng - sanh và vạn vật từ lý đến sự, từ nhơn tới quả.

(*Xem : Thế-gian giải*).

LỘC-DÃ 鹿野 Mrganika (*scr.*) Bà phi thứ ba của thái tử Tất-đạt-đa (*Siddharta*). Vì đức vua Tịnh - Phạn có cưới cho thái - tử ba bà phi bà chánh là Da-du-đà - la, bà thứ là Cồ-Di và bà ba là *Lộc-Dã*. Ngoài ra, có cả trăm mỹ-nữ theo giúp vui cho thái tử. Trong năm, tùy theo mùa, ngài ngự trong ba cảnh đền rất lộng-lẫy. (**Nhơn-quả kinh.**)

LỘC-DÃ VIÊN 鹿野園 Mrgadava (*scr.*).— Parc aux gazel- -les. (*fr.*) Cũng kêu : *Lộc-uyển*, Vườn Lộc.

Cảnh Vườn Lộc (*hươu*) ở gần thành Ba - la - nại (*Bénarès*), trong vườn ấy có rất nhiều con lộc. Cảnh Vườn Lộc cũng kêu : Tiên-uyển, Vườn Tiên (*Rishipatana*), vì xưa nay, hằng có những vị tu Tiên ở tu tại đó. (*Xem : Tiên-uyển*).

Nơi đây, đức Phật Thích-Ca thuyết pháp lần đầu, chuyển Pháp-luân (*Bánh xe Pháp*) mà độ năm vị Chơn-nhơn. Năm vị nầy : A-nhã Kiều-Trần-Như (*Adjnâtakaundinya*), Át - Bệ (Asvajit), Thập-Lực Ca-Diếp (*Dasabala-Kâçyapa ou Vâchpa*), Ma-Nam-Câu-Ly (*Mahânaman-Kulika*), Bạc-Đề (*Bhadrika*) trước theo đức Thích-Ca mà tu khổ-hạnh. Sau thấy đức Thích-Ca thôi khổ hạnh, năm vị bèn tách ra mà đến ở *Lộc-dã viên*. Tới chừng đức Thích-Ca thành Phật Thế-tôn, Ngài đến *Lộc-dã viên* mà truyền Đạo cho năm vị ấy. Thảy đều qui-y theo Ngài và liền đắc quả La-hán.

Đức Phật ở nơi *Lộc-dã viên* mà thâu thập đệ-tử khá đông, kẻ thọ giái xuất-gia, người thọ giái tại - gia. Trong số đó, có chàng Da-xá (*Yaças*), con nhà phong-lưu phú-quí ngán cuộc đời mà xuất-gia ; cha, mẹ, vợ, bà con và bậu-bạn noi gương chàng mà qui-y Tam Bảo rất đông.

Chẳng những đức Thích-Ca sau khi thành Đạo, ngự xuống thuyết pháp tại *Lộc-dã viên* gần thành Ba-la-nại, mà thuở xưa, khi đức Ca-Diếp thành Phật, bấy giờ con người hưởng thọ 20 ngàn tuổi, đức Phật Ca-Diếp cũng có ngự đến *Lộc-dã viên* mà Chuyển Pháp-luân.

LỘC - UYỂN 鹿苑 Mrgadava (*scr.*) Parc aux gazelles *fr*) Vườn Lộc ở gần thành Ba-la-nại.

Cũng viết : *Lộc-viên*, Lộc-*dã uyển*, *Lộc-dã viên* (*Xem* : *Lộc-dã viên*).

LỘC-UYỂN THÌ (*THỜI*) 鹿苑時 Thời kỳ Lộc-uyển, tức thời kỳ mà Phật Thích Ca thuyết pháp tại Vườn Lộc. Thiên-thai tông có lập ra năm thời-kỳ thuyết pháp của đức Phật trong đời giáo-hóa của ngài từ khi thành Đạo đến lúc nhập Niết-bàn. *Lộc-uyển* là thời kỳ thứ hai, ngài trụ tại Vườn Lộc mà thuyết pháp về giáo-lý Tiểu-thừa. Xem : *Ngũ thì giáo*.

LỘC-XA 鹿車 Voiture à gazelle (*fr.*) : Xe lộc, Cỗ xe do con lộc kéo đi. Lời tỷ-dụ của kinh Pháp-Hoa để gọi *Độc-giác thừa*. Ở phẩm Thí-dụ trong Kinh Pháp-Hoa, Phật có nói về ba cỗ xe, sánh với ba bực tu :

1.) *Dương-xa*, xe dê sánh với *Thinh-văn thừa* hay Tiểu-thừa.

2.) *Lộc-xa*, Xe lộc sánh với *Độc-giác thừa* hay Trung-thừa.

3.) *Ngưu-xa*, Xe bò sánh với *Bồ-tát thừa* hay Đại-thừa.

Sau rốt, Phật nói tới cỗ xe duy nhứt, *Bạch-ngưu xa*, xe bò trắng sánh với *Phật-thừa*, *Nhứt-thừa* mà ai nấy nên nương theo để thành Phật. Xem : *Tam xa*, *Tam thừa*.

LỢI-CĂN 利根 Căn nhặm-lẹ, sáng suốt. *Lợi* là lanh-lợi.

Căn là năm căn : tín-căn, tinh-tấn căn, niệm-căn, định-căn, huệ-căn.— Căn cũng là năm căn : nhãn-căn (*mắt*), nhĩ-căn (*tai*), tỹ-căn (*mũi*), thiệt-căn (*lưỡi*), thân-căn (*thân thể tay chơn*). *Lợi-căn* là căn-khí tức là thiên-tánh vậy.

Lại *Lợi* là nghĩa mau lẹ ; *Căn* là nghĩa có thể sanh ra tức là cội-rễ mau-lẹ mà sanh ra diệu-giải vậy.

Lợi-căn đối với độn-căn là căn-tánh chậm lụt, ngu tối.

Chư Phật, chư Bồ-tát tùy theo kẻ *lợi-căn* hoặc *độn-căn* mà thuyết pháp, giáo-độ : hoặc dạy chỗ cao siêu, hoặc chỉ chỗ thấp thường ; hoặc truyền một cách cấp tốc (*đốn-giáo*), hoặc dẫn cho từng bực, từng hồi (*tiệm-giáo*), hoặc chỉ về tâm, lý,— hoặc chỉ về sự, tướng.

Địa-Tạng Kinh : Hoặc kẻ có *lợi-căn*, nghe liền tin chịu.

LỢI-ĐỘN 利 鈍 : Lanh lợi và chậm lụt, Sáng-suốt và tối tăm. Tức là : lợi-căn và độn-căn, lợi-trí và ngu-trí.

Qui-nguyên trực-chỉ : Chỉ nhân nhơn hữu *lợi độn*, toại thành kiến hữu sai thù. (*Chỉ bởi người ta có kẻ* **lanh** *người* **lụt**, *bèn thành ra ý-kiến có sai khác nhau. Nghĩa là chư Phật, chư Tổ, các nhà dạy đạo tùy theo trình độ người nghe mà tỏ bày ý-kiến : với người lanh lợi, nói ra một cách ; với người chậm lụt, giảng giải một cách khác.*)

LỢI-SỬ 利 使 Mối sai-khiến, mối phiền não sai-khiến và ngăn trở hạng người lanh lợi, thông minh. Đối với : *Độn - sử* là mối phiền - não sai - khiến và ngăn trở hạng người chậm lụt, ngu-độn. Có năm *Lợi-sử* : Sắc-ái, Vô - sắc ái, Mạn, Trạo, Vô-minh. Xem : Ngũ lợi-sử.

LỢI - TRÍ 利 智 : Trí - thức lanh-lợi, sáng láng. Đối với *ngu-trí*. Lợi-trí là cái trí-huệ minh-bạch, hiểu liễu, có thể phân biệt điều phải lẽ quấy vậy.

LỢI-DƯỠNG 利 養 Những món lợi để nuôi thân. Tiếng chẳng tốt để gọi những thức ăn, vật uống, quần áo, thuốc thang, đồ vật mà người tín-thí cung cấp cho những thầy tu chẳng giữ tịnh-hạnh, chẳng trì Giái, Định, Huệ.— Lại là những món ăn vật uống và đồ-đạc thuộc về Thường-trụ, mà người ta nương vào đó cốt để nuôi thân hơn là để tu hành.

Có những người, vì *lợi-dưỡng*, vì danh-văn (*danh tiếng*), vì muốn đời sau làm Tiên trên Trời hoặc làm người quí-phái ở Nhơn-gian, nên xuất-gia vào ở chùa chiền hoặc ở trong núi, trong rừng. Chớ chẳng phải vì mục đích là diệt phiền não, độ chúng-sanh.

LỢI - DƯỠNG PHƯỢC 利養縛 : Lợi-dưỡng là dây trói buộc thân-tâm. Sự trói buộc của những món lợi - dưỡng. Những món ăn mặc và đồ dùng của nhà chùa hoặc do nhà tín-thí cung cấp có thể trói buộc thân-tâm, làm cho nhà tu-hành chẳng được tự-tại.

LỢI - HẠNH (*HÀNH*) **NHIẾP** 利行攝 Hành - động lợi-ích có sức thâu phục, hấp dẫn tâm của chúng-sanh. Do hành-động lành bằng thân, bằng miệng và bằng ý làm lợi-ích cho người đời, nhà đạo thâu phục, hấp dẫn lòng dạ của họ, khiến họ mộ Đạo, nhập Pháp, tu trì. Một trong *Tứ nhiếp-pháp*.

Xem : *Tứ nhiếp-pháp.*

LỢI ÍCH 利益 Avantage, Utilité, Avantageux, Utile (*fr.*) Tiện lợi, thuận tiện, no đủ, vui sướng. Đối nghĩa : *Tổn-hại.*

Như : **Lợi ích cho thân.** Ấy là những món : ăn, uống, mặc, ở, thuốc-men. Bố-thí tài vật là sự lợi ích cho thân.

Lợi ích cho tâm. Ấy là Chánh-pháp của Phật, Giới-luật, Kinh, Luận, sự nghe thuyết-pháp, sự đọc tụng Kinh-điển. Bố-thí Pháp-lý là sự lợi ích cho tâm.

Lợi-ích cho cả thân và tâm. Ấy là sự độ-thoát của chư Phật, của chư Bồ-tát đối với chúng-sanh, đưa họ ra khỏi Ba nẻo ác, Sáu nẻo luân-hồi ; sự phước-đức do cúng-dường, bố-thí, tu học nâng cao thân-thể và tâm - trí của hành-giả.

Lại có : **Lợi-ích cho mình.** Ấy là hạnh tu của hàng Thinh-văn, Duyên-giác, đương lo độ-thoát lấy mình, tự-giác lấy mình.

Lợi - ích cho người. Ấy là hạnh từ-bi cứu-thế của chư Đại Bồ-tát, chỉ lo cứu-độ chúng-sanh mà thôi. Như hạnh vị-tha của những ngài Quan-Âm, Địa-Tạng, Văn-Thù, Phổ-Hiền v.v...

Lợi ích cho mình và cho người. Ấy là hạnh tu của Bồ-tát vừa độ lấy mình vừa giáo-hóa, cứu-tế chúng-sanh, thi-hành *Lục độ, Tứ ân, Tứ hoằng thệ nguyện.*

LỢI ÍCH NHƠN-THIÊN 利 益 人 天 Lợi ích cho loài người và cho chư thiên (*tiên*). Ấy là sự niệm danh-hiệu chư Phật, danh-hiệu chư Đại Bồ-tát, sự cúng-dường trước tượng Phật và tượng Bồ-tát. *Loài người* mà làm được như vậy thì tránh khỏi tai-nạn, được cơm ăn áo mặc đầy đủ, nhà cửa được dư-giả, yên ổn. Còn *chư-thiên* (*tiên*) thì hưởng thêm phước-đức trên Thiên-đường, tránh khỏi *Ngũ suy-tướng*

LỢI ÍCH TỒN-VONG 利 益 存 亡 : Lợi ích cho kẻ sống người thác. Ấy là sự cúng-dường, bố-thí trước tượng Phật, Bồ-tát, nhứt là trước tượng ngài Địa-Tạng Bồ-tát. Trong những gia-đình, nếu có kẻ mới thác trong vòng 49 ngày, người nhà nên đọc tụng hoặc thỉnh người đọc tụng *Kinh Địa-Tạng* và mở ra việc *cúng-dường, bố-thí*. Nhờ vậy, kẻ sống : già, trẻ, trai, gái đều được phước lợi ; còn kẻ chết thì được siêu-độ, khỏi những sự đọa-lạc tối tăm trong Ba nẻo.

THẬP CHỦNG LỢI-ÍCH 十 種 利 益 : Mười thứ lợi-ích. Nhà ai thờ phụng tượng Địa-Tạng Bồ-tát thì được *mười thứ lợi ích* : 1.) Đất đai thạnh mậu. 2.) Nhà cửa bình an luôn luôn. 3.) Kẻ thác sanh lên cảnh Tiên. 4.) Người sống được thêm tuổi thọ. 5.) Cầu chi được nấy. 6.) Không có những nạn nước, lửa. 7.) Không có các việc hư-hại, hao tốn. 8.) Dứt các mộng my độc địa. 9.) Khi ra, khi vào đều có thần-linh hộ-mạng. 10.) Gặp nhiều nhơn lành về đạo Phật-Thánh.

Thập chủng lợi-ích trên có nói rõ ở phẩm 11, Địa-thần Hộ-Pháp trong Địa-Tạng Kinh.

LỢI-LẠC 利 樂 Avantage - Joie (*fr.*) Lợi ích và an-lạc. Được lợi-ích thì an-vui. Lại, sự có ích về đời sau là *lợi* ; sự có ích về đời hiện-tại là *lạc*. Hoặc là hai tiếng ấy có tên riêng mà đồng một thể : lợi ích tức là an-lạc, sung sướng thỏa ý.

LỢI LẠC HỮU-TÌNH 利 樂 有 情 : Lợi ích, vui sướng cho

chúng-sanh. Làm cho chúng-sanh được lợi ích và an-vui. Ấy là hạnh tu của Bồ-tát, lúc nào cũng dùng sức từ-bi mà cứu nhơn, độ thế, làm cho no - đủ và yên-ổn các giống hữu-tình Thi hành *Lục độ* và *Phương-tiện*, giúp cho chúng-sanh được lợi ích và an-lạc.

LỢI SANH 利生 Lợi-ích cho chúng-sanh, cho người ta, cho chư Thần, cho chư Thiên, cho thú vật. Nói tắt là *Lợi sanh*. Như : *Truyền Pháp lợi sanh* : Truyền-bá Đạo-lý có lợi ích cho chúng-sanh.

LỢI THA 利他 Altruiste (*fr.*) : Lợi ích cho những người khác. Đối nghĩa : *Lợi kỷ* 利己, Égoïste (*fr.*) Lợi ích riêng cho mình mà thôi.

LUÂN BẢO 輪寶 Kêu trọn chữ : *Kim-luân bảo*. Cũng kêu *kim-luân*. Ấy là cỗ xe báu, bánh xe bằng vàng ròng, rất quí báu, của vua *Chuyển-luân Thánh vương*. Một trong *Thất bảo* của vua *Chuyển-luân Thánh - vương*. Khi một vị vua có tài đức hơn hết ra đời, trị vì thiên-hạ, lần lượt hiện ra cho ngài tùy dùng : 1.) *Luân bảo*, 2.) Tượng bảo, 3.) Mã bảo, 4.) Ma - ni châu, 5.) Nữ bảo, 6.) Chủ tạng thần, 7.) Chủ binh thần.

Cách *Luân bảo* hiện ra, trong **Niết - bàn kinh** có chép như vầy :

Nhằm ngày rằm, vua Đỉnh-Sanh (*tiền - thân Phật Thích - Ca*) ngự tại lầu cao, tắm gội và trai-giới. Liền đó, từ phương Đông, có *Luân bảo* bằng vàng ròng hiện đến, bánh xe có cả ngàn cây căm, có đủ tum (*cốc*) và niềng (*võng*). Xe ấy vốn không phải do tay thợ ở nhơn - gian làm, tự nhiên hiện đến. Vua xét : theo lời của các vị Tiên Ngũ-thông, nếu có *Luân bảo* hiện đến như vậy, ắt mình sẽ làm bực *Chuyển-luân Thánh-vương*. Vua rờ bánh xe, kế cầm lư hương, qui gối nguyện rằng : « Nếu thật là *Luân bảo*, thì nên bay đi và trở về như *Luân bảo* thuở xưa của các vị Chuyển-luân Thánh-vương. » Dứt lời, *Luân bảo* bay khắp Thập phương trên Hư-không và trở về đậu phía tay trái của vua Đỉnh-Sanh.

Vua lấy làm vui mừng, biết rằng mình chắc sẽ lên bực Chuyền-luân Thánh-vương.

LUÂN - CHUYỂN 輪 轉 Transmigrer, Transmigration (*fr.*) Xoay vần, Lăn đi lộn lại mãi. Đồng-nghĩa : *Luân - hồi. Tam - giới, Lục-đạo* tỷ như cái Bánh xe quây tròn. Chúng-sanh ở trong ấy cũng lăn lộn mãi, quanh đi lộn lại trong Ba Cõi, Sáu Nẻo, không thoát ra được.

Xem : *Luân-hồi.*

LUÂN-HỎA 輪 火 Cercle de feu (*fr.*) Vòng lửa. Cũng viết *Triền-hỏa luân* 旋 火 輪 Ngọn lửa quay tròn biến thành vòng lửa. Như người ta cầm một cái cây đàng đầu có một điểm lửa. Người ta quây cái cây ấy cho thật mau, thì điểm lửa ấy hóa thành vòng lửa, *Luân - hỏa*. Đó là hình như vòng lửa, thật chẳng phải là vòng lửa. Cuộc luân - hồi, các cuộc sanh - tử, các khổ-não cũng như vậy, chẳng có thật, tỷ như cái *Luân-hỏa* ấy. Khi người ta giác-ngộ, dứt mê, dứt phiền-não, thì cuộc luân-hồi, các cuộc sanh-tử, các khổ-não tự nhiên dứt. Đó cũng như người ta ngừng quay cái cây có điểm lửa, tự - nhiên cái *Luân-hỏa* cũng biến mất.

LUÂN - HỒI 輪 迴 Samsara, Gàti (*scr.*).— Métempsycose, Transmigration (*fr.*) *Luân* : Bánh xe, xoay tròn ; *hồi* : lần về. Chúng-sanh , từ vô - thỉ tới nay, luân chuyển mãi, hết sanh rồi tử trong sáu đường, lộn đi lộn lại mãi, hết xuống rồi lên, hết lên rồi xuống, cũng như một cái bánh xe lăn tròn mãi không lúc nào thôi. Họ những loanh-quanh mãi trong Sáu đường : Tiên, Thần, Người, Địa-ngục, Ngạ - quỉ, Súc - sanh.— Họ những sanh đi sanh lại trong bốn loại : thai, noãn, thấp, hóa.

Cho đến chừng nào họ tỉnh ngộ, tu thành Đạo, thì dứt *luân-hồi*, hết khổ-não. *Luân-hồi* đối với *Niết-bàn.*

Luân-hồi cũng kêu là *Luân - chuyền,* tức là lăn đi lộn lại mãi trong *Tam giới, Lục đạo* , không biết kỳ - hạn nào được thoát ra.

Lại cũng kêu là *Sanh-tử,* vì hết sống rồi thác, hết thác rồi sống, cứ như vậy mãi không ngừng.

Di-Lặc Hạ Sanh Thành Phật Kinh :

Bồ-tát ký thành lập, — Từ mẫn chư quần-sanh ;
Chúng khổ hiểm nạn trung,— *Luân-hồi* thường bất tức.

(Tới chừng Bồ-tát thành Thân,
Chạnh lòng thương chúng sanh tồn các nơi ;
Phải bao nạn khổ tơi bời,
Luân-hồi *mãi mãi, nghỉ ngơi chẳng hề.)*

LUÂN-VƯƠNG 輪王 Tchakravartin, Balatchakravartin (*scr.*)

Tiếng kêu tắt để gọi ngài Chuyển - luân vương, *Chuyển - luân Thánh-vương*. Vị Vua quây Bánh xe Đạo - đức, trị vì Đạo-đức, ở ngôi mà làm phát triển nền Đạo-đức.

Vị *Luân-vương* hay *Chuyển-luân vương* có cái *Luân bảo* tức cổ xe quí, bánh xe bằng vàng. Ngài ngự trên đó, bay đi hàng phục Bốn cõi thiên hạ. Vì vậy nên gọi ngài là *Luân-vương*.

Như về đời quá-khứ, có vị *Luân - vương* tên Kiều-Thi-Ca, nghe Phật Thế-Tự-Tại-Vương thuyết pháp, nên tỏ ngộ, bỏ ngôi và xuất-gia, lấy hiệu là Pháp-Tạng Tỳ - kheo, phát 48 điều đại-nguyện và sau thành Phật A-Di-Đà.

(Xem : **Chuyển-luân Thánh-vương**).

LUẬN 論 Çastra, Abhidharma (*scr.*).— Métaphysique (*fr*). Bài luận, Sách luận, giảng về Đạo-lý, Luận-lý, Siêu-hình. *Luận* có hai thứ :

1) Thứ *Luận* trong Luận-tạng, âm theo Phạn: A-tỳ-đạt-ma (*Abhi--dharma*) là những bài luận mà Phật giảng, do đức Ca - Diếp đọc lại trong kỳ kết-tập sau khi Phật diệt. Giáo-hội bèn in ra thành quyển, trữ thành tạng, hiệp với tạng Kinh và tạng Luật, kêu là Tam Tạng (*Xem : Luận-tạng*).

2.) Thứ *Luận* âm theo Phạn : Çastra là những bài luận mà các vị Luận-gia tự soạn lấy đề giải về những chỗ vi-tế, siêu-việt trong đạo Phật. Hồi thế-kỷ thứ năm, hai anh em ngài vô-Trứ (*Asangha*) và Thiên-Thân (*Vasubandhu*) tu theo Đại-thừa, thường nhập định Tam-muội, lên chầu Bồ-tát Di Lặc (*Maitreya*) trên cung Đâu-suất (*Tushita*) mà hỏi đạo. Có khi ngài Di-Lặc cũng giáng xuống nơi giảng-đường ở xứ A-du-sa (*Ayodhya*) mà thuyết pháp với hai ngài. Đức Di-Lặc có truyền cho hai ngài nhiều bộ *Luận*, chỉ cho Vô-Trứ năm bộ Luận :

1.— Du-già sư địa luận (Yogâ-çarya - bhûmi - çastra),

2.— Phân-biệt Du-già luận (*Vibhâga-Yogâ-çastra*),

3.— Đại-thừa trang-nghiêm luận (*Mahâyana-lamkâra-çastra*).

4.— Biện-trung biện luận (*Madhyânta-vibhaga-çastra*).

5.— Kim-cang bát-nhã luận (*Vajracchedikâ-prajnâ-paramita-çastra*).

Với ông em của Vô-Trứ là Thiên-Thân, đức Di-Lặc giúp cho dọn xong bộ Duy-Thức luận (*Vidyâ - mâtra siddhi - çastra - kârika*). Bộ nầy là bổn kinh đại-khái của Thiên-Thân, về sau nó thành bổn kinh chánh của *Pháp-tướng tông* ở Đông-độ.

LUẬN-GIA 論 家 Nhà có tài luận-biện và soạn Kinh thâm-diệu giải về nghĩa lý sâu-xa siêu-việt của đạo Phật.

Như hồi thế-kỷ thứ hai Dương-lịch, Long-Thọ (*Nagarjuna*) Bồ-tát, Tổ-sư thứ mười bốn, là một *Luận-gia* rất tài. Ngài có trước-tác hai bộ Luận : Trung - luận và Thập nhị môn luận. Ngài sở trường về tạng Luận trong Tam Tạng. — Đến thế-kỷ thứ năm, Thiên-Thân (*Vasubandhu*) Bồ-tát, Tổ-sư thứ hai mươi mốt, là một *Luận-gia* cao siêu trong Phật-học giới. Ngài có soạn nhiều bộ Luận (*çastras*) mà đến nay người ta vẫn xem một cách ham mộ.

LUẬN-NGHỊ (*KINH*) 論 議 (經).— Upadêsa (*scr.*). *Luận-nghị Kinh* là chữ dịch theo Phạn *Ưu-ba-đề xá* (*Upadêsa*) Kinh. Một thể trong mười hai thể thuyết-pháp của Phật, một bộ loại trong *Thập nhị bộ Kinh*. *Luận-nghị Kinh* hay *Ưu-ba-đề-xá Kinh* là các bài Kinh trong Kinh-điển Phật mà có những luận-biện cao rộng, rành rẽ, tỷ mỷ.

LUẬN-SƯ 論 師 Maître en métaphysique (*fr.*) Bực lão thông tạng. Luận trong Tam Tạng, đem những lý-luận cao-siêu ra mà hoằng-hóa Đại-chúng, soạn hoặc dịch kinh sách về Luận-học.

Như hồi Huyền Trang (*thế-kỷ thứ bảy*) qua đến Ấn - độ, tại xứ Na-lan-đà (*Nalanda*), ngài được một vị *Luận-sư* là Lão-tổ Giái-Hiền (*Çilabhadra*) tiếp truyền đạo-lý cho.

Về Tam Tạng trong đạo Phật, như ai thông thuộc tất cả Ba Tạng mà diễn giải, phiên-dịch, thì người ta xưng vị ấy là *Tam Tạng Pháp-sư*. Ai sở trường về tạng Kinh, được gọi là *Pháp-sư*. Ai sở trường về tạng Luật, được gọi là *Luật-sư*. Ai chuyên nghiên cứu và giảng giải tạng Luận, thì được gọi là *Luận-sư*.

LUẬN-TẠNG 論 藏 Abhidharma-Piṭaka (*scr.*).— Abhidhamma-Pitaka (*p.*).— Recueil de métaphysique (*fr.*) Tạng Luận. Một trong *Tam Tạng* của đạo Phật.

Tám tháng sau khi Phật Thích-Ca Mâu-Ni nhập Niết-bàn, chư Đại-đức tất cả là 500 La - hán nhóm hội Kết-tập tại thành Vương-Xá (*Rajagriha*) dưới quyền Chủ tọa của Sơ-tổ Ca-Diếp. Các ngài có lo dọn Ba Tạng : Kinh, Luật và Luận. Tạng Kinh thì giao cho A-Nan ; tạng Luật giao cho Ưu-ba-ly ; còn Chủ-tọa Ca-Diếp thì lo dọn *Tạng Luận*.

Tạng Luận rất cao siêu, gồm bảy đoạn. Tạng nầy nói về triết-lý, đạo-lý, siêu-hình, cũng có phong-hóa và nghiêm-luật nữa. *Tạng Luận* viết bằng văn thường, trích những lời thuyết-pháp của Phật, Bồ-tát và của các vị La-hán có danh. Ba Tạng dọn xong trong bảy tháng.— Trong quyền « Na-Tiên-Tỳ-Kheo, Kinh » có chép rằng : *Tạng Luận* chia ra làm ba phần : 1.) Phần Câu-xa-la (*Ba-ly : Kusalâ*), 2.) Phần A-câu-xa-la (*Ba-ly : Akusalâ*), 3.) Phần Áp-dá-ca-tá (*Ba-ly : Abyâkatâ*).

Xem : *Tam Tạng*.

LUẬT 律 Sila, Pratimoksha, Vinaya (*scr.*).— Règles, Disciphine,

Recueil de la Discipline (*fr.*) Phép - tắc, tiếng gọi chung những nghi-thức, những *Giái-cấm*, *Giái-luật* mà người tu phải gìn-giữ, để tránh sự quấy, Phạn : *Thi-la* (*Sila*), *Ba-la-đề-mộc-xoa* (*Pratimoksha*), Pháp : Règles, Discipline.

Bộ Luật, Tạng Luật biên chép và giải thích đủ hết các giái-cấm của các chúng tu, tức *Luật-tạng*, Phạn : *Tỳ nại-da* (*Vinaya*), Pháp : Recueil de la Discipline. Như : Kinh, *Luật*, Luận, tức là Kinh-tạng, Luật-tạng, Luận-tạng nói tắt.

LUẬT - HẠNH 律 行 Hạnh của Giái-luật, nết hạnh của người trì Luật.

LUẬT-NGHI 律 儀 Sila (*scr.*).— Règles, Discipline (*fr.*)

Luật là pháp-luật, *nghi* là nghi-tắc, nghĩa là pháp-luật lề-lối chế ra để phòng ngăn sự lầm-lỗi quấy bậy. Phạn : Thi-la (*Sila*). Đồng-nghĩa : Giái-thể.

Lại cái giái-thể Vô-biểu 無 表 (*tên cũ là Vô-tác* 無 作) kêu là *Luật-nghi*. Giái-thể nầy ở trong mình người ta, chẳng bày ra, chẳng chưng ra với người khác, kêu là *Vô-biểu*. Chẳng động đến tác-dụng của thân, khẩu, ý, kêu là *Vô-tác*.— Lại có nghĩa : người được giái - thể ấy, có cái công - năng phòng sự quấy, ngưng sự dữ, tự nhiên thuận với luật-nghi, cho nên kêu là *Luật-nghi*.

LUẬT-NGHI GIỚI 律 儀 戒 Giái luật-nghi. Đó là phần giái thứ nhứt trong *Tam tụ giái*. Giái - hạnh giữ các luật - nghi đặng lìa khỏi những sự lầm-lỗi, quấy-bậy.

Trong Bồ-tát Giái Kinh, *Luật-nghi Giới* là Giới - luật chung cho hàng xuất-gia và hàng tại-gia, nam cũng như nữ.

Xem : *Tam tụ Giới*.

LUẬT-PHÁP 律 法 Pháp của Giới-luật, phép hành trì Giới-luật.

LUẬT-SÁM 律 懺 Phép sám-hối bằng cách đọc Giái-luật. Việc thi-hành *Luật-sám*, ban bố việc sám-hối, cách trừng phạt để ăn-năn lỗi, là do ban Tăng-già hoặc Giáo-hội quyết định.

LUẬT - SƯ 律師 Maitre en Discipline (*fr.*) Nhà sư tinh thông về Giới-luật, lão luyện về bộ Luật trong Tam Tạng và thường truyền Giới - luật cho đệ-tử xuất-gia và tại-gia.

Ở Thiên-trước, Ưu-ba-Ly, Đệ-tử của Phật Thích - Ca là vị Luật-sư có danh hơn hết, vì ông được Phật công nhận là bực Trì Luật đệ nhứt trong hàng chư Đệ-tử.

Ở Tàu, Đạo-Tuyên, đời nhà Đường, thế-kỷ thứ bảy, biệt hiệu là Nam-sơn đại-sư, là vị *Luật-sư* có danh nhứt, vì chính các nhà học Phật đều công nhận rằng ông là nhà sáng - lập Luật tông ở Trung-quốc.

LUẬT-TẠNG 律藏 Vinaya - Pitaka (*scr.*).— Recueil de la Discipline (*fr.*) Tạng Luật. Cũng đọc theo Phạn : *Tỳ - ni Tạng, Tỳ-nại-da tạng.*

Tám tháng sau khi Phật Thích-Ca Mâu-Ni nhập Niết - bàn, chư Đại-đức tất cả là 500 vị La-hán nhóm hội Kết-tập (*Concile*) tại thành Vương-Xá (*Rajagriha*), dưới quyền Chủ - tọa của Ca-Diếp.

Các ngài có dọn ba tạng : Kinh, *Luật* và Luận. Tạng Kinh thì giao cho A-Nan, tạng Luận thì về phần Ca - Diếp, còn tạng *Luật* thì giao cho Ưu-ba-Ly.

Ưu-ba-Ly trước kia là người thợ cạo ở thành Ca-tỳ-la-vệ. Nhơn khi sáu ông hoàng Thích-Ca xuất-gia theo Phật, Ưu-ba-ly cũng bỏ cái tiệm cạo của mình mà nhập Đạo và đắc quả La-hán.

Ưu-ba-Ly lần lượt đọc qua ba phần (*Varga*) trong *tạng Luật*, chư Thánh đều chép lại trên lá buông và cùng nhau duyệt lại.

Ba phần (*Varga*) ấy là : 1.) *Ba-la-đề-mộc-xoa* (*Pâtimokha*) chép đủ các giới-hạnh mà các sư phải theo với các những phép trừng trị.

2.) *Ma-ha hoa-ga* (*Mâhâvaga*) biên lễ-phép về cuộc nhập-môn, xin tội, việc trú ngụ trong mùa mưa (*nhập hạ*), việc cúng kiến ngày rằm nguơn, sự ăn mặc và thuốc men trong cơn bịnh hoạn. Cũng có ghi những cuộc bố-thí và cúng y - phục với đồ cần thiết cho chư Tăng, những điều luật về Giáo hội, quyền-hạn của Giáo-hội và những phương pháp để thi-hành khi có người muốn huờn giải.

3.) *Cù-la-hoa-ga* (*Cullavarga*) là những cách thưởng phạt các sư, cách can ngăn sự lộn xộn, rầy rạc nhau, việc cất chùa tháp và chưng dọn thờ phượng, sự sanh hoạt hằng ngày của Tăng-chúng, phận sự người trong đạo phải đối đãi nhau và cách cư xử, đi lại giữa sư và ni.

Ba Tạng (*Kinh*, **Luật** *và Luận*) dọn xong trong bảy tháng, rồi thì hội Kết-tập bế mạc.

LUẬT-TÔNG 律宗 Vinayisme (*fr.*).— Lu-tsoung (*ch.*).— Ritsou-shu (*jap.*) Một tông-phái của đạo Phật sáng lập ở Tàu hồi thế-kỷ thứ bảy, bởi Đạo-Tuyên Nam-sơn (*Đô-sen Nanzan*). Theo tông nầy, muốn được giải-thoát, người ta không cần học thiên kinh vạn quyển, mà chỉ lo giữ tròn Giới - luật. Vì nhờ giữ Giới trì Luật nên sanh Định ; có sanh Định mới có phát Huệ. Chính từ khi đức Thích-tôn sáng - lập Phật-giáo, thì chư Tỳ-kheo nào đắc quả La-hán đều nhờ trì Giới, giữ Luật cho thanh-tịnh.

Nhà sư cần học bộ *Tứ phần luật* Đàm-vô-đức-bộ (*Dharma - gupta - vinaya*) của phái Tát-bà-đa bộ (*Sarvastivada*) để biết mà giữ tịnh-hạnh. Tứ phần luật là kinh căn-bổn của phái Luật-tông.

Hồi thế-kỷ thứ tám, có một nhà danh-sư Trung-quốc truyền phái Luật-tông qua Nhựt, ông đến kinh-đô Nại-lương (*Nara*) vào năm 753. Luật-tông rất được hoan nghênh ở nước Nhựt và đến nay vẫn còn thạnh hành.

LUẬT-TƯỚNG 律相 Pháp-tướng của Giới-luật.

LUẬT-THỪA (*THẶNG*) 律乘 Cỗ xe Giới-luật, tức Giáo-pháp của Giới-luật. Lấy tạng Luật, Lấy Giới - luật của Phật làm cỗ xe đưa mình đến cõi Giải thoát. Cũng như nói : Thinh-văn thừa, Duyên-giác thừa, Bồ-tát thừa là giáo - pháp của hàng tu hạnh Thinh-văn, giáo - pháp của hàng tu hạnh Duyên-giác, giáo - pháp của hàng tu hạnh Bồ-tát. *Luật-thừa* là giáo-pháp của hàng tu trì Giới - luật, nương theo tạng Luật để tu hành và giải thoát.

LỤC BA-LA-MẬT 六波羅蜜 Paramitas (*scr.*).— Six Vertus cardinales (*fr.*). Sáu hạnh Ba-la-mật. *Ba-la-mật* (*Paramitas*) là tiếng Phạn, dịch nghĩa *Độ*. *Lục Ba-la-mật* hay *Lục độ* là sáu nền đại-hạnh có thể đưa người từ Bến mê tới Bờ giác, từ Luân-hồi tới Niết-bàn, từ địa-vị chúng sanh đến địa-vị Phật :

1.) *Đàn Ba-la-mật* (*Dâna-Paramita*), dịch nghĩa *Thí-độ, Bố-thí độ*, là hạnh Bố-thí của Bồ-tát. Hạnh nầy trừ diệt lòng tham lam, rít róng,

2.) *Thi-la Ba-la-mật* (*Sila-Paramita*), dịch nghĩa *Giới-độ*, là hạnh Trì-giái của Bồ-tát. Hạnh nầy trừ diệt sự tà ác của thân, ngữ, ý.

3.) *Sàn-đề Ba-la-mật* (*Kshânti-Paramita*), dịch nghĩa *Nhẫn-độ*, là hạnh Nhẫn-nhục của Bồ-tát. Hạnh nầy trừ diệt lòng giận hờn, oán ghét.

4.) *Tỳ-lê-da Ba-la-mật* hay *Tỳ-ly da Ba-la-mật* (*Virya-Paramita*), dịch nghĩa *Tinh-tấn-độ*, là hạnh Tinh-tấn trừ phiền-não và làm điều thiện của Bồ-tát. Hạnh dõng-mãnh nầy trừ diệt lòng biếng nhác.

5.) *Thiền Ba-la-mật* hay *Thiền-na Ba-la-mật* (*Dhyana-Paramita*) dịch nghĩa *Thiền-độ*, là hạnh tu tĩnh-lự của Bồ-tát. Hạnh yên-tĩnh nầy trừ lòng tán-loạn.

6.) *Bát-nhã Ba-la-mật* (*Prajnâ-Paramita*), dịch nghĩa *Huệ-độ, Trí-độ*, là hạnh tu trí-huệ và đắc trí-huệ của Bồ-tát. Hạnh nầy dứt trừ tâm tánh ngu-si, tà-kiến. *Xem : Ba-la-mật.*

LỤC-CĂN 六根 Ayatana (*scr.*) Six organes, Six sens (*fr.*) Sáu căn. Căn là căn-cội, có sức sanh nảy. Như mắt là căn-cội có sức sanh nảy sự thấy, cho nên kêu là nhãn-căn. *Lục căn* là : 1.) Nhãn-căn (*Căn mắt, pháp :yeux*) 2.) Nhĩ-căn (*Căn tai, Pháp:oreilles*) 3.) Tỹ-căn (*Căn mũi, pháp : nez*), 4.) Thiệt-căn (*Căn lưỡi, Pháp : langue*), 5.) Thân - căn (*Căn thân, Pháp : corps*), 6.) Ý - căn (*Căn ý, Pháp :*

conscience). *Lục căn* thiệp nhập với *lục trần* mà sanh ra *lục thức* :

Thủ-lăng-Nghiêm Kinh, quyển sáu :

Nhứt căn ký phản nguyên,

Lục căn thành giải-thoát.

(*Một căn đã hoàn nguyên,*

Sáu căn thành giải-thoát.)

Trong việc tu hành, nếu mình tu một căn mà mình cho là quan trọng, nếu tu căn ấy cho hoàn-toàn, cho trong sạch, thì năm căn khác cũng tự-nhiên trở nên trong sạch.

(*Xem* : *Căn.*)

LỤC CẤU 六 垢 Six souillures (*fr.*) Sáu điều dơ-dáy : 1.) *Não* (*phiền-muộn*), 2.) *Hại* (*làm hại người ta*), 3.) *Hận* (*thù giận người ta*), 4.) *Siểm* (*dua bợ người ta*), 5.) *Cuống* (*dối gạt người ta*), 6.) *Kiêu* (*khi lờn người ta*). Sáu điều đó có thể làm dơ-dáy tấm lòng thanh-tịnh, cho nên kêu là *Lục cấu.*

Lục cấu cũng có nghĩa : Sáu thứ phiền-não, Pháp : Six passions. Vì người-ta cũng dùng tiếng *Cấu* để gọi *Phiền-não*, vì *Phiền-não* là những mối mê-dục làm dơ-dáy, làm mờ ám thân tâm.

Xem : *Cấu*, Phiền-não.

LỤC-CHỦNG A-LA-HÁN 六 種 阿 羅 漢 Sáu hạng A-la-hán. A-la-hán là bực tu hành Giải-thoát, dứt Phiền-não, nhưng căn-tánh có khác nhau, mới cũ khác nhau. Vậy có *Lục chủng A-la-hán,* bắt từ dưới kể lên như vầy :

1.) *Thối Pháp* : Hạng nầy nếu gặp ngoại-duyên cản trở, có thể sanh Phiền-não, thối thất sở đắc của mình.

2.) *Tư Pháp* : Hạng nầy vì sợ thối thất sở đắc, hằng suy xét cách tự hại mình.

3.) *Hộ Pháp* : Hạng nầy đối với chỗ chứng đắc, rất vui

lòng mà phòng hộ.

4.) *An-trụ Pháp* : Hạng nầy dầu chẳng phòng hộ, cũng chẳng thối thất ; an trụ vào Pháp đã chứng đắc, nhưng chẳng tăng tấn.

5.) *Kham đạt Pháp* : Hạng nầy đủ sức tu luyện căn-cơ mình, mau đắc tới hạng thứ sáu là Bất-động.

6.) *Bất-động Pháp* : Hạng cao tròi, được địa vị Bất-động chuyền, không thối-thất.

Năm hạng trên, kêu là *Độn-căn*. Riêng hạng thứ sáu, kêu là *Lợi-căn*. Năm hạng trên, kêu chung là *Hữu thì Giải-thoát* (*có lúc, gặp lúc thì được Giải thoát*).

Xem : *A-la-hán.*

LỤC-CHỦNG CHẤN-ĐỘNG 六 種 震 動 Six tremblements de terre (*fr.*) Sáu thứ chấn-động hiện ra ở cõi đất lớn, sáu cách rúng-động trên mặt đất : 1.) *Động* (*động-cựa*), 2.) *Khởi* (*vùng dậy*), 3.) *Dõng, Dũng* (*phun ra*), ba thứ chấn-động đó là biến hóa của hình-thề, 4.) *Chấn* (*vang dội*), 5.) *Hống* (*gào lên*), 6.) *Kích* (*đánh ra*), ba thứ chấn-động đó là biến hóa của âm-thinh.

Ấy là sáu thứ chấn-động nơi địa-cầu, chứng minh cho một đại-sự.

Như, Khi Phật thành Đạo, liền có *Lục chủng chấn-động*. Khi Phật sắp diễn Kinh Pháp-Hoa, cũng có *Lục chủng chấn-động.*

LỤC CHỦNG QUYẾT-ĐỊNH 六 種 决 定 Sáu món quyết định, Sáu việc chắc-quyết. Bồ-tát tu *Lục độ* (*sáu độ*), về lực tăng thượng (*thế-lực mạnh-mẽ thêm lên*), được sáu món quyết định : 1.) *Tài thành quyết định* (*quyết định trở nên giàu có sang cả.*) 2.) *Sanh thắng quyết định* (*quyết định sanh ra trồi thắng hơn người*). 3.) *Bất thối quyết định* (*quyết định chẳng trở lui*). 4.) *Tu tập quyết định* (*quyết định tu tập*). 5.) *Định-nghiệp quyết định* (*quyết định định-nghiệp*). 6.) *Vô công dụng quyết định* (*quyết định không công dụng*).

LỤC CHỦNG TAM-MUỘI 六 種 三 昧 Six méditations, extases (*fr.*). Sáu phép Tam-muội (*Thiền-định*) liên tiếp nhau :

1.) *Quán cốt Tam-muội* (*Phép Tam-muội quán-tưởng hài-cốt*).

2.) *Từ Tam-muội* (*Phép Tam-muội bủa khắp lòng Từ*).

3.) *Quán Thập nhị Nhơn-duyên Tam-muội* (*Phép Tam-muội quán-tưởng 12 Nhơn-duyên*).

4.) *A-na-ba-na Tam-muội* (*Phép Tam-muội để ý về hơi thở vô và thở ra*).

5.) *Chánh-niệm Giác-quán Tam-muội* (*Phép Tam-muội quán cho rõ lẽ chánh-niệm*).

6.) *Quán Sanh Trụ Dị Diệt Tam-muội* (*Phép Tam-muội quán-tưởng bốn tướng : Sanh, Trụ, Dị, Diệt*).

Xem : *Tam-muội.*

LỤC CHỦNG TÁN-LOẠN 六 種 散 亂 Six confusions (*fr.*). Sáu thứ tán-loạn : 1.) *Tự-tánh tán-loạn* (*tánh mình tán-loạn*), 2.) *Ngoại tán-loạn* (*bề ngoài tán-loạn*), 3.) *Nội tán-loạn* (*bề trong tán-loạn*), 4.) *Tướng tán-loạn* (*sắc tướng tán-loạn*), 5.) *Thô trọng tán-loạn* (*thô-bỉ nặng-nề tán-loạn*), 6.) *Tác ý tán-loạn* (*ý động tác tán-loạn*).

LỤC CHỦNG TÁNH 六 種 性 Sáu giống Tánh. *Chủng* : giống, có thể sanh-sản. *Tánh* : Cái thân-phận không thay đổi.

1.) *Tập chủng tánh* 習 種 性 Địa vị Mười Trụ (*Thập Trụ*), tu tập phép Không-quán, phá bỏ mê lầm về kiến-thức và về tư-tưởng.

2.) *Tánh chủng tánh* 性 種 性 Địa-vị Mười Hạnh (*Thập Hạnh*), trụ nơi phép Không, giáo-hóa được chúng-sanh, phân biệt hết thảy pháp-tánh.

3.) *Đạo chủng tánh* 道 種 性 Địa vị Mười Hồi-hướng (*Thập hồi-hướng*), tu diệu-quán Trung-đạo, nhơn đó thông đạt hết thảy Phật-pháp.

4.) *Thánh chủng tánh* 聖 種 性 Ba bực trên đó kêu là Hiền. Bực Hiền bèn nương theo Mười Địa vị (*Thập Địa*) của Bồ-tát, tu phép Diệu-quán Trung-đạo, phá một phần Vô-minh, chứng nhập địa-vị Thánh.

5.) *Đẳng-giác tánh* 等 覺 性 Bồ-tát ở địa vị nầy trông mong cái Diệu-giác về sau, chỉ còn có một bực nữa, nhưng cao trỗi hơn bốn địa-vị trước.

6.) *Diệu-giác tánh* 妙 覺 性 Địa vị linh - diệu cao hơn hết, giác-ngộ trọn-vẹn.

Theo chỗ giải thuyết của **Anh - lạc Kinh**, thì trong *Lục chủng Tánh*, năm Tánh đầu thuộc về Nhơn-vị. Tánh thứ sáu, Diệu-giác Tánh thuộc về Quả-vị.

LỤC CHỦNG TRỤ 六 種 住 Sáu địa-vị an-trụ của Bồ-tát. Cũng kêu . *Lục-trụ, Lục trụ Bồ-tát* :

1.) *Chủng-tánh trụ* 種 性 住 : Bồ-tát đối với Thập trụ, thành-tựu được cái Chủng-tánh của Phật-đạo. (*Chủng: hột giống; Tánh : tánh chẳng đổi ; chủng-tánh tức là Phật-tánh.*)

2.) *Giải hành trụ* 解 行 住 : Bồ-tát đối với Thập hạnh, Thập trụ, Thập hồi-hướng, chứa cái công giải hành chẳng thối mất. (*Giải : hiểu, hành : làm.*)

3.) *Tịnh tâm trụ* 淨 心 住 : Bồ-tát đối với Sơ - địa Kiến Đạo (*địa vị ban đầu là Thấy đạo*) trong Thập-địa, phá đi hết thảy ý-kiến lầm-lạc, bèn được một phần thanh-tịnh.

4.) *Hành đạo tích trụ* 行 道 迹 住 : Bồ-tát từ địa - vị thứ hai đến địa-vị thứ bảy, tu tập chơn-quán, lần lần dứt đi các mối tư-tưởng lầm-lạc, tức là cái dấu-tích hành đạo chứng nhập vậy. (*Tích : dấu chơn bước.*)

5.) *Quyết - định trụ* 決 定 住 : Bồ-tát ở trong hai địa-vị thứ tám và thứ chín, chẳng mượn công-dụng của Đạo-lực, tăng tấn trách-nhiệm và vận-chuyển, quyết định chẳng thối mất vậy.

6.) *Cứu-cánh trụ* 究 竟 住 : Bồ-tát ở Thập-địa là địa vị

thứ mười, học hành đầy đủ, rốt cuộc được địa vị Đẳng - giác, Phật.

LỤC DIỆU MÔN 六 妙 門 Six Méthodes merveilleuses (*fr.*) *Diệu* : Niết-bàn. *Môn* : Phép, Pháp-môn, thông tới. *Lục diệu-môn* là sáu phép thông tới Niết-bàn. Muốn vào Niết-bàn, trước phải tu *Lục diệu-môn* :

1.) Số tức môn (*Phép đếm hơi thở*).

2.) Tùy tức môn (*Phép nương hơi thở*).

3.) Chỉ môn (*Phép ngưng tâm-ý, ngưng hơi thở*).

4.) Quán môn (*Phép quán-tưởng*).

5.) Hoàn-môn (*Phép quay về*).

6.) Tịnh-môn (*Phép làm cho trong sạch*).

LỤC DỤC 六 欲 Six désirs, passions (*fr.*) Sáu sự ham muốn của con người :

I.— 1.) *Sắc-dục* : Thấy những màu xanh, vàng, đỏ, trắng, cùng là thấy sắc đẹp của kẻ nam người nữ mà đem lòng ham muốn, say đắm.

2.) *Hình-mạo dục* : Thấy hình tướng tốt đẹp, mặt mày xuê lịch mà đem lòng ham muốn, say đắm.

3.) *Oai-nghi tư-thái dục* : Thấy những bộ - tịch đi, đứng, ngồi, nằm cùng những nụ cười, dáng điệu của người ta mà đem lòng ham muốn, say đắm.

4.) *Ngữ-ngôn âm-thinh dục* : Nghe người ta nói khéo léo, êm ngọt mà thích ý, hoặc nghe câu ca hát thanh-nhã mà đem lòng ham muốn say đắm.

5.) *Tế-hoạt dục* : Thấy da thịt mịn màng, trơn tru của người ta mà đem lòng ham muốn, say đắm.

6.) *Nhơn tướng dục* : Thấy tướng trạng đáng yêu của kẻ nam, người nữ mà đem lòng ham muốn, say đắm.—

II.— *Lục dục* lại là sáu sự ham muốn do *lục căn* chạm với *lục trần* ; tức là gặp phải những cảnh thích,- *mắt, tai, mũi, lưỡi, thân, ý* bèn mê, tríu, chẳng bỏ.

III.— Còn theo Khổng-giáo, *Lục dục* là : 1.) Danh vị, 2.) Tài-lợi, 3.) Sắc, 4.) Tư-vị (*ích-kỷ*), 5.) Hư-vọng, 6.) Tật-đố. *Lục dục* với thất tình: 1.) Hỷ (*mừng*). 2.) Nộ (*giận*). 3.) Ai (*đau đớn*), 4.) Cụ (*sợ sệt*), 5.) Ái (*yêu*), 6.) Ố (*ghét*), 7.) Dục (*muốn*), hiệp thành 13 con ma, thường nhiễu hại người đời.

LỤC DỤC THIÊN 六 欲 天 Six Cieux de la Région du Désir (*fr.*) Sáu từng trời, sáu cảnh Tiên trong cõi *Dục - giới* (*Kàmadhatu*). Cũng kêu là : *Lục thiên* :

1.) Tứ thiên vương thiên (*Càturmahàràjakayika*),

2.) Đao-ly thiên (*Tràyastrimsa*),

3.) Tô-dạ-ma thiên (*Yama*),

4.) Đâu-suất thiên (*Tusita*),

5.) Hóa-lạc-thiên (*Nirmânarati*),

6.) Tha-hóa tự-tại thiên, (*Paranirmitavasavartin*).

Mỗi từng trời đều có một vị Thiên-chủ. Chư Tiên (*thiên*) ở trong sáu cảnh ấy hưởng đủ mọi sự khoái lạc về sắc, thinh, hương, vị, xúc. Ấy nhờ hồi ở nhơn-gian có tu phước - đức, làm lành, bố thí, có thọ trì *Ngũ giới* và thi-hành *Thập thiện*.

Địa-Tạng Kinh : Lại thuở xưa, có đức Phật ra đời, hiệu là Ba-Đầu-Ma-Thắng . Như-Lai. Nếu có nam-tử, nữ-nhơn nghe danh-hiệu đức Phật ấy cho lọt vào căn tai, người ấy sẽ được ngàn lần sanh trở đi trở lại nơi *Lục dục thiên*.

Xem : *Dục-giới*.

LỤC ĐẠI 六 大 Mahâbhûtas (*scr.*).— Six Éléments. *Đại*, Phạn : Mahâbhûtas, chất lớn, cõi lớn. *Lục đại* là sáu chất lớn, Sáu cõi lớn. Lại kêu là *Lục giới* (*sáu cõi*), là : *địa, thủy, hỏa,* *phong, không, thức* vậy. Sáu chất ấy quanh khắp hết thảy pháp-giới, tạo-tác các vật hữu-tình, phi-tình, cho nên kêu là *Đại.*

LỤC ĐẠI-THÀNH 六大城 Six grandes villes (*fr.*) Sáu đô-thành lớn hơn hết ở Thiên-trước. Hồi Phật Thích-Ca ra đời, trong cõi Thiên-trước, có mười sáu nước lớn (*Thập lục đại-quốc*). Trong mười sáu nước lớn ấy, có *lục đại thành* :

1.) Xá-bà-đề thành (*Xá-vệ thành*),

2.) Bà-chỉ-đa thành,

3.) Chiêm-bà-thành,

4.) Tỳ-xá-ly thành,

5.) Ba-la-nại thành,

6.) Vương-xá-thành.

(*Xem riêng từng danh-từ.*)

Trong đời giáo-hóa của đức Thích-tôn, ngài lần lượt ngự qua *Lục đại-thành* ấy. Ngài ngự đến đô-thành nào thì độ cho vô-số người ở đô-thành ấy qui-y Phật-pháp : Kẻ thọ giái tại-gia, người thọ giới xuất-gia. Kẻ lần lượt đắc từng quả cho đến quả A-la-hán ; người phát Bồ-đề tâm cầu thành Phật-quả.

Trong số tín-đồ ấy, có vô số những người từng theo ngoại-đạo, nhưng bỏ ngoại-đạo mà qui-y Tam Bảo.

LỤC ĐẠO 六道 Six voies (*fr.*) Sáu đường, Sáu nẻo, Sáu chốn luân-hồi. Cũng kêu : *Lục thú.* Theo đạo Phật, chúng-sanh tùy theo căn-quả thiện hay ác của mình mà chuyền vào trong *Lục đạo* luân-hồi ; 1.) Thiên (*Tiên*), 2.) A-tu-la (*thần*), 3.) Nhơn (*Người*), 4.) Địa-ngục, 5.) Ngạ-quỉ (*Ma đói*), 6.) Súc-sanh (*Thú vật*).

Ba đường trên thì vui sướng, dễ chịu, nên kêu là Ba đường lành (*Tam thiện-đạo*). Ba đường dưới thì cực khổ, nguy nan, nên kêu là Ba đường dữ (*Tam ác-đạo*).

Người ta bao giờ cũng không lọt khỏi *Lục đạo* ấy, khi thì đầu thai làm Người, khi có công đức thì được làm Thần. làm Tiên; rồi có khi phạm tội, làm ác, bèn sa xuống Địa-ngục, Ngạ-quỉ, Súc-sanh.

Muốn thoát khỏi *Lục đạo* luân-hồi ấy, phải tu đạo Phật cho đắc những quả : La - hán, Duyên-giác, Bồ-tát, Phật. Chừng ấy, sẽ được tự-tại, khỏi bị nghiệp-quả lôi cuốn.

Theo « **Địa-Tạng Kinh** », hồi đời Phật Sư-tử Phấn Tấn Cụ-Túc Vạn Hạnh Như-lai, con của một vị trưởng - giả (*Tiền - thân Địa-Tạng Bồ - tát)* có phát nguyện trước Phật rằng : Nay tôi nguyện từ đây cho tới vô-số kiếp chẳng có thể kể ra cho được, rộng mở phương-tiện độ chúng-sanh tội khổ trong *Lục đạo*, khiến cho họ giải-thoát hết cả, rồi tự thân tôi mới thành Phật sau.

LỤC ĐẠO TỨ SANH 六道四生 : Bốn cách sanh trong sáu đường. Chúng-sanh luân-chuyền trong *Sáu đường*, từ hàng Tiên cao nhứt cho đến hàng Súc-sanh thấp nhứt, đều do bốn cách nầy mà sanh ra :

1.) *Noãn sanh* : Từ trong trứng mà nở ra và lớn lên.

2.) *Thai sanh* : Từ trong thai bào mà sanh ra và lớn lên.

3.) *Thấp sanh* : Từ nơi ướt-át mà sanh trưởng.

4.) *Hóa sanh* : Sanh ra bằng cách biến hóa tự nhiên.

(*Xem : Tứ sanh.*)

LỤC ĐẠO TỨ THÁNH 六道四聖 : Sáu đường luân-hồi và Bốn đường Thánh. Cũng kêu : *Lục phàm Tứ Thánh*. *Lục đạo Tứ Thánh* hiệp thành *Thập giới* (*Mười cảnh - giới*) hay *Thập Pháp - giới* (*Mười cảnh-giới Pháp*).

Thiên, A-tu-la, Nhơn, Địa-ngục, Ngạ-quỉ, Súc-sanh, sáu hạng chúng-sanh ấy luân-chuyền mãi-mãi trong sáu cảnh, sáu nẻo, sự vui sướng rất ít, sự buồn khổ rất nhiều, vì họ chẳng tỉnh ngộ. Cho nên kêu là *Phàm, Lục phàm, Lục đạo.*

Còn bốn hàng Thinh-văn (*La-hán*), Duyên-giác, Bồ-tát, Phật là những chúng-sanh tỉnh-ngộ, dứt vòng luân-hồi, tự mình giải - thoát. Cho nên kêu là *Thánh, Tứ Thánh.*

LỤC ĐỘ 六度 Six vertus cardinales (*fr.*) Cũng kêu : *Lục Ba-la-mật-đa. Lục* : Sáu. *Độ* (*Ba-la-mật, Paramitas*) : đưa đến bờ bên kia, bờ Giác. Ấy là sáu nền đại-hạnh của Bồ-tát. Ai muốn tu mau thành Phật, phải trì đủ sáu độ ấy, là :

1.) *Bố-thí* trừ Tham-lam, keo lận.

2.) *Trì-giới* trừ Tà-ác.

3.) *Nhẫn-nhục* trừ Sân-nhuế.

4.) *Tinh-tấn* trừ Giải-đãi.

5.) *Thiền-định* trừ Tán-loạn.

6.) *Trí-huệ* trừ Ngu-si.

Bực Đại Bồ-tát có đủ các hạnh ấy, sắp lên quả Phật, bèn trì thêm hạnh *Phương tiện*, tùy việc tiện lợi mà làm để độ chúng-sanh.

Sáu hạnh ấy và hạnh *Phương tiện* vừa giúp cho mình, vừa làm lợi ích cho chúng-sanh. Các hạnh ấy được đầy đủ thì nhà tu-hành đắc quả Phật Thế-tôn.

(*Xem riêng từ độ trong Lục độ : Bố-thí, Trì-giới, Nhẫn-nhục, Tinh-tấn, Thiền-định, Trí-huệ*).

LỤC GIỚI 六界 Sáu cõi, Sáu cảnh-giới. Cũng kêu là *Lục đại* : địa, thủy, hỏa, phong, không, thức. Sáu pháp ấy phân ra được và tụ lại được. Xem : *Lục đại.*

LỤC HẠNH QUÁN 六行觀 Phép Quán Sáu Hạnh. Cũng viết : *Quán Lục Hạnh.* Tức là quán Thế-gian Đạo, trong ấy có *Lục đạo.* Người đắc phép ấy, vào Nhứt Thiền, lên tới Tứ Thiền, rồi lướt tới Tứ Định là cùng.

Đại-Bát Niết-bàn Kinh, quyển 36 : Thiện nam-tử ! Tất cả Ngoại-đạo chỉ *quán Lục Hạnh* ; đệ-tử của ta có đủ *Thập lục Hạnh.*

LỤC HÒA 六和 Six sentiments de Concorde (*fr.*) Viết trọn : *Lục hòa kính,* tức là sáu niềm hòa đồng ái kính của các sư. Các vị xuất-gia, bề ngoài đối với đều lành của người thì *hòa* thuận ; bề trong thì tự mình khiêm-nhượng, ấy là *kính.* Ngày nay kêu là *Lục hòa* :

1.) *Giới-hòa, Đồng giới hòa kính* hay *Giới hòa đồng tu.*

2.) *Kiến-hòa, Đồng kiến hòa kính* hay *Kiến hòa đồng giải.*

3.) *Lợi-hòa, Đồng lợi hòa kinh* hay *Lợi hòa đồng quân.*

4.) *Thân-hòa, Thân từ hòa kính,* hay *Thân hòa đồng trụ.*

5.) *Khẩu-hòa, Khẩu từ hòa kinh* hay *Khẩu hòa vô tranh.*

6.) *Ý-hòa, Ý từ hòa kinh* hay *Ý hòa đồng duyệt.*

Giải nghĩa :

1.) Các sư thầy đều tu chung Giới-luật nhà Phật, cho nên hòa thuận nhau, ái kính nhau.

2.) Thầy đều thờ Phật, thi hành Pháp-giáo của Phật, nhơn đó kiến-thức hòa nhau.

3.) Trong khi ở chung nhau mà tu học, nếu bá tánh có cúng dường mọi thức, như : 1. đồ mặc, 2. đồ ăn, 3. phòng thất, giường nệm, 4. thuốc thang,— thì các sư chung hưởng một cách hòa thuận, ái kính.

4.) Trong khi đông người tụ lại một chỗ mà ăn ở và tu học, chỗ chật vì người nhiều, vậy nên cần phải từ hòa và kính nhường nhau trong mọi cử động : đi, đứng ngồi, nằm.

5.) Vì đông người sống chung với nhau nương bóng chùa chiền, cần phải nhường nhịn nhau trong lời ăn tiếng nói, nhờ vậy mà được niềm từ hòa ái kính ở chốn Sơn-môn.

6.) Chẳng những người ta chung đụng nhau một cách hòa

lạc, người ta nói năng một cách hòa lạc, người ta cũng hòa lạc nhau về ý tứ nữa ; vui buồn cùng chia sớt nhau, yêu mến nhau, không mích lòng nhau.

Đó kêu là *Lục hòa*. Chẳng những các sư ở một chùa với nhau giữ phép *Lục hòa*, mà đối với sư khác chùa, cũng giữ phép *Lục hòa* nữa.

LỤC-HUỆ (*tuệ*) 六慧 Sáu trí-huệ. Kinh Anh-Lạc thuyết ra sáu món trí-huệ, tức là sáu địa vị biệt-giáo Bồ-tát phân ra vậy : 1.) *Văn - huệ* (*trí huệ biết nghe*), 2.) *Tư huệ* (*trí huệ biết nghĩ*), 3.) *Tu-huệ* (*trí huệ biết tu*), 4.) *Vô tướng huệ* (*trí huệ không có tướng*), 5.) *Chiếu tịch huệ* (*trí-huệ chiếu tịch*), 6.) *Tịch - chiếu huệ* (*trí huệ tịch-chiếu.*)

LỤC KIÊN PHÁP 六堅法 Sáu pháp bền chắc : 1.) *Tín-kiên* (*lòng tin bền-chắc*), vị Bồ - tát biệt-giáo đối với Mười Trụ (*Thập Trụ*), tu-tập Không-quán ; hết thảy các pháp, đều biết là chơn-đế chẳng hủy-hoại. 2.) *Pháp kiên* (*Pháp bền chắc*), vị Bồ-tát biệt-giáo đối với Mười Hạnh (*Thập-Hạnh*), tu tập Giả-quán ; hết thảy các pháp, đều biết là tục - đế chẳng hủy - hoại 3.) *Tu kiên* (*lòng tu bền-chắc*), vị Bồ-tát biệt-giáo đối với Mười Hồi-hướng (*Thập Hồi-hướng*), tu tập Trung - quán ; hết thảy các pháp, đều biết rõ là trung-đế chẳng hủy-hoại. 4.) *Đức kiên* (*đức bền-chắc*), vị Bồ-tát biệt-giáo đối với Mười Địa vị (*Thập Địa*), tu Trung - quán, phá đi một phần Vô-minh, hiền ra một phần của ba đức chẳng hủy hoại. 5.) *Đỉnh kiên* (*trên chót bền-chắc*), vị Bồ-tát biệt - giáo Đẳng-giác ở trên chót Mười Địa vị, phá lầm, hiền đức chẳng hủy hoại. 6.) *Giác-kiên* (*sự giác-ngộ bền-chắc*), hết thảy các pháp của Quả Phật biệt-giáo diệu-giác đều giác-ngộ tất cả Trung - đạo chẳng hủy-hoại.

LỤC NAN 六難 Sáu việc khó. Ở đời, có sáu việc khó, khó gặp, khó được :

1.) Khó gặp Phật ra đời (*Ngộ Phật thế nan*).

2.) Khó được nghe Chánh-pháp (*Văn Chánh-pháp nan*).

3.) Khó sanh lòng lành (*Sanh thiện-tâm nan*).

4.) Khó sanh ra nơi quốc-độ trung-ương, nơi tập-trung văn-hiến, đạo-đức (*Sanh Trung Quốc nan*).

5.) Khó được thân người (*Đắc nhơn-thân nan*).

6.) Khó được các căn trọn vẹn dầu được làm người (*Cụ chư căn nan*).

Chúng - sanh gặp phải *Lục nan*, sáu việc khó, vì họ thiếu phước đức, kém trí-huệ, nặng tinh tội.

LỤC NIỆM (*xứ*) 六 念 (處) Sáu sự tưởng nhớ, suy nghĩ, xét nét : 1.) Niệm Phật, 2.) Niệm Pháp, 3.) Niệm Tăng, 4.) Niệm Giới (*Suy xét về Giới - luật tu trì*), 5.) Niệm Thí (*Xả*), (*Suy xét về hạnh Bố-thí cúng-dường, hạnh Thí-xả đặng giải-thoát thân tâm.*) 6.) Niệm thiên (*Suy xét về chư Thiên ở các cõi Trời Dục - Giới, Sắc-giới, Vô-sắc giới, tự mình không mắc vào một cảnh Thượng-thiên nào.*)

Tu hành *Lục niệm* là một phương-pháp trong các phương-pháp tu hành.

Trong « **Quán Vô-Lượng-Thọ Phật kinh** » có chép : Về bực Thượng phẩm thượng sanh, nếu chúng-sanh nào muốn sanh qua cõi Cực - lạc, thì nên có ba thứ tâm : 1.) Chí thành tâm, 2.) Thâm tâm, 3.) Hồi hướng phát nguyện tâm. Lại có ba thứ chúng-sanh sẽ đặng vãng sanh :

1.) Kẻ từ tâm chẳng giết, đủ các giới - hạnh ;

2.) Kẻ đọc tụng các Kinh-điển Đại-thừa ;

3.) Kẻ tu hành *Lục niệm*, hồi hướng phát nguyện, nguyện sanh về cõi Cực-lạc.

Trong **Đại Niết - Bàn kinh**, quyển 17, 18, có giảng rành *Lục niệm xứ*, dạy cho Bồ-tát được mau giải-thoát, thành Phật-đạo.

LỤC-NIÊN KHỔ-HẠNH 六年苦行 Six années d'austé--rités (*fr.*) Sáu năm khổ-hạnh.

Đức Thích-Ca sau khi bỏ nhà ra đi và sau khi không thỏa ý với mấy nhà truyền đạo có danh ở Ấn-Độ, ngài tách riêng ra, lên rừng Dà-da (*Gaya*) mà nhập định. Ngài ngồi thiền trong sáu năm, không che gió, nắng, mưa. Muỗi, mòng, rắn, rít cắn cũng mặc. Đoàn chăn bò và trẻ hoang quăng bùn đất lên mình, ngài cũng chẳng hay. Mỗi ngày ăn một vài hột cơm hay hột mè, có khi không ăn gì hết, quên phứt sự ăn uống. Ngài tịnh cho đến chim chóc làm tổ trên đầu, ngài cũng chẳng hay. Xương cốt ngài lộ ra rõ ràng, ngài ốm hết sức. Và ngài yếu cho đến có một hôm té xỉu bất tỉnh. Khổ hạnh như vậy đến sáu năm mà chưa ngộ đạo. Ngài tính ăn uống để phục sức lại. Ngài ăn uống, tắm rửa, và mặc đồ mới. Rồi ngài ngồi đại-định trở lại. Nhờ thân-thể khỏe khoắn, tâm-ý vững vàng, chuyến nấy ngài khoát nhiên đại-ngộ, thành Phật Thế-Tôn.

LỤC NGOẠI ĐẠO 六外道 Six écoles philosophiques, six sectes hétérodoxes (*fr.*) Trước khi đức Phật Thích-Ca ra đời, ở Ấn-Độ, có sáu phái triết-học rất thạnh hành. Và sau khi Phật tịch, sáu phái giáo ấy cũng vẫn còn :

1. Phái *Mimansa*, chủ-trương thuyết Thường-trụ, do ông Jamini sáng-lập. Phái nầy học cho thông cái Pháp (*Dharma*), tôn-trọng giáo-quyền, theo sự hành lễ giải trong các kinh Phệ-đà (*Védas*). Chính cái Pháp nó ban thưởng hoặc hành phạt mình tùy theo mình làm lành hay làm ác vậy. Kẻ đắc đạo được an-lạc nơi cõi nầy hay cõi khác.

2. Phái *Védanta* chủ trương thuyết Giải-thoát, sáng-lập bởi ông Vyasa. Phái nầy thờ một vị . : đức Phạm-thiên. Vạn vật đều tùng theo ngài, nhập vào ngài và ngơi nghỉ nơi ngài. Phải học cho thấu và nhập định vào đấng Phạm-thiên. Tất cả vạn vật đều có một cái hồn chung với đấng Phạm-thiên. Có hai cách giải thoát : giải thoát hoàn toàn thì bỏ các sự muốn

mà nhập làm một với Phạm-thiên. Hồn trở vào hồn chung trong võ-trụ. Còn giải thoát chưa hoàn toàn thì có hai thế : một là hồn lên cõi Thiên-đường của đấng Phạm-thiên, hai là kẻ đắc đạo có phép thần-thông.

3. Phái *Samkhya* (*Tăng khứ-sư*), phái Số-luận, chủ-trương vật tâm nhị nguyên luận, dung hòa hai cái quan-niệm vật-chất và tâm-hồn, sáng lập bởi ông Capila (*Ca-tỳ-ca*). Phái nầy không quá sùng thượng thần tiên, vì thần tiên tuy cao hơn loài người, nhưng cũng còn chịu luật Luân-hồi. Mục-đích của phái ấy là quyết thoát ra khỏi sự Khổ, nên họ thi-hành cái chơn-lý diệt Khổ. Họ công-nhận có Nhơn-quả. Ông Ca-tỳ-la thường bài bác sự đem lễ vật mà dâng cúng thần tiên, ông khuyến khích môn-đệ cố gắng lên đường trí-huệ bằng sự học hỏi và tham thiền.

4. Phái *Yoga* (*Du-già*), phái tu khổ-hạnh thiền-định, sáng-lập bởi ông Jnatiputra. Phái-đồ kêu theo tiếng Phạn là : Yogis, nirgranthas, Arhatas, Jaïnas. Họ thiền-định cho tâm mình nhập với cái tâm Linh-thiêng cao viễn. Phái-đồ thường đắc một ít phép linh.

5. Phái *Nyata*, chủ-trương thuyết nhơn-minh, sáng-lập bởi ông Gotama. Ông dạy rằng : nhà đạo phải tránh tham, sân, si; đừng hành-động xao xác. Nhìn xem mọi vật một cách an nhiên. Cái linh-hồn, trải qua nhiều Kiếp luân-hồi, cuối cùng nhờ thiền-định mà được giải-thoát.

6. Phái *Vaiseschika*, phái Thắng-luận, theo thiên-nhiên triết học, theo kinh-nghiệm luận, theo duy-vật luận, sáng-lập bởi ông Kanada. Cũng công-nhận thuyết Luân-hồi, Nhơn-quả, nhưng không nhận các sự huyền-diệu, không tầm cái cao siêu thái quá.

Đức Phật thành Đạo, giáo pháp của Ngài dung-hòa và tổng-hợp các phái triết-học trên, nên đa số phái-đồ trong các giáo ấy đều theo qui-y nơi Ngài.

LỤC NHẪN 六忍 Sáu đức Nhẫn, sáu điều nhịn được, chịu quen.

1.) *Tín nhẫn* 信忍. Bồ-tát biệt-giáo, đối với Mười Trụ (*Thập trụ*), tin rằng hết thảy tâm đều là Không-tịch. Có thể ở vào Không Pháp nhẫn mà chứng được đức Tín.

2.) *Pháp nhẫn* 法忍. Đối với Mười Hạnh (*Thập Hạnh*), tu tập Giả-quán, biết rằng tất cả các pháp đều không, chẳng có gì hết, bèn có thể giả lập hết thảy các pháp đặng giáo-hóa chúng-sanh. Có thể ở trong đức Nhẫn giả-pháp mà chứng được đức Tín.

3.) *Tu nhẫn* 修忍. Đối với Mười Hồi-hướng (*Thập Hồi hướng*), tu tập Trung-quán, biết tất cả pháp sự lý viên-dung. Có thể ở Trung-đạo mà chứng được đức Tín.

4.) *Chánh nhẫn* 正忍. Đối với Mười Địa-vị (*Thập Địa*), y theo lý chánh, lần lượt phá bỏ các lầm lỗi của mười phẩm Vô-minh. Có thể ở lý nhẫn Trung-đạo mà chứng được đức Tín.

5.) *Vô cấu nhẫn* 無垢忍. Đối với địa-vị Đẳng-giác, đoạn trừ một phẩm Vô-minh. Có thể ở trong tự-tánh thanh-tịnh tâm nhẫn mà chứng được đức Tín.

6.) *Nhứt thiết trí nhẫn* 一切智忍 Đối với cảnh Diệu-giác, đoạn trừ một phẩm Vô-minh, đắc Nhứt thiết trí, biết hết thảy các pháp Trung-đạo. Có thể ở trong pháp-nhẫn ấy mà chứng được đức Tín.

LỤC NHẬP 六入 Sadâyatana (*scr.*).— Six sens (*fr.*) *Lục nhập* có hai : Nhãn, nhĩ, tỷ, thiệt, thân, ý là *nội lục-nhập* tức *Lục căn*. Sắc, thinh, hương, vị, xúc, pháp là *ngoại lục nhập* tức *lục trần*.

Lục nhập trong *Thập nhị Nhơn-duyên* là nội lục nhập (*tức là lục căn*). *Nhập*, nghĩa là có liên-quan với nhau. Lục căn *nhập* với lục trần (*cảnh*), bèn sanh ra lục thức, lục xứ.

Trong *Thập nhị Nhơn-duyên*, *Lục nhập* là Nhơn-duyên thứ năm. Bởi có *Lục nhập* nên sanh ra Xúc ; diệt *Lục nhập* thì diệt Xúc.

Còn như lục căn trong xáp nhập với lục trần ngoài, lục trần ngoài xáp nhập với lục căn trong, thì kêu là *thập nhị nhập.*

Trong **Niết-Bàn kinh**, quyển 23, Phật khuyên các nhà tu hành nên quán tưởng rằng : *Ngoại lục nhập*, (*Lục trần*) là *lục tặc*, tức là sáu kẻ cướp, bọn cướp sáu đứa. Còn *Nội lục nhập* (*lục căn*) là *không tụ - lạc*, tức là xóm nhà trống không, chẳng có người ở, chẳng có đồ ăn uống, chẳng có tiền của. Quán tưởng như vậy, liền dứt khổ-não, luân-hồi.

Ngoại lục nhập hay *lục tặc* thì lúc nào cũng vẫn có, nhưng nếu chúng nó vào *Nội lục nhập* hay *không tụ - lạc*, thì có gì mà thâu đoạt, vơ vét ? Vậy chúng nó đi kiếm những xóm giàu có mà chiếm đoạt, những căn của phàm-phu mà xâm-nhập, mà làm hại.

LỤC PHÀM 六凡 Six mondes de profanes (*fr.*) Sáu cảnh phàm, Sáu bực phàm. Trong Thập giới (*Mười cảnh giới*), phân ra hai loại, phàm-phu và thánh-giả : *Địa-ngục, ngạ-quỉ, súc-sanh, tu-la, nhơn - gian, thiên - thượng* là *Lục phàm*, sáu cảnh phàm. *Thinh-văn, Duyên-giác, Bồ-tát, Phật* là *Tứ Thánh*, bốn cảnh Thánh.

Xem : *Tứ Thánh, Phàm.*

LỤC SƯ NGOẠI-ĐẠO 六師外道 Six Maîtres hétérodoxes, Six sectes hétérodoxes (*fr.*) : Sáu vị Sư-trưởng trong Sáu phái ngoại-đạo ở Thiên-Trước, hồi đời đức Phật Thích - Ca. Cũng có nghĩa : Sáu phái ngoại - đạo. Sau khi đức Phật nhập diệt, Sáu phái ấy vẫn tồn-tại ở Thiên-Trước. Ấy là :

1.) *Phú - lan - na Ca - Diếp* (*Purana Kasyapa*), kêu tắt : Phú-lan-na.

2.) *Mạt-già-lê Câu-xá-ly tử* (*Maskari Gosalêputra*), cũng viết : Mạt-đà-lê Câu-xa-lê-tử.

3.) *San-xà-da Tỳ-la-hiền tử* (*Sanjaya Vairatitra*), cũng viết :

San-xà-dạ Tỳ-la-chi tử.

4.) *A-kỳ-đa Si-xá-khâm-bà-la* (*Ajita Kesakambala*), cũng viết : A-xà-la Sí-xá-khâm-bà-la.

5.) *Ca-la-cưu-đà Ca-chiên-diên* (*Kakuda Katyâyana*), cũng viết : Ca-la-cưu Ca-chiên-diên.

6.) *Ni-kiền - đà Nhã-đề tử* (*Nirgranta-Jnatiputra*).

Sáu vị Sư-trưởng trong Sáu phái ấy đều tu theo đạo Bà-la-môn, nhưng mỗi vị trưng ra học-thuyết khác nhau. (*Có giảng riêng, xem tên từng vị.*)

Hồi đức Thích-Ca thành Phật, ngài ngự gần thành Xá - vệ mà giáo - hóa. Sáu vị sư ấy muốn tranh tài với Phật. Nhưng khi vua Ba-tư-Nặc ở thành Xá - vệ bày ra cuộc tranh - đấu về biện-luận và về phép-thuật, thì họ thua Phật rất xa.

Có nhiều nhà tu hành xuất - gia, trước ở trong *Lục Sư ngoại - đạo,* sau theo Phật, vào hàng Thinh - văn Đệ-tử, và đắc quả A-la-hán.

Trong « **Soạn tập bá duyên kinh** » (*Avadàna-Çataka*) do Đoàn-Trung-Còn dịch, nhan đề : *Một trăm bài Kinh Phật,* bài 40, lúc Phật Thích-Ca sắp vào Đại Niết-bàn, ông đạo Tu-bạt-dà-la (*Subhadra*) xin vào chầu Phật, có hỏi về *Lục Sư ngoại - đạo.* Đức Phật đáp lại bằng bài Kệ dưới đây :

Hồi ta hăm-chín (29) tuổi tròn,
Bỏ lìa thế-sự lên non tu hành.
Sáu năm khó nhọc đã rành,
Bấy chừ ta mới đắc thành Quả cao.
Luật tu Tịnh-hạnh cần trau,
Định, Thiền, Tam-muội chẳng xao lảng lòng.
Đạo vào, tâm trí Sáng, Thông,
Ta đi truyền bá khắp trong các loài.
Ta đây là Bực cao vời,

Kiếm đâu hơn nữa, tầm thời mất công. »

Nghe xong, biết đức Phật có phước đức và trí-huệ hơn hàng *Lục Sư ngoại-đạo*, ông Tu-bạt-đà-la liền thọ Giới Tỳ-kheo, và liền đó đắc quả A-la-hán.

LỤC TẶC 六 賊 Six brigands (*fr.*) : Sáu kẻ cướp, bọn cướp sáu đứa. Lời tỷ-dụ để gọi *Ngoại Lục nhập*, *Lục trần* : Sắc, Thinh, Hương, Vị, Xúc, Pháp. Vì sáu cảnh ngoài rình rập mà xâm - nhập sáu cảnh trong của ta, *Nội Lục nhập*, *Lục căn* (*Nhãn*, nhĩ, tỹ, thiệt, thân, ý) mà cướp lấy công-đức, thiện-pháp của ta, nên kêu là *Lục tặc*.

Trong **Niết - bàn kinh** quyển 23, Phật khuyên các nhà tu học nên tưởng cho rằng : Ngoại Lục nhập là *Lục tặc* ; còn Nội Lục nhập tức là xóm nhà trống không, chẳng có người ở, chẳng có đồ ăn uống, của cải chi cả. Dầu bọn cướp có xâm-nhập, thì chẳng thâu đoạt được chi cả ! Ai tưởng được như vậy, thì dứt phiền não, dứt luân-hồi khổ lụy.

LỤC TỔ 六 祖 Six Patriarches, Sixième Patriarche (*fr.*)

1.) Sáu vị Tổ-sư Thiền-tông ở Trung Quốc. Vị thứ nhứt là Bồ-đề-Đạt-ma từ Thiên-Trước qua Tàu, làm Tổ đời thứ nhứt, rồi truyền Y và Bát cho Huệ-Khả làm Tổ đời thứ nhì. Lần lượt cho đến Huệ-Năng được truyền Y, Bát mà làm Tổ đời thứ sáu. Huệ-Năng chẳng truyền Y, Bát cho ai nữa, chỉ truyền Pháp mà thôi.

Lục Tổ kể theo thứ-tự là : 1.) Bồ-đề-Đạt-ma, 2.) Huệ - Khả, 3.) Tăng-Xán, 4.) Đạo-Tín, 5.) Hoằng-Nhẫn, 6. Huệ - Năng.

(*Xem từng vị để rõ thêm*).

2.) *Lục tổ* cũng có nghĩa : Đệ - lục tổ, Tổ đời thứ sáu. Như nói : *Lục-tổ Huệ-Năng*, *Lục-tổ Đại-sư*. (*Xem* : *Huệ - Năng.*)

LỤC - TỔ ĐẠI - SƯ 六 祖 大 師 Sixième patriarche (*fr.*) Ngài Đại-sư, Tổ đời thứ sáu Thiền-tông, tức là *Huệ-Năng* hồi thế-kỷ thứ bảy d.l. ở Trung-Hoa. Vì Bồ-đề-Đạt-ma đem pháp-môn Thiền mà truyền ở Đông-độ, ngài là Sơ-tổ, đến Huệ - Năng là

Tổ thứ sáu, nên gọi ngài là *Lục-tổ, Lục-tổ Đại-sư, Lục-tổ Huệ-Năng*. Thứ-tự chư Tổ ở Đông - độ về Thiền - tông như vầy : 1) Bồ-đề-Đạt-ma, 2.) Huệ-Khả, 3.) Tăng-Xán, 4.) Đạo - Tín, 5.) Hoằng-Nhẫn, 6.) Huệ-Năng.

(Xem : *Huệ-Năng*.)

LỤC TỰ 六 字 Sáu chữ. Tức là sáu chữ mà người Phật tử Tịnh - Độ tông trì niệm : *Nam-mô A-Di-Đà Phật.*

Vì nói luôn « Nam-mô A-Di-Đà Phật » thì dài, nên người ta gọi tắt là : *Lục tự, Lục tự Di-Đà, Lục tự Chơn-Kinh.*

LỤC TỨC PHẬT 六 即 佛 Kêu tắt *Lục tức*. Sáu điều, Sáu việc, Sáu lẽ tức là Phật. Thuyết *Lục tức Phật* do Thiên-thai tông lập ra đề an ủi, khuyến-khích hành-giả. Trong sáu điều ấy, điều thứ sáu, *Cứu-cánh tức Phật* là rốt-ráo, đầy-đủ. *Lục tức Phật*:

1.) *Lý tức Phật* : Tất cả chúng-sanh, dầu Thánh hay Phàm, đều có sẵn cái Phật-lý, Phật-tánh nơi mình. Cho đến ba hạng sa đọa : Địa-ngục, Ngạ-quỉ, Súc-sanh, mặc dầu bị hoàn-cảnh trụy lạc mà quên làm thiện, nhưng chúng cũng có đủ cái Lý-tánh ấy. Cái Lý-tánh, cái Chơn-tánh ấy tức là Phật.

2.) *Danh-tự tức Phật* : Nghe thiện tri-thức hoặc đọc kinh-điển mà biết được những tiếng : Phật, Bồ-đề, Trung-đạo v.v..., danh-tự đó tức là Phật vậy, vì mình nghe biết mà đem lòng tôn kính như tôn kính Phật thiệt.

3.) *Quán Hạnh tức Phật* : Nghe biết danh-tự, thông rõ Phật-pháp rồi, bèn quan sát nết hạnh, nết tu của mình, lý và huệ ứng nhau, sở hành như sở ngôn, sở ngôn như sở hành. Đó là quán thấy nết-hạnh tức là Phật.

4.) *Tương tợ tức Phật* : Khi đắc lẽ Quán hạnh tức Phật rồi, hành-giả bèn giữ gìn luôn cả *Lục căn* cho trong sạch. Khi Lục căn được trong sạch, nhãn, nhĩ, tỹ, thiệt, thân, ý của mình thanh - tịnh dường như Lục căn của Phật, đó là Tương-tợ tức Phật.

5.) *Phần Chơn tức Phật* : Cái - Chơn tri lần hồi mở ra, vén từng bức màn Vô-minh, tâm-trí càng tỏ sáng thêm ra mà đi lần tới cảnh Sáng-suốt hoàn-toàn. Được phần nào thì tốt phần nấy, rốt cuộc đầy đủ mười phần thì thành Phật. Tuy nhiên, Phần Chơn cũng tức là Phật.

6.) *Cứu-cánh tức Phật* : Rốt cuộc, hành - giả đắc quả Diệu-giác, Lý và Sự đều đầy đủ, đạt tới mức Giác-ngộ hoàn-toàn. Đó là Cứu-cánh tức là Phật.

LỤC THÂN 六 親 Sáu bề thân : 1.) *Cha,* 2.) *Mẹ,* 3.) *Vợ,* 4.) *Con,* 5.) *Anh, Chị,* 6.) *Em.* Trong gia-tộc, sáu bề ấy là thân thích hơn hết, yêu mến hơn hết. Kế tiếp với *lục thân* là *quyến - thuộc* tức là bà con bên chồng, bên vợ, bên ngoại, bên nội.

LỤC THẦN-THÔNG 六 神 通 Abhijnâ (*scr.*).— Six Pouvoirs surnaturels (*fr.*) Sáu phép Thần-thông. Cũng viết : *Lục Thông.*

1.) Thiên-nhãn thông, 2.) Thiên-nhĩ thông,

3.) Túc-mạng thông, 4.) Tha-tâm thông,

5.) Thần-túc thông, 6.) Lậu-tận thông.

(*Xem : Lục thông.*)

LỤC THẬP NHỊ KIẾN 六 十 二 見 Sáu mươi hai ý-kiến của những kẻ ngoại-đạo, của những kẻ còn lầm lạc.

Sáu mươi hai ý-kiến ấy đều thâu vào ba ý-kiến nầy :

1.) *Ngã-kiến* : Chấp có ta. Cũng viết : *Thân-kiến.*

2.) *Đoạn-kiến* : Kể chẳng có thân-tâm, chẳng có luân-hồi, tức là *Vô-kiến.*

3.) *Thường - kiến* : Kể cho thân - tâm là còn mãi, tức là *Hữu-kiến.*

Có sáu chục kiến thuộc về *ngã-kiến.* Đối với mỗi uẩn, đều có bốn cách kể. Như về *sắc,*

1.) Kể rằng sắc là ta. 2.) Kể rằng lìa sắc là ta. 3.) Kể

rằng sắc lớn ta nhỏ, ta lớn sắc nhỏ. 4.) Kể rằng ta lớn sắc lớn, ta nhỏ sắc nhỏ. Đối với *thọ, tưởng, hành, thức*, cũng kể như vậy. Tức là : 5 x 4 = 20.

Nhơn cho ba đời : quá khứ, hiện tại, vị-lai, thành 60 kiến.

60 kiến thuộc về *ngã-kiến* hiệp với *đoạn-kiến* và *thường-kiến*, tất cả 62 kiến.

Nhà học Phật trừ được *sáu mươi hai kiến*, thì các mối tà ngụy không có chỗ dung. (**Qui-nguyên trực-chỉ** : *Trừ lục thập nhị kiến, nhi tà ngụy vô sở dung.*)

LỤC THÌ (*THỜI*) 六 時 Sáu thì, Sáu thì-giờ : ba thì-giờ ban ngày và ba thì giờ ban đêm hiệp lại là sáu thì-giờ. Ba thì-giờ ban ngày là : sớm mơi, lúc mặt trời giữa trưa, lúc mặt trời lặn. Ba thì-giờ ban đêm là : đầu hôm, nửa đêm, chót đêm.

Trong *A-Di-Đà Kinh*, có chép : Ở cõi Cực-lạc, thường có chẳng biết bao nhiêu là loài chim tốt đẹp lạ lùng và đủ màu đủ sắc, như bạch-hạc, khổng-tước, anh-võ, xá-ly, ca-lăng-tần-dà, cọng-mạng. *Ngày đêm sáu thì (Trú dạ lục thì)*, những loài chim ấy ca ngâm những bài thuyết pháp, như giảng về năm căn, năm lực, bảy phần Bồ-đề và tám đường Thánh. Chúng - sanh ở Cõi ấy, nghe tiếng chim kêu, thì đem lòng niệm Phật, niệm Pháp. niệm Tăng.

LỤC - THIÊN 六 天 Six Cieux (*fr.*) Sáu cảnh trời. Cũng viết : *Lục Dục thiên.* Dục - giới có sáu cảnh trời là : 1.) Tứ vương thiên, 2.) Đao - ly thiên, 3.) Dạ - ma thiên, 4.) Đâu - suất thiên, 5.) Lạc Biến hóa-thiên, 6.) Tha-hóa tự-tại thiên. Vị Thiên-Vương cảnh trời Tha-hóa tự-tại có nhiều quyến-thuộc, làm chướng-ngại đạo Phật, kêu là Ma-vương ở cảnh trời thứ sáu

Xem : *Lục Dục thiên.*

LỤC THỌ (*Thụ*) 六 受 Six sensations (*fr.*) Sáu mối thọ-cảm, lãnh-nạp. *Thọ*, Phạn : Védana, Pháp : Sensation, nghĩa là : thọ-cảm sướng, khổ, hoặc chẳng sướng chẳng khổ.

1.) Do Nhãn, Nhãn-thức và Sắc, ba món đụng nhau, cho nên sanh *Thọ.*

2.) Do Nhĩ, Nhĩ-thức và Thinh, ba món đụng nhau, cho nên sanh *Thọ.*

3.) Do Tỷ, Tỷ - thức và Hương, ba món đụng nhau, cho nên sanh *Thọ.*

4.) Do Thiệt, Thiệt - thức và Vị, ba món đụng nhau, cho nên sanh *Thọ.*

5.) Do Thân, Thân - thức và Xúc, ba món đụng nhau, cho nên sanh *Thọ.*

6.) Do Ý, Ý - thức và Pháp, ba món đụng nhau, cho nên sanh *Thọ.*

Lục Thọ có thể thâu lại còn *Nhị Thọ* :

1.) Từ Nhãn cho tới Thân, năm Căn ấy đụng với năm Trần, mà sanh ra Thọ, kêu là *Thân-thọ* (*sự thọ - cảm của xác-thân*).

2.) Riêng cái Ý đụng với Pháp ngoài mà sanh ra Thọ, kêu là *Tâm-thọ* (*sự thọ-cảm của tâm-thức.*)

Dồn chung lại, kêu là *Thọ,* tức *Thọ-uẩn.*

(Xem : *Thọ.*)

LỤC THÔNG 六 通 Abhijnâ (*scr.*) Six pouvoirs surnaturels (*fr.*).— Sáu phép thần-thông (*Lục thần-thông*).

Trong đạo Phật, nhà tu-hành xuất-gia đắc quả A - la - hán, được giải-thoát, dứt phiền-não, thì được sáu phép thần - thông :

1. *Thiên-nhãn thông* (*Ba-ly : Dibba - cakkhu*) : Thấy mọi vật trong võ-trụ.

2. *Thiên - nhĩ thông* (*Ba - ly : Dibba - sota*) : Nghe mọi tiếng khắp nơi.

3. *Túc-mạng thông* (*Ba-ly* : *Pubbennivasanussatinana*) : Biết chuyện đời trước của mình và của người, biết luôn cả đời nầy với đời sau.

4. *Tha-tâm thông* (*Ba-ly* : *Parassa-utoparinnanana*) : Biết đoán trong tâm người.

5. *Thần-túc thông* (*Ba-ly* : *Iddhividha*) : Phép đi khắp nơi trong nháy mắt, phép biến hóa chi tùy ý.

6. *Lậu-tận thông* (*Ba-ly* : *Asavakkhaya*) : Phép trong sạch hoàn-toàn, nhà đạo dứt hết các tríu mến, chấp trước ; không còn chấp pháp, không còn chấp thân (*ngã*).

Chưa chứng quả La-hán, nhà tu hành có thể đắc *ngũ thông* tức là thiếu cái *Lậu-tận thông*. Cho nên năm phép trên, *Ngũ thông*, kêu là *hữu-lậu thông*, tức là phép thần-thông của nhà tu hành còn tríu, chưa thoát ra ngoài *Tam giới*, còn luân chuyển trong *Lục đạo*.

Còn phép thứ sáu, *Lậu-tận thông* hay *Vô-lậu thông* là phép thần-thông của nhà tu hành đoạn hết các phiền-não, dứt luân-hồi, nhập Niết-bàn. Ấy là phép thần-thông của chư La-hán, Duyên-giác, Phật.

LỤC THÚ 六趣 Six Directions (*fr.*) Sáu nơi thú. *Thú* là nghĩa xô tới, trụ lại, là nơi mà chúng-sanh bị nghiệp-nhơn xô tới và trụ lại vậy. Sáu nơi thú là : *địa-ngục, ngạ-quỉ, súc-sanh, tu-la, nhơn-gian, thiên-thượng* vậy. Cũng kêu : *Lục đạo* (*sáu đường*).

LỤC THỨC 六識 Six connaissances (*fr.*) Sáu tri-thức, Sáu sự hay biết : 1.) *Nhãn-thức* (*tri-thức của mắt*), 2.) *Nhĩ-thức* (*tri-thức của tai*), 3.) *Tỷ-thức* (*tri-thức của mũi*), 4.) *Thiệt-thức* (*tri-thức của lưỡi*), 5. *Thân-thức* (*tri-thức của thân*), 6.) *Ý-thức* (*tri-thức của ý*).

Sáu căn : *nhãn, nhĩ, tỷ, thiệt, thân, ý* đối với sáu cảnh : *sắc* (*hình-sắc*), *thinh* (*tiếng tăm*), *hương* (*hương*), *vị* (*mùi vị*), *xúc* (*đụng chạm*), *pháp* (*pháp*), mà sanh ra những công-việc tác-dụng phân-biệt tất cả : *thấy, nghe, nếm, ngửi, hiểu, biết (kiến, văn, khứu, vị, giác, tri)*. Sáu sự phân-biệt ấy, sáu sự hay biết ấy của sáu căn gặp phải sáu trần, kêu là *Lục thức*.

LỤC TRAI NHỰT 六齋日 Six jours de jeûne (*fr.*) Sáu ngày trai-giái. Trong hằng tháng âm-lịch, về những ngày : 1, 8, 14, 15, 23, 30 (hay 29) là những ngày thế-gian nên giữ trai-giái, vì nhằm những ngày ấy, chư thiên-chúng nhóm hội-đồng, lường coi điều thiện, điều ác ở thế-gian nhiều, ít chừng nào. Hễ thấy kẻ tạo thiện, chư thiên liền ủng-hộ ; thấy kẻ tạo ác, thì liền cùng hiềm hủy.

LỤC TRẦN 六塵 Visaya (*scr.*) Six objets des sens (*fr.*) Sáu cảnh. Cảnh ngoài tỷ như bụi bặm, có thể nhiễm dơ thân tâm ta, cho nên kêu là *trần*. *Lục trần* : 1.) Sắc, 2.) Thinh, 3.) Hương, 4.) Vị, 5.) Xúc, 6.) Pháp, là sáu cảnh ở ngoài thân tâm ta. Đối với *Lục căn* : 1.) Nhãn, 2.) Nhĩ, 3.) Tỷ, 4.) Thiệt, 5.) Thân, 6.) *Ý*, là sáu cảnh ở nơi thân tâm ta. Cho nên *Lục trần* cũng kêu là *Lục Ngoại nhập* ; còn *Lục căn* thì kêu là *Lục Nội nhập*. Trong các Kinh Phật, thường gọi *Lục trần* là *Lục tặc* (*Sáu kẻ cướp, bọn cướp sáu đứa*) hay *Lục đại tặc*, vì chúng nó tầm dịp mà xâm vào *Lục căn* của ta đặng cướp mất những công-đức, những thiện-pháp của ta.

1.) *Sắc* : những màu sắc xanh, vàng, đỏ, trắng cùng là hình-thể của người, của vật.

2.) *Thinh* : tiếng kèn, trống, nhạc, tiếng ca, câu hát cùng là những lời nói ngon ngọt của người ta làm cho mình xiêu lòng, sa đắm.

3.) *Hương* : Mùi thơm của chiên-đàn, trầm-thủy, mùi thơm của món ăn vật uống, mùi dầu thơm, phấn, hương-vị của đờn-bà làm cho mình mê mết.

4.) *Vị* : mỹ-vị của món ăn vật uống, vị ngon béo của thịt cá mà người ta thích ăn.

5.) *Xúc* : sự đụng chạm với quần áo, đồ vật mịn màng mà mình ưa, thân-thể kẻ nam người nữ tiếp-xúc với nhau mà lấy làm mê thích, chẳng chịu rời bỏ.

6.) *Pháp* : những phương-thế, những tư-tưởng xâm nhập cái ý ; đối với năm trần trên, có những tư-tưởng khiến cho cái tâm-ý sanh ra những sự phán đoán, phân biệt, có ưa, có ghét, có khen, có chê, tầm theo cái sở thích của mình, mưu tính mọi việc để cho toại ý toại lòng.

LỤC TRỤ 六住 Sáu trụ-vị, Sáu địa-vị an-trụ của Bồ-tát. Cũng viết : *Lục chủng trụ* :

1.) Chủng-tánh trụ, 2.) Giải hành trụ, 3.) Tịnh-tâm trụ, 4.) Hành-đạo tích trụ, 5.) Quyết-định trụ, 6.) Cứu-cánh trụ.

(*Xem : Lục chủng trụ.*)

LỤC TRỤ BỒ-TÁT 六住菩薩 : Bồ-tát chứng địa-vị thứ sáu, là địa-vị cuối cùng trong *Lục trụ*. Bực *Lục trụ Bồ-tát* tức là bực *Thập địa Bồ-tát*, tiếng khác nhưng nghĩa đồng. Ấy là bực Bồ-tát hoàn-toàn, sắp lên địa-vị Chánh-giác, Phật Thế-tôn.

Niết-bàn Kinh : Đối với hạng người phóng-dật, đức Phật đem lòng từ mà nghĩ tới họ. Còn đối với hạng người không phóng dật, thì Phật bỏ qua mà chẳng cần tưởng tới. Mà những ai là hạng người chẳng phóng dật ? Ấy là hàng *Lục trụ Bồ tát* vậy.

LỤC VỊ 六味 Six saveurs (*fr.*) Sáu vị (*mùi nếm*) : 1) *khổ* (*đắng*), 2.) *toan* (*chua*), 3.) *cam* (*ngọt*), 4.) *tân* (*cay*), 5.) *hàm* (*mặn*), 6.) *đạm* (*lạt*).

Cũng viết là : 1.) *khổ*, 2.) *thố*, 3.) *điềm*, 4.) *tân*, 5.) *hàm*, 6.) *đạm*.

Niết-Bàn kinh : Tỷ như người mê sảng thì miệng chẳng biết phân - biệt sáu vị : *điềm* (*ngọt*), *khổ* (*đắng*), *tân* (*cay*), *thố* (*chua*), *hàm* (*mặn*), *đạm* (*lạt*). Cũng như thế, những chúng - sanh ngu-si không có trí thì chẳng biết Tam Bảo là pháp Thường tồn.

Tỷ như trong các món ăn uống, có tất cả *sáu vị ;* trong Niết-bàn Kinh cũng có đủ *sáu vị*, ấy là :

1.) *Khổ* tức là *vị chua* (*thố vị* 醋 味)

2.) *Vô thường* tức là *vị mặn* ((*hàm vị* 鹹 味.)

3.) *Vô ngã* tức là *vị đắng* (*khổ vị* 苦 味)

4.) *Lạc* tức là *vị ngọt* (*điềm vị* 甜 味)

5.) *Ngã* tức là *vị cay* (*tân vị* 辛 味)

6.) *Thường* tức là *vị lạt* (*đạm vị* 淡 味),

LỤC XÚC 六 觸 Six contacts (*fr.*) Sáu việc xúc-động, sáu việc đụng chạm giữa Sáu căn ở trong và Sáu trần ở ngoài. Như : 1.) mắt đụng với hình sắc, 2.) tai đụng với âm - thinh, 3.) Mũi đụng với mùi, 4. Lưỡi đụng với vị, 5.) Thân đụng với xúc (*đồ vật*), 6.) ý đụng với pháp.

Lục xúc, theo Niết-bàn Kinh, quyển 13, cũng là một thứ nhơn-duyên gây ra Ái luyến. (*Xem* : *Xúc*.)

LỤC XỨ 六 處 Sáu chỗ. Tức là Lục Nhập.

(*Xem* : *Lục Nhập*.)

LƯ-CHÍ (*Lô-Chí*) 盧 志 (至) Ruçi (*scr.*) Một người thường cúng dường cho phái ngoại-đạo Ly-hệ-giả (*Nirgrantha*), về sau qui y Phật Thích-Ca và thọ giới Tỳ-kheo.

Ông *Lư-Chí* trước là một vị trưởng-giả làm đạo-chủ : 導 主 (*tổng-thống một nước dân-chủ*) ở thành *Thủ - ba - la*. Ông đã từng trồng căn lành trong các đời Phật quá-khứ, nhưng đương mắc vào sự mê-tín đối với phái Ly-hệ-giả (*Ni-kiền, Nirgrantha*). Đức Phật bèn xuống miền nam Thiên-Trước, đến thành Thủ-ba la, nương lòng Từ mà hiện ra các phép thần - thông, độ ông *Lư-Chí* và nhơn-dân qui-y Phật-pháp, bỏ hẳn tà-đạo.

LƯ - XÁ - NA PHẬT 盧 舍 那 佛 Vairocana-Bouddha (*scr.*) Tức *Tỳ-Lư-Xá-Na Phật*. Cũng viết : *Tỳ-Lư-Già-Na Phật, Ma - ha Tỳ-Lư-Già-Na Phật*. Dịch nghĩa : *Đại-Nhựt Phật*. Nghĩa là : Đức Phật mà hào - quang chiếu khắp các nơi cũng như ánh - sáng mặt trời.

Đức Phật *Lư-Xá-Na* làm Giáo-chủ cõi Tịnh-độ Liên-hoa đài tạng thế-giới ở phương Đông đối với cõi Ta-bà của đức Phật Thích-Ca.

LỰ THỦY NANG 濾水囊 Filtre (*fr.*) Cái túi lượt nước. Đọc theo Phạn : *Bát-ly tất-loa-phạt-nỏa.*

Vì Phật có huệ-nhãn, thấy trong nước có vô số vi-trùng, nên truyền cho mỗi vị sư phải mang theo mình một cái túi lượt nước bằng vải. Trước khi uống nước, nên lượt nước đặng tránh uống nhằm trùng, sát mạng chúng-sanh, và cũng là một phương pháp vệ-sanh.

Khi được Giáo-hội ban cho cái túi lượt nước, vị Sa - di hoặc vị Tỳ-kheo vừa thọ lãnh vừa xướng bài Kệ nầy : *Thiện tai lự thủy nang, hộ sanh hành từ cụ, xuất nhập thường đái dụng, phương hiệp Bồ - tát đạo. Án phạ tất ba ra ma - ni ta - bà - ha !*

(Lành thay cái túi lượt nước,
Nó là món từ-cụ hộ-sanh, đi đường ;
Ra vào thường đội lấy mà dùng,
Mới hiệp với đạo Bồ - tát.

Án phạ tất ba ra ma-ni ta - bà - ha !

LỰC 力 Bala (*scr.*).— Force (*fr.*) Sức, Sức mạnh về thể - chất, nhứt là về tinh-thần. Sức mạnh để phá những chướng ngại, tu bồ những thiện-căn, để thủ hộ mình và cứu giúp người.

Như có *năm sức mạnh* (*ngũ lực*) : 1.) Sức mạnh của đức tin (*tín-lực*), 2.) sức mạnh của đức tinh-tấn (*tấn - lực*), 3.) sức mạnh của lòng niệm (*niệm - lực*), 4. sức mạnh của thiền - định (*định-lực*), 5.) sức mạnh của trí-huệ (*huệ lực*).

Người tu Phật nhờ *hai sức* (*nhị lực*) hộ-trợ cho mình : tự-lực và tha - lực. Tự - lực là sức riêng của mình để tấn lên đường Giải-Định-Huệ, nẻo Giải-thoát. Tha - lực là sức hộ - niệm của chư Phật, Bồ-tát và của chư Thiện-thần.

Sức oai-thần, sức oai-thế của Phật, Bồ-tát cũng kêu là *Lực*, như Phật-lực.

Đức Phật có đủ mười *sức mạnh* về trí-huệ mà không chúng-sanh nào có đủ, kêu là *Thập lực*.

(Xem : *Thập lực, Thập tam lực, Thập lục đại-lực, Tứ lực.*)

LỰC-SĨ 力 士 Athlète (*fr.*) Sĩ-phu, người tráng-sĩ có sức mạnh thân-thể. Người *lực*-sĩ có thể đánh ngã cọp, sư-tử, voi. Đó là *lực-sĩ* ở thế-gian. Còn lực-sĩ ở Thiên-thượng thì kêu theo Phạn là *Na-la-diên*, sức mạnh hơn nhiều lắm.—

Lực-sĩ lại là một cánh họ có quyền-thế ở thành Câu-thi-na (*Kusinagara*), hồi Phật Thích-Ca ra đời. *Lực-sĩ* cũng viết là *Lê-xa, Ly-xa* (*Liçavi*), ấy là cánh họ có quyền-thế ở thành Câu-thi-na và ở thành Duy-da-ly.

Niết-Bàn kinh : Phật định đến thành Câu-thi-na mà nhập Niết-bàn. Nghe tin ấy, cánh họ *Lực-sĩ* ở thành Câu-thi-na tất cả là ba mươi muôn người liền phái năm trăm người đi dọn dẹp quét rưới đường sá đặng cho Phật đi. Có một hòn đá to chặn giữa đường, mà năm trăm người dời chẳng nổi. Phật ngự đến, ngài dùng ngón chơn cái mà hất hòn đá lên trên không. Khi hòn đá rớt xuống, ngài đưa tay mặt ra mà hứng lấy. Ngài thổi cho hòn đá tan ra thành mạt. Kế ngài làm cho các mạt ấy tụ lại mà huờn hình hòn đá. Đó là Phật dùng sức Từ-tâm đặng hạ lòng cống-cao của năm trăm người trong cánh họ *Lực-sĩ*, rồi ngài mới đem những chỗ Pháp-yếu mà diễn giảng với họ. Nghe Phật thuyết-pháp, thảy đều phát tâm cầu thành Phật-đạo.

(*Tích Phật hóa độ những người* **Lực-sĩ** *ở thành Câu-thi-na, có chép rõ ở Đại Niết-bàn Kinh quyển 33, Phẩm Ca-Diếp Bồ-tát.*)

LƯƠNG 梁 Nhà Lương. Một triều-đại Trung-Hoa, có bốn đời vua, truyền nối trong năm mươi lăm năm (502-556). Bốn vị vua ấy là : 1.) Võ-đế 502 - 549, 2.) Giản-Văn đế 550 - 551, 3.) Nguyên-đế 552 - 554, 4.) Kính-đế 555-556.

LƯƠNG-HOÀNG SÁM 梁皇懺 : Bộ Kinh Sám-hối soạn ra hồi đời vua Võ-đế nhà Lương bên Trung-Hoa. Cũng kêu : *Từ-bi Đạo-tràng Sám-pháp, Khải vận Từ-bi Đạo-tràng Sám-pháp.* Trọn bộ là 10 quyển, 14 chương. Ấy là bộ Kinh sám trích lục các Kinh Đại-thừa, để tụng cầu cho kẻ thác được siêu thăng, người còn được phước lạc. Tích bộ *Lương - Hoàng Sám* như vầy : Vợ của vua Lương Võ-đế, bà Hy-thị là người đờn - bà độc ác, ghen tương, hành hạ các cung-phi. Một hôm , bà tức giận quá, đâm đầu xuống giếng chết, đọa làm một con trăn to. Trăn ấy thường lén vào cung mà tác quái, báo mộng cho vua Lương Võ-đế, xin vua làm phép giải cứu.

Vua bèn thỉnh ngài Thích Bảo-Chí (*Chí - Công*) là một vị Thánh-tăng làm Sám-chủ, nhờ ngài Bảo-Chí cùng chư Tăng soạn một bài văn Sám-hối và tạo Đàn, tụng đọc văn Sám-hối ấy mà cầu siêu cho bà Hy - thị. Nhơn đó, bộ *Lương - Hoàng Sám* ra đời.

Con trăn nhờ nghe Kinh Sám-hối, thoát xác, hiện hình ra bà Hoàng-hậu, mặc Thiên-y, ở nơi không - trung, bái tạ vua rồi bay về Trời, sanh lên Thiên-đình.

LƯƠNC VÕ-ĐẾ 梁武帝 : Vị vua Trung-Hoa sáng-lập nhà Lương, tên Tiêu-Diễn trước làm quan Thứ-sử cho nhà Tề, cai-trị đất Ung-Châu ; sau diệt nhà Tề lập nhà Lương. Vua ở ngôi 48 năm (502 - 549), rất mộ đạo Phật, có công cất chùa, ủng-hộ Tam Bảo, được đời xưng là *Phật-tâm Thiên-tử*.

(*Xem : Võ-đế.*)

LƯƠNG-Y 良醫 Médecin (*fr.*) Thầy thuốc giỏi. Tiếng tỷ-dụ dùng để tôn xưng Phật, Bồ-tát. Cũng viết : *Đại-lương-y, Đại-y, Đại y vương.*

Tỷ như vị *lương-y,* giỏi về tám phép trị bệnh, đối

với bệnh-nhơn, chẳng hề phân - biệt dòng - họ giai-cấp, kẻ tốt tướng, người xấu hình, kẻ giàu có, người nghèo cùng; người trị bệnh cho tất cả.

Phật và Bồ-tát cũng như thế. Đối với các chúng-sanh, các ngài chẳng hề phân biệt dòng họ giai cấp, kẻ tốt tướng, người xấu hình, kẻ giàu có, người nghèo cùng. Các ngài chỉ thấy chúng-sanh có bệnh là phiền-não, nên đem lòng từ-mẫn mà thuyết Pháp với họ. Nghe được, bệnh phiền-não của họ tiêu diệt. Vì vậy nên gọi Phật, Bồ-tát là *Lương-y*.

LƯƠNG-NGUYÊN 良 源 Ryôgen (*jap.*) Một nhà sư cao học người Nhựt hồi thế-kỷ thứ mười dương-lịch.

LƯƠNG PHƯỚC ĐIỀN 良 福 田 Ruộng phước tốt lành. Tiếng dùng để tôn xưng *Tam Bảo*. Tỷ như người ta gieo giống trên ruộng tốt, thì lúa nếp mọc lên và sanh hột rất nhiều. Cũng như thế, người ta cúng dường *Tam Bảo* thì được phước lợi rất nhiều, nên gọi *Tam Bảo* là *Lương phước điền.*

LƯỠNG HÀ 兩 河 Deux Rivières (*fr.*) Hai con sông. Tức là con sông *Ni-liên-thiền* và con sông *Bạt - đề* vậy. Đức Phật Thích-Ca thành Đạo tại bên sông Ni-liên-thiền, nhập Niết - bàn tại bên sông Bạt-đề. Con sông trước là nơi Hữu - dư Niết-bàn, con sông sau là nơi Vô-dư Niết-bàn vậy.

LƯỠNG THIỆT 兩 舌 Pisunâvâcâ (*p.*).— Médisance, Calomnie (*fr.*) Nói đâm thọc. Nói cho hai bên cùng giận nhau, cùng xa nhau. Nói cho một cặp bè bạn, hai người bà con phiền hà mà xa nhau.

Tội nầy về miệng (*khẩu*). Ấy là một tội của người phạm *Thập thiện*, hành *Thập ác*.

Lưỡng thiệt cũng kêu là : *Ly-gián ngữ*. Đối với : *Hòa-hiệp ngữ*.

Bực Phật-tử Đại-thừa, tự mình lìa khỏi *Lưỡng thiệt*, lại cầu cho tất cả chúng-sanh đều được như mình. Người thường nguyện cho tất cả chúng-sanh trong các cõi Phật đều hòa-hiệp nhau và giảng thuyết Chánh-pháp.

Xem : *Ly-gián ngữ.*

LƯỠNG TÚC TÔN 兩足尊 Le Parfait (*fr.*) Đủ cả hai bề : phước, trí. Cũng viết : *Nhị túc tôn.* Một tôn - hiệu của Phật, vì ngài viên-mãn cả hai phần tu : phước đức và trí-huệ.

Lại cũng gọi : *Vô-thượng Lưỡng túc tôn.*

LƯU - CHUYỂN 流轉 *Lưu* là nghĩa nối nhau, *Chuyền* là nghĩa xoay vần, khởi. Những nhơn - quả của pháp hữu-vi tiếp nối nhau mà khởi sanh ra. Tức là : hết thảy các kẻ phàm-phu nhơn làm nghiệp thiện và ác mà tạo ra quả sướng và khổ. Chiếu theo quả sướng và khổ ấy, người ta luân-hồi trong Sáu nẻo (*Lục đạo*). Cứ nối tiếp mà sanh đi sanh lại mãi mãi trong Sáu nẻo, nên kêu là *Lưu-chuyền.*

LƯU - THÔNG PHẦN 流通分 Postface, Conclusion (*fr.*) Phần chót trong mỗi thời Kinh mà Phật giảng. *Lưu* là chẳng ứ ; *thông* là chẳng lấp, chẳng bít. Mỗi khi thuyết xong một thời kinh, trước khi dứt, Phật khuyên đệ-tử nên lưu - truyền nghĩa-lý của Kinh ấy cho đời sau ; đời nầy tiếp đời kia mà lưu truyền mãi. Ấy vì nghĩa - lý của Kinh rất có ích với những kẻ muốn tu hành. Như vậy thì cả hai, người truyền và người thọ đều được phước-đức.

Kinh Phật thường soạn theo thứ - tự nầy : 1.) *Tự phần* (*Bài tựa*) 2.) *Chánh-tông phần* (*những bài giải rộng nghĩa kinh*), 3.) *Lưu-thông phần* (*bài khuyên kẻ đệ-tử thọ-trì nên lưu truyền*), *tức là bài kết-luận.*

(*Xem : Chánh - tông phần.*).

LƯU-LY 琉璃 Lapis-lazuli (*fr.*) Ngọc lưu-ly. Một thứ đá quí, màu xanh da trời, rất mịn và trông rất đẹp. Một bảo-vật trong Tứ bảo : Kim, ngân, lưu-ly, pha-lê, Pháp : Or, argent, lapis-lazuli, cristal. Lại là một bảo trong Thất bảo : Kim, ngân lưu-ly, pha-lê, xa-cừ, xích-châu, mã-não, Pháp : Or, argent, lapis-lazuli, cristal, nacre, perle rouge, agate.

A-Di Đà Kinh : Bốn phía ao hồ ở nước Cực-lạc đều có những bực thang xây bằng vàng, bạc, *lưu-ly*, pha-lê hiệp lại với nhau. Phía trên ao, có những lầu-các lại cũng dùng vàng, bạc, *lưu-ly*, pha-lê, xa-cừ, xích-châu, mã-não mà trang-nghiêm lộng-lẫy cho cảnh ấy.

LƯU-LY-QUANG PHÁP-VƯƠNG TỬ 琉璃光法王子 Vị Pháp-vương tử (*Đại Bồ - tát*) tên là Lưu-ly-Quang. Một trong nhiều vị Pháp-vương tử ủng-hộ đức Phật Thích-Ca truyền bá Phật-giáo Đại-thừa.

Lưu-ly Quang - Pháp - vương tử sở trường về phép tu Chất Gió. Trong **Thủ - Lăng - Nghiêm Kinh**, quyển năm, ông có thuật Đạo - hạnh của ông như vầy : « Tôi nhớ hồi thuở xưa, cách nay Hằng-hà sa số kiếp, có đức Phật ra đời, tên là Vô - lượng Thinh. Đức Phật ấy khai thị cho chư Bồ-tát cái Bồn - Giác diệu - minh : quán cõi thế-giới cùng thân các chúng - sanh đều là vọng-duyên (*nhơn-duyên giả dối*), do sức Gió xoay chuyền. Lúc ấy, tôi quán cõi thế-giái trong khi an-lập, tôi quán cõi thế-giái trong cơn xao-động, tôi quán cái thân khi lay động và khi ngừng nghỉ, tôi quán cái tâm động-niệm, thấy rằng các sự động đều như nhau, không khác chi hết (*đều do bởi Gió*). Tôi bèn nhận rõ ra cái tánh động của mọi vật không do đâu mà tới và chẳng đi đâu. Tất cả chúng-sanh trong Mười phương, họ nhiều như bụi vi-trần, thảy đều điên-đảo, đều đồng một mối hư-vọng, vọng-động. Cho đến các chúng-sanh trong một thế-giái Tam thiên đại thiên cũng là như vậy, họ như cả trăm con lằng bị nhốt trong một cái vò. Những con lằng ấy ở trong gang tấc, kêu ong óng và lộn xộn, phát sanh cuồng náo. Gặp đức Phật Vô-lượng Thinh chẳng bao lâu, tôi đắc quả vị Vô Sanh Pháp Nhẫn. Bấy giờ tâm trí khai thông, tôi dòm qua phương Đông, thấy thế giái của đức Phật Bất-Động. Tôi trở thành Pháp-Vương-Tử, phụng sự chư Phật trong Mười phương.»

LƯU-LY THÁI-TỬ 璃琉太子 Hphags - skyes - po (*tib.*) Cũng viết : *Tỳ-Lưu-Ly*. Vị thái-tử của vua Ba-tư-Nặc (*Prasenajit*), ở tại thành Xá-vệ (*Sravasti*) nước Kiều-tát-la (*Kosala*), đồng thời với Phật Thích-Ca. Thái-tử phế vua cha, tự mình lên ngôi. Vua Ba-tư-Nặc phải chạy qua thành Vương-xá nước Ma-kiệt-đề mà nương náu, được vua A-xà-Thế bảo bọc. Chính vua A-xà-Thế cũng là người cầm ngục vua cha cho đến chết mà soán ngôi !

Sau khi đuổi vua cha ra khỏi nước, *Lưu-Ly Thái-tử* xưng vương. Kế nhớ mối hiềm xưa giữa nước mình với nước Ca-tỳ-la-vệ (*Capilavastou*), người xua binh qua đánh nước Ca-tỳ-la-vệ, giết rất nhiều người trong họ Thích.

Niết-Bàn Kinh quyển 16 : « *Lưu-Ly Thái-tử* tàn sát giòng họ Thích, có bắt được một vạn hai ngàn người phụ nữ họ Thích. Người truyền cắt lỗ tai, lỗ mũi, chặt tay, chơn của họ và xô họ xuống hào. Những người phụ-nữ ấy rất khổ não, bèn niệm lên rằng : «Nam-mô Phật-đà ! Nam-mô Phật-đà ! Hôm nay chẳng ai cứu hộ chúng con ! » Những người phụ - nữ ấy vốn có gieo trồng thiện-căn ở các đời Phật trước.

Ta (*Phật*) đương ở tại cảnh Trúc-lâm gần thành Vương-xá, nghe tiếng họ, ta động lòng Từ. Liền đó, những người phụ-nữ thấy ta hiện tới thành Ca-tỳ-la, dùng nước mà rửa chỗ vết thương của họ và lấy thuốc mà đắp lên. Nỗi khổ của họ liền dứt ; lỗ tai, lỗ mũi, tay, chơn của họ liền lại y nguyên như cũ. Ta lại thuyết pháp cho họ nghe, thảy đều phát nguyện cầu thành Phật-đạo. Rồi họ đến viếng bà Đại Ái Đạo Tỳ-kheo-ni, xin thọ cụ-túc Giới. »

Niết-Bàn kinh, quyển 40 : Thiện nam-tử ! *Lưu-Ly Thái-tử* đã giết những người họ Thích-Ca, phá hoại thành Ca-tỳ-la. Bấy giờ A Nan ôm lòng sầu não, phát tiếng khóc lớn, đi đến nơi ta, tỏ mấy lời này : «Như - lai và tôi, chúng ta sanh ở thành ấy, đồng là giòng họ Thích-Ca. Nhưng tại sao Như-lai nhan-sắc sáng lạn như thường, còn tôi thì tiều-tụy ? » Ta bèn đáp rằng : « A-Nan ! ta tu **Không-định**, cho nên chẳng đồng với ngươi. »

Về sau, *Lưu-Ly Thái-tử* chết thiêu trong một cuộc hoả-hoạn, khi đi thuyền ra biển.

MA 魔 Mâra (*scr.*) Kêu tắt theo chữ Phạn *Ma-la* (*Mâra*). *Ma-la* tức là *Ma-vương*, chúa loài thiên-ma, vị Tha-hoa tự-tại thiên-vương ở cảnh thứ sáu cõi Dục-giới (*Xem : Tam giới*). Vị *Ma* ấy ưa ngăn cản các bực tu học, chẳng để cho thành Thánh, thành Phật.

Nhưng khi ngăn cản, thử lòng chẳng được, thì trở lại phục tùng, kính trọng. Vị *Ma* ấy có cung-điện rực rỡ (*Ma cung*), có binh tướng oai hùng (*Ma quân*), có dân chúng đông đảo (*Ma dân*), có đoàn phụ-nữ diễm lệ để tiếp tay mà mê hoặc nhà đạo (*Ma nữ*), cùng nhau suy xét những phương-pháp ngăn trở Chánh-đạo (*Ma-thiền*).

Về sau, chữ *Ma* dùng trại nghĩa ra. Đối với bực tu học, *Ma* là kẻ giết hại (*sát-giả*), kẻ che lấy (*chướng-giả*), kẻ dữ (*ác-giả*). Nghĩa tóm chữ *Ma* : Kẻ nào, điều nào, pháp nào làm não loạn tâm thần, ngăn trở pháp lành, cướp của cải nền công-đức, giết mạng vận của nền trí-huệ. Có bốn thứ Ma (*Xem : Tứ Ma*) .

Có tám thứ *ma* (*Bát ma*) :

1.) Phiền - não ma. 2.) Âm ma (*ngũ âm, ngũ uẩn*) 3.) Tử ma (*chết*), 4. Tha-hóa tự-tại thiên-tử ma (*những thần tiên, tay sai của ngài Tha-hóa tự-tại vương*). Lại thêm vào đó bốn thứ ma nữa : 5.) Vô thường ma, 6.) Vô lạc ma, 7.) Vô ngã ma (*khư khư nhận lẽ không có ta, không thấy cái Chơn-ngã của mình*), 8.) Vô tịnh ma. Bốn thứ Ma trước là *Ma phàm-phu*, bốn thứ ma sau là *Ma nhị thừa* (*Thinh-văn thừa, Duyên-giác thừa*).

Lại có *Thập ma* là :

1.) *Uẩn ma* : Ngũ uẩn : sắc, tưởng, thọ, hành, thức, năm món ấy hiệp thành thân-tâm của ta, có sức che lấp chánh đạo, phá hại huệ-mạng.

2.) *Phiền-não ma* : các mối phiền não : tham lam, hờn giận, ngu si chẳng hiểu sự và lý, che lấp chánh-đạo, phá hại huệ-mạng.

3.) *Nghiệp ma* : cái ác-nghiệp của ta tạo ra bởi các sự ác bằng thân, ngữ-ý, che lấp chánh - đạo, phá hại huệ-mạng.

4. *Tâm ma* : Tấm lòng tự cao, khinh ngạo, che lấp chánh-đạo, phá hại huệ - mạng.

5.) *Tử ma* : Thọ-mạng của ta có hạn, cái chết đến ngăn trở việc tu hành, phá hại nhà tu hành, phá hại cái huệ-mạng của ta.

6.) *Thiên-ma* : Vị thiên-vương cảnh trời thứ sáu cõi Dục-giới với chúng ma của ngài dùng vô số phương-thế mà phá hại nhà tu niệm.

7.) *Thiện-căn ma* : Vì chấp trước rằng mình có căn lành, phước đức, nên chẳng tăng trưởng việc tu hành, sự ấy che lấp chánh-đạo, phá hại huệ-mạng.

8.) *Tam-muội ma* : Nhà tu học ham giữ lấy phép thiền-định mà mình đã được, chẳng cầu tinh-tấn thêm, cảnh ấy che lấp chánh-đạo, phá hại huệ-mạng.

9.) *Thiện tri-thức ma* : Bực thông hiểu đạo lý mà tham tiếc cái Pháp, chẳng mở mang, chẳng chỉ dạy cho người. Bực ấy che lấp chánh-đạo, phá hại huệ-mạng.

10.) *Bồ-đề pháp trí ma* : Đối với pháp Bồ - đề, khởi sanh trí-huệ, nhưng còn chấp-trước, tức nhiên che lấp chánh-đạo, phá hại huệ-mạng.

MA-CẢNH 魔 境 Cảnh ma. Cảnh giới của Thiên-ma, tức cảnh Tha-hóa tự-tại thiên mà thần-thức của người tu gặp trong cơn thiền. Cũng có nghĩa : Cảnh-ngộ do ma quái tạo ra để phỉnh gạt, ngăn trở người tu. Lại có nghĩa : Cảnh-tượng do kẻ tà ác tạo ra.

MA-CHƯỚNG 魔 障 : Sự che lấp của Ma. Lại *Ma* là chữ Phạn, *Chướng* là chữ Hán, hai chữ cùng một nghĩa : che lấp, ngăn cản, khuấy rối. Mấy nhà tu học ở chùa, ở am, những nhà ngồi thiền, nhập định hay bị ma quỉ phá khuấy, ngăn cản đường tu học của mình, thử thách mình đủ lối, những sự ấy kêu là *ma-chướng*. Đó là nghĩa đen. Còn nghĩa bóng thì : các sự trở ngại chúng nó cứ lại ngăn đường đón ngỏ mình mãi, mình làm việc chi cũng gặp sự lộn xộn, mình tính việc chi cũng chẳng phân-minh, dường như có ma quỉ ngăn bít vậy.

MA DUYÊN 魔 緣 Duyên ma. Những sự duyên do thiên-thần ma-quái gây ra, có tánh cách làm trở ngại công việc tu hành và làm thiện. Những sự duyên do kẻ tà ác, nghịch hại gây ra để cản trở việc thiện của người lành. Cũng như nói : *Ác-duyên.* Trái với : *Thiện-duyên.*

MA-ĐÀN 魔 檀 Sự bố-thí của Ma. *Đàn* tức *Đàn-na* (*Dâna*) : Bố thí. *Ma-đàn* là sự bố-thí của những người có lòng tà, vì cầu danh mà bố-thí, vì sợ oai lực mà bố-thí, vì muốn tránh tai nạn mà bố-thí. Trái với *Phật-đàn* là sự bố-thí chẳng có lòng tham, giận, tà-kiến, chẳng sợ, chẳng lo.

MA-ĐẠO 魔 道 : Đường, nẻo của ma. Cảnh-giới của bọn thiên-ma tà-quỉ ; chỗ tới lui, nơi ăn chốn ở của loài ma.

Thủ-Lăng-Nghiêm kinh, quyển sáu : Nhà tu hành dẫu có nhiều trí-huệ, phép thiền-định hiện trước mình, nhưng nếu chẳng đoạn dâm thì đọa lạc vào *Ma-đạo* : bực cao thì làm ma-vương, bực vừa thì làm ma-dân, bực dưới thì làm ma nữ.

MA-GIỚI 魔 戒 : Giới-hạnh tà. Như bực Tỳ kheo vì cầu danh-tiếng, lợi-dưỡng, nên trì giái, chớ chẳng phải vì mục-đích giải-thoát, thì kêu là *Ma-giái.*

MA-GIỚI 魔 界 : Thế-giới loài ma. Cũng kêu : *Ma đạo.* Như : Ma-vương ở nơi *Ma-giới,* sai những ma-nữ diễm-lệ đến cội Bồ-đề mà khêu gợi, trêu ghẹo đức Bồ-tát.

MA PHẠM 魔 梵 Mâra, Brâhma : Ma-vương và Phạm-vương (*Phạm - thiên vương*) kêu tắt là *Ma Phạm.* Ma-vương (*Mâra*) là vị Thiên-chủ Đệ-lục thiên, Tha - hóa tự-tại thiên trong cõi Dục-giới. Phạm-vương (*Brâhma*), Phạm-thiên vương hay Đại Phạm-thiên ((*Mahàbrahmà*) là vị chúa tể cõi Ta-bà thế-giới nầy, quyền hạn lên tới miền Sơ-thiền thiên trong cõi Sắc-giới. Kinh-điển cũng gọi ngài là Ngọc-hoàng Thượng-đế.

Ma Phạm thường dắt theo quyến-thuộc đến chầu Phật Thích-Ca mỗi khi có đại-sự để ủng hộ Phật.

MA QUỈ 魔 鬼 Démon, Diable (*fr.*) Tà-ma qui-my. Tiếng gọi chung những âm-hồn hay khuấy rối người ta. Cũng có nghĩa : Kẻ tà ác rù-quến người, mê-hoặc người, phá hại cho người ta thất bại; — hoặc những cảnh-ngộ trắc trở, điên-đảo mà người ta gặp phải.

Ma đưa lối, Quỉ đưa đường,

Lại tìm những chốn đoạn-trường mà đi.

(Kim vân kiều)

MA-SỰ 魔事: Việc ma. Những việc làm do bọn ác-ma gây ra để ngăn cản Phật-đạo; — những việc làm giả-dối của bọn tu hành phá giới, sa đắm vào cuộc danh, lợi, sắc-dục. Trái với *Phật-sự* là những việc làm chơn-chánh của bực Bồ-tát có tánh-cách độ mình và độ người. Kẻ làm Ma-sự thì lìa khỏi pháp lành (*thiện-pháp*), bị lòng ham-muốn lôi cuốn, lần lần lui bước đối với Chánh-pháp và bỏ bê Chánh-lý. Kẻ làm *Ma-sự* thì tríu mến *Lục trần* khả ái: yêu sắc đẹp, thích tiếng êm, ưa mùi thơm, khoái vị ngon, mê man với những sự đụng-chạm vừa ý, mong nhớ những pháp (những tình-cảnh) vừa lòng. Cho đến nhà tu-hành tinh-tấn cũng chẳng thoát khỏi việc ma (*ma sự*): như ngồi thiền mà ngủ; ham nhìn những cảnh hiện đến trong cơn thiền; thấy những cảnh dữ hiện lại, bèn sợ mà bỏ cơn thiền. Những vị xuất-gia, ngụ tại chùa chiền mà phạm vào *Ma-sự* là: ham hiệp đoàn với bọn ác-hữu; hay bàn luận thế-sự, chiến-tranh; xu-phụ theo hàng cư-sĩ giàu có đến cúng-dường; học những phép bói quẻ, đoán số, ếm thư v.v.

MA-THIỀN 魔禪: Phép thiền-định tà-mỵ. Cách luyện đạo theo tà-thuật, có hại cho nền Chánh-đạo. Như nhà tu-hành trong cơn thiền-định giao thông với ma, cũng là học tập những cách tu luyện để khiến quỉ, sai thần, đó là *Ma-thiền*.

MA-THUẬT 魔術. Magie (*fr*): Những phép biến-hóa thần-bí. Danh-từ triết-học. Ấy là những thủ-đoạn bí-mật vượt ra khỏi sự động-tác tầm-thường. Tất cả có năm món:

1.) *Bạch ma-thuật* (*Pháp: Magie blanche*): Những phép biến-hóa tuy chẳng thuộc về Chánh-đạo, nhưng là những phép giúp ích cho người, như: tầm vật, tránh nạn, trị bịnh, dứt tật.

2.) *Hắc ma-thuật* (*Pháp : Magie noire*) : Những phép thuật bất-chánh, hại người, như : trù ẻo, thư, ếm.

3.) *Tự-nhiên ma-thuật* (*Pháp : Magie naturelle*) : Những phép biến-hóa tự-nhiên, như dùng hóa-học (*Chimie*) mà biến đổi vật, hoặc dùng từ-lực (*Pháp : force magnétique*) mà làm theo ý muốn của mình.

4.) *Thiên-thể ma-thuật* (*Pháp : Magie céleste*) : Nương theo những hiện-tượng trên trời mà làm phép thuật, như phép xem tinh - tú mà biết việc kiết, hung.

5.) *Mê-tín ma-thuật* (*Pháp : Magie supertitieuse*) : Mượn sức của qui-thần, của bọn ác - ma mà làm ra những phép biến, hóa. — Năm món *ma-thuật* ấy ta vẫn thấy khắp nơi ; dầu ở nước văn-minh hay nước dã-man.

MA-VƯƠNG 魔王 Māra (*scr*) : Vua loài Thiên-ma. Chủ cảnh trời Tha hóa tự-tại thiên (*Paranirmitavasavartin*) là cảnh trời thứ sáu trong cõi Dục-giái. Ngài và các thiên-ma ở cảnh trời ấy có phép thần-thông tự-tại, thường dùng các ảo-thuật mà ngăn cản chẳng để cho những nhà tu-học thành Thánh, thành Phật.

Ma-vương từng khuấy rối đức Thích - Ca hồi ngài sắp thành Phật. Và trong đời của Phật, thỉnh-thoảng *Ma-vương* có đến ám phá Phật. Lúc đức Bồ-tát sắp lên quả-vị Chánh - giác, hào - quang rực rỡ của ngài động đến cảnh - giái Ma. Ma - vương quyết ngăn cản, bèn dắt binh-tướng đến cây Bồ-đề mà đánh phá tưng-bừng. *Ma-vương* lại kêu gió, bão đến tấn-công đức Thích-Ca, kêu mưa đến xối Ngài và lôi cuốn Ngài, cho các hòn đá to lăn trên mình Ngài. Song đức Phật nhập định « Từ-tâm tam-muội », các vật ấy chẳng động đến chéo áo của Ngài. Các đồ binh-khí đến gần Ngài, đều hóa thành hoa.

Ma-vương thất trận, trở về. Khi binh-tướng của *Ma-vương* đi hết rồi, đức Bồ-tát êm tĩnh mà ở trong cảnh Định. Ngài khoát-nhiên đại-ngộ, thành Phật.

Ma - vương bèn hiện đến, xúi Phật nhập Niết - bàn vô - dư. Nhưng Phật không nghe, định đi truyền bá Đạo-lý.

Ma-vương sai ba cô gái đến mê - hoặc Phật. Ba cô khêu gợi đủ cách, song đức Thích - Ca chẳng động lòng. Ngài đã giữ sạch lòng trần rồi. — Người ta cũng gọi là *Ma-vương Ba - Tuần.* Ba-Tuần (*Phạn : Sreshtha*) tức là tên của ngài Tha - hóa tự - tại thiên-vương vậy.

Chừng Phật thành Đạo rồi, hết thế khuấy rối và cám dỗ được nữa, *Ma-vương* lại tùng phục và qui-y nơi Phật.

MA-DA (*phu-nhơn*) 摩 耶 (夫 人) Mâyâ (*scr.*)

Mẹ của Thái-tử Tất - đạt - Đa (Phật Thích - Ca), vợ chánh của vua Tịnh-Phạn. *Ma-Da* là chữ Phạn, có nghĩa : Thuật, Ảo (*Huyễn*). Cũng viết : *Ma-ha Ma-Da* (*Đại-Thuật, Đại-Huyễn*).

Bà nằm mộng thấy bạch-tượng sáu ngà trên trời bay xuống xà vào lòng bà. Bà thọ thai. Bà sanh Thái-tử được bảy ngày thì thác, được hóa sanh lên làm Tiên trên Trời Đao-lý (*Trâyas-trimças*). Hồi đức Thích-Tộn tu khổ-hạnh, ngã ra nơi chốn tọa thiền, bà ngỡ ngài chết, nên có hiện xuống tỏ lời than tiếc.

Sau khi thành Phật, nhơn dịp làm cho mấy sư ngoại - đạo thấy những phép thần - thông của ngài, đức Thích - Tôn ngự lên trời Đao-lỵ mà dạy đạo cho mẹ trong ba tháng.

Lại, nơi cung Đao - ly, trước vì mẹ, sau vì chư Tiên, chư Thánh, đức Phật có thuyết diễn *Địa - Tạng Kinh.*

Vì tôn-kính bà, thay vì gọi tên, người ta gọi bà bằng mấy hiệu nầy : *Phật-mẫu, Thánh-mẫu.*

MA-ĐĂNG-GIÀ (*NỮ*) 摩 登 伽 (女) Matanga (*scr.*) Một nàng dâm-nữ ở thành Xá-vệ (*Sravasti*) nước Câu-tát-la. Nàng dùng tà chú Tiên Phạm-thiên của ngoại-đạo Ta-tỳ-ca-la mà bắt ông A-Nan vào, khi ấy ông đương đi khất thực một mình. Ông bị bắt vào phòng, dâm-nữ dựa kề vuốt ve, làm cho ông gần phá giái.

Lúc ấy, đức Phật vừa ngự dùng cơm xong, Ngài bèn nhập định, đọc bài «Phật-Đảnh thần-chú», khiến ngài Văn - Thù phụng trì Chú ấy đến mà ủng-hộ ông A-Nan, và đem cả ông A-Nan với nàng Ma-đăng-Già về chầu Phật.

Nhơn dịp ấy, nàng thọ giới Xuất-gia, làm Tỳ-Kheo-ni, hiệu là Tánh-Tỳ-Kheo-ni, và liền đắc quả *A-na-hàm*, rồi đắc luôn quả A-la-hán.

MA ĐỈNH 摩 頂 Xoa đầu. Hồi còn trụ thế, mỗi khi phó chúc cho chư Bồ-tát cái Đại Pháp, Phật thường đưa thẳng cánh tay của Ngài ra mà *xoa đầu* chư Bồ-tát. Mỗi khi thọ-ký cho vị nào, cho vị ấy biết trước rằng đến kỳ kiếp nào sẽ thành Phật Bích-chi hay Phật Như-lai, thì ngài cũng có lệ *ma đỉnh* vị ấy.

Bên Tây-Tạng, ai được đức Phật-sống Đạt-lại Lạt-ma *xoa đầu*, người ấy được vinh diệu lắm, tức là ngài phó Pháp cho vậy. Vì ngài Đại-lai lạt-ma có nhiều cách phó Pháp, hộ niệm cho tín-đồ, mà cách *ma đỉnh* là long trọng nhứt.

Người Phật-tử nào trong khi tụng kinh, lễ bái, thiền định hoặc nằm chiêm-bao mà thấy Phật hiện lại *xoa đầu* cho mình (*Phật lai ma đỉnh*), tức là được thấy tướng tốt (*hảo-tướng*) vậy. Liền đó, các tội đều tiêu-diệt, sẽ được phước trí vô-lượng.

MA-ĐỘT-LA 摩 突 羅 Mathura (*scr.*) Một kinh thành xưa ở Ấn-Độ, hồi thuở đức Phật Thích-Ca. Thành *Ma-đột-la* ở theo sông Yanuna là con sông nhánh của sông Hằng (Gange). Ngài Thương-na-hòa-tu (Canavasa) Tổ-sư thứ ba và vị Tổ-sư thứ tư Ưu-ba-cúc-đa (Upagupta) đều là người quê quán tại *Ma-đột-la*.

Ở *Ma-đột-la*, chùa, tháp rất to tát và khéo léo.

MA-GIÀ-ĐÀ (QUỐC) 摩 伽 陀 (國) Magadha (scr.) Cũng kêu *Ma-kiệt-đề*. Hồi đời Phật Thích-Ca, nước *Ma-già-đà* là của vua Tần-bà-sa-la (Bimbasâra), kinh-đô là thành Vương-xá (Ra-jagriha) (*Xem Ma-kiệt-đề.*)

MA-HA 摩 訶 Mahâ (*scr.*).— Grand (*fr.*) *Ma-ha* là tiếng Phạn, cũng viết: *Mạc-ha* 莫 訶, thường dịch là: *Đại* (*lớn*).

Cũng dịch là : *Đa* (*nhiều*), *Thắng* (*trời*). Tiếng *Ma-ha* đứng trước tên người, đứng trước Pháp-hiệu, để tôn xưng những vị có Huệ-đức lớn trên đường Đạo. Nhứt là để tôn xưng những vị Đại-Thánh, như : Ma-ha Ca-Diếp, Ma-ha Ca-chiên-Diên, Ma-ha Mục-kiện-Liên v.v...

Trong **Pháp-bảo đàn Kinh**, phẩm thứ hai, đức Lục-tổ có giảng rằng : Sao gọi là *Ma-ha* ? *Ma-ha* tức là lớn (*đại*), tâm-lượng quảng đại dường như hư-không, không có bờ lề ; cũng không vuông, tròn, lớn, nhỏ ; cũng không xanh, đỏ, trắng, vàng; cũng không trên, dưới, vắn, dài, cũng không giận, không mầng, không phải, không quấy, không lành, không dữ, không có đầu, đuôi ; cho đến các cõi đất nơi ấy chư Phật hóa độ đều là hư-không. Như tiếng *Ma-ha Bát-nhã Ba-la-mật-đa* (*Trí-huệ rộng lớn*) bao gồm hết các đức - tánh trên ấy.

MA-HA BA-XÀ-BA-ĐỀ 摩訶波闍波提 hay **MA-HA-BÀ-XÀ-BÀ-ĐỀ** 摩訶婆闍婆提 Mahâpradjâpati (*scr.*) *Ma-ha* : tiếng tôn xưng, nghĩa là : *Đại* (*Lớn*) *Ba-xà-ba-Đề* : tên người, nghĩa là : *Sanh-chủ*. Bà *Ma-ha Ba-xà-ba-đề* cũng kêu theo nghĩa : *Đại-Ái-Đạo*. Như trong **Niết - Bàn kinh** gọi bà là *Đại Ái - Đạo Tỳ-kheo-ni*. Bà lại có một tên khác nữa : *Ma-ha Kiều đàm-Di* (*Mahâ Gotamide*). Bà là chị ruột của bà Ma-Da, tức là dì của thái-tử Tất-đạt-Đa (*Siddharta*), mà cũng là bạn trăm năm của vua Tịnh-Phạn (*Souddhodana*). Mẹ của Thái-tử, bà Ma - Da sanh Ngài ra đặng bảy ngày thì về cảnh Tiên Đao-ly (*Trayastrimças*). Bà dì nuôi-nấng và trông-nom Thái-tử cho đến lớn, thương như mẹ ruột.

Về sau, Thái - tử xuất - gia và tu thành Phật, có rất đông Đệ-tử và lập thành Giáo-hội Tăng - già (*Samgha*) họp lại là chư Tỳ-kheo (*Bhiksu*). Bà *Ma-ha Ba-xà-ba-đề* xin thọ Giới xuất-gia,— bấy giờ vua Tịnh-Phạn đã thăng-hà. Bà có giới thiệu cho nhiều bà nhiều cô xuất-gia và tu đắc quả. Trong hàng Tỳ - kheo - ni (*Bhiksuni*), phụ-nữ xuất - gia, bà là người trên trước. Chính bà là vị Tỳ-kheo-ni đầu trong Giáo-hội phụ-nữ xuất-gia.

Trong hội Pháp-Hoa, đức Phật có thọ - ký cho bà *Ma - ha Ba-xà-ba-Đề*. Ngài bảo rằng về sau, bà sẽ thành Phật, hiệu là Nhứt-Thiết-Chúng-Sanh-Hỷ-Kiến (*Sarvasattvapriyadarçana*) Như-lai.

MA-HA BÁT-NHÃ BA-LA-MẬT 摩訶般若波羅蜜 Mahâ Prajnâ Paramita (*scr.*) : Bảy chữ trên đều âm theo Phạn. *Ma-ha* : Rộng lớn, cao trổi. *Bát-nhã* : Trí-huệ. *Ba-la-mật* : Đáo bỉ ngạn, Độ. Tức là : Nền Trí-huệ lớn đưa qua Mé bên Kia (*Niết-bàn*). Nhà tu hành nhờ nương theo nền Trí - huệ lớn ấy mà thành Phật, thoát ra khỏi biển luân-hồi, cũng như người ta nhờ chiếc ghe lớn đưa qua biển, từ bờ bên nầy sang bờ bên kia.— Bồ-tát trải qua nhiều đời, lần lượt làm đủ Sáu nền Hạnh (*Lục độ, Lục Ba-la-mật*) thì thành Phật. Trong Sáu nền Hạnh ấy, *Ma-ha Bát-nhã Ba-la mật* là tổng quát, rốt ráo, cao cả hơn hết, cho nên được xưng là *Ma-ha.*

Ma-ha Bát-nhã Ba-la-mật-đa tâm kinh : Ngài Quan-Tự-Tại Bồ-tát, trong khi thi-hành nền *Ma-ha Bát-nhã Ba-la-mật-đa*, ngài soi thấy rằng Ngũ uẩn (*Sắc, thọ, tưởng, hành, thức, — năm món ấy hiệp thành thân-tâm của người*) đều không. Sự soi, thấy như vậy độ thoát khỏi các khổ-não tai - ương.—

Pháp-bảo đàn Kinh, phẩm thứ hai :

Ma - ha Bát - nhã Ba - la - mật,
Tối thượng, tối tôn, tối đệ nhứt,
Vô trụ, vô vãng, diệc vô lai,
Tam thế chư Phật tòng trung xuất.

Dịch nghĩa : *Ma - ha Bát - nhã Ba - la - mật,*
Rất thượng, rất tôn, rất đệ nhứt,
Không trụ, không qua, lại cũng không,
Ba đời chư Phật do trong xuất.

Nên thường dùng *Ma-ha Bát-nhã Ba-la-mật* mà đánh bể cái

khối phiền-não trần-lao của Ngũ uẩn. Tu hành như vậy, chắc thành Phật-đạo. Bèn biến Tam-độc (*Tham, Sân, Si*) ra làm Giái, Định, Huệ.

MA-HA CA-CHIÊN-DIÊN 摩訶迦旃延.— Mahâkâtyâyana (*scr.*) : Một vị Đại Thinh-văn, La-hán, Đệ-tử của Phật Thích-Ca. Tên ông là Ca-chiên-Diên (*Kâtyâyana*) ; nhưng vì tôn-trọng bực Thánh, nên người ta để hai chữ *Ma-ha* (*Đại*) trước tên thiệt của ông. Ông là con của Ca-Chiên (*Kâtyâ*), một vị đại bà-la-môn làm quốc-sư nước A-bàn-đề miền Nam Thiên-Trước. Cha ông cho ông học Đạo nơi ông Tiên A-tư-Đà (*Asita*) chính là vị Tiên đã viếng đức Thích-Ca hồi đức Thích-Ca mới giáng sanh. Ca-chiên-Diên luyện Đạo chứng Tứ thiền và Ngũ thông. Khi A-tư-Đà từ trần thì ông được vua nước Ma-già-Đà (*Magadha*) rước về làm Đạo-sư. Sau vì không hiểu nghĩa hai câu Kệ, ông tầm đức Thích-Ca đề nhờ giảng giải. Nhơn cơ-hội ấy, ông qui-y theo Phật. Và trong ít lâu, ông chứng quả A-la-hán, đắc Lục thông.

Ma-ha Ca-chiên-Diên được Phật công-nhận là bực Luận nghĩa đệ nhứt. Ông là một trong hàng *Thập Đại Đệ-tử* của Phật.

MA-HA CA-DIẾP 摩訶迦葉 Mahâ-Kaçyapa (*scr.*) : Một vị trong hàng *Thập Đại Đệ-tử* của Phật, được Phật khen là giữ hạnh Đầu-đà (*tu thượng-hạnh, khổ hạnh*) đệ nhứt. Cũng đọc : *Đại Ca-Diếp*. Ca-Diếp, tàu dịch : *Ẩm quang* (*uống lấy hào-quang*).— Đức Phật Thích-Ca thành Đạo ba năm, *Ma-ha Ca-Diếp* đến xin qui-y nhập Pháp. Ông là con nhà Bà-la-môn sang trọng, tự tỉnh rất sớm, trọn đời không biết việc ái-ân. Ông có vâng lịnh nghiêm-đường mà cưới vợ, song vợ chồng vui lòng không ăn ở cùng nhau, mỗi người đều lo tu hành. Ông đến qui-y nơi Phật. Ông tu rất chinh chắn; cho nên trước khi tịch, đức Phật truyền tâm-ấn cho ông, phong làm Tổ-sư đầu tay nắm giữ nền Phật-giáo và cai-quản Giáo-hội Tăng-già. Ông là Sơ-tổ trong 28 đời Tổ giữ chánh-truyền Phật-giáo trong một ngàn năm ở Ấn-Độ.

Sau khi Phật tịch, *Ma-ha Ca-Diếp* có nhóm 500 La-hán hội kết-tập tại thành Vương-xá mà dọn thành Ba Tạng : A-Nan lãnh Tạng Kinh, Ưu-ba-Ly dọn tạng Luật, còn ông thì làm Chủ - tọa và soạn Tạng Luận.

Sau khi truyền Áo và Bát cho A-Nan làm Nhị Tổ, ông vào non Kê-túc mà tịch.

Trong hội Pháp-Hoa, đức Phật có thọ-ký cho *Ma-ha Ca-Diếp*, phán rằng về sau Ca-Diếp sẽ thành Phật, hiệu là Quang-Minh (*Raçmiprabhâsa*) Như-lai, Phật nầy hưởng thọ 12 Tiểu-Kiếp, Chánh-pháp trụ thế 20 Tiểu-Kiếp, kế Tượng-pháp trụ thế 20 Tiểu-Kiếp nữa.

Xin chú ý : *Ma-ha Ca-Diếp* hay Đại Ca-Diếp với *Ưu-lâu-tần-loa Ca-Diếp* là anh cả trong ba anh em Ca-Diếp; hai người khác nhau.

MA-HA CÂU-HY-LA 摩訶拘絺羅 Mahâ Kausthila (*scr.*) : Một vị Đại Thinh-văn, La-hán, Đệ-tử của Phật Thích-Ca. *Ma-ha* : lớn, tiếng tôn-xưng nhà đạo-đức trí-huệ. *Câu-hy-la* : Đầu gối. Tiếng *Ma-ha Câu-hy-la* cũng dịch là : Đại tất (*Đầu gối lớn*).— *Ma-ha Câu-hy-la* là cậu của Xá-ly-Phật (*Çariputra*). Trước khi qui-y Phật, *Ma-ha Câu-hy-la* tu theo đạo Bà-la-môn, người ta gọi ông là Trường-trảo Phạm - chí (*Ông thầy tu để móng tay dài*).

Chừng tu theo Phật, ông trở thành bực Đại La-hán, được Phật khen là Vấn đáp đệ nhứt, Tứ Vô-ngại đệ nhứt.

Trong 1.250 vị Đệ-tử thường hầu theo Phật để ủng hộ Phật trong cuộc hoằng hóa, *Ma-ha Câu-hy-la* là một bực *Thượng-thủ* (*đứng đầu*). Nên trong nhiều quyển Kinh, ta thường thấy có ghi tên ông chung với tên mấy vị Thượng-thủ khác. Những Kinh ấy như là : A-Di-Đà Kinh, Thủ-lăng-Nghiêm Kinh, Diệu - pháp liên-hoa Kinh v.v...

MA-HA-DIỄN 摩訶衍.— Mahayâna (*scr.*).— Grand véhicule (*fr.*) : Chữ phạn, đọc trọn : *Ma-ha-diễn-na*. Ma-ha : Đại ; Diễn (*Diễn-na*) : Thừa (*thặng*), Cỗ xe. *Ma-ha-diễn* dịch ra : Đại-Thừa (*Đại Thặng*). Ấy là Cỗ xe lớn, tức là Giáo-pháp lớn.

Đạo Phật có hai cỡ giáo-pháp :

1.) Cỡ giáo pháp lớn để cho hàng Bồ-tát tu học cho đến thành Phật, kêu là *Đại-thừa* (*Ma-ha-diễn, Mahayâna*) hay Bồ-tát thừa.

2.) Cỡ giáo-pháp nhỏ để cho hai cỡ trí nhỏ tu học để thành quả Thinh-văn (*La-hán*) và quả Bích-chi-Phật (*Duyên-giác*), kêu là *Tiểu-thừa* (*Hinayana*) hay Thinh-văn thừa với Duyên-giác thừa.

Đó là *Đại-thừa giáo* đối với *Tiểu-thừa giáo*. Hồi Phật Thích-Ca còn tại thế, lúc ban đầu Ngài diễn giảng giáo-lý Tiểu-thừa. Đến sau thấy chư Đệ-tử đã đắc quả Tiểu-thừa (*La-hán, Bích chi*), căn-cơ thuần-thục, ngài bèn truyền-bá giáo-lý Đại-thừa. Chư Đệ-tử lên hàng Bồ-tát, bèn tu hành Pháp cỡ lớn, quyết sẽ thành Phật.—

Lại nữa, *Đại-thừa* cũng có nghĩa: miền tu học theo cỡ giáo-pháp lớn của Phật. Ấy là những nước: Ni-bạc-nhĩ (*Népal*), Tây-Tạng, Mông-Cổ, Cao-Ly, Nhựt-Bổn, Tàu, Việt-Nam và những nước khác trong thế-giới mà có người tu học theo cỡ ấy.

Còn *Tiểu-thừa* là miền tu tập đức-hạnh theo cỡ giáo-pháp nhỏ của Phật. Như những nước: Xiêm-La, Cao-Miên, Miến-Điện, Tích-Lan, Ai-Lao v.v.

Đó là *Đại-thừa tông*, cũng kêu là Bắc-Tông, đối với *Tiểu-thừa tông*, cũng kêu là Nam-Tông. Tông *Đại-thừa* có Tam-Tạng riêng, có dịch ra nhiều thứ chữ, mà bổn-chánh là chữ Phạn (*Sanscrit*).

Tông *Tiểu-thừa* cũng có Ba Tạng (*Kinh, Luật, Luận*) của mình, cũng dịch ra nhiều thứ chữ, mà bổn chánh bằng chữ Ba-ly (*Pâli*).

MA-HA KIẾP-TÂN-NA 摩訶劫賓那 .— Mahâ-Kapphina (*scr.*): Thinh-văn Đệ-tử của Phật Thích-Ca.

(*Xem: Kiếp-Tân-Na.*)

MA-HA KIỀU-ĐÀM-DI 摩訶憍曇彌 Mahâ Gotamide (scr) Bà *Ma-ha Kiều-đàm-Di* là dì ruột của đức Thích-Ca. Tên bà có nghĩa: *Ma-ha*: Đại, tiếng tôn xưng; *Kiều-đàm-Di*: Nữ-thinh (*Tiếng nói hàng phụ-nữ*) của đức Kiều-đa-Ma (*Gotama tên tộc của đức Phật Thích-Ca*). Người ta cũng gọi bà là *Ma-ha Ba-xà-ba-đề* (*Mahâ Pradjâpati*). Sau khi được Phật truyền giới xuất-gia, bà tu đắc quả A-la-hán và đứng ra đỡ đầu cho hàng phụ-nữ vào Đạo, kẻ tu hạnh tại-gia, người tu hạnh xuất-gia. Bà rất có công trong việc hoằng-hóa đạo-lý đối với hàng phụ-nữ. Và bà được Phật thọ-ký cho, mách rằng về sau bà sẽ lên ngôi vị Phật. Xem : *Ma-ha Ba-xà-ba-đề*.

MA-HA MA-DA 摩訶摩耶.— Mahâ Mâyâ (scr) : Mẹ của ngài Thái-tử Thích-Ca.

Ma-ha Ma-Da nghĩa là : Đại-thuật, đại-huyễn. Bà làm bạn với vua Tịnh-Phạn (*Souddhodana*). Khi sanh Thái-tử ra được bảy ngày, bà về cảnh Tiên Đao-ly. Bà ở đó mà tu-hành. Khi đức Thích-Ca thành Phật, Ngài có lên cung Đao-ly mà giảng đạo cho bà và cho chư thiên cùng nghe. Khi bà còn ở thế, người ta cũng gọi bà là : *Ma-Da phu-nhơn*. Đến khi bà lên cảnh Tiên, bấy giờ đức Thích-Ca thành Đạo, thời người ta xưng bà là Thánh-mẫu, Phật-mẫu.

(Xem : *Ma-Da phu-nhơn*).

MA-HA MAN-ĐÀ-LA-HOA 摩訶曼陀羅華.— Mahâmandaravas (scr.) : *Ma-ha* : lớn. *Man-đà-la-hoa*, dịch-nghĩa : *Thích ý hoa*. Ấy là hoa sen trắng thứ lớn, rất quí, ở cảnh Tiên hoặc ở cõi Tịnh-độ mới có. Tàu gọi là : *Đại bạch liên-hoa*, hoặc gọi tắt : *Đại bạch hoa*.

Trong **Diệu-pháp Liên-hoa Kinh** có chép : Trước khi diễn Kinh Diệu pháp Liên-Hoa, đức Phật nhập định kêu là « Vô-lượng nghĩa xứ Tam-muội ». Đương khi Ngài nhập định phép ấy, chư Tiên trên Trời rảy hoa quí cúng dường Phật. Những hoa quí ấy là :

Man-đà-la-hoa (*Mandaravas*),

Ma ha Man-đà-la-hoa (*Mahâmandaravas*),

Man-thù-sa-hoa (*Mandjûchakas*),

Ma-ha Man-thù-sa-hoa (*Mahâmandjûchakas*).

MA-HA MAN-THÙ-SA-HOA 摩訶曼殊沙華.— Mahâmandjûchakas (*scr.*) : Hoa Man-thù-sa thứ lớn. Một thứ hoa quí ở cảnh Tiên, cảnh Phật, mầu nhiệm, nhu nhuyễn, thơm tho. *Man-thù-sa-hoa*, dịch nghĩa : *Hạm hoa* (*hoa bao phủ như bao lơn*). Thứ hoa ấy mọc ra từng chùm nho nhỏ, màu đỏ. Ai thấy được hoa Man-thù-sa và *Ma-ha Man-thù-sa* thì rời khỏi các nghiệp cường-ngạnh, tâm-tánh trở nên thuần-hòa.

MA-HA MỤC-KIỆN-LIÊN 摩訶目犍連 : Mahâ Maudgalyâyana (*scr.*) : Một Đại Đệ-tử của Phật. Cũng kêu : Đại Mục-Kiện-Liên, Mục-Kiện Liên, Mục-Liên. Kêu là *Ma-ha Mục-Kiện-Liên* (*Đại-Mục-Kiện-Liên*), vì ông là một trong *Thập Đại* Đệ-tử của Phật Thích-Ca. Ấy là một Đại A-la-hán, được Phật công-nhận là Thần-thông đệ-nhứt trong hàng Đệ-tử. Trước ông xuất-gia tu-hành theo ngoại-đạo, đồng học với Xá-lỵ-Phất (*Çariputra*) ; sau hai người qui-y theo Phật và đồng đắc quả A-la-hán.

(*Xem* : *Mục-kiện-Liên*).

MA-HA-NA-MA 摩訶那摩.— Mahânaman (*scr.*) : Một ông hoàng họ Thích, cha của công-chúa Da-du-đà-la (*Yasodara*); tức là cha vợ của Thái-tử Thích-Ca. Sau một cuộc tranh tài về nghề văn nghiệp võ, thấy Thái-tử Thích-Ca đại thắng, ông gả con gái cho Thái-tử. Về sau, Thái-tử bỏ nhà và ra đi tu, thành Phật.

MA-HA-NAM 摩訶男.— Mahânama (*scr.*) Một vị đại Thinh-văn, La-hán, Đại Đệ-tử của đức Phật Thích-Ca. Tên ông dịch nghĩa : Đại-Danh, Đại-Hiệu. Trong **Vô-lượng-Thọ Kinh**, dịch tên ông là : Tôn-giả *Đại-Hiệu*.— Người ta cũng gọi ông là *Ma-nam-câu-lỵ* (*Mahânama-Kulika*). Ông là một trong năm vị trước tu khổ-hạnh theo đức Bồ-tát. Kế thấy đức Bồ tát bỏ lối tu khổ-hạnh, năm vị đều rủ nhau đến Vườn Lộc gần thành Ba-la-nại mà tu. Đức Bồ-tát thành Đạo, bèn ngự lại Vườn Lộc mà độ ông *Ma-nam-câu-ly* (*Ma-ha-nam*) với bốn bạn đồng tu. Trong năm vị, ông *Kiều - trần - Như* dẫn đầu. (*Xem* : *Ngũ Tỳ-kheo*).

MA-HA-NI-LA 摩訶尼羅 : Hột châu quí báu của đức Đế-Thích. Cũng viết : *Ma-ha nê-la*. Dịch nghĩa : Đại - thanh (*Màu xanh lớn, tức hột châu lớn màu xanh*).

MA-HA-TÁT 摩訶薩 Mahâsattva (*scr.*) Cũng đọc : *Ma-ha-tát-đỏa*. Ma-ha : lớn ; Tát (*tát - đỏa*) : hữu-tình, chúng-sanh. Bực chúng-sanh lớn, bực chúng-sanh có lòng dạ quảng-đại của Phật, tức là bực Bồ-tát đứng ra tế độ tất cả chúng-sanh.

Dịch : *Đại-Tâm Chúng sanh*. Xem : Bồ-tát.

MA HA TĂNG - GIÀ 摩訶僧伽 Mahâsamgha (*scr.*).— Grande Communauté (*fr.*) : Đại-chúng, Đa-chúng, Giáo-hội lớn. Xem : *Chúng*.

MA-HA TỲ-LƯ-GIÀ-NA 摩訶毗盧遮那 Mahâvairo--cana (*scr.*) : Cũng đọc : *Đại Tỳ-lư-già-na*. Ma-ha : lớn. · Tỳ-lư-già-na : Nhựt, Mặt trời. Tức là : *Đức Đại - Nhựt Phật, Đại-Nhựt Như-lai*.

Xem : *Đại Nhựt Như-lai*.

MA-HA TƯ - NA - ĐẠT - ĐA 摩訶斯那達多. Một người Ưu-bà-di, tức là một người đệ-tử tại-gia hàng phụ-nữ, ở tại thành Ba-la-nại, hồi đời Phật Thích-Ca. Bà *Ma-ha Tư-na-đạt-Đa* là người đã trồng căn lành trong các đời Phật trước.

Nhằm kỳ an-cư mùa hạ chín chục ngày của chư Tỳ-kheo, bà có nguyện thí thuốc trong kỳ ấy. Có một vị Tỳ-kheo mới vừa phát bệnh nặng. Lương-y chẩn mạch, bảo cần có thịt người ta làm thuốc cho vị Tỳ-kheo uống, bệnh mới dứt, bằng không thì phải thác.

Bà *Ma-ha Tu-na-đạt-Đa* đi khắp trong chợ mà hỏi mua thịt, nhưng chẳng có ai bán. Bà bèn tự cắt lấy thịt bắp vế, nấu cháo, nêm hương-vị mà cho vị Tỳ-kheo ăn. Dùng món thuốc ấy rồi, vị Tỳ-kheo dứt bệnh. Nhưng chỗ bắp vế bị cắt lại thành độc, bà đau đớn không chịu nổi, bèn cất tiếng niệm : « Nam-mô Phật-đà ! Nam - mô Phật - đà ! » Lúc ấy, Phật đương trụ tại thành Xá - vệ, nghe tiếng niệm Phật cầu cứu của bà, ngài liền hiện lại. Bà *Ma-ha Tư-na-đạt-Đa* thấy Phật đưa thuốc ra, xức lên chỗ ghẻ độc của bà, bắp vế liền lành lại như cũ.

Nhơn đó, Phật phán với Bồ-tát Ca-Diếp rằng : « Đó chẳng qua là sức thiện - căn ở Lòng Từ của Phật khiến ra như vậy thôi ! »

MA-HẦU-LA-GIÀ 摩睺羅伽 Mahôragas (*scr.*).— Ser--pent-génie (*fr.*) Cũng viết : *Ma-hô-lạc-ca, Mạc-hô-lạc-ca. Ma-hầu-la-già* là chữ Phạn, Tàu dịch *Đại mãng thần* (*Thần rắn lớn*). Ấy là thứ rắn bụng lớn, mình dài, bò mà đi. Cũng có thứ mình là rắn, mà đầu là người. Chính đó là rắn thần, rắn chúa.

Ma-hầu-la-già là một bộ trong *Thiên Long Bát bộ*, trong Tám hạng chúng-sanh thường hiện lại nghe Phật thuyết Kinh Đại-thừa.

MA - HÊ - THỦ - LA (*THIÊN*) 摩醯首羅天 Mahesvara, Mahamahesvara (*scr.*)

1.) Cảnh Tiên cao vót nơi cõi Sắc-giới. Bực tu chứng Tứ-thiền thiên và Tịnh-phạm địa, khi bỏ xác, có thể vãng sanh nơi cảnh *Ma-hê-thủ-la thiên.* Cũng kêu theo Hán : Đại - tự - tại thiên. Cũng như ở các cung trời khác, cung ấy quản-trị bởi một vị Thiên-vương, kêu là *Ma-hê-thủ-la thiên-vương* hay *Đại tự-tại thiên-vương* (Xem : *Tam giới*)

2.) Vị thiên-chủ cảnh ấy, cũng kêu là *Ma - hê-thủ-la thiên,* tức *Ma - hê - thủ-la thiên-vương,* dịch nghĩa : *Đại tự - tại thiên.*

Hồi Phật Thích - Ca giảng **Địa - Tạng - Kinh** nơi cung Đao lợi, *Ma-hê thủ-la-thiên-vương* và chư Thiên có hiện lại dự nghe.

Trong **Kinh Phạm - Võng** có chép :

Phật Thích-Ca dùng phép Tam-muội, hiện vào cung ngài *Ma-hê-thủ-la thiên - vương* mà giảng Tâm-địa pháp môn phẩm. Kinh ấy, Phật Lư-xá-Na đã từng thuyết ở cõi Liên-hoa đài tạng thế-giới.

Trong **Niết - Bàn kinh**, Phật giảng : Khi ta sanh ra rồi, cha mẹ ta đem ta vào Thiên-từ mà trình với Thần *Ma-hê-thủ-la*. Ngài *Ma-hê-thủ-la* vừa thấy ta, liền chắp tay cung kính, đứng nép qua một bên. Lại trong *Niết-bàn kinh*, quyển 24 : Như có ai cúng-dường ngài *Ma-hê-thủ-la*, thì nên biết rằng người ấy đã cúng dường chư Thiên rồi vậy. Là vì trong các hàng Thiên-thần từ cõi Dục-giái cho tới cõi Sắc - giái, thì ngôi vị của *Ma-hê-thủ la thiên-vương* là cao nhứt.

MA - HÔ - LA - GIÀ 摩呼羅伽 Mahôraga (*scr.*) Serpent-génie (*fr.*) Thường viết : *Ma - hầu - la - già*. Một bộ loại trong Bát bộ chúng. Dịch nghĩa : Đại mãng thần (*Thần rắn lớn*). *Xem : Ma-hầu - la - già.*

MA - YẾT - ĐÀ (*QUỐC*) 摩揭陀 (國) Magadha (*scr.*) Một nước lớn trong cõi Ấn-Độ, ở về lưu-vực phía hữu sông Hằng (Gange). Phật Thích-Ca thành Đạo tại nước ấy và thường lưu trú ở nước ấy. Hồi đời Phật, vị vua lớn nhứt ở cõi Ấn-độ là Tần-bà-sa-la (Bimbasâra) đóng đô tại thành Vương-xá (Rajagriha) nước *Ma-yết-đà*. Và Tần - bà - sa - la là vị vua qui-y Phật-pháp trước nhứt trong các vị vua Ấn - Độ.—

Cũng viết : *Ma - kiệt - đà, Ma - kiệt - đề*. Trong Tây - du ký, ngài Huyền - Trang viết là *Ma - yết - đà*. (*Xem Ma - kiệt - đề.*)

MA - KIỆT (*QUỐC*) 摩竭 (國) Magadha (*scr.*) Tức là nước *Ma-kiệt-đà, Ma-kiệt-đề*, kêu tắt là *Ma - kiệt*. (*Xem : Ma-kiệt-đề.*).

MA - KIỆT - ĐÀ (*QUỐC*) 摩竭陀 (國) Magadha (*scr.*)

Một nước ở cõi Ấn - độ, ở về lưu - vực phía hữu sông Hằng .. Chính đức Thích Ca thành Phật ở nước ấy. Và trong đời hoằng Đạo, ngài trụ ở nước ấy lâu hơn hết. Hồi đời Phật, *Ma - kiệt - đà* là nước cường-thạnh nhứt ở Ấn-độ. Thàng Vương-xá (Rajagriha) là kinh - đô nước Ma-kiệt - đà, cũng là kinh - đô chung của toàn cõi Ấn-Độ. (Xem : *Ma - kiệt - đề.*)

MA-KIỆT-ĐỀ (*quốc*) 摩 竭 提 (國) *Magadha* (*scr.*). Cũng viết : *Ma-kiệt, Ma-kiệt-đà, Ma-già-đà, Ma yết-đà.* Dịch nghĩa : *Vô nhuế hại* (*Không giận, không hại*). Một nước ở Ấn-Độ, ở về hữu-ngạn sông Hằng hà, hồi đức Phật Thích-Ca ra đời, bây giờ là xứ Béhar miền nam. Kinh-đô là thành Vương-Xá (*Ràjagriha*). Tương đương với lúc Phật ra đời, có mấy ông vua nầy cai trị nước *Ma-kiệt-đề* : Mahâ-Padma là cha vua Tần-bà-sa-la (*Bimbasâra*), Tần-bà-sa-la từng thờ phụng đức Phật, A-xà-Thế (*Ajatasatrou*), con vua Tần-bà-sa-la, phạm tội soán ngôi và giết cha.

Hồi đời vua Mahâ-Padma, nước *Ma-kiệt-đề* bị vua xứ Anga chinh phục và chịu hàng đầu. Kế đến đời vua Tần-bà-sa-la, ông làm cho nước mình trở nên tự lập và chinh phục lại xứ Anga. Vua Tần-bà-sa-la rất quí trọng đức Thích-Ca hồi ngài chưa thành Phật. Đến khi ngài thành Phật, vua có nguyện qui-y Tam-bảo. Vua có cúng cảnh rừng Trúc-lâm cho đức Phật làm Tinh-xá gần thành Vương-xá. Ông thường ngự đến nghe Phật thuyết pháp. Đến khi vua bị thái-tử A-xà-Thế cầm ngục, vua và hoàng-hậu thấy Phật hiện lại trong ngục mà truyền phép tu Tịnh-độ, niệm tưởng đức Phật A-Di-Đà. Vua và hoàng-hậu nhờ thọ trì pháp-môn Tịnh-độ mà được về cõi Cực-lạc.

Tuy Phật giáng thế ở Ca-tỳ-la-vệ, chớ nước *Ma-kiệt-đề* là trung-tâm điểm của đạo Phật, vì xứ Già-da (*Gayâ*) nơi Phật đắc Đạo thì thuộc về nước *Ma-kiệt-đề.* Tiếng Béhar mà người ta dùng để gọi nước ấy ngày nay tức là tiếng Phạn *Vihâra* (Tinh-xá), vì trong xứ có rất nhiều chùa tháp thờ Phật.

MA-LA (*Độc-xà*) 摩 羅 (毒 蛇) Thứ rắn độc kêu là *Ma-la.* Hễ thứ rắn nầy cắn ai, dầu cho người ta dùng các thần - chú hay, hoặc là thuốc linh-diệu, cũng chẳng có hiệu-quả gì, chắc phải chết. Chỉ trừ có tinh-chú Á-kiệt-đa mới trừ được nọc rắn *Ma-la* mà thôi.

MA-LA-DA (*Sơn*) 摩 羅 耶 (山) Himalaya (*scr.*) Núi Ma-la-da, dịch nghĩa *Tuyết-sơn*. (*Xem : Hỳ-mã-lạp-nhã.*)

Đại-Bát Niết-Bàn Kinh, quyển 31 : Thiện nam-tử ! cái Thân nầy chẳng như *núi Ma-la-da* sanh cây chiên-đàn ; nó cũng chẳng sanh hoa Ưu-bát-la, hoa Phân-đà-ly, hoa Chiêm-bà, hoa Ma-ly-ca, hoa Bà-sư-ca.

MẠ-LA-DIÊN (*Sơn*) 摩 羅 延 (山) Himalaya (*scr*) Núi Ma-la-diên. Thường viết : *Hỳ-mã-lạp-nhã, Hỳ-mã-lạp-sơn*. Dịch nghĩa : *Tuyết-sơn*. (*Xem : Hỳ-mã-lạp-nhã.*)

MA-NA-TƯ (*LONG-VƯƠNG*) 摩 那 斯 (龍 王) Manasvin (*scr.*) Một vị vua loài Long (Nâga : Rồng, cung-điện ở dưới Biển cả).

Hồi đức Phật Thích-Ca sắp diễn Kinh Diệu - Pháp liên-hoa tại núi Kỳ-xà-quật, *Ma - na - tư Long - vương* với bảy vị Long-vương khác, mỗi vị đều có dắc theo rất nhiều quyến - thuộc, hiện đến dự nghe Phật thuyết pháp.

MA - NI 摩 尼 Mani (*scr.*) Tiếng Phạn, có nghĩa : *ly cấu, như-ý*. *Ma-ni châu* là thứ bảo-châu *ly cấu*, ánh sáng rất trong sạch, bụi dơ không bám vào được. Người ta bỏ thứ châu nầy xuống nước đục, thì nước trở nên trong; bỏ vào đồ độc, chất độc liền tan.

Lại cũng dịch là *như ý*, vì ai có châu ấy, thì cầu chi được nấy. Như chuyện Thiện-Hữu Bồ-tát ra biển cả tầm *ma-ni bảo-châu*. Nhờ sức linh của châu ấy, ngài có vô số của cải mà bố thí cho chúng-sanh. *Ma-ni châu* có nhiều thứ :

Thích - ca tỳ-lăng-già ma - ni là thứ bảo-châu (quí giá) hơn các thứ bảo - châu ở cõi - thế.

Kiên-thúc-ca ma-ni cũng kêu là thứ bảo-châu màu đỏ.

Phạm ma-ni cũng kêu là Tịnh-châu, Đại-Phạm-vương như-ý châu.

Người - ta cũng kêu tặng những hạt chuỗi để lần mà niệm Phật, tràng hạt là *Ma - ni châu*.

MA - NI - BẠT - ĐÀ 摩 尼 跋 陀 Một vị vua cả trong hạng Quỉ - thần. Hồi đức Phật Thích - Ca giáng - sanh, vừa ra khỏi lòng mẹ, thì đức Đế - Thích đưa tay ra bồng. Kế hai vị Long-vương là Nan-Đà và Bạt-nan-Đà phun nước tắm cho Phật. Lúc ấy, vị Đại Quỉ-thần vương là Ma-ni-bạt-Đà cầm lọng báu (*bảo-cái*), đứng hầu phía sau mà che cho Phật.

Ma - ni - bạt - Đà lại là đại-tướng của vị Tỳ-sa-môn Thiên-vương. Hồi đức Thích-tôn trụ tại thành Chiêm-bà, ngài sắp ngự lại chỗ đất mồ mả đề cứu một đứa trẻ sơ-sanh khi ra khỏi lòng người mẹ thì đã chết. Vị Tỳ-sa-môn-Thiên liền phái *Ma - ni - bạt đà* Đại-tướng đến trước đề lo dọn quét, rửa ráy, rảy hoa, hương và sắp đặt chỗ ngồi cho Phật.

(*Xem : Tỳ - sa - môn Thiên - vương.*)

MA - NÔ - LA 摩拏羅 Madura (*scr.*) Vị Tổ thứ 22 trong hàng 28 vị Tổ-sư nối nhau nắm giữ đạo Phật ở Ấn-Độ. Ngài là hoàng-tử con vua Thường-tự-tại ở nước Na-đề.

Trong quyển Phật-tổ chánh-tông đạo ảnh có chép : Khi Bà-tu-bàn-đầu, Tổ thứ 21 vào đến nước của vua Thường-tự-tại, vua thỉnh vào. Tổ nói rằng : « Hiện nay trong nước của Bệ - hạ có hai vị sư giáo-hóa và chỉ dẫn đạo-lý cho chúng-sanh. Trước kia, đức Phật co phán tiên-tri rằng : Trong khoảng năm trăm năm thứ nhì sau khi ta tịch, có hai bực thần-lực Đại-sĩ xuất-gia nối ngôi Thánh.— Hai vị ấy, một vị là Ma-nô-la, hoàng - tử thứ của Bệ-hạ, một vị nữa là tôi, tuy tôi đức bạc. »

Vua nghe, bèn cho phép hoàng-tử xuất-gia làm sa-môn. Tổ bèn truyền phó cái Đại-Pháp cho.

MA-THẨN-ĐÀ 摩哂陀 Mahindra (*scr.*) Mahinda (*p.*) Một vị hoàng-tử ở triều vua A-Dục, xuất-gia và lãnh phần truyền bá đạo Phật xuống đảo Tích-lan (*Ceylan*), lối 200 năm sau Phật tịch, vào thế-kỷ thứ ba trước Dương-lịch.

Theo quyển Tích-lan đại thống-sử (*Mahavansa*), vua A-Dục (*Asoka*) phái con trai là *Ma-thẩn-đà* làm trưởng-đoàn trong ban Tỳ-kheo và con gái là Tăng-già-mật-đa (*Samghamittâ*) làm trưởng-đoàn trong ban Tỳ-kheo-ni, hai người rời khỏi nước Ma-kiệt-đề (*Magadha*) mà xuống miền Tích - lan, truyền bá đạo Phật vào nước ấy.

Ma-thần-đà có tài thuyết pháp, độ cho vua, hoàng-hậu, cung phi mỹ-nữ, quần-thần và dân-chúng đều qui-ngưỡng Phật-pháp. Ông có đem những Kinh Phật đến Tích-lan mà phổ-truyền Phật pháp. Đồng ý với vua, ông chứng - minh cho nhiều cuộc xây dựng chùa tháp ở tại kinh-đô và rải rác khắp xứ Tích - lan. Ông có thỉnh xuống đảo xá-ly (*tro tàn*) và một cái răng của Phật, hiện nay còn thờ tại ngôi chùa lớn ở thành Anurâdhapura. Và ông có giúp sức cho bà Tăng-già-mật-đa xin được một cành Bồ-đề nơi Đạo-tràng của Phật đem xuống trồng tại Tích - lan, đến nay hãy còn tươi xanh trong vòng nhà chùa lớn tại thành Anurâdhapura.

Vậy *Ma-thần-đà* là Tổ-sư đầu tiên của nền Phật-giáo ở đảo Tích-lan.

MA-THẦU-RA (*QUỐC*) 摩揄羅 (國) Mathura (*scr.*) Một kinh-thành ở Ấn-Độ thời xưa, hồi đức Phật Thích - Ca ra đời.

MÃ - ÂM TÀNG 馬陰藏 Đồ âm giấu kín của con ngựa. Đó là một tướng trong 32 tướng của Phật. *Âm* là căn của đờn-ông. Căn của đức Phật như căn của con ngựa, giấu kín ở trong bụng, chẳng hiện ra ngoài, nên kêu là *Mã-âm tàng*.

MÃ BẢO 馬寶 Con Ngựa là vật quí báu. Vật báu thứ ba trong *Thất bảo* của vị *Chuyển-luân Thánh-vương*. Con *Mã bảo* ấy màu xanh da trời, lông sáng chói, còn lông đuôi nó màu vàng ròng.

Niết - Bàn kinh :

Thuở xưa, nhơn ngày rằm, vua Đinh-Sanh (*Tiền-thân của Phật Thích - Ca*) tắm gội và ăn chay. Liền đó, con *Mã bảo* hiện đến cho ngài. Cứ theo lời của những vị Tiên Ngũ thông, nếu con Ngựa màu xanh da trời, lông sáng chói và chòm lông đuôi màu vàng ròng hiện lại cho ngài nhơn ngày chay, đó là điềm chứng rằng ngài sẽ làm vị *Chuyền-luân Thánh-vương* cai-trị cả Bốn châu trong Thiên-hạ. Ngài thắp nhang, quì gối, nguyện rằng : « Nếu con *Mã bảo* màu xanh ấy là thật, nguyện cho nó cứ theo đường của mấy vị Chuyền-luân Thánh-vương thuở xưa mà chạy. »

Vua nguyện xong, con *Mã bảo* chạy khắp Tám phương, cho tới bờ biển và trở về trong ngày. Vua Đinh-Sanh lấy làm vui mừng, bèn nói rằng : « Chắc ta sẽ lên ngôi Chuyền-luân Thánh-vương. »

MÃ - ĐẦU LA-SÁT 馬頭羅刹 Quỉ La-sát đầu ngựa. Một thứ ngục-tốt ở Địa-ngục, mình người ta mà đầu ngựa, tay cầm binh-khí, hành phạt tội-nhơn ở cảnh âm.

MÃ MẠCH 馬麥 Lúa ngựa, thứ lúa mà người ta để cho ngựa ăn. Vua bà-la-môn A-kỳ-Đạt có thỉnh đức Phật Thích-Ca đến nước của vua để vua tiếp đãi và cúng dường trọn mùa hạ. Nhưng vua quên lời hứa, trọn ba tháng vui hưởng khoái-lạc trong cung, cấm quần thần không ai được tâu trình với vua việc chi cả, và vua không tiếp rước ai cả. Vì lệnh ấy, khi Phật dắt năm trăm Tỳ-kheo đến kinh-thành của vua để an-cư trong mùa hạ, thì Phật chẳng được vua tiếp đãi. Phật và chư Tỳ-kheo đành phải ăn *Mã mạch* trong ba tháng hạ. Đó là một tai nạn mà Phật phải thọ.

MÃ - MINH (*BỒ-TÁT*) 馬鳴 (菩薩) Asvaghosha (*scr.*) Âm theo Phạn: A-thấp-phược-lầu-sa 阿溼縛窶沙, Asvaghosha. Một đức Bồ-tát, Tổ-sư thứ mười hai trong nền Phật-giáo ở Ấn-Độ, thế-kỷ thứ hai Dương-lịch. Ngài là con một nhà Bà-la-môn ở miền sông Hằng ... Khi chưa vào đạo Phật, ngài rất tin chịu và công-nhận cái bổn-ngã (*le moi*). Nhơn việc ấy, Tổ-sư thứ mười một, Phú-na-dạ-xa (*Punyayasas*) có giảng rằng : Trong Pháp Phật, nên phân biệt hiển-giáo (*exotérisme*) và mật-giáo (*ésotérisme*). Theo hiển-giáo, người ta dạy đạo cho cư-gia thiện-nam tín-nữ, dường như có một cái bổn-ngã. Còn theo mật-giáo, người ta không công-nhận sự sống thật, người ta dạy rằng tất cả đều giả - dối, bào - ảnh. Thì đâu có chỗ nào cho cái bổn - ngã dựa nương ?

Mã-Minh rất hài lòng, bèn qui-y Tam Bảo, thọ giái xuất-gia. Ngài trở nên một bực tài-đức có danh trong Phật-học giới Đại-thừa và được Tổ-sư thứ mười một truyền y-bát cho.

Đến đời ngài, Đại - thừa vừa phát triển, ngài có công lớn trong sự đưa Phật-giáo từ Tiểu-thừa qua Đại-thừa, ngài đứng ra mở rộng tư-tưởng Đại-thừa. Mã-Minh có làm Đạo - sư cho Vua Ca-nhị-sắc-ca (*Kanishka*) là Hoàng-đế toàn cõi Ấn - độ. Nhơn vua Ca-nhị-sắc-ca (*Kanishka*) mộ đạo, ngài ra công tuyên dương Phật-pháp Đại-thừa, làm cho thời - kỳ ấy trở nên có thinh - danh về Phật-giáo.

Mã-Minh có trước - tác hai bộ kinh Phật rất có gia trị: bộ *Bouddhacacarita* (*Phật sở hành tán*) soạn theo lối thi ca, chép rõ lịch-sử đức Phật Thích-Ca đến khi toàn-giác, và bộ (*Sutrâlamkara*) là một công-trình vĩ-đại về sự khuyến thiện.

MÃ-NÃO 瑪瑙 Agate (*fr.*) Phạn: A - thấp - phược - yết - bà. Ngọc mã-não. Một thứ ngọc-thạch trong *thất bảo*. Ngọc mã-não màu đỏ như lửa, hoặc đỏ hồng, mới trông như cái não (óc) của con ngựa. Vì vậy nên kêu là *mã-não*. Xem: *Thất bảo*.

MÃ - UYỂN 馬苑 *Mã:* Ngựa. *Uyển:* Vườn hoa chung quanh nhà chùa, tiếng gọi: chùa - chiền. *Mã - uyển* tức là ngôi *bạch-mã tự*, cảnh chùa đầu tiên do Chánh - phủ Trung - Hoa xây cất hồi thế-kỷ đầu Dương-lịch, để kỷ-niệm phái-đoàn thỉnh Kinh từ Ấn - Độ về Trung - Hoa, Kinh chở trên ngựa Kim (*bạch-mã*). Xem: *Bạch-mã tự*.

MAN-ĐÀ-LA 曼陀羅 Mantra, Mandâra (*scr.*) Đàn, *Giới-đàn*. Xem: *Giới-dàn, Man-trà-la*.

MAN-ĐÀ - LA - HOA 曼陀羅華 Mandâravas (*scr.*) Hoa Man - đà - la. Hoa quí ở cảnh Tiên, cảnh Phật. Tức là Hoa sen trắng (*Bạch liên-hoa*), kêu tắt: *Bạch-hoa*. Dịch nghĩa: *Thích ý hoa*. *Man-đà-la-hoa* là hoa sen trắng mầu nhiệm, màu trắng tinh, mùi rất thơm. Ai thấy màu và ngửi mùi thì lấy làm thích ý. Hồi Phật nhập định, sắp giảng **Kinh Diệu - Pháp Liên - Hoa**, các vị Tiên rảy xuống bốn thứ hoa để cúng dường Phật:

Man-đà-la-hoa (*Mandaravas*),

Ma-ha Man-đà-la-hoa (*Mahamandâravas*),

Man-thù-sa-hoa (*Mandjâchakas*),

Ma-ha Man-thù-sa-hoa (*Mahamandjûchakas*).

Trong **A-Di-Đà Kinh**, Phật Thích - Ca có phán với Xá-ly. Phất rằng: Ở cõi Cực - lạc, ngày đêm sáu thời, đều có hoa *Man-đà-la* đổ xuống như mưa. Trời vừa rựng sáng, chúng-sanh ở cõi ấy đi lượm hoa, để vào dĩa và đem đi cúng-dường cả chục vạn ức đức Phật ở Thập phương.

Trong **Niết-Bàn kinh**, quyển 33, Thái-tử A-xà-Thế thấy Đề-bà-đạt-Đa hóa hiện nhiều phép Thần-thông, lấy làm kính phục, bèn thưa rằng: «Đại - sư Thánh - nhơn, tôi muốn thấy tận mắt hoa *Man đà-la.*» Đề-bà-đạt-Đa bèn lên cảnh Tiên Tam-thập Tam-Thiên của đức Đế-Thích, tầm đến chư Thiên mà hỏi hoa ấy. Nhưng nhằm lúc ông ấy hết phước, nên chẳng ai cho hoa. Ông bèn suy nghĩ rằng: « Cây *Man-đà la* vốn là vô-ngã và vô-ngã sở. Dầu ta có tự hái hoa ấy, há có tội gì ?» Ông bước tới mà hái hoa, liền đó mất phép Thần-thông, trở lại thấy mình đương ở tại thành Vương-xá.

MAN-THÙ-SA-HOA 曼殊沙華 Mandjûchakas (*scr.*) Hoa rất quí, rất thơm ở cảnh Tiên, cảnh Phật. Trước khi diễn **Kinh Diệu-Pháp Liên-Hoa**, Đức Phật Thích-Ca có ngồi đại-định. Trong khi ngài đại-định Tam-muội, chư Tiên rảy hoa xuống mầng Phật. Những hoa ấy là :

Man-đà-la-hoa (*Mandaravas*),

Ma-ha Man-đà-la-hoa (*Mahamandâravas*),

Man-thù-sa-hoa (*Mandjûchakas*),

Ma-ha man-thù-sa-hoa (*Mahamandjûchakas*).

Man-thù-sa-hoa dịch nghĩa : Lam-hoa (*hoa bao bọc như bao lơn*).

Hoa ấy mọc ra từng chùm nho nhỏ, màu đỏ, sắc rất trong, rờ tới rất mịn, mùi rất thơm. Ai thấy màu và ngửi mùi hoa ấy, liền lìa khỏi cái nghiệp cang-cường, thân tâm trở nên nhu nhuyễn, từ hòa.

MAN-THÙ-THẤT-LY 曼殊室利 Mânjuri (*scr*).— Mondjou (*jap.*) Tức là ngài Văn-thù-sư-ly, Đại Bồ-Tát. (*Xem* : *Văn-Thù.*)

MAN-TRÀ-LA 曼荼羅 Mantra, Mândâra (*scr.*)— Kyilkhor (*Tib.*). — Dessin magique (*fr.*) Cũng đọc : Mãn-trà-ra, Man-đà-la, Man-đá-lá (*Mandâra*). Tiếng Phạn, dịch ra nhiều nghĩa : Linh-phù, đàn, đạo-tràng. *Linh-phù* là lá bùa linh bằng ngón tay hoặc bằng bàn tay, họa trên giấy hoặc trên thẻ cây, hình tròn, dài hoặc vuông, có khi họa trên hư không. Nhà tu theo Man-trà-la giáo (*Mật-giáo, Chơn-ngôn tông*) gom vào đó sức linh của Phật, Thánh, Tiên, Thần, dùng để trừ tà, ma, ác-quỉ để bảo hộ nhà cửa, tịnh-thất.

Đàn hay *Đạo-tràng* là linh-phù cỡ lớn, mà một nhà tu học hay một nhóm thầy tu tạo ra để bảo-hộ chỗ tu-hành của mình. Ấy là một bức họa lớn, một chỗ ngồi, hay một cuộc đất, nơi ấy nhà tu học dùng thiền-định mà thâu vào sức linh của chư Phật, chư Thánh, chư Tiên chư Thần, thường ngày làm lễ và cúng dường.

Linh phù, đàn, đạo-tràng có thể là hữu-hình, mà cũng có thể là vô-hình, nhưng đều có sức bảo-hộ nhà tu hành. Lắm khi chư Phật, chư Thánh, chư Tiên, chư Thần hiện lại cho nhà tu-hành nhận thấy. Sau khi tu tập, tạo lập xong một *man-trà-la* và thấy rõ sự linh-nghiệm, hành giả có thể đem ra mà thờ phụng, hoặc là xả đi mà tạo tác ra một cảnh *man-trà-la* khác.

Về khoa tu thiền-định tạo-lập *man-trà-la*, người Tây-Tạng rất sở trường. Nhưng sự tu-hành nầy phải dày công, hành-giả phải ở nơi tịnh-thất và cần có bực chơn-sư chỉ dẫn cho.

Man-trà-la (*Mantra*, *Mandâla*) với *Thần-chú* (*Đà-la-ni, Dhârani*) và *Pháp-ấn* (*Mudrâ*) là ba lối học dung hòa với nhau của tín-đồ Man-trà-la giáo, tức Mật-giáo (*Chơn-ngôn tông*). Ấy là Tam mật : *Man-trà-la* (*Linh-phù, đàn, đạo-tràng*) tức là Ý-mật. *Đà-la-ni Thần-chú* là Ngữ-mật. *Pháp-ấn* (*ấn*) là Thân-mật. Ai khéo học ba chỗ bí-mật ấy, thì bước vào vòng hào-quang của Phật. Trong khi trì ba mật ấy, hành-giả làm một với chư Phật. Mãi mãi hành-trì ba mật ấy một cách nghiêm tịnh, thì thân, ngữ, ý của mình tức là thân, ngữ, ý của Phật.

MẠN 慢 Manô (*p.*). — Orgueil (*fr.*) *Mạn* (*Manô*), chữ Phạn, dịch nghĩa : *kiêu, kiêu ngạo.* Tự cao, tự khoe mình có tài, có trí, không chịu tùng phục bực đức cao, không chịu ở theo điều thiện. Cũng viết : *Ngạo-mạn, kiêu-mạn.*

Như Đề-bà-đạt-Đa *mạn,* tưởng mình không thua Phật, nên toan cầm quyền giáo-hội.

Kẻ học đạo vì có lòng *Mạn,* nên không tầm học ở Thiện tri-thức, rồi ra phải chịu mê dốt và có khi phá Giới nữa.

Niết-bàn kinh, quyển 39 : Nếu các chúng-sanh muốn lìa xa phiền-não, trước hết phải thường rời khỏi lòng *Mạn.*

Có bảy điều *Mạn* (*Thất mạn*) :

1) *Mạn* : Như đối với người cỡ tu học bằng mình, thì mình chấp rằng mình bằng ; còn đối với người tu học còn yếu, mình chấp rằng mình hơn.

2) *Quá-mạn* : Như đối với cỡ tu học bằng mình, thì mình chấp rằng mình hơn ; hoặc đối với cỡ tu học hơn mình, mình chấp rằng mình bằng.

3) *Mạn quá mạn* : Tranh lấy phần hơn ; giả như người ta vốn hơn mình, mà mình chấp rằng mình hơn người và nói quyết rằng mình hơn.

4) *Ngã-mạn* : Tức ỷ thị tài sức của mình mà khinh khi, lấn ép người ta.

5) *Tăng thượng mạn* : Chưa được mà nói rằng mình được. Như chưa đắc pháp Thượng-Thánh, mà nói rằng mình đã đắc ; chưa chứng lý Thượng-Thánh, mà nói rằng mình đã chứng.

6) *Ty liệt mạn* : Đem tài sức hèn mọn ra mà khoe. Như mình có chút ít tài năng, liền khoe rằng mình có nhiều tài, người ta không

bằng mình.

7) *Tà-mạn* : Như thiệt mình không có đức, mà nói dối rằng mình có đức, chấp trước tà-kiến, chẳng lễ tháp miếu, chẳng kính Tam Bảo, chẳng tụng Kinh-điển.

MẠN-KẾT 慢結 Sự buộc trói của kiêu-mạn , kiêu-mạn là dây thắt buộc, tức là một mối phiền-não buộc trói cái tâm của người ta. Một trong chín mối kết buộc. Xem : *Cửu kết.*

MẠN-KHANH 慢坑 Hầm hố của kiêu-mạn, lòng kiêu - mạn là hang sâu vực thẳm, rất nguy-hiểm cho chúng-sanh.

MẠN-SƠN 慢山 Hòn núi kiêu-mạn. Tánh ngạo-mạn của người ta cao lớn vững chắc như núi, nên kêu là *Mạn-sơn.*

MẠN-SỬ 慢使 Mối sai khiến là kiêu-mạn. Lòng kiêu-mạn là một mối phiền-não sai khiến thân tâm của chúng-sanh làm quấy bậy, chịu khổ não trong chốn luân-hồi. Một trong mười mối sai khiến, một trong mười phiền-não lớn. Xem : *Thập sử.*

MẠN - TƯỞNG 慢想 Niệm - tưởng kiêu - mạn. Tư - tưởng ngạo-mạn khởi lên, khiến người ta không tùng phục bực có đức.

MẠN - TRÀNG 慢幢 Cây cờ kiêu - mạn. Tỷ như ngọn cờ dựng lên trên dinh trại, trên đền chùa để tượng - trưng cái uy - đức của nước - nhà, của giáo-hội. Lòng kiêu-mạn của người-ta cũng được nâng cao, khó hạ, nên kêu là *mạn - tràng.*

MÃN - NGHIỆP 滿業 Cái Nghiệp đầy đủ, có sức làm thành-mãn cái nghiệp - nhơn của quả - báo riêng. Đối với: *Dẫn-nghiệp* là cái nghiệp dẫn phát cái nghiệp - nhơn của quả - báo chung. Xem : *Nhị Nghiệp.*

MÃN NGUYỆT (*BỒ-TÁT*) 滿月 (菩薩) Purnachandra (*scr.*) Một đức Bồ - tát Ma-ha-tát. Ngài có hiện lại cõi thế - giới Ta - bà, nơi núi Kỳ-xà-quật mà nghe đức Phật Thích-Ca diễn Kinh Diệu - pháp Liên - hoa.

MÃN - NGUYỆT QUANG - MINH (*NHƯ-LAI*) 滿月光明 (如來) Một đức Phật Thế-tôn. Cõi của ngài tên là *Bất-động Thế-giới*, ở về phương Đông, cách Ta-bà thế - giới là hai chục Hằng-hà-sa thế - giới.

Trong khi đức Phật Thích - Ca ở cõi Ta - bà, giảng Mật-nghĩa của Niết - bàn với Bồ-tát Quang-Minh Biến - Chiếu - Cao-Quí-Đức vương và chư Bồ - tát, thì ở cõi Bất - Động, Phật *Mãn - Nguyệt quang - Minh* giảng Bí - tạng Niết - bàn với Lưu-Ly-Quang Bồ-tát và chư Bồ - tát.

MÃN - NGUYỆT - TÔN 滿月尊 Đức thế - tôn như mảnh trăng tròn. Một đức - hiệu của Phật. Tiếng tôn xưng đức Phật, vì phước-đức và trí-huệ của Phật đều tròn - trịa đầy - đủ như mảnh trăng đầy tròn ngày rằm.

MÃN - PHẦN GIỚI 滿分戒 Giới trọn đủ, tiếng gọi *Cụ-túc giới* của Tỳ - kheo và của Tỳ - kheo - ni. Xem : *Cụ - túc giới.*

MÃN-QUẢ 滿果 Quả-báo đầy đủ; việc trả quả hoặc hưởng quả đã xong. Đó là cái quả - báo chiêu - cảm bởi cái Mãn - nghiệp.

MÃN - TỌA 滿座 Có hai nghĩa :

1.) Ngày sau rốt của cuộc Pháp - hội tổ - chức trong nhiều ngày.

2) Toàn thể hội-nghị, cuộc nhóm họp đầy đủ của một đoàn thể.

MÃN - TỰ GIÁO 滿字教 Giáo pháp trọn chữ. Giáo-pháp đầy đủ của Đại-thừa. Đối với : *Bán-tự giáo, Giáo-pháp* nửa chữ, giáo-pháp chưa trọn vẹn của Tiểu - thừa. Xem *Bán - tự, Bán-tự giáo.*

MẠNG (*MỆNH*) 命 Jiva (*scr.*).— Vie (*fr.*) Đời sống. Như từ khi mới sanh ra cho đến chết là *mạng.* — Cũng có nghĩa : thân sống ; — Cách sống đời hằng ngày của mỗi người, như : *chánh - mạng, tà - mạng.* Số mạng của mỗi người có dài, có vắn, có sướng, có khổ là do cái Nghiệp của mình, chớ chẳng phải muốn mà được. Ấy là *thọ-mạng, định-mang,* hay *thiên-mạng.*—

Chánh-Pháp Niệm Kinh: Cất một cảnh chùa chẳng bằng cứu một *mạng*.

Ngạn-ngữ Tàu: Cứu một *mạng* người hơn tạo một ngôi tháp bảy từng.

MẠNG-CĂN 命 根: Căn mạng. Cũng như cây tươi có gốc-rễ (*căn*) là phần trọng hệ, con người ta có mạng sống là phần trọng hệ, nên kêu là *mạng-căn*.

Hoa-Nghiêm Kinh: Cũng như con người che chở cho thân mình, trước phải che chở cái *mạng căn* (Như nhơn hộ thân, tiên hộ *mạng-căn*).—

Cái *mạng-căn* của mỗi người khác nhau, hoặc dài, hoặc vắn, hoặc mạnh khỏe, hoặc đau yếu, đều do cái Nghiệp từ trước.

MẠNG CHUNG 命 終: Mạng hết, chết. Theo Tịnh-độ tông, người ta lúc *mạng chung* mà tâm chẳng tán-loạn, niệm Phật A-Di-Đà đủ mười lần, liền được vãng sanh cõi Cực-Lạc.—

Theo bộ **Tập luận**, quyển thứ tư, lúc *mạng chung*, người tu hành thanh-tịnh thì nơi thân bắt từ dưới chơn mà lạnh lần lên; còn người chẳng tu hành thanh-tịnh thì thấy từ trên đầu lạnh xuống. Lạnh hết thân thì chết.

MẠNG ĐẠO SA-MÔN 命 道 沙 門: Thầy tu lấy đạo-lý mà làm mạng của mình. Ấy là bực thầy tu chơn chánh, trọn đời chẳng bỏ Giái, Định, Huệ.

Tất cả có bốn bực Sa-môn (*Tứ chủng Sa-môn*):

1.) *Thắng đạo Sa-môn*: Thầy tu trồi thắng trên đường Đạo-lý, tự mình giác-ngộ. Như Phật và Độc-giác.

2.) *Thị đạo Sa-môn*: Thầy tu thuyết pháp chỉ đạo cho người ta tu hành. Như ông Xá-lỵ-Phất.

3.) *Mạng đạo Sa-môn*: Thầy tu tự mình lo tu học, nương

theo Giới, Định, Huệ mà làm mạng của mình. Như Ông A-Nan.

4.) *Ô đạo Sa-môn*: Thầy tu làm nhơ nhuốc đạo-hạnh. Ấy là hạng thầy tu phá giái, ăn cắp, dâm dục, nói láo. Như ông Ma-ha-la, vị Tỳ-Kheo già ưa ăn cắp.

MẠNG-MẠNG 命 命.— *Jivajiva* (*scr.*): Chim Mạng - mạng. Phạn: Kỳ-bà Kỳ-bà (*Jiva-jiva*). Cũng dịch: *Cọng-mạng, sanh - sanh.* Một thứ chim một mình mà hai đầu, ở Hỷ-mã-lạp sơn, Bắc Ấn-Độ.

Bên cõi Tịnh-độ của Phật A-Di-Đà, cũng có giống chim nầy (*Cọng-mạng*), với những chim bạch-hạc, khổng-tước, anh-võ, xá-ly, ca-lăng-tần-già, ngày đêm thường kêu ra tiếng hòa-nhã mà diễn sướng Ngũ căn, Ngũ lực, Thất Bồ-đề phận, Bát Thánh-đạo phận.

Đại Niết-Bàn Kinh, quyển 31: Như chim *mạng-mạng*, khi con chim mái thấy con chim trống múa, thì chim con sanh ra.

MẠNG-TRƯỢC 命 濁 : Đời sống ô trược. Một thứ trược trong *Ngũ trược*. Ở thế-giới trược ác, như cõi Ta-bà nầy, có đủ năm thứ trược: chúng-sanh trược, kiến trược, phiền não trược, *mạng trược*, Kiếp trược.— Lại ở vào Kỳ - Kiếp nầy, con người ta mạng sống chẳng qua trăm tuổi, cho nên trong đời họ lầm lỗi nhiều, làm ác nhiều, mà làm lành thì ít, cho nên kêu là *mạng trược*.

MẠT-GIÀ 末 伽 Marga (*scr.*).— Maggo (*fr.*) Chữ Phạn, dịch nghĩa: *Đạo*, tức là con đường thông tới một chỗ nhứt định, con đường thông tới chỗ Giải-thoát, Niết-bàn. (*Xem*: *Đạo*)

MẠT-GIÀ-LÊ CÂU-XÁ-LY-TỬ 末 伽 梨 拘 舍 離 子 Maskari Gosalêputra (*scr*). Một vị Sư trưởng trong sáu vị Sư trưởng ngoại-đạo hồi Phật Thích-Ca ra đời. Sau khi Phật tịch, phái *Lục sư ngoại-đạo* vẫn còn. Trong sáu phái « Lục sư ngoại-đạo », phái *Mạt-già-lê-câu-xá-ly-tử* là một. (*Xem : Lục sư ngoại-đạo*).

Đồng thời với Phật, vị Sư trưởng *Mạt-già lê-câu-xá-ly-tử* là người tu phép xuất gia, cũng thương yêu tất cả chúng-sanh, cũng dạy chúng-sanh thoát khỏi phiền-não, nhứt là ba mũi tên độc :

Tham, sân, si. Nhưng ông hằng tuyên-bố thuyết nầy : Tất cả chúng-sanh đều hiệp lại bởi bảy phần : Địa, Thủy, Hỏa, Phong, Khổ, Lạc, Thọ-mạng. Bảy phần ấy vẫn có tự nhiên, chẳng do sức ai biến-hóa hoặc tạo-tác, chẳng có thể hủy hại, tức là bất sanh bất diệt. Cho nên chẳng có chi gọi là hại, chẳng có chi gọi là chết, chẳng có chi gọi là tạo-tác, thọ lấy, giảng thuyết, lắng nghe, suy xét, giáo-hóa.

MẠT-LỴ (LỢI 末利 Mallika (*scr.*) Cũng viết : Ma - lỵ, vợ vua Ba-Tư Nặc (*Prasenàjit*) ở thành Xá-vệ (*Sravasti*). Bà rất mộ Phật-Pháp, có qui-y Tam Bảo. Và bà có giữ giới cụ-túc như một vị Tỳ-kheo.

Mạt-lỵ hay *Ma-lỵ* lại là tên một thứ hoa bên Thiên-Trước, mùi rất thơm. Tàu dịch : *Nại* 奈 (*làm sao ?*), *Man* 曼 (*đồ trang điểm kết thành dây*).

MẠT-LỴ-CHI 末利支 Marichi (*scr.*) Một nữ-thần. Bà có nguyện trước mặt đức Phật Thích-Ca rằng bà sẽ hộ trợ những tín-đồ đạo Phật trong khi họ đi đường xa gặp việc trắc trở.

MẠT-NA (*THỨC*) 末那識 Mâna (*scr.*) Thức mạt-ma, thức thứ bảy trong tám thức (*bát thức*) của Duy-thức luận thuyết ra. *Mạt-Na-thức* dịch là *ý* 意, *ý* là nghĩa *nghĩ lường*. Thức nầy thường noi theo cái ý-kiến của thức thứ tám, phân ra có sự nghĩ lường về *ngã-pháp* 我法 pháp vật của ta, về *ngã-chấp* 我執 (*ý chấp trước có mình*), cho nên kêu là *Mạt-Na* là cái cội rễ hai mối chấp : *ngã-chấp* và *pháp-chấp*.

Mạt-Na thức cũng dịch là :

1) *Nhiễm-ô* thức, cái thức chẳng phân biệt, hay chấp trước.

2) *Truyền-tống thức* : Nó đứng làm trung gian, truyền những ý-tứ của cái thức thứ sáu qua cái thức thứ tám. Xem : *Bát thức*.

MẠT-NÔ-SA 末奴沙 Manusyà (*scr.,p.*).— Homme (*fr.*) Dịch : Nhơn (*người ta*). (*Xem : Nhơn.*)

MẠT-PHÁP 末 法 Đạo Pháp vào lúc điêu tàn (Xem : *Mạt-thế* 末 世.)

Mỗi đức Phật, khi ra đời và lập Đạo, thì Đạo Pháp từ đó phân ra làm ba thời kỳ liên tiếp : Chánh-Pháp, Tượng-Pháp và *Mạt-Pháp*. Đời Chánh-Pháp, người ta tu-hành dễ đắc Đạo. Đời *Tượng-Pháp*, người tu-hành khó đắc Đạo. Đến đời *Mạt-Pháp*, cách xa Phật, người ác trược thì nhiều, cho nên rất ít người tu-hành đắc Đạo.

Về đời *Mạt-Pháp*, rất khó mà tu-hành cho chứng quả, nên chẳng tiện tu theo *Thánh-đạo môn*, mà rất tiện tu theo *Niệm Phật môn*, tức là pháp-môn Tịnh - Độ tông. Tu theo môn này, nhờ sức mình và sức Phật nương nhau, chừng thác, hành - giả sẽ được vãng sanh về Cực - lạc thế - giái. Nơi ấy toàn là những nhà tu-hành thanh-tịnh. Ở cái xã-hội ấy, dễ cho mình tu học thêm để mau thành Phật-đạo.

MẠT-THẾ 末 世 Đời đốn-mạt, nghĩa là cái thuở đời bạc-bẽo như kém vậy. Khi đức Phật Thích Ca nhập diệt cho đến lối 500 năm sau, kêu là *Chánh-Pháp thì* (*thuở đời Chánh-Pháp*). Thứ đến khoảng 1.000 năm, kêu là *Tượng-Pháp thì* (*thuở đời giống như Pháp*). Sau đó là khoảng 10.000 năm, kêu là *Mạt-Pháp thì* (*thuở đời Pháp đốn-mạt*). *Mạt-thế* tức là *Mạt-Pháp thì* vậy.

MẬT 密 Mystique (*fr.*) Sâu kín, ẩn vi, huyền-ảo, tức là *bí mật*, *vi-mật*. Ấy là nói những pháp - môn, những cách hành - đạo thâm - áo mà người ngoài chẳng biết, kẻ khác phái chẳng rõ, chỉ hiểu nhau giữa thầy với trò, giữa Phật Thánh với mình mà thôi. Đối với *hiển*.

Như : mật-ấn, mật-cơ, mật-chú, mật-giáo, mật-hạnh, mật-nghĩa, mật-pháp, mật-tạng, mật-tông.

MẬT-ẤN 密 印 Cachet mystique (*fr.*) : Dấu in bí-mật, cách bắt ấn có nghĩa lý sâu xa, huyền ảo. Chư Phật và Chư Bồ-Tát vì thông hiểu các sức huyền vi trong võ-trụ, vì có lập bổn - thệ, nên mười ngón tay của các ngài xoay trở làm thành vô số ấn-tượng. Mỗi ấn-tượng đều có ý nghĩa huyền-vi, bí-ẩn để tự thủ-hộ lấy mình và thâu phục những sức linh trong võ-trụ. — Lại những nhà lễ-bái, trì-kinh, thiền-định có công-hạnh, thì nơi trán hoặc nơi gương mặt, lộ ra nét đặc-biệt, đó cũng là *mật-ấn*.

MẬT CƠ 密機 : Căn-cơ bí-mật. Căn-cơ thọ trì giáo-pháp bí mật. Nếu cái *mật-cơ* vững chắc, thì dễ tu hành Mật-giáo, mau thành tựu quả Bồ-đề.

MẬT CHÚ 密咒 : Cũng kêu : *Bí-mật chú*. Tiếng phạn : *Đà-la-ni (Dhârani)*. Ấy là những câu văn huyền-bí, không có nghĩa thông thường, do chư Phật, chư Bồ-tát truyền lại. Ai thọ trì, niệm lên những câu ấy, ắt được sức ủng-hộ của Phật, Bồ-tát, khỏi tai nạn, khỏi những sự rủi ro bất thường, khỏi những sức tàn-hại trong võ-trụ.

MẬT-GIÁO 密教.— Mysticisme, Ésotérisme (*fr.*) : Khoa giáo ẩn-vi, huyền-bí. Cũng kêu : *Bí-giáo, Bí-mật giáo*. Ấy là cái đạo về chỗ mật ẩn, chơn-truyền do chư Phật tiếp riêng cho đệ-tử, do chư Thánh, chư Tăng đại-đức mật phó cho tín-đồ. Đối với *Hiển-giáo* (*Exotérisme*) là cái đạo về mặt ngoài, theo kinh-sách và theo những điều dạy dỗ thường lệ. *Mật-giáo* có tánh cách *liễu nghĩa* (*đủ nghĩa*), còn *Hiển-giáo* là khoa *bất-liễu nghĩa* (*chẳng đủ nghĩa*). Nhưng trước khi vào *Mật-giáo*, người ta phải tu *Hiển-giáo* đặng tập luyện căn-cơ, tánh-trí cho thuần-thục. Như vậy mới có thể thi hành những giáo-pháp mà tôn-sư mật truyền.

Mật-giáo cũng là giáo-lý của *Chơn-ngôn tông* (*Mật-tông*). Tín-đồ của tông nầy tự nhận rằng họ tu theo *Mật-giáo* và cho rằng những tín-đồ các tông khác đều tu theo *Hiển-giáo*. Tông Chơn-Ngôn có đủ Kinh-điển cho tín-đồ tu hành cho đến thành Phật. Những Kinh-điển của tông ấy họp thành Ba Tạng (*Mật giáo Tam Tạng*) mà tín-đồ trì tụng thì cầm bằng thọ trì Tam Tạng của Phật-giáo. Như 200 quyển của bộ « Đại-Nhựt Kinh » và bộ « Kim cang đảnh Kinh », tức là *Kinh*. 170 quyển của bộ « Tu-bà-hô kinh » và vài bộ khác tức là *Luật*. 11 quyển của bộ « Bồ-đề tâm Ma-ha-diễn Kinh », tức là *Luận*.

MẬT-HẠNH 密行 : Giới-hạnh sâu kín, hạnh tu huyền bí. Trên đường tu hành, giáo-hóa, chỗ dụng ý rất sâu xa, kẻ phàm-tình chẳng hiểu nổi. Như đức Phật khen rằng trong hàng chư Đệ-tử của Ngài, *La-hầu-la* (*Râhula*) là người *Mật-hạnh* đệ nhứt.

MẬT-NGHĨA 密 義.— Sens subtil, caché (*fr.*) : Nghĩa lý thâm mật, kín đáo, vượt ra khỏi nghĩa-lý tầm thường. Như những bài thuyết pháp của Phật đều có hai nghĩa : hiển-nghĩa và *mật-nghĩa*. Bực tại-gia, hạng tu hành còn chậm lụt thì hiểu theo lời nói, hiển-nghĩa. Còn bực xuất-gia tinh vi, hạng thiền-định siêu thoát thì thấu đến mật-nghĩa, chỗ dụng ý sâu xa của văn-từ, hoặc cách trình bày sự vật.

MẬT-NGHIÊM KINH 密 嚴 經 : Một bộ Kinh Đại-thừa của Chơn-Ngôn tông và Duy-Thức tông. Đọc trọn : *Đại-thừa Mật-Nghiêm kinh*. Bộ Kinh gốc chữ Phạn, dịch ra chữ Hán. Đời nhà Đường, có hai nhà dịch-giả : trước là Địa-bà-ha-la, sau là Bất-Không.

Mật-Nghiêm kinh do Phật Thích-Ca giảng với Kim-Cang Tạng Bồ-tát, trong khi Phật du-hành đến Mật-Nghiêm quốc, là cõi Tịnh-độ của đức Đại-Nhựt Như-lai. Phật Thích-Ca giải với Kim-Cang-Tạng Bồ-tát và với chư Bồ-tát ở Mật-Nghiêm quốc về sự chẳng sanh chẳng diệt của Như-lai tạng. Ngài cũng có giải về thức A-lại-da của Như-lai tạng.

MẬT-NGHIÊM QUỐC 密 嚴 國 Cõi quốc-độ do đức Đại-Nhựt Như-lai làm Giáo-chủ. Đức Thích-Ca Như-lai có ngự đến *Mật-Nghiêm quốc* mà giảng thuyết Mật-Nghiêm kinh. *Mật-Nghiêm quốc* là một cõi Tịnh-độ, cũng như cõi Cực-lạc của Phật A-Di-Đà. Giáo-chủ *Mật-Nghiêm quốc*, Phật Đại-Nhựt, kêu theo Phạn là : Ma-ha tỳ-lư-giá-na, Mahavairocana.

MẬT-NGỮ 密 語 Paroles mystiques (*fr.*) Lời nói kín-nhẹm, bí-mật, vi-mật.

Lời nói hàm súc nhiều nghĩa : đối với người nầy, cảnh nầy, thì có ý nghĩa nầy ; đối với người khác, cảnh khác, lại có ý nghĩa khác. Chỉ có bực Trí-thần, tức là bực Bồ-tát có Trí-huệ lớn mới hiểu *Mật-ngữ* của Phật mà thôi. Phật dùng *mật-ngữ* mà giảng Mật-giáo. Mật-giáo gồm cả ở *Mật-tạng*.—

Những chơn-ngôn, thần-chú cũng kêu là *Mật-ngữ*.

MẬT-PHÁP 密 法 Doctrines mystiques secrètes (*fr.*) Pháp bí-mật. Những pháp-môn, những cách hành-trì bí mật của Chơn-Ngôn-tông (*Mật-tông*).

MẬT-TẠNG 密 藏 Tạng vi-mật của đức Như-lai. tiếng gọi các Kinh-điển Đại-thừa.— Cũng là tiếng gọi các Kinh-điển của Chơn-Ngôn-tông. Tông nầy có đủ Kinh-điển thay thế cho Tam Tạng; tụng trì các Kinh-điển ấy, cầm bằng thọ trì Tam Tạng, kêu chung là *Mật-giáo Tam Tạng* hay *Mật-tạng*.

MẬT-TÍCH LỰC-SĨ 密 迹 力 士 Vajrapâni (*scr*) Vị Hóa-thần có phận sự ủng hộ Phật-pháp. Vị thần ấy cầm chày kim-cang. Cối chày ấy đập trúng người nào, thì người ấy nát tan như bụi.

Xem: Kim-cang Mật-Tích.

MẬT-TÔNG 密 宗 : Tức là *Chơn-gôn tông*. Cũng kêu *Bí-tông*. Tông nầy lấy bộ Đại-Nhựt kinh và bộ Kim-cang đảnh kinh làm căn-bổn. Tín-đồ giữ ba cái mật: Thân, Khẩu, Ý, lại nương vào sức của Linh-phù (*Mantra*), Chơn-ngôn (*Dhârani*) và Pháp-ấn (*Mùdra*) để tương-ứng với Phật, nhập vòng hào-quang của đức Đại-Nhựt Phật. Trong khi hành lễ, họ thành ra bực Chánh-giác, tất nhiên có đủ sức linh như Phật. Vì vậy nên phái-đồ gọi tông của mình là *Mật-tông*, thuộc về Mật-giáo; họ bảo rằng các tông khác thuộc về Hiển-giáo.

MÂU NI 牟 尼 Mouni (*scr.*)— Le Vertueux, Le Parfait, L'Ascète (*fr.*) Tiếng nói tắt để gọi đức Phật *Thích-ca Mâu-ni* (*Sakya-Mouni*).

Tiếng *Mâu-ni* có nhiều nghĩa: 1.) *Nhơn, nhơn-từ* (*Vertueux*) Như *Thích-Ca Mâu-ni* dịch là *Năng-Nhơn* (*Le Vertueux de la race des Héros.*) 2.) *Mãn* (*Parfait*), *Thích Ca Mâu-ni* dịch là *Năng-Mãn* (*Le Parfait de la Race des*

Héros), 3.) *Tịch-tịnh* (*Ascète*), *Thích-Ca Mâu-ni* dịch là *bực Tịch-tịnh trong họ Thích-Ca* (*L' Ascète des Çakyas*).

Trong mấy chữ «Thích-Ca Mâu-ni», *Thích-Ca* là họ, dòng họ anh-hùng; *Mâu-ni* là hiệu phụ thêm khi ngài thành Phật, có nghĩa : *Nhơn Mãn, Tịch-tịnh, Tịch-nhiên.*

MÂU-NI MẬT-ĐA-LA 牟 尼 蜜 多 羅 Mounimitra (*scr.*) Một đức La-hán. Tàu dịch : *Tịch-Hữu.*

MÂU-NI NGHIỆP 牟 尼 業 : Hạnh-nghiệp tịch-tịnh. Tức là các hạnh-nghiệp tịch-tịnh rất trỗi thắng của hàng Thánh-giả.

MÂU-NI TIÊN 牟 尼 仙 : Vị Tiên-nhơn tên là Mâu-Ni. Tiếng mà các vị Tiên-nhơn đồng thời ở Thiên-trước gọi đức Phật Thích-Ca. *Tiên, Tiên-nhơn* là bực tu hành đắc Đạo. Bởi đức Phật rất có công trong hạnh tu *tịch-tịnh vô ngôn*, ngài tu khổ-hạnh trót sáu năm và thành Đạo, cho nên các nhà tu-luyện đồng thời gọi ngài là *Mâu-Ni Tiên.*

MÂU NI VƯƠNG 牟 尼 王 : Đức vua trong các bực tịch-tịnh, nhơn-từ, thành-mãn. Tiếng tôn xưng Phật Thích-Ca Mâu-Ni.

MẪU-ĐÀ-LA 母 陀 羅 Mudrâ (*scr.*) Con dấu. Chữ Phạn, dịch ra chữ *Ấn* 印 (*con dấu hay là miếng ấn*). *Lại dịch ra chữ Phong* 封 (*niêm phong*), nghĩa là con dấu khế-ước vậy. Cái phép kết ấn bằng tay ra dấu biểu thị kêu là *Thủ ấn* 手 印.

MÊ 迷 Passionné, Obscurci (*fr.*) Mơ hồ không rõ, lầm lạc, không tỉnh tối tăm, ám độn. Trái với *ngộ* (*tỉnh ra*), Giác (*sáng ra*). Như : mê ám, mê đồ (*mê lộ*), mê hoặc, mê muội, mê tâm, mê tân, mê tín. Lại như : Chấp tánh *mê tướng*, chấp thật *mê quyền.*

Trong **Pháp-bảo đàn Kinh**, phẩm hai, đức Lục-tổ có dạy rằng : Cái Phật-tánh ở người ngu, kẻ trí đều như nhau, chỉ khác nhau là người *mê*, kẻ ngộ (*tỉnh*), bởi vậy nên mới có người ngu, kẻ trí.

Lục-tổ **Kim-cang kinh chú** có chép rằng : *Mê* thì Phật là chúng-sanh, ngộ thì chúng-sanh là Phật. — Sư Huệ-Hải đời Đường có nói rằng : Phật do Tâm làm nên. Kẻ *mê* thì đò theo văn-tự mà cầu lý ; người ngộ thì do theo Tâm mà biết ra. Kẻ *mê* thì tu tập nhơn-duyên mà chờ phước-quả, ; người ngộ thì thấy rõ Tâm không tướng. Kẻ *mê* thì chấp sự vật, giữ lấy cái bổn-ngã, lo vì mình người ngộ thì có đủ Trí huệ ứng dụng, thấy ra từ trước. Kẻ ngu chấp không, chấp có mà sanh ra bất thông ; người trí thấy tánh, hiểu tướng mà linh thông.

MÊ ĐẢO 迷 倒 Mê-man điên-đảo; Tâm mê-muội làm đảo lộn sự và lý.

MÊ-GIÁI 迷 界 Cõi mê. Chỉ cõi thế giái nơi ấy chúng-sanh bị phiền-não trói-buộc mà lưu chuyển mãi trong Tam giới (*Dục-giới, Sắc-giới, Vô-sắc giới*).

MÊ-HOẶC 迷 惑 Mê-lầm. Trái với sự, lý là *mê* ; chẳng rõ sự, lý là *hoặc*.

MÊ LÝ 迷 理 Mê lầm về lý lẽ, tức là mê muội chẳng hiểu lý-tánh. (*Xem : mê sự.*)

MÊ MỘT 迷 沒 Mê-muội, chìm đắm, mê-tối sa-ngã. Vì mê-muội, người ta bắt từ địa vị trên mà đọa-lạc xuống địa vị dưới. Vì mê-tối lầm-lạc, người ta bắt từ cảnh vui-sướng mà rơi xuống cảnh khổ-não.

MÊ NGỘ BẤT NHỊ 迷 悟 不 二 Mê và tỉnh vốn chẳng hai. Xét theo tướng-trạng, mê-muội và tỉnh-ngộ hẳn là khác nhau, đối nhau. Nhưng xét theo thật-tánh, mê và tỉnh chẳng phải hai. Đứng về phương-diện tuyệt-đối, vốn chẳng có mê, tức nhiên không có tỉnh. Cho nên nói : *Mê ngộ bất nhị*. Cũng như nói : *Mê ngộ nhứt như*.

MÊ NGỘ NHƠN-QUẢ 迷 悟 因 果 Nhơn và quả của mê-vọng và của chứng-ngộ. Trong pháp Tứ đế : Khổ-đế, Tập-đế, Diệt-đế, cái nhơn của mê-vọng là Tập-đế, cái quả của mê-vọng là Khổ-đế Và cái nhơn của chứng-ngộ là Đạo-đế, cái quả của chứng-ngộ là Diệt-đế.

MÊ NGỘ NHỨT NHƯ 迷 悟 一 如 Mê tỉnh như một. Cái mê

không có tự-tánh. Tự-tánh không có, cho nên là Không 空. Đã không có mê, thì sao có tỉnh (ngộ)? Cho nên mê là Không, tỉnh (ngộ) cũng là Không. Thể Không là một, kêu là *Nhứt-như* (*Như một*), đó là nghĩa của Không-tông.— Lại mê như giá, tỉnh (ngộ) như nước, mê với tỉnh (ngộ) đồng một thể, kêu là *Nhứt như*, đó là nghĩa của Tánh-Tông.

Mê ngộ nhứt như đồng nghĩa với *Mê ngộ bất nhị*.

MÊ-SANH (*SINH*) 迷 生 : Chúng-sanh mê-muội, chẳng tỉnh-ngộ. Đồng-nghĩa : Mê-tình 迷 情.

MÊ SỰ 迷 事 Mê lầm về việc, mê muội chẳng hiểu sự tướng. Kẻ vô-minh có hai cái mê : mê sự và mê lý. Chẳng đạt duyên khởi của các pháp, kêu là *Mê sự*. Tối tăm chẳng rõ cái chơn-lý pháp-tánh, kêu là *mê lý*. *Mê sự* là cảnh trí thấp kém, *mê lý* là cảnh trí cao hơn, nhưng cũng vẫn là mê tối, lầm-lạc.

MÊ-TÂM : 迷 心 Lòng mê. Tâm-trí mê-muội, lầm-lạc làm đảo lộn sự và lý.

MÊ-TÂN 迷 津 Bến mê. Cảnh-giới mê-dục, tức *Tam giới*, *Lục đạo*. Đối-nghĩa : *Giác-ngạn* 覺 岸 : Bờ giác. Cảnh-giới giác-ngộ, tức *Niết-bàn*, *Tịnh-độ*.

MÊ-TỬ 迷 子 Đứa mê-tối. Đứa mê-tối tay cầm tiền vàng mà vẫn bâng-khuâng khốn-khổ, kẻ mê ám có ngọc qui mà đành chịu nghèo-khổ. Tiếng tỷ-dụ để gọi kẻ phàm-phu mê tối, nơi mình có Phật-tánh, *Am-ma-la thức* mà cam chịu trôi giạt trong *Tam giới*, luân-hồi trong *Lục đạo*.

MÊ VỌNG 迷 妄 Mê-man, quấy-bậy. Tối-tăm đối với sự và lý, kêu là *mê*. Hư dối, sái quấy, chẳng thật, kêu là *vọng*.

MY GIAN BẠCH HÀO TƯỚNG 眉 間 白 毫 相 Tướng chòm lông trắng ở khoảng giữa đôi chân mày. Đó là một tướng, tướng thứ 31 trong 32 tướng của Phật. Ở khoảng giữa lông mày của Phật, có chòm lông trắng, ánh-sáng chiếu suốt trong ngoài, như ngọc lưu-ly trắng, lông ấy xoay quanh qua phía hữu. Xem : *Tam thập nhị tướng*.

MỸ 美 Madhura (*scr.*). — Beau (*fr.*) Tốt đẹp, tài năng, êm dịu.

MỸ (*CÀN-THÁT-BÀ VƯƠNG*) 美 (乾 闥 婆 王).-Madhura, Roi des Gandharvas : Một vị vua trong loài thần Càn-thát-bà (*Gandharvas : Nhạc-thần*). Hồi đức Thích-tôn sắp diễn kinh Diệu-pháp Liên-hoa, *Mỹ Càn thát-bà vương* có dắt theo rất nhiều quyến-thuộc loài Càn-thát-bà, hiện đến dự nghe.

MỸ - ÂM (*CÀN - THÁT - BÀ VƯƠNG*) 美 音 (乾 闥 婆 王) Madhurasvara (*scr.*) Roi ds Gandharvas : Một vị vua trong loài Càn-thát-bà. Khi Phật Thích-Ca ngự trong núi Kỳ-xà-quật, ngài sắp diễn Kinh Diệu-pháp Liên-hoa, *Mỹ-âm Càn-thát-bà vương* với ba vị vua Càn-thát-bà khác, mỗi vị đều có dắt theo rất nhiều quyến-thuộc loài Càn-thát-bà, hiện đến dự nghe Phật thuyết pháp.

MỸ ÂM (*THIÊN*) 美 音 (天): Cảnh Tiên Mỹ-âm, những vị Tiên ở cảnh Trời Mỹ-âm. Cũng kêu : *Diệu-âm thiên*. Bực Tiên ở cảnh Trời Biện-tài, tu học thêm thì được quả-vị *Mỹ-âm thiên*.

Mỹ-âm thiên, đọc theo Phạn : Tát-ra-tát-phạt-để 薩 囉 薩 伐 底

MIỆT-LỆ-XA 蔑 戾 車 Chữ phạn, dịch nghĩa : *ác-kiến xứ*. Chỗ tụ họp của những kẻ có ý-kiến độc-ác, tư-tưởng xấu-xa ; nơi tụ-tập của những linh-hồn có những tư-tưởng độc hiểm. Cũng viết : *Di lệ-xa*.

MINH 明 Vidyâ (*scr.*).— Lumière, Intelligence (*fr.*) Sự sáng, Giác-ngộ. Trái với : *U, Ám, Vô-minh* (*Avidyâ*). *Minh* tức là *Trí-huệ, Vô-lậu Huệ* (*Huệ của bực dứt lầm*). Trong **Đại-thừa nghĩa chương** có chép : Biết các pháp một cách rõ rệt, thông suốt, ấy là *minh*.

Trong **Đại-nhựt Kinh sớ** có giải : Phá trừ cái ám tối của tất cả những phiền-não vô-minh, ấy là *minh*.

Theo **Đại Tỳ-bà-sa luận**, *Minh* tức là thông đạt, giải rõ và hiểu lâu Tứ diệu-đế ; thông đạt, giải rõ và hiểu lâu một cách chơn-thật, rốt-ráo ; quyết-định của nhà tu hành giải-thoát ;

chứng đắc cái Trí-huệ vô-lậu. *Minh* tức là thấy rồi, biết rồi, quán tưởng tỏ rõ rồi; những cái pháp nào cần đoạn diệt thì đã đoạn diệt rồi: những cảnh có, những sự sanh-tử, lão, bệnh, khổ-não đều bị diệt sạch; không còn những ý kiến chấp mình, chấp người, những tư-tưởng điên-đảo, những mối tham, sân, si, mạn, cấu, uế, trược; không còn thấy kẻ oán-thù, người thân-thích: tâm-trí bình-đẳng, thanh-thịnh. Cái *Minh* của hàng Vô-lậu Huệ; đối với Tứ diệu-đế, chiếu liễu, minh-tịnh cũng như con mắt lúc ban ngày trông ra thấy tỏ rõ vạn vật. Còn cái thông-đạt của hàng Hữu-lậu huệ, đối với Tứ diệu-đế, thấy chẳng được minh-tịnh, cũng như con mắt lúc ban đêm trông ra thấy vạn vật một cách lờ-mờ.

Minh lại là tiếng dịch nghĩa chữ Phệ-đà (*Védas*). Như bốn thứ Kinh Phệ-đà của đạo Bà-la-môn, gọi chung là *Minh*, *Minh-trí*. Xem : *Phệ-đà*. *Tứ-Minh*.

Minh lại có nghĩa : *Chú*, tức Thần-chú, Đà-la-ni, *Quang*, tức hào quang, ánh sáng.

MINH-CHÂU 明珠 Hột bửu-châu chiếu ánh sáng. Cũng kêu theo Phạn: *Ma-ni châu*. Như Bồ-tát Địa-Tạng tay mặt cầm *tích-trượng*, tay trái cầm *minh-châu*, là hai bửu-bối công-đức vô-giá. Hột *minh-châu* của ngài vốn là ngọc như-ý, ánh-sáng chiếu khắp cả cõi Tam-thiên-đại-thiên thế-giới nầy.

Niết-bàn Kinh : Tỷ như hột *minh-châu*, đem nó mà bỏ vào nước đục. Nhờ oai-đức của hột châu, nước liền trở nên trong.

MINH-ĐẠO 明道 Đạo-pháp, Chơn-ngôn (*Thần-chú*). *Minh* cũng có nghĩa: Chơn-ngôn. Vì chơn-ngôn có thể phá tan sự ám-muội của phiền-não, sự độc-hại của tà-ác, cho nên kêu là *minh*. Minh-đạo cũng kêu là *minh-pháp*.

MINH-ĐẠT 明達 Minh liễu và thông đạt.

Minh là *Tam minh*: Thiên-nhãn minh, Túc-mạng minh, Lậu-tận minh.

Đạt là *Tam đạt*: Thiên-nhãn đạt, Túc-mạng đạt, Lậu-tận đạt.

Đối với *La - hán*, kêu là Tam minh. Đối với *Phật*, kêu là Tam đạt.

Minh là biết rõ lẽ. *Đạt* là thấu suốt, thông đạt cùng hết.

MINH-ĐẾ 明 帝 (*Ch: Ming-ti*): Vua Minh nhà Hậu - Hán, công nhận đạo Phật là đạo chánh-thức bên Tàu vào năm 65-67 Dương - lịch. Người ta thuật rằng năm 65 (*có chỗ ghi là 61*), đức Phật có hiện lại cho vua thấy trong lúc chiêm - bao, hứa rằng nếu vua theo đạo Phật, Ngài sẽ ban các sự phúc-hậu cho vua và cho cả nước.

Vua hội quần thần bàn bạc, mới hay rằng bên Thiên - trước, đã có đức Phật ra đời, và những người qui-y đạo Phật từng được hạnh-phúc, an - lạc. Vua phái sứ-bộ qua Thiên-trước, thỉnh về hai nhà sư Ấn - độ. Năm 67, vua cất tại kinh - thành Lạc-dương một ngôi chùa đặt tên là *Bạch mã tự*, vì lúc ấy Kinh và Tượng thỉnh về chở trên lưng ngựa bạch. Ấy là cảnh chùa của Chánh-phủ cất lên trước nhứt ở bên Tàu vậy.

Còn hai nhà sư Ấn-độ mà sứ-bộ thỉnh về là *Ca-Diếp Ma-Đằng* (*Kàcyapa-Mutanga*) và *Pháp-Lan* (*Dharma - Àranya*). Hai ngài rất có công trong sự dịch chữ Phạn ra chữ Hán. Và bộ Kinh mà hai ngài dọn xong đầu tiên hiệu là *Tứ thập nhị Chương Kinh*, có dâng lên vua Minh - đế ngự phê. Bộ Kinh ấy ngày nay hãy còn.

MINH - ĐỊA 明 地 : Địa-vị huệ - minh. Địa vị thứ ba trong *Thập địa* của Bồ-tát. Cũng kêu: *Phát-quang địa*. Chứng địa-vị nầy, cái trí-huệ trong, sạch và sáng suốt của nhà tu hành phát sanh ra.

MINH - HẠNH TÚC 明 行 足 (*scr: Vidyacarana - sampanna*): Âm theo Phạn: Vi-đa-thứ-la-na tam-bát-nạ. Cũng kêu *Minh-Hạnh viên-mãn*. Trí-huệ và Hạnh-đức đầy đủ, hoàn-toàn. Đức-hiệu thứ tư trong Mười đức-hiệu của Phật, của đức Như - lai. *Minh* tức là *Tam Minh, Hạnh* tức là *Thiện - nghiệp. Túc* là *cụ-túc*, đầy đủ. Xem: *Thập hiệu*.

MINH - HUỆ (*tuệ*) 明 慧 Sáng suốt và trí-huệ.

Minh là Tam Minh: Túc-mạng minh, Thiên-nhãn minh, Lậu-tận minh.

Huệ là Tam Huệ: Văn-huệ (*Trí-huệ do nghe biết*), Tư-huệ (*Trí-huệ do suy xét*), Tu huệ (*Trí-huệ do tu thiền*).

MINH-LIỄU 明了 Hiểu rõ, thấy rành rẽ; Thấu hiểu một cách sáng-suốt. Như đối với Giáo-lý của Phật: Tứ diệu-đế, Thập nhị nhơn-duyên, Lục độ, — giác-ngộ trọn vẹn và thông hiểu rành rẽ, có thể đem ra mà giảng giải độ đời, đó kêu là *minh-liễu*. Lại bực *minh-liễu* trong khi nói ra một đề gì, thì lời nói vừa vặn, tỏ rõ, không mau mà không chậm.— Đồng-nghĩa: *Liễu-liễu.*

Niết-bàn Kinh, quyển 27: Hàng Thập trụ Bồ-tát thấy Phật-tánh, nhưng chẳng được *minh-liễu.*

Minh liễu lại có nghĩa: Rực-rỡ toàn-vẹn. Như nói: Tướng của Phật là *minh-liễu*; Tướng của Chuyển-luân Thánh-vương chẳng được *minh-liễu.*

MINH-LỢI 明利 Thông minh và sắc sảo. *Minh*: có đủ trí-huệ, hiểu rõ sự và lý, phá dẹp các sự rối rắm, mờ ám. *Lợi*: sắc-sảo, lanh-lẹ, cương-quyết, trội-thắng. *Minh-Lợi* đối với *ám-độn.*

MINH-NGUYỆT CHÂU 明月珠: Hột châu chiếu sáng như mặt trăng. Cũng kêu: *Minh-châu, Minh-nguyệt ma-ni châu.*

Minh-nguyệt ma-ni châu là hột châu như-ý sáng như ánh trăng, có cái đức lượt nước cho trong. Châu ấy lại có cái đức nầy: Ban đêm, hễ đưa ngay mặt trăng, thì tự-nhiên nước chảy ra. Nhờ vậy, ai có *minh-nguyệt châu*, khi đi ngang sa-mạc, rủi hết nước, khỏi chết khát. Lại có cái đức: Tùy ý chủ muốn cầu chi thì đặng nấy. Xem: *Như-ý châu.*

MINH-NGUYỆT THIÊN-TỬ 明月天子 (*scr: Surya, fils des Dêvas*). Kêu tắt: *Nguyệt Thiên-tử.* Vị đại-vương trụ trong cung-điện nơi mặt trăng, thống-trị thế-giái mặt trăng. Nội-thần của đức Đế-Thích. Lúc Phật Thích-Ca giảng *Diệu-pháp Liên-hoa Kinh*, có đức Đế-Thích với quyến-thuộc là hai vạn vị Thiên-tử đến dự nghe. Như : *Minh-nguyệt Thiên-tử*, Phổ-Hương Thiên-tử, Bảo-Quang Thiên-tử, là mấy vị đứng đầu trong hai vạn vị Thiên-tử ấy.

MINH-PHÁP 明 法 Giáo-pháp Chơn-ngôn (*Thần-chú*). *Minh* là Chơn-ngôn. Chơn-ngôn có đức-tánh phá tan sự ám muội của phiền-não, sự độc hại của tà-ác. *Minh-pháp* cũng kêu là *Minh-đạo.*

MINH-TÂM 明 心 Lòng dạ sáng suốt, ngay thẳng, thanh-tịnh, giải thoát ra ngoài sự ám-tối của mê-dục, phiền-não.

MINH-THẦN 明 神 Thần-linh sáng suốt. *Minh* : Trí-huệ chiếu liễu. *Thần* : Hạng chúng-sanh có oai-đức nhiều, có phép-thuật rộng. *Minh-Thần* là tiếng tôn xưng chư thiên, chư thần, chư qui.

MINH-THOÁT 明 脫 Sáng suốt và giải thoát. Giác-ngộ, minh-mẫn, không còn mê-tối (*si-ám*), ấy là *minh*. Lìa khỏi tham-lam, ái-dục, ấy là *thoát*. Tức bỏ chỗ tối-tăm, ra nơi sáng suốt ; dứt khỏi nơi trói buộc, được thanh-nhàn, tự-tại.

MINH-VƯƠNG 明 王 Vị vua sáng-suốt, có trí-huệ. Như : *Bất-động Minh-vương. Đại Oai-đức Minh-vương.* Ấy là những vị tôn-giả thọ giáo-lịnh của đức Đại-Nhựt Giác-vương (*Đại-Nhựt Phật*), hiện thân phẫn-nộ, ra đi hàng phục bọn ác-ma. Các ngài có trí-huệ và oai-đức, đem sức trí-huệ và sức oai-đức của mình mà đánh phá hết thảy các ma-chướng, ủng-hộ các nhà tu hành chơn-thật.

MINH-XỨ 明 處 Chỗ sáng suốt, chỗ trí-huệ. Chỗ trí-huệ nhờ học tập mà sanh ra.

MINH 冥 Obscur,Occulte (*fr.*) Tối tăm, mờ mịt, không hiểu rõ, nghi ngờ; — Chỗ sâu kín mà tai mắt của kẻ phàm chẳng nghe thấy được.

Minh có hai nghĩa :

1.) *Nhiễm ô*, như : minh ám, minh muội. Ấy là tâm-trí của kẻ tối, ngu, vô-minh 無明.

2.) *Không nhiễm ô*, như : minh-giới, minh-phước. Ấy là cõi ngoài mà mắt chẳng thấy, tai chẳng nghe, con người ta vì tối tăm nên chẳng tin, chẳng hiểu, chẳng biết. — *Minh* nầy đối với *Hiển*. Cũng tức là *Mật*.

MINH ẢM (ÁM) 冥闇 : Tối-tăm ngu-độn. Con người ta vì luyến ái với cảnh Dục-giới nên ý-kiến, trí-thức của mình trở nên mờ tối, mê-sa, lầm-lạc. *Minh ảm* cũng tức là *minh muội* 冥昧.

MINH BÁO 冥報 : Quả-báo trả lại một cách sâu kín, trong khoảng U-u minh-minh mà người phàm-tục không sao biết được. Con người ta càng gian-trá, càng xảo-ngụy thì cái Nghiệp nó cũng có sức báo-ứng lại một cách thầm kín, ẩn-vi. — *Minh-báo* cũng có nghĩa : quả-báo đáp lại cho linh-hồn trong cõi U-minh ; quả-báo mà vong-linh phải thọ lãnh trong chốn U-minh, như Địa-ngục, Ngạ-quỉ, Thiên-thần.

MINH CHÚNG 冥衆 : Chúng ở cõi U-minh. Chúng-sanh ở cõi âm, mà mắt người dương-thế chẳng trông thấy, như chư Thiên, chư Thần, chư Quỉ.

MINH ĐỒ 冥途 : Đường U-minh. Tức là đường Âm, như nơi Địa-ngục, Ngạ-quỉ.

MINH GIỚI 冥界 : Cõi U-minh. Cũng gọi là *Minh-đạo*. Cảnh-giới âm mà mắt, tai người dương-thế không thấy, không nghe. Đối với *Hiển-giới* là thế-giới của loài người. *Minh-giới* cũng nói là *U-minh giới*. Như Địa-Tạng Bồ-tát là Giáo-chủ ở U-minh giới (*Minh giới*).

MINH HIỂN LƯỠNG GIỚI 冥顯兩界 Hai cõi Minh và Hiển. Cõi thế-giới của người thác, kêu là *Minh-giới*. Cõi thế giới của người sống, kêu là *Hiển-giới*. Tức là : Âm-phủ và Dương-gian.

MINH ÍCH 冥益 : Sự lợi ích trong cõi U-minh. Cũng kêu là *Minh-lợi* 冥利. Sự ích lợi do chư Phật, chư Bồ-tát, chư Thần ban cho.

MINH KHÍ 冥器 Đồ âm. Những đồ giấy như áo-quần

nhà cửa, xe cộ, tiền bạc mà người ta đốt cúng cho vong-hồn ở cảnh âm.

MINH-LỰ 冥慮 Sự tư-lự về đường Âm. Ấy là sự lo liệu, xét nét trong việc cân tội, phước do Phật, Thần ban bố ra. Cũng nói : *Minh tư* 冥思

MINH-MINH 冥冥 : Chốn sâu kín, tối tăm. Ấy là cõi U-u Minh-minh mà trí-thức người đời không lường xét cho nổi. Tuy nhiên, từ trong chốn ấy, sức đơm-kết của nghiệp-nhơn của con người rất rành-rẽ, không một mảy sai chạy.

MINH NHỨT 冥一 : Toàn là sự u-ám. Chỉ là một cảnh lộn-xộn, rối-rắm, tối tăm, trong ấy người ta không thể phân biệt cái nầy với cái khác.

MINH-PHỦ 冥府 : Cũng viết : *Âm-phủ*. Cảnh âm nơi ấy hồn những kẻ chết chịu hành phạt. Cũng kêu là *Diêm-phủ*. Ấy là các cảnh Địa-ngục, Ngạ-quỉ, Cảnh-giái của âm-hồn.

MINH-PHƯỚC 冥福. Phước đường âm. Như những sự bố thí, cúng dường, tụng Kinh để tư trợ cho cha mẹ bà-con đã qua đời. Cũng nói là *minh-tư*.

MINH-QUAN 冥官 : Quan-liêu miền Âm, quan chức nơi Âm-phủ, nơi Minh-phủ, phụ thuộc theo ngài Diêm-vương trong cuộc tra xét các vong-hồn đã phạm tội hồi còn ở thế.

MINH SỨ 冥使 : Sứ-giả cảnh Âm. Ấy là bọn tay sai của minh-quan đi bắt hồn mấy kẻ tà ác sắp thác. Cũng là bọn ngục-tốt do ngài Diêm-vương sai đi tra khảo những vong-hồn mắc tội. Cũng kêu : *quỉ-sứ*.

MINH-TỊCH 冥寂 : Tối-tăm và vắng-lặng. Nơi tối-tăm, sâu kín, chẳng có tướng và vắng-lặng, tịch-tịnh. Minh-tịch tức là *Chơn-không*.

MINH-THÔNG 冥通 : Chốn lờ-mờ và dung-thông. *Minh* là minh-tịch, lờ-mờ, sâu-kín, lặng-lẽ. *Thông* là dung-thông tất cả.

Chốn âm-u, lặng lẽ mà dung-thông vạn vật. Tức là chốn *Minh-minh.*

MỘC-ĐẦU 木 頭 Đầu gỗ, Đầu khúc cây. Tức là vật vô-tri, vô-dụng Tiếng tỷ-dụ để gọi kẻ phá giải, kẻ tà-ác ngu-độn. Cũng như nói : *Mộc thạch* 木 石 Gỗ (*cây*) và đá.

Phạm-Võng kinh : Tà-kiến nhơn bối, *mộc-đầu* vô dị (*Bọn người tà-kiến không khác gì đầu gỗ*).

MỘC-ĐỀ 木 底 Moksha (*scr.*).— Délivrance, Se délivrer (*fr.*) Cũng viết : Mộc-xoa. Dịch : *Giải-thoát.* (*Xem : Giải-thoát.*)

MỘC-NGƯ 木 魚 Mõ cá, cái mõ hình con cá của nhà chùa, làm bằng gỗ (*cây*). Đại để có hai thứ : một thứ hình tròn, có quay hình đầu cá, một thứ nữa hình thẳng và dài như con cá. Mõ dùng để tụng Kinh, cúng vong, đánh thức tăng-chúng v.v...

Một vị trưởng-lão người Thiên-Trước có nói rằng : Người ta dùng *mộc-ngư* để đánh thức tăng-chúng.

Một vị trưởng-lão khác nói rằng : Cái mõ gỗ khắc hình con cá là để nhắc cho nhà tu hành nên thường tỉnh mà không ngủ, là vì con cá, dầu ngày dầu đêm, lúc nào cũng không nhắm mắt.

MỘC-XOA 木 叉 Moksha (*scr.*).—Délivrance, Se délivrer (*fr.*) Cũng viết : *Mộc-đề.* Dịch : Giải-thoát. (*Xem : Giải-thoát.*)

MỘC-XOA ĐỀ-BÀ 木 叉 提 婆 Moksha Dêva (*scr.*) Dịch nghĩa Giải thoát Thiên. Vị Tiên được Giải thoát Vị Tiên giữ Giới-luật tu hành Danh hiệu nhà sư, danh hiệu vị Tiên-nhơn. Hồi ngài Huyền Trang qua Thiên-trước, được hàng đại-đức bên ấy tôn hiệu ngài là *Mộc-xoa Đề-bà*

MÔN 門 Môn, cửa. Có hai nghĩa : phân biệt từng loại (*môn phái*) và nơi đi vào (*cửa*). Pháp có nhiều thứ khác nhau, nhưng đều có thể khiến cho người ta theo đó mà vào Niết-bàn, cho nên trong Kinh chỉ *pháp* là *môn*.

Dạy người ta tu học, đức Phật có *hai môn* : *giới* và *khuyến* (giới-môn, khuyến môn)

Giới là răn đe người ta, bảo đừng làm những điều ác, e sa đọa vào những cảnh địa ngục, ngạ-quỉ, súc sanh ; còn có đầu thai làm người thì hèn hạ, khổ sở.

Khuyến là khuyến khích người ta, bảo nên vâng theo mà làm các điều lành, có làm lành thì được các quả-báo tốt, như sanh lên các cảnh Tiên ; còn trở lại làm người thì chuyển thân vào nhà phúc hậu ; cao hơn nữa thì hưởng cảnh Niết-bàn nhàn lạc đời đời

Người ta phân các lý kinh của Phật thuyết ra làm *bốn môn*, ai học đạo thì lần lượt qua đủ bốn cửa ấy thì tới Niết-bàn : 1.) *Hữu-môn* (*Cửa có*) 2.) Không-môn (*Cửa không*), 3.) *Diệc hữu diệc Không môn* (*Cửa cũng có cũng không*), 4.) *Phi hữu phi không môn* (*Cửa chẳng phải có chẳng phải không*).—

Trong đạo Phật, có nhiều pháp-môn, tu học pháp-môn nào cũng đưa người ta đến cõi Niết-bàn, dứt vòng khổ-não. Như : *Niệm Phật môn*, tức *Tịnh-độ môn* là pháp-môn để vãng sanh về cõi Cực-lạc, *Thánh đạo-môn* là pháp-môn tham-thiền cho đắc quả.

Lại có *Bi môn* (*Phước-đức môn*) và *Trí-môn* (*Trí-huệ môn*). *Bi-môn* là tu các điều thiện, tế độ chúng-sanh, dứt các nỗi khổ cho chúng-sanh. *Trí-môn* là tu học pháp-lý, đoạn diệt các mối phiền-não. Môn nào cũng về đại-hạnh của Bồ-tát, đưa người lên ngôi vị Phật. Tu cả hai môn lại càng hay.

Lại trong Kinh Pháp-hoa, giáo-lý của đức Phật thuyết ra phân làm *hai môn* : Tích-môn và Bổn-môn.

Tích-môn : là pháp-môn dùng những dấu cũ, tích xưa mà giáo-hóa.

Bổn môn : là pháp-môn lấy những bổn-hạnh, bổn-nguyện của chư Đại Bồ-tát đã tu hạnh từ xưa mà giáo-hóa.

MỘNG 夢 Rêve (*fr.*) Giấc chiêm-bao ; những điều mà người ta cảm-giác hoặc những cảnh mà người ta thấy trong khi ngủ Tiếng tỷ-dụ để gọi sự việc không thật.

Đối với những người đương ngủ mê, cảnh *mộng*, họ cho là thật, là vì gặp sướng thì họ vui, gặp khổ thì họ buồn, họ sợ. Nhưng chừng tỉnh ra, họ cho là giả. Đối với những kẻ mê, họ cho cảnh trần là thật, họ lăn lộn ở trong; vui, buồn, sướng, khổ, họ trải qua hết. Nhưng nếu họ tỉnh ngộ, họ bèn cho là giả dối, không thật: Cuộc dời chỉ là một cảnh *mộng* thôi!

Các nhà chơn tu đạo Phật nhận rằng cuộc đời là *mộng*, các *pháp* đều là *mộng*, nên dứt tham lam, dứt hờn giận, dứt si-mê.

Vịnh bà thị Kính :

Trần mộng *tỉnh ra thân thiếp đó,*

Bức thơ xin để lại làm gương.

MỘNG ẢO 夢 幻 Rêve et Illusion (*fr.*) Cũng đọc: *Mộng-huyễn.* Giấc chiêm-bao, trò biến-hóa. *Mộng* là vọng-tưởng lúc mê. *Ảo* là việc dùng các bí-thuật mà huyễn-hoặc con mắt người ta, việc hiện ra các cảnh chẳng thật. *Mộng ảo* đều là sự hư-vọng, chẳng thật. Tức là cuộc đời, thân-thế hưng-suy của con người, các pháp ở thế-gian.

MỘNG ẢO BÀO ẢNH 夢 幻 泡 影 : Rêve, Illusion, Écume, Ombre (*fr.*) Giấc chiêm-bao, trò biến-hóa, bọt nước, bóng. Giấc chiêm-bao không có cái thật thể; trò biến-hóa theo nhơn-duyên mà có, không có cái tự-tánh; bọt nước vừa dọng đã tan, chỉ trong chốc lát thôi; bóng thì nương theo hình, vốn chẳng thật. *Mộng, ảo, bào, ảnh* đều là những sự giả dối, chẳng thiệt, chỉ thoảng qua thôi. Tức là cuộc đời, các pháp thế-gian mà nhà tu học không nên tríu mến.

Kim-cang Kinh : Nhứt thiết hữu-vi pháp,

Như *mộng, ảo, bào, ảnh.*

(*Bao nhiêu những pháp nhận nhìn;*

Thảy đều mộng, ảo, bọt, hình đó chi.)

MỘNG ẢO HƯỞNG 夢 幻 響 Rêve, Illusion, Écho (*fr.*) Giấc chiêm-bao, trò biến-hóa, tiếng dội. Đều là những sự chẳng thật, chẳng có tự-thể, tự-tánh. Tỷ với đời người, các pháp ở thế-gian.

Trong **Vô-Lượng-Thọ Kinh** có chép :

Giác liễu nhứt thiết pháp,

Du như *mộng, ảo, hưởng.*

(*Pháp nào cũng hiểu hết liền.*

Dường như mộng, ảo, dội truyền đến ngay.)

MỤC-KIỆN-LIÊN 目犍連 Maudgalyâyana, Moggalâna (*scr.*) Viết tắt: *Mục - Liên.* Vì tôn xưng, người ta cũng gọi : *Đại Mục-Kiện-Liên, Ma-ha Mục-Kiện-Liên.* Một vị Đại Thinh-văn, La-hán, Đệ-tử của Phật Thích-Ca, Bồ - tát Ma-ha-tát, được Phật khen là *Thần-thông đệ nhứt* trong hàng chư Đệ-tử. Ông là con của ông Maudgala. Học rộng, có hạnh-đức và trí-huệ. Trước khi theo Phật, ông đã từng làm bực thầy, có năm trăm đệ-tử theo hầu.

Ông vốn là dòng phong-lưu, sang trọng. Trong khi dự một cuộc lễ ở thành Vương-xá, ông có làm quen với Xá-ly-Phất (*Çariputra*), hai người giao kết xuất gia. *Mục-Kiện-Liên* xin phép, cha mẹ không thuận, bậu bạn của ông xin giùm cũng không được. Ông nhứt định bỏ ăn. Cha mẹ sợ nên cho phép. Ông đến xứ Nalada kiếm Xá-ly-Phất, cha mẹ ông nầy cho phép con mình xuất-gia một cách dễ dàng. Hai người đi đến thành vương-xá, nghe Sáu ông sư ngoại-đạo thuyết pháp. Lúc đó, Sáu ông sư ấy rất có thinh-danh. Song hai người không được thỏa dạ. Bèn đi làm đệ-tử ông Yangdag rgyal Sanjaya. Ông nầy tươi cười mà cho hay rằng: «Sẽ có đức Phật đến thành Vương-xá. Và hai ngươi sẽ trở nên đệ-tử của đức Phật.» *Mục-kiện-liên* với Xá-ly-Phất có giao ước với nhau rằng trong hai người, ai thấu Đạo trước, thì mách cho người kia. Xá-ly-Phất nhân gặp sư Át-Bệ (*Açvajit*), Đệ-tử của Phật, được sư nầy đem sự huyền-bí của đạo Phật mà chỉ cho. Ông lấy làm hân-hạnh, bèn đến cho *Mục-Kiện-Liên* hay. Hai ông liền qui-y Tam Bảo. *Mục-Kiện-Liên* nhập Pháp Phật vừa được bảy ngày, liền dẹp tan các phiền-não mà đắc quả A-la-hán. Ông là vị Đệ-tử có phép thần thông oai - mãnh hơn các Tỳ-kheo. Ông có danh là người chí hiếu, có đi độ mẹ mắc đọa ở Địa-ngục. Ông có khải thỉnh đức Phật thuyết kinh Vu-lan Bồn. Ông lại có khải thỉnh đức Phật thuyết nhiều thời Kinh khác. Trong những tích Phật thuật, có nhiều đời *Mục-Kiện-Liên* giáng thế độ sanh. Ông có dự nghe nhiều cuộc thuyết-pháp của đức Phật. Ông tịch một lượt với Xá-ly - Phất, tịch trước Phật. Trong hội **Pháp-Hoa**, đức Phật có thọ-ký cho *Mục-Kiện-Liên*, phán rằng về sau, *Mục-Kiện-Liên* sẽ thành Phật, hiệu là *Đa-Ma-La-Bạt Chiên-Đàn-Hương* (*Tamâla-patrachandanagandha*), Như-lai, cõi Thế-giái tên là Ý-lạc (*Manôbhirâma*), Kỳ-Kiếp tên là Hỷ-mãn (*Ratiprapûrna*).

Trong **Đại-Tạng Kinh**, bộ «**Mục-Kiện-Liên pháp uẩn túc luận**» là của *Mục-Kiện-Liên* soạn, bộ ấy gồm 12 quyển.

MỤC-LIÊN 目 連 Maudgalyâyana (*scr.*) : Một trong *Thập Đại đệ-tử* của đức Thích-tôn. Cũng gọi trọn : *Ma-ha Mục-Kiện-Liên*, *Mục-Kiện-Liên*. Xem : *Mục-Kiện-Liên*.

N

NA-BÀ-MA-LY (*LỢI*) 那 婆 摩 利 Một thứ dầu rất thơm ở Thiên-trước. Những nhà thiện-tín dùng dầu ấy mà cúng Phật, chong đèn nơi bàn thờ Phật.

Na-bà : tạp-hoa, *Ma-ly*, tức Mạt-ly. Ấy là các thứ hoa mạt-ly trộn lộn với nhau mà chế ra dầu ấy. Xem : *Mạt-ly*.

NA-CA-TÊ-NA 那 迦 犀 那 Nâgasena (*scr.*) Một trong mười sáu vị Đại La-hán được đức Phật Thích-Ca phái đi thuyết pháp độ thế ở các nước chung-quanh cõi Ấn-Độ. (*Xem đủ tên* 16 vị nơi chữ *A-la-hán*)

NA-CÀN-HA-LA (*QUỐC*) 那 乾 訶 羅 (國), Nagarahâra (*scr.*) Một kinh thành cổ trong cõi Ấn-Độ, hiện nay là xứ Lampaka, ở về Tây Bắc Ấn-Độ.

Hồi Phật Thích-Ca ra đời, ở thành *Na-càn-ha-la*, có một cái động lớn trong ấy có năm con quỉ La-sát (Raksha) ở. Chúng nó hóa ra rồng cái, hiệp với bọn rồng đực độc ác mà phá hại dân-chúng. Trong bốn năm trời, chúng làm mưa, làm bão tố, làm cho thất mùa đói kém và hóa ra bịnh truyền - nhiễm, dịch hại. Vua trong thành lấy làm sợ sệt, mới cầu mấy thầy pháp-ấn đặng trị bọn rồng độc ấy. Song các sư pháp-ấn, ếm chú đều chẳng làm gì bọn ấy nổi. Vua mới nguyện vái đức Phật, cầu Phật trị giùm cho dứt các tại nạn ấy.

Đức Phật bèn gom bọn ác ấy lại, lấy lòng từ mà đối với chúng như mẹ đối với con, giáo hóa cho chúng. Bọn La-sát rất cảm-động, bèn cải ác tùng thiện, nguyện qui-y Tam Bảo và trì Ngũ Giới. Từ ấy, xứ Na-càn-ha-la hết bị phá hại nữa.

Chỗ cảnh động mà Phật trừ rồng ác, Phật còn để bóng lại. Ai thành tâm viếng động, thì được thấy bóng Phật. Hồi thế-kỷ thứ bảy, Huyền Trang đi thỉnh Kinh, có ghé lại cảnh động trong thành cổ *Na-càn-ha-la*, ngài có làm lễ Phật và được trông rõ ràng bóng Phật hiện ra, có đủ chư Thinh-văn và Bồ-tát chầu theo.

Chính ở xứ *Na-càn-ha-la*, hồi đời quá-khứ, đức Thích-Ca hồi còn làm Bồ-tát, trải tóc dưới đất làm lễ Phật Nhiên-Đăng, nhơn đó được Phật Nhiên-Đăng thọ-ký cho quả Vô-thượng Bồ-đề.

Vua A-Dục hồi thế-kỷ thứ ba trước Dương-lịch, có xây Tháp kỷ-niệm việc ấy.

NA-DO-THA 那由他 Chữ Phạn, số lớn bên Ấn-Độ. Số nầy hoặc bằng muôn ức, hoặc bằng ngàn vạn.

Như, trong **Vô-lượng-Thọ Kinh**, về điều nguyện thứ năm của Pháp-Tạng Tỳ-kheo, tiền-thân của Phật A - Di - Đà, có chép rằng : Nếu tôi được làm Phật, mà Trời và Người trong Nước chẳng biết việc đời trước, trở xuống chẳng biết trăm ngàn ức *Na-do-tha* việc các Kiếp, tôi xin chẳng giữ lấy ngôi Chánh-giác.

NA-ĐỀ CA-DIẾP 那提迦葉 Nadi-Kâçyapa (*scr.*) Một vị Đại-Thinh-Văn, La-hán, Đệ-tử của đức Phật Thích-Ca. Ông với Già-da Ca - Diếp (*Gayâ - Kâçyapa*) là hai em của Ưu-lâu-tần-loa Ca - Diếp (*Uruvilva-Kâçyapa*). Trước khi theo Phật, ba anh em đã có danh-tiếng về sự tu-hành rồi. Chính Ưu-lâu-tần-loa Ca-Diếp có năm trăm đệ-tử ; còn *Na-đề Ca-Diếp* và Già-da Ca-Diếp thì có năm trăm đệ-tử theo hầu. Ba ông tu thiền - định và đắc thần thông rất khá, song chưa được giải thoát. Nhờ gặp Phật Thích-Ca tỏ ngộ cho và thuyết pháp giáo độ, ba ông vừa qui-y Phật, liền đắc quả A-la-hán.

Na-đề Ca-Diếp với hai anh, Ưu-lâu-tần-loa Ca-Diếp, Già-da Ca-Diếp cùng Đại - chúng, tất cả là 500 Tỳ-kheo La - hán được Phật Thích-Ca thọ-ký cho quả Phật : tất cả đều sẽ lần lượt thành Phật, đồng lấy một hiệu là Phổ - Minh (*Samantaprabhâsa*) Như-lai.

NA-GIÀ 那伽 Nâga (*scr.*) Tiếng Phạn, dịch là *Long : con rồng.* Rồng có bốn giống : 1.) giống rồng coi cung - điện trên trời ; 2.) giống rồng làm mây, làm mưa ; 3.) giống rồng xẻ sông, khơi ngòi ; 4.) giống rồng phục núp. Con rồng là trùm loài trùng có vảy, làm tối được, làm sáng được, làm lớn được, làm nhỏ được, nhằm tiết xuân-phân lên trời, nhằm tiết thu - phân vô đất. Kinh-Bổn-Hạnh-Tập kêu Phật là Rồng, nghĩa là lìa khỏi mọi sự hệ-phược, được đại giải-thoát, cho nên nói rằng : « Na-già thường tại định, vô hữu bất định thì. » (*Rồng thường ở vào thiền-định, không có lúc nào là chẳng thiền-định.*)

NA-GIÀ-HẠT - THỌ - NA 那伽曷樹那 Nâgarjuna (*scr.*) Tên tiếng Phạn của một đức Bồ-tát. Dịch là *Long - Mãnh* hay là *Long-Thọ*, tức là đức Bồ-tát vô Long-cung mà chép kinh Hoa-Nghiêm vậy. (*Xem : Long-Thọ*)

NA-LA-DIÊN (*NA - LA*) 那羅延 (那羅) Vị lực-sĩ ở cõi Tiên. Kêu tắt : *Na - la.* Cũng kêu : *Na-la-dã-nô* 那羅野拏, *Na-la-diên-na* 那羅延那. Dịch nghĩa : *Nhơn-bổn-sanh* (人本生) Vị lực-sĩ ấy ở trên cõi Tiên, hình-sắc đoan-chánh, thân-thể vững vàng, mạnh mẽ, sức mạnh bằng bảy chục lần sức voi.

Niết - bàn Kinh : Như vị *Na-la-diên* có thể đánh dẹp và hàng phục tất cả các trang lực-sĩ (*tức vị lực-sĩ nơi Thiên - đình khi hiện xuống mặt đất, từng phục tất cả các lực sĩ ở nhơn-gian*), chỉ trừ đại - phong (*bão to, gió lớn*) mà thôi, vì sức của đại - phong thì vô-ngại.

NA-LẠC-CA 那落迦 Naraka (*p.*).— Niraya (*scr.*).— Enfer (*fr.*) Tiếng Phạn. Dịch nghĩa : *Địa-ngục*. Chỗ trừng trị những kẻ đã làm ác hồi ở dương-gian. Cũng đọc : *Na-ra-ca*, *Nại-lạc-ca*. Lại cũng đọc theo Bắc-phạn (*Sanscrit*) : *Nê-lê-già* (*Niraya*) (*Xem* : *Địa-ngục*).

NA-LAN-ĐÀ (*TỰ*) 那蘭陀 (寺) Nâlanda (*scr.*) Ngôi chùa lớn nhứt tại thành Na-lan-đà, Bắc Ấn-Độ, ở về lưu-vực sông Hằng- (Gange). Hồi thế - kỷ thứ bảy, lúc thầy Huyền Trang ở Trung-Quốc qua đến Thiên-trước và ghé ngụ tại đó, chùa *Na-lan-đà* có 10.000 vị sư tu theo Đại-thừa. Ở chùa ấy, Huyền Trang được đại-sư thượng-tọa, ngài Giái-Hiền (*Silabhadra*) truyền cho giáo-lý Pháp-Tướng tông (*Duy-thức tông*) mà ở Thiên-Trước, người ta gọi là Du-Già tông.

Trước Huyền Trang, hồi thế-kỷ thứ năm, hai vị Bồ-tát có danh lớn trong Phật-học giới, Vô-Trứ (Asangha) và Thiên-Thân (Vasubhandhu) từng tu học tại chùa *Na-lan-đà*. Theo Tây-Du Ký, khi Huyền Trang viếng ngôi chùa lớn nhứt ở Na-lan-đà, thì ngôi chùa ấy đã cất 700 năm trước khi thầy tới. Tuy trong chùa có cả muôn vị sư, mà ai nấy đều tề chỉnh, giữ theo nghiêm-luật. Nhà vua thống-lãnh cõi Ấn-Độ yêu trọng lắm, có trích số thuế huê-lợi một trăm thành-thị mà chuẩn cho chùa ấy.

NA-TIÊN (*TỲ-KHEO*) 那先 (比丘) Nâgasena (*scr., p.*) Một đức La-hán, nhơn-vật chánh trong quyển Na-Tiên Tỳ-kheo Kinh (*theo tiếng ba-ly* : *Milinda-pànha*), quyển nầy có dịch ra tiếng Pháp : Les questions de Milinda. Kinh nầy soạn ra bởi đức Long-Thọ Bồ-tát (*Nagarjuna*) hồi thế kỷ thứ hai trước Dương-lịch. Theo quyển ấy, Na Tiên là một nhà sư rất giỏi về luận-lý và siêu-hình, nhứt là rất thông về Phật-Pháp. Vua Di-lan-Đà (*Milinda*) thường hỏi đạo nơi ngài và rất lấy làm vừa ý với những câu trả lời của ngài. Người ta cho rằng ngài Long-Thọ muốn ám chỉ rằng đức Na-Tiên tức là ngài, còn vua Di-Lan-Đà tức là vua Ménandre đương trị vì, đồng thời với ngài, vì chính vua thường đem lý Đạo mà hỏi ngài. Nhờ ngài giải đáp rõ ràng, nên vua rất trọng mộ Phật Pháp.

Trong quyển «*Na-Tiên Tỳ-kheo Kinh*», dùng thể vấn-đáp, Long-Thọ Bồ-tát luận giải rất rành các lý về siêu-hình (*métaphysique*), về tâm lý (*psychologie*), về đạo-lý (*dogmatique*). Ngài chỉ ra hết những thuyết : hư - vô, bổn-ngã, linh-hồn, nghiệp-quả, luân-hồi, Niết-bàn.

Thật là một quyển Kinh rất thích hạp với tất cả người đạo Phật, dầu miền Nam (*Tiểu-thừa*) hay miền Bắc (*Đại-thừa*).

NẠI HÀ 柰河 Sông Nại-hà. Một con sông tại nơi Địa-ngục, chốn Tam đồ. *Nại* nghĩa là không thế sao được. Con sông ấy có ba cái thác nước, kẻ có tội tới đó, không làm sao qua được, cho nên kêu tên vậy.

NẠI-LƯƠNG 柰良 Nara (*jap.*) Một thành-thị lớn ở Nhựt. Trong khoảng 710 đến 794 d.l, Nại-lương là kinh-đô rực-rỡ của nước Nhựt. Từng là chỗ trung-tâm của nhiều tông-phái đạo Phật, như tông Câu-Xá (*Kousha*), tông Thành-Thật (*Jo-Jitsou*) và tông Tam-luận (*Sanron*). Cho đến nay, ở Nại-lương, vẫn còn nhiều danh-lam cổ-tự. Giả như Đông-Đại tự (*Tôdaiji*) nơi ấy có một cốt Phật cao đến 15 thước 90 tây, kiến-thiết xong hồi năm 746.

Những nhà sư ở Nại-lương (*đô-thị từ 710 đến 794*) và những nhà sư ở kinh-đô (*Kyôto, đô-thị từ 794 đến 1.868*) từng tỏ ra là những chí-sĩ ái-quốc, đã từng dùng phương-tiện điều binh khiển tướng trong hàng tín-đồ mà phản-đối những lạm-quyền của các nhà cai-trị.

NAM 男 Homme (*fr.*) Con trai — Đờn-ông. Đối-nghĩa : *Nữ* 女 : Con gái, đờn-bà. Cũng kêu : Nam-tử, nam-nhơn. Người đờn-ông mộ việc tu-hành, ưa làm phước-thiện, kêu là *thiện-nam*. Còn đối với Phật, *thiện nam-tử* là bực Bồ-tát. Như Phật Thích-Ca từng gọi các ngài Quan-Âm, Văn-Thù, Phổ-Hiền v.v.. là *Thiện nam-tử*.

Trong Tứ thập nhị chương Kinh, Chương 36 có nói rằng : Người ta lìa khỏi nẻo ác, được làm người là khó. Đã được làm người, bỏ thân nữ, làm thân *nam* là khó. Đã được làm thân *nam*, sáu căn (*mắt, tai, mũi, lưỡi, thân, ý*) trọn đủ là khó...

Vậy thì đã được làm thân *nam* mà sáu căn trọn đủ, thì nên lo tu hành, vun trồng cội phúc.

(*Xem : Ngũ chủng bất nam.*)

NAM DIÊM-PHÙ-ĐỀ 南閻浮提 Jambudvipa (*scr.*) Châu Diêm-phù-đề. Vì châu ấy ở phía Nam đối với núi Tu-di, nên gọi là *Nam Diêm-phù-đề*. Cũng kêu : *Nam Thiệm-bộ-châu*. (*Xem : Diêm-phù-đề.*)

NAM-MÔ 南無 Namah (*scr.*).— Namò (*p.*). – Vénération à... (*fr.*) *Nam-mô* là tiếng Phạn, cũng đọc *nẳng-mô* 曩謨. Dịch nghĩa : *qui-y, qui mạng, chí tâm hướng* (*Phật*). Tức là quyết chí vâng theo, cung kính mà nương theo, tôn kính Phật mà gởi đời mình cho Phật.

Như : *Nam-mô* A-Di-Đà Phật ! *Nam-mô* Bổn-sư Thích-Ca Mâu-Ni Phật ! *Nam-mô* Quan-Thế-Âm Bồ-tát.

NAM-MÔ A-DI-ĐÀ PHẬT 南無阿彌陀佛 : Câu niệm thông thường của người tu Phật tông Tịnh-độ, tỏ lòng qui-y, tôn-kính đức Giáo-chủ cõi Cực-lạc là Phật A-Di-Đà, ngài sẵn-sàng tiếp dẫn mình để vãng sanh cõi của Ngài. Cũng kêu là câu *Lục tự Di-Đà*.

Trong **Quán Vô-Lượng - Thọ-Phật Kinh** có chép : Chí thành niệm « *Nam-mô A-Di-Đà Phật* » một tiếng, diệt được tội nặng trong tám mươi ức Kiếp sanh-tử.—

Cho đến những kẻ phạm ngũ nghịch, thập ác, mà lúc lâm chung, niệm được mười lần « *Nam-mô A-Di-Đà Phật* », cũng đặng vãng sanh.

NAM - PHẬT 南佛 Ratna - Sambhava (*scr.*). Bouddha du Sud

(*fr.*) Một đức Phật trong bốn đức Phật Thiền ở tứ Hướng. Ngài ngự hướng Nam, bảo hộ cho các kho vàng và bửu-vật, ngài sanh ra mọi vật.

NAM THIỆM-BỘ CHÂU 南贍部洲 Jambudvipa (*scr.*). Châu Thiệm-Bộ ở phương Nam. Tên một châu trong biển nước mặn phía Nam núi Tu-di, cho nên kêu là *Nam*. Nguyên tên cũ là *Nam Diêm-phù-đề*, tên mới đổi là *Nam Thiệm-bộ châu*. *Diêm-phù* tức là *Thiệm-bộ*, đó là tên một giống cây vậy. *Đề* là nghĩa *châu* 洲. Trong đất châu ấy, nơi trung-tim, có giống cây Thiệm-bộ (*Diêm-phù*), nhơn đó người ta đặt tên châu ấy là châu Diêm-phù (*Thiệm-Bộ*).

Nam Thiệm-Bộ châu là Châu của chúng ta ở. Cũng có nghĩa: Cõi Ấn-Độ. Xem: *Tứ châu*.

NAM-TÔNG 南宗 Secte du Sud (*fr.*). Tông miền Nam, giáo-phái miền Nam. Đối với *Bắc-tông*.

A.— Đạo Phật Thiền-tông phân ra làm hai tông: *Nam-tông* và *Bắc-tông*.

1) *Nam-tông* là giáo-phái do *Lục-tổ* Huệ-Năng lãnh đạo, lan truyền về miền Nam nước Trung-hoa. *Nam-tông* cũng kêu là Tổ-sư thiền, sở trường về phép Đốn-giáo.

2) *Bắc-tông* là giáo-phái do Thần-Tú Đại-sư lãnh đạo, thạnh-hóa ở miền Bắc. Bắc-tông cũng kêu là Như-lai thiền, sở trường về phép Tiệm-giáo.

«**Qui nguyên trực chỉ**», quyển ba, Sơn cư bá vịnh:

Sơn cư ngộ đắc nhứt Chơn-Không,
Ná vấn *Nam-tông* dữ *Bắc-tông*.
Như-ý Bảo-châu trì tại thủ,
Quang-minh hà xứ bất viên thông?

Dịch nghĩa:

Ở núi, ngộ rồi lẽ Thật-Không,
Cần gì hỏi gạn *Bắc, Nam-tông.*
Bảo-châu như-ý tay cầm sẵn,
Ánh sáng viên thông chiếu các vùng.

B.— Đạo Phật trong thế-giái phân ra làm hai tông: *Nam-tông* và *Bắc-tông.*

1) *Nam-tông* cũng kêu là Tiểu-thừa, lan truyền trong các xứ miền Nam, như: Tích-lan, Miến-Điện, Cao-Miên, Xiêm, Lào. *Nam-tông* tu học theo Kinh chánh bằng chữ Ba-ly. Các xứ khác thọ văn-hóa đạo Phật theo Kinh Ba-ly, cũng thuộc về Nam-tông.

2) *Bắc-tông* cũng kêu là Đại-thừa, phổ truyền ở miền Bắc, như: Tàu, Nhựt, Tây-Tạng, Mông-Cổ, Cao-Ly, Việt-Nam v.v... tu học theo Kinh chánh bằng Bắc-Phạn (*Sanscrit*).

Trong khi *Nam tông* sở trường dạy Phật-tử tu học cho đắc quả La-hán, thì Bắc-tông chuyên dạy người tu học cố đạt quả Bồ-tát và quả Phật.

NAN 難 Difficile, Difficulté (*fr.*). Khó. Sự khó, không thuận tiện, cần phải nhiều công-lao và nhiều thì giờ. Đối-nghĩa: *Dị*: Dễ.

Trong **Tứ thập nhị chương Kinh** có biên: Nhơn hữu nhị thập nan (*người ta có hai mươi sự khó*). Ấy là các sự khó trong cõi thế, từ hàng Tiên đến hàng người:

1. Nghèo túng mà bố-thí là sự khó.
2. Sang cả mà học Đạo là sự khó.
3. Bỏ mạng ắt chết là sự khó.
4. Được thấy Kinh Phật là sự khó.
5. Sanh nhằm đời Phật là sự khó.
6. Nhịn sắc, nhịn dục là sự khó.
7. Thấy vật ưa mà chẳng cầu là sự khó.

8. Bị nhục mà chẳng giận là sự khó.

9. Có thế-lực mà chẳng húng hiếp là sự khó.

10. Gặp phải việc gì mà vô tâm là sự khó.

11. Học rộng xét cùng là sự khó.

12. Trừ diệt tánh tự-cao của mình là sự khó.

13. Chẳng khinh người chưa học là sự khó.

14. Lòng thực-hành chủ nghĩa bình đẳng là sự khó.

15. Chẳng nói điều phải lẽ quấy là sự khó.

16. Gặp được bạn lành là sự khó.

17. Học Đạo cho minh tâm kiến tánh là sự khó.

18. Tùy người mà hóa độ là sự khó.

19. Thấy cảnh chẳng động là sự khó.

20. Khéo hiểu phương-tiện là sự khó.

Trong **Niết-Bàn kinh**, quyển 23, có biên sáu việc khó được (*Lục sự nan đắc*):

1) Khó mà gặp Phật ra đời.

2) Khó mà nghe được Chánh-pháp.

3) Khó mà sanh lòng sợ-sệt (*đặng tránh việc ác*).

4) Khó mà sanh ra nơi cõi trung-ương (*miền văn-hiến*).

5) Khó mà được thân người.

6) Khó mà được các căn trọn vẹn.

NAN ĐÀ 難陀 Nanda (*scr.*). – Joie (*fr.*) Thinh-văn, La-hán, Đại Đệ-tử của Phật Thích-Ca, vốn là em một cha khác mẹ với đức Thích-Tôn. *Nan-Đà*, nghĩa là *thiện hoan-hỷ*, vui mừng, vui vẻ.

Lúc Phật trở về thành Ca-tỳ-la-vệ mà độ thế, thì *Nan-Đà* sắp cưới vợ và sắp lên ngôi vua. Song Phật đến gặp ông, độ cho ông tỉnh ngộ và xuất gia, bỏ cô vợ chưa cưới và bỏ ngôi vua. Chẳng bao lâu, ông đắc quả La-hán.

Cũng có Kinh, như **Diệu-pháp-liên-hoa Kinh**, gọi ông là *Ma-ha Nan-Đà* (*Mahâ-Nanda*).

Trong số cả ngàn Thinh-văn Đệ-tử của Phật, khi mới xuất-gia nhập Đạo, Đại Ca-Diếp là người trong sạch nhứt, mà *Nan-Đà* là người tham luyến nhứt. Cho nên trong *Niết-Bàn Kinh* có chép :

Đức Phật chẳng riêng truyền thọ phép xuất-gia cho hạng người vô-tham như Đại Ca-Diếp ; ngài cũng thâu nhận vào hàng xuất-gia hạng người đại-tham như *Nan-Đà*.

Nan-Đà cũng là tên một vị Long-vương. Hồi Phật Thích-Ca giáng sanh, trong khi đức Đế-Thích bồng Thái-tử ra khỏi lòng bà Ma-Da, thì vị *Nan-Đà Long-vương* và vị Bạt-nan-Đà Long-vương phun nước mà tắm cho Phật. Về sau, *Nan-Đà Long-Vương* có dự nghe đức Phật giảng kinh Diệu - Pháp Liên-hoa trong núi Kỳ-xà-Quật, gần thành Vương - xá. Lúc ấy, *Nan-Đà* Long-vương có dắt đến rất nhiều quyến-thuộc trong hàng Long (*Rồng*) mà nghe Phật thuyết pháp. (*Xem Long-vương*.)

Nan-Đà lại là tên một nàng cọn gái chăn bò cúng sữa cho đức Phật hồi Ngài ngự đến mé sông Ni-liên-thiền, sau sáu năm khổ-hạnh. Lúc ấy, nàng Nan-Đà (*Vui-vẻ*) và nàng Ba-la (*Sức lực*) thấy Phật ốm quá, bèn nặn sữa của một con bò tốt mà dâng cúng cho Phật. Kể từ lúc ấy, Phật bỏ lối tu khổ-hạnh. Và chẳng bao lâu, ngài Giác-ngộ hoàn-toàn.

Nan-Đà (*Nanda*) cũng là tên một thiếu-niên con một người trưởng-giả rất giàu ở thành Xá-vệ (*Çravasti*). Chàng làm biếng lắm, chẳng chịu làm việc chi hết, chỉ ở nhà mà đọc Kinh sách thôi. Cho đến có ai đến nhà, chàng cũng chẳng hề đứng dậy mà chào hỏi. Cha chàng rước đến sáu vị sư ngoại-đạo đề độ chàng, song chàng chẳng chịu ngồi dậy. Đức Phật biết, bèn hiện đến. Thấy tướng mạo nghiêm-trang và phước đức của Ngài, chàng đứng dậy mà lễ Phật. Từ đó, chàng dứt bịnh làm biếng. Chàng có ra biển cả mà tầm bảo-châu nhiều lần, bán rất có lời, chàng trích ra mà cúng dường Phật và Giáo-hội chư Tăng. Phật có thọ-ký cho chàng, mách rằng về sau chàng sẽ thành Phật Như-lai, hiệu là Atibalaviryaparâkrama (*Rất mực cang-cường, hùng-lực, dõng-mãnh*).

Soạn tập bá duyên Kinh, Phạn : Avadana-Çataka.

NAN-ĐỀ *HAY PHẬT-ĐÀ NAN-ĐỀ* 難提, 佛陀難提 Bouddhanandi (*scr.*) Tổ-sư thứ tám trong hai mươi tám đời Tổ-sư ở Thiên-Trước. Thầy của ngài là Bà-tu-Mật (*Vasumatra*), tổ-sư thứ bảy truyền y bát cho ngài. Và ngài truyền y bát lại cho Tổ-sư thứ chín là Phật-đà-mật-đa (*Bouddhamitra*).

NAN-ĐỀ-MẬT-ĐA-LA 難提密多羅 Nandimitra (*scr.*). Một vị La-hán.

NAN-ĐỘ HẢI 難度海 Biển khó qua. Tức là : *Sanh-tử hải* : Biển sanh-tử. Tỷ như một cảnh biển bao-la, người-ta khó bề lội từ bờ bên nây qua tới bờ bên kia. Cảnh Luân-hồi cũng thế, kẻ phàm-phu không thể vượt qua khỏi chốn sanh-tử khổ não ấy mà đến mé An-Lạc, Niết-bàn. Vì vậy nên người-ta gọi cảnh Luân-hồi, cảnh Sanh-tử là *Sanh-tử hải hay Nan-độ hải.*

NAN-TƯ-QUANG (*PHẬT*) 難思光 (佛) Amitabhâ (*scr.*) Một danh-hiệu của đức Phật A-Di-Đà. *A-Di-Đà* (*Amitabhâ*) là chữ âm theo Phạn, có đủ 13 nghĩa, mà *Nan-Tư-Quang* là một nghĩa, một danh-hiệu. *Nan-Tư-Quang Phật* là đức Phật mà hào-quang vô-lượng, vô-biên, vô-tận, khó suy xét cho cùng. Chỉ trừ Phật Như-lai mới có thể xét thấu hào-quang trí-huệ ấy mà thôi, hào-quang ấy quá sức nghĩ ngợi của các chúng-sanh vậy.

NAN THẮNG ĐỊA 難勝地 Cũng kêu : *Cực nan thắng địa.* Địa vị thứ năm trong *Thập địa* của Bồ tát. Từ địa vị thứ tư lên địa vị nầy rất khó, mà từ địa vị nầy trở lên thì cảnh rất xuê. Bồ-tát ở địa vị Nan-thắng, tu phép thiền-định rất sâu, hiền minh được Chơn-lý và chứng được Pháp-thân thanh-tịnh.

NAN-TRỞ (*PHẬT*) 難 沮 (佛) Doushpradarsha (*Bouddha*) (*scr.*) Một đức Phật Như-lai, quốc-độ của ngài ở ném về phương Bắc đối với cõi Ta-bà.

Hồi đức Phật Thích-Ca giảng Kinh A-Di-Đà, Phật Nan-Trở và vô số chư Phật ở phương Bắc có tỏ lời khen và khuyên chúng sanh nên tin Kinh A-Di-Đà.

NẠN 難 Danger, Dangereux (*fr.*) Tức là tai-nạn, hiểm-nạn, hoạn-nạn, ách-nạn, Pháp : Danger. Xem : *Bát nạn.*— Nguy hiểm, có tánh cách nguy hiểm. Pháp : Dangereux. Như : *Nạn-xứ* : Xứ hiểm nạn, chỗ nguy-hiểm.

Bồ-tát giái Kinh : Nhứt thiết *nạn xứ*, tất bất đắc nhập (*Hết thảy mọi nơi nguy-hiểm, đều chẳng đặng vô*).

NÃO 惱 Upâyâna (*scr. et p.*).— Tribulation (*fr.*) Tức giận nóng nảy, buồn bực, xao xuyến trong tâm. Như : phiền não, ưu-não, não hại, não loạn, não-nhiệt.

NÃO-HẠI 惱 害.— Byâpato, Vyâpâda (*p.*).— Colère (*fr.*).— Patigha (*p.*).— Haine (*fr.*) : Cũng viết : *Sân, Sân-nhuế.* Nhơn sự giận mà sanh ra oán thù, quyết làm hại người, nên kêu là *não-hại.* Ấy là tội thứ chín trong *Thập ác.*

Bồ-tát quyết chí thành Phật, trong khi tu hành, lìa khỏi sự *não-hại.* Người phổ cập lòng đại-từ đại-bi ra cho tất cả chúng-sanh, coi chúng-sanh như con một của mình.

NÃO - LOẠN 惱 亂 : Lòng dạ buồn giận bối rối ; cảnh vật ngoài hoặc lòng tham tríu làm cho mình buồn giận bối rối, chẳng được an-lạc. Có mười thứ *não-loạn.* (*Xem : Thập não-loạn*).

NÃO-NHIỆT 惱 熱 : Sự xốn-xang nóng nảy, sự nóng nảy bức-rức. Trái với : *Thanh-lương* (*trong sạch mát mẽ*); *tịch - tĩnh* (*yên-ổn lặng - lẽ*). Những kẻ trụ nơi ác - pháp, thường làm bậy bằng Thân-Ngữ-Ý, thì thấy Thân và Tâm mình *não - nhiệt.* Kẻ ấy rời xa hạnh Tịch-tĩnh. Chịu Quả-báo ở Địa - ngục, cũng kêu là *Não-nhiệt.* Sự *Não-nhiệt* đốt các chúng-sanh, đốt các Thiện pháp mà họ đã có. Lòng tin trong-sạch mát-mẽ (*Tín - tâm thanh-lương*), họ chẳng có, cho nên kêu là *Não-nhiệt*.

NẠP 衲 Vá lại, đâu lại. Như áo thầy tu do rất nhiều miếng vải vá lại, đâu lại, nên kêu là *Bá nạp* (*trăm miếng vải đâu lại*), *Bá nạp y*.—

Nạp là tiếng gọi áo thầy tu, như : *nạp-y, nạp-già-lê*.—

Nạp lại là tiếng khiêm tốn mà thầy tu tự xưng. Như trong « Qui-nguyên trực chỉ, có hai câu thi :

Sơn cư, lão *nạp* bá vô năng,

Cúng Phật thường nhiên nhứt trản đăng.

Dịch-nghĩa : Ở núi, sãi già tài vẫn không,

Thường dâng cúng Phật bát đèn chong.

NẠP-CHÚNG 衲 衆 : Tiếng gọi các sư trong một Pháp - hội. Đương khi hành lễ, các sư tựu tập thành Pháp-hội, mỗi vị mặc áo Nạp-già-lê, nên kêu chung là *Nạp-chúng*.

NẠP-GIÀ-LÊ 衲 伽 梨.— Samghati (*scr.*) : Áo Nạp - già - lê. Cũng viết : *Nạp-gia-lê* 衲 加 梨. Tức là áo *Tăng-giá lê* 僧 伽 梨 trong bộ Nạp - y vậy. Từ 9 miếng cho chí 25 miếng kêu là *Tăng-già-lê*.

(*Xem : Tăng-già-lê*)

NẠP-Y 衲 衣 : Áo vá nhiều miếng, tức là *Pháp - y*, đồ y phục của Tăng-chúng. Cũng viết : *Phẩn-tảo y*..

Nạp-y, bộ áo nhà sư có tất cả ba cái :

1.) Ngoài là Tăng-già-lê (*Samghati*),

2.) Giữa là Uất-đa-la-tăng (*Uttârasamgha*)

3.) Trong là An-đà-hội (*Antarvàsaka*).

Nạp-y là nói chung bộ y ba cái ; nhưng cũng chỉ riêng cái áo pháp choàng phía ngoài, áo Tăng-già-lê.

(*Xem : Phấn-tảo y.*)

NẠP-TỬ 衲子.— Bonze, Moine (*fr.*) : Nhà sư đạo Phật. Hàng Phật-tử xuất-gia mặc áo vá nhiều miếng, cho nên kêu là *Nạp-tử*. Cũng kêu : *Nạp*.

NẶC-CỰ LA 諾距羅 Nakula (*scr.*) Một vị trong mười sáu vị Đại La-hán được Phật Thích-Ca phái đi thuyết pháp độ thế ở các nước ngoài (*Xem đủ tên 16 vị nơi chữ: A-la-hán*).

NĂNG 能 Tài năng, -tài nghề, -có sức đảm-nhiệm, có sức thi hành, — có thể, được, hay.

Năng là phần chủ-động, đối với *sở* là phần bị-động.

NĂNG-DUYÊN 能緣: Đối với *sở duyên*. *Duyên* nghĩa là: dính dấp nhau, đeo theo nhau, nương vịn nhau. *Duyên* có hai thứ: năng và sở.

Năng-duyên là sáu thức của mắt, tai, mũi, lưỡi, thân, ý, có sức phát khởi sự cảm-giác, sự yêu thích.

Năng-sở là sáu trần: hình-sắc, âm-thinh, mùi ngửi, vị nếm, sự đụng cọ, ý-kiến ở ngoài; gần gũi với sáu trần, nhơn đó mà sáu thức sanh ra cảm mến.

Sáu thức ở trong có sức phát-động; sáu trần ở ngoài có sức thụ-động; cả hai đều nương níu nhau, cho nên kêu là *năng-duyên*, *năng-sở*.

NĂNG-MÔN 能門: Đối với *sở-môn*. *Môn* là cửa đạo, pháp-môn. Người-ta gọi *giáo* là *năng-môn*, còn *lý* là *sở-môn*.

NĂNG-NHƠN 能人: Người có tài năng, đủ sức giáo-hóa mọi người. Tiếng xưng tặng đức Phật.

NĂNG-NHƠN (*nhân*) 能仁 .—,Çakyamouni (*scr.*) .— Le

Vertueux de la Race des Héros (*fr.*) Tiếng dịch nghĩa danh hiệu của đức Phật Thích-Ca Mâu-Ni.

Thích-Ca (*Çakya*) nghĩa là: *Năng*, tài năng, năng-lực, bực anh-hùng, giống anh hùng (*Race des Héros*).

Mâu-ni (*Mouni*) nghĩa là: *Nhơn*, nhơn-từ (*le Vertueux*). Người ta cũng dịch danh-hiệu Phật là:

Năng-Tịch (*L'ascète des Çakyas, race des Héros*).

Năng-Mãn (*LeParfait des Çakyas, race des Héros*).

NĂNG-SỞ 能 所: tức là *Năng-duyên* và *Sở-duyên*. Lục thức, Lục căn có sức phát khởi mối cảm, kêu là *Năng*. *Lục trần* có sức thọ lấy mối cảm, kêu là *Sở*. *Năng sở* đồng nghĩa: *căn trần*.

Như nói: đoạn-trừ phiền-não tâm, *năng sở* tâm, nhiễm trước tâm...

NĂNG-THUYÊN 能 詮: Đối với *Sở-thuyên*. *Thuyên* nghĩa là: thuyên hiền, giải bày. *Văn-cú trong kinh-điển* có thể giải bày nghĩa lý, kêu là *năng-thuyên*. Còn *nghĩa-lý* là món được giải bày bởi văn-cú, kêu là *sở-thuyên*.

NẲNG-MÔ 曩 謨 Namah (*scr.*) Namò (*p.*). — Vénération à... (*fr.*) Tiếng phạn. Cũng đọc *Mam-mô*. Tàu dịch: Qui-y, qui mạng, chí tâm hướng (*Phật*).

Xem: *Nam-mô*

NÊ-BẠC-NHĨ (*NI-BẠC-NHĨ*) 尼 泊 爾 Népal, Népaul (*fr.*) Một nước tự-trị ở về miền Bắc cõi Ấn-Độ. Người xứ nầy tu theo đạo Phật Bắc-Tông, họ giữ giái hạnh rất chính.

Thành Ca-tỳ-la-vệ (*Kapilavastou*), quê-hương của đức Phật-tổ, ngày nay ở về xứ *Nê-bạc-nhĩ*.

NÊ-BẠN 泥 畔 Nirvana (*scr.*) Niết-bàn. Cũng viết: Niết-bàn-na, Nê-hoàn. (*Xem: Niết-bàn, Nê-hoàn.*)

NÊ-HOÀN 泥 洹 Nirvana (*scr.*) Tức là *Niết-bàn* 涅 槃. *Nê-hoàn, Niết-bàn* đều là những chữ âm Phạn (*Nirvana*). Dịch nghĩa:

Diệt, Diệt-độ, Tịch-diệt, Bất-sanh, Vô-vi, An-lạc, Giải-thoát, Viên-tịch.

Trong *Vô-Lượng-Thọ Kinh*, Pháp-Tạng Tỳ-kheo có tụng trước Phật Thế-Tự-Tại-Vương mấy câu Kệ nầy :

Linh ngã tác Phật,— Quốc-độ đệ nhứt.

Kỳ chúng kỳ-diệu,— Đạo-tràng siêu-tuyệt.

Quốc như *Nê-hoàn*.— Nhi vô đẳng song.

(*Khiến cho tôi thành Phật, cõi Nước đệ nhứt. Chúng-sanh ở cõi tôi thật là kỳ-diệu, Đạo-tràng của tôi thật là siêu tuyệt. Cõi nước của tôi cũng như cảnh Nê-hoàn, không cõi nào được sánh bằng.*)

Thủ-Lăng-Nghiêm Kinh quyển ba :

Như nhứt chúng-sanh vị thành Phật,

Chung bất ư thử thủ *Nê-hoàn*.

(*Như một chúng-sanh chưa thành Phật,*

Chúng-tôi nguyện chẳng nhập Niết-bàn.)

(*Xem : Niết-bàn.*)

NI 尼 (*scr.*).— Bonzesse, Nonne, Religieuse (*fr.*) Bà vãi, Cô vãi, Người phụ-nữ đã thọ giái xuất-gia và tu tại chùa am. Như : Bà sư, cô sư xuất-gia đã thọ Cụ-túc giái, gọi là *Tỳ-kheo-ni* (*Phạn*: *Bhiksuni, Pháp*: *Nonne*). Người phụ-nữ xuất-gia, chưa được 20 tuổi đời, hoặc người phụ-nữ trưởng-thành nhưng mới tu xuất-gia, chưa thọ Cụ-túc giái, kêu là *Sa-di-ni* (*Phạn*: *Sramanerani, Pháp*: *Novice*). Kêu chung các sư nữ tu lâu hoặc mới tu là: *Ni, Ni cô.*

NI-CHÚNG 尼 衆 Communauté des Religieuses (*fr.*) Nhiều người phụ nữ xuất-gia nhóm họp lại một chổ để tu học, để làm Phật-sự.

NI-TỰ 尼 寺 Pagode des Nonnes (*fr.*) Chùa ni-cô, Chùa

sư nữ. Ngôi Chùa thờ Phật và tu Phật do một sư-nữ hay Ni-trưởng 尼 長 làm trụ-trì và dìu-dắt các nữ tu-sĩ.

NI-CÂU-ĐÀ 尼 拘 陀 Nyagrodha (*scr.*) *Ni-câu-đà* (*Nyagrodha*) là tiếng Phạn, tức là cây vã, tàu dịch : *Vô tiết* (*cây chẳng có đốt*). Cũng viết: *Ni-câu-luật-đà, Ni-cư-đà.*

NI-CÂU-ĐÀ TỬ 尼 拘 陀 子: Hột của trái Ni-câu-đà. Nhơn hột của trái Ni-câu-đà mà sanh ra Ni-câu-đà thọ. Hột của trái Ni-câu-đà, ép ra thì có dầu. Người ta dùng dầu ấy mà trị bệnh lạnh. Còn đối với bệnh phong, người ta trị bằng dầu mè (*hồ-ma du*).

NI-CÂU-ĐÀ THỌ 尼 拘 陀 樹 : Cây *Ni-câu-đà,* đã giải ở trên. Nơi cội cây ấy, tại bóng cây ấy, Thái-tử Thích-Ca tham-thiền lần đầu, khi ngự du ra ngoài hoàng-thành. (*Xem: Ni-câu-luật-đà.*)

NI-CÂU-ĐÀ VIÊN 尼 拘 陀 園 Vườn cây ni-câu-đà. Cũng có chỗ gọi: *Ni-cư-đà lâm.* Cảnh vườn mọc rất nhiều cây ni-câu-đà. Vườn cây ấy ở gần thành Ca-tỳ-la-vệ. Khi thành Phật, trở về thành Ca-tỳ-la-vệ, đức Thích-tôn ngự nơi *Ni-câu-đà viên* mà thuyết pháp giáo-hóa những người họ Thích và dân-chúng nơi thành Ca-tỳ-la-vệ.

NI-CÂU-LUẬT-ĐÀ 尼 拘 律 陀 Nyagrodha (*scr.*) Cây Ni-câu-luật-đà, viết tắt : *Ni-câu-luật* tức là cây vã, dịch là *Vô tiết* 無 節 (*cây không có đốt*). Cây rộng lớn, bề cao lên tới năm trượng (*25 thước tây*), lá nó như lá hồng; trái nó tên là *đa-lặc,* lớn bằng cái bình năm thăng. Hoặc dịch là *dương-liễu,* vì cây lớn mà hột nhỏ, như cây dương-liễu, cho nên kêu tên vậy.

Theo Kinh Trường-A-hàm, hồi đức Phật Ca-Diếp (*trước đức Phật Thích-Ca*) ra đời, Ngài ngồi nơi cội cây *Ni-câu-luật* mà thuyết Pháp, độ được 20.000 người.

Vô-Lượng-Thọ Kinh gọi cây *Ni-câu-luật-đà* là *Ni-câu-loại.* Ngoài ra, người ta cũng gọi là :*Ni-cồ-đà, Ni-câu-đà, Ni-câu-*

lô-đà, Ni-câu-loại-đà, Ni-câu-lâu-đà, thủy đều đọc theo tiếng Phạn *Nyagrodha.*

NI-CƯ-ĐÀ (*LÂM*) 尼 居 陀 (林) Nyagrodha (*scr.*) Một cảnh vườn thượng-uyển của vua Tịnh-Phạn, ở trong thành Ca-tỳ la-vệ. Cũng kêu : *Ni-câu-luật viên, Ni-câu-đà viên.* Hồi thành Đạo và trở về quê nhà, đức Thích-Ca ngự nơi cảnh vườn ấy với chư Đệ-tử. Ngài ở đó mà thuyết-pháp độ thế, chớ không ngự nơi hoàng-cung, vì vua có dọn sẵn ở đó một cảnh tinh-xá lấy tên là Thích-thị Tinh-xá.

Cảnh vườn ấy có tên Ni-cư-đà, Ni-câu-đà, ấy là lấy tên cây vả, cây liễu (*Nyagrodha*). Dưới bóng cây nầy, trước khi xuất-gia, đức Thích-Ca đã từng tham - thiền.

Ở Ni-cư-đà lâm, đức Phật hóa độ rất nhiều vị công-tử họ Thích, như những vị : A-nan-đà,- Nan-đà, A-nậu-lâu-đà,- Đề bà-đạt-đà, La-hầu-la v.v Những vị ấy thọ giới xuất-gia. Và có rất nhiều vị khác trong họ Thích thọ Tam qui Ngũ giới, tu tại gia một cách tinh-tấn.

NI-ĐÀ-NA (KINH) 尼 陀 那 (經) Nidàna (*scr.*).— Causes (*fr.*)

Ni-đà-na là là tiếng Phạn, dịch nghĩa : *Nhơn-duyên,* nghĩa là nguồn cội, chỗ phát sanh. *Ni-đà-na kinh* là một thể thuyết-pháp trong mười hai thể thuyết-pháp của Phật, một bộ trong *Thập nhị bộ Kinh.* Phật chỉ cho biết chỗ nguồn cội do nơi đó quả-báo phát sanh, tốt hoặc xấu. Tất cả những bài như vậy trong Kinh-điển Phật, kêu chung là *Ni-đà-na Kinh* hay *Nhơn-duyên kinh,* tức là phần Kinh về Nhơn-duyên vậy.

Trong **Niết-bàn Kinh** có giải rằng: Tại sao kêu là *Ni-đà-na Kinh*? Như các Kinh kệ mà Phật đem chỗ căn-bổn diễn-thuyết cho người ta nghe. Tỷ như ở thành Xá-vệ, có một người con-trai kia bủa lưới mà bắt chim. Va đem chim về, hoặc nhốt hoặc buộc chơn, rồi đem nước và lúa gạo mà cho ăn cho uống. Sau rốt, va mới thả cho bay đi. Đức Thế-tôn biết lẽ nhơn-duyên và quả-báo, biết từ gốc cho tới ngọn, bèn thuyết Kệ rằng:

Chữ: Mạc khinh tiểu-tội,

Dĩ vi vô ương:

Thủy trích tuy vi,

Tiệm doanh đại-khí.

Nghĩa: Chớ khinh tội nhỏ,

Cho là không hại:

Giọt nước tuy bé,

Lần đầy hồ to.

Như vậy kêu là *Ni-đà-na* Kinh.

NI-KIỀN 尼 乾 Nirgrantha (*scr.*).— Ascète nu (*fr.*) Thường viết : *Ni-kiền-đà, Ni-kiền tử*. Viết trọn chữ : *Ni-kiền-đà Nhã-đề-tử* (*Nirgrantha Jnatiputra*). Thầy tu phái Ni-kiền ở Ấn-độ, thuộc về ngoại-đạo. (*Xem* : *Ni-kiền-đà*.)

NI-KIỀN-ĐÀ 尼 犍 陀 Nirgrantha (*scr.*). – Ascètes nus (*fr.*) Cũng kêu : *Ni-kiền tử*. Phái tu-hành ngoại-đạo ở Ấn-Độ. Dịch nghĩa : *Ly-hệ giả*, phái thầy tu chẳng mặc quần áo, vì họ cho là bị ràng buộc. Có một lúc tranh pháp với họ, đức Phật thắng họ bằng nhiều phép-thuật thần-thông. Cuộc tranh pháp nầy xảy ra tại thành Xá-vệ (*Srâvasti*), do vua Ba-tư-nặc (*Prasenajit*) nước Câu-tát-la lập ra.

Mà trước đó, gần thành Vương-xá (*Rajagriha*) nước Ma-kiệt-đề, nhơn vua Tần-bà-sa-la cúng cảnh Trúc-viên cho Tam Bảo, ông trưởng-giả Ca-lan-đà bèn phụng mạng đuổi bọn tu phái *Ni-kiền-đà* ra khỏi cảnh *Vườn Tre* ấy.

Trong khi Phật đi vân-du giáo-hóa khắp nơi trong cõi Ấn-Độ, có nhiều tu-sĩ phái *Ni-kiền-đà* bỏ môn-phái của họ mà qui y thọ Pháp nơi Phật.

Ni-kiền-đà, Ni-kiền tử cũng kêu trọn chữ là *Ni-kiền-đà Nhã-đề tử.*

NI-KIỀN-ĐÀ NHÃ-ĐỀ TỬ 尼揵陀若提子.— Nirgrantha Jnatiputra (*scr.*). Một vị Sư-trưởng trong sáu vị sư-trưởng ngoại-đạo ở Thiên-trước, hồi đức Thích-tôn ra đời. Chữ *Ni-kiền-đà Nhã-đề tử,* trước là tên người, sau thành tên phái-môn, tức là một phái trong hàng *Lục sư ngoại-đạo.*

Trong **Niết-Bàn kinh,** một tín-đồ tại-gia của ông Sư-trưởng *Ni-kiền-đà Nhã-đề tử,* tên Vô-Sở-Úy, có tâu với vua A-xà-Thế về đức-hạnh và học-thuyết của ông ấy rằng :

Hiện nay, có một vị đại-sư tên là *Ni-kiền-đà Nhã-đề tử.* Ngài thấy biết tất cả ; ngài thương xót tất cả chúng-sanh ; ngài biết rõ tất cả chúng-sanh kẻ nào lanh lẹ, kẻ nào chậm lụt. Ngài thấu đạt tất cả, nhưng tùy nghi phương-tiện. Ngài không hề ưa mến sự vật, ngài yên lặng mà giữ gìn Tịnh-hạnh.

Ngài có dạy chư đệ-tử như vầy :

Không có bố-thí, không có điều thiện ; không có cha, không có mẹ ; không có đời này, không có đời sau ; không có quả A-la-hán, không có tu, không có đạo.

Tất cả chúng-sanh, khi đã trải qua tám muôn Kiếp luân-hồi, tự nhiên được giải thoát. Dầu kẻ có tội, dầu kẻ vô tội, thảy đều như vậy. Tỷ như bốn con sông lớn là : Tân-Đầu, Hằng-hà, Bác-Xoa, Tư-Đà đều đổ ra Biển cả. Tất cả chúng-sanh cũng đều như vậy, thảy đều đi lần tới mức Giải-thoát.

NI-KIỀN TỬ 尼揵子 Nirgrantha (*scr.*) Tức là bọn ngoại-đạo Ni-kiền-đà, phái thầy tu chẳng mặc áo (Xem : *Ni-kiền-đà.*)

NI-LIÊN-THIỀN (*HÀ*) 尼連禪 (河) Nairãnjanâ (*scr.*) Viết trọn chữ theo Phạn : *Ni-liên-thiền* (*Nairãnjanâ*). Cũng viết tắt : *Ni-liên-hà.*

Sông *Ni-liên-thiền* chảy gần núi Tượng-đầu (*Gajasirsa*) và gần xóm Ưu-lâu-tần-loa (*Uruvilva*), trong nước Ma-kiệt-đề (*Ma-*

-*gadha*). Phật Thích-Ca từng ở lối nầy mà tu khổ hạnh cho đến sáu năm. Mỗi bữa, ngài chỉ ăn một hột mè hay một hột gạo ; cũng có khi đến bảy ngày mới ăn một hột. Chứng thành Chánh-giác, ngài mới từ giã lối nầy mà ra đi truyền Đạo khắp Ấn-độ.

Trước khi ngồi nơi cội Bồ-đề mà đắc quả Chánh-giác, ngài xuống tắm nơi rạch *Ni-liên-thiền.*

Niết-Bàn Kinh, quyển 25 : Hồi đức Như-lai mới thành Phật-đạo, ngài đến mé sông *Ni-liên-thiền.* Lúc ấy, Ma-vương và quyến-thuộc hiện đến chỗ Phật. Ma-vương hỏi rằng : « Thế-tôn ! Thời-kỳ Niết-bàn đã tới rồi. Sao ngài chẳng nhập ? » Phật đáp với Ma-vương : « Hiện nay ta chưa có những Đệ-tử đa văn, khéo trì Cấm-giái, thông minh lợi trí, có thể giáo-hóa chúng-sanh. Cho nên ta chưa nhập Niết-bàn. »

NI-SƯ-ĐÀN 尼師壇 Carpette (*fr.*) Tiếng Phạn, dịch nghĩa : *Tọa-cụ.* Tấm nỉ, cái mền mà nhà sư đem theo mình, trải ra để ngồi hoặc nằm. (*Xem : Tọa-cụ.*)

NIỆM 念 Smrti, Snoti (*scr.*).— Sati (*p.*).— Penser, pensée (*fr.*) Chữ *niệm* dùng về hai nghĩa, động từ (*verbe*) và danh từ (*nom*). Động-từ, như : niệm Phật, niệm Pháp, niệm Tăng, niệm công-đức cha mẹ. Tức là nhớ tưởng. Danh từ, như : nhứt niệm, thập niệm. Tức là một tư tưởng, một lúc nhớ tưởng.

Những vị tu trì Tịnh-độ, trong khi *niệm Phật* A-Di-Đà, thì tâm tưởng đến ngài, miệng đọc lầm thầm danh-hiệu ngài và tay ấn vào từng hạt chuỗi (*niệm-châu.*).

Mỗi ngày, ít ra *niệm* mười lần danh hiệu Phật A-Di-Đà, thì khi thác, thế nào hành-giả cũng được vãng sanh Cực-lạc Thế-giái (*Mỗi nhựt thập thinh niệm...*).

Trong khi mình *niệm* Phật cái tâm đừng cho xao lảng, đừng

nhớ đến việc chi khác (*Nhứt tâm niệm Phật*).

Bất kỳ ngày giờ nào cũng *niệm* Phật (*niệm niệm*), trừ khi ăn uống và tiểu-tiện đại-tiện, như vậy *niệm* Phật tức là *Chánh-niệm, Chánh-định, niệm Phật Tam-muội* đó.

Bực đắc phép *niệm Phật Tam-muội* thì hoặc quán-tưởng tướng hảo của Phật, hoặc chú tâm mà quán-tưởng cái Pháp tức là cái Pháp-thân Thiệt-tướng của Phật, hoặc chú hết cái tâm mà xưng danh-hiệu của Phật.

Niệm cũng là *Chánh-niệm,* con đường thứ bảy trong đạo Bát-chánh (*Xem : Chánh niệm*).

Trong quyển *A-Di-Đà Kinh,* có chép rằng : Ở cõi Cực-lạc, ngày đêm sáu thời, có chẳng biết bao nhiêu là loài chim tốt đẹp lạ lùng ca ngâm những bài thuyết pháp, như giảng về ngũ căn, ngũ lực, bảy phần Bồ-đề và tám đường Thánh-đạo. Chúng-sanh ở cõi ấy, nghe tiếng chim kêu, bèn đem lòng *niệm Phật, niệm Pháp, niệm Tăng...*

Ở cõi Phật ấy, hễ gió thổi lay động những hàng cây báu và những hàng lưới báu, liền nghe có tiếng êm dịu vô-cùng, dường như là trăm ngàn món nhạc đồng hòa với nhau một lượt. Nghe tiếng ấy, tự nhiên trong lòng bắt *niệm Phật, niệm Pháp, niệm-Tăng.*

Theo «*Vô-Lượng-Thọ Kinh*», trong 48 điều nguyện của Pháp-Tạng Tỳ-Kheo, điều 18 có nói rằng : Nếu tôi được làm Phật, thì chúng-sanh Mười phương chí-tâm tín-lạc, muốn sanh về Nước tôi, cho đến *Mười niệm* mà chẳng sanh, tôi xin chẳng giữ lấy ngôi Chánh-giác. Chỉ trừ ra kẻ phạm năm tội nghịch, kẻ gièm chê Chánh-pháp.

Xem : *Nhứt niệm, Tứ niệm-xứ, Lục niệm-xứ, Thập niệm.*

NIỆM-CĂN 念根 Căn-bổn niệm-tưởng. Sự niệm-tưởng Chánh-pháp, sự niệm-tưởng đức Phật là một nguồn-cội phát-sanh và tăng-trưởng thiện-pháp. Một trong năm nguồn-cội, năm căn-bổn của hành-giả. Xem : *Ngũ căn.*

NIỆM CỤ-TÚC 念 具 足 Các phép niệm đều đủ, trọn vẹn. Tức là tu trọn *Lục niệm xứ.* Nghĩa là : lần lượt niệm-tưởng đủ sáu pháp :

1) Niệm Phật (*nhứt là niệm Phật A-Di-Đà*) 2.) Niệm Pháp,

3.) Niệm Tăng, 4) Niệm Giới, 5.) Niệm Thiên, 6.) Niệm Xả.

Tu hành cho đắc lý sáu phép Niệm ấy và được Giải thoát, chứng Vô-tướng Niết-bàn, kêu là *Niệm cụ-túc.*

NIỆM-CHÂU 念 珠 Rosaire, Chapelet (*fr.*) : Tràng hạt, xâu chuỗi kết liền bởi nhiều hạt, dường như hạt châu, mà hành-giả vừa lần từng hạt vừa niệm Phật âm-thầm hoặc niệm ra tiếng. Thường thì *niệm-châu* có 108 hạt. Nhưng cũng có - thứ cầm vừa bàn tay là 18 hạt.

NIỆM-ĐỊNH 念 定 Penser et méditer, Pensée et méditation (*fr.*) : Niệm-tưởng và thiền-định, tưởng nhớ và suy-nghĩ sâu xa. *Chánh-niệm* và *Chánh-định,* hai Chánh-đạo quan - trọng trong *Bát Chánh-đạo,* được gọi chung là *Niệm-Định.*

NIỆM GIÁC-CHI 念 覺 支 Smrti-Bodhyanga (*scr.*) : Phần giác-ngộ kêu là ý-niệm, niệm-lực, niệm-tưởng. Một trong bảy phần trí hợp thành tánh Giác-ngộ, quả Bồ-đề. Xem : *Thất giác-chi, Thất giác-ý, Thất giác-phần.*

NIỆM HƯƠNG 念 香 Lễ niệm-tưởng Phật bằng cách dâng hương cúng Phật. Trong cuộc đốt hương cúng Phật, Tam Bảo, các nhà tu Phật thường niệm bài *Niệm hương* dưới đây:

Giới-hương, Định-hương dữ Huệ-hương,
Giải thoát, Giải thoát tri-kiến hương,
Quang-minh Vân-đài biến Pháp-giới,
Cúng dường Thập phương Tam Bảo tiền.

Nam-mô Hương cúng-dường Bồ-tát Ma-ha-tát (*ba lần*).

Bài *Niệm hương* ấy có ý nghĩa như vầy: Vì tôn-kính chư Phật, Tam Bảo nên đệ-tử dâng hương nầy, và cầu cho năm phần hương Pháp-thân nơi tôi (*Giới-hương, Định-hương, Huệ-hương, Giải-thoát hương, Giải-thoát tri-kiến hương*) hiệp với hương trầm nầy mà bủa khắp Pháp-giái, dường như đài mây sáng chói mà cúng Phật và Tam Bảo.

Xem: Hương

NIỆM LẬU 念 漏 Sự lậu-tiết của cái tà-niệm, của cái vọng-niệm. Cái ý-niệm xấu, quấy từ trong tâm-trí rỉ ra, làm dơ-dáy cái tinh-thần tôn-nghiêm.

NIỆM LỰC 念 力 Sức niệm, Sức mạnh của lòng niệm-tưởng Chánh-pháp, của lòng niệm Phật.

Do niệm-căn được tăng-trưởng mà có cái *niệm-lực* đủ sức phá diệt tà-niệm, chống đối mọi chướng-ngại. *Niệm-lực* là một trong năm sức-mạnh của người tu-hành. Xem: *Ngũ lực.*

Phật di-giáo Kinh: Nếu *Niệm-lực* được bền bỉ, mạnh mẽ, dầu người ta vô trong đám giặc Ngũ dục, cũng chẳng bị chúng nó làm hại, tỷ như người mặc áo giáp vào trận thì không sợ cái chi vậy.

NIỆM NIỆM 念 念 Ksana-Ksana (*scr.*)— À chaque instant (*fr.*) Giây nghĩ nầy tới giây nghĩ kia, phút chút nầy tới phút chút kia, lần hồi. Tiếng Phạn là *Sát - na* 刹 那, dịch là *Niệm*, Pháp : Instant. *Sát-na* là cái thì-giờ rất ít, phàm vật gì có thể biến - hóa được ở trong một thì giờ rất ít đó, không chi bằng giây nghĩ trong tâm, cho nên chữ *Sát-na* dịch là *Niệm*, tức là khoảng thời-gian mau lẹ như một ý - tưởng thoáng qua. *Niệm Niệm* nghĩa là *Sát - na Sát - na* (*giây nghĩ nầy tới giây nghĩ kia*).

Lại với tâm-niệm trước sau tiếp nhau mãi, cũng nói là *niệm niệm*, tức là những ý nghĩ, những tư tưởng phát hiện liên tiếp nơi tâm trí.

NIỆM-NIỆM VÔ-THƯỜNG 念念無常, tức: *Sát-na vô-thường*: Phút chút là vô-thường. Có những pháp hữu-vi trong phút chút thì biến đổi, không thường trụ; hoặc trong phút chút đã trải qua bốn tướng: sanh, trụ, dị, diệt; rồi trong phút chút kế, lại sanh diệt nữa. Cứ như thế mà biến đổi chẳng ngừng. Đó kêu là *niệm-niệm vô-thường* hay *sát-na vô-thường*. Đối với *tương-tục vô-thường* là sự vô-thường có kỳ hạn nối tiếp.

NIỆM NGÔN 念言 Có hai nghĩa:

1.) Tâm niệm khẩu ngôn: Trong tâm thì niệm tưởng Phật, ngoài miệng thì xưng danh Phật.

2.) Ngôn-từ trong tâm-niệm: Những lời nói ngầm của ý-tưởng. Như trong tâm tưởng nhớ Phật, niệm thầm «Nam-mô A-Di-Đà Phật». Những tiếng niệm thầm ấy tức là *niệm-ngôn*.

NIỆM PHẬT 念佛.— Invocation du Bouddha (*fr.*) Xưng niệm, tưởng nhớ hình-tướng, danh hiệu công-đức, lòng từ-bi, lòng thệ-nguyện của một đức Phật, đức Phật Thích-Ca Mâu-Ni hoặc đức Phật A-Di-Đà.

Như có ba cách *niệm Phật*.

1.) *Xưng danh niệm Phật*: Miệng thường xưng danh hiệu của Phật, như xưng: Nam-mô A-Di-Đà Phật.

2.) *Quán tưởng niệm Phật*: Ngồi yên lặng một chỗ mà tưởng nhớ công-đức, sức thệ-nguyện, tướng chánh và tướng phụ của Phật (*32 tướng chánh và 80 tướng phụ kêu chung là Tướng Hảo*).

3.) *Thật-tướng niệm Phật* (*hay Tham cứu niệm Phật*): Ngồi mà quán tưởng lý Trung-đạo, Pháp-thân của Phật cho nhập diệu, đắc cái Chơn-như chẳng sanh chẳng diệt.

Trong **Kinh Nghiệp-báo sai-biệt** có chép: Cất tiếng cao mà *niệm Phật* và tụng Kinh, có mười món công-đức:

1. Bài trừ đặng chướng ngủ.

2. Thiên-ma kinh sợ.

3. Tiếng bủa khắp Mười phương.

4. Hết khổ Tam đồ.

5. Tiếng ngoài chẳng vào.

6. Tâm chẳng tán-loạn.

7. Dõng - mãnh tinh-tấn.

8. Chư Phật hoan-hỷ.

9. Tam-muội hiện tiền.

10. Vãng sanh Tịnh-độ.

Niệm Phật cũng là tiếng nói tắt để chỉ *Niệm Phật môn* (*Pháp - môn niệm Phật*). Đối với *tham-thiền* tức là Pháp-môn tham-thiền. Hai pháp-môn dường như khác, mà là đồng lý: dầu cho người tu *niệm Phật* hay người tu *tham-thiền*, cả hai đều vì lẽ thoát khỏi vòng Luân-hồi mà tu vậy. *Xem: Niệm Phật môn.*

NIỆM PHẬT GIẢ 念佛者 Invocateur, Invocateuse du Bouddha (*fr.*) Người niệm Phật. Nghĩa là người nam hoặc nữ chuyên niệm danh-hiệu đức Phật Di-Đà, nguyện vãng sanh cõi Tịnh-độ vậy.

Chẳng riêng gì người xuất gia, mà người tại-gia cũng là *người niệm Phật* được. Và trong hàng tại-gia, làm nghề gì cũng có thể là *người niệm Phật* được hết. Trong các hàng *niệm-Phật giả*, dầu kẻ ngu độn, hay kẻ thông-minh, ai cũng có thể trì niệm được hết. Cho đến những bực Phước-đức vô-lượng, như chư Đại Bồ-tát: Văn-Thù, Phổ-Hiền, Quan-Âm v.v. mà cũng đều tự cho mình là *người niệm Phật*.

Người niệm Phật thì được phước đức, dứt mê-muội, giải thoát khỏi các khổ não, ràng buộc. Khi lâm chung, người ấy được về cõi Tịnh-độ của Phật. Thậm chí, những kẻ đọa vào ba chốn: Địa-ngục, Ngạ-quỉ, Súc-sanh cũng có thể hồi tâm mà niệm Phật

Nhờ sức niệm Phật, họ mau giải thoát khỏi các sự khổ-bức hiện-tại. Kế đó, họ được siêu thăng làm người, làm Tiên hoặc sanh ngay về cõi Cực-lạc của Phật A-Di-Đà.

NIỆM PHẬT MÔN 念佛門 Pháp-môn niệm Phật. Nghĩa là cái Pháp-môn chuyên niệm đức Di-Đà Như-lai để vãng sanh Tịnh-độ vậy. Trong đạo Phật, có rất nhiều pháp - môn tu học, mà *Pháp-môn niệm Phật* là một.

Nhờ *Pháp-môn niệm Phật,* con người ta khi sống, khỏi phải các sự phiền-khổ, tâm thần trở nên thanh - tịnh ; và khi thác, được về cõi Cực-lạc, vừa hưởng các phước - đức, vừa tu học thêm cho đến thành Chánh-quả.

Pháp-môn niệm Phật có ba cách : 1.) *Trì - danh niệm Phật,* tức là chuyên niệm danh-hiệu đức A-Di-Đà ; đi, đứng, nằm, ngồi lúc nào cũng niệm. 2.) *Quán-tưởng niệm Phật,* tức là tưởng cho thấy hình - tượng đức A-Di-Đà trước mặt, đủ đều tướng hảo đứng trên hoa sen, còn mình thì chắp tay ngồi trên hoa sen mà chầu Phật. 3.) *Tham-cứu niệm Phật,* tức là niệm trong tâm, môi không động, trí tưởng lúc nào cũng suy xét về sự niệm Phật.

Cứ theo ba cách ấy mà niệm hoặc tùy tiện dung - hòa cũng được.

Nhờ niệm Phật, người ta gom đủ ba cái đức của Phật : đức Pháp-thân, đức Bát-nhã, đức Giải thoát.

NIỆM PHẬT TAM - MUỘI 念佛三昧 Phép tam - muội niệm Phật. Phép ấy có hai loại : 1.) a) Nhứt tâm quán tưởng tướng chánh và tướng phụ của Phật, b) hoặc nhứt tâm quán - tưởng tướng thiệt của Pháp - thân, c) hoặc nhứt tâm về phép tu-hành xưng danh - hiệu của Phật. Kêu là *phép Tam - muội niệm Phật.* Đó là phép Tam-muội niệm Phật về *nhơn - hạnh* vậy. 2.) Do ba món nhơn-hạnh đó thành ra, như tâm nhập thiền-định, hoặc thân Phật hiện ra trước, hoặc như chứng đắc tướng của Pháp-thân. Kêu là *phép Tam-muội niệm Phật.* Đó là phép Tam - muội niệm về *quả-thành* vậy. Phép Tam-muội niệm Phật về nhơn-hạnh kêu là *tu*; phép Tam - muội niệm Phật về quả - thành kêu là *phát-đắc*.

Được trọn hai phép tu và phát-đắc (*nhơn và quả*) ấy, mới là hoàn toàn về phép « *Niệm Phật Tam-muội* » vậy.

Trong **Kinh Quán Vô-Lượng-Thọ Phật** có nói rằng: Quán tưởng thấy đức Phật A-Di-Đà có đủ tướng hảo đứng trên tòa sen. Kế quán-tưởng thấy đức Quan-Thế-Âm đứng trên một tòa sen phía tả. Rồi, quán-tưởng thấy đức Đại - thế - Chí đứng trên một tòa sen phía hữu. Thấy tượng Phật và tượng Bồ-tát phóng hào-quang; lại nghe cây báu, chim phù, chim ưng, chim uyên - ương thuyết diệu-pháp. Dầu mở mắt hay nhắm mắt, dầu xuất - định hay nhập - định cũng thấy và nghe như vậy, đó là đắc phép « *Niệm Phật Tam-muội* », trừ được những tội trong vô lượng ức Kiếp (*mỗi Kiếp có vô số năm*) sanh tử.

NIỆM-THIÊN 念天 Niệm tưởng chư Thiên (*chư Tiên*) và các cảnh Trời (*cảnh Tiên*). Một trong sáu phép Niệm (*Lục Niệm*). Về phép *Niệm Thiên*, người căn-tánh Tiểu-thừa niệm chư Thiên Dục-giới, gồm Sáu cảnh: Tứ-Thiên vương-thiên, Đao-lỵ-thiên, Tô-dạ-ma thiên, Đâu-suất thiên, Hóa-lạc thiên, Tha hóa tự-tại thiên. Người căn-tánh Đại-thừa niệm cả chư Thiên ba cõi từ dưới lên trên: Dục-giái, Sắc-giới, Vô-sắc giới. Ấy là niệm tưởng những sự giàu sang, vui-sướng, rực-rỡ ở các cảnh Tiên. Người *niệm Thiên* cần tu những thiện-nghiệp Bố-thí và Trì-giới. Xem: *Lục niệm-xứ*.

NIỆM-TRÌ 念持 Tức: Niệm Phật trì Danh. Niệm tưởng Phật và giữ lấy danh hiệu của Phật, chẳng hề quên. Cũng có nghĩa: Tưởng nhớ và thọ trì.

NIỆM-TRƯỚC 念着 Tưởng nhớ và chấp trước. Tâm vọng-niệm tưởng nhớ đến người và cảnh mà chấp trước, chẳng lưu-thông.

NIỆM XỨ 念處 Chỗ niệm; người, vật hay pháp mà mình nghĩ tưởng. *Niệm*: dùng trí mà tưởng nhớ, mà quan-sát,

Xứ : Cảnh mà mình tưởng nhớ, quan sát. Dùng trí của mình mà tưởng nhớ, quan sát người, vật, cảnh-giới, pháp lý, kêu là *Niệm xứ*.

Niệm xứ có bốn phép, ấy là *Tứ niệm xứ*. Lại có sáu phép, ấy là *Lục niệm xứ*. Xem : *Tứ niệm xứ*, *Lục niệm xứ*.

Lại cũng có ba phép niệm tưởng, yên trụ cái tâm, kêu là *Tam niệm xứ*.

NIẾT BÀN 涅 槃 Nirvâna (*scr.*) Viết trọn : *Niết-bàn-na*. Cũng viết : *Nê-hoàn*, *Nê-bạn*. Cảnh-trí của nhà tu-hành dứt sạch các phiền-não và tự biết rằng mình chẳng còn luyến ái.

Niết (*Nir*) : Ra khỏi. *Bàn* hay *Bàn-na* (*Vana*) : Rừng. Tức là ra khỏi cảnh rừng mê-tối, rừng phiền-não. Kinh chữ Hán dịch *Niết-bàn* ra những nghĩa :

Diệt : Dứt nhơn-quả sanh-tử, dứt Nghiệp luân-hồi.

Diệt độ : Dứt nhơn-quả sanh-tử, qua khỏi dòng nước mạnh.

Tịch-diệt : *Tịch* là vô-vi, trống-không lặng-lẽ, an-ổn. *Diệt* là cái tai hại lớn của sanh-tử đã dứt.

Bất sanh : Những khổ-quả sanh-tử chẳng còn nữa, tức chẳng sanh ra nữa.

Vô-vi : Không nhơn-duyên tạo-tác nghiệp lầm.

An-lạc : An-ổn khoái-lạc, hết khổ.

Giải thoát : Lìa khỏi các phiền-não.

Đối với phái *Nam-tông*, nhập *Niết-bàn* là được vào nơi ngơi nghỉ trọn vẹn, dứt tất cả vừa thể-chất, vừa tinh thần.

Đối với phái *Bắc-tông*, nhập *Niết-bàn* là vào cõi cao rốt, sau khi linh-hồn đã qua khỏi các cuộc từng trải và tấn-bộ.

Hồi đức Thích-tôn thành Đạo và giáo-độ chư đệ-tử, pháp-môn ngài chia ra làm hai thời kỳ : thời kỳ đầu về Tiểu-thừa, thời-kỳ sau về Đại-thừa. Trong thời-kỳ Tiểu-thừa, ngài khuyên chư đệ-tử diệt Phiền-não để đắc quả La-hán, đắc *Niết-bàn tại thế* (*Hữu-dư Niết-bàn*) *và đến chừng tịch* thì nhập hẳn Niết-bàn trọn vẹn (*Vô-dư Niết-bàn*). Những đệ-tử nghe theo ngài, cố diệt các sự luyến-ái, đắc và nhập *Niết-bàn*. Đến thời kỳ Đại-thừa, ngài dạy rằng thành La-hán và nhập *Niết-bàn*, đó là nhập *Niết-bàn* tạm mà thôi. Phải lo đắc *Đại Niết-bàn*, tức là Niết-bàn của Phật Thế-tôn, của Phật Như-lai.

La-hán tuy đã đắc đạo và nhập Niết-bàn, vào nơi yên nghỉ, nhưng là cảnh yên nghỉ tạm thời mà thôi. Rồi đây, các vị La-hán ấy còn phải tu học nữa đặng về sau thành Phật Thế-tôn. Những vị La-hán hoan-nghênh và vâng theo lời Phật, bèn thi-hành chủ-nghĩa Đại-thừa, các ngài bèn thành bực Bồ-tát Ma-ha-tát.

Đức Phật có tóm tắt cảnh-trí của bực đắc *Niết-bàn* của Phật Thế-tôn như dưới đây: «Cái tâm giác ngộ và trong sạch hoàn toàn, nhà đạo thành Phật, đến *Niết-bàn*. Người lướt tới cảnh tuyệt cao, cũng như kẻ lên tới đỉnh núi tuyết, ở trên còn có mênh mông một bầu trời xanh mà thôi. Thần Tiên quả-vị thấp hơn, ước được như người. Cảnh tang-thương trong Tam giái không làm cho người nghiêng ngã được. Người sống đủ các đời: chết đủ các thuở, cái Nghiệp không tạo chỗ ở cho người nữa. Không cần cái gì nữa, người có đủ tất cả. -Cái bổn-ngã của người biến mất trong Võ-trụ. Những ai dạy rằng nhập *Niết-bàn* là không còn, những kẻ ấy lầm. Những ai dạy rằng nhập *Niết-bàn* là còn, những kẻ ấy cũng lầm. Vì họ đâu có biết gì đến *Niết-bàn*, họ đâu có hiểu rằng cao hơn những cây đèn bề của họ, có cái ánh sáng mạnh là thế nào; họ đâu có hiểu rằng cảnh cực kỳ sung sướng vẫn ở ngoài vòng sự sống và thời-gian.

Đức Phật Thích-Ca hiện thân ứng-hóa và nhập *Niết-bàn* vào ngày Rằm tháng hai tại cặp cây Ta-la gần thành Câu-thi-na (Kousinagara), bấy giờ Ngài trên tám mươi tuổi.

Tích Phật nhập *Niết-bàn* như vầy: Ngài ngự gần thành Câu-thi-na, thuộc về đất nước của kiếng họ Ma-la (*Mallas*), trong vườn cây Ta-la (*Sâla*). Biết rằng gần tới giờ tịch vào *Đại*

Niết-bàn, Phật dạy ông A-Nan dọn cho Ngài một chỗ nằm giữa hai cây Ta-la, đầu quay về hướng Bắc. Ngài cho hay rằng vào giữa đêm, ngài sẽ tịch trọn vẹn.

Khi A-Nan dọn chỗ xong, Ngài nằm nghiêng bên mặt, để cho hai bàn chơn chụm lại với nhau. Ngài sáng suốt và tỉnh minh. Trí-thức ngài mạnh mẽ, đầy đủ. Ngài gắn chặt vào cái ý-tưởng về *Niết-bàn*.

Nhưng trước khi viên tịch, ngài còn mở lòng từ-bi độ cho ông đạo Tu-bạt-đà-La ở thành Câu-thi-na. Ông đạo nầy được 120 tuổi, tu đắc Ngũ thông. Vừa xuất - gia thọ giới Tỳ - kheo, ông liền đắc quả La-hán và nhập *Niết - bàn*. Ông nhập *Niết - bàn* trước Phật. (*Niết-bàn của ông Tu-bạt-đà-La là Niết-bàn của La-hán. Niết-bàn của đức Thích-tôn là Niết-bàn của Phật Như-Lai*).

Niết-bàn Kinh, quyển 33: Phật có thể dùng rất nhiều tiếng để gọi *Niết - bàn*: *Vô - sanh*. (*Không sanh ra*), *Vô - xuất* (*Không xuất - hiện*), *Vô - tác* (*Không tạo tác*), *Vô - vi* (*Không cố ý làm*), *Qui-y* (*Chỗ theo về, chỗ nương dựa*), *Quật-trạch* (*Hang - động nhà cửa*), *Giải-thoát*, *Quang-minh* (*ánh-sáng, hào - quang*), *Đăng - minh* (*đèn sáng, ánh-sáng của đèn*), *Bỉ ngạn* (*Bờ bên kia*), *Vô - úy* (*không sợ*), *Vô-thối* (*không lui*), *An-xử* (*Ở yên*), *Tịch - tĩnh*, *Vô-tướng*, *Vô nhị* (*chẳng hai lẽ*), *Nhứt-hạnh* (*Chỉ một hạnh mà thôi*), *Thanh-lương* (*Trong sạch mát mẽ*), *Vô - ám* (*không tối*), *Vô-ngại* (*chẳng bị ngăn trở*), *Vô - tranh* (*không tranh giành*), *Vô-trược* (*không dơ*), *Quảng-đại* (*Rộng lớn*), *Cam-lộ* (*chất thuốc Tiên trường-sanh bất-tử*), *Kiết-tường* (*điềm lành*).

NIẾT-BÀN ẤN 涅槃印 Sceau, Cachet du Nirvana (*fr*) : Ấn Niết-bàn. Con dấu, Dấu in, Đóng dấu Niết-bàn. Một trong những *Pháp-ấn*.

Cũng gọi : *Niết-bàn tịch-tĩnh ấn*. Khi Phật đã quyết - định, ngài bèn thuyết diễn lý tịch-tĩnh của Niết-bàn, khiến chúng-sanh lìa khỏi phiền-não và sanh-tử. Chỗ thuyết diễn ấy, gọi là *Niết-bàn tịch-tĩnh Pháp-ấn*, gọi tắt : Niết-bàn Ấn. Trong các Kinh

Phật, có những đoạn giải về lẽ tịch-tĩnh, giải về công-đức của Niết-bàn, những đoạn ấy tức là *Niết-bàn Ấn*. Con dấu Niết-bàn nói trong Kinh chứng tỏ lời thuyết diễn của Phật. tỷ như con dấu đóng trên văn-kiện để chứng tỏ sự quyết định chắc-chắn của Chánh-phủ, của cơ-quan Đoàn-thể.

Lại nữa, sự ấn-chứng, vẻ đặc-biệt bảo chứng cho người đắc quả Niết-bàn, cũng kêu là *Niết-bàn ấn*. Xem : *Pháp-Ấn*.

NIẾT-BÀN BÁT VỊ 涅 槃 八 味 Huit saveurs ou huit agréments du Nirvâna (*fr.*) : Tám mùi-vị, tám thú-vị của Niết-bàn. Tức là tám *Pháp-vị* của người tu diệu-lý Đại-thừa mà đắc Niết-bàn, của đức Phật đã đắc Đại Niết-bàn. Tỷ như người ta thích ăn nhờ đồ ăn có những mùi vị vừa ý, như : ngọt, mặn, cay v.v.

Nhà tu học thích ở trong Đại Niết-bàn, vì Đại Niết-bàn có đủ tám *Pháp-vị*, tám thú vị :

1.) Thường-trụ, 2.) Tịch-diệt, 3.) Bất-lão, 4.) Bất-tử; 5.) Thanh-tịnh, 6.) Hư-thông, 7.) Bất-động, 8.) Khoái-lạc.

Khi đức Thích-tôn đắc Đạo, thành Phật, đắc Niết-bàn tại thế, ngài có đủ tám Pháp-vị, tám đức-tánh ấy. Xem : *Pháp-vị*.

NIẾT-BÀN CHÂU 涅 槃 洲 Le continent (*La Terre ferme*) Nirvâna (*fr.*) : Đất-liền là Niết-bàn. Tiếng tỷ-dụ. Chúng-sanh chìm-đắm mãi nơi *Ái-hà*, nơi *khổ hải*, họ bị lôi cuốn bởi bốn dòng *Tứ bạo thủy*, Phật dùng Bát chánh đạo làm thuyền mà đưa họ vào bờ bến, vào đất liền kêu là *Niết-bàn châu*.

NIẾT-BÀN ĐƯỜNG 涅 槃 堂 Maison de repos éternel, Tombeau de religeux (*fr.*) : Nhà yên nghỉ vĩnh-viễn, tức ngôi mộ, ngôi tháp của sư-tăng. Cũng có nghĩa : Nơi nghĩa địa dành riêng cho các sư tăng, Pháp : Cimetière des moines. Cũng viết : *Diên-thọ đường, Vô-thường viện*.

NIẾT-BÀN GIỚI 涅 槃 界 La Région du Nirvâna, Le Monde nirvanique (*fr.*) : Cõi Niết-bàn, Cảnh-giái Niết-bàn.

Giới, nghĩa là nơi chứa trữ. Niết-bàn có thể chứa trữ muôn đức Vô-vi, nên kêu là *Niết-bàn giới.*

Giới cũng có nghĩa: Nhơn, Do nơi. Do nơi Niết-bàn mà sanh ra tất cả các việc lợi-lạc thế-gian và xuất thế gian, nên kêu là *Niết-bàn giới.*

Giái lại có nghĩa: Cõi (*Giới*), Cảnh-giới. Ấy là cõi an-lạc vô-biên, cõi nhập diệt của những nhà đắc Đạo khi bỏ cái xác-thân.

NIẾT-BÀN KINH 涅 槃 經 Nirvânasûtra (*scr.*).— Néhan-gyô (*jap.*) Kêu trọn: *Đại Bát Niết-bàn Kinh* (*Mahâ Pari Nirvâna Sûtra*). Một bộ Kinh có danh-tiếng về Đại-thừa mà Phật thuyết trước khi nhập diệt. Trong bộ Kinh ấy, Phật dạy phương pháp tu trì rất chu đáo. Như Ngài khuyên chư đệ-tử nên ăn ở và tu tập theo *Bát chánh-đạo*, như vậy còn hơn những cách thờ-phụng bề ngoài, còn hơn lễ bái ngài và chư Phật, Thần, còn hơn thờ tượng-ảnh.

(*Xem: Đại Bát Niết-bàn Kinh.*)

NIẾT-BÀN LẠC 涅 槃 樂 Béatitude du Nirvana (*fr.*) Sự vui-sướng của Niết-bàn, cảnh vui-sướng ở Niết-bàn. Lìa tất cả các mối Khổ, các Phiền-não trong đường Luân-hồi, tâm trí được an-ổn, vui-sướng một cách rốt-ráo, ấy là *Niết-bàn lạc.*

Trái với: *Sanh-tử khổ, Luân-hồi khổ. Niết-bàn lạc* có hai cảnh: Một là cảnh của nhà tu-hành dứt hết Phiền-não, đắc quả Thánh, tuy ở thế mà tâm-trí hoàn-toàn an-lạc. Hai là cảnh của nhà tu hành đắc đạo, khi tịch-diệt thì vào Niết-bàn, hưởng các sự vut-sướng vô-vi.

Có ba thứ vui-sướng (*Tam lạc*):

1.) *Thiên-lạc*: Sự vui-sướng ở cảnh Tiên. Các nhà tu *Thập-thiện* khi thác thì sanh lên cảnh Tiên Dục-Giới, Sắc-Giới hoặc Vô-sắc giới mà hưởng các khoái lạc thù diệu.

2.) *Thiền-lạc*: Sự vui sướng ở cảnh Thiền-định. Nhà tu hành ngồi thiền, vào các cảnh thiền-định, hưởng các khoái-lạc không thể tả.

3.) *Niết-bàn lạc* : Sự vui sướng ở Niết-bàn. Đoạn trừ các mối lầm, chứng Niết-bàn, hưởng khoái lạc rốt ráo, không còn cái vui sướng hoặc khổ-não trong đường Sanh-tử, dứt nẻo Luân-hồi.

NIẾT-BÀN MÔN 涅槃門 Entrée du Nirvâna (*fr.*) : Cửa Niết-bàn. Cửa ngõ do đó nhà đạo đi vào thành Niết-bàn. Niết-bàn tỷ như một đô-thành, tức là *Niết-bàn thành*. Trong đô-thành ấy, có các hàng Thánh-giả cư ngụ. Muốn vào Niết-bàn thành, phải do cửa ngõ, cửa chánh, kêu là *Niết-bàn môn.*

NIẾT-BÀN-NA 涅槃那 Nirvâna (*scr.*) Thường viết : Niết-bàn. Cũng viết : Nê-hoàn, Nê-bạn. (*Xem* : *Niết-bàn.*)

NIẾT-BÀN PHONG 涅槃風 Vent du Nirvâna (*fr.*) : Gió Niết-bàn, tiếng tỷ-dụ để gọi Diệu-lý Niết-bàn. Tỷ như ngọn gió, khi thổi thì tống đồ vật đi tới theo chiều gió. Diệu-lý Niết-bàn cũng như thế, có sức đưa đẩy chúng-sanh tới Bồ-đề, nên kêu là *Niết-bàn phong*.

NIẾT-BÀN PHƯỢC 涅槃縛 Les liens du Nirvâna (*fr.*) : Dây trói buộc của Niết-bàn, sự thắt buộc vì chấp-trước Niết-bàn. Kẻ tu-hành ở cảnh-giái Tiểu-thừa chỉ lo cho mình, chớ chẳng tưởng tới việc lợi-ích cho chúng-sanh. Họ bị buộc trói vào lý Niết-bàn Tiểu-thừa, cho nên Niết-bàn ấy trở thành dây buộc trói, tức *Niết-bàn phược.*

NIẾT-BÀN TỊCH-TĨNH ẤN 涅槃寂靜印 Dấu ấn Niết-bàn tịch-tĩnh. Xem : *Niết-bàn ấn.*

NIẾT-BÀN THÀNH 涅槃城 La Ville de Nirvâna (*fr.*) : Thành-thị Niết-bàn, Đô-thành Niết-bàn. Chốn ngơi nghỉ, chỗ ở yên của hàng Thánh-giả, nơi ấy chư La-hán hưởng mọi khoái-lạc cực-diệu, không có xen một mảy khổ não. *Thành*, Thành-thị là tiếng tỷ-dụ, ví Niết-bàn như một cảnh thành-phố. Tỷ như một đoàn bộ hành đương mệt mỏi, khổ nhọc trải qua một đám rừng sâu. Họ trông cho ra khỏi đám rừng ấy để tới một thành-phố gần đó mà nghỉ ngơi, rồi sẽ đi nữa cho đến mục đích. Các nhà tu hành xuất-gia tỷ như đoàn bộ hành ấy, họ đương ở trong rừng phiền não, rừng luân-hồi. Họ trông cho mau đắc Niết-bàn để nghỉ-ngơi cho thỏa dạ. Phật thị hiện cảnh Niết-bàn Tiểu-thừa, tức *Niết-bàn thành* để cho những vị La-hán và Bích-chi yên nghỉ. Sau khi họ được khoẻ khoắn, mạnh dạn, đức Phật sẽ bảo họ rời cảnh thành-thị giả tạm ấy mà thẳng đến cảnh Đại Niết-bàn của Như-lai, của Phật Thế-tôn. (*Xem phẩm 7, Hóa-thành dụ trong Diệu-pháp Liên-Hoa Kinh.*)

NOÃN 煖, 燸 Chaud, Tiède, Tempéré (*fr.*) Ấm, ấm-áp, chẳng nguội lạnh mà cũng chẳng nóng lắm. Đồng nghĩa : *Ôn.* Đối nghĩa : *Lãnh* (*lạnh*).

Noãn tức là *Noãn-khí, Noãn-pháp* viết tắt.

Niết-Bàn kinh, quyển 36 : Phật có dạy rằng : Ba thứ hòa-hiệp, làm thành chúng-sanh :

1.) Thọ (*Thọ-mạng, Đời sống*),

2.) *Noãn* (*Hơi ấm*),

3.) *Thức* (*Tâm-thức*).

NOÃN-KHÍ 煖 氣 : Hơi ấm, hơi nóng ở nơi chúng-sanh và ở nơi vạn vật. Tỷ như người ta dùi lửa : ban đầu thì có *noãn-khí* ; kế đó, lửa phát ra ; sau hết thì có khói. Người tu Vô-lậu Đạo cũng như thế : *Noãn-khí*, tức là Mười sáu phép hành đạo trong Tứ Diệu-Đế (*Thập-lục Hạnh*) ; Lửa, tức là quả Tu-đà-hoàn ; Khói, tức là sự Tu Đạo đoạn kết (Hành đạo dứt hết Phiền-não.)

NOÃN-PHÁP 煖 法 : Phép làm cho ấm áp, hơi ấm áp, địa vị ấm áp. Cũng viết : *Noãn-vị* (*Địa-vị của người được ấm-áp*). Tu theo Thinh - văn thừa, trong thời-kỳ Kiến Đạo (*Thấy Đạo*), người ta lần lượt tu và đắc bốn phép : 1.) *Noãn-pháp*, 2.) Đỉnh-pháp, 3.) Nhẫn-pháp, 4.) Thế Đệ nhứt pháp.

Chính cái *Noãn-pháp* làm cho người ta hừng chí mà tinh-tấn trong việc tu trì.

Sau khi nghe Pháp, sau khi đọc Kinh điển, nếu người ta

đem lòng tin, người ta có thể đắc *Noãn-pháp.*

Noãn-pháp tức là Trí-huệ. Vì người ta dùng *Noãn-pháp* mà quán-tưởng *Thập lục Hạnh* trong *Tứ Diệu-Đế.*

NOÃN-VỊ 煖位 Địa-vị Noãn-pháp. Địa-vị của nhà đạo được sức ấm-áp làm cho mình hứng khởi để tu hành. Xem : *Noãn-pháp.*

NOÃN-SANH 卵生 Ovipare, Oviparisme *(fr.)*

1.) Giống noãn-sanh. Giống động-vật do nơi trứng mà sanh ra. Như loài chim, nương cái trứng (*noãn*) mà thọ hình và sanh ra, Pháp : Ovipare.

2.) Cách noãn-sanh. Cách sanh ra do nơi trứng, Pháp : Ovi--parisme. Đó là một cách sanh ra trong bốn cách, *Tứ sanh.*

Nhưng trong loài người, cũng có những kẻ sanh ra bằng cách *noãn-sanh.*

Niết-Bàn kinh, quyển 33 : Như ông Thi-bà-La Tỳ-kheo, ông Ưu-Bà-Thi-Bà-La Tỳ-kheo sanh ra do nơi trứng. Lại như bà Di-Ca-La, bà Ni-Câu-Đà, bà Bán-Xà-La, mỗi bà đều sanh ra một bọc trứng ; từ bọc trứng ấy, nở và sanh ra rất nhiều đứa con, thảy đều mạnh khỏe.

NỘI 內 Intérieur, interne (*fr.*) Trong, Bề trong, Ở trong. Đối với *ngoại* (*ngoài*).

Như : *Nội - động* : Sự xao xuyến ở trong (*ébranlement intérieur*).

Nội-hỷ : sự vui ở trong thân (*joie intérieure*),

Nội-thân phiền-não : sự mê - dục ở trong thân (*les passions internes du corps*).—

Ở nơi mình, đối với ở nơi người, như :

Nội lục-nhập, *Ngoại* lục-nhập.—

Của mình, của tông-phái mình, như : *nội-điển, nội-giáo.* —

Của giống hữu-tình, đối với của giống phi-tình (*vô-tri*), như : *nội-vật, ngoại-vật.*

NỘI-BÍ 內 秘 Đại-hạnh bí-mật bề trong của Bồ-tát. Do Nguyện-lực thuở xưa, hàng Bồ-tát thị hiện bề ngoài làm tướng-trạng Thinh-văn Tiểu-thừa, nhưng vốn là bực có trí-huệ lớn, phước đức nhiều. Như những vị cỡ ông *Xá-lỵ-Phất* thị hiện làm Thinh-văn, thị hiện đắc quả La-hán.

NỘI-CHỨNG 內 證 Sự chứng-ngộ ở nội-tâm. Tự tâm mình chứng ngộ chơn-lý.

Đức Phật có cái trí-huệ biết rõ rằng tự tâm ngài đã chứng-ngộ Chơn-lý, đắc thành Phật-quả, cái trí ấy kêu là *Nội-chứng trí* 內 證 智

NỘI-CHƯỚNG 內 障 Chướng-ngại bề trong. Những chướng-ngại, những sự ngăn trở của phiền não ở trong tâm mình. Đối với *Ngoại-chướng* là chướng-ngại từ bên ngoài, từ kẻ khác đưa đến, gây rối mình, ngăn cản mình.

NỘI-DIỆT 內 滅 Sự dứt-tuyệt phiền-não trong tâm. Phiền-não, mê-dục từ trong tâm-trí mình sanh ra, dĩ nhiên từ trong tâm-trí, mình trừ dứt chúng nó bằng cách suy-xét, tham-thiền, nên kêu là *nội-diệt.*

NỘI-DUYÊN 內 緣 Duyên-do bề trong, Sự vin theo, việc phan-duyên ở trong. Đối-nghĩa : *Ngoại-duyên* 外 緣

1.) Ở nơi người ta, có hai thứ duyên : ngoại - duyên và nội - duyên. Nhãn, nhĩ, tỵ, thiệt, thân (*mắt, tai, mũi, miệng lưỡi, thân - thể*) ở ngoài phan - duyên với sắc, thinh, hương, vị, xúc (*hình sắc, tiếng tăm, mùi, vị, xúc-động*), kêu là *ngoại-duyên.* Cái ý ở trong tâm-trí phan-duyên với các pháp, kêu là *nội-duyên.*

2.) Duyên-do xa lạ, kêu là *ngoại-duyên.* Duyên-do gần-gũi, thân-thích, kêu là *nội-duyên.*

NỘI - ĐIỂN 內 典 Kinh - điển trong Đạo. Người trong Phật-giáo gọi Kinh-điển của Đạo mình là *Nội-điển.* Người Phật-tử gọi sách truyện ngoài đời hoặc Kinh-sách ngoại-đạo là *Ngoại-điển.*

NỘI-GIÁI (*GIỚI*) 內 界 Cảnh - giới trong, cõi trong, Thân - tâm của chúng - sanh phân ra làm nhị giới, hai cảnh - giới : Nội-giới và ngoại-giới. Thân thể bề ngoài, tức mắt, tai, mũi, miệng. mình mẩy tay-chơn, kêu chung là *ngoại-giới*, cảnh-giới ngoài. Cái tâm ý mà người ta không nhìn thấy, kêu là *nội-giới*, cảnh-giới : trong. —

Trong Lục giái, Sáu cõi : Địa, Thủy, Hỏa, Phong, Không, Thức (*Đất, Nước, Lửa, Gió. Không - khí, cái Thức*), năm cõi đầu Địa, Thủy, Hỏa, Phong, Không, kêu chung là *ngoại-giái,* cõi ngoài. Cõi thứ sáu, Thức, gọi là *Nội-giái,* Cõi trong, vì ngũ quan không nhận thấy cái Thức.

NỘI-GIÁO 內 教 Tôn-giáo của mình. Giới Phật-giáo gọi tôn-giáo của mình là *nội-giáo,* gọi tôn-giáo khác là *ngoại-giáo* hay *ngoại-đạo.*

Lại nữa, giáo-môn, phương-thuật để sửa trị cái tâm, kêu là *Nội-giáo,* Giáo pháp để tu tập thân thể bề ngoài, kêu là *Ngoại-giáo.*

NỘI-HUÂN 內 熏 Hơi xông, Hơi un bề trong. Tiếng gọi cái Chơn-như Bổn-giác, cái Phật-tánh mà chúng-sanh sẵn có nơi mình. Cái Chơn-như ấy có hơi xông lên, đốt cái Vô-minh tập-tánh, khiến chúng-sanh nhàm chán khổ não của Luân-hồi mà cầu lấy an-lạc của Niết-bàn. Đó là *nội-huân,* hơi xông, hơi un bề trong của mỗi người, của mỗi chúng - sanh. Còn *Ngoại-huân* là chỉ về giáo-pháp của Phật, của Bồ-tát và sự tu hành của từng người, hợp với hơi xông bề trong mà làm cho người ta chán khổ-não, tầm an-lạc.

NỘI-KHÔNG 內 空 Trong không, ở trong là trống không. Ở nơi thân tâm của người ta, ở nơi sáu căn : nhãn, nhĩ, tỷ, thiệt, thân, ý, chẳng có cái thần-hồn, cái thần ngã nên kêu là *Nội Không.*

Vã lại, cái thân thể của người ta vốn chẳng thật, chẳng bền, hư giả, nên kêu là *Nội Không.*

Đối với *Ngoại-Không,* Ngoài Không, là những vật ở ngoài cái thân, những sở hữu của mình, đều không có cái thật thể, nay có mai không, nay còn mai mất, nên kêu là *Ngoại-Không.*

NỘI LỤC NHẬP 內六入 Ayatana (*scr.*) Six sens (*fr.*) Sáu món thiệp-nhập bên trong, tức *Lục căn*.. Đối với *Ngoại Lục nhập* là *Lục trần* ở ngoài thiệp vào Lục căn. Xem : *Lục nhập.*

NỘI-NGÃ 內我 Cái bổn - ngã ở trong. Có những kẻ chấp rằng thân-tâm mình, trong người của mình, có cái chủ-tể thường trụ, nó làm chủ và điều khiển người ta. Họ gọi cái ấy là *Ngã, Bổn-ngã, Thần-ngã, Nội-ngã.*

NỘI NGOẠI KHÔNG 內外空 Trong ngoài Không. Trong và ngoài đều là Không.

Nội là Lục căn : Nhãn, nhĩ, tỷ, thiệt, thân, ý, tức thân-tâm nơi mình.

Ngoại là Lục trần : Sắc, thinh, hương, vị, xúc, pháp, tức cảnh vật, nhơn vật ở ngoài thân-tâm mình.

Nhà đạo quán-tưởng rằng Lục căn ở trong và Lục trần ở ngoài đều là vô ngã, chẳng thật, chẳng bền, giả tạm, đó kêu là *Nội ngoại Không.*

NỘI-PHÁP 內法

I. — Pháp-giáo trong, tức Đạo-pháp của mình. Người Đạo Phật xưng Pháp-giáo của mình là *Nội-pháp*, đồng-nghĩa : *Nội-giáo, Nội-Đạo.* Và người đạo Phật gọi Pháp-gáo khác là *Ngoại-pháp,* tức là : *Ngoại-giáo, Ngoại-đạo.*

II.— *Nội-pháp* cũng có nghĩa : *Nội-vật.* Đối với : *Ngoại-pháp* (*Ngoại-vật*). *Nội-pháp* là các pháp hữu tình trong thế-gian. *Ngoại-pháp* là các pháp phi-tình trong thế-gian. *Nội-pháp* là : lúc sanh, lúc nhỏ, lúc lớn, lúc tráng, lúc già, lúc chết của người ta. *Ngoại-pháp* là thời kỳ hột, thời kỳ mộng, thời kỳ thân cây, thời kỳ lá, thời kỳ hoa, thời kỳ quả của cây cối. *Nội-pháp* và *Ngoại-pháp* đều là vô - thường.

NỘI TÂM ĐẠI LIÊN-HOA 內心大蓮華 Trái tim ở trong, hình hoa sen lớn. Trái tim bằng thịt hình tròn ở trong ngực hành-giả, tựa hồ như đóa hoa sen lớn còn búp, nên kêu là *Nội tâm đại liên-hoa.*

NỘI-THỨC 內識 Cái thức ở trong. Tức là cái tâm-thức của người ta, của chúng-sanh.

NỘI-TRẦN 內塵 Trần-cảnh bề trong. Trong sáu trần, *Lục trần*: Sắc, Thinh, Hương, Vị, Xúc, Pháp, năm trần đầu: Sắc, Thinh, Hương Vị, Xúc thiệp nhập với năm căn: Nhãn, Nhĩ, Tỹ Thiệt, Thân, đó là năm trần mà người ta cảm thấy, nên kêu là *ngoại-trần*, trần-cảnh bề ngoài. Riêng cái trần thứ sáu là *pháp* nó thiệp nhập với căn thứ sáu là *ý* ở trong người, chỉ có cái tâm-ý biết được cái *pháp-trần* ấy mà thôi, nên gọi nó là *nội-trần*, trần cảnh bề trong.

NỘI - VẬT 內物 Vật trong. Đối với: *Ngoại - vật* (*Vật ngoài*) *Nội-vật* là các món ở nơi thân-thể của mình, của người, của chúng-sanh; tức là các vật hữu-tình.

Ngoại-vật là các món của pháp phi-tình, như: cây cối cỏ hoa, đá, đất, nhà cửa v.v., tức là các vật phi-tình.

Trong *Niết-Bàn Kinh*, quyển 38, Phật có dạy: Bực Sơ-tâm Bồ-tát xét rằng: các vật trong thế gian, phàm có hai thứ: *nội-vật* và *ngoại-vật*... Bực Sơ phát tâm Bồ-tát nên quán-tưởng rằng tất cả *nội-vật* và *ngoại-vật* đều là Vô-thường, biến đổi.—

Nội-vật cũng viết: *Nội-pháp*; *Ngoại-vật* cũng viết: *Ngoại-pháp.*

NỮ BẢO (*BỬU*) 女寶 Món báu là người nữ, tức là hoàng hậu của vua Chuyển - luân Thánh-vương. Ấy là người phụ nữ đẹp đẽ nhứt, quí báu nhứt trong hàng phụ nữ, làm bạn với vua *Chuyển-luân Thánh-Vương.* Nhơn vật quí báu thứ tư trong *Thất bảo* của vị Chuyển-luân Thánh-vương.

Niết-Bàn kinh: Thuở xưa, có vị Chuyển-luân Thánh-vương tên là *Đỉnh-Sanh* ra đời. Ngài là tiền thân của đức Phật Thích-Ca.

Lần lượt, ngài đã được: Luân bảo, Tượng bảo, Mã bảo. Chẳng bao lâu, hiện đến cho ngài báu thứ tư là *Nữ bảo*, hình dung đoan-chánh, chẳng cao chẳng thấp, chẳng trắng chẳng đen. Từ những lỗ chơn lông nơi thân bà, xông ra mùi thơm như hương chiên-đàn. Miệng bà bay hơi thơm phức, dường như mùi hương hoa sen xanh. Mắt bà ngó xa, trông thấy đến một do-tuần; tai nghe và mũi ngửi cũng như vậy. Lưỡi bà dài rộng, le ra phủ cả mặt, lưỡi ấy mịn và mỏng, dường như lá đồng đỏ. Tâm bà thông-minh, có trí-huệ hiểu sâu ra. Đối với chúng-sanh, bà nói ra lời êm dịu. Bà lấy tay mà rờ tới áo vua, liền biết rằng vua đương yên vui hay bệnh hoạn; bà cũng biết lòng vua đương bận nghĩ việc gì. Nhơn đó, vua Đỉnh-Sanh phán rằng: « Nếu nàng biết rõ lòng ta, hẳn nàng là *Nữ bảo*.»

NỮ CƯ-SĨ 女居士 Upasikâ (*scr.*).— Laïque (*fr.*) Người con gái hoặc đờn-bà qui y Phật, tu tại gia. Âm theo Phạn: *Ưu-bà-di* (*Upasikâ*). Cũng gọi: *Tín-nữ*. Trong quyển Thiền-lục (*Thiền-tông ngữ-lục*) thường gọi người nữ Phật-tử tại-gia là *Nữ cư-sĩ*. Xem: *Ưu-bà-di*.

NỮ ĐÀN-VIỆT 女檀越.— Donatrice (*fr.*): Nữ thí-chủ, Đàn-việt (*Dânapati*) là tiếng phạn, dịch nghĩa: *Thí-chủ*. *Nữ Đàn-việt* là người đờn-bà thường cúng thí Tam Bảo vì lòng mộ đạo, vì lòng từ-thiện.

NỮ-NHƠN (*NHÂN*) 女人 Femme (*fr.*) Con gái, đờn bà, Người phái nữ. Đối với: *Nam-nhơn, nam-tử, trượng-phu.*

Con gái, đờn bà mộ việc tu học, thọ Tam-qui Ngũ giới, kêu là: *tín-nữ, thiện-nữ*. Còn đối với Phật, *thiện nữ-nhơn* là bực Bồ-tát, tức là bực con Phật về phái nữ có đủ thiện-tâm.

Làm *nữ-nhơn* phải gặp nhiều sự bó buộc, buồn chán, chẳng bằng làm thân nam. Cho nên Phật có dặn ai có nhàm chán thân *nữ-nhơn*, thì nên lo tu học, hoặc niệm Phật A-Di-Đà, hoặc xưng danh ngài Quan-Thế-Âm v.v., thì sẽ được thỏa nguyện : sanh làm thân nam.

Tứ thập nhị chương Kinh chương 29 : Phải cẩn thận, chớ nhìn ngó *gái* đẹp, cũng đừng nói năng với họ. Nếu cần nói chuyện với họ, phải cầm lòng đứng đắn mà suy nghĩ rằng : Ta là Sa-môn sấn mình vào cõi đời ô-trược, phải giữ như hoa sen mọc dưới bùn mà chẳng dính dơ. Đối với *người phái nữ* già, thì tưởng như mẹ. Đối với người lớn tuổi, tưởng như chị ruột. Đối với người nhỏ hơn, tưởng như em gái. Đối với trẻ nhỏ gái, tưởng như con ruột của mình. Phải sanh lòng siêu-độ giải thoát cho họ, tất nhiên là dập - tắt điều nghĩ tà ác đi vậy.

Trong quyển **Vô-Lượng Thọ Kinh**, về 48 điều nguyện của Pháp-Tạng Tỳ-kheo, tức là Phật A-Di-Đà, điều nguyện 35 có nói rằng : Nếu tôi được làm Phật, thì vô - lượng thế - giới chư Phật Mười phương chẳng có thể suy nghĩ bàn bạc, trong đó hễ có *nữ-nhơn* nào nghe danh tự của tôi mà hoan hỷ, tin vui phát-tâm Bồ-đề, chán ghét *nữ-thân*, thế mà sau khi qua đời còn phải làm hình con gái nữa, tôi xin chẳng giữ lấy ngôi Chánh-giác.—

Theo các Kinh-điển,. những thế-giới không thanh - tịnh, như Ta-bà thế-giải, thì có hàng *nữ-nhơn*. Còn những thế-giái thanh-tịnh, Tịnh-độ, Phật-độ, như Cực-lạc thế-giái thì không có hàng *nữ-nhơn*. Chúng-sanh xuất hiện bằng cách hóa - sanh, chớ chẳng phải do nơi sự dâm-dục của cha mẹ.

NỮ TỎA 女 鎖 Sợi xích là đờn bà. Lời tỷ - dụ. Sắc gái tỷ như cùm xích, nó trói chơn buộc tay chúng - sanh, khiến họ chẳng được giải-thoát, chẳng được tự-do, nên kêu là *nữ tỏa*.

NỮ-TƯỚNG 女 相 Tướng - trạng của nữ-nhơn, hình-tướng của đờn-bà con-gái. Đối với *Nam-tướng*. *Nữ - tướng* là tướng mạo mềm mại, đẹp đẽ, dịu dàng, có đủ mánh khóe làm cho người đờn ông sanh lòng tham-dục.

Niết-bàn kinh quyển 26 : Tất cả những kẻ phàm-phu, nếu thấy nữ-nhơn, thì sanh *nữ-tướng*, tức ghi nhớ cái tướng - trạng đặc biệt của phụ nữ nơi lòng. Bực Bồ-tát chẳng như vậy, dẫu có thấy nữ-nhơn, cũng chẳng sanh *nữ-tướng*. Vì chẳng sanh *nữ-tướng*, cho nên lòng Tham chẳng phát khởi. Vì lòng Tham chẳng phát khởi, cho nên chẳng phải điên đảo. Chẳng qua người thế-gian thấy và nhận có người nữ, cho nên Bồ-tát tùy theo lời nói của thế gian mà kêu là nữ - nhơn vậy thôi.

NỮ THÂN 女 身 Corp féminin, femme (*fr.*) Thân thể đờn-bà con gái, thân-phận hàng phụ-nữ. Đối với *nam-thân*.

Đối với nam-thân, *nữ-thân* kém, dở hơn mọi bề. Thọ *nữ-thân*, thì các căn không được dõng mãnh, tinh-nhuệ bằng nam-thân. Không được tự-tại: từ nhỏ chí lớn, đến già, đến chết, phải ở trong vòng bó-buộc của gia đình. Cho đến sanh vào hàng vương-gia, quí-tộc, lắm khi *nữ-thân* cũng chẳng hơn gì mấy hạng tôi đòi! Lại hay tham, hay giận, hay tối tăm, sự phân-biện không vững chải, không chắc-quyết bằng hạng đờn-ông. Làm *nữ-thân* lại chịu lắm điều đau đớn, dơ dáy: Lúc nguyệt-kỳ thì bức-rức, ô-trược. Khi mang thai thì chịu chín tháng nặng nề, cực nhọc. Khi sanh sản, chết đi sống lại chẳng biết mấy lần!

Vì vậy cho nên những người đờn-bà con gái mộ việc tu học, đều có lòng mong rằng đời sau mình sẽ tránh làm *nữ-thân*.

Tuy vậy, vì lòng đại-bi, chư Đại Bồ tát không câu chấp, chẳng nệ nhọc nhằn, thường sanh ra làm *nữ-thân* đặng tiện độ hàng phụ nữ. Như ngài Quan-Thế-Âm Bồ-tát, ngài Diệu-Âm Bồ-tát v.v.

NỮ-THIÊN 女 天 Dêvi (*scr.*). — Déesse (*fr.*) Vị thiên-thần người nữ, vị *Tiên-nữ*. Cũng viết: *Thiên-nữ*. Trong Tam Giới từ dưới kể lên: Dục-giới, Sắc-giới, Vô-sắc giới, thì chỉ ở Dục-giới, có hàng *Nữ-thiên*, những vị Tiên mang thân phụ-nữ. Ở Sắc-giới và Vô-sắc giới, chẳng có *Nữ-thiên*. Xem: *Thiên-nữ*.

NGẠ-QUỈ 餓 鬼 Pretas (*scr.*).— Âme errante, affamée (*fr.*) Âm theo Phạn: Bích - lệ - ta (*Pretas*). Loài ma quỉ đói khát. Một hạng chúng-sanh mắc quả; hồi ở dương-thế vì sự rít róng bỏn sẻn, để cho người ta đói khát, nên chừng thác thì đọa đày vào hàng *ngạ-quỉ*, hình vóc ốm gầy, xấu xa dị hợm, tóc rối nhầu, đầy lông lá, móng tay móng chơn ló dài, cái bụng như cái trống chầu, miệng tợ lỗ kim, không ăn uống chi được (*theo* **Soạn tập bá duyên Kinh**)

Ngạ-quỉ là một hạng trong *tam đồ, tam ác-đạo* (*ác-thú*), một loại chúng-sanh trong *Lục đạo, Lục thú*. Những *ngạ-quỉ* lẩn quẩn theo khoảng núi, cụm rừng, hoặc phiêu bạc theo đồng nội, cội cây, ao hồ, hoặc vơ vẩn nơi không gian. Người ta cũng gọi chúng là *cô-hồn* (*hồn cô độc, không có thân-nhơn cúng kiến, cầu siêu*). Theo Kinh Phật, đọa làm *ngạ quỉ* còn dễ chịu hơn đọa địa-ngục và đọa làm súc-sanh. Nếu *ngạ - quỉ* biết tỉnh - ngộ, nghĩ đến điều lành, niệm danh hiệu Phật, hoặc như họ nhờ thân-nhơn ở thế-gian làm việc công-đức cầu siêu cho họ, thì ngạ-quỉ sanh lên làm người, hoặc sanh hóa lên cảnh Thần, cảnh Tiên (*Thiên*).

Trái lại, nếu họ cứ khư khư giữ tánh bỏn sẻn, độc ác, nóng giận, hoặc nếu họ chẳng nhờ sức cứu rỗi của thân-nhơn, họ sẽ đọa xuống cảnh *địa-ngục* hoặc sẽ đầu thai làm *súc - sanh*.

Theo **Vu-lan-bồn Kinh**, mẹ của ông Mục-Kiện-Liên vì tội căn thâm trọng nên khi thác, đọa làm *ngạ-quỉ*, chẳng thấy đồ ăn, vật uống, ốm yếu còn da bọc xương. Mục-Kiện-Liên dùng Đạo-nhãn mà trông thấy như vậy, bèn về bạch Phật xin cứu độ. Phật chỉ cách cúng-dường chư Tăng trong ngày Rằm tháng bảy, ngày Tự tứ, ngày hoan-hỷ. Nhờ sức chư Tăng Thập phương hộ-niệm cho, vong-hồn khỏi đọa, được sanh lên cõi nhơn, thiên.

Có ba hạng *ngạ-quỉ* :

1) *Vô tài ngạ-quỉ*: Ngạ-quỉ không có của-cải. Trọn năm không được ăn chi cả.

2) *Tiểu tài ngạ - quỉ*: Ngạ - quỉ ít của - cải. Hạng ngạ-quỉ ăn mủ, máu.

3) *Đa tài ngạ-quỉ*: Ngạ-quỉ có nhiều của-cải. Hạng ngạ-quỉ ăn đồ thừa của người ta bỏ và được ăn đồ cúng tế.

NGẠ-QUỈ ĐẠO 餓 鬼 道 La Voie des âmes errantes (*fr.*): Đường ma đói, Nẻo ma đói. Một trong *Ngũ Đạo, Lục Đạo.* Đường nẻo mà kẻ đã tạo nghiệp-nhơn Ngạ-quỉ phải đi.

NGẠ-QUỈ GIỚI 餓 鬼 界 Le monde des âmes errantes (*fr.*): Cõi ma đói. Thế-giái của loài ma đói. Một trong *Thập giới,* một trong mười cõi chúng-sanh.

NGẠ-QUỈ THÚ 餓 鬼 趣 La Direction des âmes errantes (*fr.*): Chỗ mà loài ma đói kéo nhau về. Một trong *Ngũ thú. Lục thú.* Tức *Ngạ-quỉ đạo.*

NGÃ 我 Atman (*scr.*).— Moi (*fr.*) Ta, tôi, mình, lấy thân mình mà nói. Như: Như thị *ngã* văn (*Tôi có nghe như vầy...*) Ấy là lời tự-thuật của Bồ-tát A-Nan mỗi khi khai Kinh.- Cái *ta, tôi* vốn là chẳng thật, song vì phương tiện mà dùng vậy thôi.

Kẻ ngoại-đạo nhận rằng: *Ngã* là chúa tể của cái thân, nó là Thường trụ chẳng hoại, tức chữ Phạn là *Atman.* Đạo Phật chẳng nhận-thức như vậy.

Kẻ phàm - phu và hạng Tiểu - thừa thường nhận rằng: *Ngã* hiệp bỡi Ngũ - uẩn (*Sắc, Thọ, Tưởng Hành, Thức*). Nương ý họ, Phật có giải rằng: Tỷ như hai bàn tay vỗ với nhau, liền sanh ra tiếng. Cũng như thế, ba món hiệp lại thì sanh ra *Ngã.* Ba món ấy là: 1) Chúng - sanh (*Ngũ uẩn*), 2) Nghiệp (*Nhơn - duyên và quả - báo*) 3) Ái (*Lòng triu mến*). Cho nên lấy riêng ra từng món, từ cái Sắc cho tới cái Thức, tức là Ngũ uẩn, cũng chẳng phải là *Ngã.*—

Chính cái *Ngã* đó là cái *Bổn-ngã, Giả-ngã, Vọng-ngã.* Nhưng kẻ phàm-phu và ngoại-đạo mê chấp, cố chấp cho nên yêu mến thân *mình,* binh-vực ý tưởng của *mình,* bảo-tồn những sở hữu của mình, như nhà cửa, tiền bạc, vợ con. Vì cái *Ngã - chấp, Ngã - kiến* đó, họ vướng các mối phiền - luy, khổ não, đọa-lạc, luân-hồi.

Nhà học Phật chơn chánh phải thoát ra cái sở chấp về *Ngã,* coi cái *Ngã* là giả đối, là tạm hiệp, là Không: *mình* cũng Không, các sở hữu *của mình* đều là không; cho đến mọi chúng-sanh và mọi vật mọi cảnh cũng đều là Không. Nhận thức như vậy thì dứt các mối tríu-mến, tranh-đua, khổ-não. Tất nhiên thoát khỏi hai mối chấp: *Ngả-chấp, Pháp-chấp*. Nhận-thức, giác-ngộ như vậy một cách rốt ráo, thì đắc Đạo, thành La-hán.

Cho nên Phật dạy rằng: *Vô-ngã, Vô ngã sở*. Phải diệt cái *Ngã*, phải tu *Vô-ngã tưởng*.

Khi thấy hàng Thinh-văn đã đắc lý *Vô ngã*, đã diệt cái *Bổn-ngã, Giả-ngã, Vọng-ngã*, Phật bèn đưa họ lên Đại-thừa, dạy họ tu tập cái Ngã của Phật, Bồ-tát. Ấy là các *Đại-ngã, Thật-ngã, Chơn-ngã*. Chính cái *Ngã* nầy là: Phật, Như-lai, Phật tánh, Như-lai tạng. Nó có đủ bốn đức: Thường, Lạc, Ngã, Tịnh. Còn cái *Ngã* chật-hẹp, giả-dối và riêng biệt của phàm phu thì có đủ bốn tánh xấu: Vô-thường, Vô-lạc (*khổ*), Vô-ngã, Bất-tịnh.

Cái *Ngã* to lớn, thành thật, chơn chất vẫn ở nơi chúng-sanh. Nhưng từ xưa tới nay, chúng-sanh bị vô-lượng phiền-não che bít, cho nên chẳng thấy được nó.

Vậy nên Phật có dạy rằng: Muốn thành Phật, phải tu *Ngã-tưởng, Hữu Ngã tưởng*.

Trong **Niết-Bàn Kinh**, quyển 34, Phật có phán: *Ngã* tức là xưa không nay có, có lại thành không. Khi sanh ra thì chẳng từ đâu mà đến; khi dứt mất thì chẳng có đi đâu. Tuy có Nghiệp-quả, nhưng chẳng phải tự mình gây ra. Chẳng có bỏ đi Ngũ-âm, cũng chẳng nhận lấy Ngũ âm.

NGÃ - ÁI 我 愛 Amonur - propre. Lòng thương lấy mình. Thế-gian gọi là *Tự-ái*. Tự mình chấp quấy cái ngã, cái ta, nên sanh lòng ái-trước nồng-nhiệt đối với thân-danh mình. Người đạt lý *vô ngã*, không có ta, *vô ngã sở*, không có cái của ta, thì không còn *ngã-ái*.

NGÃ BA-LA-MẬT 我 波 羅 蜜 Le moi universel (*fr.*): Cũng gọi *Đại-Ngã, Ngã*. Cái Ta rộng lớn của Phật, của nhà đắc

Đạo Đại-thừa. *Ba-la-mật*, nghĩa là : Đức, Độ, cái đại-hạnh đưa đến Bờ Giác. Một đức trong *Tứ đức Ba-la-mật*, một đức trong bốn đức của Pháp - thân, của Như-lai : Thường, Lạc, *Ngã*, Tịnh.

Phật đem lẽ *Vô-ngã* mà dạy kẻ khổ-não vì chấp ngã, kẻ căn tánh nhỏ hẹp Tiểu-thừa. Phật đem lẽ *Ngã Ba-la-mật, Đại-ngã* mà giải bày với người có căn-tánh Đại-thừa để họ thấu nhập lý Phật-tánh, Như-lai, Đại Niết-bàn. Xem : *Tứ đức Ba-la-mật.*

NGÃ-CHẤP 我執 Lòng chấp nệ có mình, có thân mình, cứ khư khư mắc vào sự nhận thức ấy. Cũng kêu là *nhơn-chấp*, chấp có người.

Ấy là sở kiến của kẻ phàm-phu không biết rằng thân thể chỉ là *ngũ uẩn* giả hiệp mà thôi. Vì không giác ngộ cái giả dối của bổn-ngã, cái tánh cách tan rã, không thiệt của bổn-ngã, nên con người những khổ não. Chừng họ nhận ra được cái lý *ngã không*, mình vốn không, người vốn không, chúng-sanh vốn không, tức là họ thoát ra sự *ngã-chấp*, thì họ dứt khổ-não. *Ngã-chấp* có hai mối, *nhị ngã chấp* :

1.) *Cu sanh ngã-chấp :* Ấy là sự ngã - chấp tiên-thiên, vừa sanh ra thì đã có sẵn cái lòng chấp nệ ích-kỷ ấy.

2.) *Phân biệt ngã-chấp* : Ấy là sự ngã - chấp hậu-thiên, chừng lớn lên, cái sức phân biệt của mình (*tự kỷ*) càng ngày càng nảy nở.

Ngã-chấp đối với *Pháp - chấp* là chấp có các pháp, các sự, các vật vô-tình ở trong thế gian. *Ngã-chấp* và *Pháp-chấp* kêu chung : *Nhị chấp* là hai lẽ chấp-trước, hai mối vấp-vướng của người còn phiền-não, chưa giải thoát. Xem : *Pháp-chấp.*

NGÃ-ĐẢO 我倒 Ý kiến điên đảo chấp ngã. Mình, người ta và chúng-sanh vốn là *vô ngã*, thế mà kẻ phàm-phu chấp bậy là có ngã : có cái ta chủ tể, có cái thân thiệt. Cái ý kiến điên-đảo ấy chẳng hạp lý, nên kêu là *Ngã-đảo*. Xem : *Điên-đảo, Tứ điên-đảo* (*Tứ đảo*).

NGÃ ĐIÊN-ĐẢO 我顛倒 Cái ý-kiến điên-đảo chấp ngã. Cũng viết *Ngã-đảo*. Cái tư-tưởng trái ngược của kẻ phàm-phu chấp có cái ta chủ tể, chấp có mình. Một trong bốn điên-đảo của phàm-phu: Thường điên-đảo, Lạc điên-đảo, *Ngã điên-đảo*, Tịnh điên-đảo Xem: *Tứ điên-đảo.*

NGÃ-ĐỨC 我德

1.) Cái đức Đại-Ngã. Một đức trong bốn đức của Niết-bàn, của Như-lai: Thường-đức, Lạc-đức, *Ngã-đức*, Tịnh-đức. Xem: *Tứ đức Ba-la-mật.*

2.) Cái Đại-Ngã của Phật có đủ tám đức tự-tại, nên kêu là *Ngã-đức*. Xem: *Tự-tại nhơn.*

NGÃ-HỮU 我有 Sự nhận có cái bổn-ngã. Sự chấp-nệ sái quấy rằng có cái thật-ngã, cái bổn-ngã chủ tể thân-tâm, chủ-tể sáu căn trong người. Đối-nghĩa: *Ngã-không*: Không có mình, không có cái ta, cũng không có người ta và chúng-sanh.

NGÃ KIẾN 我見 Cái ý kiến chấp có cái ta, sự thấy rằng có cái thân. Cũng viết: *Thân-Kiến.*

Đem cái thân-tâm của mình do năm uẩn (*ngũ uẩn*) hòa-hiệp giả tạm mà cho là có cái nghĩa thường-trụ nhứt định. Có hai thứ, nhị ngã kiến:

1.) *Nhơn ngã kiến* 人我見: Hết thảy kẻ phàm-phu chẳng hiểu thân người-ta là sự hòa-hiệp giả tạm của năm uẩn, mà thường câu nệ cái ý-kiến sái cho là mình có thân-thể.

2.) *Pháp ngã kiến* 法我見: Hết thảy kẻ phàm-phu chẳng hiểu cái tánh không của các pháp, mà thường câu nệ cái ý-kiến bậy cho là pháp có cái thể-dụng chơn-thật.

NGÃ-KHÔNG 我空 Ý kiến cho rằng không có cái ta; Cái thân-tâm vốn không thật. Cũng gọi: *Nhơn không*: Người ta là không thật, *Sanh không*: Chúng-sanh là không thật. Mình đây, người-ta và chúng-sanh chẳng qua do năm uẩn hòa hiệp tạm thời mà thôi, chẳng qua là cái ngã-thể vô-thường mà thôi, nên kêu là *Ngã-không.*

NGÃ-KHÔNG CHƠN-NHƯ 我空真如: Chơn-lý vô-ngã.

Chơn-như, nghĩa là: Cái Chơn-lý thường trụ. Cái Chơn-lý ấy lìa khỏi sự chấp ngã, nó là cái chơn-thể vô-ngã, nên kêu là *Ngã-không Chơn-như.*

NGÃ - MẠN 我慢 Orgueil (*fr.*) *Ngã* : Ta, Mình, Kẻ lấy mình. *Mạn*, Manô, chữ Phạn, dịch : kiêu ngạo, tự cao, khoe mình *Ngã - mạn* là lòng tự - cao khoe khoang tài mình mà khi lờn người khác. Ỷ tài ỷ sức mình mà khinh khi, lấn ép người ta Một trong bảy tánh *mạn*. (*Xem : Thất mạn ở chữ Mạn.*)

NGÃ-NGU 我愚 Tánh ngu chấp ngã. Tánh-tình ngu-tối lầm-lạc của kẻ chấp nệ có ta, chấp nệ cái thân - thể nầy là thật, do đó kẻ ấy không thấu đạt cái chơn-lý Vô-ngã. Người ta gọi cái tánh-tình ấy là *Ngã-ngu.* Cũng gọi : *Ngã-si* 我癡.

NGÃ NHƠN TỨ TƯỚNG 我人四相 Mình, người..., tất cả bốn tướng. *Ngã nhơn tứ tướng* là tiếng nói tắt để gọi bốn tướng, *Tứ-tướng* : Ngã-tướng, Nhơn-tướng, Chúng - sanh tướng, Thọ-giả tướng, viết tắt : Ngã, nhơn, chúng-sanh, thọ-giả.

1.) *Ngã-tướng* : Tướng mình. Chúng-sanh đối với năm uẩn (*ngũ uẩn*) tạm hiệp, cố chấp có cái ta thật, chấp có mình.

2.) *Nhơn-tướng* : Tướng người. Chúng - sanh đối với năm uẩn tạm hiệp, kể quấy rằng mình là người, mình sanh trong cõi người, chớ chẳng sanh trong cõi khác.

3.) *Chúng-sanh tướng* : Tướng chúng-sanh. Chúng-sanh đối với năm uẩn tạm hiệp, kể bậy rằng năm uẩn : Sắc, Thọ, Tưởng, Hành, Thức là chỗ nương cậy để cái thân nầy sanh ra và sống đời.

4.) *Thọ-giả tướng* : Tướng thọ-mạng (*đời sống*). Chúng - sanh đối với năm uẩn tạm hiệp, kể bậy rằng mình (*hoặc người khác*) sống một kỳ-hạn dài hoặc vắn.

Nếu ai cố chấp bốn tướng ấy, thì người ấy là phàm-phu, chẳng phải là Bồ-tát chơn-chánh.

NGÃ-SỞ 我所 Tức là : *Ngã sở hữu* 我所有 Cái của ta,

vật của mình. Tự thân mình, kêu là *Ngã*; vạn vật ở ngoài thân, thuộc về mình, kêu là *Ngã sở*, hay *Ngã sở hữu*. Tỷ như nhà của mình, vợ của mình, con của mình, tiền của, ruộng vườn, đất nước của mình, đều là *ngã-sở*.

Những kẻ phàm-phu có cái *ngã-kiến*, vọng chấp có mình, tự-nhiên tham trước *ngã-sở*, vật của mình, do đó họ có *Ngã-sở kiến*.

NGÃ-SỞ KIẾN 我所見 : Cái ý-kiến khư khư chấp lấy những vật của mình.

Đó là cái ý-kiến thiên lệch, tà vạy, nó làm cho mình phải khổ lụy vì phải đeo theo đồ vật, của cải của mình.

NGÃ-SỞ TƯỚNG 我所相 : Cái tướng-trạng của những vật của mình. Những kẻ phàm-phu thấy cái *ngã-tướng* (*tức là chấp có cái thể-tướng của mình*), nhơn đó thấy cái *ngã-sở tướng* (*tức là cái thể-tướng những vật của mình.*) Bực Bồ-tát có cái niệm-tưởng về Trí-huệ, chẳng thấy *ngã-tướng*, chẳng thấy *ngã-sở tướng*, chẳng thấy chúng-sanh cũng là mọi vật mà mình và chúng-sanh thọ dụng.

NGÃ-TÁNH 我性 Tánh ta. Cái Tánh tự-nhiên trong sạch ở nơi ta, cái tánh ấy vốn lành. Người tu học Đại-thừa, thấy rằng *Ngã-tánh* tức là *Phật-tánh*.

Trong **Niết-Bàn Kinh**, quyển 8, có lời Kệ Ca-Diếp Bạch Phật:

Ngã-tánh cập Phật-tánh,
Vô nhị vô sai biệt
(*Tánh ta cùng Tánh Phật,*
Không hai và không khác.)

NGÃ-TƯỚNG 我相 Tướng của mình. Chúng-sanh đối với phép ngũ uẩn là hòa-hiệp một cách giả tạm, thế mà họ kể bậy là có cái thân mình, cái thiệt mà mình có, đó kêu là *Ngã-tướng*. (Xem: *Ngã nhơn tứ tướng*.)

Ấy là cái *Ngã-tướng* của hạng phàm-phu và hạng Nhị thừa:

Phàm-phu thì mê chấp *Ngã-tướng*, Nhị thừa thì tu diệt *Ngã-tướng*. Còn đối với hạng Tối thượng Đại-thừa, Ngã-tướng tức là Phật-tánh.

«**Niết - Bàn kinh**»: Cái *Ngã-tướng* của hàng Xuất-thế, kêu là Phật-tánh. Nếu tưởng rằng cái Ngã (*Ta*) là như vậy, đó là lối tưởng tốt lành hơn hết. (*Xuất thế Ngã-tướng, danh vi Phật-tánh. Như thị kế Ngã, thị danh tối thiện.*)

NGÃ-TƯỞNG 我 想 Cái tư-tưởng quấy của người suy xét rằng mình có cái thật ngã, tư tưởng nhìn nhận có ta.

Niết-bàn Kinh, quyển hai: Tại sao nói rằng người có *Ngã-tưởng*? Vì người ấy kiêu-mạn, cống-cáo, trôi giạt và quanh lộn theo dòng sanh-tử...,

Nầy chư Tỳ-kheo! Ở trong pháp Khổ mà sanh ra cái Lạc-tưởng; ở chốn Vô-thường mà sanh ra cái Thường-tưởng; ở nơi Vô-ngã mà sanh ra cái *Ngã-tưởng*; ở chỗ Bất-tịnh mà sanh ra cái Tịnh-tưởng. Hàng thế-gian vẫn có bốn cái tư-tưởng: Thường, Lạc, Ngã, Tịnh đó.

NGÃ-THẤT 我 室 Cái nhà ngã-chấp. Lời thí-dụ. Tỷ như cảnh nhà có thể bao-bọc chấp chứa người ta và đồ vật. Cái lòng chấp-nệ lấy ta cũng như thế, nó bao-bọc và chấp-chứa các phiền não, khổ-lụy, nên kêu là *ngã-thất*.

NGHI 疑 Yisi, Visikcha (*scr.*). — Viçi (*p.*). — Doute (*fr.*): Lòng nghi, mối nghi, Sự nghi, ngờ vực. Đối-nghĩa: *Tín* (*tin*). *Nghi* bởi nhiều lẽ: hoặc vì không hạp sở kiến mình, hoặc vì ngoài sức tưởng tượng của mình, hoặc vì quá sức tu học, quá cỡ trí của mình, hoặc vì thấy lạ lùng mà đem lòng *nghi-hoặc*. Tức là *nghi* đối với Chánh-pháp, đối với những hiện-tượng mà mình chưa từng thấy.

Đệ-tử Phật không nên đem lòng *nghi* đối với những lời Phật dạy. *Nghi* như vậy có trở ngại cho bước đường tu học của mình.

Niết-Bàn kinh, quyển 17: Có năm mối nghi, *ngũ nghi*: 1.) Nghi Phật, 2.) Nghi Pháp, 3.) Nghi Tăng, 4.) Nghi Giới, 5.)

Nghi. Nhờ lìa khỏi năm mối *nghi* ấy, nhà đạo chẳng còn phóng dật.

NGHI-CÁI 疑蓋 Cái nắp che bít là lòng nghi. Tình nghi-hoặc tỷ như cái nắp che bít, nó là một thứ phiền-não che án người-ta, chẳng để cho họ thấu rõ chơn-lý, một trở ngại khiến người ta chẳng tin Chánh-pháp. Một trong năm phiền-não che bít chúng-sanh. Xem : *Ngũ cái.*

NGHI-CĂN 疑根 Căn nghi, gốc nghi. Tính nghi-hoặc tợ như rễ cây, nó ăn sâu vào tâm-trí, trở thành căn-tánh, kêu là *nghi-căn.*

NGHI-CHẤP 疑執 Sự chấp-nệ của nghi-hoặc. Vì nghi-hoặc, chẳng tin nên người ta chấp-nệ theo tình nghi của mình, mà chẳng tin tưởng chánh-lý.

NGHI-KẾT 疑結 Dây thắt buộc là tình nghi. Tình nghi tức là một mối phiền-não thắt buộc lòng người. Phiền-não là nghi-hoặc ấy trói buộc người ta, chẳng để cho tâm trí họ được tự-tại, chẳng để cho họ ra khỏi Tam giới. Nghi là một trong chín mối phiền-não thắt buộc tâm thân. Xem : *Cửu Kết.*

NGHI-KIẾN 疑見 Ý-kiến hồ-nghi, kiến-thức của kẻ chẳng tin, nhứt là chẳng tin Tam Bảo, chẳng tin lẽ phải. Đồng-nghĩa : *Nghi-tâm* 疑心. Lòng nghi, lòng dạ chẳng quyết. Nhơn *nghi-kiến* mà sanh ra *tà-kiến. Nghi-kiến* là một trong mười ý kiến thiên tà. Xem : *Thập kiến.*

NGHI-SỬ 疑使 Tình nghi là sức sai khiến, sự sai khiến của nghi-hoặc. Sự nghi bậy có sức sai khiến chúng-sanh, xúi họ hành động quấy bằng thân, bằng ngữ, bằng ý, xua đuổi họ vào vòng lưu-chuyển Luân-hồi trong *Lục đạo,* trong *Tam giới.*

NGHI-THÀNH THAI-CUNG 疑城胎宮 *Nghi-thành* : Thành phố của những người có lòng nghi. *Thai-cung* : Cung-điện nơi đó người ta do thai-bào mà sanh ra. Những người niệm Phật A-Di-Đà mà có lòng nghi, e rằng mình không có thể vãng sanh cõi Cực-lạc, những người ấy khi mãn phần thì sanh đến cảnh *Nghi-thành*, ở gần bên cõi Cực-lạc. Họ sanh ra bằng thai-bào, ở trong cung điện thất bảo thuộc về cảnh *Nghi-thành*. Họ ở trong cung điện ấy, hưởng mọi khoái lạc trong năm trăm năm, song họ chẳng hề nghe được danh hiệu Tam Bảo (*Phật, Pháp, Tăng*). Chừng dứt lòng nghi, họ mới được hóa sanh vào cõi Cực-lạc của đức Phật A-Di-Đà. Những cung-điện nơi ấy người ta sanh ra bằng thai-bào tại thành phố của những người niệm Phật mà lòng còn nghi, kêu là *Nghi-thành thai-cung*, tỷ như cung điện ở Thiên-đường vậy.

NGHI - THÍCH 疑 刺 Hồ - nghi là mũi nhọn, mũi nhọn của tình nghi. Tỷ như mũi nhọn làm hại người ta, tình *nghi* cũng như thế. Nó đâm chít, làm hư-hại thiện - căn, nên kêu là *nghi-thích*.

NGHI-VÕNG 疑 網 Lưới nghi. Tình nghi bủa giăng như lưới, nó nhốt trói người ta, chẳng để cho người-ta thoát ra khỏi Luân-hồi, Khổ-não.

NGHĨA-BIỆN 義 辯 Việc biện - thuyết, tài biện - thuyết về nghĩa-lý, về thú-vị, về lợi-ích của Niết-bàn. Một trong bảy tài biện-thuyết của Bồ-tát. Xem : *Thất chủng biện*.

NGHĨA ĐÀ-LA-NI 義 陀 羅 尼 *Nghĩa* : Nghĩa-lý, ý-thú của sự vật. *Đà-la-ni, Đà-ra-ni, Dhârani*, tiếng Phạn, dịch là : Trì, Tổng-trì, giữ, giữ lấy tất cả mà chẳng quên, chẳng mất. *Nghĩa Đà-la-ni* là sự giữ-gìn tất cả nghĩa lý, ý-thú của các pháp, chẳng hề quên. Đó là một đức của Bồ - tát. Có bốn thứ Đà-la-ni : Văn đà-la-ni, *Nghĩa đà-la-ni*, Chú đà-la-ni, Nhẫn đà-la-ni. Xem : *Đà-la-ni*.

NGHĨA-MÔN 義 門 Môn nghĩa lý. Trong việc tu học, có nhiều pháp, có nhiều môn khác nhau, *nghĩa - môn* là một trong các môn vậy.

NGHĨA-SƠN (*SAN*) 義 山 Núi nghĩa lý. Lời tỷ-dụ. Nghĩa lý của Kinh-điển, của Phật - pháp cao siêu tợ núi non, nên kêu là *Nghĩa-sơn*.

NGHĨA-TÍN 義信 Yi-tsing (*ch.*) Nhà sư Tàu hồi thế kỷ thứ bảy Dương-lịch, có du hành qua Thiên-Trước.

Thầy sanh tại xứ Tche - li, năm 634. Đến bảy tuồi, đã xuất-gia

Thầy từ giã nước Tàu vào mùa thu năm 671, bước chơn xuống một chiếc thuyền người Ba - tư. Trước hết, thầy đến xứ Tô-môn-đáp-lạp (*Sumatra*). Một chiếc thuyền của người ở Tô-môn đáp-lạp (*Sumatra*) đưa thầy qua vịnh Mạnh-gia-lạp (*Bengale*). Vào tháng hai năm 673; thầy bước chơn lên hải cảng Tâmralipti, xứ Tamluk bây giờ. Thầy ở đó một năm mà học chữ Phạn trước khi đi vào cõi Ấn-Độ. Kế đó, thầy viếng qua các nơi Thánh-địa trong nước Ma-kiệt-đề (*Magadha*). Rồi sang đại - tự Na-lan-đà (*Nâlandâ*) với xứ Phật-Già-da (*Bouddha-Gaya*), thầy làm lễ Phật trước cây Bồ-đề đề cầu nguyện cho mình và cho những quyến thuộc có sở cậy mình. Thầy viếng và làm lễ các nơi có tích Phật và ở tại chùa Na-lan-đà mà tu học trong mười năm, luôn dịp tom góp những Kinh-điển.

Thầy định hồi hương, bèn trở lại xứ Tâmralipti đề vượt biển. Ấy là vào năm 685. Thầy ghé lại thành Çrivijaya thuộc xứ Sumatra trong bốn năm. Ở đó, thầy dịch Kinh chữ Phạn ra chữ Tàu. Năm 689, thầy trở về Tàu, ghé lại Quảng - đông (*Canton*) mà thỉnh những người giỏi chữ Phạn qua xứ Sumatra đề phụ dịch Kinh với mình. Thầy qua ở xứ Sumatra trong năm năm nữa. Đến năm 695, thầy trở về Trung-Quốc. Thầy về đến thành Lạc - Dương (*Lo - yang*) vào giữa mùa hạ. Bấy giờ, hoàng đế là nữ chúa Võ-Tắc-Thiên tiếp rước thầy một cách long trọng. Triều - đình có ủng hộ thầy trong việc phiên - dịch Kinh-điển, phái nhiều vị quan, nhiều vị văn - nhân đề tiếp tay với thầy. Lại có mấy vị sư Ấn-Độ đến ở trong xứ, đồng cộng sự với thầy Nghĩa-Tín dịch được tất cả 156 bổn.

Kế đó, Võ-Tắc-Thiên thăng-hà, vua Trung-tông (*Tchong-tsong*). nối ngôi, vua thường đến viếng và hộ-trợ Nghĩa-Tín. Trọn mùa hạ năm 707, vua ở tu học tại chùa của thầy.

Kế đó, ở trào có nhiều cuộc tai biến. Song thầy không tham dự vào, vẫn một lòng tinh-tấn trong sự phiên dịch Nghĩa-Tín tịch năm 713, hưởng thọ 80 tuổi.—

Cũng nhằm đời Đường và vào thế kỷ thứ bảy, trước Nghĩa-Tín, Huyền Trang có đi thỉnh kinh và học Đạo bên Thiên-Trước bằng đường bộ. HuyềnTrang đi năm 629 và về năm 645.

NGHĨA-TỊNH 義淨 Một nhà sư có danh đời nhà Đường (618-905). Ông được xưng là Tam-tạng Pháp-sư, tức là một vị Sư tinh-thông về ba Tạng : Kinh, Luật, Luận. Ông có phụng chiếu dịch quyển « *Di-Lặc hạ sanh thành Phật Kinh* » chữ Phạn ra chữ Hán.

Vào đời vua Trung-tông nhà Đường, ông có truyền Cụ-túc Giới cho sư Huệ-Nhựt là một nhà sư có đi Thiên-Trước từ năm 701 đến năm 719.

Năm Cảnh Long thứ tư nhà Đại-đường, đời vua Trung-tông (707), ông có phụng chiếu vua dịch bộ *Hữu - bộ Giái - bổn (bổn Giới-luật) của phái Hữu-bộ bên Thiên-trước.*)

NGHĨA-TƯỚNG 義相

1.) Nghĩa lý và tướng-trạng.

2.) Tướng-trạng của nghĩa lý.

NGHĨA-THIÊN 義天 Bực Tiên, bực Thánh-hiền thấu rõ nghĩa - lý của các pháp, của các sự vật. Một hạng trong *Tứ chủng Thiên.*

Nghĩa-Thiên là tiếng xưng hàng *Thập-trụ Bồ-tát.* Những nhà tu-hành Đại - thừa đắc từ trụ-vị ban sơ đến trụ-vị thứ mười, đều có trí sáng suốt thấy rằng tất cả các pháp đều là Không, đều chứa cái *Không-nghĩa,* cho nên kêu là *Nghĩa-Thiên.*

Niết-Bàn kinh, quyển 22 : Như-lai chẳng phải là *Nghĩa-Thiên,* cũng chẳng phải là không phải *Nghĩa-Thiên.*

Ngài không phải là bực trong *Thập-trụ Bồ-tát,* cho nên chẳng phải là *Nghĩa-Thiên*, (*Phi Nghĩa-Thiên*.) Nhưng mà Như-lai thường tu mười tám nghĩa Không (*Thập bát Không nghĩa*), cho nên ngài chẳng phải là không phải *Nghĩa-Thiên*, (*Phi phi Nghĩa-Thiên*). Xem : *Tứ chủng Thiên*.

NGHĨA-THIẾU 義 少 Người còn nhỏ tuổi (*thiếu-niên*) mà thông hiểu nghĩa lý của các pháp, của những sự vật.

NGHĨA-THÚ 義 趣 Chỗ qui-thú của nghĩa-lý ; ý-thú, ý-vị của nghĩa lý.

NGHĨA VÔ-NGẠI 義 無 礙 Sự thông-đạt nghĩa lý của các pháp, sự không trệ ngại đối với nghĩa-lý của sự vật. Hiểu biết và giảng giải nghĩa lý của các pháp một cách trôi chảy. Một trong bốn đức vô-ngại của Bồ-tát. Cái trí-huệ biện - tài về *nghĩa vô-ngại*, kêu là *Nghĩa vô-ngại trí*.

NGHĨA VÔ-NGẠI TRÍ 義 無 礙 智 Cái trí-huệ hiểu biết và biện-luận nghĩa lý một cách thông suốt, vô-ngại. Cũng gọi : *Nghĩa vô-ngại biện*, Tài-trí biện-luận nghĩa lý một cách vô-ngại, *Nghĩa vô-ngại giải*, Tài trí hiểu biết thông suốt nghĩa lý của các pháp. Một trong bốn đức Trí của Bồ-tát. Xem : *Tứ vô-ngại trí*

NGHỊCH 逆 Contraire, Adverse, Inverse (*fr*.) Chẳng thuận,— loạn,— phạm phận. Như : Kẻ tiện ngăn chống người quí, kẻ nhỏ lăng nhục người lớn, bỏ bà thân-thích chuộng người xa lạ, trọng người mới chê người cũ, nhỏ lấn lớn, dâm phá đều nghĩa, đó là *lục nghịch* theo Nho-giáo, tức là *nghịch-luân*. *Nghịch* cũng có nghĩa : nghinh, tiếp, nhận lấy, nhưng ba nghĩa này ở trong sách xưa, ngày nay ít dùng. Lại có nghĩa : dự định, dự bị, Pháp : Prévoir, Préventif. Trong đạo Phật, về sự *nghịch* lớn, có năm tội, bảy tội.

Năm tội nghịch (*Ngũ nghịch tội*) là : 1. Sát phụ (*giết cha*) 2. Sát mẫu (*giết mẹ*), 3. Hại A-la-hán, 4. Đấu loạn chúng Tăng 5. Khởi ác ý đối với sở hành của đức Như-lai (*hoặc làm cho thân Phật ra máu*).

Ai phạm một trong năm tội nghịch ấy, sẽ bị quả-báo vô-lượng, sẽ đọa mãi mãi.

Bảy tội nghịch (*Thất nghịch tội*) là năm tội đã kể trên và thêm hai tội nữa: Giết Hòa-thượng đỡ đầu cho mình nhập Đạo, Giết A-xà-lê là ông thầy dạy Đạo cho mình.

Bảy tội nghịch nầy có biên ở Kinh Phạm-võng, ai phạm thì chẳng được thọ Giới Bồ-tát. Xem: *Ngũ nghịch tội, Thất nghịch tội.*

NGHỊCH-DỤ 逆喻 Lời tỷ-dụ nghịch. Do quả mà suy tới nhơn, do ngọn mà tầm tới gốc, do chỗ phát-hiện mà phăn tới chỗ phát-tích. Như gốc của biển cả là sông cái, gốc của sông cái là sông con, gốc của sông con là ao, suối, nguồn. Đó là *nghịch-dụ.*

NGHỊCH-DUYÊN 逆緣 Duyên-cớ trái nghịch. Như do duyên-cớ trái nghịch của việc dữ, của tai nạn mà gặp Phật-đạo. Hoặc do duyên-cớ trái nghịch mà từ trong đạo trở ra đời. Đó là *nghịch-duyên.*

NGHỊCH HÓA 逆化 Sự giáo-hóa nghịch. Như Phật, Bồ-tát có kế-thuật hay, hành tà-đạo để giáo-hóa chúng-sanh, giả đò làm những việc lầm lỗi để có cớ mà khuyên dạy người đời.

NGHỊCH LỘ-GIÀ-DA-ĐÀ 逆路伽耶陀 Tức là *nghịch thế*, chẳng thuận theo thế-sự. *Nghịch*: Chẳng thuận, Trái với. *Lộ-già-da-đà*, chữ Phạn, dịch là: Thuận thế, ác-luận, thế-luận. *Nghịch lộ-già-da-đà* là học-phái của ngoại-đạo sanh hoạt trái hẳn với thế-tình. Đối với *Lộ-già-da-đà* là phái thuận theo thế-tình.

Trong Kinh **Pháp-Hoa**, về phẩm An-lạc-hạnh, đức Phật phán với ngài Văn-Thù: **Một** vị Bồ-tát Ma-ha-tát không tới lui thân cận vua, con vua, đại-thần và quan trưởng. Người không thân cận với kẻ ngoại-đạo là phái xuất-gia Bà-la-môn (*Phạm-chí*) và phái thầy tu trần truồng (*Ni-kiền-tử*) v.v... Người không gần gũi với bọn viết văn đặt sách thế-tục, bọn ngâm-vịnh thơ-ca ngoại-đạo, cùng phái Lộ-già-da-đà và phái *Nghịch lộ-già-da-đà.*

NGHỊCH-LƯU 逆流: Đi ngược dòng nước, ngược dòng luân-hồi. Tức là quả *Tu-đà-hoàn* (*Srotapanna*) là quả ban sơ trong bốn quả Thánh. Người thế-tục cứ thuận theo dòng sanh-tử, luân hồi. Còn người chứng ngộ Đạo-lý thì bắt đầu đi ngược dòng sanh-tử-mà vô đạo. Niết-bàn. Đối với : *Thuận lưu*. Trong *Niết-bàn Kinh* có giải rằng :

Thuận-lưu là tiếng gọi hạng phàm-phu. Còn những vị đắc quả, từ quả Tu-đà-hoàn lên tới quả Duyên-giác, thì kêu *Nghịch-lưu*.

NGHỊCH-TỘI 逆罪 : Tội nghịch, tội của kẻ phản nghịch, hãm hại những bực có ơn trọng với mình. Tội ấy rất nặng, tất cả có năm thứ, kêu trọn : *Ngũ nghịch tội*. Các kinh thường biên năm thứ tội nghịch, riêng Bồ-tát giái kinh thì kể đến bảy, *Thất nghịch tội*.

NGHỊCH THUẬN TAM-MUỘI 逆順三昧 Phép Tam-muội nghịch và thuận, cách quán-tưởng lẽ nghịch và lẽ thuận. Cũng như nói : *Thuận nghịch nhị quán*. Quán-tưởng từ nhơn cho tới quả, kêu là Thuận. Quán-tưởng từ quả trở lại nhơn, kêu là Nghịch. Quán-tưởng lẽ hữu-lậu, lẽ thuận thế, kêu là Thuận. Quán tưởng lẽ vô-lậu, lẽ Niết-bàn, kêu là Nghịch. Quán-tưởng đủ cả hai bề nghịch và thuận, thấu lý cả thuận và nghịch, kêu là *Nghịch thuận Tam-muội*.

NGHIỆP 業 Karma (*scr.*).— Kamma (*p.*).— Loi des Rétributions ; acte (*fr.*)

Tức là : *Nhơn-quả*, sự-việc từ Nhơn tới Quả. Cũng kêu theo Nho : *Định-mạng*. Một cái sức do những sự thiện và ác của chúng-sanh tạo thành từ những đời trước. Nếu trong những đời trước, mình thường làm việc lành bằng thân-ngữ-ý, thì cái *Nghiệp* nó theo mà ủng-hộ mình, nâng đỡ mình. Ấy là *Phước-nghiệp*. Trái lại, nếu trong những đời trước, mình hay làm nhiều việc ác bằng thân-ngữ-ý. thì đời nay cái *Nghiệp* hành hạ, báo trả bằng những hoạn-nạn, đau khổ. Ấy là *Tội-nghiệp*. Về *Tội-nghiệp*, thi-sĩ Nguyễn-Du có khuyên người ta rằng :

Đã mang lấy *Nghiệp* vào thân.
Cũng đừng trách lẫn Trời gần đất xa.

Do *Nghiệp*, con người ta-sanh ra giàu hoặc nghèo, sang hoặc hèn, mạnh hoặc đau, thọ hoặc yếu, sáng hoặc tối, tỉnh hoặc mê.

Do *Nghiệp*, con người ta hoặc sanh ra trong hạng Tiên, Thần, Người, hoặc đọa lạc vào hạng Ngạ-quỉ, Địa-ngục, Súc-sanh. Đó là *Nghiệp* riêng (*Biệt-nghiệp*). Còn *Nghiệp* chung (*Tổng-nghiệp*) nó quản-trị đến dân tộc, đến cả nhơn-loại trong toàn cõi thế-giái nữa.

Nghiệp cũng có nghĩa: tạo-tác, việc làm, Pháp: Acte. Có *tam nghiệp*, ba hạnh-nghiệp, Ba nghiệp.

1.) *Thân-nghiệp*: Việc làm bằng thân thể tay-chơn.

2.) *Khẩu-nghiệp*: Việc làm bằng miệng, tức nói lành hoặc nói dữ.

3.) *Ý-nghiệp*: Việc làm bằng ý-niệm, hành-động bằng tư-tưởng.

Ba Nghiệp ấy gom thành một Sức Mạnh, kêu chung là *Nghiệp*.

Con người ta từ lúc sống cho tới lúc thác, không lúc nào là không do sức quản trị của cái *Nghiệp*. Khi người ta thác rồi, sắp đi đầu thai, thì do một cái trong bốn cái *Nghiệp* dưới đây: 1. *Cực trọng nghiệp*: Trong một đời, có làm một nghiệp lành nào hay một nghiệp dữ nào lớn lao, thì tùy theo Nghiệp cực trọng đó mà đầu thai. 2. *Cận tử nghiệp*: Khi gần thác, xu-hướng theo đường lành hay đường dữ, tùy theo đó mà đầu thai. 3. *Tập quán nghiệp*: Thường ngày thói quen của mình ưa làm những chuyện chi, chừng thác y theo đó mà đầu thai. 4. *Tích lũy nghiệp*: Cái nghiệp tích trữ từ những đời trước, cũng có thể do đó mà đầu thai.

Rốt cuộc, chịu theo sức một cái Nghiệp nào mà đi đầu thai, thì cái Nghiệp đó gọi là Dẫn-nghiệp.—

Từ hàng Phật, Thánh cho đến các hạng chúng-sanh trong vòng Tam Giới đều chịu lấy bốn cái nghiệp, *Tứ nghiệp*:

1.) **Hắc-nghiệp** (*nghiệp đen*): cái ác-nghiệp chiêu cảm cái khổ-quả, cả nhơn và quả đều đen đúa.

2.) **Bạch-nghiệp** (*nghiệp trắng*): cái thiện-nghiệp chiêu cảm cái lạc-quả, cả nhơn và quả đều trắng sạch.

3.) **Hắc-nghiệp bạch-nghiệp** (*nghiệp đen và nghiệp trắng*): tức là từ trước có làm ác, làm thiện nên cái quả có đen, có trắng, có khổ, có sướng.

4.) **Bất hắc bất bạch nghiệp** (*nghiệp chẳng đen chẳng trắng*) : Tức là Nghiệp vô-lậu, vô-vi của hàng đắc Đạo.
Xem : *Tác nghiệp.*

NGHIỆP-ÁCH 業厄 Tai nạn do Nghiệp chiêu - cảm. Do cái Ác - nghiệp đời trước nó chiêu cảm, đời nầy phải chịu tai ách. khốn khổ, hoạn nạn, nên kêu là *Nghiệp-ách.*

NGHIỆP-ẢNH 業影 Nghiệp là bóng theo hình. Cái Nghiệp nó theo khít cái Thân, hễ có Thân thì có Nghiệp, tỷ như cái bóng (*ảnh*) theo sát hình - thể, chẳng hề rời. Mình đứng ngay, cái bóng cũng ngay ; mình khom xuống, cái bóng cũng khom xuống: Mình làm chánh-đáng thì cái Nghiệp-cảm sẽ chánh - đáng; mình làm độc hại, cái Nghiệp-cảm cũng độc-hại.

NGHIỆP-BÁO 業報 : Cái Nghiệp nó trả lại (*báo*) bằng sự vui vẻ hay khổ sở tùy theo đời trước, mình đã làm lành hay làm ác. Cái Nghiệp trong thời-kỳ báo đáp. Tức : *Nghiệp quả, quả-báo.* Đối nghĩa : *Nghiệp-nhơn, Nghiệp-duyên* là cái Nghiệp khi mới tạo-tác.

Nghiệp Báo cũng có nghĩa : Nghiệp và Báo. *Nghiệp* tức là *Tác Nghiệp* ; *Báo* tức là *Thọ Báo* (*Thọ quả*) (*Xem : Tác Nghiệp*)

NGHIỆP-CẢM 業感 : Sức cảm động của Nghiệp, sự cảm ứng của Nghiệp. Do đời trước đã làm lành hay làm dữ, mà tạo ra *Nghiệp,* cái *Nghiệp* ấy có sức cảm động đưa đến sự vui sướng hay sự khổ-lụy trong đời nầy.

Như những kẻ hồi còn sống làm những việc ác, đến chừng thác, cái Nghiệp nó lôi xuống Địa-ngục, nơi ấy họ thấy họ bị các sự hành phạt gớm ghê. Đó là *Nghiệp-cảm.*

Hoặc có những người làm lành trong lúc sanh tiền, đến

chừng thác, họ sanh lên cảnh Tiên, thấy mình hưởng đủ mọi sự khoái-lạc ; chừng sanh lại làm người. thì thanh - nhàn, yên ổn, mọi sự đều được như ý. Đó cũng là *Nghiệp-cảm.*

NGHIỆP-CẤU 業 垢 : Sự dính dơ của cái Nghiệp - cảm. Tỷ như bụi (*cấu*) bám vào vật thì làm dơ vật. Người ta trước đã làm chuyện dơ dáy, bậy bạ nên chiêu cảm cái Nghiệp, nó bám theo mình mà trả lại bằng quả-báo nhơ nhớp, khổ-não.

NGHIỆP - CHỦNG 業 種 : Hột giống Nghiệp. Cái Nghiệp tỷ như hột giống, mình gieo thứ nào thì nó sanh ra trái (*quả*) thứ ấy. Mình làm lành, tức là gieo giống tốt, thì được quả lành. Mình làm ác, tức là gieo *Nghiệp - chủng* xấu, sẽ gặt hái quả dữ.

NGHIỆP-CHƯỚNG 業 障 Sự ngăn trở của Nghiệp. Cái Nghiệp tức là chướng - ngại, cái Nghiệp nó che lấp. Do đời trước đã phạm tội trọng, hoặc có hủy báng Chánh - pháp, kết thành Nghiệp. Cái Nghiệp ấy chưa tiêu trừ, nên đời nầy vướng phải các tai nạn, lận - đận lao-đao mãi ; còn như có qui-y thọ Giới thì cũng không đắc nhập Phật-Pháp.

Hoặc ai trước đã phạm *Ngũ nghịch, Thập ác,* thì sự phạm đó cũng kêu là *Nghiệp - chướng.* Vì những tội ấy che lấp cái minh-tâm mình, khiến cho mình chẳng biết phân biệt việc thiện, ác ; khiến cho mình mê điều tà mà xa điều chánh ; khiến cho mình vướng phải các tai nạn, tật, bệnh.

Đối với bực có tâm tu hành mà phải sanh vào cõi người, chịu các điều oan trái, ấy cũng vì *Nghiệp-chướng,* sự ngăn - trở của Nghiệp.

Quan-Âm Thị-Kính :

Tiền-sanh *Nghiệp-chướng* có dày,
Cho nên Trời mới đem đày nhơn-gian !
Mặt phàm khôn tỏ ngay, gian !
Hai phen đem buộc tiếng oan bằng Trời.

NGHIỆP-DUYÊN 業 緣 : Nhơn-duyên của Hạnh - Nghiệp. Cái Nghiệp lúc mới phát khởi, mới tạo tác. Đối-nghĩa : *Nghiệp-quả*. Cũng viết : *Nghiệp - nhơn*. Do *Nghiệp - duyên* lành, sanh *Nghiệp-quả* lành ; do Nghiệp-duyên dữ, kết *Nghiệp-quả* dữ.

« **Kim - Vân - Kiều** » : Sư rằng : Song chẳng hề chi,

Nghiệp-duyên cân lại, nhắt đi còn nhiều.

Xem : *Nghiệp-nhơn*

NGHIỆP-ĐẠO 業 道 : Con đường Nghiệp, dẫn từ Nghiệp-duyên đến Nghiệp - quả. Tùy theo mình đã làm thiện, ác thế nào thì cái Nghiệp-lực nó đưa mình đến một Nẻo trong Sáu Nẻo (*Địa-ngục, Ngạ-quỉ, Súc-sanh, A-tu-la, Nhơn, Thiên*) mà chịu lấy sự báo-ứng sướng hay khổ.

Sáu Nẻo (*Lục đạo, Lục thú*) ấy kêu chung là *Nghiệp - đạo*, ấy là con Đường Nghiệp có Sáu Nẻo.

Nghiệp-đạo là một trong *Tam đạo* : Phiền - não đạo, *Nghiệp - đạo*, Khổ-đạo.

Những nhà thành Đạo, các hàng Tứ Thánh (*Phật, Bồ-tát, Duyên-giác, La-hán*) là những bực ra khỏi *Nghiệp-đạo*.

Đối với người thác, như trong **Địa-Tạng Kinh** có dạy, trong vòng 49 ngày, nhằm ngày vía, gia - quyến nên thiết lập những cuộc cúng-dường, bố-thí, tụng kinh đặng vùa giúp, nâng dỡ cái *Nghiệp-đạo* cho họ.

Chúng-sanh nếu thường vì lòng từ bi mà bố-thí, vì lòng thành-tín mà cúng-dường chư Phật, chư Tăng, tu bổ chùa chiền, ấn tống Kinh, Tượng, — thì *Nghiệp-đạo* được vững-vàng, họ sẽ sanh ra nơi những cảnh Tiên cao, hoặc làm người lành mà hưởng các sự khoái-lạc.—

Nghiệp-đạo lại là tiếng kêu tắt : *Nghiệp-đạo thần*. Ấy là mấy vị giám-thị như Thiên-thần, Địa-kỳ, có phận sự xem xét những việc thiện, ác của người đời mà định đoạt cho họ một nẻo trong Sáu Nẻo Luân-hồi.

NGHIỆP - ĐIỀN 業 田 : Ruộng Nghiệp ; Nghiệp tức là ruộng nương. Tỷ như một đám ruộng, nếu mình gieo vào đó những hột giống tốt, ắt mình sẽ hưởng quả tốt. Cũng như thế, mình gieo trồng giống lành nơi *Nghiệp-điền*, thì mình sẽ được hưởng cái kết quả lành ; gieo vào đó cái nhơn ác, ắt sẽ sanh ra quả ác độc.

NGHIỆP-HỆ 業 繫 Dây Nghiệp, sự trói buộc của Nghiệp. Cái Nghiệp tỷ như dây trói, nó buộc lấy thân tâm của chúng-sanh, nó ghì chặt chúng - sanh nơi Luân - hồi, nên kêu là *Nghiệp-hệ.*

NGHIỆP - HỎA 業 火 Lửa Nghiệp. Cái Nghiệp tỷ như lửa nóng, lửa dữ, nó đốt hại thân tâm của chúng-sanh, nó thiêu rụi sự việc của chúng-sanh.

NGHIỆP-HỮU 業 有 Có Nghiệp. Cái Nghiệp-nhơn (*Nghiệp-duyên*) và cái Nghiệp-báo (*Nghiệp-quả*) vẫn là có chớ chẳng phải không. Nó có ảnh hưởng đối với đời sống của chúng-sanh. Nếu bảo rằng không có hạnh-nghiệp, tức là vô-thần, bất-tín. *Nghiệp-hữu* là một việc có trong Bảy việc có. Xem : *Thất hữu.*

NGHIỆP-KẾT 業 結 : *Kết* : Sự kết-buộc, Sự tụ-họp. Cái Nghiệp tu-họp có tánh-cách buộc trói chúng-sanh, nên kêu là *Nghiệp-kết*. Ác-nghiệp với Phiền - não, kêu chung là *Nghiệp - kết.*

Niết-Bàn kinh, quyển 13 : Tỷ như cái áo dính dầu mỡ. Do đó, bụi-bặm bám vào. Bám vào thì ở luôn nơi đó. Lòng Ái cũng như thế. Ở đâu có Ái luyến, thì *Nghiệp-kết* cũng đến ở nơi đó.

NGHIỆP-KÍNH 業 鏡 Tấm kính Nghiệp. Mảnh gương mà người ta dòm vào, thấy lần lượt hiện ra các hạnh - nghiệp của mình. Tại Âm-cảnh, có *Nghiệp-kính*, chúng-sanh ngó vào đó, thấy hiện ra các sự-nghiệp tốt và xấu của mình hồi ở Dương gian, các hạnh-nghiệp từ trước của mình. Do đó, người ta quyết-định tội-báo hoặc phước-báo cho đương-sự.

NGHIỆP-KHỔ 業 苦 Hạnh nghiệp chiêu-cảm khổ-lụy. Những hạnh-nghiệp xấu của người ta có một sức mạnh đưa đến kết -

quả là những sự khổ não, hư hỏng, hoạn nạn. Những hạnh-nghiệp xấu ấy, kêu chung là *Nghiệp khổ*.

NGHIỆP-LUÂN 業 輪 Bánh xe Nghiệp, Chiếc xe Nhơn-Quả. Lời tỷ-dụ. Cái Nghiệp tức Nhơn-Quả của chúng-sanh tỷ như chiếc xe mà bánh không ngừng lăn, chở họ đi trên Sáu nẻo Luân-hồi.

NGHIỆP-LỰC 業 力 Sức Nghiệp. Hạnh-nghiệp lành có sức mạnh đưa chúng-sanh đến cảnh an vui, hạnh-phúc. Hạnh-nghiệp dữ có sức mạnh đưa chúng-sanh đến nơi khổ não, hoạn nạn. Cái Sức ấy kêu là *Nghiệp-lực*.

Cái *Nghiệp-lực* đưa mình lên những cảnh rực-rỡ giữa chư Thiên, chư Thần, Nhơn-loại. Nó cũng có thể kéo mình xuống những hàng Địa-ngục, Ngạ-quỉ, Súc-sanh.

Trong **Địa-Tạng Kinh**, Thánh-nữ hỏi : Làm sao mà nay tôi được đến sở Địa-ngục ?

Quỉ-vương đáp : Nếu không phải bởi Oai-thần, thì cũng tại *Nghiệp-lực*. Ngoài ra hai việc ấy, không thế nào đến được.

Địa-Tạng Kinh, phẩm thứ năm : *Nghiệp-lực* rất lớn, có thể sánh với núi Tu-di, sâu như Biển cả, làm ngăn lấp Thánh-đạo. Bởi vậy, chúng-sanh đừng khinh cái ác nhỏ mà cho là không tội.

NGHIỆP MA 業 魔 Ma Nghiệp, Nghiệp-chướng như tà-ma. *Ma* : Chúng-sanh tà-ác, sự vật độc hại ngăn-cản, giết hại, khuấy rối Chánh-pháp và nhà tu-hành.

Chúng-sanh khi đã tạo Nghiệp xấu, thì nghiệp xấu ấy trở nên Nghiệp-chướng dường như tà-ma, nó theo bên chúng-sanh mà khuấy rối, ngăn cản việc tu chơn hành thiện.

NGHIỆP NÃO 業 惱 Ác-nghiệp và Phiền-não. Những hạnh-nghiệp xấu của chúng-sanh tạo thành một sức-mạnh phản-động, kêu là *Nghiệp* (*Ác-nghiệp*). Những tư-dục, những mối lòng mê-dục của chúng-sanh, như tham, sân si v.v., kêu tắt là *Não*. *Nghiệp*

Não làm cho chúng - sanh khổ lụy, kềm chặt họ trong Sáu nẻo Luân-hồi.

NGHIỆP-NHƠN (*NHÂN*) 業 因 Nhơn-duyên của Nghiệp- Đối nghĩa : *Nghiệp-quả*, quả-báo của Nghiệp. Chúng-sanh dùng thân, ngữ, ý mà làm lành hoặc làm dữ. Việc lành hoặc việc dữ đã thi hành xong, thành ra *Nghiệp-nhơn. Nghiệp-nhơn* lành có sức làm cho chúng sanh hưởng kết-quả là phước lạc. *Nghiệp-nhơn* dữ có sức gia kết quả là họa khổ. Kết quả phước lạc hoặc kết-quả họa khổ, kêu là *Nghiệp-quả. Nghiệp-nhơn* có nghĩa như *Nghiệp-duyên*, nhưng có khác chỗ nầy : *Nghiệp-nhơn* là cái cớ chánh của Nghiệp, *Nghiệp-duyên* là một hoặc nhiều cớ phụ theo cái cớ chánh của Nghiệp. *Nghiệp-nhơn* và *Nghiệp-duyên* đều có sức chiêu cảm *Nghiệp-quả* là sự sướng hoặc sự khổ.

NGHIỆP-PHONG 業 風 Gió Nghiệp. Luồng gió mạnh, trận giông lớn do ác-nghiệp chiêu cảm.

1.) Ở Địa-ngục, có *Nghiệp-phong* (*Gió Nghiệp*) thổi mạnh. Những ai đã phạm tội nhiều và nặng, Gió ấy thổi bay cả quần áo, mũ, lộ ra hình thể lõa-lồ. Những kẻ ít tội và tội nhẹ, thì Gió thổi bay quần hoặc áo. Những người ít tội hơn nữa, Gió làm bay mất mũ. Còn những vị từ thiện, tuy bị Gió thổi mạnh, nhưng quần, áo, mũ vẫn y nguyên, không lay động. Nhưng số nầy rất ít.

2.) Cũng như trận gió ở thế gian làm cho đồ vật bay tứ tán, cái *Nghiệp-phong* thổi nà, làm cho chúng-sanh chuyền dời, xiêu lạc trong Tam Giái, Lục Đạo. Như nói : Cái thần-thức đầu thai và sanh ra, là tại cái *Nghiệp-phong* đưa nó đến.

3.) Cơn gió tai hại chiêu cảm bởi tội lỗi chung của chúng-sanh, tức *Đại-phong tai*. Như nói : *Nghiệp phong* tàn hại thế-giới trọn cả Dục-giới cho tới Sắc-giái Đệ-tam thiền thiên về thuở Mạt-kiếp.

NGHIỆP-PHƯỢC 業 縛 Dây trói của Nghiệp, Nghiệp tức là dây buộc trói chúng-sanh vào cuộc đời, vào Luân-hồi. Cũng gọi : *Nghiệp-hệ*.

NGHIỆP - QUẢ 業 果 Quả - báo của Nghiệp. Cũng viết: *Nghiệp-báo.* Cái Nghiệp có hai giai đoạn. Giai đoạn đầu, khi chúng-sanh vừa làm xong sự việc lành hoặc dữ bằng thân, bằng miệng, bằng ý, sự việc ấy kêu là *Nghiệp-nhơn* hay *Nghiệp-duyên.* Tức là gieo giống nghiệp, đã tạo duyên cớ Nghiệp. Giai-đoạn sau, khi hột giống đã mọc lên và sanh trái chín, khi các duyên-cớ đã đầy đủ rồi, thì chúng-sanh. phải thọ lấy cái quả-báo là sự vui-sướng hoặc việc khổ-hại. Sự việc ấy kêu là *Nghiệp quả* hay *Nghiệp-báo.*

Trước đã làm việc từ thiện, tu hành, về sau người ta hưởng quả vui sướng ở cảnh Tiên hay ở cảnh Người. Trái lại, trước đã làm dữ, phạm những điều trong Thập ác, về sau người ta phải chịu quả khổ não: làm người hèn hạ, bị các tai họa, hoặc bị đọa nơi ba cảnh: Địa-ngục, Ngạ-quỉ, Súc-sanh. Sự hưởng vui sướng, sự chịu khổ não do hạnh-nghiệp đã tạo, kêu là *Nghiệp-quả.*

NGHIỆP-QUYẾN 業 羂 Dây trói của Nghiệp. Hạnh-nghiệp xấu dữ, tỷ như sợi dây trói. Dây ấy ghịch lấy chúng-sanh, trói buộc họ nơi Sanh-tử, Luân-hồi.

NGHIỆP-TẶC 業 賊 Giặc cướp là Nghiệp. Lời tỷ dụ. Tỷ như kẻ đạo-tặc, chực cướp giựt đồ vật của người - ta. Cái Nghiệp xấu của chúng-sanh cũng như thế. Hễ chúng-sanh tạo ra của cải chi, thì cái Nghiệp ấy nó phá cho hư mất, nó cướp đoạt điều thiện của chúng-sanh, nên kêu là *Nghiệp-tặc.*

NGHIỆP-THẰNG 業 繩 Dây Nghiệp. Lời tỷ-dụ. Cái Nghiệp tỷ như sợi dây, nó buộc trói thân tâm của chúng-sanh. Đồng-nghĩa: *Nghiệp-hệ, Nghiệp phược, Nghiệp-quyến.*

NGHIỆP-THỌ 業 壽 Đời sống y theo Định-Nghiệp. Đời sống của người ta dài hay vắn là do cái Nghiệp-nhơn đã định từ trước. Nho-giáo gọi là *Định-mạng* (*Định-mệnh*).

NGHIỆP-THÔNG 業 通: Sức Thần thông của Nghiệp-báo. Cũng viết: *Báo-thông.* Người đắc *Nghiệp-thông* là nhờ sức Quả-báo của mình, tức nhờ những điều phước-thiện, những công-đức tu hành trong nhiều đời trước. Như chư Bồ-tát giáng sanh, liền có ngay phép thần thông, phép biến hóa kỳ diệu, hoặc chư Thiên, chư Thần, chư Long đều tự mình biến hóa, ẩn hiện tùy ý. *Nghiệp-thông* là một trong năm thứ Thần thông. Xem : *Ngũ chủng thông.*

NGHIỆP-THỨC 業 識 Cũng gọi *Căn-bổn thức, A-lại-da thức.* Cái thức quan trọng nhứt trong *Bát thức* của chúng-sanh, vốn nó là trong sạch, nhưng vì khởi ra niệm-tưởng mà sanh Nghiệp, nên gọi cái thức ấy là *Nghiệp-thức.*

NGHIỆP-THỰC 業 食 Cái Nghiệp tức là vật thực. Tiếng tỷ-dụ. Tỷ như đồ ăn nuôi dưỡng và duy trì mạng sống của chúng-sanh, cái Nghiệp cũng như thế, nó nuội dưỡng và bảo tồn cái sanh-mạng, nên kêu là *Nghiệp-thực.* Con người ta có khi nhiều ngày không ăn mà cũng sống, ấy vì cái Nghiệp nó tư trợ, giữ gìn cái thân vậy. Lại như những chúng-sanh bị đọa ở Địa-ngục, họ chẳng có ăn mà vẫn sanh hoạt, ấy vì cái Nghiệp chưa tan, nó có sức tu bồ cái sanh-mạng.

NGHIỆP-TRẦN 業 塵 Cái Nghiệp tức là trần-ai, bụi-bặm, thế-tục. Cái Nghiệp không tinh-sạch, tỷ như bụi-bặm, nó làm, nhơ đục thân tâm của chúng-sanh, khiến chúng-sanh hòa mình theo thế-tục.

NGHIỆP-VÕNG 業 網 Lưới Nghiệp. Cái Nghiệp do những hành động thiện và ác của chúng-sanh tạo nên, tỷ như tấm lưới bao vây chúng-sanh, không ai lọt ra khỏi *Nghiệp-võng.* Cái *Lưới-Nghiệp* bủa giăng chung quanh chúng-sanh, chẳng để họ thoát ra khỏi Tam Giới, Lục Đạo, Luân-hồi. Đồng nghĩa : *Nghiệp-quyến.* Cũng như Nho-giáo gọi *Thiên-võng* : Lưới trời, Lưới mạng vận.

NGIỆP-XỨNG 業 秤 Cái cân Nghiệp. Ở Địa-ngục, tại văn-phòng quan chức miền Âm, có cái *Nghiệp-xứng,* dùng để cân lường Nghiệp-báo, tội ác của vong hồn, đặng tùy theo tội nặng hay tội nhẹ mà trừng phạt.

NGOẠI-CHẤP 外 執 Ý kiến cố chấp thiên tà của kẻ ngoại-đạo, của kẻ theo một tôn-giáo khác với tôn-giáo mình.

NGOẠI-DUYÊN 外 緣 Duyên ngoài. Những nhơn-duyên phụ thuộc ở ngoài để giúp sức cho cái chánh-nhơn, cái nhơn-duyên đại-khái. Cũng gọi : *Tăng thượng duyên.* Xem : *Nhơn-duyên.*

NGOẠI-ĐẠO 外 道 Doctrine hétérodoxe (*fr.*) Đạo ngoài, Đạo khác. Những dị-đoan, tà-thuyết ở ngoài Phật-giáo.— Những đạo, những tông-phái, những tôn - giáo khác với đạo Phật, như : Bà-la-môn giáo, Gia-tô giáo v.v. Đối-nghĩa : *Nội-đạo* (*Phật-giáo*).

Hồi đức Phật Thích-Ca ra đời, có sáu vị sư Ngoại-đạo (*Lục sư Ngoại-đạo*) thay mặt cho sáu học-thuyết ngoài (*Lục Ngoại đạo.*) Đức Phật dung-hòa hết các học-thuyết ấy đặng tiện bề phổ hóa chúng-sanh.

Lại nữa, tuy rằng ở trong đạo Phật, nhưng vì khác ý-kiến, khác sở hành, cho nên phái nầy gọi phái kia là *Ngoại đạo.* Như : Ác-kiến *Ngoại-đạo,* Tiểu-thừa *Ngoại-đạo.*

Ngoại-đạo cũng có nghĩa : Người ngoại-đạo, thầy tu ngoại-đạo.

Như trong **Niết Bàn-kinh,** quyển 38, có câu :

Lúc ấy, có vô-lượng *Ngoại-đạo* hội hợp nhau mà đến viếng vua nước Ma-già-đà là A-xà-Thế.

NGOẠI-ĐIỂN 外 典 Kinh-điển ngoài. Người Phật-giáo gọi Kinh-điển của đạo mình lá Nội-điển; gọi Kinh-điển của ngoại-đạo hoặc sách-sử của thế gian là *ngoại-điển,* tức Kinh-điển, sách sử ở ngoài đạo mình.

NGOẠI-GIÁO 外 教 Giáo - Pháp ngoài. Người đạo-Phật gọi tôn-giáo mình là *Nội-giáo,* tôn-giáo khác là *Ngoại-giáo.*—

Lại có nghĩa : *Nội-giáo* là thuật sửa trị tâm tánh, *Ngoại-giáo* là thuật sửa trị thân thể.

NGOẠI-HỌC 外 學 Môn học ngoài. Người tu-sĩ đạo Phật, nếu học thêm cho biết các môn của đạo khác hoặc các môn của thế-gian, thì kêu các môn ấy là *ngoại-học.*

NGOẠI-HỘ 外 護 Người ủng hộ phía ngoài.

Bà con, dòng họ của nhà tu hành, đứng ngoài mà ủng hộ nhà tu hành về tứ sự cúng dường hoặc về pháp-lý.

Đại Niết-Bàn kinh quyển 33 :

Thiện nam-tử ! trong Chánh-pháp của Phật, có hai thứ hộ : 1.) Nội hộ, 2.) *Ngoại-hộ*. Nội-hộ, ấy là cấm-giái. *Ngoại-hộ* là thân-tộc quyến-thuộc. Nếu Phật Như-lai thọ hóa-thân, ắt ngài không có *Ngoại-hộ*. Cho nên Như-lai chẳng thọ hóa - thân.

NGOẠI-KHÔNG 外 空 Sự không-không của vật ngoài, nhơn-vật ngoài thân là không thật, không có. Đề dứt khổ lụy, dứt phiền não, hành-giả tham thiền về pháp *Nội-không* : Thân tâm mình, Sáu căn mình vốn không, chẳng có cái thật-thể, chẳng bền, hư giả. Kế đó, hành-giả tham thiền về pháp *Ngoại-không* : Những nhơn vật ngoài thân mình, sáu trần đối với sáu căn, đều là không, chẳng có cái thật-thể, chẳng bền, hư giả. Rồi hành-giả suy nghĩ mà đắc luôn lẽ *Nội Ngoại không* : Lục căn tức thân tâm và Lục trần tức vật ngoài đều là không. *Ngoại-không* là một trong 18 lẽ Không. Xem : *Thập bát không.*

NGOẠI LỤC NHẬP 外 六 入 Visaya (*scr.*).— Six objets des sens (*fr.*) Sáu cảnh ngoài thiệp-nhập với Sáu căn trong (*Nội Lục nhập*).

Ngoại Lục nhập là : 1.) Sắc, 2.) Thinh, 3.) Hương, 4.) Vị, 5.) Xúc, 6.) Pháp. Cũng viết : *Lục trần, Ngoại trần.* Đối với : *Lục căn, Nội căn,* tức *Nội Lục nhập.*

Trong **Niết-bàn Kinh**, Phật gọi *Ngoại Lục nhập* là *Lục tặc* (*Sáu kẻ cướp, Bọn cướp sáu đứa : Sắc, Thinh, Hương, Vị, Xúc, Pháp*).

NGOẠI-MA 外 魔 Ma ngoài. Những nhơn vật từ ngoài đến có tánh cách khuấy rối, phá hại hành-giả. Đối với *Nội-ma* là ma nơi thân-tâm, như : *Phiền-não* ma, *Âm-ma* (*ma ngũ âm nơi mình*).

NGOẠI-NGHI 外 儀 Oai-nghi bề ngoài. Bốn cốt-cách bề ngoài (cách đi, cách đứng, cách ngồi, cách nằm), cho hạp lễ nghi, cho có oai-đức, kêu là *ngoại-nghi*. Xem *Tứ oai-nghi.*

NGOẠI-PHÁP 外 法

I.— Pháp-giáo ngoài. Người đạo Phật gọi các pháp-môn chẳng

phải của đạo Phật là *Ngoại-pháp*. Cũng như nói : *Ngoại-giáo*, *Ngoại-đạo*. Đối-nghĩa : *Nội-pháp*, *Nội-giáo*, *Nội-đạo*.

II.— *Ngoại-pháp* cũng có nghĩa : *Ngoại-vật*. Ấy là những vật thể phi-tình trong thế gian. Đối nghĩa : *Nội-pháp* hay *Nội-vật* là các vật-thể hữu-tình trong thế-gian.

NGOẠI-TRẦN 外 塵 Trần ngoài, Cảnh ngoài, tức Lục trần. Đối-nghĩa : *Nội-căn*, tức *Lục-căn* nơi thân tâm.

NGOẠI-VẬT 外 物 Vật ngoài, tức là các vật thể phi - tình. Đối-nghĩa : *Nội-vật*, các vật-thể hữu-tình. (Xem : *Nội-vật*.)

NGOẠI VÔ-VI 外 無 為 Vô-vi đối với ngoại-trần. Sáu căn trong chẳng cảm-động đối với sáu trần ngoài, chẳng chạy theo sáu trần : *Mắt* chẳng nhìn thấy *sắc*, *tai* chẳng lóng nghe *âm-thinh*, *mũi* chẳng ham ngửi *mùi thơm*, lưỡi chẳng thích nếm *vị béo*, *thân* chẳng đụng cọ *vật mịn*, *ý* chẳng mơ tưởng *pháp này pháp nọ*.

NGỘ 悟 Instruit, illuminé (*fr.*) Tỉnh ra mà biết, mà hiểu, mà thấy. Trái với : *mê*. Như : ngộ đạo, giác-ngộ. Con người ta trước còn mê, vì chưa nghe giảng lý, thuyết kinh, chưa được chỉ bảo về Đạo. Chừng nghe rồi, biết rồi, được chỉ bảo rồi, liền *ngộ* Đạo, thấy Tánh, quyết đắc quả Bồ-đề. Trong **Pháp Bảo Đàn Kinh**, ngài Lục-tổ có giảng rằng :

Nên biết rằng người ngu và kẻ trí đều sẵn có Phật - tánh chẳng khác chi nhau. Chỉ bởi mê và *ngộ* chẳng đồng nhau, nên mới có người ngu, kẻ trí.

Phàm-phu tức là Phật. Phiền não tức là Bồ-đề. Niệm trước còn mê, tức là phàm-phu. Niệm sau được *ngộ*, tức là Phật. Niệm trước còn mắc vào cảnh, tức là phiền-não. Niệm sau lìa cảnh, tức là Bồ đề.

Chẳng *ngộ*, thì Phật tức là chúng-sanh. Một niệm mà *ngộ* ra, thì chúng-sanh tức là Phật.

NGỘ-ĐẠO 悟 道 Giác-ngộ lẽ Đạo. Các tri-kiến chơn-thật

bừng mở ra, bèn chứng ngộ Đạo Bồ-đề. Như đức Thích-Ca ngồi tham-thiền nơi cội Bồ-đề, thình linh hiểu biết tất cả, sáng suốt hoàn-toàn, kêu là *Đại Ngộ-Đạo* 大 悟 道 hay *Đại-Ngộ* 大 悟, Pháp : La Grande Illumination. Lúc bấy giờ, ngài tự biết mình thành Phật, tức thành bực Đại Giác-Ngộ.

NGỘ NHẪN 悟 忍 Chứng ngộ đức Nhẫn. Như bà phu-nhơn Vi-đề-Hy, nhờ Phật Thích - Ca chỉ dẫn, trông thấy Phật A-Di-Đà. Liền đó, bà được Đại-ngộ, chứng đắc pháp Vô - sanh Nhẫn. Đó kêu là *Ngộ Nhẫn*.

Người ta cũng gọi *Ngộ Nhẫn* là *Hỷ - nhẫn* (*đức Nhẫn vui thuận*), *Tín Nhẫn* (*đức Nhẫn trọn tin*).

NGỘ NHẬP 悟 入 Tỉnh ngộ và đắc nhập. Hai trình - độ liên-tiếp của hành - giả : Ngộ và Nhập. Khi người ta tỉnh-ngộ, bừng hiểu Lý Thật - tướng, người ta liền đắc nhập, thông suốt cái Diệu-Lý ấy.

Ngộ Nhập là hai trình-độ sau trong bốn Trình-độ *Khai Thị Ngộ Nhập* mà Phật, Bồ-tát dùng để giáo - hóa chúng - sanh.

Xem : *Khai Thị Ngộ Nhập*.

Ngộ Nhập lại là tên của một vị La-hán.

NGỘ-SÁT 悟 刹 Terre d'Illumination (*fr.*) Cõi đất chứng - ngộ.

Ngộ : chữ Hán, nghĩa là : Chứng-ngộ, Tỉnh-ngộ.

Sát, Ksha, chữ Phạn, nghĩa là : Quốc-thổ, Cõi Đất, Đất-đai, Điền-thổ.

Ngộ-sát là Quốc-độ (*Quốc-thổ*) nơi ấy người ta yên trụ mà giác ngộ lấy mình và giác-ngộ cho chúng-sanh. Như Ta-bà thế-giới là *Ngộ sát* của Phật Thích-Ca.

NGỘ-TÁNH 悟 性 Tánh Giác-ngộ, Tri Tỉnh-ngộ, cái Tri sáng của người liễu Đạo, dứt mê, hết lầm, Pháp : Intelligence Đối-nghĩa : *Ký-tánh* 記性, Tánh-trí ghi nhớ, Trí óc nhớ những sự việc đã qua, những khoa giáo đã học, Pháp : Mémoire.

NGU 愚 Inintelligence, Inintelligent, Ignorance, Ignorant (*fr.*) Tâm-tánh ngu, người ngu. Không minh-mẫn, mê-muội, lầm-lạc, sa ngã; chẳng tu học, chẳng tin Đạo lý, chẳng mộ Chánh-pháp. Dầu cho tu học, xuất-gia lánh tục, nhưng tâm-tánh còn chấp, còn nặng vì Tham, Sân, Si, thì cũng kêu là *Ngu*.

Đối-nghĩa : *Huệ, Trí, Minh, Giác, Ngộ.*

Trong « **Du-già** », quyển 91 có phân ra năm thứ *Ngu* (*Ngũ chủng Ngu*) :

1.) *Nghĩa ngu* : Đối với nghĩa lý người ta giải bày, mình chẳng thông hiểu.

2.) *Kiến ngu* : Ý-kiến cạn, hẹp, sai lạc.

3.) *Phóng dật ngu* : Ham chơi bời, chạy theo Ngũ dục một cách phóng túng.

4.) *Chơn-thật nghĩa ngu.* : Đối với nghĩa chơn-thật trong kinh Đại-thừa, đối với Tứ diệu-đế, chẳng hiểu và chẳng tu.

5.) *Tăng thượng mạn ngu* : Tâm-tánh tự cao, chẳng biết tôn kính người có đức-hạnh hơn mình.

Trong « **Pháp Bảo-đàn Kinh** », phẩm Bát-nhã, Lục-tổ có giải rằng : Nên biết rằng người *ngu* với kẻ trí đều sẵn có Phật-Tánh, chẳng khác chi nhau. Chỉ bởi mê và ngộ (*tỉnh*) chẳng đồng, cho nên mới có người *ngu*, kẻ trí.

NGU-HOẶC 愚惑 : Ngu-mê lầm-lạc. Ấy là nói kẻ mê-muội chẳng hiểu Chánh-đạo, tư-tưởng sai lạc, tà vạy, hành-động sái cách.

NGU-NHƠN 愚人 : Người ngu. Có hai hạng : 1.) hạng phàm-phu bất-tin, bất thông, 2.) hạng xuất-gia, tu Đạo, nhưng còn mê đối với sự và lý.

Niết-Bàn kinh, quyển 38 : Bực *Trí-nhơn* khi nghe nói bậy, thì đem lòng thương xót ; hạng *Ngu - nhơn* khi nghe nói bậy, bèn đem dạ chê cười.

NGU - PHU 愚夫 : Người ngu. Cũng kêu : *Ngu - nhơn*. Người đờn ông ngu, kêu là *Ngu - phu*. Người đờn bà ngu, kêu là *Ngu - phụ*. Ngu-phu có hai hạng : 1.) Kẻ phàm-phu chẳng hiểu chút gì về Đạo-lý. 2.) Người tu học, nhưng còn nặng lòng Tham, Sân, Si.

« **Qui nguyên trực chỉ** » : Lại có một hạng *Ngu-phu*, tuy tới Thiền-đường tham học, nhưng đường lối chẳng biết, tam độc chẳng trừ.

Thấy người ta tấn, liền sanh lòng ganh ghét.

NGU - SI 愚痴 : Tâm trí mê tối. Cũng kêu : *Vô - minh*. Một mối độc hại trong *Tam độc*, một chứng bệnh trong *Tam bệnh* : Tham-dục, Sân-nhuế, *Ngu-si*. Kẻ *ngu-si* là kẻ tâm-tánh ám muội, không thông đạt sự lý, không có trí minh liễu.

Trong « **Du - già** » quyển 84 có giải : *Ngu - si* là : Đối với việc chẳng thật, lại đem lòng quấy bậy cầu cho nhiều thêm (*Ư bất thật sự, vọng sanh tăng ích*).

NGU - TĂNG 愚僧 : Thầy tu ngu dốt, mê muội Tiếng chê hạng xuất-gia chẳng ham tu học Giái, Định, Huệ ; biếng nhác, ham ăn, ham mặc, ưa thích tiền của.

NGU-VÕNG 愚網 : Lưới ngu. Tánh ngu tức là lưới bủa khắp mình. Cũng kêu : *Si-võng*. Con người ta trụy lạc trong vòng Ngu-si, chẳng khác nào bị lưới phủ kín, chẳng để cho mình tự do tự-tại mà hành thiện, hành chánh đạo, cho nên kêu là *Ngu-võng*. Chính cái *Ngu-võng* ấy nó buôc trói mình từ đời nầy tới đời kia và mãi mãi ở trong Luân-hồi vậy.

NGŨ ÁC 五惡 Nivarana (*scr.*).— Cinq péchés (*fr.*)

1. Cũng kêu là *Ngũ Cái* 五蓋, Năm cái nắp che bít :

Tham dâm (*luxure*),

Sân nhuế (*colère*),

Thụy-miên hay kỳ ngọa (*somnolence*),

Ca-nhạc hay hỷ-lạc (*dissipation*), cũng viết : Trạo hối,

Nghi pháp hay hồ-nghi (*doute*).

Năm mối ác ấy, năm sự che ngăn ấy làm cho những đức-tánh không nảy nở ra được. Xem : *Ngũ cái.*

2. *Ngũ ác* cũng là : sát sanh, du đạo, tà-dâm, vọng - ngữ, ẩm tửu. Trái với *Ngũ ác* là *Ngũ thiện*. Xem *Ngũ giới.*

NGŨ ÁC-THÚ 五惡趣 Cinq mauvaises directions (*fr.*) : Năm chốn dữ, năm đường dữ. Tức là *Ngũ đạo, Ngũ thú.* Cũng viết : *Ngũ ác-đạo.*

Chúng-sanh Luân - hồi trong năm nẻo. Ở năm nẻo ấy, có ba nẻo : *Địa - ngục, Ngạ - quỉ, Súc-sanh* là rất xấu, rất dữ ; còn hai nẻo : *Nhơn* (*Nhơn-loại*), Thiên (Thiên-thần) thì sự tốt xen-lộn với sự xấu. Ở năm nẻo ấy, chúng-sanh chịu Nghiệp-quả xấu, họ bị luân-hồi thọ khổ mãi, nên kêu là *Ngũ ác-thú.*

NGŨ - ÂM 五陰 Skandas (*scr.*). — Cinq agrégats (*fr.*) Năm Âm. *Âm*, Phạn : Skandas, nghĩa là tích tập, nhiều vật dồn-dập, kết-hợp nhau lại. *Ngũ âm*, cũng viết : *Ngũ uẩn* : năm món tích tập lại, hiệp thành người, thành chúng-sanh.

Đại Bát Niết-Bàn Kinh, quyển 34 : Sau khi nghe Phật giảng rằng *Ngũ âm* là vô-thường, Vô-lạc, Vô-ngã, Vô-tịnh, bấy giờ có Vô-lượng Tỳ-kheo quán *Ngũ âm* nầy là Vô-ngã, Vô-ngã sở. Nhờ vậy, họ đắc quả A-la-hán.

NGŨ ÂM XÍ THẠNH KHỔ 五陰熾盛苦 Sự khổ vì năm âm hừng thạnh. Trong năm âm hiệp lại làm người, nếu chẳng điều hòa nhau, có âm nào thạnh lắm thì làm cho người ta khổ. Cũng viết : *Ngũ thạnh âm khổ.* Ấy là một mối khổ trong tám mối khổ. Xem : *Khổ.*

NGŨ BÁ GIỚI 五百戒 Cinq cents règles (*fr.*) Năm trăm

điều cấm giới, là luật cấm giới đủ hết của Tỳ-kheo-ni. Cứ trong luật thì chỉ có 348 điều. Lấy số lớn mà nói, kêu là năm trăm, thâu thúc lại làm bảy nhóm : 1.) 8 ba-la-di, 2.) 17 tăng tàn, 3.) 30 xả đọa, 4.) 178 đơn đề, 5.) 8 đề-xá-ni, 6.) 100 chúng-học, 7.) 7 diệt tránh, hiệp thành 348 giới.

Đó là giái Tỳ-kheo-ni. Còn giới Tỳ-kheo là 250 điều.

NGŨ BỐ-ÚY 五怖畏 Năm mối sợ-sệt. Bồ-tát mới tu học có năm mối sợ-sệt:

1.) *Bất hoạt úy (sợ mình chẳng sống no đủ)*. Trong khi làm hạnh Bố-thí, sợ mình chẳng còn tài vật để sanh-hoạt, nên chẳng dám hết sức bố-thí

2.) *Ác danh úy (sợ tiếng xấu)*. Vì sợ tiếng xấu nên chẳng dám hòa hợp với nhóm người tu hành.

3.) *Tử úy (sợ chết)*. Tuy là phát tâm quảng-đại, nhưng vì sợ chết nên chẳng dám xả thân-mạng mà làm thiện.

4.) *Ác-đạo úy (sợ đọa Địa ngục, Ngạ-quỉ, Súc-sanh là nẻo dữ)*. Vì lòng sợ sệt ác-đạo, nên chẳng dám dõng-mãnh làm phương tiện độ đời.

5.) *Đại-chúng oai-đức úy (sợ sệt oai-đức của Đại-chúng)*. Khi đến nơi nhiều nhà tu hành tụ họp, mình thấy oai-đức của những vị đó mà khiếp, nên chẳng dám thuyết-pháp dõng-mãnh như sư-tử hống.

NGŨ CÁI 五蓋 Nivaranà (*p.*).— Cinq couvercles (*fr.*) Năm cái nắp đậy lại, tức là năm thứ phiền-não che bít tâm tánh, không để cho thiện-pháp nảy sanh :

1.) Tham-dục (*p* : *Kàmacchanda*), nhứt là tình-dục.

2.) Sân-nhuế (*p. Vyapada*), giận hờn.

3.) Thụy-miên (*p. Thinamiddha*), biếng nhác mê ngủ.

4.) Trạo-hối (*p. Uddhacca — Kukkucca*), xao động buồn rầu nơi tâm.

5.) Nghi pháp (*p. Viçikiccha*), nghi-hoặc, ngờ chánh-pháp.

Nhà tu-hành khi thấy trong người có một trong *Ngũ cái*, bèn nhập phép Chánh-niệm, xét rằng chính mình chẳng có thứ phiền-não ấy. Người xét thấy rằng *Ngũ cái* sanh ra nơi mình cách nào và biết cách hạ chúng nó. Khi những nỗi lòng ấy bị hạ thì không còn dấy động trở lên nữa. Nhà đạo được tự - tại, thoát khỏi những phiền-não che lấp cái tâm linh.

Muốn hạ và dẹp *Ngũ cái*, nhà đạo dùng sáu cách nầy :

a) Chiêm nghiệm một cái tư tưởng làm cho sanh nảy sự chán.

b) Ngẫm lại những sự trược trong thân.

c) Thống trị và gìn-giữ lục căn.

d) Bớt ăn uống (*ăn chay, ăn ngọ*).

đ) Gần gũi với thiện tri-thức.

e) Đọc tụng Kinh-điển.

Niết-Bàn kinh quyển 17: Hễ lìa khỏi *Ngũ cái*, thì sở kiến trở nên trong sạch.

Quyển 25: Hãy chuyên tâm nghe và thọ Mười hai Bộ Kinh, ắt lìa khỏi *Ngũ cái*.

NGŨ CẢNH 五境 Năm cảnh-giới, năm trần: sắc, thinh, hương, vị, xúc. Đó là năm cảnh-giới của năm căn (*mắt, tai, mũi, lưỡi, thân*). Cảnh và căn đều nương nhau mà thành ra thức vậy.

NGŨ CĂN 五根 Năm cơ-quan, năm phần căn-bổn. *Căn* là cội rễ, nơi phát sanh sự việc.

A.— 1.) Nhãn-căn (*căn mắt*) sanh ra nhãn-thức.

2.) Nhĩ-căn (*căn tai*) sanh ra nhĩ-thức.

3.) Tỷ-căn (*căn mũi*) sanh ra tỷ-thức.

4.) Thiệt-căn (*căn lưỡi*) sanh ra thiệt-thức.

5.) Thân-căn (*ăn thân*) sanh ra thân-thức.

Vì do nơi năm cơ quan : nhãn, nhĩ, tỷ, thiệt, thân, mà người ta có thể thấy, nghe, ngửi, nếm, đụng cọ, nên kêu là *Ngũ căn*. Cũng kêu là : *Ngũ tri-căn*, vì người ta dùng năm căn ấy đặng hiểu biết.

Nhà tu-học phải kềm chế *ngũ căn*, đừng cho ngũ thức mê chấp *ngũ trần* (*sắc, thinh, hương, vị, xúc*) mà sa đắm *ngũ dục*.

B. — 1.) Tín-căn (*Lòng Tin Tam bảo, Tứ đế*).

2.) Tinh - tấn căn (*cũng kêu : Cần-căn ; Lòng dõng mãnh mà tu tập các thiện-pháp*).

3.) Niệm-căn (*Ý niệm Chánh-pháp*).

4.) Định-căn (*Tâm suy xét một cảnh một, không tán thất.*)

5.) Huệ-căn (*Sự suy xét và thấu rõ Chơn-lý.*)

Do năm phần căn-bổn : Tín, Tinh-tấn, Niệm, Định, Huệ mà phát sanh và tăng-trưởng các thiện - pháp. cho nên kêu là *Ngũ căn*.

A - Di - Đà Kinh : Ở cõi Cực - lạc, ngày đêm sáu thời, vô-số những loài chim tốt đẹp lạ - lùng, đủ màu đủ sắc ca ngâm những bài thuyết-pháp, như giảng về *Ngũ căn*, Ngũ lực Thất Bồ-đề phần, Bát Thánh-đạo phần.

Niết-Bàn kinh : Bồ-tát nhờ đắc *Ngũ căn* : Tín, Tinh-tấn Niệm, Định, Huệ, cho nên đắc năm thứ Niết-bàn : Sắc giải thoát, Thọ giải thoát, Tưởng giải thoát, Hành giải - thoát, Thức giải thoát.

C.— 1.) Thủ-căn (*căn Tay*),

2.) Cước-căn (*căn Chơn*),

3.) Khẩu-thinh căn (*căn Miệng nói*),

4.) Nam-căn (*căn Đờn-ông, Dương-vật*),

5.) Nữ-căn (*căn Đờn-bà, Âm-vật*).

Ngũ-căn ấy cũng kêu là : *Ngũ Nghiệp-căn*, vì người ta dùng năm căn ấy tạo ra Nghiệp, mà tăng-trưởng đường Nghiệp.

NGŨ CHÁNH HẠNH 五正行 Năm hạnh chánh. Hạnh chánh đối trái hạnh tạp. Môn Tịnh - độ lập ra những hạnh chánh để vãng sanh cõi Cực-lạc, có năm thứ :

1.) *Tụng-đọc Chánh-hạnh* (*hạnh chánh tụng đọc*), nghĩa là chuyên bề tụng đọc ba bộ kinh Tịnh-độ (*A - Di - Đà Kinh, Vô-Lượng-Thọ Kinh, Quán Vô-Lượng-Thọ Kinh*) vậy.

2.) *Quan-sát chánh-hạnh* (*hạnh chánh xem xét*), nghĩa là chuyên bề quán-tưởng hình tướng cõi Tịnh-độ vậy.

3.) *Lễ bái chánh-hạnh* (*hạnh chánh lễ-bái*), nghĩa là chuyên bề lễ bái đức Phật A-Di-Đà vậy.

4.) *Xưng danh chánh-hạnh* (*hạnh chánh xưng danh-hiệu*), nghĩa là chuyên bề xưng tụng danh-hiệu đức Phật A-Di-Đà vậy.

5.) *Tán thán cúng dường chánh - hạnh* (*hạnh chánh tán - thán cúng dường*), nghĩa là chuyên bề tán-thán đức Phật A-Di-Đà nà cúng dường Ngài vậy.

NGŨ CHỦNG BẤT-NAM 五種不男 Năm thứ người chẳng phải là hạng nam-nhi ; họ chẳng có hoàn toàn cái nam-tánh :

1. *Sanh bất-nam* : Sanh ra chẳng có cái nam-căn (*ngọc-hành*), hoặc có rất -nhỏ, chẳng dùng được trong việc nối dòng.

2. *Kiển bất nam* : Kẻ đã dùng dao mà thiến cái ngọc-hành, cũng như quan thị trong cung vua.

3. *Đố bất-nam* : Nhơn thấy người ta dâm, bèn ganh mà phát động chỗ nam-căn.

4. *Biến bất-nam* : Cái căn hay biến hiện, như gặp nam thì khởi cái nữ-căn, gặp nữ thì khởi cái nam-căn.

5. *Bán bất nam* : Trong nửa tháng thì dùng cái nam-căn được trong nửa tháng lại chẳng dùng được.

Trong Kinh Pháp-Hoa, phẩm 14, Phật dặn nhà tu hành trì kinh Pháp-Hoa, không nên thân-cận với bọn người *ngũ chủng bất-nam*. Không nên gần gũi, tới lui và làm cho hạng người ấy hoan lạc. Không nên một mình vào nhà họ mà hóa trai; như có vào thì phải niệm tưởng đức Phật Như-lai trong trí mới được.

NGŨ CHỦNG BỐ-THÍ 五種布施 Năm thứ bố-thí : 1.) Thí cho kẻ ở phương xa lại ; 2.) Thí cho kẻ sắp đi phương xa ; 3.) Thí cho kẻ bệnh-tật ốm-yếu ; 4.) Thí cho kẻ đói khó ; 5.) Thí cho người trí-huệ đạo-đức. Cũng viết : *Ngũ sự thí* (*Năm việc bố-thí*).

Xem : *Ngũ sự thí*.

NGŨ CHỦNG CÚNG-DƯỜNG 五種供養 Năm món đồ cúng-dường : 1.) Nhang thoa (*đồ hương*), 2.) Hoa, 3.) Nhang đốt (*thiêu hương*), 4.) Đồ ăn uống, 5.) Đồ đèn sáng.

NGŨ CHỦNG CHÚNG-SANH 五種衆生 Năm thứ chúng-sanh : 1.) Bất-tín, 2.) Hủy Cấm (*Phá Giới cấm*), 3.) Khan tham, 4.) Giải-đãi, 5.) Ngu-si.

Với năm thứ chúng-sanh, chẳng nên thuyết năm thứ pháp :

1.) Với kẻ Bất-tín, chẳng nên khen đức Chánh-tín.

2.) Với kẻ Hủy cấm, chẳng nên khen đức Trì Giới.

3.) Với kẻ Khan tham, chẳng nên khen đức Bố-thí.

4.) Với kẻ Giải-đãi, chẳng nên khen đức Đa-văn.

5.) Với kẻ Ngu-si, chẳng nên khen đức Trí-huệ.

Nếu thuyết năm thứ pháp ấy với năm thứ chúng-sanh ấy, tức là chẳng hiểu biết Căn-lực của chúng-sanh, chẳng có lòng thương xót chúng-sauh, khiến họ sanh tâm bất-tín, tâm ác, tâm sân.

NGŨ CHỦNG ĐỊNH-TÂM 五種定心 Năm phép Định-tâm liên tiếp nhau. Cũng viết : *Ngũ Định*.

1.) Tri-Định, 2.) Tịch - Định, 3.) Thân tâm thọ khoái - lạc Định, 4.) Vô-lạc Định, 5.) Thủ-lăng-nghiêm Định.

(*Xem : Ngũ Định*)

NGŨ CHỦNG NGƯU VỊ 五種牛味 Năm món ăn do con bò cung-cấp. Kêu tắt : *Ngũ vị.*

1.) *Nhũ :* Chất sữa tươi của con bò cái.

2.) *Lạc :* Do chất sữa tươi, người ta làm thành món *lạc* (*cà-rem*).

3.) *Sanh - tô :* Do chất lạc, người ta làm thành món *sanh-tô* (*bơ sống*).

4.) *Thục-tô :* Do chất sanh-tô, người ta làm thành món *thục-tô* (*bơ chín*).

5.) *Đề-hồ :* Do chất thục-tô, người ta làm thành món *đề-hồ* (*phó-mách, fromage*).

Trong năm món ăn ấy, món *đề-hồ* là ngon nhứt, bổ nhứt. Xem : *Ngũ vị.*

NGŨ CHỦNG TÁN-LOẠN 五種散亂 Năm thứ tán-loạn. Cái tâm của chúng-sanh có năm thứ tán-loạn :

1.) *Tự-nhiên tán-loạn* (*tự nhiên nó tán-loạn*), cái tự-tánh của năm thức chẳng giữ được, theo đuổi cảnh ngoài, mỗi giây nghĩ (*niệm niệm*) mà biến đi.

2.) *Ngoại tán-loạn* (*bề ngoài tán-loạn*), ý-niệm dong-ruổi vận-động, theo đuổi cảnh ngoài, khởi ra các sự phân-biệt.

3.) *Nội tán-loạn* (*bề trong tán-loạn*), tâm sanh cao thấp, mỗi giây nghĩ (*niệm niệm*) dời chuyển chẳng định.

4.) *Thô-trọng tán-loạn* (*thô-bỉ nặng nề tán - loạn*), kể các cái pháp thô-bỉ nặng-nề của mình, chẳng giải thoát đặng.

5.) *Tư-duy tán-loạn* (*trí suy-nghĩ tán-loạn*), buông bỏ Đại-thừa, tưởng nghĩ Tiểu-thừa, chẳng đặng tịch-tĩnh.

NGŨ CHỦNG TẠNG 五種藏 Năm thứ tạng (*kho*). Cái Chơn-tánh có đủ năm thứ kho, năm đức đựng chứa :

1.) *Như-lai tạng* (*kho Như-lai*), là nghĩa đựng chứa Tự-tánh ; hết thảy các pháp chẳng ra khỏi ngoài Tự-tánh của Như-lai.

2.) *Chánh-pháp tạng* (*kho Chánh-pháp*), là nghĩa đựng chứa cái Chánh-nhơn ; hết thảy Chánh-pháp của Thánh-nhơn, đều lấy Tánh ấy làm cảnh-giới.

3.) *Pháp - thân tạng* (*kho Pháp - thân*), là nghĩa đựng chứa được chí đạo ; hết thảy các bậc Thánh-nhơn tin vui Phật-tánh ấy, cho nên Thánh-nhơn được cái quả-đức Pháp-thân.

4.) *Xuất-thế tạng* (*kho Xuất-thế*), là nghĩa đựng chứa lý chơn-thiệt ; bởi vì Phật-tánh ấy lìa khỏi hết thảy mọi điều tội lỗi nơi phép thế-gian, chơn-thiệt chẳng hoại.

5.) *Tự-tánh thanh-tịnh tạng* (*kho Tự-tánh thanh-tịnh*), là nghĩa đựng chứa lẽ bí-mật. Nếu hết thảy các pháp thuận theo Phật-tánh ấy, thì kêu là *nội*, đó là chánh, chớ chẳng phải tà, tức là thanh-tịnh. Nếu các pháp trái nghịch lý ấy, thì kêu là *ngoại*, đó là tà, chớ chẳng phải chánh, tức là nhiễm trược vậy.

Năm thứ tạng ấy lại kêu là : 1.) *Như-lai tạng*, 2.) *Pháp-giới tạng*, 3.) *Pháp-thân tạng*, 4.) *Xuất thế-gian thượng-thượng tạng*, 5.) *Tự-tánh thanh-tịnh tạng*.

NGŨ CHỦNG THẬM THÂM 五種甚深 Năm thứ rất thâm (*sâu*), thăm-thẳm :

1.) *Nghĩa thậm thâm* (*nghĩa rất thâm*), cái nghĩa về Trí-tánh mà đức Như-lai ngài chứng, mầu nhiệm chẳng có thể nghĩ-nghị được.

2.) *Thật thể thậm thâm* (*thể thiệt rất thâm*), cái lý-thể về tướng thiệt mà đức Như - lai ngài chứng, chẳng không, chẳng có ; chẳng giống (*như*) chẳng khác (*dị*), mà chẳng có thể nghĩ-nghị được.

3.) *Nội chứng thậm thâm* (*sự chứng bề trong rất thâm*), cái Trí biết tất cả (*Nhứt thiết Trí*) mà đức Như-lai ngài được, rất thâm không lường, cái môn Trí-huệ của ngài khó hiểu, khó vô vậy.

4.) *Y chỉ thậm thâm* (*chỗ nương đậu rất thâm*), cái Pháp-thể Chơn-như mà đức Như-lai ngài chứng khắp cả mọi nơi, không nhiễm, không tịnh, chẳng biến, chẳng dời, chẳng tới, chẳng lui vậy.

5.) *Vô-thượng thậm thâm* (*Đạo Vô-thượng rất thâm*), cái Đạo Chánh-giác vô-thượng mà đức Như-lai ngài chứng, hết thảy các bậc Thinh-văn, Bích-chi đều chẳng nghĩ-nghị được vậy.

NGŨ CHỦNG THÔNG 五種通 Cinq espèces de pouvoirs magiques (*fr.*) Năm thứ thần-thông. *Thông* hay *Thần-thông* : Ba nghiệp của thân, khẩu, ý có sự thông-dụng vô-ngại, có sức biến mất và hóa hiện một cách tự-tại. *Ngũ chủng thông* :

1.) *Đạo thông* : Thần-thông của Đạo-pháp. Nhờ chứng-ngộ Lý Thật-tướng Trung-đạo, người ta được thứ thần-thông ấy. Như sức Thần-thông vô-ngại của Bồ-tát.

2.) *Thần-thông* : Thần-thông của tâm-ý. Nhờ ngưng tâm tu thiền-định mà được thứ thần-thông ấy. Như sức Thần-thông tự-tại của La-hán.

3.) *Y-thông* : Thần-thông nương theo đồ vật. Nhờ nương theo đồ vật, như : chất thuốc, đồ ăn, bảo-bối, linh-phù, thần-chú mà được thứ thần-thông ấy. Như phép linh biến hóa tự-tại của Thần-Tiên, hoặc của các đạo-nhơn, của các tu-sĩ.

4.) *Báo-thông* hay *Nghiệp-thông* : Thần-thông của Nghiệp-báo. Nhờ quả-báo của Nghiệp-lực mà được thứ thần thông ấy. Như sự biến hóa của chư Thiên, sự ẩn biến của chư Thần, chư Long (*Rồng*).

5.) *Yêu-thông* : Thần-thông của yêu quái. Như chồn già, cây cối lâu đời v.v., thành tinh, chúng có thuật biến-hóa lạ lùng.

NGŨ CHƯỚNG 五障 Năm sự chướng - ngại, ngăn - trở. Cũng viết : *Ngũ ngại.*

Theo trong **Diệu - pháp Liên-hoa Kinh**, phẩm Đề-bà-đạt-Đa, ông Xá - lỵ - Phất có nói rằng người phụ-nữ phải chịu *ngũ chướng* ; tức là với cái nữ-thân, người ta chẳng đạt được năm địa - vị : 1.) Phạm-Thiên-vương, 2.) Đế - Thích, 3.) Ma - vương, 4.) Chuyển-luân Thánh-vương, 5.) Bồ-tát bất thối - chuyển hay là Phật.

Lại có *Ngũ chướng*, năm sự chướng-ngại mà người tu-hành phải vướng :

1.) Phiền - não chướng (*chướng - ngại của phiền - não, tình mê-dục*).

2.) Nghiệp-chướng (*chướng-ngại của ác-nghiệp*).

3.) Sanh-chướng (*chướng-ngại của chúng-sanh*).

4.) Pháp-chướng (*chướng ngại của sự nầy vật nó, của những loại chẳng phải là chúng-sanh*).

5.) Sở tri chướng (*chướng ngại của chỗ quen biết*).

NGŨ DIỆU 五妙 Năm cảnh tịnh-diệu : Sắc, Thinh, Hương, Vị, Xúc, thảy đều tịnh-diệu, cho nên kêu là *Ngũ diệu.* Đó là năm đức tịnh-diệu ở cõi Cực-lạc, của các chúng-sanh và của các vật ở cõi ấy. *Ngũ diệu* là tiếng xưng cảnh-giái Cực - lạc của Phật A-Di-Đà.

NGŨ DỤC 五欲 Cinq désirs (*fr.*) Năm sự ham muốn, tham dục ; năm thứ dục-lạc.

1.) *Sắc - dục* : ham muốn sắc đẹp, ưa thích hình tướng tốt, mịn.

2.) *Thinh-dục* : ham muốn tiếng tốt, đàn ngọt hát hay.

3.) *Hương-dục* : ham muốn mùi thơm.

4.) *Vị-dục* : ham muốn vật ngon, ham ăn uống.

5.) *Xúc - dục* : ham muốn sự đụng - chạm êm - dịu với thân-thể.

Ngũ dục cũng kêu là *Ngũ tiễn* (*năm mũi tên*). *Ngũ - dục* là năm món dục lạc của chúng-sanh trong *Dục-giới* từ Súc-sanh đến Nhơn - loại và Thần - tiên. Nếu mình không thống trị *Ngũ căn* (*nhãn, nhĩ, tỷ, thiệt, thân*), để cho sa đắm *Ngũ dục* thì thất lạc thiện-căn, sa vào nẻo ác - lụy. *Ngũ dục* tức là cuộc đời bị trói buộc bởi năm sự tham dục.

Niết-Bàn kinh, quyển 22 : Bồ-tát Ma-ha-tát biết pháp *Ngũ dục*, cho nên chẳng vui thích, chẳng tạm ngừng lại đó. Người mê theo *Ngũ dục* (*cuộc đời vật chất*), tỷ như con chó gặm xương khô, như kẻ cầm lửa đi ngược gió, như nuôi nhốt con rắn độc, như được của trong giấc mộng, như cây trái đầu đường mà nhiều người ném chọi, như một khúc thịt mà có cả bầy chim tranh ăn, như bọt trên mặt nước, như dấu vẽ trên nước, như bức lụa dệt xong, như kẻ tù bị dắt ra khoảng chợ đặng thọ hình. *Ngũ dục* như của tạm mượn, thế nó chẳng lâu dài.

NGŨ ĐẠI 五大 Cinq éléments (*fr.*) Năm Chất lớn trong Võ-trụ.

1.) Địa (*Đất, Phạn : Prithin*),

2.) Thủy (*Nước, Phạn : Apas*),

3.) Hỏa (*Lửa, Phạn : Tejas*),

4.) Phong (*Gió, Phạn : Vayu*),

5.) Không (*Hư-không, Phạn : Akása*).

Tức là Bốn chất (*Tứ đại*), gia thêm chất *Hư-không*. Con người ta và vạn-vật đều do *năm chất lớn* ấy mà sanh ra. Xem : *Tứ Đại, Hư-không*.

Ngũ Đại tánh 五 大 性 : Tánh tự-nhiên của Năm Chất lớn. Trong Ngũ Đại, mỗi Đại đều có một tánh tự-nhiên, đặc-biệt.

1.) Tánh của Địa (*Đất*) là *Kiên* (*Dày*).

2.) Tánh của Thủy (*Nước*) là *Thấp* (*Ướt*).

3.) Tánh của Hỏa (*Lửa*) là *Nhiệt* (*Nóng*).

4.) Tánh của Phong (*Gió*) là *Động* (*Chuyển động*).

5.) Tánh của Không (*Hư-không*) là *Vô sở quái-ngại* (*Không có chi ngăn cản được, ở đâu cũng có*).

NGŨ ĐẠI SỨ-GIẢ 五 大 使 者 Năm viên sứ-giả lớn. Lại kêu là *Ngũ Thiên sứ-giả* (*năm viên sứ-giả nhà Trời*) :

1.) *Sanh* (*sanh*), 2.) *lão* (*già*), 3.) *bịnh* (*bịnh*), 4.) *tử* (*chết*), 5.) *Vương-pháp lao-ngục* (*lao-ngục của phép vua luật nước*). Diêm vương quở mắng kẻ tội rằng : « Tao đã sai năm viên sứ-giả ấy ở thế-gian răn bây, làm sao bây không thấy đó ? »

NGŨ ĐẠO 五 道 Cinq voies (*fr.*) Năm đường, Năm nẻo. Năm cõi đi lại của chúng-sanh, năm chỗ luân-hồi của những linh-hồn chưa được giải-thoát hoàn-toàn. *Ngũ đạo* là : Thiên-đạo (*đường tiên*); 2.) Nhơn-đạo (*đường người*), 3) Ngạ-quỉ đạo (*đường ma đói*), 4.) Địa-ngục đạo (*đường của những kẻ đọa Địa-ngục*), 5.) Súc-sanh đạo (*Đường thú-vật*). *Ngũ đạo* cũng như *Lục đạo* ; nhưng trong *Ngũ đạo* thì Thiên-đạo và A-tu-la đạo dồn lại một. *Ngũ đạo* cũng kêu : *Ngũ thú* 五 趣 (*năm cảnh-thú*).

NGŨ ĐÌNH-TÂM QUAN 五 停 心 觀 Năm phép quán-tưởng làm cho tâm-ý ngừng lại, đừng có náo loạn, ngưng dậy động. Ấy là năm phép tu của người mới nhập đạo, còn tu Thinh-văn thừa, đương phấn-đấu chống Phiền-não.

Có hai loại :

A.— 1.) *Bất-tịnh quán* (*Quán-tưởng tưởng chẳng sạch.*) : Quán-tưởng cảnh-giái, thân thể chẳng sạch. Đó là phép ngưng lòng Tham-dục. Ai tham-dục nhiều, trước phải tu phép ấy.

2.) *Từ-bi quán* (*Quán-tưởng đức Từ-bi*) : Quán-tưởng mở lòng Từ-bi phổ cập tất cả chúng-sanh. Đó là phép ngưng lòng Giận-hờn. Ai hay oán giận, nên tu phép ấy.

3.) *Nhơn-duyên quán* (*Quán-tưởng các nhơn-duyên.*) : Quán-tưởng lẽ Thập nhị nhơn-duyên nối tiếp với nhau trong Ba đời. Đó là phép ngưng lòng Ngu-si. Ai nặng lòng ngu-si, nên tu phép ấy.

4.) *Giái phân-biệt quán* (*Quán-tưởng phân-biệt các cảnh-giới.*) : Quán-tưởng phân tách Sáu cảnh-giới (*Lục giái*) và 18 cảnh-giái (*Thập bát giái*). Đó là phép ngưng sự chấp mình (*ngã-kiến*). Ai nặng tình ngã-kiến, nên tu phép ấy.

5.) *Số tức quán* (*Quán-tưởng đếm hơi thở.*) : Tưởng và đếm những hơi thở vô, thở ra, hơi dài, hơi vắn của mình. Đó là phép ngưng lòng tán-loạn. Khi thiền-định mà tâm còn tán-loạn, trước nên tu phép ấy.

B.— 1.) *Bất-tịnh quán.*

2.) *Từ-bi quán.*

3.) *Nhơn-duyên quán* và *Giái phân-biệt quán* (*Hai phép ấy giống nhau, nên kể là một*).

4.) *Phật-quán* (*Quán-tưởng Phật.*) : Quán-tưởng 32 tướng chánh và 80 tướng phụ của Phật. Đó là phép trị hết thảy mọi phiền-não. Người nào có nhiều nghiệp-chướng, nên tu phép ấy.

5.) *Số tức quán.*

NGŨ ĐỊNH 五定 Năm phép Thiền-định liên tiếp, từ dưới tới trên. Cũng viết : *Ngũ chủng Định-tâm* :

1.) Tri-Định (*Phép Định hiểu biết*).

2.) Tịch-Định (*Phép Định yên lặng*).

3.) Thân tâm thọ khoái-lạc Định (*Phép Định làm cho thân và tâm lấy làm sung-sướng*).

4.) Vô-lạc Định (*Phép Định bỏ sự sung sướng, không thấy mình vui sướng*).

5.) Thủ-lăng-nghiêm Định (*Phép Định rốt ráo tên là Thủ-lăng-nghiêm, Phạn : Suramgama*).

Chư Phật-tử Đại-thừa nên tu tập *Ngũ Định*. Nhờ tu tập năm phép Định ấy, mình được gần Đại Niết-bàn.

NGŨ ĐỘN SỬ 五鈍使 Cinq entraves de la Région du Désir (*fr.*) Năm mối sai-khiến, làm cho chúng-sanh căn-tánh còn chậm lụt phải luân-chuyền nơi Dục-giới. Ấy là : 1.) Kiến - Sử, 2.) Nghi-Sử, 3.) Giái thủ Kiến Sử, 4.) Tham-Sử, 5.) Sân-Sử.— Cũng kêu là : *Ngũ hạ kết.*

Ngoài ra lại còn năm mối sai khiến những chúng - sanh căn - tánh lanh lẹ, sáng suốt, kêu là : *Ngũ lợi sử*, hay : *Ngũ thượng kết.*— Tất cả mười mối ấy kêu là *Thập sử, Thập kết.* Ai thoát khỏi tất cả mười mối ấy thì đắc quả A-la-hán.

(*Xem : Ngũ hạ kết.*)

NGŨ Ế 五翳 Năm thứ che khuất : 1.) Khói (*yên*), 2.) bụi (*trần*), 3.) mây (*vân*), 4.) mù (*vụ*), 5.) La-hầu, Vua loài thần A-tu-la, hình thề rất to lớn. Năm thứ ấy, mỗi thứ dường như cây quạt, có sức che án ánh sáng mặt trời và mặt trăng, làm cho người ta chẳng thấy mặt trời và mặt trăng.

NGŨ GIA 五家 Năm nhà, tức là năm chi-phái của Thiền-tông. Sau đời Lục-tổ Huệ-Năng, phái Tổ-sư thiền của ngài lan truyền về miền Nam, phân ra thành *Ngũ gia* :

1.) Lâm-tế 臨濟

2.) Vi ngưỡng 潙仰

3.) Tào-động 曹洞

4.) Vân-môn 雲門.

5.) Pháp-nhãn 法眼

Trong *Ngũ gia*, chi-phái Lâm-tế là thạnh-hành nhứt. *Ngũ gia* cũng kêu : *Ngũ phái.*

NGŨ-GIA THẤT-TÔNG 五家七宗 Năm nhà và bảy tông. Thiền-tông, đến đời nhà Đường, thế-kỷ thứ bảy d.l., phân ra hai phái : Bắc-tông của Thần-Tú và Nam-tông của Huệ-Năng. Về sau, Nam-tông phân ra làm năm chi phái nữa, tức *Ngũ gia* đã biên ở trên. Tất cả các phái của Thiền-tông, kêu chung là *Ngũ gia thất tông.*

NGŨ GIÁC 五覺 Năm cái tỉnh-giác :

1.) *Bổn giác (cái tỉnh-giác vốn có sẵn)*, là cái thể tỉnh - giác vốn có thường trụ đó vậy.

2.) *Thủy giác (cái tỉnh-giác mới sanh)*, nương theo công tu-hành mà hiền ra cái thể bổn-giác đó vậy.

3.) *Tương-tự giác (cái tỉnh-giác tương-tự)*, đối với ngôi thập tín của Bồ-tát, được cái giác giống như cái thủy giác vậy.

4.) *Tùy phận giác (cái tỉnh-giác tùy theo phận vị)*, đối với các ngôi thập trụ, thập hạnh, thập hồi - hướng của Bồ-tát, tùy theo phận-vị mà được cái thủy-giác chơn - chánh vậy.

5.) *Cứu cánh giác (tỉnh giác rốt cuộc)*, đối với ngôi diệu - giác, thành cái thủy - giác rốt cuộc tới cùng, đi theo một bề với bổn-giác vậy.

NGŨ GIỚI (*GIỚI*) 五戒 Pança Sila (*scr.*).— Cinq défenses (*fr.*) Năm giới cấm.

Năm điều răn cấm mà người tu tại-gia đạo Phật phải giữ : 1.) *chẳng sát sanh*, 2.) *chẳng trộm đạo*, 3.) *chẳng tà dâm*, 4.) *chẳng nói láo*, 5.) *chẳng uống rượu.*

Ngũ giới tức là giới của người tu tại-gia nam và nữ đã nguyện thọ *Tam qui.*

Trong **Thiên-thai nhơn vương Kinh** có nói rằng : *Ngũ giới* của đạo Phật tức là Ngũ thường của đạo Nho : 1.) Bất sát sanh = Nhơn (*Nhân*), 2) Bất du đạo = Nghĩa, 3.) Bất tà-dâm = Lễ, 4.) Bất vọng-ngữ = Tín, 5.) Bất ẩm *tửu* = Trí.

Trong **Tứ thập nhị chương Kinh** có nói rằng : Đem đồ ăn dâng cho một ngàn người hiền, cái phước không bằng đem đồ ăn dâng cho một người trì *Ngũ giới.*—

Theo Luật trong đạo Phật, người tu tại - gia có thể xin thọ trì đủ *Ngũ giới* hoặc là tùy sức mình mà xin thọ trì lần lần.

1.) Ai thọ trì một giới, đờn-ông kêu là *Nhứt phận Ưu-bà-tắc,* đờn bà kêu là *Nhứt phận Ưu-bà-di.*

2.) Ai thọ trì hai giới, kêu là *Thiểu phận Ưu-bà-tắc,* hoặc *Thiểu phận Ưu-bà-di.*

3.) Ai thọ trì ba giới, kêu là *Bán phận Ưu-bà-tắc,* hoặc *Bán phận Ưu-bà-di.*

4.) Ai thọ trì bốn giới, kêu là *Đa phận Ưu-bà-tắc,* hoặc *Đa phận Ưu-bà-di.*

5.) Ai thọ trì đều đủ năm giới, kêu là *Mãn phận Ưu-bà-tắc,* hoặc *Mãn phận Ưu-bà-di.*—

Trong « **Vô Lượng-Tho Kinh** », ai thọ trì *Ngũ Giái, Bát giái,* tu hành các Giái ấy, không phạm *Ngũ nghịch* cùng các tội lỗi, đem căn lành ấy mà hồi-hướng nguyện sanh về Tây-phương Cực-lạc thế-giới, thì lúc mạng chung, có Phật A-Di-Đà và chư Tỳ-kheo quyến-thuộc hiện đến thuyết-pháp cho nghe, liền sanh về cõi Cực-lạc, dự hàng Trung phẩm thượng sanh *(trong Cửu phẩm vãng sanh).* Ở đó mà tu hành cho tới đắc quả A-la-hán.

NGŨ GIÁO 五 教 Cinq doctrines (*fr.*) Năm bực, năm cỡ giáo-lý từ bực thấp nhứt đến bực cao nhứt.

a) *Ngũ giáo* do Hoa-nghiêm tông phán định :

1.) *Tiểu-thừa giáo* : Đối với kẻ mới tu hoặc kẻ căn-cơ nhỏ; dạy pháp Tiểu-thừa, như giảng về Ngã Không.

2.) *Thủy giáo* : Giáo-lý dạy cho những kẻ mới vừa bước lên Đại-thừa, tức Đại-thừa thủy giáo, dạy rộng về lẽ Không và giải rõ các pháp, các tướng, tức dạy hai môn : Không thủy giáo, Tướng thủy giáo.

3.) *Chung-giáo* : Dạy lẽ Chơn-như bình-đẳng, dạy rằng các chúng-sanh rốt cuộc đều thành Phật.

4.) *Đốn-giáo* : Dạy cho người ta chứng ngộ một cách cấp-tốc, mau thành Phật-đạo.

5.) *Viên-giáo* : Giáo-lý tròn trịa đầy đủ, tức Giáo-lý của Đại-ý Hoa-Nghiêm kinh.

b) *Ngũ giáo* do Khuê-Phong lập ra dạy từ pháp thế - gian đến pháp xuất thế-gian :

1.) Nhơn thiên giáo, 2) Tiểu thừa giáo, 3.) Đại-thừa tướng giáo, 4.) Đại-thừa phá tướng giáo, 5.) Nhứt thừa hiển Tánh giáo.

NGŨ HẠ KẾT 五下結 Cinq entraves de la Région du Désir (*fr.*) Năm mối trói buộc của chúng-sanh ở bực dưới, tức là của chúng-sanh ở cõi Dục-giới. Cũng kêu : *Ngũ hạ phần kết, ngũ độn sử.*

Còn năm mối trói buộc của chúng-sanh ở bực trên, tức là của chúng-sanh ở cõi Sắc-giới và ở cõi Vô sắc-giới, thì kêu là : *Ngũ thượng kết, Ngũ thượng phần kết, Ngũ lợi sử.*

Biên theo thứ-tự tu đắc từ quả Tu-đà-huờn, Tư-đà-hàm đến A-na-hàm, thì *Ngũ hạ kết* là :

1.) *Kiến-kết (Thân-kiến-kết)*, Ba-ly : Sakkâyaditthi. Ấy là sự con chấp riêng thân mình, thân người.

2.) *Nghi-kết*, Ba-ly : Vichikichchhâ. Ấy là lòng hồ-nghi, chẳng tin Chánh-pháp.

3.) *Giới thủ kiến kết*, Ba-ly : Sîlabbataparâmâsa. Ấy là ham mê những cuộc hành lễ, cúng kiến thông thường, cố chấp những tà-giới.

4.) *Tham-kết*, Ba ly : Kâmarâga. Ấy là lòng tham hưởng, tríu mến những cảnh vui ở nhơn-gian và ở cõi Tiên Dục-giái. Cũng viết : *Dục- tham*.

5.) *Sân-kết*, Ba-ly : Patigha. Lòng còn giận, oán.

Nhà tu Phật khi đắc quả ban sơ (*quả nhứt*) Tu-đà-huờn và quả nhì Tư-đà-hàm thì dứt ba mối kết trước. Rồi khi đắc quả thứ ba A-na-hàm thì dứt thêm hai mối kết sau. Như vậy, bực A-na-hàm dứt trọn năm mối kết ở cõi Dục-giới, đó kêu là *Ngũ hạ kết*.

Nói tóm, khi đoạn xong *Ngũ hạ kết*, nhà tu-hành đắc quả A-na-hàm. Rồi đến khi đoạn xong *Ngũ thượng kết*, hành-giả đắc quả A-la-hán.

NGŨ HƯƠNG 五 香 (*Offrande de*) Cinq encens (*fr.*) Năm thứ hương, Năm thứ hơi thơm.

Trong khi dâng các thứ hương, như trầm hương, quế hương, chiên-đàn hương v.v. cúng Phật, người ta cũng thành tâm mà dâng luôn năm thứ hương nơi mình :

1.) Giới-hương (*Encens de la Bonne conduite*).

2.) Định-hương (*Encens de la Méditation*).

3.) Huệ-hương (*Encens de la Sagesse*).

4.) Giải thoát hương (*Encens de la Délivrance*).

5.) Giải thoát tri kiến hương (*Encens de la Vue parfaite*).

Giới-hương : Hơi thơm của người có giới hạnh. Người ấy lòng không chê bai kẻ khác, không hung dữ, không ganh hiền ghét ngõ, không tham, không giận, không ép người và không gạt người.

Định-hương : Hơi thơm của người tu thiền. Người ấy giữ tâm tự-nhiên, không phiền lụy vì sự thiện-ác ở đời, không vui, không giận, không sợ, không mừng, tức là tâm chẳng loạn động.

Huệ-hương : Hơi thơm của người đắc trí-huệ. Người ấy tâm được giải thoát, không chạy rượt theo danh-lợi ; không bị danh lợi ràng buộc mà sa vào thất tình. Nhờ vậy, tâm được sáng suốt, phân biệt được việc thiện, ác.

Giải-thoát hương : Hơi thơm của người được giải thoát. Người ấy giữ cho tâm-ý đừng có dính vào các sự ác, trược ; không theo bọn sư tà thuật phù chú, hùng cường mà làm việc thiện, dẫu có bị hại cũng không nao.

Giải-thoát tri-kiến hương : Hơi thơm của người tự biết mình được giải-thoát. Người ấy được tâm tự - tại, biết mình được giải-thoát, thấy cái bổn-tánh Như-lai của mình.

Ngũ hương ấy cũng kêu là *Ngũ phần Pháp - thân hương,* năm sự thơm lành hiệp lại làm cái Pháp-thân. Năm thứ hương ấy qui hơn tất cả các thứ hương bằng vật chất mà mình cúng dường lên Phật —

Ngũ hương lại là năm thứ hương dùng để cúng Phật hoặc để làm thơm đồ vật :

1. Đàn hương, 2. Trầm hương, 3. Đinh hương, 4. Uất-kim hương, 5. Long-não hương.

NGŨ KIẾN 五見 Năm ý kiến, năm *sở* kiến chấp nệ, thiên, tà của kẻ phàm-phu, của người chưa Giải-thoát.

1.) *Thân-kiến (Ý-kiến về thân mình, thấy có thân)* : Đối với Ngũ âm *(uẩn),* kẻ bậy cho là có thân, gượng lập ra cái chủ-tể, hằng khởi ra cái ý-kiến có ta, chấp có những cái của ta.

2.) *Biên-kiến (Ý kiến một bên)* : Kẻ cho cái thân mình hoặc dứt, hoặc thường ; chấp rằng dứt chẳng phải là thường ; chấp rằng thường chẳng phải là dứt · chỉ chấp nệ có một bên mà thôi.

3.) *Tà-kiến* (*Ý-kiến tà vạy*): Cái tâm tà khư khư giữ lấy ý kiến, điên-đảo thấy bậy, chẳng tin nhơn-quả, dứt các thiện-căn, không mong thành Phật.

4.) *Giái-cấm thủ kiến* (*Ý kiến chấp lấy Giái-cấm*): Đối với những điều chẳng phải là Giái, lầm cho là Giái, cượng chấp là thắng diệu, bèn khư khư giữ lấy. Ý kiến nhỏ hẹp của kẻ chẳng biết tùy nghi.

5.) *Kiến thủ kiến* (*Ý kiến chấp lấy ý kiến*): Đối với pháp ý chẳng phải là chơn diệu, kể lầm là Niết-bàn, tâm sanh chấp trước, tính bậy cho cái điều sở đắc của mình là trồi thẳng. Bo bo giữ lấy ý kiến nhỏ nhít, hủ lậu.

Niết-Bàn Kinh quyền 17: Nếu mình thấy rằng mình có sở đắc, thì kêu là *Ngũ kiến*. Bực Bồ-tát đã dứt xong *Ngũ kiến*, bèn đắc Đệ nhứt nghĩa Không. Cho nên Bồ-tát, kêu là vô sở đắc... Nhờ rời khỏi *Ngũ kiến*, lòng dạ chẳng còn nghĩ bậy.

NGŨ LOẠI THIÊN 五類天 Năm loại Trời; năm loại Tiên Thần ở năm từng Trời liên tiếp nhau trong Tam Giái. Bắt từ trên kể xuống là:

1.) *Thượng-giái-Thiên* 上界天: Trời Thượng-giái. Ấy là chư Thiên ở cõi Trời Sắc-giái và cõi Trời Vô-sắc giái.

2.) *Hư-Không Thiên* 虛空天: Trời Hư-Không. Hư-Không-Thiên là chư Thiên ở nơi bốn từng Trời (*Dạ-ma Thiên, Đâu-suất Thiên, Hóa-lạc Thiên, lên tới Tha hóa-tự tại Thiên*) trong cõi Dục-giái. Đó là các vị Tiên cư-ngụ nơi Hư-Không.

3.) *Địa-cư Thiên* 地居天: Các vị Tiên ở trên đất. Địa-cư Thiên là những vị chia nhau ở hai từng Trời (*Tứ Thiên vương Thiên, Đao-ly-Thiên*), hai từng nầy là hai từng dưới trong sáu từng ở cõi Dục-giái. Chư Tiên trong hai từng ấy trụ nơi miền Tu-di sơn.

4.) *Du Hư-Không Thiên* 遊 虛 空 天 : Chư vị du hành trong Hư-Không, tức là trong cõi không gian, trong ấy xoay vần các ngôi : nhựt, nguyệt, tinh-tú.

5.) *Địa-hạ Thiên* 地 下 天 : Chư vị ở phía dưới mặt đất : loài Rồng (*Long*), loài A-tu-la, và các vị Diêm-ma vương.

Trong *Ngũ loại Thiên*, mỗi loại đều có thân hình sáng chói, phóng ánh hào quang, lại có sức tự-tại.

NGŨ LOẠI THUYẾT PHÁP 五 類 說 法 Năm loài thuyết pháp. Trong Hoa-Nghiêm Kinh, có biên năm loài thuyết pháp cho kẻ khác nghe :

1.) *Phật thuyết* : Tự đức Phật giảng thuyết cho công-chúng nghe.

2.) *Bồ-tát thuyết* : Các hàng Bồ-tát lớn và nhỏ giảng thuyết cho công-chúng nghe.

3.) *Thinh-văn thuyết* : Hàng tu học Thinh-văn thừa, trên hết là hàng La-hán, thuyết pháp cho công-chúng nghe.

4.) *Chúng sanh thuyết* : Các hạng chúng-sanh thuyết pháp, như Phạm-thiên tụng kệ khen Phật, khen Pháp.

5.) *Khí-giới thuyết* : Vật nầy vật kia thuyết pháp. Như cây-cối ở cõi Tịnh-độ của Phật A-Di-Đà thuyết pháp cho mọi người ở cõi ấy nghe đặng nhớ mà tu niệm.

NGŨ LỢI SỬ 五 利 使 Cinq entraves des deux Régions : Forme et Sans forme (*fr.*) Năm mối sai khiến, làm cho những vị lanh lẹ, sáng suốt chẳng lên đến cõi Giải thoát là quả A-la-hán. Cũng kêu *Ngũ thượng kết.*

Nhà tu hành. khi đắc quả A-na-hàm là quả thứ ba, thì dứt năm mối sử, *Ngũ độn sử* : Kiến, Nghi, Giái thủ kiến, Tham, Sân. Đến chừng đắc quả A-la-hán là quả thứ tư, liền dứt thêm năm mối sử nữa, *Ngũ lợi sử* : Sắc-ái, Vô sắc ái, Mạn, Trạo, Vô-minh.

(*Xem* : *Ngũ hạ kết*, *Ngũ thượng kết.*)

NGŨ-LUÂN 五 輪

1.) Năm vầng, Năm phần tròn trịa chuyển động : Đầu gối mặt, đầu gối trái, bàn tay mặt, bàn tay trái, cái đầu. Cũng viết : *Ngũ thể* 五 體, Năm vóc. Khi lễ Phật, Thánh, Tăng thì năm phần ấy phải đụng sát đất. Xem : *Ngũ thể đầu địa.*

2.) Năm chất rộng lớn tròn trịa hiệp lại thành Thế-giái : Địa, Thủy, Hỏa, Phong, Không. Cũng viết : *Ngũ đại* 五 大.

3.) Năm ngón tay của Phật. Trong mỗi bàn tay năm ngón, tại đầu mỗi ngón phía trong, có hình khu ốc tròn. Vì vậy nên kêu năm ngón tay Phật là *Ngũ luân.*

NGŨ-LỰC 五 力 Bala (*scr.*) : — Cinq forces (*fr.*) Năm sức 1. Tín-lực, 2. Tinh-tấn lực, 3. Niệm-lực, 4. Định-lực, 5. Huệ-lực.— *Lực,* tiếng phạn kêu là *Ba - la Ngũ lực* là năm phẩm trong 37 phẩm Đạo.

Nhà tu-hành nhờ dưỡng cho có đủ *Ngũ căn* (*tín-căn, tinh-tấn căn, niệm - căn, định-căn, huệ-căn*) tăng-trưởng, nên có *Ngũ lực* mà ngự trị thế-lực của những sự chướng-ngại.

1.) Về *tín-lực,* cái tín-căn tăng trưởng có *sức* phá tan những sự tà-tín, dối trá.

2.) Về *tinh-tấn lực,* cái tinh-tấn căn tăng trưởng có *sức* phá cái thân-tâm giải đãi.

3.) Về *niệm-lực,* cái niệm-căn tăng-trưởng có *sức* phá những tà-niệm.

4.) Về *định-lực,* cái định-căn tăng-trưởng có *sức* phá những loạn-tưởng.

5.) Về *huệ-lực,* cái huệ-căn tăng-tưởng có *sức* phá những điều mê-hoặc trong Tam giái.

Xem : *Tam thập thất đạo phẩm*

NGŨ MINH 五 明 Năm minh, năm môn học xưa của Ấn-độ, nhờ đó mà trí-huệ phát-minh.

1.) *Thinh-minh* (*Sabdavidyà*) : xiển minh về ngôn-ngữ, về văn-tự.

2.) *Công.xảo minh* (*Silpakarmasthànavidyà*) : xiển-minh về hết thảy công-nghệ, kỹ thuật toán-số, lịch-số v.v.

3.) *Y-phương minh* (*Çikitsavidyà*) : xiển-minh về phương thuốc trị bịnh.

4.) *Nhân-minh* (*Hetuvidyà*) : xiển-minh về luận lý-học, bàn định lẽ chánh, tà, chơn, ngụy.

5.) *Nội minh* (*Adhyàtmatidyà*) : xiển minh về tôn - chỉ của học-phái mình. Như Phật-giáo lấy Kinh, Luật, Luận làm Nội-minh.

Kinh Tâm-Địa quán, phẩm Ba-la-mật : Hàng trí-giả các Bồ-tát thường thích nghe những pháp sâu nhiệm, tâm sanh khát ngưỡng, không hề biết chán. Các ngài biết phân biệt chơn-lý Nhị đế, dứt trừ Nhị chướng, thông suốt *Ngũ minh*. thuyết các pháp yếu, giải quyết mọi sự nghi.

NGŨ NIỆM MÔN 五念門 Năm môn niệm, là năm môn niệm đức Phật A-Di-Đà ở Tịnh-Độ luận thuyết ra đó :

1.) *Lễ-bái môn* (*môn lễ-bái*), là đem thân - nghiệp quay vô hình-tượng đức Phật A-Di-Đà mà lễ-bái vậy.

2.) *Tán-thán môn* (*môn tán - thán*), là đem khẩu - nghiệp xưng danh hiệu đức Phật A-Di-Đà vậy.

3.) *Tác nguyện môn* (*môn tác nguyện*), là khởi ra một lòng nguyện sanh qua Cõi Cực-lạc vậy.

4.) *Quán-sát môn* (*môn quan-sát*), là đem trí-huệ xem xét các công - đức của Tịnh-độ, các công-đức của Phật, các công-đức của Bồ-tát vậy.

5.) *Hồi-hướng môn* (*môn hồi - hướng*), là nguyện đem công - đức của mình bố-thí lại cho hết thảy chúng-sanh, khiến cho ai nấy đều thành Phật vậy.

Môn, nghĩa là cái cửa ra vô. Từ môn thứ nhứt tới môn thứ tư, là cửa vô Cõi An-lạc Tịnh - độ ; môn thứ năm là cửa ra giáo-hóa lợi cho kẻ khác.

NGŨ NGHỊCH (*TỘI*) 五逆 (罪) Cinq péchés (*fr.*) Năm tội bội phản. Thay vì báo ân, trả nghĩa, bồi bổ phước - điền, lại đi làm phản nghịch, cho nên kể là tội.

Trong **A-xà-Thế vấn ngũ nghịch Kinh**, có ghi năm tội nầy : 1.) sát phụ, 2.) sát mẫu, 3.) hại A-la-hán, 4.) đấu loạn chúng Tăng, 5.) khởi ác ý đối với sở hành của đức Như - lai. Kẻ nam, người nữ nào phạm năm tội lớn ấy, không thể cứu thì phải đọa vào Địa-ngục vô-gián (*Ngũ vô-gián Địa-ngục*), tức là sẽ bị hành hạ mãi mãi ở Địa - ngục, không biết đến kỳ hạn nào mới được ra. Vì vậy nên *ngũ nghịch tội* cũng kêu là *Ngũ vô-gián tội.*

Thường thì năm tội nghịch là : 1.) giết cha, 2.) giết mẹ, 3.) giết A-la-hán, 4.) phá Hòa - hiệp Tăng, 5.) đâm chém Phật chảy máu.

Ai phạm một tội trong *ngũ nghịch tội* ấy, chẳng được nhận vào Giáo-hội Tăng-già, chẳng được làm Tỳ-kheo.

Trong *Tứ thập bát nguyện* của đức A-Di-Đà, điều nguyện thứ 18 có nói rằng : Nếu tôi được làm Phật, thì chúng-sanh Mười phương chí tâm tín - lạc, muốn sanh về Nước tôi, cho đến mười niệm mà chẳng sanh đó, xin chẳng giữ lấy ngôi Chánh-giác. Chỉ trừ ra kẻ phạm *ngũ nghịch*, gièm pha Chánh - pháp.—

Các Kinh-điển nhà Phật thường dạy rằng kẻ phạm *ngũ nghịch tội*, thì hoặc chẳng được vãng sanh về cõi Tịnh - độ của Phật, hoặc bị đọa mãi mãi ở Địa - ngục. Nhưng có khi kẻ phạm được vãng sanh, khỏi bị đọa. Như cảnh vua A-xà-Thế giết cha và ông Đề-bà-đạt-Đa hại Phật. Ấy nhờ hai duyên cớ :

1.) Kẻ phạm tội bội nghịch từ trước kia đã có phát tâm Đại-thừa, vì gặp duyên mà tạo ra tội nghịch, hoặc vì nghiệp - chướng đời xưa phải trả, nhưng rồi hối ngộ rất thâm trọng, phát tâm cầu ra khỏi cảnh đời ác-nghịch, diệt được tội trọng nên được vãng sanh Tịnh-độ.

2.) Kẻ phạm tội bội nghịch trước kia đã từng tu hành, tuy nay lỡ phạm, mà rồi ăn năn, quán tưởng đạo lý, thiện-căn cùng là quán - tưởng sâu xa phước - đức của Phật, nên trừ diệt tội trọng, khỏi bị đọa - lạc, lại được vãng sanh, tấn lên đường lành.

Như trong « **Quán Vô-Lượng-Thọ Phật Kinh** » về bậc Hạ phẩm Hạ sanh, có chép : Như có ai làm các nghiệp chẳng lành : *Ngũ nghịch, Thập - ác*, đáng đọa ác - đạo, nhưng lúc lâm chung được bực thiện tri-thức an ủy, thuyết - pháp cho nghe và dạy niệm Phật. Người ấy dầu khổ bức, nhưng cũng ráng xưng được mười lần « Nam-mô A-Di-Đà Phật », trừ được các tội trong tám mươi ức Kiếp sanh-tử, liền được vãng-sanh Cực-lạc thế - giới, dự bậc Hạ-phẩm hạ-sanh.

Lại trong **Niết-Bàn kinh**, Phật có dạy : Dầu ai có phạm Tứ trọng tội, *Ngũ nghịch tội* mà phát lộ ăn năn, hộ trì Chánh-pháp, thì cũng đáng nhận sự cung - kính cúng-dường, cũng đặng độ thoát.

NGŨ NHÃN 五眼 Cinq dons de la vue (*fr.*) Năm thứ mắt : Nhục-nhãn, Thiên-nhãn, Huệ-nhãn, Pháp-nhãn, Phật - nhãn.

1.) *Nhục-nhãn* là mắt của thân xác thịt.

2.) *Thiên-nhãn* là mắt của chư Tiên trên cõi Sắc-giới, cũng là mắt của các nhà tu thiền-định đắc lấy. Với *Thiên - nhãn* thì chẳng luận xa gần, trong ngoài, sáng tối, đều thấy được hết.

3.) *Huệ - nhãn* là mắt của các nhà đắc đạo trong hai thừa Thinh-văn và Duyên-giác, các ngài đắc Huệ-nhãn nhờ dùng Trí - huệ chiếu cái Chơn-không vô-tướng.

4.) *Pháp-nhãn* là mắt Trí-huệ của chư Bồ-tát vì độ chúng - sanh, nên thấy ra tất cả các pháp-môn.

5.) *Phật-nhãn* là mắt riêng của bực Phật-đà. Đức Phật có đủ mắt Phật và bốn thứ mắt trên, theo lời ngài phán với Tu-Bồ-Đề trong Kinh **Kim-cang Bát-nhã Ba-la-mật**.

Theo **Vô-Lượng-Thọ Kinh**, chư Bồ-tát ở cõi Tịnh-độ của

đức Phật A-Đi-Đà có đủ *ngũ nhãn* :

Nhục - nhãn trong suốt, không chi chẳng phân biệt tỏ rõ. *Thiên-nhãn* thông đạt, vô-lượng vô-hạn. *Pháp-nhãn* quan sát cùng tột các đạo. *Huệ - nhãn* thấy chơn, có thể độ qua Bờ bên kia. *Phật-nhãn* đầy đủ, hiểu làu Pháp-tánh.

NGŨ NHẪN 五 忍 Năm đức Nhẫn, Năm ngôi yên chịu. *Nhẫn* nghĩa là yên lòng chịu, đậu yên ở đạo lý mà lòng chẳng động chẳng chán vậy. *Ngũ nhẫn*, Năm ngôi yên chịu là :

1.) *Phục nhẫn* (*yên chịu phục*), là cái ngôi dạy riêng bậc Bồ-tát lối ba hiền : thập hạnh, thập trụ, thập hồi-hướng mà chưa dứt hột giống phiền-não đặng khởi ra cái địa vị chế - phục vậy.

2.) *Tín nhẫn* (*yên chịu nhờ đức Tín*). Bồ-tát từ sơ địa tới tam địa, đã thấy pháp-tánh, được chánh-tín vậy.

3.) *Thuận nhẫn* (*yên chịu thuận*), là cái ngôi vào lối tứ địa tới lục địa, thuận theo đạo-thú Bồ-đề, hướng về quả Vô - sanh vậy.

4.) *Vô-sanh nhẫn* (*yên chịu vì đắc lẽ Vô-sanh*), là cái ngôi vào lối thất địa tới cửu địa, ngộ nhập cái lý chúng - sanh và các pháp đều là vô - sanh vậy.

5.) *Tịch-diệt nhẫn* (*yên chịu tịch-diệt*), là cái ngôi vào lối thập địa tới Diệu-giác, mọi sự lầm dứt hết, tới cõi Đại Niết - bàn tịch - diệt vậy.

NGŨ NHƠN (*NHÂN*) 五 因 Năm nguyên - nhơn :

1.) *Sanh nhơn* (*nguyên - nhơn sanh ra*), tức là *hoặc - nghiệp* (*nghiệp lầm*), nghĩa là chúng-sanh y theo nghiệp phiền - não mà sanh ra thân đó.

2.) *Hòa - hiệp nhơn* (*nguyên - nhơn hòa - hiệp*), như pháp lành với lòng lành hòa - hiệp với nhau, pháp chẳng lành với lòng chẳng lành hòa-hiệp với nhau, pháp vô-ký (*không ghi là lành hoặc chẳng lành*) với lòng vô-ký hòa-hiệp với nhau vậy.

3.) *Trụ nhơn* (*nguyên - nhơn đậu lại*), như cái nhà có cột thì không xiêu đổ; núi, sông, cây cối nhơn cõi đất lớn mà đứng đậu đặng, nghĩa là chúng-sanh đều nương bốn chỗ phiền-não lớn (*si, chấp, mạn, ái*) mà đậu vậy.

4.) *Tăng trưởng nhơn* (*nguyên - nhơn thêm lớn*), nghĩa là chúng-sanh nhơn quần áo, đồ ăn uống mà nuôi lớn được cái thân.

5.) *Viễn nhơn* (*nguyên - nhơn xa*), như người ta nương tinh-huyết của cha mẹ mà sanh ra thân mình, nương nhờ quốc-vương (*chánh-phủ*) mà khỏi nạn trộm cướp, nương nhờ chú-lực mà thoát khỏi đau-đớn hư - hại vậy.

Lại năm nguyên-nhơn là :

1.) *Sanh nhơn* (*nguyên-nhơn sanh ra*).

2.) *Y nhơn* (*nguyên - nhơn nương dựa*).

3.) *Lập nhơn* (*nguyên-nhơn đứng lại*).

4.) *Chuyển nhơn* (*nguyên - nhơn chuyển đi*).

5.) *Dưỡng nhơn* (*nguyên - nhơn nuôi lớn*), thấy ở Câu - Xá luận chương bảy.

NGŨ NHƠN THUYẾT KINH 五人說經 Năm hạng người thuyết Kinh. Tất cả những người thuyết kinh-điển Phật-giáo, có năm hạng :

1.) *Phật thuyết.*

2.) *Đệ-tử thuyết,* là hạng Thinh-văn, Bồ-tát, Đệ-tử của Phật thuyết pháp, được Phật nhận cho là khá.

3.) *Tiên-nhơn thuyết,* là hạng người tu Tiên đắc Ngũ thông, theo Phật nhập Đạo, thuyết pháp hóa độ cho người ta.

4.) *Chư Thiên thuyết,* là hàng chư Thiên ở Thiện-pháp đường của đức Đế-Thích thường thuyết Kinh Bát-nhã.

5.) *Hóa - nhơn thuyết,* là hạng Phật, Bồ-tát, La-hán biến hóa ra các thân hình mà thuyết pháp.

NGŨ NHƯ-LAI 五如來 Cinq Tâthâgatas (*scr.*) Năm vị Như-lai :

1.) *Tỳ-lư-dà-na* (*Vairocana*), Đại - Nhựt Phật hay là Thích-Ca-Mâu-Ni Phật. Là tinh-túy của chư Phật, thay mặt cho bốn vị Phật Thiền dưới đây :

2.) *Đông Phật* (*Asôbhya*) mở cái trí Bồ-đề cho chúng-sanh.

3.) *Nam Phật* (*Ratna Sambhava*) bảo hộ các kho vàng, sanh ra mọi vật.

4.) *Tây Phật* (*Amitabha*) độ vớt chúng-sanh, như hoa sen xuống bùn, tức Phật A-Di-Đà.

5.) *Bắc Phật* (*Amoghasiddhi*), yêu thương các chúng-sanh.

NGŨ PHÁI 五派 Cinq Branches (*fr.*) Năm phái của Thiền-tông. Cũng viết : *Ngũ gia.*

Đức Bồ-đề-đạt-ma (*Bodhidharma*) từ Thiên - trước qua lập đạo bên Trung - hoa, ngài sáng lập Thiền - tông. Vào thế-kỷ thứ bảy dương-lịch, Thiền-tông chia ra làm *ngũ phái* :

1.) Lâm-tế.

2.) Vi-ngưỡng.

3.) Tào-Động.

4.) Vân-môn.

5.) Pháp-nhãn.

Xem : *Ngũ gia.*

NGŨ PHẦN PHÁP THÂN 五分法身 Cinq parties du Corps de la Loi (*fr.*) Năm phần hiệp lại thành cái Pháp-thân, tức Phật-thân. Ấy là năm phần công-đức của Pháp - lý, của Như-lai.

1.) *Giới Pháp-thân* : tu trì giới-hạnh của đức Như - lai, giữ gìn tam nghiệp : thân, khẩu, ý, lìa khỏi các sự lỗi lầm, sai-lạc.

2.) *Định Pháp-thân* : Tu phép Thiền-định của đức Như-lai đặng đắc cái Chơn-tâm tịch-tĩnh, lìa khỏi các vọng-niệm.

3.) *Huệ Pháp-thân* : Tu phép Trí-huệ của đức Như-lai đặng đắc cái Chơn-trí viên minh, quán đạt pháp-tánh.

4.) *Giải thoát Pháp-thân* : Tu cho đắc cái tâm-thân của đức Như-lai, giải thoát ra khỏi các sự trói buộc, tríu mến, tức là cái đức Niết-bàn.

5.) *Giải thoát tri-kiến Pháp-thân* : Ấy là bực biết rằng mình hẳn thật đã Giải thoát rồi, tức là sau khi đắc quả Bồ-đề, chứng Niết-bàn.

Bốn hàng Thánh-giả : La-hán, Duyên-giác, Bồ-tát, Phật, đều đắc đủ *Ngũ phần Pháp-thân*. Bởi các vị ấy có đủ *Ngũ phần Pháp-thân*, nên được xưng là Đáo bỉ Ngạn (*đã đến Bờ bên kia, đến Niết-bàn*).

NGŨ PHẦN PHÁP-THÂN HƯƠNG 五分法身香 Hương, Mùi thơm của năm phần hiệp lại thành cái Pháp-thân :

1. Giới hương, 2. Định hương, 3. Huệ hương, 4. Giải-thoát hương, 5. Giải thoát tri-kiến hương.

(*Xem : Ngũ hương.*)

NGŨ PHẬT KIẾT-MA ẤN 五佛羯摩印 Ấn của năm đức Phật :

1.) *Trí-quyền ấn* của đức Phật Đại-Nhựt.

2.) *Xúc-địa ấn* của đức Phật A-Súc, tay hữu buông xuống đụng đất vậy.

3.) *Thí-nguyện ấn* của đức Phật Bảo-Sanh (*Bửu-Sanh*), tay hữu ngửa bàn lên vậy.

4.) *Tam-ma-địa ấn* của đức Phật A-Di-Đà, tay hữu duỗi ra, năm ngón đặt lên trên bàn tay tả vậy.

5.) Kiết-ma ấn của đức Phật Bất-Không Thành-tựu.

Xem : *Ấn.*

NGŨ PHẬT-TÁNH 五 佛 性 Năm tánh của Phật:

1.) *Chánh-nhơn Phật-Tánh.*

2.) *Liễu-nhơn Phật-tánh.*

3.) *Duyên-nhơn Phật-tánh.* Ba cái đó, tức kêu là *Tam nhơn Phật-tánh* vậy.

4.) *Quả Phật-tánh,* là quả Bồ-đề vậy. Cái Trí Chánh-giác kêu là Bồ-đề.

5.) *Quả-quả Phật-tánh,* là Đại Niết-bàn vậy. Đem cái Trí Bồ-đề hiền ra cái lý Niết-bàn, kêu là *Quả-quả (Bồ-đề là cái kết-quả của việc tu-hành, cho nên kêu Bồ-đề là quả. Nương theo Bồ-đề mà được chứng Niết-bàn là Quả quả, nghĩa là quả Niết-bàn của quả Bồ-đề vậy.)*

Trong *Ngũ Phật-Tánh,* ba cái trên là nhơn, hai cái dưới là quả.

NGŨ QUÁN 五 觀 Năm quán tưởng:

1.) *Chơn-quán (quán tưởng lẽ thiệt),* quán tưởng cái lý chơn-đế, dứt bỏ kiến-thức lầm lạc và tư tưởng lầm-lạc của Không-quán.

2.) *Thanh-tịnh quán (quán tưởng thanh-tịnh),* đã trừ cái dơ dáy của kiến-thức và tư-tưởng, ắt là cái thân thanh-tịnh, dứt đi cái Giả-quán.

3.) *Quảng-đại Trí-huệ quán (quán tưởng Trí-huệ quảng-đại),* dứt đi sự lầm Vô-minh, được cái Trung-quán Trí-huệ quảng-đại.

4.) *Bi-quán (quán tưởng đức Bi),* đem ba cái quán-tưởng trên đây đặng quán tưởng chúng-sanh, dùng cứu bạt sự khổ cho chúng-sanh.

5.) *Từ-quán (quán tưởng đức Từ),* đem ba cái quán tưởng, trên đây 1, 2, 3 đặng quán tưởng chúng-sanh, giúp vui cho chúng-sanh vậy.

(So sánh với: Tam quán)

Ngũ quán lại là năm phép quán tưởng của thầy Tỳ - kheo khi vừa thọ thực :

1.) So tính vật mà thí-chủ cúng dường cho mình, công-lao của người ta phải cực khổ thế nào.

2.) *Xem* xét đức - hạnh của mình, coi có xứng đáng mà thọ lãnh đồ cúng dường ấy chăng.

3.) Phải ngăn ngừa lòng ham ăn.

4.) Tưởng đồ ăn ấy như món thuốc trị bệnh đói mà thôi.

5.) Vì muốn có sức mạnh để tu cho thành Đạo, nên tạm dùng đồ ăn ấy mà thôi.

NGŨ-SANH (*SINH*) 五 生 Năm cách sanh ra và sống đời của Bồ-tát để độ chúng-sanh :

1.) *Tức Khổ sanh* (*Sanh ra đặng ngưng dứt sự khổ cho đời*). Cũng kêu là *Trừ tai sanh* (*Sanh ra đặng trừ tai-ách cho đời*). Tỷ như Bồ-tát sanh ra làm cá lớn cứu đời đói kém, hoặc làm cá lớn ở giữa biển mà cứu nạn chìm tàu.

2.) *Tùy loại sanh* (*Nương theo loại mà sanh*). Trong Mười loại chúng-sanh, từ Phật cho chí Súc-sanh, Bồ-tát tùy theo từng loại mà sanh ra đặng độ cho chúng-sanh phát tâm tu hành,

3.) *Thắng sanh* (*Sanh ra ở địa vị hơn đời*). Cũng kêu là *Đại-thế sanh* (*Sanh ra làm người có thế-lực lớn*). Bồ-tát sanh ra có hình sắc thắng diệu, thuộc về dòng họ sang giàu, dễ mà ủng-hộ Phật-Pháp.

4.) *Tăng thượng sanh* (*Sanh ra ở địa-vi cao lớn hơn địa-vị Thắng-sanh*) : Các hàng Bồ-tát từ *Sơ*-địa cho tới Thập địa, thường sanh làm vua đặng tiện bề khuyến-khích người đời tu hành.

5.) *Tối hậu sanh* (*sanh ra lần cuối cùng*). Bồ-tát sanh ra, thân thể có đủ 32 tướng chánh với 80 tướng phụ, thị hiện xuất-gia, tu-hành và thành Phật, độ vô-lượng chúng-sanh trong Mười loại.

NGŨ SẮC 五 色 Năm màu: *Thanh* (*xanh*), *hoàng* (*vàng*), *xích* (*đỏ*), *bạch* (*trắng*), *hắc* (*đen*), kêu là năm màu lớn. Lại có: *Phi* (*đỏ gắt*), *hồng* (*đỏ lợt*), *tử* (*tía*), *lục* (*biếc, xanh sậm*), *lưu-hoàng* (*vàng lợt*), kêu là năm màu gián.

NGŨ SUY-TƯỚNG 五 衰 相 Cinq états de décadence (*fr.*) Cũng gọi: *Ngũ suy*. Năm tướng suy của chư Tiên hiện ra khi các ngài hưởng hết phước nơi cõi Trời, sắp đi đầu thai. Trong **Niết-Bàn kinh**, quyển mười chín có chép rằng:

Đức Đế-Thích (*Thích-đề-hoàn nhơn*) khi sắp mạng chung, thấy có năm tướng nầy hiện ra:

1. Quần áo thường dơ dáy.
2. Trên đầu, tóc rối nhầu như cành hoa tàn tạ.
3. Thân thể hôi-hám và nhơ-nhớp.
4. Dưới nách, thường ra mồ-hôi.
5. Không thích chỗ ngôi-vị của mình nữa.

Trong **Địa-Tạng Kinh**, phẩm thứ 12, có chép rằng:

Trong các thế-giới vị-lai, hiện-tại, có người cõi Trời hưởng phước Trời vừa hết, liền có *năm tướng suy* hiện ra, hoặc có người sa đọa vào nẻo ác lụy. Những người cõi Trời ấy đương lúc hiện *tướng suy* mà ngó thấy hình tượng Địa-Tạng Bồ-tát, hoặc nghe danh-hiệu ngài mà chiêm-ngưỡng một lần, lễ bái một lần, thì được tăng thêm phước Trời, hưởng khoái-lạc lớn và mãi mãi chẳng sa đọa vào ba nẻo ác-lụy...

NGŨ SỰ THÍ 五 事 施 Năm việc bố-thí. Cũng viết: *Ngũ chủng bố-thí*.

1.) Thí cho kẻ ở xa mới tới.

2.) Thí cho người sắp đi xa.

3.) Thí cho kẻ bịnh tật ốm yếu.

4.) Thí cho người đói khó.

5.) Thí cho bực Pháp-trí.

Ngũ sự thí lại là :

1.) Thí sắc (*đem hình sắc mà cho*).

2.) Thí lực (*đem sức mạnh mà cho*).

3.) Thí an (*đem sự an ổn mà cho*).

4.) Thí mạng (*đem mạng sống mình cho*).

5.) Thí biện (*đem tài biện-luận mà cho*).

Người thí-chủ tùy theo việc thí xả của mình mà được quả-báo.

NGŨ TÀ - MẠNG 五邪命 Năm cách sống cong vạy. Tỳ-kheo mưu làm công chuyện chẳng theo như pháp đặng cầu nuôi sống, kêu : tà-mạng, cách sống cong vạy. Có năm thứ :

1.) *Trá hiện dị tướng*, nghĩa là đối với người thế-tục, giả dối hiện ra những tướng kỳ-lạ, đặng cầu lấy lợi nuôi mình vậy.

2.) *Tự thuyết công - năng*, nghĩa là nói ra cái công-đức hay giỏi của mình, đặng cầu lấy lợi nuôi mình vậy.

3.) *Chiêm tướng kiết hung*, nghĩa là học theo nghề coi quẻ, nói ra điềm lành, dữ của người ta, đặng cầu lấy lợi nuôi mình vậy.

4.) *Cao thinh hiện oai*, nghĩa là nói phách những lời mạnh dữ, hiện ra oai-thế, đặng cầu lấy lợi nuôi mình vậy.

5.) *Thuyết sở đắc lợi dĩ động nhơn tâm* (*nói ra cái mối lợi mình kiếm được để làm động lòng người*), nghĩa là được mối lợi ở người kia, nói ra với người nầy ; được mối lợi ở người nầy, nói ra với người kia, đặng cầu lấy lợi nuôi mình vậy.

NGŨ TÂN 五辛 Năm vị cay, năm món cay, nồng : 1. đại-toán (*tỏi*), 2. cách-thông (*hành*), 3. từ-thông (*hẹ*), 4. lan-thông (*kiệu*), 5. hưng-cừ (*nén*).

Những người tu Phật, nhằm những ngày chay, không nên

ăn năm món ấy, cũng không nên gia vị vào đồ ăn. Vì ăn dùng năm món ấy, thì hỏa động và hay bay hơi hôi hám. Ấy là những vị, những món chẳng thanh-tịnh.

Ngũ tân cũng kêu là *ngũ huân.*

Trong « *Bồ-tát Giới Kinh* », ở khoản Giới khinh-cấu thứ tư, có khuyên Phật-tử không nên ăn *ngũ tân.*

Trong « **Địa-Tạng Kinh** » có dạy : Những người trì niệm danh hiệu Địa-Tạng Bồ-tát, trong thời kỳ trì niệm và tụng Kinh, phải cữ *ngũ tân,* rượu thịt, tà dâm, vọng ngữ và các việc sát hại.

Thủ-lăng - nghiêm Kinh, quyển tám : *Năm món cay, nồng* ấy, nếu ăn chín thì phát dâm, bằng ăn sống thì sanh nóng giận. Những kẻ ăn những món ấy, dầu có tài giảng thuyết Mười hai bộ Kinh (*Thập nhị bộ Kinh*), nhưng chư Thiên-tiên trong Mười phương đều xa lánh họ vì mùi hôi thúi của những món ấy. Còn những bọn quỉ đói thì nhơn họ ăn mấy món ấy, đến liếm môi liếm mép họ. Thành ra họ thường ở chung với quỉ, phước đức của họ càng ngày càng tiêu.

NGŨ TIỄN (*TIẾN*) 五 箭 Cinq flèches (*fr.*) Năm mũi tên. Tiếng thí dụ để gọi *ngũ dục.* Tỷ như mũi tên bắn vào người vật, thì người vật ấy bị đau hoặc chết. *Ngũ dục* (*năm sự tham dục, đối với Sắc, Thinh, Hương, Vị, Xúc*) cũng như thế, chúng có thể làm cho chúng-sanh đau khổ hoặc chết mất, cho nên kêu là *ngũ tiễn.* (*Xem* : *Ngũ dục.*)

NGŨ TÌNH 五 情 Cinq sentiments (*fr.*) Năm tình dục, tình ý. Cũng có nghĩa : Năm căn (*Ngũ căn*), Pháp : Cinq sens. Năm căn của chúng-sanh : mắt, tai, mũi, lưỡi, thân, mỗi căn đều phát ra một thứ tình, kêu chung là *Ngũ tình.* Ai có đủ *Ngũ căn,* tức có Ngũ tình. Kẻ độn-căn chẳng có thể điều phục *Ngũ tình.*

Niết-Bàn kinh, quyển 28 : Bồ-tát nguyện rằng : Nguyện cho tôi thường được gần gũi chư Phật và các Đệ-tử của Phật ; thường được nghe Pháp, thường được *ngũ tình* trọn đủ ; như có gặp khổ nạn, cũng đừng thất lạc tâm nầy.

NGŨ TỊNH-CƯ (*THIÊN*) 五 淨 居 (天.) Năm cảnh cư-trụ trong sạch ở Thiên-thượng. Cũng kêu : *Tịnh-cư Thiên.* Ấy là năm cảnh Tiên cao nhứt trong cõi Sắc-giới. Những nhà tu-hành đắc quả A-na-hàm (*Bất-hoàn quả*), tham-thiền đắc phép Thiền thứ tư, có thể sanh lên Trời, ở một cảnh trong năm cảnh Tịnh-cư Thiên. Từ dưới kể lên là :

1.) *Vô phiền Thiên* : Ở cảnh nầy, không một mảy phiền-tạp.

2.) *Vô-nhiệt Thiên* : Ở cảnh nầy, không một mảy nhiệt-não.

3.) *Thiện-kiến Thiên* : Ở cảnh nầy, thấy toàn là thiện-pháp.

4.) *Thiện-hiện Thiên* : Ở cảnh nầy, hiện ra các pháp thắng-diệu.

5.) *Sắc cứu - cánh Thiên* : Cảnh cao diệu hơn hết, cảnh rốt ráo trong cõi Sắc-giới.

Nhưng có chỗ biên *Ngũ Tịnh-cư Thiên* theo đây, có chua tiếng Phạn, xét lại đúng hơn :

1.) *Vô-tưởng Thiên* (*Avrha*).

2.) Vô-phiền thiên (*Atapa*).

3.) *Vô-nhiệt Thiên* (*Sudrsa*).

4.) *Thiện kiến Thiên* (*Sudarsana*).

5.) *Sắc cứu - cánh Thiên* (*Akanisthà*).

Người ta có thể thêm vào đây hai cảnh nữa :

6.) *Hòa-âm Thiên* (*Aghanistha*).

7.) *Đại Tự-tại Thiên* (*Mahàmahesvara*).

Tịnh cư Thiên, cũng kêu : *Tịnh Phạm-địa.*

(Xem : *Tịnh-Phạm địa ở chữ : Tam giới.*)

NGŨ TỲ - KHEO 五 比 丘 Cinq Bhiksus (*fr.* , *scr.*) Năm

ông Tỳ-kheo, Đệ-tử xuất-gia của Phật Thích-Ca.

1.) Năm ông Tỳ-kheo đầu tay của đức Phật Thích-Ca là : 1. A-nhã Kiều-Trần-Như (*Ajnata-Kaundinya*), 2. Át-Bệ (*Asvajit*), 3. Bạt-đề (*Bhadrika*), 4. Thập lực Ca-Diếp (*Dasabala - Kàsyapa*), 5. Ma-nam Câu-ly (*Mahanama - Kulika*). Về vị Tỳ-kheo thứ tư, có chỗ biên là Bà-sa-Ba (*Vâshpa*).

Năm ông nầy, trước kia tu trong xứ Ưu - lầu - tần - loa (*Uruvilvâ*). Đức Thích - Ca bấy giờ chưa thành Phật, có đến tại xứ ấy, năm ông bèn theo thọ giáo nơi ngài. (*Cũng có chỗ nói rằng : Lúc Thái-tử xuất - gia, vua cha phái năm người đi tầm Thái - tử. Nhưng Thái - tử chẳng chịu về. Năm người ấy cũng chẳng dám về, bèn ở trong rừng mà tu theo Thái-tử.*) Ngài trải qua sáu năm khổ hạnh, một ngày chỉ ăn một hột mè hay một hột cơm thôi. Ốm lắm và chưa thấy đắc Đạo, ngài bèn bỏ lối tu khổ hạnh mà lo bồ dưỡng thân thể.

Bấy giờ, năm vị đệ-tử chán ngán vì cử chỉ của ngài mà họ cho là lầm, bèn bỏ ngài mà dắt nhau đến gần thành Ba - la-nại (*Bénarès*) và vào tu trong vườn Lộc (*Pháp : Parc aux Gazelles*).

Khi ngài tu đắc Đạo, thành Phật nơi rừng Già-da tại xứ Ưu - lầu - tần - loa, ngài định xuống thành Ba-la-nại, vào Vườn Lộc mà thâu phục năm đệ tử cũ. Ấy là lần đầu tiên mà ngài thuyết pháp, giảng về Tứ Diệu-Đế, Bát Chánh-đạo và Thập Nhị Nhơn-duyên, cho nên người ta gọi cuộc thuyết pháp nầy là « *Chuyển Pháp-Luân* ». Năm ông sư nghe Phật, đảnh lễ và hô lên : « Qui-y Phật ! Qui-y Pháp. » Vừa lúc ấy, năm ông thành ra năm ông Tỳ-kheo đầu tay của Phật, liền đắc quả La - hán. Ấy là năm ông La-hán ban sơ được Phật hóa-độ vậy.—

2.) *Ngũ Tỳ-kheo* lại là năm vị thanh niên con nhà Trưởng giả ở thành Ba-la-nại (*Bénarès*) thọ Pháp kế tiếp năm ông trên. Ấy là 1. Da-Xá (*Yasas*), 2. Phú-Na (*Pournajit*), 3. Tỳ-ma-lá-

(*Vimala*), 4. Kiều-phạm-ba-đề (*Gavâmpati*), 5. Tu-bà-Hầu (*Soubâhou*).

Năm ông ấy cùng làm bạn rất thâm giao về thế-tục. Khi ông Da-Xá nhập pháp, bốn người bạn của ông cũng xin thọ giới xuất-gia nơi Phật. Năm vị Tỳ-kheo nầy cũng ở Vườn Lộc gần thành Ba-la-nại mà tu hành và đắc quả A-la-hán.

NGŨ TỔ 五祖 Cinquième Patriarche (*fr.*) Tức là : *Đệ ngũ Tổ*, vị Tổ đời thứ năm của Thiền-tông ở Đông-độ, tên là *Hoằng-Nhẫn*. (*Xem : Hoằng-Nhẫn đại-sư.*)

NGŨ TƯỚNG 五相 Năm tướng-trạng, tức năm tướng lúc người ta suy sụp. Niết-bàn Kinh, quyển 37 : Cảnh Thiên-thượng không có việc Đại Khổ-não, thân-thể chư Thiên thì mềm-mại, tinh-tế, trơn láng. Nhưng đến khi *Ngũ tướng* hiện ra, thì các vị ấy thọ Đại khổ chí cực, cũng như Khổ Địa-ngục, chẳng sai khác gì.

(*Xem : Ngũ suy tướng.*)

NGŨ TƯỚNG THÀNH THÂN 五相成身 Năm tướng thành thân : 1.) Thông đạt tâm Bồ-đề, 2.) Tu tâm Bồ-đề, 3.) Thành tâm kim-cang, 4.) Chứng thân kim-cang, 5.) Thân Phật viên-mãn. Năm tướng ấy đúc thành cái Pháp-thân kim-cang giới.

NGŨ THÁNH TRÍ TAM-MA-ĐỊA 五聖智三摩地 Phép Tam-ma-địa (*Samâdhi*) được năm phần Thánh-Trí. *Tam-ma-địa* hay *Tam-muội*, dịch : Đại-định, Thiền-định.

Tam-muội (*Đại-định*) của Phật vốn là phép Thánh, không nhiễm, không chấp, quảng-đại. Từ nơi phép ấy, thị-hiện cái Trí-huệ có năm hạnh-tướng :

1.) Tự-thể Trí

2.) Bổ-đặc-già-la Trí (*Thường-trụ Trí*).

3.) Thanh-tịnh Trí

4.) Quả Trí

5.) Nhập xuất Định-tướng Trí

Xem : *Tam-ma-địa*

NGŨ THẠNH ÂM KHỔ 五盛陰苦 Trong năm âm hiệp lại làm người, nếu chẳng hòa đồng, có cái âm nào thạnh lắm thì đủ làm cho mình khổ. Cũng viết : *Ngũ âm xí thạnh khổ.* Một nỗi khổ trong *Bát Khổ.*

Ngũ thạnh âm khổ là như vầy

1.) Về cái *sắc,* nếu mình trau tria hình - sắc thái quá, sự ấy làm cho mình cực khổ

2.) Về cái *thọ,* nếu mình cảm động thái quá, thì tâm trí mệt nhọc, nhơn đó mà khổ.

3.) Về cái *tưởng,* nếu mình tư tưởng, mơ ước thái quá, ắt phải khổ-não.

4.) Về cái *hành,* nếu mình tính mưu liệu kế, hành - động nơi lòng thái quá, thì hóa ra mệt nhọc, khổ-não.

5.) Về cái *thức,* nếu mình cố ý mà nhớ, mà biết thái quá cũng khổ.

Trong **Niết - Bàn kinh** lại giải thêm rằng : *Ngũ thạnh âm khổ* là mối khổ thứ tám. Nhưng nó gom vào cả bảy mối khổ trước là : sanh khổ, lão khổ, bệnh khổ, tử khổ, ái biệt ly khổ, oán-tăng hội khổ, cầu bất đắc khổ.

Xem : *Ngũ âm, Ngũ uẩn.*

NGŨ THỂ 五體 Năm hình - thể, năm vóc : gối tả, gối hữu, tay tả, tay hữu và cái đầu.

Ngũ thể đầu địa : Năm vóc đều gieo chí đất. Khi lễ Phật, tượng Phật hoặc Sư trưởng thì nên lễ như vậy mới tỏ đủ vẻ cung-kính.

Ngũ thể cũng gọi : *Ngũ luân.*

NGŨ THỂ ĐẦU ĐỊA 五體投地 Năm hình thể gieo xuống đất. Lại nói là *Ngũ luân đầu địa* (*năm vầng, năm phần xoay vần gieo xuống đất*).

Nghĩa là: trước hết đứng ngay mình, rồi chắp hai tay lại, tay mặt vén áo, rồi co hai gối lại, thứ đến co hai tay, lấy tay đỡ chơn, rồi mới cúi đầu làm lễ. Khởi sự từ chót đầu, thứ đến hai cánh tay, thứ đến hai đầu gối, làm lễ lần lượt như vậy. Nói tóm lại, hai tay, hai gối và đầu đều gieo mọp xuống đất, ấy là cách trọng thể hơn hết trong cuộc kính lễ vậy.

NGŨ THÌ (THỜI) GIÁO 五時教 Khoa giáo năm thời kỳ. Các cuộc thuyết pháp trong đời đức Phật Thích - Ca phân ra làm năm thời-kỳ khác nhau. Có mấy thuyết chẳng đồng nhau như vầy:

A.— *Khoa giáo năm thời kỳ ở Thiên-Thai tông* : *Thiên-Thai* tông *phân biệt* các cuộc thuyết-pháp trong đời đức Phật làm năm thời-kỳ:

1.) *Thời-kỳ Hoa-Nghiêm.* Sau khi Phật thành Đạo, trong tuần ba lần bảy (21) ngày, Phật thuyết kinh Hoa-Nghiêm. Đó là theo tên Kinh mà kêu tên.

2.) *Thời-kỳ Lộc-uyển.* Sau khi *thuyết Kinh* Hoa-Ngiêm, trong khoảng 12 năm, Phật thuyết Kinh A-hàm Tiểu-thừa tại nơi vườn Lộc-dã. Đó là lấy tên đất má kêu tên.

3.) *Thời-kỳ Phương-đẳng.* Thuyết Kinh A-hàm xong, trong vòng tám năm, Phật thuyết các Kinh Đại-thừa, bàn rộng bốn khoa-giáo: *Tạng, Thông, Biệt, Viên.* Đó là theo pháp ngài thuyết mà kêu tên.

4.) *Thời-kỳ Bát-nhã.* Hồi 22 năm sau, Phật thuyết các bộ Kinh Bát-nhã. Đó là theo tên Kinh mà kêu tên.

5.) *Thời-kỳ Pháp-Hoa và Niết-bàn.* Sau 22 năm thuyết Kinh Bát-nhã, 8 năm thuyết kinh Pháp Hoa, một ngày một đêm thuyết Kinh Niết-bàn. Đó là theo tên Kinh mà kêu tên.

B.— *Khoa giáo năm thời-kỳ ở Niết-bàn tông*:

1.) *Tam thừa biệt giáo.* Đối với những Kinh A-hàm, riêng thuyết bốn đế, mười hai nhơn - duyên, sáu độ, hiệp ba cơ : *Thinh-văn, Duyên-giác, Bồ-tát.*

2.) *Tam thừa thông giáo.* Chuyên thuyết các Kinh Bát nhã, giáo-hóa luôn cả Ba Thừa.

3.) *Ức -vật giáo.* Thuyết các Kinh Duy-ma Tư-ích, tán dương Bồ-tát, đánh đồ Thinh-văn.

4.) *Đồng qui giáo.* Thuyết Kinh Pháp-Hoa, khiến cho Ba Thừa đồng theo vô một nơi cùng cực.

5.) *Thường - trụ giáo.* Thuyết giáo Niết - bàn, giải tỏ cái Phật-quả thường - trụ.

C.= *Khoa - giáo năm thời kỳ của Lưu - Cầu lập ra* : Về đời Tấn, nhà ẩn-sĩ núi Võ - đô là Lưu-Cầu mới phân ra hai khoa giáo : *Đốn* (vắn tắt), *Tiệm* (lần lượt) : lấy Kinh Hoa-Nghiêm làm *Đốn-giáo,* còn ngoài ra làm *Tiệm - giáo.* Trong đó phân làm năm thời-kỳ :

1.) Ban đầu trước hết Phật thuyết Kinh-Đề-vị, khai ra khoa-giáo Nhơn - thiên ngũ giới, thập thiện.

2.) Sau khi thành Đạo, trong lối 12 năm, Phật thuyết những Kinh A-hàm, khai ra giáo môn Ba Thừa khác nhau từng bậc.

3.) Sau khi đức Phật thành Đạo trong lối 30 năm, ngài thuyết những Kinh Bát-nhã, Duy-ma, thuyết cái lý Không, đặng cho Ba Thừa cùng nhau quán xét.

4.) Sau khi đức Phật thành Đạo 40 năm, kế đó trong 8 năm, ngài thuyết kinh Pháp-Hoa, biện minh Nhứt Thừa (*Thừa duy nhứt*).

5.) Hồi đức Phật sắp diệt độ, trong lối một ngày một đêm, ngài thuyết Kinh Niết-bàn, tỏ lẽ ai nấy đều có Tánh Phật, và Tánh Phật là thường-trụ. Đó là thuyết rốt cuộc sau cùng vậy.

NGŨ THỌ 五 受 Cinq sensations (*fr.*) Năm lòng chịu, năm mối thọ cảm. Tâm - thức lãnh-nạp phần tác dụng của hoàn-cảnh mà mình gặp, kêu là *Thọ* (chịu). Có năm món phân biệt :

1.) *Ưu thọ* (lòng chịu lo), là cái phần lãnh-nạp của ý thức đối với hoàn cảnh trái tình mà cảm thấy lo rầu vậy.

2.) *Hỷ thọ* (lòng chịu mừng), là cái phần lãnh-nạp của ý-thức đối với hoàn cảnh thuận tình mà cảm thấy vui mừng vậy.

3.) *Khổ thọ* (lòng chịu khổ), là cái phần lãnh-nạp của năm thức của năm căn đối với hoàn cảnh trái tình mà cảm thấy đau khổ vậy.

4.) *Lạc thọ* (lòng chịu vui), là phần lãnh nạp của năm thức của năm căn đối với hoàn cảnh thuận tình mà cảm thấy vui sướng vậy.

5.) *Xả thọ* (lòng chịu bỏ), là cái phần lãnh-nạp của chung cả sáu thức đối với hoàn cảnh chẳng trái, chẳng thuận mà cảm thấy mình không khổ, không sướng vậy.

NGŨ THÔNG 五 通 Thông : Abhinnà (*p.*).— Cinq Con--naissances (*fr.*) Năm phép thần thông.

Nhà đạo tu trì nơi non cao rừng vắng, nhập đại-định, bèn đắc *Ngũ thông* :

1.) *Thần-túc thông* (*p* : *Iddhividha*), biến hóa nhiều phép thuật linh-nghiệm phi-thường, bay đi các nơi được hết.

2.) *Thiên-nhĩ thông* (*p* : *Dhibhasota*), tai có thể nghe các thinh âm ở các nơi, ở các cảnh-giái.

3.) *Tha-tâm thông* (*p* : *Parassa ūtoparinnànana*), biết lòng dạ và tư-tưởng của chúng-sanh.

4.) *Túc-mạng thông* (*p* : *Pubbenivàsanussatinànà*), biết mạng đời của chúng-sanh, biết các đời trước của chúng-sanh và nhớ các kiếp trước của mình.

5.) *Thiên-nhãn-thông* (*p*: *Dibba-Cakkhu*) Thấy ra các cõi và các hạng chúng-sanh các nơi.

Đắc *Ngũ thông* thì thành bực Tiên cao, song chưa thành Thánh, La-hán. Phải đắc *Lục thông*, tức là với phép Lậu-tận thông (*biết mình hoàn toàn trong sạch*) mới đắc quả La-hán. Đối với phép thứ sáu, Lậu-tận thông, Vô-Lậu thông, thì *Ngũ thông* kêu là *hữu lậu thông*, vì nhà đạo chưa cắt tuyệt luyến-ái, còn ở trong *Tam giới*, còn giữ địa vị trong *Lục đạo*.

NGŨ THÚ 五趣 Cinq directions (*fr.*) Năm chốn, năm nẻo Luân-hồi. Cũng viết: *Ngũ đạo, Ngũ ác-thú.* Xem: *Ngũ đạo.*

NGŨ THỪA (*THẶNG*) 五乘 Cinq Véhicules (*fr.*) Năm cỗ xe, tức năm giáo-pháp của Phật: 1. Nhơn-thừa, 2. Thiên-thừa, 3. Thinh-văn thừa, 4. Duyên-giác thừa, 5. Bồ-tát thừa.

(*Xem: Thừa.*)

NGŨ THỨC 五識 Cinq consciences (*fr.*) Năm điều trí-thức, năm cái tâm-thức:

1.) *Nghiệp thức* (*tức Căn-bổn thức, A-lại-da thức*), là cái chỗ nương theo điều lầm vì căn-bổn không minh, bắt đầu khiến cho bổn tâm dấy động mà sanh Nghiệp.

2.) *Chuyển thức* (*trí thức chuyển đi*), là cái chỗ nghiệp-thức chuyển đi một lần mà sanh ra việc tác-dụng có thể thấy được.

3.) *Hiện thức* (*trí-thức hiện ra*), là cái chỗ lân cận với việc tác-dụng có thể thấy được, mà hiện ra cái cảnh-giái quấy mình ngó thấy. (*Ba thức trên đây tương đương với ba cái: sự thể phận, kiến phận, tướng phận* của A-lại-da thức trong Duy-Thức luận).

4.) *Trí thức* (*trí-thức suy biết*), là cái chỗ xoay qua cảnh-giái tự tâm mình hiện ra, sanh ra các món phân biệt tà vạy.

5.) *Tương tục thức* (*trí thức nối nhau*), là cái chỗ do phân-biệt tà vạy mà sanh vào cảnh ưa biết vui, cảnh chẳng ưa biết khổ, cái lòng nghĩ khổ với vui nối nhau mà chẳng dứt. Vã lại, nương vào chỗ đó mà khởi ra cái Nghiệp lầm thấm-thía, làm cho sống thác nối nhau mãi. (*Hai thức trên đây thuộc về việc tác dụng của ý thức*). *Ngũ thức* lại kêu là *Ngũ ý* (*năm ý-thức*).

Ngũ thức cũng là nghĩa: Năm thức, năm sự biết của *ngũ căn*: 1. *Nhãn-thức*, sự thấy biết của mắt, 2. *Nhĩ-thức*, sự nghe biết của tai, 3. *Tỷ-thức*, sự ngửi biết của mũi, 4. *Thiệt-thức*, sự nếm biết của lưỡi, 5. *Thân-thức*, sự chạm biết của thân-thể tay chơn.

NGŨ THỰC 五食 Năm món ăn. Năm đức-độ của đạo pháp đặng nuôi lớn căn lành của bực tu-hành xuất-thế:

1.) *Niệm thực* (*món ăn bằng niệm tưởng*). Những người tu Thánh đạo thường trì chánh-niệm mà nuôi lớn hết thảy các căn lành vậy.

2.) *Pháp hỷ thực* (*món ăn bằng sự mừng về Pháp*). Những người tu Thánh-đạo ham mến cái Diệu-Pháp, lòng sanh vui mừng mà nuôi lớn cái Huệ-mạng vậy.

3.) *Thiền duyệt thực* (*món ăn bằng sự đẹp lòng Thiền*). Những người tu Thánh-đạo, được nương vào Thiền-định, tâm thân sanh mừng đẹp, sự ấy nuôi lớn cái Huệ-mạng vậy.

4.) *Nguyện thực* (*món ăn bằng sức thệ-nguyện*). Những người tu Thánh - đạo lấy điều thệ-nguyện trì thân mà nuôi lớn hết thảy các căn lành vậy.

5.) *Giải thoát thực* (*món ăn bằng sự Giải thoát*). Những người tu Thánh-đạo mà được giải thoát khỏi những sự trói buộc của Nghiệp lầm, đối với pháp được tự-tại, sự ấy nuôi lớn hết thảy các căn lành của Bồ-tát vậy.

NGŨ THƯỢNG-KẾT 五 上 結 Cinq entraves des deux Régions : Forme et Sans - forme (*fr.*) Năm mối trói buộc của chúng sanh bực trên, tức là của chúng-sanh trong cõi Sắc-giái và trong cõi Vô-sắc-giái. Vì năm mối ấy chẳng để cho chư Thiên thoát khỏi hai cõi Sắc-giái và Vô-sắc giái, nên kêu là *Ngũ thượng kết*, *Ngủ thượng phần kết*. Cũng kêu : *Ngũ lợi sử*. Còn năm mối trói buộc chúng-sanh vào cõi Dục-giới là bực thấp hơn, thì kêu là *Ngũ hạ kết*, *Ngũ hạ phần kết*, *Ngũ độn sử*. Nhà tu học, khi đắc quả thứ ba, A-na-hàm, thì dứt xong *Ngũ hạ kết*. Đến khi đắc quả thứ tư, A-la-hán, liền dứt xong *Ngũ thượng kết* :

1.) *Sắc ái kết*, Ba-ly : Ruparâga. Ấy là lòng còn thích hưởng phước ở cảnh Tiên Sắc-giới. Cũng viết : *Sắc-tham*.

2.) *Vô-sắc ái kết*, Ba-ly : Aruparâga. Ấy là lòng còn luyến cảnh Tiên cõi Vô-sắc giới. Cũng viết : *Vô-sắc tham*.

3.) *Mạn-kết*, Ba-ly : Manô. Ấy là lòng kiêu - mạn (*tự cao, khi người*).

4.) *Trạo-kết*, Ba-ly : Uddhachcha. Ấy là lòng bối-rối, xao-động

5.) *Vô-minh kết.* Ba-ly : Avijja. Ấy là sự mê tối.

Bực A-la-hán dứt xong *Ngũ thượng kết* ấy. Tính chung, bực A-la-hán dứt tuyệt *Thập kết. Ngũ hạ kết* và *Ngũ thượng kết* kêu chung là *Thập kết,* Thập sử, Thập *phiền-não, Thập hoặc, Thập tùy miên.*

NGŨ TRẦN 五 塵 Visaya (*scr.*) Năm cảnh trần. (*Trần* : bụi dơ). Năm cảnh trần : 1.) Sắc, 2.) Thinh, 3.) Hương, 4.) Vị. 5.) Xúc. Kêu là Ngũ trần, vì năm cái đó, có thể thấm dơ lây bụi vào cái chơn-tánh của ta. *Ngũ trần* cũng kêu là *Ngũ cảnh.* Đối-nghĩa : *Ngũ căn* : *1.) Nhãn, 2.) Nhĩ, 3.) Tỹ, 4.) Thiệt, 5.) Thân.*

Trong *Lục trần,* năm trần liên tiếp từ 1 đến 5 là *Ngũ trần* ; thêm cái thứ sáu là *pháp,* thì kêu là *Lục trần.* (*Xem rõ Ngũ trần ở : Lục trần.*)

NGŨ-TRÍ TAM-MUỘI 五 智 三 昧 Năm phép Tam-muội (Thiền-định) về Trí-huệ liên tiếp nhau. Cũng viết : *Ngũ Trí ấn Tam-muội.*

1.) *Vô thực Tam-muội* (*Nhập phép Thiền-định nầy, nhà Đạo có thể chẳng ăn trong nhiều ngày*).

2.) *Vô quá Tam-muội* (*Nhập phép Thiền-định nầy, nhà đạo chẳng có lỗi lầm*).

3.) *Thân ý thanh tịnh nhứt tâm Tam-muội* (*Nhập phép Thiền-định nầy, nhà đạo nhứt tâm làm cho Thân và Ý của mình trở nên trong sạch*).

4.) *Nhơn Quả cu lạc Tam-muội* (*Nhập phép Thiền-định nầy, nhà đạo làm cho Nhơn-duyên và Quả-báo của mình đều được an lạc*).

5.) *Thường niệm Tam-muội* (*Nhập phép Thiền-định nầy, nhà đạo được cái ý niệm Thường-trụ*).

NGŨ TRƯỢC 五 濁 Cinq impuretés (*fr.*) Năm thứ dơ ở cõi Ta-bà nầy : Kiếp trược, kiến trược, phiền-não trược, chúng-sanh trược, mạng trược.

Đức Phật Thích-Ca thường gọi cõi Ta-bà nầy là một cõi ...

lụy, choán đầy năm thứ trược: *kỳ kiếp trược, sở kiến trược, sự mê-dục trược, chúng-sanh trược, mạng sống trược.* Song ngài vì Nguyện-lực, vì lòng Từ-bi, chẳng nệ cõi ác-lụy ấy và *ngũ trược* ấy, nên giáng sanh mà giáo - hóa chúng - sanh, nhứt là thuyết pháp cho họ biết cõi Tịnh-độ của đức Phật A-Di-Đà đặng họ nguyện sanh về đó.

Trong **Vô - Lượng - Thọ Kinh**, đức Thích - tôn có dạy: Chư Bồ-tát, mãi cho đến khi thành Phật, không sa vào các lối ác (*Địa-ngục, Ngạ-quỉ, Súc-sanh*), thần-thông, tự-tại, thường nhớ những đời trước của mình. Trừ ra, nếu vì Bổn-nguyện, sanh qua các cõi *ngũ trược ác thế,* thì thị hiện như chúng-sanh ở các cõi ấy. Tức là chẳng giữ những phép thần-thông, túc-mạng, cũng chịu những luật sanh, lão, bệnh, tử.—

Trong *Ngũ trược* (*Kiếp trược, kiến trược, Phiền-não trược, Chúng - sanh trược, Mạng trược*), cái Kiếp trược chứa đủ bốn thứ trược sau, cho nên bốn thứ trược nầy hiệp thành cái Kiếp trược.

Ngũ trược :

1.) *Kiếp trược* (*Kỳ Kiếp trược*) : Vào thời giảm-kiếp, con người ta tuổi thọ giảm lần, cho đến khi số thọ còn mười tuổi thì hết cái giảm-kiếp. Trong thời-kỳ ấy, con người có đủ bốn thứ ô-trược là: Kiến trược, Phiền-não trược, Chúng-sanh trược, Mạng trược.

2) *Kiến trược* (*Ý kiến, sự thấy biết ô trược*). Con người có cái kiến-thức tà vạy, chấp quấy bỏ phải, theo tà bỏ chánh, điên-đảo, thiên-lệch.

3.) *Phiền-não trược* (*Các mối mê-dục ô trược*): Con người trong tâm chứa đầy những sự tham lam, hờn giận, mê muội ngu si.

4.) *Chúng-sanh trược*: Con người-ta và vạn vật sanh ra ở cõi ô-trược nầy, hằng bị khổ-não, tai nạn, không mấy lúc được sung sướng, thanh nhàn.

5.) *Mạng-trược* (*Đời sống ô trược*): Bởi đời sống con người-ta giảm lần, cho nên trong đời họ, họ phạm rất nhiều tội lỗi, họ lo tầm hưởng các điều thỏa thích về vật chất, chớ chẳng lo tu-hành.

NGŨ UẨN 五 蘊 Năm uẩn. Cũng viết : *Ngũ âm*. *Ngũ uẩn* là năm món tích tụ, hòa hiệp làm thành thân tâm của người ta, của chúng-sanh. Chúng nó che khuất chơn - lý, khiến chúng-sanh luân-hồi, thọ khổ.

1. *Sắc* (*Rûpa, forme*) : Ngũ căn, ngũ trần và những vật hữu hình.

2. *Thọ* (*Védana, Sensation*) : Đối cảnh, bèn thọ cái cảm vui sướng hoặc buồn khổ.

3. *Tưởng* (*Sanjnâ, Perception*) : Đối cảnh, nhận ra sự đen, trắng, nhỏ, to, dài, vắn, đờn ông, đờn bà v.v.

4. *Hành* (*Samskâràs, Impression*) : Đối cảnh vật, đem lòng ham muốn hoặc ghét giận.

5. *Thức* (*Vijnâna, Conscience*) : Đối cảnh, bèn hiểu biết, phân biệt sự vật.

Ngũ uẩn hiệp lại làm người, vật. *Ngũ uẩn* cũng viết : *Bổn-ngã*. Nhà tu học phải thường niệm tưởng *Ngũ uẩn*, thấy chúng nó phát sanh làm sao, tiêu diệt làm sao.

Bực tu học đắc sự An-nhiên, coi *Ngũ uẩn* như chẳng có, nên không còn mê, tríu, phiền-não.

Trong đoạn đầu bài *Ma - ha Bát - nhã Ba-la-mật tâm Kinh* có nói rằng : Đức Quan - tự - tại Bồ - tát (Quan-thế-âm), trong khi ngài thi hành Bát - nhã Ba-la-mật-đa, tức nền Trí - huệ sâu xa đưa đến Bờ Giác, thì ngài soi thấy rằng *Ngũ uẩn* đều là Không. Sự soi thấy như vậy độ thoát khỏi các sự khổ - não tai-ương. Cái *sắc* có khác gì cái không, và cái không có khác gì cái sắc đâu. Sắc tức là không và không tức là sắc vậy. Cho đến cái *thọ*, cái *tưởng*, cái *hành* và cái *thức* cũng đều như vậy cả.

Trong « *Đốn ngộ nhập đạo yếu-môn* » có giải rằng :

1. Đối với sắc mà nhiễm sắc, bèn tùy sắc mà thọ sanh, thì kêu là *sắc-ấm* (sắc-uẩn).

2. Lãnh nạp lấy, lâm vào bát phong (mối lợi, mối thương thảm, sự nói xấu, sự khen, sự xưng tặng, sự chê, sự khổ, sự vui), ưa tập hội những tín tà, bèn tùy sự lãnh thọ mà sanh ra, thì kêu là *thọ-âm* (thọ-uẩn).

3. Mê tâm mà giữ lấy cái tưởng, bèn tùy tưởng mà thọ âm, thì kêu là *tưởng-âm* (tưởng-uẩn).

4. Kết tập các mối hành, tùy hành mà thọ sanh, thì kêu là *hành-âm* (hành-uẩn).

5. Đối với cái thể vẫn bình đẳng, mà vọng khởi ra sự phân biệt, bị buộc mắc vào cái thức hư dối mà thọ sanh, thì kêu là *thức âm* (thức uẩn).

Như vậy là ngũ âm (*ngũ uẩn*).

NGŨ VỊ 五味 Năm món ăn. Cũng kêu : *Ngũ chủng ngưu vị* : 1.) nhũ (sữa), 2.) lạc, 3.) sanh-tô, 4.) thục - tô, 5.) đề-hồ. Đó là năm món ăn do con bò cái cung cấp.

Trong *Niết - bàn kinh*, Phật thường nói tới *ngũ vị* ấy.

Trong *ngũ vị*, món đề - hồ là ngọn nhứt bổ nhứt, món ấy tỷ với quả Phật Thế-tôn là quả vi-diệu nhứt trong các quả ; tỷ với Niết-bàn Kinh là Kinh vi-diệu nhứt có thể đưa bực tu hành vào cảnh Đại Niết-bàn của Phật.

Thiên-thai Đại - sư có phân các khoa giáo do đức Phật Thích-Ca giảng thuyết trong đời của ngài ra làm *Ngũ thì giáo*, năm thời - kỳ truyền giáo. Đại - sư có so sánh như vầy : Con bò cái cung cấp *Ngũ vị*, tỷ như đức Phật giảng truyền *Ngũ thì giáo.*

1.) *Nhũ vị*, chất sữa tươi nặn ở con bò cái, tỷ như *Hoa-nghiêm thì.*

2.) *Lạc vị*, chất cà-rem do chất sữa tươi làm ra, tỷ như *Lộc-uyển thì.*

3.) *Sanh-tô vị*, chất bơ sống do lạc - vị làm ra, tỷ như *Phương-đẳng thì.*

4.) *Thục-tô vị*, chất bơ chín do sanh-tô vị làm ra, tỷ như *Bát-nhã thì*.

5.) *Đề-hồ vị*, chất phó-mách do Thục-tô làm ra, tỷ như *Pháp-hoa Niết-bàn thì*.

Xem : *Ngũ thì giáo*.

NGŨ VÔ-GIÁN ĐỊA-NGỤC 五無間地獄 Enfer Avichi aux cinq états de supplices ininterrompus (*fr.*) Địa-ngục nơi ấy tội-nhơn bị năm nghiệp-cảm hành hạ mãi mãi chẳng ngừng. Ấy là cảnh Địa-ngục A-tỳ. Avìchi (*A-tỳ, nghĩa là Vô-gián*).

Trong **Địa-Tạng Kinh** có giảng năm nghiệp-cảm chẳng gián-đoạn như dưới đây :

1.) Ngày đêm chịu tội, cho đến hằng số Kiếp không lúc nào gián-đoạn.

2.) Một người nằm lên giường ngục cũng chật, bao nhiêu người nằm lên cũng chật.

3.) Những đồ trừng trị như gậy, côn, chim cắt, rắn, chó sói, chó thường, cối xay, cối giã, cưa, xẻ, đâm, xẻo, vạc dầu, lưới sắt, dây sắt, lừa sắt, ngựa sắt, da sống trói đầu, sắt nóng giội vào mình, đói ăn viên sắt, khát uống nước sắt, quanh năm suốt Kiếp, kể số vạn vạn, khổ sở liền liền, không bao giờ dứt.

4.) Bất luận nam, nữ, thổ mán mọi rợ, già, trẻ, sang, hèn. hoặc long, hoặc thần, hoặc thiên, hoặc quỉ, làm ra tội nào thì mang lấy tội ấy, đều phải chịu mãi mãi.

5.) Đọa xuống Địa-ngục từ khi mới vào cho đến trăm ngàn Kiếp, trong một ngày một đêm, muôn lần chết rồi lại sống, cầu xin tạm nghỉ một phút cũng không được, cứ liên miên như vậy mãi, trừ ra khi nào hết tội nghiệp mới được đầu thai.

Đó là nói sơ lược, chớ các cách trừng trị ở *Ngũ Vô-gián Địa-ngục* nói không cùng. (*Xem : Ngũ Vô-gián tội, — Vô-gián địa-ngục.*)

NGŨ VÔ-GIÁN TỘI 五無間罪 Péchés qui font subir cinq états de supplices ininterrompus dans l' Enfer Avichi (*fr.*) Những tội làm cho sa-đọa vào Địa-ngục Vô-gián (*A-tỳ*), nơi đây tội-nhơn bị năm thứ nghiệp-cảm hành hạ mãi mãi, đời đời Kiếp Kiếp không có giờ phút nào gián-đoạn. Cũng kêu là : *Ngũ nghịch tội,* vì ai phạm năm tội nghịch thì sẽ đọa vào Địa-ngục Vô-gián.

Trong **Địa-Tạng Kinh**, phẩm thứ ba, có ghi những kẻ phạm tội dưới đây sẽ đọa vào Địa-ngục Vô-gián : Kẻ bất hiếu với cha mẹ ; kẻ đâm Phật đổ máu ; kẻ chê bai Tam Bảo, hủy báng Kinh Phật ; kẻ xâm lấn tồn hại chùa chiền, làm ô-uế tăng-ni, ở trong vòng nhà chùa làm chuyện dâm dục phóng-túng hoặc ở đó mà giết hại nhơn-vật ; kẻ giả bộ thầy tu, chẳng có tâm thầy tu, phá đồ vật nhà chùa, lường gạt kẻ tại-gia, làm trái giái-luật, tạo ra nhiều tội ác ; kẻ ăn trộm ăn cắp của cải, đồ đạc, lúa gạo, thức ăn uống, quần áo của nhà chùa, cho chí vật gì không cho cũng lấy.

Những kẻ ấy bị đọa vào Địa-ngục vô-gián ngàn muôn ức Kiếp, không có kỳ-hạn nào cầu cho thoát ra được và phải chịu năm nghiệp-cảm liên miên.

NGŨ XỨ CÚNG-DƯỜNG 五處供養 Năm nơi cúng-dường : 1.) Cha, 2.) Mẹ, 3.) Ông thầy thân dạy mình, 4.) Ông thầy làm khuôn phép cho mình, 5.) Người có bịnh. Năm nơi ấy, mình thường nên cúng-dường.

NGUYỆN 願 Prani, Pranidhâna (*scr.*). — Vœu (*fr.*) Điều mong mỏi, điều mà người ta quyết chí làm cho được. Cũng nói : *Thệ-nguyện*. Cũng có nghĩa . *cầu nguyện* cho mình, cho thân-nhơn hoặc cho chúng-sanh. Đời của đệ-tử chơn-chánh là một đời *cầu-nguyện*. Trong mọi cử-chỉ, mọi hành động hằng ngày, người Phật-tử hằng nguyện cho chúng-sanh. Những người mới tu hành đều phát *nguyện* ăn chay và giữ giới.

Nguyện có : Tổng nguyện và Biệt-nguyện.

Tổng-nguyện là nguyện chung của các nhà tu-học. Như

Tứ hoằng thệ - nguyện là tổng - nguyện của các nhà tu học Đại-thừa.

Biệt-nguyện hay *Bổn-nguyện* là nguyện riêng của mỗi vị quyết thành Phật và độ chúng-sanh. Như ngài A-Di-Đà có phát 49 bổn-nguyện, ngài Dược-Sư lưu-ly quang Như-lai có lập 12 điều nguyện lớn, ngài Phổ-Hiền Bồ - tát có phát 10 điều nguyện.

Lại như đức Thích-tôn, khi mới xuất-gia, có phát bốn điều nguyện nầy :

1.) *Nguyện tế chúng - sanh khổn ách* : Nguyện tế độ cho chúng-sanh khỏi các sự khốn ách.

2.) *Nguyện trừ chúng-sanh hoặc chướng* : Nguyện trừ những sở lầm lạc che bít chúng-sanh.

3.) *Nguyện đoạn chúng-sanh tà-kiến* : Nguyện dứt những ý-kiến tà-khúc cho chúng-sanh.

4.) *Nguyện độ chúng-sanh khổ luân* : Nguyện đưa chúng-sanh ra khỏi vòng luân-hồi khổ-não.—

Trong **Kinh Bi-hoa**, đức Phật có giải rằng :

Trong Thập - phương các thế - giới, có cõi thì đủ thứ ô trược, có cõi thì nghiêm trang, thanh-tịnh. Mà trong các cõi, đều có Bồ-tát giáng thế. Ấy vì *Nguyện-lực* của các ngài. Vì lòng Từ-bi độ thế, ngài thì *nguyện* ở cõi thanh-tịnh, ngài thì *nguyện* ở cõi ác-trược.

NGUYỆN BA-LA-MẬT 願波羅蜜 : Nguyện : Chí-nguyện. Ba-la-mật : Đáo Bỉ ngạn. Chí *nguyện* đưa đến Bờ bên Kia, chí nguyện thành Phật. Ấy là chí quyết của bực Bồ - tát cầu thành Phật để độ chúng-sanh. Bồ-tát dùng chí nguyện ấy làm hạnh tu của mình, cho nên kêu là *Nguyện Ba-la-mật*. Những nhà tu hành tuy có niệm Phật, nhưng phải *nguyện* vãng sanh, thì mới được về cõi Cực-lạc của đức Phật A-Di-Đà ; tuy tinh - tấn mà diệt phiền - não, nhưng phải *nguyện* thành Phật mới thành Phật được, cho nên Nguyện ấy kêu là *Nguyện Ba-la-mật*. Lại nữa, *Nguyện Ba-la-mật* là một hạnh trong mười hạnh của Bồ - tát :

Bố-thí Ba-la-mật, Trì-giới Ba-la-mật, Nhẫn-nhục Ba-la-mật, Tinh-tấn Ba la-mật, Thiền-định Ba-la-mật, Bát-nhã Ba-la-mật, Phương-tiện thiện xảo Ba-la-mật, *Nguyện Ba la-mật*, Lực Ba-la-mật, Trí Ba-la-mật.

NGUYỆN-CHỦ 願 主 : Chí nguyện cốt-yếu của nhà tu học. Mỗi người có nhiều sở nguyện, nhưng sở nguyện chánh đáng hơn hết của mình, kêu là *nguyện-chủ*. Như có kẻ nguyện cất chùa tháp, có kẻ nguyện ấn tống kinh, có người nguyện dịch Kinh, có kẻ nguyện tụng kinh hộ-niệm cho người ta v.v

Nguyện-chủ cũng gọi là : *Nguyện-vương, Bổn-nguyện.*

NGUYỆN-HẢI 願 海 Tiếng thí dụ. Chí nguyện, việc mong cầu của Bồ-tát rộng lớn như Biển cả, nên kêu là *Nguyện-Hải*.

NGUYỆN-HẠNH 願 行 : Lòng thệ nguyện và sự tu-hành. Hai việc ấy đều liên quan với nhau mới được. Là vì, dẫu có chí nguyện mà chẳng tu các hạnh, thì làm sao thành Phật cho được ? Còn tu các hạnh mà không quyết chí thành Phật, cũng chẳng thành được.

Về pháp-môn Tịnh-độ, *Nguyện Hạnh* cũng đi đôi. Người Phật-tử vừa có chí nguyện vãng sanh thế-giới Cực-lạc, vừa tinh-tấn tu các hạnh lành, khi mãn phần, ắt được vãng sanh.

NGUYỆN-LUÂN 願 輪 Chiếc xe thệ-nguyện, Bánh xe thệ-nguyện. Cũng như vua Luân-Vương ngự trên chiếc xe quí (*bảo-luân*), ra đi chinh phục hoàn cầu ; cũng như thế, Bồ-tát nương chí Nguyện kiên-cố, dẹp trừ các giặc nghịch phiền-não. Vì chỗ so sánh ấy, nên kêu là *Nguyện-luân*.— Lại nữa, Bồ-tát thủy chung đem thân-mạng mình mà luân-chuyền mối thệ-nguyện căn-bổn, Nguyện ấy tỷ như bánh xe lăn khắp các nơi, nên kêu là *Nguyện-luân*.

NGUYỆN-LỰC 願 力 : Sức thệ-nguyện. Bồ-tát đã phát nguyện rồi, lúc nào cũng gắng sức tu hành theo lời nguyện của mình, làm cho chí nguyện trở nên sức mạnh. Đó là *Nguyện-lực*.

Như thế-giới tinh-diệu của Phật A-Di-Đà có mọi vật quí báu trang nghiêm . Các hàng Thánh-chúng tề tựu rất đông ở cõi ấy. Ở đó, chúng-sanh hưởng đủ hạnh-phúc vật-chất và tinh thần. Đó đều do *Nguyện-lực* của Phật A-Di-Đà tạo ra vậy.

NGUYỆN - PHẬT 願 佛 Đức Phật ra đời do sức Nguyện từ xưa. Cũng viết: *Nguyện-thân*. Đó là nói vị Hóa-thân Phật thị hiện *Bát-tướng thành Đạo*, tức hiện tám tướng-trạng liên-tiếp từ khi ở cung Đâu-suất giáng trần cho đến khi nhập Niết-bàn. Xem: *Nguyện-thân*.

NGUYỆN-THÂN 願 身 : Cái thân thể do thệ-nguyện mà sanh ra. Cũng gọi: *Nguyện-Phật*. Theo quyển «Hoa-nghiêm huyền đàm» 30, đức Phật có đủ 10 thân: 1. Bồ-đề thân, 2. *Nguyện-thân*, 3. Hóa-thân, 4. Trụ-trì thân, 5. Tướng hảo trang-nghiêm thân, 6. Thế-lực thân, 7. Như-ý thân, 8. Phước-đức thân, 9. Trí-thân, 10. Pháp-thân.

NGUYỆN-THUYỀN 願 船 Chiếc ghe nguyện. Bổn-nguyện của đức Phật A-Di-Đà tỷ như chiếc ghe chở chúng-sanh từ bến mê đến Bờ giác, cho nên gọi là *Nguyện-thuyền*.

NGUYỆN-THỰC 願 食 : Lấy sở nguyện làm món ăn bồi bổ nền Đạo. Cũng như người thế gian dùng món ăn mà trưởng dưỡng thân thể mình; cũng như thế, nhà đạo đã phát Nguyện, bèn dùng sở nguyện mà giữ gìn thân thể mình; chẳng bỏ muôn hạnh, nuôi lớn các căn lành.

NGUYỆT-ÁI TAM MUỘI 月 愛 三 昧 Phép thiền-định lên là *Nguyện-ái*, lòng yêu của mặt trăng đối với muôn vật.

Một phép thiền-định của Phật. Đức Thích-tôn đương ở tại lối cây song-thọ Ta-la, gần thành Câu-thi-na, thấy vua A-xà-thế tại thành Vương-xá đương đau nặng. Vua than rằng ở thế-gian nầy, chẳng có vị lương-y nào trị lành bệnh cho mình.

Phật bèn nhập phép *Nguyệt-ái-Tam-muội*, phóng hào quang lớn chiếu tới mình vua. Liền đó, bệnh sang độc của vua trừ dứt sự nóng uất bị tiêu tan bởi sức hào quang trong sạch và mát mẽ.

Tại sao kêu là *Nguyệt-ái Tam muội* ? Trong **Niết-Bàn Kinh**, có giải rằng :

Tỷ như ánh sáng mặt trăng làm cho các hoa sen ưu-bát-la đều nảy nở và trở nên tươi đẹp, sáng rỡ. *Nguyệt-ái Tam-muội* cũng như thế, nó làm cho lòng lành (*thiện - tâm*) của chúng-sanh nảy nở như hoa.

Tỷ như ánh sáng mặt trăng làm cho những kẻ đi đường sanh lòng vui - vẻ. *Nguyệt-ái Tam muội* cũng như thế, nó làm cho những người tu tập đạo Niết-bàn sanh lòng hoan-hỷ.

Tỷ như ánh-sáng mặt trăng, từ ngày mồng một đến ngày rằm, ánh-sánh lần lần tỏ thêm và hình-sắc của mặt trăng cũng lần lần lớn ra. *Nguyệt-ái Tam-muội* cũng như thế, nó làm cho các căn lành của những người mới phát tâm lần lần lớn ra, mãi cho đến trọn vẹn quả Đại Niết-bàn.

Tỷ như ánh sáng mặt trăng, từ ngày mười sáu đến ngày ba mươi, ánh sáng lần lần lu yếu và hình-sắc của mặt trăng cũng lần lần tổn giảm. *Nguyệt-ái-Tam-muội* cũng như thế, hào-quang chiếu tới những kẻ nào thì phiền-não của những kẻ ấy lần lần tiêu diệt.

Tỷ như trong cơn nóng nực, tất cả chúng-sanh đều mong cho có trăng tỏ. Khi ánh-sáng mặt trăng chiếu tới, thì sự nóng uất bị tiêu trừ. *Nguện-ái Tam-muội* cũng như thế, nó có thể trừ sự tham-lam não-nhiệt của chúng-sanh.

Tỷ như mặt trăng tròn là vua các tinh-tú, là vị thuốc cam lộ mà chúng - sanh đều ưa thích. *Nguyệt-ái-Tam-muội* cũng như thế, nó là vua các điều thiện, nó là vị thuốc cam-lộ mà các chúng-sanh đều ưa thích.

Vì những lẽ ấy, nên kêu là *Nguyệt-ái Tam-muội*.

NGUYỆT-CÁI 月 蓋 Candrakirti (*scr.*) Một người trưởng-giả ở thành Tỳ-xá-ly (*Vaisali*) hồi đời Phật Thích-Ca. *Nguyệt-Cái* có đi tầm Phật và cầu Phật trừ một cơn bịnh truyền nhiễm xảy ra ở thành Tỳ-xá-ly đặng cứu lê-dân.

Đức Phật bèn dùng sức thần-thông làm cho ông *Nguyệt-Cái* và nhơn-dân thành Tỳ-xá-ly trông thấy cõi Cực-Lạc với Phật A-Di-Đà và hai ngài Quan-Thế-Âm, Đại-Thế-Chí chầu hai bên, ba vị ấy đứng gần như ở trước mặt.

Ông *Nguyệt-Cái* liền cầm nhành dương và bình nước tịnh dâng lên đức Quan-Thế-Âm, cầu ban phước-đức cho chúng-sanh. Ngài Quan-Thế-Âm tiếp lấy và dặn nhơn-dân nên trì niệm Tam Bảo và danh hiệu Ngài, thì ai nấy đều được an-lạc.

Ông *Nguyệt-Cái* và nhơn - dân tuân theo, nên bịnh truyền-nhiễm liền dứt.

Nguyệt-Cái thường vào phương-trượng của ngài Duy-ma-Cật, được nghe pháp-môn Bất-nhị, lẽ chẳng hai, lẽ Đại-thừa tối cao.

NGUYỆT - CUNG 月 宮 Cung trăng. Cung điện của vị Nguyệt Thiên-tử là vị Tiên thống-lãnh thế-giới Mặt Trăng.

NGUYỆT-DIỆN PHẬT 月 面 佛 Đức Phật tên là *Nguyệt-Diện*, Mặt Trăng. Thọ-mạng của đức Phật ấy chỉ một ngày một đêm mà thôi.

NGUYỆT-ĐĂNG TAM-MUỘI 月 燈 三 昧 Phép Thiền-định tên là *Nguyệt-Đăng*, Đèn Trăng. Đức Phật Thích-Ca giảng với vị Nguyệt-Quang Đồng-tử về lẽ bình-đẳng của thể-tánh tất cả các pháp. Nhơn đó, người ta gọi pháp tu ấy là *Nguyệt-Đăng tam-muội*. Pháp nầy chỉ rõ trong Nguyệt-Đăng Tam-muội Kinh là một bộ Kinh do Phật thuyết.

NGUYỆT MY 月 眉 Lông mày vòng nguyệt. Tiếng gọi lông mày của Phật, vì lông mày của Phật giống như mặt trăng lưỡi liềm, trăng non.

NGUYỆT - QUANG 月 光 Candraprabha (*scr.*).— Ánh-sáng mặt trăng. *Nguyệt - Quang* tức *Nguyệt - Quang đồng - tử* là con một người trưởng-giả tên là Nhựt-Thân (Srigupta) hồi đời Phật

Thích - Ca. Chàng khuyên cha không nên hại Phật. Vì người trưởng - giả Nhựt-Thân (Srigupta) nghe theo lời xúi giục của bọn Sáu thầy ngoại-đạo, ông đào một cái hầm, để lửa phía dưới đặng làm cho Phật sa hầm mà chết trong khi ông thí cơm có thuốc độc cho Phật. Song đức Phật không bị hại, lại còn giáo độ cho ông nữa.—

Nguyệt - Quang lại là tên của một vị Cổ Phật có ghi trong *Vô-Lượng - Thọ Kinh*, phẩm Cổ Phật xuất hưng.

Nguyệt-Quang lại là tên một vị đại - thần thông - minh đa trí, cùng với ông Kỳ - Bà cản vua A-xà-Thế, không cho vua hại mẹ là bà quốc thái phu - nhơn Vi-đề-Hy (*Quán Vô-Lượng-Thọ Kinh*).

Nguyệt - Quang cũng là tên một vị Đại Bồ - tát trong số tám vạn vị Bồ-tát du hành, hiện đến núi Kỳ-xà-quật, gần thành Vương - xá mà nghe Phật giảng kinh Diệu - Pháp Liên-hoa.

Nguyệt - Quang tức *Nguyệt - Quang Biến-Chiếu* là một trong hai vị Đại Bồ - tát chầu hai bên đức Phật Dược-Sư ở cõi Tịnh lưu - ly :

1.) *Nguyệt-Quang Bồ - tát* chầu bên mặt ;

2.) *Nhựt-Quang Bồ - tát* chầu bên trái.

NGUYỆT-QUANG ĐỒNG-TỬ 月光童子 Vị Đồng tử tên là *Nguyệt Quang*. Tức là *Nguyệt-Quang Bồ - tát* thị hiện làm Đồng-tử (gã thiếu niên từ 19 tuổi trở xuống.)

Nguyệt-Quang Đồng - tử, theo *Thủ - Lăng - Nghiêm Kinh*, quyển năm, đã đắc quả La hán thuở quá khứ rất xa, hồi đức Phật Thủy-Thiên ra đời. Thuở ấy, *Nguyệt - Quang Đồng-tử* thọ giới Tỳ - kheo, vâng theo phép Thủy-quán (quán chất Nước) của Phật Thủy - Thiên mà tu và đắc quả La - hán.

Nguyệt - Quang Đồng - tử được Phật Thích-Ca xưng là Đồng-Chơn, có bạch với Phật Thích-Ca rằng chỗ tu sở trường của ông là Thủy - tánh (tánh Nước).

NGUYỆT-QUANG MA - NI 月光摩尼 Tên hạt bảo-châu. Bảo-châu ấy chiếu sáng như ánh trăng, nên kêu là *Nguyệt-quang ma-ni.*

Xem : *Ma - ni.*

NGUYỆT - QUANG THÁI - TỬ 月 光 太 子 Vị thái - tử tên *Nguyệt - Quang*, một tiền thân của Phật Thích - Ca. Hồi đời quá - khứ, đức Thích - tôn làm con trai lớn của một ông vua, hiệu là *Nguyệt - Quang thái-tử.*

NGUYỆT THIÊN-TỬ 月 天 子 Sûrya-dêva (*scr.*). Cũng gọi : *Minh-nguyệt Thiên-tử. Nguyệt* : Mặt trăng, Nguyệt-cầu, Pháp : Lune. *Thiên-tử* : Vị Tiên nam-tử, Phạn : Dêva, Đề - bà. Trong mỗi cảnh Thiên-đường, nhiều vị Thiên-nhơn, *Thiên-tử* ở dưới mạng - lệnh của một vị Thiên-chủ hay Thiên-vương. *Nguyệt Thiên-tử* thuộc quyền của đức Đế-Thích, cư ngụ nơi Nguyệt - cung, thống lãnh thế-giới Mặt Trăng tức Nguyệt-cầu.

NGUYỆT THỨ GIẢNG 月 次 講 Cuộc giảng - hội hằng tháng. Mỗi tháng, có tổ chức một cuộc hội-họp để giảng luận, kêu là *Nguyệt thứ giảng.*

NGUYỆT-THƯỢNG NỮ 月 上 女 Tên cô gái, con của ngài *Duy-ma-Cật* hồi thuở đức Phật Thích-Ca. *Nguyệt-thượng nữ* là một cô gái đẹp-đẽ, đoan - chánh ở tại thành Tỳ-xá-ly. Những chàng trai trong thành tranh nhau cầu hôn. Nàng định ngày cho các nam-tử đến để nàng kén chọn. Đúng kỳ hạn, rất đông nam-tử đến dự. Bấy giờ, giữa công-chúng, *Nguyệt-thượng nữ* giảng thuyết bài kệ Thượng hư-không. Công-chúng nghe xong, tỉnh ngộ, chẳng còn ai dám cầu hôn với nàng.

NGỮ (*NGỮ*) 語 Vac (*scr.*).— Vaca (*p.*).— Parole (*fr.*)

A.— Dùng về danh-từ (*nom*), thì đọc *Ngữ*. Nghĩa là : Lời nói, Tiếng nói, Pháp : Parole. Như : *Ngữ-nghiệp, thiện-ngữ.* Ý - nghĩa của sự động tác, như : *Thủ-ngữ (ý - nghĩa của bàn tay ra dấu) Mục-ngữ (ý nghĩa của con mắt ngó).*

Vô lượng-Thọ Kinh : Xa lìa lời nói thô-hỉ (*thô-ngôn*) hại mình, hại kẻ khác, kẻ khác với mình đều bị hại. Tu tập *lời* *nói hiền lành* (*thiện-ngữ*) lợi cho mình, lợi cho người ta, mình và người đều được lợi.

Niết-Bàn kinh, quyền 35 : Đức Như-lai thuyết-pháp là vì chúng-sanh, lời nói có bảy cách (*hữu thất chủng ngữ*) : 1. Nhơn ngữ, 2. Quả ngữ, 3. Nhơn Quả ngữ, 4. Dụ ngữ, 5. Bất ứng thuyết ngữ, 6. Thế lưu bố ngữ, 7. Như ý ngữ. (*Xem : Thất chủng ngữ.*)

B.— Dùng về động từ (*verbe*), thì đọc *Ngứ*. Nghĩa là : nói, tuyên cáo, đàm-luận, dạy răn, Pháp : Parler. Như trong **Vô-lượng-Thọ Kinh**, Phật phán với Di-Lặc Bồ-tát và các hàng Thiên, Nhơn rằng : Ngã kim *ngứ* nhữ : Thế-gian chi sự, nhơn dụng thị cố, tọa bất đắc Đạo (*Nay ta nói với các ngươi : Việc thế - gian bởi người ta dùng như vậy, cho nên mắc tội mà chẳng đắc Đạo*). Tự mình nói với mình, kêu là *ngôn ;* mình đàm-luận với kẻ khác, kêu là *ngứ*. Như trong Kinh **Lễ** : Tam niên chi tang, ngôn nhi bất *ngứ*. (*Trong khi để tang ba năm, mình chỉ nói với mình, chớ chẳng đàm-luận với người.*) Nói lớn, kêu là *ngôn ;* nói nhỏ kêu là *ngứ*. Như trong **Luận-ngữ** : Thực bất *ngứ* ; tẩm bất ngôn. (*Khi ăn, chẳng nói nhỏ ; khi nằm ngủ, chẳng nói lớn tiếng.*)

NGỮ BIỂU NGHIỆP 語表業 : Lời nói bày tỏ cái Nghiệp. Có tam Nghiệp : Ý-nghiệp, Khẩu-nghiệp (*Ngữ-nghiệp*), Thân-nghiệp. *Ngữ biểu Nghiệp* (*và Thân biểu Nghiệp*) bày tỏ cái Nghiệp chánh của mình, tức là cái ý-nghiệp. Do nơi lời nói, người ta biết lòng mình suy-nghĩ thế nào, tốt hoặc xấu, cho nên kêu là *Ngữ biểu Nghiệp.*

NGỮ - HỌC 語學 .— Philologie (*fr.*) : Cũng viết : *Bác-ngôn học*. Khoa-học nghiên-cứu các ngữ-ngôn, các văn chương trên thế-giái hiện tại hoặc thuở xưa. Sự biết rộng về văn chương và về ngôn-ngữ của một dân tộc hoặc nhiều dân-tộc đời nầy hoặc đời xưa. Phật là một *nhà ngữ-học* (*philologue*) chẳng ai bằng, vì ngài biết các thứ tiếng, biết các thứ chữ của các dân-tộc đời nầy và đời xưa.

NGỮ MẬT 語密 : Sự bí mật của lời nói ; lời lẽ chứa sự bí ẩn mà người thường chẳng hiểu nổi. Một trong Tam mật

(*Thân-mật, Ngữ-mật và Ý-mật*) của Phật và Bồ-tát. Những câu Chơn - ngôn (*Thần-chú*) mà người ta tụng, tức là *Ngữ-mật*. Lời nói của Phật vốn thần-thông, biến-hóa không cùng, chẳng ai nghĩ bàn cho thấu, tức là *Ngữ-mật*. Ai tu đắc Tam mật : Thân-mật, *Ngữ-mật* và Ý-mật, thì thành Phật.

Trong **Pháp-Hoa Kinh** có chép : Bồ-tát nhờ có công tu *Ngữ-mật*, cho nên đắc phép *Giải nhứt thiết chúng-sanh ngữ-ngôn Tam-muội* (*Phép Tam-muội làm cho Bồ-tát hiểu biết các thứ tiếng nói của các loại chúng-sanh, và cũng nói được các thứ tiếng ấy.*)

NGỮ - NGHIỆP 語 業 : Cái Nghiệp tạo ra bằng lời nói. Một thứ trong Tam nghiệp, : Thân-nghiệp, *Ngữ - nghiệp* (*Khẩu-nghiệp*), Ý-nghiệp. *Ngữ-nghiệp* có thiện và có ác. *Ngữ-nggiệp* ác là : 1. Vọng-ngữ (*nói láo*), 2. Ỷ-ngữ (*nói thêu dệt, nói nhơ nhớp, nói vô ích*), 3. Lưỡng thiệt (*nói đâm thọc cho người ta ghét nhau, xa nhau*), 4. Ác-khẩu (*nói độc, chưởi rủa*). Tránh bốn điều ấy, làm ngược lại, thì thành *Ngữ-nghiệp* thiện.

NGỮ-NGUYÊN HỌC 語 源 學 .— Étymologie (*fr.*) .— Môn học nghiên-cứu ngôn-ngữ, danh-từ từ lúc phát nguyên cho đến lúc biến-hóa, phát-đạt. *Ngữ-nguyên* (*étymologie*) cũng có nghĩa : nguồn-gốc của ngôn-ngữ, của danh từ. Như nói : Phần nhiều những tiếng Pháp đều có *ngữ-nguyên* La-tinh (*étymologie latine*). Phần nhiều những tiếng Việt đều có *ngữ-nguyên* Trung-Hoa.

NGƯU-CHỦ 牛 主 Gavâmpati (*scr.*) *Ngưu-Chủ* (*Bò Chúa*) : tên dịch nghĩa chữ *Kiều-Phạm-Ba-Đề* (*Gavâmpati*). Một vị Đại La-hán, Đại đệ-tử của Phật Thích-Ca.

(*Xem : Kiều-Phạm Ba-Đề.*)

NGƯU DƯƠNG NHÃN 牛 羊 眼 Mắt bò dê. Cặp mắt của con bò và của con dê. *Ngưu dương nhãn* là tiếng tỷ-dụ, dùng để gọi : sở kiến ác liệt, chỗ thấy xấu hèn.

NGƯU-HÓA CHÂU 牛 貨 洲 Godana (*scr.*) Một châu trong *Tứ châu*. Kêu theo Phạn : *Cồ-đà-ni*, *Cồ-da-ni*. *Châu Ngưu-hóa* ở về phương Tây đối với núi Tu-di. Ở cõi ấy, có rất nhiều bò, người ta hay dùng bò trong việc buôn-bán, nên kêu là *Ngưu-hóa châu*. (*Xem: Tứ châu.*)

NGƯU-PHẨN 牛 糞 Excrément de bœuf (*fr.*) Phẩn (*Cứt*) bò. Phong-tục Ấn-Độ cho rằng *Ngưu-phẩn* là rất thanh-tịnh, cho nên người ta dùng món ấy mà thoa phết lên những tịnh-vật. Noi theo đó, phái Mật-giáo dùng *Ngưu-phẩn* mà tô phết nơi Đàn đề trừ khử những pháp ô-uế.

NGƯU-TÍCH 牛 跡 Dấu chơn bò. Dấu chơn mà con bò đề lại khi nó đã đi qua. Tiếng xưng giáo-pháp của Phật. Người ta gọi Phật là *Ngưu-vương*, Vua loài bò, bò chúa. Nhơn đó, *Ngưu-tích* tức là Giáo-pháp mà Phật đề lại cho hậu-thế.

NGƯU-TƯỚNG (*TỲ-KHEO*) 牛 相 (比 丘) Gavâmpati (*scr.*) *Ngưu-Tướng: Tướng mạo như con Bò*. Đó là tiếng dịch nghĩa *Kiều-Phạm-Ba-Đề*, một vị Đại La-hán, Đại đệ-tử của Phật.

Ông *Kiều-Phạm-Ba-Đề*, lúc mới sanh ra, diện mạo trông như con bò, vì trong năm trăm đời, ông từng sanh ra làm bò, cho nên cha mẹ bà con đặt tên là *Kiều-Phạm-Ba-Đề* (*Ngưu-Tướng*).

(*Xem : Kiều-Phạm-Ba-Đề.*)

NGƯU-THI 牛 呞 Gavâmpati (*scr.*) *Ngưu-Thi* : Giọng nói như bò kêu. Tiếng dịch nghĩa chữ *Kiều-Phạm-Ba-Đề* (*Gavâmpati*), một vị Đại La-hán, Đại Đệ-tử của Phật.

Ông *Kiều-Phạm-Ba-Đề*, lúc mới sanh ra (*mãi cho đến trọn đời*), giọng nói dường như tiếng con bò chúa rống lên, kêu gọi đoàn bò. Vã lại, các thầy tướng số, chiêm bói thấy rằng trong nhiều đời trước, ông từng sanh làm bò chúa. Vì vậy cho nên cha mẹ và bà con đặt tên là *Kiều-Phạm-Ba-Đề* (*Ngưu-Thi.*) Cũng dịch : *Ngưu-Vương, Ngưu-Chủ, Ngưu-Tướng.*

(*Xem : Kiều-Phạm-Ba-Đề.*)

NGƯU VƯƠNG 牛 王 Bò chúa trong loài bò, trong đoàn bò. Tiếng tỷ-dụ dùng đề tôn xưng Phật, Bồ-tát. Tỷ như trong loài bò, con bò chúa là to hơn hết, mạnh hơn hết, khôn hơn hết, tự nó dắt dẫn cả loài bò, cả đoàn bò. Phật và Bồ - tát đối với chúng-sanh cũng như vậy, nên xưng là *Ngưu-Vương*.

Ngưu - Vương lại là tên dịch nghĩa chữ *Kiều-Phạm-Ba-Đề* (*Gavâmpati*), một vị Đại Đệ-tử, Đại La-hán của Phật Thích-Ca. Vì trong năm trăm đời trước, ông từng làm Bò chúa, đến đời Phật Thích-Ca, ông sanh làm người, mấy thầy xem tướng đoán biết đời trước của ông, cho nên cha mẹ bà con đặt tên là *Kiều - Phạm Ba-Đề*, dịch nghĩa : *Ngưu-vương*. Cũng dịch : *Ngưu-chủ* (*Bò chúa*), *Ngưu-tướng* (*hình tướng như bò*), *Ngưu-thi* (*Giọng nói như bò chúa kêu gọi đoàn bò*).

(*Xem : Kiều-Phạm-Ba-Đề.*)

NGƯU-VƯƠNG TÔN-GIẢ 牛王尊者 Vị Tôn-giả tên là Ngưu-vương, tức tôn-giả *Kiều-Phạm-Ba-Đề*. *Tôn-giả* là tiếng tôn-xưng vị La-hán có đủ Trí và Đức, bực đáng tôn-kính.

NHẠC 樂 Manôdjna (*scr.*).— Musique (*fr.*). Âm-nhạc, như ca hát, đờn, sáo, trống, kèn trỗi lên nghe có nhịp nhàng và thanh tao, hòa-nhã. Trong giới đạo-đức, người-ta dùng *Pháp-nhạc* mà làm cho hứng-khởi lòng đạo. Các vị Tiên trên Trời, chư Thần âm-nhạc, từng hiện đến chầu Phật va trỗi *Thiên-nhạc* để mừng Phật, cúng Phật.

NHẠC-ÂM CÀN-THÁT-BÀ VƯƠNG 樂音乾闥婆王 Manôdijnasvara (*scr.*), roi des Gandharvas : Vị vua loài Càn-thát-bà (*scr : Gandharvas*), tức loài thần lo về âm nhạc.

Hồi đức Thích-tôn sắp diễn Kinh Diệu-Pháp Liên-hoa tại núi Kỳ-xà-quật, *Nhạc-âm Càn-thát-bà vương* với ba vị vua Càn-thát-bà khác, mỗi vị đều có dắt theo rất nhiều quyến-thuộc loài Càn-thát-bà, hiện đến mà dự nghe Phật thuyết pháp. (*Xem : Càn-thát-bà.*)

NHẠC-ÂM THỌ (*THỤ*) 樂音樹: Tiếng nhạc từ những cây cối. Bên cảnh Tây phương Cực-lạc của đức Phật A-Di-Đà, có những cây cối bằng thất bảo (*bảo - thọ*). Mỗi khi gió lai-rai thổi đến, thì lá cây khua với nhau thành một thứ nhạc rất êm dịu. Nghe tiếng ấy, tự nhiên trong lòng bắt niệm Phật, niệm Pháp niệm Tăng.—

Nhạc-âm thọ lại là tên cảnh rừng cây gần thành Quảng-nghiêm (*Tỳ-xá-ly : Vaisali*). Rừng cây ấy kêu là *Nhạc-âm thọ*, vì có giống chim Ca-lăng-tần-già (*Karavinka*) ở trong đó, kêu lên những tiếng hòa-nhã, thanh-tao, nghe như tiếng nhạc. Đức Thích-tôn có ngự lại cảnh rừng ấy mà thuyết Kinh Dược-Sư.

NHẠC CÀN-THÁT-BÀ VƯƠNG 樂乾闥婆王.— Manôdjna (*scr.*), roi des Gandharvas : Một vị vua trong loài Càn-thát-bà (*scr.* : *Gandharvas*), tức là loài thần lo về âm-nhạc trên Thiên-cung vua Đế-Thích.

Hồi đức Phật Thích-Ca sắp diễn Kinh Diệu-pháp Liên-hoa, *Nhạc Càn-thát-bà vương* với ba vị vua khác trong loài Càn-thát-bà, mỗi vị đều cò dắt theo quyến-thuộc loài Càn-thát-bà, hiện đến núi Kỳ-xà-quật mà nghe Phật thuyết pháp.

NHẠC-THẦN 樂神 Thần âm nhạc. Tức là thần Càn-thát-bà (*scr* : *Gandharvas*) lo về âm nhạc trên Thiên-cung của đức Đế Thích, những bản nhạc về đạo lý.

Xem : Càn-thát-bà

NHẠO DỤC 樂欲 Désirer, Espérer (*fr.*) Ưa, Muốn, Mong-Cầu, Thích. Như : *Nguyện nhạo dục văn* 願樂欲聞 Tôi rất muốn nghe, Tôi xin vui lòng nghe giảng giải. *Nhạo* cũng đọc : *Lạc*. Xem : *Lạc*.

NHẠO PHÁP (*BỒ-TÁT*) 樂法菩薩 Cũng đọc : *Lạc Pháp Bồ-tát*. Một tiền-thân của đức Phật Thích-Ca. *Nhạo pháp*, nghĩa là ham mộ Đạo-đức.

Trong bộ Đại-Luận có chép : Thuở xưa, đức Phật-tổ Thích-Ca còn làm Bồ-tát, tên là *Nhạo-Pháp*. Thuở ấy, chẳng có Phật ra đời. Bồ-tát đi Bốn phương mà cầu Pháp, nhưng chẳng được. Lúc ấy, Ma-vương hóa làm một thầy Bà-la-môn, nói rằng : « Ta có Pháp Phật. Nếu nhà ngươi có thể lột da làm giấy, xẻ xương làm bút, chích máu làm mực đặng chép lấy bài Kệ của ta, thì ta sẽ thuyết cho.» Bồ-tát *Nhạo-Pháp* bèn lột da ra phơi. Ma-vương biến mất. Một đức Cổ Phật thấy biết Bồ-tát thành tâm, bèn hiện ra mà thuyết Diệu-Pháp cho nghe. Ngài *Nhạo - Pháp* liền chứng quả đức « Vô sanh pháp Nhẫn ».

NHÀN-CƯ 閑 居 Aranyaka (*scr.*).— Araânnaka (*p.*).— Gengo (*jap.*).— Ermite, ermitage (*fr.*) Cũng kêu là *an-cư, ẩn-cư*. Chỉ về hạng người mai danh ẩn tích nơi lâm, sơn đề tiện bề tu luyện.

Nhàn-cư cũng chỉ về chỗ, ấy là nơi xa vắng đám đông đảo náo nhiệt. *Nhàn-cư xứ* tức là *không-nhàn xứ, A - lan - nhã xứ* (*Aranyaka*).

Ở theo xóm làng, thành thị, ở chung với một số đông người, nhà sư khó mà cầu lấy sự tịch tĩnh, vô-vi, an-lạc. Cho nên cần ở ẩn nơi xa vắng, lặng lẽ, hầu có dễ bề trì Giái, tu Định và phát Huệ. Nhà sư ở chốn *nhàn-cư*, được đức Đế-Thích với chư Thiên tôn trọng và ủng-hộ. *Nhàn-cư* là nơi tu hành vắng vẻ, thanh-tịnh. Có ba cảnh, *Nhàn-cư tam-tịnh xứ* 閑 居 三 淨 處.

1.) **Thâm sơn u cốc**: Nhà sư ở trong núi sâu, động tối mà tu thiền-định.

2.) **Đầu - đà đẩu tẩu**: Nhà sư tu hạnh đầu-đà một cách phấn-tấn: như ở nơi rừng vắng, ở dưới cội cây, ở nơi đồng trống trải, đồng cát, ở theo mồ mả chốn chôn các người chết.

3.) **Lan-nhã già-lam**: Nhà sư lánh mình nơi một ngôi chùa xa xôi, vắng vẻ.

NHÀN-CƯ THẬP ĐỨC 閑 居 十 德 Mười đức của nhàn-cư. Người ở cảnh thanh vắng, hưởng được mười việc tốt:

1.) Không có cảnh nam nữ, tức không có lòng muốn.

2.) Không có nhơn-duyên gây ra lời ăn tiếng nói lộn-xộn, tức không có việc bày đều đặt chuyện láo xược.

3.) Không có kẻ đối địch, tức không sợ việc tranh giành.

4.) Không có bạn nói chuyện thị phi, tức không có việc khen chê.

5.) Không thấy kẻ lỗi lầm, tức không có đàm luận việc quấy của kẻ khác.

6.) Không chạy theo ai, không thuộc quyền sai khiến của kẻ khác.

7.) Không đối-diện với ai, tức không có việc lễ-nghi phiền-phức.

8.) Không có khách khứa đến mình, tức khỏi việc đãi đằng ứng tiếp.

9.) Không có giao thiệp với ai, tức không mong quần áo tốt.

10.) Riêng mình tu diệu-hạnh, không phòng ngừa kẻ khác.

NHÀN-XỨ 閑處 Aranyaka (*scr.*).— Solitude (*fr.*) Chỗ thanh-nhàn tĩnh-mịch. Phạn : *Luyện-nhã, Lan-nhã, A-lan-nhã* (*Aranyaka*). Chỗ ẩn-cư xa thành-thị, nơi đồng nội hoặc núi rừng.

NHÃN 眼 Oeil (*fr.*) Mắt. Mắt nhìn thấy mọi hình sắc.

Kẻ phàm-phu chỉ có mắt thịt (*nhục-nhãn*), thấy những hình sắc trước mặt mình mà thôi.

Nhà tu hành thành Đạo hoàn toàn có đủ năm thứ mắt, *ngũ nhãn* : 1.) Nhục - nhãn, 2.) thiên - nhãn, 3.) huệ - nhãn, 4.) pháp-nhãn, 5.) Phật-nhãn. Như đức Thích-tôn dùng mắt Phật (*Phật - nhãn*) mà thấy rằng về sau vị Đệ-tử Ma-ha Ca - Diếp sẽ thành Phật, hiệu là Quang-Minh Như - lai.— (Xem : *Thập nhãn.*)

NHÃN-CĂN 眼根 : Căn mắt. Tức là mắt. Một căn trong lục căn : 1.) nhãn-căn, 2.) nhĩ-căn, 3.) tỷ-căn, 4.) thiệt-căn, 5.) thân-căn, 6.) ý-căn.

Căn tức gốc, do nơi đó mà phát sanh, như do nơi mắt mà thấy hình sắc, cho nên gọi mắt là *nhãn-căn* (Xem : *Lục căn*)

NHÃN-NHẬP 眼入 : Con mắt xáp nhập, đụng chạm mà để ý. Như con mắt đối với hình sắc mà nhìn thấy, thì kêu là *nhãn nhập*.

Nhãn-nhập là một trong thập nhị nhập (*12 sự xáp nhập*).

Sáu căn (*nhãn, nhĩ, tỷ, thiệt, thân, ý*) nhập với sáu trần (*sắc, thinh, hương, vị, xúc, pháp*), sáu trần nhập với sáu căn, đó là 12 sự xáp nhập.

Nếu mắt không xáp nhập với hình sắc, hình sắc không xáp nhập với mắt, thì không sanh ra sự thấy.—

Nhãn-nhập cũng kêu là *nhãn-xứ*.

(*Xem : thập nhi nhập*).

NHÃN-TỊNH 眼 淨 : Mắt trong sạch, sự thấy trong - sạch. Một quả-vị trên đường Thánh - đạo. Đắc quả pháp **Nhãn - tịnh**, người ta thấy rằng mọi vật có sanh, tất có diệt. Ấy là quả ban sơ trong *Tứ quả*. Cũng kêu là : *Tu-đà-hoàn, Nhập lưu.*

NHÃN-THỨC 眼 識 : Sự biết của mắt, sự thấy. Tức là con mắt nhìn thấy hình sắc mà biết là lớn hay nhỏ, trắng hay đen, tốt hay xấu v.v.— *Nhãn - thức* là một trong sáu thức. (*Xem : Lục thức.*)

Do ba món liên-quan với nhau, con người mới thấy biết : khoảng trong là nhãn-căn (*nhãn-căn nội-giới*), khoảng ngoài là hình sắc (*sắc trần ngoại-giới*), khoảng giữa là *nhãn thức* (*nhãn-thức trung-giới*).

Niết-Bàn kinh : Bởi có con mắt, bởi có hình sắc, bởi có ánh sáng, bởi có suy xét (*ưa thích*), nên mới có cái *nhãn-thức*. *Tức là : muốn thấy, phải có đủ bốn phương - tiện : 1.) con mắt, 2.) hình sắc, 3.) ánh - sáng, 4.) sự suy xét* (*ý ưa thích*).

NHÂM - BÀ (*THỌ*) 紝 婆 (樹) Cây nhâm-bà (*tiếng Phạn*). Cây trái nhỏ, vị nó rất đắng.

Như *trái nhâm-bà* (*nhâm-bà quả*), vì cái hột nó đắng, cho nên hoa, quả, nhánh, lá, thảy đều đắng. Nhơn Quả của chúng-sanh cũng như thế : hễ cái Nhơn ác thì cái Quả cũng ác ; cái Quả đã ác thì hột giống cũng ác.

NHÂM BÀ TRÙNG 紝 婆 蟲 : Sâu nhâm - bà. Loài sâu nầy chỉ sanh ra nơi cây nhâm-bà, ăn lá và cây ấy, cho nên kêu là *nhâm-bà trùng*. Cũng như tiếng việt nói : cây keo và sâu keo.

Niết-Bàn kinh, quyển 32 : Cái Tâm của những kẻ chẳng tu thường thích cuộc Sanh-tử, chớ chẳng ưa cảnh Giải thoát, tỷ như loài *nhâm-bà trùng* ưa thích *cây nhâm-bà*.

NHÂN 人 Người. Xem : *Nhơn*.

NHÂN 仁 Générosité, Généreux (*fr.*) Lòng nhân từ, bực thương người xót vật, hay bố-thí và giúp đỡ cho kẻ khác.

Xem : *Nhơn*.

NHÂN 因 Tức : Nhân-duyên, Nguyên-do, Lý do, Y theo.

Xem : *Nhơn*.

NHẪN 忍 Kshânti (*scr.*).— Patience, Résignation (*fr*). Âm theo Phạn. : *Sằn-đề* Kshânti. Nhịn được, chịu nổi.

Thường gọi là *Nhẫn-nhục*. Cũng kêu là *An-nhẫn*. Tức là nhờ an-trụ nơi đạo-lý, nhờ niệm Phật mà chẳng động tâm.

Nhẫn là nền hạnh thứ ba trong *Lục-độ* tức Bồ-tát hạnh. Tu lấy đức *Nhẫn* thì trừ được tánh *Sân*, một độc trong Tam độc.

Nhẫn thì có ba bực : 1. Sanh nhẫn, 2. Pháp nhẫn, 3.) Vô sanh pháp nhẫn.

1.) **Sanh-nhẫn** : đối với chúng-sanh, nhỏ như con muỗi, con kiến cắn, chích mình, mình cũng không đem lòng giận mà toan hại chúng nó ; lớn như người ta, nếu họ có đánh, đập, mắng, chửi mình, toan hại mình, mình cũng không giận, không oán, không tính báo thù. *Sanh-nhẫn* cũng kêu là *Hữu-tình nhẫn*.

2.) **Pháp nhẫn** : đối với những cảnh vô tình, làm nghịch làm hại mình, như nắng, mưa, gió, lạnh, mình đều chịu được mà không giận, không than. *Pháp nhẫn* cũng kêu là *Phi-tình nhẫn*.

3.) **Vô sanh pháp nhẫn** : đức nhẫn tự nhiên của bực Bồ-tát, đức nhẫn chẳng cần tu tập nữa. Nhà đạo nhận thấy cái thật-tướng của các pháp là không sanh, tất không diệt, vạn vật chỉ là có tạm vậy thôi, nhà đạo không còn chấp mình, chấp người, không còn phân biệt, cho nên không còn buồn, giận, oán một *sanh-mạng* nào, một *pháp-thể* nào. Ấy là đức Nhẫn hoàn toàn của bực nhận thấy các chúng-sanh và các pháp đều không sanh, không khởi.—

Trong **Pháp Tập Kinh** có nói rằng: Thế nào là cái sức Nhẫn của Bồ-tát?

1. Người chửi mắng mà không chửi mắng trả lại. Nhờ vậy mà đắc cái *Như hưởng bình đẳng trí-lực.*

2.) Người đánh mà không đánh trả lại. Nhờ vậy mà đắc cái *Kính (gương) tượng bình đẳng trí-lực.*

3. Người làm khổ mình mà mình không làm khổ trở lại. Nhờ vậy mà đắc cái *Như huyễn bình đẳng trí-lực.*

4. Người ta giận mình mà mình không giận. Nhờ vậy mà đắc cái *Nội thanh-tịnh bình-đẳng trí-lực.*

Trong **Tạp bảo tạng Kinh** có chép rằng: Như ai làm được cái hạnh *Nhẫn*, thì được năm cái đức nầy: 1.) Không oán giận, 2.) Không nói cộc cằn, gay gắt, 3.) Chúng thấy yêu mến, 4.) Có danh tiếng tốt, 5.) Sanh lên nẻo lành (*thiện-đạo*).

Xem: *Tam nhẫn, Tứ nhẫn, Ngũ nhẫn, Lục nhẫn, Thập nhẫn, Bất khởi pháp nhẫn.*

NHẪN-ĐỊA 忍地 Địa-vị Nhẫn-nhục. Tức là Địa-vị Vô sanh pháp nhẫn. Cũng gọi: *Nhẫn-nhục địa.* Đó là cái hạnh Nhẫn hoàn-toàn nhờ chứng ngộ hai lẽ: Không có chúng-sanh, không có các pháp.

NHẪN ĐIỀU 忍調 Sức điều phục của đức Nhẫn. Nghĩa là: Đem lòng nhẫn-nhục mà điều-phục, mà dằn nén lòng giận hờn (*sân-nhuế*).

NHẪN-ĐỘ (*THỔ*) 忍土 Saha (*scr.*) *Nhẫn-độ* (*thổ*) là tiếng dịch nghĩa chữ *Ta-bà* (*Saha*). Ở cõi thế-giới Ta-bà, các nhà tu-hành phải rất mực kiên-nhẫn mới có thể đắc Đạo. Cũng viết : *Kham-nhẫn thế-giới, Đại-nhẫn thế-giới.*

Trong **Niết-Bàn kinh**, quyển 41, lúc Phật Thích-Ca nhập diệt, vị Chúa-tể cõi Ta-bà, từ cõi Sơ-Thiền, có hiện xuống nơi rừng cây Ta-la. Ngài Thi-Khí Đại-Phạm Thiên-vương, vị chúa-tể cõi Ta-bà, có tụng Kệ than kể. Bài Kệ ấy, khởi sự bằng hai câu :

Thế-tôn vãng tích bổn Thệ-nguyện,

Vị ngã đẳng cố cư *Nhẫn-độ.*

(*Đức Thế-tôn thuở xưa có Thệ-nguyện : vì chúng ta mà ở nơi Nhẫn-độ*).

(*Xem : Ta-bà.*)

NHẪN-ĐỘ 忍度 Kshânti paramita (*scr.*).— La Patience (*La Résignation*), Vertu cardinale (*fr.*) *Nhẫn* : an nhẫn, an-trụ vào pháp. *Độ* : Đưa đến Bờ bên kia, Bờ Giác, Niết-bàn. Cũng kêu : *Nhẫn Ba-la-mật, Nhẫn-nhục Ba-la-mật, Sàn-đề Ba-la-mật.* Tức là đức Nhẫn là một đức trong Sáu đức (*Lục độ, Lục Ba-la-mật*) có sức đưa nhà tu-hành đến nơi Toàn-giác.

Trong « **Tam-Tạng Pháp-số** » có chép :

Nhẫn-độ có ba thứ :

1.) *Nại oán hại nhẫn* : Như có gặp những ai oán, ghét, độc, hại mình, thì an nhiên nhẫn-nại, chẳng có ý trả lại.

2.) *An thọ khổ nhẫn* : Như có gặp những nỗi khổ bức bách, như nước, lửa, đao, trượng v.v..., thì điềm nhiên mà nhẫn chịu, không đem lòng tức giận.

3.) *Đế sát pháp nhẫn* : Quan-sát các pháp, thấy thể-tánh của chúng là hư, huyễn, vốn không sanh, không diệt, nghĩ vậy nên nhẫn nhịn được.

Ấy là ba hạnh Nhẫn-độ của Bồ-tát vậy.

NHẪN GIA HẠNH 忍加行 Tức là *Nhẫn-pháp*, một trong

bốn gia-hạnh, bốn phương tiện thiện-căn : Noãn-pháp, Đỉnh-pháp, *Nhẫn-pháp*, Thế đệ nhứt pháp. Xem : *Tứ gia-hạnh.*

NHẪN-GIỚI 忍 界 Saha (*scr.*) Tiếng dịch nghĩa chữ *Ta-bà. Ta-bà thế-giới* tức là *Nhẫn-giới* (*giới*), *Nhẫn-độ* (*thổ*).

Xem : *Ta-bà thế-giới.*

NHẪN-NHỤC 忍 辱 Kshânti (*scr.*).— Patience (*fr.*) Nhịn nhục hay là chịu nhục, nghĩa là chịu lấy sự đau khổ, khuất nhục, không có lòng nghĩ trả hận. Đó là độ thứ ba trong Lục độ (*Bố-thí, Trì giới, Nhẫn-nhục, tinh-tấn, thiền-định, trí - huệ*).

Quan-Âm Thị-Kính :

Chữ rằng : **Nhẫn-nhục** *nhiệm hòa,*
Nhẫn điều khó nhẫn mới là chơn tu.

Theo **Kim-cang Kinh**, hồi thuở quá khứ, trong năm trăm đời, đức Phật Thích-Ca đã từng tu hạnh *Nhẫn-nhục*. Ngài có bị vua Ca-ly đến chặt thân thể tay chơn ngài ra từng mảnh, thế mà ngài không có một chút lòng hờn giận. Ấy nhờ ngài khéo tu cái hạnh *Nhẫn-nhục Ba-la-mật* vậy.

NHẪN-NHỤC BA-LA-MẬT 忍 辱 波 羅 蜜 Kshânti-paramita (*scr.*).— Patience, Vertu cardinale (*fr.*). Đọc trọn theo Phạn : Sàn-đề ba-la-mật, dịch nghĩa : *Nhẫn-độ. Nhẫn-nhục Ba-la-mật* là một hạnh trong Sáu hạnh, Sáu độ của Bồ-tát. Xem : *Lục độ, Lục Ba-la-mật.*

NHẪN-NHỤC ĐỊA 忍 辱 地 Địa-vị Nhẫn-nhục. Gồm hai đức : sanh-nhẫn và pháp-nhẫn.

Sanh nhẫn nghĩa là chịu nhịn những sự lăng nhục như : giận, mắng, đập, đánh của giống hữu-tình (*chúng sanh*).

Pháp-nhẫn nghĩa là chịu nhịn những sự xâm hại như : lạnh, nóng, gió, mưa, đói, khát, già, yếu của giống phi-tình (*các pháp*).

Đối với hai thứ : chúng-sanh và các pháp, mình yên chịu lấy mà chẳng động, đó kêu là *Nhẫn-nhục địa.*

Mình nhờ quán-tưởng rằng không có chúng-sanh, không có các pháp nên nhẫn-nhục được, không buồn phiền, không giận hờn, đó kêu là *Vô sanh pháp nhẫn*, là mức cao viễn, hoàn-toàn của *Nhẫn-nhục địa.*

NHẪN-NHỤC Y 忍 辱 衣 Áo nhẫn-nhục. Lời tỷ-dụ.

1.) Tỷ như y phục che chở phía ngoài, ngăn cản những sự chướng ngại cho người ta ; lòng nhẫn-nhục cũng như thế, nó che ngăn cho cái tâm khỏi giận hờn, được yên ổn, nên kêu là *Nhẫn-nhục y.*

2.) Tiếng gọi áo cà-sa của nhà sư. Vì mặc áo ấy thì nên giải-thoát khỏi sự phiền muộn, giận hờn.

NHẪN-NHỤC KHẢI 忍 辱 鎧 Áo giáp nhẫn nhục. Tỷ như người chiến sĩ khi ra trận thì mặc áo giáp để phòng bị cho thân. Nhà đạo dùng lòng nhẫn kiên cố mà phòng bị cho tâm khỏi oán giận chúng-sanh và các pháp, phòng bị cho thân và miệng khỏi hành động sái quấy vì sân, cho nên kêu là *Nhẫn-nhục khải.*

NHẪN-NHỤC TIÊN 忍 辱 仙 Vị tiên-nhơn Nhẫn-nhục. Đức Thích-Ca Như-lai về lúc ở Nhơn-vị (ngôi tu hành nhơn-duyên để thành Phật), làm vị Tiên Nhẫn-nhục. Ngài tu hạnh Nhẫn nhục. Thân thể của ngài từng bị vua Ca-Ly xẻ ra từng mảnh. Ngài cũng chịu nhẫn được, mà không sanh lòng hờn giận, cho nên kêu là *Nhẫn-nhục Tiên.*

Đại Niết-Bàn Kinh, quyển 31 :

Thuở xưa, Phật Thích-Ca sanh ở Thiên-trước miền Nam, tại thành Phú-đan-na, trong một nhà Bà-la-môn. Thuở ấy, có vị vua tên Ca-la-Phú, bạo ác, kiêu man. Bồ-tát lấy *Nhẫn* làm Giới, ngài bị vua Ca-la-Phú cắt tai, thẻo mũi, chặt tay chơn. Nhưng dung nhan ngài không biến đổi, ngài không giận, không tham. Nhơn đó, ngài được xưng là *Nhẫn-nhục Tiên.*

NHẪN-NHỤC THÁI-TỬ 忍 辱 太 子 Vị thái-tử tên là *Nhẫn-Nhục.* Về đời đức Phật Tỳ-Bà-Thi, vua nước Ba-la-nại có vị thái tử tên là Nhẫn - Nhục. Cha mẹ của thái-tử bị bịnh nặng. Thầy thuốc biểu cần phải lấy thịt của người chẳng hờn giận mà làm thuốc. Thái-tử tự nghĩ rằng mình từ thuở sanh ra tới giờ, chẳng hề hờn giận ai, nhơn lấy chữ *Nhẫn-Nhục* làm tên.

Vậy nay có thể thế làm vị thuốc ấy. Bèn cắt thịt mình ra làm thuốc, bịnh của cha mẹ liền dứt.

NHẪN-NHỤC THẢO 忍辱草 Một thứ cỏ tên là *Nhẫn-nhục*. Cỏ ấy mọc ở núi Hy-mã-lạp (*Himalaya*). Nếu bò cái ăn nhằm *Nhẫn-nhục thảo*, thì khi người-ta nặn sữa nó ra, sữa liền hóa thành đề-hồ (*fromage*) là món ăn ngon nhứt, bổ nhứt.

NHẪN-PHÁP 忍法 Phép Nhẫn. Đắc *Nhẫn-pháp* thì đắc địa vị thứ sáu trong *Thất Hiền-vị*: 1.) Ngũ đình tâm quán, 2.) Biệt tướng niệm trụ, 3.) Tổng tướng niệm trụ, 4.) Noãn-pháp 5.) Đảnh-pháp 6.) *Nhẫn-pháp* 7.) Thế Đệ nhứt pháp.

Nhẫn-pháp là một gia-hạnh trong *Tứ gia-hạnh*: 1.) Noãn-pháp 2.) Đảnh-pháp, 3.) *Nhẫn-pháp* 4.) Thế Đệ nhứt pháp.

Nhẫn-pháp nghĩa là: phép chịu được, tâm trí nhịn được nên tiện bề tu Tứ chơn-đế. Ấy là phép của hàng tu Thinh-văn thừa còn ở địa-vị Hiền, chớ chưa lên địa vị Thánh (*La-hán*).

Niết-Bàn-Kinh, quyển 34: Phật phán với Mục-Liên, rằng: « Nầy Mục-Liên! Như có ai dầu chưa đắc quả Tu-đà-hoàn, nhưng trụ ở *Nhẫn-pháp*, thì người ấy trừ được vô-lượng tội-báo có thể đọa mình vào Tam Ác-đạo ».

NHẪN THIỆN 忍善 Pháp thiện, đức lành là lòng Nhẫn-nhục. Nhẫn-nhục là một thiện-pháp trong các thiện-pháp của người tu hành, nên kêu là *Nhẫn thiện*.

NHẪN-THỦY 忍水 Nước nhẫn. Đức nhẫn tỷ như nước, mềm dịu mà sâu, rộng, lại có sức mạnh điều phục các chướng ngại, nên kêu là *Nhẫn-thủy*.

NHẪN-TRÍ 忍 智 Trí Nhẫn ; Nhẫn và Trí. Lòng sáng suốt an chịu với nghịch-cảnh do chúng-sanh hoặc các pháp gây ra, kêu là *Nhẫn*. Đối với cảnh, tự mình quyết đoán một cách êm thuận, phải thế, hòa dịu, kêu là *Trí*.

Nhẫn là nhơn, *Trí* là quả, *Nhẫn-Trí* tức nhơn quả liên-tiếp nhau để tạo ra tâm cảnh yên ổn, không loạn động. Mới bắt đầu xem xét, kêu là *Nhẫn*. Rốt cuộc được thành tựu, kêu là *Trí*.

NHẬP 入 Ayatna (*scr.*).— Sens, Entrée (*fr.*) Đọc theo Phạn : *A đa-đát-na* (*Ayatna*). Vào, hiệp với. *Căn*, như *Lục nhập* hay *Nội lục nhập*, tức *Lục căn*, Pháp : Six sens. 12 việc thiệp nhập với nhau : 6 căn nhập với 6 trần, 6 trần nhập với 6 căn, kêu là *Thập nhị nhập*. *Nhập* cũng có nghĩa : được ; thâu nạp ; hiểu rõ. *Nhập* đối với *xuất*.

NHẬP CHÚNG 入 衆 Vào nơi Đại-chúng. Đi vào trong Pháp-hội, hiệp với các nhà tu hành.

Phật dạy rằng khi *nhập chúng*, nên ở theo năm pháp (*nhập chúng ngũ pháp*) : 1. *há-ý* (*ý tứ khiêm-nhượng*), 2. *từ tâm*, 3. *Cung kính*, 4. *tri thứ đệ* (*biết kẻ trước người sau, kẻ trên người dưới*), 5. *bất thuyết dư sự* (*đừng nói chuyện vô ích, ngoài chương-trình*).

NHẬP CHÚNG Y 入 衆 衣 : Áo mặc trong khi vào nơi chúng tu. Tức là áo cà-sa bảy miếng mà nhà sư mặc trong những lúc lễ bái, trai thực, giảng kinh, cùng với Tăng-chúng mà cọng sự về Đạo-Pháp.

NHẬP DIỆT : Nhập vào cõi Tịch-diệt, Niết-bàn. Ấy là nói chư Phật, chư Thánh lìa bỏ xác thân. Cũng nói chư Tăng, chư đại-đức qua đời. Đồng-nghĩa : *Nhập tịch*, *Tịch diệt*, *Nhập Niết-bàn*, *Niết-bàn*. Đối-nghĩa : *Giáng sanh*. *Đản sanh*. Như đức Phật Thích-Ca *nhập diệt* vào ngày rằm tháng hai âm-lịch, 479 năm trước dương-lịch, hưởng thọ 84 tuổi.

NHẬP DIỆU 入 妙 : Vào chỗ thần diệu, mức tinh-anh của nền đạo lý, triết học. Chỗ học hiểu rất thâm thúy.

NHẬP ĐẠO 入 道 : Vào đạo. Có hai nghĩa :

1.) Vào đạo, quí-y, thọ giới xuất gia, xả bỏ việc đời. Tức là *Nhập môn.*

2.) Thâm nhập về đạo lý, thấu triệt một cách sâu rộng.

NHẬP ĐỊNH 入定: Vào thiền-định. Bực thầy tu đương ngồi lặng yên mà trầm tư mặc tưởng, ngồi kiểu *Kết-già (ngồi xếp bằng đưa hai bàn chơn lên trên).* Như Phật *nhập định* nơi cội Bồ-đề. Đối với *xuất định* là lúc ra khỏi cơn tham - thiền, đi, đứng, nằm, ăn, uống, nói chuyện.

NHẬP LƯU 入流: Srotapanna (*scr.*).— Srotapanni (*p.*). Đọc theo Phạn: *Tu-đà huờn.* Vào nguồn nước đưa ra Biển Giác, vào nguồn nước Thánh. Ấy là quả ban sơ trong *Tứ quả*: Tu-đà-huờn, Tư-đà-hàm, A-na-hàm, A-la-hán.— Cũng kêu: *Dự-lưu.*

Xem: *Tu-đà-huờn.*

NHẬP MÔN 入門: Vào cửa đạo. Tức là khi mới bước vào đạo, vừa mới thọ trì giới - luật, mới tu học theo một môn-phái. Cũng nói: *Nhập Đạo.*

NHẬP SƠN 入山: Vào núi. Nói về bực nhàn-cư, ẩn-sĩ, chẳng màng công danh, phú quí, chức vị, bèn vào núi mà tu học.

NHẬP TÂM 入心: Dính khắn vào tâm. Ghi giữ vào lòng, chẳng hề quên.

NHẬP THÁNH 入聖: Vào địa vị Thánh, đắc đạo, rõ thông lý nhiệm mầu. Như: *Siêu phàm nhập thánh.*

NHẤT 一 Một; Duy nhứt, chẳng hai. Xem: *Nhứt.*

NHẬT 日 Mặt trời, Ngày. Xem: *Nhựt.*

NHỊ BÁ NGŨ THẬP GIỚI 二百五十戒 Deux cent cinquante règles (*des Moines*) (*fr.*) Tức là *cụ-túc giới*, giới đầy đủ của nhà sư chánh-thức, Tỳ-kheo (*Bhiksu*). 250 giới phân ra tám đoạn:

1.) *Ba-la-di pháp* (*Parajika*). Có 4 giới: dâm, đạo, sát, vọng.

2.) *Tăng-tàn* (*Sanghadisesa*). Có 13 giới: lậu thất, ma xúc, thô ngữ, thán thân, môi nhơn, vô chủ phòng, hữu chủ phòng, vô căn báng, giả căn bảng, phá tăng, trợ phá tăng, ô gia tấn, cự tăng gián.

3.) *Nhị bất định* (*Aniyada*). Có 2 giới: bình xứ bất định, lộ xứ bất định.

4.) *Ni-tát-kỳ ba dật-đề* (*Naihsargikapra-cittiya*), dịch: *Xả đọa*, Ưng xả đối trị. Có 30 giới: Trường y, ly y, v.v. nói về việc y, bát, vật chung.

5.) *Ba-dật-đề* (*Payattika*), dịch: Ưng đối trị. Có 90 giới đều là những giới linh-tinh.

6.) *Tứ đề-xá-ni* (*Dêsaniya*), dịch: Ưng phát lộ. Có 4 giới: Tùng phi thân ni thủ thực, Thực ni chỉ thọ thực, Học gia thọ thực, Lan-nhã thọ thực.

7.) *Bá chúng học pháp* (*Siksakaraniya*): 100 giới nhỏ cần phải học cho biết.

8.) *Thất diệt tránh* (*Adhikaranasamadha*): 7 giới để giải hòa nơi giáo-hội.

250 giới ấy kêu là Ba-la-đề-mộc-xoa (*Pratimoksha*), dịch nghĩa: *biệt biệt giải-thoát*, tức là giữ được một điều-luật, thì khỏi một tội lỗi.

Tỳ-kheo nhờ giữ *giới* mà trở nên thanh tịnh, mới có thể tu *định*; và nhờ tu định, nên phát *huệ*, dứt phiền não, đắc Đạo.

NHỊ CĂN 二根

1.) Hai cỡ căn trí:

a) *Lợi-căn*: Cỡ căn trí lanh lợi, tức là hạng người tu Phật-đạo, có căn tánh sắc sảo, lanh lợi, mạnh mẽ.

b) *Độn-căn*: Cỡ căn trí chậm lụt, tức là hạng người tu Phật-đạo, có căn tánh tối tăm, chậm chạp, yếu ớt.

2.) Hai căn: nam-căn và nữ-căn. Đó là kẻ bán nam bán nữ,

có cả nam-căn và nữ-căn. Kẻ ấy, khi gặp người nữ, thì phát động cái nam-căn; khi gặp người nam, liền phát động cái nữ-căn.

NHỊ CHƠN-NHƯ 二真如 Hai cái Chơn-như. (*Xem : Chơn-như*).

A.— 1.) *Tùy duyên Chơn-như* (Chơn-như theo duyên), 2.) *Bất biến Chơn-như* (Chơn-như chẳng biến). Theo cái duyên vô-minh, khởi ra pháp quấy trong chín giới (từ giới Bồ-tát xuống tới giới Súc-sanh), cho nên kêu là *Tùy duyên Chơn-như*. Nhưng, tùy theo duyên mà chơn-tánh chẳng biến, cho nên kêu là *Bất biến Chơn-như*. Chơn-như tức là muôn pháp, muôn pháp tức là Chơn-như vậy.

B.— 1.) *Không Chơn-như* (Chơn-như trống không), 2.) *Bất không Chơn-như* (Chơn-như chẳng trống không). Chơn-như rút cùng lìa khỏi phép nhiễm lây, dường như tấm gương sáng trong đó không có gì hết, cho nên kêu là *Không Chơn-như*. Chơn-như đủ hết thảy các pháp tịnh, như trong tấm gương sáng hiện ra đủ muôn tượng, cho nên kêu là *Bất không Chơn-như*.

C.— 1.) *Thanh-tịnh Chơn-như* (Cái Chơn-như thanh-tịnh tự nhiên) 2.) *Nhiễm tịnh Chơn-như* Cái Chơn-như mà đức thanh tịnh bị nhuốm dơ), tức là *Tùy duyên Chơn-như* và *Bất biến Chơn-như* vậy.

D.— 1.) *Hữu cấu Chơn-như* (Chơn-như có bợn nhơ). 2.) *Vô cấu Chơn-như* (Chơn-như không bợn nhơ). Cái tánh của chúng-sanh đều có đủ đó là *Hữu cấu*; cái tánh của chư Phật hiện ra, đó là *vô cấu*.

E. 1.) *Tại triền Chơn-như* (Chơn-như ở trong ràng buộc), 2.) *Xuất triền Chơn-như* (Chơn như ra khỏi ràng buộc), tức là cái tên riêng *Hữu cấu Chơn-như* và *Vô cấu Chơn-như* vậy.

F.— 1.) *Sanh không chơn-như* (Chơn-như trống không có chúng-sanh), 2.) *Pháp không Chơn-như* (Chơn-như trống không có pháp). Cái Chơn-như do ý-kiến không có ta và chúng-sanh mà hiện ra kêu là *Sanh không Chơn-như*. Cái Chơn-như do ý kiến không có các pháp mà hiền ra, kêu là *Pháp không Chơn-như.*

G.— 1.) *Y ngôn Chơn-như* (*Chơn - như y theo lời nói*), 2.) *Ly ngôn Chơn-như.* (*Chơn-như lìa khỏi lời nói*). Y theo lời nói giả danh mà cái tướng Chơn-như hiền ra, kêu là *Y ngôn Chơn-như*. Nhưng cái bồn-thề Chơn-như vốn lìa khỏi tướng ngôn-từ, tướng tâm-niệm, cho nên kêu là *Ly ngôn Chơn-như.*

H.— 1.) *An lập Chơn-như* (*Chơn-như lập yên*), 2.) *Phi an lập Chơn-như* (*Chơn-như chẳng phải lập yên*). Tức là *Y ngôn Chơn - như* và *Ly ngôn Chơn-như* vậy.

I.— 1.) *Tương đãi Chơn như* (*Chơn-như chờ nhau*), 2.) *Tuyệt đãi Chơn-như* (*Chơn-như tuyệt không chờ gì*). Cũng tức là *An-lập Chơn-như* và Bất *an-lập Chơn - như* vậy.

NHỊ CHỦNG CĂN-BỔN 二種根本 Hai thứ cội rễ, hai lẽ trọng đại nhứt. Ấy là : 1.) Vô-thủy Sanh-tử căn-bồn, 2.) Vô-thủy Bồ-đề Niết-bàn căn-bồn. *Vô thủy Sanh tử căn-bồn* : cái cội rễ Luân-hồi từ đời vô-thủy. Ấy là sự mê lầm cái tâm phan duyên, cái vọng-tâm nương theo trần-cảnh (*Lục trần*) mà cho nó là cái bồn-tâm, cái tự-tánh của mình. Vì vậy cho nên người-ta Luân-hồi khồ-não mãi mãi. *Vô-thủy Bồ-đề Niết-bàn căn-bồn* : Các chúng-sanh đều có cái Chơn-tâm thanh-tịnh, cái bồn-tánh sáng trong từ vô-thủy đến nay. Nhưng họ quên cái Tánh sáng-láng tinh-sạch ấy ở nơi mình. Vì vậy cho nên họ ở mãi trong vòng Sanh-tử.

Người tu hành mà không giác ngộ hai thứ cội rễ ấy, thì tu hành vô ích, tỷ như họ mong nấu sạn cho thành cơm ! *Nhị chủng căn-bồn* ấy có giải rõ ở **Thủ-Lăng-nghiêm Kinh**, quyền nhứt.

NHỊ CHỦNG CÚNG - DƯỜNG 二種供養 Hai thứ cúng dường. Cúng-dường chư Phật có hai thứ : 1.) Tài cúng-dường, 2.) Pháp cúng - dường.

Tài cúng-dường : là tiền của, đồ vật cúng Phật, do Giáo hội thâu nhận, và hương, hoa, đèn sáng.

Pháp cúng-dường là sự tin tưởng, tu học tinh-tấn của mình, đem sở học của mình mà giáo-hóa chúng-sanh. Sự cúng-dường bằng Pháp đối với Phật, đối với Tam bảo thì có công-đức hơn, trồi thắng hơn.—

Lại có hai thứ cúng-dường chư Phật : 1. Xuất triền cúng-dường, 2. Tại triền cúng-dường.

Xuất triền cúng-dường : Tự mình ra khỏi sự ràng buộc, bước lên địa vị Phật, bèn cúng-dường chư Phật. Cúng-dường mà không cầu phước cho mình.—

Tại triền cúng-dường : Tự mình còn trong sự ràng buộc, trong cuộc cấu nhiễm, nhưng đem thành tâm mà lễ kính, cúng-dường. Cúng dường để cầu phước-báo nhơn thiên, phước-báo ở cõi Tiên và cõi Người.

Xem : *Nhị thí.*

NHỊ CHỦNG PHÁP-THÂN 二種法身 Cũng viết : *Nhị Pháp-thân.* Hai thể của cái Thân Đạo-lý của đức Như-lai.

a) Kim-quang-minh Kinh có chép :

1.) Lý Pháp-thân.

2.) Trí Pháp-thân. (*Xem : Pháp-thân.*)

b) Bồ-tát anh-lạc Kinh có chép :

1.) Quả cực Pháp-thân,

2.) Ứng-hóa Pháp-thân.

c) Anh-lạc Kinh có chép :

1.) Tự-tánh Pháp-thân,

2.) Ứng-hóa Pháp-thân.

d) Ngài Đàm-Loan có đặt ra :

1.) Pháp-tánh Pháp-thân,

2.) Phương tiện Pháp-thân.

e.) Ngài Nguyên-Chiếu có đặt ra :

1.) Lý Pháp-thân,

2.) Sự Pháp-thân.

NHỊ CHỦNG THÍ 二種施 Hai cách bố-thí, cúng-dường Xem : *Nhị thí.*

NHỊ CHỦNG TRÌ GIỚI 二種持戒 Hai hạng tu hành giữ Giới.

a) 1.) *Cứu-cánh Trì Giới* (*Giữ Giới một cách rốt ráo, toàn vẹn.*)

2.) *Bất cứu-cánh Trì Giới* (*Giữ Giới chưa rốt ráo, chưa toàn vẹn*).

Phật và Bồ-tát là hạng *Cứu-cánh Trì Giới,* vì nhơn sự giữ Giới mà độ cho tất cả chúng-sanh được an-lạc. Thinh-văn (*La-hán*) và Duyên-giác là hạng *Bất cứu-cánh Trì Giới,* vì nhơn sự giữ Giới, có thể độ mình mà chẳng độ nổi tất cả chúng-sanh.

Thinh-văn và Duyên-giác là hạng *Cứu-cánh Trì Giới,* vì mục-đích là sự Giải-thoát, mức cứu cánh. Phàm-tăng là hạng *Bất cứu-cánh Trì Giới,* vì là hạng người bởi lợi-dưỡng mà giữ Giới.

b) 1.) *Vị lợi-dưỡng Trì Giới* (*Vì những món lợi cho đời sống mà giữ Giới*).

2.) *Vị Chánh-pháp Trì Giới* (*Vì nền Chánh-pháp mà giữ Giới*).

Nếu *Vị lợi-dưỡng Trì Giới,* dầu cho nghe nói Phật-tánh, cũng chẳng thấy Phật-tánh, và chẳng thấy Tâm với Tướng của Như-lai.

Nếu *Vị Chánh-pháp Trì Giới,* mới thấy Phật-tánh và Như-lai.

c) 1.) *Căn thâm nan bạt (Căn tu sâu, chẳng dễ gì bị nhổ).*

2.) *Căn thiền dị động (Căn tu cạn, dễ bị lay động).*

Như ai tu Tam Tam-muội (*Không, Vô-tướng, Vô-nguyện*) thì được *Căn thâm nan bạt.*

Như ai chẳng tu tập ba phép ấy, dẫu có tự mình giữ Giới, cũng chỉ quanh lộn trong 25 cảnh Luân-hồi (*Nhị thập ngũ hữu*), tức là hạng *Căn thiền dị động.*

d) 1.) *Vị tự thân Trì Giới (Vì thân mình mà giữ Giới).*

2.) *Vị chúng-sanh Trì Giới (Vì chúng-sanh mà giữ Giới).*

Nếu chỉ vì thân mình mà giữ Giới, thì chẳng thấy được Phật-tánh, Như-lai.

đ) 1.) *Tự tánh năng Trì Giới (Tự tánh mình có thể giữ Giới).*

2.) *Tu tha giáo sắc Trì Giới (Cần có người dạy bảo mới có thể giữ Giới).*

Một lần thọ Giới, rồi trải qua nhiều đời, gặp nước ác, vua ác, người ác, bạn ác, cũng chẳng hề lầm lỗi. Dầu cho các đời sau chẳng thọ Giới nữa, nhưng vẫn giữ trọn Giới như xưa. Đó là *Tự tánh năng Trì Giới.*

Còn như đối trước Sư, Tăng, thầy Kiết-ma và người thọ Giới bày tỏ đủ bốn lần rồi mới được Giới. Tuy được Giới, nhưng còn phải nương dựa theo Hòa-thượng, chư sư, bạn học, thiện-hữu mà tu tập, nghe pháp, thuyết pháp. Đó là *Tu tha giáo sắc trì Giới.*

e) 1.) *Thinh-văn Trì Giới.*

2.) *Bồ-tát Trì Giới.*

Như tu từ phép Bạch cốt quán lần lên cho tới đắc quả A-la-hán, đó là *Thinh-văn Trì Giới.* Hạng ấy chẳng thấy Phật-tánh, Như-lai. Còn thọ trì Bồ-tát Giới mà tu cho tới đắc quả Chánh-đẳng Chánh-giác, thấy tỏ rõ Phật-tánh, Như-lai, Niết-bàn, đó là *Bồ-tát Trì Giới.*

NHỊ CHƯỚNG 二 障 Deux obstructions (*fr.*)

Hai mối chướng-ngại, ngăn-cản.

a) Phiền-não chướng, 2.) Tam-muội, chướng.

Phiền-não chướng (*Phiền-não là chướng-ngại*) : Tức là ý kiến và sự suy nghĩ lầm-lạc của phàm-phu.

Tam-muội chướng (*Thiền-định là chướng-ngại*) : Khi nhà đạo chứng được Tứ quả và phép Vô-tranh Tam-muội, nhưng lòng còn chấp trước, tức là còn tranh. Vì vậy nên chưa được giải-thoát trọn vẹn.

b) 1.) Phiền-não chướng, 2.) Sở tri chướng.

Phiền-não chướng (*Phiền-não là chướng-ngại*) : Sự tối tăm phiền-rầu làm não loạn tâm thần, người-ta không hiển phát được cái Chơn-tánh diệu-minh của mình.

Sở tri chướng (*Chỗ biết là chướng-ngại*), cũng kêu : *Trí-chướng* (*Trí khôn là chướng-ngại*) : Sự chấp nệ chỗ biết, chỗ chứng của mình ngăn bít cái Tánh Trí-huệ.

c) 1.) Lý chướng, 2.) Sự chướng.

Lý chướng (*Chướng-ngại về Lý-tánh*) : Cái Bổn-giác Tâm-nguyên vốn yên lặng, trong sạch, nhưng vì người đời nhiễm bậy cái Vô-minh, cho nên ngăn trở cái Chánh tri-kiến, chẳng đạt lý Chơn-như. — *Lý-chướng* cũng có nghĩa : vì chỉ kể có Lý mà thôi thì chẳng thông đạt.

Sự chướng (*Chướng-ngại về Sự tướng*) : Chúng-sanh bị cái Vô-minh che bít, lăn lộn trong vòng Sanh-tử, chẳng biết do đâu mà giải thoát. *Sự chướng* cũng có nghĩa : Vì chấp có sự mà thôi, cho nên chẳng minh đạt.

Viên-giác Kinh : Khi người ta đã dứt trừ *Sự chướng*, bỏ hết các tham dục, thì người ta ngộ nhập cảnh Giới Thinh-văn, Duyên-giác. Khi người ta dứt trừ đủ *Sự chướng* và *Lý chướng*, thì người-ta vào cảnh-giới của Bồ-tát, Như-lai.

d) 1.) Phiền-não chướng, 2.) Giải thoát chướng.

Phiền-não chướng (*đã giải ở trên*).

Giải-thoát chướng (*Chứng đủ 8 phép Giải-thoát Tam-muội, cũng còn chướng ngại*). Phép thứ tám, cao hơn hết là Diệt-tận-định. Nếu Chẳng đắc trọn phép ấy, ắt còn bị chướng-ngại, chưa được giải-thoát trọn vẹn.

NHỊ ĐẾ 二 諦 Deux vérités (*fr.*) Hai chơn-lý, hai cỡ hiểu biết.

1.) *Tục-đế*: chơn-lý của thế-tục, hạp với người đời; chỗ hiểu biết của hạng phàm-phu. Ấy là chơn-lý cỡ thấp, còn khuyết-điểm. Cũng kêu: *Thế-đế*.

2.) *Chơn-đế*: chơn-lý của hạng thoát-ly, của bậc Thánh-giả; chỗ hiểu biết của Phật, Thánh. Ấy là chơn-lý cỡ cao, trọn-vẹn. Cũng kêu: *Thắng nghĩa đế*, *Đệ nhứt nghĩa đế*.

Niết-Bàn Kinh quyển 18: Phật là bực tự mình đã biết rõ *Nhị đế*, lại đem *Nhị đế* mà diễn thuyết với chúng-sanh. Cho nên gọi ngài là *Vô-thượng-Sư*.

(*Xem*: *Đế*.)

NHỊ ĐIÊN-ĐẢO 二 顛 倒 Deux renversements (*fr.*) Hai mối điên-đảo: chúng-sanh, thế-giới. Ấy là hai cái tư tưởng quấy bậy cố chấp chúng-sanh và thế-giới. Đối với người có diệu-tánh, thì chẳng có chúng-sanh và thế-giới. Nếu chấp có, tức là trái ngược với chơn-lý của hàng Thánh-giả, cho nên kêu là *điên-đảo*.

NHỊ HOẶC 二 惑 Deux erreurs (*fr.*) Hai sự lầm, hai thứ phiền-não, mê chấp.

a) 1.) Kiến-hoặc, 2.) Tư-hoặc.

Kiến-hoặc (*Sự lầm của ý kiến*): Ý-căn đối với pháp-trần, tính lường trái lẽ, khởi ra các ý kiến tà. Như những sở kiến của phàm-phu và ngoại-đạo chấp thường, vô-thường, hữu, vô. Đó kêu là *Kiến-hoặc*.

Tư-hoặc (*Sự lầm của lòng nghĩ*) : Năm căn : nhãn-căn, nhĩ-căn, tỹ-căn, thiệt-căn, thân-căn, đối với năm trần : sắc-trần, thinh-trần, hương-trần, vị-trước, xúc-trần, bèn tham ái, nhiễm trước, mê mà chẳng tỉnh. Đó kêu là *Tư-hoặc*.

Kiến-hoặc và *Tư-hoặc*, trong kinh gọi là *Kiến Tư hoặc*, tức là mọi sự lầm lạc, mê chấp của lục căn vậy.

b) 1.) Hiện-hành hoặc, 2.) Chủng-tử hoặc.

Hiện-hành hoặc (*Sự lầm hiện ra*) : Lục căn đối với Lục trần, hiện ra các phiền-não như tham, sân, si v.v., khiến cho tâm hôn mê, che án những thiện-pháp. Đó là *hiện-hành hoặc* tức là *Kiến Tư hoặc* ở trên.

Chủng-tử hoặc (*Sự lầm của căn-bồn vô-minh*). Cái căn-bồn (*chủng-tử*) của người-ta nhơn bị màn vô-minh che khuất, bèn phát sanh mọi phiền-não, ngăn ngại những thiện-pháp. Tức như căn-tánh của những kẻ bất-tín, chưa biết tu hành. Đó là *Chủng-tử hoặc*.

c) 1.) Lý-hoặc, 2.) Sự-hoặc.

Lý-hoặc (*Sự lầm của kẻ chỉ chấp lý*) : Cái căn-bồn còn vô-minh, ngu-tối, đương lầm lạc về cảnh chấp lý mà bỏ sự, cái căn-bồn ấy có thể che lấp cái lý Trung-đạo, vì vậy cái chơn-lý ấy chẳng hiền phát nơi mình. Tỷ như căn-tánh của kẻ mới coi Kinh Đại-thừa mà ngỡ rằng mình là Bồ-tát, Phật, bèn trở nên ngạo-mạn. Đó là *Lý-hoặc*.

Sự-hoặc (*Sự lầm của kẻ chỉ chấp sự*) : Các mối lầm vô-số như bụi cát, che lấp đường dẫn-hóa của kẻ ấy, khiến họ chẳng hiểu phép tục-đế. Lại thêm Kiến-hoặc và Tư-hoặc ngăn trở lẽ Không-tịch, khiến họ chẳng thấu phép chơn-đế. Tức là mối lầm của kẻ chấp sự mà bỏ lý, mê tướng mà quên tánh, theo văn-tự mà chẳng trông lên nghĩa-lý. Đó là *Sự hoặc*.

NHỊ Y 二衣 Deux habits (*fr.*) Hai thứ áo :

1.) *Chế* (*y thứ áo mặc theo phép*), là ba tấm áo : năm miếng, bảy miếng và chín miếng vậy. Theo phép Phật, hễ là Tỳ-kheo, thì phải chứa *tam y*, ba tấm áo ấy. Nếu không có, ắt phải thọ tội.

2.) *Thính y* (*thứ áo cho phép mặc.*), là thứ áo đâu lại cả trăm miếng vải, nguyên vải ấy lượm ở chỗ dơ, đem về lau và giặt. Áo nầy thì tùy theo khí-hậu ấm hay lạnh, thân thể mập hay ốm mà mặc, do Phật cho phép tùy ý, dầu chẳng dùng cũng không có tội gì.

NHỊ-KIẾN 二見 Deux opinions, deux vues (*fr.*)

I.— Hai cách thấy, hai ý kiến : 1.) Hữu-kiến, 2.) Vô-kiến.

Hữu-kiến là cái ý kiến tà, thiên về *có*, của những kẻ còn mê-muội trong cuộc tài sắc, danh lợi.

Vô kiến là cái ý kiến tà, thiên về *không* của những người mới vào cửa Đạo, còn địa vị Tiểu-thừa.

Tiến lên một bực, nhà đạo đến mức Đại-thừa Trung-đạo, sẽ có cái ý kiến nầy mới đúng : *phi hữu phi vô, vô sanh vô diệt.*

II.— Nhị kiến cũng là hai ý kiến nầy 1.) Thường-kiến 2.) Đoạn-Kiến.

Thường-kiến là cái ý kiến chấp rằng thân tâm là thường trụ ; thuộc về *hữu-kiến.*

Đoạn-kiến là cái ý kiến chấp rằng thân tâm là đoạn diệt ; thuộc về *vô-kiến.*

Hạng *thường-kiến* còn mê-muội ; hạng *đoạn-kiến* mới vừa tỉnh ngộ, chưa thấy mức Trung-đạo : bất thường bất đoạn.

III.— Lại nữa Vô-*kiến* (*đoạn-kiến*) là ý kiến của hàng Tiểu-thừa chấp khổ, chấp không, chấp vô-thường. Còn *Hữu-kiến* (*Thường-kiến*) là ý kiến của hàng Đại-thừa đã vượt qua hai bực : bực phàm-phu chấp có và bực Tiểu-thừa chấp không, Bực Đại-thừa nầy thấy lẽ Thường, Lạc, Ngã, Tịnh của Như-lai, của Niết-bàn, của Phật-tánh.

IV.— *Nhị kiến* lại là : 1.) Nhãn kiến, 2.) Văn kiến.

Nhãn-kiến (*Mắt thấy*). Đó là sự thấy Phật-tánh một cách tỏ rõ, hoàn toàn của Phật, vì chính mình trông thấy.

Văn kiến (*Nghe thấy*). Đó là sự thấy Phật-tánh của người

dương tu-tập, của hàng Thập trụ Bồ-tát, thấy chưa tỏ rõ, vì là sự nghe thấy vậy.

Nhãn kiến là sự quan sát của con mắt đối với sắc-tướng; do sự quan sát ấy, mình thấy là chánh hay tà.

Văn kiến là sự quan sát của lỗ tai đối với âm-thinh, nhứt là đối với cuộc thuyết pháp; do sự quan sát ấy, mình thấy là chánh hay tà.

NHỊ KHỔ 二 苦 Deux douleurs (*fr.*) Hai mối khổ.

I.— 1.) *Nội khổ* (*khổ ở trong*):

a) thân khổ: như bốn trăm lẻ bốn thứ bệnh hành khổ thân thể.

b) tâm khổ: như lo rầu, ganh ghét v.v. là mọi phiền-não hành khổ lòng dạ.

2.) *Ngoại-khổ* (*khổ ở ngoài*):

a) trộm cướp, cọp, chó sói làm cho mình khổ.

b) gió mưa, nóng lạnh làm cho mình khổ.

II.— 1.) *Ái khổ*: Sự tríu mến, tình ái làm cho mình khổ.

2.) *Tăng khổ*: Sự ghét, chán làm cho mình khổ.

Tức là thương cũng khổ, ghét cũng khổ.

NHỊ KHÔNG 二 空 Deux néants (*fr.*) Hai lẽ Không: Sanh-Không và Pháp-Không.

Sanh-Không.— Chúng-sanh vốn là Không vô, chẳng có thật.

Pháp-Không.— Vạn pháp, sự vật đều là Không vô.

Lại nữa, có Nội-Không và Ngoại-Không.

Nội-Không.— Cái Nội-thân vốn là Không vô, thân và tâm vốn không thật.

Ngoại - Không.— Các vật ngoài thân (*ngoại - khí*) vốn là Không vô.

NHỊ KHÔNG QUÁN 二 空 觀 : Phép quán-tưởng thấy ra hai lẽ Không : Ngã-Không (*Nhơn-Không, Sanh-Không*) và Pháp-Không.

Ngã Không : Không có mình, không có cái bổn - ngã, nó là giả, chỉ là ngũ uẩn tạm hiệp mà thôi.

Pháp-Không : Không có sự vật, Không có một pháp nào cả. Chỉ do nhơn-duyên hòa-hiệp mà thôi.

Đó cũng tức là *Sanh-Không, Pháp-Không* ; *Nội-Không, Ngoại-Không.*

NHỊ LẬU 二 漏 Hai phép lậu :

1.) *Hữu lậu (phép có lậu). Lậu* : Rỉ, chảy, Pháp : Écoule--ment, tức là *Phiền-não,* Pháp : Passion. Phép có lậu là phép có phiền-não vậy. Lại phép nuôi lớn thêm duyên phiền-não, cũng nói là *Hữu lậu.*

2.) *Vô lậu (phép không lậu)* là cái phép thanh - tịnh lìa khỏi phiền-não, lại cũng là cái phép chẳng nuôi lớn thêm nhơn-duyên phiền-não khác, kêu là *Vô lậu.*

NHỊ MÔN 二 門 Hai môn, Hai cửa. Có nhiều nghĩa như sau đây :

1.) *Thánh-đạo môn* (*cửa Thánh-đạo*). 2.) *Tịnh-độ môn* (*cửa Tịnh-độ*).

1.) *Già-thuyên môn* hoặc *Già-tình môn* (*cửa Già - thuyên hay là cửa Già-tình*). 2.) *Biểu-thuyên môn* hoặc *Biểu đức môn* (*cửa Biểu-thuyên hay là cửa Biểu đức*).

1.) *Tích-môn* (*cửa Tích, thuyết từ phẩm 14 trở về trước nơi Kinh Pháp-Hoa*) ; 2.) *Bổn môn* (*cửa Bổn, thuyết từ phẩm 15 trở về sau nơi Kinh Pháp-Hoa*)

1.) *Ức-chỉ môn* (*cửa Ức-chỉ*) ; 2.) *Nhiếp-thủ môn* (*cửa Nhiếp-thủ*).

1.) *Hạnh-bố môn* (*cửa Hạnh-bố*), 2.) *Viên-dung môn* (*cửa Viên-dung*), thấy ở Đại sớ nhứt nơi Kinh Hoa-Nghiêm.

1.) *Chiết-phục môn* (*cửa Chiết-phục*) ; 2.) *Nhiếp - thọ môn* (*cửa Nhiếp-thọ*), thấy ở Chỉ quán chương thứ 10.

1.) *Tánh-khởi môn* (*cửa Tánh-khởi*) ; *Duyên - khởi môn* (*cửa Duyên-khởi*), thấy ở Tham-huyền ký chương 16.

1.) *Lưu-chuyền môn* (*cửa Lưu-chuyền*) ; 2.) *Hoàn - diệt môn* (*cửa Hoàn-diệt*), hai cửa nầy tại trong Thích-Ma-Ha-Diễn luận kêu là *Hạ-chuyền môn* và *Thượng-chuyền môn.*

1.) *Chơn-như môn* (*cửa Chơn-như*) ; 2.) *Sanh-diệt môn* (*cửa Sanh-diệt*), thấy ở Khởi-tín luận.

1.) *Phước-đức môn* (*cửa Phước-đức*) ; 2.) *Trí-huệ môn* (*cửa Trí-huệ*), thấy ở Trí-độ luận chương 15.

1.) *Giới-môn* (*cửa Giới*), 2.) *Thừa - môn* (*cửa Thừa*) thấy ở Huyền-nghĩa Thích-xâm.

1.) *Bi-môn* (*cửa Bi, là đức làm lợi cho kẻ khác của chư Phật, Bồ-tát*), 2.) *Trí-môn* (*cửa Trí, là đức làm lợi cho mình của chư Phật, Bồ-tát*).

1.) *Định môn* (*cửa Định, là cửa tâm tánh trong sáng của chư Phật, Bồ-tát, đó là chiếu mà tịch*) ; 2.) *Huệ-môn* (*cửa Huệ, là cửa trong sáng chẳng động của chư Phật, Bồ-tát, đó là tịch mà chiếu*).

NHỊ NGHĨA 二義 Deux sens (*fr.*) Hai nghĩa :

1.) *Liễu-nghĩa* (*nghĩa hiểu lâu, nghĩa trọn vẹn*), đối với trong các Kinh Đại-thừa, thuyết tỏ lâu được cái lý cứu-cánh chơn-thiệt; như «phiền-não tức là Bồ-đề» và «chúng-sanh đều có Phật-tánh».

2.) *Bất liễu nghĩa* (*nghĩa chẳng hiểu lâu, nghĩa không đầy đủ*), đối với trong các Kinh, che giấu nghĩa thật làm thuyết phương-tiện đó, như «ngã không» thuyết làm «Pháp hữu». Hoặc những lẽ «Vô thường, Vô lạc, vô ngã, Bất tịnh» đều là *Bất liễu nghĩa*. Xem: *Liễu nghĩa*.

NHỊ NGHIÊM 二嚴 Hai món nghiêm sức cho cái thân: Trí-huệ và Phước đức. Xem: *Nhị trang-nghiêm*.

NHỊ NGHIỆP 二業 Deux lois des Rétributions (*fr.*) Hai nghiệp:

A.— 1.) *Dẫn nghiệp* (*nghiệp dẫn phát*), 2.) *Mãn nghiệp* (*nghiệp thành mãn*). Sáu thú (*cõi*) đều có hai báo chung, riêng. Giả tỷ như về nhơn-thú, từ người sang nhứt cho tới người hèn nhứt, đồng một quả-báo nhơn-thú, đó là báo chung (*tổng-báo*). Trong đó có các căn lẹ hay là lụt, hình đẹp hay là xấu, phước nhiều hay là ít, mọi người chẳng đồng nhau, đó là báo riêng (*biệt-báo*). Dẫn phát cái nghiệp-nhơn của báo chung, kêu là *Dẫn-nghiệp*. Thành-mãn cái nghiệp-nhơn của báo riêng, kêu là *Mãn-nghiệp*.

B.— 1.) *Thiện-nghiệp* (*nghiệp lành*), những việc lành của ngũ giới, thập thiện chúng nó chiêu cảm được những quả vui đạo lành đó vậy.

2.) *Ác-nghiệp* (*nghiệp dữ*), những tội ác ngũ nghịch, thập ác chúng nó dẫn lại cái quả khổ cõi dữ đó vậy.

C.— 1.) *Trợ nghiệp* (*nghiệp trợ giúp, hạnh-nghiệp phụ thuộc*).
2.) *Chánh-nghiệp* (*hạnh-nghiệp quan trọng, có sức tạo ra quả-báo thiện hoặc ác*). Như trong pháp-môn Tịnh-độ, những việc: tụng-đọc, quán sát, lễ bái, cúng dường là *Trợ-nghiệp*. Còn việc xưng danh niệm Phật là *Chánh-nghiệp* khiến người ta được vãng-sanh thế-giới Cực-lạc.

NHỊ NHẪN 二忍 Deux vertus de patience (*fr.*): Hai đức nhẫn-nại.

A.— 1.) *Chúng-sanh nhẫn*: Nhẫn-nại đối với chúng-sanh. Mình chẳng buồn phiền, chẳng hờn giận, chẳng báo thù, mặc dầu họ hại mình bằng mọi cách.

2.) *Vô sanh pháp nhẫn*: Nhẫn-nại được vì không có chúng-sanh, không có các pháp. Mình xét thấy thật không có chúng-sanh, không có mọi vật, nên mặc dầu bị khổ, mình vẫn cam chịu, chớ không oán ghét chúng-sanh và các pháp.

B.— 1.) *An-thọ khổ nhẫn* : Đức nhẫn-nại vui chịu các nỗi khổ. Đối với mọi sự khổ, như : tật bệnh, nạn nước, nạn lửa, đao trượng binh khí bức bách thân tâm, mình yên lòng chịu, điềm-nhiên chẳng động.

2.) *Quán-sát pháp nhẫn* : Nhẫn-nại quan-sát các pháp. Mình chịu khổ được, vì xét thấy các pháp chẳng có thật thể, chỉ do những nhơn-duyên hòa hiệp mà tạm có vậy thôi.

C.— 1.) *Sanh-nhẫn* : Nhẫn-nại đối với chúng-sanh gây khổ cho mình, mà mình chẳng buồn giận, chẳng oán thù.

2.) *Pháp-nhẫn* : Chịu được sự khổ hại của các pháp, các vật phi-tình, mà không than trách. Đối với những pháp trái lòng, như nóng, lạnh, gió, mưa, già yếu, tật bệnh v.v., mình chịu được, không động tâm,

NHỊ NHẬP 二入 Deux pénétrations, Deux convictions (*fr.*) Hai sự thấu nhập, thâm nhập, đắc nhập của người chứng nhận một cách xác-đáng : Lý-nhập, Hạnh-nhập.

Lý-nhập : Sự thấu nhập cái Lý - tánh : Tin tưởng sâu-xa bền-vững rằng dầu Thánh, dầu Phàm, tất cả chúng-sanh đều có cái Chơn-như, cái Phật-tánh, Phật-lý nơi mình.

Hạnh - nhập : Sự thấu nhập cái Hạnh tu : Người ta đắc ... Lý-nhập rồi, bèn nương theo cái Lý-tánh ấy mà giữ nết-hạnh tu trì, tấn tới về Lục độ Vạn hạnh. Rồi nương theo Hạnh mà đắc nhập thêm về Lý.

NHỊ PHÁP 二法

I.— Hai phép tu : 1.) Định (*Xa-ma-tha*), 2.) Trí, Huệ (*Tỳ-bà-xá-na*).

Cũng viết : *Nhị môn* (*1. Định-môn, 2. Huệ-môn*). Đó là hai pháp trong *Tam pháp tướng* : 1.) Định, 2.) Huệ, 3.) Xả.

Niết-Bàn Kinh quyển 31 : Bực Bồ-tát Ma-ha-tát nếu có đủ *Nhị Pháp*, thì được lợi-ích lớn, ấy là : 1.) Định, 2.) Trí...

Nhờ tu *Nhị Pháp* ấy, Bồ-tát điều nhiếp Ngũ căn ; nhẫn được với các mối khổ, như : đói khát, nóng lạnh, đánh đập, mạ nhục, muỗi mồng chích, ác thú cắn. Bực ấy thường giữ được tâm mình, chẳng để cho nó chạy bậy. Người chẳng vì món lợi mà làm việc phi-pháp. Người chẳng bị Phiền-não làm ô-uế, chẳng lầm theo tà-kiến, dị-đoan ; lìa xa các sự cảm-giác và nhìn xét xấu xa. Người ấy sẽ mau đắc quả Phật, vì muốn được lợi-ích cho chúng-sanh vậy.

II.— Hai sự vật : 1.) Kiến-pháp, 2.) Văn-pháp.

1.) *Kiến-pháp* : Sự vật mà mắt mình thấy. Như : thân-thể của mình, của người, của chúng-sanh, cây cối cỏ hoa, đất, đá, nhà cửa v.v...

2.) *Văn-pháp* : Sự vật mà tai mình nghe. Tức là những pháp tuy mình không thấy, nhưng mình thường nghe nói. Như : chư Thiên ở cảnh Thiên-thượng thọ khoái-lạc ; về lúc Kiếp sơ, người ta có thân-hình sáng chói, chẳng cần mặt trời và mặt trăng ; vị Chuyển-luân Thánh-vương có đủ Thất bảo và thống nhiếp bốn cõi Thiên-hạ v.v...

Bực Bồ-tát mới phát tâm, nên tu phép tưởng : *Nhị pháp* (*Kiến-pháp, Văn-pháp*) đều là Vô-thường.

NHỊ QUÁN 二觀 Deux méditations (*fr.*) Hai phép quán-tưởng. Nhà tu học nên chứng lý hai phép quán nầy : sự quán, lý quán.

1.) *Sự quán* : Quán về sự-tướng, thấy ra muôn pháp, muôn vật thảy đều do nhơn-duyên kết cấu mà sanh ra, khi nhơn-duyên dứt thì muôn pháp, muôn vật thảy đều tan rã.

2.) *Lý quán* : Quán-tưởng cái thật-tánh của vạn pháp. Cái tánh thật ấy vốn không, vậy các pháp đều không.

Các tông phái đạo Phật đều có dạy qua giáo-pháp của phép quán ấy.

NHỊ TÂM 二 心 Deux coeurs, deux états d'âme (*fr.*) Hai tấm tòng.

1.) *Chơn-tâm* (*tấm lòng chơn*), là tấm lòng Như-lai tạng của chúng-sanh sẵn đủ chơn-tịnh minh diệu, lìa khỏi vọng-tưởng.

2.) *Vọng-tâm* (*tấm lòng quấy*), là tấm lòng khởi ra ý nghĩ phân-biệt mà sanh ra hết thảy các cảnh-giới.

Lại nghĩa nữa :

1.) *Định-tâm*, là tấm lòng thiền-định, lại là tấm lòng tu tập điều lành Thiền-định.

2.) *Tán-tâm*, là tấm lòng tán-loạn, lại là tấm lòng sửa lại điều lành đã tán-loạn.

NHỊ TÚC TÔN 二 足 尊 Le Parfait (*fr.*) Cũng viết: *Lưỡng túc Tôn*. Tiếng tôn xưng Phật. Phật là bực đáng tôn trọng hơn tất cả chúng-sanh, vì ngài có đủ cả hai bề như nhau: Phước và Trí; vì vậy nên xưng ngài là *Nhị túc Tôn*.

NHỊ THÂN 二 身 Deux corps (*fr.*) Hai Thân. Đức Phật có hai Thân :

a) 1. Sanh-thân, 2.) Hóa-thân.

Sanh-thân là cái thân giáng sanh nơi Vương-cung, tu hành, thành Đạo, giáo hóa và nhập diệt.

Hóa-thân là cái thân mà Phật dùng Sức Thần-thông biến hóa làm Người thường, làm Thần, làm Quỉ, làm Súc-sanh v.v.

b) 1.) Sanh-thân, 2.) Pháp-thân.

Sanh-thân đã giải ở trên. Vả lại, vì phương-tiện độ chúng-sanh, nên Phật thị hiện sanh ra. Tức nhiên cái thân ấy có Sanh, có Lão, có Bệnh, có Tử. Cái thân ấy có cao, có thấp ; hoặc trắng, hoặc đen, ; như thế nầy, như thế khác, có học, không học (*không phải tu học*).

Pháp-thân là cái Thân Như-lai có vô-lượng công-đức về Giới, Định, Huệ. Cái Thân ấy có đủ bốn đức: Thường, Lạc, Ngã, Tịnh; rời khỏi bốn tướng: Sanh, Lão, Bệnh, Tử; chẳng cao, chẳng thấp; chẳng trắng, chẳng đen; chẳng như thế nầy, chẳng như thế khác; chẳng phải học, chẳng phải vô-học. Dầu Phật có hiện ra đời hay chẳng có hiện, cái Thân ấy vẫn Trường tồn, chẳng hề biến đổi.

c) 1.) Chơn-thân, 2.) Hóa-thân.

Chơn-thân là cái thân thiệt của Phật có đủ 32 tướng chánh và 80 tướng phụ, do Quả-báo thắng diệu mà thị hiện.— Chơn-thân cũng có nghĩa *Pháp-thân* (*đã giải ở trên*).

Hóa-thân là cái thân biến-hóa ra hình nầy hoặc hình kia. Hóa-thân cũng gọi: *Ứng-thân, Ứng-hóa thân.*

d) 1.) Thật - tướng thân, 2,) Vật-thân.

Thật-tướng thân là cái thân Pháp-tánh.

Vật-thân là cái thân vật-chất.

đ) 1.) Sanh-thân, 2.) Diệt-thân.

Sanh-thân là cái thân Phật từ khi giáng sanh làm Thái-tử cho đến lúc nhập diệt.

Diệt-thân là Xá-ly của Phật, tượng cốt và tháp miếu thờ Phật.

NHỊ THẬP BÁT TỔ 二 十 八 祖 Vingt huit Patriarches (*fr.*). Hai mươi tám vị Tổ-sư. Đức Phật Thích-Ca, khi gần tịch diệt, có truyền Chánh-Pháp và sự lãnh-đạo Giáo-hội cho ông Ca-Diếp. Ông Ca-Diếp truyền cho ông A-Nan. Lần lượt như vậy đến đời Tổ thứ hai mươi tám là Bồ-đề-đạt-ma. Đó là 28 đời Tổ chánh-thức lãnh-đạo Phật-giáo ở Ấn-độ.

1. Ca-Diếp (*Kaçyapa*) hay Ma-ha Ca-Diếp (*MahâKaçyapa*), 2. A-Nan hay A-Nan- đà (*Ananda*), 3. Thương-na-hòa-tu (*Çanavasa*), 4. Ưu-ba-cúc-đa (*Upagupta*), 5. Đề-đa-Ca (*Dhritaka*), 6. Di-già-Ca (*Micchaka*), 7. Bà-tu-mật (*Vasumitra*), 8. Phật-đà-nan-đề (*Bouddhanandi*), 9. Phật đà-mật-đa (*Bouddhamitra*), 10. Hiếp Tôn-giả (*Pârçva*). 11. Phú-na-

dạ-xa (*Punyagaça*), 12. Mã-Minh (*Açvaghosha*), 13. Ca-tỳ-ma-la (*Kapimala*), 14. Long-Thọ (*Nagârjuna*), 15. Ca-na-đề-bà (*Kânadeva*), 16. La-hầu-la-da (*Bâhulata*), 17. Tăng-già-nan-đề (*Samghanandi*) 18. Tăng-già-da-xá (*Samghayaçaṣ*), 19. Cưu-ma-la-đa (*Kumârata*, 20. Xà-dạ-Đa (*Jayata*), 21. Bà-tu-bàn-đầu hay Phạt-tô bàn-độ (*Vasubandhu*), 22. Ma-nô-la (*Madura*), 23. Hạc-lặc-na (*Haklenayaçaṣ*), 24. Sư-tử Tỳ-kheo (*Sinha*), 25. Bà-xá-tư-Đa (*Vaçasuta*), 26. Bất-như-mật-Đa (*Punyamitra*), 27. Bát-nhã-đa-la (*Prajnâtra*), 28. Bồ-đề Đạt-ma (*Bod-hidharma*).

Đến đời Tổ thứ 28, Bồ-đề-Đạt-ma hóa Đạo ở Thiên-trước một thời gian. Kế đó, ngài sang Trung-hoa mà truyền Đạo, lập ra Thiền-tông và làm Sơ-tổ Thiền-tông ở Trung-hoa. Thiền-tông có sáu đời Tổ Chánh-thức, từ Bồ-đề Đạt-ma đến Huệ-Năng. Xem : *Lục Tổ*.

NHỊ THẬP DUY-THỨC LUẬN 二十唯識論 Visamtika-çastra (*scr.*).— Nijuquishikiron (*jap.*) Một bộ Luận về Đại-thừa, của phái Duy-thức tông (*Pháp-tướng tông*).

NHỊ THẬP KIỀN-ĐỘ 二十揵度 Vingt chapitres (*fr.*) *Kiền-độ* hay *Càn-độ* 犍度 là chữ Phạn, dịch nghĩa : Thiên, Chương. *Nhị thập Kiền-độ* là hai chục thiên (*chương*) trong Tứ phần luật : 1.) Thọ giới Kiền-độ, 2.) Thuyết giới Kiền-độ, 3.) An-cư Kiền-độ, 4.) Tự-tứ Kiền-độ, 5.) Bì cách Kiền-độ, 6.) Y Kiền-độ, 7.) Dược Kiền-độ, 8.) Ca-si-na y Kiền-độ, 9.) Câu-đàm-di Kiền-độ, 10.) Chiêm-ba Kiền-độ, 11.) Ha trách Kiền-độ, 12.) Nhơn Kiền-độ, 13.) Phú tàng Kiền-độ, 14.) Già Kiền-độ, 15.) Phá tăng Kiền-độ, 16.) Diệt tránh Kiền-độ, 17.) Tỳ-kheo-ni Kiền-độ, 18.) Pháp Kiền-độ, 19.) Cư-xá Kiền-độ, 20.) Tạp Kiền-độ. (*Xem : Tứ phần luật 31-54*).

NHỊ THẬP NGŨ HỮU 二十五有 Vingt cinq régions d'êtres vivants (*fr.*) Hai mươi lăm cảnh hữu-tình (chúng-sanh). *Hữu* nghĩa là : *hữu nhơn hữu quả*. Ấy là 25 cảnh-giới, nơi ấy chúng-sanh sanh ra do quả-báo của mình. Thảy đều ở trong Tam giới : Dục-giới, Sắc-giới, Vô sắc-giới.

Kể từ dưới tới trên là :

1. Địa-ngục hữu, 2. Súc-sanh hữu, 3. Ngạ-quỉ hữu, 4. A-tu-la hữu, 5. Phất-bà-đề hữu, 6. Cồ-da-ni hữu, 7. Uất-đan-việt hữu, 8. Diêm-phù-đề hữu, 9. Tứ Thiên Vương xứ hữu, 10. Tam-thập tam-thiên xứ hữu, 11. Diệm-ma thiên hữu, 12. Đâu-suất thiên hữu, 13 Hóa-lạc thiên hữu, 14. Tha-hóa-tự-tại thiên hữu.

(*Mười bốn cảnh trên thuộc về Dục-giới.*)

15. Sơ-thiền hữu, 16. Đại Phạm-vương hữu, 17. Nhị thiền hữu, 18, Tam thiền hữu, 19. Tứ thiền hữu, 20. Vô-tưởng hữu, 21. Tịnh-cư A-na-hàm hữu.

(*Bảy cảnh trên thuộc về Sắc-giới.*)

22. Không xứ hữu, 23. Thức xứ hữu, 24. Bất dụng xứ hữu, 25. Phi-tưởng phi phi-tưởng xứ hữu.

(*Bốn cảnh trên thuộc về Vô-sắc giới.*)

Muốn khỏi luân-hồi, muốn khỏi mắc vào 25 cảnh ấy, nên tu 25 phép thiền-định kêu là *Nhị thập ngũ Tam-muội*, mỗi phép đối hoại một cảnh.

NHỊ THẬP NGŨ TAM-MUỘI 二 十 五 三 昧 Vingt cinq méditations (*fr.*) : 25 phép Thiền-định, Đại-định, mỗi phép đối hoại một cảnh hữu-tình, một cảnh luân-hồi trong Tam giới. Ai tu trọn đủ 25 phép Đại-định nầy, thì dứt cuộc luân-hồi trong Tam giái ; đối với Tam giới, mình sẽ được tự do, tự-tại :

1.) *Vô-cấu Tam-muội* hoại được Địa-ngục hữu.

2.) *Vô-thối Tam-muội* hoại được Súc-sanh hữu.

3.) *Tâm lạc Tam-muội* hoại được Ngạ-quỉ hữu.

4.) *Hoan-hỷ Tam-muội* hoại được A-tu-la hữu.

5.) *Nhựt-quang Tam-muội* hoại được Phất-bà-đề hữu.

6.) *Nguyệt-quang Tam-muội* hoại được Cồ-da-ni hữu.

7.) *Nhiệt-diệm Tam-muội* đoạn được Uất-đan-việt hữu.

8.) *Như-huyễn Tam-muội* đoạn được Diêm-phù-đề hữu.

9.) *Nhứt-thiết-pháp bất-động Tam - muội* đoạn được Tứ thiên-vương xứ hữu.

10.) *Tồi-phục Tam-muội* đoạn được Tam thập tam thiên xứ hữu.

11.) *Duyệt-ý Tam-muội* đoạn được Diệm-ma thiên hữu.

12.) *Thanh-sắc Tam-muội* đoạn được Đâu-suất thiên hữu.

13.) *Hoàng-sắc Tam-muội* đoạn được Hóa-lạc-thiên hữu.

14.) *Xích-sắc Tam-muội* đoạn được Tha-hóa tự-tại thiên hữu.

15.) *Bạch-sắc Tam-muội* đoạn được Sơ-thiền hữu.

16.) *Chủng-chủng Tam-muội* đoạn được Đại Phạm-vương hữu.

17.) *Song Tam-muội* đoạn được Nhị-thiền hữu.

18.) *Lôi-Âm Tam-muội* đoạn được Tam thiện hữu.

19.) *Chú vũ Tam-muội* đoạn được Tứ thiền hữu.

20.) *Như Hư-không Tam-muội* đoạn được Vô-tưởng hữu.

21.) *Chiếu-kính Tam-muội* đoạn được Tịnh - cư A-na-hàm hữu.

22.) *Vô-ngại Tam-muội* đoạn được Không-xứ hữu.

23.) *Thường Tam-muội* đoạn được Thức-xứ hữu.

24.) *Lạc Tam-muội* đoạn được Bất-dụng-xứ hữu.

25.) *Ngã Tam-muội* đoạn được Phi-tưởng phi phi tưởng xứ hữu.

Hai mươi lăm phép Đại-định ấy kêu là chư *Tam-muội vương* tức là những phép Tam-muội chánh-đại, cội - rễ.

NHỊ THÍ 二施 : Deux formes de dons (*fr.*) Hai cách bố-thí, hai cách cung cấp cho chúng-sanh. Cũng viết : *Nhị chủng bố-thí, Nhị chủng thí, Nhị chủng cúng-dường.*

A.— 1. *Tài-thí* : đem của cải, đồ vật mà bố-thí cho người nghèo hoặc cúng dâng cho Giáo-hội.

2. *Pháp-thí* : đem Đạo lý mà mình hiểu biết ra mà giảng giải, giáo-độ người ta.

Tài-thí và Pháp-thí, mỗi thứ lại có hai cách, hai hạng :

1.) *Tài-thí của hạng Thánh - giả* : trong khi thí và đã thí rồi thì chẳng cầu Quả-báo.

2.) *Tài-thí của hạng phi Thánh (Phàm-phu)* : Trong khi thí và đã thí rồi, thì mong cầu Quả-báo để hưởng về sau.

1.) *Pháp-thí của hạng Thánh-giả* : Chỉ vì tăng-trưởng cái Pháp cho người và cho mình mà thôi.

2.) *Pháp-thí của hạng phi Thánh (Phàm-phu)* : Họ thí Pháp để cầu hưởng những cảnh cao xuê trong Tam Giới.

Ai làm *Nhị thí* theo hạng Thánh - giả, hạnh Bố-thí mới được trọn vẹn.

Ai làm *Nhị thí* theo hạng phi Thánh, hạnh bố-thí chẳng được trọn vẹn.

B.— 1. *Tịnh-thí* : Sự bố-thí trong sạch. Đem lòng trong sạch mà bố-thí, cúng-dường. Trong khi bố-thí, chẳng cầu quả - báo phước lợi cho mình, chỉ cốt vun bồi thiện-căn xuất-thế và cầu quả Niết-bàn cho mình và cho chúng-sanh.

2.) *Bất-tịnh thí* : Sự bố-thí chẳng trong sạch. Trong khi bố-thí, đem lòng ích kỷ mà cầu quả phước và lợi ích cho mình.

NHỊ THIỀN 二禪 Deuxième degré de Méditation (*fr.*) Cũng kêu : *Nhị Thiền-định, Đệ-nhị Thiền*. Phép thiền-định thứ hai trong *Tứ Thiền*. Phép Thiền-đình rất tinh - diệu, tế - mỹ của những bực dày công tu tập. Nhập phép Thiền nầy, không còn giữ hai mối lòng *tầm, tứ* như ở cảnh Sơ thiền, tức là tâm - ý không còn tầm tỏi, không còn dò xét, so đo. Còn sự thọ cảm thì chỉ cảm lấy hỷ-lạc mà thôi, chớ không có cái cảm buồn, khổ.

Khi nhập phép *Nhị Thiền*, nhà tu hành có thể cho thần - thức lên cảnh Tiên *Nhị Thiền Thiên*, và chừng thác, thì có thể vãng sanh đến đó.

NHỊ THIỀN THIÊN 二禪天 Cảnh Trời Nhị Thiền. Ấy là cảnh thứ hai trong *Tứ Thiền Thiên*, bốn cảnh nầy đều ở trong cõi Sắc-giới (*Rūpâvacara hay Rùpadhàtu*).

Nhị Thiền Thiên có ba từng trời :

Thiểu quang thiên (*Parittàbha*).

Vô-lượng quang thiên (*Apramànàbha*)

Quang-âm thiên (*Àbhàsvara*).

Chư vị Đại-Tiên ở mấy từng trời. *Nhị Thiền Thiên* có hào-quang rất sáng suốt, các ngài phóng hào-quang ra mà làm tiếng nói, để trao đổi tư-tưởng với nhau.

NHỊ THỪA (*THẶNG*) 二乘 Deux véhicules (*fr.*) Tiếng kêu chung *hai thừa*, hai cỗ xe, tức hai Giáo-pháp :

1.) *Thinh-văn thừa* là Giáo-pháp dạy về Tứ diệu-đế để đắc quả A-la-hán.

2.) *Duyên-giác thừa* hay *Bích-chi-Phật thừa* là Giáo-pháp dạy về Thập nhị nhơn-duyên, giáo-pháp của người tự tu tự ngộ quả Duyên-giác (*Độc-giác*).

Nhị thừa tức là *Tiểu-thừa*, đối với *Đại - thừa* hay *Bồ - tát thừa*.

Niết-Bàn Kinh : Như có những chúng - sanh đương chán vòng Sanh-tử, thì đức Như-lai thuyết *Nhị thừa* (*Hai thừa*) với họ. Nhưng *Nhị thừa* chẳng phải là thật. Tuy vậy, nhờ *Nhị thừa*, người ta biết rằng chốn Sanh-tử là tội lỗi khổ-não, và thấy rằng cảnh Niết-bàn là yên tĩnh khoái-tạc. Với ý-kiến đó, người ta tự biết rằng mình có đoạn tuyệt hoặc chẳng đoạn-tuyệt, mình chơn-thật hoặc chẳng chơn-thật, mình tu hoặc chẳng tu, mình đắc hoặc chẳng đắc.

NHỊ TRANG-NGHIÊM 二莊嚴 Deux ornements (*fr.*) Hai món làm cho trang hoàng nghiêm chỉnh cái thân Phật và Bồ-tát. Cũng viết : *Nhị chủng trang nghiêm*. Viết tắt : *Nhị nghiêm*.

1.) *Trí-huệ Trang nghiêm* hay *Huệ Trang nghiêm.*

2.) *Phước-đức Trang nghiêm* hay *Phước Trang nghiêm.*

Ai tu chứng từ Sơ-địa cho tới Thập-địa Bồ-tát, thì có *Trí-huệ Trang-nghiêm.*

Ai tu đủ Ngũ độ, Từ Bố-thí Ba-la-mật cho tới Thiền-định Ba-la-mật, ắt được *Phước-đức Trang nghiêm.*

Trong *Lục độ,* Sáu đại-hạnh của Bồ-tát quyết mau thành Phật, năm độ đầu từ Đàn Ba-la-mật đến Thiền Ba-la-mật là năm hạnh tu về *Phước-đức Trang nghiêm,* tức dùng từ-thiện phước-đức mà làm xuê lịch cho cái Thân. Độ thứ sáu, Bát-nhã Ba-la-mật là hạnh tu về *Trí-huệ Trang-nghiệm,* tức nghiên cứu cho có Trí-huệ đề làm xuê lịch cho cái Thân.

Ai có đủ *Nhị Trang-nghiêm,* thì biết rõ, thấy trọn Phật-tánh, có thể hỏi và có thể đáp Nghĩa lý thâm diệu.

Trong **Đại Bát Niết-Bàn-Kinh,** quyền 27, có giải rộng *Nhi Trang-nghiêm* của Bồ-tát và của Phật.

NHĨ 耳 Oreille (*fr.*) Lỗ tai. Cũng viết: nhị-quan, *nhĩ-căn.* Một cơ quan, một căn trong sáu căn của người: nhãn, *nhĩ,* tỹ, thiệt, thân, ý.

Lỗ tai đối với tiếng nói, tiếng động thì nghe biết, sự nghe biết ấy kêu là *nhĩ - thức.*

NHĨ-CĂN 耳 根 Oreille (*fr.*) Căn tai, Lỗ tai. Một căn trong sáu căn (*lục căn*). *Nhĩ-căn* đối với thinh-cảnh (*thinh-trần*), bèn sanh ra *nhĩ-thức.* Xem: *Lục căn.*

NHĨ-THỨC 耳 識 La connaissance des oreilles (*fr.*): Sự biết của căn tai, của hai lỗ tai. Tức là nghe biết. Một trong *Lục thức,* sáu sự biết của người ta và chúng-sanh.

Do *thinh-trần* ở ngoài chạm vào *nhĩ-căn,* bèn sanh ra *nhĩ-thức.* Xem: *Lục thức.*

NHIỄM 染 Tacher, Souiller (*fr.*) Tức Nhiễm cấu, Nhiễm ô. Nhiễm, nhuốm, thấm, dính, lây bởi những vật chẳng trong, chẳng sạch. Chấp trước cái ý-tưởng sái, bậy của mình. Đối cảnh mà vướng lấy, tríu mến, mê sa, chẳng lìa.

«**Du-già**» quyển 84 giải rằng: *Nhiễm* nghĩa là: Vui thích, dính khắn và thọ dụng.

Nhiễm đối với *tịnh* (*sạch*), cũng như *mê* đối với *ngộ* (*tỉnh*). *Nhiễm* tức là vô-minh, phiền-não; tịnh tức là giải thoát, pháp-tánh (*Chơn-như*).

NHIỄM-ÁI 染愛 Thấm lấy, vướng lấy tình yêu mến. Ấy là người mắc lấy tình-dục, chẳng thoát khỏi cảnh sắc-dục, tức còn phiền-lụy về nỗi thê-thiếp, còn lặn hụp trong biển ái-tình.

NHIỄM-DUYÊN 染緣: Duyên-cớ làm cho nhiễm. Ấy là những mối lầm (*hoặc*) cùng là cái Nghiệp, hai món đó làm duyên-cớ khiến cho người-ta chịu lấy quả-báo khổ trong vòng Sanh-tử, trong biển Luân-hồi.

NHIỄM-GIỚI 染界: Thế-giới nhiễm-ô, thế-giới phiền-não, mê muội. Tiếng gọi Ta-bà thế-giới nầy. Vì ở cõi nầy, con người-ta vướng rất nhiều phiền-não, mê-dục. Trái với *Tịnh-độ, Tịnh giới*, Cực-lạc thế-giới của Phật A-Di-Đà, cõi sạch sẽ nơi ấy người ta không hề khổ não vì tham mê.

NHIỄM-Ô 染污: Thấm dơ, dính dơ, nhuốm dơ. Tức là *phiền-não*. Là vì những phiền-não, mê-dục *nhiễm-ô* chơn-tánh của con người.— Mã-Tổ thiền-sư có nói: Đạo chẳng cần tu, chỉ đừng có *nhiễm-ô* là được.

NHIỄM-Ô Ý 染污意: Cái ý thấm dơ. Tiếng gọi cái thức thứ bảy, *Mạt-na thức*. Trong tám thức, thức thứ bảy là cái cội rễ mê nhiễm, thường ứng với bốn sự lầm: *ngã-si, ngã-kiến, ngã-mạn, ngã-ái*, nương dựa với phần ý kiến của tám thức mà phân biệt, sanh ra cái *ngã-chấp*. Xem: *Mạt-na-thức*.

NHIỄM-TÂM 染心: Lòng nhiễm ô, nhuốm dơ bởi trần-cảnh. Lòng ham vui sướng, ham dâm dục, ham cuộc lợi danh, sắc dục, — lòng chấp trước, tà - kiến.

Trái với *tịnh-tâm (lòng trong-sạch, lòng giải-thoát)*.

NHIỄM-TẬP 染 習 : Habitude (*fr.*) : Thói quen nhiễm ô. Thói quen triêm-nhiễm ở xã-hội từ lúc nhỏ hoặc đã lâu, mặc dầu chẳng tốt, nhưng chẳng bỏ liền được. Tỷ như người đã quen hút thuốc, hoặc đã quen chửi thề. Mặc dầu xuất gia tu hành thanh-tịnh, nhưng chưa dứt khoát những *nhiễm-tập* ấy.

NHIỄM TỊNH 染 淨 Souillé (*Impur*) et Pur, Souillure (*Impureté*) et Pureté (*fr.*) : Nhiễm - ô và thanh - tịnh, Nhuốm - dơ và tinh-sạch. Hai danh từ đối nghĩa. *Nhiễm* là cái tâm - niệm ái-trước và sự vật mà mình ái-trước. *Tịnh* là tâm-niệm giải-thoát và sự vật mà mình giải thoát, không còn yêu mến vấn-vương. *Nhiễm* tức là pháp Vô-minh. *Tịnh* tức là pháp Pháp-tánh.

NHIỄM TỊNH BẤT NHỊ MÔN 染 淨 不 二 門 Nhuốm-dơ và tinh sạch chẳng phải hai môn. Theo nghĩa đối-đích, *nhiễm* và *tịnh* trái nhau. Nhưng theo nghĩa tuyệt-đích, *nhiễm* và *tịnh* vẫn như nhau, chẳng hai. Tức *Vô-minh* và *Pháp-tánh* vốn như nhau, chẳng phải hai. Chúng-sanh vốn có cái tâm thanh-tịnh, cái Phật-tánh, cái Pháp-tánh. Vì vọng niệm nên nhiễm dơ. Chừng hết vọng niệm, thì trở nên trong-sạch như xưa. Cho nên nói *Nhiễm tịnh bất nhị môn*. Một trong mười pháp-môn chẳng hai : Xem : *Thập bất nhị môn*.

NHIỄM-TỊNH-CHƠN-NHƯ 染 淨 真 如 Cái Chơn-như mà đức thanh-tịnh bị nhuốm dơ. Cũng gọi : Tùy duyên Chơn-như. Một trong Nhị Chơn-như : Thanh-tịnh Chơn-như, *Nhiễm-tịnh Chơn-như*.

NHIỄM-TRƯỚC 染 着 Nhuốm lấy, vướng lấy mà chẳng lìa. Lòng ưa-thích, lòng ham muốn vướng lấy vật ngoài, bèn chấp nệ mà chẳng lìa.

NHIÊN-ĐĂNG (*PHẬT*) 然 燈 佛 Dipankara (*scr.*) Một đức Phật quá khứ. Âm theo Phạn : Đề-hòa-kiệt-ra, Dipankara. *Nhiên-*

Đăng có nghĩa : cây đèn đốt sáng.— Cũng gọi : *Tích Đính - Quang, Đính-Quang.*

Trong **Diệu-Pháp Liên-Hoa Kinh**, phẩm Tự, có tích nầy : Phật Nhựt-Nguyệt-Đăng-Minh khi còn ở hoàng cung, có sanh ra tám vị vương-tử : Hữu-Ý, Thiện-Ý, Vô-lượng-Ý, Bảo-Ý, Tăng-Ý, Trừ-nghi-Ý, Hưởng-Ý, Pháp-Ý.

Khi ngài xuất gia, tu thành Phật, thì tám vị vương-tử ấy đều theo cha mà tu trì Phạm-hạnh. Tám vị ấy đều lần lượt thành Phật. Và vị sau rốt thành Phật hiệu là *Nhiên-Đăng*.—

Phật *Nhiên-Đăng* có thọ-ký cho Thiện-Huệ Bồ-tát, phán rằng về sau ngài Thiện-Huệ sẽ thành Phật, hiệu là Thích-Ca Mâu-Ni.

Trong **Vô-lượng-Thọ Kinh**, Phật phán với A-Nan rằng : Về đời quá-khứ, thuở xưa cách nay lâu xa vô-lượng, chẳng có thể suy nghĩ bàn bạc được là bao nhiêu Kiếp, đức *Đính-Quang* (*Nhiên-Đăng*) Như-lai xuất hiện ở thế, giáo-hóa độ thoát vô-lượng chúng-sanh, đều cho đắc Đạo, rồi Ngài mới vào Diệt-độ (*Niết-bàn*).

NHIẾP CHÚNG-SANH GIỚI 攝衆生戒 Giới hạnh thâu nhiếp các chúng-sanh. Cũng gọi : *Tiếp sanh giới*, Giới hạnh tiếp cứu chúng-sanh, *Nhiêu ích hữu - tình giới* : Giới hạnh cứu giúp các hữu-tình (*chúng-sanh*). Đó là hạnh Bồ-tát đem lòng từ bi mà giúp ích, mà cứu vớt chúng-sanh cho họ được lợi lạc, cho họ thoát khổ. Một trong Ba nhóm giái Đại - thừa. Xem : *Tam tụ giái.*

NHIẾP ĐẠI-THỪA LUẬN 攝大乘論 Mahâyâna-sampa--rigraha-çastra (*scr.*) Shôdaijôron (*jap.*) Một bộ Luận về Đại-thừa. Ấy là một bộ Luận của phái Pháp-tướng tông.

NHIẾP MA-ĐẰNG 攝摩騰 Kaçyapa - Màtanga (*scr.*) Cũng viết : *Ca-Diếp Ma-Đằng*. Một vị trong hai vị Sa-môn Ấn-độ được Sứ-giả vua Minh-Đế nhà Hậu-Hán rước qua Trung-quốc dịch Kinh, lối năm 65 đến năm 67 dương - lịch. (*Xem : Ca-Diếp Ma-Đằng*).

NHIẾP TÂM 攝心 *Nhiếp* nghĩa là : *chỉnh sửc*, làm cho ngay-thẳng nghiêm-trang. *Nhiếp tâm* là sửa dọn cho cái tâm-ý trở nên ngay thẳng, đoan trang ; đừng đề nó phóng túng, tưởng bậy. Như *nhiếp tâm* đừng cho nó nhớ tới sự tà dâm, sự trộm cắp, việc sát hại. *Nhiếp tâm* tức là Giái.

Thủ-lăng-Nghiêm Kinh quyền sáu : *Nhiếp tâm* là Giái. Nhơn Giái sanh Định. Nhơn Định phát Huệ. Đó là ba phép Vô-lậu học.

NHIẾP THỌ 攝受 Cũng gọi : Nhiếp thủ 攝取 : Thâu lấy, Nắm lấy, Thâu phục. Phật dùng từ tâm, giúp đỡ cho chúng-sanh, nhơn đó ngài *nhiếp thọ* (*nhiếp thủ*) các chúng-sanh.

NHƠN (*NHÂN*) 人 Mànusya (*scr.*) Homme (*fr.*) Người, người ta, loài người, kẻ. Đọc theo Phạn : *Ma-nao-xá, Mạt-nô-sa* (*Mànusyà*), Ma-nao-xá-nam (*Manusyànàm*). *Người* là một hạng trong mười hạng chúng-sanh : 1. Phật, 2. Bồ-tát, 3. Duyên-giác, 4. Thinh-văn (*La-hán*), 5. Thiên (*Tiên*), 6. A-tu-la (*Thần*), 7. *Nhơn* (*Người*), 8. Ngạ-quỉ, 9. Địa-ngục, 10. Súc-sanh.

Theo Kinh chữ Phạn, *con người* hiệp lại bởi bảy chất nầy : 1. Thể xác (*Rupa, le corps*), 2 Cái mạng (*Jivatna, le principe de vie ou vitalité*), 3. Thể phách (*Linga Shavira ou corps astral*), 4. Cái hồn thấp (*Kama-rùpa, l'âme animale ou volonté*), 5. Cái hồn người (*Mana, l'âme hûmaine ou intellect*), 6. Cái hồn linh (*Buddhi, l'âme spirituelle*), 7. Cái hồn Thánh (*Atma, l'esprit divin*).

Mỗi khi đức Phật đi xứ nầy xứ kia mà thuyết Kinh, thường có 1.250 đệ-tử La-hán hầu theo nghe và ủng-hộ (*thiên nhị bá ngũ thập nhơn cu...*).

Người ta có kẻ nghèo, người giàu, kẻ sang, người hèn, kẻ mạnh khỏe, người bệnh tật, kẻ sống lâu, người chết yểu, kẻ muốn chi đặng nấy, người thiếu thốn trăm bề. Ấy vì nghiệp-duyên từ trước vậy.

Tứ thập nhị chương Kinh : Cho một trăm *kẻ* ác ăn, chẳng bằng cho một *người* thiện ăn.

Pháp-bảo đàn Kinh : *Người* mê tức là chúng-sanh, *kẻ* ngộ tức là Phật.

Phật là *Nhơn bảo*, người quí báu, oai-mãnh như Sư-tử (*Nhơn hùng Sư-tử*), như vua loài bò (*Nhơn trung Ngưu-vương*), như cây che mát cho thế-gian (*Nhơn trung thọ*). Ngài là bực đáng trọng hơn hết trong *nhơn-loại* (*Nhơn trung tôn*).

NHƠN-BẢO 人寶 : Ngôi báu giữa loài người. Tiếng tôn xưng đức Phật. Vì trong nhơn-loại, Phật là bực quí báu nhứt.

NHƠN-CHẤP 人執 : Lòng chấp nệ có người. Đó là chỉ kẻ chẳng hiểu rằng cái thân người vốn là Năm uẩn (*Ngũ uẩn*) tạm hiệp mà thành, cho nên khư khư chấp rằng có thật cái thân-thể của mình. *Nhơn-chấp*, cũng kêu : *Ngã-chấp*, chấp nệ có ta.

NHƠN-ĐẠO 人道 : Đường người, chốn nhơn - loại. Một đường trong Năm đường, trong Sáu đường. (*Xem* : *Ngũ đạo, Lục đạo*). Cũng viết : *Nhơn-thú*. Những kẻ từ *Nhơn - đạo* mà đọa *Địa - ngục đạo*, khi sanh ra ở Địa-ngục, liền tự biết rằng mình từ nơi *Nhơn-đạo* mà sanh lại. Họ cũng biết rằng do hạnh-nghiệp chi mà họ sanh nơi *Địa-ngục*.

NHƠN HÙNG SƯ-TỬ 人雄師子 : Một đức-hiệu của Phật. Ở giữa loài người, Phật là bực anh hùng đệ nhứt, cho nên gọi là *Nhơn hùng*. Ở giữa muôn thú, Sư-tử là bực đứng đầu, gan dạ hơn hết, mạnh mẽ hơn hết. Vì chỗ so sánh ấy, nên trong Kinh thường gọi Phật là *Nhơn hùng Sư-tử*. Lại cũng gọi : *Nhơn Sư-tử, Nhơn trung Sư-tử*.

Trong **Vô-lượng-Thọ Kinh**, có mấy lời ngài Pháp - Tạng Tỳ-kheo xưng tán Phật Thế-Tự-Tại-Vương như vầy :

Nhơn hùng Sư-tử.— Thần đức Vô-lượng.— Công-huân quảng-đại.— Trí-huệ thâm diệu.

(Thiệt đáng bực Nhơn hùng Sư-tử,
Bủa đức thần chế ngự vô cùng ;
Ai hay quảng-đại là công,

Ai hay thâm diệu trí lòng khôn lanh ?)

NHƠN-KIẾN 人見 : Ý-kiến chấp có người. Ý kiến lầm lạc khư-khư chấp rằng thật có thân người, chấp có ta. Người cố chấp ấy chẳng dè rằng con người ta chỉ do ngũ uẩn tạm thời hòa-hiệp mà thôi. *Nhơn-kiến* cũng kêu là : *Nhơn ngã kiến, Ngã-kiến.*

NHƠN KIẾT-GIÁ 人吉蔗 Thây ma đứng dậy và hành-động theo sự điều khiển của người ta. *Kiết-giá* : Thây người chết do một thần-hồn khác nhập, rồi cử động như người sống. Thây ma ấy cử động là do bùa chú của một vị pháp - sư, và do ý điều khiển của người ấy. Nên kêu là *Nhơn kiết - giá.* Xem : *Kiết-giá.*

NHƠN KHÔNG 人空 : Không có người. Ấy là cái lý nhận rằng không có cái thân : người - ta vốn là không, chỉ là ngũ uẩn tạm hòa-hiệp, nhơn-duyên tạm hòa-hiệp, nên in tuồng như có mà thôi. Ai xét thấu cái lý ấy, thì được phép *Nhơn không quán.*

Chẳng những cái thân nầy chẳng có thật, cùng là chúng-sanh chẳng có thật, mà mọi vật, mọi pháp cũng đều không, thảy đều do nhơn duyên hòa - hiệp. Xét rõ, nhận thức, nhập diệu hai lẽ không ấy, kêu là : *Nhị không quán* (*Nhơn không quán, Pháp không quán*). *Nhờn không,* cũng gọi là : *Sanh không* (*không có chúng-sanh*), *Ngã không* (*không có ta*).

NHƠN MẠNG ĐỆ NHỨT 人命第一 : Mạng sống người-ta là bực nhứt. Trong các thứ quí báu ở đời, mạng sống của người ta là quí báu nhứt.

NHƠN NGÃ 人我 : Cái bổn-ngã của người. Đó là nói kẻ phàm-phu cố chấp rằng thân con người thường có một cái bổn-ngã làm chủ-tể, chấp cho cái *ngã* đó là thật. Cái ý-kiến sai lầm như vậy kêu là *Nhơn ngã kiến.* Lại còn một hạng phàm - phu chấp rằng các pháp, các sự-vật là có cái thật-thể. Cái kiến-thức lầm-lạc nầy kêu là *Pháp ngã-kiến.*

Vậy nhà học đạo cần thoát khỏi hai cái ý kiến cố chấp *nhơn-ngã* và *pháp-ngã* Con người ta do ngũ uẩn giả hiệp, chớ chẳng thật, chẳng bền. Các pháp vốn tánh không, do nhơn-duyên hòa-hiệp mà mình tạm thấy là có mà thôi.

NHƠN PHI NHƠN 人 非 人 : Người chẳng phải người. Đó là biệt danh của hạng thần *Khẩn-na-la* (*Kinnaras*). Hạng thần nầy lo việc tấu nhạc đạo-lý hầu đức Đế-Thích và hầu theo Tiên, Thánh.

Hình-trạng họ như loài người, nhưng trên đầu họ có sừng, vì vậy nên người ta gọi họ là *Nhơn phi nhơn* (*Người mà chẳng phải người, nửa giống người nửa giống thần*).—

Nhơn phi nhơn lại có nghĩa : hạng người và hạng chẳng phải người. Như mỗi khi Phật thuyết Kinh Đại-thừa, có hai hạng dự nghe : hạng người và hạng chẳng phải người (*nhơn phi nhơn đẳng*).

Hạng người (*nhơn*) là *Tứ bộ chúng* : 1. Tỳ-kheo, 2. Tỳ-kheo ni, 3. Ưu-bà-tắc, 4. Ưu-bà-di.

Hạng chẳng phải người (*phi nhơn*) là *Thiên Long Bát bộ* : 1. Thiên, 2. Long, 3. Dạ-xoa, 4. Càn-thát-bà, 5. A-tu-la, 6. Ca-lầu-la, 7. Khẩn-na-la, 8. Ma-hầu-la-già.

NHƠN SƯ-TỬ 人 師 子 Le Lion des hommes (*fr.*) Tiếng xưng Phật. Cũng gọi : *Nhơn trung Sư-tử*. Cũng như con Sư-tử là oai-mãnh nhứt trong loài thú, Phật là bực oai-mãnh nhứt trong loài người, nên gọi Ngài là *Nhơn Sư-tử*.

NHƠN TIÊN 人 仙 Le Rishi (*L' Immortel*) des hommes (*fr.*) : Bực Tiên-nhơn trong loài người. Một đức-hiệu của Phật. Theo Kinh Phật, *Tiên*, *Tiên-nhơn* là thầy tu núi đắc ngũ thông, có thuật trường-sanh, có thể kéo dài đời sống của mình đến bao lâu cũng được. Phật là bực *Đại-Tiên*, nhưng Ngài trở lại cõi đời mà giáo-hóa cho loài người, nên xưng Ngài là *Nhơn Tiên*.

NHƠN TƯỚNG 人 相 Tướng người. Đó là nói chúng-sanh, phàm-phu chẳng hiểu rằng cái thân thể con người do *Ngũ* *uẩn* giả hiệp mà thành, bèn kể bậy rằng: tôi là người, tôi sanh trong nẻo người, khác với những nẻo kia. Đó là *Nhơn-tướng*, một tướng trong *Tứ tướng*: 1. Ngã tướng (*chấp có ta, có những vật của ta*), 2.) *Nhơn-tướng* (*chấp có người*), 3. Chủng-sanh tướng (*chấp có các loại chúng-sanh*), 4. Thọ-giả tướng (*chấp có mạng số*).

Kim-cang Kinh: Nầy Tu-bồ-Đề! Như Bồ-tát có Ngã-tướng, *Nhơn-tướng*, Chúng-sanh tướng, Thọ-giả tướng, tức chẳng phải là Bồ-tát.

NHƠN-THÂN NGƯU 人身牛 Con bò mang thân người. Tiếng chê kẻ không biết nghe, không có trí. Cũng như tiếng Việt nam nói: Ngu như bò.

NHƠN THIÊN 人天.— Hommes et Dieux (*fr.*) Nhơn-loại và thần-tiên. Người ta ở cõi nầy với cái thể-xác do cha mẹ đẻ, kêu là *Nhơn*. Còn những vị Tiên ở các cung trời trong ba cõi: Vô-sắc-giới, Sắc-giới và Dục-giới, kêu là *Thiên*.

NHƠN-THÚ 人趣: Cõi người, nhơn-gian. *Thú*: Xô tới, trụ lại. Những chúng-sanh vì nghiệp-nhơn đưa đầy đến cõi người, sanh ra và sống chung cùng với loài người, tùy nghiệp mà hưởng sung-sướng hoặc chịu khổ-lụy, cõi ấy kêu là *Nhơn-thú*. Một cảnh trong *Lục thú*, *Ngũ thú*. *Nhơn-thú* cũng gọi là *Nhơn-đạo*.

NHƠN-TRUNG NGƯU-VƯƠNG 人中牛王 Vua loài bò giữa loài người. Một đức-hiệu của Phật. Vì tỷ-dụ mà gọi như vậy. Trong loài bò, con nào mạnh-mẽ hơn hết, ăn đứt các con khác, thì được tôn làm vua mà dìu dắt cả đoàn. Cũng như thế, Phật là bực oai mãnh hơn hết trong loài người, nên gọi Ngài là *Nhơn-trung Ngưu-Vương*. Cũng gọi: *Ngưu-Vương*.

NHƠN-TRUNG PHÂN-ĐÀ-LY HOA 人中分陀利華: Hoa Phân-đà-ly ở giữa loài người. Một đức-hiệu của Phật. *Phân-đà-ly*, chữ Phạn, là thứ hoa sen trắng đương thời-kỳ vừa nở ra đầy đủ, hoa ấy mọc ở ao sen nơi cảnh Tiên, cảnh Tịnh-độ. Bởi nó có một trăm cánh, nên người ta cũng gọi là *Bá diệp hoa*. Bởi nó ít có nơi cõi nhơn-gian, nên ngươi ta cũng gọi là *Hy-hữu hoa*. Hoa *Phân-đà-ly* rất đẹp, rất thơm, ít có ở thế-gian, tỷ như Phật. Vì chỗ so sánh đó, nên người ta gọi Phật là *Nhơn trung Phân-đà-ly hoa*. – Mấy tiếng ấy lại cũng dùng để chỉ người tu hành niệm Phật, vì ở thế-gian, kẻ ác độc tà-kiến thì nhiều, mà người tịnh-tâm niệm Phật thì ít.

Quán Vô-lượng-Thọ Kinh : Như ai niệm Phật, thì nên coi người ấy là *Nhơn trung Phân-đà-ly hoa.*

NHƠN TRUNG SƯ-TỬ 人中師子 : Một đức-hiệu của Phật. Cũng viết : *Nhơn Hùng Sư tử, Nhơn Sư-tử*. Phật là bực dõng mãnh hơn hết trong loài người, cũng như Sư-tử là dõng mãnh hơn hết trong loài thú, nên thế gian xưng ngài là *Nhơn trung Sư-tử*.

Niết - Bàn Kinh, quyển 8 : Người có trí phải nên phân biệt : bực *Nhơn trung Sư-tử* tuy có đi và lại, nhưng vẫn là Thường trụ, chẳng biến đổi.

NHƠN TRUNG TAM ÁC 人中三惡 : Ba tội ác giữa loài người :

1.) *Nhứt-xiển-đề* : tội bài bác lý nhơn-quả, chẳng tin rằng tu hành rồi sẽ thành Phật và nhập Niết-bàn.

2.) *Phỉ báng Đại-thừa* : tội chê-bai giáo-lý đạo Phật Đại-thừa.

3.) *Phạm tứ trọng cấm* : Thầy tu phạm bốn tội nầy : a) Dâm-dục, b) Trộm cướp, c) Giết hại, d) Nói láo.

Ba tội ác trên đây sẽ đày đọa kẻ phạm vào ba Nẻo ác : Địa-ngục, Ngạ-qui, Súc-sanh. Nhưng họ còn làm người, chưa tới kỳ báo-ứng, cho nên gọi họ là *Nhơn trung tam ác.*

NHƠN TRUNG TÔN 人中尊 Bực đáng tôn trọng nhứt giữa loài người. Tiếng xưng Phật. Vì ở thế gian, trong hàng nhơn-loại, Phật là bực đáng tôn đáng kính hơn hết, chẳng ai bì kịp.

NHƠN TRUNG TƯỢNG-VƯƠNG 人中象王 Vua loài voi giữa loài người. Tiếng tỷ-dụ tôn xưng Phật và Bồ-tát. Cũng như nói : *Nhơn trung Ngưu-vương.* Tỷ như vua loài voi thì oai mãnh hơn hết trong loài voi ; cũng như thế, Phật và Bồ-tát là bực oai mãnh hơn hết đối với loài người, nên xưng là *Nhơn trung Tượng-vương.*

NHƠN TRUNG THỌ 人中樹 Cây đại-thọ giữa loài người. Một đức-hiệu của Phật. Tỷ như một cây cao lớn, khi trời nóng nực, che mát cho khách bộ hành. Các việc do Phật làm ra đều có tánh cách trừ sự nóng-nảy, khồ bức của loài người. Vì vậy nên xưng Phật là *Nhơn trung thọ.*

NHƠN VÔ NGÃ 人無我 Người ta không có cái thật-thề. Một trong *Nhị vô ngã* : Nhơn vô ngã, Pháp vô ngã. *Nhơn vô ngã* cũng kêu là : *Chúng-sanh vô ngã, Sanh Không, Nhơn Không, Ngã Không.* Ý-kiến của người hiều đạo-lý, nhận rằng thân người do ngũ uần giả hiệp mà thành, chớ thật chẳng phải có. Hiều như vậy, liền dứt những phiền-não chướng-ngại, thì ra đâu có mình, đâu có người, đâu có chúng-sanh ! Đó là *nhơn vô ngã.* Ai suy nghĩ được cái lý trí ấy, kêu là *nhơn vô ngã trí.* Nhưng đó còn là địa vị Tiều-thừa. Phải tấn lên một bực nữa, tức là nên hiều *Pháp vô ngã,* tức là các pháp, các sự vật đều chẳng có cái thật-thề, chỉ do nhơn-duyên hòa-hiệp mà thôi. Hiều được vậy, liền dứt những chướng-ngại đối với chỗ thấy biết, đối với các cảm giác của mình. Đó kêu là *Pháp vô ngã.* Ai suy xét mà nhập diệu cái lý trí ấy, kêu là *Pháp vô ngã trí.* Bực Bồ-tát ngộ nhập hai cảnh vô ngã ấy, kêu là *Nhị vô ngã trí.*

NHƠN (*NHÂN*) 仁 Générosité, généreux, vertueux, (*fr.*) Lòng nhơn, người có lòng nhơn, thương người xót vật, từ bi bố thí. Ấy là nỗi lòng của chư Phật, chư Bồ-tát.

Đối với *bất nhơn* là lòng độc ác, người độc ác, ưa sát hại.

NHƠN-GIẢ 仁 者 : Người nhơn-đức. Tiếng gọi bực Bồ-tát. Như Di-Lặc Bồ-tát gọi Văn-Thù Bồ-tát là *Nhơn-giả.* Và Vô-Tận-ý Bồ-tát, khi tặng chuỗi ngọc cho Quan-Âm Bồ-tát, bạch rằng: «*Nhơn-giả*, nên nhũ lòng thương tôi mà thọ lấy chuỗi ngọc nầy!»

Nhơn-giả lại là tiếng cung-kính dùng đề xưng người đương nói chuyện với mình.

NHƠN-HIỀN KIẾP 仁 賢 劫 Bhadra-Kalpa (*scr.*): Kỳ-Kiếp hiện tại. Thường viết: *Hiền-Kiếp.* Đối với: Trang-nghiêm Kiếp là Kiếp quá-khứ, Tinh-tú Kiếp là Kiếp vị-lai. Xem: *Hiền-Kiếp.*

NHƠN-TÔN 仁 尊 Bực nhơn-từ. Một đức-hiệu của Phật. Như chữ *Thích-Ca*, Çakya, tiếng Phạn, dịch nghĩa *Năng-nhơn* 能 仁, hay thương người xót vật, hay làm lành. Vì vậy nên người ta gọi chùa thờ Phật là *Nhơn-từ* 仁 祠, tháp thờ Phật là *Nhơn-tháp* 仁 塔.

NHƠN-VƯƠNG 仁 王 Vua Nhơn. Tiếng tôn xưng Phật. Tên đức Phật *Thích-Ca* có nghĩa *Năng-nhơn.* Lại ngài là bực *Pháp-Vương.* Vì vậy nên người ta xưng ngài là *Nhơn-Vương.*

NHƠN (*NHÂN*) 因 Nidâna (*scr.*),= Cause (*fr.*) Nguyên-do, Y theo, lý do. Phạn: *Ni-đà-na* (*Nidâna*). Tức là: Bởi cái nầy mà sanh ra cái kia. *Nhơn* là cái nguyên-do, cái cớ chánh của sự-vật. Đối với *quả* là chỗ kết-cuộc của sự vật. Như *nhơn* lành thì sanh *quả* lành, *nhơn* dữ thì kết *quả* dữ.

Cái *Nhơn* muốn được phát triền cho đến ngày kết *quả*, thì cần phải có các *duyên* phò trợ, cho nên người ta thường gọi chung những duyên-cớ, những lý-do là *nhơn-duyên.*—

Nhơn cũng có nghĩa *Duyên*, tức một duyên-cớ trong nhiều duyên-cớ. Như nói: *Nhơn* cặp mắt, *nhơn* hình sắc, *nhơn* ánh-sáng, *nhơn* cái tâm, *nhơn* sự nhớ tưởng mà sanh ra sự thấy biết.

Nhơn có hai thứ: 1.) Sanh-nhơn. 2.) Liễu-nhơn. *Sanh-nhơn* là cái nhơn sanh ra vật. *Liễu nhơn* là những nhơn-duyên chiếu liễu, làm cho tỏ rõ. Tỷ như hột giống là *Sanh-nhơn*; còn những món như đất, nước, phân v.v là *Liễu-nhơn*. Do Sanh-nhơn và Liễu-nhơn ấy, cây mới lớn lên và sanh trái(*quả*).

Lại có hai thứ *nhơn* : 1.) Chánh-nhơn 2.) Duyên-nhơn.

Chánh nhơn là cái cớ chánh-đáng hơn hết để sanh ra vật. *Duyên-nhơn* là những cớ nương theo cái cớ chánh.

Tỷ như sữa bò là *Chánh-nhơn* để làm ra món lạc (*crème*). Nhưng phải có những *Duyên-nhơn*, như : nhơn-công, nước, bình, đồ dùi, dây. *Sanh-nhơn* tức là *Chánh-nhơn*. *Liễu-nhơn* cũng kêu là *Duyên-nhơn*.

Lại có hai thứ *nhơn*, do đó mà sanh ra *quả* : 1.) Cận-nhơn (*Nhơn gần*); 2.) Viễn-nhơn (*Nhơn xa*). Như nói về lúa thóc cây cối, *cận-nhơn* là hột giống ; *viễn-nhơn* là : nước, phân, nhơn-công. Như nói về Quả Viễn-ly (*Niết - bàn*), *cận - nhơn* là Tam Giải-thoát môn (*ba phép Thiền-định : Không, Vô-tướng, Vô-tác*), *Viễn-nhơn* là các thiện-pháp mà mình đã tu tập trong vô-lượng thế.

(*Xem : Ngũ Nhơn.*)

NHƠN-DUYÊN 因緣.— Hetupratyapa (*scr.*).— Hetupaccaya (*p.*).— Causes-facteurs (*fr.*) : Những nguyên-do, những cơ-hội. *Nhơn* là cái nguyên do chánh, có sức phát sanh ra quả. Tỷ như hột bưởi có sức phát sanh ra cây bưởi, trái bưởi. — *Duyên* là những nguyên-do bổ-trợ cho nhơn, giúp cho nhơn sanh quả. Tỷ như : đất, nước, phân, công săn sóc ; những món nầy giúp cho hột bưởi sanh cây bưởi, trái bưởi.—

Đối-nghĩa : *Tự-nhiên* (*Tự mình mà thôi, không do Nhơn-duyên*).

Bởi *nhơn-duyên* hòa-hiệp nhau, nên mới sanh ra các pháp. Vậy thì chúng-sanh và muôn vật, thảy đều chẳng có tự-tánh, chỉ vì *nhơn-duyên* hòa-hiệp nên in tuồng như có mà thôi ; và chỉ vì *nhơn-duyên* ly-tán nên in tuồng như không.—

Con người ta luân-hồi trong Tam giới, ấy vì mười hai cái nhơn-duyên (*Thập nhị nhơn-duyên*). Ai tu-tập, quán-tưởng mà diệt-trừ mười hai cái nhơn-duyên ấy, từ cái thứ nhứt là Vô-minh cho đến cái thứ mười hai Lão-bệnh-tử, thì dứt đường luân-hồi, thành bực *Duyên-giác* (*Prateyka-Bouddha*). Phép tu ấy kêu là *Nhơn-duyên quán*.—

Ông Xá-*Ly*-Phất (*Çariputra*) đương tu hành theo pháp-môn ngoại-đạo, khi nghe ông *Át-Bệ* (*Asvajit*) đệ-tử của Phật thuyết cho bài Kệ, bèn qui-y theo Phật. Kệ rằng:

Chư Pháp *nhơn-duyên* sanh,
Diệc tùng *nhơn-duyên* diệt;
Ngã Phật Đại Sa-môn,
Thường tác như thị thuyết.

Theo **Kinh Diệu-Pháp Liên-Hoa**, đức Phật vì một cái *nhơn-duyên* việc lớn nên giáng trần. Cái *nhơn-duyên* việc lớn ấy, cái cớ sự lớn ấy, tức là sự độ thế, truyền trao cái Phật-Huệ.—

Trong **Địa-Tạng Kinh**, Phẩm 11: Địa-Tạng Bồ-tát có *nhơn-duyên* lớn với cõi Diêm-phù-đề nầy, cũng như các ngài Văn-Thù, Phổ-Hiền, Quan-Âm, Di-Lặc. Các ngài đều vì sức thệ-nguyện lớn mà hóa ra trăm ngàn thân-hình độ chúng-sanh trong Sáu Nẻo (*Lục đạo*).—

NHƠN-DUYÊN (*KINH*) 因緣 (經).— Nidàna (*scr.*).— Causes (*fr.*): Một thể thuyết-pháp trong 12 thể thuyết-pháp của Phật, một bộ trong *Thập nhị Bộ Kinh*. Kêu theo Phạn: *Ni-đà-na* (*Nidàna*). Trong các Kinh-điển Phật, có những chỗ giải về căn-bổn của quả-báo, giải từ gốc cho tới ngọn. Tất cả các chỗ giải về bổn mạt như vậy, kêu chung là *Nhơn-duyên Kinh*, tức là phần Kinh về Nhơn-duyên vậy. (*Xem*: *Ni-đà-na*).

NHƠN-ĐẠO 因道: Nền đạo ở chỗ nhơn. Đối với: *Quả-đạo*. Nền đạo có hai bề: bề *nhơn* là hồi còn tu, *bề* quả là lúc đã thành. Vì muốn đắc quả nên phải tu-hành đạo lý, đó kêu là *nhơn-đạo*. Như: Muốn đắc quả đạo La-hán, phải tu Tứ diệu-đế. Muốn đắc quả đạo Duyên-giác, phải tu Thập nhị nhơn-duyên. Muốn đắc quả đạo Bồ-tát và quả đạo Phật, phải tu Lục độ. Còn như muốn vãng sanh về cõi Cực-lạc, thì phải tu pháp-môn niệm Phật. Vậy *nhơn-đạo* là pháp tu để thành *quả-đạo*.

NHƠN-ĐỊA 因地: Địa vị nhơn. Đối với: *Quả-địa*. Cảnh-thế phát tâm tu-hành, thời kỳ tu học đạo-lý, đó là *nhơn-địa*. Còn cảnh-thế thành đạo, thời kỳ thành Phật, đó là *quả-địa*.

Như nói về Phật A-Di-Đà, hồi ngài bỏ ngôi vua, đi tu

làm vị Tỳ-kheo Pháp-Tạng, phát nguyện 48 điều và tinh-tấn tu-hành, ấy là ngài ở nơi *nhơn-địa*.

Đến khi ngài thành Phật, ngự ở Cực-lạc thế-giới mà độ chúng-sanh, ấy là ngài ở nơi *quả-địa*.— *Nhơn-địa* cũng kêu : *Nhơn-vị* ; *Quả-địa* cũng kêu : *Quả-vị*.

Qui-nguyên trực-chỉ, quyển ba, bài chót : Chí-lý bổn đề Duy-tâm ; Sơ-môn tất do *Nhơn-địa*. (*Lẽ Chí-lý gốc ở Duy-tâm ; Cửa ban-sơ ắt do nhơn-địa.*)

NHƠN, HẠNH, QUẢ 因 行 果 : Đó là ý tứ ba câu trong Đại-Nhựt Kinh :

1.) Bồ-đề-tâm (*Đạo-tâm*) làm nhơn. Tức là *nhơn*.

2.) Đại-bi làm căn. Tức là *hạnh*.

3.) Phương tiện làm cứu-cánh. Tức là *quả*.

Ba cái ý trong ba câu ấy thâu nhiếp tất cả Đại-thừa và Tiểu-thừa, Hiển-giáo và Mật-giáo.

Ai muốn mau viên-mãn đạo Thánh, đạo Phật, đều phải có đủ *nhơn, hạnh, quả*.

NHƠN NGHIỆP 因 業 : Nhơn và nghiệp. *Nhơn* là cái lực hiện sanh ra chuyện kết-quả. *Nghiệp* là công chuyện tạo-tác của thân, ngữ, ý ; công chuyện ấy làm trợ-duyên cho nhơn để sanh quả. *Nhơn nghiệp* tức là *nhơn duyên*, hai tướng ấy hòa hiệp nhau mà các pháp sanh ra.

NHƠN-NGUYÊN 因 源 : Nguồn nhơn. Đối với *quả-mạt*. Mỗi pháp phát sanh ra, mỗi sự-vật phát hiện ra, đều do nơi nguồn cội là *nhơn*, rồi mới có ngọn-ngành là *quả*, sự kết-quả.

NHƠN-QUẢ 因 果 .— Cause et effet (*fr.*) : Nhơn và quả. Tức là : *Nhơn-duyên và quả-báo. Nhơn* là cái cớ có thể sanh ra quả, *quả* là cái vật do nhơn sanh ra. *Nhơn* ắt có *quả, quả* ắt có *nhơn*, đó là cái lẽ nhơn-quả. *Nhơn* lành có *quả* lành, nhơn dữ có *quả* dữ.— Lẽ nhơn-quả (*Nhơn-quả chi lý*), luật nhơn-quả (*nhơn-quả luật*) (*Loi causale, rétribution des actes*), kêu tắt *nhơn-quả* là lẽ tự nhiên, luật định sẵn, không chạy chối đặng. Tỷ như ở khoảng trống kêu lên, liền có tiếng dội vậy. --

Kim-Vân-Kiều : Rõ rằng *nhơn-quả* dở dang,

Đã toan trốn nợ đoạn tràng đặng sao ?

Nhơn-quả Kinh : Muốn biết cái *nhơn* đã qua, hãy xem cái *quả* hiện-tại ; muốn biết cái *quả* về sau, hãy xem cái *nhơn* hiện-tại.

Quán Vô-Lượng-Thọ Kinh : Muốn sanh về cõi Tây-phương Cực-lạc, nên tu ba phước :

1.) Hiếu dưỡng cha mẹ, phụng-sự sư-trưởng, lòng lành chẳng giết sanh mạng, tu thập thiện nghiệp.

2.) Thọ trì tam qui, giữ giới cụ-túc, chẳng phạm oai-nghi.

3.) Phát tâm Bồ-đề, tin sâu *nhơn-quả*, đọc tụng Kinh Đại-thừa, khuyến tấn kẻ tu hành.

NHƠN QUẢ BẤT NHỊ MÔN 因果不二門 Nhơn và quả chẳng phải hai môn. Tức nhơn và quả như nhau, đồng một thể. Ấy là hai giai đoạn của cái nghiệp : giai đoạn Nghiệp-nhơn và giai đoạn Nghiệp-quả. Vả lại, do nhơn lành, sanh quả lành ; do nhơn dữ, sanh quả dữ. Tỷ như gieo giống (*nhơn*) ngọt thì sanh trái (*quả*) ngọt ; gieo giống (*nhơn*) đắng thì sanh trái (*quả*) *đắng*. Xem : *Thập bất nhị môn.*

NHƠN TU 因修 Sự tu-hành ở nhơn-địa. Địa vị tu-hạnh Phật-nhơn. Địa vị tu-hành của Bồ-tát để thành Phật. Cũng gọi : *Nhơn-địa, Nhơn-vị.*

NHƠN-VỊ 因位 : Địa vị tu nhơn. Địa vị của người quyết chí tu-hành để đắc quả-vị. Địa-vị của người tu-hành Phật-nhơn để cầu Phật-quả. Cũng kêu . *Nhơn-địa.*

NHƠN-VIÊN QUẢ MÃN 因圓果滿 : Nhơn tròn quả

đủ. Ấy là bực người tu hành thành tựu, cảnh nhơn-địa đã qua, cảnh quả-vị đã chứng. Như đức Thích-Ca trải qua bao Kiếp tu hành, rồi đến ngày thành Phật nơi cội Bồ-đề, kêu là *nhơn viên quả mãn !*

NHƠN-ĐÀ-LA 因陀羅 Indra (*scr.*) Tức là đức *Đế-Thích,* vị Thiên-chủ ở cảnh Trời *Đao-ly* hay *Tam thập tam thiên,* trong cõi *Dục-giới,* phía trên đảnh núi *Tu-di.* Kêu trọn : *Thích-đề-hoàn Nhơn-đà-la* (*Çakra - Dêva - Indra*). Cũng viết : *Thích-đề-hoàn Nhơn.*

Bên Ấn-độ, đạo Bà-la-môn gọi ngài là vị thần làm mưa, làm sấm sét. Về sau, lúc Phật Thích-Ca ra đời, *Nhơn-đà-la* có nguyện với Phật làm thần hộ-thế và ủng-hộ những nhà tu-hành đạo Phật, chẳng để cho ma qui phá hại họ.— Người ta vẽ tượng ngài có tám mắt, bốn tay, hoặc cỡi voi.

Trong cuộc bảo-hộ thế-giới, *Nhơn-đà-la* có bốn vị « *Tứ thiên vương* » và chư Tiên, chư Thần tiếp sức với ngài. (*Xem : Đế-Thích*).

NHƠN-ĐÀ-LA BẠT-ĐẾ 因陀羅跋帝.— Indrapriti (*scr.*) Thành-đô, cung - điện chỗ ngự của ngài Nhơn-đà-la (*Đế - Thích*), toàn bằng ngọc. Cũng kêu theo nghĩa : *Hỷ-kiến thành.*

NHƠN-ĐÀ-LA TÔNG 因陀羅宗 : Tông - phái của đức Nhơn-đà-la. Đức Đế-Thích có đặt ra bộ *Thinh minh Luận* 聲明論. Trong bộ luận ấy, một tiếng, một chữ chứa rất nhiều nghĩa. Vì vậy nên gọi là *Nhơn-đà-la tông.*

NHƠN-YẾT-ĐÀ 因揭陀 Ingata (*scr.*) Một vị La-hán, đệ-tử của đức Phật Thích-Ca. Một vị trong mười sáu vị La-hán được Phật phái đi truyền-bá đạo lý ở các nước chung-quanh cõi Ấn-độ. (*Xem đủ tên 16 vị nơi chữ : A-la-hán*).

NHƠN-CA-LA 甄迦羅 Một con số lớn về phép toán ở Thiên-trước. Theo Câu-xá-luận 俱舍論, có năm chục con số lớn (*đại-số*), mà *Nhơn-ca-la* là con số thứ 16 trong 50 đại-số ấy.

NHƠN-CA-LA NỮ 緊迦羅女 Vị nữ-thần Nhơn - ca - la. *Nhơn-ca-la* tức *Khẩn-na-la* (*Kinnara*) là thần tấu nhạc, nhứt là nhạc đạo-lý. Xem : *Khẩn-na-la.*

NHƠN-THÚC-CA BẢO 緊叔迦寶 Châu báu màu đỏ. Tên một thứ châu báu. Châu báu ấy màu đỏ, dường như màu trái *cây nhơn-thúc - ca,* nên kêu là *Nhơn-thúc-ca bảo.*

NHỤC-ĐĂNG 肉燈 Lampe de chair (*fr.*) Đèn thịt. Tự moi thịt mình, đốt làm đèn để cúng-dường Phật.

NHỤC-ĐOÀN TÂM 肉團心 Cœur physique (*fr.*) Trái tim bằng thịt hình tròn. Tức là trái tim bằng xác thịt nằm trong lồng ngực của người ta. Cũng viết : *Nhục-tâm.* Chữ Phạn : *Hột-ly-đà-da* 紇利陀耶, dịch nghĩa : *Nhục - đoàn tâm.*

NHỤC - KẾ 肉髻 Usnisa (*scr.*).— Proéminence du sommet de la tête (*fr.*) Bới tóc bằng thịt. Kêu theo Phạn : Ô-sắt-ni-sa (*Usnisa*). Trên chót đầu đức Phật, có một cục thịt nổi lên hình như bới tóc, tướng ấy do *lòng kính thuận sư-trưởng* mà mọc ra vậy.

Nhục-kế là tướng thứ 32 trong 32 tướng (*Tam thập nhị tướng*) của Phật, Bồ-tát.

Nơi đỉnh đầu, *Nhục-kế* là tướng chánh, còn *Vô-kiến đỉnh* là tướng tùy hình hảo.

Quán Vô-Lượng-Thọ Kinh : (*Về sự quán tưởng thân-thể của đức Bồ-tát Quan-Thế-Âm*), kỳ dư các tướng chánh nơi thân với các tướng phụ thì đều đủ cả, cũng như Phật không khác gì. Duy cái *nhục - kế* trên đỉnh đầu cùng tướng Vô kiến đỉnh chẳng bằng đức Thế-tôn mà thôi.

NHỤC-NHÃN 肉眼 Oeil physique (*fr.*) Mắt thịt, sự thấy của cặp mắt ở nhục - thân ; mắt thế - tục, sự thấy của người phàm-phu. Đối với : *Huệ-nhãn, Thiên-nhãn.*

Ngoài *nhục-nhãn*, đức Phật có thêm bốn thứ nhãn nữa : Thiên-nhãn, Huệ-nhãn, Pháp-nhãn, Phật-nhãn ; tất cả kêu là *ngũ nhãn*.

Niết-Bàn Kinh : Tỷ như với *nhục - nhãn*, người ta chẳng có thể phân - biệt món thuốc giả với món thuốc thiệt gốc ở Tuyết-sơn. Cũng như thế, nếu dùng *nhục - nhãn*, người đời khó phân biệt thầy tu phá Giới với thầy tu trì Giới. Là vì đương lúc họ không làm quấy, họ vẫn giống như người chân chính ; chỉ khi thấy họ hành ác, người ta mới biết họ bậy mà thôi.

NHỤC-SƠN (*SAN*) 肉 山 Montagne de chair (*fr.*) Núi thịt, Hòn núi bằng thịt. Quả-báo dữ của thầy tu. Một vị Tỳ-kheo chẳng giữ giái, luống thọ đồ vật dâng hiến của tín-đồ, sau khi thác, bị đọa làm hòn núi lớn bằng thịt, *đại nhục sơn*. Như vậy, còn e chưa trả hết tội ăn không của người tín-thí.

NHỤC-TÂM 肉 心 Cœur physique (*fr.*) Trái tim bằng xác thịt. Chẳng phải cái *tâm* là tình, tánh, ý, thức. *Nhục - tâm* cũng gọi là *Nhục-đoàn tâm*.

NHỤC-THÂN 肉 身 Corps physique (*fr.*) Thân xác. Thân thể bằng xác thịt do cha mẹ sanh ra, kêu là *Nhục-thân*.

NHỤC-THÂN BỒ-TÁT 肉 身 菩 薩 Vị Bồ-tát thân xác - thịt. *Nhục - thân* là cái thân thể bằng xác - thịt nầy, do cha mẹ sanh ra. *Nhục thân Bồ-tát* là người tuy mang lấy cái thân xác thịt, nhưng chỗ cảnh-giới tu hành, thì lướt tới địa vị sâu xa của Bồ-tát.

Trong « **Pháp bảo đàn Kinh** », lúc ngài Lục-Tổ mới vào làm tiều tại chùa Đông-thiền do Ngũ-tổ Hoằng-Nhẫn làm Thượng-tọa, ngài đương đạp cối giã gạo, bỗng nghe bài Kệ « Thân là cây Bồ-đề » của Thần - Tú. Ngài bèn đáp lại bằng bài Kệ « Vốn không có cây Bồ-đề ». Nhơn đó, tăng-chúng tại chùa đều hoảng hốt, nói với nhau rằng : « Xưa rày ! sao lại được sai khiến vị *Nhục-thân Bồ-tát* nầy ? »

« **Qui-nguyên trực chỉ** », nơi bài « Từ tâm bất sát phóng sanh văn », ngài Tông-Bổn có nói : Người phú quí mà phóng sanh, thí kinh, tu hành để làm gương cho quần chúng, người không tài lực mà tán thán hành động của nhà phú quí từ tâm, tự mình giảng giải Phật-pháp, có các sở nguyện từ-bi, đó đều là những vị *Nhục-thân Bồ-tát* ở đời hiện-tại nầy.

NHỤC - THỰC 肉 食 Việc ăn thịt, là ăn thịt của các giống chim, thú, cá vậy. Đức Phật ban sơ đối với khoa giáo Tiểu-thừa, cho phép ăn ba món thịt thanh-tịnh (*Xem : Tam tịnh-nhục*). Sau đối với khoa giáo Đại-thừa, ngài cấm ăn hết thảy các thứ thịt, nghĩa là ăn thịt vào thì hại cho lòng đại-bi của Bồ-tát.

Ăn thịt có mười sự lỗi như vầy : 1.) *Chúng - sanh kỷ thân* (*chúng-sanh từng có bà - con thân thích với mình*). 2.) *Kiến sanh kinh-bố* (*thấy mình, thì súc-sanh sợ-sệt*). 3.) *Hoại tha tín-tâm* (*phá hoại lòng tin của kẻ khác*). 4.) *Hành - nhơn bất ưng thực* (*người tu-hành chẳng nên ăn*). 5.) *La - sát tập - khí* (*tánh quen của quỉ La-sát là giống quỉ dữ thích ăn thịt người*). 6.) *Học - thuật bất thành* (*học-thuật chẳng thành được*). 7.) *Sanh - mạng đồng kỷ* (*sanh-mạng của giống vật đồng với mình*). 8.) *Thiên, Thánh viễn - ly* (*bực Thiên, bực Thánh lìa xa mình*) 9.) *Bất tịnh sở xuất* (*tánh chẳng thanh-tịnh do đó mà ra*). 10). *Tử đọa ác-đạo* (*khi chết bị đọa nẻo dữ*).

NHUẾ 恚 Colère (*fr.*) Giận hờn, oán trách. Chữ *nhuế* cũng đọc là *khuể, tuệ*. *Nhuế*, phẫn nộ, *sân-nhuế* là một độc trong tam độc : Tham, *sân* (*nhuế*), si.

Trong *Duy-ma Kinh*, phẩm phương tiện có nói : Muốn điều trị các sự *nhuế nộ*, nên dùng sức nhẫn.

Trong quyển *Bồ-tát tạng Kinh* có chép : Nếu ai *phẫn nhuế* thì làm tổn hại nền thiện-căn đã gây dựng trong trăm ngàn đại kiếp. Hễ các thiện - căn đã bị *sân nhuế* làm tổn hại rồi, phải trải qua trăm ngàn đại kiếp cần khổ tu-hành Thánh - đạo mới phục lại được.

(*Xem : Sân.*)

NHUẾ-KẾT 恚結 Hờn giận là dây thắt-buộc. *Kết* tức là phiền-não thắt buộc thân tâm chúng-sanh. *Nhuế-kết* : một mối kết trong *cửu kết* 九結. Các chúng-sanh làm nhiều nết hờn-giận chẳng lành, chiêu lấy sự khổ sống thác vị-lai, lưu-chuyển trong Tam giái mà chẳng thoát ly được vậy.

Nhuế cũng đồng nghĩa với *sân*. Và hai chữ *sân nhuế* (*hờn giận*) thường đi chung với nhau. Xem : *Cửu kết* :

NHUẾ-KIẾN 恚見 Ý kiến giận hờn. Ý kiến sai lạc, lầm lỗi của kẻ hay giận. Một trong mười tà-kiến của phàm-phu. Xem : *Thập kiến.*

NHUẾ-NỘ 恚怒 Hờn-giận. Đó là một tật độc trong *tam độc* 三毒, kêu là *sân-độc* 瞋毒 vậy.

Nhuế-nộ cũng nói là *sân-nhuế.*

NHUYỄN 輭 (軟) Mềm mại, dịu dàng ; — mịn màng đáng yêu ; — dẻo bền ; — yếu đuối. Trái với : *Thô.*

NHUYỄN-NGỮ 輭語 : Lời nói êm ái dịu ngọt. Đối với : *Thô-ngữ.*

Phật và Bồ-tát có ba thứ thiện-xảo phương-tiện làm cho chúng-sanh thọ pháp, cải-hóa cho họ : 1.) Khi thì dùng ròng *nhuyễn-ngữ*. 2.) Khi thì dùng ròng thô-ngữ 3.) Có khi dùng lời nói chẳng nhuyễn chẳng thô (*hoặc nhuyễn và thô.*)

Nhuyễn-ngữ là một phép tu của Bồ-tát. Theo **Niết-Bàn Kinh**, quyển 31, *Nhuyễn-ngữ* có đủ năm đức-tánh : 1.) Thật-ngữ (*lời nói thành-thật*), 2.) Diệu-ngữ (*lời nói tinh-đẹp*), 3.) Tiên-ý vấn-tấn (*đoán trước ý muốn của người mà hỏi thăm*), 4.) Thì ngữ (*nói ra phải lúc*), 5.) Chơn-ngữ (*lời nói chơn-chánh*).

NHUYỄN-TẶC 輭賊 : Bọn giặc nghịch êm ái, mềm dịu. Tiếng dùng để gọi danh tiếng (*danh-văn*) và các món cúng-dường (*lợi-dưỡng*). Danh-văn và lợi-dưỡng có thể hại công-đức của nhà đạo, nên gọi là **nhuyễn-tặc**.

NHƯ-Ý CA-LÂU-LA VƯƠNG 如意迦樓羅王 Mahârddhiprâpta (*scr.*), Roi des Garudas (*scr.*) Một vị vua trong loài Ca-lâu-la (*scr. Garudas*) tức là loài chim thần cánh vàng (*Kim-sí điểu*).

Hồi Phật Thích-Ca sắp diễn Kinh Diệu-pháp liên-hoa, *Như-Ý Ca-lâu-la-vương* với ba vị vua khác trong loài Ca-lâu-la, mỗi vị đều có dắt theo rất nhiều quyến-thuộc Ca-lâu-la, hiện lại núi Kỳ-xà-quật mà nghe Phật thuyết pháp.

NHƯ-Ý CHÂU 如意珠 Çintamani (*scr.*) Hột châu Như-ý. Một thứ châu báu, nhờ nó mà cầu lấy mọi vật đều được theo như-ý mình, cho nên kêu là *Như-ý châu*.

Cũng kêu âm theo Phạn : *Ma-ni châu.*

Hột châu ấy ở nơi lỗ tai trái của Long-vương, hoặc ở trong óc con cá Ma-kiệt, hoặc tự xá-ly (*hột tro-tàn*) của Phật hóa ra.

Trong tích **Thiện-Hữu Ác-Hữu**, hoàng-tử Thiện-Hữu (*tiền thân của Phật Thích-Ca*) đi xuống Long-cung, viếng Long-Vương và xin hột *châu như-ý* ở nơi lỗ tai của ngài để về nương sức hột châu ấy mà làm các việc bố-thí cho nhơn-dân.

Trí-độ-Luận (10): *Như-ý châu* tự xá-ly của Phật mà sanh ra. Như đến thời-kỳ mà Pháp Phật dứt, thì những hột ngọc Xá-ly đều biến làm *Như-ý châu*, tỷ như nước đặc (*băng*) quá một ngàn năm thì hóa làm pha lê châu.

Lại nữa, những nghĩa lý quí báu ở trong Pháp Phật, cũng gọi là *Như-ý châu.* Tức là nghĩa bóng vậy.

Niết-Bàn Kinh, quyển 14: Đại-sĩ được nửa hột *Như-ý châu* ấy ở đâu vậy ? Đại-sĩ ! nghĩa nửa bài kệ ấy mới là Chánh-đạo của chư Phật Thế-tôn đời quá-khứ, đời hiện-tại, đời vị-lai.

NHƯ-Ý CHÂU VƯƠNG 如意珠王: Hột Như-ý châu chúa. Trong những hột Như-ý châu, hột nào trồi hơn hết thì kêu là *Như-ý châu vương*.

Quán Vô-Lượng-Thọ Phật Kinh: Ở cõi Cực-lạc, có nước tám công-đức. Nước trong mỗi ao đều do bảy báu làm thành. Báu ấy nhu nhuyễn, do nơi *Như-ý châu vương* sanh ra.

NHƯ Ý THÔNG 如 意 通 Lực thần thông như ý. Đó là một lực trong sáu lực thông (*lục thông*). Lại kêu là *Thần-túc thông* (*lực thông chơn thần*) hay là *Thần-cảnh thông* (*lực thông cõi thần*). Biến hiện tự-tại theo như ý mình, kêu là *Như-ý*. Bay đi tự-tại các nơi, kêu là *Thần-túc*. Chuyền biến các cảnh lục trần một cách tự-tại, kêu là *Thần-cảnh*. *Thông* hay *Thần-thông* là Sức linh, Phép thuật lạ lùng mà tâm-trí thường không xét đoán nỗi. Xem : *Thần-túc thông, Lục thông.*

NHƯ-LAI 如 來 Tathâgatha (*scr.*).— Nioraï (*jap.*) Đọc theo Phạn : *Đa-đà-a-già-đà, Đa-đà-a-già-độ* (*Tathâgatha*). Nương theo cái thật-tánh của Chơn-như mà đến, mà thành Chánh-giác, thành Đạo. *Như-lai* là một trong *Thập hiệu* của Phật.

Kinh Kim-cang có nói rằng : Đức Phật vốn không do đâu lại, mà cũng không đi đâu, nên gọi là *Như-lai*. Phật *Như-lai* tức là Phật Thế - tôn, như đức Thích-Ca Mâu-Ni. Người ta cũng gọi *Như-lai* là : *Thường-trụ, Vô-biên Thân*. Đức Như - lai có mười cái Sức về Trí (*Xem : Thập Lực*).

Đức *Như-lai* lại chứng được năm đức rất sâu xa vi-diệu. (*Xem : Ngũ chủng thậm thâm.*)

Như-lai chẳng phải là bực đoạn diệt phiền-não, mà là bực chẳng hề phát sanh phiền - não. Như vậy, *Như - lai* tức là *Niết-bàn*.

Như-lai chẳng phải là phàm-phu, cũng chẳng phải là Thinh-văn, Duyên-giác, Bồ-tát. Như vậy, *Như-lai* tức là *Phật-tánh*.

Như-lai là bực mà Thân, Tâm và Trí-huệ bủa khắp vô-lượng, vô-số thế-giới, không hề bị chướng-ngại. Như vậy, *Như-lai* tức là *Hư-không*.

Như-lai là thường - trụ, chẳng hề biến đổi. Như vậy, *Như-lai* tức là *Thật-tướng*.

Xét theo những nghĩa trên, *Như - lai* thật chẳng có nhập Niết-bàn.

Đức *Như-lai* thấy rõ cái thật - tướng của Tam giới. Đối với ngài, cảnh Tam giới không sanh, không tử ; không mất, không còn ; không lăn lộn trong vòng luân-hồi, không tịch-diệt vào cảnh Niết-bàn trọn vẹn ; không có, không không ; không thật, không giả ; không như thế nầy, không như thế khác.

Đức Phật phán với Tu-Bồ-Đề rằng : « Chớ thấy cái thân tướng của ngài, chớ thấy 32 tướng Chánh với 80 tướng phụ của ngài mà cho đó là *Như-lai*. Là vì hễ có thân - tướng, tức là có hư-vọng, giả-hiệp có thể tan rã. Bằng thấy các tướng là không phải tướng, tức thấy *Như-lai* vậy. »

Niết-Bàn Kinh, quyển 17 : Tại sao gọi là *Như-lai* ? Như chư Phật quá-khứ thuyết diễn thế nào, thì ngài cũng thuyết diễn thế ấy. Chư Phật quá-khứ, vì độ chúng-sanh, nên thuyết diễn Mười hai bộ Kinh (*Thập nhị Bộ Kinh*), đức *Như-lai* cũng làm như vậy, nên gọi ngài là *Như-lai*.

Chư Phật Thế - tôn thảy đều do Lục Ba - la - mật, Tam thập thất Phẩm, Thập nhứt Không mà tới cảnh Đại Niết - bàn. Đức Như-lai cũng làm y như vậy, nên gọi ngài là *Như - lai*.

Chư Phật Thế-tôn, vì chúng-sanh nên tùy nghi phương-tiện, khai thị Ba thừa. Đời sống của các ngài dài vô-lượng, kể không xiết. Đức *Như-lai* cũng như vậy, nên gọi ngài là *Như-lai*.

NHƯ-LAI BÍ-TẠNG 如來秘藏 Tạng bí - mật Như - lai. Cũng viết : *Như-lại bí - mật Tạng, Như-lai vi - mật - Tạng*. Tiếng dùng để gọi các Kinh - điển Đại-thừa, vì các Kinh - điển ấy đều dạy về Phật - tánh, chứa đủ nghĩa lý Phật - tánh, chỉ cho người ta tu đến quả Phật Như-lai.

Lại nữa, hành-giả nghe Pháp hoặc xem Kinh, bèn chắc rằng mình có Phật-tánh, nương theo cái Phật-tánh ấy mà tu cho đến thành Phật, như vậy gọi là đắc nhập *Như-lai Bí-tạng*.

NHƯ-LAI ĐỊA 如來地 Địa-vị Như - lai, tức là *Phật - vị*, địa-vị Phật.

NHƯ-LAI GIA 如 來 家 Nhà Như-lai. Cõi Pháp-giới Chơn-như là chỗ trụ của Như-lai, nên gọi là *Như-lai gia.*

NHƯ-LAI HUỆ (*TUỆ*) 如 來 慧 Trí-huệ của đức Như-lai. Tức là cái « *Nhứt thiết chủng trí* » của bực Chánh-giác. Cũng kêu : *Phật-huệ, Phật-trí.*

Trong các hạng đắc Đạo, bực Như-lai được cái Trí-huệ sáng suốt hơn hết : cái huệ của Thinh-văn La-hán, của Duyên - giác, của Bồ-tát chẳng bằng *Như-lai huệ*. Với cái *Như-lai huệ*, với cái *Nhứt thiết chủng trí*, đức Phật biết tất cả, thấy tất cả.

NHƯ-LAI SỨ 如 來 使 Vị sứ-giả của đức Như-lai. Tức là người vâng mạng-lệnh của Như-lai, người đại-diện của Phật.

Sau khi đức Phật nhập diệt, người nào có thể hoằng - hóa Kinh-pháp một cách thông suốt, người ấy là *Như-lai sứ* hay *Như-lai sứ-giả.*

NHƯ-LAI TẠNG 如 來 藏 Kho tàng của Như-lai. Nghĩa là hết thảy các Kinh-tạng mà đức Phật Như-lai đã thuyết vậy.

Lại là nghĩa : Ở trong phiền-não, Chơn-như là *Như-lai tạng*. Ra khỏi phiền-não, Chơn-như là *Pháp-thân*. Cho nên y theo phẩm Như-lai tạng trong « Phật-tánh luận », chữ *Tạng* có ba nghĩa :

Một là nghĩa : mình thâu-nhiếp lại. Chơn-như lập ra địa vị chúng sanh, ngậm có hai cửa : hòa-hiệp và chẳng hòa-hiệp. Cửa hòa-hiệp là sanh ra hết thảy các pháp nhiễm, cửa chẳng hòa-hiệp là sanh ra hết thảy các pháp thanh- tịnh. Hết thảy các pháp nhiễm và thanh-tịnh, đều là của tánh Như-lai, tức là thâu-nhiếp Chơn-như vậy. Kêu là *Như-lai tạng* nghĩa là : Cái Chơn-như thâu nhiếp hết thảy các pháp. Như-lai tạng, đó là hết thảy các pháp vậy.

Hai là nghĩa : giấu-kín che-phủ. Chơn-như ở trong phiền-não, phiền-não giấu-kín che-phủ cái tánh- đức Chơn-như, khiến cho chẳng hiện rõ ra, kêu là *Như-lai tạng*. Ấy là cái kho phiền-não của chúng-sanh có đức Như-lai vậy.

Ba là nghĩa: có thể thâu-nhiếp được. Chơn-như ở trong phiền-não, ngậm-chứa thâu-nhiếp hết thảy công-đức quả-vị của Như-lai, cho nên kêu là *Như-lai tạng*.

NHƯ-LAI TẠNG TÁNH 如來藏性 Cái tánh của tất cả chúng-sanh chứa kín công-đức của Như-lai. Cái tánh ấy gọi là *Như-lai tạng tánh*.

NHƯ-LAI TẠNG TÂM 如來藏心. Tức là cái *Chơn-như tâm*. Xem: *Chơn như*.

NHƯ-LAI TÁNH 如來性 Cái tánh Như-lai. Ấy là cái tánh chơn-thật, trong sạch tự-nhiên ở nơi chúng-sanh. Cũng kêu: *Phật-tánh*.

«**Niết-bàn Kinh**»: Chúng-sanh chẳng có Thiên-nhãn, tức chẳng biết cái Chơn-Ngã. Ở trong chốn phiền-não, họ chẳng thấy rằng tự mình có *Như-lai Tánh*.

(*Xem: Phật-tánh*)

NHƯ-LAI-TƯỚNG 如來相.

1.) Tướng-mạo, thể-tướng của đức Như-lai. Tức là 32 tướng chánh và 80 tướng tốt phụ của Phật. (*Xem: Tam thập nhị tướng, Bát thập tùy hảo.*)

2.) Tánh-tướng của Như-lai. Ấy là những đức: 1. Giác (*Giác-ngộ*), 2. Thiện (*Lành*), 3. Thường (*Trường tồn chẳng dứt*), 4. Lạc (*Vui*), 5. Ngã (*cái Chơn-ngã, Đại-ngã*), 6. Tịnh (*Trong sạch*), 7. Giải thoát, 8. Chơn, 9. Thật, 10. Thị Đạo khả kiến (*Chỉ Đạo cho người ta thấy được*).

NHƯ-LAI THẤT, NHƯ-LAI Y, NHƯ-LAI TỌA 如來室, 如來衣, 如來座 Nhà của đức Như-lai, áo của đức Như-lai, chỗ ngồi (tòa) của đức Như-lai. Nghĩa là ba lối đạo vậy. Nhà của đức Như-lai, là nói về đức đại từ-bi vậy. Áo của đức Như-lai, là nói về tánh nhu-hòa nhẫn-nhục vậy. Chỗ ngồi của đức Như-lai, là nói về hết thảy pháp đều là không vậy.

Ai mà vào nhà đức Như-lai (*có lòng đại từ-bi*), mặc áo của đức Như-lai (*nhu-hòa nhẫn-nhục*), ngồi nơi tòa của đức Như-lai (*coi các pháp đều không*), thì có thể đứng ra mà thuyết pháp giáo-hóa chúng-sanh, nhứt là thuyết lý nghĩa Kinh Pháp-hoa để độ người ta vào Phật-huệ.

NHƯ-LAI THIỀN 如來禪 Phép thiền cố cựu có chỉ trong các Kinh-Luật-Luận của Phật ; phép thiền của người tu-hành giữ theo Lục độ, Vạn hạnh.

Như-lai thiền là tiếng mà phái Thiền-tông của Đạt-Ma tổ-sư và của Lục-tổ Huệ-Năng dùng để gọi các phái tu Phật và phái Thiền-tông miền Bắc của Thần-Tú.

Còn *Tổ-sư thiền* là nhóm tu-hành được truyền *tâm-ấn*, nhóm nầy khởi thủy từ Sơ-tổ Đạt-Ma đến Lục-tổ Huệ-Năng, Huệ-Năng lại tiếp truyền *tâm-ấn* cho phái-đồ mình. Người tu theo *Tổ-sư thiền* chẳng cần y theo Kinh-điển, Luật, Luận, chỉ thi-hành theo lối tâm-truyền của Thầy để mau thành Phật vậy thôi.

NHƯ-LAI THỨC 如來識 Cái thức của Như-lai. Cũng gọi : *Phật-thức*, cái thức của Phật. A-lại-da thức, thức thứ tám là cái thức cội-rễ của tất cả chúng-sanh. Am-ma-la thức 菴摩羅識, thức thứ chín là *Như-lai thức*, thức trong sạch của Phật. *Am-ma-la*, Âmra, chữ Phạn, dịch là *Thanh-tịnh*, nghĩa là lìa khỏi tất cả phiền-não vô-minh. Pháp-tướng tông lấy Am-ma-la thức làm phần thanh-tịnh của A-lại-da thức, chớ không có nhận cái thức thứ chín. Còn Pháp-tánh tông (*Tánh-tông*) lập ra thức thứ chín là *Am-ma-la-thức* tức *Như-lai thức*.

Xem : *Am-ma-la thức*.

NHƯ-LƯ-ĐẠT 如盧達 Jyâhroda (*scr.*).— Jou-lu-ta (*ch.*) Một người trưởng-giả tại thành Xá-vệ (*Srarasti*) hồi đời Phật Thích-Ca. Người rất giàu, có ba trai, thảy đều dong chơi theo phường kỵ-nữ. Người bèn đến chầu Phật và xin Phật độ phường kỵ-nữ ấy. Vì lòng thương ông Như-lư Đạt, đức Phật giáo độ cho phường kỵ-nữ, họ qui-y và trì Ngũ giới.

NHƯ-NHƯ 如如 Như-như là lý-thể của pháp-tánh. Thể

bình-đẳng chẳng hai, kêu là Như. Các pháp, pháp nầy pháp kia đều như nhau, kêu là Như-như.

Lại, các pháp, vạn vật, đều chẳng phải không, cũng chẳng phải có (*hữu*), thảy đều như nhau, tức là *như-như*.

Như-như chính là Trung-đạo, tướng của Đệ nhứt nghĩa, của Niết-bàn.

Vô-lượng-Thọ Kinh: Các hàng Bồ-tát sanh qua cõi Tịnh-độ của đức Phật A-Di-Đà, hiểu rằng các pháp đều *như-như*.

Trung-Luận có chép: Chẳng sanh cũng chẳng diệt, chẳng thường cũng chẳng đoạn, chẳng một cũng chẳng khác, chẳng lại cũng chẳng đi.—

Những tướng, những pháp như vậy, tức là *Như-như*, Phật, Như-lai.

NHƯ PHÁP 如法 Y theo Pháp-luật, đúng phép. Như nói:

Như pháp trị quốc: Trị nước đúng phép, nương theo phép-tắc của những vị minh-quân thuở xưa roi truyền mà cai-trị dân-chúng. Đó là nói về thế gian pháp.

Như pháp tu hành: Tu hành đúng phép, y theo những lẽ mà Phật đã thuyết, những lẽ ấy có biên chép trong Kinh-điển. Đó là nói về xuất thế gian pháp.—

Nhà vua *như pháp trị quốc*, thì chẳng có những kẻ oán-địch, làm cho dân-chúng hưởng sự an-lạc.

Cũng như thế, Bồ-tát *như pháp tu hành*, tức tu hành Lục Ba-la-mật, thì chẳng có những oán-địch tức là bọn phiền-não ác-tặc. Nhơn đó, mình và người đều hưởng sự an-lạc, tức là đắc Niết-bàn với bốn đức: Thường, Lạc, Ngã, Tịnh.

NHƯ THỊ NGÃ VĂN 如是我聞 Ta (*Tôi*) có nghe như vầy. Tiếng chi thị vị đa-văn bực nhứt, A-Nan tôn-giả, khi kết tập di-giáo của đức Thích-tôn, nêu ra bốn chữ ấy làm lời khởi thủy tụng. Ấy là điều mà đức Thế-tôn ngài dặn: Phàm những chỗ khởi đầu trong Kinh, đều theo lệ đề bốn chữ ấy. *Như thị* là chỉ lời đức Phật thuyết ở trong Kinh, *Ngã văn* là tự A-Nan nói đã nghe đức Thế-tôn vậy. Cũng có Kinh, như *Vô-Lượng-Thọ Kinh,* đề là : *Ngã văn như thị.*

Đại Bát Niết-bàn Kinh, quyển 41, phẩm Di-giáo, A-Nan có hỏi Phật : Sau khi Như-lai diệt độ, chừng kết-tập Pháp-tạng, nên đặt đề những chữ gì ở đầu tất cả các Kinh ?

Phật dạy : A-Nan ! sau khi Như-lai diệt độ, đến chừng kết-tập Pháp-tạng, ở đầu tất cả Kinh, nên đề : *Như thị ngã văn* (*Tôi có nghe như vầy*) : Có một lúc, Phật trụ tại phương mỗ, xứ mỗ, với chư Tứ chúng mà thuyết Kinh nầy...

NHƯ THUYẾT 如說

1.) Theo như Phật đã nói, đã dạy ; theo như Kinh đã nói, đã dạy. Như nói : *Như thuyết* tu hành, *như thuyết* nhi hành. Nghĩa là : Theo như lời Phật nói, theo như trong Kinh dạy mà tu hành, mà thi hành. Tu hành, thi hành đúng như lời Phật dạy, Kinh dạy.

2.) Lại có nghĩa : theo như lời mình đã nói, đúng như lời mình nói.

Niết-Bàn Kinh, quyển 25 : Bực thiện tri-thức là người như pháp nhi thuyết, *như thuyết* nhi hành. Tại sao gọi là như pháp nhi thuyết, *như thuyết* nhi hành ? Tự mình chẳng sát sanh, mới dạy người đừng sát sanh ; cho đến tự mình tu hành Chánh-kiến, mới bảo người tu hành Chánh-kiến. (*Tự mình bỏ Thập ác, làm Thập thiện, mới khuyên người bỏ Thập ác, làm Thập thiện*) v.v.

Vậy *như pháp nhi thuyết, như thuyết nhi hành,* nghĩa là : nói ra thì đúng Phật-Pháp, còn làm thì làm đúng như lời mình đã nói (*mình dạy người ta điều chi, chính mình đã có làm, đã có tu điều ấy rồi*).

NHƯƠNG-KHƯ 穰佉 Cũng viết : *Hướng-Khư.* Vị vua Chuyển - luân ở tại kinh-thành Sí-đầu-mạt (*Diệu-tràng-tướng*) hồi thuở đức Di-Lặc sẽ giáng - sanh và thành Phật. Vua rộng lắm,

Thập thiện, dẫn dạy nhơn-dân ; mọi người đều cảm hóa, không ai chẳng khâm-phục.

Thuở ấy, con người sống 80.000 tuổi, con gái 500 tuổi mới gả lấy chồng ; nhơn dân tướng mạo đoan chánh, không ai xấu xa thô kịch. Trong nước, không có tai hoạ , cũng không có nóng nực, lạnh lẽo. Cửa ngõ chẳng cần đóng, vì không có nạn trộm cướp. Vua cũng khỏi lo việc chiến-tranh, vì các nước đều hưởng hòa-bình. Cho đến thức ăn và thức mặc, người ta có tự nhiên, khỏi phải làm lụng và khỏi đua tranh cực khổ.

NHỨT CÚ — 句 Une seule phrase (*fr.*) Một câu. Một câu một mà thôi. Một câu văn mà gồm đủ nghĩa lý. Không cần nói thêm, không cần viết thêm câu nào nữa, kêu là *Nhứt cú*. Như : Nhứt cú Di-Đà — 句 彌 陀 Một câu Di-Đà. Tức là câu : *Nam-mô A-Di-Đà Phật*. Chỉ niệm một câu ấy mà thôi, đủ làm cho người ta yên - tịnh tâm trí khi sống đời, và khi lâm chung, được vãng-sanh cõi Tịnh-độ.

Qui-nguyên trực-chỉ quyển I, bài 5 :

Nhứt cú Di-Dà vô biệt niệm,

Bất lao đàn chỉ đáo Tây-phương.

Dịch nghĩa :

Một câu Di-Đà không niệm khác,

Khảy tay chẳng nhọc tới Tây-phương.

NHỨT CUNG — 弓 Un arc (*fr.*) Một cung. *Cung* là số đo ruộng đất. Theo nhà Phật, bốn *chẩu* (*thước chỏ, từ cùi chỏ tới đầu ngón tay giữa*) hiệp thành *một cung*. Một chẩu là 1 thước 8 tấc ta, 4 chẩu (*một cung*) là bảy thước hai tấc ta.

NHỨT CHẨU — 肘 Une coudée (*fr.*) Một thước chỏ, một cánh chỏ. Số đo ngày xưa. Một thước chỏ (*nhứt chẩu*) bằng một thước tám tấc ta, lối năm tấc pháp (*om50*). Riêng một thước chỏ. một cánh chỏ của Phật, thì kể bằng hai lần một thước chỏ thường. Hình trạng của Phật Thích-Ca cao lớn hơn hình-trạng người thường, nên một cánh chỏ (*nhứt chẩu*) của ngài đương nhiên dài hơn một cánh chỏ của người thường.

NHỨT CHƠN (*CHÂN*) — 眞 La Vérité absolue, L'Unique vérité (*fr.*) Cũng gọi : *Nhứt như, Nhứt thật.* Chơn-lý trọn bề, Chơn - lý tuyệt đối, Pháp : La Vérité absolue. Lại có nghĩa : Chơn-lý duy nhứt, bình-đẳng, chẳng hai, Pháp : L'Unique vérité.

Chơn, nghĩa là : Lẽ phải, lẽ thật, lìa khỏi sự sái quấy.

NHỨT CHƠN-ĐỊA — 眞地 Địa vị của người chứng ngộ cái lý Chơn-thật duy nhứt, cái lý Thật-tướng của các pháp.

NHỨT CHƠN PHÁP-GIỚI — 眞法界 : Lý thật-tướng của các pháp trong cõi Pháp. Lý cao viễn hơn hết của Hoa-Nghiêm tông. Và Thiên-thai tông cũng dùng mấy chữ *Nhứt chơn Pháp-giới* để gọi cái Thật-tướng của các pháp.

NHỨT CHƠN VÔ-VI — 眞無為 Đức Vô-vi, đức tự - nhiên của Nhứt chơn Pháp - giới, của Thật - tướng. Nhứt chơn, Thật-tướng tức là Vô-vi.

NHỨT ĐẠI BÁN MÃN GIÁO — 代半滿教 Một đời giáo-hóa lý Tiểu-thừa và lý Đại-thừa. *Nhứt đại* : Một đời, tức một đời của Phật từ khi ra đi hoằng pháp đến ngày tịch diệt. *Bán* : Bán-tự giáo, khoa giáo dạy nửa chữ, tức Tiểu - thừa. *Mãn* : Mãn-tự giáo, khoa giáo dạy trọn chữ, tức Đại - thừa. *Giáo* : Giáo-hóa, truyền-bá đạo-lý, dạy dỗ chúng-sanh. Đức Phật Thích-Ca thành Đạo nơi cội Bồ-đề. Ngài bèn ra đi truyền đạo, trước dạy về Tiểu-thừa, sau dạy về Đại-thừa. Ngài dạy giáo-lý Tiểu-thừa cho người ta tu để thành La-hán, Duyên - giác. Ngài dạy giáo-lý Đại-thừa cho người ta tu để thành Bồ-tát và thành Phật. Sau rốt, ngài nhập diệt. Từ khi Phật giáo-hóa cỡ nhỏ và cỡ lớn cho đến ngày vào Niết - bàn, kêu chung là *Nhứt đại bán mãn giáo.*

NHỨT ĐẠI-GIÁO — 代教 Một đời giáo-hóa. Một đời của Phật, của Bồ-tát từ khi ra đi truyền bá giáo-lý cho đến ngày tịch diệt, kêu là *Nhứt đại giáo*. Cũng viết : *Nhứt hóa.*

NHỨT ĐẠI-KIẾP — 大劫 Un grand Kalpa (*fr.*) Một Kiếp lớn. *Đại Kiếp*, Phạn : Mahâkalpa là một thời kỳ rất lâu dài, có thể đến 1.343.840.000 năm. Xem : *Đại-Kiếp*.

NHỨT ĐẠI NGŨ THÌ PHẬT - PHÁP — 代五時佛法 Năm thời kỳ truyền-bá Phật-Pháp trong một đời của đức Thích-tôn. Thiên-thai tông có phân các cuộc giáo-hóa truyền pháp trong đời đức Phật Thích-Ca làm năm thời-kỳ : 1. Thời - kỳ Hoa - nghiêm, 2. Thời-kỳ A-hàm, 3. Thời-kỳ Phương-đẳng, 4. Thời - kỳ Bát-nhã, 5. Thời-kỳ Pháp-hoa và Niết-bàn. Đó là *Nhứt đại ngũ thì Phật-pháp*. *Xem : Ngũ thì giáo.*

NHỨT ĐẠI - SỰ — 大事 Một việc lớn, việc lớn nhứt. Tức là : Việc khai hiển (*mở-mang bày tỏ*) cái diệu-lý của Thật-tướng, việc khai thị (*mở-mang chỉ-bảo*) cái tri-kiến của Phật. Vì có *Nhứt đại-sự* ấy mà đức Phật ra đời vậy.

Việc sanh tử (*sống thác*) của người đời, mạng sống của người ta, cũng gọi là *Nhứt đại-sự*.

NHỨT ĐẠI-TRẠCH — 大宅 Một cảnh nhà lớn. Trong Kinh Pháp-hoa, Phật tỷ-dụ cảnh nhà lớn của người trưởng - giả với thế gian hiệp lại là Ba cõi đương cháy bừng. *Nhứt đại trạch* tức là một cõi thế-gian dẫy đầy phiền-não.

NHỨT ĐẠI-XA — 大車 Chiếc xe lớn nhứt. Phật dùng tiếng *Nhứt Đại-xa* để gọi Diệu - pháp của Kinh Pháp-hoa, vì là Giáo-pháp rộng lớn nhứt, đầy đủ nhứt, có thể đưa chúng - sanh đến cõi Niết-bàn của Phật một cách cấp tốc.

NHỨT ĐẠO — 道 Doctrine unique (*fr.*) Nền Đạo duy nhứt. Cũng viết : *Nhứt Thừa, Phật-thừa, Đại-thừa, Nhứt Thật.*

Niết-Bàn Kinh, quyển 25 : Sao gọi là Bồ-tát tín thuận *Nhứt Thật* ? Bồ-tát biết rõ rằng tất cả chúng-sanh đều theo về *Nhứt Đạo*. *Nhứt Đạo* tức là *Đại-thừa*, Chư Phật và chư Bồ-tát, vì chúng-sanh, phân *Nhứt Đạo* ra làm ba. Vì vậy cho nên Bồ-tát tín thuận *Nhứt Đạo*

NHỨT-ĐẲNG — 等 Égalité,. Uniformité (*fr.*) : Đẳng-cấp duy nhứt. Nhiều vật bằng nhau, hình-dạng như nhau, một cỡ với nhau. Tức : *Bình-đẳng.*

NHỨT ĐỊA — 地 Terre unique (*fr.*) : Cõi đất duy nhứt. Lời tỷ-dụ để gọi cái Phật-tánh. Cũng như cõi đất, đại-địa là nơi nương dựa duy nhứt cho các hột giống, cho các cây cối sanh sống. Cái Phật-tánh cũng như thế, nó là nơi nương dựa duy nhứt cho các thiện-căn, cho các công-đức sanh nảy, nên gọi nó là *Nhứt địa.*

NHỨT-ĐIÊN-CA — 顛迦 Atyantika (*scr.*) Cũng viết : *Nhứt-xiển-đề, A-xiển-đề-ca, A-xiển-đề, Xiển-đề, A-điên-ca.*

Kẻ tiêu diệt hột giống Phật nơi mình. Đó là những kẻ phàm-phu ác-nghịch, bất-tín, hoặc kẻ tu hành phạm tội lớn, như : sát sanh, trộm đạo, tà dâm, vọng-ngữ. Nhơn đó, họ không đắc quả, mất hết các thiện-căn.

(Xem : *Nhứt-xiển-đề*).

NHỨT HẠNH — 行 Một hạnh một mà thôi, tức là chuyên tu một hạnh cho tới khi chứng ngộ.

NHỨT HẠNH TAM-MUỘI — 行三昧 Chuyên tu một hạnh một mà thôi, nhờ đó được phép Chánh-định về môn mà mình tu, nên kêu là *Nhứt hạnh Tam-muội.*

Nhứt hạnh Tam-muội cũng là danh-từ khác để gọi *Niệm Phật Tam-muội,* tức là nhứt tâm niệm Phật cho đến chỗ chứng ngộ.

NHỨT HÓA — 化 Một đời giáo-hóa. Khoảng đời của một đức Phật, của một đức Bồ-tát từ khi ra đi giáo-hóa cho đến lúc tịch-diệt. Cũng viết : *Nhứt đại giáo* — 代教,

NHỨT HƯỚNG — 向 Một ý-hướng, một chí hướng mà thôi. Ý-chí quay về một chỗ, không để tâm trí tưởng nhớ đến sự việc khác.

NHỨT-LAI — 來 Sakradagami (*scr.*) État de celui qui reviendra encore une fois (*fr.*) Tức *Nhứt lai quả*, tiếng dịch nghĩa *Tư-đà-hàm quả* là quả thứ hai trong bốn quả Thánh : Tu-đà-huờn, *Tư-đà-hàm* (*Nhứt lai*), A-na-hàm, A-la-hán. *Nhứt lai* hay *Nhứt vãng lai*, nghĩa là nhà đạo sau khi thác, thì sanh lên cõi Tiên Dục-giái mà hưởng phước. Sau đó, sẽ sanh lại cõi người một lần nữa mà tu hành và sẽ đắc quả A-la-hán.

Xem : *Tư-đà-hàm.*

NHỨT MẠCH — 麥 Un grain d orge, de blé (*fr.*) Một hột lúa mạch (*lúa mì*). Số đo lường cỡ nhỏ. Bảy con rận bằng một hột lúa mạch (*nhứt mạch*). Bảy hột lúa mạch bằng một lóng tay. Ba lóng tay bằng một ngón tay.

NHỨT MÔN — 門 Une porte, Une seule porte (*fr.*) Một cửa. Một cửa một (*duy nhứt*). Tiếng tỷ - dụ để gọi : Phép tu (*pháp-môn*), môn phái (*tông-môn*), đạo lý (*giáo-môn*). Cũng như khi đi ra hay khi đi vào, người ta phải do nơi cửa (*môn*). Cũng như thế, người ta do nơi phép tu, do nơi môn - phái, do nơi giáo-lý của Phật để ra khỏi Luân - hồi khổ não, để vào Niết-bàn An-lạc, cho nên gọi là *Môn, Nhứt - môn.* Xem : *Môn.*

NHỨT MÔN PHỔ MÔN — 門 普 門 Một cửa thông tới các cửa, tức một pháp thông khắp các pháp. Khi người ta tu xong một pháp, tự nhiên người ta cũng tu hết các pháp. Như về *Lục-độ*, Sáu độ của Bồ-tát, khi người ta tu trọn một độ, tức là người-ta tu trọn Sáu độ, làm xong đạo - hạnh Bồ-tát vậy.

NHỨT NIỆM — 念 Une seule réflexion (*fr.*) Một niệm, một tư-tưởng, nhứt tâm.

1.) Trong một giây nghĩ, chỉ là cái thì-khắc rất ngắn vậy. *Quán Vô-Lượng-Thọ Kinh* rằng : « Như *nhứt niệm* khoảnh, tức sanh bỉ Quốc thất bảo trì trung. » (*Như trong một giây nghĩ, liền sanh ở trong ao thất bảo nơi Nước kia.*)

2.) Lòng nghĩ chuyên nhứt, chỉ là lòng mình nghĩ chuyên

chủ về một cảnh-giới vậy. *Giáo-Hạnh Tín-Chứng* lục rằng : « *Nhứt niệm vân giả, tín tâm vô nhị, cố viết nhứt niệm, thị danh vi nhứt tâm.* » (*Kêu là nhứt niệm, đó là lòng tin không hai, cho nên nói rằng Nhứt niệm, ấy kêu là nhứt tâm.*)

NHỨT NIỆM TƯƠNG ỨNG — 一念相應

1.) Một giây nghĩ ứng nhau. Đó là vô gián đạo Kim-cang định cái trí ứng nhau, ví dụ như chỉ là trong một sát-na (*giây lát, một thời-gian rất ngắn*) vậy. Khởi-Tín luận rằng : « Như địa-vị Bồ-tát hết rồi, đầy đủ phương tiện, một giây nghĩ ứng nhau, lòng giác-ngộ mới khởi lên... »

2.) Một lòng nghĩ ứng nhau. Nghĩa là ứng nhau với một lòng nghĩ của tánh linh-tri vậy. Pháp-Hoa Huyền-Nghĩa nhị rằng : « Quả tức là một lòng nghĩ ứng nhau, rất thấy rõ-ràng, Vô-thượng Bồ-đề làm tập quả. »

NHỨT NIỆM TƯƠNG-ỨNG HUỆ — 一念相應慧 Trong một giây nghĩ (*trong phút chốc*) Định và Huệ ứng nhau. Trong phút chốc, Lý và Trí ứng nhau. Nghĩa là cái Trí-huệ của nhà tu khi sắp thành Phật.

NHỨT NHƯ — 一如 L'Unique Vérité, Vérité absolue (*fr.*) Không hai, không khác. Không có đến hai, không có chi khác, đó gọi là *Nhứt Như,* tức là *Chơn-như chi lý,* lẽ chơn - như, lẽ chơn-thật trọn vẹn. Cũng gọi : *Nhứt chơn, Nhứt thật* : Chơn-thật trọn bề, chơn-thật tuyệt đối.

NHỨT NHƯ ĐỐN CHỨNG — 一如頓證 Chứng ngộ cấp-tốc nương theo lẽ Nhứt Như. Các nhà tu-hành trong Mười Phương, nhờ nương dựa trên lẽ *Như Như chi-lý,* nhờ thi-hành theo *Chơn-như chi-lý,* mà mau chứng ngộ quả-vị Bồ-đề. Đó kêu là *Nhứt Như đốn chứng.*

NHỨT PHÁP — 一法

1.) Một phép. Một phép tắc, một phương pháp để thi hành cho trúng cách.

2.) Một pháp. Tiếng trống dùng để gọi một sự, một vật.

NHỨT PHÁP-CÚ — 法 句 Một câu pháp. Nghĩa là một câu Kinh gồm tóm cái Pháp-thân thanh-tịnh vô-vi vậy. Tịnh-độ luận của ngài Thiên-Thân phân trang-nghiêm công đức của Cực-lạc quốc-độ làm 17 câu, trang-nghiêm công-đức của Phật Như-lai làm 8 câu, trang-nghiêm công-đức của Bồ-tát làm 4 câu, tổng cộng ba món công-đức là 29 câu. Cái mầu-nhiệm trang-nghiêm đó nói ước lược lại thì vô một câu pháp (*nhứt pháp-cú*).

Một câu pháp lại là câu thanh-tịnh vậy. Câu thanh-tịnh đó là cái Pháp-thân chơn-thật trí-huệ vô-vi vậy.

NHỨT PHÁP-GIỚI — 法 界 Cõi Pháp duy nhứt. Đó là cái lý-thể chơn-như vậy. *Giới* là cái chỗ mình y-cứ và nhơn dịp, Chơn-như là cái chỗ y-cứ và nhơn dịp mà sanh ra Thánh-pháp, cho nên kêu là *Pháp-giới*. Chỉ một không hai, cho nên kêu là *Nhứt*.

Nghĩa-Ký trung bổn rằng : «*Nhứt pháp-giới* giả tức vô nhị Chơn-tâm....» (*Nhứt pháp-giới đó tức là Lòng chơn-như không có hai...*.) Xem : Pháp-giới.

NHỨT PHÁP-GIỚI TÂM — 法 界 心 Một cõi Pháp duy nhứt là Tâm. Cái Tâm thanh-tịnh vượt khỏi cảnh có và cảnh không, lìa khỏi sự phân biệt thứ nầy với thứ khác, đắc Chơn-như, thấu Trung-đạo.

NHỨT PHẦN ƯU-BÀ-TẮC — 分 優 婆 塞 Người thọ một phần Giái tu tại-gia. Ưu-bà-tắc giái có Năm phần, *Ngũ Giới*. Ai thọ Tam Qui và thọ Một Giái, thì Kêu người ấy là *Nhứt phần Ưu-bà-tắc*.

NHỨT PHẬT THẾ-GIỚI — 佛 世 界 Un monde de Bouddha, Le monde d'un Bouddha (*fr.*) Cũng gọi : *Nhứt Phật-độ* (*thổ*), *Nhứt Phật quốc-độ* (*thổ*).

1.) Cõi thế-giới của một đức Phật. Nghĩa là cõi đời nơi ấy một đức Phật giáo-hóa chúng-sanh. Theo nghĩa Trung A-hàm Kinh 17 nói : hai vị Phật không xuất hiện đồng thời. Vậy mỗi vị Phật xuất-hiện là giáo-hóa nên một cõi đời.

2.) Một cõi đời của Phật. Nghĩa là toàn thể Tam thiên

đại thiên thế-giới đều là một cõi đời của Phật giáo-hóa nên (*theo nghĩa Trí-Độ luận 15*).

3.) Cõi thế-giới do một đức Phật hóa ra. Như đức Phật A-Di-Đà dùng Nguyện-lực và Phước-đức mà hóa ra Cực-lạc thế-giới. Ngài làm chủ thế-giới thanh-tịnh ấy và tiếp dẫn chúng-sanh niệm Phật về đó. (*Xem : Thế-giới.*)

NHỨT PHẬT-THỪA — 佛 乘 L'unique véhicule du Bouddha (*fr.*) Thừa duy nhứt của Phật, tức là Giáo-pháp duy nhứt của Phật. Kêu tắt : *Phật-thừa, Nhứt thừa.* Giáo-pháp duy nhứt mà Phật truyền cho chúng-sanh để họ tu cho thành Phật. Giáo-pháp ấy có giải rõ trong Diệu-pháp Liên-hoa Kinh, tròng Niết-bàn Kinh. Xem *Nhứt thừa, Phật-thừa.*

NHỨT SANH BỔ-XỨ (*BỒ-TÁT*) — 生 補 處 (菩 薩) Eka-jati-Pratibouddba (*scr.*).— (*Bodhisatva qui*) deviendra Bouddha dans une naissance nouvelle (*fr.*) Bực Đại Bồ-tát đủ công-hạnh và phước-đức, còn chờ sanh xuống cõi thế một lần nữa thì làm Phật Thế-tôn. Như đức Di-Lặc (*Maitreya*) hiện nay làm Thiên-chủ nơi cung Đâu-suất-đà (*Tushita*) là vị Bồ-tát *Nhứt sanh bồ xứ.* Chừng tới thời kỳ, ngài sẽ giáng sanh nơi cõi Ta-bà nầy mà làm Phật Thế-tôn.

Trong **A-Di-Đà Kinh** có nói rằng : Hựu Xá-ly-Phất, Cực-lạc quốc-độ, chúng-sanh sanh giả, giai thị A-bệ-bạt-trí. Kỳ trung đa hữu *Nhứt sanh bồ xứ* (*Nầy nữa Xá-ly-Phất ơi, những chúng-sanh được sanh về cõi Cực-lạc thì không còn đáo trở lui nữa. Có lắm vị sanh về đó rồi thì sau được đi làm Phật ở chỗ khác chừng giáng sanh.*)

Trong **Vô-Lượng-Thọ Kinh,** điều nguyện thứ 22 của ngài Pháp-Tạng Tỳ-kheo có nói như vầy : Nếu tôi được làm Phật thì các chúng Bồ-tát ở các cõi Phật các phương khác sanh lại nước tôi, rốt cuộc ắt tới địa-vị *Nhứt sanh bồ xứ.* Trừ ra cái Bổn-nguyện của mình, tự-tại hóa ra, vì cớ chúng-sanh, mang thệ-nguyện rộng lớn kiên-cố như áo giáp sắt, chứa chan cội đức, độ thoát hết thảy...

NHỨT-SOA (*XOA*) **CƯU-VƯƠNG** — 叉 鳩 王 Iksvàku (*scr.*) Tên người, dịch là *Cam-giá thị* 甘 蔗 氏. Chương 26 Huệ-Lâm Âm-Nghĩa rằng: « Ngài lại có tên là *Nhựt Chủng Thiện-Sanh* 日 種 善 生, là tổ tiên của chủng tộc đức Phật Thích-Ca vậy. Người ở thành Phù-đà-Lạc (*Bao-đa-Na, Potala*) lưu-vực sông Ấn-độ.

NHỨT TÂM — 心 Une seule pensée (*coeur.*) (*fr.*) Một tấm lòng, một lòng, một dạ, chuyên tâm. Đối với: Đa tâm.

1.) *Nhứt tâm*: Một lòng, nghĩa là cái thật thể chơn-như của muôn vật vậy. **Chỉ-Quán-Ngũ Thượng** rằng: « Nhứt tâm cụ thập pháp-giái» (*một tấm lòng chứa đủ mười cõi pháp-giới*).

2.) *Lòng chuyên nhứt*, nghĩa là tấm lòng tín-ngưỡng duy nhứt, chẳng bị lòng khác nó đoạt đi. **Chỉ-Quán tứ hạ** rằng: « Nhứt tâm giả, tu thử pháp thì, nhứt tâm chuyên chí, cánh bất dư duyên» *Nhứt tâm nghĩa là: lúc tu pháp ấy, một lòng chuyên chí, không còn phải nghĩ chi chuyện khác.*

Thám Huyền-Ký tam rằng: « Nhứt tâm giả: tâm vô dị niệm cố.» *Nhứt tâm nghĩa là lòng không nghĩ chi chuyện khác.*

3.) *Nhứt tâm* có hai loại: Một thuộc về *sự*, một thuộc về *lý*. Không nghĩ chi chuyện khác, là một lòng của *sự* (*Sự nhứt tâm*). Nhập vào thật-tướng, là một lòng của *lý* (*Lý nhứt tâm*).

NHỨT TÂM CHÁNH-NIỆM — 心 正 念: Một lòng niệm chánh. Tức là chuyên tâm nhớ tưởng Phật, Tam Bảo (Phật, Pháp Tăng). – Như: *Nhứt tâm chánh-niệm*, qui-y ư Phật.

NHỨT TÂM-ĐỈNH LỄ — 心 頂 禮: Một lòng qui lạy làm lễ. Trong khi thụp xuống lạy Phật, làm lễ trước tượng Phật, thì phải một lòng (*nhứt tâm*) tưởng Phật, tư tưởng đừng có tán loạn, đừng nghĩ tới chuyện khác.

NHỨT TÂM HIỆP CHƯỞNG — 心 合 掌: Một lòng chắp tay. Trong khi chắp hai tay đối trước Phật hay đối trước Thầy, thì tâm ý phải định vào một mục-đích. Như vậy sự khấn vái, sự thinh bạch của mình mới có hiệu lực.

NHỨT TÂM KÍNH LỄ — 心 敬 禮 Một lòng cung kính lễ bái. Như : *Nhứt tâm kính lễ* Tam Bảo. Trong khi cung kính lễ bái, thì giữ tâm cho nghiêm-tịnh, đừng cho các tư tưởng ngoài xen vào.

NHỨT TÂM NIỆM PHẬT — 心 念 佛 Một lòng niệm Phật. Trong khi niệm Phật, mình chỉ nhớ tưởng Phật mà thôi, chớ chẳng nên nhớ tưởng các việc gia-đình, thế-gian. Nếu được thuần nhứt, thì *Nhứt tâm niệm Phật* tức là *Niệm Phật Tam-muội*. Tu phép *Nhứt tâm niệm Phật*, tức là tu *Lục độ vạn hạnh* của hàng Bồ-tát. Là vì, tự mình bỏ hết các nhơn-duyên, các sự quan-thiệp, tức là 1. *Bố - thí Ba-la-mật*. Tự mình ngăn lại tất cả các mối ác, tức là 2. *Trì giới Ba-la-mật*. Tự tâm mình trở nên nhu hòa, êm dịu, tức là 3. *Nhẫn - nhục Ba-la-mật*. Chính mình nong-nả niệm Phật, chẳng hề thối thất, sa ngã, tức là 4. *Tinh-tấn Ba-la-mật*. Tự tâm mình chẳng tưởng chuyện chi lạ hơn là sự tưởng Phật, tức là 5. *Thiền-định Ba-la-mật*. Sự chánh niệm của mình được phân-minh, rõ rệt, có chứng đắc, tức là 6. *Bát-nhã Ba-la-mật*.

NHỨT TÂM QUI MẠNG — 心 歸 命 : Một lòng qui-thuận theo. Ấy là nói một lòng qui-y, tin tưởng Phật, nương theo Phật, chớ không qui-thuận theo vị thần nào khác. Như : *Nhứt tâm qui mạng* Thập phương Phật.

NHỨT TÂM TAM HOẶC — 心 三 惑 : Ba sở nghi-hoặc, lầm-lạc trong một tấm lòng. Nói về kẻ hôn mê thì trong lòng chứa đủ ba cách lầm-lạc, nhiễm dơ :

1.) *Kiến tư hoặc* : Sự lầm-lạc do ý kiến, sự lầm lạc do tư-tưởng : a) Sự lầm lạc do ý kiến tà vạy, tức là cái căn ý chạm với pháp-trần, bèn sanh ra ý *kiến* bậy, sái. b) Sự lầm-lạc do tư-tưởng : năm căn (*nhãn, nhĩ, tỷ, thiệt, thân*) tham trước năm trần (*sắc, thinh, hương, vị, xúc*), bèn khởi ra *tư*-tưởng bậy bạ, bất chánh.

2.) *Trần sa hoặc* : Sự lầm-lạc nhiều như bụi cát. Chính lục căn phát khởi ra ý kiến và tư tưởng tham trước mà sanh ra vô-số các mối lầm-lạc, phiền-não. *Trần sa hoặc* do nơi *kiến tư hoặc* mà nảy nở ra vậy.

3.) *Vô-minh hoặc* : Sự lầm-lạc, phiền não vì tâm tánh mờ ám, chẳng hiểu đạo-lý. Về mối lầm nầy thì nghiệp-thức là hột giống (*chủng-tử*), còn phiền-não mê-dục là gốc rễ (*căn-bổn*).

NHỨT TÂM TAM QUÁN 一 心 三 觀 Một lòng quán xét ba lẽ. Thiên-thai tông có dạy phép quán - tưởng một cách chuyên-chú về ba lẽ liên-tiếp :

1.) *Không-quán* : quán-tưởng mọi pháp đều không.

2.) *Giả quán* : quán tưởng mọi pháp đều giả.

3.) *Trung quán* : Quán tưởng lẽ Trung-đạo : chẳng phải không chẳng phải giả.

Xem : *Tam quán*.

NHỨT TÂM TAM TRÍ 一 心 三 智 Ba thứ trí trong một tấm lòng. Tức có đủ trong tâm :

1.) *Nhứt thiết trí*, tức là trí-huệ của hàng Thinh - văn, của hàng Duyên-giác.

2.) *Nhứt thiết chủng trí*, tức là trí - huệ của Phật.

3.) *Đoạn nhứt thiết phiền-não tập-trí* : Cái trí đoạn diệt tất cả các mối phiền-não quen tánh.

NHỨT TÂM TRÍ-HUỆ 一 心 智 慧 : Tức là thiền-định (*tam-muội*) và trí-huệ. Hai món ấy hằng đi cặp với nhau chẳng rời. Nhà hành đạo muốn được trí-huệ, giải thoát, thì phải *nhứt-tâm thiền - định*. Và nhờ nhứt tâm thiền - định, chuyên nhứt trong sự trầm-tư mặc-tưởng, nhà đạo mới được trí-huệ, giải-thoát, đắc đạo.

NHỨT TÂM XƯNG DANH : 一 心 稱 名 Một lòng xưng niệm danh-hiệu của Phật, Bồ-tát. Như ai muốn được vãng sanh Cực-lạc thế-giới, nên đem lòng chuyên nhứt xưng niệm danh hiệu Phật A-Di-Đà. Còn như ai muốn thoát khỏi các khổ-não, tai nạn, thì nên *nhứt tâm xưng danh* Ngài Quan-Thế-Âm Bồ-tát.

NHỨT TỨ CÚ KỆ — 一 四 句 偈 Une strophe de quatre vers (*fr.*) Một bài kệ bốn câu, tức là một bài thi bốn câu (*bốn hàng*). *Kệ, kệ-đà,* Gàtha là tiếng Phạn, dịch nghĩa : *Tụng, Phúng-tụng.* Xem : *Tứ cú kệ, kệ.*

NHỨT TỨ THIÊN-HẠ — 一 四 天 下 Un monde de quatre régions (*fr.*) : Một thế-giới hiệp bởi bốn cõi Thiên-hạ, hiệp bởi bốn châu tại bốn phương núi Tu-di.

Xem : *Tứ thiên-hạ; Tứ châu.*

NHỨT TỬ ĐỊA — 一 子 地 *Nhứt tử : Duy nhứt tử,* chỉ là con một mà thôi ; *như nhứt tử* : dường như con một của mình. *Địa* : địa vị, tâm-địa. *Nhứt tử Địa* viết trọn : *Cực ái như nhứt tử địa* là địa-vị tu chứng của Phật và Bồ-tát đắc cái tâm-địa thương yêu và nhìn nhận tất cả chúng-sanh đều là con một của mình, dường như con một của mình.

Tỷ như đức Thích-tôn, trước khi xuất-gia, ngài có con là La-hầu-La (*Ràhula*), nhưng lúc nào ngài cũng thương tất cả chúng-sanh như thương La-hầu-La. Đó kêu là *Nhứt tử Địa.*

Phật và Bồ-tát chẳng hề oán ghét một mạng chúng-sanh nào ; trái lại, các ngài thương yêu tất cả. Nhờ đã tu tập Đại-từ-Đại-bi, cho nên đắc *Nhứt tử Địa.*

NHỨT TƯỚNG — 一 相 Một tướng duy nhứt. Những vật đồng một dạng-tướng, kêu là *Nhứt tướng.* Tức là cái Thật-tướng duy nhứt của Chơn-như.

NHỨT TƯỚNG TAM-MUỘI — 一 相 三 昧 Phép *Tam muội,* Phép Thiền-định tên là *Nhứt Tướng,* Một tướng duy nhứt. Người tu phép ấy quyết đắc cái Thật-tướng Chơn-như.

NHỨT TƯỚNG TRÍ — 一 相 智 Cái Trí-huệ đắc Tướng duy nhứt. Tu *Nhứt tướng Tam-muội,* ắt chứng ngộ cái *Nhứt* *tướng Tri*, thông hiểu rằng các pháp đều có một tướng mà thôi, ấy là cái Thật-tướng. cái Chơn-Như, cái Như-lai tánh.

NHỨT TƯỚNG VÔ TƯỚNG — 相無相 Tướng duy nhứt là không có tướng. Khi tu. chứng cái *Nhứt Tướng*, cái Thật-tướng, đồng thời người ta cũng chứng ngộ luôn cái Nhứt tướng ấy không có tướng. Đó kêu là *Nhứt tướng Vô tướng*.

Ý-nghĩa nầy có chỉ rõ trong Kim-cang Bát-nhã Ba-la-mật Kinh.

NHỨT THẬT (*THỰC, THIỆT*) — 實 L'Unique Vérité, La Vérité absolue (*fr.*) Lẽ chơn-thật duy nhứt, bình-đẳng, chẳng hai, Pháp: L'Unique vérité.

Lẽ chơn-thật hoàn-toàn, tuyệt đối, Pháp: La Vérité absolue.

Cũng gọi: *Nhứt chơn, Nhứt như, Chơn-như. Nhứt*, nghĩa là: bình-đẳng. Cái Thật-tướng bình đẳng, kêu là *Nhứt thật*..

NHỨT THẬT CẢNH GIỚI — 實境界 Cảnh-giới chơn-thật duy-nhứt. Tức là tâm-tánh thiên-nhiên của chúng-sanh. Cái tâm-thể của chúng-sanh, từ xưa đến nay vốn chẳng sanh và chẳng diệt. Cái tự-tánh của chúng-sanh vốn là thanh-tịnh không nhiễm, không bị vấp vướng, dường như hư-không.

NHỨT THẬT QUÁN — 實觀 Phép quán-tưởng tên là *Nhứt thật*, Lẽ chơn-thật duy nhứt, lẽ Thật-tướng. Ai tu phép *Nhứt thật quán*, dùng phép ấy mà quán chiếu các kết-nghiệp từ trăm ngàn muôn kiếp, thì các hạnh-nghiệp ấy thảy đều tiêu diệt.

NHỨT THẬT TƯỚNG — 實相 Tướng chơn-thật duy nhứt. Đó là cái lý chơn-thật hoàn-toàn, chỉ có một mà thôi, không hai không khác, lìa khỏi các tướng hư giả.

NHỨT THẬT THỪA — 實乘 Cỗ xe chơn thật không hai, tức Giáo-pháp duy nhứt đưa tới quả Phật. Giáo-pháp cũng như cỗ xe, có thể chở người-ta tới Niết-bàn, cho nên kêu là *Thừa*. Vì là giáo-pháp chơn thật duy nhứt, không có giáo-pháp nào sánh bằng, nên kêu là *Nhứt thật thừa*.

NHỨT THẬT VIÊN ĐỐN — 實 圓 頓 Tiếng xưng tặng giáo-chỉ của Kinh Pháp-Hoa.

Nhứt thật: Lý chơn-thật duy nhứt, lý thật-tướng của Nhứt thừa (*Phật-thừa*)

Viên: Viên-mãn, trọn-vẹn, đầy đủ.

Đốn: Đốn tốc, mau lẹ, cấp tốc.

Cái lý *nhứt thật* của Kinh Pháp-Hoa có hai công-đức lớn: 1.) Giáo-lý ấy đầy đủ hoàn-toàn. 2.) Giáo-lý ấy giúp cho hành-giả thành Phật một cách cấp-tốc. Vì vậy nên gọi là *Nhứt thừa viên đốn*.

NHỨT THẬT VIÊN TÔNG — 實 圓 宗 Tiếng xưng tặng Thiên-thai tông. Thiên-thai tông là tông-phái thuyết minh giáo-lý thật-tướng của Nhứt thừa một cách đầy đủ, nên kêu là *Nhứt thật viên tông*. Vả lại, Kinh Pháp-Hoa (*Kinh Diệu pháp liên-hoa*), Kinh chánh của Thiên-thai tông, chứa giáo-chỉ được gọi là *Nhứt thật viên đốn*. Do đó, người ta gọi Thiên-thai tông là *Nhứt thật viên tông*.

NHỨT THẬT VIÊN THỪA — 實 圓 乘 Cỗ xe nhứt thật viên, tức giáo-pháp giải bày cái lý chơn-thật duy nhứt, viên-mãn, đốn-tốc. Tỷ như cỗ xe có thể chở người ta đến nơi đến chốn, nền giáo-pháp chơn-thật duy nhứt, đầy đủ, có thể chở hành-giả đến địa-vị Phật một cách cấp-tốc, nên kêu là *Nhứt thật viên thừa*.

NHỨT THẬT VÔ TƯỚNG — 實 無 相 Lẽ chơn-thật duy nhứt và không có tướng-trạng. Cái diệu-thể của Nhứt thật, của lý chơn-thật duy nhứt hoàn-toàn, cái diệu-thể ấy là tuyệt đối, không hai, lìa khỏi các tướng hư-ảo giả-dối, nên kêu là *Nhứt thật vô tướng*. Tức là: Chơn-như, Phật-tánh, Như-lai.

NHỨT THÌ (*THỜI*) — 時 Ekamsamayam (*scr.*) Une fois (*fr.*) Một khi, Một thì-gian, nghĩa là ở một lúc đó. Ở đầu các Kinh đều có những câu: « Như thị ngã văn: *Nhứt thì* Phật tại... » (*Tôi có nghe như vầy : Một lúc đó, Phật ở...*) Lời sớ Kinh Thiên-Thai-Quan nói : « Kim bất luận trường, đoản, giả, thật, thuyết thử Kinh cánh, tổng vị vi *nhứt thì.* » (*Nay chẳng luận dài hay là vắn, giả hay là thật, thuyết Kinh nầy xong rồi, đều kêu là nhứt thì.*), nghĩa là trong *một thì-gian* thuyết Kinh.

NHỨT THIẾT CHÚNG-SANH HỶ - KIẾN (*BỒ-TÁT*) — 切 衆 生 喜 見 (菩 薩) Sarvasattvapriyadarçana (*scr.*) Tên một đức Bồ-tát Ma - ha - tát, tiền thân của Dược - Vương Bồ - tát (*Bhaichadjyarâdja*). Hồi đức Phật Nhựt-Nguyệt-Tịnh-Minh-Đức (*Tchandravimala sûryaprabhâsaçrî*) ra đời, Nhứt Thiết Chúng-Sanh Hỷ - Kiến Bồ-tát có tọa thiền trong 12 ngàn năm và đắc phép thiền « Hiện nhứt thiết sắc thân tam-muội ». Ngài liền đổ mưa hoa Mạn-đà-la và Ma-ha Mạn-đà-la mà cúng dường Phật Nhựt Nguyệt-Tịnh - Minh-Đức. Ngài lại hóa ra hai thứ chiên - đàn rất báu : Kiên-hắc chiên-đàn (*santal Kalânusârin*) và Hải-thử-ngạn chiên-đàn (*santal Uragasâra*) mà cúng dường Phật. Kế ngài thiêu thân mà cúng dường Phật. Sự cúng dường nầy khó khăn hơn các sự cúng dường khác bằng tài-vật và bằng pháp-lý.

Rồi đó, ngài sanh ra làm Hoàng tử con vua Tịnh - Đức (*Vimaladalta*). Bấy giờ Phật Nhựt-Nguyệt-Tịnh-Minh-Đức còn trụ tại thế. Hoàng tử xin phép cha và nương đài thất bảo bay đến chầu Phật. Bồ-tát Nhứt-Thiết Chúng-Sanh Hỷ-Kiến được Phật giao phó cho cái Pháp và tất cả chư đệ-tử : Bồ-tát và Thinh-văn.

Lo việc thiêu xác Phật và phân phát tro tàn xá - lỵ xong, Bồ-tát bèn cúng dường tháp miếu của Phật. Ngài đốt cánh tay của mình trước 84.000 cảnh tháp chứa xá-lỵ của Phật.

Sự đốt ngón chơn cái, ngón tay cái, hay ngón chơn nào, ngón tay nào, hay trọn cái tay, cái chơn mà cúng dường Phật, sự ấy khó đệ nhứt. Thế mà đức Bồ-tát Nhứt-Thiết Chúng-Sanh-Hỷ-Kiến Bồ-tát làm được.

NHỨT THIẾT CHÚNG-SANH HỶ-KIẾN (*NHƯ-LAI*) — 切 衆 生 喜 見 (如 來) Sarvasattvapriyadarçana (*scr.*) Một đức

Phật vị - lai. Phật Thích - Ca Mâu - ni có thọ ký cho bà Ma-ha Ba-xà-Ba-đề (*Mahâpradjâpâti*), dạy rằng về sau bà sẽ thành Phật, hiệu là *Nhứt Thiết Chúng - Sanh Hỷ - Kiến Như-Lai.* (*Diệu-Pháp Liên-Hoa Kinh*).

NHỨT THIẾT CHỦNG DIỆU TAM-MUỘI — 一切種妙三昧 Phép Tam-muội (*Thiền-định*) kêu là *Nhứt thiết chủng diệu* (*đủ hết các món đẹp - đẽ*). Người tu đắc phép *Nhứt thiết chủng diệu Tam-muội*, thì dùng tất cả các công-đức mà trang-nghiêm, mà làm xuê-lịch thân mình.

NHỨT THIẾT CHỦNG THỨC — 一切種識 Cái thức chúa tể, gồm vào nó tất cả các thức. Tiếng gọi cái *A-lại-da* (*Alàya*), thức thứ tám, bao quát và điều khiển tất cả bảy cái thức trước. Cũng gọi *Hàm tàng thức, Tạng-thức, Như-lai tạng-thức.* Xem : *A-lại-da thức.*

NHỨT THIẾT CHỦNG TRÍ — 一切種智 La Connaissance de tout (*fr.*) Cái trí hiểu biết tất cả mọi sự mọi vật, tức là cái Trí của Phật. Cũng gọi : *Phật-trí, Phật-huệ.*

Và người ta cũng xưng Phật là *Nhứt thiết chủng trí giả,* Bực hiểu biết tất cả, Pháp : Qui a la Connaissance de tout.

Diệu-Pháp Liên-hoa Kinh, Phương-tiện phẩm : Chư Phật Như-lai đời quá khứ, đời vị-lai và đời hiện-tại, xuất thế để dạy Đạo cho chúng-sanh. Các ngài dùng vô-số phương-tiện, nhơn-duyên, thí-dụ, ngôn-từ để độ họ vào Phật-thừa. Những ai theo Phật và nghe Pháp, rốt cuộc ắt được *Nhứt thiết chủng trí.*

Nhứt thiết chủng trí cũng kêu tắt : *Nhứt thiết trí.* Như trong **Niết-Bàn Kinh,** quyển ba, Phật khen Bồ-tát Ca-Diếp rằng : « Lành thay ! Lành thay ! Thiện nam-tử ! nay ông chưa đắc *Nhứt thiết chủng trí.* Tôi đã đắc rồi. Nhưng chỗ hỏi của ông về Tạng bí, mật sâu xa, cũng như chỗ hỏi của bậc *Nhứt thiết Trí,* chẳng khác chi cả.

NHỨT THIẾT GIAI THÀNH — 一切皆成 Tous les êtres sont appelés à devenir Bouddhas (*fr.*) Hết thảy đều thành, nghĩa là hết thảy chúng-sanh đều có thể thành Phật.

Bởi Kinh Niết-Bàn (*chương 36*) nói : « Hết thảy chúng-sanh đều có tánh Phật... », cho nên hễ những ai nhứt tâm tu hành là đều thành Phật được hết thảy. Kinh Niết - bàn (*chương 10*) : « Hết thảy Bồ-tát, Thinh-văn, Duyên-giác, ở đời sau nầy đều nên về Đại-bát Niết-bàn, ví như các dòng nước theo về Biển cả vậy. »

NHỨT THIẾT HỮU BỘ 一 切 有 部 Sarvastivâda, Sarvas--tivâdin (*scr.*) Một học-phái đạo Phật cổ cựu bên Thiên - Trước, sáng lập bởi La-hầu-La (*Râhula*), con của đức Thích - tôn. Kêu theo Phạn : *Tát-bà-đa-bộ, Tát-bà-đa-sa bộ* (*Sarvastivâda*). Cũng kêu tắt : *Hữu-bộ.*

Phái nầy có soạn thành Giái-bổn bằng chữ Phạn. Vào đầu thế-kỷ thứ tám, năm Cảnh-long thứ tư (*Đường Trung-tông Đinh-vị, 707*) Tam-tạng Pháp-sư Nghĩa-Tịnh có vâng chiếu Vua mà dịch Giái-bổn của phái *Nhứt thiết hữu bộ* ra chữ Hán.

(*Xem : Tát-bà-đa bộ.*)

NHỨT THIẾT HỮU-TÌNH 一 切 有 情 Sarvasattva (*scr.*).— Tous les êtres (*fr.*) : Tất cả các loài có tình - thức. Tức là : *Nhứt thiết chúng-sanh. Cựu-dịch* chép là : *Nhứt thiết chúng-sanh. Tân-dịch* đề là *Nhứt thiết hữu-tình.*

NHỨT THIẾT KINH 一 切 經 Tripitaka (*scr.*).— Tous les Livres bouddhiques (*fr.*) Tất cả các Kinh, hết thảy các Kinh Phật.

Tiếng kêu chung các Thánh-điển trong Phật-giáo, hoặc kêu là *Đại-Tạng Kinh* 大 藏 經, cũng nói tắt là *Tạng-Kinh* 藏 經 Tùy thơ : Năm đầu Khai-hoàng, nơi Kinh - thành và các nơi đại đô-hội, công - sở đều chép hết thảy các Kinh-điển Phật-giáo, để tại trong chùa, lại đều chép riêng mỗi bổn chứa ở bí - các. Vậy thành cái tên *Nhứt thiết Kinh* từ đó. Nguyên xưa, *Nhứt thiết Kinh,* chỉ dùng kêu các Kinh-Luật-Luận đạo Phật mà thôi. Vì sau, dùng kêu gồm cả các tác-phẩm của các vị cao-tăng. (*Nhứt thiết* — 切, *nghĩa nôm ta là Hết thảy hay là Tất cả, là tiếng nói gồm tóm các sự, các vật.*)

NHỨT THIẾT NGHĨA - THÀNH 一 切 義 成 Siddharta (*scr.*).— Celui qui fait tout prospérer (*fr.*) Cũng viết : *Nhứt thiết nghĩa thành tựu.* Tiếng dịch nghĩa chữ Phạn *Tất - đạt - Đa*, Siddharta, tên của Thái-tử Thích-Ca, do vua cha Tịnh-Phạn đặt. Tên ấy có ý nghĩa : Thái-tử là người tự mình sẽ thành - tựu hoàn toàn và làm cho tất cả người vật được thành-tựu.

Xem : *Tất-đạt-Đa.*

NHỨT THIẾT NHƠN TRUNG TÔN 一 切 人 中 尊 Bực mà tất cả mọi người đều tôn-kính. Tiếng tôn xưng Phật *Tỳ-lư-già-na* (*Vairocana*). Xem : *Tỳ-lư-già-na.*

NHỨT THIẾT NHƯ - LAI ĐỊNH 一 切 如 來 定 Phép Thiền-định tên là *Nhứt thiết Như-lai,* tất cả các Như-lai. Tiếng xưng phép *Đại-Không Tam-muội.* Xem : *Đại-Không Tam-muội.*

NHỨT THIẾT PHÁP 一 切 法 Tất cả các pháp, Hết thảy các pháp. Tiếng gọi chung vạn hữu, muôn sự muôn vật. Cũng nói là : *Nhứt thiết vạn pháp, Nhứt thiết chư pháp.*

NHỨT THIẾT PHÁP KHÔNG 一 切 法 空 Tất cả các pháp đều là Không. Các pháp là những sự vật mà con mắt thấy, lỗ tai nghe..., cho đến cái ý nghĩ. Nhưng luận xét đến chỗ thật của chúng-nó, thảy đều là không - không, chẳng có. Vì vậy nên nói : *Nhứt thiết pháp Không.* Chỗ không-không, chẳng có, đó mới là cái Thật-tướng, cái Chơn-như vậy.

NHỨT THIẾT TRÍ 一 切 智 Sarvajnâ (*scr.*).— La Connaissance de tout (*fr.*) Cái Trí biết tất cả. Âm theo Phạn : Tát-bà-nhã (*Sarvajnâ*). Cái Trí của hàng Thánh-giả biết tất cả các cõi thế-giới, biết tất cả các chúng-sanh, biết tất cả các pháp hữu-vi và vô-vi, biết tất cả những việc từ quá-khứ, hiện-tại cho tới vị-lai. Bực có cái Trí hiểu biết tất cả, Pháp : Qui a la Connissance de tout. Bồ-tát Ma-ha-tát, khi đạt địa vị thứ mười là Pháp-vân địa, được Vô-lậu Giải đầy đủ.

thường tịnh giải-thoát thân, tịch diệt bất tư-nghị, thì thành *Nhứt thiết Trí.*

«**Địa-Tạng-Kinh**» phẩm nhứt: Phật danh Đại-giác, cụ *Nhứt-thiết-Trí* (*Phật kêu là Đại-giác, ngài có tất cả Trí, cái Trí biết tất cả*).

Trong bài tụng Hồi-hướng ở **Bồ-tát Giới Kinh** có chép: Cái *Nhứt thiết Trí* (*Tát-bà-nhã*) của chư Phật do nơi Tịnh-Giới mà hiện ra... Ta đã tùy thuận thuyết Nhóm phước-đức Vô-lượng; Quay lại thí chúng-sanh, Cùng hướng *Nhứt thiết Trí.*

NHỨT THIẾT TRÍ-ĐỊA — 切 智 地 Địa-vị Nhứt thiết trí. Địa-vị của người chứng được cái Trí biết hết tất cả. Tức là địa vị Phật-quả, địa-vị của người đắc Quả Phật, quả Như-lai.

NHỨT THIẾT TRÍ-GIẢ — 切 智 者 Qui a la Connaissnce de tout (*fr.*) Bực có cái Trí hiểu biết tất cả. Bực có đủ các cỡ trí: 1. Nhứt thiết Trí của La-hán và Duyên-giác, 2. Đạo chủng Trí của Bồ-tát, 3. Nhứt thiết chủng Trí của Phật. *Nhứt-thiết Trí giả* là tiếng dùng để xưng Phật.

NHỨT THIẾT TRÍ-HUỆ GIÃ — 切 智 慧 者: Tiếng xưng đức *Đại-Nhựt Như-lai.*

NHỨT THIẾT TRÍ-TẠNG — 切 智 藏 Kho chứa-trữ cái Trí biết hết tất cả. Tiếng tôn xưng Phật. Đức Phật giữ nơi ngài cái tạng-thức biết hết các pháp, biết hết muôn sự muôn vật, nên gọi ngài là *Nhứt thiết Trí tạng.*

NHỨT THIẾT TRÍ TÂM — 切 智 心 Lòng cầu quả-vị Nhứt thiết Trí. Tấm lòng nguyện cầu của hành-giả quyết chí đắc quả vị của Bực biết hết tất cả, kêu là *Nhứt thiết Trí Tâm.* Cũng như tấm lòng của người quyết đắc quả Bồ-đề của Phật, kêu là *Bồ-đề tâm.*

NHỨT THIẾT TRÍ TƯỚNG — 切 智 相 Tướng-mạo của Nhứt thiết Trí. Tướng-mạo của Bực có cái Trí biết tất cả các pháp.

NHỨT-THIẾT-TRÍ-THÀNH-TỰU NHƯ-LAI — 切智成就如來 Đức Phật thành - tựu tất cả các môn trí - huệ, biết tất cả các pháp.

Danh hiệu một vị Cổ Phật, thành Đạo cách nay chẳng biết bao nhiêu Kiếp.

Trong **Địa-Tạng Kinh** có chép : *Nhứt thiết trí thành tựu Như-lai,* từ một đời trước, phát Bồ-đề tâm một lượt với Địa - Tạng Bồ-tát. Thuở ấy, hai vị đều làm vua, mỗi vị cai trị một nước, hai nước giáp ranh với nhau. Vì thấy nhơn - dân trong nước mình ưa làm việc ác, hai vua bèn nghị kế với nhau, nguyện giữ Thập thiện giúp ích chúng-sanh. Một ông vua nguyện rằng : « Tôi nguyện thành Phật đặng độ tất cả nhơn-dân trong nước tôi đây. » Vua ấy thành Phật, hiệu là *Nhứt thiết trí thành-tựu Như-lai.* Một ông vua lại nguyện rằng : « Tôi nguyện độ chúng - sanh thành Phật hết, rồi tôi sẽ thành Phật sau. » Ông vua nầy tức là Địa-Tạng Bồ-tát.

NHỨT THIẾT TRÍ THUYỀN — 切智船 Chiếc thuyền Nhứt thiết Trí. Lời tỷ-dụ. Tỷ như người ta dùng ghe thuyền mà đưa khách từ bến nầy đến bến kia. Cũng như thế, Phật dùng cái Trí biết tất cả mà độ chúng-sanh đến Bến Giác-ngộ, đến quả-vị Phật, nên kêu là *Nhứt thiết Trí thuyền.*

NHỨT THIẾT TRÍ VÔ SỞ ÚY — 切智無所畏 Trí biết tất cả nên chẳng sợ chi hết. Một trong bốn đức chẳng sợ của Phật. Xem : *Tứ vô-úy.*

NHỨT THỪA (*Thặng, ta quen nói là Thừa*). — 乘 Ekacyana (*scr.*)— Véhicule unique (*fr.*) Cỗ xe duy nhứt, Thừa duy nhứt, tức là Khoa-giáo duy nhứt của Phật vậy. *Thừa* là cỗ xe, tiếng dùng để tỷ-dụ với giáo-pháp của Phật. Giáo-pháp có thể chở người ta cho tới cõi Niết-bàn, cho nên kêu là *Thừa*. **Kinh**

Pháp-hoa chuyên nói về lý *Nhứt thừa* ấy. Phương tiện phẩm trong Kinh Pháp-Hoa nói rằng : « Thập phương Phật - độ trung, duy hữu *Nhứt thừa* pháp, vô nhị, diệc vô tam.... » (*Trong các cõi Phật Mười phương, chỉ có phép Nhứt thừa, không hai cũng không ba*..) Đồng phẩm ấy nói rằng : « Duy thử nhứt sự thật, dư nhị tắc phi chơn. » (*Chỉ có một sự thật ấy, dư ra hai thì chẳng phải chơn.*)

Nhứt thừa là pháp-môn mà Phật giảng lúc sau cùng, bấy giờ Ngài quyết truyền bá cái Phật-đạo, cái Phật-quả cho chúng-sanh. Nghe pháp-môn ấy, những ai đã từng đắc quả La-hán, quả Duyên-giác, quả Bồ-tát đều nông chí mà quyết tới quả cao-viễn, độc nhứt, ấy là quả Phật Như-lai.

Nhứt thừa cũng kêu là *Nhứt Phật thừa*. Đối với : *Tam thừa*.

NHỨT THỪA BỒ-ĐỀ — 乘 菩 提: Quả Bồ-đề của Thừa duy nhứt. *Bồ-đề* (*Bodhi*): Giác, Đạo, Trí.

Trí Giác-ngộ chơn-thật do ở sự hành đạo Nhứt thừa. *Nhứt thừa Bồ-đề* là sự chứng ngộ cái Trí-huệ của Phật.

Lại như trong Hội Pháp-hoa, khi đức Thích-tôn thấy mọi người đều thuần-thục hết rồi, ngài bèn gom các cỡ trí trong ba thừa mà đưa vào sự Giác-ngộ của Phật.

Bấy giờ, những vị đã đắc quả Bồ-đề Thinh-văn La-hán, Duyên-giác và Bồ-tát đều hướng về quả Bồ-đề của Phật. Ấy là *Nhứt thừa Bồ-đề*.

NHỨT THỪA CƠ — 乘 機: Căn cơ Nhứt thừa. Ấy là những vì có thiện-căn đầy đủ, đức tin mạnh mẽ, trí-huệ kiên cố, có thể nghe và lãnh cái pháp-môn Nhứt-thừa do Phật phó truyền. Những bực có căn-tánh dõng mãnh, quyết tu học pháp-môn Nhứt thừa cho đặng thành Phật.

NHỨT THỪA HIỂN TÁNH GIÁO — 乘 顯 性 教. Một trong năm bực giáo-lý do ngài Khuê-Phong 圭 峯 lập ra. Năm bực giáo-lý nầy thâu góp tất cả các pháp - giáo thế-gian và xuất thế-gian: 1.) Nhơn Thiên giáo. 2.) Tiểu-thừa giáo. 3.) Đại-thừa giáo. 4.) Đại-thừa phá tướng giáo. 5.) *Nhứt thừa hiển tánh giáo.* Tu tới Giáo - pháp duy nhứt, thì cái Phật-tánh hiện ra cho mình thấy rõ ràng.

NHỨT THỪA NHỨT VỊ — 乘 一 味 Một thừa, một mùi-vị. Chỉ một cái ý-vị, cái thú-vị của giáo-pháp duy nhứt mà thôi, theo đó mà tu học chuyên cần. Thuần nhứt một mùi-vị của Nhứt thừa, chớ không có hai vị, ba vị.

NHỨT THỪA VIÊN TÔNG — 乘 圓 宗: Tiếng tốt đẹp để gọi *Thiên-thai tông.* Tông nầy hoằng tuyên cái diệu-nghĩa Nhứt thừa viên-đốn, do theo chủ-nghĩa Nhứt-thừa để đắc quả Phật hoàn -toàn một cách mau chóng. Tông ấy truyền bá giáo-lý *Kinh Diệu-pháp liên-hoa,* Kinh nầy chứa đủ lý viên-đốn nhứt thừa của Phật.

NHỨT TRẦN — 塵 Un grain de poussière (*fr.*) Một hột bụi, một mảy bụi. Vật chất tan nát ra thành bụi nhỏ rức, mỗi hột bụi kêu là *Nhứt trần,* cũng gọi : *nhứt vi-trần.* Cũng có nghĩa : một mảy, tức một điểm nhỏ như hột bụi. Địa - Tạng Kinh : Đản ư Phật-pháp trung, sở vi thiện-sự nhứt mao, nhứt trích, nhứt sa, *nhứt trần,* hoặc hào phát hứa, ngã tiệm độ thoát, sử hoạch đại - lợi (*Ở trong Phật-pháp, nếu có ai làm việc lành, dầu bằng một sợi lông, một giọt nước, một hột cát, một hột bụi, hoặc bằng mảy lông, sợi tóc đi nữa, thời tôi cũng lần hồi độ thoát, khiến được lợi lớn.*)

NHỨT TRẦN PHÁP GIỚI — 塵 法 界 Một hột bụi là một cõi Pháp.

NHỨT VỊ — 味 Saveur unique (*fr.*) Một mùi-vị một. Tức là : *Cam-vị* 甘 味 vị ngọt. Giáo-pháp của Như - lai tỷ như vị ngọt, nó chỉ có một vị đó mà thôi, chớ không có đến hai vị. Ý thú của giáo-pháp là hướng về sự ngọt-ngào, khoái-lạc, giải thoát.

NHỨT VŨ (*VÕ*) — 雨 Une pluie (*fr.*) Một đám mưa. Tiếng tỷ-dụ để gọi giáo-pháp của Phật. Cũng như một đám mưa đổ xuống trên cõi đất. Nhờ nước mưa ấy, các cây lớn, cây nhỏ và cỏ hoa đều được tươi nhuận và sanh trưởng. Giáo-pháp mà đức Phật thuyết giữa đại-chúng lại cũng như vậy. Nhờ nghe lời lành của Phật, từ bực thượng-căn, trung-căn cho chí hạ-căn đều thọ hưởng và tấn-hóa tùy sức mình.

NHỨT-XIỂN-ĐỀ -- 闡 提 Atyantika (scr.) Tiếng âm theo Phạn, có những nghĩa nầy : kẻ bất tín triệt để ; kẻ ác-tâm ; kẻ làm việc tội lỗi mà chẳng biết hổ thẹn, chẳng chịu cải hối ; kẻ không tin Luân-hồi, Nhơn-quả ; kẻ chẳng gần với Thiện-hữu ; kẻ chẳng có Phật-tánh, chẳng bao giờ thành Phật. Cũng viết : *A-xiển-đề-ca, A-xiển-đề, Xiển-đề.*

Niết-Bàn Kinh : *Nhứt-xiển-đề* là người dứt tất cả các căn-bổn lành, lòng không dính-dấp với một pháp lành nào cả, cho đến không hề sanh nảy một tư tưởng lành.

Những kẻ *Nhứt-xiển-đề* kia, dẫu có Phật-tánh, nhưng cái Phật-tánh ấy bị vô-lượng tội-cấu bao bọc chung-quanh, cho nên nó chẳng xuất hiện ra được, tỷ như con tằm bị bao bởi cái kén. Bởi nghiệp-duyên của họ chẳng phát sanh được cái Bồ-đề diệu-nhơn, họ lưu chuyển mãi trong bể Sanh-tử, chẳng bao giờ dứt.

Tỷ như có người bệnh kia, dầu gặp thầy giỏi, thuốc hay, dầu được kẻ săn sóc trông nom, cũng chẳng hết bệnh ; mà dầu chẳng gặp thầy, gặp thuốc, hay chẳng được người săn sóc, bệnh cũng chẳng dứt. Kẻ *Nhứt-xiển-đề* cũng như vậy. Dầu gặp Thiện-hữu, chư Phật, Bồ tát và nghe được Diệu-pháp, hay dầu chẳng gặp, họ cũng chẳng hề phát tâm tu hành để cầu thành Phật-quả.

Trong Đại-bát Niết-Bàn Kinh quyển chín, có nêu ra nhiều luận-cứ, chê trách hạng *Nhứt-xiển-đề*. Tuy nhiên, cũng có hạng *Nhứt-xiển-đề* là bực Bồ-tát vì lòng đại-bi, quyết ở trong chốn Luân-hồi mà tế độ chúng-sanh, chớ chẳng muốn thành Phật, chẳng vào Niết-bàn.

NHỰT-CUNG 日宮 Cung điện của vị Nhựt Thiên-tử, cung điện ấy ở tại nhựt-luân, vầng mặt trời.

NHỰT-DIỆN PHẬT 日面佛 Đức Phật tên là Mặt Trời. Đức *Nhựt-Diện Phật* sống đời một ngàn tám trăm năm.

NHỰT-LIÊN (*BỒ TÁT*) 日蓮 (菩薩) Nitchiren (*jap.*).— Soleil-Lotus (*fr.*) Tổ-sư sáng lập Nhựt-liên tông tức là Pháp-Hoa tông bên Nhựt. Ngài sanh năm 1.222, con nhà thuyền chài vùng biển xứ Awa và tịch năm 1282, hưởng thọ 61 tuổi. Vì có lời truyền rằng bà mẹ ngài nằm mộng thấy mội cái Mặt Trời với một Hoa Sen rồi thọ thai, nên đặt tên ngài là Nhựt-Liên.

Ngài vừa là một nhà đạo đức vừa là một nhà chí-sĩ. Trước học Chơn-ngôn tông, sau học qua Thiên-thai tông, ngài thấy bộ «Diệu-Pháp Liên-Hoa Kinh» chứa trọn đủ Pháp-giáo của Phật, bèn lập ra Pháp-Hoa Tông với chơn-lý căn-bồn của Kinh Diệu-Pháp-Liên-Hoa. Ngài có soạn bộ Diệu-Pháp-Liên-Hoa một cách đặc - biệt. Truyền rằng hồi đức Phật Thế - Tôn thuyết kinh Pháp-Hoa tại núi Kỳ-xà Quật bên Thiên-trước, bấy giờ đức Nhựt-Liên là ngài Thượng-Hạnh Bồ-tát (*Vicishtachritra*) có lãnh lời chúc truyền của Phật ra đi truyền bá Kinh Pháp-Hoa. Vì thấy giáo-phái của Nhựt-Liên rất nhiệt-thành với cuộc chánh trị trong nước, làm sôi nồi dân-tâm, nên Chánh phủ Nhựt đày ngài, có lúc xử trảm ngài nữa. Nhưng chính hôm xử tử ngài, thì trời vần vũ, đao sút ra khỏi tay vị trảm quan. Người ta sợ giết phải bực Thánh, nên mới tha cho ngài. Sau khi bị đày ba năm, ngài trở về mở mang tông Pháp-hoa, thường ngụ tại triền núi Phú-sĩ (*Fuji*). Ngài truyền cho tín-đồ thường niệm: Nam-mô Diệu-pháp Liên-Hoa-Kinh.

Bây giờ, mỗi năm hằng ngàn người Nhựt tựu đến ngôi Tháp của ngài vào ngày 13 tháng mười, ngày tịch của ngài, mà lễ bái và niệm mấy tiếng: Nam-mô-Diệu Pháp-Liên-Hoa Kinh.

NHỰT-LIÊN TÔNG 日蓮 (宗) Nitchiren-shu (*jap.*) Người ta kêu *Nhựt-Liên tông* là lấy tên nhà sáng-lập, đức Nhựt - Liên Bồ-tát. Cũng kêu là *Pháp-hoa tông*. Tông nầy sáng-lập hồi thế kỷ thứ 13. Kinh chánh là bộ Diệu-Pháp-Liên-Hoa Kinh, biên soạn thêm ra bởi đức Giáo-tổ Nhựt-Liên. Theo phái-đồ tông nầy, Kinh Diệu-Pháp-Liên-Hoa chứa đủ Pháp-giáo của đức Phật trọn thời-kỳ Ngài truyền đạo ở Thiên-trước trong bốn mươi chín năm. Ngoài ra sự đọc tụng Kinh Pháp-Hoa, phái-đồ phải giữ ba cái Luật mật ẩn trong đạo. Giữ đúng thì được thành Phật ngay ở cõi nầy.

Ba cái Luật ấy là :

1.) Đại-mục — Người ta cung kính mà niệm luôn luôn bảy tiếng huyền-diệu : *Nam-mô Diệu-Pháp Liên-hoa Kinh* ! Có niệm như vậy cầm bằng tụng trọn bộ Pháp-Hoa và nghe hết các bài thuyết-pháp của Phật.

2.) Bài vị thờ.— Người ta họa ra một bức linh-phù ở giữa có mấy chữ : Diệu-Pháp Liên-Hoa Kinh, chung quanh có đủ mười cảnh-giới trong võ-trụ từ Phật đến các bực chúng-sanh. Thờ linh-phù ấy cầm bằng thờ chư Phật và tánh Phật, đức Thích-Ca với chư Phật trong võ-trụ.

3.) Giới-đàn.— Chỗ đạo-tràng, tức là cái thân. Từ lời ăn nói, việc hành-động cho đến tâm ý đều phải cho nghiêm-trang đứng-đắn, tỏ ra rằng nhà đạo có đủ đức từ-bi và lòng tin-tưởng Phật. Cái thân phải thay mặt cho ngôi Đạo-tràng của Trưởng-lão Tổ sư lập ra nơi triền núi Phú-sĩ. Ánh sáng Đạo-lý bắt từ ngôi Đạo-tràng mà túa ra khắp cả các nơi, cũng như ánh-sáng trong thân túa ra, ảnh hưởng đến người và vật.

Giữ trọn ba cái Luật ấy cầm bằng trì đủ Giới, Định và Huệ, nhà tu trì thế nào cũng đắc Đạo, đắc quả Phật. Theo phái-đồ của Nhựt-Liên tông, con người ta có hai quả Phật : quả từ trước và quả hiện thời. Các quả Phật từ trước có phát hiện ra là do nơi cái quả hiện thời tỏ sáng. Mà cái quả hiện thời tỏ sáng được cũng nhờ cái quả từ trước soi vào. Hai cái quả ấy tuy hai, chớ vẫn là một. Cho nên khi thấy một đức Phật, tức là ta thấy chư Phật Thập phương và ta tự nhận rằng ta đây cũng là Phật.

Tín-đồ Nhựt - Liên tông vừa tu học mà cũng vừa có chí nhiệt-thành với quốc-gia. Họ chẳng ngần ngại mà trừ khử một phong trào có hại cho quốc gia và đạo đức. Như hồi thế kỷ mười sáu, có một tín-đồ Nhựt-Liên tông, ông Kito Kiyamasu đứng ra cầm đầu một bọn người sát phạt những tín-đồ Thiên-chúa giáo.

NHỰT-NGUYỆT-ĐĂNG-MINH (*NHƯ - LAI*) 日 月 燈 明 (如 來) Tchandrasûryapradipa (*scr.*) Một vị cổ Phật, đã ra đời thuở xưa, cách nay chẳng biết bao nhiêu Kiếp mà kể.

Nhựt-Nguyệt-Đăng-Minh có nghĩa như vầy : ở cõi trời thì sáng như hai vầng Nhựt, Nguyệt ; ở cõi đất thì sáng như ngọn đèn soi tỏ cho chúng-sanh.

Diệu - pháp Liên - hoa Kinh : Hồi đời quá khứ, có ra đời liên tiếp nhau hai vạn đức Phật đồng một hiệu *Nhựt-Nguyệt-Đăng-Minh*. Các vị Phật ấy đều có giảng kinh Diệu-pháp Liên-hoa.

Hồi đức *Nhựt-Nguyệt-Đăng-Minh* sau rốt trong số hai vạn đức Phật đồng hiệu *Nhựt-Nguyệt-Đăng-Minh* ra đời, khi chưa xuất-gia, ngài có sanh ra tám vị hoàng-tử : Hữu-ý, Thiện-ý, Vô-lượng-ý, Bảo-ý, Tăng-ý, Trừ nghi ý, Hưởng-ý, Pháp-ý (*Mati, Sumati, Anantamati, Ratnamati, Viçichamati, Vimatisamudghâtin, Ghôchamati, Dharmamati*). Chừng ngài bỏ ngôi mà đi tu và thành Phật, tám vị vương-tử cũng theo cha mà nhập Đạo. Tám vị nầy đều lần lượt thành Phật hết. Và vị sau rốt thành Phật hiệu là Nhiên-Đăng (*Dipankara*).

Sau khi Phật *Nhựt-Nguyệt-Đăng-Minh* diệt tộ, Bồ-tát Đức-Tạng nối tiếp theo thành Phật, hiệu là Tịnh-Thân Như-lai.

NHỰT-NGUYỆT ĐĂNG PHẬT 日 月 燈 佛 Tchandra-sûryapradipa Bouddha (*scr.*) Một đức Phật Như-lai, quốc-độ ngài ở về phương Nam đối với cõi Ta-bà.

Trong khi đức Phật Thích-Ca giảng Kinh A-Di-Đà, đức *Nhựt-Nguyệt-Đăng Phật* và vô-số chư Phật ở phương Nam có tỏ lời khen tặng Phật Thích-Ca và khuyên chúng - sanh nên tin Kinh A-Di-Đà.

NHỰT-NGUYỆT-TỊNH-MINH-ĐỨC (*NHƯ-LAI*) 日月淨明德 (如來) Tchandravimalasûryaprabhâsaçrî (*scr.*) Một vị Phật hồi đời quá-khứ. Theo Kinh Pháp - Hoa phẩm 23, ngài *Nhựt-Nguyệt-Tịnh-Minh-Đức Như-lai* ra đời cách nay hằng-hà sa số kiếp. Đại-chúng dự nghe Pháp của ngài có 80 ức chư đại Bồ - tát, và chư Thinh-văn nhiều bằng số cát 72 sông Hằng-hà. 110 ức chư Thiên đứng trên các cung - điện mà trỗi nhạc và ca tụng, cúng dường đức *Nhựt-Nguyệt-Tịnh-Minh-Đức Như-lai.*

Ngài thuyết pháp không có đờn-bà dự nghe. Cõi thế-giái Phật của ngài không có những hạng: Địa-ngục, Ngạ-quỉ, Súc-sanh và ác-thần A-tu-la. Cõi ấy tốt tươi, đều đặn như lòng bàn tay. Một phần đất toàn là lưu-ly ở cảnh Tiên. Cây quí bằng kim - cang và cây chiên đàn mọc rất đẹp...

Đời của Phật *Nhựt-Nguyệt-Tịnh-Minh-Đức* là bốn mươi ngàn kiếp, đời của chư Bồ-tát và Thinh-văn của ngài cũng như vậy.

NHỰT-QUANG 日光 La lumière du Soleil (*fr.*) Ánh sáng mặt trời. Trong các thứ ánh-sáng, *nhựt-quang* là sáng tỏ hơn hết.

NHỰT-QUANG BỒ-TÁT 日光菩薩 Kêu trọn chữ: *Nhựt-Quang Biến-Chiếu Bồ-tát*: 日光徧照菩薩: Nghĩa là: đức Bồ-tát mà hào-quang như ánh-sáng mặt trời, chiếu khắp cả. Ngài Nhựt-Quang Bồ tát là một vị trong hai vị Bồ-tát chầu hai bên đức Phật *Dược-Sư*:

1.) *Nhựt-Quang Bồ-tát* đứng bên trái,

2.) *Nguyệt-Quang Bồ-tát* (*Nguyệt-Quang Biến Chiếu Bồ-tát*) đứng bên mặt.

NHỰT - SANH *PHẬT* 日生佛 Adityasambhava Bouddha (*scr.*) Một đức Phật Như-lai, quốc-độ của Ngài ở ... về phương Bắc đối với cõi Ta-bà.

Hồi đức Phật Thích-Ca giảng Kinh A-Di-Đà, thì đức *Nhựt-*

Sanh Phật và vô số chư Phật ở phương Bắc có tỏ lời khen và khuyên chúng-sanh nên tin Kinh A-Di-Đà.

NHỰT-TỤNG (*Kinh*) 日 誦 (經) Bréviaire (*fr.*) Kinh mà người ta tụng mỗi ngày vào thời nhứt định.

Như các quyển « Di Đà, Hồng danh, Vu-lan, Phổ-môn » là Kinh *nhựt tụng* nơi chùa và nơi các tư-gia thiện-tín.

NHỰT THIÊN-TỬ 日 天 子 Vị Thiên-tử tức là vị Thần-tiên ở nơi Nhựt-cung tại mặt trời (*Nhựt-luân*). Vị *Nhựt Thiên-tử* thuộc quyền đức Đế-Thích. Cũng như vị *Nguyệt Thiên-tử* thống-lãnh thế-giới Mặt trăng, vị *Nhựt Thiên-tử* thống-lãnh thế-giới Mặt trời.

OAI, UY 威 Puissance, Dignité, Majesté, Sévérité (*fr.*) Thế-lực làm cho người ta kính, sợ. Vẻ nghiêm trang tỉnh-táo của người chẳng biết sợ ai. Cốt-cách của người ngay thẳng hàng-phục mọi sự tà ác.

OAI-ÂM VƯƠNG PHẬT 威 音 王 佛 Bhichmagardjita-ghô--chasvararâdja-Bouddha (*scr.*) Diệu-pháp liên-hoa Kinh, phẩm 20 : *Oai-Âm Vương Phật* là một đức Phật hồi đời quá-khứ. Kỳ-kiếp của ngài tên là Ly-suy (*Vinirbhôga*). Thế-giái của ngài tên là Đại-thành (*Mâhasambhava*).

Thủ-lăng nghiêm Kinh quyển 5 : Ông Bạt-đà-bà-La nói rằng thuở xưa, ông nhờ quán tưởng lẽ xúc (*thân-thể đụng với vật*) mà đắc Đạo. Nhơn đó, đức *Oai-Âm Vương Phật* ban cho ông danh-hiệu Bạt-đà-bà-La.

OAI-DANH 威 名 : Thế-lực, tên-tuổi chúng đều biết, đều kính. Cũng như nói : *oai-thinh, thinh-danh, danh-văn*.

OAI-ĐỨC 威 德.— Têdjas (*scr.*) : Oai-thế và đức-hạnh (*phước-đức*). Có *oai* thì hàng phục người tà, việc ác ; có *đức* thì hộ trợ người chánh, việc thiện. Có *oai* thì chúng kính sợ, có *đức* thì chúng yêu mến. Như *oai-đức* của Phật, của Bồ-tát, của Minh-vương.

OAI NGHI 威 儀 Bonne tenue, Manière distinguée (*fr.*) Oai-nghiêm và nghi-tắc. Ấy là cốt-cách với cử chỉ đàng hoàng và có mực-thước, khiến người kính trọng. Như bốn cách đi, đứng, nằm, ngồi (*hành, trụ, tọa, ngọa*) cho chính-đính và có phép-tắc, kêu là *Tứ oai-nghi.*

Trong *Cụ-túc giới* của Tỳ-kheo và Tỳ-kheo ni, những điều trọng-hệ là giới-cấm, những điều phụ-thuộc là *oai-nghi. Oai-nghi* tuy việc nhỏ, nhưng chứng-minh rằng bực Phật-tử có tu Giái-Định-Huệ.

Quán-Vô-Lượng-Thọ Phật Kinh : Muốn sanh về cõi Cực-lạc, nên tu ba phước sau đây:

1.) Hiếu dưỡng cha mẹ, phụng sự sư trưởng, từ tâm chẳng giết, tu hành thập thiện.

2.) Thọ trì tam qui, trọn đủ các giới, chẳng phạm *oai-nghi.*

3.) Phát tâm Bồ-đề, tin sâu lẽ Nhơn-quả, đọc tụng Kinh Đại-thừa, khuyên người tinh-tấn tu hành.—

(*Xem : Tam thiên oai-nghi.*)

OAI-NGHI SƯ 威 儀 師 : Ông thầy dạy oai-nghi. Một chức vị của Tăng ở nhà Chùa. Khi truyền Giái xuất-gia, trong ban Tam sư Thất chứng (*Ba ông thầy và Bảy vị tôn-chứng*), có ông sư Giáo-thọ chỉ bảo cho người thọ Giới những oai-nghi, tức là cách ngồi, cách làm, cách tới, cách lui (*đi, đứng, nằm, ngồi*). Sư Giáo-thọ ấy, cũng kêu là *oai-nghi sư.*—

Về Lão-giáo, các Đạo-sĩ phân ra làm ba hạng, ba chức-vị: 1.) Pháp-sư, 2.) *Oai-nghi sư*, 3.) Luật-sư.

OAI-THẦN 威 神 : Oai-thế linh-diệu và mạnh mẽ khôn̉g thế lường. Tức là *oai-thế* và *thần-lực.* Như : *Oai-thần* của Phật, của Bồ-tát.

OÁN 怨

1. Giữ lòng giận ghét, như nói : *oán* thiên vưu nhơn (*giận trời, ghét người*).

2. Thù hận, quyết hại được mới ưng, như : *oán địch, oán-thù.*

3. *Oán* là oán-hận, mối oán; cũng có nghĩa là kẻ oán. Vừa là động từ (*verbe*), vừa là danh từ (*nom*); cũng chỉ về mối lòng, lại cũng chỉ là kẻ.

Đồng-nghĩa: *Thù, Hận, Tăng.*

Đối-nghĩa: *Ân* (*Ơn-nghĩa*), *Thân* (*Thân-thích*). Có *Tứ oán,* bốn sự oán-thù: 1.) Sanh, 2.) Lão, 3) Bệnh, 4.) Tử

OÁN-ĐỊCH 怨 敵. — Ennemi (*fr.*): Oán-ghét mà đối-địch, thù-địch.

1.) Về đời, *oán-địch* là kẻ nghịch muốn lật đổ địa-vị mình, muốn giết mạng mình. Như nói: nhà vua thảo phạt những kẻ *oán-địch.*

2.) Về đạo, *oán-địch* là: a) Tất cả những mối phiền-não, vì phiền-não có thể hại thân-tâm mình, công-đức mình, Huệ-mạng mình.

b) Những kẻ phỉ báng Kinh - điển Đại-thừa, những kẻ bất-tín (*Nhứt-xiển-đề*), những kẻ ngoại-đạo chống nghịch lý-thuyết Phật.

c) Bát ma (*Tám thứ ma.*)

OÁN-GIA 怨 家: Kẻ cố oán mình.

1.) *Oán-gia* tức là *oán-địch,* như nói: *Bát ma* là oán-gia của Bồ-tát, của người tu Phật.

2.) *Oán-gia* tức là *Oan-gia* 冤 家: Kẻ có mối thù-hận với mình từ những đời trước; sanh ra đời nầy, quyết hại mình. Kẻ bị mình hại một cách oan-uổng từ đời trước; kết lòng oán hận, nhơn sanh ra đời nầy, dốc lòng phá hại mình. Như thái-tử A-xà-Thế tuy là con của vua Tần-bà-sa-la, nhưng là *Oán-gia* của vua vậy.

OÁN-KẾT 怨 結 Sự kết-tụ oán-thù, tức là đã gây thù kết oán. Thắt chặt nơi tâm mối oán-hận đối với kẻ khác mà không cởi bỏ. Phật-giáo khuyên rằng oán thì nên giải, mà không nên kết.

OÁN-TẶC 怨 賊 Giặc nghịch oán thù. Nhơn vật hoặc sự việc có thể hại mạng mình, cướp đoạt tiền-của mình, kêu chung là *oán-tặc.*

OÁN TĂNG HỘI KHỔ 怨 憎 會 苦 L'union avec ce que l'on n'aime pas, voilà la douleur (*fr.*) Cũng viết : *Tăng-hiềm hội khổ.*

Cái khổ hội hiệp với kẻ mà mình oán ghét, với cảnh mà mình ố kỵ. Một cái khổ trong tám cái khổ (*bát khổ*). Dầu ở Địa-ngục, Ngạ-quỉ, Súc-sanh, Nhơn-gian hay Thiên-thượng, ở đâu cũng đều có *oán-tăng hội khổ.*—

Niết-Bàn Kinh: Sao kêu là *oán tăng hội khổ?* Ấy là mình buộc lòng phải chung cùng, gần gũi với những nhơn vật mà mình chẳng ưa. Có ba thứ (*người và cảnh*) mà mình chẳng ưa, nhưng buộc phải chung cùng, gần gũi. Ấy là : Địa-ngục, Ngạ-quỉ, Súc-sanh. Nói gom là như vậy, chớ phân tách ra, thì có chẳng biết bao nhiêu thứ mà kể.

Ô-BA-ĐÀ-DA 鄔 波 馱 耶 Upadhyaya (*scr.*) Chữ Phạn, cũng viết : *Ưu-ba-đà-da,* dịch nghĩa : *Thân giáo-sư, Hoà-thượng.*

Ấy là bực thầy đỡ đầu cho đệ-tử tu hạnh xuất-gia. Cùng với hai ngài Giáo-thọ (*A-xà-lê*), Kiết-ma, kêu là Tam sư.

(*Xem : Hoà-thượng*).

Ô-BA-SÁCH-CA 鄔 波 索 迦 Upâsaka (*scr.*).— Laïc (*fr.*) Người đờn-ông tu Phật tại gia. Dịch : Cận-sự nam. Xem : *Ưu-bà-tắc.*

Ô-BA-TY-CA 鄔 波 斯 迦 : Upasika (*scr.*).— Laïque (*fr.*) Người đờn-bà tu Phật tại gia. Dịch : Cận-sự nữ. Xem : *Ưu-bà-di.*

Ô-LAM-BÀ-NÃ 烏 藍 婆 拏 Ullambana (*scr.*) Thường viết : *Vu-lan-bồn.* Cuộc cúng thí ngày rằm tháng bảy để cầu siêu cho vong-linh của thân-nhơn. (*Xem : Vu-lan-bồn, Vu-lan-bồn hội.*)

Ô-MA-LẶC-GIÀ 烏摩勒伽 Qui tà ác, mặt đen và sắc đen.

P

PHA-LY 玻璃 Cristal (*fr.*) Ngọc pha-ly. Lại kêu là *Pha-lê* 頗梨, giống như thủy tinh, có bốn màu : tía, trắng, hường, biếc. Đó là một món báu trong *thất bảo* (*bảy món báu*).

Xem : *Thất bảo.*

PHÁ 破 Làm cho hao tổn, bại hoại, hư nát, xáo trộn. Như việc chi, món chi đã thành, đã tốt, đã thuần - thục mà mình làm cho hư, ấy là *phá*.—

Lại có nghĩa : phân chiết, tách ra, làm cho rõ-rệt phân-minh, làm cho hết nghi hết tối.

PHÁ ÁM MÃN NGUYỆN 破闇滿願 Phá tan sự mê ám và thành mãn chí nguyện. Đó là tiếng xưng công-đức danh-hiệu của Phật A-Di-Đà. Vì Ngài hay phá cái ám-muội, cái vô-minh của chúng-sanh và khiến cho cái chí nguyện thành Phật của họ được trọn vẹn, nên kêu là *Phá ám mãn nguyện.*

PHÁ CHẤP 破執 : Phá tan sự mê chấp, phá tà - kiến của người. Dùng cái trí - huệ, cái biện - tài mà giảng giải cho người ta hết tin lầm rằng cái thân thể là thật, hoặc các pháp là thật. Phá ý kiến thiên-lệch của nhà học đạo, khiến cho ý-trí họ trở nên dung-thông, thấu nhập chỗ trung-đạo.

PHÁ GIỚI 破戒 : Phá bỏ giái-luật tu hành mà chẳng sám-hối. *Phá giái* nặng hơn *Phạm giái.* Đối-nghĩa : *Trì giái.* Người tu xuất-gia hay tại - gia cố ý chẳng ăn ở theo giái-hạnh mà mình đã nguyện giữ, ấy là *phá giái.* Như thầy tu mà còn sa ngã vào vòng tài sắc, còn nói láo, còn say rượu, ăn thịt, giết hại mạng sống, là thầy tu *phá giái* Còn cư-sĩ đã nguyện ăn chay hai bữa, bốn bữa, sáu bữa, mười bữa trong tháng, nhưng nhằm những ngày chay mà phạm tà dâm, tửu nhục, ấy kêu là *phá giái, phá trai.*

Niết-Bàn Kinh : Như có vị Tỳ-kheo đã phạm cấm-giới, mà

vì lòng kiêu-mạn, che giấu lỗi lầm, chẳng chịu hối quá, như vậy mới thật là *phá giới*. Còn Bồ-tát Ma-ha-tát, vì lòng ủng-hộ Chánh-Pháp, tuy có chỗ phạm, mà chẳng bị gọi là *phá giới*. Tại sao vậy ? Vì vị ấy không có lòng kiêu-mạn, lại phát lộ tội lỗi, cầu xin sám hối... Như trong Tăng-chúng, có vị nào *phá giới*, thì người tại-gia chẳng nên vì lẽ vị ấy mặc cà-sa mà cung-kính, cúng-dường.

PHÁ HẠ 破夏 : Bỏ cuộc an-cư mùa Hạ. Thầy tu đạo Phật, hằng năm vào mùa Hạ, thì tựu nhau lại một ngôi chùa lớn mà an-cư, từ 16 tháng tư đến 15 tháng bảy âm-lịch. Trong thời-kỳ ấy, ai nấy đều lo tu học Giới, Định, Huệ. Nếu vô cớ mà bỏ đi chơi ra ngoài cảnh Pháp-giái ấy trước khi hết Hạ, thì kêu là *phá Hạ*.

PHÁ HÒA-HIỆP TĂNG 破和合僧 : Làm rối loạn trật-tự nơi Giáo-hội thầy tu.

Kêu tắt : *Phá tăng*. Ấy là một tội trong *Ngũ nghịch tội*. Như ai tánh-hạnh chẳng tương-ứng với những người đồng tu, hoặc dùng lời nói láo, nói đâm thọc mà làm cho người nầy người kia ghét nhau, cãi nhau, hoặc dùng phương tiện nầy, phương tiện khác mà làm cho người ta chẳng thuận nhau, hoặc cản người ta hội nghị về Pháp-sự, hoặc xúi người ta bỏ đi chẳng nghe thuyết-pháp cùng nghe đọc giới-luật, ấy là *phá hòa-hiệp Tăng*. Phạm tội ấy mà chẳng biết ăn năn, thì bị trục-xuất khỏi Chùa, và chừng thác bị đọa Địa-ngục.

PHÁ HỮU 破有 : Phá bỏ cảnh có. Kẻ phàm-phu vì nhận có Tam-giới : Dục-giới, Sắc-giới, Vô-sắc-giới, nên lăn lộn trong đó mãi. Ấy là đạo hữu lậu, đạo thế-gian. Nhà học Phật chơn-chánh, hàng Thánh-giả quyết bỏ hẳn ba cảnh có ấy, hầu cọ dứt cuộc luân-hồi khổ não, nên kêu là *phá hữu*. Ấy là đạo vô-lậu, đạo xuất thế-gian. Vì lẽ ấy nên người ta gọi Phật là bực *Phá hữu Pháp-vương*.

PHÁ LẬP 破立 : Phá bỏ và tạo lập. Hai pháp-môn, hai học-thuyết trong Đạo Phật. Trước là *phá*, sau là *lập*. Như phá bỏ muôn pháp, đem cái duyên-khởi của muôn pháp mà giải luận cho người ta thấy chỗ không thật. Đó là *phá*. Kế đó, hiền-minh cái Chơn-không, cái Diệu-hữu, cái Trung-đạo. Đó là *lập*. – Lại, Phá Lập là học-thuyết của hai phái Không-môn (*Tam-luận tông*) và Hữu-môn (*Pháp-tướng tông*). Tam-luận tông nương theo lý Không mà *phá* các pháp. Pháp-tướng tông nương theo lý Hữu (*Có*) mà lập các pháp.

Phá Lập cũng gọi là *Già Chiếu* 遮 照, tức là pháp-môn che án và pháp - môn chiếu sáng.

PHÁ MÔN 破 門 : Phá bỏ môn-phái của mình. Tiếng nầy thông dụng ở Nhựt-bổn để chỉ kẻ phá giái bị trục-xuất. Tội *phá môn* có nặng, có nhẹ. Tội nhẹ thì chẳng đặng dự các lễ cúng kiến, hội họp với chư Tăng. Tội nặng thì bị đuổi ra khỏi chùa, không còn chi là tình sư-đệ, nghĩa đồng-tu với nhau nữa.

PHÁ NHAN VI-TIẾU 破 顏 微 笑 : Khám phá mà hiểu cái nét mỉn cười trên gương mặt. Tôn-giả Ma-ha Ca-Diếp, ở hội Linh-sơn, trông thấy đức Phật Thích-Ca tay cầm cành hoa, gương mặt mỉm cười. Duy có một mình tôn-giả hiểu nét mỉn cười của Phật mà thôi. Chính lúc ấy, đức Phật toan đem nền Đạo mà truyền phó cho Đại Ca-Diếp, vì Phật sắp vào Niết-bàn. Chính trong lúc đó kêu là *Phá nhan vi-tiếu*, cũng kêu là : Chiêm hoa vi-tiếu (*cầm hoa và mỉn cười*).

PHÁ PHÁP 破 法 : Hủy bỏ Chánh-pháp. Ấy là nói nhà tu học chẳng thi-hành Chánh-Pháp của đức Như-lai, chẳng tu theo Kinh-Luật, chẳng nghe lời khuyên bảo của bực tôn-sư, hàng thiện-hữu. Ấy là bọn tà-kiến, phạm giới-hạnh, thích theo thế-tục.

PHÁ TĂNG 破 僧 Cũng gọi : *Phá hòa-hiệp Tăng, Đấu loạn Chúng Tăng* : Tội của kẻ ác-ý gây ra sự bất-hòa, làm mất trật tự nơi chùa-chiền, nơi giáo-hội. Một trong *Ngũ nghịch tội*. Xem : *Phá hòa-hiệp tăng*.

PHÁ TĂNG KIỀN-ĐỘ 破 僧 犍 度 Chương Kinh-Luật

nói về tội Phá tăng. Một trong hai mươi chương ở trong tạng Luật. Xem : *Nhị thập Kiền-độ.*

PHÁ TƯỚNG TÔNG 破 相 宗 Tông-phái tên là Phá tướng. Cốt phá bỏ sự chấp tướng, tông nầy hướng về thuyết : Dầu phàm hay thánh, dầu nhiễm hay tịnh, tất cả đều là Không, vốn không có gì hết. Cho đến việc đắc Đạo, nhập Niết-bàn cũng chỉ là mộng, ảo mà thôi. Tông ấy chẳng lập ra lẽ Chơn, huống chi lại lập ra lẽ Vọng sao ? Tức : Chơn và Vọng đều là Không, Danh và Tướng, tất cả đều là Không. Vậy nên gọi là *Phá tướng tông.* Như trong các bộ luận Bát-nhã đều xướng minh lẽ phá bỏ pháp tướng của *Phá tướng tông.*

PHẢ-LA-ĐỌA 頗 羅 墮 Bharadvâja (*scr.*) Tiếng Phạn, dịch nghĩa : *Lợi-căn, lợi-tánh.* Tức là hạng người lợi-căn, lợi-tánh. Đối-nghĩa : *Chiên-đà-la* (*Candala*), hạng người hạ-tánh, bạo ác, đê-tiện.

PHẢ-LÊ (*PHA-LÊ*) 頗 梨 Cristal (*fr.*). Ngọc pha-lê. Cũng viết : *Pha-ly.* Một trong bảy báu, *thất bảo.* Xem *Pha-ly.*

PHÀM 凡 Prthagjana (*scr.*).— Profane (*fr.*) Tức : phàm-tục, phàm-phu. Đối-nghĩa : *Thánh.* Người vật có tánh cách chẳng trong-sạch, chẳng tinh khiết, hướng về phiền-não hơn hướng về giải-thoát.

Như trong Mười cõi (*Thập giới*), Sáu cõi : Địa-ngục, Ngạ-qui, Súc-sanh, Tu-la, Nhơn-gian, Thiên-thượng, kêu là *Lục Phàm ;* Bốn cõi : Thinh-văn, Duyên-giác, Bồ-tát, Phật, kêu là *Tứ Thánh.*

Xem : *Phàm-phu.*

PHÀM-NGU 凡 愚 Kẻ phàm-phu ngu-si. Tiếng chê kẻ nặng lòng mê-dục, ham lợi-danh hơn Đạo-lý.

PHÀM-PHU 凡 夫 Prthagjana (*scr.*) Prafane (*fr.*) Kẻ tầm thường, không tin đạo đức và ưa nhạo báng. *Phàm-phu* đối với *Thánh-giả, Thánh-nhơn. Phàm-phu* tức là *Ngu-nhơn* (*Ngu-phu*); *Thánh-giả* tức là *Trí-giả.*

Trong **Pháp-Hoa Kinh** có nói : *phàm-phu* thì biết cạn, ham vui sướng về thể xác (*ngũ dục*).

Người ta gọi: *phàm, tục* là hạng người còn ở tại thế, còn lăn lộn trong cuộc phiền-não; đối với *Tăng* là hạng người ly gia cắt ái, bước chơn vào đường Giải-thoát.

Song bực tăng mà còn lo lợi-dưỡng, chẳng ham tu học, phá giải là *phàm-phu, phàm - tăng*; đối với *Thánh-tăng* là bực tăng đắc Đạo.

Phàm-phu là bực chưa từng tu học, chưa từng thiền-định, chưa đắc một phép nào trong Lục thông. Như trong **Kinh Quán Vô-lượng-Thọ Phật,** đức Phật Thích-Ca có phán với bà hoàng thái-hậu Vi-đề-Hy rằng: «Nhà ngươi là *phàm-phu,* tâm tưởng yếu hèn, chưa đặng Thiên-nhãn, chẳng thấy xa đặng. Chư Phật Như-lai có phép phương-tiện, khiến cho nhà ngươi thấy đặng cõi Cực-lạc thế-giải...»

Trong **Pháp-bảo đàn Kinh** có chép mấy lời nầy của đức Lục-tổ: *Phàm-phu* tức là Phật, phiền-não tức là Bồ-đề. Niệm trước còn mê, tức là *phàm-phu.* Niệm sau tỉnh-ngộ, tức là Phật. Niệm trước còn mắc vào cảnh, tức là phiền-não. Niệm sau bèn lìa khỏi cảnh, tức là Bồ-đề.

Đại Bát Niết-Bàn Kinh, quyển 37: Thiện nam-tử! tất cả *phàm-phu* có hai thứ tưởng: 1.) Thế lưu bố tưởng (*tư-tưởng tùy thế gian lưu bố*), 2.) Trước-tưởng (*tư tưởng chấp trước*). Tất cả *Thánh-nhơn* chỉ có Thế lưu bố tưởng mà thôi, chớ không hề có Trước-tưởng. Tất cả *phàm-phu,* vì ác giác quan, nên đối với Thế lưu bố, sanh ra *Trước-tưởng.* Tất cả *Thánh-nhơn,* vì thiện giác-quan, đối với Thế lưu bố, chẳng sanh Trước-tưởng. Vậy nên *phàm* - phu, kêu là Đảo-tưởng. *Thánh-nhơn* tuy biết, nhưng chẳng mang tiếng là Đảo-tưởng.

PHÀM-PHƯỚC 凡 福 Bonheur profane (*fr.*). Phước đức phàm-tục. Tức là phước-báo ở cõi người và ở cõi tiên, không có tánh-cách trong sạch, giải thoát. Đối với phước đức của quả Thánh Ba thừa (*Thinh-văn thừa, Duyên-giác thừa, Bồ tát thừa*).

PHÀM-SƯ 凡 師 Maître profane (*fr.*) Thầy phàm. Vị pháp-sư phàm-phu. Bực thầy tầm thường, chưa thấy Chơn-lý.

PHÀM-TÁNH 凡 性 Tánh phàm. Tánh-chất phàm-phu. Chỉ về người có đủ ý-kiến lầm lạc, chưa chứng được Chơn-lý.

PHÀM-TĂNG 凡 僧 Thầy tăng phàm-tục, nhà sư chưa chứng ngộ Chơn-lý. Đối-nghĩa: *Thánh-tăng*, nhà sư đã chứng quả Thánh.

PHÀM-TIỂU 凡 小

1.) Người phàm-phu và người tiểu-thừa, tức là hạng phàm-phu và hạng tiểu-thừa.

2.) Kẻ phàm-phu tiểu-thừa. Kẻ tà-kiến, ít tin tưởng, tu theo cỡ nhỏ

PHÀM-THÁNH 凡 聖 Kẻ phàm-phu và trang Thánh-giả.

Phàm, phàm-phu là người còn lầm-lạc, nặng lòng phiền-não.

Thánh, Thánh-giả là người chứng-ngộ Diệu-lý. Trong Tiểu-thừa, từ Sơ-quả lên tới Tứ-quả, trong Đại-thừa, từ Sơ-địa lên tới Thập-địa, gọi là *Thánh-giả*.

PHÀM-THỨC 凡 識 Tâm-thức của kẻ phàm-phu, trí-thức của kẻ chưa tỉnh ngộ, thấy cạn, hiểu sai.

PHẠM 犯 Transgresser, violer (*fr.*) Can phạm; xúc phạm, xâm phạm; làm nên tội; thiếu sót lẽ phải.

PHẠM-GIỚI 犯 戒: Hủy phạm Giới-luật do Phật chế ra; Giới-luật ấy, tự mình đã nguyện tu trì, nhưng lại phế bỏ. Như kẻ tại-gia Phạm Ngũ Giới; người xuất-gia phạm Thập Giới, Cụ-túc Giới; Bồ-tát phạm Trọng-Giới, Khinh-Giới.

Người tu hành *phạm Giới* thì có năm điều quấy bậy (*Phạm Giới ngũ quá*): 1. hại lấy thân mình, 2. bị hàng trí-giả quở trách, 3. tiếng xấu lan rộng ra, 4. chừng thác, lấy làm hối trách, 5. chết bị đọa vào ác-đạo.

Người tu hành *phạm Giới*, chịu lấy năm điều suy hại (*Phạm

Giải ngũ suy) : 1. Cầu tiền của chẳng đặng, 2. dẫu có được của thì bị hao hớt, 3. chúng chẳng kính mến mình, 4. Tiếng xấu đồn xa, 5, chết vào Địa-ngục.

Nhưng tội *phạm giái* còn nhẹ, tội *Phá giái* mới nặng hơn.

PHẠM-Ý 犯 意 : Phạm tội do sự cố ý. Biết là tội mà còn cố ý làm. Phạm tội, phạm Giái, có khi là vô tâm, nhưng thường là cố ý. Phạm tội vì cố ý, vì ác-tâm, thì sự trừng-phạt, tội-báo nặng hơn.

PHẠM OAI-NGHI 犯 威 儀 : Phạm phép tắc trong cốt-cách, trong cử-chỉ. Tức là sơ sót hoặc sỗ sàng trong bốn việc : đi, đứng, nằm, ngồi. Nhơn đó mà mất vẻ nghiêm-trang, chính-đính của mình. Người tu-hành phải khéo giữ thân tâm, trước hết đừng *phạm Giới,* sau đó đừng *phạm oai-nghi.* (*Xem : oai-nghi*).

PHẠM-PHÁP 犯 法 : Xâm phạm những điều mà pháp-luật ngăn cấm, pháp-luật thế-gian hoặc pháp-luật xuất thế-gian. Về xuất thế-gian, *phạm pháp* tức là : *phạm Giới,* hành động và nói-năng trái với Chánh-pháp, nghịch với Kinh-điển của Phật, chẳng có lòng từ-bi.

PHẠM TỘI 犯 罪 : Làm nên tội, do đó sẽ bị trừng phạt, bị quả báo khổ-não. Theo luật thế-gian, phải tầm cho được bằng-chứng rằng kẻ *phạm tội* đã làm hại người, rồi mới trừng phạt. Theo luật quả-báo về Đạo lý, kẻ *phạm tội* dẫu chưa động-tác bằng tay-chơn thân-thể, nhưng miệng vừa nói một điều quấy, tâm vừa suy nghĩ tới một ý bậy, đã *phạm tội* rồi. Do đó, sẽ chiêu cảm tội-báo.

PHẠM THƯỢNG 犯 上 : Xúc phạm bề trên. Đồng-nghĩa : *nghịch.* Như trò vô-lễ với thầy ; con hỗn loạn với cha ; bề tôi, bề dưới hiếp bề trên.

PHẠM TRỌNG 犯 重 : Phạm Giới nặng. Tức là phạm *Ba-la-di* (*scr : Parajika*). Giái nặng Tiểu-thừa là Bốn Giới của Tỳ-kheo, và Tám-Giới của Tỳ-kheo-ni. Giới nặng Đại-thừa là Mười Giới của Bồ-tát. Đối với *phạm trọng*, có *phạm khinh* là phạm 48 giới nhẹ của Bồ-tát.

(*Xem : Ba-la-di pháp*).

PHẠM (*PHẠN*) 梵 *Phạm* là tiếng Phạn, đọc trọn : *Phạm-ma* (*Brâhma*) là vị Thiên-thần thanh-tịnh ở trong cõi trời Sắc-giái, về miền Sơ-thiền. Như : *Phạm-thiền, Phạm-thiên vương*. Ngài là vị Thiên-thần chúa-tể đạo Bà-la-môn (*Pháp : Brâhmanisme*). Nhơn đó, những nhơn vật có quan-thiệp với đức Phạm-thiên, với đạo Bà-la-môn thì có danh-từ *Phạm* đứng đầu. Như : *Phạm-âm, Phạm-chí*.

Nhơn chữ *Phạm* có nghĩa : *thanh-tịnh, tịnh-hạnh*, người ta bèn dùng chữ ấy để gọi những sự vật thanh-tịnh trong Phật, Pháp, Tăng. Như : *Phạm-hạnh, Phạm-sát, Phạm-uyển*.

Bởi Kinh - điển đạo Bà-la-môn viết bằng cổ - tự Sanscrit, cho nên Kinh-điển đạo Phật bằng chữ ấy cũng gọi là Phạm (*Phạn*). Như : *Phạm-tự, Phạm-văn*.

Nhơn chữ *Phạm*(*Phạn : Sanscrit*) được dùng làm văn-tự Kinh-điển, và nhơn đạo Bà-la-môn (*Brâhmanisme*) là tôn-giáo chánh ở Ấn-độ, cho nên những việc có dính-dấp với cõi Ấn-Độ (*Thiên-Trước*) thì có chữ *Phạm* đứng đầu. Như : *Phạm-độ* (*thổ*).

PHẠM-ÂM 梵音.— Brâhmagosha (*scr.*).— Voix de Brâhma (*fr.*) : Tiếng nói, dọng nói của đức *Phạm-thiên vương*. Cũng kêu : *Phạm âm-thinh, Phạm-thinh*.

Theo quyển **Đại-Luận**, tiếng nói của đức Phạm-thiên vương có năm cái đặc-tánh nầy :

1.) Nghe thẳm thẳm như tiếng sấm.

2.) Tiếng trong trẻo (*thanh-triệt*) nghe rất xa, và ai nghe cũng lấy làm vui vẻ, sung sướng.

3.) Ai nghe cũng kính, mến.

4.) Tiếng giải đạo-lý rất gọn-ghẻ dễ dàng.

5.) Mọi người nghe đều không chán.

Bởi những công-đức ấy, *Phạm-âm* cũng có nghĩa là giọng nói, tiếng nói của chư Phật, chư Đại Bồ-tát.

Trong **Diệu-Pháp Liên-Hoa Kinh**, phẩm Phổ-môn, có mấy câu kệ xưng đức Bồ-tát Quan-Thế-Âm :

Diệu-âm, Quan-Thế Âm.

Phạm-âm, Hải-triều âm,

Thắng bị thế-gian âm,

Thị cố tu thường niệm.

PHẠM ÂM PHẬT 梵音佛.— Brâhmagosha-Bouddha (scr.) : Một đức Phật Như-lai, quốc-độ của Ngài ở ném về phương Thượng đối với cõi Ta-bà. Khi Phật Thích-Ca giảng **Kinh A-Di-Đà**, ngài **Phạm Âm Phật** và vô-số chư Phật ở phương Thượng có tỏ lời khen ngợi và khuyên chúng sanh nên tin kinh A-Di-Đà.

PHẠM ÂM-THINH 梵音聲 : Tức là *Phạm-âm*. Giọng nói của chư Phật, chư Đại Bồ tát có đủ năm đặc-tánh như giọng nói của ngài Phạm-thiên-vương, nên kêu là *Phạm âm-thinh*.

Diệu Pháp Liên-Hoa Kinh, An-lạc hạnh phẩm : Hựu kiến chư Phật, thân tướng kim-sắc, phóng vô-lượng quang, chiếu ư nhứt thiết, dĩ *Phạm âm - thinh* diễn thuyết chư pháp. (Bực trì kinh Pháp-Hoa nằm chiêm-bao, thấy chư Phật, hình sắc như vàng, phóng ra vô-lượng hào quang, chiếu khắp tất cả. Các ngài dùng *âm - thinh của đức Phạm - thiên vương* mà diễn thuyết các pháp.)

PHẠM (*PHẠN*) **BẠI** 梵唄 Chanson sanscrite (*fr.*). *Bại* là tiếng Phạn, nghĩa là khúc ca vịnh bằng tiếng Phạn trong Pháp-hội đọc lên có bổng có trầm, theo lối bên Phạm-độ. (*Thiên - Trước*). Dịch nghĩa : chỉ đoạn, chỉ tức, tán thán. Khi mới khởi làm Pháp-sư, người ta xướng lên bài *Phạm - bại* để ngừng dứt cây nhơn-duyên ngoài, nên kêu là *chỉ đoạn* ; cũng để ngưng các mối trong tâm, nên kêu là *chỉ tức,* như vậy mới chú trọng trọn vẹn vào Pháp-sự. Lại trong các bài ca - vịnh, kệ-tụng ấy, thường hay xưng tán công-đức của Phật, cho nên kêu là *tán-thán.*

PHẠM-BỔN (*PHẠN-BẢN*) 梵本 Livre en sanscrit, Manuscrit en sanscrit (*fr.*) : Kinh - điển bằng chữ Phạn. Có hai loại : 1.) Loại chép bằng tay, chưa in và chưa dịch, Pháp : Manus- -crit en sanscrit. 2.) Loại đã in rồi, nguyên - văn bằng chữ Phạn, chưa dịch ra chữ nước khác, Pháp : Livre en sanscrit.

Khi ngài Huệ - Nhựt từ Trung-Hoa tới Thiên - Trước bằng đường biển, Ngài lễ yết Thánh-tích, tâm cầu *Phạm-bổn.*

PHẠM - CHÍ 梵志 Brahmacarin (*scr.*).— Brahmane (*fr.*) Người tu-sĩ Bà-la-môn. Cũng gọi : *Tịnh - hạnh giả,* tức là thầy tu ở theo rừng núi, dứt sự tríu-mến đối với nhà cửa, đối với vợ con. Như *Phạm - chí* Tu-bạt-đà-la, già đến 120 tuổi, qui - y thọ Tỳ-kheo giới lúc Phật Thích-Ca sắp vào Niết - bàn. Ông liền đắc quả La-hán và vào Niết-bàn trước Phật.

PHẠM-CHÚNG 梵衆 : Đồ-chúng tu trì Phạm-hạnh, Tịnh-hạnh. Tức là hàng Tăng-lữ vậy. Tiếng gọi chung một số nhiều vị sư đạo Bà-la-môn hoặc đạo Phật cùng ở chung trong một tu-viện mà thọ-trì Tịnh-hạnh.

PHẠM-CHÚNG THIÊN 梵衆天.— Brahmaparsadya (*scr.*) Cảnh trời Phạm-chúng ở cõi Sắc-giái, về Sơ-thiền thiên. Sơ-thiền thiên có bốn cảnh : Phạm-thân thiên (*Brahmakayia*), *Phạm-chúng thiên* (*Brahmaparsadya*), Phạm - phụ thiên (*Brahmapurohita*), Đại - Phạm thiên (*Mahà-Brahma*). Chư Thiên-thần, ở cảnh trời Phạm - chúng, cũng kêu là *Phạm-chúng thiên.*

PHẠM-CUNG 梵宮 : Cung-điện của đức Phạm-thiên. Tiếng *Phạm-cung* cũng dùng để gọi Chùa Phật.

PHẠM-DIỆN PHẬT 梵面佛 : Đức Phật tên là Gương mặt đức Phạm-thiên. Ngài *Phạm-diện Phật* hưởng thọ hai mươi ba ngàn năm.

PHẠM - ĐẠO 梵 道 : Phép tu tịnh - thiền của bực dứt đường dâm dục.

PHẠM-ĐIỂN 梵 典 : Kinh-điển Phật-giáo.

Kinh-điển đạo Phật do bên Phạm - độ (*Thiên - Trước*) truyền qua, vã lại các kinh-điển ấy gốc bằng chữ Phạm (*Phạn*), cho nên kêu là *Phạm-điển* (*Phạn-điển*).

PHẠM-ĐỘ (*THỔ*) 梵 土 : Tiếng dùng để gọi cõi Thiên-trước (*Ấn-độ*), nơi phát-tích của đạo Phật dạy về Phạm-hạnh, nơi sản-xuất các Kinh-điển Phật-giáo bằng chữ Phạm (*Phạn*) mà người-ta dịch ra các thứ chữ các nước, nhứt là chữ Hán.

PHẠM-ĐỨC 梵 德 : Phước-đức của ngài Phạm-Thiên vương.

PHẠM-GIỚI 梵 界 : Thế-giới của ngài Phạm-Thiên, tức là miền Sơ-thiền thiên trong cõi Sắc-giới vậy. *Phạm-giới* có bốn cảnh trời, bốn cảnh Tiên : Phạm-thân thiên, Phạm-chúng thiên, Phạm-phụ-thiên, Đại-Phạm thiên.— Những nhà tu-hành nếu chứng được Sơ-thiền, thì khi ngồi thiền, có thể đưa thần-thức lên đến các cảnh trong *Phạm-giới*.

PHẠM-GIÁP 梵 夾 Livre sanscrit, Livre bouddhique (*fr.*) *Giáp* nghĩa là ép. *Phạm-giáp* là tiếng gọi Kinh-sách đạo Phật. Cũng kêu : *Bối-diệp Kinh*. Kinh sách đạo Phật, nguyên bằng chữ Phạm (*Phạn*) viết trên lá bối, rồi xếp lại, hai mặt ngoài ép lại, chận lại bằng hai bảng cây, Pháp : Livre Sanscrit. Về sau, kinh sách dầu viết hoặc in bằng chữ Hán, song đóng thành quyển theo lối ấy, vì vậy nên kêu là *Phạm-giáp*, Pháp : Livre bouddhique.

Năm 719, ngài Thích Huệ-Nhựt từ Thiên-Trước trở về Trung Hoa, có dâng lên vua Huyền-Tông nhà Đường những chơn-dung Phật và những bộ *Phạm-giáp*.

PHẠM-HẠNH 梵 行 Brahmacarya (*scr.*).— Brhmacâri (*p.*).— Pureté (*fr.*) Hạnh tu thanh-tịnh của người xuất-gia đoạn-tuyệt dâm-dục. Người tu *Phạm-hạnh* đạo Bà-la-môn, chừng bỏ cái xác thân, sẽ sanh lên cảnh của đức Phạm-thiên. Người tu *Phạm-hạnh* đạo Phật sẽ nhập Niết-bàn, vãng sanh về cõi Tịnh-độ, hoặc sanh lên cõi Tiên thanh-tịnh.

Vô-Lượng-Thọ Kinh : Pháp-Tạng Tỳ-kheo, tiền-thân của Phật A-Di-Đà có phát điều nguyện thứ 36 như vầy : Nếu tôi được làm Phật, thì vô-lượng các chúng Bồ-tát trong các thế-giới chư Phật Mười phương chẳng có thể nghĩ bàn, hễ nghe danh-tự của tôi, thì sau khi qua đời, thường tu *Phạm-hạnh* cho đến thành Phật-đạo. Nếu chẳng như vậy, tôi chẳng giữ lấy ngôi Chánh-giác.

Trong **Soạn-tập bá duyên Kinh** (*Avadâna-Çataka*), Phật phán với A-Nan rằng : «... Gần gũi với bạn hiền-đức, ở trong một cái xã-hội tinh-khiết, đi lại với người lành, ấy là chứng được trọn vẹn cái *Phạm-hạnh*. Trái lại, gần gũi với bạn xấu, ở trong một bọn người tồi tệ, đi lại với kẻ quấy ác, độc hiểm, tàn hại, thì nghịch hẳn.»

PHẠM-HOÀNG 梵 皇 : Vua Phạm. Tiếng xưng Phật. Đức Phật sanh ra ở cõi Phạm-địa (Ấn-độ), ngài là bực vua chúa đi tu Phạm-hạnh, nhơn tu Phạm-hạnh mà đắc quả - vị cao nhứt, cho nên gọi ngài là *Phạm-hoàng*.

PHẠM-HỌC 梵 學 : Sự học kinh-điển bằng chữ Phạm (*Phạn*), Pháp : Études du Sanscrit. Cũng có nghĩa : *Phật-học*, sự nghiên-cứu kinh-điển Phật-giáo, Pháp : Études du Bouddhisme.

PHẠM-HƯỞNG 梵 響 : Tức là Như-lai Phạm - âm chi hưởng (*tiếng vang dội Phạm-âm của đức Như-lai.*) Ấy là nói về sự thuyết-pháp của Phật. Tiếng nói của Phật cũng như tiếng nói của đức Phạm-thiên, hễ nói ra, truyền - bá đạo - lý, thì vang dội rất xa.

PHẠM-KINH 梵 經 : Kinh-điển bằng chữ Phạm (*Phạn*),— Kinh Phật. Vì Kinh Phật nguyên viết bằng chữ Phạm (*Phạn*), sau mới dịch ra chữ Hán và các thứ chữ, cho nên kêu là *Phạm-Kinh*.

Hồi đời vua *Minh-đế* nhà Hán bên Trung-Quốc, thế-kỷ đầu dương-lịch, có cuộc tranh chơn, ngụy giữa Đạo-giáo và Thích-giáo bằng cách đốt Kinh. Hễ Kinh phái nào bị đốt, thì phái ấy phải chịu thua. Tới chừng đem lên đài mà đốt, Kinh Đạo-giáo (*đạo Lão*) cháy, còn Kinh Thích-giáo nguyên vẹn. Từ đó, người ta gọi cảnh đài ấy là đài *Phạm-Kinh* (*Phạm-Kinh đài*).

PHẠM-LUÂN 梵 輪: Tức là *Pháp-luân* (*Bánh xe Pháp*). Phật quay Bánh xe Pháp một cách trong sạch tức là Ngài thuyết những giáo-lý thanh-tịnh, cho nên sự thuyết-pháp của Ngài kêu là *Phạm-luân*. Lại nữa, Ngài thuyết Bốn chơn-lý trong sạch và huyền-diệu độ các vị tu Phạm-hạnh, cho nên kêu là *Phạm-luân*. Lại nữa, hồi Phật mới thành Đạo, Phạm-thiên vương hiện đến thỉnh Ngài quây Bánh xe Pháp, ra đi thuyết pháp độ chúng-sanh, vì vậy nên kêu là *Phạm-luân*. Lại nữa, Phật là vị Chơn-Phạm (*thầy tu tịnh-hạnh chơn-thật*), cái Bánh xe Pháp mà vị Chơn-Phạm ấy quây, giáo-pháp mà vị Chơn-Phạm ấy thuyết, kêu là *Phạm-luân*.

PHẠM MA 梵 魔 Brâhma, Mâra (*scr.*) : 1.) Phạm-vương và Ma-vương. 2.) Phạm-vương với quyến-thuộc, Ma-vương với quyến-thuộc. *Phạm* là tiếng gọi chung chư Thiên-thần ở miền Sơ-thiền thiên trong cõi Sắc-giái, từ Phạm-Thiên vương đến các hàng Tiên. *Ma* là các Thiên-ma ở cảnh trời thứ sáu cõi Dục-giới, là Tha-hóa tự-tại thiên (*Paranirmita-vasavartin*), từ Ma-vương, Ma-hậu đến Ma-binh, Ma-dân. *Phạm* thường có lòng từ, bi, hỷ, xả; hay ủng hộ Chánh-pháp. *Ma* hay dùng các phương pháp biến hóa tự tại mà thử-thách nhà đạo, mê-hoặc người tu-hành. Tuy vậy, khi *Ma* đã công-nhận một bực Thánh-nhơn, thì cũng chịu phục tùng và ủng hộ bực ấy. Trong nhiều cuộc thuyết pháp về Đại-thừa của Phật, *Phạm Ma* đều có dự nghe và hoan-hỷ phụng-hành.

PHẠM-MA-BẠT-ĐỀ 梵 摩 跋 提 Tên bà phu-nhơn quí-phái, đẹp đẽ và đức-hạnh nhứt ở thành Sí-đầu-mạt, vợ của người Bà-la-môn Tu-Phạm-Ma (*Thiện-Tịnh*) làm chức quốc-sư ở triều vua Hướng-Khư. Lúc ấy, người ta sẽ sống đời 80.000 tuổi, đức Từ-tôn sẽ từ hông mặt bà *Phạm-ma-bạt-đề* mà hiện ra, lớn lên và tu thành Phật. Trong «**Di-Lặc Hạ Sanh thành Phật**

Kinh», ngài Nghĩa-Tịnh dịch chữ *Phạm-ma-bạt-Đề* là *Tịnh-Diệu*, bà mẹ tương-lai của Phật *Di Lặc*.

PHẠM MA-NI 梵 摩 尼. Brâhma-mani (*scr.*) : Hột bảo-châu như-ý của ngài Đại-Phạm Thiên-vương. Dịch nghĩa : *Tịnh-châu*. Với hột châu ấy, ngài Đại Phạm Thiên-vương muốn chi thì đặng nấy, cho nên kêu là *Phạm ma-ni*.

PHẠM-MA THIÊN 梵 摩 天.— Brâhma (scr.) Đó là đọc trọn chữ theo Phạn tên vị Thiên-thần *Phạm-ma*, cảnh Tiên *Phạm-ma* (*Brâhma*)

PHẠM-MỘC 梵 木 : Bảng cây chữ Phạm (*Phạn*). Tức là Kinh-điển bằng chữ Phạm (*Phạn*), chưa dịch ra chữ Hán. Bên Thiên-Trước, người ta khắc chữ Phạn vào những bảng cây, rồi người ta đề giấy vào mà vỗ và đóng thành quyển. Rồi mỗi khi cần ấn-tống Kinh, người ta cứ soạn *Phạm-mộc* ra mà vỗ. Vì vậy nên người-ta gọi Kinh-điển bằng chữ Phạm (*Phạn*) là *Phạm-mộc*.

PHẠM (*PHẠN*) NGỮ 梵 語 .— Sanscrit, Pali : Tiếng Phạn bên Thiên-trước dùng để đọc Kinh, viết Kinh. Bên Thiên-Trước, có rất nhiều ngôn-ngữ, văn-tự.

Nhưng về đạo-lý, thì *tiếng Phạm* (*Phạn*) là thông thường xưa nay. Như đạo Bà-la-môn và đạo Phật đều dùng *tiếng Phạn*, chữ Phạn mà thuyết pháp và chép Kinh-điển. *Tiếng Phạm* (*Phạn*) tức là tiếng *Sanscrit*. Nhưng có khi người-ta cũng nói *Phạm* (*Phạn*) *ngữ* là «Pali». Cho tiện phân-biệt, người-ta thường dịch «Pali» là *Ba-ly* hoặc *Nam-phạn*. Còn «*Sanscrit*» thì dịch là *Phạn* hay *Bắc-Phạn*.

PHẠM-PHỤC 梵 服 : Áo *cà-sa*. Vì áo cà-sa là y-phục của bực xuất-gia trì Phạm-hạnh cho nên kêu là *Phạm-phục*.

PHẠM-SÁT 梵 刹.— Brâhma-ksha (*scr.*) : *Phạm*, nghĩa là : Đấng Phạm-thiên, Đấng Thanh-tịnh. *Sát*, nghĩa là đất điền. *Phạm-sát* tức là *Phật-độ*, *Phật-quốc*, cõi *Tịnh-độ* của Phật. Cũng là tiếng tốt để xưng cảnh già-lam, chùa-chiền.

PHẠM-TĂNG 梵 僧 .— Moine indien (*fr.*) : Vị Tăng miền

Phạm-độ, tức là vị Tăng người Thiên-trước. Cũng có nghĩa: Vị Tăng giữ giới-hạnh thanh-tịnh.

« Tây-vực Ký »: Có một vị *Phạm-tăng* chuyền Kinh Hoa-nghiêm, khi rửa tay nước rưới nhằm mình con kiến; con kiến ấy liền được sanh lên cõi Trời.

PHẠM-TÂM 梵 心: Lòng dạ trong sạch, lòng dạ của bực tu trì Phạm-hạnh.

PHẠM (PHẠN) TỰ 梵 字.— Sanscrit, Pali: Chữ Phạn, văn-tự từ xưa ở Ấn-Độ. Tức là: *Phạm-ngữ*. Cũng kêu: *Phạm-thơ*, kinh thơ do đức Phạm-thiên thuyết ra và truyền lại.— *Phạn-tự* cũng là văn-tự kinh điển đạo Phật bằng chữ Phạn. Phạn-tự miền Bắc, chữ *Sanscrit* kêu là *Phạn* hay *Bắc-Phạn*. *Phạn-tự* miền Nam, chữ *Pali* kêu là *Ba-ly* hay *Nam-Phạn*.

PHẠM-THÂN 梵 身:— Brâhmakayia (*scr.*).— Corps de Brâh-ma (*fr.*): Thân-thể thanh-tịnh của đức Phạm-thiên. Tức là cái pháp-thân của Phật.

Lại là tên chung của chư vị Thiên-thần ở cảnh thứ nhứt (*bắt từ dưới kể lên*) trong bốn cảnh ở miền Sơ-thiền trong cõi Sắc-giái: *Phạm-thân thiên*, Phạm-chúng thiên, Phạm-phụ thiên, Đại-Phạm thiên.

PHẠM-THẤT 梵 室: Chỗ trụ của nhà sư tu Phạm-hạnh. tức là phòng-xá nơi chùa chiền. Đồng-nghĩa: *Tịnh-thất*.

PHẠM THẾ-GIỚI 梵 世 界.— Brâhma-loka (*scr*).— Monde de Brâhma (*fr.*) Tiếng gọi toàn cõi *Sắc-giới*. Cũng là khu vực Sơ-thiền của chư Phạm-thiên, là hàng Thiên-thần dứt bề tình-ái. Kêu tắt: *Phạm-giới*.

PHẠM-THIÊN 梵 天: Đọc trọn: *Phạm-ma* (*Brâhma*) thiên. Chữ *Phạm-thiên* có nhiều nghĩa, tùy theo văn trong Kinh:

1.) Cảnh Tiên thanh-tịnh ở miền Sơ-thiền trong cõi Sắc-giới. Mỗi cảnh trong bốn cảnh (*Phạm-thân thiên, Phạm-chúng thiên, Phạm-*

phụ thiên, Đại-Phạm thiên) đều kêu chung là *Phạm-thiên.*

2.) Thiên-thần thanh-tịnh có cung điện trong bốn cảnh Tiên ấy.

3.) Vị Đại-Phạm thiên-vương hay Đại-phạm thiên - chủ cõi thế-giới Ta-bà, trong Kinh biên tắt là *Phạm-thiên.*

PHẠM-THIÊN HẬU 梵天后 : Bà hậu-phi của đức Phạm-thiên vương. Theo các Kinh đạo Phật, vị *Phạm-thiên* vốn là người đã tu qua hạnh thanh-tịnh, dứt niềm chồng vợ, nên sanh lên làm Phạm-thiên. Lại ở các cảnh Phạm-thiên, chư Tiên vẫn giữ hạnh trong sạch, nên đâu có vợ. Chẳng qua thế-gian vì sùng phụng đức Phạm-thiên, nên chế thêm bà hoàng-hậu đó mà thôi.

PHẠM-THIÊN VƯƠNG 梵天王. Tức là đức *Đại-Phạm thiên-vương.* Cũng kêu : *Phạm-vương, Phạm-thiên, Đại-Phạm thiên.*

Phạm-thiên vương (*Đại-Phạm thiên-vương*) là vua cảnh trời Đại Phạm, ngài có quyền luôn ở ba cảnh Phạm-thân thiên, Phạm-chúng thiên, Phạm-phụ thiên. Ngài làm chúa tể Tam thiên đại thiên thế-giới tức cõi Ta-bà nầy. Người ta cũng gọi ngài là *Ngọc-hoàng Thượng-đế, Ngọc-hoàng Đại-đế.* Đạo Bà-la-môn tôn ngài là vị Thần chúa-tể. Đạo Phật cũng công-nhận ngài là Chủ Ta-bà thế-giới. Biểu-hiệu của ngài là Hoa sen (*Tàu : Liên-hoa, Phạn : Padma*). Ngài có khuyên đức Thích-Ca xuất gia. Khi đức Thích-Ca thành Phật, ngài có hiện đến cầu đức Thích-Ca đi truyền đạo cứu đời. Ngài cũng có cầu thỉnh đức Phật Thích-Ca thuyết pháp nhiều lần. Trong những dịp đưa và rước Phật một cách long trọng, như lúc Phật từ cảnh Tiên Đao-ly mà trở về cõi người, thì *Phạm-thiên vương* và Đế-Thích thường theo chầu Phật: Đế-Thích cầm bạch-phất đuổi ruồi cho Phật, *Phạm-thiên vương* cầm bảo-cái che cho Phật. Khi Phật giảng Kinh Diệu-Pháp Liên-hoa để truyền cái Phật-quả cho chư Bồ-tát, *Phạm-thiên vương* có hiện đến với một vạn hai ngàn chư Thiên trong Phạm-giới mà dự nghe một cách cung kính.

Và đến khi Phật nhập Niết-bàn, *Phạm-thiên vương* cũng có hiện lại mà tỏ lời thương tiếc.

Tùng theo *Phạm-thiên vương*, có những hàng Tiên, kêu là *Phạm-*

thiên nhơn (*Brâhmadêvapurusa*) ; và có những hàng Tiên mới sanh lên, kêu là *Phạm thiên tử* (*Brâhmadêva, fils de Brâhma*).

PHẠM - THINH 梵聲 : Tiếng nói, dọng nói của Phạm-thiên vương. Tức là tiếng thuyết-pháp, lời giáo-hóa của chư Phật; chư Đại Bồ-tát. Cũng kêu : *Phạm-âm, Phạm âm-thinh.*

PHẠM-UYỂN 梵苑 : Cảnh vườn Phạm. Tiếng xưng cảnh *tinh-xá*, chùa chiền đạo Phật. Vì trong vòng vườn-tược và phòng-xá ấy, chỉ có hạng người tu Phạm-hạnh ở yên mà thôi, cho nên kêu là *Phạm-uyển.* Dẫu chẳng phải là Tinh-xá của Thập phương Tăng, nhưng ngôi vườn riêng của người tu hạnh thanh-tịnh, cũng kêu là *Phạm-uyển.*

PHẠM (PHẠN) VĂN 梵文 : Văn-tự, văn-chương chữ Phạn. Đồng-nghĩa : *Phạm-tự, Phạm-ngữ.* Tức là văn chép kinh trong toàn cõi Ấn-độ từ xưa đến nay. Bên Tây-thiên, có trên ba mươi sáu nước, mỗi nước đều có văn-tự và ngôn-ngữ riêng, duy có *Phạn-văn* là thông dụng cho tất cả các nước, nhứt là về đạo-lý.

PHẠM-VÕNG (KINH) 梵網(經).—Mahâvagga (*scr.*) : Kinh giảng về Giới-luật Đại-thừa. Kêu trọn chữ : *Phạm-võng Kinh Lư-xá-Na Phật thuyết Bồ-tát tâm-địa Giới-phẩm đệ thập.* Bộ Kinh Giới ấy do Tam-tạng Pháp-sư Cưu-ma-la-thập, người Dao Tần (*cõi Thiên-Trước*) dịch. Toàn bộ có hai quyển : quyển thượng chép *Tứ thập tâm-địa* ; quyển hạ nói về *Thập trọng, Tứ thập bát Khinh Giới*, tức là *Bồ-tát Giới Kinh.*

PHẠM-VŨ 梵宇 .— Pagode bouddhique (*fr.*) : Chùa, miếu đạo Phật ; điện thờ Phật.

PHẠM-VƯƠNG 梵王 .— Brâhma (*scr.*) : Tiếng tắt để gọi ngài *Phạm-thiên vương, Đại Phạm thiên vương*, vị chúa -tể Ta-bà thế-giái nầy. Cung-điện, chỗ thường ngự trụ của ngài Phạm-vương, kêu là *Phạm-vương cung* 法王宮.

PHAN 旙 (幡) Oriflamme (*fr.*) Phướn. Một thứ cờ không có cán, làm bằng lụa, bề ngang nhỏ mà rất dài, treo lòng thòng từ trên tới dưới. Cũng kêu là *thùy-tràng* (*cờ phủ lòng thòng*).. *Phan* là một món đồ trang nghiêm của Tam Bảo, để biểu dương oai-đức của Phật, cũng như cờ xí để biểu-dương oai-đức của một đại-tướng. *Phan* treo ra là cũng có cái ý nghĩa cầu-đảo phước-đức. Bên Việt-Nam ta, trên mặt mỗi lá *phan* thường có đề hàng chữ : Nam-mô A-di-Đà-Phật. Bên Tây-Tạng, trên mặt mỗi lá *phan*, lại thường có hàng Lục tự : Án ma-ni Bát-di hồng.

Phía trước mỗi nhà chùa, ở giữa khoảng đất trống, trong những dịp lễ lớn, thường có treo một bức *phan* rất dài, ở xa trông rất đẹp.

Tràng (*cờ*), *phan* (*phướn*) và bảo-cái (*lọng-quí*) là những đồ trang-nghiêm tượng Phật, Bồ-tát. Hồi đức Phật hiện ra ở thế, chư Thiên thường dùng ba món ấy mà hầu hạ Phật : cờ, *phướn* để biểu-dương công-đức Phật, lọng quí để che hầu Phật là bực đáng tôn kính hơn hết. — **Pháp-Bảo đàn Kinh** : Khi Lục-tổ ra đến chùa Pháp-tánh tại Quảng-Châu, gặp Ấn-tông Pháp-sư giảng Kinh Niết-bàn. Khi ấy, có gió thổi, lá *phan* lay động. Một thầy sãi nói : Gió động. — Một thầy sãi khác nói : *Phan* động.

Bàn cãi chẳng thôi. Huệ-Năng (*Lục-tổ*) tấn lên nói rằng : Chẳng phải gió động, chẳng phải *phan* động, ấy là lòng người động. —

Kim-Vân-Kiều : Sớm khuya lá bối, *phướn* mây,

Ngọn đèn khêu nguyệt, tiếng chày nện sương.

PHAN-DUYÊN 攀 緣 Grimper, S'appuyer sur, S'attacher à (*fr.*) Leo theo, Vịn theo, Nương theo duyên, theo cảnh vật ngoài. Tỷ như *phan-duyên hành* (*Pháp : Tige grimpante*), cái cây leo như loài bầu bí, nhờ nọc, nhờ giàng làm duyên, mà leo lên, mà bò ra và sanh trái. Cái tâm cũng thế, nó *phan duyên* với cảnh, nhờ leo vịn theo cảnh làm duyên, tức nương theo sáu trần, mà nghĩ tưởng, toan tính và hành động bằng thân và miệng. **Niết-Bàn Kinh,** quyển 13 : Phật phán : Thiện nam-tử ! Tâm, kêu là Vô-thường. Tại sao vậy ? Vì tánh của nó là *phan duyên*, bởi tương-ứng nên có phân biệt.

PHAN - GIÁC 攀 覺. Cái cảm giác leo theo duyên ngoài, cái hiểu biết (*tri-giác*) nương theo cảnh vật. Người đời thường có lòng tán loạn, chẳng tự chủ, họ nương theo duyên ngoài, theo cảnh vật ngoài mà cảm giác, mà hiểu biết. Cái cảm giác ấy, cái hiểu biết ấy, kêu là *Phan-giác*.

PHẠN 梵 Xem : *Phạm*.

PHÁP 法 Dharma . (*scr.*).— Dhamma (*p.*)— Loi, doctrine, principe (*fr.*) Âm theo Phạn : *Đạt-ma* (*Dharma*) Đàm-ma, Đàm mô (*Dhamma*). Bất kỳ việc chi, dầu nhỏ dầu lớn, hữu - hình hay vô-hình, tốt hoặc xấu, *hữu-vi hay vô-vi*, chơn-thật hay hư-vọng đều có thể gọi là *pháp*. Và từ những nguyên tắc, những lẽ thường, lý nhỏ cho đến tôn-giáo, lại cái Luật chung bao gồm Võ-trụ, làm một với Hư-không, cũng gọi là *pháp*. Song thường thường, người-ta dùng tiếng *Pháp* để chỉ về Đạo-lý của Phật.

Trên đời, có ba vật quí nhứt (*Tam-Bảo*) : Phật, *Pháp* và tăng. Ba ngôi ấy, người đạo Phật đều thờ trọng như nhau.—

Pháp của mỗi đức Phật chia ra làm ba thời kỳ : Chánh-pháp, Tượng-pháp và Mạt-pháp.

Thời kỳ *Chánh-pháp* của Phật Thích-Ca là lúc Phật nhập tịch cho đến năm trăm năm sau, bấy giờ nhờ đã nghe Phật thuyết pháp, nhờ ảnh-hưởng thần-lực của Phật, rất nhiều nhà Đạo dễ đắc Quả.

Thời kỳ *Tượng-pháp* của đức Thích-tôn là lúc cái Pháp còn tương tợ, chớ không phải là chánh, là một ngàn năm kế. Lúc bấy giờ, vì xa lần Phật, con người ta tu hành khó đắc quả hơn, song cũng có một phần thành Đạo.

Thời kỳ *Mạt-pháp* của Phật Thích-Ca tức là pháp-giáo lúc cuối cùng, từ một ngàn rưởi năm trở về sau; thời-kỳ nầy là một ngàn năm. Con người-ta xa cách Phật đã lâu, khó mà tu hành cho trúng cách, nên số người giải đãi, sa ngã, hủy phạm thì nhiều, chớ số người tinh-tấn rất kém. Thỉnh thoảng cũng có người thành Đạo, nhưng kém lắm. Vì vậy nên đời nay người-ta tu theo phái cảm-ứng (*như Tịnh-độ tông*) thì nhiều ; mà tu theo các phái thiệt-nghiệm (*như Mật-tông, Thiền-tông*) thì ít.

Trong **Kinh Kim-cang**. đức Phật có dạy chư Tỳ-kheo rằng :

«Đối với cái *pháp*, chớ nên chấp có, mà cũng chớ nên chấp không. Hãy giữ cho tự nhiên. Cái *pháp* mà đức Phật thuyết để độ chúng-sanh, chẳng khác chiếc bè. Hễ giác ngộ rồi, thì chẳng còn nương vào *pháp* nữa.»

Trong **Trí-độ luận**, có chép rằng: Tất cả *pháp* (*nhứt thiết pháp*) phân ra làm ba món: hữu vi pháp, vô-vi pháp, bất khả thuyết pháp. Ai có đủ ba món pháp ấy, thì có tất cả *pháp*.

Trong **Vô Lượng-Thọ Kinh** có nói: Bồ-tát giác ngộ và hiểu rõ rằng các *pháp, mọi sự mọi vật*, như mộng (*giấc chiêm bao*), *ảo* (*trò biến hóa*), *hưởng* (*tiếng dội*). Lại biết rằng *pháp* như *điển* (*lằn điển chớp*), *ảnh* (*cái bóng lộ ra thân-hình*). Rốt cuộc thì được đạo Bồ-tát, có đủ các công-đức căn-bổn, được thọ-ký thành Phật. Các ngài đều thông đạt cái tánh của các *pháp*: tất cả đều Không, Vô-ngã.

Trong những đời làm Bồ-tát của Phật Thích-Ca, ngài từng hy-sanh thân mình để cầu *Pháp*, Đạo. Như trong **Soạn tập bá duyên Kinh** (*Avâdana-Çataka*), ngài đem con, đem vợ và đem cả thân mình mà thí cho thần Dạ-xoa để được nghe Pháp. Ngài thề với Dạ-xoa rằng nghe được *Pháp* rồi, ngài sẽ nạp mình cho Dạ-xoa. Vị thần thuyết *pháp* bằng bài kệ bốn câu:

Vì người yêu thích nên lo,
Vì người yêu thích làm cho sợ sùng.
Ai mà dứt mối yêu thương,
Chẳng còn lo lắng, chẳng phương sợ sùng!

Trong Kinh **Du-già** quyển 71, có biên năm thứ pháp: 1. Giáo pháp (*Pháp dạy*), 2. Hạnh pháp (*pháp thi hành*), 3. Nhiếp pháp (*pháp giữ lấy*), 4. Thọ kháp (*pháp lãnh thọ*), 5. Chứng pháp (*pháp tu đắc*).

PHÁP ÁI 法愛 : Tình ái bằng giáo-pháp, lòng yêu mến đạo-lý.

Tình ái có hai mối : *1.*) *Dục-ái*, tình ái bằng lòng tham-dục và thủ trước của phàm-phu. 2.) *Pháp-ái*, tình ái bằng giáo-pháp của nhà tu-học mộ thiện-pháp.

Pháp-ái (tình-ái bằng giáo-pháp hay lòng yêu mến đạo-lý) có hai hạng : 1.) Hạng tiểu-cơ, những kẻ căn-tánh còn chật hẹp hoặc ưa thích cảnh Niết-bàn của La-hán.

2.) Hạng đại-cơ, bực Đại Bồ-tát và Phật Như-lai đủ lòng đại-bi. Lòng đại-bi ấy mới thật là *Pháp-ái* cao thượng vậy.

PHÁP-ÂM 法 音 : Tiếng đạo-lý. Cái thinh-âm thuyết-pháp độ thế của Bồ-tát, của Phật.

PHÁP-ÂM PHƯƠNG-TIỆN ĐÀ-LA-NI 法 音 方 便 陀 羅 尼 : .— Formule magique «Habileté dans tous les sons» (*fr.*) : *Pháp-âm* : Tiếng pháp. *Phương-tiện* : Cách tùy dùng khéo léo. *Đà-la-ni* : Chơn-ngôn, thần-chú, sức tổng-trì của trí-huệ. Ấy là phép thần chú làm cho hành-giả có thể tùy dùng các thứ pháp-âm, nói ra và hiểu biết các thứ tiếng.

Theo «**Diệu-pháp Liên-hoa Kinh**» phẩm 28, nhà tu hành thọ trì Kinh Pháp-Hoa, được thấy thân ngài Phổ-Hiền Bồ-tát hiện lại, cỡi trên bạch-tượng sáu ngà, thì rất lấy làm hoan-hỷ, càng tinh-tấn thêm, được phép Tam-muội và ba thứ Đà-la-ni : 1.) Triền Đà-la-ni, 2.) Bá thiên vạn ức Triền Đà-la-ni, 3.) *Pháp-âm phương-tiện Đà-la-ni.*

PHÁP-ÂN 法 恩 Ân-đức của Đạo-pháp. Tức là ân Tam bảo. Mình biết tỉnh ngộ, làm lành lánh dữ, an-tịnh thân tâm, ấy là nhờ Phật mở đạo-lý, nhờ nền đạo-lý của Phật chép trong các Kinh-điển, và nhờ chư Tăng giảng đạo với mình. Cho nên kêu là *Pháp-ân.* (*Xem : Tứ ân.*)

PHÁP-ẤN 法 印 .— Mùdrâ (*scr.*).— Geste magique, Sceau spirituel. Ấn diệu-pháp. Kêu tắt : *Ấn.* Đọc theo Phạn : *Mẩu-đà-la* (*Mùdrâ*). Dấu hiệu của một ý định đã quyết ; cái dấu dùng để tỏ rằng nhà đạo quyết tới quả Phật. *Pháp-ấn* tức là cách bắt ấn bằng tay mà các thầy tu thường dùng, nhứt là các sư Chơn-ngôn tông (*Mật-tông*). Cũng như trên thơ từ, người ta đóng ấn-triện làm chắc, nhà sư đọc Chơn-ngôn và bắt *Pháp-ấn*, thì quyết định vào vòng hào quang của Phật, làm một với Phật ngay trong lúc ấy.

Pháp-ấn cũng có nghĩa : sự ấn-chứng huyền-linh của Phật (*Sceau spirituel*), vì hành-giả từng tu-trì Chánh-Pháp hoặc thọ trì pháp Niệm Phật.

Pháp-ấn cũng có nghĩa : sự ấn-truyền cho nhau cái tâm Phật giữa Phật với Phật, Tổ với Tổ ; sự ấn-định vào tâm mà phó-chúc cái Pháp.

Đồng-nghĩa : *Tâm-ấn, Phật tâm-ấn, Phật-ấn.*

Pháp-ấn lại là sự ấn-định vào tâm một học-thuyết, một pháp-môn ; sự ấn-định ấy vững chắc, không hề biến đổi. Như có ba *pháp-ấn* : 1.) Các hạnh đều vô-thường (*mọi hành-vi, mọi phát-hiện đều chẳng trường tồn*).

2.) Các pháp đều vô-ngã (*các sự vật đều chẳng phải của ta, chẳng có cái ta*).

3.) Niết-bàn là cảnh an-tịnh nhứt.

Nhà học Phật nào chẳng in vào tâm ba *pháp-ấn* ấy, tức theo thuyết Ma chớ chẳng theo thuyết Phật. (*Xem : Tam pháp ấn.*)

PHÁP BÁO HÓA TAM THÂN 法報化三身 : Ba thân gom vào một thân của Phật, Bồ-tát : Pháp-thân, Báo-thân và Hóa-thân.

Pháp-thân là cái thể của Pháp-tánh, của Chơn-như, nó vốn không sanh diệt, nó hiệp với năm phần : giái, định, huệ, giải-thoát và giải-thoát tri-kiến.

Báo-thân là cái thân quả-báo, như đức Thích-tôn sanh ra nơi cung vua, có đủ 32 tướng chánh với 80 tướng phụ, cái thân ấy phải chịu những luật : sanh, lão, bệnh, tử.

Hóa-thân là cái thân hóa hiện để tùy tiện độ chúng - sanh. Như Phật, Bồ-tát hóa hiện làm nam - thân, nữ - thân, hoặc làm thiên, thần, chim, thú để treo gương đạo-đức cho chúng-sanh. Lúc nên hóa ra thân nào, thì các ngài hiện ra thân ấy.

Ở nơi cái thân-tướng của đức Phật, có đủ ba thân ấy. Cũng kêu : *Pháp Báo Ứng tam thân, Pháp Báo Ứng hóa tam thân.*

PHÁP-BẢO 法 寶 Dharma-ratna (*scr.*) Pháp tức là vật báu, ngôi báu Pháp. Một vật báu, một ngôi báu trong *Tam Bảo* (*Phật, Pháp, Tăng*). Nghĩa là giáo pháp do chư Phật thuyết, trân trọng như vàng bạc châu ngọc trong đời vậy. Lại còn quí báu hơn vàng bạc và châu ngọc nữa. Đó vì *Pháp* Phật có thể giúp cho chúng-sanh tỉnh ngộ mà thoát khỏi Khổ - não, Luân - hồi. Phật Thích-Ca từng dạy rằng : «Khi ta tịch rồi, ta để cái *Pháp* lại. Hãy coi Nó như ta. Tôn kính ta thế nào, thì sùng thượng cái *Pháp* cũng thế ấy...» Vì vậy nên gọi là *Pháp-bảo*.

Niết-bàn Kinh, quyển 23 : Thanh-tịnh *Pháp-bảo* nan đắc kiến văn. Ngã kim đắc văn, du như manh qui trị phù mộc khổng ! (*Vật quí báu là Pháp trong sạch, khó mà được nghe thấy. Nay ta đã nghe, dường như con rùa đui gặp bộng cây nổi !*)

Pháp-bảo cũng có nghĩa : những đồ dùng của nhà sư, những món mà nhà chùa coi là quí báu, như : Cà-sa, tích-trượng, kinh, tượng, chuông, mõ v.v.

«Kim Vân Kiều» : Tiểu-thiền quê ở Bắc-Kinh,

Qui sư, qui Phật tu-hành bấy lâu.

Bổn-sư rồi cũng đến sau.

Dạy đưa *pháp-bảo* sang hầu sư huynh.

PHÁP BẢO ĐÀN KINH 法 寶 壇 經 : Bộ Kinh đặc biệt nhứt của Thiền-tông, soạn bằng chữ Hán. Bộ Kinh nầy chép lại các bài đăng đàn thuyết pháp của Lục-tổ Huệ-Năng đời nhà Đường. Lục-tổ sanh ngày 8 Tháng 5 năm Mậu-tuất, Đường

Trinh-quán (*Thái-tông*) thứ 12 (*nhằm 638 dương-lịch*), hưởng thọ 47 tuổi.

Cũng như đức Phật-tổ, Huệ-Năng thường thuyết pháp với môn-đồ và khuyên họ góp những bài thuyết pháp của ngài mà dọn thành Kinh, nhan đề «*Pháp bảo đàn Kinh*». Kinh nầy dạy Khoa *đốn-giáo*, dạy vắn tắt cho mau tỏ ngộ, chỉ vào cái *Phật-tâm, Phật-tánh* mà mọi người sẵn có. Ai minh Tâm kiến Tánh, trong mỗi niệm đều thanh-tịnh, thì thành Phật, chớ chẳng cần tầm Phật ở ngoài.

Pháp-bảo đàn Kinh phân ra làm mười phẩm :

1. Hành do : Lục-tổ thuật lại căn-do hành-trạng đời mình.
2. Bát-nhã : Lục-tổ giảng thuyết nghĩa «Trí-huệ».
3. Nghi vấn : Hỏi nghĩa nghi-hoặc.
4. Định-huệ : Thiền-định và Trí-huệ.
5. Tọa thiền : Ngồi thiền.
6. Sám-hối : Ăn năn điều lỗi.
7. Cơ duyên.
8. Đốn tiệm : Phép dạy tắt và phép dạy lần.
9. Hộ Pháp : Nhà vua ủng hộ Phật-pháp.
10. Phó chúc : Lục-tổ trối lại với chư môn-đồ.

PHÁP-BẢO TẠNG 法寶藏 : Kho chứa trữ vật quí báu là Pháp. Một kho có vô-số kinh sách quí báu. Một người tài trí đức hạnh, thông hiểu nhiều kinh-điển, cũng gọi là *Pháp-bảo tạng*. Đồng-nghĩa : *Pháp-tạng, Phật-pháp tạng*.

Pháp-bảo tạng (*Phạn : Dharmakara*) lại là tên một vị Tỳ-kheo, tiền-thân của Phật A-Di-Đà. Thuở xưa, ngài *Pháp-bảo tạng* trước khi đi tu, làm vua một nước lớn. Nhơn nghe Phật Thế-tự-tại-Vương thuyết pháp, bèn phát tâm Bồ-đề và lập 48 điều thệ-nguyện. Phật Thế tự tại-Vương có chứng minh cho ngài và có thọ-ký quả Phật cho ngài. (*Xem : Pháp-Tạng Tỳ-kheo*).

PHÁP-BỔN 法 本 Gốc của Pháp. Một tên riêng của *Pháp-tánh* (*Tánh của các pháp*). *Pháp-tánh,* cái tánh chơn - thật chẳng biến đổi của muôn pháp, là căn-bổn của các pháp, nên gọi là *pháp-bổn.*

Pháp-bổn cũng là tiếng gọi thể văn Trường-hàng, kinh Tu-đa-la (*Sûtra*). Thể văn Trường-hàng là thể văn đại - khái trong các thể văn mà Phật thuyết pháp với đệ-tử, nên gọi là *Pháp-bổn.* Ấy là một trong 9 thể - văn, trong 12 thể văn của Phật. Xem : *Cửu bộ Kinh, Thập nhị đại-thừa Kinh.*

PHÁP-CỔ 法 鼓 : Trống pháp. Tiếng tỷ - dụ. Đức Phật thuyết pháp đặng dạy chúng tấn thiện, tỷ như ông tướng khiến người ta đánh trống đặng tấn binh ; cho nên kêu là *Pháp-cổ.*

« **Pháp-Hoa Kinh** » : Phổ vị chúng-sanh, kích đại *Pháp-cổ* (*Đức Phật muốn độ các chúng-sanh, bèn đánh trống Pháp lớn*).

Pháp - cổ cũng có nghĩa : Cái trống lớn ở nhà Chùa mà người ta đánh khi Đại-lễ.

PHÁP-CÔNG 法 公 : Một tên khác của bực Sa-di, tức ông đạo chưa thọ đủ giái Thầy tu. Sa-di từ 13 tuổi đến 19 tuổi, chưa thọ Giái Tỳ-kheo, vâng theo sự sai khiến của bề trên, kêu là Ứng-pháp Sa-di, cũng gọi là *Pháp công.*

PHÁP - CÚ : 法 句.— Dharmapada (*scr.*).— Dhammapada (*p* Kinh từng câu, gom góp những tư-tưởng, những cách-ngôn rút ở tạng Kinh. *Pháp-cú* dịch ra Hán-văn hồi thế kỷ thứ ba dương lịch, bởi Duy-đề-nan (*Vighna*), một nhà cao-tăng người Thiên-trước, sang Tàu dịch Kinh tại thành Kiến-nghiệp.

PHÁP CÚNG - DƯỜNG : 法 供 養 : Cúng dường bằng Pháp. Để tỏ lòng ngưỡng mộ, lòng biết ơn, người tu học cúng-dường Phật, cúng-dường Tam Bảo. Có hai cách cúng-dường, *nhị chủng cúng-dường* : tài cúng-dường, pháp cúng-dường.

Tài *cúng-dường* là đem tài vật như hương, hoa, đồ ăn, đồ uống v.v. mà cúng-dường.

Pháp cúng dường là ráng ăn ở theo lời Phật dạy, tu trì Pháp Phật mà làm lợi ích cho chúng-sanh. Đó là cách cúng-dường quí nhứt vậy.

PHÁP-CỰ 法炬 : Đuốc Pháp. Tiếng tỷ - dụ. Cũng như trong đêm tối, người đi đường nhờ ngọn đuốc mà khỏi sa sụp. Cũng như thế, ngọn đuốc Pháp của Phật soi sáng cho chúng-sanh, giúp cho họ khỏi sa nơi vực mê, đưa họ đến Niết-bàn.

PHÁP-CHẤP 法执 : Sự chấp có các pháp ; khư khư kể chấp các sự vật trong thế gian. Cố chấp như vậy là dơ lòng nghĩ sái, do ý-kiến sai lạc. Hễ chấp nệ thì chẳng thông. Nhà tu học thường vướng hai lối chấp : ngã chấp và *pháp - chấp*. Lúc ban đầu, còn mê muội nhiều thì vướng lối *ngã - chấp* : chấp nệ có mình, có thân, khư khư giữ lấy cái thân giả hiệp. Tấn lên một bước, dứt được ngã - chấp thì vướng lấy *pháp - chấp*, tức là chấp nệ có pháp, khư khư tưởng rằng các pháp có thật-tánh. Người vướng ngã-chấp thì khổ-não ; kẻ vướng *pháp-chấp* thì lầm lạc.

PHÁP-CHÂU 法舟 : Ghe Pháp. Tiếng tỷ-dụ. Đạo Phật, Pháp Phật tỷ như chiếc ghe, có thể đưa người ta qua khỏi biển Luân-hồi khổ-não, cho nên gọi là *Pháp-châu*.

PHÁP - CHỦ 法主 : Vị chủ - nhơn của Pháp-giáo. Tiếng dùng để xưng đức Phật, vì ngài có đủ các pháp, tùy dùng đạo-lý mà giáo-hóa chúng-sanh. Cũng có nghĩa : Vị được tôn lên để lãnh-đạo Tôn-giáo.

PHÁP-CHÚNG 法衆 : Những người trong Đạo. Một số đông người thuận theo Phật-pháp. — Tiếng kêu chung năm hàng xuất-gia : 1.) Tỳ-kheo (*ông thầy tu thọ đủ Giới*), 2.) Tỳ-kheo ni (*Bà thầy tu thọ đủ Giới*), 3.) Thức-xoa-ma-na-ni (*Cô đạo sắp lên hàng Tỳ-kheo-ni*), 4.) Sa-di (*Ông đạo chưa thọ đủ Giới*), 5.) Sa-di-ni (*cô đạo, tức tiểu-nữ*.) Đó là xuất-gia ngũ chúng, tức *Pháp-chúng*.

PHÁP-DANH 法名 Nom de religion (*fr*) : Tên theo Đạo-lý, (Tôn-giáo). Phàm người được thế độ làm Tăng, chẳng còn dùng tên họ theo đời, mà phải lấy tên theo Đạo, do vị Tôn-sư đặt cho mình. Người thọ tam qui ngũ giái, tu tại-gia cũng được mang *Pháp-danh*. Cũng kêu : *Pháp-hiệu*.

« **Kim-Vân-Kiều** » : Áo xanh đổi lấy cà-sa,

Pháp-danh lại đổi tên ra Trạc-Tuyền.

PHÁP - DUYÊN 法 緣 : Căn-duyên đạo-đức. Đó là nói người có duyên với Phật-pháp, tỉnh ngộ sớm mà qui-y Tam-bảo, tinh-tấn tu-hành, chẳng ham thế-sự.— Lại có nghĩa : nhơn-duyên của Pháp. Tất cả các pháp, từ tâm-pháp cho tới sắc-pháp, đều do nhơn-duyên hòa-hiệp mà sanh ra ; các nhơn-duyên ấy, kêu là *Pháp-duyên*.

PHÁP - DUYỆT 法 悅 : Sự đẹp lòng về Pháp. Như nghe thuyết pháp, đọc Kinh-điển, suy nghĩ đạo-lý và tham-thiền mà lấy làm vui thích, sự vui thích ấy kêu là *Pháp-duyệt*.

PHÁP - DƯỢC 法 藥 : Món thuốc bằng Đạo lý. Tiếng tỷ-dụ. Thuốc thang có công dụng trị bệnh thể xác, Đạo-lý rất công hiệu trừ bệnh tinh thần ; Đạo lý của Phật lại có thể dùng để dứt đau khổ cả về thể xác và về tinh thần, cho nên kêu là *Pháp-dược*.

Niết-Bàn Kinh : Như-lai Thế-tôn thấy những kẻ bệnh, thường thí *Pháp-dược*. Nhưng kẻ bệnh chẳng chịu uống, đó chẳng phải là lỗi của Như-lai !

PHÁP ĐÀ-LA-NI 法 陀 羅 尼 : Sức giữ gìn đạo lý. Cũng kêu : *Văn đà-la-ni*. Đà-la-ni (*Dhârani*) là tiếng Phạn, có những nghĩa : trì (*giữ gìn*), tổng trì (*giữ gìn chung cả*), năng trì (*có thể giữ gìn đạo-lý, điều lành*), năng già (*có thể che bít sự ác, tội lỗi*). Nghe được giáo-pháp của Phật, bèn cố sức giữ gìn mà chẳng quên, kêu là *Pháp đà-la-ni*.

(*Xem : Đà-la-ni.*)

PHÁP - ĐĂNG 法 燈 : Đèn đạo lý. Lời tỷ-dụ. Cũng như ánh sáng ngọn đèn làm cho chỗ tối trở nên sáng, Chánh-pháp, Đạo-lý của Phật chiếu phá sự ám muội của chúng-sanh, cho nên kêu là *Pháp-đăng.*

PHÁP - ĐẾ 法 帝 : Vị đế-vương Pháp-giáo. Tiếng tôn xưng đức Như-lai. Phật là bực Vua Pháp, vì chính ngài có đủ các pháp và ban-truyền pháp-giáo cho đệ-tử, cho chúng-sanh. Đồng - nghĩa : *Pháp-vương.*

PHÁP - ĐIỆN 法 電 : Điện quang Pháp giáo. Tiếng tỷ-dụ để ca tụng Pháp Phật, tài thuyết-pháp của Phật, Bồ tát. Cũng như điện-quang, lằn chớp chiếu tỏ mọi vật, Pháp của Phật diễn ra soi sáng tâm-trí của chúng-sanh, cho nên kêu là *Pháp-điện.*

PHÁP - ĐIỆN 法 殿 : Đền đạo lý. Tiếng tỷ-dụ. Cũng như hàng vua chúa, bực sang trọng hưởng sự an vui nơi cung điện, Phật và các vị Hiền-Thánh an trụ nơi diệu-pháp, chánh-pháp, cho nên gọi đạo-lý của Phật là *Pháp-điện.*

PHÁP - ĐIỂN 法 典 : Kinh-điển đạo-lý. Tức là những kinh điển chứa Chánh-pháp của Phật, phù hạp với giáo-lý chánh-thống.

PHÁP - ĐỊNH 法 定 : Chỗ quyết định của pháp. Tức là danh từ khác để gọi cái *Pháp-tánh.* Cái lý huyền diệu của Pháp-tánh, của Chơn-như quyết định ở trong các pháp, chớ chẳng rời ra khỏi pháp, cho nên gọi là *Pháp-định*

PHÁP - ĐỒ 法 徒 : Disciple (*fr.*) : Đồ-đệ của nền Phật-pháp Đồng nghĩa : Tăng-đồ, Tăng-lữ, Phật-tử, Tín-đồ.

PHÁP - ĐỘ 法 度 : Độ-lượng đúng phép. Cách nói-năng, cách cư-xử cho trúng phép, phải đạo, hạp với chánh-pháp.

PHÁP ĐỒNG - XÁ 法 同 舍 : Pagode, Couvent (*fr.*) : Danh từ riêng để gọi nhà Chùa. Tức là : Pháp thực đồng xá, pháp thực nhị đồng giái (*Đạo-đức và thức ăn đều chung với nhau một chỗ, hai việc : học và ăn đồng chung trong một cảnh-giái*). Tất cả có mười danh từ mà người ta có thể dùng để gọi nhà chùa : 1/ Tự, 2/ Tịnh-trụ, 3/ *Pháp-đồng-xá,* 4/ Xuất thế xá, 5/ Tinh-xá, 6/ Thanh-tịnh viên, 7/ Kim-cang sát, 8/ Tịch-diệt đạo-tràng, 9/ Viễn ly xứ, 10/ Thân cận xứ.

(*Xem : Tự.*)

PHÁP - GIA : 法 家 : Nhà Pháp, chốn gởi thân của người tu học đạo Phật. Tức là *Phật-môn.*

PHÁP - GIỚI : 法 界.— Dharmadhatu (*scr.*) : Cảnh-giái các pháp ; cõi pháp-giáo. *Pháp-giái* có nhiều nghĩa, mà tóm tắt vào hai nghĩa có thể giải thích ra được : về sự và về lý.

Về sự, pháp là các pháp, *giới* là cảnh - giới, giới hạn. Các pháp đều có tự-thể, mà vì cảnh-giới chẳng đồng, cho nên phân ra từng cảnh-giái, mỗi cảnh-giới là một *pháp-giới.* Như mười cảnh-giới : 1. Phật, 2. Bồ-tát, 3. Duyên-giác, 4. Thinh-văn, 5. Thiên, 6. Nhơn, 7. A-tu-la, 8. Quỉ, 9. Súc-sanh, 10. Địa-ngục cũng kêu là Thập *pháp-giới.* Và nói tổng quát, tất cả các pháp trong thế gian, muôn sự muôn vật trong võ-trụ, đều gọi chung là một *pháp-giới.* Trong Võ-trụ vô cùng vô tận, trải qua thời gian và không gian, lúc nào và chỗ nào cũng có Phật-pháp, đạo-lý, kêu chung là *Pháp-giới* (cõi Pháp của Phật) — Trong đời thuyết pháp độ thế của đức Phật, ngài dạy vô-số pháp-môn (*bát vạn tứ thiên pháp-môn*), tất cả các pháp-môn ấy gồm thành một *Pháp-giái.*— Lại, mọi lý mọi sự đều gọi chung là *Pháp-giái.*

Về lý, *Pháp Giới* là cảnh-giới chung của các chúng-sanh : dầu người dầu vật đều đồng một tánh lành như nhau, đều có cái Pháp-tánh, cái Phật-tánh, cái Chơn-như như nhau cả ; tất cả đều sẽ thành Phật.— *Pháp-giới* lại có nghĩa : Pháp tức Phật-đạo, Thánh-đạo ; Giới tức cảnh-giới mà nhà tu-hành phải nương theo ; nương theo cảnh-giới ấy mà tấn tới, rốt cuộc thành Thánh, thành Phật.— *Pháp-giới* còn có nghĩa : Pháp tức pháp-lý, pháp-môn ; giới tức tánh ; các pháp đều đồng một tánh ; nhà tu học nếu nương theo đó thì được tấn-hóa, mau chơn đến cõi An-lạc, cõi Giải-thoát.—

Ngoài ra, trong mười tám cảnh (*Thập bát giới*), có một cảnh kêu là *pháp-giới.* Mười tám cảnh : a) Sáu căn là sáu cảnh ở trong :

nhãn-giới, nhĩ-giới, tỹ-giới, thiệt-giới, thân-giới, ý-giới. b) Sáu trần là sáu cảnh ở ngoài: sắc-giới, thinh-giới, hương giới, vị giới, xúc-giới, *pháp-giới* (*cảnh - giới của những đều mà cái ý suy xét*). c) Sáu thức là sáu cảnh ở khoảng giữa: nhãn-thức giới, nhĩ-thức giới, tỹ-thức giới, thiệt-thức giới, thân-thức-giới, ý thức giới.

PHÁP-GIỚI DUY TÂM 法 界 唯 心 : *Pháp-giới* là tiếng gọi chung tất cả mọi sự vật; *Duy tâm* là chỉ do nơi tâm tạo mà thôi. Các pháp hữu-vi trong võ trụ mà sáu căn nhận biết, dầu thiện dầu bất-thiện, đều do cái tâm-thức tạo ra mà thôi. Tức là tại lòng mình muốn mới sanh ra mọi cảnh vật vậy.

PHÁP-GIỚI GIA-TRÌ 法 界 加 持: Cõi pháp phụ sức và giữ gìn. *Pháp-giới* là tiếng gọi chung tất cả chư Phật, tất cả các thiện-pháp, tất cả các chơn-ngôn, tất cả các tư-tưởng lành, tất cả chư Thánh chư Thần. *Gia-trì* là phụ sức và giữ gìn. *Pháp-giới* có sức phụ giúp những tín-đồ còn yếu đuối và có sức gìn - giữ họ trong đường đạo-lý. Những người thành tâm tu học và trọn tin Tam Bảo, đều từng được *Pháp- giới gia trì*.

PHÁP-GIỚI HẢI HUỆ 法 界 海 慧 : Biển trí-huệ của Pháp-giái. Nhà đạo-đức nhìn thấy rằng cái đại-huệ của cõi Pháp thật là mênh - mông vô tận, tỷ như Biển cả, nên gọi là *Pháp giới hải huệ*.

PHÁP-GIỚI QUÁN 法 界 觀 : Phép quán-tưởng cõi Pháp. Trong Kinh Hoa-nghiêm có dạy cách quán tưởng để chứng nhập Pháp-giái bằng ba phép nầy : Chơn-không quán (*quán - tưởng lý chơn-không, lẽ thật-tướng*), lý sự vô ngại quán (*quán-tưởng cho được tự-tại, vô-ngại về lý và về sự*), châu biến hàm dung quán (*quán-tưởng bao quát, gồm thâu tất cả sự vật*).

PHÁP-GIỚI TÁNH 法 界 性 : Tánh tự nhiên của các pháp. Tức là cái thể của muôn pháp vẫn tự-nhiên, chẳng dời đổi, không sanh không diệt, không có không không. Kêu tắt : *Pháp-giới, Pháp-tánh*, (*Xem : Pháp-tánh*).

PHÁP-GIỚI-THÂN 法界身 : Cái thân bủa khắp cõi Pháp. Cái thân từ trong cõi Pháp mà sanh ra.

Cũng kêu : *Pháp-thân*. Một thân trong *Tam thân* của Phật. Cái *Pháp-giới thân* của Phật vốn trường tồn, không sanh không diệt, chơn-thật không biến đổi ; nó trải khắp trong cõi Pháp mà cảm-ứng các chúng-sanh ; từ nơi một thân mà hiện ra tất cả các thân. Vì các lẽ ấy cho nên kêu là *Pháp-giái thân*.

Lại nữa, *Pháp-giới* là tâm-pháp của chúng-sanh. Tâm ấy có thể sanh ra các pháp, kêu là *pháp-giới*. Mà cái tánh pháp-giới ấy sanh ra thân Phật muôn pháp, cho nên kêu thân Phật là *pháp-giới thân*, tức là cái thân từ trong cõi Pháp mà sanh ra vậy.

PHÁP-GIỚI THẬT-TƯỚNG 法界實相 : Cõi pháp và tướng thiệt. Danh từ tuy khác mà thể-tánh như nhau ; tức đồng nghĩa với : Pháp-tánh và Chơn-như.

Lại có nghĩa : cái tướng thiệt của các pháp. Các pháp vốn không sanh không diệt, không dời không đổi. Bởi các pháp có cái tánh tướng chơn-thật như vậy, nên gọi là *Pháp-giới thật-tướng*.

PHÁP-GIỚI VÔ-BIÊN TRÍ 法界無邊智 : Cái trí rộng bao quát cõi pháp vô cùng-tận.

Một trong *Thập trí* của Phật : 1.) Tam thế trí, 2.) Phật-pháp trí, 3.) Pháp-giới vô-ngại trí, 4.) *Pháp - giới vô - biên trí*, 5.) Sung mãn nhứt thiết thế-giới trí, 6.) Phổ chiếu nhứt thiết thế gian trí, 7.) Trụ trì nhứt thiết thế gian trí, 8.) Tri nhứt thiết chúng-sanh trí, 9.) Tri nhứt thiết pháp trí, 10.) Tri vô-biên chư Phật trí.

Các pháp về sắc và về tâm của chúng - sanh, kêu là *pháp-giới*. Pháp-giái ấy rộng lớn không bờ bến, kêu là *pháp-giới vô-biên*. Cái trí bao quát khắp cả pháp-giái ấy, kêu là *pháp - giới vô-biên trí*.

PHÁP-GIỚI VÔ-NGẠI TRÍ 法界無礙智 : Cái trí chứng

được lý vô-ngại của các pháp. Đó là một trong *Thập trí* của Phật. (*So sánh với : Pháp-giới vô-biên trí ở trên.*)

PHÁP-GIÁO 法教 Doctrine, Religion (*fr.*) : Sự giáo - hóa về đạo-lý ; giáo-lý đạo Phật.

PHÁP-HÀ 法河 : Sông cái đạo lý. Lời tỷ-dụ. Pháp Phật sâu rộng như sông cái, cho nên kêu là *Pháp-hà.*

PHÁP-HẠ 法夏 : Année de Religion (*fr.*): Tuổi Đạo. Tuổi tu của hàng xuất-gia. Cũng kêu: *Pháp-lạp.* Theo luật đạo Phật, mỗi năm, vào mùa hạ, ở Ấn-độ, trời thường mưa, các sư chẳng tiện du-hành, bèn ở tại chùa mà học Kinh, Luận, Luật. Học được ba tháng từ rằm tháng tư đến rằm tháng bảy thì mãn. Cho nên một tuổi tu của hàng xuất-gia nam và nữ kêu là một *Pháp-hạ.* Xem : *Pháp-lạp.*

PHÁP-HẢI 法海: Biển Đạo lý. Lời tỷ-dụ. Pháp Phật bao la, sâu thẳm như Biển cả, khó mà lượng cho cùng, cho nên kêu *Pháp-hải.*

Trong «**Vô-Lượng-Thọ Kinh**», Pháp-Tạng tỳ-kheo có xưng tán công-đức của Phật Thế-Tự-Tại-Vương như vầy:

Oai đức vô lữ,— Thù thắng hy hữu;
Thâm-đế thiện-niệm,— Chư Phật *Pháp-hải,*
Cùng thâm tận áo,— Cứu kỳ nhai-đề.

(*Oai đức ấy ai mà dám độ,*
Hơn tốt loài ít có trong đời ;
Pháp thâm như thể Biển khơi,
Đã đem lý, trí xét nơi Phật-đà.
Cỡ sâu rộng bao la dường ấy,
Cũng dò cùng tới đáy, tới bờ.)

PHÁP - HỶ 法喜 : Sự vui sướng về đạo lý. Người mộ đạo thì vui sướng về lẽ đạo, chớ chẳng ưa thích các sự khoái lạc của thế gian. Hoặc đọc Kinh đạt lý mà vui sướng, hoặc nghe pháp thâm diệu mà vui sướng, hoặc suy nghĩ, tham-thiền ra lẽ mà vui sướng.

Bồ-tát Duy-ma-Cật lấy *Pháp hỷ* làm vợ (*thê*) và dùng từ-bi làm con (*nữ*).

Lại có những người vì rất vui sướng với lẽ đạo mà quên ăn, nhưng chẳng đói, chẳng mệt; tinh-thần và hình-thể càng khoẻ, càng tươi; tự mình coi đạo-lý như món ăn cần thiết. Đó là *Pháp-hỷ thực* (*món ăn bằng sự vui sướng về đạo-lý*). (*Xem*: *thực*.)

PHÁP-HIỂN 法 顯.— Fa-Hien (*ch.*): Cũng kêu: Thích Pháp-Hiền. Một nhà Cao-tăng Trung-Hoa hồi thế-kỷ thứ tư thứ năm, có hành-cước bên Thiên-trước trong mười sáu năm, 399-414 dương-lịch.

Ngài sanh ra tại miền lưu-vực sông Phần: thuộc tỉnh Sơn-Tây bên Tàu. Ngài thấy sự tu-hành trong nước có bề sai lạc nên nhứt định sang Thiên-trước cầu học. Ra khỏi Kinh-đô Trường-an (*Tch'ang-nan*) năm 399, ngài trải qua đồng cát Gobi. Đến xứ Tourfan, ngài chờ cho có một đoàn trầy buôn đặng tháp tùng. Kế đó, ròng rã trong ba mươi lăm ngày, ngài băng qua những cánh đồng cát xứ Tarim. Thiệt là cực muôn phần. Rồi đến xứ Cotan. Ở đây, ngài quan sát sự tu-hành nơi các danh-lam, biên chép giới-luật và tầm học trong các tàng-thơ viện. Sau hết, ngài đi lần theo sông Hằng-hà ma ra đến vàm. Kế ngài nương biển mà xuống đảo Tích-lan. Nơi đây, ngài yên trụ rất lâu trong một ngôi Chùa lớn có đến năm ngàn vị tỳ-kheo. Ngót mười sáu năm trải qua các xứ ở Thiên-trước, năm 414 ngài từ giã Tích-lan (*Ceylan*) mà về nước, nương theo một chiếc thuyền buôn xuôi miền Viễn-đông. Về đến Trung-hoa, ngài gia công khuyến khích chư tăng trì giái tịnh-hạnh cho tinh-nghiêm. Ngài tịch năm 86 tuổi.

Hồi thế kỷ thứ 19, ông Abel Rémusat thác có đề lại bộ sách của ông dịch, nhan đề Foe-Koue-Ki (*Phật-quốc-ký*) ou-

Relation des Royaumes Bouddhiques của Pháp-Hiền. Bộ sách ấy xuất-bản năm 1836, rất được hoan-nghênh, dịch rất đúng các cuộc hành-trình của Pháp-Hiền trong mười sáu năm (399-414).

Trong quyển Phật-quốc-ký, Pháp-Hiền biên rất gọn gàng, dễ hiểu những thuần-phong mỹ-tục bên Thiên-trước, những chùa chiền và nhứt là tình-hình phong-hóa và đạo-đức ở Ấn-độ hồi cuối thế-kỷ thứ tư đầu thế kỷ thứ năm.

PHÁP-HIỆU 法 號 Nom de Religion (*fr.*): Danh-hiệu theo Tôn-giáo. Ấy là cái tên mà lúc qui y thọ giới, ông thầy trao đặt cho mình. Cũng kêu: *Pháp-danh.*

Pháp-hiệu lại có nghĩa : *thụy-hiệu,* tức là tôn-hiệu mà người ta tặng cho một vị sư sau khi vị ấy qua đời, pháp : Titre posthume.

PHÁP-HOA KINH 法 華 經 .— Saddharma-pundarika-sûtra (*scr.*) .— Hokkyô (*jap*) .— Lotus de la Bonne Loi (*fr.*) : Kêu trọn chữ : Diệu-pháp liên-hoa Kinh. Kinh chánh của Thiên-thai tông và của Pháp-hoa tông (*Nhựt-liên tông*). *Kinh Pháp-hoa* về Đại-thừa, giảng lý Nhứt-thừa giáo, đại-ý như vầy : Tất cả chúng-sanh đều có Phật-tánh, tức nhiên sẽ có một đời thành Phật.

Pháp-hoa kinh của Thiên-thai tông gồm có bảy quyển. Còn *Pháp-hoa kinh* của Pháp-hoa tông (*Nhựt-liên tông*) do giáo-tổ Nhựt-Liên dịch giải thì có mười quyển.

(*Xem : Diệu-pháp liên-hoa kinh.*)

PHÁP-HOA NHỨT THẬT 法 華 一 實 : Pháp-môn Nhứt thừa chơn-thật giảng giải trong kinh Pháp-Hoa. Pháp-Hoa là kinh mà Phật thuyết trước khi ngài nhập Niết-bàn, trong ấy ngài chỉ cái Phật-quả cho các hàng đệ-tử Thinh-văn La-hán, Duyên-giác và Bồ-tát : chỉ có một Thừa mà thôi, tức là Phật-thừa. Nương theo Thừa ấy, mọi người sẽ thành Phật.

PHÁP-HOA SÁM PHÁP 法 華 懺 法 : Pháp nghi-thức do

Thiên-thai Trí-giả biên soạn, nương theo kinh Pháp-Hoa. Thiên-thai Trí-giả, cũng kêu là Trí-Khải, trì kinh Pháp-hoa tại núi Thiên-thai bên Trung-quốc, đắc phép Pháp-hoa Tam-muội, bèn biên soạn một bản nghi-thức chỉ dẫn các nhà tu-hành trì Kinh Pháp-hoa, nhan đề « Pháp-hoa sám pháp ».

(*Xem : Trí-Khải.*)

PHÁP-HOA TAM-MUỘI 法 華 三 昧 : Phép đại-định có chỉ trong Kinh Pháp-hoa. Trong Kinh Pháp-hoa có biên rất nhiều phép tam-muội. Ai tu hành những phép ấy mà đắc thần-thông, thấy Phật hoặc chư Bồ-tát giá lâm đến đạo-tràng, tức là được *Pháp hoa Tam-muội.* Thiên-thai Trí-giả từng được *Pháp-hoa Tam-muội.* Như khi ở núi Ngọc-tuyền mà trì kinh Pháp-hoa, ngài trông thấy Pháp-hội Linh-sơn uyển-chuyển hiện ra trước mặt ngài : các hàng đệ tử, các hạng chúng-sanh đương dự nghe Phật Thích-Ca giảng kinh Pháp-hoa trên núi Linh-sơn bên Ấn-độ.

PHÁP-HOA TÔNG 法 華 宗 .— Fa-hoa-tsoung (*ch.*) : Một tông-phái trong đạo Phật. Ban đầu, người ta gọi là *Pháp-hoa tông,* vì tông ấy lấy kinh Pháp-Hoa làm kinh căn-bổn. Về sau, do Thiên-thai Trí-giả (*531-579 dương-lịch*) có công lớn đối với sự tuyên truyền lý kinh Pháp-Hoa, các nhà tu học bèn gọi là *Thiên-thai-tông* .— *Pháp-hoa tông* bên Nhựt-bổn khác với Thiên-thai-tông. Bên Nhựt, *Pháp-hoa tông* cũng kêu là *Nhựt-Liên tông,* vì Nhựt-Liên Bồ-tát tuyên truyền giáo-lý và sự tu-hành theo kinh ấy một cách đặc biệt. Tín-đồ *Pháp hoa tông* (*Nhựt-Liên tông*) thường thành tâm niệm câu « Nam-mô Diệu-pháp Liên-hoa Kinh ». Niệm như vậy, cầm bằng đọc tụng toàn bộ kinh Pháp-Hoa.

(*Xem : Thiên-thai tông, Nhựt-liên tông.*)

PHÁP-HÓA 法 化 .— Éducation religieuse (*fr*) : Sự giáo-hóa theo chánh-pháp ; ảnh-hưởng của nền giáo-dục đạo Phật.

Trong sách « Phật-quốc-Ký » của Pháp-Hiền, ngài có chép rằng trong khi trải qua ba mươi nước bên Thiên-Trước vào khoảng

399-414, ngài nhận thấy ở các nước ấy, oai-nghi của chúng Tăng rất nghiêm trang và nền *pháp-hóa* rất đẹp, chẳng thể nói cho tường tận.

PHÁP-HỘ : 法 護.— Dharmaraksha (*scr.*) Viết theo Phạn : Đàm-ma-la-sát 曇 摩 羅 察 Một vị cao-tăng người Thiên-trước, hồi thế-kỷ thứ ba thứ tư Dương-lịch, quê quán tại xứ Đôn-hoàng 燉 煌 (*Tounn-hoang*) là chỗ giao-thiệp về thương-mãi giữa các nước Trung-hoa, Ấn-độ, Càn-đà-la (*Gandhara*) và Khương (*Sogdiane*). Ngài biết rất nhiều thứ tiếng và có viếng các miền Tây-vực. Ngài đến kinh đô Trung-Quốc, thành Lạc-Dương vào năm 266 nhằm đời Tây-Tấn. Ngài ở đó mà dịch kinh Phật chữ Phạn ra chữ Tàu, mãi cho đến năm 317. Ngài tịch tại thành Lạc-Dương, hưởng thọ 87 tuổi. Công nghiệp phiên dịch của ngài rất lớn. Ngài dịch tất cả 175 bổn, song vì giặc loạn nên thất lạc đi bộn, đến nay còn 90 bổn.

Vì ngài rõ thông cả ba Tạng Kinh-Luật-Luận, cho nên người ta gọi ngài là *Tam-tạng Pháp-sư*. Như quyển Vu-lan-bồn Kinh (*Ullambana-sûtra*) là do nơi ngài dịch ra vậy.

PHÁP-HỘI 法 會 : Hội thuyết pháp, hội kinh dinh Phật-sự. Một *Pháp-hội* của đức Phật Thích-Ca mở ra hoặc tại một cảnh rừng, sườn núi, hoặc trong một ngôi tinh-xá, hoặc trong đền vua v.v. Trong một *Pháp-hội* mà đức Phật thuyết pháp, có hằng ngàn, hằng muôn người dự nghe : Tỳ-kheo, Tỳ-kheo-ni, Ưu-bà-tắc, Ưu-bà-di, các nhà xuất-gia và tại-gia ngoại-đạo, các vị vua chúa, đại-thần. Thường khi có những vị Tiên, Thần cùng các hàng Bồ-tát ở cõi khác đến dự nghe nữa.— *Pháp-hội* của đức Phật A-Di-Đà mở ra tại Cực-lạc thế-giới, những ai vãng sanh về đó, được dự nghe ngài thuyết diễn diệu-pháp.

Hiện nay, người ta dùng tiếng *Pháp-hội* để gọi các việc kinh dinh Phật-sự, như tụng kinh cầu siêu, bố thí, làm chay v.v.

PHÁP HỮU 法 有 : Pháp là có, có Pháp. Tức là ý kiến cạn

và hẹp của những người tu Tiểu-thừa. Các pháp vốn chẳng thật có, thế mà họ cố chấp rằng có. Trái với *pháp không* là cái ý kiến nhận rằng các pháp chẳng có tự thể, chỉ do nhơn-duyên sanh ra mà thôi.

PHÁP-Y 法 衣 : Áo pháp. Tiếng kêu chung bộ áo ba cái (*tam y*) của thầy tu xuất-gia trong đạo Phật. Kêu theo Phạn : *Cà-sa*. Ứng lúc tác pháp, như tụng Kinh, khất thực, chú nguyện mà mặc, cho nên kêu là *Pháp-y*. Lại y theo Giới-luật trong Đạo mà cắt, may và mặc, cho nên kêu là *Pháp-y*.

Theo **Pháp-Bảo đàn Kinh**, Ngũ-tổ Hoằng-Nhẫn truyền *Pháp-y* cho Huệ-Năng ; sau khi ấy, Huệ-Năng lên ngôi Tổ đời thứ sáu trong Thiền-tông.

Niết-Bàn Kinh, *quyển bảy* : Tỷ như người thợ săn kia đắp lên mình bộ *Pháp-y*. Ma-vương Ba-Tuần lại cũng như thế ; nó giả dạng Tỳ-kheo, Tỳ-kheo-ni, Ưu-bà-tắc, Ưu-bà-di. Nó lại còn hóa ra thân-hình bậc Tu-đà-hoàn cho tới thân-hình bậc A-la-hán cùng là sắc-thân Phật.

PHÁP-YẾU 法 要 Chỗ cốt yếu của Pháp-giáo. Về tôn-giáo, về pháp-môn, những lời dạy bảo tuy tóm lược, nhưng có đủ ý nghĩa chánh đáng, kêu là *Pháp-yếu*. Phật và Bồ-tát, trong khi giáo hóa, tùy căn-tánh, chí-hướng, trình - độ của người mà nói chỗ vừa sức họ, để cho họ tỉnh ngộ mà tu thiện ; chỉ nói chỗ cần yếu mà thôi, nên kêu là *Pháp-yếu*.

Người ta cũng xưng *Pháp-hội* là Pháp-yếu.

PHÁP-KIẾM 法 劍 : Gươm đạo-lý. Lời tỷ-dụ. Cũng như cây gươm bén dùng để chặt đứt đồ vật, những lý của Phật thuyết có thể dùng để cắt tuyệt các phiền-não, cho nên gọi lý Phật, Pháp Phật là *Pháp-kiếm*.

PHÁP-KIẾN 法 見 Ý-kiến chấp pháp. Ý kiến chấp trước một pháp, cho pháp của mình là phải và pháp của người là chẳng phải, chấp nệ một pháp và chê bỏ các pháp. Đó là ý kiến cạn và hẹp.

PHÁP-KIỀU 法 橋 : Cây cầu đạo lý. Lời tỷ-dụ. Cũng như cây cầu nối liền hai bờ sông, giúp cho người ta tiện đi từ mé nầy qua mé kia. Cũng như thế, đạo-lý của Phật có thể độ cho chúng-sanh lìa bến mê mà sang bờ giác, đưa người qua khỏi dòng sông ái-dục, luân-hồi ; cho nên kêu là *Pháp-Kiều.*

PHÁP-KÍNH 法 鏡 : Gương soi bằng pháp-lý. Lời tỷ - dụ. Cũng như nhờ tấm kính, mình thấy hình sắc của mình ; nhờ Pháp Phật, mình thấy tâm-thể, tánh-tình của mình và của người, cho nên kêu là *Pháp-Kính*

PHÁP KHẨN-NA-LA VƯƠNG 法 緊 那 羅 王 Dharma--dhara, roi des Kinnaras : Một vị vua loài *Khần-na-la,* loài thần có tài tấu nhạc Pháp. Hồi Phật Thích-Ca sắp diễn Kinh Diệu-pháp Liên-hoa, vị *Pháp Khần-na-la vương* với ba vị vua Khần-na la khác đồng dắt quyến-thuộc đến dự nghe. Xem : *Khần-na-la.*

PHÁP-KHÍ 法 器 : Khí-cụ hành đạo ; căn-khí đạo-đức. Những đồ cần dùng của nhà sư trong khi thi hành Phật-đạo ; những món nhạc-khí trồi lên trong các cuộc lễ ở nhà chùa.

Pháp-khí cũng có nghĩa : Bát đựng Pháp-giáo, tức căn-khí của người làm nồi Phật-đạo, thọ lấy Pháp-tạng để truyền bá cho đời. Tỷ như cái bát đựng trọn bữa cơm của nhà sư, *Pháp-khí* có sức thọ lấy các pháp-môn của Phật. Ông A-Nan là *Pháp-khí* của đức Phật Thích-Ca, vì ông thọ lấy và nhớ lấy tất cả các Kinh nghĩa do Phật thuyết. Lại như Xá-lỵ-Phất có nói với Long-nữ Ta-Kiệt-La trong hội Pháp-hoa rằng : « Thân đờn-bà con gái (*nữ-thân*) vẫn là dơ dáy, uế-trược, không phải là *Pháp-khí* ».

Huệ-Khả theo hầu Sơ-tồ Đạt-ma đã lâu, Sơ-tồ biết là *Pháp-khí,* bèn phó truyền áo cà-sa và bình bát cho, để nối làm Nhị-tồ.

PHÁP-KHÔNG 法 空 : Không có pháp, các pháp đều là không. Đó là ý kiến của nhà đạo nhận rằng các pháp về sắc và về tâm tức là các sự vật vốn chẳng có cái thật-thể, chỉ do nhơn-duyên sanh ra mà thôi. Người tu Đại-thừa Bồ-tát, nên quán tưởng cho đắc hai lẽ Không : Sanh Không và *Pháp Không.* Sanh không là các chúng-sanh đều chẳng thật, cái thân-mạng vốn là giả ; tức là Nội Không. *Pháp Không* là muôn pháp, mọi sự mọi vật đều chẳng thật, chẳng qua là mộng ảo thôi ; tức là Ngoại Không. Quán tưởng cho thấu nhập hai lẽ ấy, kêu là được *Nhị không quán.* Người nào tự mình có được hai chơn-lý, hai pháp-tánh ấy, kêu là được Nhị Không Chơn-như : Sanh Không. Chơn-như và *Pháp Không Chơn-như.*—

Pháp Không lại có nghĩa : các pháp nội và ngoại đều là Không, mình với chúng-sanh vốn Không, các sự vật phi tình cũng vẫn là Không. Tức là bao hàm cả hai nghĩa Sanh Không và Pháp Không.

Niết-Bàn Kinh, quyển 26 : Tất cả các pháp, tự-tánh là Không, vã lại nhờ Bồ-tát tu tập lẽ Không, cho nên thấy chư *Pháp Không.*

PHÁP-LẠC 法樂 : Sự khoái-lạc về pháp. Đó là mối vui thích, chỗ khoái lạc của nhà tu-hành đối với lẽ đạo. Trái với *Dục-lạc* là các sự khoái lạc về ngũ dục (*mắt, tai, mũi, lưỡi, thân*) của người thế tục. Ai theo *dục-lạc* thì bỏ *pháp lạc!* Người nào chỉ biết *pháp-lạc* thì quên *dục-lạc.* Lại, người ưa làm thiện, hay chứa đức, tự mình vui thích về thiện đức, sự vui thích ấy cũng kêu là *pháp-lạc.*

PHÁP-LAN 法蘭 .—Dharma-aranya (*scr.*): Một vị cao-tăng. Thường kêu là *Hán Trúc Pháp-Lan,* vì ngài gốc ở Thiên-Trước, đến nước Tàu nhằm đời Hậu-Hán (25-250), thuở trào vua Minh-đế. Vua Minh-đế nằm chiêm-bao thấy Phật, bèn phái sứ qua Thiên-Trước thỉnh kinh, tượng và có rước về hai nhà sư : Ca-Diếp Ma-Đằng và *Pháp-Lan.* Hai vị vào đến nước Tàu lối năm 65,66. Đến năm 67, vua cất xong cảnh chùa đầu tiên tại kinh thành Lạc-dương và đặt tên là Bạch-mã tự. Ca-Diếp Ma-Đằng và *Pháp-Lan* là hai vị có công trước nhứt trong cuộc phiên dịch kinh chữ Phạn ra chữ Tàu. Bộ kinh mà hai ngài dịch xong đầu tiên nhan đề Tứ thập nhị chương kinh. Hai vị còn dịch nhiều bộ nữa, song bị giặc giả loạn lạc nên mất hết. Ca-Diếp Ma Đằng tịch năm 67, *Pháp-Lan* tịch năm 70 dương-lịch.

PHÁP-LẠP 法臘 : Année de religion (*fr.*) : Trọn năm (tuổi) tu. Pháp là đạo-lý. Lạp (*chạp*) là tên tháng cuối năm, kỳ tế thần. Những vị tu xuất-gia, sau khi thọ giái Tỳ-kheo, hằng năm nhằm mùa hạ trong ba tháng từ 16 tháng tư đến rằm tháng bảy thì làm phép an-cư ; lấy cái tháng chót trong kỳ an-cư ấy làm cuối năm của Tỳ-kheo. Đó kêu là *pháp-lạp*, cũng kêu : *Hạ-lạp*, *giới-lạp*. Tỳ-kheo đã xuất tục, chẳng được tính theo năm của thế-gian, ắt phải lấy kỳ hạ- lạp làm số tuổi tu, coi *pháp-lạp* nhiều hay ít đặng định thứ-lớp chỗ ngồi của Tỳ-kheo, kêu là *lạp-thứ* 臘次.

PHÁP-LINH 法鈴 Chuông đạo-lý. Chuông mà nhà sư rung làm hiệu lệnh. Lại nói về người tụng kinh, tiếng nghe thanh diệu dường như người ta rung động cái chuông vàng, âm-thinh vi diệu tức là *pháp-linh*.

PHÁP-LOA 法螺 : Còi pháp. Âm theo Phạn : *Thương-khư* 商佉, dịch nghĩa *kha bối* 珂貝 tức *loa bối* 螺貝 là vỏ con ốc biển, chế làm còi đặng thổi trong những cuộc đại-lễ nơi Chùa. Tiếng vỏ ốc nghe rất xa, lấy đó làm ví dụ với tiếng thuyết pháp của Phật vang dội khắp cả Đại-chúng. Lại nữa, tiếng loa thì dõng mãnh, lấy đó tiêu biểu cho sức hùng mãnh của Đại-pháp. Lại nữa, đời xưa trong quân đội, người ta thổi loa để làm hiệu-lệnh cho binh sĩ, lấy đó làm ví dụ với tiếng Phật thuyết-pháp có sức hàng phục chúng ma. Vì vậy cho nên, nói Phật thuyết pháp, trong Kinh chép rằng ngài thổi *Pháp-loa*.

PHÁP LONG TỰ 法隆寺.- Hôryûji (*jap.*) : Một ngôi Chùa lớn ở bên Nhựt. Ngôi chùa cổ cất từ năm 607 dương-lịch bởi Thánh-đức Thái-tử (Shôtokou-Taishi) tại thành Nại-lương (Nara). Hồi ấy, Thánh-đức Thái-tử cầm quyền Nhiếp chánh nước Nhựt, còn vua lá bà Duy-cổ Thiên-hoàng (Suiko-Tenno). Lúc bấy giờ, Nại-lượng là kinh-đô nước Nhựt.

Pháp - long tự là một Phật-viện rất đồ sộ, hiệp lại là nhiều tòa chùa, cất rất có mỹ-thuật, khởi từ năm 593 đến năm 607 mới xong, do những tay thợ và những nhà mỹ thuật người Cao-ly. Phía trong, sự điêu khắc rất khéo léo và có nhiều cốt Phật tuyệt đẹp.

PHÁP-LÔI 法 雷 : Tiếng sấm Pháp. Lời tỷ-dụ để gọi tiếng thuyết pháp của Phật. Cũng như sấm dậy làm kinh - động tình-vật, tiếng Phật thuyết pháp phát động được cái thức vô-minh của chúng - sanh. Lại nữa, cũng như vừa khi sấm mùa xuân động lên một tiếng thì cây cỏ đều mọc mầm ra, tiếng Phật trổi lên làm cho cái mầm pháp của chúng-sanh nảy ra vậy. Lại nữa, cũng như tiếng sấm dậy nghe rất hùng mãnh, pháp-âm của Phật khiến chúng-sanh đều khiếp nể.

PHÁP LỢI 法 利 : Sự lợi ích của Chánh-pháp. Cái công đức lớn nhứt của Pháp Phật là làm lợi-ích cho chúng - sanh. Các món lợi-ích mà chúng-sanh hưởng được thật là nói không xiết.

PHÁP-LUÂN 法 輪.— Dharmachakra (*scr.*).— Dhammachakkha (*p.*).— Roue de la Loi (*fr.*) : Bánh xe Đạo-lý. *Pháp-luân* tức là Giáo-pháp mà đức Phật vận chuyển. Bánh xe là tượng - trưng Giáo-pháp của Phật, cũng như Hoa sen là tượng-trưng quả - vị của Phật, Cũng như bánh xe lăn tới trước chớ chẳng thối lui, giáo-pháp mà Phật thuyết ra đưa chúng-sanh lên đường tấn-hóa, lên cõi Giải-thoát. Cũng như bánh xe lớn lăn tới đâu thì diệt sạch các gai cỏ, Giáo-pháp mà Phật thuyết ra có thể dùng để diệt tận các phiền-não, mê-hoặc.

Hồi đức Thích-Tôn thành Đạo và thuyết pháp lần đầu tại thành Ba-la-nại (*Bénares*), người ta gọi ngài *chuyển Pháp-luân*, tức ngài bắt đầu vận chuyển Bánh xe Pháp. *Pháp-luân* chuyển động thì hạ được những tư-tưởng si-mê và lầm-lạc. Nhờ ngài chuyển *Pháp-luân*, năm vị Chơn-nhơn tu ở Vườn Lộc nơi thành Ba-la-nại được giác-ngộ, qui-y theo ngài và đắc quả La-hán. Và từ khi Phật chuyển *Pháp-luân*, có cả ngàn cả muôn người đắc quả Thánh và vô-số người được giác-ngộ.

_Nhưng Kinh Pháp-Hoa nói rằng trong đời Phật Thích-Ca, ngài chuyền *Pháp-luân* hai kỳ : kỳ đầu, ngài giảng về Tứ diệu-đế với năm vị Chơn-nhơn lúc ngài mới thành Đạo. Kỳ sau, ngài giảng về Diệu-pháp liên-hoa Kinh trước khi ngài nhập Niết-bàn. Mà sự chuyền *Pháp-luân* kỳ thứ hai thì trọng hệ hơn, vì kỳ thuyết pháp nầy độ vô-số chúng-sanh vào Đại-thừa, đắc Phật-huệ.

(*Xem : Chuyền Pháp-luân.*)

PHÁP-LUÂN VƯƠNG 法輪王 Vị Vua Pháp-luân. Tiếng tôn xưng Phật. Cũng viết : Pháp-luân Thánh-vương. Phật là vị Pháp-vương, và chính một minh Ngài có quyền chuyền Pháp-luân mà thôi, cho nên xưng Ngài là *Pháp-luân Vương*. Đối với : *Chuyền-luân Vương*, vị vua cai-trị cõi đời.

Niết-bàn Kinh, quyền 22 : Bồ-tát tuy nhìn thấy cái thân mình là chẳng sạch, nhưng vẫn săn sóc nó, bồ dưỡng nó, là vì dùng nó đặng tu quả-vị *Pháp-luân Vương*, chớ chẳng vì cái ngôi vị Chuyền-luân Vương.

PHÁP-LỮ 法侶 : Bạn Đạo, Bạn lứa trong Đạo. Những bạn học Đạo và tôn-trọng Chánh-pháp; những bậu bạn cùng nhau học Đạo dưới sự điều-khiển của một ông Thầy, ở một ngôi Chùa. Cũng như nói : *Tăng-lữ*.

Vua Lương Võ-Đế có viết rằng : Hằng-sa chúng-sanh giai vi *Pháp-lữ*. (*Chúng-sanh nhiều như cát sông Hằng đều là bạn Đạo.*)

PHÁP-LỰC 法力. — Dharmabala (*scr*). — La force de la Loi (*fr.*) : Sức mạnh của Chánh-pháp, của Pháp Phật. Sức mạnh nầy hoặc ở nơi bực hành-giả đắc Đạo, hoặc ở trong Kinh-điền, trong Chơn-ngôn mà vị hành-giả đọc tụng. *Pháp-lực* có thể trừ tai ách, hàng phục các sự ác độc, phá tan các sự ô trược.

Pháp-Lực (*Dharmabala*) lại là tên một vị Sa-môn người Thiên-Trước, dịch Kinh bên Tàu tại thành Kiến-khương năm 419 Dương-lịch.

PHÁP-MẠNG 法 命 : Huệ-mạng của Pháp-thân ; tức là đời sống bằng tinh-thần, bằng trí-huệ của cái Chơn-thân, Đạo-thân.

Pháp-mạng cũng là danh-từ tôn kính để gọi đời sống của một bực thầy, cái tuổi thọ của một nhà tăng.

PHÁP-MINH 法 明 : Ánh sáng của Đạo-lý, của Chánh-pháp. Bực tu-học được tâm thanh-tịnh thì phát sanh trí-huệ, cái trí-huệ ấy soi sáng khắp cả, chiếu thấy sự và tướng của mọi pháp.

Pháp-Minh (*scr.: Dharmaprabhâsa*) : Tên một đức Phật vị-lai. Trong kinh Pháp-Hoa, đức Phật có thọ-ký cho Phú-lầu-na (*Purna*), phán rằng về sau Phú-lầu-na sẽ thành Phật, hiệu là *Pháp-Minh* Như-lai. Cõi thế-giái của Phật nầy tên là Thiện-Tịnh (*Suviçudda*), Kỳ-Kiếp là Bảo-Minh (*Ratnâvabhâsa*) . —

Cái *Pháp-minh* tức là ánh-sáng của trí-huệ ở tâm thanh-tịnh của chúng sanh. Nếu nó có thể chiếu thấu vô-lượng pháp-tánh, chiếu thấu các môn hành đạo của chư Phật, thì kêu là *Pháp-minh đạo*.

Cái *Pháp-minh* tức là cái ánh sáng đạo đức. Nếu nó chiếu tỏ sự và tướng của các pháp, phân biệt nghĩa-lý của các pháp ấy và vào cửa Thánh-đạo, thì kêu là *Pháp-minh môn*. — *Pháp-minh môn* lại có nhiều thứ, mỗi pháp gọi là một *Pháp-minh môn* vậy.

PHÁP-MÔN 法 門 : Cửa Pháp, cách tu học. Các giáo-lý mà đức Phật thuyết dạy, đời lấy đó làm phép tắc, nên kêu là *pháp* ; pháp ấy là nơi thông đạt cho chúng-sanh, do đó mà vào Đạo và đắc Đạo, nên kêu là *môn*. Lại các pháp đều một bề thật, đều thông đến quả Niết-bàn, cho nên kêu là *môn*. Lại các pháp đều khác nhau, ai thi-hành pháp nào cũng được giác-ngộ, rốt cuộc thành Phật, cho nên kêu là *Pháp-môn*. Như *Pháp-môn* niệm Phật, *Pháp-môn* thiền-định, *Pháp-môn* cúng-dường, *Pháp-môn* bố-thí, *Pháp-môn* trì giới v.v...

Bởi đạo Phật có rất nhiều *Pháp-môn*, muốn tỏ số nhiều ấy, người ta gọi : *Bát vạn tứ thiên* (84 000) *pháp-môn* —, *Pháp môn hải* (*biển pháp-môn*), vì số pháp-môn vô-cùng, vô-tận, tỷ như biển, độ lượng không xiết , *pháp-môn vô-lượng* (*các phép tu thì vô số, đo lường chẳng cùng*).

«Tứ hoằng thệ nguyện» : Chúng-sanh vô-biên, thệ nguyện độ,

Phiền-não vô-tận, thệ nguyện đoạn ;

Pháp-môn vô-lượng, thệ nguyện học ;

Phật-đạo vô-thượng, thệ nguyện thành.

Ngày xưa, Đạo-Tín (*Tứ Tổ*) và Hoằng-Nhẫn (*Ngũ Tổ*) đều tu theo Phật-tâm tông ở tại chùa Đông-Sơn, nhơn đó người đời gọi Pháp-môn của hai vị Tổ ấy là Đông-Sơn *Pháp-môn*.—

Trong **Duy-ma Kinh**, Văn-Thù Bồ-tát hỏi ngài Duy ma-Cật rằng : Những gì là bất nhị *Pháp-môn* (*Pháp-môn duy nhứt, chẳng có hai*) ? Duy-ma-Cật nín thinh chẳng đáp. Văn-Thù tiếp nói : Lành thay ! Lành thay ! Cho đến không có văn-tự, không có lời nói, đó mới thật vào nơi bất nhị *Pháp-môn vậy* !

PHÁP-MÔN THÂN 法門身 : Thân thể của Pháp-môn. Phái Mật-giáo (*Chơn-ngôn tông*) có chế ra vô-số bức họa Man-trà-la (*Mantra, dịch nghĩa : Linh-phù*) để cho tín-đồ tu luyện. Các bức linh-phù ấy kêu chung là Pháp-môn thân.—

Pháp-môn thân lại là một thân của Phật theo Thiên-thai tông. Tông nầy có lập ra ba thân Phật : Sắc - thân, *Pháp-môn thân* và Thật-tướng thân.

PHÁP-NI 法尼 : Sư-nữ và tiểu-nữ tu học đạo Phật. Tức là những Sa-di-ni và Tỳ-kheo-ni ở trong Phật-pháp.

PHÁP NIỆM XỨ 法念處 : Chỗ niệm pháp. Tức là niệm tưởng đến chỗ chẳng thật của các pháp : quán pháp vô ngã (*quán xét rằng các pháp không có cái bản - thể, cái thật-tánh*). *Pháp niệm xứ* cũng kêu là : *Pháp vô ngã.*

Một phép trong *Tứ niệm xứ* : 1.) Thân niệm xứ (*Thân bất tịnh : cái thân thể của con người từ trong đến ngoài đều là dơ dáy*). 2.) Thọ mạng xứ (*Thọ thị khổ : các mối thọ-cảm vui hoặc buồn đều chứa cái khổ*). 3.) Tâm niệm xứ (*Tâm vô thường : các tâm-thức của mắt, tai, mũi, lưỡi, thân, ý đều không thường-trụ, tức là giả dối*). 4.) *Pháp niệm xứ* (*Pháp vô-ngã : các sự vật đều chẳng có thật, chỉ do nhơn-duyên tạm hiệp mà thôi*). Tứ niệm xứ lại là bốn phép trong 37 phẩm Đạo (*Tam thập thất Đạo phẩm*).

PHÁP NGÃ 法我 : Cố chấp pháp là thật. Ngã (bổn-ngã, thật - thể) có hai thứ : nhơn ngã và *pháp ngã. Nhơn ngã* : Kẻ phàm-phu chẳng hiểu rằng cái thân người vốn là sự hoà-hiệp tạm thời của ngũ uẩn, thường cố chấp rằng cái thân là thiệt. *Pháp ngã* : Kẻ phàm-phu chẳng thấu rằng các pháp vốn là tánh không, thường cố chấp rằng các pháp là có thật-thể. *Pháp ngã* tức là *pháp chấp*. Nếu khư - khư giữ lấy cái ý kiến chấp có thân, kêu là *nhơn - ngã kiến*. Tấn lên một bực, bỏ được sự cố chấp cái thân, nhưng nếu khư - khư giữ lấy cái ý-kiến chấp có pháp, kêu là *pháp-ngã kiến.*

PHÁP-NGHIỆP 法業 : Hạnh-nghiệp theo pháp. Những việc tạo-tác, hành động đúng theo đạo lý, trúng chánh-pháp của Phật, kêu là *Pháp-nghiệp.*

PHÁP NGỮ 法語 : Lời nói ra Chánh-pháp. Những ngôn ngữ giải bày điều lành, diễn thuyết Đạo lý, Diệu-pháp.

PHÁP-NHA 法芽 : Mầm mộng Phật-pháp. Cũng như do nơi mầm mộng mà lúa má và cây cối sanh nảy và đơm hoa kết quả, lòng đạo và căn tánh của người ta mở thông là nhờ học-thuyết, Chánh-pháp của Phật mà người ta hấp thụ từ buổi đầu.

PHÁP-NHẠC 法樂 : Âm nhạc đạo đức. Tức là âm-nhạc tôn-giáo, trỗi lên trong những kỳ đại-lễ ở nhà chùa, ở các trai-hội. Trong các ngôi chùa lớn bên Tây-tạng, có ban *pháp-nhạc* nghiên cứu và tấu nhạc đạo-đức một cách tinh-vi, huyền bí. Ở cảnh Tiên của đức Đế-Thích, có thần Khẩn-na-la, sở trường về sự tấu *pháp-nhạc.* Có khi, những bực Thượng-tọa huyền-linh có thể mời chư thần tựu đến đạo-tràng mà tấu *pháp-nhạc* : lúc bấy giờ, nhiều người chỉ nghe âm-nhạc, mà chẳng thấy nhạc sĩ.

PHÁP-NHÃN 法眼 : Mắt đạo-lý. Một thứ mắt trong *Ngũ nhãn* của Phật, Bồ-tát : Nhục-nhãn, Thiên-nhãn, Huệ nhãn, *Pháp-nhãn,* Phật-nhãn. *Pháp-nhãn* có thể quan sát cùng tột các đạo-lý, các pháp-môn. Chư Bồ-tát vì độ khắp chúng-sanh, nên *Pháp-nhãn* của các ngài thấy rõ và phân biệt các pháp-môn của nền Trí-huệ.

Trong « **Tam-tạng Pháp-số** » có giải rằng : Bồ-tát vì độ chúng-sanh, cho nên dùng *Pháp-nhãn* thanh-tịnh trông khắp tất cả các pháp, biết được hết, hành được hết, chứng được hết ; lại biết luôn tất cả các môn phương tiện, khiến cho chúng-sanh tu học và chứng Đạo.

PHÁP-NHÃN TỊNH 法眼淨 : Mắt pháp trong sạch. Mắt trông ra thấy trần-thế giả-dối ô-trược mà chán ngán, và thấy cõi Đạo-lý, cảnh Niết-bàn là chơn-thật, trong sạch nên ham chuộng. Đó là quả pháp ban sơ của nhà học Đại-thừa và Tiểu-thừa.

Về Tiểu-thừa, được *Pháp-nhãn tịnh* tức được sơ-quả trong Tứ quả và thấy Tứ diệu-đế, quyết định thi-hành Tứ diệu-đế.

Về Đại-thừa, nhà tu-học đức *Pháp-nhãn tịnh* thì chứng sơ-địa trong Thập địa, được phép Chơn vô sanh (*nhận rằng chúng-sanh và mọi Pháp vốn không sanh không diệt*).

PHÁP-NHÃN TÔNG 法眼宗 : Một phái của Thiền-tông. Sau đời Lục-tổ Huệ-Năng, Thiền-tông chia ra làm năm phái : 1.) Lâm-tế, 2.) Vi-ngưỡng, 3.) Tào-động, 4.) Vân-môn, 5.) *Pháp-nhãn.*

Pháp - nhãn tông do đệ - tử của Lục-tổ, sư Hạnh-Tư lập ra. Sau khi thọ pháp nơi Lục-tổ, Hạnh-Tư được phái đi phân hóa đạo-lý một phương, bèn về núi Thanh-nguyên nơi Cát-châu mà hoằng hóa. Sở-trường của Hạnh-Tư và của các đệ-tử là lý Chơn-Không, và sở kiến như vầy : Tam giới duy tâm, vạn pháp duy thức. (*Ba cõi chúng-sanh trong võ-trụ : Dục-giới, Sắc-giới và Vô - sắc - giới chẳng qua là do tâm tạo ra mà thôi. Còn mọi sự vật chỉ do tình thức nhận biết mà thôi. Ngoài tâm, ngoài thức, chẳng có chi cả.*) Vì sở kiến đó, nên đời gọi phái của Hạnh-Tư là *Pháp-nhãn tông* vậy.

PHÁP NHẪN 法 忍 : Đức nhẫn-nhục đối với các pháp, sự vật vô-tình. Nhà tu học cam chịu với các cảnh khó, các nạn khổ xảy đến cho mình, như : gió, mưa, lạnh, nắng, đói, khát v.v. mà không buồn, không thối chí trên đường đạo-đức. Như vậy kêu là *Pháp-nhẫn*.

Bồ-tát được ba đức nhẫn :

1.) Sanh nhẫn : đối với chúng-sanh làm hại mình, mình chẳng buồn, chẳng oán.

2.) *Pháp nhẫn* : chịu được với các nghịch-cảnh, các tai nạn do các pháp phi tình gây ra.

3.) Vô sanh pháp nhẫn : chịu được với các tai họa do chúng-sanh và sự vật đưa lại mình nhưng chính mình không động tâm, vì xét rằng thật ra không có chúng-sanh, không có các pháp.

(*Xem : Nhẫn.*)

PHÁP-NHẬP 法 入 .— Dharma-Ayatna (*scr.*).— L'entrée des dharmas (*idées*) (*fr*). : Sự sáp nhập của tư-tưởng vào cái ý. Tất cả có *thập nhị nhập*. Sáu căn trong (*nhãn, nhĩ, tỷ, thiệt, thân, ý*) nhập với sáu trần ngoài, kêu là nội *lục nhập*. Sáu trần ngoài (*sắc, thinh, hương, vị, xúc, pháp*) nhập với sáu căn trong, kêu là ngoại *lục nhập*. Những tư tưởng nhập vào cái ý của mình thì sanh ra cái thức biết. (*Xem : Lục nhập, Thập nhị nhập, Thập nhị nhơn-duyên.*)

PHÁP-NHIÊN 法 然.— Hônen (*jap.*) : Lẽ tự-nhiên của mọi pháp, mọi sự vật ; mọi pháp đều như nhiên.—

Pháp-Nhiên cũng là tên vị Giáo-tổ sáng - lập Tịnh-độ tông bên Nhựt, sanh năm 1.133 và tịch năm 1.212 dương-lịch. Ngài là con nhà phúc-hậu, cha làm quan ở tỉnh Mimasaka.

Lúc lên chín tuổi, ngài vào qui-y ở một ngôi Chùa trong tỉnh. Ngài học đạo tấn phát lắm. Đến năm 14 tuổi, ngài lên núi Tỳ-vệ mà học Đạo, nơi đây có các cao-tăng danh-tiếng nhứt ở nước Nhựt. Ngài ngồi tham - thiền trên núi Tỳ trong 30 năm. Danh lành của ngài bay khắp nơi. Tín-đồ và Tăng-đồ hằng tới thăm viếng ngài và thọ Chánh-pháp nơi ngài. Ai gặp ngài cũng cho là bực Rhật Thánh giáng thế đề cứu độ chúng-sanh. Thật vậy, sau khi xem suốt 5.000 quyền trong Tam-Tạng, ngài định truyền bá Tịnh-độ tông mà Tổ-sư Viễn-Công đã sáng lập bên Tàu. Bấy giờ là năm 1.175, ngài được 42 tuổi. Ngài mở Tịnh-độ tông rất phải lúc, được đông người hoan nghênh, cùng nhau đồng tự phú thác vào sức cứu độ của Phật A-Di-Đà.

Sự thành tựu của ngài làm cho Chánh-phủ đem lòng lo. Năm 1.207, ngài bị đày ra một hòn đảo xa xuôi. Bấy giờ được 74 tuổi, ngài thung dung cất mình ra đi. Bốn năm sau, ngài được ân xá. Ngài điềm nhiên trở về với đệ-tử. Năm 1.212, được 79 tuổi, ngài thọ bệnh và tịch, song cặp môi không ngớt niệm *Nam-mô A-Di-Đà Phật.*

PHÁP-NHŨ 法 乳 : Sữa Pháp. Lời tỷ-dụ đề chỉ cái mối Đạo mà Thầy truyền lại cho đệ-tử. Cũng như bà mẹ cho con bú sữa của mình đặng nuôi con, bực Tôn-sư đem mùi vị Chánh - pháp mà trưởng-dưỡng Pháp-thân của đệ-tử. Cái Chánh-pháp, mối Đạo được truyền từ đời nầy đến đời kia, kêu là *Pháp-nhũ.*

PHÁP OAI-LỰC 法威力 : Thế-lực oai nghiêm, đáng kính, đáng sợ của pháp. Ấy là nói các pháp có quả-vị to lớn, có lợi-ích trồi thẳng cho mình và cho người. Tức là oai - lực của các pháp *Lục độ* : Bố-thí, Trì giới, Nhẫn-nhục, Tinh-tấn, Thiền-định, Trí-huệ.— Lại nữa, mỗi pháp trong Lục độ đều có đủ bốn tướng oai-lực : 1.) đối với sự xấu thì trừ dứt (*như Bố-thí trừ tham lam, Trì giới trừ tà ác, Nhẫn-nhục trừ sân nhuế, Tinh-tấn trừ giải đãi, Thiền-định trừ tán loạn, Trí-huệ trừ ngu - si*). 2.) Tư-bồn về đạo-lý được thành thục. 3.) Đem sự lợi - ích cho mình và cho người. 4.) Đưa đến quả-vị cao lớn.

PHÁP-PHONG 法豐.— Dharmaraksha (*scr.*) Tức là ngài *Đàm-Vô-Sấm* (*Dharmaraksha*), một vị sư người Thiên-Trước, sang Tàu dịch Kinh Luật, hồi thế-kỷ thứ sáu Dương-lịch. *Đàm-Vô-Sấm* là chữ âm theo Phạn, dịch nghĩa : *Pháp-Phong* .(Xem : *Đàm-Vô-Sấm*.)

PHÁP-PHỤC 法服 : Áo pháp, áo đạo. Tức là áo *Cà-sa*. Cũng kêu : *Pháp-y, Đạo - phục, Xuất thế phục*. Áo nhà sư đạo Phật, thường nhuộm màu vàng. Đối với *bạch-y* là áo trắng của hàng tại-gia cư-sĩ..

Vô - Lượng - Thọ Kinh : Thái-tử Thích-Ca, khi tỉnh ngộ ra cuộc thế là phi thường, bèn bỏ cả nước nhà, tài vật, ngôi vị, vô núi học Đạo. Bao nhiêu những đồ mặc, đồ cỡi như ngựa trắng, mão báu, chuỗi ngọc, Ngài sai đem về hết. Ngài bỏ áo trân-diệu, mặc *Pháp-phục*, cạo bỏ râu tóc. Ngồi ngay dưới cây, siêng năng khó nhọc trong sáu năm trường.

PHÁP-PHƯỢC 法縛 : Sự trói buộc vào pháp. Đó là nói đối với pháp, đem lòng nhiễm trước, chấp nệ một cách bất thông.— Tự trói mình, giam mình trong vòng nghi-thức mà chẳng biết tùy dùng phương-tiện. Đồng-nghĩa : *Pháp-chấp*.

PHÁP-QUANG ĐỊNH 法光定 : Phép thiền-định phóng

ra hào quang của Pháp. Một phép định của người tu được dự địa-vị ban sơ trong Thập Địa của Bồ-tát. Chứng phép định ấy, nhà đạo phóng ra hào quang trí-huệ của nền Đại Pháp.—

Lại nữa, khi tu thiền-định mà được một pháp nào, thì có một sức ánh sáng của pháp ấy tủa ra, đó cũng là *Pháp-quang định.*

PHÁP-SỐ 法數 : Số pháp-môn. Như : Tam giới, Ngũ uần, Tứ đế, Lục độ, Thập nhị nhơn-duyên, Tam thập thất đạo phẩm v. v. Đó là những *pháp-số* mà người tu Phật cần phải học cho thuộc.

PHÁP-SƠN 法山 : Núi Pháp. Lời nói tỷ-dụ đề xưng sự cao xa của Pháp Phật. Trong mọi vật, chỉ có núi là cao hơn hết ; trong các giáo-pháp, giáo pháp của Phật là cao hơn hết. Vì chỗ so sánh ấy, cho nên gọi Phật-Pháp là *Pháp-sơn.*

PHÁP-SƯ 法師.— Maitre de la Loi (*fr.*) : Thầy dạy Đạo, truyền Pháp. Bực rõ thông Kinh-điển, Pháp-giáo, thường thuyết Pháp cho người ta ngộ Đạo, sau khi ấy họ tinh-tấn trên đường tu học. Bực đắc diệu-lý của một hay nhiều bộ Kinh Đại-thừa, như Pháp Hoa, Kim-cang, Hoa-Nghiêm v. v. bèn ra đi hoằng hóa Phật-pháp.—

Lại nữa, vị sư sở trường về sự giảng Kinh thuyết Pháp, gọi là *Pháp-sư*. Vị sư giỏi về Luật-học, kêu là *Luật-sư*. Vị sư tinh-tường về bộ Luận, giảng rành các lý luận, kêu là *Luận-sư.*

Còn như vị sư thông thuộc đủ cả ba Tạng : Kinh, Luật, Luận, kêu là *Tam-tạng Pháp-sư*. Bực nầy soạn dịch Kinh - điển mà hóa độ chúng-sanh. Như Cưu-ma-la-Thập dịch Kinh tại Trường-An vào đầu thế-kỷ thứ năm ; Huyền Trang ở thế-kỷ thứ bảy rất có công trong việc qua Thiên-Trước khảo cứu đạo Phật và trở về kinh-thành Lạc-dương mà dịch Kinh.

Theo **Diệu-pháp Liên-hoa Kinh**, có năm hạng Pháp-sư : 1.) Thọ trì Pháp-sư, 2.) Đọc Kinh Pháp-sư, 3.) Tụng Kinh Pháp-sư, 4.) Giải thuyết Pháp-sư (*Giảng giải, thuyết pháp dạy* *người tu học*). 5.) Thơ tả Pháp-sư (*Viết ra, tả ra, in thành Kinh-quyển mà truyền bá cho đời*).

Đối với năm hạng *Pháp-sư* ấy, dầu là người xuất-gia, hay tại-gia, thì các Phật-tử đều phải cung-kính, lễ-bái, cúng-dường, coi như là Sứ-giả của Phật, thay mặt Phật mà truyền Diệu-pháp cho chúng-sanh.

PHÁP-SỰ 法 事 Việc tôn-giáo, việc Phật-pháp. Tức là các công việc về Đạo-lý. Cũng kêu : Phật-sự. Vì muốn cầu phước, hoặc vì thiện-căn nên mở ra những hội, như cúng Phật, thí Tăng, tụng Kinh, thuyết Pháp v. v. kêu là *Pháp-sự*.—

Việc tu hành các pháp đúng theo kinh Phật, cũng kêu là *Pháp-sự*.

PHÁP-TÀI 法 財 Của cải bằng đạo-lý. Tiếng tỷ-dụ có ý nói rằng đạo-lý cũng lợi-nhuận như tiền bạc của cải. Kẻ thế - tục thì làm việc để có tiền của mà nuôi thân, nhà đạo-đức, bực xuất gia nhờ tu hành mà được đạo lý, nhơn đó được người đời cung phụng, cúng dường. Như vậy, đạo-lý tức là của cải của nhà tu hành đó.- *Pháp tài* cũng có nghĩa : Đạo-lý (*Phật-pháp*) và tiền của.

PHÁP-TẠNG : 法 藏 : Kho pháp. Cũng kêu *Phật-pháp tạng, Như-lai tạng*. Đó là nói cái lý của Pháp-tánh. Pháp-tánh đựng chứa vô-lượng đức tốt, cho nên kêu là *pháp-tạng*. Lại *Pháp-tạng* là tất cả giáo-pháp mà đức Phật đã thuyết. Và giáo-pháp ngậm chứa nhiều nghĩa, cho nên lấy chữ *tạng* (*kho*) mà gọi. Như trong hội *Pháp hoa*, Phật chỉ hai ngàn nhà tu niệm kẻ đắc quả Thánh và người chưa đắc, mà phán với A-Nan rằng : « Những người nầy sau sẽ cúng dường vô-số chư Phật Như-lai nhiều như số cát bụi trong năm mươi cõi thế-giới. Những người ấy sẽ cung kính, tôn trọng, hộ trì *Pháp-tạng*. . .».

Pháp-tạng lại có nghĩa : Kho chứa các kinh-điển đạo Phật. Cũng kêu : *Pháp - bảo tạng, Bảo-tạng*.

Pháp-*Tạng* (*phạn* : *Dharmakara*) lại là tên một vị Tỳ-kheo, tiền-thân *Phật-A-Di-Đà*. Cũng kêu : *Pháp - bảo tạng*, âm theo phạn : Đàm - ma - ca - lưu (*Dharmakara*). Thuở xưa, cách nay rất lâu, Pháp - Tạng trước khi xuất - gia làm Tỳ - kheo, là một vị quốc-vương. Nhơn có đức Phật Thế-Tự-Tại-Vương ra đời, vua đến nghe Pháp và thọ giới xuất-gia, lấy pháp-hiệu là *Pháp-Tạng Tỳ-kheo* Đối trước Phật Thế - Tự-Tại-Vương, *Pháp-tạng* Tỳ-kheo xưng tán công-đức Phật phát ra 48 điều nguyện độ chúng-sanh và cầu thành Phật. Phật Thế-Tự-Tại-Vương có chứng-minh cho và có thọ ký quả Phật cho *Pháp-Tạng*. Tu hành tinh-tấn theo chí nguyện trong năm kiếp, *Pháp-Tạng* Tỳ-kheo thành Phật hiệu A-Di-Đà, cõi Tịnh. độ của ngài là Cực-lạc thế - giới. (*Xem:Kiều-thi-Ca.*)

PHÁP-TÁNH. 法性 : Cái bổn-tánh của các pháp, cái thật-thể của các chúng-sanh và của các sự vật. Cái bổn-tánh của các pháp (*pháp-tánh*) vốn là Không, Không-tịch, nghĩa là các pháp chẳng thật có, chẳng qua là những cái pháp cái nầy giống với cái kia, cái nầy tiếp nối cái kia, cho nên kẻ phàm-phu tưởng lầm là có, còn chư Phật và chư Bồ - tát thấy là không, Không-tịch.- *Pháp tánh* là cái tánh tự-nhiên của pháp hữu-vi hoặc của pháp vô-vi. *Pháp-tánh* tức là cái *Chơn-như*. Tánh nghĩa là thể, ấy là bổn-chất không thay đổi. Chơn-như là cái thể của muôn pháp, cái thể ấy thường trụ, không thay đổi, cho nên kêu là *pháp-tánh*. Người ta cũng dùng chữ «*pháp-tánh*» để gọi Niết-bàn của Phật, vì nó là cái thể-tánh thường trụ chẳng biến đổi.- *Niết-bàn-kinh* : Như nói : «Như lai nhập Niết-bàn, cũng như củi hết thì lửa tắt », lời nói ấy chẳng đủ nghĩa lý (*bất-liễu nghĩa*) Còn như nói : «Như-lai nhập *Pháp-tánh*», lời nói ấy mới đủ nghĩa-lý (*Liễu-nghĩa*). Có rất nhiều danh - từ đồng-nghĩa với *Pháp-tánh* : *Pháp-bổn* (*căn-bổn-của các pháp*), *Pháp-định* (*chỗ quyết-định-của Pháp*), *Pháp-trụ* (*nơi trụ của Pháp*), *pháp-giới* (*cõi Pháp* tánh các pháp.). *Pháp-thân* (*thân đạo-lý*)*Thật-tế* (*chỗ chơn thiệt*), *Thật-tướng* (*Tướng chơn thiệt*), *Không-tánh* (*Tánh không không*), *Phật-tánh* (*tánh giác-ngộ*), *Vô-tướng* (*Không có tướng*), *Chơn-như* (*Chơn thiệt như thường*), *Như-Lai tạng* (*Kho của đức Như-Lai*), *Bình-đẳng tánh* (*Tánh bình-đẳng*), *Ly-sanh-tánh* (*Tánh rời khỏi cuộc sanh-tử, luân-hồi*), *Vô ngã tánh* (*Tánh không chấp có mình*), *Hư-định giái* (*Cõi định hư - không*) *Bất hư-vọng tánh* (*Tánh chẳng hư-dối, không quấy bậy*), *Bất biến dị tánh*

(*Tánh chẳng đời khác*), *Bất tư-nghị giải* (*Cõi chẳng suy-nghĩ bàn-luận cho xiết*), *Tự tánh thanh tịnh tâm* (*lòng thanh tịnh tự-tánh mình*).

Pháp-tánh lại có nghĩa : tánh tự-nhiên, tánh riêng của sự vật : như tánh của đất là dày, tánh của nước là ướt, tánh của đá nam-châm là hút sắt v.v.

PHÁP-TÁNH ĐỘ (*thổ*) 法 性 土 : Chỗ cư trụ, chỗ chứng đắc của cái Pháp-tánh. Toàn-thể của cái Pháp-tánh là cái Chơn-như ; nhưng cái chỗ chứng đắc của cái Pháp-tánh thì kêu là *Pháp-tánh độ*. Còn cái tướng giác-ngộ có sức chứng đắc thì kêu là Pháp-tánh thân hay Pháp-thân. Về cái *Pháp-tánh độ* của Phật thì vô-lượng, vô - biên, bao quát Pháp-giái Mười phương.

PHÁP-TÁNH HẢI 法 性 海 : Biền Pháp-tánh. Cái Pháp-tánh vốn sâu, rộng như biền, chẳng có thế đo lường cho xiết, nên kêu là *Pháp-tánh hải*.

PHÁP-TÁNH SƠN 法 性 山 : Núi Pháp-tánh. Cũng như một hòn núi chẳng biến chẳng động, cái Pháp-tánh thì thường-trụ, chẳng dời đồi. Lại nữa, tỷ như núi, cái Pháp-tánh rất cao viễn, cho nên kêu là *Pháp-tánh sơn*.

PHÁP-TÁNH TÔNG 法 性 宗 : Học-phái giảng luận về Pháp-tánh. Hai bộ Lăng-già kinh và Khởi-tín luận giải rất rành về học-thuyết Pháp tánh, chỉ rõ cách nương theo đều chơn và khởi ra sự vọng (quấy), tức là xướng minh học-phái kêu là *Pháp-tánh tông*. Như có thuyết nầy : Cái Pháp-thân lưu chuyền trong năm đường Luân-hồi (Ngũ đạo) ; cái Như-lai tạng thọ lấy những mối cảm khổ và lạc ; nhưng nếu giác-ngộ được chỗ Vọng, tức Vọng thành Chơn. Lại có thuyết nầy : Nên biết cho rằng điều Vọng vốn ở trong điều Chơn. Và nên nhận rằng Phật có đủ những đức Thường, Lạc, Ngã, Tịnh. Đó là vài học-thuyết của *Pháp-tánh tông* vậy.

PHÁP-TÁNH THÂN 法 性 身 : Thân Pháp-tánh. Kêu tắt. *Pháp-thân* Một trong *Tam thân* của Phật. Cái *Pháp-tánh thân* của Phật mới thật là cái chơn-thân, nó chẳng sanh chẳng diệt, nó chẳng luân-hồi, nó vẫn thường trụ ; nó phổ khắp cả Mười Phương Võ-trụ. Nó có vô lượng vô-biên tướng hảo trang nghiêm, vô-lượng quang-minh, vô-lượng âm-thinh.

PHÁP-TÁNH THỦY 法 性 水 : Nước Pháp-tánh. Lời tỷ-dụ để chỉ rằng cái Pháp-tánh vốn trong sạch như nước.

PHÁP-TÁNH THƯỜNG LẠC 法 性 常 樂 : Cái Pháp-tánh vẫn thường-hằng an-lạc. Pháp-tánh tức là Pháp-thân, Chơn-như, Niết-bàn. Nó có đủ bốn đức :

1.) *Thường* (thường trụ, không dứt),

2.) *Lạc* (an-lạc mãi mãi),

3.) *Ngã* (vẫn có cái thật-thể, vẫn tự-tại),

4.) *Tịnh* (trong sạch luôn luôn).

Cho nên nói tắt là *Pháp-tánh thường lạc.*

PHÁP-TÁNH TÙY DUYÊN 法 性 隨 緣 : Cái Pháp-tánh tùy theo nhơn-duyên. Cũng kêu : *Chơn-như tùy duyên. Pháp-tánh* có đủ hai nghĩa : Bất biến (*chẳng thay đổi*) và tùy duyên (*tùy theo nhơn-duyên*). *Pháp-tánh tùy duyên* là như vầy : Hoặc nó tùy theo những nhơn-duyên nhiễm trược mà sanh ra nhơn-quả lưu chuyền trong các nẻo luân-hồi ; hoặc nó tùy nhơn-duyên thanh-tịnh mà khởi ra nhơn-quả trở về cảnh tịch-diệt, dứt luân-hồi.

PHÁP-TĂNG 法 增. — Dharmavivardhana (*scr.*).— Accroissement de la Loi (*fr.*) : Pháp-danh của thái-tử *Câu-na-la* (*Kunala*), con vua A-Dục (*Açoka*) hồi thế-kỷ thứ ba trước dương-lịch. (Xem : *Câu-na-la.*)

PHÁP TẬP 法 集 : Cuộc hội họp về đạo-lý. Tức là cuộc tụ họp của các tín-đồ Phật-giáo để giảng Pháp. Cũng như nói : Phật-hội Pháp hội.

PHÁP TỶ LƯỢNG 法 比 量 : So-sánh và lượng-xét pháp nầy với pháp kia. Tức là : do pháp nầy mà suy ra, biết tới pháp khác ; do lẽ nầy mà xét ra, thông đạt lẽ khác. Như thấy cái pháp *sanh,* thì biết tới cái pháp *lão* ; thấy cái pháp *lão,* thì biết tới cái pháp *tử* ; thấy sự *vô-thường* (*hư hoại, chết mất không chừng*), thì biết tới sự khổ-não, sự giả tạm của mọi vật.

Nhà đạo nhờ dùng *Pháp tỷ-lượng* mà được giác-ngộ, tăng trí-huệ, mau giải thoát.

PHÁP-TỌA (*tòa*) 法座 : Ngôi thuyết pháp, chỗ ngồi thuyết Pháp. Như nói : Phật ngồi nơi *Pháp-tọa,* tiếng thuyết-pháp hùng hồn, oai-nghiêm như giọng sư-tử... Nếu ở nơi Phật-điện, trong Giảng-đường, thì *Pháp-tọa* phải cao, nghiêm hơn chỗ ngồi của các người dự nghe. Bằng ở nơi đồng trống, dưới cội cây, thì phải trang trải cho nghiêm-trang cái *Pháp-tọa.* Ngồi trên *Pháp-tọa,* vị thuyết Pháp được xưng là *Pháp-sư, Hòa-thượng.* Các người dự nghe kêu là *Thính-giả,* họp thành một nhóm gọi là *Pháp-hội, Đại-chúng.*

Trong **Niết-bàn Kinh** có tích : Thuở xưa, đức Phật Thích-Ca còn làm một nhà sư tu khổ-hạnh trong núi. Vì muốn nghe nửa bài sau trong một bài kệ bốn hàng, ngài bèn cổi áo da hươu (*lộc-bì*) mà ngài đương mặc, trải ra trên *Pháp-tọa,* bạch rằng : « Xin Hòa-thượng ngồi nơi tòa nầy. » Kế ngài chắp tay, quì lạy, bạch rằng : « Xin Hòa-thượng nói thêm nửa bài Kệ, đặng tôi nghe cho trọn. »

PHÁP TỰ-TẠI 法自在 : Đức tự-tại để thi hành Đạo-lý, tài biện-thuyết các pháp một cách vô-ngại, tự-tại. Một trong mười đức tự-tại của Phật, Bồ-tát. Phật và Bồ-tát có trí và có tài hùng-biện; đối với vô-số pháp-môn, biện luận rành rẽ, không bị chướng ngại.

(Xem : *Tự-tại.*)

PHÁP TỬ 法子 Fils de la Doctrine (*fr.*) : Con của ngôi Pháp-bảo. Người đệ-tử tùy thuận theo Đạo Phật, nhờ Pháp-giáo của Phật tư-trợ, nuôi-dưỡng cho cái tâm Đạo được nở nang. *Pháp-tử* cũng như *Phật-tử.*

Quán Vô Lượng-Thọ Kinh : Khi hành-giả mạng chung, đáng

sanh vào bực Thượng phẩm trung sanh bên cõi Cực-lạc, thì Phật A-Di-Đà hiện đến, có Quan-thế-Âm, Đại-thế-Chí hầu theo và có vô-lượng Đại-chúng vây quanh, cầm đài vàng đến trước mặt hành-giả, khen rằng : « *Pháp-tử* ! nhà ngươi tu hành giáo-pháp Đại-thừa, hiểu Đệ-nhứt nghĩa. Bởi vậy cho nên ngày nay chúng-ta lại nghinh-tiếp nhà ngươi. »

PHÁP-TƯỚNG 法將.— Officier de la Loi (*fr.*) : Vị võ-tướng trong Đạo Phật. Lời tỷ-dụ để chỉ hàng Tỳ-kheo La-hán, đệ-tử của Phật. Cũng như những vị võ-tướng cầm binh ra trận mà trừ giặc nghịch, chư Tỳ-kheo dùng Giái-Định-Huệ mà hàng phục binh Ma, đánh tan giặc phiền-não, cho nên kêu là *Pháp-tướng*. Đối với Phật là Pháp-vương (*vua Đạo Pháp*) và đối với Bồ-tát là *Pháp thần* (*quần-thần, quan chức trong Đạo Pháp*).

Di-Lặc hạ-sanh thành Phật Kinh :

Đại-trí Xá-ly-Phất là bực tối thắng trong hàng *Pháp-tướng*.

PHÁP-TƯỚNG 法相 : Tướng-trạng của Pháp. Các *Pháp* tức các sự vật đều đồng một tánh, nhưng khác tướng. Các *tướng* đều sai biệt nhau. Người ta có thể thấy chúng nó bằng mắt thịt hoặc bằng mắt tâm. *Pháp-tướng* đối với *chúng-sanh tướng*.

Niết-bàn Kinh, quyển 25 : Bồ tát như Pháp tu hành, có thể biết hết các *Pháp-tướng* : pháp thiện, pháp chẳng thiện, pháp thường, pháp chẳng thường, pháp lạc, pháp chẳng lạc, pháp ngã, pháp vô-ngã, pháp tịnh, pháp bất-tịnh, pháp biết, pháp chẳng biết, pháp giải thoát, pháp chẳng giải thoát, pháp chơn, pháp chẳng chơn, pháp tu, pháp chẳng tu, pháp của bực Thầy, pháp chẳng phải của bực thầy, pháp thật, pháp chẳng thật.—

Pháp-tướng cũng có nghĩa : Thể-tướng của Đạo-lý, của nền Chánh-pháp.

Niết-Bàn Kinh : Đức Như-lai khéo biết phương-tiện ; đối với một *Pháp-tướng*, ngài tùy chúng sanh mà phân-biệt diễn thuyết chẳng biết bao nhiêu danh-tướng. Rồi các chúng-sanh tùy theo chỗ nghe của mình mà lãnh ; lãnh rồi tu tập, trừ đoạn phiền-não.

Đại-thừa nghĩa chương : Tất cả các pháp hữu-vi, vô-vi của thế-đế đều kêu là *pháp-tướng*.

Phật Di-giáo Kinh : Nếu thâu nhiếp cái tâm, thì tâm ở nơi định. Vì tâm ở nơi định, cho nên biết hết các *pháp-tướng* sanh và diệt ở thế gian.

Duy-Ma Kinh, phẩm Phật-quốc : Hiểu rõ *pháp-tướng*, liền biết căn của chúng-sanh. *Pháp-tướng* cũng là *Pháp-tướng tông* kêu tắt. Như *Pháp-tướng Đại-thừa*, tức là Pháp-tướng tông giáo-pháp Đại-thừa.

PHÁP-TƯỚNG TÔNG 法相宗.— Hossô-shu (*jap.*).— Fa-siang-tsoung (*ch.*) : Một tông-phái đạo Phật sáng lập ở Đông-độ, thuộc về Trung-thừa, nhưng thiên về Đại-thừa. Tông nầy nói rằng : các pháp dầu hữu-lậu hư-vọng, dầu vô-lậu thanh-tịnh, đều có sẵn cái chủng-tử (*hột giống Phật*) ở trong thức *A-lại-da* ; hễ gặp nhơn-duyên nung-đúc thì tự-tánh chúng-nó khởi lên vậy.

Pháp-tướng tông chỉ nhận cái Thức, cái Tư-tưởng là thật mà thôi. Cái thức A-lại-da chứa tất cả vào trong nó, Vạn vật mà ta nhận thấy đều là sự phát-hiện của nó, cho nên là mộng ảo cả. *Pháp-tướng tông* cũng kêu là *Duy-thức tông*, vì lấy bộ Duy-thức luận và Thành Duy-thức luận làm Kinh căn-bổn. Lại cũng kêu là *Từ-ân tông*, vì ngài Từ-ân đại-sư (*Khuy-cơ*), đệ-tử của Huyền-Trang có công lớn trong sự truyền,-bá học-thuyết của tông ấy.

Người ta nhận rằng giáo-tổ *Pháp-tướng tông* là Thiên-Thân (*Vasubandhu*) Bồ-tát ở Thiên-trước hồi thế-kỷ thứ năm và Huyền Trang ở Trung-quốc hồi thế kỷ thứ bảy.

Phái-đồ *Pháp-tướng tông* tụng đọc những kinh-điển dưới đây :

Duy-thức-luận (*scr* : *Vidya-mâtra-siddhi-çastra.kârika*) soạn bởi Thiên-Thân (*scr* : *Vasubandhu*).

Thành Duy-thức-luận soạn bởi Đàm-ma-ba-la (*Dharmapâla*) diễn giải bộ Duy-thức luận.

Hoa-nghiêm Kinh (*scr* : *Avatamsaka-sûtra*, *jap* : *Kegonkyô*)..

Giải thâm-mật Kinh (*scr* : *Sandhinirmocana-sûtra*, *jap* : *Gijimnikkyô*).

A - Tỳ Đạt-Ma kinh (*Abhidharma-sûtra, jap : Abidatsumakyô*).

Lăng-Già Kinh (*scr : Lankâvatâra - sûtra, jap : Ryôgakyô*).

Hậu-Nghiêm Kinh (*scr : Ghanavyuha, jap : Kôgonkyô*)

Du-già-sư-địa luận (*scr : Yogâçaryabhûmi çastra, jap . Yugashijiron*),

Đại-thừa Trang-nghiêm-luận (*scr : Mahâyâna-sûtralankara çastra, jap : Daijôshogonron*)

Tập-lượng luận (*scr : Pramâna-samuccya-çastra, jap : Shûryôron*).

Nhiếp Đại-thừa luận (*scr:Mahâyâna-samparigraha-castra, jap:Shôdaijoron*)

Thập địa luận (*scr : Dasabhûmi çastra, jap : Jûjiron*)

Nhị thập duy thức luận (*scr : Visamtika çastra, jap : Nijuquishikiron*)

Biện trung biên luận (*scr : Madhyantavibhaya çastra, jap : Benchûbenron*).

A-tỳ-đạt-ma tạp - tập luận (*scr : Abhidharma-samgiti çastra, jap : Abidat-sumajôshûron*).

PHÁP-TƯỢNG 法匠 : Thợ khéo trong Đạo; trong Pháp-môn. Tiếng tỷ-dụ để gọi bực thầy giỏi Đạo, có thể giáo-hóa đệ-tử. Cũng như một người thợ khéo (*tượng-nhơn*) có thể tạo thành những món đồ tốt và truyền nghề cho học-trò, bực *Pháp-tượng* có thể đem Đạo-lý mình đã tu học mà truyền dạy cho đệ-tử, truyền dạy về Tam học : Giới, Định, Huệ.

PHÁP-THÀNH 法城 : Thành-trì Chánh-pháp. Lời tỷ-dụ. Cũng như một cảnh thành-trì kiên - cố phòng - vệ cho dân-chúng khỏi bọn giặc nghịch, chánh-pháp ngăn ngừa phi-pháp, thiện-pháp chống cự ác-pháp. Lại cũng như ở trong một thành-phố lớn, dân-chúng hưởng mọi sự vui khoái ; trụ trong chánh-pháp, trong thiện-pháp, người ta được mọi sự an-lạc ; cho nên kêu là *Pháp-thành*. Cũng như nói : *Niết-bàn thành*

PHÁP THÀNH-TỰU 法成就 : Thành tựu về Phật-pháp. Y theo Mật-giáo mà tu pháp, có công-nghiệm trong việc cúng kiến cầu khẩn, đó kêu là *Pháp thành-tựu*. Âm theo Phạn : Tất-địa 悉地.

PHÁP-THẠNH 法盛.— Fa-cheng (*ch.*): Một vị Cao-tăng người Tàu. Cũng viết : Thích Pháp-Thạnh. Ngài có hành-cước qua Thiên-trước, và khi trở về Tàu, ngài dịch Kinh tại trào Bắc-Lương lối 439 dương-lịch.

PHÁP-THÂN 法身.— Dharmakaya (*scr.*).— Hosshimbutsu (*jap.*).— Corps d'essence (*fr.*) : Thân đạo-lý.

Cái Chơn-thân, cái Đạo-thể, cái thể của Pháp-tánh. *Pháp-thân* của Phật có bốn đức : Thường, Lạc, Ngã, Tịnh (*tứ đức ba-la mật*). Nó không mắc vào Tứ khổ : sanh, lão, bệnh, tử. Nó không lớn, không nhỏ ; không trắng, không đen ; không có đạo, không vô-đạo ; nó tự-nhiên, trường-tồn, không thay đổi, dầu Phật có ra đời hay không thì nó cũng vậy mãi.

Còn cái thân mà Phật mang lấy xuống thế, chịu lấy sự sướng với sự khổ, tức là cái dư-nghiệp, tức là cái *báo-thân*, cái *sanh-thân*.

Và cái thân mà Phật dùng phép thần-thông biến-hóa ra đặng độ chúng-sanh, thì kêu là *hóa-thân* hay thần-thông biến-hóa thân.

Đó là *tam thân Phật*. Trong một thể-tướng của Phật, có đủ ba Thân : *Pháp-thân*, báo-thân và hóa-thân.

Pháp-thân có đủ năm phần (*Ngũ phần Pháp-thân*) : 1. Giái 2. Định, 3. Huệ, 4. Giải-thoát 5. Giải-thoát tri kiến. Đó là năm thứ công-đức, hiệp thành *Pháp-thân* của Phật, Thánh.

Pháp-thân đối với *Nhục-thân* (*thân xác thịt do cha mẹ sanh ra*). Như trong Niết-bàn Kinh, quyển 22 có nói : Những voi dữ ấy chỉ phá-hoại các *nhục-thân* mà thôi ; những bạn xấu làm hư hại đến cái *Pháp-thân*.

Pháp-thân có năm thứ (*Ngũ chủng Pháp-thân*) : 1.) Pháp-tánh sanh thân, 2.) Công-đức Pháp-thân, 3.) Biến-hóa Pháp-thân,

4.) Hư-không Pháp-thân, 5.) Thật-tướng Pháp-thân. Đức Phật có cả năm thứ *Pháp-thân* ấy.

Kim-quang-Minh Kinh có biên hai *Pháp-thân* (*Nhị Pháp-thân*) : Lý Pháp-thân và Trí Pháp-thân.

Lý Pháp-thân là cái lý-tánh đã sẵn giác-ngộ, Phật và chúng-sanh đều có đủ. Nhưng ở chúng-sanh, cái *Pháp-thân* ấy còn bị màn Vô-minh che khuất, nên chưa hiển hiện ra.

Trí Pháp-thân là cái *Pháp-thân* nhờ sự tu trì mà được viên mãn, bèn khế hiệp với cái Lý Pháp-thân. (*Xem : Nhị chủng Pháp-thân.*)

PHÁP-THÂN KỆ 法身偈 : Bài Kệ tụng Pháp-thân. Đức Phật có hai thân : Sanh-thân (*Thân do cha mẹ sanh ra*) và *Pháp thân* (*toàn thể nền Diệu-pháp của Phật*). Sau khi Phật tịch, cái sanh-thân ngài còn để lại là những viên ngọc đựng được tám hộc bốn đấu, kêu là sanh-thân xá lỵ. Và cái Pháp-thân tức nền Diệu-pháp mà ngài để lại cho các đời sau, kêu là *Pháp-thân xá-lỵ*. Bài kệ tụng cái Pháp-thân Xá-lỵ ấy kêu là Pháp-thân Xá-lỵ Kệ, Pháp-tụng Xá-lỵ, hay *Pháp-thân kệ*.— Lại nữa, bài kệ tụng ba đế (*Khổ đế, Tập đế, Diệt đế*) trong Tứ diệu đế, cũng kêu là *Pháp thân kệ*.

PHÁP-THÂN TẠNG 法身藏 : Kho Pháp-thân. Một tạng trong *Ngũ chủng tạng* : 1.) Như-lai tạng, 2.) Chánh-pháp tạng (*Pháp giới tạng*) 3.) *Pháp-thân tạng*, 4.) Xuất thế tạng (*Xuất thế-gian thượng thượng tạng*), 5.) Tự tánh thanh tịnh tạng. *Pháp-thân tạng* (*Kho Pháp thân*) tức là cái quả đức chí cực của hàng Thánh-giả đắc trọn cái Pháp-thân tin vui đối với Phật-tánh, chứa đủ cái chí-đạo.

PHÁP-THÂN XÁ-LỴ 法身舍利 : Ngọc xá-lỵ Pháp-thân. Sau khi Phật tịch, người ta thiêu xác của Phật, tro tàn hóa thành những viên ngọc trắng, kêu là *Xá-lỵ*, hay *Sanh-thân Xá-lỵ*. Sau khi Phật tịch, ngài để lại cái Diệu-pháp cho các đời sau tu hành, nền Diệu-pháp ấy được ghi vào các kinh-điển, kêu là *Pháp-thân Xá-lỵ*.

Lại nữa, những lý về Thật-tướng, Trung - đạo, những lý chẳng biến cải do Phật thuyết diễn, đời sau tôn trọng như ngọc Xá-ly, cho nên kêu là *Pháp-thân Xá-ly*.

PHÁP-THẦN 法臣 Ministre de la Loi (*fr.*) Quan chức trong Phật-pháp, tức là Bồ-tát. Phật có đủ các pháp, kêu là *Pháp-vương*. Các hàng Bồ-tát vừa tu hành, vừa ủng - hộ Phật-pháp, tuân theo sắc - lệnh của của Phật mà truyền bá Chánh-Pháp, nên kêu là *Pháp-thần*. Tỷ như các hàng quan chức, quần thần giúp vua mà giữ gìn đất-nước.

PHÁP-THỂ 法體 : Thể-tánh của các pháp hữu-vi và vô-vi. Như : Câu-xá luận phân tách ra 75 *pháp-thể* sắc và tâm. Thành-thật luận phân ra 84 *pháp-thể*. Duy-thức luận phân ra một trăm thứ *pháp - thể*.— Cũng là tiếng dùng để xưng thân thể của người mà mình kính trọng.

PHÁP-THÍ 法施 : Bố-thí bằng Pháp-giáo. Đem pháp nhiệm mầu, tốt lành của Phật mà diễn thuyết cho người ta nghe. Đối với *tài-thí* (*bố-thí bằng của cải*), *pháp-thí* cao trổi hơn, có công-đức nhiều hơn.

Đức Phật làm việc *Pháp-thí* cho chúng-sanh, có bốn cách diễn giảng cho họ tỉnh ngộ :

1.) *Vạn vật giai qui vô-thường* : Mọi vật đều về nơi vô-thường, tức là biến cố bất thường, không có vật chi là trường tồn.

2.) *Sở hữu tất vi khổ độc* : Cái gì mình có đều là khổ-não, độc-hại.

3.) *Chư pháp giai vô-ngã* : Mọi sự mọi vật đều chẳng có cái thật-thể, chỉ do nhơn-duyên tạm hiệp vậy thôi.

4.) *Hữu hình tất chí không* : Vật chi có hình tướng đều có ngày hư-hoại, trở về cảnh Không.

Đó là bốn pháp mà đức Phật thường giảng thí cho chúng-sanh đặng cho họ tỉnh ngộ, dứt mê.

PHÁP-THỌ 法樹 : Cây Pháp. Lời tỷ-dụ. Cũng như cây cối sanh trái cho mình hưởng, cung cấp bóng mát cho mình nhờ. Cũng như thế, Pháp Phật cung cấp quả-vị Niết-bàn an-lạc cho mình, giúp cho mình mát mẽ thân tâm, nên kêu là *Pháp-thọ*.

PHÁP - THỦY 法水 : Nước pháp. Cũng như người ta dùng nước mà tầy cho sạch những vật dóng dơ, nhà đạo dùng diệu-pháp mà tầy những trần - cấu bám vào thân - tâm, cho nên kêu là *Pháp-thủy*.

PHÁP-THUYỀN 法船 : Thuyền Pháp. Lời tỷ-dụ. Cũng như người ta nhờ thuyền bè mà qua sông qua biển, nhà tu học nương theo Pháp Phật mà qua khỏi sông mê-dục, biển luân-hồi và đến Niết-bàn, cho nên gọi Pháp Phật là *Pháp-thuyền*. Trong 12 câu nguyện của đức Quan-Âm, câu thứ chín là như vầy : Nam-mô tạo *Pháp-thuyền*, du khổ hải, Quan-Âm Như-lai độ tận chúng-sanh nguyện.

PHÁP-THỰC 法食 : Ăn theo phép. Trong đạo Phật, sự ăn uống vẫn có pháp-chế ; y theo pháp-chế ấy mà ăn, kêu là *Pháp-thực*.

Điều trọng-hệ hơn hết trong *Pháp-thực* của chư Tỳ-kheo, là giờ ăn, bữa ăn phải cho đúng ngọ ; ăn trúng giờ và theo phép kêu là *Pháp-thực thì* hay là *thực thì*.

Pháp-thực thì là một trong bốn bữa ăn, bốn giờ ăn, *Tứ-thực thì* :

1.) *Thiên-thực thì* : Chư Tiên ăn vào buổi sáng.

2.) *Pháp-thực thì* : Chư Phật quá-khứ, hiện-tại và vị-lai đều ăn nhằm giờ ngọ : hễ mặt trời xế bóng thì chẳng ăn nữa. Chư tu-hành nguyện theo hạnh Phật cũng ăn vào giờ ngọ. Nếu quá ngọ mà còn ăn, kêu là ăn sái giờ (*phi thời, phi thì*).

3.) *Súc-sanh thực-thì* : Thú-vật ăn vào lối mặt trời đã lặn.

4.) *Quỉ-thần thực-thì* : Quỉ-thần ăn vào lúc ban đêm. *Pháp-thực* và *Pháp-thực thì* có giảng rõ trong *Tam-muội kinh*, do đức Phật thuyết với Pháp-Huệ Bồ-tát.

PHÁP TRAI-NHỰT 法 齋 日 : Ngày chay theo Pháp Phật. Ngày chót trong mỗi kỳ nửa tháng cùng là sáu ngày chay trong tháng (1, 8, 14, 15, 23, 30 hay 29), tín-đồ đạo Phật phải giữ tám giái (*Bát giái*) và ăn chay đúng ngọ. (Xem : *Trai, trai nhựt.*)

PHÁP-TRÀNG 法 幢 : Cờ đạo-lý. Cây cờ dựng lên chỗ cao nhứt trong Chùa, để tượng-trưng cho nền Diệu-pháp.— Lại là lời nói tỷ-dụ. Cũng như cây cờ dựng lên cao để tượng-trưng cho một quốc-gia, diệu-pháp của Phật thì cao chót vót, cho nên kêu là *Pháp - tràng*. Và cũng như cây cờ của một vị đại-tướng dựng lên trên dinh trại để tỏ sự hùng dõng, thâu phục giặc nghịch, Phật và Bồ-tát dựng *Pháp - tràng* tức thuyết - pháp một cách hùng - hồn, hàng phục được chúng ma.

Pháp-Tràng (*Phạn : Dharmavaja*) lại là danh-hiệu một đức Phật Như-lai. Quốc-độ của ngài ở ném về phương Hạ đối với cõi Ta-bà. Khi đức Phật Thích-Ca giảng kinh A-Di-Đà, Phật *Pháp-Tràng* và vô số chư Phật ở phương Hạ có tỏ lời khen và khuyên chúng-sanh nên tin Kinh A-Di-Đà.

PHÁP-TRẦN 法 塵 : Cảnh pháp, kêu tắt : *Pháp*. *Pháp-trần* đối với *ý-căn*. Một trần, một cảnh trong *Lục trần*. *Pháp - trần* là tất cả những pháp ở ngoài, chạm vào cái ý-căn, liền đó nảy sanh ra cái ý-thức. *Pháp-trần* cũng kêu là *Pháp-xứ* (*một trong Thập nhị xứ*), *Pháp-giới* (một trong *Thập bát giới*), *Pháp-cảnh*.

Hành-giả trong thì diệt lục-căn (*nhãn, nhĩ, tỷ, thiệt, thân, ý*) ngoài thì diệt lục trần (*sắc, thinh, hương, vị, xúc, pháp*), tức là giữ mình không cho căn-cơ và trần-cảnh nhập với nhau ; nhờ vậy mà dứt khổ, được thanh-tịnh và mau thành Đạo.

Trong lục-căn, ý-căn là tổng quát ; đối với lục-trần, *pháp-trần* cũng như thế.

PHÁP-TRÍ 法 智 Cái trí quan-sát và hiểu biết Đạo lý, Phật-pháp. Cái trí vô-lậu quan sát và thấy rõ những lẽ : khổ, tập, diệt, đạo trong *Tứ diệu-đế*. Cái trí không còn ngã-chấp, không còn đeo theo những pháp thế - tục, chỉ quan sát đạo lý giải thoát mà thôi.

PHÁP - TRỤ 法住 : Nơi trụ của Pháp, sự thường-trụ của Pháp, tức Pháp thường-trụ. Danh từ riêng để gọi cái Pháp-tánh, cái Chơn-như. Pháp-tánh, Chơn-như, Phật - tánh vẫn thường-trụ ở thế-gian ; cái Diệu-lý của Chơn-như vẫn ở trong các pháp, hằng trụ nơi mọi sự mọi vật, cho nên kêu là *Pháp-trụ*.

PHÁP-UẨN 法蘊 : Chứa trữ các pháp, gom đủ các pháp-môn. Đó là nói vô-số pháp-môn của Phật dồn vào một chỗ, dồn vào một người. Cũng như *Pháp-tạng*.

PHÁP-UYỂN 法苑 : Vườn Giáo-pháp, vườn Đạo lý. Tỷ như một cảnh công-viên, một cảnh vườn vua, trong đó có nhiều hoa cỏ cây cối cho người ta xem, có nhiều đường, nhiều cảnh cho người ta du ngoạn. Cũng như thế, đạo Phật có rất nhiều pháp-môn, mỗi pháp-môn lại có nhiều nghĩa lý, mặc tình suy gẫm một cách thích chí, nên kêu là *Pháp-uyển*. Người tu học vui thích trong vườn Đạo lý, mặc tình du ngoạn các cảnh vật trong vườn ấy, kêu là được *Pháp-uyển lạc*.

PHÁP ỨNG HÓA TAM THÂN 法應化三身 : Ba thân của Phật : Pháp-thân, Ứng-thân và Hóa-thân. Ba thân ấy gom vào một thân của Phật.

Pháp-thân hay Chơn-thân, Tự-tánh thân là cái thân tự mình thọ dụng.

Ứng - thân là cái thân Phật ứng hiện ra ở thế gian, tùy căn cơ mà độ chúng-sanh, để cho mình thụ dụng.

Hóa - thân là cái thân biến hóa, hoặc làm nam, nữ, tiên, thần v.v. mà độ chúng-sanh.

Cũng kêu là : *Pháp Báo Hóa tam thân.*

PHÁP-VÂN 法雲 : Mây Pháp. Lời tỷ-dụ để gọi Pháp

Phật. Cũng như một áng mây lớn, Pháp Phật bủa khắp cả thế-giái, làm cho chúng-sanh đều được mát-mẻ.

PHÁP-VÂN-ĐỊA 法 雲 地 : Địa vị mây Pháp.

Địa vị cao rốt, địa-vị thứ mười trong *Thập địa* Đại - thừa của Bồ-tát. Bồ-tát ở địa vị nầy, trí-huệ dường như mây lành, đổ mưa cam-lộ xuống khắp cả. Trụ ở *Pháp-vân địa*, Bồ-tát có trí-huệ và đức hạnh đầy đủ, vượt qua khỏi Thinh-Văn và Duyên-giác, có thể tự mình đổ mưa xuống làm sanh-nảy thiện-căn của chúng-sanh. Tuy vậy, trên *Pháp-vân-địa*, còn bực Đẳng-giác. Và trên bực Đẳng-giác, còn bực Diệu-giác.

PHÁP-VỊ 法 位 Ngôi vị của các Pháp.

Danh từ để gọi cái *Chơn-như* (*cái Tánh chơn-thật như nhiên*). Cái Chơn-như là chỗ yên trụ của các pháp, vì vậy cho nên người ta gọi Chơn-như là *Pháp-vị* (*Xem : Chơn-như.*)

Pháp-vị cũng có nghĩa : Địa vị của thầy Tăng trong Pháp-hội, trong Giáo-hội.

PHÁP-VỊ 法 味 Mùi vị Đạo-pháp. Tức là mùi vị của Diệu-pháp, của Phật-pháp, của Niết-bàn. Tỷ như ăn đồ có vị ngon thì người ta lấy làm thích. Cũng như thế, Pháp Phật có mùi-vị vi-diệu làm cho nhà tu học lấy làm sung-sướng, khoái-lạc không thể tả. Vì vậy nên gọi là *Pháp-vị*.— Trong đạo Phật, có vô-lượng pháp-môn, vô-lượng pháp. Nhơn đó, nhà học Phật hưởng được vô-lượng *Pháp-vị*.

Pháp-vị có ba cỡ : *Pháp-vị* của Thinh-văn thừa, *Pháp-vị* của Duyên-giác thừa, *Pháp-vị* của Bồ-tát thừa (*Đại-thừa*). Trong ba cỡ *Pháp-vị* ấy, chỉ có *Pháp-vị* của Đại-thừa là ngon hơn hết. Đó tỷ như trong *lục vị*, chỉ có vị ngọt (*điềm-vị*) là ngon hơn hết, diệu hơn hết.

Pháp -vị của Đại - thừa lại có tám vị (*bát vị*) là : 1.- Thường trụ, 2.- Tịch diệt, 3.- Bất lão (*chẳng già*), 4.- Bất tử (*chẳng chết*), 5.- Thanh-tịnh, 6.- Hư-thông, 7.- Bất động, 8.- Khoái-lạc. Tám *Pháp-vị* nầy cũng gọi là *Niết-bàn bát vị*.

PHÁP VÔ NGÃ 法無我 : Các pháp chẳng có cái thật-thề. Tức là mọi sự, mọi vật vốn chẳng có thật, chỉ do nhơn-duyên hòa hiệp mà thôi. Có hai sự vô ngã : nhơn vô ngã, pháp vô ngã.

Kẻ phàm-phu còn mê muội, cố chấp rằng thân thề con người là trường tồn, chắc thật, cho nên hằng bị đau khổ. Đó là nhơn ngã.

Bực giác-ngộ, thấu đạo, nhận cho rằng thân thề con người chỉ là ngũ uần giả hiệp mà thôi, cho nên chẳng mê tríu cuộc đời. Đó là *nhơn vô ngã*. Cái trí-thức ấy, kêu là *nhơn vô ngã trí*.

Kẻ phàm - phu cố chấp rằng các pháp, tức mọi sự mọi vật đều bền bỉ, họ lầm lạc, mê muội. Đó là pháp ngã.

Bực Thánh-giả nhận rằng các pháp chỉ do nhơn-duyên hòa-hiệp tạm thời mà thôi, đó là *pháp vô-ngã*. Cái trí-thức cao xa ấy, kêu là *pháp vô-ngã trí*.

Bực tu học Tiều-thừa chứng ngộ được lý nhơn vô ngã. Bực Bồ-tát đại-thừa chứng đủ hai lý nhơn vô ngã và *pháp vô ngã*. Cái trí-thức của người đắc cả hai lẽ giải thoát ấy, kêu là *nhị vô ngã trí*.

Pháp vô ngã cũng kêu là *Pháp Không*.

PHÁP - VÔ NGẠI TRÍ 法無礙智 : Trí biện - tài vô-ngại đối với danh-từ của các pháp ; Trí nhớ hết tên các pháp, không bị ngăn ngại. Một trong *tứ vô-ngại trí* của Đại Bồ-tát : 1. *Pháp vô-ngại trí*, 2. *Nghĩa vô-ngại trí*, 3. Từ vô-ngại trí, 4. Lạc thuyết vô-ngại trí.

Pháp vô-ngại trí cũng kêu là : Pháp vô-ngại biện, Pháp vô-ngại giải.

PHÁP-VŨ (*VÕ*) 法雨 Mưa pháp. Lời tỷ-dụ đề gọi đạo-lý của Phật. Pháp Phật linh-diệu tầm nhuận cho chúng-sanh, cũng như mưa làm cho tươi tốt cây cỏ. Lại nữa, tỷ như mưa đồ xuống phải thời, làm cho các hàng thảo mộc nhỏ bé, vừa vừa và to lớn đều hưởng nhờ mà sanh nảy thêm lên. Cũng như thế, Phật thuyết diệu-pháp, các hạng chúng-sanh từ tiều - căn, trung căn cho đến đại-căn đều hấp thụ được hết. Nhờ đó, ai nấy đều tấn-hoá theo sức-lực của mình. Vì vậy nên gọi Pháp Phật là *Pháp vũ*.

PHÁP-VƯƠNG 法王.— Dharmarâdja (*scr.*).— Le roi de la Loi

(*fr.*): Vua pháp. Một hiệu của Phật. Đức Phật thâu hoạch tất cả các pháp, đem pháp ra mà thí cho chúng sanh, nên gọi ngài là *Pháp-vương*. Chư Thinh-văn La-hán là *Pháp - tướng*. Chư Bồ-tát là *Pháp-thần*. Còn bực Bồ - tát có đủ đức-hạnh, đề làm Phật, kêu là *Pháp vương-tử*.

Vô - Lượng - ThọKinh : Phật là *pháp - vương*, cao trọng hơn các hàng Thánh, làm Thầy tất cả chư Thiên và Nhơn-loại. Ngài tùy tâm nguyện của họ mà cho họ đắc Đạo.

Diệu-pháp liên-hoa Kinh : Ở trong Tam giái, Như-lai là bực Đại *Pháp-vương*. Ngài đem Pháp mà giáo - hóa cho tất cả chúng-sanh.

PHÁP-VƯƠNG, TỬ 法 王 子. Kumâra(*scr.*). – Fils du Roi de la Loi (*fr.*): Bực Đại Bồ - tát thọ lãnh đủ các giáo-pháp của Phật đặng đi truyền bá ra. Đọc theo phạn : *Cưu-ma-la* (*Kumâra.*) Ấy là bực Bồ-tát có công - hạnh, phước - đức, trí-huệ lớn nhứt, kế tiếp theo *Pháp-vương* là đức Phật. Như: Văn-Thù-Sư-Ly Bồ-tát, Dược-Vương Bồ-tát, Dược-Thượng Bồ-tát v.v. là *Pháp-vương tử*.

Pháp-vương tử cũng là tiếng gọi chung đệ tử của vị Pháp-Vương, của đức Phật. Đồng nghĩa : *Phật - tử*.

Niết - Bàn Kinh : Thế-tôn ! ngã đẳng kim nhựt vi *Pháp-vương tử*, mông Phật giáo hối, dĩ cụ chánh-kiến. Nguyện mạc phóng xả. (Bạch Thế-tôn ! hôm nay chúng tôi thảy đều là *Pháp-vương tử*, mang ơn Phật dạy dỗ, đã có đủ chánh kiến. Xin Phật đừng bỏ chúng tôi mà vào Niết-bàn.)

PHÁP-VƯƠNG VÔ-THƯỢNG-TÔN 法 王 無 上 尊 : Tiếng tôn xưng đức Phật. *Pháp-vương*: Bực vua Pháp ; *Vô-thượng-tôn* : Bực được thế gian tôn trọng hơn hết. Hai danh-từ ấy dùng chung đề gọi đức Phật.

Trong « **Diệu-pháp liên-hoa Kinh** », phẩm phương tiện, xá ly-Phất đọc kệ cầu Phật rằng :

Pháp-vương vô-thượng tôn, Duy thuyết nguyện vật lự. Thị Hội vô-lượng chúng, Hữu năng kính tín giả.

(Xin đức *Pháp-vương vô-thượng tôn* diễn thuyết đi, Ngài đừng lo. Vì trong Hội vô-lượng chúng đây, có nhiều người sẽ cung-kính tin theo lời Ngài.)

PHÁT A-NẬU-ĐA-LA TAM-MIỆU TAM-BỒ-ĐỀ TÂM 發阿耨多羅三藐三菩提心 Émettre le Voeu de devenir Bouddha (*fr.*) Phát nguyện cầu thành Phật. Cũng viết : *Phát Bồ-đề tâm.* Viết tắt : *Phát tâm* (*Xem : Phát Bồ-đề tâm, A-nậu đa-la Tam-miệu Tam-bồ-đề.*)

PHÁT BỒ ĐỀ TÂM 發菩提心 Émettre le voeu de devenir Bouddha (*fr.*) Do tâm thành, phát khởi ý nguyện tu trì cho đến thành Phật hoàn toàn hầu có tế độ chúng-sanh. Chữ *Bồ-đề* ở đây là *Bồ-đề* của Phật, quả Chánh-giác.

Cũng kêu tắt : *Phát tâm.*— Lại cũng kêu : *Phát A-nậu đa-la Tam-miệu Tam-bồ-đề tâm.*

Trong **Ưu-bà-tắc giới Kinh,** đức Phật có giải rằng : Có những chúng-sanh tu học ngoại-đạo, nhưng không ưa những thuyết điên đảo trong các sách ngoại-đạo, nên *phát Bồ-đề tâm.* Hoặc có chúng-sanh ở chỗ vắng lặng, nhờ thiện-duyên bề trong mà *phát Bồ-đề tâm.* Hoặc có chúng-sanh xét lỗi của sự Sanh-tử Luân-hồi mà *phát Bồ-đề tâm.* Hoặc có chúng-sanh mắt thấy việc dữ, bèn *phát Bồ-đề tâm.* Hoặc có chúng-sanh thấu biết thân mình tham-lam, hờn giận, ngu-si, bỏn-sẻn, ganh-ghét ; vì ghét-bỏ các thói xấu ấy, bèn *phát Bồ-đề tâm.* Hoặc có chúng-sanh vì thấy Thần-tiên của ngoại-đạo có Ngũ-thông, bèn *phát Bồ-đề tâm.* Hoặc có chúng-sanh muốn biết thế-gian là cùng hay là vô-cùng, bèn *phát Bồ-đề tâm.* Hoặc có chúng-sanh thấy nghe những chỗ không thể nghĩ bàn của đức Như-lai, bèn *phát Bồ-đề tâm.* Hoặc có chúng-sanh sanh lòng thương xót mà *phát Bồ-đề tâm.* Hoặc có chúng-sanh vì yêu thương chúng-sanh mà *phát Bồ-đề tâm.*

Trong **Thủ-Lăng-Nghiêm Kinh,** quyển sáu, Quan-thế-Âm Bồ-tát bạch với Phật rằng : «Tôi nhớ lại thuở xưa, cách nay Hằng-hà sa số kiếp, có đức Phật ra đời, hiệu là Quan-Thế-Âm. Tôi đối trước đức Phật ấy, *phát Bồ-đề tâm...*»

Phàm khi *phát Bồ-đề tâm*, Phật-tử nên phát khởi luôn ba thứ tâm :

1.) *Thiện - tâm* : cả thảy phiền - não, thề xin dứt ; cả thảy pháp-môn, thề xin học.

2.) *Bi - tâm* : thề xin độ tất - cả chúng - sanh.

3.) *Trực - tâm* : thề xin thành Phật - đạo cho thật mau chóng.

PHÁT CHƠN (*Chân*) 發 眞 Phát khởi cái Chơn-tánh. Mỗi chúng-sanh tự mình vốn có cái Tánh chơn-thật, trọn lành, tức là cái Chơn-tánh, cái Phật-tánh. Khi đối-diện với người hiền-đức hoặc khi đối cảnh trong sạch, tôn-nghiêm, thì cái Chơn-tánh ấy phát khởi, kêu là *Phát chơn*.

PHÁT-GIỚI (*Giới*) 發 戒 : Giới mà người ta vừa thọ trì. Kẻ đệ-tử nương theo bực thầy truyền giới, khi thọ lễ xong, được truyền giái để tu hành. Giới vừa thọ lãnh đó, kêu là *Phát-giái* (*Phát giới*.)

Quan-âm Thị Kính : Hương xông *phát giới* ngùi ngùi.
Thông rung trống kệ, trúc hồi mõ kinh.

PHÁT GIẢNG 發 講 Cũng gọi : *Khai giảng*. Cuộc giảng giải kinh nghĩa được tổ-chức trong nhiều ngày. Ngày đầu của cuộc giảng diễn ấy, gọi là *Phát giảng*.

PHÁT-NGUYỆN 發 願 Émettre les voeux (*fr*.) Phát ra lời thệ-nguyện. Như đối trước Tam Bảo mà *phát nguyện* tu tại-gia : qui-y và giữ Ngũ giới, — hoặc *phát nguyện* tu xuất-gia : qui-y và giữ Thập giới, Cụ-túc giái. Lại như ngài Pháp-Tạng Tỳ-kheo, đối trước Phật Thế-Tự Tại-Vương, *phát nguyện* 48 điều. Và như ngài Địa-Tạng Bồ-tát, từ xưa. nhiều đời *phát nguyện* độ khổ chúng-sanh. Có những vị dõng mãnh *phát-nguyện* tu hành cho tới thành Phật, như vậy kêu là phát Bồ-đề tâm.

A-Di-Đà Kinh : Xá-lỵ-Phất ! chúng-sanh văn giả, ưng đương *phát nguyện*, nguyện sanh bỉ Quốc. Sở dĩ giả hà ? Đắc dữ như thị chư Thượng-thiện nhơn cu hội nhứt xứ. (Xá-lỵ-Phất ơi ! những chúng-sanh nghe ta thuyết-pháp đây (được nghe Kinh A-Di-Đà nầy), nên *phát nguyện*, nguyện sanh về Nước ấy. Tại sao vậy ? Là vì nếu sanh về Nước ấy thì được chung cùng một chỗ với các vị Thiện-nhơn cao-thượng mà ta mới vừa kể ra đó)

PHÁT QUANG ĐỊA 發光地 Địa-vị phát ra ánh - sáng. Địa-vị thứ ba trong Mười Địa-vị của Bồ-tát Đại-thừa. Ở Địa-vị nầy, ánh-sáng Trí-huệ của cái Bồn-giác khai phát, bắt đầu chiếu ra. Xem : *Thập Địa.*

PHÁT TÂM 發心 Tức là : *Phát Bồ-đề Tâm, Phát A-nậu-đa-la Tam-miệu Tam-bồ-đề Tâm, Phát Vô-thượng Chánh đẳng Chánh-giác-Tâm.* Viết tắt : *Phát tâm.* Nghĩa là : Phát khởi cái chí nguyện tu hành cho đến thành Phật.

Lại có nghĩa : Phát khởi cái chí-ý để đạt một mục-đích. Như : *Phát tâm* tu hành, *Phát tâm* bố-thí, *Phát tâm* cúng dường, *Phát tâm* nguyện cầu sanh Tịnh-độ v.v. Đồng nghĩa *Phát ý*. Như bực Bồ-tát mới phát tâm đối với quả Phật, thì kêu là : *Sơ phát Tâm Bồ-tát* hoặc *Tân phát Ý Bồ-tát,* viết tắt : *Phát Tâm.*

Niết-bàn Kinh : Tỷ như con cá mẹ, nó có nhiều trứng, nhưng trứng thành cá con rồi lớn thì rất ít. Lại tỷ như cây am-la, hoa thì nhiều, nhưng thành quả thì rất ít. Cũng như thế, số người *Phát tâm* thì vô-lượng, nhưng những kẻ thối chuyển cũng nhiều, cho nên số thành-tựu không đáng kể.—

Phát tâm đối với : *Tất cánh. Phát tâm* là mới phát chí nguyện tu Phật. *Tất cánh* là rốt ráo đắc quả Phật, đắc Niết-bàn. Đó là xét theo *Tiệm-giáo.*

Phát tâm, Tất-cánh hai cảnh như nhau. Đó là xét theo *Đốn giáo.* Tức như đức Thích-Ca, ngay trong một đời, phát nguyện tu Giải-thoát và được Giải-thoát rốt ráo.

Lại có nhiều vị khác, Phước và Trí to lớn, đầy đủ, sau khi *Phát tâm*, liền độ được vô-số các hạng Nhơn, Thiên. Như vậy, *Phát tâm* tức là *Tất cánh.*

PHÁT-TÂM-TRỤ 發心住 : Trụ-vị thứ nhứt trong *Thập Trụ*

của Bồ-tát. Đem cái phương tiện chơn-thật mà phát-khởi Mười lòng trụ (*Thập trụ*), thiệp vào chỗ dụng của Mười lòng tin (*Thập tín*), thành-tựu trọn vẹn cái địa-vị Nhứt tâm.

Thập Trụ là : 1.) *Phát-tâm trụ*, 2.) Trì-địa trụ, 3.) Tu-hành trụ, 4.) Sanh quí trụ, 5.) Phương-tiện cụ-túc trụ, 6.) Chánh-tâm trụ 7.) Bất thối trụ, 8.) Đồng chơn trụ, 9.) Pháp-vương tử trụ, 10.) Quán đỉnh trụ.

PHÁT TÍCH HIỂN BỔN 發迹顯本 *Phát-tích* : Lúc bắt đầu dựng nên cơ-nghiệp. *Hiển bổn* : Chỉ rõ căn - cội của mình. *Phát tích hiển bổn*, nghĩa là : Theo Diệu-pháp Liên-hoa Kinh, khi đức Thích-Ca thành Đạo tại xứ Già-da (Gâya), ngài bắt đầu truyền Đạo, ngài chỉ rõ cái quả Phật mà ngài đã đắc vô-lượng Kiếp đã qua. Tức là ngài đã ở Địa vị Phật từ lâu xa, chớ chẳng phải mới thành Phật trong đời làm Thái-tử Tất-đạt-Đa.

PHẠT-CHIẾT-LA 伐折羅 Vajra (*scr*).- Foudre, Diamant. Dịch : *Kim-cang*. Cũng viết : Phạt-xà-la 伐闍羅 *Xem : Kim-cang*.

PHẠT-NA-BÀ-TƯ 伐那婆斯 Vànavâsin (*sir.*) Một vị trong 16 vị A - la - hán được Phật phái đi truyền đạo các nơi (*Xem : A-la-hán*)

PHẠT-TÔ-BÀN-ĐỘ 伐蘇槃度 Vasubandhu (*scr.*) Cũng viết : Bà-tu-bàn đầu. Cũng viết theo nghĩa : *Thiên-Thân* 天親 *Thế-Thân* 世親. Một vị Bồ- tát, một nhà Phật-học đại-danh hồi thế-kỷ thứ năm dương - lịch, quê quán ở thành Bạch-sa-ngõa (Peshawar) miền Bắc Ấn -Độ. Ban sơ ngài tu theo Tiểu - thừa, từng công-kích giáo-lý Đại-thừa. Anh ruột ngài là *A-tăng-già* (*Asangha*, dịch : *Vô Trứ* nhập Đại-thừa trước, tham-thiền rất có huệ, được Bồ-tát Di-Lặc chỉ Đạo cho, bèn độ cho Phạt-tô-bàn-độ vào Đại thừa. Từ đó hai anh em ngài rất có danh-tiếng trong Phật-học giới đương thời. *Phạt-tô-bàn-độ* có soạn bộ Duy-thức luận (*Vidya — màtra — siddhi — castra — Kârita*). Bộ luận nầy về sau thành Kinh chánh của Pháp-tướng tông. Và Phạt-tô-bàn-độ *được* coi là giáo-tổ tông ấy vậy. Học-thuyết của ngài, tức là đại-ý quyền Duy-thức luận và cũng là học thuyết của Pháp-tướng tông là như vầy : Duy có cái Thức, cái tư-tưởng là thiệt. Nó chứa tất cả vào trong nó. Vạn vật mà ta nhận thấy, đều là sự phát-hiện của nó, cho nên là mộng ảo cả. Được Xà-dạ-Đa (*Jayata*)

Tổ-sư đời 20 truyền pháp, *Phật tô-bàn-độ* lên ngôi Tổ đời 21 trong hàng *Nhị thập bát Tổ* giữ Chánh-truyền đạo Phật ở Thiên-Trước. Xem : *Nhị thập bát Tổ.*

PHẠT-XÀ-LA-PHẤT-ĐA-LA 伐闍羅弗多羅 Vajra-putra (*scr.*) Một trong mười sáu vị Đại La - hán được Phật phái đi thuyết pháp độ thế ở các nơi. (*Xem tên đủ 16 vị nơi chữ A-la-hán*).

PHÂN BIỆT KHỞI 分別起 Khởi ra các sự phân biệt, tức phát ra những sự lầm. Có hai thứ lầm : Câu sanh khởi, Phân biệt khởi.

Câu-sanh khởi là những sự lầm-lạc đi chung với cái thân từ khi cái thân mới sanh ra. Tức là **Tư-hoặc** 思惑. Khó mà dứt bỏ những mối lầm nầy.

Phân biệt khởi là những sự lầm-lạc bởi ảnh-hưởng của ba duyên : tà-sư, tà-giáo, tà tư-duy. Tức là *Kiến-hoặc* 見惑. Hành giả dễ mà dứt bỏ mối lầm nầy.

PHÂN BIỆT THỨC 分別識 Cái thức phân biệt. Tiếng gọi cái thức thứ sáu, cái *Ý thức*, vì nó hay phân biệt các pháp. Xem : *Ý, Ý-thức.*

PHÂN BIỆT TRÍ 分別智 Cái trí phân biệt. Cũng viết : *Phân-biệt tâm.* Đối nghĩa : *Vô phân-biệt trí.*

Cái trí phân-biệt các sự hữu-vi, các tướng hữu-vi. Ở Phật Thánh. cái *Phân-biệt trí* là cái Quyền trí, tức là cái trí tạm dùng để phân biệt. Ở phàm-phu, cái *Phân biệt trí* là cái trí suy xét phân biệt một cách sái quấy.

PHÂN-ĐÀ-LY (*LỢI*) 分陀利 : Hoa Phân - đà - ly. Chữ *Phân* 分 cũng viết ra chữ *Phân* 芬 nầy. Tên thứ hoa sen đương lúc nở ra, màu trắng rất đẹp rất thơm. Giống sen ở Ấn-Độ (*Phương Tây*). Có bốn thứ : xanh, vàng, đỏ, trắng ; lạ tùy theo ba thời-kỳ : búp, nở, rụng mà kêu khác tên. *Phân - đà-ly* là tên thứ hoa sen trắng đương thời - kỳ vừa nở ra đều đủ vậy. Thứ hoa ấy rất lớn, cánh hoa vài trăm cái. Cũng có tên là *Bá diệp hoa* (*hoa trăm cánh*). Lại giống hoa ấy phần nhiều xuất hiện ở ao A nậu-đạt, chớ ở nhơn-gian ít có, cho nên kêu là *Nhơn trung hảo hoa* (*thứ hoa tốt trong cõi người*) hay là *Hy-hữu hoa* (*thứ hoa ít có*).

Hồi đức Phật Thi Khí ra đời, Ngài ngồi nơi cây hoa *Phân-đà-ly* mà thuyết Pháp, độ được 250.000 người.

Trong *Quán Vô-Lượng-Thọ Kinh*, Phật Thích-Ca có phán : Nếu ai niệm Phật (*A-Di-Đà*) thì nên biết cho rằng người ấy là hoa *Phân-đà-ly* trong cõi người. Quan-thế-Âm Bồ-tát và Đại-thế-Chí Bồ-tát là bạn lành của người ấy. Người sẽ ngồi nơi Đạo-tràng, sanh ở nhà chư Phật.

PHÂN TƯỚNG MÔN 分 相 門 Môn phân tách nhiều tướng, Pháp-môn chia Đạo-lý ra thành nhiều giai-đoạn. Có hai môn : Phân tướng môn, Cai nhiếp môn.

Phân tướng môn là cách chỉ dạy lần hồi ba Thừa : Thinh-văn thừa, Duyên-giác thừa, Bồ-tát thừa.

Cai nhiếp môn là môn gồm thâu ba Thừa làm một Thừa duy nhứt, tức là Nhứt-thừa, Phật-thừa.

Phân tướng môn và *Cai nhiếp môn* là giáo-pháp của Thiên-thai tông và Hoa-nghiêm tông.

PHÂN-THÂN 分 身 Se multiplier, Corps multipliés (*fr.*) Do một thân mà phân hóa ra nhiều thân hoặc vô số thân để cứu độ chúng-sanh.

Những vị tu đắc phép thần thông, đắc quả La-hán, có thể hóa ra hình mình ở một nơi khác.

Phật và Bồ-tát, trong khi giáo-hóa chúng-sanh, thường chia cái mình hiện đi các nơi.

Địa-Tạng Bồ-tát bổn-nguyện Kinh, Phân-thân tập hội, phẩm đệ nhị : Khi ấy, các vị *phân-thân* của Địa-Tạng Bồ-tát ở những nơi có Địa-ngục trong trăm ngàn vạn ức, chẳng có thể nghĩ, chẳng có thể bàn, chẳng có thể lượng, chẳng có thể nói, vô lượng vô số thế-giới đều lại nhóm tại cung trời Đao-lợi.

Lúc ấy, đức Thế-tôn (*Thích-Ca*) xoa đầu các vị hóa - thân của ngài Địa-Tạng và phán rằng : « Ta ở cõi đời Ngũ trược và độc ác mà giáo-hóa cho bọn chúng-sanh cang cường như vầy, khiến cho lòng phải điều phục, bỏ tà theo chánh. Có một hai phần mười còn giữ thói xấu, ta cũng *phân thân* ngàn trăm ức, rộng mở đường phương-tiện.

PHÂN VỆ 分 衛 Phân chia và hộ vệ. Tức là cúng dường đồ ăn cho nhà sư khất thực. Người ta phân phát đồ ăn cho chúng tăng để ủng hộ quí vị ấy trên đường tu nghiệp, kêu là *phân vệ*.

PHẤN TẢO Y 糞 掃 衣 Áo nhà sư đạo Phật, nguyên là vải lượm ở chỗ dơ, đem về lau chùi và giặt giệm, đâu lại mà may thành áo. Vì là nhiều miếng vải đâu lại, nên cũng kêu là *nạp-y*.

Bên Thiên-Trước, khi áo quần bị lửa cháy, bị bò gặm, bị chuột cắn, thì người ta đem bỏ theo đường hẻm hay ngoài đồng. Hoặc có người chết, người ta đem áo của kẻ mạng chung mà bỏ nơi nghĩa-địa. Nhà sư lượm đem về, chùi, giặt, đâu thành áo mà mặc.

Mặc *Phấn-tảo y* (*Nạp-y*) là hạnh thứ nhứt trong các hạnh *Đầu-đà*.

Phấn-tảo y là món thuốc hay để trị bệnh của nhà sư, bệnh ấy là tật ham muốn áo quần tốt đẹp (Xem : *Tứ bệnh*)

PHẤT-BÀ-ĐỀ (*CHÂU*) 弗 婆 提 (洲) Purva-Videha (*scr.*) Một châu trong *Tứ châu*. Châu *Phất-bà-đề* ở về phương Đông đối với núi Tu-di, nên người-ta cũng kêu là *Đông Phất-bà-đề*. Cũng âm là : *Phất-vu đại*. Dịch là : *Thắng-thân-châu*, *Thắng-thần-châu*.

Khi một vị *Chuyển-luân Thánh-vương* ra đời ở Nam Diêm-phù-đề, sau khi bình-. trị châu ấy, ngài bèn đem Thất bảo và binh tướng đi thâu phục châu Đông *Phất-Bà đề*. Kế đó, ngài mới đi thâu phục châu Tây Cồ-đà-ni và châu Bắc Uất-đan-việt. (*Xem Đông Thắng thần châu*.)

PHẤT - NHƯỢC-ĐA-LA (*PHẤT-NHÃ-ĐA-LA*) 弗若多羅 Punyatâra (*scr.*) Cũng gọi Công - đức Hoa 功德華, một vị sa - môn người Ấn - Độ xứ Afghanistan, đến nước Tàu, thành Trường-An năm 404. Ngài ở đó mà dịch kinh chữ Phạn ra chữ Tàu.

PHẤT-SA (*PHẬT*) 弗沙 (佛) Một đức Thế-tôn hồi đời quá-khứ. Thuở xưa, đức Phật Thích-Ca, mình lễ đức Phật Phất-Sa, miệng tán đức Phật *Phất-Sa*, như vậy bảy ngày bảy đêm, liền đốn siêu chín Kiếp.

Trong *Qui nguyên trực-chỉ* quyển ba, có chép bài kệ đức Thích-Ca khen Phật *Phất-Sa* rằng :

Thiên-thượng, Thiên-hạ, vô như Phật,
Thập phương thế-giới diệc vô tỷ,
Thế gian sở hữu ngã tận kiến,
Nhứt thiết vô hữu như Phật giả !

Dịch nghĩa :

Thiên-thượng, thiên-hạ, chẳng ai như Phật,
Mười phương thế-giới, chẳng ai bằng,
Tôi nhìn xem khắp cả thế gian nầy,
Tất cả chúng-sanh không ai bằng Phật.

PHẤT-VU-ĐẠI (*CHÂU*) 弗于逮 (洲) Purva-videha (*scr.*) Một châu trong bốn châu ở một địa-cầu, châu nầy ném về phía Đông đối với núi Tu-di. Cũng kêu : *Đông Thắng thần châu, Đông Thắng-thần châu.*

(*Xem : Tứ châu, Đông Thắng thân châu.*)

PHẬT 佛 Bouddha (*scr.*). — L'Illuminé (*fr.*) Cũng đọc : *Bụt*. Đọc trọn : *Phật-đà* (*Bouddha*). *Phật* là tiếng Phạn, dịch nghĩa : *Giác-giả* (*Người Sáng suốt*). Ấy là tiếng đề xưng bực Viên - giác (*Giác-ngộ hoàn toàn*). *Phật*, *Phật-đà*, tức là người đã tự-giác, lại giác ngộ cho chúng-sanh, và hai cái hạnh tự giác và giác tha ấy ngài đã làm trọn vẹn rồi. (*Tự giác, giác tha, giác hạnh viên - mãn.*) Thường trong các Kinh, tiếng *Phật* dùng để chỉ đức Thích - Ca Mâu - Ni. Vì ngài là đức Phật hiện thời ở cõi nầy, người ta cữ tên, nên gọi là *Phật.*— Khi ngài đắc Đạo ở cội cây Bồ-đề, biết rằng mình đã sáng suốt hoàn toàn, biết rằng mình đã từng sanh ra mà cứu thế một cách đầy đủ rồi, ngài bèn tự xưng là *Phật.*

Theo các Kinh - điển, cả muôn, cả triệu năm mới có một đức *Phật* ra đời mà dìu dắt chúng-sanh.

Hiện nay, trong Không gian, có vô số thế - giới và vô-số Phật. Đức Thích-Ca Mâu-Ni là *Phật* trong thế-giái Ta-bà nầy. Có *Phật* quá khứ, *Phật* hiện tại và *Phật* vị-lai. Song đức Thích-Ca là *Phật* hiện-tại trong cõi Tam thiên đại thiên nầy. Trong cái Kiếp nầy kêu là Hiền-Kiếp, có một ngàn đức *Phật* lần lượt ra đời, mà đã ra đời bốn đức *Phật* rồi, kể luôn đức Bổn-sư Thích-Ca Mâu-Ni.

Những ai mới thọ giới tu tại-gia hay xuất-gia, đều nguyện ba câu qui y, mà câu qui y *Phật* đứng đầu : Qui y *Phật* ! Qui-y Pháp ! Qui y Tăng !

Những người tu đạo *Phật,* nên thường niệm danh hiệu *Phật,* sẽ được các sự yên - ổn và phước đức : Nam-mô A-Di-Đà *Phật* , Nam-mô Bổn-sư Thích-Ca Mâu-Ni *Phật* ! v.v.

Đức *Phật* Thích-Ca có dạy rằng bao giờ *Phật* cũng thường trụ ở cõi thế. Chớ nói *Phật* nhập Niết-bàn là chẳng còn hộ trợ đâu. Hễ người tu hành có lòng tin tưởng và tinh-tấn thì được gần *Phật* luôn luôn, được sức lành của *Phật* chở che, và được vào vòng hào quang của *Phật* luôn.

Theo thuyết Đại-thừa, các chúng sanh vốn có cái tánh *Phật,* và nếu họ tinh-tấn tu hành, ắt sẽ thành Phật. Cho nên đức Phật có giảng trong Kinh Phạm-võng rằng : « Nhữ thị đương thành *Phật* ; Ngã thị dĩ thành *Phật...*»

(*Các ngươi là Phật sẽ thành. ; còn ta là Phật đã thành.*)

Đức *Phật* có ba thân : 1.) *Chơn thân* hay Pháp-thân, tức là cái thể Như-lai trường-tồn mà Phật đã có trước khi sanh ra làm Thái tử Thích-Ca.

2.) *Ứng-thân* hay Hiện-thân là cá thân hiện ra ở cõi đời này từ lúc giáng sanh cho đến khi nhập Niết bàn.

3.) *Hóa-thân* hay Thần thông biến-hóa thân, tức là cái thân mà đức Phật tùy tiện biến hóa ở chỗ nầy hoặc ở chỗ khác để độ đời.

Bởi *Phật* là sáng-suốt hoàn-toàn, trí và lực đầy đủ, ngài có muôn hạnh, nên ngài được xưng tặng bằng mười đức-hiệu nầy : 1. Như-lai, 2. Ứng-cúng, 3. Chánh biến tri, 4. Thiện thệ, 5. Minh hạnh túc, 6. Thế gian giải, 7. Vô thượng sĩ điều ngự trượng-phu, 8. Thiên Nhơn sư, 9. *Phật,* 10. Thế-tôn.

Ngoài ra, người ta còn xưng *Phật* bằng mấy hiệu nầy : Vô thượng sư, Vô thượng Thuyền sư, Đại trượng-phu, Nhơn trung Hương-tượng, Sư-tử, Longvương, Điều ngự thị đạo, Đại thuyền sư, Đại y sư, Đại Ngưu Vương, Nhơn trung Ngưu-vương, Tịnh-liên-hoa, Vô sư độc-giác, Đại Thí-chủ, Đại Sa-môn, Đại Bà-la-môn, Thiên-tôn, Thiên-trung-Thiên.—

Phật cũng là tiếng nói tắt, có nghĩa : *Phật-pháp Phật-giáo;* tức là Đạo-lý của Phật. Như nói : Tu *Phật*, Học *Phật.*

PHẬT-ẤN 佛 印 Sceau de Bouddha (*fr.*) : Con dấu của Phật, ấn-chứng của Phật. Cũng như khi người ta đóng con dấu vào tờ khế-ước, thì người ta đã chắc quyết rồi, chẳng còn chối cãi nữa. Cũng như thế, người được *Phật-ấn* tức là được cái Thật-tướng của các pháp, cái Đại-đạo của chư Phật. Cái Thật-tướng, Cái Đại-đạo nơi người ấy chẳng hề dời đổi.— *Phật-ấn* cũng có nghĩa : Phật làm dấu ghi cho mình. Việc ấn-chứng nầy có nhiều thể cách : hoặc Phật dùng hai tay mà xoa đầu, xoa trán mình ; hoặc dùng một tay mà ghi : hoặc

Phật chiếu hào-quang đến mình v.v. *Phật ấn* lại có nghĩa: *Phật-tâm ấn (Sự truyền thọ cái Phật-tâm, bực tôn-sư đem cái tâm Phật mà in vào tâm của đệ-tử).*

PHẬT-BẢO 佛寶 Bouddha-ratna (*scr.*): Ngôi Báu là Phật. Một ngôi báu trong *Tam Bảo.* Bởi Phật là bực giác-ngộ, đã giác-ngộ lấy mình, lại giác-ngộ cho chúng-sanh, hai cái hạnh tự giác và giác tha ngài đã làm trọn vẹn rồi, cho nên đáng cho đời quí trọng, quí trọng hơn các món châu báu. Vì vậy nên kêu là *Phật-Bảo.*

PHẬT-CẢNH 佛境: Cảnh-giái của Phật. Chỗ Phật ngự, có La-hán và Bồ-tát theo hầu. Nơi có dấu-tích của Phật, Thánh khiến kẻ lữ-hành sanh lòng ham mộ Đạo-lý. Vùng Núi thiêng Chùa cổ.

PHẬT-CÚNG 佛供: Những lễ-vật cúng Phật. Tức là những món hương, hoa, đèn mà người ta dâng cúng trước tượng Phật.

PHẬT-CHỦNG 佛種: Hột giống Phật. Cũng kêu: *Phật chủng-tử.* Muốn có trái, phải gieo giống; muốn thành Phật, phải làm cho hột giống Phật sanh lên. *Phật-chủng* tức là những điều thiện bằng thân-ngữ-ý, các sở hành của Bồ-tát để mau thành Phật. *Phật-chủng, Phật chủng-tử* cũng là tiếng gọi Phật-tử, Bồ-tát, vì là hạng sẽ làm Phật, tức là hột giống để thành Phật vậy.

Trầm-ước luận: Nếu để cho *hột giống Phật* lìa ra khỏi mình, thì nền Tam-bảo phải rớt xuống đất. (*Phật-chủng dĩ ly, tắc Tam-bảo trụy ư địa hỹ.*)

Phạm-võng Kinh: Phật phán với chư đệ-tử rằng: Có mười điều giái-luật trọng đại. Như người thọ *Bồ-tát giới* mà chẳng tụng mười điều giái-luật ấy, thì chẳng phải là Bồ-tát, chẳng phải là Phật chủng-tử.

PHẬT CHỦNG-TÁNH 佛種姓: Dòng giống Phật, Dòng họ Phật. Người một chủng-tộc, một họ với Phật. Như những người họ Thích (*Çakya*) thì đồng Phật chủng-tánh với đức Thích-tôn.— Lại có nghĩa: người nối tiếp Đại đạo của Phật. Như đức Thích-Ca là *Phật chủng-tánh,* vì ngài nối tiếp cái Sự-Nghiệp lớn của chư Phật quá-khứ.

PHẬT DIỆT 佛 滅 : Phật vào cảnh Niết-bàn trọn vẹn. Đến năm 83 tuổi, Phật Thích-Ca du-hành đến xứ Câu-thi-na (*Kusinagara*), *Phật diệt* tại hai cây « song-thọ », nhằm ngày rằm tháng hai. Sự qua đời của phàm-phu kêu là tử (*chết*) ; đối với Phật, kêu là *diệt, Niết-bàn*. Cũng kêu là *diệt-độ* (*diệt : dứt hết phiền-não, độ : qua khỏi biển khổ luân-hồi*).

PHẬT-ĐÀ 佛 陀.— Bouddha (*scr.*) : Đức Phật-đà. Kêu tắt : *Phật*. Cũng viết : Phù-đà 浮 陀 Một-đà 没 馱. Dịch nghĩa : Giác-giả. Chữ Giác nầy gồm đủ ba nghĩa : 1.) tự giác, 2.) giác tha, 3.) giác-hạnh viên - mãn.

Tự giác là giác-ngộ lấy mình, ngộ được cái tánh chơn-thường, hết lầm, không quấy.

Giác tha là giác-ngộ cho kẻ khác, vận lòng từ vô duyên, độ các chúng-sanh.

Giác-hạnh viên-mãn là hai sở tu-hành tự-giác và giác tha đều tròn-trịa, đầy đủ ; công thành quả mãn. Xem : *Phật*.

PHẬT-ĐÀ-BẠT-ĐÀ-LA 佛 陀 跋 陀 羅.— Bouddhabhadra (*scr.*) : Cũng kêu theo nghĩa : *Giác-Hiền* 覺 賢. Một vị Sa-môn người Thiên-Trước, vốn con cháu của một người chú của Phật (*descendant d'un oncle du Bouddha*). Phật-đà-bạt-đà-la qua truyền Đạo bên Trung-Quốc, ở tại Kinh-đô Kiến-Khương từ năm 398 đến năm 429 mà dịch Kinh chữ Phạn ra chữ Hán. Ngài có dịch xong bộ Hoa-Nghiêm-Kinh (*scr : Avatamsaka-sūtra*) năm 418. Ấy là bộ Kinh chánh của Hoa-nghiêm tông.

PHẬT-ĐÀ-DA-XÁ 佛 陀 耶 舍.— Bouddhayasas (*scr.*) : Cũng kêu theo nghĩa : *Giác-Minh* 覺 明. Một vị Sa-môn người Thiên-trước, xứ Afghanistan. Ngài qua Trung-Quốc mà dịch Kinh chữ Phạn ra chữ Hán từ 403 đến 413 dương-lịch.

PHẬT-ĐÀ-MẬT-ĐA 佛陀密多 Bouddhamitra (*scr.*) Cũng viết : *Phục-đà-mật-đa.* Tổ thứ 9 trong 28 đời Tổ ở Tây-thiên. Ngài có giúp sức với vua trong nước trong cuộc truyền bá đạo Phật ở Ấn-độ. Ngài truyền Y Bát cho Hiếp tôn-giả (*Parçva*) đặng ông nầy làm Tổ thứ mười.

PHẬT-ĐÀ-NAN-ĐỀ 佛馱難提.— Bouddhanandi (*scr.*) Vị Tổ-sư thứ tám trong hàng 28 vị Tổ-sư nối nhau nắm giữ đạo Phật ở Thiên-Trước. Ngài là người xứ Ca-Ma-la. Ngài có cái tướng nhục-kế (*trên đầu có thịt lồi lên*) như Phật. Ngài có tài biện-luận rất mau lẹ và vô ngại. Ngài sang tận xứ Đề-ca quốc mà phó chúc cái Pháp cho Phục-đà-mật-đa, truyền y bát đời Tổ thứ chín.

PHẬT-ĐÀN 佛檀.— Bouddha-dâna (*scr.*) : Sự bố-thí như hạnh Phật. Đọc trọn theo Phạn : Phật-đà-đàn-na. Người có lòng trong sạch, thí pháp một cách thanh-tịnh, cũng như Phật thuyết pháp độ chúng-sanh. Thí pháp như vậy kêu là *Phật-đàn.* Nếu chẳng có lòng trong sạch, vụ danh lợi mà thí pháp, thì kêu là *ma-đàn.*

PHẬT - ĐẠO 佛道.— Doctrine du Bouddha ; État de Bouddha (*fr.*) : Đạo Phật, giáo-lý của nền đạo-đức do đức Phật thuyết ra và truyền bá cho đời.

Qui-nguyên trực-chỉ :

Tiên-đạo nan tu, hựu hữu trụy lạc chi nhựt ; *Phật-đạo* dị học, vĩnh vô thối chuyển chi thì. (*Đạo Tiên khó tu, lại có ngày trụy lạc ; đạo Phật dễ học, không hề có lúc thối chuyển*).

Phật-đạo lại có nghĩa : quả Phật, địa vị Phật. Như, sau khi Phật tịch diệt rồi, những chúng-sanh nào vì lòng kính mộ, cất chùa, xây tháp, họa hình Phật, khắc cốt Phật, đều thành *Phật-đạo.* (*Tức là những chúng-sanh ấy có sẵn quả Phật ở trong lòng.*)

Nguyện cho tất cả chúng-sanh đồng thành *Phật-đạo.* Tức là cầu cho chúng-sanh siêu thoát khỏi vòng Tam giái mà đắc thành quả Phật.

PHẬT ĐỆ-TỬ 佛 弟 子.- Disciple du Bouddha, bouddhiste (*fr.*) : Đệ-tử của Phật, tín-đồ đạo Phật. Hễ người qui-y nơi Phật, không cứ xuất-gia hay tại-gia, đều là *Phật đệ-tử*. Cũng kêu : *Phật-tử*. Hồi đức Thích - tôn còn trụ thế, có hằng ngàn Phật đệ - tử xuất-gia thường theo hầu ngài, thảy đều đắc quả A - la - hán.

Phật đệ - tử dầu xuất - gia hay tại - gia, mỗi người thường có một pháp - danh (*tên riêng theo Đạo*).

Phật đệ - tử nên cữ tên đức Phật bổn-sư của mình. Vì vậy nên người ta gọi đức Thích - tôn là Phật - tổ. Cũng nên cữ tên ông thầy dạy Đạo truyền Giới cho mình nữa.

Chẳng phải do cha mẹ là người đạo Phật mà mình tự nhận là *Phật đệ - tử*. Tự mình phải thọ lễ Tam qui, rồi tin tưởng nơi Phật, Pháp, Tăng và hằng ngày ở theo lời Phật dạy. Như vậy mới đáng là *Phật đệ-tử*.

Phật đệ - tử đối với : *Ma quyến - thuộc.*

PHẬT-ĐỊA 佛 地 : Địa-vị Phật tức là chỗ nương, dựa, chỗ noi theo, chỗ thâu nhiếp của bực Phật. Trong các địa - vị tu chứng, *Phật - địa* là cao hơn hết. Chứng địa vị ấy, Bồ-tát chẳng còn một mảy phiền - não, dầu là vi - tế, gồm thâu các món trí một cách vô ngại, có thể khai giác lấy mình và khai giác cho tất cả chúng-sanh. Chứng lên *Phật-địa*, Bồ-tát dường như người tỉnh ra khỏi cơn mộng, dường như hoa sen nở rạng. (*Xem :Thập địa số 1*)

PHẬT - ĐIỀN 佛 田 Ruộng Phật. Phật là bực phước-đức và trí-huệ lớn nhứt, có thể phân phát phước đức và trí-huệ cho chúng-sanh. Ai hướng theo Phật mà trồng các thiện-căn, như bố thí, trì giới, nhẫn-nhục, tinh-tấn, thiền-định, trí-huệ, thì được hưởng quả lành là phước đức và trí-huệ. Đó tỷ như người ta gieo trên đám ruộng thì được lúa, nếp mà ăn vậy. Cho nên kêu là *Phật-điền*.

PHẬT - ĐỈNH CHÚ 佛 頂 咒 : Chú phát ra từ nơi đỉnh đầu Phật. Kêu trọn : Đại Phật-đỉnh Thủ-lăng-nghiêm chú. Bài chú năm hội trong Thủ-lăng-nghiêm Kinh (Sûramgama-sûtra). Bài chú ấy là một vầng hào-quang xẹt ra từ nơi đỉnh đầu của Phật, chỏ nên kêu là *Phật - đỉnh chú*. Những người tụng niệm hằng ngày, đều có thọ trì bài chú ấy.

PHẬT-ĐỒ-TRỪNG 佛 圖 澄.- Bouddha-janga (*scr.*) : Một vị sa-môn đắc quả La - hán, gốc ở Thiên-Trước. Ngài chuyên học Phật-pháp hồi còn bé và tu đắc phép thần-thông. Năm 310, ngài đến kinh-đô Trung - quốc, thành Lạc-Dương. Lúc bấy giờ, ngài tự nhận rằng mình đã được trăm tuổi rồi.

Ngài dùng phép thần thông mà hóa độ vua chúa và trào-đình rất có công hiệu, người ta kính nể ngài lắm. Có nhiều bữa liên tiếp, ngài không ăn chi cả, chỉ hô hấp khí trời mà sống thôi. Ngài nhớ rất giỏi, đọc thuộc lòng nhiều kinh-kệ và chơn-ngôn thần-chú. Ngài có hiện cho người ta thấy vài phép nầy : phía dưới bụng, ngài có đề một cái lỗ, ngài nhét lại bằng một miếng bông gòn. Tối, khi ngài muốn đọc Kinh, ngài lấy miếng bông gòn ra. Liền đó, ánh-sáng tỏa ra khỏi lỗ chỗ bụng mà rọi cả quyển Kinh và căn phòng. Những bữa *tự-tứ*, ngài xuống sông, đem ra khỏi lỗ chỗ bụng từng món trong ruột, ngài rửa cho sạch và để trở lại. Những việc mà ngài tinh tường hơn hết là sự đoán vận-mạng. Ngài có treo chuông trên nóc tịnh-thất, mỗi khi có tiếng chuông khua thì ngài biết có việc xảy đến. Những sự đoán số của ngài không hề sai chạy.

Cũng như Cưu-ma-la-thập hoằng-hóa bằng cách dịch Kinh, *Phật-đồ-Trừng* độ thế bằng phép thần-thông.

PHẬT-ĐỘ (*thổ*) 佛 土.— Bouddha-ksha (*scr*) Terre de Bouddha (*fr*) Cõi đất Phật. Cõi thế nơi ấy có Phật cư-trụ, cõi thế nơi ấy Phật lãnh trách-nhiệm giáo-hóa chúng-sanh. Cũng kêu : Phật-quốc, Phật-địa, Phật-giới, Phật-sát.

Phật-độ có hai thứ : 1.- Uế-độ và 2.- Tịnh-độ.

1.- *Uế-độ* là cõi thế có đủ năm thứ nhơ nhớp (*ngũ trược*). Một đức Phật vì nương theo Nguyện-lực, nên lãnh phận sự giáo-hóa chúng-sanh cõi ấy. Tuy vậy, ở đó cũng có một hạng người thanh-tịnh, theo Phật mà tu hành và đắc quả Thánh. Và sau khi Phật tịch, lại còn nhiều vị khác nương theo Pháp Phật mà thành công đắc quả. Như Ta-bà thế-giái của đức Thích-tôn là một *Uế-độ*.

2. *Tịnh-độ* hay *Thanh-tịnh độ* là cõi đất Phật rất trong sạch, toàn là châu báu, nơi ấy đức Phật dùng tài thuyết pháp và sức linh mà giáo-hóa những nhà tu hành thanh-tịnh. Nơi đó, chẳng có ba hạng Địa-ngục, Ngạ-quỉ và Súc-sanh, chẳng có hàng phụ-nữ và các chúng-sanh giống cái. Ấy là cõi vui vẻ, nhàn lạc. Như cõi Cực-lạc của đức Phật A-Di-Đà là một Tịnh-độ.

Tịnh-độ có hai thứ : a) báo-độ, b) hóa-độ.

a) Báo-độ : nhờ hạnh-nguyện, quả-báo lành của Phật, mà cõi Tịnh-độ hiện ra.

b) Hóa-độ : nhờ sức thần-thông của Phật mà cõi Tịnh-độ hóa-tác.

Dầu trụ nơi *Phật-độ* thanh-tịnh, do sức quả-báo hoặc do sức thần-thông hóa hiện, - dầu giáng sanh ở *Phật-độ* nhơ-nhớp có đủ thập ác và ngũ trược, mỗi vị Phật đều có công đức và trí-huệ bằng nhau, đồng ngôi vị với nhau vậy.

Trong Diệu-pháp Liên-hoa Kinh, phẩm phương tiện có chép: Trong các *Phật-độ* ở khắp Mười phương, duy có một pháp-giáo Nhứt-thừa mà thôi.

PHẬT-ĐƯỜNG 佛堂 : Phòng-thất thờ Phật. Trong Chùa, chỗ chánh-điện thờ Phật, nơi ấy người ta tụng Kinh và chiêm-bái tượng Phật, kêu là *Phật-đường* .— Cũng có nghĩa : cảnh chùa am.

Lại cũng là tên phái tu học đạo Phật, dọn cảnh nhà ở thành ra chỗ tu trì thanh-tịnh, rồi ở luôn tại nhà mà trì Giới, tụng Kinh, niệm Phật. Phái người tu theo *Phật-đường* cũng khá đông ở nước Việt Nam ta. Thay vì qui-y nơi các Tỳ-kheo, thay vì xuất-gia ở Chùa, người trong phái truyền Giới, truyền Đạo cho nhau, họ ở nhà mà tụng Kinh và lễ bái ; thường trì Kinh, Chú mà hộ-niệm cho những kẻ tật bệnh.

PHẬT GIA 佛 家 :Nhà Phật, tiếng dùng để gọi cõi Tịnh-độ của Phật. Vì người tu hành được vãng sanh Tịnh-độ thì được ở gần Phật, thường nghe Phật thuyết pháp, gặp gỡ với các hàng Thánh-giả chầu quanh Phật, tức là được ở nhà Phật (*Phật-gia*). Lại nữa, trong *Thập địa* (mười địa vị trong Tứ-thiền),ai chứng được từ địa-vị đầu trở lên, thì vào *Phật-gia*, được sức hộ-trợ của Phật.- *Rộng nữa*, hễ là tín-đồ Phật đã thọ Tam qui. thì được vào *Phật-gia*.

Phật-gia (*Nhà-Phật*) lại có nghĩa : Đạo Phật. Như trong **Qui nguyên trực-chỉ»** có câu: *Phật-gia* ngôn Thiên - đường, Địa - ngục . . (*nhà Phật có nói về Thiên-đường, Địa-ngục . . .*)

Phật-gia đối với *Nho-gia*, Đạo-giáo (*Lão-giáo*).

PHẬT GIÀ-DA 佛 伽 耶.— Bodh Gâya (*scr.*) : Tức là cảnh núi *Già da* (*Tượng-đầu sơn*). Vì đức Thích - Tôn đắc quả Bồ - đề, thành Phật ở cảnh núi ấy, cho nên người ta gọi là *Phật Già-da*, cũng gọi *Chánh-giác sơn*. (*Xem : Già-da.*)

PHẬT-GIÁC TAM-MUỘI 佛 覺 三 昧.- Bukkakusammai (*jap*) Concentration del Évil de Bouddha (*fr.*) : Một phép thiền định Nhờ sức lộ-niệm của Phật, nhà đạo nhập phép thiền-định Tam-muội ấy được hưởng sự giác-ngộ của bực Phật. Đức A-Nan có nhập phép *Phật*-giác Tam-muội.

PHẬT-GIÁI GIỚI 佛 戒 Tức *Phật-thừa-giới*, giới-luật mà nhà tu-hành thọ trì, chí quyết cầu Phật-quả. *Phật-giới* lại là tiếng có tánh cách tôn trọng để gọi *Bồ-tát giới, Đại-thừa giới*. Vì chính chư Phật vô số mỗi ngài đều tụng trì Bồ-tátgiới ấy, cho nên gọi là *Phật-giới*. Lại nữa, *Phật-giới* là tiếng nói tắt để gọi *Phật-tánh-thường-trụ giới* vì Bồ-tát giới kinh cũng gọi là Phật-tánh thường trụ giới kinh, kêu tắt Phật-giới kinh.

PHẬT-GIÁI (GIỚI) : 佛 界 Cảnh-giới của Phật. Một cảnh-giới, trong Thập giới. Ở cõi thế gian nầy, các chúng-sanh tùy theo nghiệp-quả, tùy theo sự tấn-hóa mà đặt mình vào một cảnh-giới trong Thập giới. Và trong Thập giới, Phật-giới là cao viễn hơn hết. Bực đạt đến quả-vị Phật thì ở vào *Phật giới* (*Xem : Thập giới*) *Phật-giới* cũng có nghĩa : Cõi thế-giới của một đức Phật.

PHẬT-GIÁO 佛 教.- Bouddhâgama, Bouddhabandhana, Bouddha-dharma (*scr.*).-Bouddhisme (*fr*) : Những lời, những điều Phật dạy, tức giáo-pháp của Phật, tôn-giáo lớn nhứt trên thế - giái, ta gọi nôm là Đạo Phật. Phật-giáo phát khởi ở Thiên-trước (*Ấn-độ*), do đức Thích-Ca Mâu-Ni làm Giáo-tổ; người-ta cũng gọi ngài là Phật - tổ. Ấy là một nền triết-học đạo đức (*philosophie morale*) dạy người tự tỉnh, tự ngộ, tự giác, tức là thành Phật. Ý nghĩa có khác với các tôn-giáo, vì các tôn-giáo (*religions*) đều tôn thờ bực thần-minh.

Chính ra, nên nói là Phật-pháp (*Bouddha-dharma*), vì tín-đồ thi hành pháp lý mà Phật đã ban truyền đề dứt đường mê-muội và đến nẻo sáng-suốt. Những chữ Phạn Bouddhâ-gama (*Phật A-hàm, theo về sự sáng-suốt, theo bực Giác-ngộ*) Bhuddhabandhana (*Phật-đà-bàn đà-na, tôn-giáo của Phật*) cũng đều có nghĩa *Phật-giáo.*

Phật-giáo là một trong sáu tôn-giáo lớn trên thế-giái. Theo thứ-tự thành lập, sáu tôn-giáo nầy chia nhau số tín-đồ trên quả Địa-cầu : Bà-la-môn-giáo (*Brahmanisme*), Hỏa-giáo hay Thiên-giáo (*Zoro--astrisme vu ra Psisme*), Do-thái-giáo (*Hébraïsme*), Phật giáo (*Bouddhisme*), Da-tô-giáo (*Christianisme*) và Hồi-hồi-giáo (*Mahométisme*). Trong sáu nền tôn-giáo ấy, tín-đồ *Phật-giáo* chiếm một phần ba số dân trên Địa-cầu, tức là số tín-đồ ước chừng năm trăm triệu (*cinq cents millions*) người.

PHẬT-HẢI 佛 海 : Biển Phật. Pháp Phật sâu, rộng như biển, cho nên kêu là *Phật-hải.*

Vua Võ-đế nhà Lương làm văn, có viết : Đồng qui *Phật-hải.*

PHẬT HOAN-HỶ NHỰT 佛 歡 喜 日 : Ngày vui vẻ của Phật. Ấy là ngày Rằm tháng bảy âm lịch.

Ngày ấy, các vị Tỳ-kheo ra khỏi cuộc an-cư mùa hạ, đã qua một tuổi tu, cho nên chư Phật đều lấy làm vui vẻ. Và là ngày chư Tăng *tự tứ,* tức tự mình xưng tội sau khi nghe đọc Giái-bổn. Lại là ngày mà các nhà thiện-tín có thể cúng dường cho chư Tăng, cho các vị Thánh sống, Phật sống để cầu phước đức cho cha mẹ hiện tiền hoặc quá-vãng. Bởi các lẽ ấy cho nên ngày Rằm tháng bảy kêu là *Phật hoan-hỷ nhựt.*

PHẬT-HỐNG 佛吼 : Kêu trọn chữ : Phật Sư tử hống. Trong loài thú, sư tử là chúa tể, oai-mãnh hơn hết, chẳng biết sợ con thú nào, và tiếng hống lên làm cho các thú đều khiếp. Cũng như thế, Phật là bực cao viễn hơn các chúng-sanh, ngài chẳng biết sợ một ai, tiếng ngài thuyết pháp làm cho người nghe đều kính phục. Vì thí - dụ ấy, nên người ta goi Phật thuyết pháp là *Phật-hống*.

PHẬT-HUỆ (*TUỆ*) 佛慧 La Sagesse, la Science du Bouddha (*fr.*) : Trí-huệ của Phật. Cái đức đại-huệ bình-đẳng của chư Phật. Cái huệ của Phật Như-lai cũng kêu là *Nhứt thiết chủng trí*, lại cũng kêu là *Vô-thượng Chánh-giác, Phật - trí*.

Diệu-pháp Liên-hoa Kinh, phương tiện phẩm : Đức Như-lai sở dĩ xuất hiện ra đời là để giảng truyền cái *Phật-huệ* (*cái quả vô-thượng Chánh-giác*).

PHẬT-KÝ 佛記 Lời ghi dặn của Phật, lời mách trước của Phật. *Phật-ký* có hai cách : huyền-ký và ký-biệt.

Huyền-ký là Phật mách rằng một việc gì đó về sau sẽ xảy ra. *Ký-biệt* là đối với một vị đệ-tử, Phật nói trước việc quả-báo một đời sau.

PHẬT LÃO 佛老 Đức Phật và đức Lão-tử tức đạo Phật và đạo Lão. Về đạo Phật, đức Phật Thích-Ca là tổ, về đạo Lão, đức Lão-tử là tổ. Cho nên thế thường người ta nói *Phật-Lão* tức là đạo Phật và đạo Lão vậy.

PHẬT LẠP NHỰT 佛臘日 : Ngày chạp của nhà Phật. Tức là Rằm tháng bảy, ngày mãn khóa an-cư mùa Hạ của các vị Tỳ-kheo. Lạp (chạp) là tên kêu cuối năm. Nhà Phật lấy trọn kỳ an-cư chín chục ngày từ Rằm tháng tư đến Rằm tháng bảy làm một năm tu. Trong thời kỳ ấy, nhà sư phải ở tại Chùa mà tu Tam học : Giới, Định, Huệ. Đến ngày Rằm tháng bảy thì dứt, kể là đã tu trọn năm theo đạo Phật, cho nên kêu là *Phật lạp nhựt*.. Cũng kêu : *Pháp lạp nhựt.*

PHẬT-MẪU 佛 母 .= Bouddhamâtr (*scr.*) — Butsumo (*jap.*) — Mère de Bouidha (*fr*) : Mẹ của Phật.

Tiếng gọi Pháp, Pháp-giáo, Pháp Phật. Do pháp sanh ra Phật; nhà tu hành nhờ noi theo pháp mà thành Phật, cho nên gọi pháp là *Phật-mẫu.* Lại trong các pháp tu, tức là trong Lục Ba-la-mật, Bát-nhã Ba-la-mật (Trí-huệ độ là nền hạnh cao-rốt, Bồ-tát nhờ thi-hành độ ấy mà thành Phật. Cho nên gọi Bát-nhã Ba-la-mật-đa là *Phật-mẫu.* Nhà Thiền xưng Ma ha Bát-nhã Ba-la mật-đa (Mahâ Prajnâ Paramita : nền Trí-huệ lớn đưa đến Mé bên kia) là *Ma-ha Phật-mẫu.*

Trí-Độ-Luận : Bát-nhã Ba-la-mật là mẹ của các vị Phật. (Bát-nhã Ba-la-mật thị chư *Phật-mẫu.*).—

Phật-mẫu cũng có nghĩa : Mẹ của đức Phật thích-Ca, bà hoàng-hậu *Ma-Da* (Mâyâ : Thuật, Huyễn). Bà sanh ra thái-tử *Tất-Đạt-Đa* (*Siddharta* : Nhứt thiết nghĩa thành) tức Phật Thích-Ca được bảy ngày thì bà du tiên. Bà vãng sanh cảnh tiên Đao-ly (*Trayastrimçat*). Hồi đức Thích-Ca tu khổ-hạnh, vì ép xác thái quá mà ngã gục xuống, bà có hiện đến thăm con. Sau khi thành Phật, đức Thích-Ca có hiện lên Thiên-cung mà thuyết pháp độ mẹ và chư Tiên.

Trong *Địa-Tạng Kinh,* Địa-Tạng Bồ-tát có giảng cho Bà nghe những sự trừng phạt nơi Địa-ngục.

Phật-mẫu cũng viết : *Thánh-mẫu.* Lại nữa, dì của đức Phật và là mẹ nuôi của ngài, bà Ba-xà-ba-đề (*Prajâpati : Sanh-chủ*) cũng được tôn xưng là *Phật-mẫu.*

PHẬT-MẪU CHƠN TAM-MUỘI 佛 母 眞 三 昧 : Phép đại-định chơn-chánh kêu là Mẹ của Phật, Phàm chư Bồ-tát trong ba đời quá-khứ, hiện tại và vị-lai, muốn đắc quả Phật Như-lai, cần phải tu phép đại-định ấy. Nhờ phép ấy mà sanh ra quả Phật, cho nên kêu là *Phật-mẫu chơn Tam-muội.*

PHẬT-MÔN 佛 門 Cửa Phật. Cũng như nói : *Phật-gia* (*Nhà Phật*). Pháp-môn, môn-phái, tôn-giáo của Phật. Đồng nghĩa :

Phật giáo.

Những người phụng thờ giáo-lý của đức Thích-tôn, kêu là *Phật-môn* đệ-tử, nói tắt : *Phật-tử.*

Lại có nghĩa : nơi chùa chiền, am, điện.

Kim-Vân-Kiều : Rì tai mới kể sự lòng,

Ở đây *cửa Phật* là không hẹp gì...

PHẬT NGŨ TÁNH 佛 五 姓 : Năm họ của Phật. Đức Thích-tôn khi chưa xuất-gia, họ tại tục có năm hiệu, là : 1.) Cồ-đàm 瞿 曇, 2.) Cam giá 甘 蔗, 3.) Nhựt-chủng 日 種, 4.) Xá-di 舍 夷, 5.) Thích-ca 釋 迦.

PHẬT-NGUYỆN 佛 願 : Điều thệ - nguyện của Phật. Những điều mong mỏi mà một đức Phật quyết làm cho được. Như 48 Nguyện của Phật A-Di-Đà khi mới xuất-gia làm Tỳ-kheo hiệu là Pháp-Tạng, và bốn Nguyện của Phật Thích-Ca khi bỏ đền vua mà vào rừng. Nguyện có hai thời-kỳ : 1.) Khi mới phát thệ, cầu cho chư Phật chứng-minh, kêu là *phát nguyện* hay *thệ-nguyện* ..2) Phật nguyện rồi thì dốc chí thi hành mãi mãi, là *hạnh nguyện*. Xem : *Nguyện.*

PHẬT-NGUYỆT 佛 月 : Mặt trăng Phật. Lời tỷ dụ. Hào-quang của Phật chiếu ra dường như ánh-sáng mặt trăng, cho nên kêu là *Phật-nguyệt.* Lại nữa, lòng chúng-sanh nếu được trong sạch và tin tưởng Phật, thì có Phật ứng hiện vào, tỷ như mặt trăng hiện trên nước trong, cho nên kêu là *Phật-nguyệt.*

PHẬT-NHÃN 佛 眼 : Mắt Phật, sự thấy của Phật

Một trong Năm thứ mắt (*Ngũ nhãn*). Phật là bực Giác-ngộ hoàn-toàn ; con mắt, sự thấy của bực giác-ngộ hoàn-toàn kêu là *Phật-nhãn*, có thể thấu rõ cái thật-tướng của các pháp. Phải được quả-vị của Phật, của đại Bồ-tát mới có *Phật-nhãn.*

Trong năm thứ mắt, năm sự thấy : nhục-nhãn, thiên-nhãn, pháp-nhãn, huệ-nhãn, *Phật-nhãn*, thì *Phật-nhãn* bao quát tất cả.

Niết-Bàn Kinh, quyển 27 : Hàng Bồ-tát Thập-Trụ vì dùng

Huệ-nhãn, cho nên thấy Phật-tánh, nhưng thấy chẳng tỏ rõ. Chư Phật Thế-tôn vì dùng *Phật-nhãn*, cho nên thấy Phật-tánh một cách tỏ rõ, trọn vẹn.

PHẬT-NHỰT (*NHẬT*) 佛 日 Mặt trời Phật. Tiếng tỷ-dụ để tôn xưng Phật. Đức Phật có thể phá tan sự ám-muội của chúng-sanh, dùng đạo-lý và các phương tiện mà giáo-hóa cho tâm trí họ trở nên sáng suốt, cũng như mặt trời chiếu tới đâu thì làm cho chỗ ấy trở nên tỏ rõ. Lại nữa, Phật là bực đại-từ, đại-bi, phổ độ và giáo-hóa tất cả, cũng như mặt trời soi sáng mọi vật một cách vô-tư. Vì vậy cho nên đời xưng tặng ngài là *Phật-nhựt*.

Quán Vô-Lượng-Thọ Phật Kinh : Bà Thái-hậu Vi-đề-Hy bạch rằng : Dạ, xin đức *Phật-nhựt* dạy tôi quán tưởng cõi nghiệp thanh-tịnh (*cõi Tịnh-độ*).

Niết Bàn Kinh, 19 : *Phật-nhựt* sắp lặn sau núi Đại Niết-bàn. (*Phật-nhựt tương một Đại Niết-bàn sơn.*)

PHẬT-PHÁP 佛 法 .— Bouddha-dharma (*scr.*).— La Doctrine du Bouddha(*fr.*): Giáo-pháp của đức Như-lai. Giáo-pháp ấy, hồi Phật còn trụ thế ngài tùy tiện mà nói ra để độ chúng-sanh . Sau khi Phật nhập diệt, chư đệ-tử kết-tập Giáo-pháp ấy thành *Tạm Tạng*. Cho nên Tam Tạng chứa đủ hết *Phật-pháp*.— *Phật pháp* (*Pháp của Phật*) là một trong ba ngôi quí, *Tam Bảo*.— *Phật-pháp* chứa vô số pháp-môn tu học, như trong Thắng mạn kinh biên là tám vạn bốn ngàn pháp-môn, — pháp-môn nào cũng có thể đưa nhà tu-hành đến cõi Giải-thoát.— *Phật-pháp* bao gồm tất cả các giáo-pháp thế-gian và xuất thế-gian các pháp-môn của các phái ngoại-đạo, tất cả nền học-thuật của loài người, như triết-học, phong-hóa, mỹ thuật, khoa học, toán học, thần-học, bói khoa v. v. Cho nên trong *Diệu-Pháp Liên-Hoa Kinh* có chép : Tất cả thế-gian pháp đều là *Phật-pháp*. Lại *Kim Cang Kinh* cũng có câu : Đức Như-lai nói rằng tất cả các pháp là *Phật-pháp*

PHẬT-PHÁP-TẠNG 佛 法 藏 : Kho pháp Phật Cũng kêu :

Pháp-tạng, Như lai tạng. Một người thông hiểu vô số pháp Phật và có thể diễn giải với đời; một nhà chứa trữ đủ các kinh pháp Phật. Cũng có nghĩa : cái lý-thể Chơn-như.—Bực Bồ-tát lớn, có đủ trí-huệ để làm Phật, như các ngài Văn-Thù, Quan-Âm, Địa-Tạng thì có đủ *Phật-pháp-tạng.*

PHẬT, PHÁP, TĂNG 佛 法 僧.— Bouddha, Dharma, Sam--gha (*scr.*).— Le Bouddha, La Doctrine et la Communauté (*Clergé*) bouddhique (*fr.*) : Âm trọn theo Phạn : Phật-đà, Đạt-ma, Tăng-già, Ba ngôi quí (*Tam Bảo*), công-đức rất to lớn, có thể độ cho chúng-sanh dứt khổ, giải-thoát phiền-não và luân-hồi.— Người tu học đạo Phật tại - gia hoặc xuất - gia, trọn đời phải tôn kính và tin tưởng *Phật, Pháp, Tăng.* Như vậy tức là *Tam qui.*

PHẬT-PHÁT 佛 髮 .— Bouddhakesa (*scr.*) .— Bupatsu (*jap.*) .— Les cheveux du Bouddha (*scr.*) : Tóc của Phật. Hồi đức Thích-tôn còn trụ thế, ngài có phân phát tóc của ngài cho những nhà thiện-tín đem về thờ. Như khi phát tóc cho vua Tần-bà-sa-la (*Bimbisâra*) ở thành Vương-xá (*Rajagriha*), Phật dặn rằng : « Tóc và móng tay thừa của ta, bệ-hạ nên thờ trên trang, còn đạo lý của ta thì bệ-hạ nhớ thờ trong tâm. » Sau khi Phật tịch, tóc của Phật trở nên một món di-tích quí báu. Trong *bát thập tùy hảo* (*tám mươi tướng tốt phụ*) của Phật, tóc chiếm được chín tướng từ 72 đến 80 : 72, tóc đen,-73, tóc bằng ngọn với nhau, - 74, tóc có hàng ngũ vén khéo,-75, tóc có mùi thơm— 76, tóc không cứng sợi,-77, tóc không rối — 78, tóc rất đều,-79, tóc uốn lại,-80, tóc có hình những chữ thánh, như chữ Xơ-ri-hoát-sa (*Çrivatsa*), chữ vạn Xít-hoát-ty-ca (*Svastika*), chữ Nan-đi-á-hoạt-ta (*Nandyâvarta*), chữ Hoạt-đa-má-na (*Vardhamâna*).

PHẬT-QUẢ 佛 果 Anouttara-Sumyas-Sambodhi (*scr*) .— État de Bouddha parfaitement accomphi (*fr*) Đọc theo Phạn : A-nậu-đa-la Tam-miệu Tam-bồ-đề. Dịch nghĩa : Vô thượng chánh biến Đạo, Vô-thượng-Chánh-đẳng Chánh-giác, Chánh-giác, Phật-đạo, Phật-quả.

Quả-vị Phật. Tức thành Phật chứng Quả, nhờ tu muôn hạnh muôn đức. Trong các quả-vị tu chứng : Tu-đà-hoàn quả, Tư-đà-hàm quả, A-na-hàm quả, A-la-hán quả, Duyên-giác quả, Bồ-tát quả và *Phật-quả*, thì *Phật-quả* là cao rốt, hoàn-toàn

Tùy Dương-đế văn : Hạ độ chúng-sanh, thượng cầu *Phật-quả*.

(*Dưới thì độ các chúng-sanh, trên thì cầu thành quả Phật.*)

PHẬT-QUANG 佛 光 .— Bouddharansi (*p.*) .— Lueur brillante émanant du Corps du Bouddha (*fr.*) : Quang-minh của Phật. Tức là những lằn ánh-sáng từ nơi mình Phật tủa ra. Ấy là do nơi sự tinh-khiết của thân - thể, do nơi sự trong-sạch của tâm-trí, nên có cái ánh sáng ấy chói ra ngoài. Hào-quang của Phật có sáu màu, kêu theo Ba-ly là : Nila, Pita, Lohita, Avadata, Mangasta, Prabhasvara. Bao nhiêu những lằn hào-quang chói ra làm thành một vầng sáng - suốt (*Phạn* : *Prakasha, Pháp* : *Aura*).

Chư vị La-hán cũng có hào-quang tủa ra, nhưng kém hơn của Phật. (*Xem* : *Quang, quang-minh.*)

PHẬT-QUỐC 佛 國 : Nước Phật. Đất nước nơi ấy đức Phật cư trụ, đất nước nơi ấy đức Phật hóa độ. Cõi Tịnh-độ vẫn là *Phật-quốc* ; cõi Uế-độ cũng là cõi nước nơi ấy đức Phật hóa độ. Như : Cực-lạc thế-giới là *Phật-quốc* của đức A-Di-Đà. Ta-bà thế-giái là *Phật-quốc* của đức Thích-Ca Như-lai.— *Phật quốc* cũng là cõi Thiên-Trước (*Ấn-độ, Inde*), vì Phật Thích-Ca giáng-sanh và giáo-hóa ở cõi ấy.

PHẬT-QUỐC KÝ 佛 國 記 .— Foe kouc ki (*ch.*) : Tên quyển sách Du-ký nước Phật của sư *Pháp-Hiền*, người Trung-Hoa hồi thế-kỷ thứ tư thứ năm. Ông từ-giã thành Trường-An năm 399, trải qua trên ba mươi nước nơi cõi Ấn-độ trong mười lăm năm. Về Trung-quốc năm 414, ông có viết quyển *Phật-quốc ký*. Trong sách ấy, ông biên rõ những phong-tục tốt đẹp bên Thiên-trước, ghi những chùa chiền và có tường thuật tình-hình đạo-lý ở các nước trong cõi Thiên-Trước. Quyển Phật-quốc-ký có dịch ra tiếng Pháp, nhan đề : Foe koue ki ou Relation des royaumes bouddhiques, xuất bản năm 1836. dịch-giả là Abel Ré musat. Quyền sách ấy rất được hoan-nghênh. (*Xem : Pháp-Hiền.*)

PHẬT SANH NHỰT 佛生日 : Ngày sanh của Phật. Tính theo lịch nhà Châu bên Trung-quốc, đức Thích Ca Như-lai giáng sanh nhằm ngày mồng tám tháng tư. Tính năm theo dương-lịch, nhằm năm 563 trước dương-lịch. Ngày Phật giáng sanh là một ngày vía lớn. Các Phật-tử trong hoàn-cầu ngày ấy đều ngưng công-việc làm ăn để niệm-tưởng công-đức của Phật. (*Xem : Thích-Ca Mâu-ni.*)

PHẬT-SÁT 佛刹 .— Bouddha-ksha (*scr.*).— Terre de Bouddha (*fr.*) : Cõi đất Phật. Đồng-nghĩa : *Phật-độ*, *Phật-quốc*. Như Cực-lạc thế-giái là *Phật-sát* của đức A-Di-Đà. (*Xem : Sát.*)

PHẬT-SẮC 佛敕 : Chiếu chỉ của Phật. *Sắc* là lệnh truyền của vua. Bởi Phật là bực Pháp-vương cao hơn hết (*Vô-thượng Pháp-vương*), cho nên những giáo-lệnh của ngài kêu là *Phật-sắc*.

PHẬT SỞ HÀNH TÁN 佛所行讚 .— Bouddha-carita (*scr.*) Một bộ Kinh rất có giá-trị, viết theo lối kệ tán, chép trọn đời đức Phật Thích-Ca. Soạn-giả là Mã-Minh (*Asvaghosha*) Bồ-tát, Tổ-sư đời thứ mười hai ở Thiên-Trước. Trong những kinh-điển thuật truyện tích đức Phật, quyền *Phật sở hành tán* là hay nhứt, văn-hoa nhứt.

(*Xem : Mã-Minh Bồ-tát.*)

PHẬT-SỰ 佛事 : Công-việc Phật. Những việc mà Phật thường làm, như : thuyết-pháp giáo-hóa, tế-độ chúng-sanh, kêu là *Phật-sự*. Những công-việc từ-thiện mà một vị Thượng-tọa thường làm ở nhà Chùa, cũng kêu là *Phật-sự*. Và tất cả các việc lành mà nhà tu-trì thi-thố hạp với hành-vi của Phật, như : cất chùa, xây tháp, lên tượng, in Kinh, tu Lục-độ : Bố-thí, Trì giái, Nhẫn-nhục, Tinh-tấn, Thiền-định, Trí-huệ, đều là *Phật-sự*.

Cho đến làm con mà khuyến hóa cho cha mẹ bỏ tà-kiến, ác-tâm, đem lòng ngưỡng mộ Phật - Pháp, cũng kêu là làm *Phật-sự*.

PHẬT-TẠNG 佛 藏 : Kinh-tạng, Pháp-tạng của Phật. Tiếng gồm xưng tất cả những Kinh, Pháp mà Phật đã thuyết.

PHẬT-TÁNH 佛 性 .— Nature de Bouddha (*fr.*) : Tánh Phật, Tánh Giác-ngộ, cái Bổn-tánh lành, Mầm Lương-thiện ở mọi người mọi vật. Cũng kêu : *Như-lai* tánh. Đối-nghĩa : Chúng-sanh tánh. **Phạm-võng Kinh** : Tất cả chúng-sanh đều có sẵn cái Tánh giác-ngộ nơi mình (*Nhứt thiết chúng-sanh giai hữu Phật-tánh*). Nhờ cái *Tánh giác-ngộ* ấy, cái Bổn-tánh Lành ấy, chúng-sanh công-nhận và thấu đạt lý Nhơn-quả, hiểu cái Thể tự-nhiên của mình đồng với Phật.

Cái *Phật-tánh* ở nơi ta là tấn chớ không phải thối, tích chớ không phải tiêu, Nó lướt tới mãi, nó làm cho cảnh trần càng đẹp, càng thuần, nó đưa lần mọi vật đến gần Cái Tuyệt đẹp, Tuyệt cao, Tuyệt diệu, Tuyệt sáng. Mỗi vật đều có chứa nơi mình cái *Phật-tánh*, dầu cho vật nào đê hạ tới đâu cũng có hy-vọng thành Phật được. Không bỏ mạng nào, không đày ai, không một vật nào bị sa thải hết.

Trong « **Pháp-bảo Đàn-Kinh** » phẩm thứ hai, đức Lục-tổ có giải rằng : Dầu kẻ ngu, dầu người trí cũng đều có *Phật-tánh* như nhau. Chỉ tại sự mê, ngộ chẳng đồng đó thôi. Cho nên mới có kẻ ngu. người trí.—

Phật-tánh cũng tức là *Chơn-như*, cái tánh chơn-thật như thường, không biến cải, chẳng sanh chẳng diệt. Song với kẻ ngu, vì bị nhiều sở dục, vì bị nghiệp-chướng ngăn bít, nên cái *Phật-tánh*, cái *Chơn - như* phải lu lờ. Còn đối với người trí ít tham, ít dục, mộ việc tu hành, nên cái *Phật-tánh*, cái *Chơn-như* tỏ rõ ra, biết lẽ quấy mà tránh, biết lẽ phải mà theo.

Đối với chúng-sanh trong *Thập giới*, cái *Phật-tánh* ở ba hạng Địa-ngục, Ngạ-quỉ và Súc-sanh thì kém tối ; ở ba hạng Thiên, Nhơn, A-tu-la thì khá hơn ; rồi từ Thinh-văn, Duyên-giác, Bồ-tát càng tỏ rõ hơn nhiều ; cho đến ở bực Phật thì cái *Phật-tánh* sáng suốt hoàn toàn.

Niết-Bàn Kinh, quyển 25 : Bồ-tát biết rằng *Phật-tánh* có bảy đức-tánh, bảy nghĩa-lý : 1.) Thường (*Thường-thường, chẳng đổi*), 2.) Tịnh (*Trong sạch*), 3.) Thật (*Thành-thật*), 4.) Thiện (*Lành, chẳng ác*), 5.) Đương kiến (*Cái mà người ta đương thấy và sẽ thấy*), 6.) Chơn (*Chơn chánh, chẳng giả*), 7.) Khả chứng (*Cái mà mình có thể chứng đắc*).

(*Xem : Ngũ Phật-tánh, — Tam Phật-tánh, — Tam nhơn Phật-tánh, Thập pháp.*)

PHẬT-TÁNH GIỚI 佛 性 戒 : Giới-luật tánh Phật. Tất cả chúng-sanh đều có *Phật-tánh*. Cái *Phật-tánh* ấy vốn không nhiễm trược, nó rời khỏi các sự tội lỗi. Nếu nhà tu-hành biết tùy thuận theo nó, bèn răn giữ lấy thân-khẩu-ý của mình, như vậy kêu là *Phật-tánh giới*

Lại nữa, người ta cũng xưng *Đại-thừa giới* (*Bồ tát giới*) là *Phật-tánh giới*, vì nhờ giới ấy, hành-giả có thể hiển Phật hiện Tánh.

PHẬT-TÂM.— 佛 心 Cœur de Bouddha (*fr.*) : Lòng đức Như-lai. Lòng dạ giác-ngộ, dứt các mê-hoặc.— Lòng đại-từ đại-bi, thương tất cả chúng-sanh, quyết cứu thoát cho chúng-sanh khỏi các khổ-não và độ cho họ thành Phật. *Phật-tâm* đối với *chúng-sanh tâm* là tâm-tánh mê tối, tham dục, đầy phiền-não, chỉ lo cho mình mà thôi.

Quán Vô-lượng-Thọ Phật Kinh : Quán tưởng thấy chư Phật, kêu là Niệm Phật Tam-muội. Hễ quán được thân Phật thì cũng thấy được *Phật-tâm*. *Phật-tâm* ấy là lòng đại từ-bi, đem đức vô-duyên từ mà thâu nhiếp các chúng-sanh.

PHẬT-TÂM ẤN 佛 心 印.— Sceau dénommé « Cœur de Bouddha » : Dấu in tâm Phật, sự truyền thọ cái Phật-tâm. Cũng kêu : *Tâm-ấn, Phật-ấn*. Chúng-sanh thảy đều có cái *Phật-tâm*, nhưng tự họ không dè. Cho nên có nhiều người tu tập mà chẳng cầu thành Phật. Bực tôn-sư xét rằng trình-độ và chí hướng của đệ-tử mình có thể thọ lãnh Đại-đạo, bèn đem tâm Phật mà in vào tâm của đệ-tử, sự ấn định vững vàng như vậy, kêu là *Phật-tâm ấn*. Sự truyền pháp như thế là sở trường của các tổ và các sư Phật-tâm tông (*Thiền-tông*). Bên Đông-độ, lệ truyền *Phật-tâm ấn* bắt đầu từ Đạt-ma Sơ-tổ, thế-kỷ thứ sáu dương-lịch. Ngài in dấu, chỉ thẳng vào tâm, làm cho kẻ đệ-tử thấy cái Phật-tâm, Phật-tánh của mình, tự nhiên thành Phật. Một khi tâm tánh của kẻ đệ-tử khế-hiệp với tâm-tánh của Phật, thì quyết định thành Phật vậy.

PHẬT-TÂM TÔNG 佛 心 宗 : Một tên riêng của *Thiền-tông*. Kêu tắt : *Tâm-tông*. Thiền-tông cũng kêu là *Phật-tâm tông*, vì phái-đồ cố tham-thiền cho giác-ngộ, cho đắc cái Phật-tâm là cái tâm thanh-tịnh tự-nhiên mà ai nấy đều có sẵn. Ấy là học-thuyết : Chỉ thẳng vào tâm, thấy Tánh thành Phật. Ai tham-thiền cho giác-ngộ, thấy mình có đủ Phật-tâm, Phật-tánh, tức là thành Phật (*Xem : Thiền-tông.*)

PHẬT-TÂM THIÊN-TỬ 佛 心 天 子 : Vị vua Thiên-tử có Phật-tâm. Đức-hiệu của vua Võ-đế nhà Lương bên Trung-quốc. Vua Võ-đế, thế kỷ thứ sáu, là một nhà vua rất mộ đạo Phật, hay ủng hộ Tam-Bảo, ưa cất chùa, nghe pháp. Và vua có được nghe Đạt-ma sơ-tổ giảng pháp. Chính vua từng mặc cà-sa, ở chùa và thuyết pháp nữa. Vì vậy nên mọi người đều tặng cho ngài cái danh-hiệu quí báu *Phật-tâm Thiên-tử*. (*Xem : Võ-đế.*)

PHẬT-TÍCH 佛 跡. — Vestiges, Traces du Bouddha (*fr.*) Dấu-tích Phật, như những điện thờ xá-lỵ, di tích của Phật ; những nơi mà ngày xưa Phật từng cư ngụ. Những xứ mà Phật có để dấu-tích khi ngài bước chơn đến. Vào thế kỷ thứ ba trước dương-lịch, những nơi có *Phật-tích* đều được vua A-Dục sùng tu, vua thường xây chùa, cất tháp hoặc cặm bảng đá, trụ đá ở mấy chỗ ấy. Nơi bảng đá và trụ đá đều có ghi các tư-tưởng của Phật. — Vào thế-kỷ thứ bảy, một vị cao-tăng Trung-quốc tên là Huyền Trang, trong khi qua viếng Thiên-trước, có đi chiêm bái ở các xứ có *Phật-tích*.

PHẬT-TỔ 佛 祖 : Phật bổn-sư, tức đức Thích-Ca Mâu-Ni. Ngài tu thành Chánh-quả, nên xưng ngài là *Phật* ; ngài lập ra nền tôn-giáo, nên xưng ngài là *Tổ*, *Tổ-sư* ; kêu gồm là *Phật-tổ*. Tức là thành Phật và làm Tổ. Phật-tử tại-gia hoặc xuất-gia không nên kêu tên thiệt của đức Giáo-chủ mình, mà phải gọi là *Phật*, hay *Phật-tổ*.

Phật-tổ cũng có nghĩa : Phật và Tổ, tức đức Phật và chư Lịch-đại Tổ-sư.

PHẬT-TỬ 佛 子.— Fils, disciple de Bouddha, Boudhiste (*fr.*) : Con của Phật về Pháp-giáo, đệ-tử của Phật, tín-đồ Phật-giáo. Hồi Phật còn trụ thế, các hàng *Phật-tử* nhờ Phật giáo-hóa, hoặc nhờ nghe Kinh do Phật thuyết mà chứng được Pháp-tánh, bèn noi theo phương-pháp của Phật truyền mà tu để đắc các quả đạo.

Vậy nên những vị Bồ-tát, Duyên-giác và La-hán hầu theo Phật, ủng hộ Phật trong cuộc truyền bá Phật - giáo, đều là *Phật-tử*. Cho đến đức Quan-Thế-Âm Bồ - tát, mặc dầu đã đắc quả Như-lai, nhưng cũng là *Phật - tử*. Như trong Diệu - pháp Liên-hoa Kinh có câu :

Phật-tử hà nhơn-duyên.

Danh vi Quan-Thế-Âm ?

(Kia ngài Phật-tử hiện đây,

Quan-Âm Bồ-tát kêu vậy tại sao ?)

Những ai thọ cụ-túc giới làm Tỳ-kheo, Tỳ-kheo-ni, giữ mình thanh-tịnh, tự coi mình như con của Phật về Pháp-giáo, ấy là *Phật-tử*. Sau nữa, những vị thọ giới, tu trì theo đạo Phật, tin tưởng Tam Bảo, thì được tự xưng là *Phật-tử*.

Trong **Tứ thập nhị chương Kinh** có lời Phật phán : Những *Phật - tử* tuy cách ta hằng ngàn dặm mà nhớ giữ Giới của ta, chắc là tu đắc Đạo. Còn những kẻ thường ở với ta, theo bên tả, bên hữu, tuy thường thấy ta, mà không thuận theo Giới của ta, thì không đắc Đạo.—

Đồng-nghĩa : Phật đệ-tử, Thích-tử.

Có thể nói rằng tất cả chúng-sanh đều là *Phật-tử*. Nhưng đại-để có ba hạng, *Tam Phật-tử* :

1.) *Ngoại-tử* hay *Ngoại Phật-tử* là những phàm-phu.

2.) *Thứ-tử* hay *Thứ Phật-tử* (*hàng con kế*) là những vị tu hai thừa Thinh-văn thừa và Duyên-giác thừa.

3.) *Chơn-tử* hay *Chơn Phật-tử* (*thật là con Phật*) là những Bồ-tát.

PHẬT-TỬ TRỤ 佛子住 : Bực Phật-tử trụ, tức là *Pháp-vương tử*. Tiếng gọi hàng Đại Bồ-tát, làm nổi Phật-sự. Trong **Thủ Lăng-Nghiêm Kinh** quyển năm, ông Bạt-đà-bà-La có nhắc rằng thuở xưa, hồi đời Phật Oai-Âm-Vương, ông nhờ quán tưởng lẽ Xúc (*thân chạm với trần*), đắc lý Diệu-xúc mà thành *Phật-tử trụ* (*Xem : Pháp-vương tử*.)

PHẬT-THÂN 佛身 Bouddha-Kâya (*scr.*).- Corps de Bouddha (fr.): Thân-thể của Phật. Thân-tướng của đức Như-lai của bực chứng đắc quả chánh-giác vô thượng Đức Phật có *Tam-thân* (*ba thân*) : Pháp thân, Báo-thân, Hoá-thân, kêu chung là *Phật-thân*.- *Phật-thân* có đủ ba mươi hai tướngcủa bực Trượng-phu và tám mươi tướng tốt phụ thuộc. Ai quán tưởng mà thấy *thân thể* của một đức Phật, của nhiều đức *Phật*, hay thấy tỏ rõ *thân Phật* có chư Bồ-tát, Thinh-văn theo hầu, người ấy được phép Niệm Phật Tam-muội. Cách quán tưởng cho thấy *Phật-thân* A-Di-Đà có chỉ rõ trong Quán Vô-Lượng-Thọ Phật Kinh.

Trong *Địa-Tạng Bồ-tát Bổn-Nguyện Kinh*, phẩm đệ nhị, có chép lời Phật Thích-Ca : Hoặc ta hiện ra nam-tử thân, hoặc ta hiện ra nữ-nhơn thân, hoặc ta hiện ra Thiên, Long thân, hoặc ta hiện ra Thần, Quỉ thân ; hoặc hiện núi, rừng, rạch, nguồn, sông, ao, suối, giếng, làm lợi cho người, ta độ thoát cho tất cả. Hoặc ta hiện ra Thiên-đế thân, hoặc hiện Phạm-vương thân, hoặc hiện Chuyển luân vương thân, hoặc hiện cư-sĩ thân, hoặc hiện quốc-vương thân, hoặc hiện tề phụ thân, hoặc hiện quan thuộc thân. Hoặc hiện Tỳ-kheo, Tỳ-kheo ni, Ưu-bà-tắc, Ưu-bà-di thân, cho đến Thinh-văn La-hán, Bích-chi Phật, Bồ-tát thân mà hóa độ, chớ chẳng phải chỉ hiện ra một *Phật-thân* nầy mà thôi.

PHẬT THỌ 佛樹 : Cây Phật, cây Bồ-đề. Phật là cây Đại-thọ (*lời tỷ-dủ*).

1. Bodhidruma (*scr.*) : Cây Bồ-đề. Nơi cội cây ấy, Phật ngồi thiền-định mà thành Đạo, nên kêu là *Phật-thọ* Cũng kêu : *Bồ-đề thọ, Đạo-thọ, Giác-thọ.*

2. Bouddha-druma (*scr.*) : Lời thí-dụ để xưng Phật. Tỷ như một cây làm thuốc, trừ được mọi thứ độc hại, cho tới nọc rắn độc. Đức Phật cũng như thế, ngài ra đời thì diệt các phiền-não cho chúng-sanh : Tiên, người, thần. Lại tỷ như một cây đại-thọ, tàn che cho chúng-sanh được mát mẽ, hết nóng bức. Phật cũng như thế, ngài độ cho chúng-sanh dứt sự thiêu nhiệt của phiền-não, nên kêu là *Phật-thọ.*

PHẬT THUYẾT 佛說 : 1. Lý thuyết chơn-chánh của Phật. Đối-nghĩa : *Ma-thuyết* : lý-thuyết tà my của ma. 2. Phật thuyết pháp giảng kinh. Các kinh-điển đạo Phật đều do năm hạng người thuyết diễn (*ngũ chủng nhơn thuyết*) :

1. *Phật thuyết* : Tự kim-khẩu của đức Phật diễn giảng, tùy theo căn-tánh mà độ chúng-sanh. Các kinh do *Phật thuyết* thường khởi đầu bằng câu nầy của ông A-Nan : Tôi có nghe như vầy (*Như thị ngã văn*). Phật không có viết kinh, ngài chỉ thuyết pháp mà thôi. Những bài thuyết pháp của ngài do chư đệ-tử hội nhau mà chép lại thành kinh.

2. Đệ-tử thuyết : chư Thinh-văn, chư Bồ-tát thuyết pháp được Phật chứng nhận.

3. Tiên-nhơn thuyết : Mấy nhà tu Tiên, đắc *Ngũ thông*, theo Phật, nhập Đạo, thuyết pháp hoá độ cho người.

4. Chư Thiên thuyết : Mấy vị Tiên trên Trời thuyết pháp. Như tại Thiện-cung của đức Đế-Thích, có toà Thiện-pháp-Tường

nơi ấy chư Thiên thường thuyết Bát-nhã (*Trí-huệ*).

5. Hóa-nhơn thuyết : Tức Phật, Bồ-tát, La-hán biến hóa ra các thân-hình mà thuyết pháp.

Lại theo kinh Hoa-nghiêm, có năm loại thuyết pháp :

1. *Phật thuyết*, 2. Bồ-tát thuyết, 3. Thinh-văn thuyết, 4. Chúng-sanh thuyết (*như chư thiên, chư thần*), 5. Khí giới-thuyết (như cây Bồ-đề ở cõi Tịnh-độ có thể thuyết pháp, tiếng nước, tiếng chuông tiếng nhạc ở cõi Cực-lạc và ở cảnh Đâu-suất cũng có thể cho nghe những lý diệu-pháp).

PHẬT THỪA 佛乘.- Bouddhayana (*sir.*).- Véhiculedu Bouddha (*fr.*) : Cỗ xe của Phật, tức là giáo-pháp đưa người đến quả-vị Như-lai. Đáng lẽ đọc *Phật-thặng*, nhưng người Việt-nam ta quen đọc *phật thừa*. Cũng kêu : *Nhứt thừa* (*Thừa duy nhứt*), *Nhứt Phật-thừa*.

Tỷ như một cỗ xe lớn đưa nhiều người từ nước nầy đến nước kia, cũng như thế, giáo-pháp của Phật có thể đưa các chúng-sanh từ cảnh luân-hồi khổ-não đến cảnh Niết-bàn của bực Phật, cho nên người ta gọi giáo-pháp ấy là *Phật-thừa*. *Phật-thừa* là giáo-pháp rốt ráo mà Phật truyền trước khi ngài nhập diệt. Trong đời dạy đạo của đức Thích-tôn, ban đầu ngài còn phân biệt Tam thừa (*Ba thừa*). Ngài dùng Thinh-văn thừa mà dạy cho các nhà tu học đắc quả, La-hán. Kế ngài dùng Duyên-giác thừa mà độ cho hành-giả đến cảnh Niết-bàn của bực Duyên-giác (*Độc - giác.*) Rồi ngài dùng Bồ-tát thừa mà dạy cho những bực tu trì dõng-mãnh đắc quả-vị Đại Bồ-tát. Sau rốt, thấy ai nấy đều thuần thục, ngài bèn gom ba thừa lại làm Nhứt thừa, *Phật-thừa*, ngài truyền giáo-lý cho các đệ-tử để thành quả Phật Như-lai.

Thinh-văn thừa ví với xe dê (*dương-xa*). Duyên-giác thừa ví với xe lộc (*lộc xa*). Bồ-tát thừa ví với xe bò (*ngưu-xa*). *Phật-thừa* ví với xe bò trắng lớn (*đại bạch* ngưu-xa.)

Diệu-pháp-liên-hoa kinh sở trường về *Phật-thừa*. Ai trì kinh ấy cho có công, ắt sẽ thành Phật.

Trong Niết - Bàn Kinh, có xưng Phật - thừa bằng mấy danh-hiệu nầy: *Vô năng phục Thừa* (*Giáo - pháp mà không giáo-pháp nào hàng phục nổi*), *Vô luy pháp* Thừa (*Giáo - pháp không yếu ớt và không thiếu sót*), *Bất thối một Thừa* (*Giáo-pháp chẳng lui, chẳng lặn*), Vô *Thượng Thừa* (*Giáo-pháp cao hơn hết*), *Thập lực Thừa* (*Giáo pháp của bậc có đủ Mười sức*), *Đại công-đức Thừa*, *Vị-tằng hữu Thừa* (*Giáo-pháp chưa từng có*), *Hy hữu Thừa* (*giáo-pháp ít có*), *Nan đắc Thừa* (*Giáo-pháp khó được*), *Vô-biên thừa* (*Giáo-phóp không bờ bến*), *Tri nhứt thiết Thừa* (*giáo-pháp của Bậc Biết tất cả*).

PHẬT THỪA GIỚI 佛乘戒 : Giới-luật Phật-thừa. Giới-luật tu trì của những nhà đạo có chí cầu thành Phật. Cũng kêu : *Phật-giới*; *Đại-thừa Giới*, *Bồ-tát Giới*.

PHẬT-THỪA THẬT ĐỊA 佛乘十地 : Mười địa vị của Phật-thừa. Người tu theo Phật-thừa, lần lượt chứng từng địa-vị trong Thập địa :

1. Thậm thâm nan tri quảng-minh trí-huệ địa.
2. Thanh-tịnh tự phần oai-nghiêm bất tư-nghị minh-đức địa.
3. Thiện-minh nhựt tràng thiệt-tướng hải tạng địa.
4. Tinh-diệu kim-quang công chư thần thông trí đức địa.
5. Đại-luân oai-tạng minh đức địa.
6. Hư-không nội thanh-tịnh vô-cấu viêm-quang khai tướng địa.
7. Quảng thắng pháp-giới tạng minh-giới địa.
8. Phổ thông trí-tạng năng tịnh vô-cấu biên vô-ngại trí-thông địa.
9. Vô-biên đức trang nghiêm hồi-hướng năng chiếu minh địa.
10. Tỳ-lư-xá-na trí-hải tạng địa.

PHẬT TRI KIẾN 佛知見 : Sự biết và sự thấy của Phật. Phật có đủ *Tam trí* : 1) Nhứt thiết trí của hai hàng Thinh-văn và Duyên-giác, 2) Đạo chủng trí của hàng Bồ-tát, 3) Nhứt thiết chủng trí của hàng Như-lai. Cho nên ngài biết tất cả. Phật lại có đủ *Ngũ nhãn* : 1) Nhục-nhãn, 2) Thiên-nhãn, 3) Huệ-nhãn, 4) Pháp-nhãn, 5) Phật-nhãn. Cho nên ngài thấy tất cả.

Được cái *Phật tri kiến*, đức Như-lai có thể khai không cái

Phật tri kiến cho chúng-sanh, ngài có thể chỉ bảo cái *Phật tri kiến* cho họ, ngài có thể giác ngộ cái *Phật tri kiến* cho họ, và ngài có thể làm cho họ đắc nhập cái *Phật tri kiến*. Cho nên trong Kinh Diệu-Pháp Liên-hoa có chép : Cái nhơn-duyên việc lớn do nơi đó mà đức Phật Thích-Ca ra đời, là ngài khai, thị ngộ, nhập cái *Phật tri kiến* ấy vậy.

Khai, thị, ngộ, nhập cái *Phật tri kiến* là bốn cỡ giáo-hóa của đức Như-lai, bốn trình-độ tu học của Phật-tử. Người mới tu tập, dứt một phần vô-minh, được chút ít *Phật tri kiến*, như vậy kêu là khai *Phật tri kiến*. Rồi đến khi dứt hết vô-minh, cái tri kiến được tròn-trịa, sáng suốt, thì kêu là Nhập *Phật tri kiến*.

PHẬT-TRÍ 佛 智 : Trí-huệ của đức Phật-đà. Cũng viết : *Phật trí-huệ, Phật-huệ, Như-lai huệ*. Theo chữ Phạn, có hai chữ có nghĩa là *Phật trí* :

1.) A-nậu-đa-la Tam-miệu Tam - bồ - đề (*Anouttara Samyas-Sambôdhi*).

2.) Tát-bát-nhã hay Bát-nhã (*Prajnâ*). *A-nậu-đa-la Tam-miệu Tam-bồ-đề* tức là Vô-thượng chánh-đẳng chánh-giác, sự sáng-suốt mà Phật thâu được hồi ngài thành Phật Thế-tôn ở cội cây Bồ-đề. Cái trí-huệ nầy cao hơn cái trí-huệ của các nhà thành đạo khác : Bồ-tát, Duyên-giác, La-hán, chư Thiên. *Tát-bát-nhã* hay *Bát-nhã* tức là Nhứt thiết chủng trí. Do nơi cái trí - huệ nầy, đức Phật biết tất cả, thông suốt tất cả.—

Vô-Lượng-Thọ Kinh : Biển trí-huệ của đức Như-lai (*đức Phật*) sâu vô-tận, rộng vô-cùng.— Lại trong Kinh ấy có nói rằng : Nếu có chúng-sanh tu mọi công-đức, nguyện sanh về cõi ấy (*cõi Cực-lạc của Phật A-Di-Đà*), nhưng họ đem lòng nghi-hoặc, thì họ chẳng hiểu *Phật-trí*, cái Bất-tư-nghị trí (*Trí chẳng có thể suy nghĩ bàn bạc*), cái Bất khả xưng trí (*Trí chẳng có thể xưng ra*), cái vô-đẳng vô-luân tối thượng thắng trí (*Trí cao thượng siêu tuyệt không một ai bằng*).

PHẬT - VỊ 佛 位 État de Bouddha (*fr.*) Quả-vị, Ngôi-vị Phật. Như đức Thích-Ca khi thành Chánh-giác ở cội cây Bồ-đề trong rừng Già-da (*Gaya*), ngài từ ngôi-vị Bồ-tát mà bước lên *Phật-vị*.

PHỆ-ĐÀ 吠陀 (吠馱) Védas (scr.) Kinh luận căn-bổn của đạo Bà-la-môn. Kinh nầy rất cổ, có bốn bộ, Tàu dịch là *Tứ Minh* :

1.) *Lê Phệ-đà* (*Rig-Véda*), dịch nghĩa : *Thọ-Minh*, giải thích việc số mạng dài vắn của con người, cách dưỡng sanh, bảo-tồn thiện-tánh, phương-pháp giải-thoát.

2.) *Dạ-nhu Phệ-đà* (*Yajur-Véda*), dịch nghĩa : *Tự-Minh*, giảng dạy việc tế-tự, cầu đảo chư thiên, chư thần và các âm hồn.

3.) *Sa-ma Phệ-đà* (*Sama-Véda*), dịch nghĩa : *Bình-Minh*, bình-định việc phải quấy ở đời (*cưới gả, chôn cất, tiệc tùng*), những cách chiếm quẻ, binh pháp quân trận.

4.) *A-đạt-bà Phệ-đà* (*Artharva-Véda*), dịch nghĩa : *Thuật-Minh*, dạy những kỹ thuật, như : toán số, cấm chú, y phương.

Mỗi ngày, các sư Bà-la-môn đọc tụng ba thứ Kinh trên theo thứ tự và sau cùng thì tụng *A-đạt-bà Phệ-đà*.

Chữ *Phệ-đà* (*Védas*), có nhiều nghĩa, nhưng nghĩa thông-dụng hơn hết là : *Minh, Minh-trí* tức là làm tỏ rõ, sáng suốt tâm-trí.

Bốn bộ Kinh *Phệ-đà* (*Tứ Minh*) tóm lược trình-độ Văn-minh Ấn-Độ và trạng-thái tư-tưởng xã-hội Ấn-Độ trước khi thọ-lãnh Văn-minh Phật-giáo do đức Phật Thích-Ca lưu-truyền. Ấy là bốn bộ Thánh điển tối cổ ở Ấn-Độ của Bà-la-môn giáo vậy

Chữ *Phệ-đà* (*Védas*) cũng viết trại ra là : *Tỳ-đà, Vi-đà, Bì-đà, Tiết-đà, Bệ đà. (Vì có rất nhiều vị dịch-giả phiên âm chữ Phạn ra chữ Hán, cho nên mỗi vị phiên âm một cách.)*

PHỆ-XÁ (*chủng*) 吠舍 (種) Vaisya (scr.) Cũng viết : **Phệ-xa** 吠奢 Chủng phái thứ ba ở Ấn-độ. Giai-cấp nầy chuyên việc thương-mãi.

Bên Ấn-độ, có bốn chủng-phái, ai sanh vào chủng-phái (*giai-cấp*) nào, thì phải sống theo chủng-phái ấy : 1.) Bà-la-môn, hạng thầy tu, 2.) Sát-đế-ly (*lợi*), hạng vua chúa và công hầu khanh tướng, 3.) Phệ-xá, hạng thương mãi, 4.) Thủ-đà-la, hạng làm ruộng và làm công-nghệ.

Đó là bốn giai-cấp chánh-thức ở Ấn-độ. Lại còn một chủng-phái nữa, *Chiên-đà-la* là chủng-phái ty tiện, làm các nghề hèn hạ : ở đợ, chèo ghe, làm thịt thú vật.

Hồi đức Thích-tôn đi giáo-độ, ngài rộng lòng thâu người các chủng-phái vào hàng đệ-tử của ngài, nghĩ rằng chủng-phái nào cũng có quyền hưởng sự từ-bi, hưởng nhờ lý Đạo hết.

Về chủng phái *Phệ-xá*, có nhiều vị đệ-tử xuất-gia đắc quả Thánh, như Tu-bồ-đề, Phú-lâu-na v.v...

PHỆ-XÁ-LY 吠舍離 Vaisali (*scr.*) Cũng viết : Xá-ly quốc, Tỳ-xá-ly, Duy-da-ly. Một đô-thị lớn ở Ấn-độ hồi Phật Thích-Ca ra đời. (*Xem : Duy-da-ly.*)

PHI AN-LẬP CHƠN-NHƯ 非安立真如 : Cái Chơn-như chẳng phải lập yên. Đối-nghĩa : An-lập Chơn-như. *Chơn-như* là cái Phật-tánh, cái Bổn-tánh chơn-thật tự-nhiên mà các chúng-sanh đều có sẵn nơi mình. Duy-thức luận có nói ra hai lẽ Chơn-như : An-lập Chơn-như, Phi an - lập Chơn-như.

An-lập Chơn-như là cái Chơn-như do người ta thiết-lập, đặt yên bằng lời giảng giải để chỉ rõ cái tướng trạng của nó. Cũng kêu là : An-lập đế (*Chơn-lý mà người ta thiết-lập*). Đồng-nghĩa : Y ngôn Chơn-như (*Chơn-như dựa theo lời nói*).

Phi an-lập Chơn-như là cái Chơn-như chẳng phải thiết lập, chẳng phải đặt yên bằng lời giải thích. Cái thể-tánh nó vốn lìa khỏi tướng-trạng của văn-tự, lìa khỏi tướng-trạng của tâm-duyên, nó là tịch-diệt, vô-vi. Cũng kêu là : Phi an-lập đế (*Chơn-lý chẳng phải do người ta thiết-lập*). Đồng-nghĩa : Ly ngôn Chơn-như (*Chơn-như lìa khỏi lời nói, lìa khỏi sự giải thích, lìa khỏi điều đặt để*).

PHI BỒ-TÁT 非菩薩 Chẳng phải Bồ-tát. Tiếng gọi kẻ phàm-phu trong Tam Giới, Lục Đạo, kẻ ấy còn chưa phát tâm cầu quả Tiểu-thừa. Tiếng chê kẻ tự xưng theo Đại-thừa, nhưng lòng dạ còn chấp tướng, chấp pháp. Cũng như nói : Giả danh Bồ-tát.

Kim-cang Kinh : Tu-bồ-Đề ! nhược Bồ-tát hữu ngã - tướng, nhơn-tướng, chúng-sanh tướng, thọ-giả tướng, tức *phi Bồ-tát*. (*Này*

Tu-bồ-Đề! nếu Bồ-tát có tướng mình, tướng người, tướng chúng-sanh, tướng mạng-số, tức chẳng phải Bồ-tát.)

PHI-ĐẠO 非 道 Chẳng phải đạo. Nghĩa là : Hạnh tà, trái với Chánh - đạo. Sái cách-thế ; Sái đường-lối ; Trái nghịch với lề-lối thường-hằng.

PHI HẮC PHI BẠCH NGHIỆP 非 黑 非 白 業 Acte (*Karma*) neutre (*fr.*) : Hạnh-nghiệp chẳng phải đen chẳng phải trắng. Cũng viết : *Bất hắc Bất bạch nghiệp.* Tức là Nghiệp vô-lậu của hàng Thánh-giả. Nghiệp ấy có hai đức-tánh : *phi-hắc,* tức là không nhiễm ô, không có phiền - não dơ dáy, nên không có quả - báo đau khổ ; *phi bạch,* tức là không chiêu cảm quả-báo phước-lạc do việc thiện mình đã làm. Một trong bốn thứ nghiệp : Tứ nghiệp : 1.) Hắc nghiệp, 2.) Bạch-nghiệp, 3.) Hắc-nghiệp bạch-nghiệp, 4.) *Phi hắc phi bạch nghiệp* (*Bất hắc bất bạch nghiệp*). *Xem : Nghiệp.*

PHI HỮU PHI KHÔNG 非 有 非 空 Chẳng phải có mà cũng chẳng phải không. Cũng viết : *Phi hữu phi vô.*

Đó là lý Trung-đạo, lý Đại-thừa, lý Chơn-như trong Phật-pháp, có giải rõ trong Duy-thức luận.

Những kẻ phàm-phu chưa nhập Đạo hoặc mới vào Đạo, đối với chúng-sanh và đối với các pháp, đều nhận là *Hữu* (*Có*).

Tấn lên một bực, những người giác-ngộ, nhưng còn ở địa-vị Tiểu-thừa, đối với chúng-sanh thì cho là ngũ uẩn do Tứ đại giả hiệp, đối với các pháp thì cho là do nhơn-duyên tạm hiệp. Lúc nào họ cũng nhận là *Không.* Đó là lẽ *Thiên-không* (*lẽ Không, có tánh-cách thiên-lệch.*)

Bước lên tới Đại-thừa, nhà tu-hành đạt lẽ Trung-đạo, chẳng chấp có, chẳng chấp *không,* nhận thấy rằng chúng-sanh và các pháp đều là *phi hữu phi không,* tức là : chẳng phải có mà cũng chẳng phải không.

Tỷ như Hư-không (*Cõi không-gian, Pháp : L'Espace*) là *phi hữu phi không.* Ai nói quyết rằng Hư-không là *phi hữu* (*chẳng phải có = không*), tức là nói sái. Là vì chính Hư-không chịu lấy cõi Đại-Địa, chính các tinh-tú vận chuyền trong Hư-không. Ai nói quyết rằng Hư-không là *phi không* (*chẳng phải không* = *có*), cũng là nói sái, vì chẳng ai nắm được hoặc thấy được Hư-không. Bởi vậy Hư-không là *Phi hữu phi không*. Niết-bàn cũng như vậy.

Ai đắc lý *Phi hữu phi không* tức là đắc lý Chơn-không, đắc Niết-bàn vậy.

PHI HỮU PHI VÔ 非有非無 Chẳng phải có mà chẳng phải không. Đó là lẽ Trung Đạo Đại-thừa mà Phật thuyết với chư Bồ-tát, lẽ nầy phá bỏ hai lẽ *hữu* và *vô* của hạng trí-hóa mê chấp, thiên tà.

(*Xem* : *Phi hữu phi không*.)

PHI HỮU TƯỞNG PHI VÔ TƯỞNG THIÊN 非有想非無想天 Naisvasamjnànasamjnàyatana (*scr.*) Cảnh Trời chẳng phải có tưởng chẳng phải không tưởng. Cũng viết : *Phi tưởng phi phi tưởng xứ*, gọi tắt : *Phi tưởng thiên*, cũng gọi : *Hữu đỉnh thiên*. Cảnh Tiên cao nhứt trong Tam Giới, cũng là cảnh cao nhứt trong bốn cảnh Vô-sắc giới (*Arùpadhàtu*). Nhà tham-thiền khi vượt khỏi *Phi hữu tưởng phi vô tưởng thiên*, thì vào cõi Niết-bàn.

Xem : *Tam Giới*.

PHI KHÍ 非器 Chẳng phải bát-khí. Tức là người căn-tánh chẳng đủ sức chứa đựng Phật-pháp, người chẳng làm nổi Phật-sự. Đối-nghĩa : *Khí, Pháp-Khí*.

PHI NGHIỆP 非業 Chẳng phải do Nghiệp-nhơn đời trước mà chết, nhưng do tai-nạn thình lình mà chết, kêu là *Phi nghiệp tử*. Tức là *hoạnh-tử*, chết ngang.

Lại nữa, người-ta sống ở thế-gian, đều có cái Định-mạng, cái số mạng. Nếu chết chẳng đúng số mạng, chết yểu, kêu là *Phi nghiệp tử*.

PHI NHƠN 非 人 Chẳng phải người, chẳng giống người, chẳng phải người thường. Đối với: *nhơn.*

Những chúng-sanh đường âm, chẳng có cái thể xác (*Phạn : Rûpa, Pháp : corps physique*) như người. Như các hạng Tiên (*Thiên*), Thần, Quỉ, thì kêu là *Phi nhơn,* tức là những chúng-sanh chẳng phải người.

Những thú vật thường và những thú vật biết biến hóa, cũng kêu là *Phi nhơn,* vì chẳng giống người.

Như trong Pháp-hội của Phật, gồm có hai hạng : Nhơn và Phi nhơn.

Nhơn (*Người*) là Tứ chúng : Tỳ-kheo, Tỳ-kheo-ni, Ưu-bà-tắc, Ưu-bà-di. *Phi nhơn* là Bát bộ Thiên Long : Thiên, Long, Dạ-xoa, Càn-thát-bà, A-tu-la, Ca-lâu-la, Khẩn-na la, Ma-hầu-la-già.

Những vị Sa-môn, bực xuất-gia lánh tục, cũng kêu *Phi nhơn.* Những kẻ nghèo cùng xin ăn, cũng kêu là *Phi nhơn.* Vì tuy là người, nhưng chẳng phải là người thường.

Niết-Bàn Kinh, quyển 22 : Như-lai là *Phi nhơn* (*bực chẳng phải người*), mà ngài cũng là người (*nhơn*).

Ngài là *Phi nhơn,* vì trong vô-lượng kiếp đã qua, ngài đã rời khỏi cõi người. Ngài lại cũng là người, vì chính ngài sanh ra ở thành Ca-tỳ-la vậy.

PHI PHI TƯỞNG THIÊN 非 非 想 天 Cảnh trời Phi phi tưởng. Cảnh Tiên cao nhứt trong Tam Giái, Lục Đạo. Tiếng gọi tắt *Phi hữu tưởng phi vô tưởng thiên.* Cũng gọi: *Phi tưởng phi phi tưởng xứ.* Xem : *Phi hữu tưởng phi vô tưởng thiên.*

PHI SANH PHI DIỆT 非 生 非 滅 Chẳng sanh chẳng diệt. Đồng-nghĩa : *Bất sanh bất diệt.* Đó là cái đức-tánh của Như-lai, của Niết-bàn, cái thật-tướng của các pháp. Đức Thích-Ca Như-lai tuy có giáng sanh và vào Niết-bàn, nhưng thật ngài là *Phi sanh phi diệt.* Cái bản-thân của ngài vẫn sống đời vô-lượng vô-số Kiếp. Nhưng vì giáo-hóa và cứu giúp chúng-sanh, nên từ chỗ *phi sanh* mà hiện sanh, từ chỗ *phi diệt* mà hiện diệt.

Xem : *Bất sanh bất diệt.*

PHI SẮC 非 色 Chẳng phải sắc, chẳng phải vật-chất. Bốn chất lớn (*địa, thủy, hỏa, phong*) làm nên và cái pháp làm nên bốn chất lớn ấy, kêu là *Sắc*. Trái lại chẳng như vậy, kêu là *Phi sắc*. Trong ngũ uẩn, trừ ra *sắc-uẩn*, bốn uẩn : *thọ, tưởng, hành, thức* đều là *Phi sắc*. Đồng-nghĩa : *Tâm*.

PHI SẮC TỨ UẨN 非 色 四 蘊 Bốn uẩn chẳng phải sắc. Bốn cái : *thọ, tưởng, hành, thức* trong năm uẩn là do tâm-pháp nó phân-biệt từng bậc, mà chẳng phải sắc-pháp, cho nên kêu là bốn uẩn chẳng phải sắc (*phi sắc tứ uẩn*).

PHI TÌNH 非 情 Vật chẳng có tình. Đó là tiếng kêu đối trái với giống *hữu-tình*. Như những loài : cỏ, cây, đất, đá. là vật không có tình-thức, kêu là vật *phi tình*.

PHI TƯỞNG PHI PHI TƯỞNG THIÊN 非 想 非 非 想 天 Naisvasamjnànasamjnàyatana (*scr.*) Cũng viết : *Phi tưởng phi phi tưởng xứ*. Cảnh trời chẳng phải tưởng chẳng phải không tưởng. Cũng kêu là *Hữu Đảnh thiên*, vì là cảnh trời cao hơn hết trong cõi Vô-sắc giới (*Arûpadhatu*), tức là cao hơn hết trong Tam Giới. Chư tu-hành khi thiền-định đắc phép *Phi tưởng phi phi tưởng xứ định*, có thể sanh lên đây, hưởng tuổi thọ rất lâu dài, tám vạn Kiếp (*mỗi Kiếp là cả trăm vạn năm*).

Song vẫn còn khổ, chẳng bằng đắc quả Phật Như-lai, siêu thoát ra ngoài Tam Giới.

Niết - Bàn Kinh : Ai đắc phép « Ngã Tam-muội » thì đoạn tuyệt cảnh *Phi tưởng phi phi tưởng xứ*, chẳng còn mắc vào cảnh Tiên ấy ; đối với cảnh ấy, tự mình muốn vào hay ra lúc nào cũng được tự-tại.

PHI - TƯỞNG PHI - PHI - TƯỞNG XỨ ĐỊNH 非 想 非 非 想 處 定 Định vào nơi Phi-tưởng Phi-phi-tưởng,

Đó tức là phép thiền-định để sanh lên cảnh trời Hữu-đỉnh (*Phi-tưởng Phi-phi-tưởng xứ*) là nơi cao nhứt trong Vô-sắc giái. Phép thiền-định nầy rất tịch-tỉnh, tâm-tưởng tuy có nhớ nhưng không, cho nên kêu là *Phi-tưởng Phi-phi-tưởng* (*Chẳng phải tưởng, chẳng phải không tưởng*).

PHI-TƯỞNG THIÊN BÁT KHỔ 非 想 天 八 苦 : Tám mối khổ trong cảnh trời Phi-tưởng. Tám mối khổ chẳng phải chỉ ở cõi người có mà thôi, cho tới cảnh trời Phi-tưởng là mức cùng cực trong Tam Giái cũng có nữa. Cái khí hỏa tám cảnh khổ trong cảnh trời Phi-tưởng là : 1. Tâm sanh mối niệm (*nghĩ*) khác, kêu là *Sanh-khổ* (*Cảnh khổ về sanh*). 2. Mỗi giây nghĩ (*niệm niệm*) chẳng ngừng, kêu là *Lão-khổ* (*Cảnh khổ về già.*) 3. Lòng hành-động rối-rắm hại cho định, kêu là *Bịnh-khổ* (*Cảnh khổ về bịnh*). 4. Thối định, ấy là *Tử-khổ* (*Cảnh khổ về chết*). 5. Cầu định chẳng đặng, ắt có sự cản trở. tức là *Oán tăng hội khổ* (*Cảnh khổ về chỗ oán ghét mà phải hội họp*). 7. Lòng tứ âm (*Thọ, tưởng, hành-thức.*), tức là *Ngũ âm thạnh khổ* (*cảnh khổ về năm âm thạnh*) 8. Đau nỗi lìa cách nhau tức là *Ái biệt ly khổ* (*cảnh khổ về thương nhau mà lìa cách nhau*).

Vậy thì trong Tam Giái, không đâu, thoát khỏi tám mối khổ.

PHI TƯỜNG 非 常 Anitya (*scr.*).— Impermanence (*fr.*) Chẳng phải thường, không thường. Đồng - nghĩa : *Vô-thường Đoạn* Đối-nghĩa : *Thường, Phi-đoạn.*

Niết-bàn Kinh, quyển 27 : Phật-tánh là *phi-thường,* phi-đoạn phi-phi-thường phi-phi-đoạn (*chẳng phải đoạn cũng chẳng phải thường*).

Sao là *phi-thường* ? Vì tùng theo nhơn-duyên mới thấy được nó (*có tu-trì, hành Lục độ mới thấy được Phật-tánh, bằng chẳng tu thì chẳng thấy*).

Sao là phi-đoạn ? Vì Phật và Bồ - tát đã rời khỏi đoạn - kiến (*cái ý-kiến cho là phi-thường, cho là đoạn*)

Sao là phi-phi-thường phi-phi-đoạn ? Vì là vô chung vô thủy (*tự nhiên như nhiên, chẳng có chỗ cuối, chẳng có chỗ khởi.*—

(*Xem : Vô-thường.*)

PHÌ NHỊ 肥 膩 Tiếng phạn, dịch nghĩa : *Nhẫn-nhục* thảo. Tên một thứ cỏ đặc biệt ở núi Hỷ-mả lạp, Nếu con bò-cái ăn thứ cỏ ấy, thì khi người ta nặn sữa nó ra, sữa liền hóa thành phó mách (*đề-hồ*).

Thường thường. do sữa (*nhũ*) mà sanh ra cà rem (*lạc*), do cà rem mà sanh ra bơ sống (*sanh-tô*), do bơ sống mà sanh ra bơ chính (*thục tô*), do bơ chín mà sanh ra phó mách (*đề-hồ*).

Nhưng nhờ sức của món cỏ đặt biệt là *phì nhị*, sữa bò liền biến thành phó mách ngay.

PHIỀN NÃO 煩 惱 Bonnô (*jap*).— Passions (*fr.*) Mê-dục, lầm-lạc, xao-xuyến, gây ra bởi ba mối Chánh : Tham Sân, Si. Tức Tham, Sân, Si, là ba *phiền-não* lớn nhứt của chúng-sanh. Tâm lo buồn, vọng động, thân xao-xuyến, bất an, kêu là *phiền-não*. *Phiền-não* khiến cho thân khẩu ý của chúng sanh làm bậy bạ, gây tội lỗi mà chịu đau khổ về sau. *Phiền-não* cũng kêu là : *Cấu, lậu, nhiễm, kết, sử, hoặc*. Đối-nghĩa : *Bồ-đề*, Niết-bàn.

Theo lời Phật giảng trong **Kinh Quán Vô-Lượng-Thọ Phật**, *Phiền-não* là giặc nghịch làm hại chúng-sanh. Muốn tránh khỏi sự hại của nó, cần phải tu thanh-tịnh nghiệp, tức là ba nền phước đề đưa về cõi Tịnh-độ :

1.) Hiếu dưỡng cha mẹ, phụng sự sư trưởng, lòng lành chẳng giết hại sanh-mạng, tu mười nghiệp lành (*Thập Thiện*).

2.) Thọ Tam qui, trì Ngũ giới cho tới Cụ-túc giới, chẳng phạm oai-đức và nghi-thức lúc ngồi, lúc đứng, khi tới, khi lui.

3.) Phát tâm Bồ-đề, tin sâu lý Nhơn-quả, đọc tụng Kinh Đại-thừa, khuyến tấn kẻ tu hành đạo Phật.—

Người ta khi chưa minh tâm kiến tánh, lúc còn ở trong vòng tham-sân si, thì bị *Phiền-não* sai khiến. Tới chừng thấu Đạo, giác-ngộ, liền dứt *Phiền-não*.

Trong **Pháp bảo đàn Kinh**, phẩm thứ hai, đức Lục-tổ có giải rằng ! Phàm-phu tức là Phật, *Phiền-não* tức là Bồ-đề.

Niệm trước còn mê, tức là phàm-phu ; niệm sau lại tỉnh, tức là Phật. Niệm trước còn mắc vào cảnh, tức là *Phiền-não* ; niệm sau bèn lìa khỏi cảnh, tức là Bồ đề.—

Tùy theo kinh luận, ta thấy Phiền-não có nhiều thứ :

a) Có bốn Phiền-não (*Tứ phiền-não*), cũng kêu là Tứ *Hoặc*. Bốn Phiền - não cội rễ nầy thường ứng với Mạt - na - thức, thức thứ bảy :

1.) *Ngã si*, tánh ngu-si, vô-minh của mình.

2.) *Ngã kiến*, ý kiến chấp có mình, chỉ thấy mình mà thôi.

3.) *Ngã mạn*, tánh khi lờn của mình, cho mình hơn người.

4.) *Ngã ái*, tánh tự ái, thương lấy mình, lòng tham-dục cho mình.

b) Có sáu Phiền-não lớn (*lục đại Phiền-não*) :

1.) Tham, 2.) Sân, 3.) Si, 4.) Mạn, 5) Nghi, 6.) Ác kiến (*ganh ghét, tin bậy, tưởng sái*).

c) Có Mười Phiền-não (*Thập Phiền-não*). Cũng kêu là *Thập sử* : 1.) Tham dục, 2.) Sân-nhuế, 3.) Vô-minh (*ngu si*), 4.) Mạn 5.) Nghi, 6.) Thân kiến (*Ngã-kiến*), 7.) Biên kiến, 8.) Tà kiến, 9.) Kiến thủ kiến, 10.) Giái thủ kiến.

Trong Mười Phiền - não trên đây, Năm Phiền - não trước là của hạng người chậm lụt (*độn*), Năm Phiền-não sau là của hạng người lanh lẹ (*lợi*).

2) Có 108 Phiền-não (*bá bát Phiền-não*), cũng kêu là Bá bát kết nghiệp. (*Xem : Bá bát kết nghiệp.*)

d) Có 84.000 Phiền-não. Cũng kêu là *Bát vạn tứ thiên bệnh; Bát vạn tứ thiên trần-lao.* Vì do Tham, Sân, Si biến hóa ra vô-số Phiền-não, nên kêu là *Bát vạn tứ thiên Phiền-não.*

Nhơn-vương Hộ quốc Bát-nhã Ba-la-mật-đa Kinh :

Bồ-tát khi chưa thành Phật, lấy Bồ-đề làm *Phiền-não*. Bồ-tát khi dã thành Phật, lấy *Phiền-não* làm Bồ - đề. Tại sao vậy? Đối với Đệ nhứt nghĩa, không có hai lẽ (*Phiền-não và Bồ-đề*). Chư Phật Như-lai với tất cả các pháp, thảy đều như nhau.

PHIỀN - NÃO BĂNG 煩 惱 冰 Giá Phiền-não, Phiền-não như giá (*nước đặc*). *Phiền-não* tỷ như giá, nước đông đặc trên mặt sông rạch, ao hồ. *Bồ-đề* tỷ như khối nước phía dưới, chịu lấy lớp giá. Nghĩa là : Phiền-não liền với Bồ-đề, Phiền-não tức là Bồ-đề, Mê-dục tức là Giác-ngộ. Giá (*Băng*) tức là nước, cũng như Phiền-não tức là Bồ-đề, Niết-bàn. Giá tan thì trở về nước, Phiền-não tan thì trở về Bồ-đề, Niết-bàn.

PHIỀN-NÃO BỆNH 煩 惱 病 Bệnh Phiền-não. Phiền-não tức là bệnh độc. Cũng gọi : *Phiền-não trọng bệnh*.

Cũng như bệnh-thống hành hạ xác thân, phiền-não làm khổ tinh thần, tâm-tánh, cho nên nói là *Phiền-não bệnh*. Đại-để *Phiền - não bệnh* có ba thứ (*tam bệnh*) : tham bệnh, sân bệnh, si bệnh. Đối với *bệnh tham*, thì tu phép «Bất-tịnh quán» mà trị. Tức là suy xét cho thấu cái lẽ : mọi vật đều chẳng tinh sạch. Đối với *bệnh sân*, nên tu phép «Từ-bi quán» mà trị. Tức là suy ngẫm cho đắc nhập lòng từ-bi đối với tất cả chúng-sanh. Đối với *bệnh si*, hãy tu phép «Nhơn-duyên quán» mà trị. Tức là suy xét cho thấu đạt lẽ : mọi sự mọi vật đều do nhơn-duyên hòa hợp mà thành, chớ vốn chẳng thật.

Ai tu hành ba phép trên, đều có thể trị *bệnh phiền-não* : bệnh tham, bệnh sân, bệnh si. Duy trừ những kẻ hủy-báng Đại-thừa, phạm Ngũ nghịch tội và những kẻ Nhứt-xiển-đề (*chẳng tin nhơn-quả*), thật khó mà trừ *phiền-não bệnh* của ba hạng người ấy.

PHIỀN-NÃO CHƯỚNG 煩 惱 障 : Sự che lấp của phiền - não. Ấy là những mối tham, sân, si với bao nhiêu nỗi lòng lầm-lạc, mến triu có sức che lấp, làm cho nền Thánh-đạo chẳng sanh ra được, làm cho nhà tu-hành chẳng đắc Niết-bàn, làm loạn thân-tâm ; nên kêu là *phiền-não chướng*. Phiền-não chướng là một trong *nhị chướng*.

PHIỀN NÃO-ĐẠO 煩 惱 道 La voie des passions (*fr.*) Đường

(Nẻo) phiền-não. Cũng kêu : *Hoặc-đạo* (*đường mê lầm*). Tất cả có ba đường (*Tam đạo hay là Luân-hồi tam đạo*) : 1 *Phiền-não đạo*, 2. Nghiệp-đạo, 3. Khổ-đạo. Con người-ta vì chưa giác-ngộ, nên lăn lộn mãi trong ba đường ấy. Xem : *Tam đạo*.

PHIỀN-NÃO HÀ 煩 惱 河.— Le fleuve des Passions (*fr.*) : Sông Phiền-não. Cũng viết : *Phiền-não đại-hà*. Phiền-não tức là dòng sông cái.

Tỷ như nước sông chảy mạnh làm cho người vật trôi, chìm. Cũng như thế, các phiền - não, mê - dục làm cho chúng-sanh trôi-giạt, chìm đắm trong Tam Giái. Chừng tỉnh ngộ, chứng quả Bồ-đề, thì hết bị con sông phiền-não lôi cuốn. (*Xem : Đại-hà.*)

PHIỀN-NÃO HẢI 煩 惱 海 La mer des passions (*fr.*) : Biển phiền-não. Các phiền-não của chúng-sanh sâu rộng như biển, nhiều như nước biển, nên kêu là *Phiền-não hải*.

PHIỀN-NÃO LÂM 煩 惱 林 La forêt des passions (*fr.*) Rừng phiền-não. Các phiền-não lớn và nhỏ của người ta rất nhiều, vô số, cũng như cây cối trong rừng. Vì vậy nên gọi là *Phiền-não lâm* (*Rừng phiền-não*).

Chư Phật và chư Bồ-tát là những Bực dắt đường, đưa chúng-sanh từ *Phiền-não lâm* (*Rừng phiền não*) đến *Niết-bàn thành* (*Đô-thành Niết-bàn*).

PHIỀN-NÃO MA 煩 惱 魔 : Ma phiền-não. Các phiền-não đều là tà ma. Chúng nó có cái sức dữ phá-hoại công-đức của nhà tu-hành, có thể che bít pháp lành, cản đường tu học, có thể làm rối loạn trí-huệ, khiến cho người ta khó - bề tấn tới, bỏ phế giữa đường, nên kêu là *phiền-não ma*. Ấy là một loại trong Tứ ma, Bát ma. (*Xem : Tứ Ma, Bát Ma, Ma.*)

PHIỀN-NÃO NÊ 煩 惱 泥 : Bùn phiền-não. Các phiền-não của người đời vốn là ô-trược, làm dơ dáy thân-tâm. Toàn cả thế - giới nầy, toàn cả chúng - sanh, đều là một vũng bùn phiền-não thôi. Nhưng đối với người biết quán chiếu, biết giác-ngộ, thì Phiền-não liền với Bồ-đề (*Trí-huệ*) vậy. Cũng như hoa-sen từ dưới bùn lầy mà sanh lên và trổ bông ; cũng như thế, hoa Bồ-đề từ dưới *bùn phiền-não* mà khởi lên và đơm bông kết trái. Cái Trí-huệ từ trong tâm phiền-não mà phát sanh, chư Phật và chư Bồ-tát ở trong cõi đời phiền-não ô-trược mà tu phước-đức, trí-huệ và thành Chánh-Giác. Cho nên nói là *Phiền-não nê.*

PHIỀN-NÃO NGẠI 煩 惱 礙 : Sự ngăn trở của phiền-não. Kẻ phàm-phu muốn thọ trì Kinh-giới, nhưng bị lòng phiền-não, mối mê-dục, tríu-mến cản ngăn, cho nên chẳng tu hành được. Nhà tu trì còn vướng ý-kiến tà vạy, cố chấp, còn suy-nghĩ sai lạc, tức là bị phiền-não ngăn trở, làm não loạn tâm-thần, che khuất Pháp-Tánh Niết-bàn. *Phiền-não ngại* cũng kêu là *phiền-não chướng.*

PHIỀN-NÃO, NGHIỆP, KHỔ 煩 惱 業 苦. 1. Lòng mê-muội lầm-lạc, 2. Hạnh-nghiệp, 3. Khổ - não. Ba mối ấy tương quan với nhau. Con người-ta vì tham-dục, sân-hận, si-mê, tức vì phiền-não, cho nên tạo ra Nghiệp. Đã tạo Nghiệp, tất phải chuyền luân trong Tam-giái mà chịu các điều khổ-não. Thân chịu lấy cái khổ-quả, bèn sanh ra phiền-não nữa. Cứ luân chuyền như vậy mãi. Ba mối ấy cũng kêu là Tam luân, Tam đạo : Phiền-não (*hoặc*) đạo, Nghiệp-dạo, Khổ-đạo.

PHIỀN-NÃO NHƠN 煩 惱 因 : Nhơn - duyên phát sanh phiền-não.

Du-già luận, quyền tám : Các mối lầm-lạc, phiền-não, mê-dục phát khởi từ trong tâm người ta, khiến người ta nghĩ quấy, nói bậy, làm sái, đều do sáu nhơn-duyên nầy :

1.) Do tự lòng mình (*do sở y*) : ấy là tâm-tánh mình đã sẵn tham-luyến, vọng-tưởng, tà-kiến, cho nên phiền-não dễ sanh.

2.) Do cảnh-ngộ (*do sở duyên*) : ấy là thuận theo các cảnh phiền-não phát hiện ra trước mình.

3.) Do chỗ quen-thuộc, gần-gũi (*do thân-cận*) : ấy là theo học tập với bạn xấu, thầy tà.

4.) Do giáo-lý tà-quái (*do tà-giáo*) : ấy là vì nghe theo những phép chẳng chánh.

5.) Do tánh quen (*do sổ tập*) : ấy vì từ trước đã quen những tánh-nết xấu, những tánh-nết nầy kết thành một thế-lực rất mạnh, dễ khiến bậy người ta.

6.) Do chỗ phát ý (*do tác ý*) : ấy là ý tưởng phát khởi ra không được như Lý.

Đó là những nguyên do phát sanh phiền - não.

Niết-Bàn Kinh, quyển 34 : *Phiền-não nhơn* của chúng-sanh có ba thứ :

1.) Chưa đoạn Phiền-não.

2.) Chẳng đoạn nhơn-duyên (*chẳng dứt được ngoại-duyên*).

3.) Suy-xét việc bất-thiện.

Trong ba nhơn-duyên gây ra Phiền-não ấy, bực La-hán dứt được hai : tự nơi mình đã đoạn Phiền-não, chẳng suy-xét việc bất-thiện.

PHIỀN-NÃO TẶC 煩惱賊 : Bọn đạo-tặc, bọn phiến - loạn phiền-não. Các phiền-não lúc nào cũng hờm sẵn đề tầm dịp làm tổn-hại cái Huệ-mạng, phá hư cái Pháp-thân của nhà tu-hành. Chúng nó chẳng khác nào bọn đạo-tặc, phường phiến-loạn. Cho nên kêu là *phiền-não tặc*. Nhà tu học cần phải khéo giữ mình, trừ cho tận gốc các phiền-não, như tham luyến, giận hờn, vô-minh (*tà kiến*), kẻo bị chúng nó làm hại công-đức tu-trì, công-đức tụng niệm của mình.

Duy-ma Kinh, Bồ-tát hạnh phẩm : Dùng gươm trí-huệ đánh vỡ bọn *giặc phiền-não* (*Dĩ trí-huệ kiếm, phá phiền-não tặc*).

Quán Vô Lượng-Thọ Kinh : Nay đức Như-lai, vì những chúng-sanh đời vị-lai bị *giặc phiền-não* (*phiền não tặc*) làm hại, bèn thuyết cho nghe nghiệp thanh-tịnh.

PHIỀN-NÃO TÂN 煩惱薪 : Củi phiền-não, lửa phiền-não.

Các phiền-não như củi, lửa ; chúng nó có thề đốt cháy công-đức và trí-huệ của nhà tu-hành, cho nên kêu là *phiền-não tân*. Đối với kẻ phàm-phu, thì củi lửa phiền-não cháy bừng ; đối với nhà tu-tập, nó cháy ngấm-ngầm. Muốn dụt tắt củi lửa ấy, phải tinh-tấn niệm Phật hoặc triệt-đề thi-hành pháp Tứ diệu-đế.

PHIỀN-NÃO TỊCH-TĨNH 煩惱寂靜 : Phiền-não yên lặng vĩnh viễn, bặt tăm. Ấy là nói những vị Tỳ-kheo đắc quả A-la-hán. Những vị ấy đoạn tuyệt tham-dục một cách vĩnh-viễn, *đoạn tuyệt sân-nhuế một cách vĩnh-viễn*, đoạn-tuyệt ngu-si (*vô-minh*) một cách vĩnh-viễn. Tất cả phiền-não đều dứt tuyệt, rốt ráo chẳng còn pháp nào sanh ra nữa, nên kêu là Phiền-não tịch-tĩnh.

PHIỀN-NÃO TÒNG-LÂM 煩惱叢林 Rừng cây rậm-rạp phiền não. Phiền-não nhiều vô số, cũng như cây mọc rậm-rạp trong rừng, chẳng biết bao nhiêu mà kể, cho nên kêu là *Phiền-não tòng-lâm*. Cũng viết : *Phiền-não lâm* (*Rừng phiền-não*).

Niết-bàn Kinh, quyển bảy : Vì *Phiền-não tòng-lâm* che bít, các chúng-sanh vô-minh chẳng thấy được Bí-tạng Như-lai (*Phật-tánh*).

PHIỀN-NÃO TRẬN 煩惱陣 : Trận giặc phiền-não. Cũng như một đoàn binh khi muốn công hãm bên địch, bèn vây phủ bốn phía mà đánh vào. Cũng như thế, phiền-não đối với ta, từ trong tới ngoài và khắp các mặt, công-kích thân-tâm ta một cách kịch-liệt. Nếu ta không thắng được chúng, ắt nguy hại cho công-đức, trí-huệ ta đã tom góp từ lâu.

PHIỀN-NÃO TRƯỢC 煩惱濁 : Sự dơ dáy, ô trược của các phiền-não. Một thứ trược trong *Ngũ trược*. Con người ta ở đời có rất nhiều mối trược, như : ái-dục, khan-tham, tranh-tụng, siểm khúc, hư cuống, chấp giữ tà-kiến. Các mối làm cho dơ dáy, nhiễm ô thân-thề và tâm-thần của họ, cho nên kêu là *phiền-não trược*. Cõi Ta-bà thế-giới nầy có đủ năm thứ ô-trược : Kiếp trược, kiến trược, *phiền-não trược*, chúng-sanh trược, mạng trược. Vì vậy cho nên chúng-sanh ở cõi nầy rất khó mà tu-hành cho đắc Đạo.

PHÓ ĐẠI-SĨ 傅大士 *Phó* : Tên đời gọi. *Đại-sĩ* : Bồ-tát.

Phó Đại-sĩ là người đời Tiêu-Lương, nhằm thế kỷ thứ sáu d.l., sanh tại đất Đông-dương, thác tại đất Trần-đại, tên thật là *Ông*, tự là *Huyền Phong*. Ông là người tại-gia tu Phật, thường đi chỗ này chỗ kia mà giáo-hóa cho cả người xuất-gia và tại-gia. Người ta xưng rằng ông là hiện-thân của đức Di-Lặc Bồ-tát.

Phần nhiều các chùa đều có thờ tượng *Phó Đại-sĩ*, có những đứa trẻ theo giỡn với ông. Tượng ấy, người ta gọi là tượng đức Di-Lặc.

PHONG ĐẠI 風大 Vayu (*scr.*).— L'élément vent (*air*) (*fr.*) Chất lớn là Gió (*không khí*). Đó là một trong bốn chất lớn có tánh lay động. *Phong-đại* là một phần trong bốn nguyên-tố tạo-tác vật chất.

(*Xem* : *Tứ đại.*)

PHONG-ĐAO 風刀 Dao gió, gió như dao cắt. Lúc người ta sắp thác, chất gió trong thân thể bèn lay-động đặng chia rẽ thân thể chi-tiết. Lúc bấy giờ, người ta cảm thấy đau đớn như bị dao cắt, nên gọi là *Phong-đao*.

PHONG PHẤN-TẤN TAM-MUỘI 風奮迅三昧 Phép Thiền-định (*Tam-muội*) làm cho khởi lên trận gió mãnh-liệt, Cũng gọi : *Phong Tam-muội* (*Phép thiền-định làm khởi lên trận gió lớn*). Khi nhà đạo và *Phong Phấn-tấn Tam-muội*, thì có trận gió mạnh và lẹ nổi lên, trận gió ấy làm phân tán chi thể của nhà đạo, hoặc có một công dụng khác tùy ý điều-khiển của nhà đạo.

PHONG TAI 風災 Tai nạn gió. Đó là một trong ba tai-nạn lớn. Vào lúc chót thuở Hoại-kiếp, kỳ thứ ba trong một Kiếp lớn, khởi lên tai nạn gió lớn, làm tiêu tan hết thế-giới vậy. Từ dưới là Vô-gián địa-ngục cho chí trên là Đệ-tam Thiền-thiên nơi Sắc-giới, *Phong tai* là cái tai-nạn lớn nhứt trong ba tai nạn vậy. Xem : *Tám tai.*

PHONG TAM-MUỘI 風三昧 Phép Tam-muội kêu là Gió. Cũng gọi : *Phong phấn tấn Tam-muội*. Nhà đạo khi vào phép Tam-muội (*Thiền-định*) nầy, bèn làm cho một trận gió lớn thổi lên một cách mạnh-mẽ.

PHONG TRUNG-ĐĂNG 風中燈 Đèn trong gió. Lời tỷ dụ để gọi thân mạng đương khi nguy-kịch sắp mất, cũng như ngọn đèn trước gió. Cũng là tiếng tỷ dụ để gọi sự vô-thường của mạng người. Tức là người đời sống một cách không vững chắc chi cả, không biết mình thác ngày nào, giờ nào, chẳng khác chi ngọn đèn trong cơn gió.

PHÓNG-DẬT 放逸 Légèreté, Inconstance (*fr.*). Buông-lung lầm lỗi ; lòng dạ biến chuyển theo cảnh - ngộ thế - tục ; chạy theo các sự vui sướng xác thịt (*Ngũ dục*) ; chẳng chuyên chú tu tập các thiện-pháp. Đối với : *Bất phóng-dật.*

Niết-Bàn Kinh : Bồ-tát Ma-ha-tát, trong khi làm hạnh Bát-nhã Ba-la-mật (*Huệ-độ*), khuyên các chúng-sanh chẳng nên *phóng-dật* đối với các thiện-pháp. Chúng-sanh nhờ làm theo đó mà được thọ-mạng dài vô-lượng...

Kẻ *phóng-dật* sẽ gặp năm việc quả-báo :

1.) Chẳng được tự-tại về tài-lợi.

2.) Tiếng xấu lưu bố ra xa.

3.) Chẳng ưa làm ơn cho những kẻ nghèo khổ.

4.) Chẳng thích gặp hàng tứ chúng (Tỳ-kheo, Tỳ-kheo-ni, Ưu-bà-tắc, Ưu-bà-di).

5.) Chừng thác, chẳng được sanh lên cảnh - Tiên.

Lại có mười ba việc quả-báo đến cho kẻ *phóng-dật* :

1.) Chỉ làm những việc thế-gian mà thôi.

2.) Ưa nói chuyện vô ích.

3.) Ưa ngủ trễ.

4.) Ưa nói chuyện thế gian.

5.) Ưa gần-gũi với bạn xấu.

6.) Ưa biếng nhác.

7.) Thường bị người ta khinh dể.

8.) Có nghe điều thiện lẽ hay, nhưng nghe rồi thì quên.

9.) Ưa ở chỗ biên-địa.

10.) Chẳng có thể điều-phục các căn.

11.) Ăn chẳng biết no đủ.

12.) Chẳng thích chỗ vắng lặng.

13.) Sở kiến chẳng chánh đáng.

PHÓNG-ĐĂNG 放燈 Thả đèn. Thuở đời vua Hán Minh-đế, thế-kỷ đầu dương-lịch, Phật-pháp mới truyền-bá qua phương Đông, hai vị sư Ma-Đằng và Trước Pháp-Lan đấu pháp với đạo-sĩ, được thắng. Vua Minh-đế xuống chỉ: nhằm tiết Thượng-nguyên (rằm tháng giêng) thắp đèn, đặng nêu ra Phật-pháp rất sáng. Rồi đó đời sau bắt chước, cứ nhằm ba tiết nguyên: Thượng-nguyên, Trung-nguyên, Hạ-nguyên (rằm tháng giêng, rằm tháng bảy và rằm tháng mười) đều thả đèn.

PHÓNG-QUANG TAM-MUỘI 放光三昧 Phép Tam muội (Thiền-định) phóng hào quang. Khi Phật và Bồ-tát vào phép Tam-muội nầy, thì phóng hào quang đi rất xa, hào quang có nhiều màu sắc, trông rất đẹp.

PHÓNG QUANG THỤY 放光瑞 Điềm phóng hào-quang. Một trong sáu điềm tốt tỏ rằng Phật sắp diễn Kinh Pháp-hoa. Trước khi thuyết Kinh Pháp-Hoa, Phật Thích-Ca nhập định phép *Phóng-quang Tam-muội*. Từ nơi chòm lông trắng ở giữa trán của ngài, xẹt hào-quang ra, chiếu khắp cõi Ta-bà thế-giới nầy và chiếu luôn tới một muôn tám ngàn thế-giới ở phương Đông.

Sáu điềm (lục thụy) hiện ra trước khi Phật thuyết Kinh Pháp-Hoa là:

1.) *Thuyết pháp thụy*: Trước hết, ngài thuyết pháp về Vô-lượng nghĩa Kinh.

2.) *Nhập định thụy*: Ngài vào phép thiền-định kêu là Vô-lượng nghĩa xứ Tam-muội.

3.) *Vũ hoa thụy*: Chư Thiên đổ bốn thứ hoa Tiên xuống, dường như mưa.

4.) *Địa động thụy* : Cõi địa-cầu chấn-động sáu cách.

5.) *Tâm hỷ thụy* : Đại-chúng thấy vậy, trong lòng lấy làm vui-vẻ.

6) *Phóng quang thụy* : Từ nơi chòm lông trắng ở giữa chơn mày của Phật, hào-quang xẹt ra, chiếu khắp một vạn tám ngàn cõi Phật ở phương Đông.

PHỔ ĐẲNG TAM-MUỘI 普 等 三 昧 Phép Tam-muội (Thiền-định) tên là Phổ-đẳng. *Phổ* : Khắp cả, *Đẳng* : Bằng nhau, như nhau. Người trụ ở *Phổ-đẳng Tam-muội*, thấy tất cả chư Phật ở các nơi.

Bi-hoa Kinh gọi là *Biến chí Tam-muội.*

Phân-đà-ly Kinh gọi là *Phổ-chí Tam-muội.*

Trang-Nghiêm Kinh gọi là *Phổ-Biến Tam ma-địa.*

PHỔ-HIỀN 普 賢 Samantabhadra (*scr.*).— Fouguen (*jap.*). Cũng đọc theo Phạn : *Tam-man-đa-bạt-đà-la* (*Samantabhadra*). Tam-mạn-đa (*Samanta*) dịch ra Phổ. Bạt-đà-la (*Bhadra*) dịch ra Hiền. Người-ta tặng danh ngài là *Đại-Hạnh.*

Mật-tông cho rằng ngài với A-tăng-già (*Asangha*) là tổ của họ. Phật Thích-Ca có chúc truyền cái Pháp cho *Phổ-Hiền.* Ngài có 108 tên. Ngài cũng tên là Di-du-bạt-đà (*Visvabhadra*).

Cũng có chỗ dịch tên ngài là Biến-Cát (*Sự lành phổ cập tất cả các nơi*).

Ngài là một vị Đại Bồ-tát trong Phật-giáo, tu thành Đạo đã biết bao đời rồi ! Nhơn vì lòng bi-nguyện đối với chúng-sanh, ngài tùy phương-tiện hiện thân nầy thân khác mà giáo-hóa chúng-sanh. Hễ đức Phật nào ra đời, *Phổ-Hiền* cũng hiện thân làm đệ-tử đặng ủng-hộ và tuyên-dương Phật-pháp. Trong **Kinh-Pháp-Hoa**, ngài có nói rằng : « Nếu người tu-hành, trong khi đi, đứng, nằm, ngồi mà trì tụng Kinh nầy, tôi sẽ hiện thân cỡi Voi Sáu ngà, với chư Đại Bồ-tát đến chỗ của nhà tu-hành ấy mà ủng-hộ và an-ủi, đặng cho tấn tới trong sự tu-hành. »

Trong **Kinh Pháp-Hoa**, *Phổ-Hiền* có truyền những chơn-ngôn thần-chú để có ai đọc thì được ngài ủng-hộ.

Phổ-Hiền có lập Mười điều Nguyện :

1.) Nguyện thường lễ bái chư Phật (*Kính lễ chư Phật*).

2.) Nguyện thường phụng sự và xưng tán chư Phật (*Xưng tán Như-lai*).

3.) Nguyện thường tu-hạnh cúng-dường (*Quảng tu cúng-dường*).

4.) Nguyện thường sám-hối các Nghiệp-chướng (*Sám-hối nghiệp-chướng*).

5.) Nguyện thường vui vì thấy người làm công-đức (*Tùy hỷ công-đức*).

6.) Nguyện thường cầu Phật chuyển Bánh xe Pháp (*Thỉnh chuyển Pháp-luân*).

7.) Nguyện thường cầu Phật ở đời đặng giáo-hóa chúng-sanh (*Thỉnh Phật trụ thế*).

8.) Nguyện thường theo Phật mà tu học (*Thường tùy Phật học*).

9.) Nguyện thường tùy theo ý-chí chúng-sanh mà dìu dắt họ (*Hằng thuận chúng-sanh*).

10.) Nguyện thường hồi-hướng công đức mình cho chúng-sanh đồng thành Phật-đạo (*Phổ giai hồi-hướng*).

Mười điều Nguyện ấy có giải rộng ở phẩm Nhập bất tư-nghị giải-thoát cảnh giới Phổ-Hiền hạnh-nguyện trong Kinh Hoa-Nghiêm.

Trong nhiều chùa, thường thờ Phổ-Hiền bên hữu Phật Thích-Ca (*cũng có chỗ nói là bên hữu Phật Tỳ lư-xá-na*), cỡi Voi trắng 6 ngà, còn Văn-Thù thì chầu bên tả đức Phật, cỡi Sư-tử xanh. *Hoa-Nghiêm Kinh* gọi tượng thờ ba vị ấy là *Hoa-nghiêm Tam-Thánh*. Vị trung-ương, Phật tức là *Chánh-giác*. *Phổ-Hiền* chầu bên hữu tức là *Lý*. Văn-Thù chầu bên tả tức là *Trí*.

Ấy là tu cả Lý và Trí thì mau thành Phật, Chánh-giác, *Phổ-Hiền* lại tiêu biểu cho *Hạnh*, *Tam-muội* (*Hạnh-tu, Thiền-định*), còn Văn-Thù thì tiêu biểu cho Chứng (*Chứng-quả, Bát-nhã*). Nghĩa là : Người Phật-tử nên tu cả hai bề : Lý và Trí, Hạnh và Chứng, Tam-muội cà Bát-nhã. Hợp cả hai bề thì đạt thành địa-vị hoàn-toàn của đức Trung-Tôn.

PHỔ HIỀN ĐỨC 普賢德 Hạnh-đức của Bồ-tát Phổ-Hiền. Bồ-tát dừng đức Từ-bi, tế-độ khắp cả chúng sanh. Tức là thạnh-đức giáo-hóa và làm lợi ích cho tất cả chúng-sanh.

PHỔ HIỀN TAM-MUỘI 普賢三昧 Phép tu Tam-muội (*Thiền-định*) tên là Phổ-Hiền. Người tu pháp-môn nầy, nương theo Phổ Hiền Bồ-tát làm đức Bổn-tôn, quán lý thật-tướng của các pháp, sám-hối tội-chướng của Lục căn. Cũng gọi là *Pháp-hoa Tam-muội*. Lẽ vì, theo phẩm Phổ-Hiền Bồ-tát khuyến phát trong Kinh Pháp-Hoa, khi hành-giả thành-tựu phép *Phổ-Hiền Tam-muội*, liền thấy Bồ-tát Phổ-Hiền cỡi voi trắng sáu ngà hiện lại nơi đạo-tràng. Lại nữa, khi hành-giả đắc nhập *Phổ-Hiền Tam-muội*, bấy giờ ba mật : thân, khẩu và ý ứng nhau, hành-giả có thể hóa hiện ra thân-tướng đức Phổ-Hiền.

PHỔ-HIỀN THẦN-CHÚ 普賢神咒 Trong hội Pháp Hoa, có đức Phật Thích-Ca chứng minh, ngài Phổ Hiền có truyền những câu *Thần-chú* dưới đây :

1. A-đàn-trại (*Adhantrê*). 2. Đàn-đà-bà-trại (*Dhandâvattrê*). 3. Đàn-đà-bà-đế (*Dhandâvati*).4. Đàn-đà-cưu-xá-lệ (*Dhandâkumxalêy*).5. Đàn-đà-tu-đà lệ (*Dhandâtudaley*). 6. Tu-đà-lệ (*Tudhaley*). 7. Tu-đà-la-bà-đề (*Tudharavatti*). 8. Phật đà-ba-thiên-nề (*Bouddhavatyanni*). 9. Tát-bà-đà-a-ni-a-bà-đa-ni (*Sattvadharaniavadany*).10.Tát-bà-bà-sa-a-bà-đa-ni (*Sattvashaâvadany*) 11. Tu a-bà-đa-ni (*Tuavaday*). 12. Tăng-già-bà-lý-xoa-ni (*Samghavaleyxany*) 13. Tăng-già-niết-già-đà-ni (*Samghaniryadany*). 14. A-tăng kỳ (*Asamkhya*) 15. Tăng-già-bà-già-trại (*Samyavayatrê*).16. Đế-lệ-a-đọa-tăng già-đâu-lá-a-la-đế ba-la đế *Dêleyalhay Samyatudlaradê-varadê*). 17. Tát-bà-tăng-già-trại-tam-ma-trại-già-lan-trại (*Sattvasamiatrê tâmatrêyalantrê*). 18. Tát-bà-đạt-ma-tu ba-ly-sát-đế (*Sattvadharmatuhba-*

-risaddê). 19. Tát-bà-tát-đã-lâu-đà-kiều-xá-lá-a-nâu-già-trại (*Sattvasa-dhârauđa-lumxaylaanu yatrê*). 20 Tân-a-tỳ-kiết-ly-trại-đế (*Tanghabhikey-ritrêdê*).

Nhà tu-hành thọ trì những câu chú ấy, thì được sức thần-thông của ngài Phổ-Hiền ủng-hộ, các loài thần, quái chẳng làm hại được. Ngài lại còn cỡi bạch-tượng sáu ngà mà hiện đến cho nhà tu-hành thấy, và ngài giúp đỡ, nhắc nhở cho cuộc tu luyện cho mau thành-tựu.

PHỔ HIỆN 普 現 Hiện ra khắp-cả trong Pháp-giới mà giáo độ tất cả chúng-sanh. Chư Phật và chư Bồ-tát nhờ sức thần-thông, trí huệ, nhờ đầy đủ lòng từ-bi, nên có thể phổ biến thân-hình ra khắp nơi mà cứu-độ, giáo-hóa chúng-sanh.

PHỔ-HIỆN NHƯ-LAI 普 現 如 來 Cũng viết : *Phổ-Kiến Như-lai.* Tức là hậu-thân của Văn-Thù Bồ-tát. Ngài sẽ thành Phật và lấy danh hiệu ấy.

PHỔ-HIỆN SẮC-THÂN TAM-MUỘI 普 現 色 身 三 昧 Phép Tam-muội hiện ra các thứ thân-hình Đắc phép định ấy, có thể hiện ra vô số sắc-tướng, thân-hình mà giáo-hóa, làm các sự lợi ích cho chúng-sanh. Như Diệu-Âm Bồ tát, Quan-Âm Bồ-tát đắc phép Tam muội ấy, tùy theo cơ-duyên của chúng-sanh, nguyện-vọng của chúng-sanh mà hiện ra các sắc-thân. Cũng viết : *Hiện Nhứt thiết sắc-thân Tam muội.*

PHỔ-HƯƠNG THIÊN-TỬ 普 香 天 子 Samantagandha Dêva (*scr.*) Một vị Tiên ở cõi Lục-dục thiên, nội-thần của đức Đế-Thích. *Phổ-hương* nghĩa là : mùi thơm chiên-đàn bay khắp cả.

Trong **Diệu-pháp liên-hoa kinh,** phẩm Tựa có chép : Ngài Thích Đề-hoàn Nhân (*Çakra, l'Indra des dêvas*) với quyến-thuộc là hai vạn Thiên-tử có hiện lại nghe Phật giảng kinh Diệu-pháp liên-hoa. Có những vị như Minh-Nguyệt (*Sûrya*) Thiên-tử, *Phổ Hương* (*Samanta-gandha*) Thiên-tử đứng đầu trong hai vạn Thiên-tử ấy.

PHỔ-MINH (*Như-lai*) 普 明 如 來 Samantaprabhâsa (*scr.*) Một đức Phật vị-lai. Trong hội Pháp-Hoa, đức Phật Thích-Ca có thọ-ký cho Kiều-trần-Như, phán rằng về sau Kiều-trần-Như sẽ thành Phật Như-lai hiệu là Phổ-Minh. Ngài cũng phán tiếp rằng năm trăm đệ-tử của ngài cũng sẽ thành Phật kế tiếp nhau, đồng lấy một hiệu Phổ - Minh.

PHỔ-MÔN 普門 Môn phổ khắp. Tức là phương-pháp độ khổ, giáo hóa cho khắp cả chúng-sanh. Cũng kêu là Phổ-pháp. Trong một môn mà thâu vào tất cả các pháp, kêu là *Phổ-môn*. Do một pháp-môn tu mà thông suốt các pháp-môn, kêu là *Phổ-môn*. Phật và Bồ-tát dùng môn thần-thông lực, thông đạt vô lượng các môn, thị hiện ra mọi thứ thân-hình, giáo độ tất cả chúng-sanh, cũng kêu là *Phổ-môn*.

Như Phổ-môn thị hiện của ngài Quan-Âm, *Phổ-môn tam-muội* của đức Đại-Nhựt Phật.

PHỔ-MÔN THỊ HIỆN 普門示現 Môn hiện thân ra khắp nơi. Cũng gọi : *Phổ-môn thị hiện thân, Phổ môn pháp-giải thân* (Môn thị hiện thân - tướng trong khắp Võ-trụ.) Tức là phương-pháp của đức Quan-Âm Bồ-tát tùy theo cơ-duyên của chúng-sanh mà hiện ra thân Phật, thân Bồ-tát, thân Duyên-giác, thân La-hán, thân chư Tiên, chư Thần, thân vua, quan, phụ-nữ mà giáo-hóa chúng-sanh, thị hiện những gương tu hành Bố-thí, Trì giái, Nhẫn-nhục, Tinh-tấn, Thiền-định, Trí-huệ cho họ trông thấy mà phát tâm. Ngài lại tùy-theo lời cầu nguyện của chúng-sanh trong những cơn hoạn nạn mà hiện lại giải cứu cho họ. Ngài cũng tùy theo lòng tin tưởng mong mỏi của họ mà đem sự phước đức, lợi ích lại cho họ.

Chẳng riêng đức Quan-thế-Âm, chư Đại Bồ-tát đều tùy dùng pháp *Phổ môn thị hiện* để độ chúng-sanh.

PHỔ NHÃN 普眼 Mắt thấy khắp cả. Từ-nhãn của đức Quan thế-Âm nhìn thấy chúng-sanh trong các cõi, nên kêu là *Phổ-nhãn*.

Thấy được, đắc được cái Phổ-pháp. Trong pháp-giới, có vô-số pháp. Nếu được cái pháp thâu gồm các pháp, phổ biến khắp cả, dung thông khắp cả, thì cái pháp ấy gọi là *Phổ-pháp*. Bực Bồ-tát thấy được cái Phổ-pháp ấy, đắc hoạch cái Phổ-pháp ấy, tức là có *Phổ-nhãn*.

PHỔ-PHÁP 普法 Cái pháp phổ cập tất cả. Trong Pháp-giới,

trong Võ-trụ, có vô-số pháp. Nếu mình thâu được một pháp gồm các pháp, có tánh cách phổ-biến, viên-dung, vô ngại, thì cái pháp ấy kêu là *Phổ-pháp*. Thấy cái *Phổ-pháp*, tức là có *Phổ-nhãn*, thấy mọi chúng-sanh và mọi vật trong Pháp-giái, *Phổ-pháp* có giải rõ trong Hoa-Nghiêm kinh.

PHỔ-QUANG ĐỊA 普 光 地 Địa-vị Hào quang phóng khắp các cõi thế-giới trong Mười phương. Tức là *Phật địa* (*địa-vị Phật*). Lúc một nhà đạo đắc thành Phật, nhơn tròn quả đủ, hào-quang phóng tới các thế-giái của chư Phật trong Mười phương. Địa-vị cao rốt ấy, kêu là *Phổ - quang địa*.

PHỔ QUANG-MINH ĐIỆN 普 光 明 殿 Ngôi điện tên là Phổ quang-minh. Ngôi điện nầy ở bên Bồ-đề Đạo-tràng tại nước Ma-Kiệt-đà (*Magadha*). Đức Phật Thích-Ca có thuyết pháp ba hội (*hội thứ nhì, hội thứ bảy, hội thứ tám*) trong chín hội Hoa-nghiêm Kinh tại *Phổ quang - minh điện*.

PHỔ-QUANG NHƯ-LAI 普 光 如 來 Một đức Phật vị-lai. Khi Phật Thích-Ca trụ thế, bà Thắng-Man phu-nhơn, công-chúa của vua Ba-tư-nặc và hoàng-hậu *M*ạt-Ly tại thành Xá-vệ, vương-phi của vua A-du-xà, được thọ ký sẽ thành Phật, hiệu là *Phổ - Quang Như-lai*.

PHỔ-QUANG PHÁP-ĐƯỜNG 普 光 法 堂 Ngôi Pháp-đường tên là Phổ-Quang. Tức là *Phổ quang - minh* điện bên Bồ-đề đạo-tràng trong nước Ma-Kiệt-Đà (*Magadha*). Nhơn đức Phật Thích-Ca có thuyết pháp tại đó, nên gọi là *Pháp-đường*.

PHỔ-QUANG TAM-MUỘI 普 光 三 昧 Phép Tam-muội (*Thiền-định*) tên là Phổ-Quang. Khi Phật vào phép Tam-muội ấy, ngài phóng ánh-sáng chiếu khắp các thế-giái trong Mười Phương. Vì vậy nên kêu là *Phổ-quang Tam-muội*.

PHỔ-QUANG THIÊN-TỬ 普 光 天 子 Vị Thiên-tử, tức vị Tiên trên trời, tên là Phổ Quang. Cũng gọi là : Minh-tinh Thiên-tử, Hoàng-bạch Đại-sĩ. Ngài là Hóa-thân của ngài Hư-không Tạng, và là nội-thần của đức Đế-Thích.

PHỔ-QUẢNG BỒ-TÁT 普 廣 菩 薩 Một vị Bồ-tát du-hành. *Phổ* : Rộng, Khắp. *Quảng* : Rộng rãi, rộng lớn. Theo Địa-Tạng Kinh, ngài *Phổ Quảng Bồ-tát* có khải thỉnh đức Phật Thích-Ca giảng thuyết sự lợi ích của Địa-Tạng Bồ-tất đối với chúng-sanh. Đồng thời, *Phổ - Quảng Bồ-tát* cũng có thỉnh đức Phật giảng giải những phước-đức do sự chiêm-ngưỡng đức Địa-Tạng Bồ-tát.

PHỔ-THUYẾT 普說 Thuyết rộng. Cuộc thuyết pháp của nhà thiền (*Thiền-gia*), kêu là *Phổ-thuyết*. Tức là : Thuyết rộng Chánh-pháp, khai tông chúng.

PHỔ TRI TÔN 普知尊 Tiếng tôn xưng đức Phật. *Phổ tri* : Biết khắp cả, Biết tất cả. Tức là cái Chánh-biến tri, cái Chánh biến Trí, Phạn : Samyak sambodhi, Pháp : La connaissance de tout. *Tôn* : Thế-tôn, đức Phật.

PHỔ TRI THIÊN NHƠN TÔN 普知天人尊 Tiếng tôn xưng đức Phật. Đức Phật là người biết khắp cả mọi sự, mọi lý, ngài biết tất cả các pháp, nên gọi là *Phổ tri*. Ngài được chư Thiên thần và mọi người ở thế-gian tôn trọng, nên gọi là *Thiên nhơn tôn*. Vậy *Phổ tri thiên nhơn tôn* là người biết tất cả và được chư thiên cùng nhơn-loại tôn trọng.

PHỔ VỊ THỪA GIÁO 普為乘教 Tức là *Pháp-tướng tông*. Viết trọn : *Phổ vị nhứt thiết thừa giáo* (*Phổ biến cho tất cả các thừa giáo-lý*). Pháp - tướng tông phổ cập sự lợi-ích cho tất cả năm thừa : Nhơn-gian, Thiên-thượng, Thinh-văn, Duyên-giác, Bồ-tát. Vì vậy nên gọi Pháp-tướng tông là *Phổ vị thừa giáo*.

PHÚ-ĐƠN-NA 富單那 Một giống quỉ hôi hám, hay làm cho người-ta mang bệnh, nhứt là bệnh nóng, sốt (*nhiệt-bệnh*).

PHÚ-LAN-NA-CA 富蘭那迦 Pournajit (*scr.*)

Cũng viết : *Phú-Na*.

Một vị Đại La-hán, Đại Đệ-tử của Phật.

Phú-lan-na-na vốn và một vị trưởng-giả, nhà giàu có ở thành

Ba-la-nại (*Bénarès*). Lúc ấy, tại Ba-la-nại, có năm chàng làm bạn với nhau : Da-Xá, Tỳ-ma-la, *Phú-lan-na-ca*, Tu-bà-Hầu, Già-bà-bạt-Đế. Nghe tin *Da-Xá* bỏ việc ăn chơi theo thế-tục mà xuất-gia đầu Phật, bốn người bạn của Da-Xá động lòng háo kỳ, bèn kéo nhau vào Vườn Lộc. Nghe Phật thuyết pháp mà cảm động, ông Phú-lan-na-ca và các bạn đồng xin thọ giới xuất-gia và đắc quả A-la-hán.

PHÚ-LAN-NA CA-DIẾP 富蘭那迦葉 Purana Kasyapa (*scr.*) Một vị sư trưởng trong sáu vị sư trưởng ngoại-đạo hồi Phật-Thích-Ca ra đời. Kêu tắt : *Phú-lan-na* (*Xem : Lục sư ngoại-đạo.*)

Tuy tu phép xuất-gia, giữ thanh-tịnh hạnh, nhưng ông Phú-lan-na Ca-Diếp chẳng nhận lý Nghiệp (*Karma*). Theo ông ấy, chẳng có Hắc-nghiệp, chẳng có Hắc-nghiệp báo, chẳng có Bạch-nghiệp, chẳng có Bạch-nghiệp báo, chẳng có Hắc nghiệp và Bạch-nghiệp, cũng chẳng có Hắc-nghiệp báo và Bạch-nghiệp báo ; chẳng có cái Nghiệp đưa lên cảnh cao, chẳng có cái Nghiệp đày xuống cảnh thấp.

PHÚ-LÂU-NA 富樓那 Pûrna (*scr.*) Một vị Bồ-tát, Đại Thinh-văn, Đại đệ-tử của Phật Thích-Ca. Phú-lâu-Na (*Pûrna*) : Mãn, đầy-đủ. Tức là quả mãn. Viết trọn chữ : *Phú-Lâu-Na Di-đa-la-ni tử* (*Pûrna Maitrayaniputtra*), dịch nghĩa : Mãn-từ-tử ; Mãn, con bà Từ. *Pûrna* : Mãn. *Maitrayani* : Từ nữ. Puttra : Tử.

Phú-lâu-Na là con của một vị Bà la-môn rất giàu có sang trọng ở thành Ca-tỳ-la-vệ (*Capilavastou*), làm quốc-sư ở triều vua Tịnh Phạn (*Suddhodana*).

Thọ giáo nơi Phật và đắc quả La-hán, Phú-lâu-Na sanh ra đồng một ngày với Phật, vốn người nghiêm-chính, thông-minh và không ưa việc trần-thế. Khi đức Thích-Ca xuất-gia, Phú-lâu-Na với 30 người bạn cũng xuất-gia, tu theo phép Ba-lê Bà-già-Ca ở núi Tuyết (*Himalaya*). Khi đức Thích-Ca thành Phật, thì ông chứng Tứ-thiền và Ngũ-thông. Ông dùng Thiên-nhãn thông, xem thấy Phật thuyết pháp tại vườn Lộc-dã, bèn bay với các bạn đến chỗ Phật mà nhập môn. Chẳng bao lâu, ông đắc quả La-hán. Phú-lâu-Na được Phật công nhận là bực *Thuyết pháp đệ nhứt* trong hàng chư đệ-tử. (*Xem: Thập đại đệ-tử*).

Đức Phật có phái *Phú-lâu-Na* sang nước Du-lư-na mà truyền bá đạo Phật, người nước ấy rất hung tợn.

Phú-lâu-Na sang đó mà giáo-hóa, được thành-tựu. Ông tịch luôn tại nước ấy.—

Trong hội *Pháp-hoa*, đức Phật có thọ-ký cho *Phú-lâu-Na*, phán rằng về sau Phú-lâu-Na sẽ thành Phật, hiệu là *Pháp-Minh Như-lai* (*Dharmaprabhâsa*) (*Xem: Diệu-pháp Liên - hoa Kinh, phẩm 8, quyển 4.*)

Phú-lâu-Na (*Pûrna*) lại là tên một chàng con nhà giàu có ở miền Nam Thiên-trước. Ông nầy thành tâm cầu khẩn Phật hiện đến nơi đàn lễ mà cúng dường. Nhơn dịp ấy, ông qui-y Tam-bảo và được Phật thọ-ký cho, ngài mách rằng về sau ông sẽ thành Phật, hiệu là Pûrnabhadra (*Pûrna : mãn, đầy đủ, Bhadra*: Hiền.)

PHÚ-NA 富那 Pournajit (*scr.*) Cũng viết: *Phú-lan-na-Ca*. Một vị Đại La-hán, Đại đệ-tử của Phật, con nhà Trưởng-giả ở thành Ba-la-nại. Ông xuất-gia hồi Phật mới khởi sự truyền đạo trong vườn Lộc, gần thành Ba-la-nại. (*Xem: Phú-lan-na-Ca.*)

PHÚ-NA-DẠ-XA 富那夜奢 Punyagaça (*scr.*) Vị Tổ-sư thứ 11 trong hàng 28 vị tổ-sư truyền nhau nắm giữ mối Đạo ở Ấn-độ. Ngài gốc ở xứ Hoa-thị (*Pataliputra*).

Nhơn khi yết kiến vị Tổ thứ 10 là Hiếp tôn-giả, tôn-giả hỏi rằng:

— Ngươi ở đâu lại đây?

— Cái tâm tôi chẳng phải đến.

— Ngươi sẽ đi về đâu?

— Tâm tôi chẳng phải ngừng.

— Ngươi không định sao?

— Chư Phật cũng như thế.

— Nhưng ngươi không phải là chư Phật.

— Chư Phật cũng chẳng phải (*chư Phật*).

Thấy ngài đáng độ, Tổ thứ 10 bèn độ cho, trao giới xuất-gia cho ngài và về sau truyền y, bát cho ngài.

PHÚ-SĨ 富 士 Fuji (*jap.*) Cảnh núi cao lớn hơn hết và đẹp hơn hết ở nước Nhựt. Người-ta nói núi ấy rất linh. Nhà họa sĩ thường vẽ cảnh núi Phú-Sĩ trên các bức tranh, nhà thơ thường ngâm vịnh núi ấy, nhà đạo cũng thường cất chùa theo triền núi ấy. Người Nhựt cho rằng núi Phú-Sĩ ở Nhựt cũng như núi Hỷ-mã ở Ấn-độ.

PHÙ-CĂN 浮 根 Căn nổi. Tức là Ngũ căn (*Năm căn*). Trong lục căn, sáu căn (*Nhãn, Nhĩ, Tỷ, Thiệt, Thân, Ý*), năm căn đầu : Nhãn, Nhĩ, Tỷ, Thiệt Thân, (*Mắt, Tai, Mũi, Lưỡi, Thân*) nổi lên trên mà người ta thấy được, như mắt giống như trái nho, tai giống như cái lá cuốn lại v.v. Vì vậy nên gọi chung năm căn ấy là *Phù-căn*.

Lại nữa, năm căn ấy là phù hư, chẳng thật, nên kêu là *Phù-căn*.

Phù-căn cũng gọi là *Phù trần căn* 扶 塵 根, tức là căn ngoài phù-trợ.

Đối-nghĩa : *Thắng nghĩa căn* 勝 義 根 : Căn trong-sạch, trổi thắng. Năm căn trong người, khi được thanh-tịnh, lấy trần-cảnh để làm việc lành, trong-sạch như châu báu, thì kêu là *Thắng nghĩa căn*.

PHÙ CHÚ 符 咒 Évocations. (*fr.*) Cũng kêu là linh phù và chơn-ngôn. Theo pháp giáo Bà-la-môn, có hai thứ phù chú : một thứ để thỉnh bà con đã qua đời, dầu bà con quá vãng ấy có tấn-hóa tới đâu thỉnh cũng được. Một thứ nữa để thỉnh những hồn không phải bà con, những hồn nầy khó thỉnh hơn, và nếu là những hồn tấn-hóa hơn bực nhơn-loại thì thỉnh chẳng được. Muốn cầu thỉnh, phải ăn chay và tụng kinh. Vì ai họa phù đọc chú mà không được tinh-khiết thì sẽ bị hại. Nhà đạo phải :

I. Tách mình ra khỏi sự vật.

2. Niệm tưởng quyết vào vị mình muốn thỉnh.

3. Nhốt những qui-yêu vào một cái vòng phép để chúng-nó khỏi phá.

4. Dâng cúng lễ vật.

5. Niệm chơn-ngôn thần-chú. Niệm chơn-ngôn thần-chú rất có hiệu-nghiệm. Vị thần thỉnh đến luôn luôn làm theo lịnh của pháp-sư.

PHÙ-ĐÀ-BẠT-MA 浮陀跋摩 Bouddhavarman (*scr.*)

Cũng kêu Giác Khải 覺鎧 Sa-môn người Ấn-độ, qua Tàu và dịch kinh trong khoảng 437-439 dương-lịch.

PHÙ-ĐỒ 浮圖 Stûpa (*scr.*).— Dagoba (*p.*).— Tour (*fr.*) Tháp Phật, Tháp thờ Phật hoặc thờ xá-ly của Phật. Tháp thờ tro tàn của các Tổ, của các sư tăng.

Kim Vân Kiều :

Dẫu xây chín đợt *Phù-đồ*,

Sao bằng làm phước cứu cho một người.

Trong nghi-thức tống táng có câu :

Cung nghinh xá-ly, an trí *phù-đồ* (*Rước thỉnh xá-ly* (*tro tàn*) *mà để vào Tháp*).

Xem : *Tháp*.

PHÙ-NANG 浮囊 Ballon flottant (*fr.*) Cái túi phao, cái bao nồi có bọc hơi. Tức là trái ba-lông (*ballon*), người ta bôm hoặc thồi cho không-khí vào đó, dùng nó mà lội qua sông cái, hoặc lội qua biền, khỏi bị chìm. Cái *phù-nang* tỷ như Giới cấm. Người giữ giới để vượt qua biển khồ-não, biền luân-hồi, cũng như người đeo cái *phù-nang*, cái bao nồi để lội qua biền. Nếu để lọt mất giới thì không qua khỏi biền luân-hồi khồ-não ; cũng như người đeo cái *phù-nang*, nếu để nó xì hơi, ắt phải chết chìm nơi biền.

PHÙ-TƯỞNG 浮 想 Pensée flottante, Esprit flottant (*fr.*) Tư-tưởng phù-phiếm. Tâm tưởng không vững chắc, hư vọng, không thật.

PHÙ-TRẦN 浮 塵 Bụi nổi. Hết thảy các pháp hữu-vi đều như bụi nổi, chớ chẳng có thật. Các pháp ấy là bụi lấp cái Chơn-tánh, nên kêu là *Phù-trần*.

PHÙ TRẦN CĂN 扶 塵 根 Căn phù trợ cho Chánh-căn. Cũng viết : *Phù-căn* 浮 根 Căn nổi, căn phù-phiếm, không chơn thật. Đối với *Chánh-căn, Thắng - nghĩa căn* là căn trong-sạch, chơn-chánh. Năm căn ở ngoài : Nhãn, Nhĩ, Tỹ, Thiệt, Thân, nếu theo trần cảnh, không thanh-tịnh, thì kêu là *phù trần căn* hay *Phù căn*. Nếu trong - sạch, chánh-đáng, thì kêu là *Chánh căn, Thắng - nghĩa căn.*

PHỤC-ĐÀ-MẬT-ĐA 伏 馱 蜜 多 Bouddhamitra (*scr.*) Cũng viết : *Phật-đà-mật-đa.* Tổ-sư đời thứ chín trong hàng 28 vị Tổ Tây-thiên. (*Xem : Phật-đà-mật-đa, Tổ-sư Tây-thiên.*)

PHỤC-ĐOẠN 伏 斷 Bukudan (*jap.*).— Dompter et trancher les passions (*fr.*). Về sự tiêu trừ các sở dục, các phiền-não, Thiên-thai tông có phân ra hai thời-kỳ : *phục* rồi mới *đoạn*. Tức là trước hàng-phục, sau thì đoạn-diệt.

PHỤC-NHẪN 伏 忍 Đức nhẫn hàng-phục phiền-não. Một đức nhẫn trong *Ngũ Nhẫn*. Ở địa - vị Tam Hiền : Thập trụ, Thập hạnh, Thập hồi-hướng, hành-giả chưa đoạn diệt được phiền-não bằng vô-lậu trí, chỉ dùng cái hữu-lậu thánh-trí, đem sức chịu đựng để hàng phục phiền-não mà thôi. Tức dùng cái đức nhẫn mà đè nén phiền-não, khiến chúng nó chẳng khởi lên.

PHÚNG-TỤNG 諷 頌 Gàthà (*scr.*).— Strophe (*fr.*) Bài thi bốn hàng, mà Phật hoặc Pháp-sư trong khi giảng Kinh, ngâm vịnh để cảm-hóa Đại-chúng, để biểu-dương chỗ tinh-túy.

Lại là thể thi-ca trong các kinh-điển Phật, hợp lại là tất cả các bài thi-ca, mỗi bài bốn hàng. Cũng viết : *Cô-khởi tụng, Cô-khởi Kệ.* Viết theo Phạn : *Kệ, Kệ-đà, Già-tha, Già-đà* (Gàthà).

PHƯỚC (*PHÚC*) 福 Punya (*scr.*).— Pûnna (*p.*).— Mérites, bonheur (*fr.*) Việc yên thuận, cảnh vừa ý, điềm tốt lành. Đồng-nghĩa: *công-đức.* Trái với: *tội, họa, khổ.* Những ai hiểu đạo-lý, làm những việc lành, việc phải, việc chánh bằng thân-thể, lời nói và ý-tưởng thì đặng *phước. Phước* nầy đến cho mình trong đời nầy hoặc đời sau bằng những sự *sang trọng, vinh-diệu, giàu có, sống lâu, tốt tướng, yên ổn* và *mọi điều vui sướng.*

Nhà tu-hành có ba cách lập *phước*:

1.) Bố-thí, cúng-dường và nuôi-dưỡng cha mẹ (*Thí loại-phước* hay *Thế phước*).

2.) Trì giới, tức giữ Ngũ giới và Bát giới của hàng Tại-gia, hoặc Thập giới và Cụ-túc giới của hàng Xuất-gia (*Giới loại phước* hay *Giới phước*).

3.) Tu định, tức tụng đọc Kinh-điển và ngồi thiền hoặc niệm Phật (*Tu loại phước* hay *Hành phước*).
Như vậy kêu là *Tam phước.*

Người tu hạnh Bồ-tát muốn mau thành Phật, nên tu luôn cả *phước* và huệ. Tu *phước* là làm các công-đức, tế độ chúng-sanh. Tu huệ là dùng thiền-định mà diệt tận các phiền-não, phá tan vô-minh.

Như vậy kêu là phước huệ song tu.

PHƯỚC ÁI 福 愛: Phước-đức và vui-thích, có phước và sung sướng, vui vẻ mà sống đời. Cũng như: *phước lạc*

PHƯỚC-BÁO 福 報: Cái quả-báo phước-lợi, vì mình đã làm việc công-đức. Như nhờ *phước-báo* mà sanh lên cõi Tiên, hoặc sanh lên trọng hạng người sang trong, giàu có.

PHƯỚC-CÁI 福 蓋: Sự che chở của phước-đức. Phước đức do mình tạo ra, che chở thân mạng mình, cũng như người ta che *dù* mà tránh khỏi mưa, nắng vậy.

PHƯỚC-ĐỊA 福 地: Cảnh đất phước đức. Tiếng xưng cảnh

chùa chiền, vì vùng nhà chùa là nơi sanh ra phước-đức.— Lại cũng là tiếng để gọi chỗ ở của Thần-tiên.

PHƯỚC-ĐIỀN 福 田 : Ruộng phước. Ruộng tốt thì thâu nạp hột giống và có sức sanh ra lúa thóc. Tỷ như nhà nông gieo giống trên ruộng tốt thì sẽ được rất nhiều lúa thóc, bực thiện-nam tín-nữ cúng-dường cho những nhà chơn-tu, những vị đắc đạo, đáng cúng, —những vị ấy tức là *phước-điền,* thì sẽ được phước-đức vô-lượng ở đời nầy và các đời sau.

Kinh Phạm-Võng có biên tám thứ phước-điền (*bát phước-điền*): 1.) Phật, 2.) Thánh-nhơn, 3.) Hòa-thượng, 4.) A-xà-lê, 5.) Tăng, 6.) Cha, 7.) Mẹ, 8.) Người bệnh.—

Vô-Lượng-Thọ Kinh : Bồ-tát là tối thắng *Phước-điền.*—

Trong **Pháp-bảo-đàn Kinh,** Ngũ-tổ có dạy chư môn-đồ rằng: Con người ở thế, sanh-tử là việc lớn. Các ngươi cả ngày chỉ cầu lấy *phước-điền* mà chẳng cầu lìa khỏi biển khổ sanh-tử. Cái tánh của mình nếu còn mê, thì cái phước cứu sao cho nổi?

Niết-Bàn kinh, quyển 24 : *Phước-điền* là chi? Từ những người ngoại-đạo trì giái lần lên cho đến chư Phật, đó là *phước-điền.* Nhưng nếu ai tưởng rằng chỉ có hạng tu hành và hạng đắc đạo là chơn *phước-điền,* thì nên biết rằng đó là tâm tưởng hẹp hòi. Bồ-tát Ma-ha-tát nhìn xét rằng tất cả vô-lượng chúng-sanh đều là *phước-điền* vậy.

PHƯỚC ĐIỀN Y 福 田 衣 : Áo ruộng phước. Tức áo *cà-sa.* Áo cà-sa có nhiều miếng đâu lại, mới trông qua như những khoảng đất trong một khu ruộng, nên kêu là phước-điền y. Vả lại, bực tu xuất-gia mặc cà-sa là bực đáng cúng-dường, ai cúng-dường cho nhà sư vận cà-sa thì được nhiều phước đức, cho nên gọi áo ấy là *phước-điền y.*

PHƯỚC ĐÌNH 福 庭 Sân phước-đức. Tiếng tôn xưng để gọi nhà chùa, cảnh vườn, sân chùa là nơi sanh ra phước-đức cho hàng tại-gia và hàng xuất-gia, cho nên gọi là *phước-đình.*

PHƯỚC-ĐỨC 福 德 : Chữ phước đức có hai nghĩa :

1.) Tất cả những việc lành (*méritets*). Đồng-nghĩa : *công-đức*.

2.) Vì đã làm những việc lành, nên được hưởng mọi sự lợi-ích, an-lạc (*bonheur, félicité*). Chữ phước-đức thường hàm-súc cả hai nghĩa ấy. Đối với : *Tội-lệ*.

PHƯỚC ĐỨC MÔN 福 德 門 Một môn trong hai môn tu học : 1.) *phước-đức môn*, 2.) trí-huệ môn.

Phước-đức môn cũng kêu là *Bi-môn*, là môn từ-bi hằng cứu giúp, làm lợi-ích cho tất cả chúng-sanh. Còn *Trí - huệ môn* hay *Trí - môn* là môn làm lợi-ích cho mình và cho người bằng sự trau-giồi trí-huệ, đọc tụng kinh luận và tham-thiền tưởng Đạo.

PHƯỚC-ĐỨC TƯ-LƯƠNG 福 德 資 糧 Món vốn-liếng và lương thực bằng phước đức. Cũng như người đi đường xa, cần phải đem theo tiền của và vật-thực, người hành đạo cho đến quả Phật, cần phải có sẵn *Phước-đức tư-lương* là phước-đức do những điều thiện, nhứt là do hạnh Bố-thí mà mình đã tạo ra vậy.

Kinh Du-Già quyển 29 có biên bốn thứ tư-lương : 1.) *Phước-đức tư-lương*, 2.) Trí-huệ tư-lương, 3.) Tiên - thế tư-lương, 4.) Hiện pháp tư-lương.

1.) Nhờ món *Phước - đức tư-lương*, tức là những sự bố-thí, cúng-dường và cứu hộ chúng-sanh, nay mình được mọi bề tiện lợi về ăn, mặc, ở, gặp phần phước-điền tốt, giúp chư thiện tri thức khỏi các chướng ngại, và do đó mình dễ chuyên cần tu học thêm. 2.) Nhờ món trí-huệ tư-lương mình thành-tựu được cái đức thông-minh, biết phân biệt thiện-pháp ác-pháp, biết tùy thuận theo pháp-giáo, nghĩa giáo, giáo-thọ (授) và giáo-giới (誡).

3.) Nhờ món Tiên - thế tư-lương, tức nhờ đời trước mình từng gieo trồng thiện-căn bằng phước-đức, bằng trí-huệ, nên đời nầy mình thâu hoạch các thiện-căn để tư-trợ cho mình vậy.

4.) Nhờ món Hiện-pháp tư-lương, tức là món vốn-liếng và vật-thực mà mình thâu trữ ngay trong đời nầy bằng cách tu phước và tu huệ, nên hiện thời mình hưởng lấy đó mà tiến lên đường tu học.

PHƯỚC-ĐỨC-THÂN 福德身 : Thân phước-đức. Ấy là một thân trong *Thập thân* mà đức Phật có đủ : 1) Bồ-đề thân, 2) Nguyện-thân, 3) Hóa-thân, 4) Trụ trì thân, 5) Tướng hảo trang-nghiêm thân, 6) Thế-lực thân, 7) Như-ý thân, 8) *Phước-đức thân,* 9) Trí-thân, 10) Pháp-thân.

PHƯỚC-ĐỨC TRANG-NGHIÊM 福德莊嚴 : Phước-đức làm cho xuê-lịch, tu bổ cho hoàn-toàn. Ấy là nói việc trang-nghiêm cho cái thân, cho cái Phật-quả. Có hai thứ trang-nghiêm : 1) *Phước-đức trang-nghiêm,* 2) Trí-huệ trang-nghiêm. Nhờ hai sự trang-nghiêm ấy, Bồ-tát mau thành *Phật*-đạo. (Xem : *Nhị Trang-nghiêm.*)

PHƯỚC-ĐỨC VÔ LƯỢNG TỤ 福德無量聚 : Nhóm phước-đức vô-lượng. Tiếng xưng-tặng để gọi Bồ-tát Giới-bổn (*Bồ-tát giới kinh*) Các giới của Bồ-tát gom chung thành một nhóm ai thọ trì cho khéo thì được chẳng biết bao nhiêu là phước-đức cho nên kêu là phước-đức vô-*lượng tụ.*

Trong bài tụng Hồi-hướng Bồ-tát giới Kinh có chép :

Ngã dĩ tùy thuận thuyết (Ta đã tùy thuận thuyết) *phước-đức vô-lượng tụ* (*Nhóm phước-đức vô-lượng*).

Hồi dĩ thí chúng-sanh (quay lại thí chúng-sanh), cộng hướng Nhứt thiết Trí (cùng hướng Nhứt thiết Trí).

PHƯỚC HẠNH 福行 : Tu hành phước-đức. Tức là tu hành Ngũ giới, Thập thiện, Bồ - tát giới, Tỳ - kheo giới. Ai tu hành các pháp ấy, thì cảm-ứng được vô-lượng phước - đức.

PHƯỚC HUỆ 福 慧 : Félicité et sagesse (*fr.*) Phước-đức và trí-huệ. Tức là hai phương - pháp tu trì. Ai hành đủ hai môn đó, mới có đủ điều - kiện để mau thành Chánh - giác. Cũng kêu : *Phước trí Bi trí, Phước quán.*

PHƯỚC KHÁNH 福 慶 Félicité, Bonheur (*fr.*) : Sự vui sướng vì có phước-đức, phước-lợi. Sự vui mừng được may mắn.

PHƯỚC LỘC 福 祿 Félicité et Bonne fortune (*fr.*) : Phước-đức và lợi lộc. Tiếng chung để gọi phước - lợi công - đức của hàng tại thế và hàng xuất thế. Phước lộc của người tại thế là gia-đình yên ổn, địa-vị sang trọng, của tiền dư dật, như vậy tiện làm những việc bố thí, cúng dường. *Phước lộc* của người xuất thế là an lạc trong chỗ tu hành, có đủ bề thế để tiện bề tu học.

PHƯỚC LỢI 福 利 Bonheur et profit (*fr.*) Hạnh phước và lợi ích về vật-chất và về tinh-thần.

Chư Phật và chư Bồ-tát hằng làm những việc *phước lợi* cho chúng sanh.

PHƯỚC - LỰC 福 力 La force de la félicité (*fr.*) Sức mạnh của phước đức Do sự tu phước, như bố-thí, cúng-dường, tế độ, giữ Ngũ giái, Thập thiện, Cụ - túc giới, niệm Phật, lễ Phật và Bồ - tát mà được *phước-lực*. *Phước-lực* ấy đưa mình lên địa-vị thần-tiên hoặc người tốt số, nó hộ trợ mình, chở che mình khỏi các sự rủi ro bất trắc, giữ gìn cho mình được các sự an ổn, vui vẻ. *Phước-lực* đối với *Trí-lực* là sức mạnh của trí-huệ, do sự suy-xét, tham-thiền mà có.

PHƯỚC-NGHIỆP 福 業 : Hạnh - nghiệp (*nghiệp - nhơn*) phước-đức. Do những hạnh - nghiệp lành đời trước hoặc đời nầy mà chiêu-cảm được quả-báo phước đức, nhơn bó mình hưởng những sự vui vẻ, an ổn, lợi lộc, trường thọ và mọi điều may mắn.

Qui - nguyên trực - chỉ Ông : Triệu - văn - Xương đời nhà Tùy (589-604), khi chết xuống Âm-phủ, Diêm-la vương hỏi rằng : « Trọn đời, ông có làm *phước - nghiệp* chi chăng ? » Triệu-văn-

Xương đáp : « Tôi nghèo, chẳng thể làm công - đức chi được, chỉ có tụng kinh Kim-cang mà thôi.» Vua Diêm-la rất khen, liền cho sống lại.

PHƯỚC - NHƠN 福 因 : Nhơn-duyên của phước đức. Tức là những công-đức thiện-căn từ trước mà mình khéo làm, khéo gieo, bèn chiêu-cảm cái phước - quả ngày nay vậy.

PHƯỚC - QUẢ 福 果 : Quả-bảo của phước đức. Y theo cái phước - nghiệp, phước-nhơn, chiêu-cảm cái quả-báo là mọi sự hạnh phước, an lạc, lợi-ích. Như bố-thí, cúng-dường là *phước - nhơn;* sanh ra nơi nhà giàu có, sang trọng, được hình-tướng đáng yêu đáng mến, đó là *phước-quả.*

PHƯỚC QUÁN 福 觀 : Phước-đức và quán-tưởng, tức là hai môn tu phước và tu huệ. Tu *phước,* làm các việc từ-thiện, thì sẽ được phước-đức. Tu quán, ngồi thiền nhập định, ắt được trí-huệ. Tu cả hai môn, kêu là *phước quán song tu.*

PHƯỚC-SANH-THIÊN 福 生 天 .-Punyaprasava (*scr*) :

Cảnh Tiên phước-sanh, chư Thiên (*Thiên*) ở cảnh ấy.

Phước-sanh Thiên là cảnh Tiên thứ nhì ở miền Tứ-thiền Thiên, thuộc về Sắc-giới (*Rùpadhàtu*). Ai tu đắc Tứ thiền thì khi ngồi thiền, thần-thức vượt lên đến cảnh *Phước sanh Thiên.* (*Xem : Tam giới.*)

PHƯỚC TÚC 福 足 : Phước đức đầy đủ. Chư Phật và chư Bồ-tát đã tu qua các hạnh từ-bi, như Bố - thí, Trì-Giới, Nhẫn-nhục, Tinh-tấn, nhơn đầy đủ phước-đức, bèn có cái Ứng-thân trang nghiêm bởi 32 tướng chánh và 80 tướng phụ. Vì vậy nên người ta xưng Phật là Lưỡng túc tôn (*đức Thế-tôn đủ cả hai bề : phước và trí*).

PHƯỚC TRÍ 福 智 Phước-đức và Trí-huệ. Cũng kêu : *Bi trí, phước huệ, phước quán.*

Trong bài kệ kết kinh ở Bồ-tát giới kinh có chép :

Nguyện chư thế-giới thường an ổn, vô-biên *phước trí* ích quần sanh.

PHƯỢC 縛 Liens (*fr.*) Dây trói buộc, như : thê thằng tử *phược* (*vợ là dây buộc, con là dây trói*).— Trói buộc thân, tâm chẳng cho thoát ly, như : hệ *phược, phược* trước.— Tiếng dùng để gọi các phiền-não, vì phiền - não trói buộc thân và tâm của chúng-sanh, chẳng để cho họ thoát khỏi mà lên đường Phật, Thánh. Nhơn đó, ba mối phiền-não chánh (*tham, sân, si*), kêu là *Tam phược.*

Niết - bàn Kinh : Tỷ như ở thế gian, những kẻ có tội thì bị vua *trói buộc* (*vi vương sở phược*) ; còn kẻ vô tội thì vua chẳng có thế *trói buộc* (*vương bất năng phược*).

Bồ-tát Ma-ha-tát cũng như thế, nếu mình có sự mắc vướng (*hệ trước*), thì bị Ma *trói buộc* (*vi Ma sở phược*) ; còn mình chẳng có sự mắc vướng, thì Ma chẳng có thế *trói buộc* (*Ma bất năng phược*).

PHƯƠNG ĐẲNG (*KINH*) 方等 (經) : Thường đọc trọn chữ là : *Phương đẳng Đại-thừa Kinh-điển.* Các Kinh-điển của đạo Phật Đại-thừa đều chứa đủ Nghĩa-lý rộng rãi và bao quát như nhau, cho nên kêu là *Phương đẳng. Phương* : phương quảng, tức là vuông vức và rộng rãi, chứa đủ các pháp, từ nhỏ tới lớn từ thấp đến cao. *Đẳng* : bình-đẳng, như nhau. Những Kinh Đại-thừa, như Hoa-Nghiêm, Viên-Giác, Pháp Hoa, Niết-bàn v.v... đều như nhau cả, chứa đủ Diệu-lý, Thật-tướng. Bất cứ ai tu chc triệt-để một Kinh-điển nào về Đại-thừa, cũng có thể thành Phật.

Phương đẳng Đại-thừa Kinh-điển là Tạng bí-mật của đức Như-lai, đại-ý các Kinh ấy đều trưng ra thuyết « Tất cả chúng-sanh đều có Phật-tánh »

« **Niết-Bàn Kinh** » : Như ai chẳng nghe được Tạng thậm-thâm bí-mật của Như-lai, thì làm sao biết rằng mình có Phật-tánh ? Cái Tạng bí-mật ấy là chi ? Ấy là các *Phương đẳng Đại-thừa Kinh-điển.*

Kinh ấy lại nói : *Phương đẳng Kinh*, tỷ như món Cam-lộ, lại cũng tỷ như món độc-dược. Uống mà tiêu thì bổ, uống mà chẳng tiêu thành độc.. Người trí dùng làm Cam-lộ ; kẻ ngu chẳng biết Phật-tánh, uống vào thành độc.

PHƯƠNG-ĐIỂN 方典 : Tức là : *Phương-đẳng Kinh-điển, Phương-đẳng Đại-thừa Kinh điển, Phương - đẳng Kinh.* Tất cả các Kinh-điển Đại-thừa đều chứa nghĩa lý vuông-vức rộng-rãi như nhau, đều giải rộng lý Phật-tánh, lý Như-lai. Bất cứ ai nương theo một bộ Kinh Đại-thừa nào mà tu hành, đều có thể thành Phật. Xem : *Phương-đẳng Kinh.*

PHƯƠNG - PHỤC 方服 Áo vuông, tức là Pháp-y, Cà-sa của vị Tỳ-kheo. Nhà sư đạo Phật (*Tỳ-kheo*) mặc cái áo trải ra thì thành hình vuông (*Pháp: Carré*), nên gọi áo ấy là *Phương-phục.*

Người nước ta thường xưng nhà sư đạo Phật là *Đầu tròn áo vuông.*

PHƯƠNG-QUẢNG (*KINH*) 方廣 (經) : Vaipulya (*scr.*). Đọc theo Phạn : *Tỳ phật-lược* (*Vaipulya*) Kinh, dịch : *Phương quảng Kinh.* Tức là : các kinh Đại-thừa ; các Kinh ấy Nghĩa-lý rộng lớn như Hư-không, cho nên kêu là *Phương quảng Kinh. Phương* nghĩa là : lý lẽ phương-chánh ; *Quảng* nghĩa là : chữ nghĩa quảng bác.

Phương - quảng Kinh là một thể trong mười hai thể thuyết-pháp của Phật, một bộ trong *Thập nhị bộ Kinh.* Xem : *Tỳ-phật-lược, Thập nhị Đại-thừa Kinh.*

PHƯƠNG TIỆN 方便 Upàya (*scr.*).— Moyen, Habileté dans l'emploi des moyens (*fr.*) Lời nhà Phật, *tùy phương nhơn tiện,* tức là theo *phương hướng* và nhơn việc *tiện lợi* mà làm. Việc làm tùy cảnh-ngộ để giúp ích chúng-sanh về vật-chất hoặc về tinh-thần. Cũng gọi *Quyền Phương - tiện* tức là một đức độ lớn của Đại Bồ-tát. Vì bực Đại Bồ-tát, sau khi hành sáu nền đại-đức Ba-la-mật : Bố-thí, Trì-giới, Nhẫn-nhục, Tinh-tấn, Thiền-định, Trí huệ, còn phải hành *Phương - tiện* nữa mới thành Phật Như-lai.

Có chín *phương tiện* để thành Phật :

1.) Tác lễ, làm lễ chư Phật.

2.) Xuất tội, diệt trừ tội ác và sám-hối.

3.) Qui-y, gởi thân nương Phật.

4.) Thí thân, đem thân ra làm Phật-sự.

5.) Phát Bồ-đề tâm, quyết thành Phật, mở lòng lành.

6.) Tùy hỷ, vui và biết ơn chư Phật, chư Bồ-tát.

7.) Quan thỉnh, cầu Phật và Bồ-tát ban điều lành.

8.) Phụng thỉnh, cầu Phật và Bồ-tát mãi mãi cứu độ chúng-sanh cho đến nơi Trí-huệ.

9.) Hồi-hướng, bao nhiêu việc lành mà mình đã làm, đều dâng lên Phật để nguyện cho chúng-sanh.

Lại về cách thiện-xảo của nhà tu hạnh Bồ-tát, có mười món *phương tiện* : 1.) *Bố-thí phương tiện* : Không keo-xẻn, vui lòng bỏ của-cải thân-mạng ra đặng cứu giúp chúng-sanh. 2.) *Trì-giới phương tiện* : Giữ cấm-giới, làm đầu-đà, chẳng khinh ai, chẳng nhiễm trước. 3.) *Nhẫn-nhục phương tiện* : Lìa khỏi điên đảo sân nhuế. Nếu gặp sự ngang-trái nó xâm phạm đến mình, thì nhịn chịu chẳng động. 4.) *Tinh-tấn phương-tiện* : Chịu nhọc, nhịn khổ, dõng-mãnh không biếng-nhác. 5.) *Thiền-định phương tiện* : Lìa xa hết thảy năm tình dục và mọi sự phiền-não, đối với pháp thiền-định giải thoát thì hăng hái tu tập. 6.) *Trí huệ phương tiện* : Lìa xa ngu-si phiền-não, nuôi lớn hết thảy công-đức. 7.) *Đại-từ phương tiện* : Khởi lòng bình đẳng đại-từ, làm lợi lạc cho hết thảy chúng-sanh. 8.) *Đại bi phương tiện* : Đem lòng đại-bi bình đẳng, chịu mọi sự khổ thế cho hết thảy chúng-sanh. 9.) *Giác-ngộ phương tiện* : Đem trí-huệ vô ngại mở bảo cho hết thảy chúng-sanh, khiến cho không nghi-hoặc. 10.) *Chuyển Bất-thối Pháp-luân phương tiện* : Chuyển vô-thượng Pháp-luân, hóa dẫn chúng-sanh, khiến cho thêm lớn Bồ-đề, hành-vị chẳng thối.

Cổ đức : *Phương tiện* hữu đa môn,

Qui nguyên vô nhị lộ.

Phương tiện có nhiều cửa,

Về cội chẳng hai đường.)

PHƯƠNG TIỆN HIỆN NIẾT-BÀN 方便現涅槃 Việc thị-hiện Niết-bàn là một phương tiện.

Như-lai tuy là thường - trụ, chẳng biến đổi, nhưng ngài muốn cho chúng-sanh phát khởi các tư-tưởng khó gặp Phật, nên ngài dùng phương tiện mà thị-hiện cảnh vào Niết-bàn.

Như vậy, chúng - sanh sẽ đem lòng mến tiếc Phật, họ sẽ tinh tấn mà tu hành, chớ không ỷ-lại nơi Phật.

PHƯƠNG TIỆN TẠNG 方便藏 Kho phương tiện. Tiếng xưng Phật, xưng công-đức của Phật. Đức Phật có vô-số phương tiện, ngài tùy nghi dùng mọi cách-thế để giáo-hóa chúng-sanh, để cứu độ chúng-sanh, nên gọi ngài là *phương tiện tạng.*

PHƯƠNG TIỆN TRÍ 方便智 Cũng gọi : *quyền-trí* 權智. Trí quyền biến, Trí xảo thông đạt các phép quyền nghi để thành tựu sự việc.

PHƯƠNG-TIỆN ỨNG-HÓA THÂN 方便應化身 Ho-benôgeshin *(jap.)*- Corps métamorphique de moyens *(fr.)* Cái thân mà bực Phật, Bồ - tát mang lấy xuống trần tùy tiện độ đời. Cái thân nầy phải chịu luật Tứ khổ : sanh, lão, bệnh, tử; nó có lớn, có nhỏ, sắc nầy, sắc kia, như thế nầy, như thế khác, chớ không phải cái Pháp-thân, cái Chơn-thân.

PHƯƠNG-TRƯỢNG 方丈 Nơi tòng-lâm, phương trượng là chỗ của sư Trụ-trì ở, phòng ngủ chánh-thức của thầy Trụ-trì trong chùa. Sách **Truyền đăng-lục**, chương Thiền-qui-thức có chép : Vị Trưởng-lão đã lên bực hóa-chủ (*chủ giáo-hóa*) thì ở nơi *phương-trượng* ; *phương-trượng* cũng như thất của ông Tịnh-Danh, chẳng phải là nhà riêng.

Ngày xưa, thất của ông Tịnh-Danh (*Duy-ma-Cật, Vimalakirti*) vuông vức một trượng (*10 thước ta*) mà chứa đặng ba ngàn ngôi sư tử. Văn-Thù Bồ-tát có hỏi Pháp nơi Tịnh-Danh tại *phương-trượng* ấy.

Vì vậy, về sau người ta gọi chỗ hỏi Pháp, nơi trụ sở của vị Hóa-chủ, tăng-phòng của vị Hòa-thượng trụ trì là *phương trượng.*

Quan-Âm Thị Kính: Vâng lời, ra ở thiền-môn,
Trong tòa *phương-trượng*, dám còn vào ra!

QUÁ 過 1.) Vượt qua, trổi hơn.— 2.) Thời buổi đã qua, như: *quá-khứ* vị-lai.— 3.) Trải qua, đi qua.— 4.) Trách, hỏi lỗi.— 5.) Lỗi lầm, như quá thất. Phạn: Dosa, pháp: Faute.

Tứ thập nhị chương Kinh: Người-ta có các *điều lỗi* (*nhơn hữu chư quá*) mà chẳng ăn - năn tự hối, mau mau dẹp bỏ sở tâm của mình, thì tội lại cho thân, như nước về biển, lần lần thành ra sâu rộng. Còn như người ta có *lỗi* (*nhược nhơn hữu quá*), tự mình biết là quấy, bèn đổi dữ làm lành, tội tự-nhiên tiêu diệt, khác nào như bệnh được đổ mồ-hôi, lần lần nhẹ dứt.

QUÁ KHỨ 過去 .- Attita (*scr.*).- Passé (*fr.*): Đã qua. Đối với: *Hiện-tại, Vị-lai.* Các pháp hữu - vi: người, sự, vật đã làm xong việc, đã dùng rồi, thì mất địa vị ở trong thời gian, ấy là *quá-khứ*. Như nói: *quá khứ* Phật, Hiện tại Phật, Vị-lai Phật. *Quá khứ* thế (*đời đã qua*). *Quá-khứ* kiếp (*kỳ-kiếp đã qua*).

QUÁ-MẠN 過慢: Sự ngạo-mạn, tôn mình thái quá. Như đối với người tu học bằng mình, thì cho rằng mình hơn, đối với bực hơn mình, thì cho rằng mình bằng. Ấy là một trong thất mạn (*Xem: Mạn*).

QUÁ NHƠN PHÁP 過人法: Tội phạm của nhà tu-hành làm cho người-ta tôn-trọng mình, cúng-dường cho mình thái-quá. Ấy là tội của người vì thinh-danh, vì lợi-dưỡng mà tu hành, chớ chẳng phải vì lòng cầu Pháp. Tội về Đại-thừa, chẳng có ghi trong luật Tỳ-kheo.

Niết-Bàn kinh: Như vị Tỳ-kheo nào, vì lợi-dưỡng, vì sự ăn uống, toan tính một cách gian dối như vầy: «Làm thế nào cho người thế gian biết chắc rằng mình là hàng khất-sĩ? Ta phải dùng nhơn-duyên nầy đặng thâu lấy lợi-dưỡng và danh-dự.» Như vị Tỳ-kheo ấy, vì nặng mối ngu-si, ngày đêm thường nghĩ rằng : « Ta chưa đắc quả La-hán. Nhưng phải làm sao cho những người cư - gia nam và nữ tin rằng ta đã đắc quả ấy ? Ta phải làm cho ai nấy đều tưởng rằng ta là bực phước- đức, bực Thánh-nhơn.» Vị Tỳ-kheo ấy thật là cầu lợi, chớ chẳng phải cầu Pháp. Vị ấy bèn đội lốt Tỳ-kheo, giữ oai-nghi Tỳ-kheo, ngồi thiền nơi chỗ vắng-vẻ, yên-lặng, khiến cho các người tại-gia cúng-dường cho mình các món ăn uống vật dụng, khiến cho người xuất-gia theo mình làm đồ-đệ, khiến cho hàng phụ-nữ yêu trọng mình. Như vậy là đọa *Quá nhơn pháp.*

QUÁ THẤT 過 失 : Lỗi lầm. *Quá* là làm thái quá mà thành bậy ; *thất* là chẳng chịu làm phải, bỏ mất việc thiện mà thành bậy.

QUẢ 果 Trái, Trái cây. Cũng viết : 菓. Chắc quyết, chắc thật, như : *quả quyết, quả nhiên.*- No bụng, như : *quả phúc.*- Chỗ kết cuộc do việc lành hay việc ác đã làm, như *quả-báo, quả-vị.*

Quả tức là *Nghiệp quả.* Cái Nghiệp (*Karma*) có hai bề : khởi-thủy kêu là : *nghiệp-nhơn, nhớn,nhơn-duyên.* kết-cuộc kêu là : *nghiệp-quả quả, quả-báo.* Cũng như trước người ta gieo hột giống ngọt thì sanh ra *quả* (*trái*) ngọt, gieo hột giống đắng thì sanh ra *quả* (*trái*) đắng. Cũng như thế, trước người ta dùng thân-miệng-ý mà làm việc lành thì sau hưởng *quả* lành là phước lạc, trước người-ta dùng thân-miệng-ý mà làm việc dữ thì sau bị *quả* dữ là nạn khổ. Tấn lên một bực nữa, trước người ta lo tu - hành như bố-thí, trì-giới nhẫn-nhục, tinh - tấn, thiền-định, trí-huệ, thì về sau được cái *quả* cao trổi hơn hết là *quả* Phật.

Cái *quả* liền với cái *nhơn,* cũng như cái bóng liền với cái hình, cũng như tiếng dội liền với âm-thinh, không hề sai chạy. Có bảy thứ *quả.* (*Xem : Thất chủng quả.*)

QUẢ BÁO 果 報.- Karma (*scr.*)- Rétribution dersactes (*fr-*) : Kết quả trả lại. Do cái nhơn lành, tức là trước đã làm lành, tu nhơn tích đức, thì cái quả lành trả lại cho mình bằng các sự phước lạc. Do cái nhơn dữ, tức là trước đã phạm tội lỗi bằng thân, miệng. ý, thì cái quả dữ trả lại cho mình bằng các việc tai-nạn, khổ-não. Đó là *quả-báo.*

Linh-hồn, luân-hồi, *quả-báo* là ba cái nền tảng trong đạo Phật, ba chơn-lý ấy rất quan thiệp với nhau. Người tu Phật phải tin ba lý ấy, thì việc tu-học của mình mới tấn lên được.

Bằng ai chẳng tin và chẳng nhận thì chẳng thế trở nên đệ-tử chơn-chính. Là vì sự tin và nhận lý *quả-báo* đủ làm cho mình tỉnh ngộ, mãi mãi bỏ dữ mà theo lành, bỏ tà mà theo chánh.

Quả báo cũng kêu tắt là *Báo.*

Từ lúc gây nên việc lành hay việc dữ cho đến lúc *quả-báo* phát ra bằng phước hay họa, có khi xảy ra trong một đời, ấy là *Hiện-báo* ; có khi xảy ra trong đời tới, ấy là *Sanh-báo* ; có khi xảy ra trong nhiều đời sau, ấy là *Hậu-báo*. Đó kêu là Ba thứ quả-báo (*Tam chủng quả-báo.*) (*Xem : báo.*)

Trong Vô-Lượng Thọ - kinh, Phật có phán với A-Nan rằng : « Hạnh nghiệp *quả-báo* chẳng có thể suy nghĩ bàn luận cho cùng. Các cõi thế-giới của chư Phật cũng chẳng có thể suy nghĩ bàn luận cho cùng.»

QUẢ CHỨNG 果證 Sự chứng quả. Được quả đạo đức, nhờ ra công tu-luyện mà thấy cái quả đạo đức hiện lại tỏ rõ nơi mình, như bốn quả Thinh-văn, những quả : Duyên-giác, Bồ-tát, Phật. Cũng viết : *chứng quả.*

Tứ thập nhị chương kinh : Thế-tôn thành Chánh-giác, ngũ nhơn giai hoạch *quả chứng* (*Đức Thế tôn* khi thành Chánh-giác rồi, ngài thuyết pháp độ cho năm vị Tỳ - kheo (*Ngũ Tỳ - kheo*) thảy đều chứng được quả A-la-hán.)

QUẢ ĐỊA 果地 : Địa vị kết quả, thời kỳ chứng được quả đạo-đức. Người tu Tiểu-thừa hay Đại-thừa đều trải qua hai thời kỳ: thời kỳ đầu, phát tâm và tu-hành, ấy là nhơn-địa, nhà đạo còn ở địa vị tu. Thời kỳ thứ hai là lúc nhà đạo thành tựu, ấy là *quả địa*, nhà đạo ở địa vị kết quả, thành La-hán, Duyên-giác, Đại Bồ-tát hay Phật Thế-tôn.

Như Pháp-Tạng Tỳ-kheo bỏ ngôi vua, phát nguyện tu hành và thệ 48 điều trước mặt Phật Thế-tự-Tại-Vương. Kể từ lúc đó ngài ở vào *nhơn-địa*. Đến khi ngài thành Phật A-Di-Đà (*Vô-Lượng Thọ*), lập thành cõi Tịnh-độ Cực-lạc, thế giới, ở đó mà tiếp dẫn chúng-sanh, đó là ngài ở vào *quả-địa*.

QUẢ-HẢI 果 海 : Biển công-quả, biển công-đức. Phật trải qua bao đời, từng ra công cứu thế và tu-hành, công-đức ấy vô cùng vô tận, tỷ như biển cả, nên gọi là *quả-hải*.

QUẢ MÃN 果 滿 : Quả-vị viên mãn, công hạnh đầy đủ. Tức là quả Phật. Như nói : *Nhơn viên quả mãn* : Nhơn tròn quả đủ.

QUẢ-NHƠN 果 人 Người đắc quả. Có ba thứ quả-nhơn : Phật, Bích-chi Phật, A-la-hán.

QUẢ-THƯỢNG 果 上 : Tức là *quả-địa*. Ấy vì nhà đạo hồi tu-hành, còn ở cảnh nhơn - địa là cảnh thấp ; tới chừng thành công đắc quả, ở cảnh quả-địa là cảnh cao, cho nên kêu là *quả-thượng*,

QUẢ-VỊ 果 位 : Ngôi vị thành tựu, kết quả của nhà đạo đức. Đối với *nhơn-vị*, địa vị tu hành.Như *quả-vị* La-hán, *quả-vị* Duyên-giác, *quả*-vị Bồ-tát, *quả-vị* Phật.

Thủ-lăng-Nghiêm kinh : Có bảy *quả-vị*, tên tuy khác, mà thảy đều có những đức : trong trẻo, sạch sẽ, tròn trịa, đầy đủ, bền chắc như chất kim-cang vương, thường trụ chẳng hư hoại. Ấy là : 1. Bồ-đề, 2. Niết-bàn, 3. Chơn-như 4. Phật-tánh, 5. Am-ma-la thức, 6. Không Như-lai tạng, 7. Đại viên kính trí. Đó là bảy quả-vị thường-trụ của Như-lai.

QUẢ VIÊN 果 圓 Quả tròn. Tức là quả của Phật, tròn trịa, đầy đủ, chẳng thiếu sót. Một trong tám đức tròn trịa, Bát viên. Quả của Phật có đủ ba đức của Diệu-giác : Pháp-thân đức, Bát-nhã đức, Giải-thoát đức.

Trong ba đức ấy, mỗi đức lại có đủ bốn đức : Thường, Lạc, Ngã, Tịnh. Như vậy, Quả ấy là tròn trịa, hoàn toàn. Tám đức tròn trịa của Phật, *Bát viên* là : 1. Giáo viên 2. Lý viên, 3. Trí viên, 4. Đoàn viên, 5. Hạnh viên, 6. Vị viên, 7. Nhơn viên, 8. *Quả viên*.

QUAN, QUÁN 觀 Ayana (*scr.*) : *Quan*, Quán hai âm đồng nghĩa, tùy theo điệu tiếng bằng, tiếng trắc mà đọc. Theo nghĩa kinh điển Phật, là xem xét điều lầm-lỗi quấy bậy đặng trừ bỏ đi. Lại là nghĩa : quán tưởng cho đạt tới chơn-lý, tức là tên riêng của *trí*. Đọc theo Phạn : *A-dạ-la* (*Ayana*). Như : *Quán chiếu*, tức là đem trí-huệ mà chiếu kiến sự, lý. *Quán đạo* : quán xét pháp-lý của đạo. *Quán đạt* : Dùng trí-huệ mà quan sát, bèn thông đạt đến chỗ cùng tột. *Quán không* : Quán tưởng thấy các pháp đều không có tướng. *Quán Phật, Quán Phật Tam-muội* : Sự tưởng hình Phật đủ đầy các tướng, Phép tam - muội quán tưởng Phật.

Quán tưởng niệm Phật : Trong tâm quán tưởng chơn-thân đức A-Di-Đà Phật, còn miệng thì xưng danh Ngài.

Quán có Chánh - quán và Tà-quán.

Tà-quán là sự quán-tưởng quấy bậy, sai lạc, cong vạy theo phường tà tâm, theo hàng ngoại-đạo mê dốt.

Chánh - quán là phép quán-tưởng chánh-đáng, thành thật theo lời Phật chỉ trong Kinh. Như y theo lời Phật giảng trong **Kinh Quán Vô-Lượng-Thọ** mà quán-tưởng cho thấy đức Phật Vô-Lượng-Thọ (*A-Di Đà*) và toàn cõi Cực-lạc, ấy là *Chánh-quán*.

Lại y như Phật thuyết **Kinh Quán Di-Lặc Thượng Sanh Đâu - suất Thiên** mà quán-tưởng cõi Đâu-suất (*Tushita*) của đức Di-Lặc (*Maitreya*) đặng sanh về đó, ấy là *Chánh-quán*.

(*Xem : Tam quán, Ngũ quán, Nhị Quán, Thập lục quán.*)

QUAN-ÂM (*BỒ-TÁT*) 觀音 (菩薩) Đức Bồ-tát Quan-Âm. Một vị Đại Bồ-tát trong Phật-giáo Đại-thừa. (Xem : *Quan-Thế-Âm Bồ-Tát*).

QUÁN CỐT TAM MUỘI 觀骨三昧: Cũng viết: *Bạch-cốt quán, Cốt-quán.* Phép quán-tưởng cho thấy hài-cốt của người từ khi mới thác cho đến khi thành xương tàn cốt rụi. Ấy là một trong *Lục chủng Tam-muội.* (Xem: *Bạch cốt-quán.*)

QUÁN-CHIẾU BÁT-NHÃ 觀照般若 Cái Bát-nhã (*Trí-huệ*) quán chiếu. *Quán chiếu*: Tham-thiền, suy xét mà chiếu thấy. *Quán chiếu Bát-nhã* là cái Trí-huệ chơn-thật do mình quán-tưởng mà chiếu thấy. Một trong Tam Bát-nhã: 1.) Thật-tướng Bát-nhã là cái Trí-huệ mà mình vốn có sẵn, lìa khỏi hư-vọng 2.) *Quán-chiếu Bát-nhã* là cái trí-huệ do mình tu thiền-định mà chiếu thấy. 3) *Phương-tiện Bát-nhã* là cái Trí-huệ tạm dùng để phân-biệt các pháp.

QUÁN DI-LẶC THƯỢNG SANH ĐÂU-SUẤT THIÊN KINH 觀彌勒上生兜率天經 Viết tắt: *Di-lặc thượng sanh Kinh.* Kinh Quán Di-Lặc sanh lên cảnh Trời Đâu-suất. Kinh nầy do quan Tư-cừ Kinh-Thinh nhà Tống (960-1277), dịch chữ Phạn ra chữ Hán.

Phật Thích-Ca giảng Kinh ấy ở thành Xá-vệ, trong vườn Kỳ-thọ Cấp-cô-độc, do ông Ưu-ba-Ly khải thỉnh. Dự thính có các hàng Bồ-tát xuất-gia và tại-gia, chư La-hán, Tỳ-kheo, Tỳ-kheo-ni, Ưu-bà-tắc, Ưu-bà-di và các hạng quỉ thần.

Đại để, Phật giảng rằng: Tới chừng thác, ngài A-Dật-Đa sẽ sanh lên cung Đâu-suất mà làm Bồ-tát Di-Lặc, cung Đâu-suất hẳn là một cảnh Tịnh-độ vậy. Hễ ai quán tưởng cung Đâu-suất theo lời Phật giải và giữ năm giới, tám giới cùng giới cụ-túc của nhà sư, chừng thác sẽ được sanh lên trời Đâu-suất, hầu gần đức Di-Lặc, được hưởng mọi sự sung sướng, và sẽ giáng sanh tham dự giáo-hội đức Di-Lặc chừng ngài thành Phật. Những người ấy lần lượt sẽ gặp chư Phật và được chư Phật thọ-ký cho mình quả Bồ-đề.

Và những ai, dẫu có phạm tội mà biết tỉnh ngộ, thường niệm danh-hiệu đức Bồ-tát Di-Lặc, sẽ được tiêu trừ tội-báo, hưởng phước vô-lượng, và về sau sẽ sanh ra nhằm đời Phật Di-Lặc vậy.

QUÁN GIẢI 觀 解 Quán-tưởng và hiểu rõ. Quán-tưởng, suy xét chơn-lý mà hiểu biết rành-rẽ.

QUÁN-KINH 觀 經 Tiếng kêu tắt để gọi bộ *Quán Vô-Lượng-Thọ Kinh* là Kinh dạy cách quán-tưởng đức Phật Vô-Lượng-Thọ (*A-Di-Đà*). Nhà Chùa thường gọi là *Thập lục Quán-Kinh*, vì Kinh ấy lần lượt dạy đủ 16 phép Quán-tưởng Phật A-Di-Đà để vãng sanh cõi Cực-lạc của ngài. (*Xem: Quán Vô-Lượng-Thọ Kinh.*)

QUÁN PHẬT 觀 佛 Quán tưởng đức Phật. Như **Quán Vô-Lượng-Thọ Phật Kinh** có dạy cách quán-tưởng thân thể của Phật A-Di-Đà.

QUÁN PHẬT TAM-MUỘI 觀 佛 三 昧 Phép Tam-muội (*Thiền-định*) quán-tưởng thân Phật. Hành-giả nhứt tâm quán-tưởng tướng chánh và tướng phụ của Phật. Khi thấy rõ ràng toàn thân đức Phật hiện ra trước mình, tức là phép Tam-muội ấy được thành-tựu. Đó mới gọi là *Quán Phật Tam-muội.*

QUÁN SÁT MÔN 觀 察 門 Pháp - môn quán sát. Pháp-môn quán-tưởng đức Phật A-Di-Đà và cõi Tịnh-độ của Phật có đầy đủ mọi công-đức trang-nghiêm. Một trong *ngũ niệm môn*: 1.) Lễ bái môn, 2.) Tán thán môn, 3.) Tác nguyện môn, 4.) *Quán sát môn,* 5.) Hồi hướng môn.

QUÁN SÁT PHÁP NHẪN 觀 察 法 忍 Đức Nhẫn nại quan sát các pháp. Một trong hai đức Nhẫn: An thọ khổ nhẫn, *Quán sát pháp nhẫn.* Đối với sự khổ đến cho mình, mình quán-tưởng, suy xét rằng các pháp vốn chẳng có thật, chúng-nó vốn chẳng sanh chẳng diệt. Nhờ xét như vậy, mình an-nhiên nhẫn nại, chẳng động, chẳng khổ. Xem: *Nhị Nhẫn.*

QUÁN-TỰ-TẠI 觀 自 在 Avalokitecvara (*scr.*) Tức là ngài Quan-thế-Âm Bồ-tát. Quán-tự-tại gồm có hai nghĩa : 1.) Quán tưởng cảnh-giới duy-tâm mà chứng được quả tự-tại. 2.) Quán thấu căn cơ của tất cả chúng-sanh mà hóa độ một cách tự-tại.

Sự quán trên là *trí*, sự quán dưới là *bi*. Gồm cả trí và bi, tức là Quán tự-tại.

(*Xem : Quan-Âm, Quan-thế-Âm.*)

QUÁN TƯỢNG NIỆM PHẬT 觀 像 念 佛 Quán hình-tượng và niệm Phật. Người tu pháp-môn Tịnh-độ, trong tâm thì quán tưởng hình tượng của đức Phật A-Di-Đà, ngoài miệng thì xưng niệm danh hiệu đức Phật A-Di-Đà, tức miệng niệm *Nam mô A-Di-Đà Phật.*

QUÁN TƯỞNG 觀 想 I.— *Quán-Tưởng* là tiếng đôi, hiệp lại bởi hai chữ đồng-nghĩa, nghĩa là : dùng trí mà quan-sát và tưởng-niệm. Tức là : *Tư-duy, Thiền-định.* Như nói : *Quán-Tưởng* Phật.

II.— *Quán Tưởng* : Quan sát, suy xét cái tư tưởng. *Tưởng* là cái Uẩn thứ ba trong *Ngũ uẩn. Quán Tưởng* là coi cái tư tưởng chánh hay tà, điên đảo hay chẳng điên đảo ; cái tư tưởng đó do đâu mà sanh ra và cái quả - báo của nó là thế nào. Trí-giả thấy rằng : cái *Tưởng* do cái *Xúc* và cái *Thọ* mà sanh ra. Nếu cái *Xúc* và cái *Thọ* nhiễm Phiền - não, thì cái *Tưởng* sẽ sanh Phiền-não. Nếu cái *Xúc* và cái *Thọ* được minh, chánh thì cái *Tưởng* sẽ là minh-mẫn, chánh-đại. Trí-giả thấy rằng : chúng-sanh vì chưa đắc Chánh đạo, cho nên cái Tưởng của họ là *Đảo-tưởng.* Còn Phật Thánh đã đắc Chánh - đạo, nên cái Tưởng của cái ngài là chẳng điên-đảo, trong sạch, giải thoát. Trí-giả thấy rằng cái Tưởng có ba hạng : Tiểu, Đại, Vô - lượng (*Xem Tam Tưởng.*)... Đó là Quán Tưởng.

QUÁN-TƯỞNG NIỆM PHẬT 觀 想 念 佛 : Một phép trong ba phép niệm Phật : 1.) Xưng danh niệm Phật, 2.) *Quán-Tưởng niệm Phật,* 3.) Thật tướng niệm Phật.

Quán-Tưởng niệm Phật : Ngồi yên lặng một chỗ mà tưởng nhớ công-đức của Phật, sức thệ nguyện của Phật, thân tướng trang nghiêm của Phật có đủ 32 tướng chánh và 80 tướng phụ. *Quán-Tưởng niệm Phật* là phép sở trường của người tu Tịnh - độ tông, trong tâm họ tưởng nhớ hình-tướng Phật A-Di-Đà, ngoài miệng họ thường xưng danh hiệu Phật A-Di-Đà.

(*QUAN*) **QUÁN - THẾ - ÂM** (*BỒ - TÁT*) 觀世音 (菩薩) Avalôkitêcvara (*scr.*). – Tchenrézigs (*tib.*).— Cũng kêu tắt : *Quán-Âm*.— Kouan-Yin (*ch.*).— Kouan-non (*jap.*). Người ta cũng gọi ngài là : *Quán-Tự-Tại, Từ-Tâm Bất-sát* (*Lokecvara*). *Quán-Thế-Âm* nghĩa là : Nghe xét các âm-thinh của các chúng-sanh trong Pháp-giái (*hầu có hiện sức thần thông mà cứu vớt họ*).

Bồ-tát *Quán-Âm* tức *Quán-Thế-Âm* thường được người đạo Phật ở Viễn-Đông tôn-trọng theo hình bà. Người đạo Phật ở Tây-Tạng tôn trọng ngài theo hình ông, cho rằng ngài lãnh phần hộ trợ xứ Tây-Tạng. Họ lại nhận cho rằng chính ngài chuyền hóa vào thân đức vua Đạt-lại lạt-ma (*Dalaï-lama*).

Ngài có mười một cái mặt, ngàn tay và ngàn mắt, 108 hồng-danh, ngài ngự nơi đền Potala (*Bồ-đà-lạc-ca sơn*) xứ Lạp - tát (*Lhassa*), Tây-Tạng. Toàn quyển kinh Karanda Vyûha xưng tụng công-đức của *Quán thế-Âm*.

Ngài có dự nghe đức Thích-tôn diễn kinh **Diệu-Pháp Liên-Hoa** (*Saddharma Pundarika*). Trọn phẩm Phổ - môn trong kinh Diệu-pháp Liên-hoa xưng tụng công-đức và lòng từ bi cứu thế của - Ngài. Hễ ai thờ ngài, ắt được các sự phước đức ; ai cầu nguyện và niệm tưởng ngài, thì được sức lành của ngài chở che và cứu trợ trong các nạn nguy. Chính niệm vái vô - số chư Phật với niệm vái ngài, hai công-đức ấy đều bằng nhau.

Có một lúc, từ bên Cực-lạc thế-giới (*Sukhâvati*), ngài phụng lịnh đức Phật A-Di-Đà (*Amitâbha*) sang cõi Ta-bà, đem lời khen tán đức Phật Thích-Ca và bàn luận đạo pháp với Phật Thích-Ca.

Ai thọ trì danh hiệu đức *Quán-Thế-Âm*, thì cầu việc chi cũng đều đắc sở nguyện

Vì lòng từ-bi cứu khổ cứu nạn cho các chúng-sanh và vì sự tuyên truyền Phật-pháp, ngài tùy tiện mà hiện thân, khi làm Phật, khi làm Bồ-tát, khi làm Duyên-giác, khi làm Thinh - văn, khi làm tiên, khi làm quỉ, thần, khi làm quốc-vương, hoặc đại-thần, trưởng-giả, tỳ-kheo, cư-sĩ. Và ngài cũng mang thân phụ-nữ mà độ chúng-sanh nữa. Ai phải những cảnh ngộ dưới đây mà kiền thành niệm danh hiệu ngài, thế nào cũng được toại chí : kẻ bị nạn lửa hoặc bị nạn nước mà muốn thoát ra, kẻ chìm thuyền mà muốn được vào bờ, kẻ bị bỏ oan nơi núi cao đồng vắng, kẻ bị giặc cướp hãm hại, kẻ bị tra khảo tù rạc, kẻ bị ếm chú, bùa thư, kẻ bị ác-thú bao vây, độc-xà toan hại ; hoặc là đờn-bà muốn cầu sanh trai lành gái đẹp, mà chiêm-ngưỡng lễ bái *Quán-Thế-Âm*, thì thế nào cũng được thỏa nguyện. Như những ai thọ trì danh hiệu ngài, dẫu có tham lam dâm dục, sân-nhuế và ngu-si, cũng lần lần thoát khỏi các cảnh hôn mê ấy mà trở nên thanh-tịnh, an-lạc và trí-huệ.

Đó là Thần-lực của ngài *Quan-Thế-Âm* trong phẩm **Phổ-Môn**. Lại trong **Kinh Địa - Tạng**, Phẩm 12, đức Phật có khen ngài *Quan-Âm* rằng : Ở thế-giái Ta-bà nầy, nhà ngươi có nhơn-duyên lớn ; hoặc thiên, hoặc long, hoặc nam, hoặc nữ, hoặc thần, hoặc quỉ, cho chí chúng - sanh tội khổ trong Sáu nẻo, hễ nghe danh nhà ngươi, thấy hình nhà ngươi, luyến mộ nhà ngươi, tán thán nhà ngươi, thì những chúng-sanh ấy đều chẳng thối chuyển đối với quả Đại Bồ-đề, thường sanh cõi trời, cõi người, hưởng phước vui mầu-nhiệm, và chừng nhơn-quả tới kỳ thì gặp Phật thọ-ký cho.

Theo **Thủ Lăng-Nghiêm Kinh**, quyển sáu, đức **Quán-Thế-Âm Bồ-tát** sở trường phép tu Tam-muội về căn tai. Ngài đắc căn tai viên-thông hồi đời đức Phật quá-khứ cách nay Hằng-hà sa số Kiếp, tên là Quán-Thế-Âm. Đức Phật Quán-Thế-Âm, tại giữa Đại-hội, có thọ-ký cho ngài danh - hiệu là *Quán-Thế Âm*. Vì vậy cho nên trải qua các Kiếp, Bồ-tát vẫn giữ tên là *Quán-Thế-Âm*.

Lại trong *Kinh Thiên thủ thiên nhãn đại-bi tâm Đà - la - ni,* có chép rằng : Lực oai - thần của *Quán-Thế-Âm* Bồ - tát không có thể nào suy-xét, bàn luận cho xiết. Hồi đời quá-khứ, cách nay vô - lượng Kiếp, ngài đã thành Phật, hiệu là *Chánh - Pháp - Minh Như-lai.* Vì nguyện-lực đại-bi, muốn làm cho chúng - sanh được an lạc, nên ngài hiện thân làm Bồ-tát.

(Xem : Tam thập tam Quán-Âm.)

QUÁN-THẾ-ÂM TAM THẬP NHỊ ỨNG 觀世音三十二應 Ba mươi hai cách ứng-hiện của *Quán-Thế-Âm Bồ tát.* Bởi *Quán - Thế - Âm Bồ-tát* đồng một *Sức Từ* với Phật Như-lai, cho nên ngài ứng hiện ra ba mươi hai thân, vào các quốc-độ mà độ thoát chúng-sanh : 1.) Phật thân, 2.) Độc-giác thân, 3.) Duyên-giác thân, 4.) Thinh-văn thân, 5.) Phạm-vương thân, 6.) Đế-Thích thân, 7.) Tự-tại thiên thân, 8.) Đại tự-tại thiên thân, 9.) Thiên đại tướng quân thân, 10.) Tứ thiên - vương thân, 11.) Tứ thiên vương quốc thái tử thận *(thân thái tử của đất nước bốn vị Thiên - vương),* 12.) Nhơn - vương thân *(thân vua ở cõi người),* 13.) Trưởng - giả thân, 14.) Cư - sĩ thân, 15.) Tể - quan thân, 16.) Bà-la môn thân, 17.) Tỳ kheo thân, 18.) Tỳ-kheo ni - thân, 19.) Ưu-bà-tắc thân, 20.) Ưu-bà-di thân, 21.) Nữ chúa thân và quốc phu-nhơn, mạng-phụ đại-gia, 22.) Đồng-nam thân, 23.) Đồng nữ thân, 24.) Thiên thân, 25.) Long thân, 26.) Dược-xoa thân, 27.) Càn-thát-bà thân, 28.) A-tu-la thân, 29.) Khẩn-na-la thân, 30.) Ma-hô-la-già thân, 31.) Nhơn thân, 32.) Phi nhơn thân. **(Thủ - Lăng - Nghiêm Kinh,** quyển sáu.)

QUÁN-THẾ-ÂM THẬP TỨ THÍ VÔ-ÚY 觀世音十四施無畏. Mười bốn công đức thí cho chúng-sanh đặng cho họ dứt sợ sệt. *Quán-Thế-Âm* Bồ-tát đắc lòng Bi ngưỡng, ngài hướng về chúng-sanh mà thi thố sức Bi, của ngài, nếu họ nguyện vái ngài :

1.) Các chúng-sanh khổ-não trong Mười phương liền được giải thoát.

2.) Những chúng-sanh vào cơn lửa dữ, thì lửa chẳng đốt được.

3.) Những chúng-sanh đương gặp nạn nước thì nước chẳng làm chìm được.

4.) Những chúng-sanh vào xứ của ác-quỉ thì quỉ chẳng hại được.

5.) Những chúng-sanh khi lâm nguy thì đao trượng liền gãy.

6.) Những chúng-sanh gặp các loài ác-quỉ ác-thần, thì chúng chẳng thấy được mình.

7.) Những chúng-sanh đương cơn trói buộc vì cùm-trói gông-xiềng thì những món ấy rời ra khỏi mình.

8.) Những chúng-sanh khi đi vào đường nguy hiểm, đạo tặc chẳng cướp của mình được.

9.) Những chúng-sanh tham dục, liền dứt khỏi lòng tham dục

10.) Những chúng sanh nóng giận, liền dứt lòng sân.

11.) Những chúng-sanh mê ám, liền dứt khỏi tánh si mê.

12.) Những chúng-sanh muốn cầu con trai, thì sanh ra nam-tử tuấn-tú.

13.) Những chúng-sanh muốn cầu con gái, thì sanh gái đẹp, có phước-đức.

14.) Những chúng sanh chỉ trì niệm một danh hiệu Quán-Thế-Âm Bồ-tát, thì được lợi ích, phước đức, cầm bằng trì đủ các danh hiệu của các vị Đại Bồ-tát nhiều như số cát trong sáu mươi hai ức sông Hằng.

(*Thủ-lăng-Nghiêm kinh, quyển sáu*). Xem : *Tam thập tam Quán-Âm.*

QUÁN-THẾ-ÂM (Phật) 觀 世 音 (佛) Một đức Phật hồi đời quá-khứ. Trong *Thủ-lăng-Nghiêm kinh* quyển sáu, Quán-Thế-Âm Bồ-tát có bạch với Phật Thích-Ca rằng : « Thế-tôn ! Tôi nhớ lại thuở xưa, cách nay Hằng-là sa số kiếp, có một đức Phật ra đời, tên là *Quán-Thế-Âm*. Tôi đối trước đức Phật ấy, phát Bồ-đề tâm. Ngài dạy cho tôi do nơi ba phép : Văn, Tư, Tu (*Nghe*, Suy nghĩ, Tu tập) mà vào cảnh Tam-ma-địa . . . .

QUÁN VÔ LƯỢNG-THỌ KINH 觀 無 量 壽 經 Amitayus-dhyàna-sûtra (*scr.*). – Kammuryôjhkyô (*jap.*) Một quyển Kinh chánh của Tịnh-độ tông và của Tịnh-độ Chơn-tông. Hai tông ấy có ba bổn Kinh chánh: Vô-Lượng-Thọ Kinh, *Quán Vô-Lượng-Thọ Kinh* và A-Di-Đà Kinh.

Bổn *Quán Vô-Lượng-Thọ Kinh* do ngài Cương - lương - da-xá, một nhà sư người Thiên-trước dịch ra chữ Hán hồi đầu thế-kỷ thứ năm. Đại-lược bổn Kinh như thế nầy: Bà hoàng-hậu Vi-đề-hy (*Vaidehi*), vợ vua Tần-bà-sa-la (*Bimbisâra*) nước Ma-kiệt-đề (*Magadha*) thấy con bà, Thái-tử A-xà-thế (*Ajtataçatru*) hung ác, cầm tù cha, lại toan giết bà, thì bà buồn lắm. Bà chán cõi Ta-bà đầy sự khổ não ác trược nầy. Bà mới vọng bái Phật để nhờ Phật chỉ dạy cho bà về cõi Cực-lạc của đức Phật Vô-Lượng-Thọ (*A Di-Đà*). Đức Thích-tôn phán rằng bà và bất cứ ai có thể hưởng sự an-nhàn tự-tại nơi cõi Cực-lạc bằng ba cách làm lành: 1.) Sự lành trong các phận sự ở đời (*Tam cang ngũ thường*). 2.) Sự lành ở giới: Ngũ giới, Bát giới cho hàng tại-gia và Thập giái với Cụ-tục-giới cho hàng xuất-gia. 3.) Sự lành trong Tứ Diệu-Đế với Bát nhã Ba-la-mật-đa và trong cuộc nghe Pháp hoặc đọc tụng Kinh điển Đại-thừa.

Và Phật có khuyên bà Vi-đề-hy với chúng-sanh về sau nên nhứt tâm mà niệm Phật A-Di-Đà.

Ba cách làm lành trong Quán Vô-Lượng-Thọ Kinh tạo cho con người nhơn-duyên tốt. Nhơn-duyên nầy đưa con người vào chín phẩm khác nhau ở cõi Tịnh-độ.

Đến thế-kỷ thứ bảy dương lịch, ngài Viễn-Công ở Trung-Hoa ra công cổ động cho người ta đọc tụng *Quán Vô Lượng-Thọ Kinh* và niệm danh hiệu đức A-Di-Đà. Ngài sáng lập Tịnh-độ-tông ở Tàu vậy..

Người ta cũng gọi *Quán Vô-Lượng-Thọ Kinh* là *Thập lục quán Kinh* vì Kinh ấy dạy 16 phép quán-tưởng đức Phật A-Di-Đà. Và người ta cũng còn gọi tắt là «*Quán-Kinh*».

QUÁN 灌 Verser de l'eau, Versement de l'eau, Faire des libations (*fr.*). Rưới nước, xối nước bằng nghi-thức tôn-giáo trong những dịp long trọng.

QUÁN ĐỈNH 灌 頂 Mûrdhaja, Abhisluka (*scr*.).— Versement sur la tête de l'eau des quatre océans (*fr.*)

Bên Thiên-Trước, khi một vị quốc vương tức vị, thì vị trưởng-thượng trong Tôn-giáo dùng nước bốn Biển cả mà rưới lên đầu của vị tân-vương, làm phép lành cho vị tân-vương, ấy là *quán-đỉnh.* Lễ rưới nước lên đầu của đệ-tử để truyền Giới, truyền Pháp, truyền quả Phật, cũng kêu là *Quán đỉnh.*

Xin thuật dưới đây cuộc lễ *Quán đỉnh* trong dịp Thái-tử Tất-đạt-Đa (*Siddharta*) lên ngôi Đông-cung. Nhơn một buổi lâm trào, vua Tịnh-Phạn phán với bá-quan rằng : « Nay Thái-tử trưởng-thành, người đủ trí-huệ và dõng-kiện. Vậy phải lúc cho người thọ lễ *Quán đỉnh,* chịu rưới nước bốn đại-hải lên đầu ». Liền đó, tin ấy truyền ra cho các vị vua các tiểu-quốc rằng : ngày mồng tám tháng hai, hoàng tử sẽ thọ lễ Quán-đỉnh và luôn dịp thỉnh các vị vua đến dự lễ. Đến ngày ấy, các vị vua, các vị tiên-nhơn và các thầy Bà-la-môn đều hội họp tại đền vua. Đền chưng dọn rực rỡ, nghi ngút những mùi trầm-hương và hoa, có nhạc trỗi và khiêu vũ theo điệu cúng kiến. Nhứt là có một cái bình quí báu đựng nước bốn đại-hải. Mấy vị tiên-nhơn (*thầy tu núi*) bưng cái bình ấy trao cho mấy thầy Bà-la-môn. Mấy thầy Bà-la-môn trao cho các quan, các quan dâng lên vua. Vua bèn rưới nước lên đầu Thái-tử, giao cho Thái-tử một cái ấn sắc và đọc Kệ lớn tiếng như vầy : « Kể từ nay, trẫm phong Tất-đạt-Đa làm Đông-cung Thái-tử (pháp : Prince héritier) ».

Còn về phép *quán đỉnh* trong đạo, thì vị sư trưởng lấy nước thanh-tịnh mà giội lên đỉnh đầu của người thọ Giới. Từ khi thọ phép quán-đỉnh, giới-tử chánh thức vào trong Phật-Pháp.

Phật cũng ban lễ *quán đỉnh* cho Bồ-tát, nhứt là để chúc truyền Đạo Pháp hoặc để thọ-ký quả Phật.

(*Xem : Tam chủng quán đỉnh, Tứ chủng quán đỉnh.*)

QUÁN ĐỈNH TRỤ 灌頂住 Trụ-vị quán định. Trụ - vị cao rốt, trụ-vị thứ mười trong Mười trụ-vị, *Thập trụ*. Bồ - tát đã trải qua chín trụ - vị, khi vào trụ-vị thứ mười thì đủ sức thi-hành Phật-sự, được Phật đem Nước Trí mà rảy lên đầu, cũng như vị vương - tử khi lên ngôi vua, thì được thọ nước bốn biển rảy lên đầu. Vì vậy trụ - vị thứ mười của Bồ-tát kêu là *Quán đỉnh trụ*. Xem : *Thập trụ.*

QUÁN LẠP 灌臘 Lễ quán lạp, *Quán* : Xối nước tắm Phật. *Lạp* : Ngày mãn mùa hạ. Mỗi năm, nhằm ngày mãn mùa hạ, người ta làm lễ xối nước tắm Phật. Nghi-thức ấy kêu là *Quán lạp.*

QUÁN PHẬT 灌佛 Xối nước tắm Phật. Cũng gọi : *Dục Phật* 浴佛 Tắm Phật. Tắm rửa lau chùi tượng cốt Phật, công-đức ấy rất to lớn. Theo tục lệ trong Phật-giáo, mỗi năm, vào ngày mồng tám tháng tư âm-lịch, tức là ngày giáng sanh của Phật Thích-Ca, người ta làm lễ xối nước tắm Phật, nước có tầm hoa thơm. Rồi người ta lễ Phật, niệm Phật và chia nhau uống nước đã tắm Phật. Cuộc tắm Phật ấy, kêu là *Quán Phật.*

QUANG 光 Sự sáng, Ánh sáng , Pháp : Clarté, Lumière. Như : Thủy-quang, ánh sáng của nước, Pháp : La clarté de l'eau, Đăng-quang, áng sáng của đèn, Pháp : La lumière de la lampe.— Lằn ánh sáng, tia sáng, Pháp : Rayon. Như : Quang-tuyến, Hào quang.— Vinh diệu, Rạng rỡ. Như : Quang-vinh, Pháp : Honneur, Gloire.— Trơn bóng, sáng láng. Như : Quang-hoạt, Quang-trạch, Pháp : Luisant. To lớn, rộng rãi. Như Quang-đại, Pháp : Grand.

Quán Di-Lặc Thượng Sanh Đâu - suất Thiên Kinh : Nhĩ thì, Thế-tôn ư sơ dạ phận, cử thân *phóng quang* (*Lúc ấy, vào đầu hôm, đức Thế-tôn cất mình phóng ra hào quang.*)

QUANG-ÂM THIÊN 光音天 Âbhàsvara (*scr.*) : Từng trời Quang-Âm. Đọc theo Phạn : A-ba-hội, A-ba-thoại (*Âbhàsvara*). Cũng gọi : *Cực-quang tịnh-thiên.* Từng trời cao rốt trong Đệ nhị thiền thiên, nơi Sắc-giới. Ở từng trời ấy, chư Thiên không có nói ra lời. Lúc cần phát biểu ý kiến, từ trong miệng phát ra những lằn ánh sáng thế cho tiếng nói, tức là *Quang - Âm*, tiếng nói bằng hào quang. Xem : *Tam Giới.*

QUANG CHIẾU TRANG NGHIÊM TƯỚNG (*BỒ-TÁT*) 光照莊嚴相 (菩薩) Vairôtchana... dvadja (*scr.*) : Một vị Bồ-tát du-hành. Ngài có hiện đến hội Pháp-hoa mà cúng-dường, ủng-hộ Phật Thích-Ca và nghe Phật Thích-Ca thuyết pháp.

Thuở xưa, hồi Phật Vân-Lôi-Âm Túc-Vương Hoa Trí (*Djaladhara-Gardjitaghôchasusvara-Nakchatrarâdja-Samkusumitâbhidjna*) ra đời, *Quang-Chiếu Trang-Nghiêm Tướng* Bồ-tát sanh ra làm hoàng-hậu Tịnh-Đức (*Vimaladattâ*) để độ chồng là vua Diệu Trang-Nghiêm (*Çubhavyûha*) và chúng-sanh trong nước qui-y nơi Phật Vân-Lôi-Âm Túc Vương Hoa Trí.

QUANG-DIỆM (*DIỄM*) 光燄 Hào quang chói bừng ra. Một đức-danh của Phật A-Di-Đà.

Lại là tiếng tỷ-dụ để gọi oai-thần của Phật. Oai-thần của Phật chói lọi mạnh mẽ như sức nóng bừng trên ngọn lửa, nên kêu là *Quang-diệm*

QUANG GIÁNG 光降 Bực người lớn xuống tới, bực tôn-giả đến nơi. Tiếng lễ phép dùng để gọi hàng trưởng-thượng, bực quí-nhơn đến viếng thăm, đến tham dự. Cũng như nói : *Quang lâm.*

QUANG-HÀO 光毫 Lông sáng chói. Lối giữa hai chơn-mày của đức Phật, có một chùm lông trắng sáng chói, kêu là *quang-hào* hay *bạch-hào tướng.* Đó là một tướng trong ba mươi hai tướng trang-nghiêm của Phật. (*Xem : Tam thập nhị tướng.*) Khi Phật ngồi thiền-định, ngài có thể phóng hào-quang từ nơi giữa trán ở khoảng giữa hai chơn-mày. Hào quang ấy phóng đi khắp các nơi xa, chiếu mọi nhơn vật, kêu là Bạch-hào tướng quang.

Ưu-bà-tắc giái kinh : Cái tướng quang-hào của Phật là do trong thời-kỳ làm Bồ-tát, trải vô-lượng đời, đức Phật đã từng giảng giải chánh-pháp chơn-thật.

QUANG LUÂN 光 輪 Vầng hào-quang, vầng ánh-sáng túa ra từ nơi đầu của đức Phật, tròn-trịa dường như cái vòng bánh-xe, nên kêu là *quang-luân.*

QUANG-MINH 光 明 Ánh-sáng, chất sáng, nghĩa là cái thể sáng soi tỏ, Pháp : lumière. Hào-quang, lằn ánh sáng, những tia từ nơi một thể sáng xẹt ra, Pháp : rayons lumineux. Kêu tắt : *quang.* Tự nó sáng, kêu là quang, tự nó soi tỏ vật khác, kêu là *minh.* Có hai thứ *quang-minh* : 1.) *Trí quang-minh* hay Trí-quang : ánh-sáng của Trí-huệ 2.) *Thân quang-minh* hay Thân-quang : ánh-sáng của thân-thể. *Quang minh* có hai công dụng: 1) Soi chỗ tối, 2o Hiện ra pháp.

Ánh-sáng từ nơi giữa trán tủa ra của chư Phật, Bồ-tát trong cơn nhập định, ấy là *Trí quang minh.* Ánh sánh của Thánh-chúng (Phật, Bồ-tát, Duyên-giác, La-hán), từ trong thân xuất hiện, lúc nào cũng có do sáu căn trong-sạch mà chiếu ra, ấy là *Thân quang minh*

Trí quang-minh cũng kêu là *Phóng quang.*

Ánh *Quang-minh* nầy chiếu vô-lượng vô - biên các thế - giới Mười phương, chiếu suốt ngang các chất : đất, nước, lửa, gió, chiếu ngang các chốn hắc-ám mịt-mù như núi Thiết-vi. Ánh *quang-minh* nầy độ tất cả muôn loài.

Thân quang-minh cũng kêu là *Thường - quang.* Dầu đi, đứng, nằm, ngồi, xuất định, nhập định, lúc nào ánh *quang - minh* nầy cũng bao - bọc chung quanh nhà tu đắc Đạo. Ai lại gần nhà thành Đạo, nhà trong sạch, nhờ ánh quang-minh ấy mà lấy làm khoan-khoái, nhẹ-nhàng, hoan-lạc.

Lại có ba thứ *quang-minh* : 1. Ngoại quang-minh, 2. Pháp quang-minh, 3. Thân quang-minh.

Ngoại quang-minh là ánh sáng ở ngoài, tức là ánh-sáng của : mặt trời, mặt trăng, các thứ hỏa, các thứ châu, có thể trừ sự tối.

Pháp quang minh là ánh sáng của đạo lý, của diệu-pháp, trừ được ngu-si, mờ-ám, nghi - hoặc.

Thân quang-minh là ánh sáng từ trong mình của Phật, Bồ - tát, chư Thánh, chư Thiên chiếu ra, trừ sự tối, chứng tỏ trí-huệ, phước-đức thanh-tịnh.

QUANG-MINH ĐẠI-PHẠM 光明大梵 Djyôtichprabha - Brahmà : Một vị Phạm-thiên, tức là bực Đại-Tiên ở cõi Trời Sắc-giới (*Sơ-Thiền-thiên*). Hồi Phật Thích - Ca diễn Kinh Diệu - pháp Liên-hoa ở núi Kỳ-xà-quật, ngài Phạm-thiên vương, Chủ Ta-bà thế-giái có dắc một vạn hai ngàn vị Thiên-tử đến dự nghe. Trong một vạn hai ngàn vị Thiên-tử ấy, có hai vị dắt đầu là Thi Khí Đại-Phạm (*Çikhin-Brahmà*), *Quang-Minh Đại-Phạm.*

QUANG-MINH ĐỘ (THỔ) 光明土 Kêu trọn : *Vô-Lượng Quang-minh độ.* Tức là Cực-lạc thế-giái của Phật A Di-Đà ở về phương Tây đối với cõi Ta - bà của chúng ta. *Quang - minh* hay *Vô-Lượng Quang-minh* là tiếng dịch nghĩa chữ A-Di-Đà (*Amitahhâ*) ; *Độ* (*Thổ*) là Quốc-độ, cõi nước ; nghĩa là : Cõi nước của Phật A-Di-Đà.

QUANG-MINH NHÃN 光明眼 Mắt quang-minh, sự thấy quang-minh. Một trong mười thứ mắt. Người được *quang-minh nhãn,* trông thấy hào quang của chư Phật. Xem : *Thập nhãn.*

QUANG-MINH NHƯ-LAI 光明如來 Ramiprabhâsa-Tathâ-gatha (*scr.*) Một đức Phật vị-lai. Trong hội Pháp - Hoa, Phật Thích-Ca có thọ-ký cho Ca-Diếp (*Kaçyapa*), đệ-tử của Phật, cho hay rằng về sau Ca-Diếp sẽ thành Phật, hiệu là *Quang - Minh Như-lai.* Thế - giới của Phật *Quang - Minh* tên là Quang - Đức (*Avabhâsa*). Kỳ kiếp của ngài tên là Đại Trang-nghiêm (*Maha - Vyûha*).

QUANG-MINH VƯƠNG PHẬT 光明王佛 Một đức Phật Như-lai. Thế-giái của ngài ở về miền Thượng-phương cao nhứt.

QUANG-MỤC NỮ 光目女 Cô gái tên là *Quang - Mục* (*Mắt sáng, Mắt chiếu hào quang*). Một thiếu nữ, tiền thân của Địa-Tạng Bồ-tát.

Địa-Tạng Bổn - Nguyện Kinh : Thuở xưa, cách nay rất lâu xa, Địa - Tạng Bồ - tát sanh ra làm thân phụ - nữ, tên là *Quang-Mục*. Lúc ấy, nhằm ngày giỗ mẹ, *Quang - Mục* có cúng - dường cho một vị La-hán. La-hán ấy nhập định, cho biết rằng mẹ *Quang-Mục* đương đọa nơi nẻo xấu.

Thiếu-nữ phát nguyện rằng. : « Từ nay tới sau, tôi nguyện cứu bạt tất cả chúng-sanh, độ cho họ thành Phật hết, rồi sau tôi mới thành Phật. » Nhơn lời nguyện to lớn ấy, *Quang - Mục* cứu mẹ ra khỏi Địa-ngục. Và cũng bởi đó, cho đến nay, Địa-Tạng Bồ-tát vẫn chưa thành Phật.

QUANG-THẾ-ÂM 光世音 Đức Bồ-tát Quang-thế-Âm. Tức là *Quán-thế-Âm* 觀世音.

QUANG-THỤY 光瑞 Hào quang điềm - lành. Khi Phật sắp thuyết Diệu-pháp, có nhiều điềm lành phát hiện ra. Việc Phật phóng hào quang chiếu ra xa, là một trong số các điềm lành báo trước rằng ngài sắp thuyết Diệu-pháp, nên kêu là *Quang - thụy*.

QUẢNG 廣 Vaste, étendu (*fr.*) Rộng, Rộng rãi, Rộng lớn.

QUẢNG-ĐẠI TRÍ 廣大智 Trí-huệ rộng lớn. Tức là Trí-huệ của Phật. Trí-huệ, Sự hiểu biết của Phật rộng lớn vô cùng, không ai lường xét nổi, nên kêu là *Quảng - đại trí*.

QUẢNG ĐẠI TRÍ-HUỆ QUÁN 廣大智慧觀 Phép quán-tưởng cái Trí-huệ rộng lớn. Tức là một phép tu để đắc cái Trí-huệ chơn-thật, rộng lớn vô - cùng, cái Trí-huệ Trung-đạo của Phật.

Diệu-pháp Liên-hoa Kinh, Phổ-môn phẩm :

Chơn-quán, Thanh-tịnh quán,

Quảng-đại Trí-huệ quán,

Bi-quán cập Từ-quán,

Thường niệm thường chiêm ngưỡng...

QUẢNG - GIÁO 廣教 Giáo-điều rộng. Danh từ thường dùng trong phái Luật - tông. Đối-nghĩa: Lược-giáo 略教 Giáo-điều sơ-lược. Sau khi đức Phật Thích-Ca thành Đạo, trong khoảng mười hai năm đầu, ngài chỉ khuyên dạy đừng làm quấy mà thôi, Như vậy để chế-định việc hành pháp của các đệ-tử. Đó kêu là *Lược-giáo,* thời-kỳ dạy sơ-lược.

Sau khi ấy, ngài thuyết rộng giới - luật, chỉ rõ rành rẽ chỗ nào là trì (giữ), chỗ nào là phạm, cho ghi thành Giới - bổn. Đó kêu là *Quảng - giáo,* thời kỳ dạy bảo rộng rãi.

QUẢNG-MỤC THIÊN 廣目天 Virùpàksa (*scr.*) Cảnh trời (*Cảnh Tiên*) Quảng-mục: Mắt thấy rộng xa. Một cảnh trong bốn cảnh trời, *Tứ thiên vương* thiên ở trong cõi Dục-giới (*Kàmadhatu*). Vị vua ở cảnh trời ấy, kêu là *Quảng-mục thiên-vương. Xem :- Tam-Giới.*

QUẢNG-NGHIÊM (*THÀNH*) 廣嚴 (城) Vaisali (*scr.*) Tiếng Phạn: Tỳ-xá-ly, Duy-da-ly, Vaisali, dịch nghĩa: *Quảng - nghiêm*: Rộng-lớn, nghiêm-chỉnh. Một đô-thành ở Ấn-độ hồi thuở Phật Thích-Ca, đô-thành ấy to lớn, phong phú, có nhiều đền-đài tráng lệ. Đức Phật thường ngự đến đó mà thuyết pháp. Như ngài có thuyết **Dược-sư lưu-ly Quang Như-lai Kinh** gần thành ấy, dưới rừng cây Nhạc-âm. Phật cũng có thuyết **Duy-ma-Kinh** tại *Quảng-nghiêm thành. Xem : Duy-da-ly.*

QUẢNG QUẢ THIÊN 廣果天 Brhatphala (*scr.*) Cảnh Thiên-thượng thuộc Tứ thiền thiên, trong cõi Sắc - giới. Cảnh Tiên cao nhứt trong Tứ thiền thiên. *Xem : Tam-Giới.*

QUẢNG TRƯỜNG THIỆT (*TƯỚNG*) 廣長舌 (相) Lưỡi rộng và dài. Một tướng trong 32 tướng của Phật. Lưỡi của Phật dài mà rộng, nhu nhuyễn, đỏ, mỏng, le ra trùm mặt và chí trán chỗ mí tóc.

(*Xem : Tam thập nhị tướng.*)

Niết-Bàn kinh, quyển 25 : Như nói rằng Phật có được *Quảng trường thiệt*, thì nên biết rằng đó là nhờ trong vô-lượng kiếp, đức Như-lai đã lìa xa vọng - ngữ.

A Di-Đà Kinh : Như thị đẳng Hằng-hà sa số chư Phật, các ư kỳ quốc, xuất *quảng trường thiệt tướng*, biến phú Tam thiên đại thiên thế-giới... (*Hằng-hà sa số chư Phật như vậy, mỗi ngài đều ở nơi nước mình, đưa tướng lưỡi rộng và dài, bao trùm tất cả Tam thiên đại thiên thế-giới...*)

QUẦN 羣 Troupe, Foule, Tous les êtres. (*fr.*) Đoàn, bầy, các. Chỉ số đông, số nhiều người vật. Đồng-nghĩa : Chư, Chúng, Chúng-sanh.

QUẦN HỮU 羣 有 Các cảnh có quả-báo, các cõi có chúng-sanh. thọ quả-báo. Như : *Tam hữu* (*Ba cõi có*), *Cửu hữu* (*Chín cõi có*) *Nhị thập ngũ hữu* (*25 cảnh có*), kêu chung là *quần hữu*.

QUẦN LOẠI 羣 類 *Quần* : Chúng-sanh. *Loại* : Các loại. *Quần loại* : Các loài chúng-sanh, các giống hữu-tình.

QUẦN MANH 羣 萌 Tức : *quần-sanh, chúng-sanh. Manh* : Mầm, Mống, Mộng, tức : Manh-nha, Pháp : Germe. Tiếng tỷ dụ để gọi những chúng-sanh còn ám muội, còn mê tối, cũng như mầm non, nên kêu là *quần manh*. Ấy là hạng phàm-phu tục-tử chưa thông hiểu Đạo-lý.

Diệu-pháp liên-hoa Kinh, Hóa-thành dụ phẩm : Đức Thế-tôn, bực phổ cập cái trí-huệ cho các hàng thiên, nhơn, thương xót loài *quần manh*.

Vô-Lượng-Thọ Kinh : Như-lai đem lòng đại-bi thương xót Tam giới, mở sáng Đạo-giáo. Ngài muốn cứu vớt *quần manh*, ra ơn cho họ bằng cái lợi chơn-thiệt.

QUẦN MÊ 羣 迷 Chúng-sanh mê muội. Chúng - sanh còn nặng tình mê, còn nhiều tham, sân, si.

QUẦN-SANH 羣 生 Đồng nghĩa : Chúng-sanh. Những giống hữu-tình sống với nhau thành đoàn, kêu tà *quần-sanh*.

Vô-Lượng-Thọ Kinh : Bồ-tát cõng vác *quần-sanh*, làm cái gánh nặng.

QUI 歸 (皈) Về, trở về, trở lại, Pháp: Retourner. Như: *qui gia:* Trở về nhà. Nương theo, phục tùng, Pháp : Se soumettre. Như : *Qui y* : Nương theo. Tôn kính, Pháp : Adorer. Như : *qui kính, qui ngưỡng.* Thác Pháp : Mourir. Như : *qui tịch, qui nguyên.* Sự quay về, chỗ mình trở về, chỗ mình nương theo, chỗ mình ẩn núp, Pháp : Retour, Rejuge. Như : Qui chánh, Tam qui. Chỗ mình cung kính, chỗ mình tin tưởng. Pháp : Adoration, Như : *Qui mạng.*

QUI CHÁNH 歸 正 Trở lại đường ngay, sự trở về đạo chánh. Như nói: *Cải tà qui chánh.*

QUI CHƠN 歸 真 Trở về chỗ chơn-thật, tức là thác. Cũng nói : qui bồn, qui hóa, qui nguyên, qui tịch.

QUI-Y 皈 依 Namâh (*scr.*).— Namo (*p.*).— Vénération à Refuge (*fr.*) *Qui-y* Phật ! Qui-y Pháp, *Qui-y* Tăng Đó là *qui-y Tam Bảo* hay *Tam qui,* ba câu nguyện của giới-tử trong khi được truyền thọ pháp-giái, nguyện tin-tưởng Tam Bảo và gởi mình vào đó. *Qui-y* đồng nghĩa với : *Nam-mô Năng-mô.*

Theo **Kinh Pháp - Bảo Đàn**, tuy nói *Qui y* Tam Bảo, mà nên hiểu *Qui-y* Tam Bảo tự tâm. Tức là : *Qui-y* vào sự *Giác* (*Phật* có đủ cả Phước và Huệ (*Lưỡng túc tôn*). *Qui-y* vào sự *Chánh* (*Pháp*) để lìa các sở dục, các lối tà - kiến. *Qui-y* vào sự *Tịnh* (*Tăng*) hầu có diệt các mối trần lao, không nhiễm, không chấp. Ba ngôi qui (*Tam Bảo*) ấy hằng có nơi mình vậy.—

Nên phân biệt *danh tự qui-y* và *chơn-thật qui-y.*

Danh tự qui-y : Khi mình còn nhỏ, theo cha mẹ đến chùa lạy Phật, viếng Thầy và nghe thuyết Pháp, cầu vui mà làm, chớ không vì lòng tin, không vì sự cầu Đạo

Chơn - thật qui-y : Đến khi khôn lớn, nên viếng qua các sơn-môn ; khi chọn được ông Thầy có đức hạnh, bấy giờ nên chánh thức thọ Tam qui và một vài Giới trong Ngũ Giới. Rồi tu học càng tinh-tấn. thì xin trì cho đủ Ngũ giới. Đó mới là chơn - thật *qui-y* Tam Bảo.

Những ai thọ *Tam-qui* nên nhớ rằng :

1.) *Qui-y Phật,* tức là bỏ hạng tà - sư mà thờ hạng Chánh-sư.

2.) *Qui-y Pháp*, tức là bỏ tà - pháp mà tu theo chánh-pháp.

3.) *Qui-y Tăng*, tức là bỏ bạn tà mà theo bạn chánh.

Qui-y được những lợi ích gì?

Qui-y Phật, khỏi đọa vào Địa-ngục.

Qui-y Pháp, khỏi đọa vào hàng Ngạ-quỉ.

Qui-y Tăng, khỏi đọa làm thân Súc - sanh.

Được chuyển hóa trong hạng người hiền, thần lành, tiên cao, cuối cùng thì thành Đạo và nhập Niết-bàn.

QUI KÍNH 歸 敬 Namâh (*scr.*).— Namô (*p.*).— Vénération à... (*fr.*): Kêu theo Phạn: Nam-mô. Qui-y Kính-lễ. Cũng gọi: *Qui-mạng*.

QUIMẠNG 歸 命 Namâh (*scr.*).— Namô (*p.*).— Vénération à... (*fr.*) Chữ Phạn: Nam-mô, dịch nghĩa: *Qui-mạng*. Có ba nghĩa:

1.) Thân-mạng nương theo Phật, gởi nơi Phật.

2.) Qui-thuận theo giáo - mạng, lời dạy của Phật.

3.) Mạng-căn trở về nơi Nhứt tâm Bổn-nguyên.

QUI-NGUYÊN 歸 元 Cũng nói là: *Qui-bổn*, *Qui-chơn*, *Qui hóa*, *Qui tịch*. Ra khỏi cảnh-giới sanh diệt, trở về nơi bổn-nguyên chơn tịch. Tức là *Viên tịch*, bỏ xác thân lại mà vào cõi Cội-nguồn yên lặng.

QUI-NGUYÊN TRỰC-CHỈ 歸 元 直 指 (*Chỉ thẳng về nơi Nguồn-gốc, Bổn-nguyên.*) Một bộ sách Phật-học rất có giá trị, nguyên bằng Hán-văn, biên đủ các lý luận chánh-đáng, các học-thuyết minh-bạch để chỉ cho người ta tỉnh ngộ mà quay về Nguồn-gốc, tức là cõi Đạo, nền Đức, Niết-bàn, Tịnh-độ.

Bộ sách ấy phân làm ba quyển, văn chương đã tinh-thông, lưu loát, siêu tuyệt, mà lý luận thì vững vàng, chơn-chánh, hạp với Tánh thiện thiên nhiên của mỗi người.

Trong sách ấy biên góp các bài khuyến tín, đốc tu, bình luận, biện-minh, dung-hòa, đốn mê, phá chấp do văn-từ mật-quyết của các vị Tổ-sư, Thượng-tọa, Đại-đức, do bút-pháp tài tình của các nhà cư sĩ cự nho. Và cũng có các bài văn thâm-trầm, thanh-nhã đầy tình cảm và sáng suốt của các vị vua chúa, đại-thần đã từng tinh - thông đạo Nho, bác-lãm đạo Lão.

QUI NGƯỠNG 歸 仰 Qui-y ngưỡng-mộ, nương-theo và trông lên.

QUI PHẬT 歸 佛 Nương theo Phật, trở theo đạo Phật. Tức là: *Qui-y Phật*. Cũng nói: *Qui Phật, Qui pháp, Qui Tăng* (*Qui-Sư*.)

Kim Vân Kiều: Tiểu-thuyền quê ở. Bắc-Kinh,
Qui Sư, qui Phật, tu hành bấy lâu.
Xem: *Qui-y*.

QUI TÁNH (*TÍNH*) 歸 性 Trở lại chỗ Chơn-tánh. Thâu-nhiếp sự và tướng hữu-vi, trở về nơi Chơn-như Thật-tánh.

QUI TỊCH 歸 寂 Trở về nơi tịch-tĩnh, nơi yên-lặng hoàn-toàn, Trở về Niết-bàn. Tiếng tôn kính để gọi nhà sư mãn phần.

QUI MAO 龜 毛 Lông rùa. *Qui mao, thỏ giác* (*lông rùa, sừng thỏ*) là tiếng dùng để chỉ những việc không có, những chuyện không thể xảy ra, vì con rùa chẳng hề có lông, con thỏ chẳng hề có sừng.

Cũng như nói: *thập cửu giới* (*cảnh giới thứ mười chín*), *thất trần* (*cảnh trần thứ bảy*), *đệ nhị nguyệt* (*mặt trăng thứ hai*).

QUỈ 鬼 Esprit,Esprits errants, êtres malfaisants (*fr.*) Linh hồn người thác; những âm-hồn ác-độc hay phá hoại người.-Những loại chúng-sanh thích ăn thịt, uống huyết người;- Những tay bộ-hạ ở đường âm đứng ra trừng trị các linh hồn mắc đọa.-Người ta cũng gọi những kẻ ác-tâm hay phản người hại chúng là *quỉ*.

Như quỉ *La-sát* (*Râkchasas*) có nhiều mưu chước, có tài biến hóa, hay hãm hại và ăn thịt người.-Quỉ *Tỳ-xá-xà* (*Piçatcha*) thích ăn tinh-khí của người.-Quỉ *Dạ-xoa*(*Yakchas*), với hình-tướng dị hợm, đi chỗ này chỗ kia mà hại người. Ở âm - cảnh, quỉ Dạ-xoa cầm các món khí-giới mà đâm, chém, .đánh, đập những linh hồn mắc đọa. Lại có loài quỉ đói, *Ngạ-quỉ* (*Pretas*) hình vóc ốm gầy, đầu bù tóc rối, đi lang thang các nơi mà chẳng kiếm được món chi để vào miệng, đói khát nguy kịch.

Loài *quỉ* rất xấu xa hình-tướng, mình người mà mặt thú, lông lá xồm xàm, miệng đưa nanh, tay chơn ló vuốt.

Ấy vì họ vướng lấy nghiệp-báo của những tội bằng thân, bằng miệng, bằng ý.

Loài *quỉ* có hai hạng : hạng có oai-đức và hạng chẳng có oai-đức.

Hạng quỉ có oai-đức tuy hình-thể xấu xa, mà có đủ đồ ăn, đồ uống, đồ mặc, có nhà-cửa đền-đài. Có những *quỉ* theo hầu hạ đức Đế-Thích ở cõi Tiên, hoặc phụng-sự ngài Diêm-vương ở Âm-cảnh, hoặc canh giữ chùa, đền. Người-ta cũng gọi hạng nầy là *thần, quỉ-thần.* Hạng ấy tuy bị quả-báo, nhưng nhờ có chút ít thiện-căn, nên được chút ít thế-lực.

Hạng quỉ chẳng có oai-đức thì dơ bẩn, tồi-tàn, lang thang đầu rừng cuối xóm, muốn ăn chẳng có mà ăn, muốn uống chẳng có mà uống, khổ bứt trăm bề, lại thường bị chư thần, chư thiên rượt đánh. Bọn nầy lạnh lẽo chẳng có quần áo che thân, cam ở những chỗ dơ dáy, hôi-hám. Ấy vì đã bị đọa làm thân *quỉ* mà chúng chẳng biết tỉnh-ngộ, vẫn mang lòng tham-lam, sân-hận, mê-si.

QUỈ-ĐẠO 鬼 道 : Đường quỉ. Cũng kêu : *quỉ-thú.* Những kẻ khi còn sanh-tiền, phạm các *điều* tà-ác, khi thác thì nghiệp-lực lôi kéo đi về đường nguy nẻc khổ, hóa thân vào hàng quỉ, cùng sống với nhau thành đoàn thể, chẳng chung hợp với những linh-hồn tinh-khiết ở các cảnh trên (*thiên-đạo*), cho nên kêu là *quỉ-đạo*.- Trong *Lục đạo,* Sáu đường luân-hồi, *Quỉ-đạo* có hai đường :

A-tu-la đạo : Hạng quỉ-thần có oai-đức, tuy mang lòng tham-lam, sân-hận, mê-si, mà có làm chút ít phước đức hồi ở nhơn-gian, nên ở cảnh âm cũng được sung sướng vài phần.

Ngạ-qui đạo: Hạng qui chẳng có oai-đức, lang-thang chịu cảnh đói lạnh, không noi an nghỉ.—

Qui-đạo cũng có nghĩa: Đạo thờ qui, tà-thuật và những lối tu-hành dị-đoan, mê-muội.- Lại, người ta cũng gọi Thần-đạo bên Nhựt là *qui-đạo*, vì là đạo thờ cúng qui-thần, địa-kỳ.

QUỈ-GIỚI 鬼 界: Cõi qui. Cảnh-giới, thế-giới loài qui. Chúng-sanh trong Pháp-giái, vì nghiệp-báo khác nhau, vì sự tấn-hóa khác nhau, nên phân ra làm Mười cảnh-giái (*Thập giới*). Bốn cảnh trên: 1. Phật, 2. Bồ-tát 3. Duyên-giác, 4. Thinh-văn (*La-hán*) kêu là Tứ Thánh-Sáu cảnh dưới: 5. Thiên (*Tiên*), 6. Nhơn (*Người*), 7. A-tu-la (*qui-thần*), 8. *Ngạ-qui* (*qui đói*), 9. Địa-ngục, 10. Súc-sanh, kêu là Lục phàm. Qui-giới gồm hai đường: A-tu-la đạo và Ngạ-qui đạo.

QUỈ HỎA 鬼 火: Lửa qui. Ngọn âm-hỏa do qui-thần tuông ra. Như những loài La-sát, Dạ-xoa, Rồng, A-tu-la, khi giận ai, muốn hại ai, thì tuông ra *qui-hỏa* đề đốt người ta. Nhưng đối với những nhà tu-hành chánh-Pháp, lửa ấy chẳng hại được.

QUỈ KIẾN 鬼 見: Kiến thức, sự thấy biết của loài Qui. Đó là nói chỗ tri thức của hạng người tà quái, độc ác, ý kiến ngang ngược, độc hại.

QUỈ LỤC 鬼 籙: Mạng-lệnh do qui cầm đến.

Ấy là tờ trát của Diêm-ma (*Diêm-vương*) sai qui đi bắt hồn kẻ tội đến đặng phân xử.—Cũng có nghĩa: Bản ghi chép những tội của vong hồn khi đối diện nơi Diêm-vương.

QUỈ MỴ 鬼 魅: Qui quái,-Mê loạn.

Ấy là những bọn ác-qui, tà-ma đến hại người. Lại như ai nằm chiêm bao thấy bậy bạ, la om sòm, hoặc gần chết mà tâm thần mê loạn, nói những chuyện vô lý, điên-đảo, cũng kêu là *qui-my*.

QUỈ NẠN 鬼 難 Nạn qui. Tai nạn do tà-ma qui-my gây ra; chướng-nạn do tà-thần ác-qui làm ra đề ngăn cản việc lành của người ta, phá hại sự-nghiệp tu hành của người ta.

Diệu-pháp liên-hoa kinh, Phồ-môn Phẩm:

Hoặc phiêu lưu cự hải,

Long, ngư, chư *qui-nạn*,

Niệm bỉ Quan-âm lực :

Ba lãng bất năng một.

(*Như ai trôi giạt nơi biển cả,*

Gặp nạn rồng, cá cùng các *nạn quỉ*,

Nhớ niệm Quan-thế-Âm,

Sức ngài làm cho mình khỏi bị sóng dồi gió dập, khỏi bị nạn quỉ.)

QUỈ NHÃN TÌNH 鬼眼睛 la prunelle de l'esprit malfa-isant (*fr.*) : Con ngươi của quỉ. Tiếng tỷ dụ để gọi sự dòm ngó, sự nhìn thấy của giống quỉ-quái, tà ác.

QUỈ-TỬ MẪU 鬼子母 : Mẹ của những quỉ con. Đó là tên riêng của bà La-sát *Ha-lỵ-đế* (*Harìti*), bà sanh ra 500 quỉ-tử. Trước, bà rất bạo ác, ăn thịt người, nhưng nhờ Phật hóa độ, bà trở nên hiền-đức và có nguyện hộ-trì các nhà tu-học, nhứt là những bà mẹ trong cơn sanh-sản.

Có quyển « **Qui-Tử Mẫu Kinh** » và quyển « **A-rí-đế Mẫu-Kinh** » nói tường sự tích của bà.—

Trong hội Pháp-Hoa, bà *Qui-Tử-Mẫu* có đi với mười bà La-sát đến chầu Phật, cùng nhau truyền mấy câu Thần-chú dưới đây để ủng-hộ các nhà tu-hành :

1.) Y-đề-lý (*Ydhêley*) ; 2.) Y-đề-dẫn (*Ydhêley*) ; 3.) Y-đề-lý (*Ydhêley*) ; 4) A-đề-lý (*Adhêley*) ; 5.) Y-đề-lý (*Ydhêley*) ; 6.) Nê-lý (*Niley*) ; 7.) Nê-lý (*Niley*) ; 8.) Nê-lý (*Niley*) ; 9.) Nê-lý (*Niley*) ; 10.) Nê-lý (*Niley*) ; 11.) Lầu-hê (*Lauhê*) ; 12.) Lâu-hê (*Lauhê*) ; 13.) Lâu-hê (*Lauhê*) ; 14.) Lâu-hê (*Lauhê*) ; 15.) Lâu-hê (*Lauhê*) ; 16.) Đa-hê (*Dhahê*) ; 17.) Đa-hê (*Dhahê*) ; 18.) Đâu-hê (*Dhahê*) ; 19.) Nâu-hê (*Dhahê*) ; 20.) Đa-hê (*Dhahê*). *Xem : Ha-lỵ-đế.*

QUỈ THẦN 鬼神 Génies, Esprits (*fr.*) Tiếng gọi chung hạng quỉ và hạng thần.

Nghĩa rộng: Các linh hồn ở cảnh âm, từ bực cao là Tiên Thần, cho chí bực thấp là Yêu, Quỉ.

Nghĩa hẹp: Loài quỉ (*Dạ-xoa, La-sát, Ác-quỉ, Ngạ - quỉ tức, Ma đói*) và loài Thần(*A-tu-la*)..

Trong giới *Quỉ-thần*, có hạng hiền lành và có hạng hung dữ.

Hạng hiền lành, *Thiện quỉ - thần* thì hộ trì Phật-pháp, cứu giúp người lành, ủng hộ nhà tu - hành, hộ-trì quốc-độ.

Hạng hung dữ, *ác quỉ ác-thần* ưa làm hại người, khuấy rối nhà tu-hành.

Địa-Tạng Kinh: Lúc cha mẹ họ hàng lâm chung, đừng sát hại mà cúng-tế *quỉ thần*. Có sao vậy? Đã không có chút đỉnh phước-lực gì lợi ích cho người thác, lại chỉ kết tội-duyên cho thêm nặng, thêm sâu.

QUỈ THẦN THỰC THÌ 鬼神食時: Giờ ăn, bữa ăn của qui-thần. Qui-thần hay ăn vào lúc đêm tối, đó là bữa ăn chánh của họ. Vậy những ai dâng cúng vật thực lúc đêm hôm, tức là dâng cúng cho qui-thần. *Quỉ thần thực thì* là một trong *Tứ thực thì*.

1.) Thiên thực thì: Bữa ăn của chư Thiên (*Tiên*) nhằm buổi sớm mai.

2.) Pháp thực thì: Bữa ăn của Phật, Thánh nhằm chánh ngọ.

3) Súc-sanh thực thì: Bữa ăn của thú vật vào lúc mặc trời lặn.

4.) *Quỉ-thần thực thì*: Bữa ăn của quỉ-thần về lúc đêm hôm.

QUỈ THIỀN 鬼禪: Phép thiền-định của quỉ. Hạng quỉ-thần cũng có cách tu thiền nhập định của họ, và họ cũng được phép-thần-thông vậy. Nhưng là phép chẳng chơn-chánh, cho nên gọi là *quỉ thiền*. Cũng có nghĩa: Phép thiền-định tà ác để hại người ta.

QUỈ VƯƠNG 鬼王.— Roi des Esprits errants (*fr.*): Kẻ cầm đầu trong hạng quỉ. Quỉ cũng có nhiều loại, nên trong cõi thế có rất nhiều *quỉ-vương*, như: Ác-độc quỉ-vương, Đa-ác quỉ-vương, Đại-thánh 諍 quỉ-vương, Bạch - hổ quỉ-vương, Huyết - hổ quỉ-vương, Xích-hồ quỉ-vương, Tán -ương quỉ-vương, Phi-thân quỉ-vương, Điện-quang quỉ-vương, Lang-nha quỉ-vương, Đạm-thú quỉ-vương, Phụ thạch quỉ-vương, Chủ háo quỉ-vương, Chủ họa quỉ-vương, Chủ Phước quỉ-vương, Chủ thực quỉ-vương, Chủ tài quỉ-vương, Chủ súc quỉ-vương, Chủ cầm quỉ-vương, Chủ thú quỉ-vương, Chủ mạng quỉ-vương, Chủ tật quỉ-vương, Chủ hiềm quỉ-vương, Tam-mục quỉ-vương, Tứ mục quỉ-vương, Ngũ mục quỉ-vương. Các vị *quỉ - vương* ấy cùng rất nhiều tiểu quỉ-vương, có hạng thì độc ác thường phá hại chúng - sanh, cũng có hạng-lành vùa giúp cho chúng-sanh. Ấy là tùy *nghiệp duyên* của chúng-sanh vậy.

Cũng có hạng rất có ích-lợi cho chúng-sanh như ngài Chủ mạng quỉ-vương với quyến-thuộc của ngài. Ngài thường khiến các tiểu quỉ-vương hộ trợ những gia đình biết bố-thí cúng-dường trong những cơn sanh, tử. Cho đến đức Phật khen rằng tuy mang thân Quỉ mà ngài là bực Bồ - tát và sẽ thành Phật hiệu là *Vô-Tướng Như-lai.*

QUỐC 國 Nước, Quốc-gia, Pháp : État. Nation Như : Việt Nam *quốc*. Một thổ-địa có dân-cư, có chủ-quyền do một vị Quốc-trưởng lãnh đạo.— Đô-thành, Kinh-đô, Pháp : Capitale. Một thành-thị nơi ấy tập trung các cơ-quan Chánh-phủ Trung-ương. Như : Xá vệ *quốc*, tức Xá-vệ thành là Kinh-đô của nước Câu-tát-la hồi đức Phật Thích-Ca ra đời.— Thế-giới, Pháp : Monde. Như Cực-lạc thế-giới của đức Phật A-Di-Đà, cũng kêu là Cực-lạc *quốc.*

QUỐC-ĐỘ (*THỔ*) 國 土 Cõi, Cõi Nước, Thế-giới, Pháp : Monde. Mội cõi thế-giới do một đức Phật giáo-hóa.

A-Di-Đà Kinh : Cực-lạc *quốc-độ*, hữu thất bảo trì, bát công đức thủy, sung mãn kỳ trung. (*Ở cõi Cực-lạc, có ao bằng bảy vật báu, phía trong chứa đầy một thứ nước có đủ tám công-đức*).

Nước, Nước-nhà (*Quốc-gia*) có chủ quyền, do một vị quốc-vương hoặc Tổng-thống lãnh đạo, Pháp : État, Nation.

Phạm-võng kinh : Nhược nhứt thiết *quốc-độ* trung, quốc-nhơn sở trước y-phục, Tỳ-kheo giai ưng dữ kỳ tục phục hữu dị (Như hết thảy trong *Nước*, người ta vận những y phục gì, thì chư Tỳ-kheo đều nên mặc khác với người thế-tục)

QUỐC-NHỨT THIỀN-SƯ 國一禪師 Một vị Cao-tăng Trung-Hoa, đời nhà Đường, thế kỷ thứ tám dương lịch. Ông tu-tại núi « Kinh-sơn », người ta thường gọi ông là *Kinh-sơn Đạo-Khâm Thiền-sư*. Kế đó, vua Đại-tông (763-779) triệu ông về triều, và phong cho ông là *Quốc-Nhứt Thiền-sư*. Đến đời vua Đức-tông (780-804), lối cuối thế-kỷ thứ tám đầu thế kỷ thứ chín, *Quốc-Nhứt Thiền-sư* viên-tịch, được vua phong thụy-hiệu là *Đại-Giác Thiền-sư*.

QUYỀN 權 Provisoire, Moyen provisoire (*fr.*) Tạm, Việc tạm thay, tạm dùng trong lúc gấp rút, việc tùy tiện mà hành động trong cơn hữu-sự ; phương pháp dùng đỡ đề chờ phương pháp vĩnh viễn. Đồng - nghĩa : *Phương tiện*.

Theo Nho, *Quyền* đối với *Kinh*. *Kinh* là đạo dùng khi thường. *Quyền* là đạo dùng khi biến, nhưng chẳng trái lẽ.

Theo Phật, *Quyền* đối với *Thật*. *Quyền* là phương pháp dùng đỡ đề đạt đến phương pháp *thật* (*Pháp : moyen définitif*), mà chẳng trái với đạo lý.

Tỷ như qua sông thì thường cần dùng ghe. Nhưng lúc gấp, người ta tạm dùng cây chuối cũng qua được. Đó là *quyền*.

Lại tỷ như có cảnh nhà đương cháy. Trong nhà có một đoàn trẻ mê chơi. Trước nhà, cửa thì hẹp. Muốn cho chúng-nó khỏi sợ hoảng, gia-trưởng, người cha kêu lên rằng : « Ớ các con, ra đây cha cho đồ chơi. » Đó là *Quyền* hay là *Phương-tiện* (*Pháp-Hoa Kinh*).

QUYỀN ĐẠI-THỪA 權大乘 : Khoa giáo Đại-thừa tạm. Đại-thừa có hai khoa : *Quyền Đại-thừa* và Thật Đại-thừa. Như những tông dạy phép tu cho tất cả đều thành Phật, ấy là Thật Đại-thừa. Còn những tông dạy tu lần hồi, ấy là *Quyền Đại-thừa.* Tức như tông Hoa-nghiêm, tông Thiên-thai là Thật Đại-thừa. Còn tông Pháp-tướng, tông Tam-luận là *Quyền Đại-thừa.*

QUYỀN-GIÁO 權教 : Giáo-lý tạm thời. Như những giáo-lý về Tam thừa : Thinh-văn-thừa, Duyên-giác thừa, Bồ-tát thừa là *Quyền-giáo.* Còn giáo-lý chứa trong hai tông Hoa-nghiêm, Thiên-thai, chỉ ngay quả Phật, giáo-lý ấy tròn đủ, thì kêu là : *Thật-giáo,* tức là Phật-thừa, Nhứt thừa.

QUYỀN HIỆN 權現 Tùy cơ mà hiện ra. Như chư Phật, chư Bồ-tát dùng sức thần-thông của mình mà hiện ra thân nầy hoặc thân khác, vật nầy hoặc vật khác, cảnh nầy hoặc cảnh khác đó kêu là *quyền hiện.*—

Trong **Kinh Pháp-Hoa,** đức Phật có dạy rằng : Chớ nên coi những bực đệ-tử của Ngài là Thinh-văn thường. Đó là những bực Bồ-tát lớn, tu tập rất dày công, *quyền hiện* làm Thinh-văn. (*La-hán*) để ủng hộ Ngài trong cuộc tuyên dương Phật-pháp,

Vu-lan Bồn-Kinh : Thập-địa Bồ-tát Đại-nhơn *quyền hiện* Tỳ-kheo tại Đại-chúng trung... (*Những Bồ-tát đại-nhơn đắc Địa-vị thứ mười, tùy cơ mà hiện làm Tỳ-kheo trong Đại-chúng...*)

QUYỀN HÓA 權化 : Tùy tiện mà hóa hiện. Đó là do sức thần-thông của chư Phật, của chư Bồ-tát tùy thời, tùy cơ mà biến-hóa ra mọi thân-thể, mọi cảnh, mọi vật để tiện độ chúng-sanh.

QUYỀN-MÔN 權門 Pháp-môn tạm thời. Tức là *phương tiện môn.* Các Pháp-môn mà chư Phật lập ra để độ chúng-sanh vào Phật-huệ, như Tiểu-thừa (*Thinh-văn thừa, Duyên-giác thừa*) và Đại-thừa (*Bồ-tát thừa*). Lại các phương-pháp mà mình tùy tiện dùng để độ mình, độ người, dùng rồi thì bỏ, cũng kêu là *quyền môn.*

Trong Qui-nguyên trực-chỉ. Biện-Tú Luật-sư nói rằng: « Những kẻ chẳng đạt trong phái Thiền-tông hoặc nói rằng: Niệm Phật là *Quyền-môn* tiểu-giáo. Hoặc họ nói rằng: Đó là Hữu-tướng Đại-thừa.— Đó là lời bàn chẳng thẳng của kẻ bồng tâm, chớ chẳng phải là lý-thuyết thấu triệt của bực cao-minh. »

QUYỀN PHƯƠNG-TIỆN 權方便: Phương tiện tạm thời, dùng trong khi gấp rút. *Quyền* với *phương tiện*, hai chữ ấy nghĩa tương-tợ nhau mà bổ trợ cho nhau. *Quyền* tức là quyền-mưu của Phật, Bồ-tát dùng mà tế độ chúng-sanh trong khi họ sa ngã. *Phương tiện* là phương pháp thích đáng, thuận lợi hơn hết trong cơn hữu sự. (*Xem*: *Phương tiện*).

QUYỀN THẬT 權實 Moyen provisoire, Moyen définitif (*fr.*) Quyền và Thật.

Quyền là phương pháp thích đáng trong một lúc mà thôi.

Thật là phương-pháp rốt ráo, chẳng biến đổi.

QUYỀN THẬT BẤT NHỊ MÔN 權實不二門 Quyền và thật chẳng phải hai, chẳng khác nhau. Phương-tiện tạm thời, Pháp: Moyen provisoire và phương-tiện rốt-ráo chẳng phải là hai pháp-môn, vẫn là đồng-thể, đều là phương-tiện đưa đến mục-đích. *Quyền* tức *Thật*, Như *Quyền-thừa*, Tam thừa tức: *Thật-thừa*, Nhứt thừa, Phật-thừa. (*Xem*: *Thập bất nhị môn.*)

R

RA-HẦU-LA 羅睺羅 Râhula (*scr.*) Con của thái-tử Tất-đạt, Đa hồi ngài còn ở tại đền. Sau khi ngài thành Phật, *Ra-hầu La* xuất-gia tu Phật và đắc quả La-hán. (Xem: *La hầu-La.*)

RA-HỔ-LA 囉怙羅 Râhula (*scr.*) Một vị trong 16 vị Đại La-hán, đệ-tử của Phật, vâng sắc lịnh Phật, ra đi truyền đạo các nơi. (*Xem đủ tên 16 vị nơi chữ A-la-hán.*)

SA-DI 沙彌 Sramanera (*scr.*).— Novice (*fr.*) Tiếng Phạn dịch ra nhiều nghĩa: *Tức*: Dứt, ngưng, thôi, nghĩa là dứt điều ác, dứt việc ô nhiễm của thế-gian.

Từ : Lành, nghĩa là làm lành, đem lòng từ mà tế-độ chúng-sanh. *Cần sách nam* : người con trai cần phải theo lời răn dạy của nhà sư lớn tuồi đạo. *Cầu tịch* : Chí mong cầu lẽ yên-tịch của Niết-bàn. Cũng gọi : *Tiều Sa-môn,* chú Tiều, ông Đạo, người nam-tử xuất-gia còn ở địa-vị tập sự, chờ cho đúng 20 tuồi trọn mới lên bực Tỳ-kheo, nhà sư thiệt thọ.

Sa-di phải giữ *Thập giới* :

1. Không sát sanh.
2. Không trộm đạo.
3. Không dâm dục.
4. Không láo xược.
5. Không uống rượu.
6. Không ghim hoa trên đầu, không dồi phấn, xức dầu.
7. Không ca hát, không khiêu-vũ như phường kỵ-nữ và dâm-nữ.
8. Không ngồi ghế cao, không nằm giường rộng.
9. Không ăn quá ngọ.
10. Không rờ tới vàng, bạc, tiền xài và đồ trang-sức bằng-vàng bạc.

Hạng thiếu-nữ xuất-gia còn tập sự thì gọi là *Sa - di ni. Sa-di* có hai bực :

1.) *Khu ô Sa di* 驅烏沙彌 tức là hạng từ 7 tuồi đến 12 tuồi, trông coi đừng để cho chim quạ tới ăn phá lúa, gạo, hoa, quả nhà chùa. Sa-di nầy bắt đầu thọ giái, được giữ Ngũ giới

2.) *Ứng Pháp Sa-di* 應法沙彌 tức là hạng từ 13 đến 19 tuồi, phải biết phụng sự các sư và phục dịch các công việc ở nhà Chùa. Khi ấy phải thọ đủ Thập giới. Đến chừng đúng 20 tuồi, được thọ giới cụ - túc làm Sa-môn (*Tỳ-kheo*).

Lại có ba bực Sa-di, *Tam phầm Sa-di* :

1. *Hạ phẩm Sa-di* : Sa-di bực dưới, từ 7 đến 13 tuổi.

2. *Trung phẩm Sa-di* : Sa-di bực giữa, từ 14 đến 19 tuổi.

3. *Thượng phẩm Sa-di* : Sa-di bực cao, từ 20 tuổi trở lên.

Trong khi truyền Giới *Sa-di,* Hòa - thượng có khuyên Giới-tử ra làm lễ lạy tạ ba lần bực Chúa - tể trong nước và bực cha-mẹ để tạ ơn. Rồi kể từ khi mặc áo Cà-sa, mặc áo Phật rồi, thì không được lạy vị Quốc-vương và cha mẹ nữa, e tổn đức của mấy người ấy.

SA-DI-NI 沙彌尼 Người thiếu nữ xuất - gia còn tập sự, thọ *Thập giới.* Cũng gọi : *Cần sách nữ,* nghĩa là cần theo sự kềm dạy của bề trên mà tu học. Lại cũng gọi : *Nữ Sa-di.* Xem : *Sa-di.*

SA - GIỚI (*GIỚI*) 沙界 Chữ tắt để gọi : Hằng-hà sa số thế-giới. Nghĩa là những thế-giới nhiều như số cát dưới sông Hằng. Trong thể văn kệ, chẳng tiện dùng nhiều chữ, nên người-ta viết tắt : *Sa-giới.*

Như trong *bài Tán* kinh Bồ-tát Giới có chép :

Chuyền thọ Chúng Năng-Nhân.	Phật Thích-Ca Mâu-Ni chuyền trao cho Chúng.
Khinh Trọng phu trần,	Giới Khinh Giới trọng đều tỏ bày,
Sa giới tất mông huân.	Hằng-hà sa số thế-giới thảy đội ơn.

SA-LA SONG-THỌ 沙羅雙樹 Sa-la (*Sâla*) là tiếng Phạn, dịch nghĩa : Kiên-cố. *Sa-la song thọ* là cặp cây Sa-la mọc trong rừng toàn là cây Sa-la. Ông A-Nan giăng võng giữa cặp cây ấy đặng cho Phật Thích-Ca nằm nghỉ trước khi ngài vào Niết-bàn. *Xem : Ta-la song-thọ.*

SA-HA 沙訶 Saha (*scr.*) Tên cõi Tam thiên thế-giới ; hoàn-cầu mà chúng ta hiện ở, là một thế-giới trong Tam thiên đại thiên thế-giới của hệ-thống Sa ha. Thường viết : *Ta-bà,* dịch nghĩa : Kham nhẫn, Đại nhẫn. *Xem : Ta bà thế-giới.*

SA MÔN 沙 門 Sramana, Çramana (*scr.*).— Moine (*fr.*) Viết trọn chữ theo Phạn : *sa-môn-na* (*sramana*). Chữ *sa-môn* có những nghĩa :

1.) *Cần giả* : Người siêng làm điều thiện.

2.) *Tức-giả* : Người dứt bỏ các nghiệp ác.

3.) *Phạp-đạo, Bần-đạo, Bần-giả* : Người chịu thiếu, chịu nghèo, chẳng giữ của cải, chẳng có chi gọi là của mình.

Cũng gọi : *Đại sa-môn, Tỳ-kheo.*

Sa-môn là thầy tu xuất-gia theo đạo Phật.

Đối với *Bà-la-môn* là thầy tu xuất-gia theo đạo Bà-la-môn.

Tùy sức tinh-tấn tu trì, bực *sa-môn* có thể đắc lần lên bốn quả : Tu-đà-hoàn (*Srotapanna*), Tư-đà-hàm (*Sakridagamin*), A-na-hàm (*Anagamin*) và *A*-la-hán (*Arhat*).

Bực *sa-môn* cạo râu tóc, không có của cải gì, sống bằng cách ăn xin và chỉ ăn một lần trong giờ Ngọ. Có ngủ thì nương theo cội cây, chớ không nằm trong nhà. Có nhiều vị giữ chính cho đến không ngủ hai đêm dưới một cội cây. Giữ mấy điều ấy đặng diệt sự tríu, sự dục những làm cho con người u-ám tối tăm.

Sa-môn phải giữ *Thập Thiện.*

Sa-môn miền Nam-tông chỉ giữ *Cụ-túc giới* và tu cho thành La-hán là đủ rồi.

Sa-môn miền Bắc-tông, ngoài *Cụ-túc giới* (250 *giới*), còn giữ thêm Bồ-tát giới (10 giới trọng và 48 giới khinh), tu cho thành Bồ-tát và mau thành Phật.

Trong *Đại Trang-Nghiêm kinh* có chép : Thái - tử Tất-Đạt-Đa khi du ngoạn, gặp những người già, bệnh, chết, ngài rất chán lòng. Qua hôm sau, ngài gặp một vị *sa-môn* có vẻ trang nghiêm, trầm tĩnh, thanh-nhàn, ngài thoạt nhớ lại kiếp xưa, bèn chạy lại làm lễ vị *Sa-môn* và hỏi qua đời Đạo-đức. Vị *sa-môn* đáp rằng : «Vì tôi thấy ở tại gia thì vướng những sự Sanh, Lão, Bệnh, Tử, mọi sự đều vô thường và không bền vững, nên tôi mới xả bỏ thân-quyến, tầm đến chỗ không-nhàn, phương tiện mà hóa trai hầu có giải-thoát các lối khổ. Tôi lần theo đạo-hạnh của chư Thánh, giữ gìn chánh-pháp, điều phục các căn, khởi từ-bi tâm, bố-thí chẳng hề sợ sệt, trong tâm thì giữ bình-đẳng, hộ-niệm chúng-sanh, không luyến-ái việc thế-gian hầu có giải thoát mãi mãi. Vì các sở ý ấy nên tôi tu hạnh xuất gia của bực *Sa-môn* vậy.»

Theo **Vô-Lượng thọ kinh**, Phật A-Di-Đà hồi mới phát nguyện tu hạnh *Sa-môn*, lấy tên là Pháp-Tạng.-

Đức Thích-Ca Thế-tôn, nhơn tu hạnh *Sa-môn* mà thành Phật, cho nên các nhà ngoại-đạo đồng-thời đều gọi ngài là *sa-môn* Cồ-Đàm.

(*Xem : Tứ chủng sa-môn.*)

SA-MÔN QUẢ 沙門果 Quả-vị của bực Sa-môn, hàng xuất-gia trong đạo Phật. Bực Sa-môn nhờ tu Bát Chánh-Đạo, lần lượt đắc từng quả-vị, từ *quả ban đầu là Tu đà-hoàn* cho đến *quả thứ tư là A-la-hán*. Nhưng người-ta thường ngụ ý rằng *Sa-môn quả* tức là *A-la-hán quả*.

Hàng Sa-môn khi đắc *sa-môn quả* (*la-hán quả*) thì được cái Pháp-thân có đủ năm phần : Giái, Định, Huệ, Giải thoát, Giải thoát tri-kiến. Nhờ được Ngũ phần Pháp-thân, nên gọi là *Đáo Bỉ Ngạn* (*Đến Bờ Bên kia, đắc Niết-bàn tại thế*).

Lúc vừa Đáo Bỉ Ngạn, vị Sa-môn La-hán liền tụng bài *Tứ cú thành Đạo.*

SÁM-HỐI 懺悔 Ksamayati (*scr.*).— Dire sa coulpe (*fr.*) *Sám* hay *Sám-ma*, Ksamayati là chữ Phạn, dịch nghĩa : *Hối. Sám-hối* là chữ Phạn và chữ Hán đồng - nghĩa hiệp nhau. Ấy là xưng tội, chịu tội và quyết ăn năn chừa cải. *Sám-hối pháp* là như vầy : Trước một hay nhiều vị sư thay mặt cho Giáo-hội, hoặc trước một ban Tăng-già hai chục vị Sư, mười vị Sư hay năm vị Sư, người phạm tội đứng ra xưng tội mình đã phạm và nguyện ăn năn, chẳng còn tái phạm. Sau khi đó, vị Sư hay ban Tăng-già, ban Hội-đồng thay mặt cho đức Phật mà xa đọa cho kẻ phạm hoặc chứng minh để cho kẻ phạm ăn năn chừa lỗi.

Cũng có người tự quay về nẻo lành, quyết *sám - hối* trọn đời, mỗi ngày hằng đọc kinh *sám-hối*, xưng các tội lỡ phạm từ những kỳ kiếp đã qua, để cho chư Phật chứng minh cho mình hồi hướng.

Thường thường, chư Tăng và Thiện-nam tín-nữ tụng *Hồng danh Sám* vào tối bữa 14 và 30 (*như tháng thiếu thì tối 29*)

Theo **Lục-tổ Pháp - Bảo-Đàn Kinh**, *Sám - hối* có hai phép : *lý sám* và *sự sám*. Lý Sám thì nhà tu học biết mình có lỗi, bèn ra sức rửa gội tâm tánh, tránh các điều phiền-não và tội lỗi, phá màn Vô-minh hầu có về cõi Giác.

Sự Sám là mặc cà-sa hoặc mặc áo đoan-trang, đứng trước bực Sư trưởng hoặc đối với tượng Phật mà làm lễ, nguyện ăn-năn tự-hối.— Kẻ tu - hành chân chính nên dung hòa cả lý và sự, nghĩa là nếu có lỗi thì xưng ra với bề trên rồi tự hậu không còn tái phạm, như vậy hầu có mau chơn bước lên đường Giải-thoát.

(*Xem : Hối, Tam chủng hối pháp.*)

SÁM-MA 懺摩 Ksamayati (*scr.*).— Dire sa coulpe (*fr.*) Chữ Phạn, dịch nghĩa : *Hối*. Thường gọi chung theo Phạn và Hán là *sám - hối*, làm lễ sám, ăn năn những lỗi-lầm, những tội ác mình đã gây ra từ những đời trước và đã tạo tác trong đời nầy. Rồi quyết không còn tái phạm, dầu bằng thân-thể, dầu bằng lời nói, dầu bằng tâm-ý. Cầu với Phật chứng minh cái lòng ăn-năn chừa cải của mình.

SÁM-PHÁP 懺法 Phép sám-hối. Cách thức thi-hành trong việc phát lộ lầm-lỗi, nghi thức đọc tụng kinh điển để sám-hối những tội xưa và tránh những lầm-lỗi sẽ tới.

SÁM-TRỪ 懺除 Sám-hối trừ tội. Ăn năn trừ bỏ những lỗi xưa. Ăn-năn và quyết chí bỏ lầm lỗi. Do sám-hối mà tội-lỗi được trừ dứt.

SAN 山 Núi. Xem : *Sơn*.

SAN-ĐỊA NIẾT-MỘ-CHIẾT-NA 珊地涅暮折那 San--dhinirmocana (*scr.*) Dịch : *Giải thâm mật* (*Kinh*), do ngài Huyền-Trang dịch chữ Phạn ra chữ Hán. (*Xem : Giải thâm mật Kinh.*)

SAN-XÀ-DA TỲ-LA-HIỀN-TỬ 刪闍耶毗羅胝子 San--jaya - Vairatitra (*scr.*) Một vị Sư - trưởng trong Sáu vị Sư-trưởng ngoại-đạo hồi Phật Thích-Ca ra đời. Và sau khi Phật tịch, sáu phái *Lục sư ngoại-đạo* vẫn còn. Trong sáu phái « Lục sư ngoại đạo », phái *San-xà-da Tỳ-la-hiền-tử* là một. (*Xem : Lục sư ngoại-đạo.*)

Đồng thời với Phật, vị Sư trưởng *San-xà-da Tỳ la-hiền-tử* cũng tu phép xuất-gia, giữ tịnh-hạnh, cũng thâu nhận đệ-tử xuất-gia và tại-gia. Nhưng ông có trưng ra vài thuyết như vầy :

Hễ là vua trong nước, thì được tự do tự-tại mà ban thưởng hoặc trừng trị ; chơ đến ra lệnh giết người, cũng chẳng có tội-báo chi cả ! Tỷ như chất lửa, dầu là vật dơ hay sạch, lửa đốt tất cả. Lại như cõi đất, chở tất cả muôn loại, mà chẳng tỏ ra vui mừng hoặc buồn giận. Lại như chất nước, rửa tất cả mọi vật, sạch cũng như dơ, nhưng tự nó không vui, không buồn, Lại như chất gió, thổi tất cả mọi vật, mà tự nó không vui-không buồn. Bực vua chúa cũng như vậy.

Vả lại, tỷ như người ta mé cây vào mùa thu, thì mùa xuân tới cây mọc ra trở lại. Một người mà vua giết bây giờ, thì sau. sanh ra trở lại, như vậy vua có tội gì ?

Những chúng-sanh chịu quả-báo vui-sướng hoặc khổ-não, đó chẳng phải do cái Nghiệp đời nầy ; mà bởi cái Nghiệp đời trước, cho nên đời nầy thọ quả. Nếu đời nay chẳng tạo ra nhơn, thì đời sau chẳng hề có quả. Bởi có cái quả hiện-tại, cho nên chúng-sanh cần phải trì Giới, tu hạnh tinh-tấn đặng che ngừa cái quả xấu. Nhờ trì Giới nên được vô-lậu, tức là dứt lỗi lầm. Nhờ được vô-lậu, nên dứt cái Nghiệp hữu lậu. Cái nghiệp ấy dứt rồi, các mối khổ sẽ dứt. Các mối khổ đã dứt, người ta sẽ được Giải thoát.

SÀN-ĐỀ BA-LA-MẬT 羼提波羅蜜 Kshânti-Paramita (*scr.*).— Résignation, Vertu cardinale (*fr.*) Tiếng Phạn, dịch nghĩa *Nhẫn-độ*. Hạnh tu Nhẫn-nhục của Bồ-tát, một hạnh trong *Lục Ba-la-mật*. Người tu đắc hạnh ấy, được sức Nhẫn-nhục, nhơn đó, dứt lòng giận hờn, oán ghét. (*Xem* : *Nhẫn, Nhẫn-độ*.)

SANH (*SINH*) 生 Jâta (*scr.*).— Naissance, Vie (*fr.*) Các pháp hữu-vi hiện ra, khởi lên, kêu là *sanh*. Đó là nghĩa rộng về các pháp, các tướng trải qua bốn thời-kỳ : *sanh*, trụ, dị, diệt. Đồng nghĩa với *Khởi*. Trái với *Diệt*.

Về nghĩa hẹp, *sanh* là : đẻ ra ;— sự sống còn của con người, của chúng-sanh. Trái với *tử*.

Sanh là một nỗi khổ trong Tứ Khổ, Bát Khổ. (*Xem* : *Sanh khổ*.)

Sanh (*Jâta*)) là nhơn-duyên thứ 11 trong Thập nhị nhơn-duyên.

Các chúng-sanh hiện ra nơi Tam giái, Lục đạo, đều do bốn cách *sanh* hóa, kêu là *Tứ sanh*.

Các hàng Bồ-tát giáng thế cứu đời, tùy phương tiện mà giáng sanh, có năm cách, kêu là *Ngũ sanh*.

Các hàng Tiên trên Trời, như Đao-lỵ thiên, Đâu - suất thiên, khi sanh xuống nhơn-gian, thì kêu là *Hạ sanh*.

Đức Bồ-tát, khi đến thời kỳ xuống thế làm Phật, bỏ ngôi Chúa nơi cảnh trời Đâu-suất mà hiện xuống làm người, kêu là *Giáng sanh*.

Nhà tu-hành giữ theo Ngũ giới, Thập thiện hoặc Cụ-túc giới, tùy theo các công - đức mà sanh lên các cảnh Tiên trong ba cõi Dục-giới, Sắc-giới, Vô-sắc giới, kêu là *Thượng sanh*.

Ở thế-giới nầy mà sanh qua cõi Cực-lạc của đức Phật A-Di-Đà để hưởng các sự khoái lạc, kêu là *Vãng sanh*.

Làm Tiên, làm Thần, làm người mà *sanh xuống* ba miền Ngạ-quỉ, Địa-ngục, Súc-sanh, thường kêu là Đọa.

Vô-Lượng Thọ - Kinh : Người ta ở trong vòng thương yêu, ham muốn tại thế gian, *sanh* một mình, thác một mình, qua một mình, lại một mình (*luân chuyền trong ba đời quá khứ; hiện-tại, vị-lai*), cực-khổ, vui-sướng cũng tự mình đương lấy, không có ai thay thế cho mình.

Niết-Bàn Kinh :

Những chúng-sanh trong thế gian, vì mối điên đảo che lấp cái chơn-tâm, chỉ ham muốn sự *sanh*, mà chán sợ sự chết. (*Đó là trái nghịch với chơn-lý, vì có sanh tức nhiên có già và có chết.*) —

Bồ-tát Ma-ha-tát, đối với cái *sanh*, chẳng nhận mà cũng chẳng bỏ. Còn kẻ phàm - phu thì mầng cái *sanh* mà ghét cái tử.—

Sanh cũng có nghĩa : Đời, đời sống, như : *Nhứt sanh* : một đời. Lại có nghĩa : Luân-hồi, như : *sanh-tử, sanh sanh.*

SANH BẤT NAM 生不男 Người sanh ra chẳng phải là hàng nam-tử. Tiếng gọi người chẳng có cái nam-căn (*ngọc-hành*) từ khi mới sanh ra, hoặc có mà chẳng phát động được trong việc nối dòng. Một trong năm thứ người bất-nam. Xem : *Ngũ chủng bất nam.*

SANH DIỆT 生滅 Sanh và diệt. Các pháp hữu - vi y theo nhơn-duyên hòa-hiệp mà xuất hiện, kêu là *sanh* ; y theo nhơn - duyên ly-tán mà tan rả, kêu là *diệt*. Có *sanh* ắt có *diệt*, là pháp hữu-vi vậy.

Theo Chánh-kiến của Trung-đạo mà nói, thì *sanh, diệt* của pháp hữu-vi đều là giả sanh, giả diệt, chớ chẳng phải thiệt sanh, thiệt diệt vậy.- -

Trong bài **Ma-ha Bát-nhã Ba-la-mật-đa tâm Kinh** có nói : Các pháp đều không có tướng : không *sanh*, không *diệt*, không dơ, không sạch, không thêm, không bớt.

Thủ - Lăng - Nghiêm Kinh, quyển sáu :

Sanh diệt nhị viên ly,

Thị tắc thường chơn-thật.

(*Sanh diệt tròn lìa hai,*

Ấy là thường chơn-thật.)

SANH DIỆT KHỨ LAI 生 滅 去 來 Sanh sống, Dứt mất (*chết*), Đi, Đến. Nếu ai có ý-kiến cho rằng các pháp có sanh, có diệt, có đi, có đến, thì người ấy có ý kiến quấy bậy của Tiểu-thừa. Theo chánh-kiến của Trung-đạo, thật ra chẳng có sanh, chẳng có diệt, chẳng có khứ, chẳng có lai.

SANH DIỆT NHỊ QUÁN 生 滅 二 觀 Hai phép quán: Sanh và Diệt. Tức là hai phép quán-tưởng về Thập nhị nhơn-duyên. Người tu Thập nhị nhơn-duyên, trước tu *Sanh - quán* hay *Lưu - chuyền môn* là quán cách sanh-khởi của 12 nhơn-duyên từ Vô-minh cho tới Lão Tử. Kế đó, quán nghịch lại, tu *Diệt - quán* hay *Hoàn diệt môn* là quán cách dứt mất của 12 nhơn duyên từ Lão Tử trở lại Vô-minh. Đó là quán thuận và quán nghịch, kêu là *Sanh Diệt quán.*

Xem: *Thập nhị nhơn-duyên.*

SANH ĐẮC ĐỊNH 生 得 定 Địa-vị của người tự-nhiên mà đắc tám phép Định. Do sức nghiệp lành đời trước, tự-nhiên người ta đắc nhập Tứ Thiền Sắc giải và Tứ Định Vô sắc giới. Xem: *Bát định.*

SANH KHỔ 生 苦 Sanh ra là khổ, sống đời là khổ. *Sanh khổ* là mối khổ đầu tiên, mối khổ căn-bản trong *Tứ khổ, Bát khổ.*

Vì *Tứ khổ*, nhứt là vì cái *Sanh khổ*, cho nên Thái-tử Tất-Đạt-Đa xuất gia mà tầm đạo để độ chúng sanh thoát khổ.

Hồi còn ở đền, một hôm ngài ngự ra chơi miền ngoại-ô. Thấy những người làm ruộng tay lấm chơn bùn, mồ hôi ra đầy mình, trời thì nắng chang-chang. Coi bộ họ lao khổ mệt nhọc lắm. Họ đương cày, trâu kéo cày rất nặng. Hễ trâu đi chậm thì họ đưa roi mà đánh đập và thét mắng om-sòm. Khi lưỡi cày hất đất lên, lòi ra những côn trùng, đoàn chim đáp xuống mổ lấy mà ăn. Cảnh tượng xem ra nhọc khổ lắm; chúng-sanh lại mạng nầy đè nén, giết hại mạng kia.

Thái-tử lấy làm thương xót cho tất cả chúng-sanh. Ngài bèn lại ngồi nơi gốc cây mà nhập định về lẽ *sanh khổ* và về phương-thế cứu khổ cho chúng-sanh.

Trong **Niết-Bàn Kinh**, nơi đoạn dạy quán tưởng lẽ *sanh khổ*, có mấy hàng nầy:

Nầy Ca-Diếp ơi, tỷ như bã phẩn-uế (*cứt đơ*), dầu nhiều dầu ít, cũng là thúi. Sự *sanh* cũng như thế, dầu cho người ta hưởng thọ đến tám muôn tuổi (*như trong kỳ kiếp tăng chỉ cực*), hay chỉ hưởng có mười tuổi (*như trong kỳ kiếp giảm chỉ cực*), thì cũng đều là thọ khổ mà thôi.

SANH KHÔNG 生空 Lẽ Không có chúng-sanh. Chúng-sanh vốn là không, chẳng thật, chẳng có. Một trong Nhị Không: *Sanh không*. Pháp Không.

Sanh Không cũng gọi là: *Ngã Không, Nhơn Không. Sanh Không*: Sanh-mạng ta, sanh-mạng của người khác, các chúng-sanh, vốn là không không, chẳng thật.

Pháp Không: Các pháp, các sự vật phi-tình vốn là không, chỉ do nhơn-duyên gá tạm mà có vậy thôi.

Tu đắc lẽ Sanh không, gọi là *Sanh không Tam muội*. Quán tưởng cả hai lẽ không, Sanh Không và Pháp Không, gọi là *Nhị không quán*. Sự đắc nhập hai lẽ Không ấy, gọi là *Nhị Không Tam-muội*.

SANH, LÃO, BỆNH, TỬ, 生老病死 Naissance, Vieillesse, Maladie, Mort (*fr.*) Đó là bốn tướng thông thường của chúng-sanh, không ai tránh khỏi.

Cũng kêu là: *Tứ khổ, Tứ oán*. Sanh, Lão, Bệnh, Tử ở trong *Bát -khổ*.

SANH-LỰC 生 力 Prana (*scr.*).— Force vitale (*fr.*) Cũng kêu là *Sanh-hoạt lực* 生 活 力. Cái sức nhờ đó mà sanh-vật sống được và to lớn thêm, mạnh mẽ thêm ra. Như, không-khí vào buổi sáng, tốt trời, nắng ráo, chứa đầy *sanh-lực*. Lúc bấy giờ, nếu người ta đi đi lại lại ngoài trời, thì trong người lấy làm thơ-thái, khỏe khoắn, ấy nhờ hấp thọ cái *sanh-lực*. Đó là *sanh-lực* trong không gian. Lại những người đương lúc trẻ-trung, ưa hoạt động, thể thao, cùng những nhà tu hành khéo dưỡng sức khỏe, đều có chứa *sanh-lực* nơi mình một cách dồi - dào. Đó là *sanh-lực* trong người.

SANH MANH 生 盲 Aveugle-né (*fr.*) Người mù từ khi mới lọt lòng mẹ. Những kẻ *sanh - manh* không từng thấy mặt trời, mặt trăng và các tinh-tú, cũng không biết màu sắc, hình dạng chi cả.

Về nghĩa bóng, *sanh-manh* là : kẻ chẳng thấy biết việc lành hay việc ác, những lẽ đạo lý thông thường.

Niết-bàn kinh : Nếu có những chúng-sanh nào chẳng biết rằng Như-lai là Thường-trụ, thì nên biết rằng những kẻ ấy là *sanh-manh*.

Còn như những ai biết rằng Như-lai là Thường-trụ, những người ấy tuy là nhục-nhãn, nhưng Ta bảo rằng họ là Thiên-nhãn vậy.

SANH-NHẪN 生 忍 Đức Nhẫn đối với chúng-sanh, đối với người ta. Cam chịu những sự đau đớn, khổ, nhục gây ra bởi chúng-sanh, bởi người khác.

Một trong hai đức Nhẫn : *Sanh-nhẫn*, Pháp-nhẫn. Còn chịu được, nhịn được đối với sự việc, đối với vật phi-tình, kêu là Pháp-nhẫn.

SANH - NHƠN 生 因 Cái nhơn chánh sanh ra vật, sanh ra quả. Đối với *liễu-nhơn* là nhơn-duyên phụ trợ làm cho tỏ rõ món vật, giải-quyết cái quả (*Xem* : *Nhơn, liễu-nhơn.*)

SANH-PHÁP 生 法 Chúng-sanh và các pháp. Cũng gọi : *Nhơn pháp* : người ta và các pháp; *Ngã pháp* : Ta và pháp.

Sanh là chúng-sanh, các giống hữu-tình luân chuyển trong *lục đạo*, sáu nẻo.

Pháp là sự vật, các vật phi-tình, như áo quần, nhà cửa, đồ dùng

Như nói: *Sanh pháp nhị Không.* Hai lẽ Không: sanh và pháp, chúng sanh và các pháp vốn là không không, chẳng có thật, chúng-sanh chỉ do năm uẩn (*ngũ uẩn*) tạm hiệp mà thành vậy thôi. Các pháp chỉ do nhơn-duyên tạm kết mà có vậy thôi.

Sanh pháp nhị nhẫn: Hai đức nhẫn đối với chúng - sanh và với các pháp. Tức là *sanh-nhẫn, pháp nhẫn. Sanh-nhẫn* là chịu được, cam chịu đối vói sự độc hại của chúng-sanh. *Pháp-nhẫn* là chịu được đối với những cảnh vật chẳng thuận với mình.

SANH PHÁP NHỊ KHÔNG QUÁN 生法二空觀 Hai quán-tưởng về lý không của sanh và của pháp. Nghĩa là quán tưởng lý không của chúng - sanh và quán tưởng lý không của các pháp. Ấy là đạo quán tưởng của Bồ-tát Đại - thừa quán tưởng nhơn không pháp không đặng dứt ngã-chấp (cố chấp thân mình) pháp-chấp (cố chấp các pháp), chứng lý ngã không chơn-như (*thân mình vốn không có*), lý pháp không chơn-như (*pháp vốn không có*). Còn người tu-hành Tiểu - thừa thì chỉ tu quán tưởng lý không của sanh (*sanh không quán*) mà chẳng tu quán tưởng lý không của pháp (*pháp không quán*), cho nên chẳng dứt được Pháp-chấp.

SANH QUÁN 生觀 Phép quán - tưởng lẽ Sanh. Tức là quán-tưởng 12 nhơn-duyên liên-tiếp nhau mà sanh ra, từ *Vô-minh* cho tới *Lão tử*. Pháp-môn tu ấy cũng kêu là *Lưu chuyền môn.* Đối với *Diệt-quán* là quán tưởng cách dứt mất của 12 nhơn duyên *Xem: Thập nhị nhơn-duyên.*

SANH QUÍ TRỤ 生貴住 Trụ-vị thứ tư trong Mười trụ-vị của Bồ-tát. Ở trụ vị nầy, Bồ-tát thọ được một phần khí-lực của Như-lai, cảm thông bề nầy và bề khác, sanh vào dòng-giống Như-lai. *Xem: Thập Trụ.*

SANH SANH 生生 Toutes les existences, toutes les renaissances (*fr.*) Đời đời, Sanh đi sanh lại, các đời sanh của một người, Sự lưu chuyền mãi trong vòng luân-hồi, không biết bao giờ cho dứt. Từ đời nầy tới đời kia, các đời sống liên tiếp nhau ở xứ nầy hoặc ở xứ khác.

Phạm-Võng Kinh, Bồ-tát giới : Nhứt thiết nam-tử thị ngã phụ, nhứt thiết nữ-nhơn thị ngã mẫu. Ngã *sanh sanh*, vô bất tùng chi thọ sanh. (*Hết thảy nam-tử là cha của mình, hết thảy nữ-nhơn là mẹ của mình. Đời đời của mình đều do đó mà thọ sanh.*)

Sanh sanh thọ sanh, thường trụ chi pháp, giáo nhơn phóng sanh. (*Đời đời thọ sanh là phép thường trụ, vậy nên dạy người phóng sanh.*)

SANH-TÂN 生 津 (津) Bến sanh. *Sanh* : Sanh đi sanh lại, Sanh-tử (*Sống rồi thác, thác rồi sanh trở lại*), Luân-hồi chẳng dứt. *Tân* : Mé, Bờ, Bến. Mé sông, Bờ biển. *Sanh-tân* : Mé sanh-tử tiếng tỷ-dụ để gọi cuộc luân-hồi trong Lục đạo. Tức là : *Thử ngạn* : Mé bên nây, *Mê tân* : Bến mê. Đối với : *Niết bàn-ngạn*, Bờ Niết-bàn, *Bỉ-ngạn* ; Bờ bên kia, *Giác-ngạn* : Bến Giác, Bờ giác. *Sanh-tân* : Bến sanh-tử, Mé luân-hồi là nơi chúng-sanh sanh đi, sanh lại trong Sáu nẻo, chịu các sự đau khổ, chẳng được tự-tại.

SANH TỊNH-ĐỘ BÁT PHÁP 生 淨 土 八 法 Tám phép sanh nơi Tịnh-độ. Duy Ma cư-sĩ đáp câu hỏi của Chúng-hương Bồ-tát trong nước Chúng-hương : Ở cõi nầy, thành-tựu tám phép, được sanh nơi Tịnh-độ. 1.) Nhiêu-ích cho chúng-sanh mà chẳng trông báo đền ; thế cho chúng-sanh mà chịu hết mọi bề khổ-não ; những công-đức của mình làm ra, đem bố-thí cho họ hết thảy. 2.) Tâm bình đẳng với chúng-sanh, khiêm-nhượng không ngại. 3.) Có chư Bồ-tát, coi như Phật vậy. 4.) Về lúc nghe Kinh, chưa nghe Kinh, không nghi hoặc gì. 5.) Chẳng trái nghịch với bậc Thinh văn. 6.) Kẻ khác cúng dường, mình chẳng ganh ghét ; ở mình không cống-cao, không mưu lợi lấy mình ; mà ở trong đó, điều phục cái tâm của họ. 7.) Thường xét điều lỗi của mình ; chẳng tranh biện chỗ kém của kẻ khác. 8.) Thường đem một tấm lòng cầu các công-đức. *Xem : Tịnh-độ.*

SANH-TỬ 生死 Gàti (scr.) Métempsycose (fr.) Sanh ra rồi thác, rồi lại sanh ra nữa, rồi thác nữa. Các chúng-sanh trong thế-giới, vì không tự-chủ, nên cứ lăn đi lộn lại trên cõi đời mãi. Họ xoay chuyền mãi mãi trong *Tam Giới, Tứ Sanh, Lục Đạo. Sanh-tử* cũng kêu là : *Luân-hồi, Luân-chuyển*. Lại cũng kêu là : *Sanh-diệt*, vì hễ có sanh thì tức nhiên có diệt. *Sanh-tử* đối với *Niết-bàn.*

Nhà tu học đạo Phật, chán ngán vòng *sanh-tử*, bèn tinh-tấn mà tu hạnh xuất-gia, chứng đắc quả La-hán, quả Phật thì thoát ra khỏi vòng Luân-hồi, ấy kêu là *Sanh tử giải thoát.*

Sanh-tử, nghĩa rộng là cuộc Luân-hồi, vòng Luân-hồi vô cùng vô-tận, vô-thủy vô-chung, Pháp : Métempsycose. Nghĩa hẹp là một lần luân-hồi, một lần sống thác, Pháp : Une renaissance. Như nói : Lưu chuyển vô-lượng *sanh-tử*.

Bực tu Đại-thừa, chứng ngộ lý Đạo, biết mình sanh sống ở đời là để tế độ chúng-sanh, không thấy mình khổ-não như phàm-phu, lúc nào cũng tinh tấn mà giáo-hóa chúng-sanh, làm lợi ích cho chúng-sanh. Đối với bực ấy, *Sanh-tử tức Niết-bàn.* Tuy sanh ra mà không nhiễm trần, được tự chủ hoàn toàn, ấy cũng như hoa sen mọc trong bùn mà không dính dơ

Sanh-tử cũng có nghĩa : cuộc sống-thác, cuộc đời, Pháp : Existence, Vie. Như nói : *sanh-tử* vô thường, hô-hấp nan định (*sống-thác không chừng, hơi thở khó định*)

SANH-TỬ DÃ 生死野 : Cảnh đồng Sanh-tử. Cũng như cảnh đồng-ruộng bao la, ngó chẳng hết, đi chẳng cùng, cuộc luân-hồi thật là rộng rãi, xa vời, chẳng cùng tận.

SANH-TỬ HẢI 生死海 : Biển sanh-tử, biển luân-hồi. Tỷ như biển cả rất sâu rất rộng, cuộc luân-hồi cũng như thế. Cũng như biển cả có sóng lớn làm cho thuyền phải trôi chìm, cuộc luân-hồi đầy đầy phiền-não làm cho chúng-sanh phải sa-đắm. Chư Phật, chư Bồ-tát đem giáo-lý làm Thuyền lớn mà độ chúng-sanh qua *Biển sanh-tử*. *Sanh-tử hải* là tiếng tỷ-dụ để gọi cuộc Luân-hồi, cũng như *Đại thuyền* là tiếng tỷ-dụ để gọi Pháp Phật, và *Đại-Thuyền sư* là tiếng dùng để xưng Phật.

SANH-TỬ LUÂN 生死輪 : Bánh xe Sanh-tử. Tỷ như bánh xe vận chuyền không ngừng, bánh xe Sanh-tử lăn mãi, đưa đầy mãi chúng-sanh qua lại lên xuống nơi Tam giới, Lục đạo.

SANH - TỬ LƯU 生死流 : Dòng nước Sanh-tử (*Luân-hồi*). Tỷ như dòng nước mạnh lôi cuốn và nhận chìm người, vật ; *Sanh-tử lưu* lôi cuốn các chúng-sanh, họ những chìm đắm nơi đó mãi, khó bề thoát ra. **Di-Lặc hạ sanh thành Phật Kinh** : Bỉ thì chư đại-chúng, — Đoạn chướng, trừ nghi - hoặc ; — Siêu việt *sanh-tử lưu*,— Thiện tu thanh tịnh-hạnh.

(Bấy giờ đại-chúng thiện hiền,
Dứt đi mọi chướng, trừ liền lòng nghi ;
Thoát *dòng sanh-tử* một khi,
Khéo tu tịnh-hạnh các vì xuất-gia.

SANH-TỬ NÊ 生死泥 : Bùn lầy sanh-tử. Con người ta nếu sa chơn nơi bùn lầy thì lún xuống, hại thân. Cũng như thế, chúng - sanh vì tham, mê, nên sa nơi bùn lầy Sanh-tử, Luân-hồi.

SANH-TỬ NGẠN 生死岸 : Bờ Sanh-tử. Biển Sanh - tử có hai bờ. Bờ bên nây là Bến mê (*Mê-tân*) hay *Sanh-tử ngạn*. Bờ bên kia là Bến giác (*Giác-ngạn*) hay *Niết-bàn ngạn*.

SANH - TỬ PHƯỢC 生死縛 : Sự buộc trói của vòng Sanh-tử. Cuộc Luân-hồi buộc trói các chúng-sanh như sợi dây, họ khó bề thoát khỏi. Hết đời nầy, họ sanh ra đời khác, mãi mãi như vậy mà chịu các khổ-não.

SANH-TỬ TỨC NIẾT-BÀN 生死即涅槃 Sanh-tử (*Luân-hồi*) tức là Niết-bàn, liền với Niết-bàn. Xét theo nghĩa Tiểu - thừa, Sanh-tử trái nghịch với Niết-bàn.

Nhưng xét theo lý Đại-thừa, Sanh-tử tức là *Niết-bàn*. Sanh-tử tỷ như mặt nước xao động phía trên. Niết-bàn như phần nước yên-lặng ở dưới Nước xao động hay sóng và nước yên lặng vẫn là một thề nước mà thôi, hết xao-động thì trở nên yên-lặng.

Cho nên nói Sanh-tử tức Niết-bàn. Vả lại, Sanh-tử và Niết-bàn không lìa nhau, có Sanh-tử thì có Niết bàn; nếu không có Sanh-tử thì không có Niết-bàn. Lại nữa, chư Thánh tuy ở trong chốn *Sanh-tử* mà lòng không nhiễm, cũng như ở Niết-bàn, cho nên nói *Sanh-tử tức Niết-bàn*. Cũng như nói: *Chúng-sanh tức Phật, Phiền-não tức Bồ-đề.*

SANH-TỬ THỦY 生死水: *Nước* Luân hồi. Cũng như nói: *Sanh-tử lưu*. Tiếng tỷ-dụ. Cuộc Sanh-tử (*Luân-hồi*) tỷ *như* nước, nó có thể lôi cuốn, nhận chìm trong đó những kẻ mê-dục, phóng-dật.

Niết-Bàn Kinh, quyển 29: Tỷ như có kẻ, vì ham hoa thơm sắc đẹp, trong cơn bẻ hoa, bị nước làm trôi. Chúng-sanh cũng như thế; họ tham ái Ngũ dục, nên bị *Sanh-tử thủy* làm trôi giạt, chìm đắm.

SANH TỬ TRƯỜNG DẠ 生死長夜: Đêm dài Sanh-tử. Cũng như kẻ không ngủ được thì thấy cảnh đêm rất dài, dường như vô-tận; cũng như thế, kẻ khổ-não trong vòng Luân-hồi, trông thấy cuộc sanh-tử rất dài, đầy sự buồn bã, khổ não, chán ngán.

SANH TỬ VIÊN 生死園: Cảnh vườn Sanh-tử. Kẻ phàm-phu coi cảnh Luân-hồi như một cảnh vườn-tược, họ thích dong chơi nơi đó.

Lại đối với bực Bồ-tát, các ngài du hóa trong vòng Luân-hồi mà độ chúng-sanh, các ngài chẳng thấy mình khổ, dường như đi ngoạn cảnh trong vườn hoa.

SANH TỨC VÔ SANH 生即無生 Sanh tức là Không sanh. Mặc dầu có sanh sống ở đời, nhưng vẫn coi như mình không sanh, không mắc vào vòng luân-hồi (*sanh-tử*). Sanh tức là không sanh; Không sanh tức là không có. Cũng như nói: *Sanh-tử tức Niết-bàn*. Người giác-ngộ, tuy ở trong chốn sanh-tử (*luân-hồi*), nhưng không nhiễm các thứ ác trược nơi chốn sanh-tử ở thế gian. Cho nên nói: *Sanh tức Vô-sanh*. Đó là lý-thuyết sở trường của các Kinh Bát-nhã, và cũng là ý-tứ cao-viễn của Tam luận tông.

SANH-THÂN 生身 Cái thân-thể do cha mẹ sanh ra. Chư Phật, Bồ-tát có hai cái thân: *Sanh - thân* và *Pháp-thân*. Cái lý-thể mà các ngài đã chứng được, kêu là *Pháp-thân*. Cái thân xác thịt, vì tế-độ chúng-sanh, nên mượn thai của cha mẹ mà sanh ra, kêu là *Sanh-thân*.

Lại nghĩa nữa: thân xác thịt mà Phật, Bồ-tát dùng Lực Thần-thông một khi hóa-hiện ra, cũng kêu là *Sanh thân*, như: *Sanh-thân Di-Đà, Sanh-thân Quan-Âm, Sanh thân Phổ-Hiền, Sanh - thân Di-Lặc* v.v.....

Lại nữa, cái *Sanh thân* là cái thân mà Bồ-tát thọ sanh để trả dư-nghiệp, cái thân ấy phải chịu luật biến đổi, đau khổ, sống thác.

Sanh-thân lại là một đời sanh sống để tu học thêm, để tấn-hóa thêm. Như nói: *Sanh-thân* đắc nhẫn. *Sanh-thân* cũng là thân do cha mẹ sanh ra, Bồ-tát dùng thân ấy để chứng Đại-giác, để thành Phật.

SANH-THÂN XÁ-LỴ (*LỢI*) 生身舍利 Ngọc xá-lỵ sanh-thân. *Xá-lỵ* (*Sarira*), Pháp: Reliques là tro-tàn của Phật Thánh hóa ra ngọc sau khi tịch, tức là *Toái - thân Xá-lỵ*. Cũng có toàn-thân Phật Thánh thành ra ngọc, đời đời chẳng hư nát, tức là *Toàn-thân xá-lỵ*. Toái-thân xá-lỵ và Toàn-thân xá-lỵ, kêu là *Sanh-thân xá-lỵ*.

Đối với: *Pháp-thân xá-lỵ* là các Kinh-điển, các giáo-lý bất biến của Phật.

Xem: *Xá-lỵ. Pháp-thân xá-lỵ*.

SANH-THIÊN 生天 Một hạng Tiên (*Thiên*) trong *Tứ chủng Thiên*.

Sanh-Thiên là những vị có phước-đức, do cõi người sanh lên các cõi Trời từ cảnh Tứ Thiên-vương Thiên đến cảnh Phi hữu tưởng phi vô tưởng Thiên ; hoặc là những vị Tiên sanh lên hoặc sanh xuống trong các cảnh Thượng-thiên.

Niết-Bàn kinh, quyển 22 : Phật chẳng phải là *Sanh-Thiên,* cũng chẳng phải là không phải *Sanh-Thiên* (*phi phi Sanh-Thiên*).

Đã lâu rồi, Phật đã rời khỏi các cảnh có, không mắc vào một cảnh Tiên nào, cho nên ngài chẳng phải là *Sanh - Thiên* (*phi Sanh-Thiên*). Nhưng ngài đã sanh lên cung Đâu-suất, và từ cảnh Đâu-suất Thiên mà giáng xuống cõi Diêm phù-đề, cho nên ngài chẳng phải là không phải *Sanh-Thiên* (*phi phi Sanh-Thiên*).

SANH THỤC TÔ 生 熟 酥 Sanh-tô, Thục-tô. Con bò cái cung cấp năm món mà người tu Phật có thể ăn : Nhũ (*sữa tươi*), lạc (*cà-rem*), *sanh-tô* (*bơ sống*), *thục tô* (*bơ chín*), đề-hồ (*phó-mách*).

Xem : *Ngũ chủng ngưu vị, Ngũ vị.*

SANH TRỤ DỊ DIỆT 生 住 異 滅 Bốn tướng, bốn thời kỳ của các pháp hữu-vi.

Sanh là thời kỳ sanh-trưởng; trụ là thời kỳ thành-trụ; *dị* là thời kỳ biến hoại; *diệt* là thời kỳ tiêu diệt. Muôn vật từ tế-nhị cho đến thô-trọng, đều lần lượt trải qua bốn tướng ấy. Cũng kêu : *Thành, trụ, hoại, không.* Như «thành, trụ hoại, không» để dùng chỉ bốn tướng của một Đại-kiếp của một cõi thế-giới.- Kêu gom lại là : *Sanh, diệt.* (*Sanh, trụ = Sanh; dị, diệt = diệt.*)

Niết Bàn kinh : Bồ-tát đối với năm cảnh : sắc, thinh, hương, vị, xúc, đối với kẻ nam người nữ, đối với bốn tướng : *Sanh, trụ, dị, diệt,* đối với hai mối : khổ, sướng, thì chẳng khổ cũng chẳng sướng, lại chẳng giữ lấy tướng-mạo. Như vậy gọi là thi hành rốt ráo lý tịch-diệt Chơn-đế (*Diệt-đế, chơn-lý thứ ba trong Tứ Diệu đế*).

SÁT 刹 Ksha (*scr.*).— Terre. Terrain (*fr.*) *Sát* là chữ Phạn đọc thành chữ Hán. Đọc trọn : *Sát sát* 差 刹, nghĩa là : *Đất, ruộng* (*Thổ, điền*).

Như : *Phật-sát* là Phật-quốc, cõi đất nơi ấy Phật hóa độ ; *Tịnh-sát* là cõi Tịnh-độ ; *Bảo-sát* là đất Phật, chùa Phật. Nhơn đó, chữ *sát* có nghĩa : Tháp Phật, Chùa Phật.

SÁT-ĐẾ-LY 剎帝利.— Kshatriya (*scr.*) Viết tắt : *Sát-ly*. Hạng chủ đất, chủ ruộng (*Thổ - điền chủ*) bên Thiên-trước, cai-trị quốc-gia và cầm binh mà bảo-tồn quốc-thổ của mình.

Từ xưa đến nay, xã-hội Ấn-Độ phân ra làm bốn chủng-tánh, bốn giai-cấp :

1.) Bà-la-môn (*Brahmana*), dòng thầy tu, dòng Thánh.

2.) *Sát-đế-ly* (*Kshatriya*), dòng nhà vua nhà tướng.

3.) Phệ-xá (*Vaisya*), dòng thương-mãi, trưởng-giả.

4.) Thủ-đà-la (*Sùdra*), dòng làm ruộng, cư-sĩ.

Ngoài ra, còn một giai cấp cùng khổ, mạt-chủng Chiên-đà-la (*Candala*) hay Ba-ly-a (*Pariahs*) là hạng nô-lệ, hạ-tiện.

Trong các dòng ấy, dòng Bà-la-môn và dòng *Sát-đế-ly* sang trọng hơn hết, vì một đàng là Thánh-chủng, một đàng là *Vương-chủng*.

Chính vua Tịnh - Phạn (*Souddhodana*), phụ-vương của đức Phật Thích-Ca, thuộc về dòng *Sát-đế-ly*.

Trong hàng đệ-tử xuất-gia và tại-gia của Phật, có rất nhiều vị trong giai-cấp *Sát-đế-ly*. Đệ-tử xuất-gia : A-nan-Đà, A-nậu lâu-Đà, La-hầu-La v.v.. Đệ-tử tại-gia : Vua Ba-tư-Nặc, vua Tần-bà sa-La, Vua A-xà-Thế, thái-tử Kỳ-Đà v.v..

Người trong giai-cấp *Sát-đế-ly* phải giữ tư cách quảng - đại, cao thượng, vì mình là hạng người lo việc trị an dân chúng, nếu để mất nhơn-tâm thì khó mà cai trị.

Trong khi vua A-xà-Thế tiếm ngôi vua cha là Tần-bà-sa-La, vua lại toan giết mẹ là bà Vi-đề-Hy, thì có hai vị đại-thần là Nguyệt-Quang và Kỳ-Bà đứng ra tâu rằng : « Sát hại cha mình để đoạt ngôi, xưa nay thỉnh thoảng đã thấy một vị vua ác-nghịch làm như vậy. Chớ chưa từng thấy ai giết mẹ. Nay vua nỡ hại mẹ, cử-chỉ ấy làm nhơ danh dòng *Sát-đế-ly*. Ấy là cử-chỉ của dòng Chiên-đà-la. » Lời can gián ấy làm cho vua A-xà-Thế tỉnh ngộ.

SÁT-ĐỘ (*THỒ*) 刹 土.— Ksha (*scr.*) : Cõi đất. *Sát* dịch ra *độ* (*thồ*). Ấy là chữ Phạn và chữ Hán đồng-nghĩa hiệp chung. *Sát độ* tức là *quốc-độ*. Như sát-độ của Phật A-Di-Đà, *sát-độ* của vị quốc-trưởng.

SÁT HẢI 刹 海 : Đất và biển. Cũng như nói : *thủy - lục* (*đất nước*).

SÁT-LY (*LỢI*) 刹 利.— Kshatriya (*scr.*) : Tức là *Sát-đế-ly*, giai cấp quí tộc cai trị những nước ở Thiên-Trước.

SÁT TRẦN 刹 塵 : *Sát* : là quốc-độ, thế-giới ; *trần* là *vi-trần*, hột bụi nhỏ rức không thể thấy bằng mắt thịt ; đời nay kêu là *nguyên-tử*, Kinh Phật gọi là *vi-trần*. *Sát-trần* nghĩa là các thế-giái nhiều vô-số như những hột *vi-trần*.

SÁT-NA 刹 那 Ksana (*scr.*) – Khanika (*p.*) Một giây lát, một thời gian thoáng qua mau lẹ vô cùng.

Địa-Tạng Pháp-Số : Trong một niệm (*một tư-tưởng*), có chín chục cái *sát-na*. Trong một *sát-na*, có chín trăm lần sanh-diệt. Hoặc nói rằng : Trong khi người tráng sĩ đưa ngay cánh tay ra và xếp trở vào, thì trải qua sáu chục cái *sát-na*.

Trong nhiều quyền Kinh Phật, thường nói : Chớ khinh tội nhỏ mà cho là không tai hại. Giọt nước tuy nhỏ, lần lần đầy hồ lớn. Trong một *sát-na* tạo nên tội, tai hại bị đọa không lúc nào ngừng. Một khi đã lỡ mất thân người, muôn Kiếp chẳng lấy lại được.

Theo thuyết « **Thành-thật luận** », trong một *sát-na* là một thời gian rất ngắn, có muôn pháp sanh và diệt. Rồi từ *sát-na* nầy đến *sát-na* kia, các pháp cứ tiếp tục sanh và diệt mãi. Như vậy kêu là *sát-na sanh diệt.*—

Đời người ta cùng là vạn vật đều không bền bỉ, vì trải qua bốn tướng sanh, trụ, dị, diệt. Cũng như thế, trong một *sát-na* dẫu lẹ làng như nháy mắt, cũng chuyển biến một cách vô-thường, có đủ bốn tướng sanh, trụ, dị, diệt. Như vậy kêu là *sát-na vô thường.*

SÁT 殺 Tuer, Meurtre (*fr.*) Giết, tội giết, tức là dứt mạng người hoặc mạng chúng-sanh một cách ác-tâm, cố ý. Một tội lớn trong Luật nhà Phật. Tức là *Sát hại, sát sanh,* kêu tắt là *Sát.*

Có nhiều cách mà Phật-tử xuất-gia hoặc tại-gia phạm tội *Sát* :

1.) Hoặc là tự mình *sát.*

2.) Hoặc bảo người ta, ra lịnh cho người ta *sát.*

3.) Hoặc dùng phương-tiện nầy hay phương tiện kia mà *sát,* như : trói, cột, chỉ cách giết, chỉ đường dẫn lối cho người ta giết.

4.) Hoặc tán thán sự *sát* : như người ta chẳng muốn giết mà mình khen là nên giết ; hoặc người ta sầu chán mà mình khen sự hủy mạng. Như vậy làm cho người ta giết hoặc tự vận.

5.) Mình thấy người ta làm việc *sát* hại mà vui.

6.) Mình dùng bùa chú mà *sát.*

7.) Mình là cớ chánh trong vụ sát, tức là *sát-nhơn.*

8.) Mình là duyên-cớ trong vụ giết, có dính dấp với sự chết của người, tức là *sát-duyên.*

9.) Dùng các phương-pháp mà *sát,* như : đánh, chém, cho uống thuốc độc v.v... tức là *sát-pháp.*

10.) Quen tay mà giết, tức là *sát-nghiệp.*

Nhà tu Phật chẳng những không nên *sát*, mà còn phải đem lòng từ bi mà tha thứ, mà cứu độ, mà phóng sanh.

Tuy vậy, có khi Phật-tử phải *sát* mà chẳng phạm tội, chẳng bị đọa, lại còn được thêm công-đức. Tỷ như có những kẻ ác-tâm hủy phá Chùa-chiền, Phật-tượng, hành hạ chư Phật-tử trước mặt mình, mình vì ủng hộ Tam-Bảo nên buộc lòng phải *sát*, nhưng *sát* mà chẳng có ác-tâm.

SÁT-GIỚI 殺戒 Pânâtipâto (*p*.).— Meurtre (*fr*.) Cấm giết. Cũng viết : *Sát, Sát sanh.* Tội *Sát-giới* hay *Đại sát giới* là tội trọng thứ ba, tạo ra bằng thân, của những vị xuất-gia đã thọ Cụ-túc giới : Tỳ-kheo và Tỳ-kheo-ni.

Như vị Tỳ-kheo (hay Tỳ-kheo-ni) nào, vì cố ý lấy tay mà giết thác mạng người... hoặc cầm dao đưa cho kẻ khác, xúi họ bằng tiếng thảm thiết hay bằng tiếng khích thích để họ tự sát... thì vị Tỳ kheo ấy bị khép vào tội *Đại-sát-giới* và bị trục-xuất ra khỏi Giáo-hội Già-lam.

(*Xem : Tứ phần luật Tỳ-kheo trong quyển* **Tăng-đồ nhà Phật**.)

Tội *Sát-giới* lại là tội thứ nhứt trong : *Bồ-tát-giới*, *Ngũ giới Thập Thiện.* (*Xem những cách phạm tội ở chữ Sát.*)

SÁT-SANH 殺生.— Pânâtipâto (*p*.) Meurtre (*fr*.) : Viết tắt : *Sát*. Cũng kêu là : *Sát-giới tội, Sát - tội.* Giết thác, đoạn cái mạng sống của chúng sanh.

Trong **Niết bàn Kinh** có nói rằng : Phạm *Sát sanh* thì có ba bực tội : bực hạ, bực trung và bực thượng.

Giết từ một con kiến cho đến một mạng súc - sanh thì phạm tội bực hạ, vì loài vật cũng có thể tạo ra chút ít thiện-căn. Hễ giết nó thì phải chịu tội-báo.

Giết từ một mạng người phàm cho đến một vị tu đắc-quả A-na-hàm thì phạm tội bực trung, sẽ đọa vào ba đường ác-trụy : địa ngục, ngạ-qui, súc-sanh mà chịu khổ não.

Còn *giết* cha mẹ cho đến giết bực A-la-hán, Phật Bích-chi, thì phạm tội bực thượng, hệ trọng lắm, sẽ đọa vào A-tỳ đại địa ngục, chịu khổ vô-cùng và đời đời kiếp kiếp.

Trong *Tứ phần luật,* một vị Tỳ-kheo nào vì cố ý lấy tay mà *giết* thác mạng người... hoặc cầm dao đưa cho kẻ khác, đốc họ bằng tiếng thảm thiết hay bằng tiếng khích thích để họ tự sát,... thì vị Tỳ-kheo ấy bị khép vào Đại - giới Ba-la-di-pháp và bị trục xuất ra khỏi Giáo-hội Già-lam.

Phạm-Võng Kinh : Nếu ai đã giết cha mẹ, anh em và sáu bề thân của mình, mình cũng chẳng đặng trả lại. Nếu vị vua chúa trong nước bị người khác thí, cũng chẳng được trả lại. Là vì *sát sanh* báo sanh chẳng thuận hiếu - đạo.

SÁT-TÂM 殺 心 : Lòng giết hại. Cố ý, vui thích giết người và chúng-sanh. Chẳng đợi giết thác mới là phạm Sát-giới, mà ngay trong lòng muốn giết, cũng là phạm giới rồi. Người tu hành mà lòng chẳng thích việc giết hại, thì ra khỏi vòng Sanh tử. Kẻ tu thiền-định là cốt ra khỏi trần-lao, nhưng chẳng trừ bỏ *sát-tâm,* thì không thể nào ra khỏi được.

SẮC 色 Pûpa (*scr.*).— Forme (*fr.*) Màu sắc, hình sắc, sắc tướng, thể chất. *Sắc* có hai thứ :

1.) *Hiển-sắc* : như những màu xanh, vàng, đỏ, trắng, đen tùy theo vật mà hiển hiện ra cho ta thấy.

2.) *Đối-sắc* : là những vật chất hoặc cứng, hoặc mềm, hoặc khô, hoặc ướt.

Đối-sắc lại phân ra hai thứ : a) *nội-sắc* là các căn trong thân ta. b) *ngoại-sắc* là những vật có hình chất từ nhỏ chí lớn trong thế-gian.

Sắc là một trần trong *Lục trần,* một uẩn trong *Ngũ uẩn.* Đứng về địa vị đối-đích, ta thấy cái *Sắc* đối với cái *Không,* trái nghịch với cái *Không.* Nhưng đứng về địa-vị Tuyệt-đích, xét theo lý Trung-đạo, cái *Sắc* tức là cái *Không* vậy. Như trong **Ma-ha Bát-nhã Ba-la-mật-đa-Tâm kinh** có nói : Cái *Sắc* có khác gì cái *Không,* và cái *Không* có khác gì cái *Sắc* đâu. *Sắc* tức là *Không* và *Không* tức là *Sắc* vậy. Cho đến bốn Uẩn kia : Thọ, Tưởng, Hành, Thức cũng đều như vậy. Vì các pháp đều không tướng : chẳng sanh, chẳng diệt, chẳng dơ, chẳng sạch, chẳng thêm, chẳng bớt.

Vậy thì trong cảnh Chơn-Không đâu có *Sắc*, đâu có những cái Thọ, Tưởng, Hành, Thức.

Đối với bực tâm-thức giác ngộ, thì *Sắc* tức là Không vậy.

Hương-Sơn hành-trình (*Chu-Mạnh-Trinh*):

Sắc, Không ngồi nghĩ cho hay,

Từ bi cũng tấm lòng nầy mà ra.

Sắc cũng đối với *Tâm* (*Phi sắc*). Như trong *Ngũ uẩn*, những vật nơi thân từ trong cho đến ngoài đều thuộc về **Sắc**; còn những món *Thọ* (*sensation*), *Tưởng* (*perception*), *Hành* (*impression*), *Thức* (*conscience*), đều thuộc về *Tâm*. Lại như Bốn chất, *Tứ đại*: Địa, Thủy, Hỏa, Phong đều thuộc về *Sắc*, tức là *Sắc-pháp*; còn thuộc về *Phi-sắc*, tức *Phi-sắc pháp* là: Tâm, bao nhiêu những pháp của tâm (*Tâm sở pháp*).

Dầu là những pháp thuộc về *Tâm* (*Phi-sắc*), thảy đều là vô-thường, biến đổi, không thật.

SẮC-ÁI 色愛 Lòng tríu mến đối với Sắc. Tức là ưa thích các vật-chất, như: nhà cửa, ruộng vườn, của cải, đồ-vật, cũng là tríu mến vợ, con, kẻ nam, người nữ. Do cái *Sắc-ái*, người-ta sanh ra phiền-não và khổ-sở.

Niết-bàn Kinh, quyển 34: Phật phán với Bạt-Ba Tỳ-kheo rằng: «Nầy Bạt-Ba! nếu vị Tỳ-kheo nào nhìn xét cái Sắc đã qua, cái Sắc sẽ tới cùng cái Sắc hiện-tại, cái Sắc ở xa, cái Sắc ở gần, cái Sắc thô-kịch, cái Sắc mềm mịn, nhìn xét các món Sắc ấy mà nhận cho rằng chúng-nó là *Vô-ngã* và *Vô ngã sở*, thì vị Tỳ-kheo ấy có thể đoạn trừ lòng *Sắc-ái*.»

SẮC-ÂM 色陰 Rûpa — Skanda (*scr.*)(— Agrégat: Forme (*fr.*).

Một âm trong *Ngũ âm*. Cũng viết: *Sắc - uẩn*, viết tắt: *Sắc*.

Âm nghĩa là món tích tụ có tánh-cách che khuất Chơn-tâm, Chơn-lý, làm cho chúng-sanh luân-hồi mãi mãi, khổ não mãi mãi.

Niết-Bàn Kinh, quyển 25: Bồ-tát tuy thấy cái *Sắc - âm*, nhưng chẳng nhìn thấy tướng-trạng của nó. Tại sao vậy? Đối với cả chục món sắc, mình chẳng tìm được cái thật-tánh của một món nào.

Cho đến bốn âm khác: Thọ, Tưởng, Hành, Thức, mình cũng thấy mà chẳng thấy. Đó là cách trừ dứt Ngũ âm.

SẮC-BÀO 色 泡 Bọt nước Sắc, Sắc như bọt nước. Hình chất, Màu sắc, Nữ sắc chẳng thật, chẳng bền, thoáng qua như bọt nước vậy thôi, nên kêu là *Sắc-bào.*

SẮC-CẢNH 色 境 Cảnh sắc, cảnh-giới có hình sắc. Đó là một cảnh-giái trong năm cảnh-giới, là cái cảnh-giái do căn mắt đối với cái phép về những màu: xanh, vàng, đỏ, trắng, cho nên kêu là *Sắc-cảnh* Xem : *Ngũ cảnh.*

SẮC CỨU-CÁNH THIÊN 色 究 竟 天 Akanistha. Cảnh trời, Cảnh Tiên Sắc cứu-cánh. Cảnh trời thứ 18 trong cõi Sắc-giái, bắt từ cảnh Phạm-thân thiên kể lên. Cũng kêu theo Phạn : *A-ca-ni-trá thiên.* Xem : *A-cá-ni-trá, Tam giới.*

SẮC-DỤC 色 欲 Tình ham muốn màu-vẻ. Đó là một tình ham-muốn trong năm tình ham muốn (*ngũ dục*) là cái dục-tình yêu thích những màu-vẻ rỡ-rệt: xanh, vàng, đỏ, trắng..... và nhứt là hình-sắc xinh-đẹp của trai gái vậy.

Lại cái tình dâm-dục của trai gái cũng kêu là *Sắc-dục.*

Trong Tứ thập nhị chương Kinh, chương 24 có nói rằng: Cái lòng ái dục đối với sắc (*gái đẹp*) thật là nặng hoẳng; cái lòng mến sắc ấy nó to lớn không chi sánh bằng. May thay, chỉ có một mình nó mà thôi. Chớ chi có hai sở dục đồng nhau, thì khắp trong bầu trời, không còn ai tu thành Đạo được nữa.

SẮC - GIỚI (*GIỚI*) 色 界 Rûpâdhâtu, Rûpâvacara (*scr.*)— Région de la forme (*fr.*) Một cõi trong Tam giới, ở trên Dục-giới. Tam giới là : Dục-giới (*Kamavacara*), *Sắc-giới* (*Rûpâvacara*), Vô-sắc giới (*Arûpâvacara*).

Sắc-giới là miền của các đấng không còn ưa muốn, song còn hình thể. Ở đây là cõi của chư Tiên chư Thánh, tu hành đã thành đạo, đắc từ quả Sơ-thiền cho đến Tứ-thiền. Các ngài phân nhau ở trong 20 từng trời. (*Xem : Tam giới.*)

SẮC HỮU 色 有 Cõi có là Sắc. *Tam giới* cũng gọi là *Tam Hữu:* Dục-hữu, *Sắc hữu,* Vô-sắc hữu. Vì là cõi có chúng-sanh, có cảnh vật, có nhơn-duyên, có quả-báo, nên kêu là *Hữu.*

SẮC-KINH 色經 Kinh bằng hình-chất. Kinh-điển bằng giấy, bằng lá, thuộc về sắc-trần, kêu là *Sắc-Kinh.*

SẮC-LỰC 色力 Khí-lực của nhan-sắc, của hình-chất, sức mạnh của sắc đẹp hàng phụ nữ.

SẮC-QUANG 色光 Ánh sáng của sắc-thân, hào-quang của sắc-tướng. Cũng gọi : *Thân quang.* Lại cũng gọi là *Thường-quang,* vì hào quang nầy lúc nào cũng phóng ra từ nơi thân-thể của Phật-Thánh. Đối với : *Trí-quang, Trí-huệ quang* hay *Tâm-quang.*

SẮC SỬ 色使 Sự sai-khiến của sắc. Nữ-sắc, Sắc-dục có thể sai-khiến người làm việc nầy hay việc khác, xô đầy người ta đến chỗ nầy hoặc đến chỗ khác, nên kêu là *Sắc-sử.*

SẮC TÂM 色心 Corps et Âme, Matière et Esprit (*fr.*) Sắc và tâm. Phần vật-chất gọi là *Sắc* ; phần tinh-thần gọi là *Tâm.* Như nơi thân người và chúng-sanh hiệp bởi Ngũ uần : Sắc, Thọ Tưởng, Hành, Thức, thì cái Sắc tức là *Sắc,* còn Thọ, Tưởng Hành, Thức tức là *Tâm.* Lại như trong Võ-trụ, Tứ đại : Địa, Thủy, Hỏa, Phong là *Sắc,* còn những pháp khác thuộc về tinh-thần, ý chí, kêu là Phi-Sắc hay *Tâm.*

SẮC TÂM BẤT NHỊ MÔN 色心不二門 Sắc và tâm chẳng phải hai môn. Xét về Tiểu-thừa, Sắc và Tâm vẫn khác nhau, đối nhau. Xét về Đại-thừa, Sắc và Tâm chẳng phải hai, Sắc tức là Tâm; dung hòa với Tâm. Chính Tâm phát hiện ra Sắc, cảnh Sắc tùy theo Tâm-linh. *Sắc Tâm bất nhị môn* là một trong *Thập bất nhị môn.*

SẮC TỨC THỊ KHÔNG 色即是空 Sắc tức là không. *Sắc* là tiếng kêu chung tất cả muôn vật có hình-trạng. Muôn vật ấy do những nhơn-duyên hoà hiệp mà sanh ra, vốn không có thiệt, đều là không hết thảy, cho nên nói là *Sắc tức thị không.* Thân-thể của người ta, của chúng-sanh, hình-trạng của muôn sự, của muôn vật, tức là *sắc* chỉ có tạm trong một thời-gian ngắn mà thôi, rồi biến chuyển thành *không,* cho nên nói : *Sắc tức thị không.* Ai nhận thức lý ấy thì không chấp *Sắc,* không chấp Tướng, thoát ra khỏi trìu mến, dứt ra khỏi khổ-não.

Tiến lên nữa, như ai nhận thức : Sắc bất dị Không, Không bất dị Sắc, *Sắc tức thị Không* không tức thị Sắc (*Sắc chẳng khác chi Không*, Không chẳng khác chi sắc, *Sắc tức là không*; Không tức là Sắc), thì người ấy đắc lẽ Trung-đạo, lẽ Chơn-không của Phật.

SẮC-TƯỚNG 色 相 Tướng-mạo của sắc - thân, của hình-chất. Cái tướng-mạo ấy hiện ra ngoài cho người ta thấy, nên kêu là sắc-tướng

Qui-nguyên trực chỉ : Yếu tri : *Sắc tướng* hữu hoại hữu thành, Phật-tánh bất sanh bất diệt.

Phải biết rằng : Sắc-tướng có thành có hoại Phật-tánh chẳng sanh chẳng diệt.

SẮC - TƯỢNG 色 像 Rûpa (*scr.*)-Forme (*fr.*) Hình tượng, Hình-trạng Tướng trạng. phát hiện ra ngoài do con mắt nhìn thấy, kêu là *Sắc-tượng* hay *Sắc tướng*, kêu tắt là *Sắc*.

SẮC-THAM 色 貪 I.-Ham cầu sắc đẹp, hình-chất tốt tươi.

Phẩm Loại túc luận, quyền 3, trương 2 : Sao gọi là *sắc-tham* ? Đối với các món sắc, khởi lòng tham và các mối tình nương theo lòng tham : nắm giữ, tàng trữ, hộ phòng, tham trước, ái lạc.

II.- Lòng tham luyến đối với cõi Sắc-giới của chư Thiên, vì ở đó có mọi sự khoái-lạc còn hơn ở Dục-giới. Dục-tham, *Sắc-tham* và Vô-sắc tham là ba mối tham luyến mà người tu Phật phải từ bỏ để được hoàn-toàn giải-thoát. Người đắc quả Tu-đà-hoàn và quả Tư-đà-hàm thì còn cái Dục-tham. Người đắc quả A-na-hàm thì còn cái *Sắc tham*. Người đắc quả A-la hán thì dứt cả Dục-tham

Sắc-tham và vô-sắc tham.

Sắc-tham, cũng viết : *Sắc-ái kết*, là một mối phiền-não trong *Ngũ thượng kết*.

SẮC-THÂN 色 身 Corps physique (*fr.*) Cái thân bằng hình-chất. Tức là cái thân do cha mẹ sanh ra, do *Tứ đại* và *Ngũ trần* hiệp thành. Cái thân ấy sanh ra và lớn lên ở cõi ngũ trược ác thế nầy, phải chịu các nỗi khổ về sanh, lão, bệnh, tử.

Bởi vậy cho nên cái *sắc-thân* là hư-vọng, vô-thường.

Sắc-thân là một trong Tam thân của Phật :

1.) *Pháp-thân*, cái thân Đạo-lý, vô-vi, vô-cùng, khắp cả Pháp-giái, tức là cái Chơn-thân Phật. Nó vốn là chơn-thật, trường-tồn.

2.) *Báo-thân*, cái thân do quả-báo chiêu cảm mà thành, tức là cái *Sắc-thân* của Phật sanh ra làm Thái-tử và tu hành cho tới thành Phật.

3.) *Hóa thân* hay *thần-thông biến-hóa thân* là cái thân do Phật tự-tại biến hiện khắp nơi mà độ chúng-sanh.

SẮC-TRẦN 色塵 Hình dạng hoặc màu-sắc phô bày trước con mắt. Một trong *Lục trần*. Nghĩa là những màu-vẻ rõ-rệt như: xanh, vàng, đỏ, trắng và những hình-sắc của trai gái cũng là những cảnh tượng do con mắt nhìn thấy mà thích hoặc chán.

Vì người ta mến những màu-mè thể-chất của cảnh vật, vì ham sắc đẹp của trai, gái mà cái tâm bị nhiễm dơ, bị che bít, nên sắc chất ấy kêu là *trần* (*bụi*).

SẮC-UẨN 色蘊 Rûpa-Skanda (*scr.*).— Agrégat : Forme (*fr.*) Chỗ tích-tụ hình-sắc. Đó là một trong Năm chỗ tích-tụ (*Ngũ uẩn*). *Sắc* là nghĩa : Chất-ngại.

Các căn : mắt, tai, mũi, lưỡi và thân hòa-hiệp tích-tụ lại thành một khối, kêu là *Sắc-uẩn*. *Sắc-uẩn*, cũng viết : *Sắc-âm*. Viết tắt : *Sắc*.

Nhà tu học phải coi cái *Sắc* tức là không, chẳng đem lòng yêu, ghét mà nhìn ngó nó. Đối với bốn uẩn khác : Thọ, Tưởng, Hành, Thức, mình cũng làm như vậy. Với cách ấy, mình chẳng bị cái *Sắc-uẩn* cho tới cái *Thức-uẩn* che án mình và làm cho mình khổ não, luân-hồi.

SẮC-VỊ 色味 Màu-vị của sắc đẹp. *Sắc* : nữ-sắc ; *Vị* : Mùi vị, món ăn. Đối với kẻ háo sắc, nhan sắc của phụ nữ tỷ như mùi vị thơm ngon, món ăn ưa thích, vì vậy nên người ta gọi nữ-sắc là *Sắc vị*.

SẢN-ĐỀ 羼 提 Kshânti (*scr.*).— Patience, Résignation (*fr.*) Chữ Phạn dịch nghĩa : *Nhẫn*, *Nhẫn-nhục*.

SẢN-ĐỀ BA-LA-MẬT 羼 提 波 羅 蜜 Kshanti-paramita (*scr.*) La Patience (*La Résignation*), Vertu cardinale (*fr.*) : Chữ Phạn, dịch nghĩa : *Nhẫn-nhục Ba la-mật*, *Nhẫn Ba-la-mật*, *Nhẫn-độ*. Ấy là nền Đại-hạnh thứ ba, trong sáu nền *Đại-hạnh* (*Lục độ*) của Bồ-tát, của người tu Đại-thừa quyết thành Phật. (*Xem* : *Nhẫn*, *Nhẫn-độ*.)

SẢN-ĐỀ-ĐỀ BÀ 羼 提 提 婆 Kshântidêva (*scr.*) Thầy dạy võ của Thái-tử Tất-đạt-đa. Tên ông có nghĩa : *Nhẫn-nhục-thiên*, vị thiên thần nhẫn-nhục. Ông là một bực thầy về võ-nghệ, ông biết đủ cả 29 môn thao-lược.

Sau khi chọn được thầy dạy văn cho Thái-tử là ông Tỳ-xa-mật-đa-la, vua Tịnh-Phạn bèn nhóm quần thần và truyền kiếm cho ngài một bực siêu quần về các ban võ nghệ để dạy Thái-tử. Các quan tiến cử ông *Sản-đề-đề bà*, cho là xứng đáng hơn hết. Vua bèn chọn ông làm thầy dạy võ cho Thái-tử, luôn dịp cũng dạy các vị công-tử họ Thích.

Khi nhập học, Thái-tử tỏ ra ngài biết đủ cả những phép binh-thơ đồ-trận, làm tướng cầm quân một cách tinh-thông. Những môn võ như : cỡi voi, cỡi ngựa, nhảy xe, bắn bia, nhảy xuống hố, vượt lên lưng ngựa, chạy lanh, tất cả 29 môn võ nghệ, ngài đã thạo rất tinh tường, không ai ăn qua nổi. Nên từ ông thầy là *Sản-đề-đề-bà* cho đến các hàng công-tử, ai nấy đều tặng cho ngài cái danh hiệu « Đại-dõng ».

Sản-đề-đề-bà (*Kshântideva hay Çantideva*) lại là tên của một vị đại-đức hồi thế-kỷ thứ bảy dương-lịch, thái - tử đông - cung của Hoàng-đế Crî Harsha ở Thiên-Trước. Khi sắp lên ngôi, ngài bèn từ bỏ cung điện mà xuất-gia theo đạo Phật. Ngài nghiên-cứu rất chí-lý về học-thuyết Đại-thừa và tham-thiền rất có hiệu-lực. Ngài soạn thành bộ kinh Đại-thừa rất có giá-trị, nhan đề *Bồ-đề hành Kinh* (*Bodhicaryâvatâra*). Một nhà soạn-giả người Pháp có dịch bộ kinh ấy từ chữ Phạn ra chữ Pháp, tựa là *La Marche à la Lumière* (*Đi lần đến cõi Ánh-sáng*.)

SẮT - SÁT 剎 利 Ksha (*scr.*).— Terre, Terrain (*fr.*) Cũng viết : *Sát*. Dịch : Thổ (*Đất, xứ*), Điền (*Ruộng*). (*Xem : Sát.*)

SẤM - SƯ 曇 師 Dharmaraksha (*scr.*) Thầy Sấm. Tức là *Đàm-vô-Sấm* (*Dharmaraksha*) Đại-sư, một vị Sa-môn người Thiên-Trước, sang Tàu, có dịch nhiều Kinh-Luật, vào thế-kỷ thứ sáu dương-lịch. (*Xem : Đàm-vô-Sấm.*)

SÂN 瞋 (嗔) Byâpâ o, (*p.*).— Colère (*fr.*).— Patigha (*p.*).— Haine (*fr.*). Cũng viết : *nhuế, sân-nhuế, sân-hận, não-hại.*

1) Cơn giận ; lòng giận-giữ, bất-bình, nóng-nảy khó chịu vì bị xúc-phạm ; nhơn lòng giận ấy, người ta làm những chuyện quấy bậy.

2.) Mối oán thù. Sau cơn giận dữ, thì giữ lại lòng oán-ghét thù-hằn. tầm dịp mà hại kẻ khác.

Sân là một món độc hại trong *Tam độc* (*tham, sân, si*), là một chướng-ngại trọng hệ trong *Tam trọng-chướng* (*tham, sân, si*) Tội thứ chín trong giới Thập thiện, tức là tội ác thứ chín trong *Thập ác*, tội ấy thuộc về ý.

Duy-Ma Kinh : Dùng cái đức Nhẫn thì thâu phục được cái sân của mình và của người.

Vô Lượng-Thọ Kinh : Lúc nào trong lòng thấy *sân*, thì tâm mình nên can ngăn lấy.

Diệu-Pháp Liên-Hoa Kinh, Phổ-môn phẩm : Những chúng-sanh lạc lầm trong cõi *mê dục tham dâm*, nếu thường cung kính niệm vái Quan-Thế-Âm Bồ-tát, tức thoát khỏi cảnh tham mê. Những chúng-sanh sa đọa vào vòng *sân-nhuế, ngu-si*, nếu thường cung kính niệm vái ngài, cũng hết *sân* và si. Oai-thần của Quan Thế-Âm Bồ-tát mạnh-mẽ như vậy đó.

Phật Di-giáo Kinh : Tỳ-kheo các ngươi ! nếu có người đến cắt xẻ tay chơn mình mẩy mình ra từng khúc, tự mình nên nén lòng, không để cho *sân hận* ; cũng nên giữ miệng, chớ nói ra lời dữ. Nếu buông lòng *nhuế* thì tự mình làm hại đạo, mất hết sự lợi của công-đức. Sự nhẫn-nhịn là đức hay, dẫu đức trì Giới, đức khổ - hạnh cũng không bì kịp.

Niết-bàn Kinh : Tu lòng Từ thì dứt tham-dục. Tu lòng Bi thì dứt *sân-nhuế*. Tu lòng Hỷ thì dứt sự chẳng vui. Tu lòng Xả thì dứt lòng tham-dục và lòng *sân-nhuế* của chúng - sanh...

Có hai thứ *sân* : một là giết mạng người, hai là đánh đập người. Tu Từ thì dứt sự giết mạng người ; tu Bi thì dứt sự đánh đập người.

Lại có hai thứ *sân* : một là *sân* đối với hạng chúng-sanh, hai là *sân* đối với hạng chẳng phải chúng-sanh. Tu lòng Từ thì dứt lòng *sân* đối với hạng chúng-sanh ; tu lòng Bi thì dứt lòng *sân* đối với hạng chẳng phải chúng - sanh.

Lại có hai thứ *sân* : một là có duyên - cớ, hai là chẳng có duyên-cớ. Tu lòng Từ thì dứt lòng sân có duyên-cớ ; Tu lòng Bi thì dứt lòng sân chẳng có duyên-cớ.

Lại có hai thứ *sân* : một là tánh quen từ đời quá-khứ, hai là tánh quen trong đời nầy. Tu lòng Từ thì dứt tánh quạu giận từ đời quá khứ ; tu lòng Bi thì dứt tánh quạu giận trong đời nầy.

Lại có hai thứ *sân* : một là lòng *sân* của hạng Thánh - nhơn, hai là lòng *sân* của hạng phàm-phu. Tu lòng Từ thì dứt lòng *sân* của hạng Thánh-nhơn ; tu lòng Bi thì dứt lòng sân của hạng phàm-phu.

Lại có hai thứ *sân* : một là của bực thượng (*Bồ-tát*), hai là của bực trung (*Thinh-văn*). Tu lòng Từ thì dứt lòng sân của bực thượng ; tu lòng Bi thì dứt lòng sân của bực trung.

SÂN ĐỘC 瞋毒 : Sự độc hại của lòng giận, của cơn giận, cơn oán. Ấy là một sự độc hại trong Tam-độc : Tham-độc, *Sân-độc*, Si-độc. Sự giận dữ, oán ghét khiến cho mình làm ác, do đó mình mất hết các công-đức, lại còn chịu tội-báo theo luật nước và theo luật Đạo, cho nên kêu là *Sân-độc*.

SÂN-HỎA 瞋火 : Lửa giận. Trong cơn giận, lòng dạ nóng

như lửa đốt, con mắt đỏ tợ lửa, trông ra thấy mọi vật dường như lửa, nên kêu là *sân-hỏa.*

SÂN-NHUẾ HỎA 瞋恚火 Lửa giận-hờn. Tức là *Sân-hỏa;*

1.) Lòng giận-hờn nóng như lửa ; đương cơn giận, mình thấy dường như mình bị lửa đốt, nên kêu là *Sân - nhuế hỏa.*

2.) Lòng giận hờn, sự thù-oán, tỷ như lửa, nó đốt hết các công-đức của mình, nên kêu là *sân-nhuế hỏa.*

SÂN - NHUẾ SỬ 瞋恚使 *Sử* nghĩa là : mối sai khiến cũng kêu là : *Kết (mối trói buộc.).* Lòng hờn giận là một mối sai-khiến, làm cho kẻ hành đạo chẳng thoát khỏi cõi Dục - giới, luân-chuyền trong đó mãi.

Ấy là một mối trong năm mối sai-khiến những kẻ trong hạng chậm lụt, năm mối ấy kêu là *Ngũ độn sử.*

SÂN PHIỀN-NÃO 瞋煩惱 Lòng giận-hờn là phiền-não. Phiền-não tức là lòng mê-dục, lầm-lạc, lộn xộn, gây nên tội lỗi. Lòng giận-hờn, lòng oán - ghét là một trong Tam phiền - não (*Tham, sân, si); —* là một trong Lục phiền-não : Tham, *sân*, si, mạn, nghi, ác-kiến.

SÂN-TÂM 瞋心 Lòng giận, Lòng hờn. Trong ba tấm lòng độc hại : Tham-tâm, *Sân-tâm,* Si-tâm, thì *Sân-tâm* làm hại mau lẹ hơn hết.

SI 痴 (癡) Avidya (*scr.*). — Erreur, Illusion (*fr.*) Micchâditthi (*p.*).— Sottise, perveristé (*fr.*) Tâm-tánh ám muội, không thấy lẽ chánh, xu hướng vào đường sa ngã, sai lạc. Kẻ học đạo thì thấy sái, mê sự bỏ lý, mê lý bỏ sự, nghi ngờ chánh-pháp. Tất cả các phiền-não đều do lòng *si* mà phát khởi. Nó thuộc về *Tam độc, Tam trọng chướng* : Tham, sân, *si* — Nó là một mối độc ác trong *Thập ác.*

Si cũng gọi là : *Vô-minh, Tà-kiến.*

SI, ÁI 痴 愛 Avidya (*scr.*).— Erreur, Illusion (*fr.*) Ngu - si và *tham*-ái. *Si, Ái* là hai mối độc trong Tam độc. Ngu *si* là cha, tham *ái* là mẹ, hai mối ấy hòa-hiệp sanh ra tất cả các món phiền-não, ác-nghiệp.

SI-ÁM 痴 暗 Mê si tăm tối, mê si ngu độn. Ấy là sự tăm tối, mê lầm của cái tâm-tánh vô-minh.

SI - CẨU 痴 狗 : Chó si. Ngu si như chó. Ấy là lời Phật chê các nhà học đạo trong hai thừa, chẳng mong làm Phật, lại ưa thích hai quả-vị Thinh-văn (*La-hán*) và Duyên-giác (*Bích-chi Phật*) là quả-vị nhỏ hẹp của Tiểu-thừa.

SI - ĐĂNG 痴 燈 Đèn si. Kẻ phàm-phu ở thế-gian ví như con bướm. Tâm ngu-si của họ ví như hoa đèn. Kẻ phàm-phu vì theo cái tâm ý ngu-si nên bị khổ thân, cũng như con bướm bay theo hoa đèn nên chết thảm. Vậy nên gọi cái tâm ngu của phàm-phu là *si-đăng*.

SI-ĐỊNH 痴 定 Phép thiền-định ngu-si. Có thiền-định mà tâm trí vẫn mờ tối, không tỏ ngộ, thì phép thiền ấy bị chê là *Si-định*.

SI-ĐỘC 痴 毒 Ngu si là độc hại. Ấy là một mối độc trong Tam độc, hại mình và hại người, não loạn mình và não loạn người.

SI-HOẶC 痴 惑 Mê-si lầm-lạc. Tức là tâm tánh si ám, mê chấp sự, lý, hiểu trật, nhận sái.

SI-MẠN 痴 慢 Ngu si và ngã mạn (*tự-cao*).

SI-MÊ 痴 迷 Ngu-si mê-muội. Vì tâm vô-minh nên mê sự bỏ lý, mê lý bỏ sự, hoặc ngu tối không tin những lý luân-hồi, nhơn-quả, nghi-ngờ Chánh-pháp.

SI-NHI 痴 兒 Đứa con ngu mê. Tiếng gọi chúng-sanh mê-muội, kẻ phàm-phu ngu tối. Đối với *Giác-phụ* (*người cha giác-ngộ*), tức là Phật.

Si-nhi lại là tiếng tự xưng khiêm-nhượng của những nhà tu-hành đạo Phật đương cầu quả Chánh-đẳng của đức *Đại-từ Giác-phụ* (*Phật*).

Si-nhi, cũng viết là *Si-tử*.

SI-PHÀM 痴 凡 Kẻ phàm-phu ngu-si, mê dục, tưởng sái, tin bậy.

SI-PHƯỢC 痴 縛 Dây trói buộc là ngu-si. Phiền-não ngu-si cũng như sợi dây trói buộc làm cho thân-tâm chẳng được tự-tại.

SI-SỬ 痴 使 Ngu-si (*Vô-minh*) là một mối sai-khiến trong mười mối sai khiến (*Thập sử*). Nó khiến cho mình lầm lạc, khổ-não, chẳng rõ chánh-kiến, chánh-đạo.

SI-TỬ 痴 子 Đứa ngu-si, đứa con ám độn. Cũng viết : *Si-nhi*. Kẻ phàm-phu mê lầm, chẳng nghe theo lời chỉ dẫn của thầy hay bạn giỏi, chẳng tin Chánh-pháp của đức Giác-phụ (*cha Giác-ngộ*) tức Phật ; kẻ tâm-tánh mê, cứ theo đường quấy mà đi, cứ đắm đuối trong chỗ lầm-lạc, khổ não.

Si-tử lại là tiếng tự-hạ của người tu Phật.

SI-THỦ 痴 取 Phiền-não ngu-si.

Thủ là tiếng gọi Phiền-não. Ngu-si là một mối phiền-não có tánh cách thủ chấp lấy sự mê lầm, nên kêu *Si - thủ*.

SI-THỦY 痴 水 Nước si. Tâm-tánh ngu-si của kẻ phàm-phu tỷ như nước đục, nên kêu là *Si thủy*.

SI-VÕNG 痴 網 Lưới mê, lưới ngu-si. Tâm-tánh ngu-si tỷ như tấm lưới, nó bao phủ không cho mình thoát ra, nên kêu là *Si-Võng*.

SÍ-ĐẦU-MẠT 翅 頭 末 Kinh-thành nơi ấy đức Di-Lặc sẽ giáng sanh và thành Phật, nhằm thuở người-ta sống đời 80.000 tuổi. Ngài Cưu-ma-la- Thập viết theo Phạn : *Si-đầu-mạt*. Ngài Nghĩa-Tịnh pháp-sư dịch ra Hán : *Diệu-tràng-tướng*.

Thuở ấy, vị vua tên là Hướng-Khư ; Cha ngài Di-Lặc tên là Tu-Phạm-Ma (*Thiện-Tịnh*) là người Bà-la-môn quí phái làm chức Quốc-sư ở triều vua ; mẹ là bà Phạm-Ma-Bạt-Đề (*Tịnh-Diệu*).

(*Xem : Di-Lặc.*)

SIÊU 超 Nhảy qua khỏi, vượt lên khỏi. Như: Siêu thoát *Tam đồ, Tam giới.*

Trồi lên trên hết. Như: Siêu nhơn, siêu phàm. Không ở trong phạm-vi thông thường, ra ngoài cốt-cách thường lề. Như: Siêu dật, siêu cách. Xa lìa, tránh ra xa. Như: Siêu việt, siêu xuất.

SIÊU BẠT 超拔: Vượt lên khỏi đám người tầm-thường, thế-tục. Như: *Siêu quần bạt tụy.* Lướt khỏi các tai nạn, khổ não. Như *Siêu bạt nạn khổ.*

SIÊU CÁCH 超格: Vượt ra ngoài thể cách của người thường. Không tự buộc mình trong lề lối của phàm-tăng, thế-tục. Ấy là cốt-cách của các nhà *tu thiền,* của các nhà tu theo môn *Du-già.*

SIÊU DẬT 超逸: Vượt ra ngoài lề lối thường, thoát ly những tập-tục thông thường của hàng Tăng-ni sống theo chùa-chiền. *Siêu dật* cũng tức là *Siêu cách.*

SIÊU-ĐỊNH 超定: Phép thiền-định vượt qua các từng bực thiền-định. Phép định của bực tu hành rất cao. *Siêu-định* có hai hạng: *Hữu-lậu* và *Vô-lậu.* Hữu-lậu là bực chứng *Ngũ thông.* Vô-lậu là bực chứng *Lục thông*: La-hán, Phật. Phép *siêu-định* là như vầy: Khi nhập định, thì vào cảnh thiền *Dục-giới,* kế lần lên sơ thiền, nhị thiền, tam thiền, tứ thiền, và Tịnh-thiền trong cảnh *Sắc-giới.* Kế đó, lần lên bốn từng thiền-định: Không vô-biên xứ, Thức vô-biên-xứ, Vô-sở hữu xứ, Phi-tưởng phi phi tưởng xứ trong cảnh *Vô-sắc giới.* Rồi khi xuất định thì bắt từ từng Phi-tưởng phi phi tưởng xứ mà lần trở xuống. (*Xem: Tam giới.*)

SIÊU-ĐỘ 超度: Cứu lên cho khỏi. Cũng nói là *độ thoát.* Lễ siêu-độ là bố-thí, cúng-dường, tụng kinh cầu nguyện cho vong-linh cha mẹ ông bà quá-vãng, đặng đưa lên cho khỏi các nỗi khổ-não trong ba đường: Địa-ngục, Ngạ-qui, Súc-sanh.

SIÊU-NHƠN 超人: Người thoát ra ngoài thế-tục bởi tư-cách cao-thượng, học-thức tốt vời, trí-huệ tột bực. *Siêu nhơn* cũng tức là *siêu-nhiên* (然), *siêu quần* (群), *siêu phàm* (凡).

SIÊU-NHỰT-NGUYỆT-QUANG (PHẬT) 超日月光(佛) Một danh-hiệu của đức Phật A-Di-Đà.

A-Di-Đà (*Amitabhâ*) là chữ âm phạn, có đủ 13 nghĩa, mà *Siêu Nhựt-Nguyệt-Quang* là một nghĩa, một danh hiệu. *Siêu-Nhựt-Nguyệt-Quang Phật nghĩa* là : đức Phật mà hào-quang vô-lượng, vô-biên, vô tận, lướt qua sức chiếu của mặt trời, mặt trăng. Hào-quang của mặt trời, mặt trăng chẳng chiếu tới những vật bị ngăn bít, chẳng chiếu tới trong núi Thiết-vi, miền Địa-ngục, tâm-ý của chúng-sanh. Còn hào quang của Phật A-Di-Đà thì lướt qua tất cả, cho nên trồi hơn hào-quang của mặt trời, mặt trăng.

(Xem : *A-Di-Đà Phật thập tam hiệu.*)

Siêu-Nhựt Nguyệt-Quang lại là một đức Phật hồi đời quá-khứ. Trong *Thủ-lăng-Nghiêm kinh,* quyển 5, Đại-thế-Chí Bồ-tát có bạch với Phật Thích-Ca rằng : « Tôi nhớ lại thuở xưa, cách nay Hằng-hà sa kiếp, có đức Phật ra đời, tên là Vô-lượng-Quang. Kế tiếp theo đức Phật ấy, liên tiếp nhau ra đời trong một Kiếp, có mười hai đức Như-lai Phật cuối cùng trong mười hai vị Phật ấy, tên là *Siêu Nhựt - Nguyệt - Quang*. Chính đức Phật ấy dạy tôi phép Niệm Phật Tam-muội.

SIÊU PHÀM NHẬP THÁNH 超凡入聖 Vượt khỏi cảnh người phàm mà vào địa-vị Thánh Bực tu hành dứt sạch các mối tình phàm, chứng đắc trí-huệ và thần-thông. Cũng nói : *Xuất trần La-hán.*

SIÊU QUÁ TAM GIỚI 超過三界 Thoát ra khỏi Tam giới : Dục-giới, Sắc-giới, Vô-sắc giới. Tức là bực *Siêu định vô lậu.* Tâm-trí dứt các sự tríu-mến, thoát ra cảnh làm người làm Tiên trong ba cõi : Dục-giới, Sắc-giới, Vô-sắc giới. Chứng đắc Niết-bàn, dứt sự luân-hồi trong *lục đạo. Siêu quá Tam giới* có hai cảnh : 1.— cảnh *Hữu-dư,* tức là thân còn tại thế-giới mà tâm trí thoát ra ngoài. 2.— Cảnh *Vô - dư,* tức là khi tịch diệt, nhập Niết-bàn trọn vẹn, thân tâm đều vượt ra ngoài Tam giới.

SIÊU SANH TỊNH-ĐỘ 超生淨土 Vượt khỏi cõi dơ, sanh qua cõi sạch. Cũng nói :

Siêu thăng Tịnh-độ. Ấy là bực tu học được cái tâm thanh-tịnh, khi thác linh-thần vượt đến cõi sạch của Phật, hưởng các sự khoái-lạc, thanh nhàn, không còn chịu các khổ-não, vô-thường trong *Tam giới*. Như vãng sanh về *Cực-lạc thế giái* của Phật A-Di-Đà, về cõi *Tịnh-lưu-ly* của Phật Dược-Sư.

SIÊU SANH-TỬ 超生死 : Thoát ra ngoài vòng Sanh-tử. Không còn sống rồi thác một cách triền-miên, không còn phiêu-bạt trong vòng Luân-hồi, dứt Nghiệp-quả nó những sai khiến mình. Ấy là bực đắc Đạo, thành Phật, tự-chủ một cách hoàn-toàn.

SIÊU THÁNH-ĐỊA 超聖地 : Vượt lên địa vị Thánh, ở ngôi Thánh. Nếu còn trụ thế thì tâm-trí thanh-tịnh, chẳng còn vọng động, chẳng còn tham luyến như phàm-phu. Khi thác thì về với chư Thánh, chư Phật tùy theo công-đức của mình.

Địa-Tạng Kinh, phẩm 13: Các hàng chúng-sanh từ chư thiên cho đến qui-thần và loài người, nếu nghe danh hiệu ngài Địa-Tạng mà chiêm - ngưỡng, hoặc nghe biết bổn-hạnh bổn-nguyện của Ngài mà tán thán, chiêm lễ, ắt được bảy điều lợi-ích :

1.) Mau *siêu Thánh-địa*.

2.) Ác-nghiệp đều tiêu diệt.

3.) Chư Phật tới ủng-hộ.

4.) Đối với quả Phật, chẳng thụt lùi.

5.) Cái bổn-lực càng thêm tăng-trưởng.

6.) Biết phép túc-mạng (*biết các tiền-thân của mình, của người*).

7.) Sau rốt thành Phật.

SIÊU TỤC 超俗 : Vượt ra ngoài thế-tục. Tức là *siêu phàm thoát tục*. Cốt - cách và tinh thần đều khác với kẻ thế. thong-dong, không đặt mình trong sự buộc trói của gia-đình, của thế-sự.

SIÊU-THOÁT 超脫 : Vượt ra và thoát khỏi 1.) Tự mình có đủ sức công-đức và trí-huệ mà *siêu-thoát*. 2.) Nhờ vào sức tư-trợ của cha-mẹ bà con, nhờ vào sức từ-bi phổ độ và giáo-hóa của chư Phật, Bồ-tát. 3.) Lại nhờ vào cả sức mình và sức người, sức của ta và sức của Phật. Siêu-thoát có hai cảnh, thấp vào cao :

Thấp là siêu-thoát khỏi *Tam-đồ*, sanh lên làm người, làm tiên.

Cao là siêu-thoát khỏi *Tam giới, Lục đạo*, tự giải-thoát khỏi các sự mê, lầm, luyến ái mà thành Đạo, nhập Niết-bàn.

SIÊU-VIỆT 超 越 : Vượt qua khỏi, vượt lên trên. Như : Người *siêu-việt* là người vượt lên khỏi quần-chúng.— Lại, trong *Địa-Tạng* Kinh phẩm 6, Phật có phán với Bồ-tát Phổ-Quảng rằng : Trong các đời sau, những thiện-nam, thiện-nữ nào nghe danh Địa-Tạng Bồ-tát Ma-ha-tát mà chắp tay, khen tán, làm lễ, luyến mộ, những kẻ ấy *siêu việt* tội-nghiệp ba mươi Kiếp.

SINH 生 Xem : *Sanh*.

SOẠN TẬP BÁ DUYÊN KINH 撰 集 百 緣 經 Avadana-çataka (*scr.*) Bộ Kinh góp nhặt, biên ra đủ một trăm tích về nhơn-duyên . Một trăm bài Kinh ấy do Phật thuyết pháp giảng về tiền-nhơn hậu-quả của chư vị đệ-tử. Tức là Phật thuật tiền-thân của chư đệ-tử, trước kia ai đã làm lành thì nay được phước-lạc ; trước kia ai đã làm quấy, làm ác thì nay chịu quả-báo đau khổ.

Bộ Kinh ấy nguyên chữ Phạn là Avadâna Çataka, có dịch ra nhiều thứ chữ : Tây-Tạng, Tàu, Pháp.

Bộ «*Soạn tập bá duyên Kinh*», tôi có dịch ra quốc-văn, đề là « Một trăm bài Kinh Phật » rất có ích đối với độc-giả và các Phật-tử, giúp cho mọi người đắc nhập lý Nghiệp-nhơn Nghiệp-quả và Luân-hồi.

SỐ 數 Nombre (*fr.*) Số đếm từ số một cho tới số nhiều.

Theo Thống - tôn toán - pháp

Nhứt	1
Thập	10
Bá	100
Thiên (Mille)	1.000
Vạn	10.000
Thập vạn	100.000
Bá vạn (Million)	1.000.000
Thiên vạn	10.000.000
Ức	100.000.000
Thập ức (Milliard ou Billion)	1.000.000.000
Bá ức	10.000.000.000
Thiên ức	100.000.000.000
Vạn ức (Trillion)	1.000.000.000.000
Thập vạn ức	10.000.000.000.000
Bá vạn ức	100 000.000.000.000
Thiên vạn ức (Quatrillion)	1.000.000.000.000.000
Triệu	10.000.000.000.000.000
Kinh	100 000.000.000.000.000
Cai (Quintillion)	1.000.000.000.000.000.000
Tỉ	10.000.000.000 000.000.000
Nhương	100.000.000.000.000.000.000
Câu (Sextillion)	1.000.000.000.000.000.000.000
Giản	10.000.000.000.000.000.000 000
Chánh	100.000.000.000.000.000.000.000
Tải cực (Septilion)	1.000.000.000.000.000.000.000.000
Hằng hà sa	10.000.000.000.000.000.000.000.000
A-tăng-kỳ	100.000.000.000.000.000.000.000.000
Na-do-tha	1.000.000.000.000.000.000.000.000.000
Bất-tư-nghị	10.000.000.000.000.000.000.000.000.000
Vô lượng	100 000.000.000.000.000.000.000.000.000

SỐ-LUẬN-SƯ 數 論 師 Samkhya (*scr.*) Đọc theo Phạn: *Tăng-khư sư* (*Samkhya*). Một phái tu-hành ngoại.đạo ở Thiên-Trước, đã có trước khi đức Phật Thích-Ca ra đời. Và lúc Phật ra đời, cũng còn những người tu-hành theo phái ấy.

Có người đắc tới Ngũ thông. Như khi Phật mới xuất-gia, vào non mà tu hành, ngài có gặp một vị đại Tiên-nhơn tên A-la-Lá, là một người trong phái *Số-luận-sư*, đắc phép Ngũ thông, giảng phép Định Vô tưởng với Phật.

SỐ MÔN 數門 Tức là *Số tức môn* (*Sò tức môn*), pháp-môn đếm hơi thở để ngưng dứt lòng tán loạn. *Xem : Số tức.*

SỐ-TỨC (*SÒ TỨC*) 數息 Phép đếm hơi hô hấp đặng làm cho dứt lòng tán-loạn. Nhơn đó, nhà tu hành mới vào các phép Định cao.

Cũng viết : *Số tức quán*. Ấy là phép thứ năm trong *Ngũ đình tâm quán.*

Lại cũng viết : *Số tức môn* hay *Số-môn*. Ấy là một trong *Lục diệu môn*

Số tức là một phép thuộc về Chánh-niệm trong Bát chánh-đạo. Cách tu như vầy : Ngồi kiết-già xong, người tu-hành chăm chú mà hít hơi vô, kế chăm chú mà thở hơi ra. Khi người hít vô dài hơi, người biết rằng mình hít vô dài hơi. Khi người chậm chậm mà thở hơi ra, người biết rằng mình chậm chậm mà thở hơi ra. Khi người hít vô vắn hơi, người biết rằng mình hít vô vắn hơi. Khi người thở hơi ra mau, người biết rằng mình thở hơi ra mau. Người vừa hít vô vừa niệm tưởng rằng : « Trong khi tôi hít hơi vô, tôi lóng nghe tỏ rõ trong thân tôi. » Người vừa thở ra vừa niệm tưởng rằng : « Trong khi tôi thở hơi ra, tôi lóng nghe tỏ rõ trong thân tôi. » Người vừa hít vô, vừa niệm tưởng và luyện tập như vầy : « Trong khi tôi hít vô, tôi làm cho hơi thở tôi trở nên yên tĩnh. » Người vừa thở ra, vừa niệm tưởng và luyện tập như vầy : « Trong khi tôi thở hơi ra, tôi làm cho hơi thở tôi trở nên yên tĩnh. » Như vậy, người niệm tưởng về thân mình và thân người. Người nhận thấy cái thân hiệp lại cách nào và tan rã cách nào, thân mình cũng thế và thân người cũng thế. Người hiểu ra như vầy : ấy chỉ là những cái thân mà thôi. Nên người tự thốt rằng : « Đây là một cái thân, chớ không phải là mạng sống, không phải đờn - ông, đờn-bà, không phải tôi, không phải ai. »

Số tức (*Sò tức*) cũng viết theo Phạn : *A-na-ba-na, A-na-a-ba-na*

Số tức quán cũng viết: *A-na-ba-na Niệm, A-na-ba-na Tam-muội.*

SƠ-ĐỊA 初 地 Địa vị đầu tiên, địa vị ban sơ trong *Thập địa. Sơ-địa,* tức là *Sơ-địa* của Bồ-tát Đại-thừa, kêu là *Hoan-hỷ địa.* Kêu trọn chữ: *Sơ Hoan-hỷ địa. Xem: Thập Địa, Hoan-hỷ Địa.*

SƠ NĂNG BIẾN 初 能 變 Tiếng gọi cái thức A-lại-da (*Alaya*). Theo Duy-thức luận, người ta có tám thức. Cái thức thứ tám là A-lại-da. Tuy là thức thứ tám, nhưng kể nó là thức lãnh đạo, thức quan-trọng nhứt, do nơi nó mà các cảnh hiện ra hoặc biến mất. Vì vậy nên gọi là *Sơ năng biến.*

SƠ NHỰT PHẬN (*PHẦN*) 初 日 分 Phần đầu trong ngày, tức buổi sáng. Một ngày, từ khi mặt trời mọc đến lúc mặt trời lặn, phân ra ba thời: *Sơ nhựt phận* (*buổi sáng*), Trung nhựt phận (*buổi trưa*), Hậu nhựt phận (*buổi chiều*).

Kim-Cang Kinh: Tu-bồ-Đề! Nhược hữu thiện nam-tử, thiện nữ-nhơn, *sơ nhựt phận,* dĩ Hằng-hà sa đẳng thân bố-thí... (*Nầy Tu-bồ-đề ơi! Như có Trai lành, Gái thiện, buổi sáng dùng thân mình nhiều như cát sông Hằng-hà mà bố-thí...*)

SƠ PHÁT TÂM 初 發 心 Tấm lòng mới vừa phát nguyện. *Sở phát Tâm* là tiếng dùng để gọi người mới phát nguyện tu hành, mới vừa phát nguyện tu cho đắc quả Bồ-đề.

Sơ phát Tâm đối với: *Dĩ hành Đạo* (*Bực người đã từng hành Đạo*). Thường thường, hạng *Sơ phát Tâm* thì thân, ngữ ý, còn thô; hạng *Dĩ hành Đạo* thì thân, ngữ, ý được tế (*tinh-vi*).

Sơ phát Tâm lại đối với: *Dĩ thành Đạo* (*Bực đắc Đạo, đắc quả Như-lai*). *Sơ. phát Tâm* là hạng mới bắt đầu hành Đạo. *Dĩ thành Đạo* (*Dĩ thành A-nậu-đa-la Tam-miệu Tam-Bồ-đề*) là hạng đi tới mức cuối-cùng.

Trong *Thủ-lăng-Nghiêm kinh* quyền nhứt, đức Phật hỏi ông A-Nan: « Khi *Sơ phát Tâm,* ông thấy tướng chi tốt nhứt ở trong Pháp tôi mà đành bỏ sự ân ái thâm trọng ở thế gian? A-N đáp : « Tôi thấy ba mươi hai tướng (*Tam thập nhị tướng*) thắng diệu của đức Như-lai, hình-thể chiếu sáng, dường như ngọc-ly . . . »

Đại Niết-Bàn Kinh, quyển 28 : Từ *Sơ phát Tâm* cho chí đắc thành A-nậu-đa-la Tam-miệu Tam-Bồ-đề, đó kêu là Bồ-tát giới.

SƠ PHÁT TÂM BỒ-TÁT 初 發 心 菩 薩 Bồ-tát mới vừa phát tâm, mới vừa phát nguyện tu Bồ-tát hạnh, cầu thành Phật. Cũng gọi : *Sân phát ý Bồ-tát.*

SƠ-QUẢ 初 果 Srotappana (*scr.*) Quả đầu tay. Độ là quả dự lưu *Tu-đà-huờn*), quả thứ nhứt trong *Tứ quả* Thinh-văn thừa vậy.

Xem : Tu-đà-huờn.

SƠ QUẢ HƯỚNG 初 果 向 Hướng-vị Sơ-quả. Hướng về quả thứ nhứt, một trong *Tứ hướng*. Khi sắp đắc quả Tu-đà-huờn quả Dự-lưu, thì kêu là *Sơ quả hướng.*

SƠ TÂM 初 心 Tấm lòng ban xưa. Nghĩa là tấm lòng mới phát ra, song chưa từng trải việc tu hành vậy. Cũng viết : *Sơ phát tâm.*

SƠ-THIỀN 初 禪 Premiâr degré de Méditation (*fr.*) Cũng kêu : *Sơ Thiền định, Đệ-nhứt Thiền.* Phép Thiền-định thứ nhứt (*ban sơ*) trong *Tứ Thiền.* Tuy nói là *Sơ Thiền,* chớ vẫn là phép Thiền cao rồi, phải dày công tu-tập mới đắc nhập. Phép Thiền nầy ngang-hàng với cảnh trời *Sơ Thiền thiên,* ai đắc nhập phép ấy, có thể ngồi định cho thần-trí lên cảnh chư Tiên ở *Sơ Thiện thiên* và chừng thác thì có thể sanh lên cảnh ấy.

Người tu phép *Sơ-Thiền* có đủ hai tâm *Tầm* và *Tứ,* tức là đương tầm kiếm, dò xét ; còn đối cảnh thì cảm lấy sự hỷ, lạc, chớ không thọ lấy sự buồn, khổ.

SƠ-THIỀN THIÊN 初 禪 天 Cảnh trời Sơ Thiền. Cảnh trời ban sơ trong *Tứ Thiền thiên,* Bốn cảnh nầy đều ở trong cõi *sắc-giới* (*Rûpâvacara hay Rùpadhàtu*). *Sơ-Thiền Thiên* có những từng trời nầy :

Phạm-thân thiên (*Brahma kayia*),

Phạm-chúng thiên (*Brahmaparsadya*),

Phạm-phụ thiên (*Brahmaparohita*),

Đại-Phạm thiên (*Mahàbrahma*).

Chư Tiên ở *Sơ-Thiền Thiên* tức là ở miền Phạm-thiên, đều do đức Phạm-thiên vương dẫn đầu. Ở nhơn-gian, phải tu *Phạm-hạnh* tức là giới-hạnh thanh-tịnh của bực xuất-gia, mới có thể sanh lên *Sơ-Thiền thiên*. Và ai tu Thiền-định, chứng phép Sơ-Thiền, thì thần-thức xuất hiện lên cảnh Sơ-*Thiền Thiên* và chừng thác, có thể vắng sanh đến cảnh Tiên ấy. *Xem : Tam Giới.*

SƠ TRỤ 初 住 Trụ-vị ban sơ trong Mười Trụ-vị. (*Xem: Thập Trụ.*)

SƠN (*SAN*) 山 Núi, Non, Pháp : Mont, Montagne. Như : *Tu-di sơn.* Thầy tu, Pháp : Moine, Religieux. Như : *Chư sơn thiền đức.* Chùa-chiền, Pháp : Pagode. Như : *Sơn-môn.* Phần-mộ, nghĩa trang Pháp : Cimetière. Như : *Sơn-lăng, Sơn trang.*

SƠN-HẢI-HUỆ TỰ - TẠI THÔNG-VƯƠNG 山 海 慧 自 在 通 王 Sâgaravaradharabuddhivikrêditâbhidjna (*scr.*) Một đức Phật vị-lai. Đức Phật Thích-Ca có thọ-ký cho tôn-giả A-Nan, phán rằng về sau A-Nan sẽ thành Phật, hiệu là Sơn-hải-huệ-tự-tại thông-vương Như-lai. Thế-giới của Phật nầy tên là Thường-lập-thắng-phang (*Anavanâmitavaïdjayanta*). Kỳ-kiếp tên là Diệu-Âm biến mãn (*Manôdjnaçabdâbhigardjita.*)

SƠN-TĂNG 山 僧 Ông thầy tu ở núi. Bực ẩn-cư, dốc lòng tu luyện, không màng sự no ấm sung túc như các sư ở chùa-chiền nơi thị-tứ.—

Sơn-tăng cũng là tiếng tôn xưng những vị Tỳ-kheo có đức-hạnh và trí-huệ, chứng ngộ những lẽ huyền-vi.

Sơn-tăng lại là tiếng tự-xưng khiêm-nhượng, có ý nói rằng mình là thầy tu ở nơi núi rừng, rẫy bái.

SÚC-SANH 畜 生 Tiryagyoni (*scr.*).— Animal, Animaux (*fr.*) Phạn: Đề-lật-xa (*Tirgyayoni*). Một hạng chúng-sanh trong *Tam đồ, Tam ác đạo, Lục đạo*. Cũng kêu: *Bàng-sanh* (*loài sanh qua một bên, đối với loài người*). *Súc*: súc dưỡng, nuôi lấy. *Sanh*: Chúng sanh. Theo nghĩa thông thường, ấy là loài thú-vật mà người ta nuôi lấy để ăn thịt hoặc để sai khiến. Vì vậy nên kêu là *súc-sanh*.

Theo nghĩa rộng, *súc sanh* là tất cả loài thú, loài chim, loài cá, loài rắn, loài trùng.

Sự chuyển hóa vào loài súc-sanh do nơi hai sức: một là sức tấn-hóa lần lần theo nấc thang của vạn vật. Hai là sức đọa-lạc vì tội báo nặng. Như có kẻ vì hà-tiện mà chuyển hóa làm rắn, làm chó. Có kẻ vì thiếu nợ mà chuyển hóa làm trâu, làm lừa, ngựa để đền bù.

Bẩm-tánh của *súc-sanh* thì ngu, si. Sự sống của *súc-sanh* thì dơ dáy, tồi tàn, ăn ở lộn xộn.

Tuy vậy, vì tế-độ chúng-sanh, Bồ-tát cũng chuyển hóa vào hạng *súc-sanh*. Như đức Phật Thích-Ca từng sanh ra làm *cá* để cứu bịnh thời-khí, làm *công* để thuyết-diễn đạo lý, làm *nai* để tỏ cái đức từ-bi cứu thế. v.v.

Lại có hạng *súc-sanh* mà không chịu lấy nghiệp ô-trược của *súc-sanh*. Như những loài *chim* quí, lạ ở Cực-lạc thế-giái, do sức thần-thông của đức Phật A-Di-Đà mà hóa sanh để thuyết pháp cho các nhà tu học ở đó nghe.—

Trong võ-trụ, những thế-giới ác-trược thì có hạng *súc-sanh*-như cõi Ta bà thế-giái của chúng-ta. Còn những thế-giới nghiêm-tịnh thì không có hạng *súc-sanh*, như cõi Cực-lạc của đức Phật A-Di-Đà, cõi Tịnh Lưu-ly của Phật Dược-sư Lưu-ly Quang.

SÚC-SANH ĐẠO 畜 生 道 Đường (*Nẻo*) Súc-sanh. Một trong sáu đường, *Lục đạo*. Những chúng-sanh có Nghiệp-nhơn làm Súc-sanh, thì sanh lại một chốn, một cõi, kêu là *Súc-sanh đạo*. Cũng gọi: *Súc-sanh thú*.

SÚC-SANH THỌ-MẠNG 畜 生 壽 命 Đời sống của súc-sanh, của thú vật. Súc-sanh có nhiều giống, nên đời sống dài vắn khác nhau: có giống chỉ sống trong khoảnh khắc như khảy ngón tay, có giống sống một ngày, có giống sống nửa tháng, một năm, mười năm, hoặc trăm, ngàn, vạn, ức năm; có giống sống đến trọn Kiếp.

SÚC-SANH THÚ 畜 生 趣 Tức *Súc-sanh đạo*, một trong *Lục- thú.*

SƯ 師 Guru, Sàstà (*scr.*).— Maître (*fr.*).— Shi (*Jap.*) Thầy, Thầy dạy đạo lý, như : *Thiên Nhơn Sư*. Thầy dạy học hành, như : *Giáo-thọ Sư, Sư-đệ*. Thầy tu, như : *Thiền-sư*.

Lại có nghĩa : Nhà chuyên môn, như : *Kỹ-sư*. Thợ giỏi, khéo, như : *Kim-sư* (*Thợ vàng*). Người quản lãnh, như : *Sư bộc* (*Thầy và tớ*). Người dắt đường, người chủ, như : *Đạo- sư, Thuyền-sư.*

Lại có nghĩa : quân - lính, việc chinh-chiến. Như ngày xưa, một *sư* là 2.500 người ; ngày nay, là 10.000 người.

Sư cũng tức là *Sư-tử* (*Phạn : Sinha, Pháp : Lion.*) Trong kinh Phật, thường viết 師子 thay cho 獅子.

Dùng về động-từ (*Verbe*), *Sư* nghĩa là : bắt chước, học theo thờ làm thầy, làm theo.

Niết-bàn Kinh, quyển 28 : Nguyện tác tâm Sư, bất *sư* ư tâm. (*Bực Bồ tát thệ nguyện rằng : tôi nguyện làm Thầy* của *tâm - ý, chớ chẳng làm theo tâm-ý*).

Phật là bực *Thầy* của Thần-Tiên và Nhơn-loại, nên gọi ngài là *Thiên-Nhơn Sư* (*Phạn : Sàstà-Dêva-Manusyànàm*).

Các nhà tu hành ngoại-đạo đồng-thời với Phật đều gọi ngài là *Đại-Sư Cồ-Đàm*, ông thầy cả họ Cồ-Đàm (*Gautama*).

Phật là *Thầy* cao cả chẳng ai bằng, *Thầy* của tất cả chúng-sanh, nên trong kinh gọi ngài là *Vô-thượng Sư*.

Phật Thích-Ca là *Thầy cội-rễ*, Thầy chung của tất cả những người tu Phật, nên các tín-đồ từ xưa tới nay đều gọi ngài là *Bổn - Sư*. Như : Nam-mô *Bổn-sư* Thích-Ca-Mâu-Ni Phật !

Hồi đức Thích - tôn mới ra truyền đạo, có sáu ông Thầy tu chưởng-quản sáu phái ngoại - đạo muốn tranh tài đấu phép với Phật, nhưng bị thua. Ấy là *Lục Sư ngoại-đạo*.

Khi đức Phật sắp tịch, ngài truyền Chánh - pháp và quyền chấp-chưởng Giáo-hội cho ngài Ca-Diếp. Ca-Diếp truyền cho A-Nan. Truyền nối với nhau mãi đến Bồ-đề Đạt-ma, tất cả là hai mươi tám vị *Tổ-Sư* ở Tây-thiên.

Trong Bồ tát Giới Kinh, khoản Khinh-giới 41, có dạy: Khi một người Phật-tử muốn thọ Bồ-tát Giái, cần phải thỉnh *nhị Sư* (*hai ông Thầy*). Hai ông thầy là: Hòa-thượng (*ông Thầy đỡ đầu và bảo-đảm*) và A-xà-lê (*ông Thầy dạy đạo*).

Quan-Âm thị Kính:

Chờ khi kinh giáo vừa rồi,

Lạy *Sư* mới bạch khúc nôi tỏ tường.

SƯ-CÔ 師姑: Cô sư, bà vãi. Tức là *ni, ni-cô*. Trong Thiền-gia, thường gọi đờn-bà xuất-gia là *Sư-cô*.

SƯ ĐỆ 師弟: Thầy và trò. Tức là *Sư-phụ* và *Đệ tử*. Trên đường tu học, một khi đã truyền-thọ giáo-pháp cho nhau rồi thì tình *sư đệ* rất thiêng-liêng. Dầu xa cũng như gần, lúc nào cũng có sức hộ-trợ của thầy đối với đệ-tử và sự kính-mến của đệ-tử đối với thầy như đối với cha mẹ. *Sư* là cha-mẹ về tinh-thần, về đạo-lý của *Đệ* vậy.

SƯ-ĐỒ 師徒: Thầy và trò. Tức là tôn-sư, sư-phụ với *đồ đệ, tín-đồ*.

SƯ-HUYNH 師兄: Tiếng xưng với nhau giữa các trang tu học đồng đạo, đồng phái.

SỰ-HỮU 師友 Thầy và bạn. Nhà tu-học ở nơi đạo-tràng, đối với bực đức cao, học rộng, kêu là *sư*; đối với hàng đồng đức, đồng học, kêu là *hữu*. — Lại trong chỗ anh-em học tập chung với nhau, vừa làm bạn lành với nhau, vừa giúp đỡ, khuyên bảo cho nhau, cũng gọi là *sư-hữu*.

SƯ-PHỤ 師父: Tiếng tôn xưng bực thầy khai-hóa, truyền đạo, điểm đạo cho mình. Như trong một ngôi Chùa, tín-đồ, tăng-lữ đối với bực Hòa-thượng trụ-trì, kêu là *Sư phụ*.

Quan-Âm thị Kính: Từ khi xá-tự thoát ra,
Lên hầu *sư-phụ* rồi mà bạch ngay.

SƯ-SỰ 師事: Thờ phụng thầy. Bổn phận kẻ đệ-tử đối với thầy dạy đạo, hoặc đối với hang tu-học có đức cao hơn mình, thì nên cung kính, tôn trọng, hầu hạ cúng-dường. Như vậy để tỏ lòng mộ đạo và biết ơn. Và sự thờ phụng ấy đem lại nhiều phước-đức cho nhà tu-học, vị sư-trưởng tức là *phước-điền*.

SƯ-TỔ 師祖 : Thầy tổ. Nhà sư sáng lập một chi-phái, một ngôi Chùa mà truyền lại cho hậu-thế. Vì sự tôn-kính, người-ta cũng gọi : *Đại sư-tổ.*

SƯ TỬ 師子 Sinha (*scr*).-Lion (*fr.*) Vua trong các giống thú. *Sư-tử* thì mạnh mẽ, can-đảm, oai-nghiêm, mau lẹ, quyết định hơn các giống thú. Vì vậy nên các kinh đều ví dụ Phật với Sư-tử, thường dùng tiếng Sư-tử để gọi Phật.-

Sư-tử cũng là tên nước Tích-lan (*Ceylan*) ngày xưa. (*Xem : Sư-tử quốc.*)

Sư-tử lại là tên vị Tổ-sư đời thứ 24 trong hàng 28 vị Tổ-sư ở Tây-thiên. (*Xem : Sư-tử Tỳ-kheo.*)

SƯ-TỬ DU-HÝ TAM-MUỘI 師子遊戲三昧 : Phép Đại-định « Sư-tử đi chơi ». Tức là : *Phật Du-hý Tam-muội.*

Tỷ như sư-tử, khi đi chơi, làm chấn-động các loại thú cầm. Phật nhập phép *Sư tử Du-hý Tam-muội*, thì cõi Đại-địa chấn-động sáu cách, khiến cho tất cả chúng-sanh trong nẻo Địa-ngục nhờ hào-quang chiếu tới mà được giải-thoát, sanh lên cõi Tiên, cõi Người.

SƯ TỬ HỐNG 師子吼 : Tiếng kêu gầm của sư-tử, sư-tử kêu gầm. Ấy là nói Phật, Bồ-tát khi thuyết Pháp, tiếng nghe tỏ rõ, hùng hồn, quyết-định.

Sư-tử hống thì có bốn việc :

1.) Các giống thú nghe, não-cân đều tê liệt.

2.) Loài voi thì hàng-phục.

3.) Chim thì sa

4.) Loài thủy-tộc thì lụy tuốt dưới đáy nước.

Tiếng Phật, Bồ-tát xướng lên, hùng-hồn, chẳng sợ, cũng có bốn sự công-hiệu :

1.) Tiếng Phật thuyết pháp thì phá hư trăm pháp.

2.) Các Thiên-ma đều hàng phục.

3.) Các tà-kiến của ngoại-đạo đều bị rơi rớt, suy đồi.

4.) Các phiền-não đều bị thâu phục và đoạn diệt.

Vì vậy nên gọi lời thuyết-pháp của Phật là *Sư-tử hống.*

Nhơn-quả kinh : Lúc Thái-tử vừa sanh ra, một tay chỉ trời, một tay chỉ đất, phán ra tiếng Đại Sư-tử hống rằng : Trên Thiên thượng, ở Thiên-hạ, chỉ có một mình ta là đáng tôn kính hơn hết.

SƯ-TỬ HỐNG BỒ-TÁT 師子吼菩薩 Một vị Đại Bồ-tát rất có biện-tài, luận biện với Phật Thích-Ca trong Hội Niết-bàn, khi Phật sắp nhập diệt. Trong Đại Niết-Bàn kinh, từ quyển 27 đến quyển 33 *Sư-tử-Hống Bồ-tát* có vấn đáp với Phật về những lẽ : Phật-tánh, Thường, Lạc Ngã, Tịnh.

SƯ-TỬ HỐNG NHƯ-LAI 師子吼如來 : Đức Phật tên là Sư-Tử Hống.

. Một đức Phật hồi đời quá khứ.

Địa-Tạng Kinh : Lại thuở xưa, cách nay chẳng có thể nói là bao nhiêu lần vô-số kiếp, có đức Phật ra đời, hiệu là *Sư-Tử Hống Như-lai.* Như có nam-tử, nữ-nhơn nghe danh hiệu của đức Phật ấy, trong một niệm, liền qui y, thì người ấy được gặp vô-lượng chư Phật thoa đầu mà thọ-ký cho.

SƯ-TỬ HỐNG TAM-MUỘI 師子吼三昧 : Phép Đại định tên là Sư-tử hống.

Một Phép Tam-muội của Phật, Bồ-tát. *Sư-tử hống Tam-muội* cũng kêu là : Kim cang Tam-muội, Ngũ Trí ấn Tam-muội.

Niết-Bàn kinh, quyển 40 : Khi đức Phật thuyết Pháp độ ông Tu-bạt-đà-la xong, có bảy vạn năm ngàn Bồ-tát đắc Phép *Sư-tử hống Tam-muội.*

SƯ-TỬ PHẤN-TẤN 師子奮迅 : *Phấn* : ra sức, gắng sức. *Tấn* : mau chóng. Khi con sư-tử ra sức, toàn thân nó đều thẳng rẳng, lúc bấy giờ thế nó rất mau mắn, mạnh mẽ, không con thú nào bì kịp. Phật cũng như vậy, sức hùng hồn, sức oai-mãnh, sức phấn-tấn của ngài, không một chúng-sanh nào bì kịp, cho nên nói *Sư-tử phấn-tấn* tức là sự ra sức một cách mau-chóng mạnh-mẽ của Phật.

SƯ-TỬ PHẤN-TẤN CỤ-TÚC VẠN HẠNH NHƯ-LAI 師子奮迅具足萬行如來 Danh-hiệu một đức Phật hồi đời quá-khứ, cách nay chẳng biết bao nhiêu kiếp mà kể, có nghĩa : cũng như sư-tử có sức mạnh mẽ và mau-chóng, Ngài ra sức và mau-chóng mà có đủ các nền hạnh-đức.

Nhơn thấy Ngài có thân-tướng nghiêm-trang, 32 tướng chánh, 80 tướng phụ, con một vị Đại trưởng-giả mới hỏi rằng : « Ngài giữ hạnh nguyện gì mà được thân-tướng như vậy ?» Phật *Sư-tử-phấn tấn-cụ-túc-vạn-hạnh* đáp : « *Muốn chứng được thân này, cần phải lâu đời độ thoát tất cả những chúng-sanh chịu các nổi tai ương khổ-não.*»

Nghe vậy, con người trưởng-giả mới nguyện rằng : « Tôi nguyện từ đây cho tới mãi mãi các đời sau, rộng mở đường phương-tiện, giải thoát tất cả các chúng-sanh trong sáu đường sanh-tử xong rồi, tôi mới thành Phật. »

Con người trưởng-giả ấy tức là tiền-thân Địa-Tạng Bồ-tát vậy

SƯ-TỬ PHẬT 師子佛 Sinha-Bouddha (*scr.*) :

Đức Phật tên Sư-tử. Một đức Phật Như-lai, quốc-độ của ngài ở ném về phương Hạ đối với cõi Ta-bà. Khi đức Phật Thích-Ca giảng kinh A-Di-Đà, *Sư-tử Phật* và vô-số chư Phật ở phương Hạ có tỏ lời khen và khuyên chúng-sanh nên tin kinh A-Di-Đà.

SƯ-TỬ (QUỐC) 師子(國) -Sinha (*scr.*).-Singha (*fr.*) : Tức là nước Tích-lan (*Ceylan*), hòn đảo phía Nam Ấn-Độ. Ngày xưa, người ta gọi theo Phạn là *Tăng-già* quốc (*Sinha Singha*), dịch nghĩa : *Sư-tử* quốc. Cho đến nay, người châu Âu cũng còn gọi Dân-chúng đảo Tích-lan là *Singhalais*, ấy là do chữ *Sinha* (*Sư-tử*) ngày xưa vậy.

SƯ-TỬ SÀNG 師子牀 : Giường nằm, chỗ nằm của đức Phật. Cũng gọi : *Sư-tử tọa.*

SƯ-TỬ TỲ-KHEO 師子比丘.-Sinha-Bhiksu (*scr,p.*) : Tổ-sư đời thứ 24, trong hàng 28 vị tổ-sư nối truyền chánh-pháp của Phật ở Ấn-độ. Cũng kêu : *Sư-tử tôn-giả.*

Ngài là người miền Trung Thiên-trước. Ngài du hóa đến nước Đàm-Tân, truyền Y-Bát và phó pháp cho Bà-xá-tư-đa (*Vaçasuta*)

Vua nước ấy hỏi ngài rằng : Đại-đức có lìa khỏi cuộc sanh-tử chưa ?

— Đã lìa khỏi cuộc sanh-tử.

— Đại đức thì cho trẫm cái đầu được chăng ?

— Trọn thân tôi vốn chẳng có thật, thì còn tiếc chi đâu !

Vua liền quơ đao trảm đầu tôn-giả.

Chất máu trắng (*Bạch nhũ : sữa trắng*) phun lên cao mấy thước. Cánh tay hữu của vua liền rụng ngay xuống đất. Đúng bảy ngày, vua thăng hà.

SƯ-TỬ TỌA 師子座 : Ghế ngồi, chỗ ngồi của đức Phật. Cũng kêu : *Bảo-tọa*. Vì tôn-trọng nên người-ta gọi là *Sư-tử tọa*, chỗ ngồi của Phật, Phật là bực oai-đức hơn tất cả chúng-sanh, cũng như *sư-tử* dõng mãnh hơn các thú. Chớ chẳng phải Phật ngồi trên mình con sư-tử, hay là chỗ ngồi của Phật có chạm hình sư-tử. Cho nên dầu Phật có ngồi trên giường, trên ghế, hoặc trên hòn đá, gốc cây, mặt đất, thì những chỗ ấy đều kêu là *Sư-tử tọa*.

SƯ-TỬ-VƯƠNG 師子王. Cũng kêu tâng là : *Đại sư-tử vương*.

Nghĩa trắng : Vua Sư-tử. Sư-tử là con thú được các giống thú kính trọng hơn hết, nên kêu là *Sư-tử vương*.

Niết-Bàn Kinh, quyển 38 : Từ xưa tới nay, chưa ai thấy, chưa ai nghe rằng bực *Đại Sư-tử vương* tàn hại con chuột nhỏ !

Nghĩa bóng : Tiếng tỷ-dụ để tôn xưng Phật, Bồ-tát. Sư-tử là Vua trong các thú ; Phật là Vua pháp trong loài Người và Thần-Tiên. Lại như sư-tử là dõng-mãnh nhứt, oai nghiêm nhứt và chẳng sợ, đức Phật cũng như thế, nên xưng ngài là *sư tử vương* hay *Đại Sư-tử vương*.

SƯ-TRƯỞNG 師長 : Bực thầy cả. Nhà sư có đức, có hạnh, cai-quản một ngôi chùa.— Đối với bực mới tu học, bực *tại - gia*. cư-sĩ và Sa-di, những vị Giáo-thọ (*A*-xà-*lê*), Kiết-ma, Hòa thượng, đều là *sư-trưởng*.— Lại nhà sư thay mặt cho một giáo-phái, hoặc đã tu-học lâu năm, lớn tuổi đạo, cũng gọi *sư-trưởng*. Kim Vân Kiều : Thấy màu ăn mặc nâu sồng,
Giác-Duyên *sư-trưởng* lành lòng liền thương.

SỰ 事 Việc Pháp : chose. Pháp-hữu-vi do nhơn-duyên sanh ra. Như : *Sự, lý* : Việc và lý (*lẽ*), sự-việc và lý-tưởng.

Công-việc, Trách nhiệm mà người ta làm, Pháp : Affaire, Travail. Như : *Hành-sự* : Làm việc, làm công việc ; *Phật-sự* : Công-việc từ-thiện của Phật-tử.

Phụng sự, hầu hạ, Pháp : Servir. Như : *Thị sự* : Theo hầu, người hầu hạ.

SỰ-CHƯỚNG 事障 Việc chướng-ngại của sự-tướng, cuộc ngăn trở của sự việc, do đó người-ta chẳng được dung-thông, chẳng được tự-tại. Đối với : *Lý-chướng* : Chướng-ngại do lý gây ra, bị trở ngại vì chấp nệ lý. Xem : *Nhị chướng*.

SỰ-ĐỘ 事度 Tế độ bằng sự việc. Dùng mọi việc từ-thiện thế-gian mà cứu giúp người đời, tế độ chúng-sanh. Dùng lễ cúng, bố-thí, kinh giới mà độ cho chúng-sanh thoát khổ nơi Tam đồ.

SỰ LÝ 事理 Sự và lý. Pháp hữu-vi do nhơn-duyên sanh ra kêu là *Sự*. Pháp vô-vi của nghĩa bất sanh bất diệt, kêu là *Lý*.

Sự là bày ra cái tướng muôn tượng ; *Lý* là cái thể của Chơn-như vậy.

Như đức Phật có đủ 32 tướng chánh và 80 tướng phụ, đó là *sự*. Còn cái Tánh lành tự-nhiên mà các chúng-sanh đều sẵn có nơi mình, đó là *Lý*.

Người đạo Phật chơn-chánh không chấp *sự* bỏ *lý*, không chấp *lý* bỏ *sự*, viên dung cả hai bề, vì *sự lý* đều bình đẳng.

SỰ LUẬN 事 論 Luận việc. Luận về sự-tướng, luận về chỗ khác nhau của sự việc.

SỰ-TƯỚNG 事 相 Tướng của việc. Cái phép hữu-vi có sanh có diệt, kêu là *Sự-tướng*.

SỬ 使 Sai-khiến. Cũng kêu là *phiền-não*. Do nghĩa thí dụ mà kêu là *Phiền-não*. Như chức *Công-sử* (cũng kêu là *Công-sử* 公 使, là người ở đời theo đuổi kẻ có tội mà trói buộc nó. Phiền-não cũng theo đuổi người phạm mà trói buộc vào Tam giái, khiến chẳng được rời ra.— Lại là nghĩa xô, khiến làm ; phiền-não có thể xô người ta, khiến làm việc quấy bậy, cho nên kêu là *Sử*.

T

TA-BÀ, SA-BÀ (*THẾ-GIỚI*) 娑 婆 (世 界) Saha (*scr.*) Cũng viết : Sa-ha 沙 訶 Dịch nghĩa : *Nhẫn, Đại-Nhẫn, Kham nhẫn*. Cõi thế-giái Tam thiên Đại thiên do đức Phật Thích-Ca làm Hóa-chủ. *Ta-bà thế-giái*, dịch : *Nhẫn-độ* (*Nhẫn thổ*) là cõi thế nơi ấy nhà tu hành phải *Kham nhẫn*, phải chịu nổi sự Nhẫn-nhục, vì nơi cõi nầy có đủ các sự trược, ác mà chúng-sanh phải chịu. *Ta-bà thế-giới* cũng kêu là là *Đại-nhẫn thế-giái*, vì ở cõi nầy, các nhà tu-học phải nhẫn nhịn đối với mọi sự khổ-não mới có thể tu học.

Người ta cũng gọi là *Tạp ác thế-giới, Tạp-sanh thế-giới*, cõi mà mọi sự ác trược, mọi thứ chúng-sanh lộn-lạo với nhau. Chính ở cõi nầy, có năm giống chúng-sanh ở chung với nhau : Địa-ngục, Ngạ-quỉ, Súc-sanh, Thiên, Nhơn. Như vậy, *Ta bà* là cõi *Uế-độ*, chẳng phải là cõi *Tịnh-độ*. Cho nên chúng-sanh ở cõi nầy rất khó mà tu học, và ai tu học được thì có phước-đức nhiều hơn ở cõi Tịnh-độ.

Trong cõi Liên-hoa tạng trang-nghiêm, có 20 từng thế-giái. Mỗi thế-giới là một cõi Phật. Cõi *Ta-bà* ở về từng thứ 13, gồm có nhiều thế-giái nhỏ. Trong, mỗi thế-giái nhỏ, có ba cõi : Dục-giới, Sắc-giới và Vô-sắc giới ; có bốn châu : Đông, Thắng-thần châu,— Tây, Ngưu-hóa châu,— Nam, Thiệm-bộ châu,— Bắc, Cu-lư châu ; và có một núi Tu-di (*Suméru*), có hai vừng Nhựt, Nguyệt.

Ta-bà là một cõi *Tam thiên đại thiên thế-giới*, tức có 1.000.000.000 thế-giới nhỏ. Chúa tể toàn cõi *Ta-bà thế giới* là ngài *Thi-khí* Đại Phạm Thiên-vương.

Quán Vô-Lượng-Thọ Kinh: Bà hoàng-hậu Vi-đề-Hy bạch với Phật Thích-Ca-Mâu-Ni rằng:

Vì ở cõi *Ta-bà* có rất nhiều chúng-sanh tham-lam độc-ác, nên tôi nguyện sanh qua Cực-lạc thế-giới của Phật Vô-Lượng-Thọ (*A-Di-Đà*).

Địa-Tạng Kinh: Phật dạy rằng: Địa-Tạng Bồ-tát và Quan-Âm Bồ-tát có nhơn-duyên lớn ở *Ta-bà*, nơi miền Diêm-phù-đề (*Nam Thiệm-bộ châu*), nên hai ngài thường đem lòng từ-bi mà giáo-hóa và cứu khổ cho chúng-sanh.

Vô-Lượng-Thọ Kinh: Đức Phật dạy rằng: Ở cõi *Ta bà* nầy mà làm lành một ngày một đêm, hơn làm lành trăm năm ở cõi Phật A-Di-Đà. Tại sao vậy? Vì cõi của Phật A-Di-Đà là vô vi tự-nhiên, chứa đủ mọi sự lành, không có một sự dữ nào nhỏ xíu như mảy lông, sợi tóc.

Ta-Bà Thế-Giới lại là tên một cõi thế-giới thuở xưa, hồi đức *Thích-Ca Mâu-Ni* cổ *Phật* ra đời.

TA-BÀ-HA 娑婆訶 Swâha (*scr.*) Tiếng Phạn, thường dùng ở cuối những câu chú, như câu chú «Vãng sanh quyết định chơn-ngôn» Vì chữ *Ta-bà-ha* là mật-ngữ, gồm nhiều nghĩa, nên người-ta để vậy chớ chẳng dịch. *Ta-bà-ha* là tiếng rất lành, có những nghĩa nầy: Thành-tựu, kiết-tường, tiêu tai tăng phước, viên tịch, vô trụ, kính giác chư Phật chứng-minh công-đức.

Cũng đọc: *tá-ha, tá-hát, tát-bà-ha.*

TA-GIÀ LA (*LONG-VƯƠNG*) 娑伽羅 (龍王) Sâgara (*scr.*)

Ta-già-la cũng âm là *Ta-kiệt-la*, dịch nghĩa: Hàm-hải (*Biển nước mặn*).

Ta-già-la Long-vương là một vị trong tám vị Long-vương (*vua loài rồng*) có dắt theo rất nhiều quyến thuộc đến núi Kỳ-xà-Quật mà dự nghe Phật Thích-Ca diễn Kinh Diệu-Pháp Liên-hoa.

(*Xem*: *Ta-kiệt-la*, — *Long-vương.*)

TA GIỚI (*GIỚI*) 娑 界 Tức là *Ta-bà thế-giới*. Xem : *Ta-bà*.

TA HA 娑 訶 (呵) Một thứ thuốc thần-hiệu. *Ta-ha* là tiếng Phạn, dịch nghĩa : *Sử-lưu* 駛 流. Một thứ thuốc mùi thơm, công-hiệu hơn các thứ thuốc, sanh ra ở núi Tuyết (*Hima--laya*).

Về công-hiệu của thuốc *Ta-ha*, trong Niết-bàn kinh, quyền 25, có chép :

Như ai thấy được thứ thuốc ấy, thì sống lâu vô-lượng, chẳng hề bị bệnh khổ ; dẫu gặp *tứ độc*, cũng chẳng bị hại.

Như ai đụng nhằm thứ thuốc ấy, thì mạng sống được kéo dài, cho đến một trăm hai mươi tuổi.

Như ai nhớ tưởng thứ thuốc ấy, thì được Túc-mạng Trí.

Tại sao vậy ? Là do thế-lực của món thuốc ấy vậy.

Phật và Bồ-tát cũng như vậy.

Như ai thấy được Phật và Bồ-tát, tức được dứt trừ tất cả phiền-não ; dẫu gặp Tứ Ma, cũng chẳng can loạn.

Như ai đụng nhằm Phật và Bồ-tát, nghĩa là được ở gần các ngài mà nghe Diệu-pháp, thì được thọ-mạng miên trường, chẳng sanh, chẳng chết, chẳng lui, chẳng lặn.

Như ai nhớ tưởng Phật và Bồ-tát, ắt được quả Chánh-đẳng Chánh-giác.

TA-HA-ĐỀ-BÀ 娑 呵 提 婆 Sahadêva (*scr.*) Một vị quan ở trào vua Tịnh-Phạn (*Souddhodana*). Chính vua Tịnh Phạn hỏi ý-kiến vị quan nầy đặng biết coi trong dòng-họ Thích, có vị vương-tử nào võ nghệ cao nhứt. Nhưng khi ra tranh võ nghệ thì không một vị vương-tử nào sánh bằng thái-tử Tất-đạt-đa (*Siddharta*). Nhờ ăn cuộc đấu võ, thái-tử cưới bà công-chúa Da-du-đà-la (*Yasodhara*) một cách dễ dàng (*Bổn-hạnh kinh*).

TA-KIỆT-LA 娑竭羅 Sâgara (*scr*). Cũng viết *Ta-già-la*. Tên một vùng biển. Dịch nghĩa : *Hàm-hải*, biển nước mặn.

TA-KIỆT-LA (*LONG-VƯƠNG*) 娑竭羅 (龍王) Sâgara (*scr*.) Vị vua biển *Ta-Kiệt-La*, vua loài rồng. Vì vị Long-Vương ấy ở tại biển Ta-Kiệt-La, nên gọi là *Ta-Kiệt-La Long-Vương*. Vua ấy có long-cung nơi đại-hải. Có một lúc, đức Văn-thù-sư-ly Bồ-tát xuống đại-hải của vua *Ta-Kiệt-La* mà thuyết pháp. Ngài diễn Kinh Diệu-pháp liên-hoa, làm cho vô-số người thâm-nhập Phật-trí, vô-số người đắc quả Bồ-tát. Trong số những người đắc đạo, có cô công-chúa con vua *Ta-Kiệt-La* mới có tám tuổi, cô hiện lại viếng Phật Thích-Ca. Và ngay lúc ấy, cô bỏ lốt phụ nữ, hóa thành Đại Bồ-tát mà đi đến Đạo-tràng, ngồi nơi Bồ-đề thọ và thành Phật Như-lai.

TA-LA (*HOA*) 娑羅 (華) Hoa ta-la. Hoa của cây Ta-la (*Sâla*). *Ta-la* (Sâla) là tiếng Phạn, dịch nghĩa : Kiên-cố.

Lúc Phật Thích-Ca sắp vào Niết-bàn, ông A-Nan có giăng võng cho Phật nằm nghỉ, tại hai cây Ta-la, đầu trở về hướng Bắc. Lúc bấy giờ, chẳng phải là mùa trổ hoa, thế mà *ta-la hoa* đơm đầy trên cây, hoa quí ấy rụng trên mình Phật.

TA-LA (*LÂM*) 娑羅 (林) Sâla (*scr*.) Rừng cây Ta-la, lại có tên là rừng cây Sa-la 沙羅. *Ta-La* là nghĩa *Kiên-cố* 堅固 (bền vững), cho nên có một tên là *Kiên-cố lâm*. Huệ-Uyển sư nói rằng : Đó là nghĩa *cao-xa*. Tại bên sông A-ly-la-bạt-đề, cũng viết : Ê-lan-nhã (Airanyavâti) gần thành Câu-thi-na (Kouçinagara), có một cảnh rừng toàn là cây ta-la đều có hai gốc sanh đôi. Phật nằm tại lối giữa hai cây mà nhập diệt, cho nên đời sau, lấy rừng Ta-la là nơi Phật nhập diệt. Lại kêu Ngưu-giác Ta-la lâm 牛角娑羅林 (Rừng Ta-la sừng trâu), sừng trâu là nêu ra hai cái cây (*song thọ*) vậy. Hoặc có người nói : *Ngưu giác* là tên riêng thành Cưu-thi-Na. Lại thuở Phật nhập Niết-bàn, hai cây « Ta-la song thọ » đều biến ra màu trắng như chim hạc trắng, nên kêu là *Hạc-thọ* (*cây hạc*).

Ở *rừng cây Ta-la*, trước khi nhập diệt, Phật có giảng mấy thời Kinh, nhứt là *Đại bát Niết-Bàn Kinh*.

TA-LA SONG THỌ 娑羅雙樹 Sâla (scr.) Tên cặp cây (*Ta-la* : *Kiên-cố*) làm trụ đề cho đệ-tử Phật giăng võng cho Phật nằm trước khi ngài nhập Niết-bàn. Hai cây nầy mọc ngang nhau trong một cảnh rừng nhỏ toàn là cây Ta-la, bên sông Ê-ian-nhã (Airanyavatî), gần thành Câu-thi-na (Koucinagara).

Phật Thích-Ca nhập Niết-bàn tại cặp Ta-la ấy nhằm ngày rằm tháng hai.

(*Xem : Niết-bàn.*)

TA-LA-TA (*ĐIỀU*) 娑羅娑 (鳥) Một giống chim, kêu là *Ta-la-ta.* Giống chim ấy ở Ấn-độ, miền núi Hỷ-mã-lạp. Trong các mùa, thì bay đi xứ nầy xứ kia ; nhưng đến mùa xuân, *chim Ta-la-ta* đều tề tựu về ao A-nậu-đạt.

Niết-Bàn kinh, quyển hai : Tỷ như *chim Ta-la-ta,* trong mấy tháng mùa xuân, đều tập hợp tại ao A-nậu-đạt. Chư Phật cũng thế, rốt cuộc đều vào Niết-bàn.

TA-LA THỌ 娑羅樹 Sâla (*scr.*) Cây ta-la. Cũng viết : 沙羅樹 *Sa-la thọ,* dịch nghĩa : cây kiên-cố. Tức là *Ta-la song-thọ.* Cây nầy mọc lẻ loi, hoặc mọc chùm-nhum thành rừng, kêu là *Ta-la lâm* ; sanh ra hoa, kêu là *Ta-la hoa.* Tại hai cội cây *Ta la thọ* gần thành *Câu-thi-na,* đức Phật Thích-Ca nằm nghỉ và vào Niết-bàn.

TA-LA-THỌ VƯƠNG (*PHẬT*) 娑羅樹王 (佛) Sâladrarâdja (*Bouddha*) (*scr.*) Câlendrarâdja (*scr.*)

1.) Một đức Phật Như-lai, quốc-độ của ngài ở về phương Thượng đối với cõi Ta-bà. Hồi đức Phật Thích-Ca giảng kinh A-Di-Đà, Phật *Tạ-la thọ-vương* và vô số chư Phật ở phương Thượng có tỏ lời khen tặng và khuyên chúng-sanh nên tin kinh A-Di-Đà.

2.) *Ta-la thọ-vương* (*Câlẹndrarâdja*) Phật cũng là danh-hiệu một đức Phật vị-lai. Thuở xưa, Phật Vân-Lôi Âm Túc-Vương Hoa-Trí (*Djaladhara-gardjitaghôchasusvara-nakchatrarâdja-samkusumitâbhidjna*) có thọ-ký cho vua Diệu-Trang-Nghiêm (*Çubhavyûha*) rằng về sau, vua Diệu-Trang-nghiêm sẽ thành Phật hiệu là *Ta la thọ-vương.* Trong hội Pháp-Hoa của Phật-Thích-Ca, Hoa-Đức Bồ-Tát tức là hậu-thân của vua Diệu-Trang-Nghiêm vậy.

TA-LA-VƯƠNG *NHƯ-LAI*). 娑 羅 王 (如 來) Salaradja (*scr.*) Một vị cổ Phật. Đức Phật nầy có truyền những câu đại oai-đức Đà-la-ni che chở cho khỏi tất cả các tai nạn. Dầu cho trời long đất lở, dầu cho nhựt thực nguyệt thực hay sao chổi quét, cũng không hề hại được nhà đạo niệm những câu thần-chú Đà-la-ni của Phật Ta-la-vương.

TA-TỲ CA-LA 娑 毘 迦 羅 Cũng viết : *Kiếp-tỳ-la* 劫 毘 羅 Tên một phái ngoại-đạo ở Ấn-độ, hồi đức Phật Thích-Ca ra đời. Kêu theo nghĩa : *Số luận sư*. Cũng viết theo Phạn : *Tăng-khứ sư*, Samkhya.

TÁ-GIÀ-ĐÀ 莎 伽 陀 Một vị Thinh-văn, La-hán, Đệ-tử của Phật Thích-Ca. Tên ông dịch nghĩa : *Thiện-lai* ; cũng dịch : *Tiểu lộ-biên*. Nhơn mẹ ông theo cha ông mà đến xứ khác, giữa đường sanh ra anh ông và ông, bèn đặt tên anh là Châu-Đà (*Châu-ly-bàn-đà-già*), dịch nghĩa : *Đại lộ-biên*, và đặt tên ông là Tá-già-Đà, dịch nghĩa : *Tiểu lộ - biên*.

Châu-Đà và *Tá-già-Đà*, hai anh em đều xuất-gia và đắc quả La-hán. Trong hội Pháp-Hoa, một nhóm năm trăm vị La-hán, trong có hai anh em ông, đều được Phật thọ-ký quả Chánh-đẳng Chánh - giác, tức là Phật mách rằng năm trăm vị La-hán ấy sẽ lần lượt thành Phật kế tiếp nhau, đồng một danh-hiệu là Phổ-Minh (*Samantaprabhâsa*) Như-lai.

TÁ-HA 莎 訶 Swâha (*scr.*) Tiếng Phạn, thường dùng ở cuối những câu chú. Cũng đọc : *Ta-bà-ha, Tá-hát, Tát-bà-ha*.

(*Xem : Ta-bà-ha*).

TÁ-HÁT 莎 喝 Swâha (*scr.*) Tiếng Phạn, thường dùng ở cuối những câu chú. Cũng đọc : *Ta-bà-ha, Tá-ha. Tát-bà-ha*.

(*Xem : Ta-bà-ha.*)

TÀ 邪 Pervers (*fr.*) Đối với *Chánh*. Không ngay thẳng ; Không thành thật. Không theo chánh-đạo, chánh-pháp. Không theo Phật-giáo, lại qui-ngưỡng theo *tà*-ma qui-my. Như : *tà-thần, tà-giáo, tin tà v.v.*

Cho đến theo đạo Phật mà không tu tập Pháp-lý rốt-ráo, lại mộ theo âm, thinh, sắc, tướng, cũng là *tà*. Như trong *Kim-cang kinh,* Phật có thuyết bốn câu kệ nầy:

Nhược dĩ sắc kiến ngã,
Dĩ âm thinh cầu ngã;
Thị nhơn hành *tà-đạo,*
Bất năng kiến Như-lai.

Dịch nghĩa: Thấy sắc, cho rằng thấy Phật-đà,
Nghe thinh, lại bảo đó là Ta;
Người như vậy tức hành *tà-đạo,*
Hồ dễ thấy tường đức Phật a!

TÀ-CHẤP 邪 執 Cố chấp lẽ tà. Ý kiến của người chấp-nệ điều bất chánh, ý-kiến của kẻ giữ lấy sự sái quấy, kêu là *Tà-chấp.*

TÀ-DÂM 邪 婬 Kamisumicchâcâro (*p.*).— Fornication (*fr.*) Dâm ngang. Chẳng phải thê thiếp của mình mà thông dâm, kêu là *tà-dâm,* là một điều phạm trong *Ngũ giái, Thập thiện.*

Đối với *Chánh-dâm* là việc vợ chồng ăn ở bởi sự cưới gả chánh-thức. Người tu-tại gia thì chẳng nên phạm điều *tà-dâm.*

Còn người tu xuất-gia, dầu là còn tập sự (*Sa-di, Sa-di-ni*), dầu là đã lên bực Thầy (*Tỳ-kheo, Tỳ-kheo ni*) đều dứt đường dâm-dục, xa lìa ân ái, thê-thiếp.

TÀ-ĐẠO 邪 道 Hétérodoxie, Hérésie (*fr*) Đạo-lý thi hành không chơn chánh, pháp giáo thi hành một cách phi lý, sự tu hành không đúng chánh-pháp. Đồng-nghĩa: *Tà-giáo, Tả-đạo, Dị-giáo, Dị-đoan, Tà-quán.*

(*Xem : Tứ cú kệ nói về Tà-đạo ở chữ Tà.*)

Tà-đạo cũng có nghĩa: nẻo tà, nơi sanh sống của loài tà-my.

Thủ-Lăng-Nghiêm Kinh, quyển sáu : Những kẻ tu tam-muội, dẫu có đa trí, thấy phép thiền-định hiện ra, nhưng nếu họ chẳng dứt sự trộm cắp, ắt họ lạc vào *tà-đạo* : bực cao thì làm tinh-linh, bực giữa thì làm yêu-my, bực thấp thì làm người tà theo phường yêu-my.

TÀ ĐẢO KIẾN 邪 倒 見 Ý kiến tà-vạy điên đảo. Ý kiến xấu của kẻ tà-ác cho việc phải là trái, cho việc trái là phải. Ý kiến của kẻ tôn thờ lý thuyết tà-ác, điên-đảo, có hại cho Chánh-pháp.

TÀ-GIÁO 邪 教 Hérétotloxie (*fr*) Tà-thuyết ngoại-đạo, không chơn chánh. Trái với : *Chánh-giáo, Pháp* ; *Orthodoxie.* Đồng-nghĩa : *Tà-đạo, Dị giáo, Dị đoan.*

TÀ-KIẾN 邪 見. Micchâditthi (*p*).— Idée (*Croyance*) perverse (*fr.*) Ý kiến tà-khúc. Đối-nghĩa : *Chánh kiến.* Điều thứ ba trong *Ngũ kiến,* điều thứ tám trong *Thập sử,* điều thứ mười trong *Thập ác.* Ấy là cái ý-kiến tà khúc chẳng biết Đạo lý, Nhơn-quả Lại chỉ vào những kẻ trái Chánh-lý mà gọi là *Tà-kiến.* Cũng gọi là *Si.*

Niết-bàn Kinh, quyển 24 : Bồ tát tu hành lý Kinh Đại Niết-bàn, vì quả Chánh-giác, vì độ chúng-sanh, tự mình rời xa *tà-kiến*

. **Bồ-tát giới Kinh,** điều 24 : Như Phật-tử đã có Pháp trong Kinh Luật Đại-thừa của Phật, tức là Chánh kiến, Chánh-tánh, Chánh Pháp-thân, mà chẳng chịu chuyên cần học và tu tập, bèn bỏ Thất Bảo (*Pháp quí*), lại trở đi học *Tà-kiến* : hai thừa ngoại-đạo, các điền-tích thế-tục, các bài A-tỳ-đàm, tạp-luận và các thứ thơ truyện, ấy là đoạn cái Phật-tánh, lấp nhơn-duyên Đạo, chớ chẳng phải hành đạo Bồ-tát.

TÀ-KIẾN THỪA 邪 見 乘 Chiếc xe tà-kiến, tức giáo-pháp tà-kiến. Tiếng chê hàng tu học theo giáo-pháp nhỏ hẹp, chấp nệ, thiên lệch của Tiểu-thừa. Nhứt là vì chê họ cố chấp cái pháp không của Tiểu-thừa, nên người ta gọi họ là *Tà-kiến thừa.*

TÀ-KIẾN TRÙ-LÂM 邪 見 稠 林 Rừng rậm tà-kiến. Tiếng tỷ dụ để gọi các tà-kiến rất nhiều, chen lộn nhau như cây cối rậm-rạp trong một đám rừng.

TÀ MA 邪 魔 Thứ ma tà-ác, tức là giống ma-la vậy. *Mala* (*Mâra*) là tiếng kêu chung những loài qui-thần tà-ác hay cám dỗ và phá hại người tu hành. Cũng là tiếng dùng để chỉ hạng người có lòng tà vạy, không theo lẽ chánh, ố kỵ người hiền, khuấy rối sự hòa-hiệp giữa người tu hành, tuy học Phật mà thích chuyên những lối dị-đoan, tà-my của ngoại-đạo.

Tuy vậy, hễ hạng *tà-ma* thử thách chẳng xong, cám dỗ chẳng nổi, phá hại chẳng được thì trở lại tôn trọng, ủng hộ nhà tu hành kiên-cố.

TÀ MẠN 邪 慢 Tánh kiêu-mạn tà-khúc. Như: Thật không có đức mà ngỡ rằng mình có đức, chấp vướng tà-kiến, chẳng lễ tháp miếu, chẳng kính Tam-bảo, chẳng tụng Kinh điển. *Tà-mạn* là một trong Thất mạn: 1. Mạn, 2. Quá mạn, 3. Mạn quá mạn, 4. Ngã mạn, 5. Tăng thượng mạn, 6. Ty-liệt mạn, 7. *Tà mạn*. Xem: *Mạn*.

TÀ-MẠNG 邪 命 Ajirika (*scr*.). — Manière de vivre perverse (*fr*.) Đọc theo Phạn: A-kỳ-tỳ-già, Ajirika. Dịch: *Tà mạng*; mạng sống tà khúc, cách sống tà vạy, làm nghề bất chánh để sống. Trái với: *Chánh-mạng*. Tỳ-kheo, thầy tu xuất-gia phải giữ *Chánh-mạng*, sống một đời trong sạch, dùng việc xin ăn theo như pháp mà nuôi sống lấy mình. Nếu làm việc chẳng theo như pháp mà nuôi sống, thì kêu là *Tà-mạng*. Như:

1.) *Hạ khẩu thực* (*ăn bằng nghề cúi miệng xuống*), là những kẻ trồng vườn làm ruộng, hòa-hiệp thuốc-thang đặng cầu lấy ăn mặc mà nuôi sống mạng mình.

2.) *Ngưỡng khẩu thực* (*ăn bằng nghề ngước miệng lên*), là những kẻ ngước lên coi tinh-tú, mặt trời, mặt trăng, gió, mưa, sấm, sét, chớp nháng, dùng khoa học thuật-số đặng cầu lấy ăn mặc mà nuôi sống mạng mình.

3.) *Phương khẩu thực* (*ăn bằng nghề hướng miệng về bốn phương*), là những kẻ tà-khúc dua bợ nhà hào-thế, thông sứ bốn phương, nói khéo cầu lấy cho nhiều đặng nuôi sống mạng mình.

4.) *Duy khẩu thực* (*ăn bằng nghề hướng miệng về bốn phương kẻ giáp*), *duy* là tứ duy (*bốn phương kế giáp*), là những kẻ học mọi nghề chú-thuật, bói-toán, đoán coi chuyện lành dữ đặng cầu ăn uống mà nuôi sống lấy mạng mình. Đó là *Tứ tà-mạng*. (*Xem* : *Ngũ tà-mạng*.)

TÀ-MẠNG THUYẾT PHÁP 邪 命 說 法 Thuyết pháp vì sự sống tà. Vì cầu lấy món cơm ăn áo mặc mà thuyết pháp, kêu là *Tà-mạng thuyết pháp*.

TÀ-PHÁP 邪 法 Pháp tà. Pháp tu tà ngụy, pháp thuyết sai lệch, đạo-lý chẳng đúng. Đối nghĩa : *Chánh-pháp*.

TÀ PHIẾN 邪 扇 Sự phiến-động tà. Tà-đạo, Tà-giáo dùng lý-thuyết bất-chánh mà phiến-động lòng người, kêu là *Tà-phiến*. Tức là sự xúi giục quấy.

TÀ QUÁN 邪 觀 Sự quan sát tà vạy, phép quán-tưởng bất chánh. Đối-nghĩa : *Chánh quán*. Sự quan sát, sự quán-tưởng trái với chánh-thuyết của Kinh Phật, kêu là *Tà-quán*.

Quán Di-Lặc thượng sanh Đâu-suất Thiên Kinh : Phật cáo Ưu-Ba-Ly : Tác thị quán giả, danh vi Chánh-quán. Nhược tha quán giả, danh vi *Tà-quán* (*Phật phán với ông Ưu-Ba-Ly rằng : Làm phép quán tưởng ấy, kêu là Chánh quán. Còn như làm phép quán-tưởng khác, kêu là Tà-quán.*)

TÀ-SƠN 邪 山 Núi tà. Ý kiến tà-vạy thiên-lệch cao tợ núi, nên kêu là *Tà-sơn*.

TÀ-VÂN 邪 雲 Mây tà. Lời tỷ-dụ. Tỷ như mây che án mặt trời, những ý kiến tà vạy che án cái Phật tánh, nên kêu là *Tà-vân*.

TÀ-VÕNG 邪 網 Lưới tà. Pháp tà tỷ như lưới, nó bủa vây người ta, nên kêu là *Tà-võng*.

TÁC BÌNH (*THIÊN-TỬ*) 作 瓶 (天 子) Suddhavàsa (*scr.*) Một vị Tiên ở cõi trời Tịnh-cư. Ngài từ trên hư-không mà hiện xuống, dùng nhiều phương tiện để khuyến-khích thái-tử Tất-đạt-Đa xuất-gia.

Như ngài phổ vào tiếng nhạc và giọng ca của các mỹ-nữ

làm cho thái-tử nghe rõ những âm thanh về sự thoát tục và tu trì. Ngài hiện thân làm kẻ già, kẻ bịnh, kẻ chết chận đường thái-tử trong những khi thái-tử du ngoạn, cốt làm cho thái-tử hồi tâm. Sau cùng, ngài hiện làm một vị Sa-môn trang-nghiêm để cho thái tử gặp. Cuộc hội ngộ sau cùng nầy làm cho thái-tử quyết chí xả bỏ tất cả ngôi báu với vợ đẹp hầu non mà xuất gia tu luyện. Ngồi thiền-định sáu năm nơi rừng cao suối vắng, thái-tử ngộ Đạo và thành Phật.

TÁC CỬ 作擧 Tiếng dùng về Giới-luật. Đến ngày tự-tứ, một vị có đức trong Tăng chúng đứng ra nêu lên tội phạm của vị Tỳ-kheo giữa giáo-hội chư Tăng. Việc trình lên giáo-hội những tội phạm ấy, kêu là *Tác cử*.

TÁC LỄ 作禮 Làm lễ. Thi-hành lễ bái một cách kính trọng Như nói: *Tác lễ nhi khứ*: làm lễ rồi rút lui.

TÁC NGHIỆP 作業 Tức là: tạo tác hạnh-nghiệp. Làm ra ba Nghiệp (*tam Nghiệp*) bằng thân, bằng miệng và bằng ý. Đối-nghĩa: *thọ Báo* (*thọ Quả*). Trước *tác Nghiệp*, sau *thọ Báo*. Người-ta có thể *tác Nghiệp* lành hoặc *tác Nghiệp* dữ.

Về sự *tác Nghiệp dữ và thọ Báo dữ*, trong **Niết-bàn Kinh** quyển 37, có chép bốn hạng người:

1.) Khi *tác Nghiệp* thì nặng, chừng *thọ Báo* thì nhẹ.

2.) Khi *tác Nghiệp* thì nhẹ, chừng *thọ Báo* thì nặng.

3.) Khi *tác Nghiệp* thì nặng, chừng *thọ Báo* cũng nặng.

4.) Khi *tác Nghiệp* thì nhẹ, chừng *thọ Báo* cũng nhẹ. Như ai biết quan sát rằng các phiền-não đều là tội lỗi, thì người ấy *tác Nghiệp* nhẹ và *thọ Báo* cũng nhẹ.

Du-già, quyển 9: *Tác nghiệp* là: nếu mình suy nghĩ về nghiệp, suy nghĩ rồi bèn khởi ra thân-nghiệp (*việc làm bằng thân*) hoặc ngữ-nghiệp (*nghiệp bằng lời nói*).

TÁC-PHẠM 作犯 Sự phạm giới bằng cách tác-động. Có hai cách phạm: 1.) *Tác phạm*, 2.) Chỉ phạm. *Tác phạm*: Ba nghiệp thân, khẩu, ý hành động, tạo tác tội lỗi, làm chuyện quấy ác. *Chỉ phạm* : Biếng nhác, chẳng chịu làm điều thiện, việc phải, tức phạm tội bằng cách chẳng hành-động.

TÁC PHÁP SÁM 作法懺 Lễ sám-hối làm theo nghi-pháp. Dùng thân mà lễ bái, dùng miệng mà xưng xướng, dùng ý mà suy xét ; theo như phép-tắc mà dùng thân, miệng, ý để ăn-năn chừa cải. Ấy là một trong ba cách sám - hối : *Tác pháp sám*, Thủ tướng sám, Vô-sanh sám. *Xem : Tam chủng hối pháp.*

TÁC PHẬT 作佛 Làm Phật. Tức : Thành Phật, đắc quả Như-lài. **Diệu-pháp Liên-hoa Kinh**, Phẩm đệ bát :

Kỳ ngũ bá Tỳ-kheo,
Thứ đệ đương *tác Phật*,
Đồng hiệu viết Phổ-Minh,
Chuyển thứ nhi thọ-ký.
(*Năm trăm Tỳ-kheo đây,*
Lần lượt sẽ làm Phật,
Đồng một hiệu Phổ-Minh,
Liên-tiếp thọ-ký nhau.)

Xem : *Phật.*

TÁC-TRÌ 作持 Trì giới-luật bằng cách *tác thiện*, làm việc lành. Như trì Thập thiện, thuyết giới, lễ bái, sám - hối, an-cư, kêu là *tác-trì*. Đối với *Chỉ - trì* là giữ gìn giới luật bằng cách *chỉ ác*, ngưng làm việc dữ. Như giữ Ngũ giới, Thập giới, Cụ túc giới, kêu là *chỉ-trì*.

TÀI 財 Biens, richesses (*fr.*) Tức *tài vật*, của - cải, như : tiền của, đồ-đạc. Phàm món chi có giá-trị, đều gọi là *tài*.—

Tài cũng có nghĩa : của cải về tinh thần, như : *Thất Thánh-tài.*

TÀI-THÍ 財施 Bố-thí bằng của - cải, như : tiền bạc, áo quần, đồ ăn uống, nhà cửa, ruộng vườn, trân-bảo. Ấy là một cách bố-thí trong *Tam thí, Nhị thí.*

Tài-thí đối với *Pháp-thí* ; ấy là một cách trong *Nhị. Thí.*

Niết-Bàn Kinh : Nầy, *tài-thí* còn có khi kiệt tận, chớ *Pháp-thí* nhơn-duyên thì không thể hết. Tuy là không hết, chớ sự lợi-ích rất lớn, rất nhiều.

TÀI-THỦ BỒ-TÁT 財首菩薩 : Danh hiệu một đức Bồ-tát Ma-ha-tát. *Tài* : Của-cải. *Thủ* : Đầu. Ấy là vị Bồ-tát đứng đầu về của-cải.

Lúc Phật Thích-Ca giảng **Địa - Tạng Kinh** trên cung trời Đạo-ly, *Tài-Thủ Bồ tát* có dự nghe.

Trong một đời trước, cách nay vô - lượng, vô - biên Kiếp, *Tài-Thủ Bồ tát* làm Qui-vương tên Vô-Độc (*Không độc hại*) ở Địa-ngục. Tuy hiện thân làm Qui-vương, mà có đủ thiện tâm, từng giáo-hóa các chúng-sanh sa đọa nơi Miền hắc-ám.

TẠI GIA 在家 Laïc, Laïque (*fr.*) Người ở tại gia-đình, tại thế-tục, làm nghề-nghiệp mà nuôi sống lấy mình, nhưng có lòng mến Tam-bảo hoặc tinh-tấn tu hành.

Đối với *xuất-gia* : hạng người ra khỏi nhà cửa, thế-tục, giữ gìn tịnh-hạnh, tu học nơi chùa chiền hoặc thiền - định nơi am mây, động vắng.

Tại-gia cũng kêu là : *tại-tục, cư-gia, cư-sĩ, bạch-y.*

Bực *tại-gia* dõng mãnh, tuy thân *tại gia* mà tâm *xuất-gia*, ấy là bực chẳng nhiễm *ngũ dục*, chẳng say đắm trong các cuộc vui ở trần thế.

Như vậy còn hơn bực thân *xuất-gia* mà tâm chẳng xuất-gia, tuy mặc áo nhà Tăng, ở chùa - chiền mà vẫn mến - tiếc việc đời.

Trong quyền **Ưu-bà-tắc giới Kinh**, đức Phật dạy rằng : ... *Tại-gia* còn bị nhiều sự ràng-buộc nơi gia - đình, khó bề -học, nhưng nếu tu - học được thì công đức nhiều hơn người *uất-gia.*

TẠI GIA BỒ-TÁT 在家菩薩 Vị Bồ-tát ở tại gia-đình, ở tại thế-tục. Người tu Bồ-tát hạnh, nhưng chưa xuất gia. Như Duy-Ma cư-sĩ giữ vẹn được Phạm-nghi, mà tu Phật-đạo. *Tại-gia Bồ-tát* thọ *Ngũ giái, Bát giái,* hoặc *Thập thiện giái,* chớ chẳng thọ trì *Cụ-túc giái* của hàng xuất-gia, Tỳ-kheo.

Đối với *Xuất-gia Bồ-tát* là bực Bồ-tát làm Sa-môn, Tỳ-kheo, tu nơi chùa chiền, động, cốc.

Tại-gia Bồ-tát và *Xuất-gia Bồ-tát* đều là hạng sanh ra đời mà làm Bồ-tát hạnh, giáo hóa chúng - sanh, làm các việc công-ích, từ-thiện, tấn bước trên đường Đạo-lý để mau thành Phật.

Tại-gia Bồ-tát cũng là tiếng dùng để gọi người Phật-tử tại-gia thọ trì *Bồ-tát giới.*

Tái-gia Bồ-tát cũng gọi là *Chánh-sĩ* (*Chánh : Cầu Chánh-đạo, Sĩ : Cư-sĩ*).

Hồi đức Phật Thích-Ca trụ thế mà Giáo-hóa, ông Bạt-đà-bà-la, Bhadrapàla (*Hiền-Hộ*) là người đứng đầu trong nhóm 16 vị *Tại-gia Bồ-tát* (*Chánh-sĩ*), thường hướng dẫn nhóm *Tại-gia Bồ-tát* đến nghe Phật thuyết pháp giảng Kinh. Như nhóm *Tại-gia Bồ-tát* ấy có nghe Phật giảng: Vô-Lượng-Thọ Kinh, Quán Di-Lặc Thượng-sanh Đâu-suất Thiên Kinh, Diệu - Pháp Liên-Hoa Kinh, v.v...

TẠI-GIA GIỚI 在家戒 Điều giới của người tại-gia, là *Ngũ giới, Bát giới* của bậc Tiểu - thừa và *Thập thiện giới* của bậc Đại-thừa, đó là pháp giới của người tại-gia vậy.

Đối với *xuất-gia giới* là cụ-túc giái của hàng Tỳ-kheo và Tỳ kheo-ni.

Ngoài ra, *Bồ-tát Ưu-bà-tắc giới* với 6 điều trọng, 28 điều khinh là giái đặc biệt của hàng Tại-gia tu theo Đại-thừa.

Lại, trong *Bồ-tát giới* có phần giái-luật Đại-thừa cho hàng Tại - gia thọ trì.

TẠI TRIỀN 在 纏 Tại nơi ràng-buộc. Tiếng gọi người còn bận việc phiền-não thế-tục, còn bị ràng buộc bởi những phận-sự của gia-đình, của xã-hội.

TAM ÁC 三 惡 Trois mauvaises voies (*fr.*) Tức là : *Tam ác-đạo, Tam ác-thú*, Ba đường ác-lụy, Ba nẻo luân-hồi ác-độc.

Trong kinh Phật, viết theo lối kệ, hoặc theo lối đậu, người-ta dùng *Tam ác* để thay cho : *Tam ác đạo*.

Niết-Bàn Kinh, quyển 41 : Hoặc đắc Ngũ nhãn, hoặc đắc Lục thông, hoặc thoát *Tam ác*, hoặc xuất Bát nạn.

TAM ÁC - ĐẠO 三 惡 道 Trois mauvaises voies (*fr.*) Ba nẻo dữ, Ba đường ác-lụy : Ngạ-quỉ đạo, Địa-ngục đạo, Súc-sanh đạo. Cũng kêu : *Tam ác-thú, Tam đồ*.

Những kẻ khi làm người mà tánh ác, miệng ác, việc làm ác, phạm *thập ác*, thì khi thác, đi vào *Tam ác-đạo* :

1.) *Ngạ-quỉ đạo* : Nơi những loài ma đói tụ hợp, muốn ăn không ăn được, muốn uống không uống được, hình-thù xấu xa, dị-hợm, lại bị đánh đập tưng bừng.

2.) *Địa-ngục đạo* : Nơi nguy hại hơn, nơi ấy những hồn thấy mình bị lửa đốt, bị cưa, bị kẹp, bị tra tấn đủ cách chẳng thôi.

3.) *Súc-sanh đạo* : Chốn đầu-thai khổ - não của những kẻ đã làm ác ghê gớm, họ phải chuyển thân làm thú vật như lừa, ngựa, chó, heo, rắn v.v. Súc-sanh bị người ta chém giết để ăn thịt, mà chính chúng nó cũng giết lẫn nhau mà ăn thịt nữa.

Vì các sự độc ác khổ não ấy, nên gọi ba đường luân-hồi ấy là *Tam ác-đạo*.

Trong **Vô-Lượng Thọ-Kinh**, ngài Pháp-Tạng Tỳ-kheo có phát 48 điều nguyện, điều nguyện thứ hai như vầy :

Nếu tôi được làm Phật, mà thiên, nhơn trong nước tôi sau khi thọ chung, còn phải trải qua ba nẻo dữ (*Tam ác - đạo*), xin chẳng giữ lấy ngôi Chánh-giác.

TAM ÁC-GIÁC 三 惡 覺 Ba mối cảm-giác, ba mối tri-giác xấu. Cũng viết : *Tam chủng ác-giác.*

1.) *Dục-giác* : mối cảm-giác tham dục. Đối với ngũ trần, bèn sanh ra cảm-giác ngũ dục.

2.) *Sân-giác* : mối cảm-giác giận-hờn, Đối với người và cảnh chẳng thuận tình, bèn sanh ra cái cảm-giác giận.

3.) *Hại-giác* : mối cảm-giác phá hại. Đối với những kẻ chẳng thuận ý mình, bèn sanh tâm làm hại họ.

Đại Niết-Bàn Kinh, quyển 23 : Lại nữa, thiện nam-tử ; tất cả phàm-phu tuy khéo giữ thân và tâm, nhưng họ còn sanh *tam chủng ác-giác*. Bởi nhơn-duyên ấy, tuy họ đoạn trừ phiền-não, được sanh lên cảnh Phi-tưởng phi phi tưởng, nhưng họ còn đọa trở lại trong ba nẻo ác (*Địa-ngục, Ngạ-quỉ, Súc-sanh*).

TAM ÁC-THÚ 三 惡 趣 Trois mauvaises voies (*fr.*) Ba nẻo dữ, Ba chốn đọa-lạc. Những kẻ tạo nghiệp dữ, thì bị quả-báo dữ làm cho họ quay về ba nơi dữ, là : 1. Địa-ngục thú, 2. Ngạ-quỉ thú; 3. Súc-sanh thú. Cũng gọi : *Tam ác-đạo; Tam đồ.*
Xem : *Tam ác-đạo.*

TAM ÁI 三 愛 Ba mối tham ái, tríu mến, mến - tiếc. Cũng viết : *Tam chủng ái* .

1. *Cảnh-giới ái* : tham ái cảnh-giới, như : vợ con, quyến-thuộc nhà cửa, ruộng vườn, gia-tài.

2. *Tự thể ái* : tham ái cái thân-thể của mình, chẳng nỡ lìa bỏ.

3. *Đương sanh ái* : tham ái cái chỗ nơi ấy mình sẽ sanh ra, mong mỏi đời tới của mình, tức là còn muốn sanh ra nữa.

Tam ái là ba mối luyến ái của những kẻ phàm-phu khi sạp mạng chung.

Niết-Bàn kinh quyển 27 : Các chúng-sanh ở cõi Tiên Sắc-giới chẳng có Tam chủng Xúc, Tam chủng Thọ, *Tam chủng Ái*, cũng chẳng Già, chẳng Bệnh.

TAM AN - CƯ 三安居 Ba kỳ an-cư. Thời-gian kết hạ (*kiết hạ*) trong ba tháng mùa hè của chư Tăng, kêu là *an-cư*, nghĩa là ở yên một chỗ mà tu học. Thời-gian ấy phân làm ba kỳ, *Tam an-cư*. Kỳ đầu, tháng đầu, từ 16 tháng tư đến rằm tháng năm âm-lịch, kêu là *Tiền an-cư*. Kỳ giữa, tháng thứ nhì, từ 16 tháng năm đến rằm tháng sáu, kêu là Trung an-cư. Kỳ sau chót, tháng thứ ba, từ 16 tháng sáu đến rằm tháng bảy, kêu là *Hậu an cư*. Ba kỳ là ba tháng, tức 90 ngày.

TAM ẤN 三印 Trois sceaux (*fr.*) Ba ấn. *Ấn* tức là *Pháp-ấn* con dấu, dấu ghi Đạo-lý. *Tam-ấn* cũng viết : *Tam Pháp-ấn* :

1. *Vô-thường* (*hay : chư hạnh Vô-thường ấn*).
2. *Vô-ngã* (*hay : chư pháp Vô-ngã ấn*).
3. *Niết-bàn* (*hay : Niết-bàn tịch-tĩnh ấn*).

Trong các kinh-điển của Phật, nhứt là trong các kinh điển Tiểu-thừa đều có ba lý : *Vô-thường, Vô-ngã, Niết-bàn* nổi bật lên, dường như ba cái dấu in trên văn-kiện, ba lý ấy tức là Tam ấn hay *Tam pháp ấn*. Nếu trong kinh Phật, chẳng có ba thuyết ấy, chẳng có ấn ấy, tức là thuyết của Ma, chớ chẳng phải thuyết của Phật.

Xem : *Tam Pháp - ấn*.

TAM BÁ TỨ THẬP BÁT GIỚI 三百四十八戒 Trois cent quarante huit règles des Nonnes (*fr.*) Ba trăm bốn mươi tám , giới cụ-tục của chư Tỳ-kheo-ni, tức là của các bà xuất-gia theo đạo phật. Cũng kêu tăng là *Ngũ bá giới*. Lại kêu tắt là *Tỳ kheo ni giới*.

Theo trong Luật, *Tam bá tứ thập bát giới* phân ra làm bảy khoản:

1. Ba-la-di pháp (*parajika*) . . . . 8 giới.
2. Tăng-tàn (*Samghadisesa*) . . . . . 17 giới.
3. *Ni-tát-kỳ ba-dật-đề*(*Naishsargikapra-cittiya*),tàu dịch *xả-đọa*. 30 giới
4. *Ba-dật-đề* (*payattika*), dịch : *Đơn-đề* 178 giới.
5. *Đề-xa-ni* (*Desaniya*) . , . . 8 giới.
6. *Bá chúng học pháp* (*siksa.karaniya*) 100 giới.
7. *Thất diệt tránh* (*Adhikaranasamadha*) . . . . . 7 giới.

Tất cả 7 khoản cộng là . . . . . . 348 giới.

TAM BẢO 三寶 Triratna (*scr.*) Trois Joyaux, Trinité bouddhique (*fr.*) Ba ngôi quí, Ba ngôi báu :

1.) *Phật*, *Phật-đà* (*Bouddha*) : Một đức Phật hoặc tất cả chư Phật. Phật, nghĩa là bực Đại-giác Đại-ngộ, bực hiểu biết tất cả.

2.) *Pháp*, Pháp : Doctrine, Phạn : Đạt-ma, Dharma : Giáo-pháp mà đức Phật đã thuyết.

3.) *Tăng*, *Tăng-già*, Samgha, Pháp : Communauté des Moines : Tăng-chúng, những vị xuất-gia tu học Giáo-pháp của Phật, cùng hòa-hiệp nhau, chung cùng nhau mà tu học.

Đọc trọn : 1.) Phật-Bảo, 2.) Pháp-Bảo, 3.) Tăng-Bảo.

Như nói : Qui-y *Tam Bảo* : Nương mình theo Tam Bảo : Phật, Pháp, Tăng. Về sự, nghĩa là : Gởi thân vào *đức Phật*, vào *đạo Phật*, vào *Tăng-chúng* của Phật. Về lý, nghĩa là : Nương theo đức *Giác* có đủ Phước và Huệ ; Nương theo sự *Chánh*, không theo tà-kiến ; Nương theo đức *Tịnh*, không nhiễm trược, không chấp nệ. Như vậy, *Phật* tức là *Giác*, *Pháp* tức là *Chánh* ; *Tăng* tức là *Tịnh*.

Có ba thứ Tam Bảo :

A.— **Đồng thể Tam-Bảo** (*Ba ngôi quí đều như nhau*) :

1.) *Phật* : Lý Chơn-như, Tự-tánh khai-giác.

2.) *Pháp* : Đức dùng phải lối và đúng phép, tự-tánh chơn-chánh.

3.) *Tăng* : Cử động không trái, không tranh, tự-tánh thanh-tịnh.

B.— **Xuất-thế Tam-Bảo** (*Ba ngôi quí ra khỏi thế-gian*) :

1.) *Phật* : Pháp-thân, Báo-thân và Hóa-thân.

2.) *Pháp* : Sáu Độ, Bốn Đế, Mười hai Nhơn-duyên.

3.) *Tăng* : Các vị Thánh Hiền chứng Đạo đắc Quả.

C.— **Thế-gian trụ-trì Tam Bảo** (*Ba ngôi quí còn ở trong vòng thế-gian*) :

1.) *Phật* : Tượng nắn, hình vẽ, khránh thờ.

2.) *Pháp* : Quyển vàng cuốn đỏ.

3.) *Tăng*: Đầu tròn áo vuông.

Lục độ tập: Thế gian đều gọi châu ngọc là *bảo*, quí báu; nhưng đó chỉ là vật để xem chơi mà thôi, chớ đâu có ích gì!

Còn chúng-sanh biết qui-y *Phật*, thì khỏi đọa vào Địa-ngục; biết qui-y *Pháp*, thì khỏi đọa vào Ngạ-quỉ; biết qui-y *Tăng*, thì khỏi đọa vào Súc-sanh. Công-đức của ba ngôi ấy như vậy, nên gọi Phật, Pháp, Tăng là *Tam-Bảo*.

Niết-bàn Kinh: Phật, Pháp, Chúng Tăng, ba ngôi ấy đều như nhau (*vô hữu sai biệt*). Tánh-tướng của *Tam Bảo* là: Thường Lạc, Ngã, Tịnh.

TAM BẢO TẠNG 三寶藏 Kho-tàng Tam Bảo, Tam Bảo, là kho-tàng chứa trữ. *Tam Bảo* là Ba ngôi quí: Phật, Pháp, Tăng. Ba ngôi quí ấy bao gồm, chứa trữ tất cả các công-đức, nên kêu là *Tam Bảo Tạng*.

TAM BẢO VẬT 三寶物 Đồ vật của Ba ngôi quí; đồ vật của Phật, của Pháp, của Tăng:

1.) *Phật-vật*: đồ vật của Phật là: Tượng cốt Phật, bàn thờ, điện-đường, hương, hoa, phan, cái (*lọng*) v.v..

2.) *Pháp-vật*: đồ vật của Pháp là: Kinh quyển, giấy, bút, tủ kệ, hòm rương, khăn gói v,v...

3.) *Tăng-vật*: đồ vật của Chúng Tăng là: áo, bát, gạo, rau v.v.. hiện có ở chùa-chiền.

Không nên ăn cắp *Tam Bảo vật* mà dùng, không được lấy những món ấy làm của riêng.

TAM BÁT-NHÃ 三般若 Ba đức trí-huệ. *Bát-nhã* là cái đức tỉnh-giác lớn, tròn và thường, có ba đức:

1.—) *Thật-tướng Bát-nhã* (*đức trí-huệ tướng thiệt*), là cái lý-thể trí-huệ. Chúng-sanh vốn thuở nay đều có cái tướng lìa khỏi tất cả các hư-vọng, đó là cái tánh thiệt trí-huệ, ấy là cái lý-thể minh chứng được vậy.

2.—) *Quán chiếu Bát-nhã (đức trí-huệ xem xét)*, là cái trí thiệt xem xét tưởng thiệt vậy.

3.—) *Phương-tiện Bát-nhã (đức trí-huệ phương-tiện)*, là cái quyền-trí phân-biệt các pháp vậy.

Lại nghĩa nữa : 1.— *Thật - tướng Bát-nhã* và 2.— *Quán-chiếu Bát-nhã* đều như trên, còn 3.— *Văn-tự Bát-nhã (đức trí-huệ về văn-tự)*, giải thích những ngôn-giáo của hai Bát-nhã trên kia, như những kinh Bát-nhã ngũ bộ, bát bộ và Đại Bát-nhã đó.

TAM BỆNH 三病 Trois maux (*fr.*) Ba chứng bệnh, ba tật xấu, ba nết xấu.

A) 1.— *Tham-bệnh* : Muốn trị bệnh Tham, nên tu *Bất-tịnh quán*. Hành-giả nên quán tương rằng mọi pháp đều bất-tịnh. Nhứt là nên quán tưởng cái thân bất-tịnh, bộ xương tan rã.

2.— *Sân-bệnh* : Muốn trị bệnh Sân, nên tu *Từ-bi quán*. Hành-giả phổ cập lòng Từ-bi đối với chúng-sanh, tức nhiên không còn ghét, không còn giận họ.

3.— *Si-bệnh* : Muốn trị bệnh Si, nên tu *Nhơn-duyên quán*. Hành-giả quán tưởng rằng mọi pháp sanh và diệt đều do nhơn-duyên kết-cấu hoặc ly-tán ; xét nhơn-duyên gây nên sự vật ; nhứt là quán-tưởng Thập nhị nhơn-duyên.

B) 1.— *Báng Đại-thừa bệnh* : Tật ngạo báng, chê bai Giáo-lý Đại-thừa.

2.— *Ngũ nghịch tội bệnh* : Nết xấu hay phạm tội thuộc về năm sự phản-nghịch.

3.— *Nhứt-xiển-đề bệnh* : Tật xấu của kẻ bất-tín, không có Phật-tánh.

Ba căn bệnh ấy, rất khó trị. Những bệnh trên đây (A, B) thuộc về *tâm-bệnh*.

C) 1.) *Ẩm thực (ăn uống)*, 2.) *Tiện lợi (đi đại, đi tiểu)* 3.) *Suy lão (già yếu)*.

Tới chừng đức Di-Lặc giáng sanh và thành Phật, nhơn-dân ở quốc-độ ngài hoàn toàn khoái lạc, họ chỉ có *ba chứng bệnh* ấy mà thôi. Nhưng, về *sự ăn uống*, họ có sẵn sàng. Về *sự tiện lợi*, mỗi khi họ tiêu tiểu thì đất nứt ra, họ hết cần thì đất híp lại, trên đất mọc lên hoa sen đỏ để bít khí dơ. Về sự *suy lão*, lúc họ gần thác, tự mình đi đến chỗ đất mồ mả mà bỏ xác, liền đó thần-thức họ sanh lên cõi Trời.

D) 1.) Phong-bệnh, 2.) Nhiệt-bệnh, 3.) Thủy bệnh. Ba chứng bệnh nầy là *thân-bệnh*, cũng như ba chứng bệnh ở chữ C).

Về bệnh *phong*, thầy thuốc bảo người bệnh dùng thuốc có chất tô (*beurre*), dầu.

Về bệnh *nhiệt*, thầy thuốc bảo người bệnh dùng thuốc có đường phèn (*thạch-mật*).

Về bệnh *thủy*, thầy thuốc bảo người bệnh dùng thuốc có nước giếng.

TAM BỒ ĐỀ 三菩提 Sambodhi (*scr.*) Tam-bồ-đề (*Sambodhi*) là tiếng Phạn Sanscrit. *Tam* : Biến, khắp cả ; *Bồ-đề* : Đạo, Giác. Sự Chánh-giác, thấu suốt tất cả mà thành Phật.

Xem : *A-nậu-đa-la Tam-miệu Tam-bồ-đề.*

TAM BỐI VÃNG SANH 三輩往生 Ba lớp vãng sanh.

Ba lớp tu hành được sanh qua cõi Cực-lạc của đức Phật A-Di-Đà. Tùy theo hạnh-nghiệp sâu hay cạn, những vị tu hành phân ra làm ba lớp : lớp trên, lớp giữa và lớp dưới.

1.) *Lớp trên* (*Thượng-bối*) : Hạng lìa nhà, bỏ dục, đi làm Sa-môn, phát tâm Bồ-đề, một bề chuyên niệm đức Phật A-Di-Đà, tu các công-đức, nguyện sanh về Cõi của đức Phật ấy. Hạng chúng-sanh nầy tới lúc qua đời, liền có đức Phật A-Di-Đà và chư Đại-chúng hiện ra ở trước mặt, tức thì theo Phật ấy sanh qua cõi của Ngài, liền ở trong hoa thất - bảo tự nhiên hóa sanh, trụ vô nơi Bất thối - chuyển, trí - huệ dõng mãnh, thần thông tự-tại.

2.) *Lớp giữa* (*Trung-bối*) : Hạng nầy tuy chẳng làm Sa-môn, nhưng có tu công-đức lớn, có phát tâm Bồ-đề Vô-thượng, một bề chuyên niệm đức Phật A-Di-Đà, tu thiện được nhiều ít, phụng trì trai giới ; cất dựng tháp, tượng, nuôi cơm Sa-môn, treo lụa, thắp đèn, rảy hoa, đốt hương ; đem hồi-hướng ấy nguyện sanh về cõi Phật A-Di-Đà. Chừng qua đời, đức Phật A-Di-Đà cho Hóa-thân Ngài cùng chư Đại-chúng đến rước về cõi Cực-lạc, trụ vào nơi Chẳng thối-chuyển.

3.) *Lớp dưới* (*Hạ-bối*) : Hạng nầy dầu chẳng làm được các công-đức, nhưng cũng nên phát tâm Bồ-đề Vô-thượng, một bề chuyên ý, cho đến mười niệm niệm đức Phật A-Di-Đà, nguyện sanh qua Cõi của Ngài. Khi thác, mộng thấy đức Phật ấy, cũng được vãng sanh.—

Tam bối vãng sanh có giải rõ trong **Vô-Lượng-Thọ Kinh**. Còn **Quán Vô-Lượng-Thọ Phật Kinh** thì biên là *Cửu phẩm vãng sanh*. Tuy là Cửu phẩm (*chín phẩm*), nhưng ba phẩm là một bối, thì cũng đồng với *Tam bối vãng sanh* vậy.
(*Xem : Cửu phẩm vãng sanh.*)

TAM CA-DIẾP 三迦葉 Trois frères Kâçyapa (*fr.,scr*) Ba ông Ca-Diếp. Ba anh em ruột, đều là đệ-tử của Phật Thích-Ca.

Anh cả là *Ưu-lâu tần-loa Ca-Diếp* (*Uruvilva-Kâçyapa*), dịch là *Mộc-qua lâm.*

Người kế là *Già da Ca-Diếp* (*Gaya-Kâçyapa*), dịch là *Thành.*

Người thứ ba là *Na-đề Ca-Diếp* (*Nadi-Kâçyapa*), dịch là *Hà, Giang.*

Xem : *Ưu-lâu tần-loa Ca-Diếp, Già-da Ca-Diếp, Na-đề Ca-Diếp.*

TAM CẤU 三垢 Trois taches (*souillures*) (*fr.*) Ba thứ bụi bặm dơ làm cho cái Chơn-như lu lờ : Tham, Sân, Si.

Cũng viết : *Tam chướng, Tam độc.*

Tam cấu (*tham, sân, si*) nhiễm dơ tâm-tánh của con người, làm cho họ trở nên u-mê, ám-chướng, những lầm lỗi, đọa lạc trong *Lục đạo Luân-hồi.* Chư Phật từng dùng Thần - lực, đem nước Trí-huệ mà tẩy trừ sự bám dơ của *Tam cấu,* tế độ cho chúng-sanh trở nên trong sạch.

TAM CHÁNH-NIỆM XỨ 三正念處 Ba ý-tưởng chơn-chánh của Phật. Cũng kêu : *Tam niệm xứ, Tam niệm trụ.* Phật vì lòng đại - bi mà nhiếp hóa-chúng, sanh hằng yên trụ trong ba mối chánh-niệm chánh-trí :

1.) Như chúng-sanh đem lòng tin Phật, Phật chẳng vì đó mà vui.

2) Như chúng - sanh chẳng tin Phật, Phật chẳng vì đó mà buồn.

3.) Như trong chúng-sanh, có hạng tin Phật, có hạng chẳng tin Phật, Phật cũng chẳng vì đó mà vui hoặc buồn.

Niết-Bàn Kinh : Có khi Phật thuyết giải hai mươi món đạo. Ấy là : Mười sức (*Thập lực*), Bốn sự dạn-dĩ chẳng sợ (*Tứ vô sở úy*), Đại-từ, Đại-bi, Niệm Phật Tam-muội, *Tam chánh niệm xứ.*

TAM CHỦNG CÚNG-DƯỜNG 三種供養 Ba món cúng-dường :

1.) *Lợi cúng-dường* (*món cúng - dường bằng tài lợi*), tức là dâng những món : hương, hoa, đồ ăn, đồ uống.

2.) *Kính cúng-dường* (*món cúng dường bằng lễ kính*), tức là tán-thán cung-kính.

3.) *Hạnh cúng - dường* (*món cúng - dường bằng hạnh*), tức là thọ trì diệu - pháp mà tu hành.

TAM CHỦNG CHỈ QUÁN 三種止觀 Ba cách ngừng đậu trí quán - tưởng

1.) *Tiệm thứ chỉ quán* (*ngừng đậu trí quán-tưởng lần-lượt*), nghĩa là trước thiển, sau thâm, như nấc thang kia : bắt đầu tu trì giới, thứ đến tu thiền - định, sau lần tu thật-tướng.

2.) *Bất định chỉ quán* (*ngừng đậu trí quán-tưởng chẳng định*), nghĩa là trước sau đổi lộn như đem viên ngọc kim-cang đặt dưới ánh mặt trời, hiện tượng chẳng định không phân biệt giai-cấp, tùy theo căn của chúng-sanh, trước thiền, sau thâm, trước thâm sau thiền, sự-lý thiền, thâm, lần-lượt hay là vắn-tắt chẳng định.

3.) *Viên đốn chỉ quán* ngừng đậu quán tưởng tròn trịa mau-lẹ, nghĩa) là trước sau chẳng hai, như người thần thông vượt lên chốn hư-không, trước do duyên thật-tướng, mà hành, giải cùng xây lại một cách vắn-tắt mau-lẹ vậy.

TAM CHỦNG CHÚNG SANH 三種眾生. Ba thứ, ba hạng *chúnh sanh* :

1. *Lợi-căn* : Hạng căn-cơ tánh-trí lanh-lợi, sáng suốt, có thể thọ lãnh cái Đại-pháp của Phật, tức hàng Bồ-tát.

2. *Trung-căn* : Hạng căn-cơ tánh-trí vừa-vừa, có thể thọ lãnh cái Pháp vừa-vừa của Phật ; tức hàng Nhị thừa *Thinh-văn thừa, Duyên giác thừa*).

3. *Độn-căn* : Hạng căn-cơ tánh-trí chậm-lụt, ngu. tối, chỉ có thể thọ lãnh cái Pháp cỡ nhỏ thấp của Phật mà thôi ; tức hàng phàm-phu.

Niết-Bàn Kinh, quyển 18 :

Hồi Phật mới thành Đạo, đức Phạm-thiên hiện đến khuyến thỉnh : « Xin đức Thế-tôn, vì chúng-sanh, mở cửa Cam-lộ, thuyết cái Pháp Vô-thượng. »

Phật đáp : « Ông Phạm-vương ! Tất cả chúng-sanh thường bị phiền-não che ngăn, chẳng có thể thọ lãnh chánh-pháp của ta. »

Phạm-vương lại bạch : « Thế-tôn ! Tất cả chúng-sanh phàm có *ba hạng* : *Lợi-căn, Trung-căn, Độn-căn.* Hạng Lợi-căn có thể thọ lãnh. Xin đức Thế-tôn thuyết cho họ nghe. »

TAM CHỦNG HỐI PHÁP 三種悔法 Ba món pháp sám-hối :

1.) *Tác pháp sám* (*làm pháp sám - hối*), quay qua trước Phật giải bày tội lỗi ; hễ là chuyện thân khẩu làm ra đều y theo pháp độ, diệt đi cái tội phạm giới.

2.) *Thủ tướng sám* (*lấy tướng sám - hối*), định tâm vận cái tư-tưởng sám-hối, dường như Phật lại thoa đầu mình đặng hẹn cho cảm thụy-tướng, diệt đi cái tánh tội phiền-não.

3.) *Vô-sanh sám (sám-hối Vô-sanh)*, chánh tâm ngồi ngay, quán-tưởng cái lý vô-sanh, diệt đi cái chất Vô-minh che lấp Trung-đạo.

TAM CHỦNG KHỔ 三 種 苦 Ba mối khổ, ba thứ khổ. Cũng viết: *Tam khổ*. Ấy là: 1.) Khổ khổ, 2.) Hoại khổ, 3.) Hành khổ

(*Xem: Tam khổ, Khổ.*)

Niết-bàn Kinh, quyển 37: Cái thân nầy là món đồ chứa *tam chủng khổ* và *tam chủng vô-thường*.

TAM CHỦNG QUÁN ĐỈNH (*ĐÍNH*) 三 種 灌 頂 Ba món pháp quán đỉnh (Phật đem nước đại-bi rót lên đầu hành-giả): 1.) *Ma đỉnh quán đỉnh (phép quán đỉnh thoa đầu)*, 2.) *Thọ-ký quán đỉnh (phép quán đỉnh trao cho ghi lấy)*, 3.) *Phóng quang* quán đỉnh (*phép quán-đỉnh tỏa hào quang*).

Lại nghĩa nữa: 1) *Thành tựu chơn-ngôn quán đỉnh (phép quán đỉnh thành tựu được chơn-ngôn)*, 2.) *Diệt tội cầu phước quán đỉnh (phép quán đỉnh diệt tội cầu phước)*, 3.) *Lai sanh cầu quả quán đỉnh (phép quán đỉnh cầu lấy quả phước đời sau)*.

Lại nghĩa nữa: 1.) *Pháp-duyên quán đỉnh (phép quán đỉnh pháp-duyên)*, 2.) *Truyền pháp quán đỉnh (phép quán đỉnh truyền pháp)*, 3.) *Tự chứng quán đỉnh (phép quán đỉnh tự chứng)*.

TAM CHỦNG SANH 三 種 生 Ba giống sanh ra, Ba thứ phát sanh.

1.) *Tưởng sanh (Tư-tưởng sanh ra)*: Đối với trần-cảnh (*Lục trần*), cái tâm vọng-tưởng, cái tâm xét tưởng liền sanh ra.

2) *Tướng sanh (Tướng-trạng sanh ra)*: Do cái thức-tình xét nghĩ, tướng-trạng của tất cả các cảnh-giới liền sanh ra.

3.) *Lưu-chú sanh (Sự trôi-rót chảy-rỉ tức phiền-não sanh ra)*: Sáu thức và sáu trần hòa-hiệp, niệm-niệm nối nhau, do đó các phiền-não liền sanh ra.

Từ vô-thỉ đến nay, *Tam chủng sanh* ấy làm dơ tấm gương trí thanh-tịnh.

TAM CHỦNG TỊNH-NGHIỆP 三種淨業 Ba món tịnh-nghiệp. Lại kêu là *Tam phước (ba phước)* : 1.) Hiếu dưỡng cha mẹ, phụng thờ sư trưởng, lòng lành chẳng sát sanh, tu mười nghiệp lành (*Thập thiện - nghiệp*). 2.) Đủ các hạnh giái và oai-nghi. 3.) Phát tâm Bồ-đề, rất tin Nhơn-quả, đọc tụng Kinh Đại-thừa, khuyến tấn người tu hành. Đó là ba nghiệp thanh-tịnh (*Tam chủng tịnh-nghiệp*).

Ai tu được *Tam chủng tịnh-nghiệp, Tam phước ấy*, có thể sanh qua thế-giới Cực-lạc của đức Phật A-Di Đà

Đó là lời Phật Thích-Ca phán dạy bà hoàng-hậu Vi-đề-Hy trong **Quán Vô-Lượng - Thọ Phật Kinh.**

TAM CHỦNG THANH-TỊNH 三種清淨 Ba món thanh-tịnh. Nghĩa là ba món thanh-tịnh của Bồ-tát tu Bát-nhã vậy : 1.) *Tâm thanh-tịnh* (*lòng thanh-tịnh*), nghĩa là chẳng sanh lòng nhiễm trược, lòng hờn giận, lòng kiêu-mạn, lòng keo-xẻn tham lam, lòng tà-kiến vậy. 2.) *Thân - thanh-tịnh* (*mình thanh-tịnh*), nghĩa là lòng đã thanh-tịnh, cho nên thân tái hậu thường được hóa thân vậy. 3.) *Tướng thanh-tịnh*, nghĩa là lòng và mình đều được thanh-tịnh, thì đủ cả tướng chánh và tướng phụ tốt, thân của mình trang-nghiêm vậy.

TAM CHỦNG TRÍ 三種智 Ba cỡ Trí 1.) Thế-gian Trí, 2.) Xuất thế-gian Trí, 3. Xuất thế-gian thượng thượng Trí. (*Xem : đoạn II, Tam Trí.*)

TAM CHỦNG VỊ 三種味 Ba thú-vị, Ba sở thích của nhà tu - hành : *xuất-gia vị, đọc tụng vị, tọa thiền vị.*

Tỷ như có ăn mới biết món ăn là ngon ; có xuất gia, có đọc tụng, có tọa thiền, mới biết ba việc ấy là thú-vị. Nhưng muốn hưởng ba sở thích ấy, ba món thú-vị ấy, phải hành trì ngay lúc mình còn thiếu tráng : chớ để đến lúc già yếu mới hành trì thì không kịp nữa.

Niết - Bàn Kinh : Tỷ như cây mía, khi nó bị ép rồi, thì cái thể xác nó chẳng còn vị (*mùi ngọt*). Cái tráng-niên thạnh-sắc của người ta cũng như vậy, khi nó bị cái già ép bức thì chẳng còn *ba thứ vị* (*tam chủng vị*) 1.) : xuất-gia vị, 2.) đọc tụng vị, 3.) tọa thiền vị.

TAM CHỦNG VÔ-THƯỜNG 三種無常 Ba cảnh *Vô-thường* biến chuyển, gây ra mọi sự khổ cho chúng-sanh :

1.) Đối với cảnh thuận lạc, nhưng mình bội nghịch làm cho mất vui sướng, do đó mà biến đổi ra thành khổ.

2.) Đối với cảnh khổ hiện đến cho mình đương lúc nầy, mình thấy khổ-não mà muốn lánh xa.

3.) Đến khi cái mình nầy sắp chết, thì thân thể đều diệt hoại, sự ấy làm cho mình khổ-não.

(*Xem : Tam chủng khổ.*)

TAM CHƯỚNG 三障 Trois obstructions (*fr.*) Ba mối chướng ngại, che lấp, ngăn bít.

a) 1.) *Tham*, 2.) *Sân*, 3.) *Si*. Đó là ba mối phiền-não thông thường mà người tu học phải dứt.

b) 1.) *Phiền-não chướng*, như : tham-dục, sân-nhuế, ngu-si và vô-số các mối chướng ngại khác tùng theo Tham, Sân, Si.

2.) *Nghiệp - chướng*, như : Ngũ nghịch Thập ác.

3.) *Báo - chướng*, như bị đọa ở Địa-ngục, Ngạ-quỉ, Súc - sanh. Tội phỉ báng Chánh-pháp, tội chẳng tin Tam - bảo (*Nhứt-xiển-đề*), *Tam chướng* ấy kêu là Bệnh lớn.

Xem : *Chướng*.

Pháp Bảo đàn Kinh, *phẩm II Bát nhã*:

Tịnh-tâm tại vọng trung,
Đản chánh vô *tam chướng*.

Dịch nghĩa : Tịnh-tâm vẫn ở trong sai,
Chánh xô *ba chướng* ra ngoài đạo ngay.

TAM-DA TAM-BỒ 三耶三菩 Samyaksambouddha (*scr.*). — Qui a la Connaissance de tout (*fr.*) Đọc chính âm : *Tam-da-Tam-bồ*. Cũng đọc : *Tam-miệu Tam-Phật-đà*. Dịch nghĩa : *Chánh biến tri*. Một hiệu trong *Thập hiệu* của Phật.

Tam-da Tam-bồ,Tam-miệu Tam Phật-đà (*Samyaksambouddha*) là tiếng xưng Người đắc quả Chánh-giác, Người biết tất cả, Phật.

Tam-miệu Tam-bồ-đề (*Samyaksambodhi*) là quả-vị Chánh-giác, quả-vị của Chánh biến tri, quả-vị của Phật.
Xem : *Chánh biến tri.*

TAM DỤC 三 欲 Ba mối tham dục, ba sự muốn.
A.— 1.) *Hình-mạo dục* : Ưa thích, ham muốn mặt mày mình mẩy đẹp đẽ của kẻ khác.

2.) *Tư-thái dục* : Ưa thích dung-nghi cốt - cách của kẻ khác,

3.) *Tế-xúc dục* : Ưa thích sự đụng chạm mịn-màng mềm-mại với kẻ khác.

Niết-Bàn Kinh : Người nào quán - tưởng cái thân người, chỉ thấy là một bộ cốt do khoản xương nầy chống đỡ khoản xương kia mà thôi. Quán như vậy thì toàn bộ xương đều phân ly. Do đó, dứt *Tam dục* : hình-mạo dục, tư-thái dục, tế-xúc dục.

B.— 1.) *Ác-dục* : Lòng muốn xấu, bậy. Như vị Tỳ-kheo sanh lòng tham, muốn đứng đầu tất cả Đại-chúng, khiến cho Tăng-chúng đều theo sau mình ; muốn cho Tứ bộ (*Tỳ-kheo; Tỳ-kheo-ni, Ưu-bà-tắc, Ưu-bà-di*) đều cúng-dường, tôn trọng mình hơn hết ; muốn thuyết pháp đặng cho Tứ chúng tín thọ lời mình ; muốn cho vua và quan chức, trưởng - giả và cư-sĩ đều cung kính mình ; muốn được nhiều áo quần, đồ ăn uống, đồ nằm, thuốc thang và nhà cửa to lớn đẹp đẽ. Những việc muốn có tánh cách Sanh-tử Luân-hồi như vậy, kêu là *ác-dục.*

2.) *Đại - dục* : Lòng muốn thái quá. Như vị Tỳ-kheo sanh lòng muốn rằng : Phải làm thế nào đặng cho Tứ bộ chúng biết rằng ta đã đắc Sơ-trụ... hoặc Thập-trụ, đắc quả Chánh-giác, quả A-la-hán... hoặc quả Tu-đà-hoàn, Tứ thiền, Tứ vô ngại Trí ? Sự muốn có tánh cách lợi dưỡng như vậy, kêu là *Đại - dục.*

3.) *Dục dục*: Muốn và muốn. Như vị Tỳ-kheo muốn rằng chừng thác, mình sẽ sanh làm Phạm-thiên, Ma-thiên, Tự-tại-Thiên, Chuyển-luân Thánh-vương, hoặc sanh vào các dòng Sát-ly, Bà-la-môn, Trưởng-giả, Cư-sĩ đặng hưởng mọi sự tự-tại. Lòng muốn có tánh cách lợi-dưỡng như vậy, kêu là *Dục dục*.

TAM DUYÊN 三緣 Ba duyên. Đó là do môn Tịnh-độ lập ra, nói về nghĩa niệm Phật có công-lực *ba duyên*:

1.) **Thân duyên** (*duyên thân với Phật*): Chúng-sanh khởi hành, *miệng* thường xưng danh-hiệu của Phật, Phật liền nghe tiếng; thân thường lễ-kính Phật, Phật liền ngó thấy; *tâm* thường niệm Phật, Phật liền biết cho. Ba nghiệp (*thân, khẩu, ý*) của chúng-sanh và ba nghiệp của Phật chẳng lìa bỏ nhau vậy.

2.) **Cận duyên** (*duyên gần với Phật*): Chúng-sanh nguyện thấy Phật, Phật liền ứng niệm mà hiện tới ở trước mắt vậy.

3.) **Tăng thượng duyên** (*duyên thêm lên cõi Phật*): Chúng-sanh xưng niệm Phật, mỗi giây nghĩ (*niệm niệm*) trừ được tội nhiều kiếp. Tới khi chúng-sanh ấy mạng chung, Phật và Thánh-chúng đều lại tiếp rước về cõi Cực-lạc.

TAM ĐẠO 三道 Trois voies (*fr.*) Ba đường. Cũng gọi: *Luân-hồi tam đạo* (*Quanh đi lộn lại trong ba đường*) *Tam luân* (*Ba vòng*). Ấy là: 1.) Phiền-não đạo, 2.) Nghiệp-đạo, 3.) Khổ-đạo.

1.) *Phiền-não-đạo* (*đường phiền-não, mê-dục.*). Cũng kêu là: *Hoặc-đạo* (*đường mê-lầm*) Ấy là các phiền-não vọng-hoặc: tham-dục, sân-nhuế, ngu-si (*vô minh*) của con người chưa tu tỉnh.

2.) *Nghiệp-đạo* (*đường nghiệp-quả, nghiệp-báo*). Nương theo các phiền-não vọng-hoặc mà phát sanh ra những việc làm, có thiện, có ác; mà thường thì những việc ác, việc bậy nhiều hơn những việc thiện, việc phải.

3.) *Khổ-đạo* (*đường khổ*). Nhơn những nghiệp thiện-ác mà chịu các nỗi khổ trong cuộc sanh-tử, luân-hồi nơi Lục đạo. *Tam đạo* ấy quan thiệp với nhau không rời: *Phiền-não* thông tới *Nghiệp*, Nghiệp thông tới *Khổ*, rồi Khổ lại thông tới Phiền-não.

Vì vậy nên gọi là *Tam đạo* (*Ba đường*). Ba đường ấy xoay chuyền với nhau, nên cũng gọi là *Tam luân* (*Ba vòng*).

TAM ĐẠT 三達 Ba điều đạt lẽ, tức là : *Thiên - nhãn, Túc-mạng* và *Lậu-tận* đó.

Thiên-nhãn (*mắt trời*) : biết suốt thảy nhơn-quả sanh-tử đời vị-lai ; trông ra thấy hết thảy mọi chúng-sanh và mọi cảnh vật cho đến cõi trời Sắc - giới.

Túc mạng (*số mạng đời trước*), biết suốt thảy nhơn-quả sanh-tử đời quá-khứ.

Lậu tận (*dứt hết sự phiền-não*) : biết suốt thảy phiền-não hiện tại mà dứt hết đi.

Ba điều đó ở La-hán kêu là *Tam minh* 三明 ; ở Phật kêu là *Tam đạt*. *Minh* nghĩa là biết rõ lẽ : *Đạt* nghĩa là biết rõ lẽ mà thông-đạt cùng hết.

TAM ĐIÊN-ĐẢO 三顛倒 Ba mối điên-đảo, ngược-ngạo đối với Chánh-pháp. Cũng viết : *Tam chủng Điên-đảo, Tam Đảo* :

1.) *Tưởng đảo* : Tư-tưởng điên đảo. Tưởng những việc phi lý, trái nghịch với Chánh-pháp.

2.) *Kiến đảo* : Ý kiến (*chỗ thấy*) điên-đảo. Tức là độ-lượng sái, thấy biết bậy, tà-kiến.

3.) *Tâm đảo* : Lòng điên-đảo. Lòng si-mê, chẳng thấu cái tự-tánh thanh-tịnh, phân biệt mọi lẽ trái ngược. Tâm đảo là mối điên - đảo gốc vậy.

TAM ĐỊNH 三定 Ba phép thiền - định quan thiệp với nhau : *Không, Vô-tướng, Vô-nguyện* (*Vô-tác*). Cũng kêu : *Tam tam-muội, Tam tam-ma-địa, Tam đẳng trì, Tam giải-thoát, Tam giải-thoát môn.*

Tam định là pháp - môn mà các nhà học Phật dầu Tiểu-thừa hay Đại-thừa đều phải tu. Ai tu pháp-môn ấy rất mau đắc Đạo, giải-thoát, khỏi quyền-hạn của Diêm-vương.

(*Xem* : *Tam giải thoát môn, Tam tam-muội.*)

TAM ĐỊNH TỤ 三 定 聚 Ba nhóm định. *Định* : thiền-định. *Tụ* : nhóm đông người. Chúng-sanh trong thế-giái phân ra làm ba nhóm : Chánh-định tụ, tà-định-tụ, bất định tụ.

1.) *Chánh - định tụ* : Nhóm tu học chánh-thống theo Phật Thánh, có lòng tinh - tấn tu thiền-định, chẳng thối đọa, chẳng đoạn tuyệt các thiện căn, rồi đây sẽ chứng ngộ.

2.) *Tà-định tụ* : Nhóm tu học theo tà-giáo, theo các mối dị-đoan, tà-kiến, không có lòng từ bi hỷ xả, chẳng chứng ngộ, phạm *ngũ vô gián tội*.

3.)*Bất-định tụ* : Nhóm không quyết định. Nếu họ có căn-duyên, thì gặp được hàng thiện-hữu chỉ cho nẻo chánh mà tu tập ; bằng họ xấu phước, ắt bị bọn ác - hữu lôi cuốn theo đường tà.

Tam định tụ cũng kêu là *Tam tụ*.

TAM ĐỒ 三 塗 (途) Trois voies expiatoires (*fr.*) Ba đường đi,ba cõi trụy lạc nơi đây hồn thấy mình bị hành hạ bằng một cách trong ba cách nầy :

1.) *Hỏa - đồ,* hồn bị đọa ở *Địa - ngục,* thấy mình bị lửa nung đốt một cách mãnh-liệt.

2. *Huyết-đồ,* hồn đầu thai làm *Súc-sanh,* bị người ta đâm họng để ăn thịt, hoặc họ cùng ăn thịt lẫn nhau.

3. *Đao-đồ,* hồn ở trong cảnh *Ngạ quỉ* (*ma đói*), tuy đã đói khát mà còn bị bức bách bằng đao, kiếm, trượng.

Ấy *Tam-đồ* là ba cảnh, ba chốn hành phạt trong ba cõi Địa-ngục, Ngạ-qui, Súc-sanh (*Tam ác-đạo*), do những kẻ hồi ở thế đã tạo nghiệp ác. Nhưng, trong **Vô - Lượng - Thọ Kinh** có chép rằng : Những ai ở trong cảnh *Tam đồ* cực khổ mà thấy được ánh quang-minh của đức Phật A-Di-Đà (*Vô-lượng-Thọ, Vô-Lượng - Quang*), liền được nghỉ ngơi, không còn bị khổ-não nữa. Tới chừng qua đời, thì được giải thoát *khỏi cảnh Tam đồ*

Quán Vô-Lượng-Thọ Kinh: Bởi dùng hào quang trí-huệ chiếu khắp hết thảy chúng-sanh, khiến lìa khỏi *Tam đồ*, được sức lực cao thượng hơn hết, cho nên kêu tôn vị Bồ-tát ấy là Đại-thế-Chí.

TAM ĐỘC 三毒 Trois poisons, Trois passions dangereuses (*fr.*) Ba thứ độc hại. Ba món phiền-não lớn: Tham, Sân, Si là độc hại nhứt, phá hủy các thiện-căn, làm hại đời sống của chúng-sanh, nên kêu là *Tam độc*. Cũng viết: *Tam cấu, Tam chướng.*

Tam độc tức là ba mối ác-độc thứ tám, thứ chín, thứ mười trong *Thập ác*. Ba mối ấy thuộc về ý, tức là ý-nghiệp của kẻ tà-ác. Do ý-nghiệp độc hại mà phát khởi ra lời nói (*ngữ-nghiệp*) láo xược, nhơ nhớp, đâm thọc, độc ác, và việc làm (*thân-nghiệp*) nguy hại như: giết hại, trộm cướp, tà dâm.

Đại Niết-bàn Kinh, quyển 19: Ông ấy đã lìa khỏi Phiền-não, có thể rút mũi tên nhọn Ba độc (*Tam độc lợi tiễn*) cho chúng-sanh.

Đại Niết-bàn Kinh, quyển 29: Phật phán với Ưu-lâu-tần-loa Ca-Diếp: Ca-Diếp! trong các thứ độc, chẳng chi qua *Tam độc*! Ta đã đoạn duyệt *Tam độc* ấy rồi. Các độc ở thế-gian, ta chẳng có sợ.

TAM ĐỖNG 三洞 Trois Pénétrations (*fr.*) Ba sự thông-suốt: 1.) Đỗng chơn, 2.) Đỗng huyền, 3.) Đỗng thần.

Qui nguyên trực chỉ: Thành-tựu Ngũ căn, Ngũ lực; đầy đủ *Tam đỗng*, Tam minh; viên hiền Tứ trí, Tam thân; siêu chứng Lục thông, Ngũ nhãn.

TAM ĐỨC 三德: Ba đức. Đó là ba đức của đại Niết-bàn, có giải ở trong kinh Niết-Bàn:

1.) *Pháp-thân đức* (*đức Pháp-thân*), là bổn-thể của Phật, trong mình có cái Pháp-tánh thường trụ chẳng diệt.

2.) *Bát-nhã đức* (*đức trí-huệ*), là cái Pháp-tướng Thật giác-ngộ trọn vẹn.

3.) *Giải-thoát đức* (*đức Giải-thoát*), là cái đức xa lìa mọi sự trói buộc, rất được tự-tại vậy. Ba đức ấy đều có bốn đức : *thường, lạc, ngã, tịnh.*

Lại chư Phật có ba đức tự-lợi, lợi tha là : 1.) *Trí đức* (*đức trí khôn*), phá hết thảy mọi điều vô-tri, đủ Bồ-đề Vô-thượng đó. 2.) *Đoạn đức* (*đức trừ dứt*), là trừ dứt hết thảy mọi sự phiền-não, đủ Niết-bàn vô-thượng đó. Hai cái đức ấy thuộc về phần *tự-lợi* (*lợi cho mình*). 3.) *Ân đức* (*đức làm ơn*), là cái đức đủ bề đại-bi, cứu tế hết thảy chúng-sanh đó. Ấy là đức *lợi tha* (*lợi cho kẻ khác*) vậy.

Lại ba đức *tự-tánh đế* của Số-luận thuyết ra là : 1.) *Đức tát-đỏa,* là đức dõng-kiện vậy. 2.) *Đức thích-xà,* là đức dơ-bụi vậy. 3.) *Đức đáp-ma,* là đức ám-độn vậy. Tự tánh có ba đức ấy, rồi sanh ra mọi đức lành, dữ, tốt, xấu.

TAM GIẢ 三假 Ba cái giả :

1.) *Pháp giả* (*Pháp là giả*). Pháp là tiếng gọi chung sắc và tâm, tức là vật chất và tinh thần. Tức là các sự vật có hình-chất hoặc không có hình-chất, thảy đều chẳng bền, đều là hư-giả, cho nên kêu là *Pháp giả.*

2.) *Thọ giả* (*Thọ lấy là giả*). Như thâu tóm năm uẩn mà thành chúng-sanh, đó cũng không thiệt, sự tích-tụ ấy là giả, cho nên kêu là *Thọ giả.*

3.) *Danh giả* (*Tên là giả*). Danh hiệu, tiếng gọi dùng để chỉ người hoặc vật, là tiếng đặt tạm mà thôi. Danh vốn không có thiệt, cho nên kêu là *Danh giả.*

Lại nữa : 1.) *Nhơn thành giả* (*cái nhơn thành là giả*), 2.) *Tương tục giả* (*nối nhau là giả*), 3.) *Tương đãi giả* (*chờ nhau là giả*).

(*Xem Thành-thật luận, phẩm Giả danh tướng.*)

TAM GIÁC 三 覺 Ba điều tỉnh-giác: 1.) *Tự-giác* (*tỉnh-giác lấy mình*), 2.) *Giác tha* (*tỉnh giác cho kẻ khác*); 3.) *Giác-hạnh viên mãn* (*hạnh tỉnh-giác tròn-trặn đầy-đủ*). A-la-Hán có đủ tự-giác Bồ-tát có đủ tự giác, giác tha. Phật có đủ cả *tam giác* một cách hoàn-toàn.

Lại nữa: 1.) *Bổn-giác*. (*Vốn sẵn tỉnh-giác*), hết thảy chúng-sanh vốn thuở nay sẵn có cái lòng thanh-tịnh tự-tánh vậy. 2.) *Thủy-giác* (*mới tỉnh-giác*), y theo cái công nung đúc ở trong của bổn-giác và cái công nung đúc ở ngoài của giáo pháp, lòng quấy lần lần nhập mất vào bổn-giác mà khởi ra tri-giác vậy. 3) *Cứu cánh giác* (*rốt cuộc tỉnh giác*), cái thủy-giác tới chỗ cùng tột rồi lại đến một mực với bổn-giác vậy.

Tam giác lại là *Tam ác-giác*, ba mối cảm-giác xấu của kẻ phàm-phu đối với cảnh ngoài: 1.) Dục-giác, 2.) Sân-giác, 3.) Hại-giác.

TAM GIỚI (*GIỚI*) 三 界 Trois Mondes (*fr.*) Ba cõi. Những chúng-sanh chưa hoàn-toàn siêu-thoát thì còn ở trong miền *Tam-giới* từ cảnh Tiên cao cho chí cảnh Địa-ngục, Súc sanh. *Tam-giới* là: Dục-giới, Sắc-giới và Vô-sắc giới.

Ở *Dục-giới*, chúng-sanh hữu-tình còn muốn dâm và muốn ăn. Dục-giới, bực trên là chư Tiên trong Sáu cảnh (*Lục dục thiên*), bực giữa là loài người cùng người trong Bốn Đại-châu, bực hạ là Súc-sanh và Vô-gián Địa-ngục.

Ở *Sắc-giới*, chư Tiên không còn muốn dâm, không còn muốn ăn, mà còn ở trong vật chất, còn mang hình thể. Sắc-giới cao hơn Dục-giới, chư Tiên có hình thể tốt xuê, có cung-điện rực rỡ. Ở Sắc-giới có hai mươi từng, từ Phạm-thân Thiên (*Brahmakayia*) lên đến Đại Tự-tại Thiên (*Mahâmahesvara*). Toàn cõi Sắc-giới là miền của ngài Phạm-thiên.

Cao hơn hết là Vô-sắc giới, ở đây chư Đại-tiên không còn giữ hình sắc, vật-chất, thân thể, cung-điện, quốc-độ. Duy còn giữ cái tâm-thức mà thôi. Các ngài trụ trong sự thiền-định thâm diệu. Vì các ngài không có vật-chất, nên không biết đâu mà định phương-sở của các ngài. Ấy là các vị rất dày công tu luyện.

Vô-sắc-giới có bốn từng, từ Không vô-biên xứ (*Akasanantyàyattana*) lên đến Phi tưởng phi phi tưởng xứ (*Naisvasanynàna-sanynàna*). Bản dưới đây (*Việt và Phạn*) ghi rõ các từng trời trong *Tam Giới*.

Dục-giới
Kàmadhatu

- Địa-cư, Bhauma
- Hư-không cư, Àntariksa-vàsina
- Tứ thiên vương thiên, Càturmahàràjakayika
  - Trì - quốc thiên (*đông*), Virùdhaka
  - Tăng-trưởng thiên (*nam*), Dhrtarástra
  - Quảng - mục - thiên (*tây*), Virùpàksa
  - Đa - văn thiên (*bắc*), Dhanada.
- Đao-ly thiên, Tràyastrimsa, cũng viết tam-thập tam-thiên
- Tô-Dạ-ma thiên, Yàma
- Đâu-suất thiên, Tusita
- Hóa-lạc thiên, Nirmànarati
- Tha hóa tự tại thiên, Paranirmitavasavartin

Sắc-giới
Rùpadhàtu

Brahma Loka

- Sơ thiền thiên
  - Phạm-thân thiên, Brahmakayia
  - Phạm-chúng thiên, Bramaparsadya
  - Phạm-phụ thiên, Brahmapurohita
  - Đại-phạm thiên, Mahàbrahmà
- Nhị thiền thiên
  - Thiểu-quang thiên, Parittabha
  - Vô-lượng-quang thiên, Apramànàbha
  - Quang-âm thiên, Ábhàsvara
- Tam thiền thiên
  - Thiểu-tịnh thiên, Parittasùbha
  - Vô-lượng-tịnh thiên, Apramànasubha
  - Biến-tịnh thiên, Subhakrtsna
- Tứ thiền thiên
  - Vô-vân thiên, Anabhraka
  - Phước-sanh thiên, Punyaprasava
  - Quảng-quả thiên, Brhatphala
- Tịnh phạm địa
  - Vô-tưởng thiên, Avrha
  - Vô-phiền thiên, Atapa
  - Vô-nhiệt thiên, Sudrsa
  - Thiện-kiến thiên, Sudarsana
  - Sắc-cứu-cánh thiên, Akanistha
  - Hòa-âm thiên, Aghanistha
  - Đại-tự-tại thiên, Mahàmahesvara

Vô-sắc-giới Rrùpadhàtu	Không-vô-biên xứ, Akàsànantyàyatana Thức-vô-biên xứ, Vijnànanantyàyatana Vô-sở hữu xứ, Akincanyàyatana Phi-tưởng phi-phi tưởng xứ, Naisva-sàmjnànasamjnàyatana	Tứ không thiên Caturùpa-brahma loka

Theo bảng trên đây, Tam Giới của các chúng-sanh tất cả là 32 từng. Còn Tam Giái của chư Tiên là 30 từng. Có chỗ dồn Tứ thiền Thiên với Tịnh-Phạm địa, kể là Tứ Thiền Thiên.

TAM GIÁI BÁT KHỔ 三 界 八 苦 Tám sự khổ trong Ba Cõi. Tất cả chúng-sanh trong *Tam giới*, dầu Tiên, dầu Thần, dầu Người dầu Quỉ, dầu Thú, đều phải chịu khổ, hoặc ít hoặc nhiều, tùy theo Nghiệp của mình. Có vô-số khổ, nhưng các sự khổ đều gom vào *Bát khổ*: 1. Sanh khổ, 2. Lão khổ, 3. Bệnh khổ, 4. Tử khổ, 5. Ái biệt ly khổ. 6. Oán-tăng hội khổ, 7. Cầu bất đắc khổ, 8. Ngũ âm xí hạnh khổ.
Xem : *Khổ.*

TAM GIỚI CỬU ĐỊA 三 界 九 地 Chín Địa-vị trong Ba cõi :

1. Dục-giới Ngũ thú địa, tức Ngũ Thú tạp cư Địa (*Địa-ngục, Ngạ-quỉ, Súc-sanh, Nhơn, Thiên*).

2. Ly sanh hỷ-lạc Địa *Sơ* (*thiền Thiên*).

3. Định sanh hỷ-lạc Địa (*Nhị thiền Thiên*).

4. Ly hỷ diệu-lạc Địa (*Tam thiền Thiên*).

5. Xả niệm thanh-tịnh Địa *Tứ* (*thiền Thiên*).

6. Không vô-biên xứ Địa.

7. Thức vô-biên xứ Địa.

8. Vộ sở hữu xứ Địa.

9. Phi tưởng phi tưởng xứ Địa.

TAM GIỚI HỎA TRẠCH 三 界 火 宅 Cảnh nhà cháy là Ba cõi. Tam giới tỷ như tòa nhà bị hỏa-hoạn. Chúng-sanh ở trong Ba cõi hằng bị thiêu đốt bởi các phiền-não, các khổ lụy, cũng như người ta bị đốt trong tòa nhà bị hỏa-hoạn, vì vậy nên gọi *Tam giới hỏa-trạch.*

Diệu-Pháp liên-Hoa kinh, Thí dụ phẩm : Như thị đẳng chủng chủng chư khổ, chúng-sanh một tại kỳ trung, hoan hỷ du hành bất ý giác bất trí, bất kinh bất bố, diệc bất sanh yếm, bất cầu giải-thoát ! Ư thử *Tam giới hoả-trạch,* Đông Tây trì tẩu. Tuy tao đại-khổ, bất dĩ vi hoạn !

(Chúng-sanh chìm đắm trong trong vô-số nạn khổ như vậy, thế mà họ vui-vẻ dong chơi, chẳng hay chẳng biết, chẳng kinh chẳng sợ, chẳng hề biết chán, chẳng tầm ra khỏi ! Ở trong *Tam giới như cảnh nhà bị hỏa-hoạn* ấy, họ chạy trửng bên nây bên kia. Tuy gặp đại-khổ, thế mà họ chẳng cho đó là nguy !)

TAM GIỚI HÙNG 三界雄 : Le Héros des Trois mondes (fr.)

Bực hùng-dõng nhứt trong Tam Giới. Ấy là tiếng tôn xưng Phật.

Tam Giới : Ba cõi trong thế-giới Tam thiên đại thiên :a) Dục-Giới, b) Sắc-giới, c) Vô-sắc giới.

Hùng : Bực anh-dõng diệt trừ tất cả phiền-não, tríu mến, hàng phục các ma-chướng.

Ngoài ra tiếng *Tam Giới Hùng,* người ta cũng dùng những tiếng: *Đại-hùng, Đại-hùng Đại-lực đại từ-bi, Thế-hùng* mà gọi đức Phật.

Vô Lượng-Thọ Kinh : Cúng dường tất cả chư Phật, đủ hết các cội đức, hạnh nguyện và trí-huệ đều thành-mãn, được làm bực *Tam Giới Hùng... (Đó là mấy lời kệ-tụng của ngài Pháp-Tạng Tỳ-kheo, tiền-thân của Phật A-Di-Đà.)*

TAM GIỚI NHÃN 三界眼 Mắt của Ba Cõi. Một đức-hiệu của Phật. Phật là nhãn-mục của chúng-sanh trong Ba Cõi, khiến họ tránh khỏi hiểm-nạn trên đường Sanh-tử, nên xưng ngài là *Tam Giới Nhãn.*

TAM GIỚI NHỊ THẬP NGŨ HỮU 三界二十五有 Hai mươi lăm Cảnh có trong Ba Cõi. Tam Giới (*Dục-giới, Sắc-giới, Vô-sắc giới*) gồm có 25 cảnh có chúng-sanh, có Nghiệp-nhơn và Nghiệp-quả. Bởi chúng-sanh có tạo Nghiệp, nên họ lăn đi lộn lại trong 25 cảnh của Tam Giới. Xem : *Nhị Thập Ngũ Hữu.*

TAM GIỚI TẠNG 三界藏 Kho tàng Tam Giới. Ba Cõi bao hàm tất cả nghiệp-quả phiền-não của chúng-sanh, tỷ như kho-tàng, nên kêu là *Tam Giới Tạng*.

TAM GIỚI TÔN 三界尊 Tiếng tôn xưng Phật. Đức Phật là người đáng tôn trọng hơn hết trong thế-giái hiệp lại là Ba Cõi (*Dục-giới, Sắc-giới, Vô-sắc giới*), nên xưng ngài là *Tam giới tôn*. Đồng-nghĩa : *Thế-tôn*.

TAM GIẢI-THOÁT MÔN 三解脫門 Ba cửa Giải-thoát. Cũng gọi : *Tam thoát môn, Tam Giải-thoát.*

Giải-thoát : Tự-tại, không còn bị trói buộc, tức *Niết-bàn Môn*: Cửa, Pháp-môn, có thể thông tới. *Tam Giải-thoát Môn* nghĩa là : Do ba cửa Giải-thoát, người ta có thể thông tới Niết-bàn. *Tam Giải-thoát môn* là ba phép Tam-muội, ba phép thiền-định giải-thoát cho thân-tâm khỏi mọi sự phiền-não, tríu mến hầu có vào cảnh Niết-bàn.

Ấy là : 1. *Không (Vốn là Không)*, 2. *Vô tướng* (*Không có thể-tướng*), 3. *Vô tác* (*Không cố ý làm gì*). Cũng gọi : *Vô nguyện* : không mong cầu gì cho mình.

Cũng gọi *Tam Giải-thoát môn* là : *Tam Tam-muội, Tam Không quán môn, Không Vô-tướng Vô-nguyện Tam-muội, Tam Niết-bàn môn.*

Chính đức Phật có đem *Tam Giải-thoát môn* mà thuyết độ vua Tịnh-Phạn, khi Phật trở về thành Ca-tỳ-la-vệ. Nghe ba pháp-môn ấy xong, vua đắc Đạo.

TAM-HẠNH 三行 Ba hạnh-nghiệp : 1.) Phước-hạnh, 2.) Tội-hạnh (*Phi-phước hạnh*), 3.) Bất-động hạnh (*Bất động nghiệp*).

1.) *Phước-hạnh* : Hạnh-nghiệp có phước-đức vì làm Mười điều lành (*Thập thiện*), phước-đức đưa đến quả-báo là sanh lên cảnh chư Thiên hoặc sanh vào cảnh Người.

2.) *Tội hạnh* (*Phi-phước hạnh*) : Hạnh-nghiệp có tội, vì phạm Mười điều ác (*Thập ác*), tội nầy đưa đến cảnh khổ-não nơi ác đạo.

3.) *Bất động hạnh* (*Bất-động nghiệp*) : Hạnh-nghiệp của hàng Thánh-giả, của bực Bồ-tát, chẳng động tới cõi Dục-giái nầy ; hạnh-nghiệp của các ngài thuộc về ý thiền-định của cảnh Trời Sắc-giái, Vô-sắc giái.

Tam hạnh cũng có nghĩa : ba nết hạnh tốt của bực Tỳ-kheo tu-hành Chánh-định :

1.) Tâm và thân chẳng Sát.

2.) Tâm và thân chẳng Đạo.

3.) Tâm và thân chẳng Dâm.

Ngoài *Tam hạnh* ấy, nhà sư còn phải tránh *Đại vọng-ngữ* thì phép Tam-muội mới được trong sạch.

TAM HIỀN 三 賢 Ba bực Hiền. Tức là những người đương tu *Thập trụ, Thập hạnh,* Thập *hồi-hướng.*

Hiền là bực phát khởi cái ý muốn giải thoát khỏi các điều mê, lầm, nhưng chưa trọn dứt lầm. Vì chưa đắc quả *Thánh,* cho nên kêu là *Hiền.*

TAM HỌC 三 學 Trois études (*fr.*) Ba phần học của những vị tu-hành. 1. Giới-học, 2. Định-học, 3. Huệ-học.

1.) Học cho biết *Giới*-cấm đặng giữ gìn thân, khẩu, ý, đừng cho phạm những điều tà, ác.

2.) Học tập về *Thiền*-định đặng tu sửa đức-hạnh và tâm linh, tấn lên mức yên tĩnh trong-trẻo.

3.) Học tập Trí-*Huệ* cho biết mà phân biệt các pháp, đoạn diệt các sở nghi-hoặc, mê-vọng.

Về *Giới* thì học tạng *Luật.* Về *Định* thì vừa học tạng *Kinh,* vừa tham-thiền. Về *Huệ* thì vừa học tạng *Luận,* vừa mở mang trí phân-biện.

Tuy là ba phần học, nhưng như một, vì liên-tiếp nhau một cách chặt chịa : có *Giới* sanh *Định ;* có Định phát *Huệ ;* phát Huệ thì đoạn mê-lầm tà-ác mà đắc Chơn-lý, Thanh-tịnh. Người tu-hành còn ở nhơn-vị, cần phải theo *Tam học*. Chứng đắc quả-vị, thành Thánh rồi, thì kêu là *Vô-học*, tức không còn học.

TAM HUỆ (TUỆ) 三 慧

A) Ba thứ Trí-Huệ. *Huệ-(Tuệ)* là chữ dịch nghĩa. Có ba chữ Phạn, dịch là *Huệ, Trí-Huệ* :

1.) Bát nhã (*Prâjnâ*) 般 若

2.) Tỳ bà-xá-na (*Vibhâshaua*) 毗 婆 舍 那

3.) Xà-na (*Djnâ*) 闍 [illegible] 那

Bát-nhã là cái Huệ mà tất cả chúng-sanh đều có. *Tỳ-bà-xá-na* là cái Huệ của các vị Thánh nhơn trong hai Thừa (*Thinh-văn thừa và Duyên-giác thừa*), *Xà-na* là cái Huệ của chư Phật, Bồ-tát.

Bát-nhã là cái Huệ Biệt-tướng (*phân biệt từng tướng*). *Tỳ-bà-xá-ná* là cái Huệ Tổng-tướng (*tướng chung cùng*). *Xà-na* là cái Huệ phá tướng (*Đốn phá, chẳng chấp tướng*).

B) Ba cách tu học và phát sanh Trí-huệ :

1.) *Văn Huệ*: Nhờ đọc Kinh, nghe Kinh, nghe thuyết pháp mà mở thông Trí-huệ.

2.) *Tư Huệ*: Nhờ suy nghĩ nghĩa-lý mà mở thông Trí-huệ.

3.) *Tu Huệ*: Nhờ tu thiền-định mà mở thông Trí-huệ.

Phật Di-Giáo Kinh : Các ngươi nên lấp những sự *Văn Huệ, Tư Huệ, Tu Huệ* mà tăng tiến cuộc lợi-ích cho mình. Người nào được sự chiếu sáng của Trí-huệ, dẫu là mắt thịt, nhưng cũng là người thấy rõ vậy.

TAM HỮU 三 有

A.— Ba cảnh có, ba cõi nơi ấy có chúng-sanh và có cảnh-vật, có Nghiệp-duyên và Nghiệp-quả, có sanh và tử. Tức là *Tam Giới* : 1.) Dục-giới, 2.) Sắc-giới 3.) Vô sắc giới. Chúng-sanh luân-hồi trong Tam Giới, cho rằng có Tam Giái, cho nên kêu là *Tam Hữu*.

Niết-bàn Kinh, quyển 35 : Lại như có những kẻ ưa ở trong *Tam hữu*, thì họ là *Một* (*tức là chìm đắm trong Ba cõi*

Sanh-tử). Đến chừng họ nghe được lý Kinh Đại Niết-bàn mà đem Lòng Tin, thì họ là *Xuất* (*tức là ra khỏi Ba cõi Luân-hồi*).

B.— *Tam hữu* lại là Ba cảnh sống, ba đời sống của người-ta :

1.) *Hiện-hữu* hay *Bổn-hữu* là cái Thân-tâm ở đời nầy.

2.) *Trung-hữu* là cái Thân-tâm sau khi người-ta thác, lúc ấy người ta còn ở nơi cảnh Dục-giới hoặc Sắc-giới.

3.) *Đương hữu* là cái Thân-tâm đời sau.

TAM Y 三 衣 Bộ áo ba cái, tức bộ *Cà-sa* của nhà sư :

1.) *An-đà-hội y* hay *ngũ điều y*, áo trong hiệp lại là năm miếng.

2.) *Uất-đa-la-tăng y* hay *thất điều y*, áo giữa hiệp lại là bảy miếng.

3.) *Tăng - già - lê y*, áo ngoài, áo lớn, là *cửu điều y* (*áo chín miếng*) hoặc *nhị thập ngũ điều y* (*áo hai mươi lăm miếng*). Xem : *Cà-sa*.

TAM Y 三 醫 Ba cách trị bệnh, ba hạng thầy thuốc.

1.) *Thượng y* : Thinh văn. Cách trị bệnh cao thượng, ông thầy thuốc giỏi nhứt, chỉ nghe tiếng nói của bệnh-nhơn, thì biết bệnh-căn và bệnh-trạng.

2.) *Trung y* : Tướng sắc. Cách trị bệnh bực giữa, ông thầy thuốc bực trung, nhìn thấy hình-tướng, sắc mặt của bệnh-nhơn, thì biết bệnh-căn và bệnh-trạng.

3.) *Hạ y* : Chẩn mạch. Cách trị bệnh bực dưới, ông thầy thuốc tầm thường cần phải bắt mạch bệnh-nhơn, rồi mới biết bệnh-căn và bệnh trạng.

TAM KẾT 三 結 Trois entraves (*fr.*) Ba mối thắt buộc, trói buộc. Cũng viết : *Tam kết phược*.

1.) *Kiến kết* (*Ba-ly* : *Sakkâyadiṭṭhi*) : mối thắt buộc cái chơn-tánh, chấp có mình (*ngã kiến*) và chấp có người (*nhơn kiến*.)

2.) *Giới thủ Kết* (*Ba-ly : Sīlabbataparâmâsa*) : mối thắt buộc của người giữ theo tà-giới, của người cố chấp dị-đoan và ham các việc hành lễ.

3.) *Nghi kết* (*Ba-ly : Vichikichchhâ*) : mối thắt buộc của lòng hồ-nghi chánh-pháp, chánh-lý.

Đó là ba thứ ý-kiến lầm lạc rất trọng. Ai dứt được *Tam kết* thì đắc quả Tu-đà-huờn, Quả ban sơ trong Tứ quả. *Tam kết* là ba mối đầu trong *Ngũ hạ kết*. (*Xem : Kết*).

TAM KHỔ 三 苦 Ba mối Khổ, ba thứ khổ. Cũng viết : *Tam tướng khổ, Tam chủng khổ.*

1.) *Khổ khổ* : Các mối khổ, như tật bịnh, đói khát v.v. đều là khổ. Cái khổ nầy đến rồi, thì cái khổ khác tiếp theo, làm cho người ta khổ mãi.

2.) *Hoại khổ* : Những nhơn vật mình yêu thích đều hư hoại, sự ấy làm cho mình khổ.

3.) *Hành khổ* : Trong lòng mình thấy khổ, vì trông thấy mọi vật trong thế-gian đều là vô-thường.
Xem : *Khổ.*

TAM KHÔNG 三 空 Ba lẽ Không.

1.) Ngã *Không* : Ta là Không. Sự nhìn thấy không có cái bổn-ngã, không có mình, không có người, không có chúng-sanh, chỉ là năm uẩn tạm hiệp mà thôi.

2.) *Pháp Không* : Các pháp đều Không. Sự nhìn thấy các vật phi-tình đều là không không, chẳng thật, chỉ là nhơn-duyên tạm hiệp mà thôi.

3.) *Cu Không* : Cả hai, ngã và pháp, chúng-sanh và sự vật đều là không. *Tam không* cũng gọi là *Tam giải - thoát môn.*

TAM LẠC 三 樂 Trois Félicités, Trois Béatitudes (*fr.*) Ba cảnh vui-sướng, an-lạc 1.) Thiên-lạc, 2.) Thiền-lạc, 3.) Niết-bàn lạc.

1.) *Thiên - lạc* : Ấy là các món vui-vẻ mầu nhiệm và đặ ở các cõi Trời : Dục-giái, Sắc-giái, Vô-sắc giái. Thường thì người tu *Thập thiện nghiệp* (*mười nghiệp lành*), thì sanh Trời, thọ hưởng các món *Thiên - lạc.*

2.) *Thiền-lạc* : Sự vui sướng khôn xiết trong cơn tham-nhập định. Sự vui-vẻ mầu-nhiệm vô cùng mà chỉ người tu hưởng được mà thôi.

3.) *Niết - bàn lạc* : Sự an-nhàn, tự-tại vui-vẻ của nhà dứt hết mọi phiền-não, chứng Niết-bàn ; thoát ra ngoài vòn và khổ của phàm-phu đương lăn-lộn trong chốn Luân-hồi.

TAM LẬU 三漏

A.- Ba cõi lậu, ba cõi phiền - não :

1. *Dục-lậu* tức là Dục-giái hữu-lậu.

2. *Sắc-lậu* tức là Sắc-giái hữu-lậu

3. *Vô-sắc lậu* tức là Vô-sắc giái hữu-lậu.

Trong Tam giái, các chúng-sanh từ loài người, cho đến Thần, chư Tiên (*Thiên*) đều còn phiền-não. Do phiền-não rỉ ra dơ dáy thân và tâm, cho nên kêu Tam giái là *Tam lậu.*

B.- Ba mối phiền-não gây ra tôi lỗi :

1. *Dục lậu* : Giác-quan (lục-căn) nương theo ngoại-duyên (*lục* mà tham muốn, thỏa thích quấy bậy. Dục-lậu là Phiền - não chúng-sanh ở cõi Dục-giái.

2.) *Hữu-lậu* : Thân-tâm đối với ngoại - duyên mà làm muốn quấy. Hữu-lậu là Phiền-não ở hai cõi Sắc giái, Vô-sắc

3.) *Vô-minh lậu* : Tâm-tánh tối - tăm chẳng hiểu phải nhơn đó sanh ra Tham, Sân, Si và mọi thứ lầm lỗi.

Niết-Bàn Kinh, quyền 37 : Tỷ như có kẻ đui bị ta dắc bỏ trong rừng gai. Kẻ ấy khó mà ra khỏi cảnh ấy. cho ra khỏi, thì thân - thể sẽ bị hư hoại hết. Những kẻ phu ở thế - gian cũng như thế : họ đâu có thấy biết *Tam lậu* là tội lỗi và tai hại, cho nên họ cứ theo đó mà Còn như ai biết, thì mới có thể rời xa.

www.ingramcontent.com/pod-product-compliance
Lightning Source LLC
LaVergne TN
LVHW060308051026
849517LV00004B/1032
* 9 7 9 8 8 6 9 3 9 2 9 8 5 *